പ്രണയത്തിന്റെ ഋതുഭേദങ്ങൾ

Pranayathinte Rithubhethangal

Malayalathile anaswara pranayakathakal

Stories

Editor

Dr. E. Banarji

CHINTHA PUBLISHERS
Thiruvananthapuram

First Edition: January 2022

Second Edition: February 2023

Second Impression: September 2024

Published by
Chintha Publishers, Thiruvananthapuram

Typesetting
Star Communications, Thiruvananthapuram

Printed at
Repro India, Mumbai

Cover Design & Layout
Narayana Bhattathiri

Cover Painting
Birth of Venus by Botticelli

Illustrations
Gopidas

ISBN : 978-93-93468-47-5
CR - 3304/7001

₹ 750

Email: chinthapublishers@gmail.com
Website: www.chinthapublishers.com

Distribution
DESHABHIMANI BOOKHOUSE
H O Thiruvananthapuram 695035
Branch
Head Office Kunnukuzhi • Statue • KSRTC Bus Terminal, Thampanoor.
• Saphalyam Complex, Thiruvananthapuram
KSRTC Bus Station Alappuzha • KSRTC Bus Station Ernakulam
• Machingal Lane Thrissur • IG Road Kozhikode
• Mavoor Road Kozhikode • NGO Union Building Kannur
• Central Bus Terminal Complex Thavakkara Kannur

പ്രണയത്തിന്റെ ഋതുഭേദങ്ങൾ

മലയാളത്തിലെ അനശ്വര പ്രണയകഥകൾ

സമാഹരണം, പഠനം

ഡോ. ഇ. ബാനർജി

ചിന്ത പബ്ലിഷേഴ്സ്

തിരുവനന്തപുരം - 695 035

വില : ₹ 750

ഡോ. ഇ. ബാനർജി

കൊല്ലം ജില്ലയിൽ കരുനാഗപ്പള്ളിക്കടുത്തുള്ള ചെറിയഴീക്കലിൽ ജനിച്ചു.കാര്യവട്ടം കാമ്പസ് മലയാള വിഭാഗത്തിൽ നിന്ന് എം.എ, എം.ഫിൽ ബിരുദങ്ങൾ നേടി. ചരിത്രവും അധികാരവും ആനന്ദിന്റെ നോവലുകളിൽ എന്ന വിഷയത്തെ അധികരിച്ച് നടത്തിയ ഗവേഷണ പ്രബന്ധത്തിന് 2004ൽ പിഎച്ച്.ഡി. ലഭിച്ചു. എൺപതോളം പഠന ലേഖനങ്ങൾ പ്രസിദ്ധീകരിച്ചിട്ടുണ്ട്. കേരള ഭാഷാ ഇൻസ്റ്റിറ്റ്യൂട്ടിൽ എഡിറ്ററായും ഹയർ സെക്കന്ററി അധ്യാപകനായും ജോലി നോക്കിയിട്ടുണ്ട്.ഇപ്പോൾ തിരുവനന്തപുരം ഗവ.വിമെൻസ് കോളേജിൽ അസ്സോസിയേറ്റ് പ്രൊഫസറാണ്.

കൃതികൾ:

തിരിച്ചറിവുകൾ,

അധികാരം:സത്തയും സ്വരൂപവും,

മിത്തും മലയാള നോവലും,

പ്രണയവും സാഹിത്യ കലയും, വൈലോപ്പിള്ളി: എഴുത്തും ജീവിതവും,

ചരിത്രത്തിന്റെ ബലി ഗാഥകൾ - എൻ.എസ്.മാധവൻ കഥകളുടെ സൗന്ദര്യവിചാരം

ഭാര്യ: യമുന എ ആർ

മക്കൾ: അപർണ ബാനർജി, സിന്ദൂര ബാനർജി

വിലാസം: ബോധി, റ്റി.സി.നം.36/583

വട്ടിയൂർക്കാവ് പി.ഒ.

തിരുവനന്തപുരം-13 ഫോൺ: 9446080968

പ്രസാധകക്കുറിപ്പ്

പ്രണയത്തിന്റെ ആഖ്യാനങ്ങൾക്ക് എക്കാലവും സ്വീകാര്യതയുണ്ട്. നിഗൂഢാഭിലാഷങ്ങളുടെ സഞ്ചാരങ്ങൾ ഓരോ പ്രണയബന്ധത്തെയും അതിതീവ്രമായി നിലനിർത്തുന്നു . സ്വപ്നങ്ങൾക്കും യാഥാർത്ഥ്യങ്ങൾക്കും ഭ്രമകൽപ്പനകൾക്കുമിടയിലൂടെ സഞ്ചരിക്കുന്ന പ്രണയങ്ങൾ ജീവിതത്തെ പ്രതീക്ഷാനിർഭരമാക്കി നിലനിർത്തുന്നു. അതുകൊണ്ടുതന്നെ പ്രണയം ആഗ്രഹവും വിശ്വാസവും പ്രതീക്ഷയുമാണ്. ആൺ - പെൺ പ്രണയകാമനകളുടെ വ്യത്യസ്തതലങ്ങളാണ് നമുക്കേറെ സുപരിചിതമായിരിക്കുന്നത്. പ്രണയത്തെ സംബന്ധിച്ച സാമ്പ്രദായിക പരികൽപ്പനകളെ, ആൺ-പെൺ പ്രണയഭാവനകളുടെ നേർരേഖകളെ അപ്രസക്തമാക്കിക്കൊണ്ടാണ് സ്വവർഗ്ഗാനുരാഗങ്ങൾ പൊതുദൃശ്യതയിലേക്ക് കടന്നുവന്നത്. ജാതി മത വർണ്ണ വർഗ്ഗ ലിംഗ ലൈംഗിക വിവേചനങ്ങൾ പ്രബലമായ ജനസമൂഹത്തിലെ പ്രണയത്തെ എത്തരത്തിലാണ് അടയാളപ്പെടുത്തേണ്ടത് എന്ന അന്വേഷണങ്ങൾക്ക് രാഷ്ട്രീയമാനം കൈവരുന്നതും ഇത്തരം പശ്ചാത്തലത്തിലാണ്.

പ്രണയത്തിന്റെ വ്യത്യസ്തതലങ്ങളെ അനാവരണം ചെയ്യുന്ന കഥകളെ വസന്തം, വർഷം, ഗ്രീഷ്മം, ശരത്, ഹേമന്തം, ശിശിരം എന്നീ ഋതുക്കളുടെ അടിസ്ഥാനത്തിൽ ക്രമീകരിച്ചിരിക്കുന്ന സമാഹാരമാണ് പ്രണയത്തിന്റെ ഋതുഭേദങ്ങൾ.

വൈക്കം മുഹമ്മദ് ബഷീർ, കാരൂർ നീലകണ്ഠപിള്ള, മുട്ടത്തു വർക്കി, എസ്.കെ പൊറ്റെക്കാട്ട്, ലളിതാംബിക അന്തർജനം, ടി. പത്മനാഭൻ, എം.ടി. വാസുദേവൻ നായർ, മാധവിക്കുട്ടി, വി.കെ എൻ, കോവിലൻ, ആനന്ദ്, ഒ.വി. വിജയൻ, എം. മുകുന്ദൻ, കാക്കനാടൻ, പി. പത്മരാജൻ, സക്കറിയ, എൻ.എസ്. മാധവൻ, സാറാ ജോസഫ്, ഗ്രേസി, സി.അയ്യപ്പൻ, വി.ജെ. ജയിംസ്, കെ.ആർ. മീര, ഇ.സന്തോഷ് കുമാർ, സുഭാഷ് ചന്ദ്രൻ, ബി. മുരളി, സുസ്മേഷ് ചന്ത്രോത്ത്, പ്രമോദ് രാമൻ, ദേവദാസ് വി.എം., യമ, വിനോയ് തോമസ് എന്നിവരുടെ മികച്ച പ്രണയകഥകളുടെ സമാഹാരം.

ചിന്ത പബ്ലിഷേഴ്സ്

ആമുഖം

'വസന്തം ചെറിമരങ്ങളോട് ചെയ്യുന്നത് എനിക്ക് നിന്നോട് ചെയ്യണം' എന്നു പറഞ്ഞുകൊണ്ട് ലോകത്തെ വലിയ വിപ്ലവകവികളിലൊരാളായ പാബ്ലോ നെരൂദ പ്രണയത്തെ പ്രകൃതിയുടെ ഋതുബോധത്തോട് ചേർത്തുവെക്കുകയാണ്. പ്രകൃതിയുടെ സർഗ്ഗാത്മകപ്രവാഹമാണ് പ്രണയം. ഏതു ഋതുക്കളിലും പൂക്കാതിരിക്കാൻ പ്രണയത്തിനാവതില്ല. പ്രണയത്തിന്റെ പരാഗരേണുക്കൾ കാലപ്രവാഹത്തിലെപ്പോഴും ഒഴുകിപ്പരക്കുന്നു. പ്രണയം പ്രകൃതിയുടെ വസന്തമാണ്. മനുഷ്യന്റെ ജന്മവാസനയുമാണ്. ജീവിതത്തെ ശുദ്ധീകരിക്കുകയും ആനന്ദിപ്പിക്കുകയും ചെയ്യുന്ന ഏറ്റവും വശ്യമായ അനുഭവമാണ് പ്രണയം. ശരീരത്തെയും മനസ്സിനെയും ഉന്മേഷപ്പെടുത്തുന്ന ഒരു ഊർജ്ജം അതിനുണ്ട്. ഒരർത്ഥത്തിൽ അനുരാഗം മനസ്സിന്റെ പൂവിടലാണ്. ഒരു മരത്തിൽ പൂക്കൾ വരുന്നപോലെയും അവ ആ മരത്തിന് ഒരു നിറവു വന്നുവെന്ന് പ്രദർശിപ്പിക്കുന്നതുപോലെയുമാണത്. മരങ്ങളുടെ ആനന്ദമാണല്ലോ പൂക്കൾ. അതുപോലെ പ്രണയവും മനസ്സിന്റെ സമൃദ്ധിയും ആനന്ദവുമാണ്. പ്രണയത്തിന്റെ പരാഗരേണുക്കൾ പ്രസരിപ്പിക്കുന്ന പരിമളം മാനസിക സത്തയെ അനശ്വരമാക്കുന്നു. അതാതു കാലഘട്ടത്തിന്റെ സാംസ്കാരിക കാലുഷ്യങ്ങൾ കലർന്നുണ്ടാകുന്ന അപസ്വരങ്ങൾ പ്രതിഫലിക്കുമെങ്കിലും പ്രകൃതിയുടെ സർഗ്ഗാത്മക പ്രവാഹമായതിനാൽ പ്രണയമൊരിക്കലുമവസാനിക്കില്ല.

ആധുനിക ജീവിതത്തിന്റെ സൃഷ്ടിയാണ് പ്രണയം. ആധുനികത സൃഷ്ടിച്ച വ്യവഹാരരൂപങ്ങളിലാണ് അനുരാഗം അതിന്റെ അന്തസ്സത്ത ക്രമപ്പെടുത്തിയത്. ലൈംഗികതയ്ക്കപ്പുറമുള്ള സൂക്ഷ്മ വൈകാരികതയും തീവ്രാഭിനിവേശവും തിരിച്ചറിയാൻ തുടങ്ങിയതും പ്രേമത്തിന് അതിന്റേതായ പ്രതീക വ്യവസ്ഥയും പെരുമാറ്റങ്ങളും സ്വന്തമാകുന്നതും അങ്ങനെയാണ്. അർത്ഥപരമായി പ്രണയം പ്രകർഷത്തോടു കൂടിയുള്ള നയിക്കലാണ്. ഇണയെ ആകർഷിച്ചുകൊണ്ട് അനുനയിക്കുന്ന ചേഷ്ട. തീവ്രമായ ആത്മബന്ധത്തോടൊപ്പം ഇണയോടുള്ള പ്രതിബദ്ധതയും രതിയുമെല്ലാം ഉൾച്ചേർന്നതാകണം പ്രണയം. സ്നേഹത്തിൽ മുഴുകുമ്പോൾ ഇഷ്ടപ്പെടുന്ന വ്യക്തിയെക്കുറിച്ച് സദാ ജാഗ്രതയോടുകൂടിയിരിക്കും. പ്രണയത്തിലാണ് ഒരുവനെങ്കിൽ ഏകാന്തമായിരിക്കുമ്പോഴൊക്കെ മനസ്സിൽ മറ്റേയാൾ ഉയർന്നു വരുമെന്നും അയാളുടെ മുഴുവൻ അസ്തിത്വവും മറ്റേയാൾക്കു ചുറ്റും സഞ്ചരിക്കാൻ തുടങ്ങുമെന്നും ഓഷോ പറയുന്നുണ്ട്.

സ്ത്രീപുരുഷ ബന്ധങ്ങളെ ശാസ്ത്രീയമായി അപഗ്രഥിച്ച ആദ്യചിന്തകർ ഭാരതീയരായിരുന്നുവെങ്കിലും പ്രണയത്തെക്കുറിച്ചുള്ള ക്ഷോഭാകുലമായ ചിന്തകൾ അവർ അവതരിപ്പിച്ചില്ല. മനുഷ്യമനസ്സിന്റെ സങ്കീർണ്ണഭാവങ്ങളിലേക്ക് കടന്നുചെല്ലാനുള്ള വിമുഖതയാകാം അനുരാഗചിന്തകളിൽനിന്ന് അവരെ പിന്തിരിപ്പിച്ചത്. പ്രണയം

പലപ്പോഴും അപ്രതീക്ഷിതമായി പൂക്കുന്ന പ്രതിഭാസമാണ്. അതിലകപ്പെടുമ്പോൾ ജാതി, മതം, വർഗ്ഗം, കുലം, സമ്പത്ത് തുടങ്ങിയ ഘടകങ്ങൾക്കൊന്നും ഒരു പ്രസക്തിയുമില്ലാതെവരുന്നു. സങ്കീർണ്ണതകൾ നിറഞ്ഞ മനോഭാവമായതുകൊണ്ട് പ്രണയം എല്ലാവരിലും സംഭവിക്കുന്ന വികാരമല്ല. സ്നേഹിക്കുവാൻ പറ്റിയ വ്യക്തിയെ കണ്ടെത്തുക, സ്നേഹിക്കപ്പെടുന്നതിന്റെ സുഖമനുഭവിക്കാൻ കഴിയുക, ഇതൊക്കെ വളരെ ബുദ്ധിമുട്ടുള്ള വിഷയങ്ങളാണെന്ന് സൂചിപ്പിച്ചുകൊണ്ട് എറിക്ഫ്രോം പ്രണയത്തെ ഒരു കലയായി കാണുന്നു. വ്യക്തിയുടെ ഏകാകിതയിൽനിന്നുള്ള മോചനത്തിനുവേണ്ടി മനുഷ്യർ നടത്തുന്ന പരിശ്രമം കൂടിയാണ് പ്രണയം. വ്യക്തികൾക്കിടയിലെ അപരിചിതത്വത്തിന്റെ മതിൽ പെട്ടെന്നു തകരുകയും ഒന്നാകുകയും ചെയ്യുന്ന നിമിഷമുണ്ട്. ആത്മസമർപ്പണത്തിന്റെ ആ നിമിഷമാണ് ജീവിതത്തെ സമ്മോഹനമായൊരു സംഗീതശില്പമാക്കുന്നത്. പ്രേമം മനുഷ്യാസ്തിത്വത്തിന്റെ അടിസ്ഥാനമാണെന്ന് എറിക്ഫ്രോം പറഞ്ഞത് ഈ അർത്ഥത്തിലാണ്.

രണ്ടു വ്യക്തികൾ പരസ്പരം നല്കുന്ന ആനന്ദത്തിൽ നിന്നുളവാകുന്ന വികാരമാണ് പ്രണയം. അതിന്റെ സ്വാഭാവികപരിണതി രതിയാണ്. പ്രേമത്തിന്റെ പൂർത്തി സംഭോഗത്തിലാണെന്ന് സർവ്വസമ്മതം. ഇണചേരലിനെ ലക്ഷ്യമാക്കിയുള്ള ലൈംഗികാഭിലാഷമാണ് പ്രണയമെന്നു പറഞ്ഞത് സിഗ്മണ്ട് ഫ്രോയിഡാണ്. രാഗം രതിയാണെന്ന് അദ്ദേഹം ചിന്തിക്കുന്നു. രതിയും ഊഷ്മള സൗഹൃദവും ലയിക്കുമ്പോഴാണ് പ്രണയം സാർത്ഥകമാകുന്നത്. പ്രകൃതിയുടെ പ്രഭവത്തിന് പിന്നിലെ ജൈവതാളമാണ് രതി. അത് ദിവ്യവും ഈശ്വരന്റെ വരപ്രസാദവുമാണ്. ഗഹനമായ ലൈംഗികതയിൽ ദേവചൈതന്യമുണ്ടെന്ന് തന്റെ പ്രിയശിഷ്യനായ മഹേന്ദ്രനാഥ ഗുപ്തനോട് ശ്രീരാമകൃഷ്ണദേവൻ ഒരിക്കൽ പറയുന്നുമുണ്ട്. രതി മനുഷ്യഭാവമെന്നതിലുപരി പ്രകൃതിയുടെ സഹജഭാവമാണ്. പ്രകൃതിയുടെ മാനസികഭാവങ്ങളിലും ഋതുചലനങ്ങളിലുമൊക്കെ രതിയുടെ പരാഗങ്ങൾ പടർന്നിരിക്കുന്നു. പ്രകൃതിയുടെ സനാതനമായ ഉർവ്വരതയ്ക്ക് മിഴിവ് നല്കുന്ന രതിഭാവം പ്രപഞ്ചത്തിന്റെ വശ്യമായ നിഗൂഢതയാണ്.

ഋതുസംക്രമണ വിധേയയായ പ്രകൃതിയുടെ ചലനങ്ങളിൽനിന്നാണ് ജീവിതകാമനയുടെ പെരുക്കങ്ങൾ ഉരുവം കൊള്ളുന്നത്. മനുഷ്യരതിശാസ്ത്രത്തിന്റെ സങ്കേതങ്ങളും വിശ്വപ്രകൃതിയുടെ സൗന്ദര്യക്രമത്തെയാണ് അധിഷ്ഠാനമാക്കുന്നത്. മനുഷ്യകാമത്തിന്റെ തുടക്കം ഇങ്ങനെ പ്രകൃതിയുമായി ബന്ധപ്പെട്ടു നില്ക്കുന്നു. രതി പ്രകൃതിയുടെ ഉദാത്തഭാവമായാണ് അനുഭവപ്പെടുന്നത്. കാമമില്ലാത്ത പ്രപഞ്ചം നിശ്ചേതനമാണ്. അപ്പോൾ പ്രപഞ്ചത്തിലെ സൃഷ്ടികർമ്മത്തിന്റെ ആനന്ദവും പ്രാർത്ഥനയുമൊക്കെ രതിയാണെന്നു വരുന്നു. പ്രകൃതിയുടെ ഈ അനുശാസനം സ്നേഹത്തിന്റെയും സഹകാരത്തിന്റെയുമൊക്കെ രതിതന്ത്രമാണ്.

കാമം മനുഷ്യന്റെ തിരികെടാത്ത സൗന്ദര്യവും ആഹ്ലാദവുമായതിനാലാണ് എല്ലാ ആനന്ദങ്ങൾക്കും ഏകായനം ഉപസ്ഥമാണെന്ന് ബൃഹദാരണ്യകോപനിഷത്തിൽ രേഖപ്പെടുത്തിയത്. മനുഷ്യകാമത്തിന് സർവ്വകാലവും വസന്തമാണെങ്കിലും അതിനൊരു താളക്രമമുണ്ട്. ഒരിക്കലും അഴിഞ്ഞുപോവാത്ത ചില കെട്ടുപാടുകളുണ്ട്. കാമം സീമാതീതമായി കത്തിപ്പടരുമ്പോൾ ഈ കെട്ടുകൾ മുറുകുകയും കന്മഷങ്ങൾ സംസ്കരിക്കപ്പെടുകയും ചെയ്യുന്നു. രതിയെ സംബന്ധിക്കുന്നതെന്തും അശുദ്ധവും ആഭാസവുമായി കരുതുന്ന സങ്കല്പം എവിടെയാണ് തുടങ്ങിയതെങ്കിലും അത് മനുഷ്യന്റെ വികലബോധമാണ്. അഴകിന്റെയും ലയനത്തിന്റെയും സവിശേഷമായ താളക്ര

മമാണ് മനുഷ്യന്റെ രതിശാസ്ത്രം. രതിയുടെ അഭാവം യഥാർത്ഥ പ്രണയാനുഭവത്തെ ശൂന്യരൂപമാക്കുന്നു. സ്ത്രീയും പുരുഷനും തമ്മിലുള്ള സ്നേഹത്തിൽ ഒഴിവാക്കുവാൻ കഴിയാത്ത ഒരിനമാണ് അവരെ മിഥുനങ്ങളായി ഇണക്കുന്ന സംഭോഗരതിയെന്ന് നിത്യചൈതന്യ യതിയും ഓർമ്മപ്പെടുത്തിയിട്ടുണ്ട്. എല്ലാ പ്രണയത്തിന്റെയും അടിസ്ഥാനം സൗഹൃദം കൂടി ഉൾപ്പെടുന്ന സാമാന്യമായ ലൈംഗികതയാണെന്ന് ഇതിൽ നിന്നൊക്കെ നമുക്ക് മനസ്സിലാക്കാൻ കഴിയും.

പ്രണയത്തിനൊരു ധാർമ്മികത ഉണ്ടാവേണ്ടതുണ്ട്. അത് ഇണയോടുള്ള കനിവും കരുതലുമാണ്. മനസ്സ് നിറഞ്ഞ ഇഷ്ടത്തിന്റെ പൂർണ്ണതയിലാവണം രതിചിന്തകൾ ഉടലെടുക്കേണ്ടത്. അപ്പോൾ മാത്രമേ പാരസ്പര്യത്തിന്റേതായ ആത്മബന്ധം തീവ്രമാകുകയുള്ളൂ. അത് ലളിതമായി അഴിഞ്ഞുപോകുക പ്രയാസമാണ്. എന്നാൽ ലൈംഗികാഭിനിവേശത്തിലൂന്നിയുള്ള ഹൃദയബന്ധങ്ങൾ വേഗത്തിലഴിഞ്ഞുപോകും. പ്രണയഭാജനത്തോടുള്ള ആകർഷണവും ആത്മബന്ധവുംകൊണ്ട് ഹൃദയമൊന്നാകുമ്പോൾ ശരീരവും ഒന്നുചേരുകയും പരസ്പരം പ്രാണനായി മാറുകയും ചെയ്യും. പ്രണയത്തിന്റെ നിമിഷത്തിൽ തന്റെ ഇണയെ ഹൃദയവും ശരീരവുംകൊണ്ട് ചേർത്തുപിടിക്കാനുള്ള മോഹം സ്വാഭാവികമാണ്. തൊട്ടുതൊട്ടിരുന്ന് ആലിംഗനബദ്ധരാകാനും ചുണ്ടുകളഴിയാത്ത വിധത്തിൽ ചുംബിക്കുവാനും ആഗ്രഹിക്കുന്നു. നല്ല വാക്കുകളും ലാളനകളും സ്നേഹോദാരമായ നോട്ടങ്ങളും പ്രണയഭാജനത്തെ ആനന്ദനിർവൃതിയിലെത്തിക്കും. ഇങ്ങനെ കുറവില്ലാത്ത ഇഷ്ടത്തിൽ നിറയുന്ന ബന്ധമാണ് ദീർഘകാലം നിലനില്ക്കുന്നത്.

പ്രണയത്തിൽ ഇണയെ സത്യസന്ധമായി കേൾക്കുകയും അറിയുകയും ചെയ്യേണ്ടതുണ്ട്. മുന്തിയ അനുഭവങ്ങളിലെത്തിച്ചേരേണ്ടതുണ്ട്. പ്രണയ ഭാവത്തിന്റെ സൂക്ഷ്മമുകുളങ്ങളെ നിരന്തരം അന്വേഷിക്കേണ്ടതുണ്ട്. അപ്പോഴാണ് ഒരാളെ ഒന്നിലേറെ തവണ പുതുമകളോടെ പ്രണയിക്കാനാവുക. ആദ്യാനുരാഗത്തെ ദീർഘാനുരാഗമാക്കി വളർത്തുക എന്നതാണ് പ്രണയത്തിന്റെ അഴകേറിയ വഴി. ജൈവികമായ ഇഷ്ടത്തിന്റെ തുടർച്ചയായതിനാൽ അനുരാഗമൊരിക്കലും ചൈതന്യം നഷ്ടപ്പെട്ട് യാന്ത്രികമായി മാറരുത്. റോബർട്ട് സ്റ്റീൻബർഗ് എന്ന മനഃശാസ്ത്രചിന്തകൻ വെളിപ്പെടുത്തിയ പ്രണയത്തിന്റെ ത്രിത്വഗുണം വളരെ പ്രധാനപ്പെട്ടതാണ്. ഒന്നാമത്തേത് ഇന്റിമസിയാണ്. മനസ്സും ശരീരവും ഒന്നാകുന്ന തീവ്രബന്ധം. മറ്റൊന്ന് പാഷനാണ്. ഇണയോടുള്ള തീവ്രമായ പ്രണയാഭിനിവേശം. ഇനിയുമൊന്ന് കമ്മിറ്റ്മെന്റാണ്. ഇണയോടുള്ള പ്രതിജ്ഞാബദ്ധത. കനിവും കരുതലും നല്കി പ്രണയം തുടരാനുള്ള മാനസികസ്ഥൈര്യമാണത്. ലൈംഗികാഹ്ലാദത്തിന്റെ പ്രസരിപ്പിൽ പ്രണയത്തെ അർത്ഥവത്താക്കാനുള്ള ഗുണങ്ങളാണ് മേൽ വിവരിച്ചത്. ഏറെ ഇഴയടുപ്പമുള്ള തീവ്രമായ പ്രണയബന്ധത്തിൽ ഈ ഗുണങ്ങൾ അത്യാവശ്യമാണെന്ന് തിരിച്ചറിയുമ്പോൾ സ്നേഹം ഊർജ്ജ സരിത്തായി പ്രവഹിച്ചുകൊള്ളും.

സ്വവർഗ്ഗാനുരാഗം

പ്രണയത്തെ ലിംഗഭേദത്തിൽ തളച്ചിടുക അഭികാമ്യമല്ല. സ്വവർഗ്ഗാനുരാഗികളെയും ട്രാൻസ്ജെന്റേഴ്സിനെയും സമൂഹം അഭിസംബോധന ചെയ്യുകയും ആ യാഥാർത്ഥ്യത്തെ അംഗീകരിക്കുകയും ചെയ്തിട്ടുണ്ട്. സ്നേഹം മനുഷ്യമനസ്സിന്റെ ഇച്ഛയും താല്പര്യവുമനുസരിച്ചായതിനാൽ സ്വവർഗ്ഗത്തോടുള്ള ആകർഷണവും സ്ത്രീപുരുഷപ്രണയം

പോലെ സ്വാഭാവികമാണ്. രണ്ടു മനുഷ്യർക്കിടയിൽ ഉടലെടുക്കുന്ന വികാരമാണ് പ്രണയം. അതിന് ആണെന്നോ പെണ്ണെന്നോ ട്രാൻസ്ജെന്ററെന്നോ ഉള്ള വ്യത്യാസമില്ല. പ്രണയത്തിന്റെ പ്രകൃതിദത്തമായ ഭാവാന്തരം മാത്രമാണത്.

സ്വവർഗ്ഗലൈംഗികത സ്വാഭാവികവും വ്യത്യസ്തവുമാണെന്ന് ജീവശാസ്ത്രപഠനങ്ങൾ വ്യക്തമാക്കുന്നുണ്ട്. എതിർ വർഗ്ഗ ലൈംഗികത സൃഷ്ടിപരമായതിനാൽ അതിനെ പ്രകൃതിജന്യമെന്നും സൃഷ്ടിപരമല്ലാത്തതിനാൽ സ്വവർഗ്ഗലൈംഗികതയെയും മറ്റും പ്രകൃതിവിരുദ്ധമെന്നും പറയുന്നതിൽ യാതൊരർത്ഥവുമില്ല. മനുഷ്യലൈംഗികതയുടെ ലക്ഷ്യം വംശോല്പാദനം മാത്രമല്ലാത്തതുകൊണ്ടുതന്നെ മേൽച്ചൊന്ന വാദം നിരർത്ഥകമെന്ന വരുന്നു. പുരുഷലിംഗംകൊണ്ടുമാത്രം സാദ്ധ്യമായ ഒന്നാണ് സ്ത്രീയുടെ രതിമൂർച്ഛ എന്ന സങ്കല്പത്തെ നിരാകരിക്കുന്ന ജീവശാസ്ത്രത്തിന്റെ പുതിയ അറിവുകളും സ്വവർഗ്ഗാഭിനിവേശത്തിന്റെ സ്വത്വത്തെ ഉറപ്പിക്കുന്ന പ്രധാന ആശയമായി മാറിയിട്ടുണ്ട്.

സ്വവർഗ്ഗാനുരാഗത്തിലും ട്രാൻസ്ജെന്ററുകളുടെ പ്രണയത്തിലും ലൈംഗികതയുണ്ട്. പരസ്പരമറിയുകയും ആശ്വസിപ്പിക്കുകയും പങ്കുവെക്കുകയും ചെയ്യുമ്പോഴുണ്ടാകുന്ന സൗഹൃദത്തിന്റെ ബലിഷ്ഠത ആജീവനാന്തം ഒന്നിച്ചു ജീവിക്കാൻ അവരെ പ്രേരിപ്പിക്കുകയാണ്. ലൈംഗികാഭിലാഷത്തിനതീതമായ അതിതീവ്രമായ വൈകാരികബന്ധം അവർക്കുണ്ട്. സൂക്ഷ്മ വൈകാരിക സത്തകളെ തിരിച്ചറിയാനും പരിഹരിക്കാനും വേഗത്തിൽ കഴിയുമെന്നുള്ളതുകൊണ്ടാണ് സ്വവർഗ്ഗ വിവാഹം കൂടുതലായി കാണപ്പെടുന്നത്. സ്വവർഗ്ഗാനുരാഗം പോലെയുള്ള പ്രണയത്തിന്റെ ഭാവാന്തരങ്ങൾ അതിന്റെ ആത്മസത്തയെയും വൈവിദ്ധ്യത്തെയും കൂടുതൽ പ്രകടമാക്കുന്നുണ്ട്.

വീട്

പ്രണയവുമായി ഏറെ അടുത്തു നില്ക്കുന്ന മറ്റൊരനുഭവം വീടാണ്. സാമൂഹ്യ സാക്ഷാൽക്കാരമായ വീടിന് പ്രണയത്തെ രൂപപ്പെടുത്താനും അഴിച്ചെടുക്കാനും പുനർനിർമ്മിക്കാനും കഴിയുമായിരുന്നു. അലിഖിത നിയമങ്ങൾ പുലരുന്ന രാവണൻകോട്ടകൂടിയാണ് വീട്. സഹനങ്ങൾ, ശാസകന്റെ ഉരുക്കുനിയമങ്ങൾ, സമർപ്പണങ്ങൾ, പരിത്യാഗങ്ങൾ, വിലാപങ്ങൾ, കാത്തിരിപ്പുകൾ, പ്രതികാരങ്ങൾ തുടങ്ങി എല്ലാ നിയമങ്ങളും എരിഞ്ഞുകത്തുന്നിടമാണത്. എല്ലാ ഓർമ്മകളുടെയും ശീതളച്ഛായയുമാണ്. പ്രണയത്തിന്റെ സാഹസികതയിൽ വീടുവിട്ടിറങ്ങുമ്പോൾ പിന്നീടുള്ളത് ആർദ്രമായ ഗൃഹാതുരത്വമാണ്. നെടുവീർപ്പുകളിൽ മുഴങ്ങുന്ന ബന്ധങ്ങളുടെ തീവ്രത പ്രണയത്തിന്റെ കടുംകെട്ടാണ്.

എല്ലാ ആനന്ദങ്ങളും പുലരുന്നത് വീട്ടിലാണ്. അതിന്റെ മുക്കും മൂലയും ജ്ഞാനസ്പർശത്തിന്റെ അടയാളങ്ങളാണ്. പിതാമഹന്മാരുടെ കുടിയിരിപ്പുകൾ, മുതുമുത്തശ്ശന്മാരുടെ ആത്മാക്കൾ നീന്തിത്തുടിക്കുന്നിടം. പിറവിയുടെ കുഞ്ഞിക്കരച്ചിലുകൾ, വാത്സല്യത്തിന്റെ നീന്തിത്തുടിക്കലുകൾ, ഉത്സവങ്ങൾ, ആനന്ദങ്ങൾ, തോല്‌വികൾ, വിജയങ്ങൾ, ഒന്നിക്കലുകൾ തുടങ്ങി മംഗളമായതെന്തും അരങ്ങേറിയത് വീട്ടിലാണ്. കല്യാണങ്ങൾക്ക് പന്തലിട്ടത് വീട്ടുമുറ്റത്താണ്. മണവറ ഒരുക്കിയത് ഇരുളടഞ്ഞ മുറിയിലാണ്. കർമ്മകാണ്ഡങ്ങളിൽ ആടിയുലഞ്ഞ് ജീവൻ ത്യജിക്കാനെത്തിയതും വീട്ടിലാണ്. ചുടലത്തെങ്ങിൽ ഓർമ്മകൾ നിറച്ച് അനുഗ്രഹവർഷങ്ങൾ ചൊരിഞ്ഞ് നില്ക്കേണ്ടതും വീട്ടുപറമ്പിലാണ്.

ഇന്നു മനുഷ്യർ ദേശാന്തരജീവിയാണ്. പ്രണയത്തെ പറക്കാനനുവദിക്കാതിരുന്ന വീട് കടപുഴകിയിരിക്കുന്നു. യാന്ത്രികമായ ഏകാന്തതയ്ക്ക് വിധിക്കപ്പെട്ടവരാണ് ഇന്നത്തെ മനുഷ്യർ. തൊഴിലും മറ്റൊരു യാന്ത്രികത്വമാണ്. തൊഴിൽ സ്ഥാപനത്തിന്റെ ചിട്ടകൾക്കൊത്ത് ചലിക്കുന്ന യന്ത്രങ്ങൾ. സഹനശക്തി, വിശ്വസ്തത, പെരുമാറ്റം, പ്രയത്നം, ത്യാഗം തുടങ്ങിയ ചിട്ടകൾ പാലിക്കേണ്ടവർ. കടുത്ത മത്സരവും ജോലിഭാരവും നല്കുന്ന മാനസികസമ്മർദ്ദം, ഒരേ താളത്തിലും ചിട്ടയിലും മുറുകുമ്പോൾ ജീവിതത്തിന്റെ നിറം കെട്ടുപോകുന്നു. ഋതുക്കളറിയാതെ പോകുന്നു. നിസ്സംഗത സ്ഥായീഭാവമാകുമ്പോൾ പ്രണയത്തിന്റെ അഴകും അറിയാതെവരുന്നു. യാന്ത്രിക ജീവിതക്രമത്തിൽ മദ്യവും മയക്കുമരുന്നും പോലെ അവനവന്റെ ആനന്ദം കണ്ടെത്താനുള്ള വഴികളിലൊന്നായി ലൈംഗികതയും മാറിയിരിക്കുന്നു. യാന്ത്രികക്രമങ്ങളിൽ കുടുങ്ങി ഖരാവസ്ഥയിലെത്തിയ മനസ്സ് സ്നേഹത്തിന്റെ ഊഷ്മളാനുഭവങ്ങൾ ആഗ്രഹിക്കാറില്ല. തികച്ചും ഏകാകിയായ മനുഷ്യൻ ശരീരത്തിന്റെ വിശപ്പിന് നിവൃത്തി കണ്ടെത്തുകമാത്രം ചെയ്യുന്നു. ഫിസിക്കൽ റിലേഷൻ എന്ന പരിമിതിയിലേക്ക് രതി പിൻവാങ്ങുകയും ഒരാളിൽത്തന്നെ ഫോക്കസ് ചെയ്തുള്ള ജീവിതം പരമബോറാണെന്ന് പറയുകയും ചെയ്യുമ്പോൾ പ്രണയത്തിന്റെ സത്തയും സംസ്കാരവും എത്രമേൽ മാറിയിരിക്കുന്നുവെന്നാണ് തിരിച്ചറിയേണ്ടത്.

നവമാദ്ധ്യമകാലം

നവസാങ്കേതികത പ്രണയത്തിന്റെ രഹസ്യാത്മകത ഇല്ലാതാക്കി. സാമൂഹ്യമാദ്ധ്യമങ്ങൾ പ്രണയവിരഹത്തിന് വിരാമമിട്ടു. സാങ്കേതികരംഗത്തുണ്ടായ പുതിയ അറിവുകൾ പ്രണയത്തെ പുനർ നിർമ്മിച്ച് കാലാനുയോജ്യമാക്കി. വിലക്കുകളും നിയന്ത്രണങ്ങളും നിലനിർത്തിയ സാമൂഹ്യക്രമത്തെ അട്ടിമറിച്ചുകൊണ്ട് ഇന്റർനെറ്റും സ്മാർട്ട്ഫോണും പ്രണയാനുഭവത്തെ അടിമുടി നവീകരിച്ചു. ഫേസ്ബുക്കിലും വാട്സാപ്പിലും ഞൊടിയിടയിൽ നിറയുന്ന പ്രണയാഭ്യർത്ഥനയും കൊച്ചുവർത്തമാനങ്ങളുമൊക്കെ പ്രണയത്തെ തുറസ്സായൊരു ലോകത്തേക്ക് മാറ്റിനിർത്തി. ഏതുസമയത്തും ഇണയുടെ ശബ്ദവും രൂപവും കാഴ്ചയ്ക്കു മുന്നിൽ കിട്ടിയപ്പോൾ കാത്തിരിപ്പിന്റെ രസം കൈവിട്ടു. അനുരാഗത്തിൽ പരിപാലിച്ച ഒളിയും മറയും നിഗൂഢതയുമൊക്കെ അപ്രസക്തമായി. അകലെയാകുമ്പോൾ കാണുവാനുള്ള അടങ്ങാത്ത ദാഹവും അടുത്തു കാണുമ്പോൾ ഉള്ളിൽ നുരയിട്ടു പൊന്തുന്ന ആത്മനിർവൃതിയും ഇപ്പോഴുള്ള പ്രണയങ്ങൾക്കുണ്ടാകില്ല.

നവമാദ്ധ്യമങ്ങൾ പ്രപഞ്ചത്തിന് പുതിയ മാറ്റങ്ങളും അർത്ഥങ്ങളും നല്കിക്കൊണ്ടിരിക്കുന്നു. സമൂഹത്തിന്റെ നിയന്ത്രണങ്ങളെ മറികടന്നുകൊണ്ട് പ്രണയവും അതിനെ പിൻപറ്റി നില്ക്കുന്ന ലൈംഗികതയും അനുഭവിക്കാൻ സാങ്കേതികവിദ്യ പല സാദ്ധ്യതകളും നല്കുന്നുണ്ട്. ലൈംഗികചൂഷണങ്ങളും നിരവധിയാണ്. മിസ്ഡ്കോൾ, ചാറ്റിങ്, വാട്സാപ്പ് മെസ്സേജ്, ഫേസ്ബുക്ക് തുടങ്ങി നവസാങ്കേതികവിദ്യയുടെ എല്ലാ സാദ്ധ്യതകളും പ്രയോജനപ്പെടുത്തി ചതിയിൽപ്പെടുത്തുന്ന ധാരാളം സംഭവങ്ങൾ പുറത്തുവന്നുകൊണ്ടിരിക്കുന്നു. പുതിയ മാദ്ധ്യമസ്വാതന്ത്ര്യവും ജീവിതവും പെൺകുട്ടികളുടെ എതിർപ്പിനെയും ഗണ്യമായി കുറച്ചിരിക്കുന്നു. ലൈംഗികത തെറ്റോ കുറ്റമോ ആയി കാണാതെ അതിന്റെ സമൃദ്ധിയിൽ അഭിരമിക്കുവാൻ തത്രപ്പെടുകയാണ്. വൈകാരികാഭിനിവേശവും ലൈംഗികാഭിലാഷവുമായി പുതുകാല പ്രണയം മാറുന്നുണ്ടോയെന്ന

അപ്പോൾ സംശയിക്കേണ്ടിവരുന്നു.

ഇതെല്ലാം പ്രണയത്തിന്റെ സൗന്ദര്യത്തെയും അർത്ഥത്തെയും നഷ്ടപ്പെടുത്തുമെന്നോ മാറ്റിമറിക്കുമെന്നോ ദൃഢമായി പറയുവാൻ എങ്ങനെയാണ് കഴിയുക? പുതിയ തലമുറയുടെ പ്രണയസങ്കല്പങ്ങളിലും അനുഭവങ്ങളിലും നവസാങ്കേതികവിദ്യയുടെ സാദ്ധ്യതകൾ കൂടി കടന്നുവരുന്നു. പുതിയ ജീവിതസാഹചര്യങ്ങൾക്കനുസരിച്ച് പ്രണയത്തെ ചിട്ടപ്പെടുത്താനുള്ള അന്വേഷണങ്ങൾ സാങ്കേതികവിദ്യ കണിശമായി പിന്തുടരുമെന്നതിന് സംശയമൊന്നും വേണ്ട. വിപണിയുടെയും വാണിഭത്തിന്റെയും അവസ്ഥയിൽവെച്ചല്ലാതെ ഒന്നിനെക്കുറിച്ചും ചിന്തിക്കാനാവാത്ത ഇക്കാലത്ത് പ്രണയത്തിന് എങ്ങനെയാണ് അതിൽനിന്നും ഒഴിഞ്ഞുമാറാനാവുക. പ്രണയത്തിന്റെ കച്ചവടസാദ്ധ്യത ഇന്ന് ആഘോഷിക്കുന്നുണ്ട്.

"നാളെ
സെന്റ് വാലന്റൈൻ ദിനം
നേരം പുലരുമ്പോൾ
നിന്റെ ജനാലയ്ക്കരികിൽ
ഒരു ഭൃത്യനായി ഞാനുണ്ടാകും
നിന്റെ വാലന്റൈനാകാൻ"

എന്ന ഷേക്സ്പിയറിന്റെ പ്രേമപ്രാണത്തിലൂടെ പ്രണയത്തിന്റെ വിപണിമൂല്യം പരമാവധി പ്രയോജനപ്പെടുത്തി ആഘോഷമാക്കിമാറ്റുന്ന ആഗോളീകരണ കാലമാണിത്. അവിടെ മനുഷ്യവികാരവും അനുഭവിക്കാനല്ല ആഘോഷിക്കാനാണ് നാം ശീലിക്കുന്നത്.

പ്രണയത്തെ സാമൂഹ്യയാഥാർത്ഥ്യമായി ഇന്നും നമ്മൾ അംഗീകരിച്ചിട്ടില്ല എന്നത് ഗഹനമായി ചിന്തിക്കേണ്ട വിഷയമാണ്. പ്രണയികളെ ഇരുസ്വത്വങ്ങളായി കാണുകയല്ല. സാമൂഹിക, സാംസ്കാരിക, ജീവിതവ്യവസ്ഥകളുടെ ആലഭാരങ്ങൾ പേറിനില്ക്കുന്നവരായാണ് മനസ്സിലാക്കുക. ജാതിവ്യവസ്ഥയ്ക്കെതിരെ പ്രണയം ആയുധമായിരുന്നൊരു കാലമുണ്ടായിരുന്നു. ആ ചരിത്രത്തെ ബോധപൂർവ്വം മറന്നിട്ട് ഇപ്പോൾ പ്രണയത്തെ ജാതിവ്യവസ്ഥ ക്രൂരമായി വേട്ടയാടുന്നത് എവിടെയും കാണുന്നു.

താഴ്ന്ന ജാതിയിലുൾപ്പെട്ട പുരുഷന്മാരെ പ്രണയിച്ചതിന്റെ പേരിൽ അടുത്തിടെ നടന്ന രണ്ടു കൊലപാതകങ്ങൾ സമൂഹത്തെ നടുക്കുകയും പുനർവിചിന്തനത്തിന് യോജിച്ച സന്ദർഭം സൃഷ്ടിക്കുകയും ചെയ്തിട്ടുണ്ട്. ഒരിടത്ത് പത്തൊമ്പത് വയസ്സിൽ പ്രേമിച്ച് വിവാഹം ചെയ്ത പിതാവ് താഴ്ന്ന ജാതിക്കാരനായവനെ മരുമകനായി ഉൾക്കൊള്ളാനാകാതെ മകളുടെ നെഞ്ചിലേക്ക് കത്തിതാഴ്ത്തി പ്രണയത്തിനറുതി വരുത്തി. മറ്റൊരിടത്ത് മൂന്നു പതിറ്റാണ്ട് മുമ്പ് അന്യമതസ്ഥയെ പ്രണയിച്ച് വിവാഹം കഴിച്ച പിതാവ് മകനുമായി ചേർന്ന് വിവാഹം കഴിച്ച് മൂന്നുനാൾ മാത്രം പിന്നിട്ട താഴ്ന്ന ജാതിക്കാരനായ മരുമകനെ വകവരുത്തുകയുണ്ടായി. ഈ വൈരുദ്ധ്യങ്ങൾ നമ്മെ ആഴത്തിൽ മുറിപ്പെടുത്തുകയുമുണ്ടായി. വിപണിമൂല്യങ്ങൾ ഭരിക്കപ്പെടുന്ന ഏകാകിയായ മനുഷ്യന്റെ മനസ്സിലേക്ക് കുറ്റവാസനകൾ കൂടുകൂട്ടുകയാണ്. മനുഷ്യബന്ധത്തിലുണ്ടായ വലിയ വിള്ളലുകൾ സ്നേഹരാഹിത്യത്തിലേക്കും കുറ്റകൃത്യങ്ങളിലേക്കും കൂറുമാറാൻ സമൂഹത്തെ പ്രേരിപ്പിക്കുന്നു. നവോത്ഥാനമൂല്യങ്ങൾ ദുർബ്ബലപ്പെടുമ്പോൾ ചരിത്രത്തിൽ മറഞ്ഞുപോയ ഫ്യൂഡൽ അനാചാരങ്ങളെല്ലാം ശക്തിയോടെ തിരിച്ചുവരുമെന്നാണ് ഇതെല്ലാം വ്യക്തമാക്കുന്നത്. ഇവിടെ നാം ജാഗരൂകമാകേണ്ടത് വ്യക്തിസ്വാ

തന്ത്ര്യത്തെ വെല്ലുവിളിക്കുന്ന ജാതിചിന്തകൾക്കെതിരെയാണ്. അപ്പോഴും പ്രണയം കാലം തെളിച്ചിട്ട വഴിയിലൂടെ അനന്തമായി യാത്ര തുടരുമെന്ന വിശ്വസിക്കാം.

പുതിയ ജീവിതത്തിനു സംഭവിച്ച മൂല്യനഷ്ടങ്ങൾ പ്രണയാനുഭവങ്ങളിലും കാണാനാകും, എന്നല്ലാതെ പ്രണയം അനുഭവിക്കാത്ത ജീവികളായി പുതുതലമുറ മാറിയെന്ന വിശ്വസിക്കാൻ സാദ്ധ്യമല്ല. ജീവിതത്തിലെന്തും വേഗത്തിൽ സാദ്ധ്യമാവുമ്പോൾ സംഭവിക്കാവുന്ന കൗതുകമില്ലായ്മയും മറ്റു പലതിനും പ്രാധാന്യം കല്പിക്കുമ്പോൾ വരാവുന്ന വിലയില്ലായ്മയും ഒരുപക്ഷേ, പ്രണയത്തെ അന്തസ്സാര ശൂന്യമാക്കിയിട്ടുണ്ടാകാം. ജീവിതത്തിന്റെ അതിവേഗതയും സ്വാർത്ഥതയും പ്രണയത്തെ നിസ്സാരമാക്കുമ്പോൾ ബർട്രന്റ് റസ്സലിന്റെ വാക്കുകളെ ഓർമ്മിക്കേണ്ടതുണ്ട്. 'പ്രണയം ഒരു വൃക്ഷമാകണം. അതിന്റെ വേരുകൾ ഭൂമിയിലേക്കും എന്നാലതിന്റെ ശാഖകൾ ആകാശത്തിലേക്കും വളരുകയും വേണം.' ഭൂമിയെയും ആകാശത്തെയും വാരിപ്പുണർന്നുകൊണ്ട് പ്രണയം നിലനില്ക്കുകതന്നെ വേണം. കലവറയില്ലാത്ത കാമത്തിന്റെ കഥയില്ലായ്മയെ ചെറുക്കാനും ജീവിതത്തെ ഒരു കലാരൂപമായി വാർത്തെടുക്കാനും തീർച്ചയായും പ്രണയം നിലനില്ക്കേണ്ടതുണ്ട്.

എല്ലാ ഋതുക്കളിലും പൂക്കുന്ന വിസ്മയമാണ് പ്രണയം. മലയാളത്തിലുണ്ടായ പ്രണയകഥകളോരോന്നും കാലത്തിന്റെ ഋതുഭേദങ്ങളെ തൊട്ടെടുക്കുന്നവയാണ്. പ്രണയകഥകൾ പിൻപറ്റുന്നതും വിനിമയം ചെയ്യുന്നതും അതുണ്ടായ കാലത്തിന്റെ സത്തയും സംസ്കാരവുമാണ്. ജീവിതത്തിലൊഴുകിപ്പരന്ന പ്രണയത്തിന്റെ സുഗന്ധവാഹിയായ പരാഗരേണുക്കൾ കഥകളിൽ കണ്ടെടുക്കാനുള്ള സ്വാഭാവികമായ അന്വേഷണത്തിനാണ് ഇവിടെ തയ്യാറായത്. ഒരർത്ഥത്തിൽ പ്രണയം പ്രണയസാഹിത്യത്തിന്റെ സൃഷ്ടി കൂടിയാണ്. നിത്യജീവിതത്തിലെ പ്രണയാനുഭവത്തെ സൃഷ്ടിക്കുവാൻ മലയാളത്തിലെ പ്രണയകഥകൾക്ക് കഴിഞ്ഞിട്ടുണ്ട് എന്നു കരുതാവുന്നതാണ്. നൈസർഗ്ഗികമായ വാസനയായതുകൊണ്ട് പ്രണയത്തെ നിത്യജീവിതത്തിന്റെ യുക്തി കൊണ്ടളക്കേണ്ടതില്ല. ഋതുക്കളിൽ മധു നിറച്ചുകൊണ്ട് പ്രകൃതിയുടെ ഉർവ്വരപ്രഭാവമായി പ്രണയം പെയ്തുകൊണ്ടിരിക്കുക തന്നെ ചെയ്യും.

ഡോ. ഇ. ബാനർജി

വസന്തം

വർഷം

ഗ്രീഷ്മം

ശരത്

ഹേമന്തം

ശിശിരം

1

[illegible]

മലയാള ഗദ്യസാഹിത്യത്തിന് ഒരു വസന്തകാലമുണ്ട്. വിശേഷിച്ചും കഥകൾക്കും നോവലിനുമൊക്കെ കാത്തിരുന്ന കാലമായിരുന്നു അത്. ജനകീയ വിദ്യാഭ്യാസത്തിന്റെ പ്രചാരത്തോടെ വായനയുടെ ഒരു സംസ്കാരമുണ്ടാകുന്നു. പത്രമാസികകളും മറ്റു പ്രസിദ്ധീകരണങ്ങളും അതിനെ ഉണർത്തി ഉത്തേജിപ്പിച്ചു. മുമ്പെങ്ങുമില്ലാതിരുന്ന ആത്മദാഹത്തോടെ അവർ കഥകൾക്കായി കാത്തിരുന്നു. മനുഷ്യാനുഭവങ്ങൾ കഥയുടെ ഉള്ളടക്കമായിത്തീർന്നപ്പോൾ പുതിയൊരു ലോകജീവിതം കഥകൾ സമ്മാനിച്ചു. പരിചിതവും യഥാതഥവുമായ അനുഭവലോകം എഴുത്തുകാർ നിർമ്മിച്ചെടുത്തപ്പോൾ അതിൽ കഥാപാത്രങ്ങളായി നിറഞ്ഞത് വായനക്കാർ തന്നെയായിരുന്നു. തങ്ങൾക്ക് നേരെ പിടിച്ച കണ്ണാടിയിൽ പ്രതിബിംബിച്ച ജീവിതം തങ്ങളുടേതെന്ന് തിരിച്ചറിഞ്ഞ നിമിഷം കഥകൾക്കായി അവർ ദാഹിച്ചു. മനുഷ്യന്റെ ഭാഗധേയമെന്താണെന്ന് എഴുത്തുകാർ കാണിച്ചുകൊടുത്തു. അതിന്റെ തിരിച്ചറിവിൽ അവർ ഹൃദയംകൊണ്ട് പ്രതികരിച്ചു. യാതനകളും വേദനകളും നിറഞ്ഞ കഥകൾ വായിച്ച് ഉള്ളിലെ വികാരം നിയന്ത്രിക്കാനാവാതെ കരയുകയും ചിരിക്കുകയും ചെയ്തു. അത് സാഹിത്യത്തിന്റെ ഉന്നതമായ സംസ്കാരമായിരുന്നു. അതൊരു വസന്തകാലം പോലെ കേരളീയ ജീവിതത്തിനുമേൽ പ്രസരിക്കുകയും സുഗന്ധം പൊഴിക്കുകയും ചെയ്തു.

ബഷീർ പ്രണയാനുഭവത്തെ ജീവിതത്തിന്റെ സുഗന്ധമായി കണ്ട് പ്രണയം ജീവിതത്തെ മഹത്വപ്പെടുത്തുന്നുവെന്ന് ചിന്തിക്കുകയും അതിനായി ഇണകൾ സ്നേഹവും പാരസ്പര്യവും പുലർത്തണമെന്നു നിഷ്കർഷിക്കുകയും ചെയ്യുന്നു. സ്വാർത്ഥതയുടെ ആവരണങ്ങളഴിച്ചെറിഞ്ഞ് ഒത്തുതീർപ്പുകളിലും സാന്ത്വനങ്ങളിലും വിശ്വസിച്ച് പ്രണയ

നിലാവെളിച്ചത്തെ മുകരണമെന്ന് പറയാതെ പറഞ്ഞു. ഉള്ളിൽ പിടയുന്ന അടക്കിയ വേദനകളെ അനാവരണം ചെയ്തുവെങ്കിലും കാരൂരും പ്രണയത്തിന്റെ സായൂജ്യവും ആനന്ദവും യഥാതഥമായ അനുഭവവെളിച്ചത്തിൽ ചിത്രീകരിച്ചു. പ്രണയത്തിന് ഒരു തരത്തിലുള്ള ഭേദചിന്തകളുമില്ലെന്ന് ഉറപ്പിച്ചു. മുട്ടത്തു വർക്കിയാകട്ടെ സ്ത്രീപുരുഷ സ്നേഹത്തിലും ഭൂമിയുടെ പൊടിപ്പുകളും കാർഷിക സംസ്കൃതിയും വിളയിച്ചു നിർത്തി. ഗ്രാമജീവിതത്തിന്റെ സുഖദമായ ആനന്ദത്തെ ആർദ്രമായി പറഞ്ഞുവെച്ചു. മനുഷ്യസ്നേഹിയുടെ ഊർജ്ജസരിത്ത് വിവേചനങ്ങളെ കടപുഴക്കി. പ്രണയത്തെ അപരിചിത തീർത്ഥാടനമാക്കിയത് എസ് കെ പൊറ്റക്കാട്ടാണ്. കരളലിയിപ്പിക്കുന്ന വർണ്ണവിന്യാസങ്ങളിലൂടെ അനുരാഗത്തിന്റെ അശാന്തമായ കാത്തിരിപ്പുകൾ തെളിച്ചുവെച്ചു. ലളിതാംബിക അന്തർജ്ജനം സമുദായത്തിലെ അനാചാരങ്ങളിൽ തകർന്നടിഞ്ഞ പെൺകുട്ടികളുടെ ഉടഞ്ഞ ഹൃദയം തുന്നിക്കെട്ടിക്കാണിച്ചു. സ്വാതന്ത്ര്യത്തിന്റെ ചിറകരിഞ്ഞ അന്തർജ്ജനങ്ങളുടെ പ്രണയം, ജീവിതം പോലെ ചിതയായി കത്തുന്നത് കാണിച്ചുതന്നു. നവോത്ഥാന കാലമെന്നു വിശേഷിപ്പിച്ച പ്രസ്തുത കാലഘട്ടം വാക്കുകളെ അനുഭവങ്ങളാക്കിയപ്പോൾ അത് ദാരിദ്ര്യമനുഭവിക്കുന്ന മനുഷ്യരുടെ ജീവിതത്തെ ജീവിതവ്യമാക്കാനുള്ള സമരമായി മാറി വാക്കുകൾകൊണ്ടുള്ള ആയുധമെഴുത്ത്. അതിന്റെ യാഥാർത്ഥ്യത്തെ തൊട്ടനുഭവിച്ച വായനക്കാർ കഥകളിൽ അഭിരമിക്കുകയും ജീവിതം സ്വപ്നം കാണുകയും ചെയ്തു. ഒപ്പം വസന്തത്തിന്റെ സുഗന്ധം നിറച്ചുകൊണ്ട് കഥകൾ കാലത്തെ കടന്നു നിന്നു. പൊതുവെ ആ കാലഘട്ടത്തിന്റെ പ്രണയ സംസ്കാരം കൂടുതൽ മാനുഷികമാണെന്നു കാണാം. ഭാവനാസമ്പുഷ്ടമായ പ്രണയ നിർമ്മിതിയേക്കാൾ അനുഭവനിഷ്ഠമായ കാഴ്ചപ്പാടുകൾക്കാണ് അവർ പ്രാധാന്യം നല്കിയത്.

വൈക്കം മുഹമ്മദ് ബഷീർ

പൂവൻ പഴം

പൂവൻ പഴം എന്ന ഈ കഥ ഞാൻ മനസ്സായിട്ടെഴുതുന്നതല്ല. അബ്ദുൽഖാദർ സാഹിബിന്റെ ഉപദ്രവം മൂലമാണ്. അദ്ദേഹം വിചാരിക്കുന്നു, ഇതിൽ വലിയ ഒരു ഗുണപാഠമുണ്ടെന്ന്. മൂപ്പരുടെ കെട്ടിയോളായ ജമീലാബീബിയെപ്പറ്റിയാണ് കഥ.

ജമീലാബീബി ബി എ ക്കാരിയാണ്. അബ്ദുൽഖാദർ സാഹിബ് സ്കൂൾ ഫൈനൽ വരെയേ പഠിച്ചിട്ടുള്ളൂ. നാട്ടുനടപ്പനുസരിച്ച് ബി എ ക്കാരിയെ സ്കൂൾ ഫൈനലുകാരൻ കെട്ടാൻ പാടുണ്ടോ? പക്ഷേ, യുദ്ധത്തിൽ പിടിച്ചുപറ്റി എന്നാണ് അബ്ദുൽഖാദർ സാഹിബ് വമ്പുപറയുന്നത്. പണ്ടൊക്കെ പെണ്ണുങ്ങളെ ആണുങ്ങൾ കട്ടുകൊണ്ടുപോയിരുന്നു. നീണ്ട കയറിന്റെ തുമ്പിൽ കുടുക്കിട്ട് അത് എറിഞ്ഞും പെണ്ണുങ്ങളെ പിടിച്ചിരുന്നു. പലേ ബലാല്ക്കാരങ്ങളും പെണ്ണുങ്ങളോട് ആണുങ്ങൾ കാണിച്ചിരുന്നു. അബ്ദുൽഖാദർ സാഹിബ് പരിഷ്കൃത മനുഷ്യനായതുകൊണ്ട് അത്തരമൊന്നുമല്ല ചെയ്തത്. മൂപ്പർ ടൗൺ കേഡിയും ബീഡിത്തൊഴിലാളി യൂണിയൻ സെക്രട്ടറിയും നല്ല ഒരു ഫുട്ബോൾ പ്ലെയറുമായിരുന്നു. ഫോർത്തു ഫോറം മുതൽ സ്കൂൾ ഫൈനൽ വരെ ജമീലാബീബിയുമൊരുമിച്ചു പഠിച്ചുവെന്നും ഫോർത്തു മുതല്ക്കേ ജമീലാബീബിയിൽ അനുരക്തനായിരുന്നു എന്നുമാണ് അബ്ദുൽഖാദർ സാഹിബ് പറയുന്നത്. ജമീലാബീബി പറയുന്നത് അതു വെറും പച്ചക്കള്ളമാണെന്നാണ്.

എങ്ങനെയായാലും ജമീലാബീബി ബി എ പാസായി. ബാപ്പയുടെ ബീഡി ഫാക്ടറിയിൽനിന്നും പണവും ഒക്കെ ഇഷ്ടംപോലെ എടുത്ത് ഒരു വലിയ 'ലേഡി'യായി അങ്ങനെ ഗമയിൽ നടക്കുന്ന കാലം. നാട്ടിലെ ചെറുപ്പക്കാരെല്ലാം ജമീലാബീബിയിൽ അനുരക്തരുമാണ്. ജമീലാബീബിയെപ്പറ്റി ഒറ്റ ശ്ലോകങ്ങൾ, വലിയ പ്രേമകാവ്യങ്ങൾ അങ്ങനെ പലതും കവിപ്പയ്യന്മാർ നിർമ്മിക്കുന്നു. ജമീലാബീബിയുടെ ഹൃദയത്തിന്റെ നേർക്കു നാട്ടിലെ പ്രമാണികളായ ചെറുപ്പക്കാരുടെ ഒരു വ്യൂഹം എന്നു പറയട്ടെ, അവർ വലിയ 'ക്യൂ' ആയി നില്ക്കുന്നു. അബ്ദുൽഖാദർ സാഹിബ് അതിലൊന്നിലും ഉണ്ടായിരുന്നില്ല. മൂപ്പർ കവിത എഴുതാനോ പ്രേമലേഖനമെഴുതാനോ ശ്രമിച്ചില്ല. അതൊന്നും അറിഞ്ഞുകൂടെന്നാണ് അബ്ദുൽഖാദർ സാഹിബ് പറയുന്നത്. മൂപ്പർ ജമീലാബീബിയെപ്പറ്റി ഒരു 'കെസ്സുപാട്ട്' എഴുതിയതായി ജമീലാബീബി പറയുന്നുണ്ട്.

അതു വെറും പച്ചക്കള്ളമാണെന്നാണ് അബ്ദുൽഖാദർ സാഹിബ് പറയുന്നത്. മൂപ്പർ ചെയ്തത് ഇപ്രകാരമാണ്: ഒരുദിവസം ജമീലാബീബിയെ ഇടവഴിയിൽ ചുമ്മാ നിർത്തി മൂപ്പർ ചോദിച്ചു:

"ജമീലാബീബി എന്നല്ലേ പേര്?"

ജമീലാബീബിക്കതു രസിച്ചില്ല. ജമീലാബീബിയെ അറിയാത്ത വല്ല യുവാവും ആ നാട്ടിലുണ്ടോ? മൂപ്പത്തി തനി ലേഡി മട്ടിൽ വളരെ ഗൗരവത്തിൽ ചോദിച്ചു:

"അതെയെങ്കിലോ?"

അബ്ദുൽഖാദർ സാഹിബ് ചിരിച്ചു. വളരെ ഭംഗിയുള്ള ഒരു ചിരി. അത് ജമീലാബീബി കണ്ടിട്ടുണ്ട്; ഇഷ്ടവുമാണ്. പക്ഷേ, ആ ഭാവം! ജമീലാബീബിയെ പത്തു പിടച്ചെണ്ണുന്ന ആ ഭാവം. അത് ജമീലാബീബിക്കിഷ്ടമില്ല.

"എന്താ വേണ്ടത്?"

"വിശേഷിച്ചൊന്നുമല്ല!" അബ്ദുൽഖാദർ സാഹിബ് പറഞ്ഞു: "ജമീലാബീബിയുടെ ബാപ്പയുടെ ബീഡി ഫാക്ടറിയുണ്ടല്ലോ. അവിടെ നൂറ്റിരുപതു ബീഡിതെറുപ്പു തൊഴിലാളികളുണ്ട്. ഞാൻ അവിടെ സിക്രട്ടറിയാണ്. പേര് അബ്ദുൽഖാദർ."

"വളരെ സന്തോഷം!" ജമീലാ ബീബി പറഞ്ഞു. "ടൗൺ കേഡിയാണെന്നും കേട്ടിട്ടുണ്ട്."

"അതെ. ബീഡിതെറുപ്പകാർ ഒരു പണിമുടക്കിന് ആലോചിക്കുന്നു. ഞങ്ങൾ നിങ്ങളുടെ ഫാക്ടറി പൂട്ടിക്കും!"

ജമീലാബീബി ചോദിച്ചു.

"ഇതെന്നോടെന്തിനാ പറയുന്നത്? ബാപ്പയോട് ചെന്ന് പറയൂ."

"ജമീലാബീബിയോടു പറയാൻ കാരണമുണ്ട്."

"എന്താണത്?"

അബ്ദുൽഖാദർ സാഹിബ് പറഞ്ഞു:

"ഞാൻ ജമീലാബീബിയെ ഗാഢമായി സ്നേഹിക്കുന്നു!"

ജമീലാബീബിയുടെ ഹൃദയത്തിന്റെ അകം കുളിർത്തു. എങ്കിലും ഒന്നു നാണിപ്പിക്കണം. ജമീലാബീബി ഒന്നു ചിരിച്ചു. വളരെ പരിഹാസത്തോടെയുള്ള ഒരു ചിരി.

"സന്തോഷം!" ജമീലാബീബി പറഞ്ഞു. "പിന്നെ വേറെ എന്തൊക്കെയാണു നാട്ടുവർത്തമാനങ്ങൾ?"

ആ ചോദ്യത്തിനു സാധാരണ 'ക്യൂ'വിലുള്ള ഒരു ചെറുപ്പക്കാരനായിരുന്നെങ്കിൽ വിളറിപ്പോയേനെ! പക്ഷേ, അബ്ദുൽഖാദർ സാഹിബ് ഒരു വെല്ലുവിളിപോലെ പറഞ്ഞു:

"ജമീലാ നീ എന്നെ വിവാഹം ചെയ്തില്ലെങ്കിൽ!-"

വെല്ലുവിളിപോലെതന്നെ ജമീലാബീബി ചോദിച്ചു:

"ഇല്ലെങ്കിൽ? എന്തു ചെയ്യും?"

'ഞാൻ കെട്ടിത്തൂങ്ങിച്ചത്തുകളയും!' എന്നൊന്നും അബ്ദുൽഖാദർ സാഹിബ് പറഞ്ഞില്ല. മൂപ്പർ പറഞ്ഞു:

"ജമീലാ ഞാൻ നിന്റെ എല്ലു തകർക്കും!"

ജമീലാബീബി ഒന്നും പറഞ്ഞില്ല.

അബ്ദുൽഖാദർ സാഹിബ് പറഞ്ഞു:

"ജമീലാ എന്റെ ജീവിതം നീ പാഴാക്കരുത്! ഞാൻ നിന്നെ ഗാഢഗാഢം സ്നേഹിക്കുന്നു. നിന്റെ വസ്ത്രങ്ങളെ സ്നേഹിക്കുന്നു. നിന്നെ ഞാൻ ഇഞ്ചിഞ്ചായി സ്നേഹിക്കുന്നു. നീ നടക്കുന്ന റോഡിനെയും സ്നേഹിക്കുന്നു!"

എന്താ പറയുക? ജമീലാബീബിക്ക് ഇഷ്ടമായി. എങ്കിലും അതു കാണിക്കുന്നതു ശരിയാണോ? ജമീലാബീബി ചോദിച്ചു: "കാണുന്ന യുവതികളെയെല്ലാം വഴിക്കു തടഞ്ഞുനിർത്തി ഇങ്ങനെ പ്രേമപ്രസംഗം ചെയ്യാറുണ്ടല്ലേ?"

"ഇല്ല! എന്റെ ജമീലാ, നിന്നോടല്ലാതെ വേറൊരു പെണ്ണിനോടു ഞാൻ മിണ്ടീട്ടുപോലുമില്ല. നോക്കിയിട്ടു പോലുമില്ല. മിണ്ടുകയുമില്ല; നോക്കുകയുമില്ല. നീ എന്റെ കണ്ണിലെ കാഴ്ചയാണ്."

മൂപ്പത്തി ഗൗരവത്തിൽ ചോദിച്ചു:

"പിന്നെ?"

"മൂപ്പർ പറഞ്ഞു:

നിനക്കു ഞാനും എനിക്കു നീയും!"

"ഓ.... വളരെ സന്തോഷം!" എന്നു പറഞ്ഞ് ജമീലാബീബി അങ്ങുപോയി. ഇങ്ങനെ യുദ്ധം തുടങ്ങി. വാക്കുതർക്കങ്ങളുണ്ടായി. വീട്ടുകാർ എതിര്. നാട്ടുകാർ എതിര്. പണിമുടക്കുബഹളം! ഒടുവിൽ... എന്തിന്? ജമീലാബീബിയെ അബ്ദുൽഖാദർ സാഹിബ് കല്യാണം കഴിച്ചു. അങ്ങനെ സന്തോഷത്തിൽ കഴിഞ്ഞുവരുമ്പോൾ വരുന്നു: പൂവൻ പഴം!

രണ്ട്

സമയം കൃത്യം അഞ്ചരമണി.

മഴക്കാലം. വെയിലുമുണ്ട്; മഴയുമുണ്ട്. ഓർക്കാപ്പുറത്തു രണ്ടും ഉണ്ടാവും. അടുത്തുള്ള നദിയിൽ വെള്ളം അങ്ങനെ 'ഘ്ലം' എന്നു പൊങ്ങിവരുന്നു. ചുമ്മാ അതു കാണാനും ഒന്നു കുളിക്കാനുമായി അബ്ദുൽഖാദർ സാഹിബ് ഷർട്ടിടാതെ തോർത്തുമായി മുറ്റത്തിറങ്ങിയപ്പോൾ ജമീലാബീബി പതുക്കെ വാതിലിന്റെ അടുത്തു വന്നു വിളിച്ചു.

"പിന്നേ...യ്!"

അബ്ദുൽഖാദർ സാഹിബ് വിചാരിച്ചു: ഷർട്ടിട്ടുകൊണ്ടു പോകാൻ പറയാനായിരിക്കും! എന്താണെന്നു വെച്ചാൽ, കല്യാണം കഴിഞ്ഞ് അവർ ഒരുമിച്ചു താമസമാക്കിയ ഉടനെ ജമീലാബീബിയുടെ വക പുതിയ ചില ആർഡിനൻസുകൾ ഇറങ്ങി.

അബ്ദുൽഖാദർ സാഹിബ് ജന്റിൽമേനാകണം! നല്ലവണ്ണം വസ്ത്രം ധരിച്ചേ പുറത്തിറങ്ങാവൂ. പെരുമാറ്റത്തിൽ ഗൗരവം വേണം. വഴിയിൽവെച്ചു പഴയ കൂട്ടുകാരായ അലവലാതികളോടു സംസാരിക്കരുത്. ബീഡി തെറുപ്പുകാർ, കവികൾ, ചുമട്ടുകാർ, രാഷ്ട്രീയപ്രവർത്തകന്മാർ, മോട്ടോർ ഡ്രൈവർമാർ, റിക്ഷാവണ്ടിക്കാർ അവരോടൊന്നും സമത്വത്തിൽ പെരുമാറരുത്. പിന്നെ വീട്ടിൽ ഒരു വേലക്കാരിയെ നിർത്തണം.

അബ്ദുൽഖാദർ സാഹിബ് അരിയും കൂട്ടാനും വയ്ക്കരുത്. ഒരു സ്ഥിതിയിലൊക്കെ ജീവിക്കണം. ചുരുക്കത്തിൽ മൂപ്പർ നന്നാവണം! ജന്റിൽമേനാകണം! ഏതു സ്ത്രീയും ഏതു പുരുഷനെയും കല്യാണം കഴിക്കുന്നതിന്റെ പ്രധാന ഉദ്ദേശ്യം. ആ പുരുഷനെ നന്നാക്കാനാണല്ലോ. ആണിനെ നേർവഴിക്കു നടത്തുക. അവന്റെ ആത്മീയവും ശാരീരികവുമായ സർവ്വസംഗതികളിലും കൈകടത്തി ഗുലുമാലുണ്ടാക്കുക, ഇതൊക്കെ പെണ്ണിന്റെ കടമയാണെന്ന് ജമീലാബീബി വിശ്വസിക്കുന്നു. എല്ലാ സ്ത്രീകളും വിശ്വസിക്കുന്നു. സുന്ദരമായ ഈ പെൺഫിലോസഫിയെപ്പറ്റി അബ്ദുൽഖാദർ സാഹിബ് ഒന്നും പറഞ്ഞില്ല. എന്തു പറയാനാണ്? വിവാഹം കഴിഞ്ഞിട്ട് അധികകാലവുമായിട്ടില്ലല്ലോ? മൂപ്പർ പുതുമോടിയോടെ പറഞ്ഞു:

"എന്റെ ജമീലാ, ഞാനൊന്നു കുളിക്കാൻ പോകുകയല്ലേ? ഷർട്ടിട്ടോണ്ടു പോകണോ?"

"ഓ!" ജമീലാബീബി ഹൃദയം നൊന്തമാതിരി പറഞ്ഞു: "ഞാൻ പറഞ്ഞാൽ കേൾക്കുകില്ലല്ലോ!"

"ജമിലാ പറഞ്ഞതു വല്ലതും ഞാൻ അനുസരിക്കാണ്ടിരുന്നിട്ടുണ്ടോ?" എന്നും പറഞ്ഞ് അകത്ത് ഓടിക്കേറി ഷർട്ടിട്ടു പുറത്തിറങ്ങി. പക്ഷേ, ഷർട്ടിൽ ബട്ടൺ ഒന്നും ഉണ്ടായിരുന്നില്ല.

നോക്കൂ, ആണിന്റെ അശ്രദ്ധ. ജമീലാബീബി മൂന്നു ബട്ടൻസ് എടുത്തു കൊണ്ടുവന്ന് ഇട്ടുകൊടുത്തു.

അബ്ദുൽഖാദർ സാഹിബ് നടന്നു.

ജമീലാബീബി വീണ്ടും വിളിച്ചു:

"പിന്നേ...യ്!"

അബ്ദുൽഖാദർ സാഹിബ് തിരിഞ്ഞുനിന്നു. മൂപ്പർ വിചാരിച്ചു: യാറബ്ബുൽ ആലമീൻ! അരിവയ്പുകാരിയുടെ പ്രശ്നമാണു വരുന്നത്! എന്താ ചെയ്ക? അരിവയ്പുകാരിയെ കൂടാതെ ജീവിച്ചുകൂടേ? നമ്മുടെ സംഗതികൾ നമ്മൾ തന്നെ നിർവ്വഹിക്കണം. ഒരുത്തി ബി എ പാസായി എന്നുവെച്ച് എന്തുകൊണ്ട് അരിവെച്ചുകൂടാ? ബി എ അല്ല. ഇനി എം എ പി എച്ച് ഡി ക്കാരിയാണെങ്കിലും അരിയും കൂട്ടാനും വയ്ക്കണം. അറിഞ്ഞു കൂടെങ്കിൽ അബ്ദുൽഖാദർ സാഹിബ് പഠിപ്പിക്കും. പഠിപ്പിച്ചു തുടങ്ങുകയാണ്. ബിരിയാണി മുതൽ ചായ ഉണ്ടാക്കാൻ വരെ മൂപ്പർക്കറിയാം.

"എന്താ ജമീലാ?" അബ്ദുൽഖാദർ സാഹിബ് ചോദിച്ചു. "അരിവയ്പുകാരിയുടെ പ്രശ്നമാണോ?"

"അല്ല." ജമീലാബീബി പരിഭവത്തോടെ പറഞ്ഞു. ഞാൻ ബി എ പാസായത് അടുക്കളക്കാരിയാവാനാണല്ലോ!"

"മുത്തേ!" അബ്ദുൽഖാദർ സാഹിബ് പറഞ്ഞു. എന്റെ കരൾ അടുക്കളയിൽ കയറണ്ട. എല്ലാം ഞാൻ ശരിപ്പെടുത്തിക്കൊള്ളാം പോരേ?"

"ഓ... മതി! ദിവസവും പറയുന്നുണ്ട്."

"ഇന്നുകൂടി എന്റെ മഹാറാണി അടുക്കളയിൽ കയറൂ. നാളെ മുതൽ നിന്റെ ഈ ദാസൻ..!"

"ചുമ്മാ വല്ലതും പറയല്ലേ!"

"ഇപ്പോഴെന്തിനാ വിളിച്ചത്?" മൂപ്പർ വിചാരിച്ചു, മുടി ചീകി മുഖത്തു പൗഡറിട്ടുകൊണ്ടു പോകാൻ ആയിരിക്കും. പക്ഷേ, ജമീലാബീബി വളരെ നാണത്തോടും പരിഭവത്തോടും പ്രേമത്തോടും പറഞ്ഞു:

"പൂവൻപഴം!"

"എന്തു പൂവൻപഴം!" പെണ്ണുങ്ങൾ നേരെ ചൊവ്വേ വല്ലതും പറയുമോ?" മൂപ്പർ ചോദിച്ചു.

"എന്താണു പറയുന്നത്?"

"പൂവൻപഴം! രണ്ടെണ്ണം വാങ്ങിച്ചുകൊണ്ടുവരുമോ?"

ഹാവൂ! പൂവൻപഴമാണല്ലേ? തിന്നാൻ കൊതിയുണ്ടല്ലേ? കൊണ്ടുവരാം. കൊണ്ടുവരാം. പുഴവക്കത്തുള്ള പീടികയിലുണ്ട്. ഇനി അവിടെയില്ലെങ്കിൽ കടത്തുവഞ്ചിയിൽ കയറി അക്കരെ ചെന്ന് ഒരു രണ്ടു ഫർലോങ് നടന്നാൽ അവിടെയുള്ള ചെറിയ ബസാറിൽനിന്നു വാങ്ങിക്കാം. മൂപ്പർ പറഞ്ഞു.

"ഒരു കുല പൂവൻപഴം കൊണ്ടുവരാം."

"രണ്ടെണ്ണം മതി." ജമീലാബീബി പറഞ്ഞു "കണ്ടേടത്തെല്ലാം അലഞ്ഞു നടക്കരുത്! വേഗമിങ്ങു പോരണം. സന്ധ്യയാകാൻ കാക്കരുത്. ഒറ്റയ്ക്കിരിക്കാൻ എനിക്കു പേടിയാണ്. ഒന്നും മറക്കരുത് കേട്ടോ?"

"ഇല്ലേ!" എന്നും പറഞ്ഞു മൂപ്പർ നടന്നു. പെണ്ണുങ്ങൾ പറയുന്നതു കേട്ടോ. എങ്ങും അലഞ്ഞു നടക്കരുതെന്ന്! അബ്ദുൽഖാദർ സാഹിബ് ചിരിച്ചു. ഉടനെ മൂപ്പർക്കു പ്രേമത്തിന്റെ ഹാലും ഇളകി. ജമീല ആദ്യമായിട്ട് ആവശ്യപ്പെട്ട ഒരു സംഗതി, വേറെ പെണ്ണുങ്ങളാണെങ്കിൽ, യാറബ്ബൽ ആലമീൻ, അബ്ദുൽഖാദർ സാഹിബ് വിചാരിച്ചു. എന്തെല്ലാം കുശാണ്ടങ്ങളാണവർ ഭർത്താവിനോടാവശ്യപ്പെടുക! പൊന്ന്, പട്ട്, വള, മോട്ടോർ, ഡക്കോട്ടാ വിമാനം - അതൊക്കെ പോകട്ടെ, നിസ്സാര കാര്യങ്ങളാണല്ലോ. മൂപ്പർ വിചാരിച്ചു. ചിലരുണ്ട്: അവർ കെട്ടിയോന്മാരോടാവശ്യപ്പെടുന്നതു തീരെ വിലയില്ലാത്ത സംഗതികളാണ്: കാട്ടിൽ പ്രസവിച്ചു കിടക്കുന്ന പെൺ സിംഹത്തിന്റെ രണ്ടു മീശ! അതു കൊണ്ടെക്കൊടുത്തില്ലെങ്കിൽ പരിഭവം. "ഓ എന്നാലും ഞാൻ പൂച്ചപോലുള്ള സിംഹത്തിന്റെ മുഖത്തെ രണ്ടു പൂട വേണമെന്നു പറഞ്ഞിട്ട്... ഓ, എല്ലാം ഇത്രേയുള്ളൂ. എന്നുപറഞ്ഞു വിങ്ങിപ്പൊട്ടിക്കരയും! ഭർത്താവെന്തു ചെയ്യും? വേറൊരിനമുണ്ട്. അവർക്കു വേണ്ടത്, എവറസ്റ്റ് കൊടുമുടിയുടെ ഉച്ചിയിൽനിന്ന് ഒരു ചെറിയ കഷണം മഞ്ഞുകട്ടയാണ്. അതു കൊണ്ടെക്കൊടുത്തില്ലെങ്കിൽ പറയും; നിറഞ്ഞ കണ്ണുകളോടെ ഗദ്ഗദത്തിലാണ്: "ഓ ഒരു നണങ്ങുകഷണം മഞ്ഞുകട്ട വേണമെന്നു പറഞ്ഞിട്ടു കൊണ്ടെത്തരാത്ത ആളല്ലേ... എന്നെ അങ്ങു കൊന്നേര്!" ഭർത്താവെന്തു ചെയ്യും? ജമീലാബീബി കൊണ്ടുവരാൻ പറഞ്ഞത് ഇത്തരം വല്ല കുശാണ്ടങ്ങളുമാണോ? വെറും രണ്ടേ രണ്ടു പൂവൻപഴം! അബ്ദുൽഖാദർ സാഹിബ് വിചാരിച്ചു. കുളികഴിഞ്ഞ്, ഒസുവും എടുത്ത്, പോയി ഒരു കുല പൂവൻപഴം വാങ്ങണം. മൂപ്പർ അങ്ങനെ പുഴവക്കത്തെത്തി.

നദി ഒരു കാവിനിറമായ സമുദ്രമായിരിക്കുന്നു. എന്തൊരു ഒഴുക്ക്! ഇരുകരകളിലും വെള്ളത്തിലേക്കു ചാഞ്ഞു നിന്നിരുന്ന വൃക്ഷങ്ങളൊന്നും കാണാനില്ല. എന്തെല്ലാം സാധനങ്ങളാണ് ഒഴുകിപ്പോകുന്നത്? നദി ആകെക്കൂടി ഭയാനകമായിരിക്കുന്നു.

അബ്ദുൽഖാദർ സാഹിബ് നദിയിലിറങ്ങി കുളിച്ചു എന്നുവെച്ചാൽ ഒന്നു മുങ്ങി എന്നു മാത്രം. വെള്ളത്തിനു മഞ്ഞുകട്ടയേക്കാൾ തണുപ്പ്. മൂപ്പർ ഒസു എടുക്കാൻ മറന്നുപോയി. വേഗത്തിൽ കരയ്ക്കു കയറി. തല തുവർത്തി കടത്തുകടവിലെ കടയിലേക്കോടി. അവിടെ ചെന്നപ്പോൾ... കണ്ണൻ പഴമുണ്ട്, പാളേങ്കോടനുണ്ട്, പടറ്റിയുണ്ട്. പക്ഷേ, പൂവൻപഴം ഇല്ല! എന്താ ചെയ്യുക? മൂപ്പർ കടത്തുവഞ്ചിയിൽ കയറി വഞ്ചിനീങ്ങി. നടുപ്പുഴയിൽ എത്തിയപ്പോൾ നല്ലൊരു കാറ്റു വീശിത്തുടങ്ങി. അതോടെ ലോകം ഇരുണ്ടും തുടങ്ങി. വഞ്ചി ഒരു കണക്കിൽ വഞ്ചിക്കാരൻ മറുകരയിൽ എത്തിച്ചു. അബ്ദുൽഖാദർ

സാഹിബ് ഇറങ്ങി ഓടി. പകുതി വഴിയായപ്പോൾ മഴയും തുടങ്ങി. മൂപ്പർ ഓടി ബസാറിൽ ചെന്നു കടയിൽ കയറിനിന്നു. ഗംഭീര മഴ! കടകളിലൊക്കെ വിളക്കു തെളിഞ്ഞു. മഴ ഒന്നു മാറാൻ മൂപ്പരങ്ങനെ നിന്നു. കലശലായ കാറ്റുമുണ്ട്. സമയം പോയതറിഞ്ഞില്ല. പഴയ കൂട്ടുകാരായ ചില അലവലാതികളോടു വർത്തമാനം പറഞ്ഞ് അങ്ങനെ ഇരുന്നു. എന്നിട്ടു നോക്കുമ്പോൾ മണി എട്ടോടടുത്തിരിക്കുന്നു! മൂപ്പർക്കു പരിഭ്രമമായി. ജമീലാബീബി രാത്രി ഒറ്റയ്ക്കിരുന്നു പേടിക്കും. മൂപ്പർ ഇറങ്ങി. വളരെ കടകളിൽ അന്വേഷിച്ചു. പക്ഷേ, പൂവൻപഴം മാത്രം ഇല്ല! എന്താ ചെയ്യുക? വളരെ നിരാശ തോന്നി. ഒടുവിൽ ഒരു ഡസൻ ഓറഞ്ചസ് മൂപ്പർ വാങ്ങി. പൂവൻപഴത്തേക്കാൾ നല്ലതല്ലേ മധുരനാരങ്ങ? വിലയും കൂടുതലുണ്ട്. വിറ്റാമിനും കൂടുതലുണ്ട്. അതെല്ലാം ഒരു കടലാസുപൊതിയിലാക്കി മൂപ്പർ നടന്നു. മഴയും നല്ല ഇരുട്ടും. ഒരിടത്തും ഒരു വെളിച്ചമില്ല. പൂവൻപഴവും മഴയുംകൂടി ഒരു ഭയങ്കര ഗൂഢാലോചന നടത്തുകയാണല്ലേ? അബ്ദുൽഖാദർ സാഹിബ് കടത്തുകടവിൽ വന്നു. ആരുമില്ല. മൂപ്പർ ഇരുളിനെ നോക്കി മഴയിലൂടെ വഞ്ചിക്കാരനെ വിളിച്ചു. ഒരു പത്തിരുപതു പ്രാവശ്യം "പൂ... ഹോയി!" എന്നു കൂവി. ആരു കേൾക്കാൻ? തൊണ്ടയടഞ്ഞതല്ലാതെ വേറെ വിശേഷമൊന്നുമില്ല. രണ്ടും കല്പിച്ചു മൂപ്പർ നീന്താൻ ഉറച്ചു. ഷർട്ടൂരി, തോർത്തിൽ നാരങ്ങ കെട്ടി തലയിൽ വെച്ചു. അതിന്റെ രണ്ടു തുമ്പും താടിയിൽ ബലമായി കെട്ടി. ഷർട്ടും മുണ്ടും നാരങ്ങയുടെ പുറമെ തലയിൽ കെട്ടി. മൂപ്പർ വിചാരിച്ചു. മൂപ്പത്തി ഇപ്പോൾ എന്തു ചെയ്യുകയായിരിക്കും? നോക്ക് ജമീലാ, അബ്ദുൽഖാദർ സാഹിബ് വിചാരിച്ചു. പെണ്ണുകെട്ടിയില്ലായിരുന്നെങ്കിൽ എവിടെയെങ്കിലും എനിക്കു കയറി കിടക്കാമായിരുന്നില്ലേ? കണ്ടോ ആണിന്റെ സ്വാതന്ത്ര്യം പോകുന്ന പോക്ക്! യാറബ്ബൽ ആലമീനായ തമ്പുരാനേ, ഞാൻ നദിയിൽ ചാടി നീന്താൻ പോകുന്നു! എന്നെ നീ രക്ഷിക്കണം! അങ്ങനെ വിചാരിച്ചുകൊണ്ട് അബ്ദുൽഖാദർ സാഹിബ് കിഴക്കോട്ടു നദിവക്കത്തു കൂടെ ഒരു ഫർലോങ് നടന്നു. നദി കിഴക്കുനിന്നു പടിഞ്ഞാട്ടാണൊഴുകുന്നത്. നേർക്കു നീന്തിയാൽ ഒഴുക്ക് ഒരു ഫർലോങ്ങിൽ കൂടുതൽ താഴത്തേക്കു കൊണ്ടുപോയേക്കും!

അബ്ദുൽഖാദർ സാഹിബ് ധൈര്യപൂർവ്വം ഇറങ്ങി. എങ്കിലും മുങ്ങി മരിച്ചുപോയാലോ? പക്ഷേ, ജമീലാബീബിക്കുവേണ്ടിയല്ലേ? വെള്ളം അരവരെയായി. കാലുകൾ ഉറയ്ക്കുന്നില്ല. മൂപ്പർ അങ്ങു നീന്തിത്തുടങ്ങി. തല മാത്രമേ വെളിയിലുള്ളൂ. തുഴഞ്ഞും നീന്തിയും മുന്നോട്ടു പോയി. ഇരുട്ടിലെ ഒഴുക്കിൽ മുന്നോട്ടേത്, പിന്നോട്ടേത്! ഒന്നും അറിഞ്ഞുകൂടാ. ഒരൂഹംവെച്ച് അങ്ങു പോകയാണ്. നടുപ്പുഴയിൽ എപ്പോൾ ചെന്നെന്നോ കര എപ്പോൾ പറ്റുമെന്നോ ഒന്നും അറിഞ്ഞുകൂടാ. കൈകാലുകൾ കുഴഞ്ഞുതുടങ്ങി. ഒടുവിൽ, എന്തിലോ എവിടെയോ മൂപ്പർക്കു പിടികിട്ടി. ശക്തിയോടെ ഒഴുക്കു താഴത്തേക്കു വലിച്ചുകൊണ്ടുപോകുന്നു! പിടിവിട്ടില്ല. രണ്ടുമൂന്നു കവിൾ വെള്ളം കുടിച്ചു, അബ്ദുൽഖാദർ സാഹിബിനു മനസ്സിലായി. പിടികിട്ടിയിരിക്കുന്നത് ഒരു ഇല്ലിക്കൂട്ടിലാണ്. അനേകം മുള്ളുകളുടെയും കൊമ്പുകളുടെയും പ്രതിഷേധം വകവെക്കാതെ മൂപ്പർ കരയ്ക്കു കയറി. ഇരുന്നു വിറച്ചു. ഓർത്തു ഭയന്നു വിറച്ചു. ചുമ്മാ ഇങ്ങനെ ഇരുന്നാലോ? കാട്ടിലും മുള്ളിലും കൂടി അബ്ദുൽഖാദർ സാഹിബ് നടന്നു. പിറന്നപടിയാണ്! മുണ്ടും ഷർട്ടും നഷ്ടപ്പെട്ടുപോയി. താടിയിൽ കെട്ടിയിരുന്നതുകൊണ്ടു തോർത്തും നാരങ്ങയും പോയില്ല. വളരെ ചെറിയ കമ്പുകളുള്ള ഒരു കൊമ്പൊടിച്ചു വടിയാക്കിക്കൊണ്ട് അബ്ദുൽഖാദർ സാഹിബ് നടന്നു. ഒരു വാഴത്തോട്ടം! മിന്നലിൽ ലോകം മൂപ്പർ കണ്ടു. ഒരു വീടും, അപ്പോൾ സംഗതി മനസ്സിലായി. ചെല്ലേണ്ടിടത്തുനിന്ന് ഒരു അരമൈൽ

താഴത്തേക്കു പോന്നിരിക്കുന്നു!

ആ വീടിന്റെ പടികടന്നു തപ്പിത്തടഞ്ഞു തെങ്ങും പാലം കടന്ന് അങ്ങ് നടന്നു. അപ്പോഴത്തേക്കും ഒരു പട്ടി കുരച്ചു. അതോടെ വേറൊന്നും. അങ്ങനെ നാട്ടിലുള്ള എല്ലാ നായ്ക്കളും! സദാചാരത്തിന്റെ പേരിലായിരിക്കും അവർ കുരയ്ക്കുന്നത്. മൂപ്പർ വിചാരിച്ചു. എന്താ ചെയ്യുക! ഇടവഴികളും പാലങ്ങളും പെരുവഴികളും കടന്ന് ഒരു കണക്കിൽ താമസസ്ഥലത്തു ചെന്നു. ഹാവൂ! അവിടെ വെളിച്ചമുണ്ട്. പ്രിയപ്പെട്ട ജമീല ഉറങ്ങിയിട്ടില്ല. അബ്ദുൽഖാദർ സാഹിബ് വിചാരിച്ചു. ഭർത്താവിനെ സ്നേഹിക്കുന്ന ഭാര്യ! ജമീലാ, വാതിൽ തുറക്കൂ- എന്നു മൂപ്പർ പറഞ്ഞില്ല. തോർത്തുടുത്തിട്ടാവട്ടെ, എന്നു വിചാരിച്ച് വരാന്തയിൽ കയറി. എന്നിട്ടു ജനാലവഴി അകത്തേക്കു നോക്കി. തണുത്തു വിറയ്ക്കുന്നുണ്ടായിരുന്നെങ്കിലും അബ്ദുൽഖാദർ സാഹിബ് തന്നത്താൻ ചിരിച്ചുപോയി. മനോഹരമായ ഒരു രംഗം.

മേശപ്പുറത്ത് ഒരു വിളക്കിരുന്നു കത്തുന്നു. അതിനടുത്തു രണ്ടു വലിയ പ്ലേറ്റുകൾ. അതു രണ്ടും വേറെ പ്ലേറ്റുകൾകൊണ്ടു മൂടിയിട്ടുണ്ട്. അരികത്തായി നാലഞ്ചു ചെറു പ്ലേറ്റുകൾ. അതുമൊക്കെ മൂടിയിട്ടുണ്ട്. ചോറും കറികളുമാണതിൽ. ഭർത്താവിനെ കാത്തു ഭാര്യയും. കൈയിൽ ഭയങ്കരനായ ഒരു വെട്ടുകത്തി. അതുമായി ജമീലാബീബി കസേരയിൽ ഇരുന്നു തളർന്നു മേശമേൽ തലവെച്ച് ഉറങ്ങുകയാണ്!

അതുകൂടാതെ വേറെയുമുണ്ട് വിശേഷം. മുൻവശത്തെ വാതിൽ അകത്തുനിന്ന് സാക്ഷ ഇട്ടിട്ടുണ്ട്. പക്ഷേ, വെളിയിൽനിന്നു വല്ല കള്ളന്മാരും വാതിൽ തള്ളി സാക്ഷ ഞെരിച്ച് അകത്തു കടന്നെങ്കിലോ? ആയതിനാൽ ഒരു മേശ വലിച്ചു നീക്കി വാതിലോടു ചേർത്ത് ഇട്ടിരിക്കുന്നു. മേശയ്ക്കു ഘനം പോരാഞ്ഞിട്ടെന്നമാതിരി മേശപ്പുറത്ത് ചെറിയ ഒരു തലയണയും! പോരേ!

പെണ്ണുങ്ങളുടെ ബുദ്ധി കണ്ടോ, എന്നും വിചാരിച്ച് അബ്ദുൽഖാദർ സാഹിബ് ജമീലാബീബിയെ വിളിച്ചുണർത്താൻ ഭാവിച്ചപ്പോൾ വേറൊരു രസം: അടുക്കളവാതിലിലൂടെ നല്ല വെളിച്ചം മുറ്റത്തു വീഴുന്നു! അതെന്താ? മൂപ്പർ അങ്ങോട്ടു ചെന്നു. രസം തന്നെ! മൂപ്പത്തി പരിഭ്രമത്തിനിടയ്ക്ക് അടുക്കളവാതിൽ അടയ്ക്കാൻ മറന്നുപോയി. ലോകത്തിലുള്ള സർവ്വ കള്ളന്മാർക്കും ഒരു ഘോഷയാത്രയായി നിർബ്ബാധം കടന്നുചെല്ലാം. എന്നും വിചാരിച്ച് അബ്ദുൽഖാദർ സാഹിബ് അകത്തു കടന്നു. ശബ്ദമുണ്ടാക്കാതെ പതുക്കെ, വളരെ പതുക്കെ, വാതിലടച്ചു സാക്ഷയിട്ടു. കൈയിലിരുന്ന കമ്പ് അടുക്കളയിൽവെച്ചിട്ട് പതുക്കെ ഡ്രസ്സുമുറിയിൽ ചെന്നു. ദേഹം പലേടത്തും മുറിഞ്ഞിട്ടുണ്ട്. ചോരയും ഒലിക്കുന്നുണ്ട്. ജമീലാ നിനക്കു വേണ്ടി എത്രമാത്രം ചോരയാണു ഞാൻ ചിന്തിയത്! നോക്കൂ, മൂപ്പർ മൂപ്പത്തി മുഖത്തിടുന്ന മണമുള്ള പൗഡർ ദേഹത്തെല്ലാം പൂശി. എന്നിട്ടു ഡ്രസ്സു ചെയ്തു മുടി ചീകി വെച്ചു. നാരങ്ങ ഡ്രസ്സുമുറിയിൽത്തന്നെ വെച്ചു. അതിനുശേഷം ജമീലാബീബിയെ വിളിക്കാൻ ഭാവിച്ചപ്പോൾ നിസ്കാരത്തിന്റെ കാര്യം ഓർമ്മവന്നു. മഗ്രിബും ഇഷായും നിസ്കരിച്ചിട്ടില്ല. അതു നടത്തിക്കളയാം. മൂപ്പർ അടുക്കളയിൽ ചെന്ന് വെള്ളം എടുത്ത് ഒസു ഉണ്ടാക്കി വന്നു നിസ്കരിച്ചു. ജമീലാബീബിക്കുവേണ്ടി തന്റെ ജീവൻ രക്ഷിച്ചതിന്, റബ്ബുൽ ആലമിനായ തമ്പുരാനോടു പ്രാർത്ഥിക്കുകയും ചെയ്തു. അതും കഴിഞ്ഞ് ഓറഞ്ചസ് രണ്ടു പാത്രങ്ങളിലാക്കി മേശപ്പുറത്തു കൊണ്ടുവെച്ചിട്ടു വിളിച്ചു:

"മഹാറാണീ"

ജമീലാബീബി ഞെട്ടി, പേടിച്ച് വെട്ടുകത്തിയുമായി കണ്ണുതുറന്നു!

"ഇവനെ വെട്ടരുത്!" അബ്ദുൽഖാദർ സാഹിബ് പറഞ്ഞു. "കള്ളനൊന്നുമല്ല. ഈ

നില്ക്കുന്നത് സാധുവും ബുദ്ധിഹീനനുമായ സാക്ഷാൽ അബ്ദുൽഖാദറാണ്!"

"കണ്ടേടത്തെല്ലാം അലഞ്ഞുനടന്നിട്ടു വന്നല്ലേ?" എന്നും പറഞ്ഞു വാതില്ക്കൽ നോക്കിയപ്പോൾ മൂപ്പത്തി ഒന്നു പകച്ചു: "അകത്തെങ്ങനെ കടന്നു?"

അബ്ദുൽഖാദർ സാഹിബ് പറഞ്ഞു:

"ഈ പയ്യൻ വരുമ്പോൾ വാതിലുകളായ വാതിലുകളെല്ലാം താനേ തുറക്കപ്പെടും. ഹൃദയങ്ങളായ ഹൃദയങ്ങളെല്ലാം താനേ..!"

"വിഡ്ഢിത്തം പറയാതിരിക്കു. എങ്ങനെ കടന്നു?"

മൂപ്പർ പറഞ്ഞു:

"അടുക്കളെവഴി!"

മൂപ്പത്തി ചോദിച്ചു:

"വല്ല കമ്പും ഇട്ട് സാക്ഷ നീക്കി തുറന്നല്ലേ? വല്ല കള്ളന്മാരും അതു കണ്ടെങ്കിലോ? ഇനി അവരും കയറും! ഇനി ഈ വീട്ടിൽ മനസ്സമാധാനത്തോടെ എങ്ങനെ താമസിക്കും?"

അബ്ദുൽഖാദർ സാഹിബ് പറഞ്ഞു

"ബ്ലഡി ഫൂളേ! വാതിൽ അടച്ചിട്ടില്ലായിരുന്നു."

ജമീലാബീബി പറഞ്ഞു:

"ഓ... ഒരുമാതിരി സംസ്കാരത്തോടെ സംസാരിക്കു. വാതിലടച്ചിട്ടില്ലായിരുന്നുവത്രേ!"

"യാറബ്ബൽ ആലമീൻ!" അബ്ദുൽഖാദർ സാഹിബ് വിചാരിച്ചു: പെണ്ണുങ്ങൾ ചെയ്ത തെറ്റിനെ അവരെക്കൊണ്ടു സമ്മതിപ്പിക്കാൻ സാധിക്കുമോ?" മൂപ്പർ ചോദിച്ചു:

"നീ നിസ്കരിച്ചോ?"

"നിസ്കരിച്ചു!" എന്നും പറഞ്ഞ് എണീറ്റപ്പോൾ മൂപ്പത്തി ഓറഞ്ചസ് കണ്ടു. മുഖം തുടുത്തു. ദേഷ്യമായി. "കൊണ്ടുവന്നു വെച്ചിരിക്കുന്നു! വല്ലവരും തിന്നുമോ?"

വളരെ അവജ്ഞയോടെ ജമീലാബീബി ഓറഞ്ചസിനെ നോക്കി; കരിച്ചു കളയാനുള്ള ദേഷ്യത്തോടെ. എങ്കിലും അഭിപ്രായം ഒന്നും പറഞ്ഞില്ല.

അബ്ദുൽഖാദർ സാഹിബ് പറഞ്ഞു:

"പൂവൻ പഴം ഒരിടത്തുമില്ല."

ജമീലാബീബി സമാധാനം ഒന്നും പറഞ്ഞില്ല. എന്തു പറയാനാണ്? കൊണ്ടുവന്നു വെച്ചിരിക്കുന്നു...!

കൈ കഴുകാൻ വെള്ളം മൂപ്പത്തി കൊണ്ടുവന്നു വെച്ചു. രണ്ടുപേരും കൈകഴുകി ഊണും കഴിച്ചു.

"കൂട്ടാൻ നന്നായിരിക്കുന്നു!" അബ്ദുൽഖാദർ സാഹിബ് പറഞ്ഞു. പരമാർത്ഥത്തിൽ കറികളെല്ലാം തീരെ പൊട്ടയാണ്. ഉപ്പില്ല; ചിലത് എരിവു കൂടുതല്. എങ്കിലും സഹധർമ്മിണിയെ കുറ്റം പറയുന്നതു ശരിയാണോ?

മൂപ്പത്തി ഒരു സന്തോഷവർത്തമാനം പറഞ്ഞു:

"ഞാൻ ഉറങ്ങാൻ പോകുന്നു!"

മൂപ്പർ പറഞ്ഞു:

"ഓറഞ്ചസ് തിന്നിട്ടുറങ്ങാം. പൂവൻപഴം എങ്ങുമില്ല. ഞാൻ മലവെള്ളം നീന്തി കൊണ്ടുവന്നതാണ്!"

മൂപ്പത്തി പറഞ്ഞു:

"ചുമ്മാ നുണയൊന്നും പറയേണ്ട. എനിക്കു മധുരനാരങ്ങ ഇഷ്ടമല്ല! കൊണ്ടുവന്നവർ

തിന്നോളൂ."

മൂപ്പത്തി മൂക്കിന്റെ തുമ്പുയർത്തി നിവർന്നങ്ങ് നടന്നു കിടക്കയിൽ ചെന്നു വീണു.

അബ്ദുൽഖാദർ സാഹിബ് നാരങ്ങയുടെ തൊലി കളഞ്ഞു. അല്ലികൾ ഒരു പാത്രത്തിൽ നിറച്ചു. എന്നിട്ടു വിളിച്ചു:

"ജമീലാ..!"

"മനസ്സില്ല!"

മനസ്സില്ലേ? അബ്ദുൽഖാദർ സാഹിബ് വിചാരിച്ചു. നിക്കാഹ് കഴിഞ്ഞ ഉടനെ പെണ്ണിന്റെ പള്ളയ്ക്ക് ഒരാറു കുത്തു കൊടുക്കേണ്ടതായിരുന്നു!"

"ജമീലാ! ഇവിടെ എണീറ്റു വരൂ ശീഘ്രം!"

"എനിക്കുറക്കം വരുന്നു."

"അതുവ്വോ?" മൂപ്പർ എണീറ്റു ചെന്നു വളരെ സൗമ്യതയോടെ പറഞ്ഞു: "ജമീലാ ഞാൻ വളരെ കഷ്ടപ്പെട്ടു കൊണ്ടുവന്നതാണ്. നോക്ക്, ഞാൻ പുഴനീന്തി വെള്ളം കുടിച്ചു മരിച്ചുപോയിരുന്നെങ്കിലോ?"

ജമീലാബീബി കിടന്നുകൊണ്ടു തലയണയിൽ മുഖം അമർത്തി.

"ജമീലാ."

ജമീലാ മുഖം അല്പം തിരിച്ചു:

"ഞാൻ പറഞ്ഞതു പൂവൻപഴമാണ്!"

"നാട്ടിൽ പൂവൻപഴം ഇല്ല. നാളെ ഞാൻ എവിടെന്നെങ്കിലും വാഴത്തൈകൾ കൊണ്ടുവരാം."

"ഓ... അതെല്ലാം കുലച്ചു കായായി പഴുക്കുമ്പോൾ തിന്നുകൊള്ളാം!"

"ആട്ടെ, ഈ ഓറഞ്ചസ് തിന്നു; നല്ല വിറ്റാമിനുള്ളതാണ്."

"എനിക്കു വേണ്ട!"

"നീ തിന്നേ തീരൂ!"

ജമീലാബീബി എണീറ്റിരുന്നു. വളരെ ധിക്കാരത്തോടെ തനി ലേഡി മട്ടിൽ ചോദിച്ചു.

"തിന്നില്ലേൽ തല്ലിത്തീറ്റുമോ?"

റൈറ്റ്! അബ്ദുൽഖാദർ സാഹിബ് വിചാരിച്ചു: നല്ലൊരാശയം! മൂപ്പർ മിണ്ടാതെ അടുക്കളയിൽ ചെന്നു കമ്പിൽനിന്ന് രണ്ടു ചെറു ചുള്ളികൾ ഒടിച്ചെടുത്തു കൊണ്ടുവന്നു.

ജമീലാബീബി വടി കണ്ടു. "ഭ" എന്നു പറയുന്ന മാതിരി മൂപ്പത്തി ഇരുന്നു.

മൂപ്പർ പറഞ്ഞു.

"എണീക്ക്!"

"മനസ്സില്ല!"

"മനസ്സില്ലേ?" മൂപ്പർ പോയി വെട്ടുകത്തി എടുത്തുകൊണ്ടുവന്നു.

"ബുസ്ക്!" എന്നു പറയുന്ന മാതിരി ജമീലാബീബി ഇരുന്നു.

"വരൂ." മൂപ്പർ വിളിച്ചു. "മൂപ്പത്തി പറഞ്ഞു. "മനസ്സില്ല."

"അതുവ്വോ?" മൂപ്പർ ജമീലാബീബിയുടെ തുടയിൽ രണ്ടു ചുട്ട അടി വെച്ചുകൊടുത്തു. എന്നിട്ടു വെട്ടുകത്തി കാണിച്ചു.

"അടുത്തത് വെട്ട്!"

മൂപ്പത്തി നിറഞ്ഞ കണ്ണുകളോടെ എണീറ്റു.

ആ കണ്ണുനീര്... അതു കണ്ടപ്പോൾ- എന്താ പറയുക! അബ്ദുൽഖാദർ സാഹിബിന്റെ ഹൃദയം അങ്ങു തകർന്നുപോയി. ആണല്ലേ? പെണ്ണിന്റെ കണ്ണുനീർ കണ്ടാൽ വിഷമം

തോന്നാതിരിക്കുമോ? എന്നാലും കുറച്ചു സമയത്തേക്ക് അബ്ദുൽഖാദർ സാഹിബ് തന്റെ ഹൃദയം ഒരു കരിങ്കൽ ഉണ്ടയാക്കി മാറ്റി. എന്നിട്ടു പറഞ്ഞു.

"ജമീലാ... കണ്ണുനീർ ചുമ്മാ കളയേണ്ട! വേണമെങ്കിൽ നീ ഒരു ഭരണിയിൽ കരഞ്ഞുവെച്ചോളൂ. ഞാൻ പിന്നെ അതിൽ കുളിച്ചുകൊള്ളാം! കേട്ടോ?"

ജമീലാബീബി ഗദ്ഗദത്തോടെ ചോദിച്ചു:

"ഹെന്നെ കൊല്ലാൻ പോകുകയാണോ?"

"ഹതെ!" മൂപ്പർ പറഞ്ഞു. "നിന്നെ ഹറുത്തു ചെറിയ കഷണങ്ങളാക്കി ബിരിയാനി വയ്ക്കാൻ പോകുന്നു!"

മൂപ്പർ മൂപ്പത്തിയുടെ കൈ പിടിച്ച് അടുത്ത മുറിയിൽ കൊണ്ടുപോയി നാരങ്ങയുടെ മുമ്പിൽ നിർത്തി.

"എടുത്തു തിന്നൂ!" അബ്ദുൽഖാദർ സാഹിബ് ആജ്ഞാപിച്ചു.

ജമീലാബീബി അതു കേട്ട ഭാവം പോലും കാണിച്ചില്ല. ചുമ്മാ അങ്ങനെ 'ബുസ്ക്' എന്നു പറയുന്ന മാതിരി നിന്നു.

ഭർത്താവു പറഞ്ഞാൽ കൂട്ടാക്കുകില്ലല്ലേ? മൂപ്പർ മൂപ്പത്തിയുടെ ചന്തിയിൽ "ഫട്ട്റ്ക്കോ!" എന്നു പറയുന്ന മാതിരി ആറെണ്ണം വെച്ചു വീക്കിക്കൊടുത്തു!

മൂപ്പത്തി ഒരല്ലി എടുത്തു തിന്നു.

"പോരാ! ഇനിയും!" മൂപ്പർ പതുക്കെ ഗർജ്ജിച്ചു. അതിനു പുറമെ വെട്ടുകത്തിയും കാണിച്ചു.

"കണ്ടോ? കാച്ചിക്കളയും; തിന്നൂ!"

മൂപ്പത്തി തെരുതെരെ അല്ലികൾ എടുത്തു തിന്നു.

മൂപ്പർ പറഞ്ഞു:

"കുരു കളഞ്ഞ് പതുക്കെ തിന്നാൽ മതി!"

അങ്ങനെ കണ്ണീരൊലിപ്പിച്ചുകൊണ്ട് ജമീലാബീബി പതുക്കെ കുരു കളഞ്ഞു തിന്നു തുടങ്ങി.

അബ്ദുൽഖാദർ സാഹിബ് അടിയന്തരാവശ്യങ്ങളെപ്പറ്റി ചോദിച്ചു:

"ഞാൻ നിന്റെ ആരാ?"

മൂപ്പത്തി പറഞ്ഞു:

"ആവോ!"

"വെട്ടുകത്തി കണ്ടോ!.... നിന്റെ ആരാണു ഞാൻ?"

"ഭർത്താവ്!"

മൂപ്പർ ചോദിച്ചു:

"വെട്ടുകത്തി കണ്ടോ... നീ എന്നെ ഇനി നന്നാക്കാൻ ശ്രമിക്കുമോ? ഇല്ലെന്നു വേഗം പറഞ്ഞോളൂ! വെട്ടുകത്തി കണ്ടോ?"

"ഇല്ല."

മൂപ്പർ ചോദിച്ചു:

"ആ തിന്നുന്നതെന്താണ്?"

"ഓറഞ്ചസ്."

മൂപ്പർ മൂപ്പത്തിയുടെ ചന്തിക്ക് ഒന്നുകൂടി കൊടുത്തു. "വെട്ടുകത്തി കണ്ടോ? പറയൂ. തിന്നുന്നത് പൂവൻപഴം!"

"പൂവൻപഴം!"

"അരിവെപ്പുകാരി വേണോ? വേണ്ടെന്നു പറയൂ. വെട്ടുകത്തി കണ്ടോ?"

"വേണ്ട!"

"നീ ലേഡിയാണോ? വെട്ടുകത്തി കണ്ടോ?.... നീ എന്റെ പെണ്ണ്- അല്ലേ?"

"ഹതെ!"

"മോട്ടോർ ഡ്രൈവറന്മാർ, റിക്ഷാവണ്ടിക്കാർ, കവികൾ, ചുമട്ടുകാർ, രാഷ്ട്രീയപ്രവർത്തകന്മാർ, ബീഡിതെറുപ്പുകാർ - അവരോടൊക്കെ സമത്വത്തിൽ വർത്തിക്കാമോ എനിക്ക്?... വെട്ടുകത്തി കണ്ടോ?... വർത്തിക്കാം വർത്തിക്കാമെന്നു പറയൂ."

"വർത്തിക്കാം. വർത്തിക്കാം!"

"തിന്നുന്നതെന്ത്?"

"പൂവൻപഴം!"

വെട്ടുകത്തിയും വടിയും ഒക്കെ താഴെ ഇട്ടിട്ട് "ഹെന്റെ കരളേ!" എന്നും പറഞ്ഞ് അബ്ദുൽഖാദർ സാഹിബ് ജമീലാബീബിയെ കെട്ടിപ്പിടിച്ചു ചുംബിച്ചു. മൂപ്പത്തിയുടെ ചന്തിയിലും തുടയിലുമൊക്കെ അടിയുടെ പാടുകൾ! അതിൽ തൊട്ടപ്പോൾ മൂപ്പരുടെ ഹൃദയം തകർന്നുപോയി.

"ഹെന്റെ കരളിനു വളരെ നൊന്തോ?" മൂപ്പർ ചോദിച്ചു.

മൂപ്പത്തി ദീർഘനിശ്വാസത്തോടെ പറഞ്ഞു:

"ഹില്ല!"

മൂന്ന്

എന്നാലും മൂപ്പരുടെ ഹൃദയം വല്ലാതെ വേദനിച്ചു. ആണല്ലേ?

അങ്ങനെ ആ രാത്രി കഴിഞ്ഞു. പകൽ വന്നു. ദിവസങ്ങൾ വർഷങ്ങളായി മാറി. നദിയിൽ അനേകതവണ വെള്ളപ്പൊക്കമുണ്ടായി. ജമീലാബീബി ഒമ്പതു തവണ പെറ്റു. ലോകത്തിൽ പലേ മാറ്റങ്ങളുമുണ്ടായി. സാമ്രാജ്യങ്ങൾ തകർന്നു. കിരീടങ്ങളും ചെങ്കോലുകളും സിംഹാസനങ്ങളും പറന്നു. പുതിയ ആശയങ്ങൾക്ക് ആധിപത്യം കിട്ടി. മനുഷ്യസമുദായം വളരെ പുരോഗമിച്ചു. അബ്ദുൽഖാദർ സാഹിബിനും ജമീലാബീബിക്കും വളരെ വയസ്സായി. പല്ലൊക്കെ പോയി. രണ്ടുപേരും നരച്ചു കൂനി. പടുകിഴവനും കിഴവിയും, മക്കളും മക്കളുടെ മക്കളുമായി. അങ്ങനെ കഴിഞ്ഞുവരികയാണെങ്കിലും, പഴയ സംഗതികൾ ചിലതെങ്കിലും ഓർക്കാതിരിക്കുമോ! അബ്ദുൽഖാദർ സാഹിബ് ചിരിച്ചുകൊണ്ട് ജമീലാബീബിയോടു ചോദിക്കും:

"മഹാറാണീ... പണ്ടു നീ പൂവൻപഴം വേണമെന്നു പറഞ്ഞപ്പോൾ രാത്രി പുഴ നീന്തി ഞാനെന്താ കൊണ്ടുവന്നത്?"

ജമീലാബീബി ചിരിച്ചുകൊണ്ടു പറയും:

"പൂവൻപഴം!"

മൂപ്പർ ചോദിക്കും:

"അതെങ്ങനെ ഇരുന്നു?"

മൂപ്പത്തി പറയും:

"ഓറഞ്ചുപോലെ ഉരുണ്ട്!"

"ഹ.... ഹ... ഹ.." എന്നു ചിരിച്ചുകൊണ്ടു മൂപ്പർ ചോദിക്കും: "എന്താ കൊണ്ടുവന്നത്?"

മൂപ്പത്തി പറയും:

"പൂവൻപഴം! പൂവൻപഴം!"

കാരൂർ നീലകണ്ഠപ്പിള്ള

മോതിരം

കുഞ്ചുവമ്മാവൻ എഴുപത്തിനാലാം പിറന്നാൾ ദിവസമാണു മരിച്ചത്. അനായാസമായ മരണം. മക്കളും മരുമക്കളും അദ്ദേഹത്തിന്റെ പിറന്നാൾ സദ്യയുണ്ണാൻ കൂടിയിരുന്നു. അദ്ദേഹം ഈ ലോകത്തുനിന്ന് എന്നെന്നേക്കുമായി മറഞ്ഞതു സ്വന്തം ആളുകളെ കണ്ടുകൊണ്ടാണ്. അയാൾ അറുപത്തിയഞ്ചു വയസ്സുവരെ ആനകേറി നടന്നു. പിന്നെ രണ്ടു മൂന്നു വർഷം കഴിഞ്ഞപ്പോൾ വലത്തുകാലിനു സ്വാധീനക്കുറവുണ്ടായി. അതിൽപ്പിന്നെ വീട്ടിൽനിന്നു സാധാരണ വെളിയിൽ പോകാറില്ല. വീട്ടിലിരിപ്പായപ്പോൾ അദ്ദേഹത്തിന്റെ ആവശ്യങ്ങളന്വേഷിക്കാൻ മക്കളുണ്ട്. കുഞ്ചുവമ്മാവന്റെ ജീവിതസായാഹ്നം പ്രകാശവത്തായിരുന്നു.

കിഴവനായി വീട്ടിലിരുന്നിട്ടും കുടുംബത്തിലേക്കൊരുപകാരമില്ലെന്നു പറയാൻ വയ്യ. അദ്ദേഹം വീടിനൊരു കാവലായിരുന്നു. കുട്ടികൾ വികൃതി കാണിക്കുമ്പോഴും ശാഠ്യം പിടിച്ചു കരയുമ്പോഴും അദ്ദേഹത്തിന്റെ ശബ്ദം കേട്ടാൽ മതി, അവരടങ്ങും.

തെക്കേ ചായിപ്പായിരുന്നു അദ്ദേഹത്തിന്റെ മുറി. ഒരടി പൊക്കമുള്ള കയറ്റുകട്ടിലും മൂന്നു മുഴം നീളമുള്ള കാട്ടുവടിയും ഒരോട്ടുകിണ്ടിയും ഒരു പെട്ടകവുമാണ് ആ മുറിയിലെ സാമഗ്രികൾ. പകൽ ഉറങ്ങാതിരിക്കാൻ ഇടയ്ക്കിടെ അദ്ദേഹം വല്ലതും ചെയ്യും; പെട്ടകത്തിന്റെ പിച്ചളക്കെട്ടുകൾ മിനുക്കുക, കരിമ്പനയോലകൊണ്ടു തടുക്കു നെയ്യുക,

ചകിരിനാരുകൊണ്ടു നേർത്ത ചരടു പിരിക്കുക ഇങ്ങനെ എന്തെങ്കിലും. ശോഷിച്ചു പോയ വലത്തുകാലിൽ കുഴമ്പു പുരട്ടി തടവുകയായിരിക്കും ചിലപ്പോൾ.

കറുത്തു തടിച്ച്, കുമ്പളങ്ങാപോലെ നരച്ച അദ്ദേഹത്തിന്റെ ഇടത്തുകൈയിലെ ചെറുവിരലിൽ എപ്പോഴും പെട്ടകത്തിന്റെ താക്കോലുണ്ടായിരിക്കും. ഇതു വെള്ളിപോലെ മിന്നും. വലത്തുകൈയിലെ ചെറുവിരലിൽ ഒരു മോതിരമുണ്ട്. മോതിരമിട്ട കൈകൊണ്ടു മുഖത്തു വെള്ളമൊഴിച്ചാൽ ആരോഗ്യത്തിന് കൊള്ളാമെന്നദ്ദേഹം പറഞ്ഞിട്ടു മുക്കാൽപ്പവൻകൊണ്ടു മകൻ പണിയിച്ചുകൊടുത്തതാണത്.

കുഞ്ചുവമ്മാവൻ മരിക്കുമ്പോൾ അവിടെ കുഞ്ഞിക്കാവമ്മയുമുണ്ടായിരുന്നു. ആ അമ്മ ഇടയ്ക്കിടയ്ക്കവിടെ വരാറുണ്ട്. അമ്പാടിമനയ്ക്കലെ ഉപ്പൻ തമ്പൂതിരിയുടെ വിധവയാണവർ. ഉപ്പൻ നമ്പൂതിരി വലിയൊരുജന്മിയായിരുന്നു. അദ്ദേഹം രണ്ടു വേളി കഴിച്ചു. നമ്പൂതിരിക്കു പിന്നെ തോന്നി, ഒരു സംബന്ധം കൂടിയായിക്കളയാമെന്ന്. മനയ്ക്കലെ പ്രതാപത്തിനു ചേർന്നതല്ല കുഞ്ഞിക്കാവിന്റെ കുടുംബം. അവളുടെ സൗന്ദര്യത്തിൽ ഉപ്പൻ നമ്പൂതിരി വീണുപോയി. സൗന്ദര്യത്തിന്റെയും പതിഭക്തിയുടെയും വിലയായിട്ടു നമ്പൂതിരി അവർക്കു വേണ്ടതെല്ലാം കൊടുത്തു. അതിനാൽ വിധവയായതിനുശേഷവും അവർക്കു ജീവിക്കാൻ ബുദ്ധിമുട്ടുണ്ടായില്ല. കുഞ്ഞിക്കാവമ്മയ്ക്കു നാട്ടിൽ ഒരു മാന്യസ്ഥാനമുണ്ട്.

അമ്പാടിമനയ്ക്കലെ ആനക്കാരനായിരുന്നു കുഞ്ചുനായർ.

കുഞ്ചുനായരുടെ ഭാര്യ മരിച്ചിട്ട് ഒരു വർഷമോ മറ്റോ കഴിഞ്ഞു. തിരുമേനിയുടെ ആശ്രിതനായിരുന്ന അയാളെ കാണാൻ വിധവയായ കുഞ്ഞിക്കാവമ്മ ചെന്നു.

"എങ്ങോട്ടു പോകുന്ന വഴിയാ?" കുഞ്ചുനായർ ചോദിച്ചു.

"വല്ലേടത്തും പോകുന്ന വഴി വേണോ? എനിക്കിങ്ങോട്ടൊന്നു വരരുതോ?"

"വരാം, വരാം കുഞ്ഞിക്കാവമ്മ ഇങ്ങോട്ടു വരുന്നതു ഞങ്ങൾക്കൊരനുഗ്രഹമാണ്." എന്നു പറഞ്ഞ്, കുഞ്ചുനായർ സ്വയം നെയ്തുണ്ടാക്കിയ മനോഹരമായൊരു തടുക്ക് അവർക്കിരിക്കാനിട്ടുകൊടുത്തു.

കുഞ്ഞിക്കാവിന്റെ ചോദ്യത്തിന് ഉത്തരമായി അയാൾ പറഞ്ഞു:

"അസുഖമൊന്നുമില്ല. നടക്കാനല്പം അസ്വാധീനം. ഒരിക്കൽ ആനപ്പുറത്തുനിന്നു വീണിട്ടുണ്ട്. നമ്മുടെ ആനേടെ പുറത്തുന്നാ. ചിലപ്പോളവൻ കുരുത്തക്കേടു കാണിക്കും. പുറത്തുന്നു കുലുക്കി താഴെയിട്ടു. തോട്ടിയും വടിയും എന്റെ കൈയിലില്ലായിരുന്നു. ഉപ്പൊടിച്ച് ആനേടെ പുറത്തെ മണ്ണും പൊടിയും തട്ടിക്കളയുകയായിരുന്നു. അപ്പഴാ അവനു തോന്നിയത്, എന്നെ ഒന്നു കുലുക്കി താഴെയിടാൻ. താഴെ വീണതോടെ ഞാൻ ഉരുണ്ടു മാറിക്കളഞ്ഞു. എന്നാലും അവനൊന്നു കുത്തി. വലത്തുകാലിലാ കുത്തിയത്. കുത്തു സാരമായില്ല."

"ഞാനോർക്കുന്നുണ്ടതൊക്കെ."

അയാൾ വിരലിൽനിന്നു താക്കോലൂരി പെട്ടകം തുറന്നു. വീടിന്റെ ആകൃതിയിലുള്ള പെട്ടകം. പ്ലാംപലകകൊണ്ടുണ്ടാക്കിയതും മുൻവശത്തെ ചെരുവിൽ വീട്ടിത്തടികൊണ്ടുണ്ടാക്കിയ ആനയുടെ രൂപം പൊഴിച്ചു ചേർത്തിട്ടുള്ളതുമാണ്. ആനയുടെ കൊമ്പും നഖങ്ങളും വെള്ളികൊണ്ടുണ്ടാക്കി ഉറപ്പിച്ചിരിക്കുന്നു. മിന്നുന്ന പിച്ചളക്കെട്ടും കൂടിയായപ്പോൾ അത് ഒരു ഉത്തമകലാസൃഷ്ടിതന്നെ.

"മുറുക്ക." എന്നു പറഞ്ഞു പെട്ടകം ആ സ്ത്രീയുടെ മുമ്പിലേക്ക് അയാൾ തള്ളിവെച്ചു.

"തിരുമേനി സമ്മാനിച്ചതാ ഈ പെട്ടകം. അമ്പലപ്പുഴ ആറാട്ടിന് ബാലഗോപാലനു

ഭ്രാന്തിളകി. അന്നു ഞാനല്ലായിരുന്നു ആനക്കാരൻ. ഞാൻ ഉത്സവം കാണാൻ അമ്പലപ്പുഴയ്ക്കു പോയതാ. അവൻ അന്ന് ഒന്നാന്തരത്തിൽപ്പെട്ട ആനയായിട്ടില്ല. എഴുന്നള്ളിച്ച ആനയുടെ അകമ്പടിയാനയായിട്ടവനെ നിർത്തി. ആറാട്ടിറക്കിയെഴുന്നള്ളിച്ചു തലേക്കെട്ടഴിക്കാൻ തുടങ്ങിയപ്പോൾ ആന തിരിഞ്ഞൊരോട്ടം. പോയവഴിക്കു വളരെ നാശങ്ങൾ ചെയ്തു. ആളപായമൊന്നുമുണ്ടായില്ല. ആന ഒരു പറമ്പിൽ ചെന്നുകയറി അവിടെ ഒരു കുടിലുണ്ടായിരുന്നത് വലിച്ചുപൊളിച്ചു. ആനക്കാരൻ പുറത്തു കയറുന്നതിനു മുമ്പാണ് ആന ഓടിയത്. പലരും ശ്രമിച്ചിട്ടും ആനയെ കെട്ടാൻ കഴിഞ്ഞില്ല. തൈത്തെങ്ങിൽനിന്നു തേങ്ങാ പറിച്ചെടുത്ത് ചുറ്റും കൂടി നില്ക്കുന്നവരുടെ നേരെ ആന വലിച്ചെറിയാൻ തുടങ്ങി. ആനയെ വെടിവയ്ക്കണമെന്നു തീരുമാനിച്ചു. ഉത്സവം കഴിഞ്ഞിട്ടും ആനപ്പിണക്കം കണ്ടു ഞാനവിടെ കൂടി. ആനയെ വെടിവയ്ക്കാൻ തീരുമാനിച്ചെന്നറിഞ്ഞപ്പോൾ എനിക്കു സങ്കടം തോന്നി. ലക്ഷണമൊത്ത ആന; നല്ല അഴകും. പേരെടുത്ത ആനക്കാരന്മാർ ശ്രമിച്ചിട്ടും ആനയെ കെട്ടാൻ കഴിഞ്ഞില്ലല്ലോ. എനിക്കൊരു മോഹം, അവനെ കെട്ടണമെന്ന്. ഞാനന്നു വൈക്കത്തു ഗംഗാധരന്റെ രണ്ടാം ആനക്കാരനായിരുന്നു. ബാലഗോപാലനേക്കാൾ ഭയങ്കരനാണ് ഗംഗാധരൻ. നാല്ക്കൊമ്പനാനയെന്നാണവനെപ്പറ്റി പറയാറുള്ളത്. അതുകൊണ്ട് എനിക്കൊരു വിശ്വാസം തോന്നി. തുപ്പൻ തിരുമേനി അവിടെ വന്നിട്ടുണ്ടായിരുന്നു. അദ്ദേഹത്തോടു ഞാൻ പറഞ്ഞു: 'അടിയനൊന്നു നോക്കട്ടെ. ആനയെ വെടിവയ്ക്കണ്ട.' എന്ന്.

'എന്നാൽ കുഞ്ചു ഒന്നു നോക്ക്.' എന്നു തിരുമേനി കല്പിച്ചു.

ഒരേറുകൊട്ടത്ത് ഞാൻ ആനയെ ഇരുത്തി. ആന ഇരുന്ന നേരത്തിന് ഓടിച്ചെന്ന് എടകൊളുത്തുകയും ചെയ്തു. ഇതാർക്കു വേണമെങ്കിലും ചെയ്യാമായിരുന്നു. ജീവനിൽ കൊതിയരുതെന്നു മാത്രം. തിരുമേനി സന്തോഷിച്ച്, 'കുഞ്ചു എന്തുവേണമെങ്കിലും ചോദിച്ചോളൂ.' എന്നു കല്പിച്ചു.

'അടിയനൊന്നും വേണ്ട. ഇവനെ കൊണ്ടു നടക്കാനനുവദിച്ചാൽ മതി.' എന്നു ഞാൻ പറയുകയും ചെയ്തു. അങ്ങനെയാ ഞാൻ മനയ്ക്കലെ ആനക്കാരനായത്.

'ബാലഗോപാലന്റെ ജീവനെ രക്ഷിച്ചത് എന്നും ഓർത്തിരിക്കാൻ ഒരു ചെറിയ സമ്മാനം തരുന്നുണ്ട്' എന്നു പറഞ്ഞ് അദ്ദേഹം ഉണ്ടാക്കിച്ചുതന്നതാണ് ഈ പെട്ടകം."

കുഞ്ഞിക്കാവമ്മ നിർന്നിമേഷയായി കുറെനേരം ഇരുന്നു.

"എല്ലാം ഞാനോർക്കുന്നുണ്ട്. അദ്ദേഹം എന്നെ സംബന്ധം ചെയ്തു രണ്ടാഴ്ച തികയുന്നതിനു മുമ്പാണ് ബാലഗോപാലനു ഭ്രാന്തിളകിയത്. അന്ന് ആനയെ വെടിവയ്ക്കേണ്ടിവന്നിരുന്നെങ്കിൽ എന്റെ ദോഷം കൊണ്ടാണെന്ന് എല്ലാരും പറഞ്ഞേനെ."

കുഞ്ഞിക്കാവമ്മ വെറ്റില മുറുക്കി.

"അങ്ങനെയൊന്നും ആരും പറയുകയില്ല. കുഞ്ഞിക്കാവമ്മയെപ്പറ്റി മനയ്ക്കലുള്ളോരും പറയുമായിരുന്നു, മഹാലക്ഷ്മിയാണെന്ന്."

ആ സ്ത്രീയുടെ മുഖം വികസിച്ചു.

"ഇതു തേച്ചുമിനുക്കി ഇത്രയും ഭംഗിയായി സൂക്ഷിക്കുന്നുണ്ടല്ലോ." എന്നു കുഞ്ഞിക്കാവമ്മ പറഞ്ഞു.

"ഇതു കാണുമ്പോൾ മറ്റെല്ലാ വിഷമങ്ങളും ഞാൻ മറക്കും. എനിക്കു നല്ല ഉശിരു തോന്നും."

കുഞ്ഞിക്കാവമ്മ ചിരിച്ചു. "കുറെനാളായി ഇങ്ങോട്ടൊന്നു വരണമെന്നു വിചാരിക്കുന്നു.

ഇവിടെ വീട്ടുകാരി മരിച്ചപ്പോൾ വന്നതാ. ഭാഗ്യവതിയായിരുന്നു അവര്."

"ഞാൻ ഭാഗ്യദോഷിയും. ഞാനെന്നുമോർക്കും നിങ്ങളെയൊക്കെ. വെറുതെയിരിക്കുമ്പോൾ ഇങ്ങനെയോരോന്നോർത്താണു സമയം കഴിക്കുന്നത്."

"ഇവിടെയെന്താ സമയം കഴിക്കാൻ പ്രയാസം? കൊച്ചുപിള്ളേരുണ്ടല്ലോ. എനിക്കാണെങ്കിൽ വീട്ടിൽ കുഞ്ഞുങ്ങളാരുമില്ല. എല്ലാരും ഓരോ ദിക്കിലാ."

"പിള്ളേരുണ്ടെങ്കിലും അവരെന്റെയടുത്തേക്കൊന്നും വരുകയില്ല. തരപ്പടിക്കാരോടു വല്ലതും പറഞ്ഞും ചിരിച്ചുമിരിക്കാനല്ലേ അവർക്കുത്സാഹം?"

"അവർക്കു മാത്രമല്ല, എല്ലാർക്കുമങ്ങനെയാ."

കുറേ നാട്ടുവർത്തമാനങ്ങൾ പറഞ്ഞിട്ട് അവരെഴുന്നേറ്റു. "ഞാൻ പിന്നെ വരാം."

കുഞ്ഞിക്കാവമ്മ പോയപ്പോൾ കുഞ്ചുനായർ പഴയകാലം സ്മരണയിൽ കണ്ടു.

ആറാട്ടെഴുന്നള്ളത്തു മനയ്ക്കലെ പടിപ്പുരയ്ക്കൽ വന്നുനിന്നപ്പോളാണ് കുഞ്ഞിക്കാവിനെ ആദ്യം കണ്ടതെന്നു തോന്നുന്നു. ബാലഗോപാലന്റെ പുറത്താണെഴുന്നള്ളിച്ചിരുന്നത്. തീവെട്ടികളുടെ പ്രകാശം കൊണ്ട് ആ പ്രദേശം മുഴുവൻ പൊൻ നിറമായി. പടിപ്പുര വാതില്ക്കൽ നില്ക്കുകയായിരുന്നു കുഞ്ഞിക്കാവ്. നെറ്റിപ്പട്ടം കെട്ടിയ ഗംഗാധരനാനയുടെ മസ്തകം പോലെയുണ്ട്, കസവുകരയുള്ള മുലക്കച്ച കെട്ടിയ മാറിടം. തങ്കനിറമുള്ള മുഖത്തിനകമ്പടി സേവിക്കുന്ന തോട. തോടയും മുഖവുമായി മത്സരിച്ച് കൈയേറ്റമുണ്ടാകാതിരിക്കാൻ ഇടയ്ക്കു വളഞ്ഞുപുളഞ്ഞു കീഴോട്ടൊഴുകിക്കിടക്കുന്ന അളകങ്ങൾ. തോടകളെ തമ്മിൽ ബന്ധിച്ചുകൊണ്ട് പച്ചപ്പട്ടുറൗക്കയിൽ വിശ്രമിക്കുന്ന നാഗപ്പത്തിമാല. തീവെട്ടിയുടെ പ്രകാശത്തിൽ വെട്ടിത്തിളങ്ങുന്ന വെള്ളക്കല്ലു പതിച്ച മൂക്കുത്തി. കൗതുകത്തോടും അത്ഭുതത്തോടും നോക്കി നിന്നുപോയി താൻ. എത്രനേരമങ്ങനെ നിന്നോ? വാദ്യമേളക്കാർ മുമ്പോട്ടു നടന്നപ്പോൾ ആനയും നടക്കാൻ തുടങ്ങി. അപ്പോളാണു താൻ ധ്യാനത്തിൽ നിന്നുണർന്നത്. പിന്നെ പലപ്പോഴും അവരെ കണ്ടിട്ടുണ്ട്. അനർഹമായ കൊതിയോടെ നോക്കിയിട്ടുണ്ട്. അക്കാലത്തൊരിക്കലും അവരോ, അവരോടു താനോ സംസാരിച്ചിട്ടില്ല. വല്ലതും പറയാനും കേൾക്കാനും മോഹിച്ചിട്ടുണ്ട്. കുഞ്ഞിക്കാവമ്മയെവിടെ, ആനക്കാരൻ കുഞ്ചുനായരെവിടെ? ഇപ്പോൾ അവൾ തന്റെ വീട്ടിലേക്കു വന്നു. അടുത്തിരുന്നു സംസാരിച്ചു.

ഓർത്തപ്പോൾ ഇക്കിളിയായി.

ഒരു മാസം കഴിഞ്ഞു വീണ്ടും കുഞ്ഞിക്കാവമ്മ വന്നത് ഒരു മുണ്ടും നേര്യതും കൊണ്ടാണ്. അവരതു പഴയ ആനക്കാരനു കൊടുത്തു.

"അയ്യയ്യോ! എന്തോന്നാ ഇത്? ഞാൻ നേര്യതുമിട്ട് ഉത്സവം കാണാൻ പോകുന്നോ?"

"ഉത്സവത്തിനു പോകാനല്ല. വീട്ടിലിരിക്കുമ്പോളുടുക്കാം; തണുക്കുമ്പോൾ പുതയ്ക്കാം."

"അതെയതെ, നിങ്ങടെ മുതലാണ് ഞാൻ പണ്ടും അനുഭവിച്ചിരുന്നത്."

അന്നും കുഞ്ചുനായർ തന്റെ അപദാനങ്ങൾ പറഞ്ഞു. കുഞ്ഞിക്കാവമ്മ എല്ലാം ശ്രദ്ധിച്ചുകേട്ടു. അവരുടെ മുഖം പ്രസന്നമായി. ഇടയ്ക്കിടയ്ക്ക് അവർ പറഞ്ഞു: "ഞാനോർക്കുന്നുണ്ട്."

അയാൾ പെട്ടകം തുറന്ന് കുഞ്ഞിക്കാവമ്മയുടെ അടുത്തേക്കു നീക്കി വെച്ചു. ആ സ്ത്രീ കട്ടിലിന്റെ കീഴിൽനിന്ന് ഇടികല്ലു വലിച്ചുവെച്ച് വെറ്റിലപാക്കു ചതയ്ക്കാൻ തുടങ്ങി.

"ചതയ്ക്കണോ കുഞ്ഞിക്കാവമ്മയ്ക്ക്?"

"എനിക്കു ചതയ്ക്കണ്ട."

കുഞ്ചുനായരുടെ മുഖം വികസിച്ചു. ചതച്ച വെറ്റിലപാക്ക് ആ സ്ത്രീ കുഞ്ചുനായരുടെ

കൈയിലേക്കു വെച്ചുകൊടുത്തു.

സ്ത്രീ ചോദിച്ചു: "വിശപ്പും രുചിയുമൊക്കെയുണ്ടല്ലോ, ഇല്ലേ?"

"ഈശ്വരനനുഗ്രഹിച്ചിട്ട് ഇപ്പോഴും സുഖമായിട്ടുണ്ടുകഴിക്കാം." കുഞ്ചുനായർ തുടർന്നു: "ഈ വയസ്സുകാലത്ത് ബുദ്ധിമുട്ടി ഇവിടെവരെ നടന്നല്ലോ!"

"നടക്കാൻ ബുദ്ധിമുട്ടൊന്നുമില്ല. എനിക്കു സുഖക്കേടൊന്നുമില്ല. എന്നും കാലത്തെ അമ്പലക്കുളത്തിൽ പോയി കുളിക്കും. നാലഞ്ചു പ്രദക്ഷിണം വയ്ക്കും."

"കാലിനു സ്വാധീനമുണ്ടായിരുന്നെങ്കിൽ പത്തോ ഇരുപതോ നാഴിക നടക്കാൻ എനിക്കും പ്രയാസം കാണുകയില്ല."

കുഞ്ഞിക്കാവമ്മ പിന്നീടു വന്നതു കുഞ്ചുനായർക്ക് ഇലയടയും കൊണ്ടായിരുന്നു.

"വരുമ്പോഴൊക്കെ എന്തെങ്കിലും കൊണ്ടുവന്നാലെനിക്കൊരു ബുദ്ധിമുട്ടാകും."

"കൊണ്ടുവരുന്നോർക്കല്ലേ ബുദ്ധിമുട്ടു തോന്നേണ്ടത്?"

"അല്ലല്ല, മേടിക്കുന്നോർക്കും ബുദ്ധിമുട്ടു കാണും."

"പിള്ളേരാരെങ്കിലും അങ്ങോട്ടു വന്നാൽ കടുമാങ്ങാ കൊടുത്തയയ്ക്കാം."

"അതെയതെ. കുഞ്ഞിക്കാവമ്മയൊന്നും കൈയിൽ കൊണ്ടുവരരുത്. വല്ലതും വേണമെങ്കിൽ പിള്ളേരാരെങ്കിലും അങ്ങോട്ടു വരും. ഇതുതന്നെ പൊതിഞ്ഞുകെട്ടിക്കൊണ്ടുവന്നതു കണ്ടിട്ട് എനിക്കു വിഷമം തോന്നി, കേട്ടോ. ഞാനിപ്പോഴും അന്നത്തെപ്പോലെയൊക്കെയാ വിചാരിക്കുന്നത്."

"അതെനിക്കറിയാം. അതുകൊണ്ടാണല്ലോ ഞാൻ വല്ലപ്പോഴും ഇങ്ങോട്ടു വരുന്നത്."

അല്പനേരം ഇരുവരും മൗനമായിട്ടിരുന്നു.

"പെട്ടകത്തിലൊന്നുമില്ലേ?"

കുഞ്ചുനായർ വിരലിൽനിന്നു താക്കോലൂരിയപ്പോൾ കുഞ്ഞിക്കാവമ്മ താക്കോൽ വാങ്ങി പെട്ടകം തുറന്നു. കുഞ്ചുനായർക്കു മുറുക്കാൻ ചതച്ചു കൊടുത്തിട്ട് അവരും വെറ്റില മുറുക്കി.

പിന്നെയൊരുനാൾ, "കട്ടിലിന്റെയടിയിലിരിക്കുന്ന ഭരണി ഇങ്ങോട്ടൊന്നു മാറ്റിവയ്ക്കാമോ?"

കുഞ്ഞിക്കാവമ്മ ഭരണി മാറ്റിവെച്ചു തുറന്നുനോക്കി.

"കുഴമ്പോ? കാലിൽ പുരട്ടാനാണോ? ഞാൻ പുരട്ടിത്തരാം."

"അയ്യോ! വേണ്ട.!"

"അതിനെന്താ?" അവർ കുഴമ്പു കൈയിലൊഴിച്ചു.

കുഞ്ചുനായർക്കു വിമ്മിട്ടം തോന്നി. പുറകെ സന്തോഷവും.

"ഇതറിഞ്ഞെങ്കിൽ ഭരണി മാറ്റിവയ്ക്കാൻ ഞാൻ പറയുകയില്ലായിരുന്നു."

"നോക്കിക്കൊള്ളൂ. ഞാനിതു പുരട്ടിയൊന്നു തടവിയാൽ പതിനഞ്ചു ദിവസത്തേക്കു പിന്നെ വേദനയുണ്ടാവുകയില്ല."

"അതുകഴിയുമ്പോൾ കുഞ്ഞിക്കാവമ്മ വരുമായിരിക്കും, അല്ലേ?" എന്നു ചോദിച്ചിട്ട് അയാൾ പൊട്ടിച്ചിരിച്ചു.

"ചേട്ടനേക്കാൾ ഏഴെട്ടു വയസ്സിനിളപ്പമുണ്ടെനിക്ക്. എന്നെ പേരു വിളിച്ചാലും ആക്ഷേപമൊന്നുമില്ല."

"അയ്യോ, ഞാൻ പേരു വിളിക്കുകയില്ല."

"ചേട്ടന്റെ ഇഷ്ടംപോലെ വിളിച്ചോളൂ."

കുഞ്ഞിക്കാവമ്മ പോയപ്പോൾ കുഞ്ചുനായർ വിചാരിച്ചു. അറുപത്തഞ്ചായിക്കാണും വയസ്സ്. എന്നിട്ടും കൊഴുത്തുരുണ്ടിരിക്കുന്നു. ഇടയ്ക്കിടയ്ക്കോരോ മുടി വെളുത്തിട്ടുണ്ടെന്നേയുള്ളൂ. മുഖത്തിന്റെ മിനുക്കം പോയി. സ്വല്പം കൂടി വലുതായി മുഖം. അന്നത്തെ നിറപ്പകിട്ടില്ലിപ്പോൾ. നടക്കുന്നതു കാണാൻ ചന്തമുണ്ട്. സ്വഭാവമിത്ര നല്ലതാണെന്നു ഞാനറിഞ്ഞിരുന്നില്ല.

പലപ്പോഴും കുഞ്ചുനായർക്കു കൊടുക്കാനെന്തെങ്കിലും അവർ കൊണ്ടുവരും. ശർക്കരയോ കല്ലുണ്ടമോ മുന്തിരിങ്ങയോ ഉണ്ണിയപ്പമോ എന്തെങ്കിലും. ചിലപ്പോൾ വാസനപ്പുകയില. അല്ലെങ്കിൽ രണ്ടോ മൂന്നോ രൂപാ. മുറുക്കാൻ ചതയ്ക്കലും കുഴമ്പുപുരട്ടിത്തടവലും സാധാരണയായി. കുഞ്ഞിക്കാവമ്മ മാസത്തിൽ രണ്ടും മൂന്നും തവണ അയാളെ സന്ദർശിച്ചുപോന്നു. അവർ വരാൻ കാത്തിരിക്കും കുഞ്ചുനായർ. ക്രമേണ കുഞ്ഞിക്കാവമ്മ കുഞ്ചുനായരുടെ ഒപ്പം കട്ടിലിലിരിക്കാൻ തുടങ്ങി. ചിലപ്പോളവർ പൊട്ടിച്ചിരിക്കും. ചില ദിവസം ആ സ്ത്രീ ഏറെനേരം അയാളുടെയടുത്തിരുന്നെന്നും വരും.

"പഴയ ആളുകളോരോരുത്തരായി യാത്ര പറഞ്ഞു. നമ്മളു നാലഞ്ചു പേരേ ബാക്കിയുള്ളൂ."

"എന്റമ്മോ! പഴയ ആളുകളോ! കുഞ്ഞിക്കാവമ്മ പഴേ ആളാണോ? സമ്മന്തം കഴിഞ്ഞയിടയ്ക്ക് ആറാട്ടു കാണാൻ മനയ്ക്കലെ പടിപ്പുരയിൽ നിന്നത് ഇന്നലത്തെപ്പോലെ ഞാനോർക്കുന്നു. മുലക്കച്ചയും തോടയുമൊന്നുമില്ലെങ്കിലും അന്നത്തെപ്പോലെയിരിക്കുന്നു ഇപ്പോഴും."

കുഞ്ഞിക്കാവമ്മ ചിരിച്ചു: "ഇതൊക്കെ നോക്കിവച്ചിരുന്നോ?"

"ആരായാലും നോക്കിപ്പോകുമായിരുന്നു."

"ചേട്ടനും അന്നത്തെപ്പോലിരിക്കുന്നു. മുടി വെളുത്തെന്നേയുള്ളൂ. അതു ഭംഗിയാ."

കാലം മുന്നോട്ടു പോയപ്പോൾ തമ്മിൽ പ്രത്യേക ബന്ധമുണ്ടെന്നിരുവർക്കും തോന്നി. കുഞ്ഞിക്കാവിനെ സന്തോഷിപ്പിക്കണമെന്നയാൾ ആഗ്രഹിച്ചു. കുഞ്ചുനായർക്കൊരു ബുദ്ധിമുട്ടും വരാതെ നോക്കണമെന്നൊരു തോന്നൽ കുഞ്ഞിക്കാവിനുണ്ടായി.

അയാളുടെ വീട്ടിലുള്ളവർ പറഞ്ഞു. മനയ്ക്കലുള്ളവർ ഒന്നുമന്വേഷിച്ചില്ലെങ്കിലും അമ്മാവനെ സ്വന്തം അമ്മാവനെപ്പോലെയാ കുഞ്ഞിക്കാവമ്മ കരുതുന്നതെന്ന്.

ഒരു ദിവസം കുഞ്ചുനായർ കുഞ്ഞിക്കാവിന്റെ വലത്തുകൈ പിടിച്ചു കൊണ്ടു പറഞ്ഞു: "എന്നോടിത്രയും സ്നേഹം കാണിച്ചില്ലേ? ഞാനൊരു കാര്യം ചെയ്യാൻ പോകുകാ. തടസ്സം പറയരുത്."

"അതെന്താ തടസ്സം പറയുമെന്നു സംശയം?"

കുഞ്ചുനായർ തന്റെ മോതിരമൂരി ആ വിധവയുടെ അണിവിരലിൽ അണിയിച്ചു.

അയാളുടെ പരുക്കൻകൈ പിടിച്ചു കുഞ്ഞിക്കാവമ്മ തന്റെ മൃദുവായ മുഖമമർത്തി. മോതിരത്തിൽ നോക്കിക്കൊണ്ടവർ പറഞ്ഞു: "എനിക്കു പാകമാ."

കുഞ്ചുനായർ ചിരിച്ചു.

"ചേട്ടനു നടക്കാമെങ്കിൽ വീട്ടിലൊന്നു വരു."

"അയ്യോ നടക്കാൻ മേല. വല്ലതരത്തിലും അങ്ങോട്ടു വരാമെന്നു വയ്ക്കുക. തിരിച്ചു പോരാൻ വിഷമിക്കും."

"തിരിച്ചുപോരാൻ വിഷമം തോന്നിയാൽ അഞ്ചാറു ദിവസം അവിടെ താമസിക്കണം."

"വരാം. പിന്നെ വരാം. അടുത്ത വ്യാഴാഴ്ച എന്റെ പുറന്നാളാ. അതു കഴിഞ്ഞു വരാം. പുറന്നാളിനു കുഞ്ഞിക്കാവും വരണം, കേട്ടോ."

കുഞ്ചുനായരുടെ എഴുപത്തിനാലാം പിറന്നാളിനു കുഞ്ഞിക്കാവും ചെന്നു.

അദ്ദേഹം മരിച്ചതിന്റെ ദുഃഖമൊന്നു തണുത്തപ്പോൾ വീട്ടിലുള്ളവർ മോതിരമന്വേഷിച്ചു. "ആരെടുത്തു? എവിടെ വച്ചു? താക്കോലു കൈയിൽ നിന്നൂരിയവർ മോതിരവും ഊരിക്കാണുമല്ലോ. വല്ലവരും തട്ടിക്കൊണ്ടു പോയോ? പെട്ടകത്തിലും കണ്ടില്ല. ഈയിടെ അതു കൈയിൽ കാണാറില്ല. വല്ലേടത്തും ഊരിവച്ചിട്ടു കാക്കയോ എലിയോ കൊണ്ടുപോയതാണോ? ആരും കട്ടെടുക്കാനിടയില്ല. അമ്മാവനു ബോധമില്ലാതെ കിടന്നില്ലല്ലോ. ഈ ദിവസങ്ങളിൽ ഇവിടെ വിശേഷിച്ചാരും വന്നില്ല.... കുഞ്ഞിക്കാവുചേച്ചിയേ വല്ലപ്പോഴും വരാറുള്ളൂ. മോതിരത്തോടു ചേർത്ത് അവരുടെ പേരു പറഞ്ഞാൽ മഹാപാപമുണ്ട്. പൊന്നണിഞ്ഞു മതിയും കൊതിയും തീർന്നവരാണ് അവർ. അവരുടെ പെട്ടിയിലിപ്പഴും കാണും നൂറു പവന്റെ ഉരുപ്പടി. മുറ്റത്തോ പറമ്പിലോ എങ്ങാനും നോക്കാം. കണ്ടില്ലെങ്കിൽ മിണ്ടേണ്ട." ഇങ്ങനെയൊക്കെ അവിടെ പറച്ചിലുണ്ടായി.

മുട്ടത്തു വർക്കി

നീലിക്കട്ടാത്തി

നീലിയുടെ ജംബർ നനഞ്ഞു. അവളുടെ കറുത്തമേനിയിൽ വിയർപ്പിന്റെ ചാലുകൾ ഉണ്ടായി. ഒരിക്കലും ക്ഷീണിക്കാത്ത ശരീരം. മകരത്തിലെ മഞ്ഞിനും മീനത്തിലെ വെയിലിനും മിഥുനത്തിലെ മഴയ്ക്കും ഒന്നും അവളെ കീഴടക്കാൻ കഴിഞ്ഞിട്ടില്ല. അവൾ മുണ്ടകപ്പാടത്തു ഞാറുപറിച്ചു നടുകയാണ്; അവൾ നടിച്ചിൽ പാട്ടുപാടി. മറ്റു പെണ്ണാളുകൾ അത് ഏറ്റുപാടി. അവളുടെ പാദങ്ങൾ ചേറിൽ പുതഞ്ഞിരുന്നു. ശിരസ്സിൽ വജ്രക്കല്ലുകൾ പതിച്ച കൊച്ചുകൊച്ചു പൂഞ്ഞാനുകൾ ആ ചെളിവെള്ളത്തിൽ കുത്താടുകയുണ്ടായി.

എന്തൊരു ഉഗ്രമായ വെയിൽ! പക്ഷേ, നീലിക്കത് ആവണിമാസത്തിലെ പൂനിലാവായിട്ടേ തോന്നിയുള്ളൂ. അവളുടെ കറുത്ത മേലെല്ലാം ചേറുപുരണ്ടിരിക്കുന്നു. ആ ചേറിന്റെ മണം അവൾക്കിഷ്ടമാണ്. പാടത്തിൻ കരയിലെ തൈത്തെങ്ങിന്റെ തണലിൽ ഇരിക്കുന്ന പഠിത്തക്കാരനായ കൊച്ചിമ്രാൻ കേൾക്കാനല്ല അവൾ പാടുന്നത്. നീലമാനത്തേക്കു നോക്കി കിളിച്ചുവരുന്ന ഇളംഞാറുകളെ തൊടുമ്പോൾ അവളറിയാതെ തന്നെ പാടിപ്പോകും. ആ പാട്ടുകൾ കേട്ടു ഞാറുകൾ തലയാട്ടും; കൊച്ചുപൂഞ്ഞാനുകൾ കുത്താടുകയും ചെയ്യും.

"എന്താ കൂാത്തി നീ കൊച്ചിമ്രാനെ ഏറ്റുകണ്ണിട്ടു നോക്ക്ണത്?" കുഞ്ഞോലന്റെ പുലയി മാർത്ത ചോദിച്ചു.

"എനിക്ക് കണ്ണൊണ്ടായിട്ട്?" നീലി പറഞ്ഞു. നീലിയും മാർത്തയും ലോഹ്യത്തിൽ കഴിയുന്നവരാണ്. മാർത്ത ചുമ്മാ കളി തമാശ പറഞ്ഞതാണെന്ന് നീലിക്കറിയാം. വാസ്തവത്തിൽ, തൈത്തെങ്ങിൻ തണലിലിരിക്കുന്ന കൊച്ചിമ്രാനെ അവൾ ഏറ്റുകണ്ണിട്ടു നോക്കിയതുമാണ്. ഏതായാലും അതു മാർത്ത കണ്ടുപിടിച്ചത് പോക്കണംകേടായിപ്പോയി.

"കണ്ണൊണ്ടേൽ ഞാറേ നോക്ക് കൂാത്തീ," മാർത്ത മറുപടി പറഞ്ഞു.

"ഏൻ കൊച്ചിമ്രാനെ നോക്കിയെന്നുംവച്ച് നെനക്കെന്തൊടീ കുശുമ്പീ."

"എനിക്കൊരു ചേതോമില്ല; നീ നോക്കിക്കോ കൂാത്തീ. നോക്കിക്കോ."

"ആ, ഏൻ നോക്കും" നീലിക്കു വാശിയായി.

മേലത്തെ കണ്ടത്തിൽനിന്ന് കൈത്തോട്ടിലേക്കുള്ള മട ശരിപ്പെടുത്തുകയായിരുന്നു നീലിയുടെ തന്ത പത്രോസ് മൂപ്പൻ.

"എന്തിനെടീ കൂാങ്ങളെ നിങ്ങ ചണ്ടകൂട്ണത്?" കണ്ടത്തിൽനിന്ന് കൈത്തോട്ടിലേക്കൊഴുകുന്ന വെള്ളത്തിലേക്കു നോക്കിക്കൊണ്ട് മൂപ്പൻ അന്വേഷിച്ചു.

"ഞങ്ങ ചുമ്മാ കളിതമാശ പറേവപ്പാ" നീലി പറഞ്ഞു.

അവൾ വീണ്ടും പാടി. മറ്റു പെണ്ണുങ്ങളേക്കാൾ അവൾ കൂടുതൽ ഞാറുപറിച്ചു നട്ടു.

വളരെ നേരം അങ്ങനെ കുനിഞ്ഞു ചേറിൽ നിന്നപ്പോൾ അവളുടെ നടുവിന് നൊമ്പരം തോന്നി. അവൾ നിവർന്നുനിന്നു. നീലിമ പൂണ്ട ആകാശത്തോടുള്ള ഒരു വെല്ലുവിളി പോലെ അവൾ നിവർന്നുനിന്നു. അവളുടെ കനത്ത തലമുടിയിലും കഴുത്തിലും കണങ്കാലുകളിലുമെല്ലാം ചേറിന്റെ കുഴമ്പാണ്. നില്പു കണ്ടാൽ അവളാ പാടത്തിന്റെ റാണിയാണെന്നു തോന്നും. അഞ്ചംഗുലം കിളരം വച്ച കറുത്തിട്ട്യാരൻ ഞാറുകളുടെ തലപ്പുകളിൽ കിക്കിളിയിട്ടുകൊണ്ട് ഓടിപ്പോയ കുഞ്ഞിക്കാറ്റിൽ ചേറിന്റെ മാദകമായ മണം കലർന്നിരുന്നു. കഴുത്തിൽ പൊന്നിൻ ചെയിൻ അണിഞ്ഞ കൊച്ചിമ്രാൻ ഇരിക്കുന്ന തിട്ടയുടെ താഴത്തെ കുളത്തിൻകരയിൽ നില്ക്കുന്ന കൈത പൂത്തുനിന്നിരുന്നു. ആ കൈതയുടെ താഴെ കൊക്കിനു നീളമുള്ള രണ്ടു പൊന്മാനുകൾ ഇരുന്ന് എന്തോ സ്വകാര്യം പറയുന്നു.

നീലി വീണ്ടും കുനിഞ്ഞു. തെരുതെരെത്തെരുതെരെ ഞാറുകൾ നട്ടുകൊണ്ട് പെണ്ണാളുകളുടെ നിരയിൽനിന്ന് അവൾ മുന്നേറി. മറ്റുപെണ്ണാണുകളുടെ ഉള്ളിൽ അസൂയ തോന്നി. പക്ഷേ, നീലി ആരോടും മത്സരിച്ചല്ല അങ്ങനെ പണിയെടുക്കുന്നത്. ചേറിൽ നിന്ന് വേർപ്പു ചിന്തുന്നതാണ് അവളുടെ ആനന്ദം.

നടിച്ചിൽ കഴിഞ്ഞു.

എങ്കിലും നീലി എന്നും കണ്ടത്തിൽ പോകും. കണ്ടത്തിൽ വരമ്പിലെ കറുകപ്പുല്ലുകളുടെ ചുവടുകളിൽ അവളുടെ മൂർച്ചയുള്ള കൊയ്ത്തരിവാൾ സ്പർശിക്കുമ്പോഴുണ്ടാകുന്ന കിരുകിരശബ്ദം അവളുടെ ഹൃദയത്തെ രോമാഞ്ചം കൊള്ളിക്കും.

നീലാകാശത്തിലെ വെള്ളിമേഘങ്ങൾ കറുക്കാതായപ്പോൾ അവൾക്ക് ഉൽക്കണ്ഠയായി. അവളുടെ കൊച്ചിമ്രാന്റെ കണ്ടത്തിലെ കുരുന്നുഞാറുകൾ വിശന്നുപൊരിയുന്ന കുഞ്ഞുങ്ങളെപ്പോലെ വാടിത്തുടങ്ങുന്നതു കണ്ടപ്പോൾ അവളുടെ ഹൃദയം നുറുങ്ങിപ്പോയി. അവൾ ആകാശത്തിലേക്ക് അരിശത്തോടെ നോക്കി. നീലിച്ച മരുഭൂമിപോലെ കിടക്കുന്ന ആകാശം. അങ്ങു വടക്കുകിഴക്കെ ചക്രവാളത്തിൽ നീലിമലകളോടു തൊട്ടു

കറേ മേഘങ്ങൾ നില്പണ്ട്.

വേനൽ കടുകട്ടിയായി! അവൾ പല ദേവതകളോടും പുണ്യവാന്മാരോടും പ്രാർത്ഥിച്ചു. പള്ളികളിലും അമ്പലങ്ങളിലുമെല്ലാം അവൾ നേർച്ച നേർന്നു. മഴ പെയ്തില്ല. അവൾക്കു ദൈവങ്ങളോട് അരിശം തോന്നി.

രാത്രിയിൽ പാലുപോലുള്ള നിലാവു വന്നു നാട്ടുംപുറത്തെ പകലാക്കിയപ്പോഴും അവൾക്ക് അരിശം വന്നു. ആ നിലാവിനേക്കാൾ അവൾക്ക് എത്രമാത്രം പ്രിയങ്കരമാണ് ഇടിമിന്നലുകളുടെയും പിശറൻ കാറ്റുകളുടെയും തോഴ്മയോടു കൂടി ചതച്ചുകുത്തി പെയ്യുന്ന മഴ.

അവളുടെ കുരുന്നുഞാറുകൾ ഉണങ്ങിക്കരിയുന്നല്ലോ. പാടത്തിൻ കരയിലുള്ള കുന്നിൻചെരുവിൽ, ഒരുവട്ടമരത്തിന്റെ താഴത്തുള്ള ചെറ്റക്കുടിലിൽ നീലി നിലത്തു വിരിച്ച തഴപ്പായയിൽ കിടന്നുകൊണ്ട് ആകാശത്തിലേക്കു നോക്കി. ആ നിലാവൊന്നു മാഞ്ഞിരുന്നെങ്കിൽ! മാനം കറുത്തിരുന്നെങ്കിൽ! അവൾ പിറുപിറുത്തു.

"എന്നാ പുള്ളേ, നീ പിച്ചും പേയും പറേണത്?" പത്രോസ് മൂപ്പൻ ചോദിച്ചു.

"മഴ ഇനീം പെയ്യത്തില്ലേപ്പാ?" അവൾ ചോദിച്ചു.

"പെയ്യാണ്ടെവ്ടാപ്പോവാനാ?" മൂപ്പൻ അലക്ഷ്യനായി പറഞ്ഞു.

"നീ കെടന്നൊറങ്ങു പുള്ളേ."

പക്ഷേ, നീലിക്ക് ഉറക്കം വന്നില്ല. അവൾ ആകാശത്തെ നിലാവു പുരണ്ട വെള്ളിമേഘങ്ങളിലേക്കു തന്നെ നോക്കിക്കൊണ്ടു കിടന്നു. നോക്കി നോക്കി ആ മേഘങ്ങളെ കറുപ്പിക്കും എന്നു തോന്നും നോട്ടം കണ്ടാൽ. അവൾക്കു കാണാം അവളുടെ കൊച്ചിമ്രാന്റെ മുണ്ടകപ്പാടവും കൈതക്കുളവും അതിനപ്പുറത്തുള്ള കൊച്ചിമ്രാന്റെ മേടയും.

ആ കൊച്ചിമ്രാനെ അവൾക്കിഷ്ടമാണ്. എന്തുകൊണ്ടാണ് ഇഷ്ടം എന്ന് അവൾക്കറിഞ്ഞുകൂടാ. കൊച്ചുന്നാളിൽ അവർ തമ്മിൽ മണ്ണുവാരിക്കളിച്ചിട്ടുണ്ട്, പാടത്തിൻ കരയിൽ, കൈതക്കുളത്തിന്റെ അരികിൽ. പ്രായമായതിനുശേഷം അവർ തമ്മിൽ മിണ്ടിയിട്ടില്ല.

ഒരിക്കൽ പാടത്തിൻവരമ്പിൽവച്ച് കൊച്ചിമ്രാൻ അവളെ നോക്കി ഒന്നു പുഞ്ചിരിച്ചു. നീലി ഒരോട്ടം വച്ചുകൊടുത്തു. അവളുടെ ഹൃദയം തുടിച്ചു. എന്തുകൊണ്ടാണ് അങ്ങനെ ഹൃദയം തുടിച്ചതെന്ന് അവൾക്കറിഞ്ഞുകൂടാ.

"കൊച്ചിമ്രാ." എന്ന് അവൾ അവനെയോ "നീലീ" എന്ന് അവൻ അവളെയോ വിളിച്ചിട്ടില്ല. കൊച്ചിമ്രാന്റെ വീട്ടിൽ അവൾ ചിലപ്പോൾ പോകും. അദ്ദേഹം അവിടെയുണ്ടെങ്കിൽ അവൾ ഒളിച്ചു നിന്നുകളയും. എന്തുകൊണ്ടാണ് അങ്ങനെ ഒളിച്ചു നിന്നതെന്ന് അവൾക്കറിഞ്ഞുകൂടാ. അവൾക്ക് കൊച്ചിമ്രാനെ ഇഷ്ടമാണെന്നു മാത്രം അറിയാം.

"എടീ കൂത്തി, തമ്പ്രാക്കന്മാരൊക്കെ പെളയാ?" ഒരിക്കൽ അവളോട് മാർത്ത ഗുണദോഷിച്ചു.

"അതിന് ഏനെന്നാ മേണം?" നീലി ചോദിച്ചു.

"നീ കൊച്ചിമ്രാക്കന്മാരുടെ അടുത്തെങ്ങാൻ പോകലേ. എടീ കൂത്തീ, നിനക്കു പ്രായം മല്ലാത്തതാ."

നീലിക്കു കാര്യം മനസ്സിലായി. അവളുടെ പ്രായം വല്ലാത്തതുതന്നെ; വളരെ അപകടം പിടിച്ചതാണ്. പതിനേഴാമത്തെ വയസ്സ്, പ്രത്യേകിച്ചു നീലിയെ സംബന്ധിച്ചിടത്തോളം അവളുടെ അവയവങ്ങൾ ഈട്ടിത്തടികൊണ്ടു കൊത്തിയെടുത്ത ശില്പം പോലെ നയനമനോഹരങ്ങളാണ്. അവൾ കൊച്ചിമ്രാന്റെ അടുത്തെങ്ങും പോകുന്നില്ല.

അദ്ദേഹത്തോടു മിണ്ടുന്നുമില്ല. തമ്പ്രാക്കന്മാരൊക്കെ പിഴയായിരിക്കും. പക്ഷേ, അവളുടെ കൊച്ചിമ്പ്രാൻ പിഴയല്ല. അവളുടെ കൊച്ചിമ്പ്രാനും അവളുടെ മുണ്ടകപ്പാടവും.

ഒരു രാത്രിയിൽ നിനച്ചിരിക്കാതെ മഴ പെയ്തു. അവളുടെ കുടിലിന്റെ മുകളിൽ പട്ട പടേന്നു മഴത്തുള്ളികൾ വീണപ്പോൾ പടുപടേന്നു തന്നെ അവളുടെ ഹൃദയവും തുടിച്ചു. ആഹ്ലാദംകൊണ്ട്.

ഹോ! പുന്നാരമഴ! പാതിരാത്രി സമയമായിരുന്നു. ആ മഴയത്ത് അവളുടെ അപ്പനും അമ്മയും കുറെക്കൂടി നന്നായി ഉറങ്ങി. ആകാശത്തുനിന്നു ധാരാളമായി വരുന്ന ആ പുതുവെള്ളം അവളുടെ ശരീരത്തെ കോരിത്തരിപ്പിച്ചു. അവൾ ആ മഴയത്തുനിന്ന് ആകാശത്തേക്കു നോക്കി കൈ കൂപ്പി.

പാടത്തേക്ക് ഓടാൻ അവളുടെ കാലുകൾ തരിച്ചു. പക്ഷേ, അപ്പനറിഞ്ഞാൽ! ആ മഴയുടെ തണുപ്പ് അവളുടെ ശരീരത്തിലെ ഓരോ ഞരമ്പിലും പുളകം പൂശി. പുതുമണ്ണിന്റെ മണം വായുവിൽ കലർന്നു. എത്ര ചേലുള്ള മണം!

കൊയ്ത്തുകാലം വന്നു.

വിളവ് അത്ര മോശമായിരുന്നില്ല.

അവൾ കൊയ്തുകറ്റ കെട്ടി, കളത്തിൽ കൊണ്ടുചെന്നു. മെതിച്ചു. കൊച്ചിമ്പ്രാൻ പൊലി അളന്ന് അവൾക്കു പതം കൊടുത്തു. എല്ലാവർക്കും കൊടുക്കുന്നതു പോലെ.

ആ കൊയ്ത്തു കഴിഞ്ഞു പത്താംപക്കം ഒരു പുരുഷൻ വന്ന് അവളെ കണ്ടു. ദൂരെയെങ്ങോ സർക്കാരിൽ ജോലിയുള്ള ഒരു ചെറുപ്പക്കാരൻ. പത്രോസ് മൂപ്പന്റെ ഒരു പഴയ ചങ്ങാതിയുടെ മകനാണവൻ. അവനു പഠിപ്പുണ്ട്. ശമ്പളമുണ്ട്. കണ്ടാൽ യോഗ്യനുമാണ്.

"പാടവും തോടും ഉള്ളടത്ത് എന്നെ അയച്ചാ മതി," എന്ന് അവൾ അഭ്യർത്ഥിച്ചു.

പത്രോസ് മൂപ്പൻ ഒന്നു ചിരിക്കുക മാത്രം ചെയ്തു. തപസ്സിരുന്നാൽ കിട്ടുമോ പഠിപ്പും ഉദ്യോഗോം ഉള്ള ചെറുക്കനെ?

വിജയൻ എന്ന ആ യുവാവ് നീലിയെ കല്യാണം കഴിച്ചുകൊണ്ടുപോയി. ബോട്ടും മോട്ടോർവണ്ടിയും കേറിയാണ് നീലി അവളുടെ പുരുഷന്റെ കൂടെ പോയത്. വളരെ സ്നേഹമുള്ളയാളായിരുന്നു അവളുടെ പുരുഷൻ. നീലിക്ക് അവളുടെ ഭർത്താവിനെ ഇഷ്ടമായി. അങ്ങുദൂരെയുള്ള പട്ടണത്തിലെ ഒരു കൊച്ചു വീട്ടിൽ അവർ താമസമുറപ്പിച്ചു. വിജയൻ അവൾക്ക് ഒരു സാരി വാങ്ങിച്ചു കൊടുത്തു. നീലിക്ക് അതൊക്കെ ചുറ്റുന്നത് അത്ര ഇഷ്ടമില്ലായിരുന്നു. എങ്കിലും വിജയന്റെ ആഗ്രഹത്തിന് അവൾ സമ്മതിച്ചു. അവൻ അവൾക്ക് ഒരു സ്വർണ്ണമാലയും വളയും വാങ്ങിക്കൊടുത്തു. അതെല്ലാം അവളണിഞ്ഞു. അണിഞ്ഞപ്പോൾ അവൾ കുറെക്കൂടെ സുന്ദരിയാവുകയും ചെയ്തു.

വിജയൻ എന്നും രാവിലെ ആഫീസിൽ പോകും. വൈകുന്നേരം തിരിച്ചുവരും. അതുവരെ അവൾ തനിച്ച് ആ വീട്ടിൽ കഴിച്ചുകൂട്ടണം. കൂട്ടിലടച്ച കിളിയെപ്പോലെ ഒറ്റയ്ക്കിരിക്കുന്നത് നീലിക്കു വിഷമമാണ് എന്നു മനസ്സിലാക്കിയ വിജയൻ ഒരു പ്രായം ചെന്ന സ്ത്രീയെ കൊണ്ടുവന്ന് കൂടെത്താമസിപ്പിച്ചു. പിന്നീടാണ് നീലിക്കു മനസ്സിലായത് ആ സ്ത്രീയെ വീട്ടുവേലയ്ക്കു കൊണ്ടുവന്നതാണെന്ന്. അത് നീലിക്ക് ഒട്ടും രസിച്ചില്ല. കാരണം അവൾക്കു ചെയ്യാനുള്ള ജോലിതന്നെ ആ വീട്ടിലില്ല. അവളിൽ അടങ്ങിയിരിക്കുന്ന അസാധാരണമായ ശക്തി കയറുപൊട്ടിക്കും പോലെ തോന്നി. മഴയത്തുനിന്നു പണിയാൻ വിശാലമായ ഒരു പാടമാണ് അവൾക്കു വേണ്ടത്. മണമുള്ള സോപ്പിനേക്കാൾ അവൾക്കിഷ്ടം മുണ്ടകപ്പാടത്തെ ചേറാണ്.

"ഇവിടെങ്ങും പാടമില്ലേ?" ഒരു ദിവസം നീലി ചോദിച്ചു വിജയനോട്.

"എന്തിനാണ്?"

"എനക്കൊന്നു കാണണം. പാടത്തു പണിയാനെന്തൊരു കൊതി!"

വിജയൻ ഒന്നു ചിരിക്കുകമാത്രം ചെയ്തു.

പട്ടണത്തിലെ പരിഷ്കാരത്തോടും ആഡംബരപൂർണ്ണമായ ജീവിതത്തോടും പൊരുത്തപ്പെടാൻ നീലി ആവതും ശ്രമിച്ചു. പക്ഷേ, അവളുടെ മനസ്സു കൂടുതൽ കൂടുതൽ അസ്വസ്ഥമായതേയുള്ളൂ. മഴയും കാറ്റുമുള്ള രാത്രികളിൽ അവൾ തന്നെ ഇരുന്നു നെടുവീർപ്പിടും. അവൾ അവളുടെ പ്രിയപ്പെട്ട നാട്ടുംപുറത്തെ ഓർക്കും.

"എന്താ നീലി?" വിജയൻ ചോദിക്കും.

"ഒന്നുമില്ല. എനക്കൊന്നു പാടം കാണാമ്പോണം."

"ഒരവധി കിട്ടട്ടെ, നമുക്കു പോകാം."

പക്ഷേ, ആ അവധി അടുത്തുവന്നില്ല. അവൾക്കൊന്നിനും ഒരു ഉന്മേഷമില്ലെന്നായി. കരയ്ക്കു നട്ട താമരച്ചെടിപോലെ അവൾ തളർന്നുപോയി. ഡോക്ടർമാർ വന്നു രോഗമെന്തെന്നു കണ്ടുപിടിച്ചില്ല. എങ്കിലും അവർ ചികിത്സിച്ചു. വിജയന് ഒരുപിടി പണം ചെലവായി. എന്നാലും നീലിക്ക് സുഖം ലഭിച്ചില്ല. അവളുടെ രോഗം അടിക്കടി വർദ്ധിച്ചു. വിജയൻ അമ്പരന്നു.

"നീലി--"

"എന്തോ!"

"എന്നോടു നിനക്കു സ്നേഹമില്ലേ?"

അവളെ അവൻ സംശയിക്കുന്നതിൽ അവൾക്കു സങ്കടം തോന്നി.

അവളുടെ കുഴിഞ്ഞ കണ്ണുകളിൽ കണ്ണുനീർ കാണായി. വിജയനറിയാം അവൾ അവനെ ആത്മാർത്ഥമായി സ്നേഹിക്കുന്നുണ്ട് എന്ന്.

"എനക്കൊന്നു മുണ്ടകപ്പാടം കാണണം." അവൾ പറഞ്ഞു.

വിജയൻ പിന്നീടു താമസിച്ചില്ല. അവൻ ഉടനെ ഒരു വാടകക്കാർ പിടിച്ച് നീലിയെ അവളുടെ വീട്ടിൽ കൊണ്ടുവന്നു.

"എനക്കെന്റെ മുണ്ടകപ്പാടം ഒന്നു കാണണം." അവൾ ബോധമില്ലാത്തവളെപ്പോലെ പറഞ്ഞു. പത്രോസ് മൂപ്പനും മാർത്തയും വാവിട്ടു കരഞ്ഞുപോയി. അവർ അവളെ എടുത്തുംകൊണ്ടു മുണ്ടകപ്പാടത്തു പോയി.

നേരം സായാഹ്നമായിരുന്നു. പടിഞ്ഞാറെ ആകാശം ചെമന്നു കാണപ്പെട്ടു. കുറേശ്ശെ കറുത്ത മേഘങ്ങൾ ആകാശത്തിൽ അങ്ങിങ്ങായി നില്പുണ്ട്. കൈതക്കുളത്തിന്റെ പുൽത്തിട്ടയിൽ പായ് വിരിച്ച് ആളുകൾ അവളെ കിടത്തി. കതിരുകളെ ഗർഭം ധരിച്ചുകൊണ്ട് പച്ചച്ച നെൽച്ചെടികൾ പടിഞ്ഞാറൻ കാറ്റത്ത് ഇളകിക്കൊണ്ടിരുന്നു.

നീലി അവളുടെ ക്ഷീണിച്ച കണ്ണുതുറന്ന് ആ നെൽപ്പാടത്തേക്കു നോക്കി. അവാച്യമായ ഒരാനന്ദം അവളുടെ മുഖത്തു ദൃശ്യമായി. കൊച്ചിമ്രാൻ വിവരമറിഞ്ഞു സ്ഥലത്തെത്തി. ആളുകൾ ആചാരപൂർവ്വം മാറിക്കൊടുത്തു. കൊച്ചിമ്രാൻ നീലിയുടെ അടുത്തെത്തി.

"നീലി!" അദ്ദേഹം വിളിച്ചു.

"കൊച്ചി... മ്രാ!...." അനേകകാതം അകലെനിന്നെന്നപോലെ ആ ശബ്ദം ക്ഷീണിച്ചിരുന്നു. അവൾ എന്നേക്കുമായി കണ്ണടച്ചു. ആളുകളുടെ എതിർപ്പിനെ കണക്കാക്കാതെ ആ കൊച്ചിമ്രാൻ കൈതക്കുളത്തിന്റെ തിട്ടയിൽത്തന്നെ നീലിയുടെ മൃതദേഹം മറവു ചെയ്തു. പണ്ട് നീലിയുമൊന്നിച്ചു മണ്ണുവാരിക്കളിച്ച ആ പുൽത്തിട്ടയിൽത്തന്നെ.

എസ് കെ പൊറ്റെക്കാട്ട്

കാട്ടുചമ്പകം

കാട്ടുചമ്പകമരം കാണുമ്പോൾ എന്റെ കരളിൽ സമ്മിശ്രവികാരങ്ങൾ തളിരിടും. പല കാരണങ്ങളാലും മറ്റു പൂമരങ്ങളിൽനിന്നു വേറിട്ടു നില്ക്കുന്ന ഒരു വിചിത്ര വൃക്ഷമാണ് കാട്ടുചമ്പകം. കുന്നിൻചെരിവിലും അമ്പലപ്പറമ്പിലും ചുടലക്കളത്തിലും മതിലുകളുടെ മൂലയിലും അതു കൊടികുത്തി വാഴുന്നു. കേരളത്തിൽ മാത്രമല്ല, നിറത്തിലും ഗന്ധത്തിലും ഈഷൽഭേദങ്ങളോടെയുള്ള പുഷ്പങ്ങളും പ്രദർശിപ്പിച്ചുകൊണ്ട് അത് സിലോണിലും, മലയായിലും, ഇന്തോനേഷ്യയിലും പ്രത്യക്ഷപ്പെടുന്നു.

ഇലകളെല്ലാം കൊഴിഞ്ഞു നരച്ചുമുരടിച്ച അതിന്റെ കവരങ്ങൾ പൊൻപൂക്കൾ ചൂടി നില്ക്കുന്നതു കാണുമ്പോൾ എന്തോ ഒരു മാന്ത്രികഭയമാണ് മനസ്സിലങ്കുരിക്കുക. മുൾക്കിരീടം പോലെയും എല്ലിൻകൂടം പോലെയും പവിഴപ്പുറ്റു പോലെയും-- കുഷ്ഠരോഗിയുടെ കൈപ്പടംപോലെയും--ആ വൃക്ഷം എന്റെ ദൃഷ്ടികൾക്കു മുമ്പിൽ മാറി മാറി പ്രത്യക്ഷപ്പെടും.

കാട്ടുചമ്പകത്തെപ്പറ്റി ഇത്തരം പ്രതികരണങ്ങളെല്ലാം എന്നെ ബാധിച്ചിരുന്നത് ബാലിദ്വീപ് സന്ദർശിക്കുന്നതിനു മുമ്പായിരുന്നു. ബാലിയിൽ വെച്ചു ഞാൻ കണ്ട ഒരു കാട്ടുചമ്പകമരവും അതിന്റെ ചുവട്ടിൽ കുത്തിയിരിക്കുന്ന ഒരു കിഴവിത്തള്ളയും--

പിന്നിൽ ഒളിഞ്ഞിരിക്കുന്ന പ്രേമകഥയും - എന്റെ മനസ്സിൽ ഒരു പുതിയ ചിത്രം സൃഷ്ടിച്ചു. ഇപ്പോൾ കാട്ടുചമ്പകമരം കാണുമ്പോൾ ആ ചിത്രമാണ് എന്റെ മനസ്സിൽനിന്ന് എത്തിനോക്കുന്നത്.

കർഷക ഗൃഹങ്ങളിലെ ഒരു കൈവേലയായ ദാരുശില്പങ്ങളുമന്വേഷിച്ചുകൊണ്ട് സാംപി എന്നൊരാശാരിയുടെ കൂടെ ഞാൻ ബാലിദ്വീപിന്റെ ഒരു മൂലയിലെ ഗ്രാമങ്ങളിൽ നടക്കുകയായിരുന്നു. അങ്ങനെ ചമ്പൂവൻ എന്നൊരു കാട്ടുകഗ്രാമത്തിലെത്തി. അവിടെ ഒരു കിഴവൻ മരക്കൊത്ത് വേലക്കാരൻ പാർക്കുന്നുണ്ടെന്നും, "വള്ളിക്കെട്ടുകളിൽ വിശ്രമിക്കുന്ന പക്ഷികളും" "താമരമൊട്ടുകളിൽ പിണഞ്ഞുകിടക്കുന്ന മത്സ്യങ്ങളും" അവന്റെ ശില്പകലയുടെ സവിശേഷസൃഷ്ടികളാണെന്നും പറഞ്ഞുകൊണ്ടാണ് സാംപി, നട്ടുച്ചനേരത്ത് എന്നെ ചമ്പൂവനിലേക്കു കൂട്ടിക്കൊണ്ടു പോയത്.

ആ ശില്പിയുടെ പുരയിലേക്കു നടക്കുമ്പോൾ, കാട്ടുമൂലയിൽ ആമയുടെ ആകൃതിയിലുള്ള ഒരു പാറക്കെട്ടിന്റെ പിറകിൽ ഒരു കാംഭോജ വൃക്ഷച്ചുവട്ടിൽ (കാട്ടുചമ്പകത്തെ കാംഭോജം എന്നാണ് ബാലിക്കാർ വിളിക്കുന്നത്) ഒരു കിഴവിത്തള്ള കുത്തിയിരിക്കുന്നത് കണ്ടു. മുമ്പിൽ ഒരു കെട്ടു ചുള്ളിവിറകും ഉണ്ടായിരുന്നു. കാട്ടിൽ വിറകുപെറുക്കാൻ വന്നൊരു വൃദ്ധ, ക്ഷീണം തീർക്കാൻ അവിടെ കുത്തിയിരിക്കുകയാണെന്നേ ഞാൻ കരുതിയുള്ളൂ.

"ബാദ്രീദേവീ, എന്താ ഗന്ധർവ്വൻ വന്നോ?"

എന്റെ കൂട്ടുകാരൻ സാംപിയാശാരി ആ വൃദ്ധയെ നോക്കി വിനയത്തോടെ വിളിച്ചു ചോദിച്ചു.

തള്ള തൊണ്ണുകൾ കാട്ടിച്ചിരിച്ചുകൊണ്ട് മൊഴിയുന്നതു കേട്ടു.

"വരും...... വരും....... ഇന്നുരാത്രി തീർച്ചയായും വരും..."

ഞാൻ ആ വൃദ്ധയെ സൂക്ഷിച്ചു നോക്കി. ഉണങ്ങിയ ആത്തച്ചക്കപോലെ ചുളിഞ്ഞ മുഖം. നഗ്നമായ മാറിടത്തിൽ പണ്ടു യൗവനം കുനകൂട്ടിയിരുന്ന തടങ്ങൾ ഇടിഞ്ഞു കിടക്കുന്നു. ഉടുത്തിരുന്ന സാരോംഗ്, പഴക്കം ബാധിച്ചും, അഴുക്കുപറ്റിയും പുള്ളിമാൻ തോലുപോലെയായിട്ടുണ്ട്. കുത്തിവളർത്തിയ കാതിൽ ഓലച്ചുരുളുകൾ തിരുകിവെച്ചിരിക്കുന്നു. വെഞ്ചാമരം പോലത്തെ തലമുടി. ആ മുടിയിൽ കാട്ടുചമ്പകപ്പൂക്കൾ ചൂടിയിരിക്കുന്നു!

ആ കിഴവിയുടെ മിഴികളാണ് എന്നെ പ്രത്യേകം ആകർഷിച്ചത്. വാർദ്ധക്യ സ്പർശമേല്ക്കാത്ത അത്ഭുതനേത്രങ്ങൾ. നീലരത്നങ്ങൾപോലെ അവ പ്രകാശിച്ചുകൊണ്ടിരുന്നു.

ഞങ്ങൾ അവിടെനിന്നു നീങ്ങിയപ്പോൾ ഞാൻ സാംപിയോടു ചോദിച്ചു:

"ആ മുത്തമ്മ ആരെയാണ് കാത്തിരിക്കുന്നത്?"

"അവളുടെ ഗന്ധർവ്വൻ മുളൂക്ക് ആശാരിയെ..."

സാംപി ചിരിച്ചുകൊണ്ട് പറഞ്ഞു.

ഗന്ധർവ്വൻ മുളൂക്ക് ആശാരി! എനിക്കൊന്നും മനസ്സിലായില്ല-- അങ്ങനെ പെട്ടെന്ന് മനസ്സിലാക്കാൻ കഴിയാത്ത സംഗതികൾ പലതുമുണ്ട് ബാലിയിൽ.

സാംപി തുടർന്നു. "ബാദ്രിത്തമ്പുരാട്ടി തന്റെ ഗന്ധർവ്വനെയും കാത്ത് ഈ കുത്തിയിരിപ്പു തുടങ്ങിയത്, ഞാൻ ജനിക്കുന്നതിനു മുമ്പാണ്."

സാംപിക്കു പ്രായം ഒരു നാല്പതു നാല്പത്തഞ്ചു കാണും. അതായത് നാല്പത്തഞ്ചു കൊല്ലത്തിലേറെയായത്രേ ആ സ്ത്രീ അവിടെ ആരെയോ കാത്തു കുത്തിയിരിക്കുന്നു.

"എന്തിനാണ് അവളവിടെ അങ്ങനെ കുത്തിയിരിക്കുന്നത് - അവൾ ഭ്രാന്തിയാണോ?" ഞാൻ സാംപിയോടു ചോദിച്ചു.

"അല്ലാ-അവളൊരു ദേവതയാണ്" സാംപി ഭർത്സാദരസ്വരത്തിൽ പറഞ്ഞു: "ഗ്രാമവാസികൾ ആരാധിക്കുന്ന ഒരു പുതിയ ദേവത...."

ഞങ്ങൾ ദാരുശില്പിയുടെ സ്ഥലത്തെത്തി. പുര പൂട്ടിക്കിടക്കുന്നതായിട്ടാണ് കണ്ടത്. നിരാശയോടെ മടങ്ങി.

മടക്കയാത്രയിൽ സാംപി കാംഭോജ വൃക്ഷച്ചുവട്ടിൽ വിറകുകെട്ടുമായി കാത്തിരിക്കുന്ന വൃദ്ധയുടെ കഥ വിസ്തരിച്ചു പറഞ്ഞുതന്നു.

ചമ്പുവൻ കുന്നിന്റെ മറുഭാഗത്തെ താഴ്വരയിൽ പഴയ ബാലിരാജവംശത്തിലെ ഒരു ക്ഷത്രിയ കുടുംബമുണ്ടായിരുന്നു. പൂർവ്വികസ്വത്തുക്കളെല്ലാം ക്ഷയിച്ച് പഴയ പ്രതാപത്തിന്റെ നിഴലിൽ ഒറ്റപ്പെട്ടു കഴിയുന്ന ഒരു ദയനീയ കുടുംബം. ഇടിഞ്ഞു പൊളിഞ്ഞ മതിൽക്കെട്ടുകളുടെ മണ്ഡലത്തിൽ കൊട്ടാരം എന്ന പേരിൽ ഒരു കെട്ടിടക്കോലവും അതിനുള്ളിൽ കുറേ മനുഷ്യപ്രേതങ്ങളും. ചൊക്കോർദ്ദെ (ക്ഷത്രിയൻ) ഹ്രായി എന്നായിരുന്നു കുടുംബനാഥന്റെ പേര്.

കുന്നിന്റെ ഇങ്ങേച്ചെരിവിൽ ഒരു ശൂദ്രകുടുംബം പുതുതായി കുടിയേറിപ്പാർത്തു. ആ കുടുംബത്തിലെ മുളൂക്ക് എന്ന യുവാവ് ഒരു മരക്കൊത്തുവേലക്കാരനായിരുന്നു. ബാലിയിലെ കൗതുകവസ്തുക്കൾ-വിശേഷിച്ചും ദാരുശില്പങ്ങൾ- യൂറോപ്പിലേക്കു കയറ്റി അയക്കുന്ന ഒരു ഡച്ച് കമ്പനിക്കു ഗ്രാമങ്ങളിൽനിന്ന് പഴയ കൊത്തുവേലവസ്തുക്കൾ ശേഖരിച്ചുകൊടുക്കുന്ന ഒരു ബിസിനസും മുളൂക്ക് നടത്തിയിരുന്നു.

ചമ്പുവൻകുന്നിനപ്പുറത്തെ ഹ്രായിത്തമ്പുരാന്റെ അരമനയിൽ അത്ഭുതകരമായ ചില പഴയ ദാരുശില്പങ്ങളുണ്ടെന്ന് മുളൂക്ക് എങ്ങനെയോ മനസ്സിലാക്കി. ബ്രാഹ്മണപുരോഹിതൻ ഇഡൂബാഗുസ് മഹാദേവന് കുറച്ചു ദ്രവ്യം കൈമടക്കി. പുരോഹിതൻ മുഖാന്തരം മുളൂക്ക് ഹ്രായിയുടെ കൊട്ടാരത്തിലെ പഴയ ദാരുശില്പങ്ങൾ പോയി നോക്കാൻ ഒരവസരം കൈവരുത്തി. കൊട്ടാരത്തിൽ കടന്നു നോക്കിയപ്പോൾ മുളൂക്ക് അന്തംവിട്ടു നിന്നുപോയി. പഴയ ദാരുശില്പങ്ങളുടെ വിലമതിക്കാൻ കഴിയാത്ത വമ്പിച്ച ഒരു ശേഖരം അവിടെ, മാറാലകെട്ടിയും, പൊടിപറ്റിയും കിടക്കുന്നുണ്ടായിരുന്നു. നർത്തകികൾ, നർത്തകന്മാർ തുടങ്ങിയ മനുഷ്യരുടെയും വൃക്ഷലതാദികളുടെയും രൂപങ്ങൾ അത്ഭുതകരമായ കലാവിലാസത്തോടെ പല ജാതിമരങ്ങളിൽ പണിതീർത്തുവെച്ചിട്ടുണ്ടായിരുന്നു. ഒരു ഗ്യാമലിൻ വാദ്യഗായകസംഘത്തെ അങ്ങനെത്തന്നെ ദാരുശില്പങ്ങളിൽ പകർത്തി പ്രതിഷ്ഠിച്ചിരുന്നു.

ദാരിദ്ര്യത്തിൽ വലയുന്ന ഹ്രായിത്തമ്പുരാൻ ആ മരസ്സാമാനങ്ങളെല്ലാം വിറ്റു മാറാൻ തയ്യാറാണെന്നു മുളൂക്ക് മനസ്സിലാക്കി. നയത്തിൽ കാര്യം സംസാരിച്ചു. അഭിമാനത്തിന്റെ പ്രശ്നമാണ് കാരണവരെ അലട്ടിയിരുന്നത്. ഒടുവിൽ ഹ്രായി സമ്മതിച്ചു ഒരു വ്യവസ്ഥയിന്മേൽ; സംഗതി വളരെ സ്വകാര്യമാക്കി വെക്കണം. മുളൂക്ക് അല്ലാതെ മറ്റൊരു മനുഷ്യനും ഈ വ്യാപാരക്കാര്യം അറിയാൻ പാടില്ല.

മുളൂക്ക് അങ്ങനെതന്നെയെന്നു സത്യംചെയ്തു.

പഴയ കൊത്തുവേലകളുടെ വിലയെപ്പറ്റി ഒരു ബോധവുമില്ലാത്ത ഹ്രായിക്ക് ആ മരസ്സാമാനങ്ങൾക്കു മുളൂക്ക് നിശ്ചയിച്ച പ്രതിഫലം പ്രലോഭനീയമായി തോന്നി.

ദാരുശില്പങ്ങൾ ഒന്നൊന്നായി വളരെ രഹസ്യമായി, രാത്രിയിൽ കടത്തിക്കൊണ്ടുപോകണമെന്നായിരുന്നു വ്യവസ്ഥ. മുളൂക്കല്ലാതെ മറ്റൊരാളും അവിടെ

പ്രവേശിക്കരുതെന്നും ഹ്രായി കല്പിച്ചിരുന്നു.

അങ്ങനെ ഹ്രായിയുടെ അരമനയിൽ നേരവും നിലയും നോക്കാതെ യഥേഷ്ടം പെരുമാറുന്നതിന് മുള്ളൂക്കിന് അവസരം ലഭിച്ചു.

ഒരു രാത്രി മുള്ളൂക്ക് ഒരു മെഴുകുതിരിയുടെ മങ്ങിയ വെളിച്ചത്തിൽ നിലയറയിലെ കലാവസ്തുക്കൾ പരിശോധിക്കുകയായിരുന്നു. മുട്ടുകുത്തി നൃത്തം ചെയ്യുന്ന ഒരു ഗ്യാഞ്ഞാർ നർത്തകിയുടെ പുതിയൊരു വിഗ്രഹം, ഒരു മൂലയിൽ മുള്ളൂക്കിന്റെ ശ്രദ്ധയെ ആകർഷിച്ചു. മുള്ളൂക്ക് ആ കോമള വിഗ്രഹത്തിന്റെ ചുമലിൽ ഒന്നു തലോടി. പെട്ടെന്ന് അവൻ ഞെട്ടിത്തരിച്ചു പോയി. ആ നർത്തകിയുടെ കൈകൾ ചലിക്കുന്നു. മിഴികളും കരാംഗുലികളും നൃത്തമുദ്രകളോടെ വിറകൊള്ളുന്നു.

പെട്ടെന്നു മെഴുകുതിരിയും കെട്ടു- ആരോ ഊതിക്കെടുത്തിയപോലെ. മുള്ളൂക്കിന് നിലവിളിക്കാൻ ഒച്ച പൊങ്ങിയില്ല....

അപ്പോൾ ഇരുട്ടിൽ മണികിലുക്കംപോലെ ഒരു പൊട്ടിച്ചിരി മുഴങ്ങി. തുടർന്നു മുള്ളൂക്കിന്റെ കവിളിൽ ഒരു സുരഭിലനിശ്വാസസ്പർശം അനുഭവപ്പെട്ടു. അവന്റെ കാതിൽ ഒരു മൃദുലകൂജനവും. "പേടിക്കേണ്ടാ- യക്ഷിയും ദുർദ്ദേവതയുമൊന്നുമല്ല ഇത് ഞാനാണ്... ഞാൻ... ബാദ്രി."

ബാദ്രി, ഹ്രായിത്തമ്പുരാന്റെ ഏകപുത്രി.

മുള്ളൂക്ക് ഒരു മായാ സ്വപ്നത്തിൽ മുങ്ങിപ്പോയി.

ബാദ്രിത്തമ്പുരാട്ടിയുടെ മൃദുലപാണികൾ മുള്ളൂക്കിന്റെ കണ്ഠത്തിൽ ചുറ്റിപ്പിണഞ്ഞു...

അങ്ങനെ ആ നിലയറയിൽവെച്ച് മുള്ളൂക്കിന് ഒരു രാജകീയ രത്നം സ്വായത്തമായി.

ബാദ്രി, മറ്റൊരു ഗ്രാമത്തിലെ ഒരു ക്ഷത്രിയരാജകുമാരനായ ഹ്രറയുടെ പ്രതിശ്രുത വധുവായിരുന്നു. പഴയ പ്രതാപത്തിനനുസൃതമായി വിവാഹം, ആഘോഷത്തോടെ നടത്താൻ കൈയിൽ പണമില്ലാതെ, ഹ്രായി മകളുടെ വിവാഹം അങ്ങനെ നീട്ടിക്കൊണ്ടുപോവുകയായിരുന്നു. ഇപ്പോൾ കൊട്ടാരത്തിലെ ദാരുശില്പങ്ങൾ വിറ്റുകിട്ടുന്ന പണം കൊണ്ട് ബാദ്രിയുടെ വിവാഹം കെങ്കേമമായി നടത്താൻ പ്ലാനിട്ടുവരികയാണ്, കിഴവൻ ഹ്രായി. ഈ ഘട്ടത്തിലാണ് ബാദ്രി യുവകോമളനും, കലാകാരനുമായ മുള്ളൂക്കിനെ കൊട്ടാരത്തിൽ ഒറ്റയ്ക്കു കണ്ടുമുട്ടിയത്. എല്ലാം മറന്ന് അവൾ ആ ഗന്ധർവ്വനിൽ അനുരക്തയായി...

മരസ്സാമാനങ്ങൾ കടത്തിക്കൊണ്ടുപോകുന്ന ജോലി മുള്ളൂക്ക് വളരെ മന്ദഗതിയിലാക്കി. അങ്ങനെ രാത്രികൾ ഏറെ കടന്നുപോയി. നിലയറയിൽ ബാദ്രിയുടെയും മുള്ളൂക്കിന്റെയും പ്രണയനൃത്തങ്ങൾ തുടർന്നുകൊണ്ടിരുന്നു.

ദാരുവിഗ്രഹങ്ങളും, കലാമുദ്ര പതിഞ്ഞ ഗൃഹോപകരണങ്ങളും മറ്റുജംഗമവസ്തുക്കളും കലാശിച്ചപ്പോൾ കൊട്ടാരത്തിലെ തൂണുകളിലും വാതിലുകളിലും ജാലകങ്ങളിലും ഭിത്തികളിലും മച്ചിലും മറ്റുമുള്ള മരക്കൊത്തുവേലകളിൽ മുള്ളൂക്ക് താല്പര്യം പ്രകടിപ്പിച്ചു. പണക്കൊതിമൂത്ത കാരണവർ ഹ്രായി അവയും പൊളിച്ചെടുത്തുകൊള്ളാൻ അനുവാദം നല്കി.

ആ ചിത്രപ്പലകകളോരോന്നും വളരെ സൂക്ഷ്മതയോടെ അടർത്തിയെടുക്കാൻ മുള്ളൂക്കിന് അനേകം രാത്രികളിലെ വേല വേണ്ടിവന്നു.

അങ്ങനെ മുള്ളൂക്ക് മൂന്നു മാസത്തോളംകാലം ഹ്രായിയുടെ അരമനയിൽ ഒരു പുതുമണവാളനെപ്പോലെ കഴിഞ്ഞു.

കൊട്ടാരത്തിലെ കലാവസ്തുക്കളെല്ലാം ഒഴിഞ്ഞു. മുള്ളൂക്കിനു തന്റെ പ്രേമദേവതയു

മായി അവസാനയാത്ര പറയാനുള്ള രാത്രിയും വന്നെത്തി.

ബാദ്രി, മുളൂക്കിനോട് 'ത്യാങ് പാമിത്ത്' (യാത്രാമൊഴി) പറഞ്ഞില്ല. അവൾ കാര്യം തുറന്നു പറഞ്ഞു. അവൾക്ക് ക്ഷത്രിയരാജകുമാരനായ ഹ്ലറയെ വേണ്ട. യുവകോമളനും കലാകാരനുമായ മുളൂക്കിന്റെ പത്നിയായിരിക്കാൻ അവൾ പ്രതിജ്ഞയെടുത്തു കഴിഞ്ഞു.

ഒരു ക്ഷത്രിയ രാജകുമാരിയെ ഒരാശാരിപ്പയ്യൻ വിവാഹം ചെയ്യുക! കൊടുങ്കാറ്റും കാട്ടുതീയും ഗ്രാമത്തിൽ പടർന്നുപൊങ്ങും.

എന്തു ചെയ്യണമെന്നറിയാത മുളൂക്ക് കുഴങ്ങി.

ബാദ്രി കാമുകനെ ഉപദേശിച്ചു: "നമുക്കു ഗാന്ധർവ്വ വിവാഹം നടത്തി ഗ്രാമം വിട്ടു പോകാം."

മുളൂക്ക് അതിനെപ്പറ്റി ഗാഢമായി ചിന്തിച്ചു.

കൊട്ടാരത്തിലെ ദാരുശില്പങ്ങളുടെ വ്യാപാരത്തിൽ ഡച്ച് കമ്പനിയിൽനിന്നു ഭീമമായൊരു തുക മുളൂക്ക് സമ്പാദിച്ചിരുന്നു. ആ പണവും കൊണ്ട് ഇരുവർക്കും ദൂരെ സിംഗരാജയിൽ പോയിത്താമസിക്കാം. അവിടെ അവരെ ആരും കണ്ടുപിടിക്കുകയില്ല.

വിവാഹം ഗൂഢമായിട്ടാണെങ്കിലും, പഴയ ആചാരപ്രകാരം നടത്തണമെന്ന് ബാദ്രിക്ക് നിർബ്ബന്ധമുണ്ടായിരുന്നു. ബാദ്രി വൈകുന്നേരം വിറകു പെറുക്കാൻ ചമ്പൂവൻ കാട്ടിലെത്തും. വിറകുകെട്ടുമായി അവൾ കാടിന്റെ വടക്കുകിഴക്കെ കോണിലെ ആമപ്പാറയുടെ പിറകിലെ കാംഭോജ വൃക്ഷച്ചുവട്ടിൽ കാത്തിരിക്കും. അപ്പോൾ അവളുടെ ഗന്ധർവ്വൻ മുളൂക്ക് അവിടെയെത്തി അവളെ അപഹരിച്ചു കൊണ്ടുപോകണം (വിറകുകെട്ടും അതിന്റെ മീതെ ഒരരക്കച്ചയും ഉടമയില്ലാതെ കിടക്കുന്നതു കണ്ടാൽ ജനങ്ങൾ ഊഹിച്ചുകൊള്ളും അവളെ 'ഗന്ധർവ്വൻ' പിടിച്ചുകൊണ്ടുപോയെന്ന് - അങ്ങനെയാണ് ആചാരം).

പറഞ്ഞൊത്തപ്രകാരം അന്നു സായാഹ്നത്തിൽ ബാദ്രി രാജകുമാരി കൊട്ടാരത്തോട് അവസാനയാത്ര പറഞ്ഞു ചമ്പൂവൻ കാട്ടിലേക്ക് നടന്നു. വിറകു പെറുക്കിക്കെട്ടി, ആമപ്പാറയുടെ പിറകിലെ കാംഭോജ വൃക്ഷച്ചുവട്ടിൽ കാത്തിരിപ്പായി.

ആകാശം അന്തിച്ചോപ്പിൽ ആറാടിത്തുടങ്ങി.

അവളുടെ ഗന്ധർവ്വൻ വന്നില്ല.

അന്തിമയങ്ങി: കാട്ടിൽ ഇരുൾ ഇഴഞ്ഞുകേറി.

എന്നിട്ടും വന്നില്ല ഗന്ധർവ്വൻ.

ആകാശം പുള്ളിക്കുപ്പായമണിഞ്ഞു: രാത്രിയിലെ യാമങ്ങൾ നിരങ്ങി നിരങ്ങി കടന്നുപോയി.

അവളുടെ ഗന്ധർവ്വൻ വന്നില്ല...

പിറ്റേന്നു പ്രഭാതമായപ്പോഴേക്കും അവൾ വിറകുകെട്ടുമായി ആ കാട്ടുചമ്പകമരച്ചോട്ടിൽത്തന്നെ കാത്തിരിക്കുന്നുണ്ടായിരുന്നു.... ഒരുന്മാദിനിയുടെ മട്ടിൽ.

ബാദ്രിയുടെ ഗന്ധർവ്വന് എന്തു പറ്റി? ആ ആശാരി അവളെ വഞ്ചിച്ചു കടന്നു കളഞ്ഞുവോ?

ബാദ്രി ചമ്പൂവൻകാട്ടിൽ മുളൂക്കിനേയും കാത്തിരിക്കുമ്പോൾ കുന്നിന്റെ മറുവശത്ത് ഒരു സംഭവം നടക്കുന്നത് അവളറിഞ്ഞില്ല. ഇന്നേവരെ അവളത് അറിഞ്ഞിരിക്കാനും ഇടയില്ല.

ബാദ്രിത്തമ്പുരാട്ടിയും ആശാരിമുളൂക്കും തമ്മിൽ കൊട്ടാരത്തിലെ അറയിൽവെച്ച് നടത്തിയ അവസാന സംഭാഷണം അവിടത്തെ കിഴവിയായ ദാസി റാക്ക, പത്തായത്തിൽ ഒളിച്ചിരുന്നു കേട്ടിരുന്നു.

പിറ്റേന്നു പുലർച്ചെ റാക്ക, ബാദ്രിയുടെ പ്രതിശ്രുതവരനായ ഹ്ലറയുടെ അടുക്കലേക്കു ഓടി. ഈ രഹസ്യം ഒറ്റിക്കൊടുത്തു. ഹ്ലറയുടെ കൈയിൽനിന്ന് അവൾക്കു നല്ലൊരു സമ്മാനവും കിട്ടി.

അന്നു വൈകുന്നേരം ഹ്ലറയും മല്ലന്മാരായ മൂന്നുനാലു അനുചരന്മാരും ചമ്പൂവൻകുന്നിന്റെ മൂലയിൽ ഒളിച്ചിരുന്നു. യാത്രാഭാണ്ഡവും പണസഞ്ചിയുമായി ചമ്പൂവൻ കാട്ടിലേക്കു ബാദ്രിയെത്തേടി വന്ന മുളൂക്കിനെ അവർ കടന്നു പിടിച്ചു. അവർ അവനെ തല്ലിക്കൊന്നു; ശവം അവിടെത്തന്നെ ഒരു കുഴിമാന്തി മൂടി - പണസഞ്ചിയുമെടുത്ത് അവർ തിരിച്ചുപോയി.

മകളെ കൊട്ടാരത്തിൽ കാണാതെ പരിഭ്രാന്തനായ ഹ്രായി പിറ്റേന്നു രാവിലെ കേട്ടു, അവൾ ചമ്പൂവൻകാട്ടിൽ കുത്തിയിരിക്കുന്നുണ്ടെന്ന്. ഹ്രായി അവിടേക്കോടിച്ചെന്നു. ഗ്രാമവാസികളിൽ ചിലരും അവിടെയുണ്ടായിരുന്നു.

ഹ്രായി മകളെ വാരിപ്പുണർന്നു.

ബാദ്രി എഴുന്നേല്ക്കാൻ കൂട്ടാക്കിയില്ല.

"ഞാൻ എന്റെ ഗന്ധർവ്വനെ കാത്തിരിക്കയാണ്."

"ഞാൻ എന്റെ ഗന്ധർവ്വൻ മുളൂക്കിന്റെ കൂടെപ്പോകും."

അവൾ പരസ്യമായി പ്രഖ്യാപിച്ചു.

മകളുടെ വാക്കുകൾ കേട്ടപ്പോൾ ഹ്രായി ചെവി പൊത്തിക്കൊണ്ടു കൊട്ടാരത്തിലേക്കുതന്നെ തിരിഞ്ഞോടി.

അന്നുതന്നെ ഹ്രായി, ഇഡു ബാഗുസ് മഹാദേവനെ വരുത്തി, ബാദ്രിക്ക് പിണ്ഡം വച്ച് അവളെ കുലത്തിൽനിന്നു പുറംതള്ളിക്കളഞ്ഞു.

എന്നാൽ, ഗ്രാമക്കാർ ബാദ്രിയെ ചമ്പൂവൻകാട്ടിലെ ഒരു ദേവതയായി അവരോധിച്ചു. ഉന്മാദം പിടിപെടുന്നത് ദേവീപ്രസാദംകൊണ്ടാണെന്ന് ബാലിക്കാർ വിശ്വസിക്കുന്നു.

ഗ്രാമക്കാർ കാംഭോജ വൃക്ഷച്ചുവട്ടിലെ ദേവിയെ പൂവിട്ടു പൂജിച്ചു.

അവർ ദേവിക്ക് അപ്പങ്ങളും പഴങ്ങളും മറ്റു ആഹാരപദാർത്ഥങ്ങളും നിവേദിച്ചു. വിറകുകെട്ടിനെയും അവർ പൂജിച്ചു.

ആളുകൾക്ക് ദീനം പിടിച്ചാൽ അവർ ബാദ്രിദേവിക്ക് നേർച്ചകൾ നേർന്നു.

ചിലരുടെ ദീനം സുഖപ്പെട്ടു. അപ്പോൾ ദേവി കൂടുതൽ ആരാദ്ധ്യയായി.

അങ്ങനെ വർഷങ്ങൾ പോയിക്കൊണ്ടിരുന്നു.

ബാലിദ്വീപിൽ പല പരിവർത്തനങ്ങളും വന്നു.

ഡച്ചുകാർ പോയി നാടു സ്വതന്ത്രയായി.

ഹ്രായിയുടെ കുടുംബം കുറ്റിയറ്റുപോയി- കൊട്ടാരം നിന്നിരുന്ന സ്ഥലത്ത് ഇപ്പോൾ ഒരുറുമാമ്പഴത്തോപ്പാണ് കാണുന്നത്.

ഡച്ചുകാർക്കെതിരെ നടന്ന സമരത്തിൽ, ഹ്ലറയും വധിക്കപ്പെട്ടു.

എന്നാൽ ബാദ്രി, നാല്പത്തഞ്ചുകൊല്ലം കഴിഞ്ഞിട്ടും അവിടെ ആ കാട്ടുചമ്പകച്ചോട്ടിൽ വിറകുകെട്ടുമായി തന്റെ ഗന്ധർവ്വനെയും കാത്തു കുത്തിയിരിപ്പു തുടരുന്നു...

പതിനെട്ടുകൊല്ലം മുമ്പാണ് ബാലിയിലെ ചമ്പൂവൻ കാട്ടിലെ ചമ്പകമരച്ചോട്ടിൽ

കുത്തിയിരിക്കുന്ന ആ പ്രേമ പൂജാരിണിയെ ഞാൻ കണ്ടത്.

ബാഗ്ദി ഇപ്പോഴും അവിടെത്തന്നെ കുത്തിയിരിക്കുന്നുണ്ടാകുമോ? അല്ലാ- മറ്റൊരു ഗന്ധർവ്വൻ-- മൃത്യുഗന്ധർവ്വൻ- അവളെ അപഹരിച്ചുകൊണ്ടുപോയോ?

എന്നാലും ഒന്നു നിശ്ചയം, ജരാനര ബാധിച്ച മുരടിച്ച കവരങ്ങളിൽ പൊൻപൂക്കൾ പ്രദർശിപ്പിച്ചുകൊണ്ട് ആ കാട്ടുചമ്പകമരം ഇപ്പോഴും അവിടെ നിലകൊള്ളുന്നുണ്ടാവും.

ലളിതാംബിക അന്തർജ്ജനം

മൂടുപടത്തിൽ

എത്ര കട്ടിയേറിയ കോടിത്തുണിയാണത്. അതിനാൽ മറയ്ക്കപ്പെടുന്ന രൂപം എങ്ങനെയുള്ളതായിരിക്കും. ചെറുപ്പമോ, വയസ്സായതോ, സുന്ദരമോ, വിരൂപമോ, മൃദുലമോ, ശുഷ്കമായതോ? ഒരു നേരിയ രേഖ പോലും വെളിയിലറിയില്ല. ഉണങ്ങിയ ദർഭവിരിപ്പിൽ അതു സുഖനിദ്രകൊള്ളുന്നു. ചുറ്റുപാടുമുള്ള കൂരിരുട്ടിനു ഭീകരമായ നിറഭേദം കൊടുത്തുകൊണ്ട് ഒരു നിലവിളക്കു മങ്ങിമിനുങ്ങി.

ഗാഢമായ നിശ്ശബ്ദത; പേടിപ്പെടുത്തുന്ന മൗനം. നിങ്ങൾക്കെത്ര സങ്കടമുണ്ടെങ്കിലും ഒരു നെടുവീർപ്പുകൊണ്ടുപോലും ഈ നിശ്ചലതയെ ഭഞ്ജിക്കരുതേ!

ഉണർന്നിരുന്നപ്പോൾ അവൾ ലോകം കണ്ടിട്ടില്ല. ഒച്ചപ്പാടുകൾ ഇഷ്ടപ്പെട്ടിരുന്നില്ല. ആ ഹൃദയത്തുടിപ്പുകൾ എത്രമാത്രം ഉച്ചത്തിലായിരുന്നാലും വെളിയിൽ കേൾക്കാതെ അമർത്തപ്പെട്ടിട്ടുണ്ട്. പിന്നെ ഇപ്പോൾ - ഈ അവസാനനിമിഷത്തിൽ - അനപേക്ഷിതമായ അനുഭാവപ്രകടനംകൊണ്ടു നാമെന്തിനവളെ അസഹ്യപ്പെടുത്തുന്നു?

സമാധാനം. സംതൃപ്തി. ശാന്തത-

ജീവിതത്തിൽ അനുഭവിച്ചിട്ടില്ലാത്ത സകലതും അവൾക്കിവിടെയുണ്ട്. ക്രൂരതയ്ക്ക് ഇനിമേലാൽ അവളെ കരയിക്കാൻ കരുത്തില്ല; ശകാരങ്ങൾ വേദനിപ്പിക്കയില്ല. അധികാരം വീർപ്പുമുട്ടിക്കുകയുമില്ല. ശാന്തി. പരമമായ സ്വാതന്ത്ര്യസിദ്ധി. ഉറങ്ങിക്കോളൂ. സോദരീ, സുഖമായി സ്വസ്ഥമായി കിടന്ന്, ഇന്നാദ്യമൊന്ന് ഉറങ്ങിക്കൊള്ളൂ.

അടുത്ത മുറിയിൽ ആരൊക്കെയോ പിറുപിറുക്കുന്നു. നെഞ്ചിൽത്തട്ടാത്ത ചില ഏങ്ങലുകൾ. ഒരു ചടങ്ങ്. ജീവിതത്തിൽ അവൾ ഒരു നല്ല വാക്കു കേട്ടിട്ടില്ല. ഇപ്പോൾ എല്ലാവരും സ്തുതിക്കുന്നു.

"പാപ്പി ഭാഗ്യവതിയാണ്. താലിയോടെ തന്നെ മരിച്ചല്ലോ."

തെക്കെ പറമ്പിൽ മാവുവെട്ടുന്ന ശബ്ദം. അതിനടുത്തു തീക്കുഴി തീർത്തുകഴിഞ്ഞു. എല്ലാവരും അവസാന കർമ്മങ്ങൾക്ക് ഉഴറുകയാണ്. എന്തോ ഒരു ഭാരം ഒഴിഞ്ഞതു പോലെ- പെൺകൊട കഴിഞ്ഞ ഭവനത്തിലെ ശാന്തതയും സമാധാനവും.

എനിക്കു മാത്രം ഇന്നെന്താണിത്ര മനോക്ഷോഭം? മരിച്ചുപോയ - മുക്തി പ്രാപിച്ച ആ സ്ത്രീ എന്റെ ആരായിരുന്നു? ആരുമല്ല. വെറുമൊരയല്ക്കാരി. പരിചിത - അല്പമാത്രമായ ചില ബന്ധങ്ങളുണ്ടെന്നു തോന്നുന്നു. പക്ഷേ, ഈ ബന്ധുത്വമെന്നാലെന്താണ്? ലൗകികമായി കുടുംബപരമായ ചാർച്ചകൾ മാത്രമേ ബാധകമാകയുള്ളോ? ആത്മാവിന്റെ അന്തരിന്ദ്രിയങ്ങളുടെ അടുപ്പംമൂലം കർമ്മ നീതമായിത്തന്നെ സ്വയം ബന്ധിക്കുന്ന ഹൃദയങ്ങൾ ബന്ധുത്വമുള്ളതല്ലേ? അങ്ങനെയാണെങ്കിൽ ഈ യുവതിയെയും എന്നെയുംപോലെ ഉറ്റ ബന്ധുക്കൾ ലോകത്തു മറ്റാരും ഇല്ല. ഒരുപക്ഷേ, അതാരറിയുന്നു. ഞങ്ങളിരുവരും ഇപ്പോൾ ഞാൻ മാത്രമല്ലാതെ.

ആ മൃദുലഹൃദയം, അങ്ങേയറ്റംവരെ എന്നെ തുറന്നു കാണിച്ചിട്ടുണ്ട്. അതിന്റെ ഉള്ളറയിലെ കടുത്ത മുറിവുകളും പൊള്ളലും വ്രണങ്ങളും, അതിനിടയിൽ ആരുമറിയാതെ അമർത്തിയിരിക്കുന്ന മധുരവേദന നിറഞ്ഞ ചില സ്മരണകൾ കൂടി.

സഹോദരീ! ക്ഷമിക്കണേ! അതു വെളിപ്പെടുത്താൻ എനിക്കനുവാദമില്ല. ഈ അവസരത്തിൽപ്പോലും ആ തെറ്റു നീ പൊറുക്കുകയുമില്ല. എന്നാൽ ഹൃദയം വിങ്ങിനീറുന്ന അനേകായിരം വികാരങ്ങൾക്കിടയിൽ മർദ്ദിതവും പരമദയനീയവുമായ ആ ചരിത്രം ഞാൻ ഒന്നുകൂടി ഓർത്തുകൊള്ളട്ടെ. അതു നിന്റെ ആത്മാവിനെ ഒരിക്കലും ക്ഷതപ്പെടുത്തുകയില്ല. പാവനവും പരിശുദ്ധവുമായ ഒരന്തരീക്ഷത്തിലേക്കുയർത്തുകയല്ലാതെ..

അവസാന ദഹനാഗ്നിക്കു പോലും വെളിപ്പെടുത്താൻ കഴിയാത്ത ചില മഹാരഹസ്യങ്ങൾ സ്ത്രീഹൃദയത്തിൽ ഒളിഞ്ഞിരിക്കുന്നു. മതത്തിന്റെ - സമുദായത്തിന്റെ - വിധിയുടെ പോലും വിപരീതശക്തിക്കു കീഴടങ്ങി- കണ്ണീരില്ലാത്ത കരച്ചിൽ - ശ്വാസമില്ലാത്ത ജീവിതം - പുകയാത്ത അഗ്നിപർവ്വതംപോലെ അവയുടെ പൊട്ടൽ ഉള്ളിൽത്തന്നെ നടക്കുകയാണ്.

പച്ചപ്പാവവും പകുതി ഭ്രാന്തിയുമായ ഒരു പെൺകുട്ടി. ആരറിഞ്ഞു അവളുടെ മനസ്സിൽ ഒരു മഹാവിപ്ലവം പ്രവർത്തിക്കുന്നുണ്ടെന്ന്. അതിന്റെ ഫലമായാണ് ഇത്ര വേഗം നിർവ്വാണമടഞ്ഞതെന്ന്. പാപ്പി ഇരുപത്തിയഞ്ച് പിറന്നാൾപോലും ഉണ്ടിട്ടില്ല.

ഒരു ഇടവപ്പാതിയുടെ കടുത്ത കോളിളക്കത്തിലാണ് അവളെ ആ അടുക്കളത്തളത്തിൽ കുടിവെച്ചത്. ആർപ്പുവിളിയില്ല, അലങ്കാരമില്ല. ഒരു നിലവിളക്കുപോലും ആ സ്വീകരണത്തിനായി കൊളുത്തപ്പെട്ടില്ല. തിരുനാവായ്ക്കു പോയ വയസ്സൻ മൂസാമ്പൂരി നാലാംവേളിയുമായി തിരിച്ചുവന്നപ്പോൾ അകത്തളത്തിൽ മൂന്നു മുഖങ്ങൾ കാറുകൊണ്ടു നിന്നിരുന്നു. കൊടുങ്കാറ്റ്-ഇടി-പേമാരി. അവളെ ഏതിരേറ്റ വാദ്യഘോഷങ്ങൾ

ഇവയാണ്!

മനുഷ്യമനസ്സിനു സ്വാർത്ഥത സൃഷ്ടിദത്തമല്ലേ? സ്ത്രീയാവട്ടെ, പുരുഷനാവട്ടെ, യുവാവാകട്ടെ, വൃദ്ധനാകട്ടെ, പണ്ഡിതപാമരഭേദമെന്യേ അതിനു കീഴ്പ്പെടുന്നു. അവരെ പഴിക്കേണ്ട. ആ ജ്യേഷ്ഠത്തിമാർ ന്യായമായി ഭയപ്പെട്ടു. ഇവൾ സുന്ദരിയാണ്. ചെറുപ്പക്കാരിയാണ്. ഒരു അറുപതാംവയസ്സുകാരൻ നവവധുവിനു കീഴടങ്ങാതിരിക്കുമോ?

എന്നാൽ അത്ഭുതമേ! അനുഭവം മറിച്ചായിരുന്നു. പാപ്പി ഭർത്താവിനെ ഒട്ടും കൂട്ടാക്കിയില്ല. ശുശ്രൂഷിക്കയില്ല, അടുത്തു ചെല്ലുകയില്ല, വിളിച്ചാൽ ഒന്നു മിണ്ടുകപോലുമില്ല. ശാസിച്ചു. ശകാരിച്ചു; ഗുണദോഷിച്ചു. അവസാനം ആവതു മർദ്ദിക്കപോലും ചെയ്തു. എന്തു ഫലം? കരിങ്കല്ലിനു ചലനമുണ്ടെങ്കിൽ അവൾക്കുമുണ്ട്. ആളുകൾ അങ്ങുമിങ്ങും മന്ത്രിക്കാൻ തുടങ്ങി:

"ഇവളെന്തൊരു വല്ലാത്ത പെണ്ണാണ്. അയാൾ വൃദ്ധനായിരിക്കാം. വിരൂപനുമായിരിക്കാം. എന്നാൽ അവളുടെ ഭർത്താവല്ലേ- ഇജ്ജന്മത്തെ ഈശ്വരൻ? പിന്നെ എന്തുകൊണ്ടവൾ സ്നേഹിക്കുന്നില്ല, പൂജിക്കുന്നില്ല. അതിനുവേണ്ടി മത്സരിക്കുന്നില്ല?"

ആയിരം ചോദ്യങ്ങൾ അവളുടെ ഉത്തരം കാത്തുനിന്നു. പക്ഷേ, പാപ്പി ആരോടും ഒന്നും മിണ്ടുകയില്ല. അവൾക്ക് ആരിൽനിന്നും ഒന്നും അറിയുകയും വേണ്ട. വെളുപ്പിനു കുളിച്ച് അടുക്കളയിൽ കേറിയാൽ അർദ്ധരാത്രി വരെ അടുപ്പിൻചുവട്ടിലായിരിക്കും. മുടി ചീകുകയില്ല. കുറി തൊടുകയില്ല. ഒന്നു ചിരിച്ചു ഒരാൾ കണ്ടിട്ടുപോലുമില്ല. ഇങ്ങനെയാണോ നവോഢകൾ ചെയ്യേണ്ടത്? ജ്യേഷ്ഠത്തിമാർ ആക്ഷേപസ്വരത്തിൽ പിറുപിറുക്കും:

"ഇങ്ങനെയൊരു ശവം. എവിടുന്നാണോ ഇതിനെ കെട്ടിയെടുത്തു കൊണ്ടുവന്നത്."

അവൾ വിചാരിച്ചാൽ നിഷ്പ്രയാസം ഭർത്താവിനെ കീഴ്പ്പെടുത്താമായിരുന്നു. അങ്ങനെ ജ്യേഷ്ഠത്തിമാരോടു പ്രതികാരം ചെയ്യാമായിരുന്നു. എന്നാൽ എന്തുകൊണ്ടോ പാപ്പി അതിഷ്ടപ്പെട്ടില്ല. അയാളുടെ നോട്ടങ്ങൾ, സ്വരം, സാമീപ്യം പോലും അവൾ വെറുത്തിരുന്നു.

അലഭ്യമായ - കൈവിട്ടുപോയ- ഇനിയൊരിക്കലും കിട്ടാത്ത എന്തിനെയോപറ്റി സ്വപ്നം കാണുന്നതുപോലെ വിദൂരമായ ശൂന്യതയിലേക്കു നോക്കി ചിലപ്പോൾ അവൾ വളരെനേരം നില്ക്കും. അടുക്കളയിൽ കൂട്ടാനിളക്കുന്ന തവിയും കൊണ്ട് ഒട്ടുനാഴിക നിശ്ചലയായിരുന്നെന്നു വരാം.

പ്രകാശപൂർവ്വം പ്രസന്നതയും കലർന്ന നിശാമുഖങ്ങളിൽ മുറ്റത്തെ മുല്ലത്തറയിലിരുന്നു നക്ഷത്രനിബിഡമായ നീലാകാശത്തെ നോക്കി നെഞ്ചു പൊട്ടുമാറ് അവൾ ഏങ്ങിയേങ്ങി കരയും. എന്തിനാണത്? ആർക്കറിയാം! പരിസരങ്ങളിൽനിന്നകന്ന്, സാങ്കല്പികമായ വേറെ ഏതോ ലോകത്തിലാണ് അവളുടെ ജീവിതമെന്നു തോന്നി. അവിടെ ആ കരച്ചിലിൽ കൂട്ടുചേരാൻ മറ്റാരെങ്കിലും ഉണ്ടോ? എന്തോ!

പുത്തില്ലത്തെ പുതിയ അന്തർജ്ജനം ഒരു ഭ്രാന്തിയാണെന്ന പേർ പരന്നു. ആദ്യകാലങ്ങളിൽ ഞാനും അതൊട്ടൊക്കെ വിശ്വസിച്ചിരുന്നില്ലെന്നല്ല. എന്നാൽ ആ ദിവസം- തെറ്റിദ്ധാരണകളെ ആകെ തുരത്തിക്കളഞ്ഞു, ആ ദയനീയ ചിത്രം നീ എന്നെ തുറന്നു കാണിച്ച, ഒരു മഹാരഹസ്യത്തിന്റെ മൂടുപടം നീക്കിയ- ആ സ്മരണീയ ദിവസം ഞാനിപ്പോഴുമോർക്കുന്നു. പലപ്പോഴുമോർത്തിട്ടുണ്ട്. എന്നും ഓർക്കുകയും ചെയ്യും. എത്ര വലിയ ഒരു മഹാഭാരമായിരുന്നു നീ തനിയെ വഹിച്ചുകൊണ്ടിരുന്നത്. ആശകളും ആചാരങ്ങളും തമ്മിലുള്ള പോരാട്ടം. വികാരങ്ങളും വിശ്വാസങ്ങളുമായുള്ള സംഘട്ടനം.

സ്ത്രീഹൃദയത്തിന്റെ ചിരന്തനമായ ധർമ്മാധർമ്മ പരീക്ഷണം. നീ തോറ്റില്ല. പക്ഷേ, ജയിച്ചമില്ല. ആ മഹാമത്സരം നിന്നെ ഒരു ഭ്രാന്തിയാക്കി. അല്ല-ഭ്രാന്തലോകത്തിൻമുന്നിൽ അങ്ങനെ തെറ്റിദ്ധരിപ്പിച്ച- മൗനിയും നിരുത്സാഹിയുമാക്കി- ജീവിതത്തിൽ നിന്നാകമാനം തന്നെ പുറംതള്ളിക്കളഞ്ഞു. അന്നു നീ ഒട്ടും അറിയാതെ ആ ചുമടിന്റെ ഒരറ്റം എന്റെ ചുമലിലേക്കു വെച്ചുതന്നു. ഇപ്പോഴിതാ ആ ദുർവ്വഹമായ ഭാരം മുഴുവൻ എന്റെ തോളിൽ ഇരിക്കുന്നു. എന്നിട്ട് കൂട്ടുവിട്ടുയർന്ന നീയോ എല്ലാറ്റിൽനിന്നും വിമുക്തയായി, സ്വതന്ത്രയായി, അനന്തതയിൽ എങ്ങോ പറന്നു പോകയും ചെയ്തു.

അന്നെന്തൊരു രാത്രിയായിരുന്നു! ശിവരാത്രി! ഹൈന്ദവഭാരതത്തിലെ ഭക്തജനങ്ങളുടെ ഹൃദയത്തിൽ ശാന്തവും ശിവമയവുമായ വിശുദ്ധ വികാരങ്ങളുടെ വിത്തു വിതയ്ക്കുന്ന പുണ്യനിശീനിഥി! ഉപവാസതാന്തരായ ജനങ്ങൾ ദേവാലയങ്ങളിലോ ഗൃഹത്തിലോ ഒന്നിച്ചുകൂടി ഉറക്കമിളയ്ക്കും- പാട്ടുപാടിയും, നാമം ജപിച്ചും, നുണകൾ പറഞ്ഞും അങ്ങനെ...

അന്നത്തെ അന്തർജ്ജനസമാജം അവളുടെ ഇല്ലത്താണ്. സാധാരണയായി ഈമാതിരി സംഘങ്ങളിൽ എനിക്കു രസമില്ലായിരുന്നു. എന്നാലും ഭംഗിക്കുവേണ്ടി അതിൽ പങ്കുകൊള്ളാതെ നിവൃത്തിയില്ല. മാത്രമല്ല അവരുടെ അവസാനമില്ലാത്ത സംഭാഷണങ്ങളിൽനിന്ന് അന്തഃപുരത്തിലെ അനേകം ശിഥിലകഥാബന്ധങ്ങൾ പെറുക്കിയെടുക്കുകയും ചെയ്യാമായിരുന്നു.

അതുമിതും പറഞ്ഞു രാത്രിയുടെ രണ്ടുയാമം കഴിഞ്ഞു. എത്ര ശാന്തഗംഭീരമായ നിശാരംഗം. ഞാൻ വെളിയിലേക്കു നോക്കി. കൃഷ്ണപക്ഷചതുർദ്ദശിയുടെ കനമേറിയ കൂരിരുൾപ്പടർപ്പിൽ പ്രകൃതിദേവത ഒരു ഘോഷാസ്ത്രീപോലെ നിന്നു. ഉയരെ ആകാശവിതാനത്തിൽ ഒപ്പിമാറ്റുവാനാളില്ലാത്ത അനേകം കണ്ണീർക്കണങ്ങൾ തിളങ്ങുന്നു. കൂവളപ്പൂവിന്റെ തീക്ഷ്ണലഹരിയോടെ ഗ്രീഷ്മകാലാവാതം ചുഴന്നടിച്ചു. അടുത്ത ക്ഷേത്രത്തിൽ വെടിയും ശംഖനാദവും. ഉത്സവകോലാഹലത്തിൽ ജനങ്ങൾ ആർത്തുവിളിക്കുന്നു. "ഹര! ഹര! മഹാദേവ!"

ഇതിനു മറുപടിയെന്നോണം അകത്തളത്തിൽനിന്നു നൊയ്മ്പുകാരികളുടെ ക്ഷീണിച്ചിഴഞ്ഞ പാട്ടു കേൾക്കായി.

"നരനായിങ്ങനെ ജനിച്ചു ഭൂമിയിൽ
നരകവാരിധി നടുവിൽ ഞാൻ.
നരകത്തീന്നെന്നെ കരകേറ്റീടേണം..."

എത്ര ശോകകാതരമായ ഗാനം. വൈക്കത്തപ്പനെപ്പറ്റിയുള്ള ഈ നാടോടിപ്പാട്ട് ഞാൻ ഇതിനുമുമ്പ് ആയിരം തവണ കേട്ടിട്ടുള്ളതാണ്. അതിൽ ഒരു പുതുമയുമില്ല. എന്നാൽ ഈ ഇരുൾനിറഞ്ഞ രാത്രിയിൽ, നെടുനാളായി പട്ടിണിയും മർദ്ദനവും കൊണ്ടു നരകിക്കുന്ന സാധുസ്ത്രീകളുടെ ജീവനിൽത്തട്ടി ഉയർന്നപ്പോൾ അതിനൊരു പ്രത്യേക ശക്തിയും അർത്ഥവ്യാപ്തിയും തോന്നി. എത്ര തലമുറകളായി എത്ര സ്ത്രീകൾ ഇതു പാടിയിട്ടുണ്ട്- എന്നിട്ടും... ഫലം...

"നരകത്തീന്നെങ്ങൾ കരയേറും മേലിൽ"

എന്നു മാറ്റി മൂളിക്കൊണ്ടു ഞാൻ ചിന്താമഗ്നയായി മുറ്റത്തു നടന്നു. പെട്ടെന്ന് ഒരു നേരിയ കരച്ചിൽ.. ഞാൻ നാലുപാടും കണ്ണോടിച്ചു. മങ്ങിയ നിശാവെളിച്ചത്തിൽ അവിടെ, ആ മുല്ലത്തറയുടെ അരികിലായി, ഒരു സ്ത്രീ രൂപം കുനിഞ്ഞിരിക്കുന്നു. എനിക്കു

മനസ്സിലായി. അതവളാണ്. ആ ഒരിക്കലും ചിരിക്കാത്ത - ആരോടും മിണ്ടാത്ത- ഭ്രാന്തയുവതി. ആന്തരികമായ ഏതോ പ്രേരണമൂലം ഞാൻ അങ്ങോട്ടു നടന്നു.

അവൾ എന്തോ മനോരാജ്യത്തിൽ മുഴുകിയിരിക്കയാണ്. വസ്ത്രാഞ്ചലത്തോടൊപ്പം ഇരുകൈകൾ കൊണ്ടമർത്തിയിട്ടും ഒതുങ്ങാതെ ഏതോ കഠിനമായ കദനഭാരം ഇട നെഞ്ചു പൊട്ടി ഇടയ്ക്കിടെ നെടുവീർപ്പായി പുറത്തുവന്നിരുന്നു. എനിക്കു കഷ്ടം തോന്നി. ഞാൻ വിചാരിച്ചു. ഇവൾ ഭ്രാന്തിയല്ല, ഏതോ കഠിനമായ നൈരാശ്യം ഇവളെ ഭ്രാന്തിയാക്കിയതാണ്.

"പാപ്പീ!"

അവളുടെ തോളിൽ കൈവെച്ച് അനുകമ്പയോടെ ഞാൻ വിളിച്ചു. അവിചാരിതമായ ഈ സ്പർശനത്തിൽ ഞെട്ടി ഒരു വലിയ ശബ്ദത്തോടെ അവൾ എണീറ്റു.

"ആരാണിത്? ഏ... ഏ... ടത്തിയോ? ഞാൻ ഒട്ടും ഓർത്തില്ല!"

അവൾക്കത്ഭുതം തോന്നി. ഞാൻ ഒരിക്കലും അവളോടു സ്നേഹമായി സംസാരിച്ചിട്ടില്ല. ആരും ഇല്ല.

"ഏടത്തി എന്തിനിവിടെ വന്നു. തനിയേ- ഇരുട്ടിൽ?" വിസ്മയത്തോടെ അവൾ ചോദിച്ചു.

"നീ എന്തിനിവിടെ ഇരിക്കുന്നു, തനിയേ ഇരുട്ടിൽ?" ഞാൻ വിട്ടില്ല.

"ഞാനോ... ഞാൻ... എനിക്കിതു പതിവാണ്. പിന്നെ... ഇന്ന്."

അവൾ വല്ലാതെ കുഴങ്ങി. "എനിക്കു തനിയേ ഇരിക്കുന്നതാണിഷ്ടം."

"എന്നാൽ എനിക്കുമിതു പതിവാണ്. ആരെങ്കിലുമൊരാൾ കരഞ്ഞുകണ്ടാൽ കണ്ണീർ തുടയ്ക്കുക."

"മറ്റൊരാളുടെ കരച്ചിൽ മാറ്റാൻ മനുഷ്യനാരാണേടത്തീ? അവനോന്റെ തലേലെഴുത്ത് അനുഭവിക്കുന്നു."

"ഇതാണ് നമ്മുടെ തെറ്റിദ്ധാരണ" ഞാൻ പറഞ്ഞു.

"തലേലെഴുത്തു തന്നെത്താനെഴുതുകയും മായ്ക്കുകയും ചെയ്യുന്നതാണെന്നു നാം മറക്കുന്നു. നിന്റെ സങ്കടം അതെത്ര വലുതായാലും എന്നോടു തുറന്നുപറയൂ പാപ്പീ! ഏതു ദുഃഖത്തിന്റെയും കനം തനിക്കിഷ്ടമുള്ള ഒരാൾ കൂടി പങ്കുകൊണ്ടാൽ കുറയും."

അവൾ സംശയഭാവത്തിൽ തലയുയർത്തി എന്റെ മുഖത്തേക്കു നോക്കി - എനിക്കവളെ ഇഷ്ടമുണ്ടോ എന്നും എന്നെ വിശ്വസിക്കാമോ എന്നും നിഗൂഢമായൊരു പരിശോധന.

കരഞ്ഞുതുടുത്ത കവിൾത്തടങ്ങൾ, കലങ്ങിമങ്ങിയ കൺമിഴി, അഴിഞ്ഞു ചിതറിയ മുടിക്കെട്ട്. മൂകവേദന മൂടിയിരുന്നെങ്കിലും ആ മുഖം കമനീയമായിരുന്നു.

"പാപ്പീ!" ഞാൻ ആവേശത്തോടെ വിളിച്ചു. "എന്നോടു നേരു പറയുമോ? നീ ഒരു ഭ്രാന്തിയല്ല."

''അല്ല,'' അവൾ ദൃഢസ്വരത്തിൽ പറഞ്ഞു. ''ഞാൻ ഒരിക്കലും ഒരു ഭ്രാന്തിയായിരുന്നിട്ടില്ലല്ലോ."

"പിന്നെ എന്തിനാണു മറ്റുള്ളവരുടെ മുമ്പിൽ അങ്ങനെ നടിക്കുന്നത്?"

"എനിക്കറിവില്ല, മറ്റുള്ളവർ എന്തിനാണ് എന്നോടങ്ങനെ നടിക്കുന്നതെന്ന്."

"അതോ? നീ എപ്പോഴും കരയുന്നു. ഭർത്താവിനെ സ്നേഹിക്കുന്നില്ല."

"ഭർത്താവോ? ഭർത്താവ്!"

അവൾ വീണ്ടും ഒന്നു ഞെട്ടുങ്ങി.

"ആരാണീ ഭർത്താവെന്നുവെച്ചാൽ?"

"അഗ്നിസാക്ഷിയായി വേളി കഴിച്ച ആൾ. അങ്ങനെയല്ലേ നമ്മുടെ സമുദായത്തിൽ."

പാപ്പി കുറേനേരത്തേക്ക് ഒന്നും മിണ്ടിയില്ല. എന്തോ ഉല്ക്കടമായ മനഃക്ഷോഭം അവളെ വലയ്ക്കുന്നതായി തോന്നി. അതിശക്തമായ കൊടുങ്കാറ്റിന്റെ അമർത്തിപ്പിടിച്ച ആരവംപോലെ ഒരു നെടുവീർപ്പ്. ഞാൻ അവളുടെ പുറത്തു മെല്ലെ തലോടിക്കൊണ്ടു പറഞ്ഞു.

"കരയാതിരിക്കു പാപ്പീ! നിനക്കിഷ്ടമില്ലെങ്കിൽ ഞാൻ ഒന്നും ചോദിക്കുന്നില്ല. ഇവിടെ നില്ക്കുന്നതുപോലുമില്ല. എന്നാലും നീ കരയരുത്."

"അങ്ങനെയല്ലേടത്തീ! എനിക്കതു പറയണം. ഞാനതു പറയും." അവൾ അചഞ്ചലമായ നിശ്ചയദാർഢ്യത്തോടെ തുടർന്നു. "ഒരു പുരുഷനെ സ്പർശിച്ചിട്ടുള്ള സ്ത്രീ മറ്റൊരാളുടെ ഭാര്യയാവുന്നതു പാപമല്ലേ? അതു പാതിവ്രത്യഭംഗമല്ലേ?"

ഞാനും ഞെട്ടിപ്പോയി. ഇതെന്തൊരു ചോദ്യം? ഒരു നമ്പൂതിരി യുവതി ഇതിനുമുമ്പ് ആരോടും ഇങ്ങനെ ചോദിച്ചതായി കേട്ടിട്ടില്ല. ഒരന്യപുരുഷനെ ദർശിക്കമാത്രമല്ല സ്പർശിക്കകൂടി ചെയ്തിട്ടുള്ള കന്യക അപരന്റെ പത്നിയാവുന്നതു പാപമല്ലേ? അതു ചാരിത്ര്യഭംഗമല്ലേ? സ്മൃതികൾ, ആചാരങ്ങൾ, പുരോഹിതന്മാർ, നിസ്സംശയമായി വിധിക്കും, അവൾ-അവനുംകൂടി-പതിതരെന്ന്, എനിക്കു മറുപടിയൊന്നും തോന്നിയില്ല. അവൾ കുറേനേരം കൂടി വ്യർത്ഥമായി കാത്തിരുന്നു. അനന്തരം അതിയായ നിരാശയോടെ പറഞ്ഞു:

"അതാണേടത്തീ, ഞാൻ പറഞ്ഞത്, എന്റെ വിധി, തലേലെഴുത്ത്, ഇങ്ങനെയാണെന്ന്. ഞാൻ ആ കഥ പറയാം." അവൾ വീണ്ടും ഒന്നു നെടുവീർപ്പിട്ടു.

അന്നും ഇന്നത്തെപ്പോലെയൊരു ശിവരാത്രിയായിരുന്നു. ഇല്ലത്ത് ഞങ്ങൾക്കു രണ്ടാൾക്കും- എനിക്കും അമ്മയ്ക്കും നൊയ്മ്പായിരുന്നു. അച്ഛൻ അമ്പലത്തിൽ പോയി. അപ്ഫൻ ഭാര്യവീട്ടിലും. ശിവക്ഷേത്രത്തിൽ അന്നുത്സവമാണ്. അതുകൊണ്ട് അയൽവീടുകളിൽപ്പോലും ആളനക്കം ഇല്ല. അമ്മ അകത്തളത്തിൽ ശിവപുരാണത്തിലേക്കു തല ചായ്ച്ച് മുട്ടുംകുത്തി ഉറക്കമിളയ്ക്കുന്നു. വടക്കേക്കെട്ടിൽ വാല്യക്കാരി വൃദ്ധയുടെ "ഖുർ, ഖുർ" എന്ന നാമജപം കേൾക്കാം. അകത്തു കടുത്ത ഉഷ്ണം. പുകച്ചിൽ. എനിക്കുറക്കം വന്നില്ല. പുറത്തേക്കുള്ള വാതിൽ തുറന്ന് ഞാൻ മെല്ലെ മുറ്റത്തിറങ്ങി. ദൂരെ വാഴക്കൂട്ടത്തിന്റെയും തെങ്ങോലകളുടെയും ഇടയിലൂടെ ക്ഷേത്രത്തിലെ തീവെട്ടികളുടെയും വിളക്കിന്റെയും പ്രകാശം കാണാം. ആൾക്കൂട്ടത്തിന്റെ അവ്യക്തമായ ഇരമ്പൽ..

മുല്ലയ്ക്കൽത്തറയുടെ ഒരറ്റത്തിരുന്ന് ഞാൻ അങ്ങോട്ടു നോക്കി. ചെറുപ്പത്തിൽ പലപ്പോഴും ഞങ്ങൾ ഇവിടെയിരുന്ന് ഉത്സവം കണ്ടിട്ടുണ്ട്. ആരാണീ ഞങ്ങൾ! എന്നോടു ചോദിക്കരുത്. അവിവാഹിതകളായ യുവതികളുടെ സ്വപ്നങ്ങൾ പരിശോധിച്ചാൽ അവർക്കുതന്നെ പേടിയാവും. അവ്യക്തമായ ഏതോ ചില ആശകൾ, രൂപങ്ങൾ, പ്രതീക്ഷകൾ, ഞാനറിയാതെതന്നെ അതിൽ മുഴുകിയിരുന്നു. പെട്ടെന്നു പുറകിലൊരു കാൽപ്പെരുമാറ്റം. ഇന്ന് ഏടത്തി വന്നതുപോലെ, ഞാൻ സംഭ്രമിച്ചെണീറ്റു. അച്ഛനായിരിക്കാം. അല്ലെങ്കിൽ അമ്മ. ശകാരം കേൾക്കാനുള്ള സന്നദ്ധതയോടെ ഞാൻ തിരിഞ്ഞു നോക്കി. ആശ്ചര്യം! അതു വേറൊരാളാണ്. എത്ര ഇരുട്ടിലും ചില രൂപങ്ങൾ നാം തിരിച്ചറിഞ്ഞുപോവും. അതൊരാണാണേടത്തീ! ഞാനറിയുന്ന ഒരു പുരുഷൻ.

അപ്രതീക്ഷിതമായ ഈ സംഭവത്തിൽ ആ വന്നയാളും അല്പം പരുങ്ങിയെന്നു തോന്നുന്നു. ഒരു നിമിഷം ഞങ്ങളുടെ കണ്ണുകൾ ഇടഞ്ഞു. ഞാൻ അമ്പരപ്പോടെ അക

ത്തേക്കോടാൻ ഭാവിച്ചതാണ്. എന്നാൽ എന്തുകൊണ്ടോ കാലുകൾ മരവിച്ചുപോയി. അല്പനേരത്തെ മൗനത്തിനുശേഷം അദ്ദേഹം ഉണർന്നു.

"പാപ്പീ!"

ഇങ്ങനെയൊരു വിളി ഈ ആയുസ്സിനിടയിൽ ഞാൻ കേട്ടിട്ടില്ല. ഇത്ര ഓമനിച്ചും ഉള്ളിൽ തട്ടിയുമുള്ള വിളി!

"പാപ്പീ! നീ... നീ... എന്നെ മറന്നു അല്ലേ? നിനക്കെന്നോടു പിണക്കാണ്."

ഞാൻ എന്തു പറയും? ഞാൻ മറന്നു എന്ന്! എന്റെ... എന്റെ കുഞ്ഞേട്ടനെ, എന്റെ കളിക്കൂട്ടുകാരനെ, എന്റെ അച്ഛന്റെ മരുമകനെ, ഞങ്ങൾ ഒരുമിച്ചു കളിച്ചു വളർന്നു, ഒരുമിച്ച് എഴുത്തുപള്ളിയിൽപോയി. അന്ന് ഞങ്ങൾ ചിലപ്പോഴൊക്കെ നുള്ളുകയും തല്ലുകയും കൂടി ചെയ്യാറുണ്ട്. എനിക്കതിൽ പരാതിയില്ല. എന്തെന്നാൽ ഞാൻ കേൾക്കേത്തന്നെ പലപ്പോഴും അമ്മ പറയാറുണ്ട്. "പാപ്പിയെ കുട്ടനാണു വേളികഴിക്കുന്നതെന്ന്." ഭർത്താവിന്റെ തല്ലു ഭാര്യ സഹിക്കണം. അതു സുഖമാണ്. അങ്ങനെ ആ നല്ല കാലങ്ങൾ കഴിഞ്ഞുപോയി. ഓത്തുചൊല്ലൽ കഴിഞ്ഞ് അദ്ദേഹം പഠിക്കുവാൻ ദൂരെയെവിടെയോ പോയി. ഞാൻ തിരണ്ട് അകത്തും അടയ്ക്കപ്പെട്ടു. അഞ്ചുവർഷങ്ങൾക്കുശേഷം അന്നാദ്യമാണ് ഞങ്ങൾ തമ്മിൽ കാണുന്നത്.

"പാപ്പീ! കുട്ടനു കാപ്പി തയ്യാറാക്കൂ" എന്നു പകലേ അച്ഛൻ പറഞ്ഞപ്പോൾ ഉപവാസക്ഷീണം ഞാൻ മറന്നു. കാത്തുകാത്തു കൊതിച്ച് ആ രൂപം നിരയുടെ വിടവിലൂടെ നോക്കി നോക്കി എത്ര നേരമാണു മതിമറന്നു നിന്നത്!

അഞ്ചു വർഷത്തെ നീണ്ട വിരഹത്തിനുശേഷം അദ്ദേഹം നിർദ്ദയം ചോദിക്കുന്നു. "എന്നെ മറന്നോ?" എന്ന്.

എനിക്കു കണ്ണീർ ഒതുക്കി നിർത്താൻ കഴിഞ്ഞില്ല.

"ആര് ആരെയായിരുന്നു മറന്നത്?"

എന്റെ ചോദ്യത്തിൽ പരിഭവപൂർണ്ണമായ ഗദ്ഗദം പുരണ്ടിരുന്നു. അദ്ദേഹത്തിനു വേണമെങ്കിൽ ഇടയ്ക്കിടെ വരാമായിരുന്നില്ലേ? അദ്ദേഹം ഒരു പുരുഷനല്ലേ? പുരുഷന്മാർക്ക് ഇഷ്ടമുള്ളതെല്ലാം ചെയ്യാം. ഇഷ്ടമുള്ളിടത്തെല്ലാം പോകാം.

എന്നോട് ഏറ്റവുമടുത്തുനിന്നു മധുരമായ ഒരു മന്ദഹാസത്തോടെ അദ്ദേഹം തുടർന്നു.

"നിന്നെ ഞാൻ മറക്കയോ! അതിൽഭേദം എന്നെത്തന്നെ മറക്കയായിരിക്കും. ഇല്ല പാപ്പീ! നമുക്കന്യോന്യം മറക്കാൻ ശക്തിയില്ല. മറക്കയുമില്ല."

"പിന്നെ, ഇത്രയും കാലമായി..."

എനിക്കു കരച്ചിൽ പൊട്ടിപ്പുറപ്പെട്ടുപോയി. അദ്ദേഹത്തിനു സഹിച്ചില്ല. ഞാൻ വീഴുമെന്നു വിചാരിച്ചായിരിക്കാം താങ്ങിയത്. ഞാൻ വിറച്ചതുകൊണ്ടാവാം തലോടിയത്. എന്റെ ഏടത്തീ! എനിക്കു തട്ടിമാറ്റാൻ കഴിഞ്ഞില്ല. ഞാൻ തളർന്നുപോയി.

ആ നിലയിൽ തല ചായ്ച്ച് ഞാൻ ഏറെനേരം ഏങ്ങിയേങ്ങി കരഞ്ഞു. മതിവരുവോളം കരഞ്ഞു. ചില കണ്ണീർത്തുള്ളികൾ എന്റെ തലയിലും വീഴുന്നുണ്ടായിരുന്നു.

ചിലപ്പോൾ നമ്മൾ നമ്മളെത്തന്നെ മറന്നുപോവും ഏടത്തീ! അദ്ദേഹം എന്റെ തല പിടിച്ചുയർത്തിയപ്പോൾ ഞാൻ തടഞ്ഞില്ല. എത്ര നക്ഷത്രങ്ങളുണ്ട് മുകളിൽ നോക്കി നില്ക്കുന്നു. മുല്ലയ്ക്കൽ തേവരുണ്ടരികിൽ. ആകാശവും ഭൂമിയും സാക്ഷിയാണ്. ആ മുഖം എന്റെ നേരെ കുനിഞ്ഞു.

ചെറുപ്പത്തിൽ ഞങ്ങൾ പലപ്പോഴും പേടിക്കാതെ ഉമ്മവെച്ചിട്ടുണ്ട്.

പരിതഃസ്ഥിതികളുടെ ഓർമ്മവന്നപ്പോൾ ഞാൻ പിടി വിട്ടുവിച്ച്. പെട്ടെന്ന് ഓടിപ്പോയി. ഇങ്ങനെയൊരു സമാഗമം- ഋതുമതിയായ നമ്പൂതിരികന്യകയും ഒരന്യയുവാവും തമ്മിൽ. ഇതു വല്ലവരും അറിഞ്ഞാൽ എന്തൊക്കെയാണു സംഭവിക്കുക. എന്റെ തേവരേ! ഭയാവേഗത്താൽ എന്റെ ഹൃദയം അതിവേഗം തുടിച്ചു. ശരീരം വിറച്ചു. അമ്മ ഉണർന്നിരിക്കുമോ?"

തേവാരപ്പുഴയിൽ വിളക്കു മങ്ങി മങ്ങി കത്തുന്നു. അതിനു മുന്നിൽ പാർവ്വതീദേവിയെ മടിയിലിരുത്തി അന്ന് ഞാൻ ചാർത്തിയ തുമ്പപ്പൂക്കൾക്കിടയിൽ ഭഗവാൻ പരമശിവന്റെ ദിവ്യവിഗ്രഹം കാണാം. അവിടുന്നിതൊക്കെ അറിയുന്നില്ലേ?

തെറ്റു ചെയ്ത ഒരു കുട്ടിയെപ്പോലെ കിടുകിടുപ്പോടും ഭയത്തോടും ഞാൻ മുട്ടുകുത്തി നമസ്കരിച്ചു. എന്റെ വടക്കുന്നാഥാ! ഇത്തവണയ്ക്കെന്നോടു ക്ഷമിക്കണേ! ഇതാരുമറിയരുതേ!

ആ മട്ടിൽ എത്രനേരം കിടന്നു എന്നോർമ്മയില്ല. നേരം പുലർച്ചയായി എന്ന് അമ്മ വന്നു കുലുക്കിവിളിച്ചപ്പോഴാണ് ഞാനറിഞ്ഞത്.

കുഞ്ഞേട്ടൻ രാവിലെതന്നെ മടങ്ങിപ്പോയി. ഞാൻ അദ്ദേഹത്തെ പിന്നീടു കണ്ടിട്ടില്ല. അതാരുമറിഞ്ഞിട്ടുമില്ല. എന്നാലും ആ സംഭവം - ആ നിമിഷം - ആ ഒരൊറ്റ ഓർമ്മയ്ക്കുവേണ്ടിയാണ് ഞാൻ ജീവിക്കുന്നത്; അതാണെന്നെ ആശ്വസിപ്പിക്കുന്നത്; അതുതന്നെയാണെന്നെ ഭ്രാന്തിയാക്കുന്നതും." അവൾ പറഞ്ഞുനിർത്തി.

മുല്ലമുകുളത്തിനിടയിൽക്കൂടെ ഒരു വണ്ടു മുരണ്ടുകൊണ്ടു പറന്നു പോയി. ഇളംകാറ്റിൽ അഞ്ചാറു പൂക്കൾ കൊഴിഞ്ഞു. ഒട്ടകലെ ഒരുണക്കമരത്തിൽ കുമദമ്പതികളുടെ കുടുംബകലഹം.

ഞാൻ ചോദിച്ചു: "അപ്പോൾ അയാൾ തിരിച്ചുവന്നില്ലാ; നിന്റെ വേളിക്കാലോചിച്ചതുമില്ലാ?" അതിയായ താപഭാരത്തോടെ അവളൊന്നു നിശ്വസിച്ചു.

"ഇല്ല ഏടത്തീ! അതിനവസരം കിട്ടിയില്ല. അതാണ് ഞാൻ പറഞ്ഞത്, എന്റെ യോഗമാണെന്ന്. അന്നത്തേതിൽപ്പിന്നെ കുറേ നാളത്തേക്ക് അദ്ദേഹത്തെപ്പറ്റി യാതൊന്നുമറിഞ്ഞില്ല. ഒരു ദിവസം അച്ഛൻ അപ്പുറത്ത് ആരോടോ പറയുന്നതു കേട്ടു:

"കുരുത്തംകെട്ട കുട്ടൻ കുടുമ്മേം മുറിച്ചു തൊട്ടുംതിന്ന് ഇപ്പോൾ കാങ്ഗ്രേസ്സിൽ കൂടി ജേലിലാണത്രേ."

എനിക്കു മനസ്സിലായി, അതാണദ്ദേഹം ഇങ്ങോട്ടേങ്ങും വരാത്തത്. ഇനി ജാതിഭ്രഷ്ടനായ ഒരാൾക്ക് അച്ഛൻ എന്നെ കൊടുക്കുമോ?"

"പെൺകൊട"ക്കാര്യത്തിനു പല ദിക്കിലും ആലോചന നടന്നു പക്ഷേ, പണത്തുകയും ആഭിജാത്യവും ഒന്നുപോലെ ഒത്തുവന്നില്ല. ദൈവമേ! ഞാൻ നിമിഷംപ്രതി ഭയപ്പെട്ടു. വേറൊരാൾക്ക് എന്നെ കൊടുക്കുകയാണെങ്കിൽ! ആ മുഖത്തു ഞാൻ എങ്ങനെ നോക്കും, ആ കൈ എങ്ങനെ പിടിക്കും? അതിനിടയാവുംമുമ്പ് എന്റെ തേവരേ! എന്റെ ജീവനങ്ങെടുത്തോളണേ!

അങ്ങനെയിരുന്നപ്പോൾ കഷ്ടകാലത്തിനു പെട്ടെന്നു അച്ഛനും മരിച്ചു. അപ്പനാകട്ടെ ഭാര്യവീട്ടിലെ കാര്യമൊഴിഞ്ഞു മറ്റൊരു നോട്ടമില്ലല്ലോ. അതുകൊണ്ട് അമ്മ എത്ര പറഞ്ഞു കരഞ്ഞിട്ടും പെൺകൊടക്കാര്യം ഉദാസീനമായി കിടന്നു. എനിക്ക് ആശ തോന്നി. അദ്ദേഹം എന്നെങ്കിലും ജയിലിൽനിന്നു വരും; എന്നെ ഓർക്കും. ഒന്നു കണ്ടാൽ സർവ്വവുമുപേക്ഷിച്ച് അദ്ദേഹത്തിന്റെ പുറകേ ഒളിച്ചോടാൻ പോലും ഞാനൊരുക്കമായിരുന്നു ഏടത്തീ! പക്ഷേ, എന്തിനതൊക്കെ പറയുന്നു. ഒരു ദിവസം

അർദ്ധരാത്രിയിൽ തിരുനാവായ്ക്കു പോയിരുന്ന അപ്പൻ തിടുക്കത്തിൽ തിരിച്ചുവന്നു. കൂടെയുള്ള വയസ്സൻ നമ്പൂരി വല്ല അതിഥിയുമായിരിക്കുമെന്നേ ഞങ്ങൾ വിചാരിച്ചുള്ളൂ. വെളുപ്പിനു വെള്ളിമോതിരവും മൈലാഞ്ചിയുമായി അമ്മ അടുത്തെത്തിയപ്പോഴാണ് പരമാർത്ഥം വെളിവായത്. ഒന്നുമില്ല. ഒരു വഴിയുമില്ല. ഒളിച്ചോടാനോ ആത്മഹത്യക്കു പോലുമോ ഇനി അവസരമില്ല.

അതു നടന്നു; നിർവ്വിഘ്നം നടന്നു. ആ നീറിപ്പുകയുന്ന ഹോമകുണ്ഡത്തിൽ എന്റെ മൃദുഹൃദയത്തിന്റെ - മോഹങ്ങളുടെ- ജീവിതത്തിന്റെ തന്നെ - ശവശരീരമിട്ടു ചുട്ടു. എന്നാലും ഞാൻ കരഞ്ഞില്ല; മിണ്ടിയില്ല; ഒരു നെടുവീർപ്പുപോലുമിട്ടില്ല. കരിങ്കല്ലുപോലെ കരളുറപ്പിച്ചുനിന്നു സഹിച്ചു... എല്ലാം... എല്ലാം ആ തൊലിചുളുങ്ങിയ കൈകൊണ്ട് എന്റെ കൈയിൽ പിടിച്ചതുകൂടി അപ്പൻ ജയഭേരിയടിച്ചു; "അഞ്ഞൂറ്റുറുപ്പികയ്ക്ക് ഒരു പെൺകൊട ഇക്കാലത്തു ഞാനല്ലാതെ ആരു നടത്തും?"

പക്ഷേ, ഞാൻ കുളങ്കപ്പെട്ടില്ല. ആ കിഴവന് എന്നോളം കരുത്തില്ല. ഈ ഭ്രാന്തഭിനയം എന്നെ രക്ഷിക്കുന്നു. എന്നാലും ആ രാത്രി - അന്നത്തെ ഓർമ്മകൾ - ആ ആളിനെ എത്രമാത്രം ശ്രമിച്ചിട്ടും അതു മറക്കാൻ കഴിയുന്നില്ലേടത്തീ!

വിവാഹിതയായ ഒരു സ്ത്രീ പരപുരുഷനെപ്പറ്റി ഓർക്കുന്നതു പാപമല്ലേ? അതു പാതിവ്രത്യഭംഗമല്ലേ?"

കഥാവസാനത്തിൽ, കേസിന്റെ വാദശേഷം വക്കീൽ ഉൽക്കണ്ഠയോടെ ന്യായാധിപന്റെ മുഖത്തേക്കെന്നവിധം അത്യാകാംക്ഷയോടെ അവൾ എന്റെ നേരെ നോക്കി. ഞാൻ എന്തു പറയും

"ധർമ്മമെന്നത് പുരുഷന്റെ ഹിതമാണു സോദരീ! എക്കാലത്തും എവിടെയും അതിൽ നമുക്കു ചോദിക്കാനവകാശമില്ല. എന്നാൽ ആ സംഭവത്തെപ്പറ്റി - അയാളെപ്പറ്റിത്തന്നെ - ഓർക്കുന്നതു നിനക്കാശ്വാസമാവുമെങ്കിൽ, അതു നിന്റെ മുറിവേറ്റ ഹൃദയത്തെ അല്പമെങ്കിലും തണുപ്പിക്കുമെങ്കിൽ, തെറ്റല്ല. പക്ഷേ, ഈ മട്ടിൽ ഇവിടത്തെ താമസം അത്ര പന്തിയാണെന്നു തോന്നുന്നില്ല. പിറന്നില്ലത്തേക്കു തിരിയെ പോവൂ. ഇങ്ങനെയൊരു ബന്ധമേ ഉണ്ടായിട്ടില്ലെന്നു വിചാരിക്കൂ. പിന്നെയൊക്കെ നിന്റെ ഇഷ്ടംപോലെ. അതു ഞാൻ പറയുന്നില്ല."

കിഴക്കുവശത്തെ നിബിഡമായ തരുച്ഛായയിലൂടെ ഉദയനക്ഷത്രം ഒളിഞ്ഞുനോക്കി, അകലെയെങ്ങോ ഒരു കോഴി കൂവി. അടുത്ത ഇടവഴിയിൽ അമ്പലത്തിൽനിന്നു മടങ്ങുന്ന യാത്രക്കാരുടെ ചിരിയും കൂക്കിവിളിയും കേൾക്കാം. നേരം പ്രകാശമായെന്നു തോന്നുന്നു. ഞങ്ങൾ എണീറ്റു.

താമസിയാതെ പാപ്പി പിറന്നില്ലത്തേക്കു പോയി. അവിടെ അവളുടെ ഭ്രാന്തു മാറിയെന്നും സുഖമാണെന്നും കേട്ടു ഞാൻ സന്തോഷിച്ചു. അങ്ങനെയെങ്കിലും ആ വ്രണിതഹൃദയം അല്പം ആശ്വസിക്കട്ടെ.

വർഷങ്ങൾ അഞ്ചാറു കടന്നുപോയി. എന്നെ സംബന്ധിച്ചിടത്തോളം അവ സംഭവബഹുലങ്ങളായിരുന്നു. സ്ത്രീജീവിതത്തിൽ പതിനാറിനും മുപ്പതിനും ഇടയ്ക്കുള്ള പ്രായം പരമപ്രധാനമായിരിക്കും. പ്രപഞ്ച പ്രസാധനത്തിൽ പ്രകൃതിയുടെ പങ്കാളിയായി ഭാവിലോകത്തിനു സൃഷ്ടിയും വളർച്ചയും ചൈതന്യവും നല്കേണ്ടത് അവളുടെ മുറയാണ്. അങ്ങനെ നിരന്തരമായ കൃത്യാന്തരങ്ങൾക്കിടയിൽ പാപ്പിയെയും അവളുടെ ശോകാത്മകമായ ചരിത്രത്തെയും ഒട്ടുനാൾ ഞാൻ വിസ്മരിച്ചുപോയി.

അന്നു സായാഹ്നത്തിൽ ഞാൻ മുറിയിലിരുന്ന് എന്തോ ധൃതിയായി എഴുതിക്കൊ

ണ്ടിരിക്കയായിരുന്നു. ഒരു ദാസി വാതില്ക്കൽ വന്നു പറഞ്ഞു. "പുത്തില്ലത്തുമനയ്ക്കലെ" പാപ്പി കുഞ്ഞാത്തൽ തിരിച്ചു വന്നിരിക്കുന്നു. വല്യ ദണ്ണാണ്. അവിടുത്തോളം ഒന്നു ചെന്നാൽ വേണ്ടില്ല."

ഞാൻ അതിശയിച്ചുപോയി. വളരെനാൾകൂടി അവൾ തിരിച്ചുവന്നിരിക്കുന്നു. ഇത്ര പെട്ടെന്ന്, ഇങ്ങനെയൊരു ദീനത്തിൽ, ഇതിനർത്ഥമെന്ത്?

പാപ്പിയുടെ രോഗം ഒരു പ്രത്യേകരീതിയിലായിരുന്നു. അവൾ ആഹാരമൊന്നും കഴിക്കയില്ല. മരുന്നു കുടിക്കില്ല. എഴുന്നേല്ക്കയുമില്ല. എപ്പോഴുമൊരു നിർബ്ബന്ധം. "താൻ മരിക്കയേ ഉള്ളൂ. അത് തന്റെ കുടുംബത്തായിരിക്കണം."

അങ്ങനെ ശോഷിച്ച് അസ്ഥിമാത്രമായ അവളെ വഞ്ചിയിൽ കിടത്തിക്കൊണ്ടുവന്നതാണത്രേ. എന്നെന്നേക്കുമായുപേക്ഷിച്ചുപോയ ഇങ്ങോട്ടു മടങ്ങിവരാൻ എന്തിനാണിവളിത്ര വെമ്പിയത്? അത്, ഈ അവസാനകാലത്ത്?

പാപ്പി ഒരിരുട്ടുമുറിയിൽ കിടക്കുകയായിരുന്നു. പുറത്ത് ആരൊക്കെയോ ചില പെണ്ണുങ്ങൾ പിറുപിറുക്കുന്നു.

"ഏറിയാൽ ഇന്നു രാത്രി അതിലപ്പുറമില്ല. തീർച്ച."

നിറഞ്ഞ കണ്ണീർ തുടച്ചുകൊണ്ട് ഞാൻ അവളുടെ കിടക്കയിലിരുന്നു. മെലിഞ്ഞു നീണ്ട കൈകൾ മാറോടണച്ചു സാവധാനം വിളിച്ചു:

"പാപ്പീ!"

അവൾ കൺമിഴിച്ചു. എത്ര ദീനദയനീയമായ നോട്ടങ്ങൾ... "ഏടത്തീ!"

അവളുടെ തൊണ്ട ഇടറി. ഞങ്ങളിരുവരും കരഞ്ഞു- ഒരു രക്തത്തിൽ നിന്നുദിച്ച, ഒരമ്മ പ്രസവിച്ച, ഉറ്റ സഹോദരിമാരെപ്പോലെ.

"നിന്റെ ദീനം സാരമില്ല. പാപ്പീ! രണ്ടുനാലു ദിവസത്തിനകം മാറാനുള്ളതേയുള്ളൂ."

ഞാൻ അവളെ സാന്ത്വനപ്പെടുത്തുവാൻ ശ്രമിച്ചു.

"ശരിയാണേടത്തീ! വേഗം ഭേദാവും. അതിനു മുമ്പ് നിങ്ങളെയൊക്കെ ഒന്നുകൂടി കാണാനാണ് ഞാൻ തിരികെ വന്നത്. അവൾ പ്രഗത്ഭതയോടെ മറുപടി പറഞ്ഞു: "എനിക്കു സങ്കടമില്ല. ജീവിച്ചിരുന്നിട്ടു കുറേശ്ശെക്കുറേശ്ശയായി ചാവണതിൽ ഭേദം ചത്തിട്ടു ജീവിക്കയല്ലേ?"

ഞങ്ങൾക്കെന്തോ അതിപ്രധാനമായ ഒരു കാര്യം പറയാനുണ്ടായിരുന്നു. പക്ഷേ, എനിക്കു ചോദിക്കാനോ അവൾക്കു പറയാനോ ധൈര്യം വന്നില്ല. അല്പനേരത്തെ മൗനത്തിനുശേഷം അതിയായ പാരവശ്യത്തോടെ അവൾ തുടർന്നു.

"ഞാൻ അദ്ദേഹത്തെ വീണ്ടും കണ്ടു. ഏടത്തീ! ആ സമുദായാഭിമാനിയെ, ആ കോൺഗ്രസുകാരനെ, ഞാൻ എന്നും ഓർത്തോർത്തു കാത്തു കൊണ്ടിരുന്ന ആളെ. അദ്ദേഹം പ്രായശ്ചിത്തം ചെയ്തു. ഇപ്പോൾ അപ്പന്റെ മകൾക്കു സംബന്ധമാണ്. എല്ലാ രാത്രിയിലും അവരാ പൂമുറ്റത്തു നടക്കും... പാട്ടുപാടും. എന്തൊരു സ്നേഹവും സന്തോഷവുമാണെന്നോ! എനിക്കു സഹിച്ചില്ലേടത്തീ! ഞാനവിടെ മരിക്കില്ല.. ഇതാണെന്റെ ഇല്ലം. എന്റെ ഭർത്താവിവിടെയല്ലേ?"

ആരാണവളുടെ ഭർത്താവ്?

അവസാന സമയത്ത് അവളാ കിഴവന്റെ കാല്ക്കൽ തലവെച്ചു കണ്ണീരോടെ മാപ്പപേക്ഷിച്ചു

"എന്റെ പിഴകൾ പൊറുക്കണേ! പരലോകത്തെങ്കിലും ഗതി തരണേ!"

അയാളും പൊട്ടിക്കരഞ്ഞുപോയി.

അങ്ങനെ അനല്പമായ മനസ്സമാധാനത്തോടും ശാന്തതയോടും ആ നിർമ്മലാത്മാവ് നിത്യശാന്തിയിൽ ലയിച്ചു.

ആ മൂട്ടപടം എടുക്കരുത്. അങ്ങോട്ടു നോക്കണ്ടാ. ഒരു നേരിയ നെടുവീർപ്പു കൊണ്ടുപോലും അവളെ അസഹ്യപ്പെടുത്തരുതേ! ആ സാധു യുവതി സ്വൈരമായി, സമാധാനമായി കിടന്നുറങ്ങിക്കൊള്ളട്ടെ!

2

പരിശിഷ്ടം

ജലംകൊണ്ടു നനയുന്ന വർഷകാലം പോലെ ഏകാകികളുടെ ആത്മരോദനത്താൽ ആർദ്രമായ കഥാകാലമായിരുന്നു കാല്പനികത കാഴ്ചവെച്ചത്. അനുഭവങ്ങൾക്ക് വിട്ടുതി നല്കി അന്തരിന്ദ്രിയങ്ങളുടെ സൂക്ഷ്മഭാവങ്ങളെ ചികഞ്ഞെടുത്തു. ആത്മവേദനകളിൽ ഉരുകിത്തിളച്ച മനസ്സിന്റെ സൂക്ഷ്മ ഭാവങ്ങളെ കഥനത്തിൽ കാവ്യാത്മകമായി ഇണക്കിച്ചേർത്തു. പറയാനുണ്ടായിരുന്നത് കഥയാണെങ്കിലും കഥയെ നീക്കം ചെയ്ത് സംഗീതശില്പമായി പരിവർത്തിപ്പിച്ചു. സാമൂഹ്യബന്ധങ്ങൾക്കപ്പുറം മനുഷ്യനെ തനിച്ചു കാണുകയും അവന്റെ സ്വപ്നങ്ങളും അവസ്ഥകളും ആത്മനിവേദനമായി പകരുകയും ചെയ്തു. വർഷമഴപോലെ പെരുമ്പറയടിച്ചു പെയ്തു തിമിർത്തു. പെയ്യാൻ വിതുമ്പിനിന്നു പൊട്ടിയടരുന്ന സങ്കടംപോലെ നിർത്താതെ പെയ്തു. കഥ കവിതയായി മനസ്സിൽ ചേക്കേറി. മനസ്സിന്റെ മായിക സ്വപ്നങ്ങളെയും അടക്കിപ്പിടിച്ച ആത്മവേദനകളെയും തിരതല്ലി ആർത്തലയ്ക്കുന്ന സമുദ്രക്ഷോഭങ്ങളെയും വികാരങ്ങളുടെ വേലിയേറ്റങ്ങളെയും വാക്കിന്റെ ഹൃദയത്തിലൊളിപ്പിച്ച് അവതരിപ്പിച്ചപ്പോൾ ചിലങ്കകളിൽ ഇളകിത്തെറിച്ച മണിനാദം പോലെ കഥ പെയ്തുകൊണ്ടിരുന്നു. കടമ്പുമരം പൂക്കുന്ന ആത്മരഹസ്യമായി കഥ കവിതയായി പൂത്തിറങ്ങുകയും ദാഹിച്ച മനസ്സുകളിൽ പെയ്തു നിറയുകയും ചെയ്തു. ബോധാബോധങ്ങളുടെ തരംഗങ്ങളിൽ സഞ്ചരിച്ചുകൊണ്ട് കാലാതീതമായ സംഗീതമായി, പെരുമഴയായി പല താളവട്ടങ്ങളിൽ അടർന്നലിഞ്ഞു. നിന്ദിതരും പീഡിതരും ഏകാകികളുമായ മനുഷ്യരുടെ ആത്മരോദനങ്ങളായി കഥ നീറി നീറി പെയ്തുകൊണ്ടിരുന്നു.

പ്രണയം ഉള്ളിലടക്കിയ മൗനദുഃഖങ്ങളെ സൂക്ഷ്മഭാവങ്ങളിലൂടെ ആവിഷ്കരിക്കാൻ ശ്രമിച്ചവരാണ് ടി പത്മനാഭനും എം ടിയും മാധവിക്കുട്ടി

യുമൊക്കെ. പ്രണയത്തിലന്തർഭവിച്ച വേദനകളെയും ദുരിതങ്ങളെയും പ്രകാശവത്താക്കി അന്തരിന്ദ്രിയത്തിന്റെ ഹർഷോന്മാദങ്ങളെ ആനന്ദക്കാഴ്ചകളാക്കി. പ്രകാശം പരത്തുന്ന വാക്കുകൾ കൊണ്ട് പ്രണയത്തിന്റെ ആന്തരിക സംഘർഷത്തെ സമുദ്രക്ഷോഭമാക്കിയ പത്മനാഭനും ചാഞ്ഞുപെയ്ത പിന്മാറുന്ന വർഷകാല മഴപോലെ പ്രണയത്തിന്റെ ഭക്തിയും സൗന്ദര്യവും പ്രസാദമധുരമായി ആവിഷ്കരിച്ച എം ടിയും കറുത്ത മഴയുടെ നിതാന്തധാരയായി പ്രണയത്തെ ദുരന്താനുഭവമാക്കിയ മാധവിക്കുട്ടിയും മനസ്സിന്റെ ആഴങ്ങളിൽ നങ്കൂരമിട്ടുകൊണ്ട് ഭാവനയുടെ അലൗകികമായ സൗന്ദര്യം വിളയിച്ച തന്നവരാണ്. എന്നാൽ ആ സംസ്കാരത്തിൽ തെന്നിത്തെറിച്ച നില്ക്കുന്ന കഥാകാരന്മാരാണ് വി കെ എന്നും കോവിലനും പ്രജ്ഞയുടെ തിളങ്ങുന്ന ചിന്ത കൊണ്ട് പ്രണയത്തെ ആത്മാവിനോട് ചേർത്തുവെച്ച് ജീവിതത്തിന്റെ മഹത്ത്വമളന്നവരാണ്. വി കെ എൻ തന്റെ ഭാഷയുടെ മായികതയാൽ സമൂഹത്തിന്റെ തറവാടിത്തബോധത്തെ ആഞ്ഞുതൊഴിച്ച് ഹാസ്യത്തിന്റെ രാജസദസ്സ് നിർമ്മിച്ച കഥാകാരനാണ്. ജീർണ്ണതയുടെ കോട്ടകൊത്തളങ്ങൾ ആക്ഷേപ ഹാസ്യത്തിൽ തകർന്നടിഞ്ഞു. മനുഷ്യന്റെ കരുത്തും ആണത്തവുമാണ് പ്രണയമെന്ന് ഭംഗിയാക്കി. കോവിലൻ വാക്കുകളുടെ കടുന്തുടിയാൽ ജീവിതത്തെ കൊട്ടിപ്പാടിയ കഥാകാരനാണ്. ജീവിതത്തിനപ്പുറമായി പ്രണയമോ രതിയോ ഉണ്ടാകുകയില്ലായെന്നും മുഴക്കത്തോടെ പറഞ്ഞുവെച്ചു. വർഷകാലം പല താളങ്ങളിൽ പെയ്ത നിറഞ്ഞു ഭൂമിയെ ഉർവ്വരയാക്കുന്ന പോലെ കഥകളിൽ കരുത്തിന്റെയും അഴകിന്റെയും മധുരഭാവമായി പെയ്തതോർന്നവരാണ് അസാധാരണരായ ഈ എഴുത്തുകാർ.

ടി പത്മനാഭൻ

കടൽ

ഇന്നലെ രാവിലെ അമ്മ പോയി. കഴിഞ്ഞ ഒരാഴ്ചയായി ഞാൻ അമ്മയുടെ അരികെത്തന്നെ ഉണ്ടായിരുന്നു. സുഖക്കേട് എന്നു പറയാൻ അമ്മയ്ക്കൊന്നും ഉണ്ടായിരുന്നില്ല. പ്രായമായിരുന്നില്ല. അമ്പതു വയസ്സ് മരിക്കാനുള്ള പ്രായമാണെന്ന് ആർക്കും പറയാൻ കഴിയില്ലല്ലോ. എങ്കിലും വരാൻ പോകുന്ന മരണത്തെക്കുറിച്ച് അമ്മയ്ക്ക് ദൃഢമായ ഒരു ബോധമുണ്ടായിരുന്നെന്ന് തോന്നുന്നു. അതുകൊണ്ടാണല്ലോ എന്നെ കൂട്ടിക്കൊണ്ടു വരാൻ നിർബ്ബന്ധപൂർവ്വം അച്ഛനെ അയച്ചത്.

അച്ഛൻ വരുമ്പോൾ ഞാൻ ഹോസ്റ്റലിൽ തന്നെ ഉണ്ടായിരുന്നു. ഒഴിവുദിനമായിരുന്നതുകൊണ്ട് കൂട്ടുകാരികൾ മിക്കവരും പുറത്തു പോയിരുന്നു. വരാന്തയിലിരുന്നു വായിച്ചുകൊണ്ടിരുന്ന ഞാൻ അച്ഛനെ കണ്ടപ്പോൾ ആദ്യം ഒന്നു ഞെട്ടി. അച്ഛൻ എന്റെ ജോലിസ്ഥലത്തോ ഹോസ്റ്റലിലോ ഒന്നും സുഖാന്വേഷണത്തിനു വരുന്ന കൂട്ടത്തിലായിരുന്നില്ലല്ലോ. ബദ്ധപ്പെട്ട് അച്ഛന്റെ അടുക്കലേക്ക് ചെന്ന എന്നോട് അച്ഛൻ മുഖവുരയൊന്നും കൂടാതെ പറഞ്ഞു.

"നിന്നെ കൂട്ടിക്കൊണ്ടു പോകാനാണ് ഞാൻ വന്നിരിക്കുന്നത്."

എന്തേ, എന്തുപറ്റി? എന്ന ഭാവത്തിൽ സംശയഗ്രസ്തയായി അച്ഛന്റെ മുഖത്തേക്കു നോക്കി നിന്നപ്പോൾ അച്ഛൻ പറഞ്ഞു:

"അമ്മയ്ക്കു നിന്നെ കാണണമത്രേ; അതുകൊണ്ടാണ്."

ഞാൻ എന്തെങ്കിലും ചോദിക്കുന്നതിനു മുമ്പായി അച്ഛൻ തിടുക്കത്തിൽ കൂട്ടിച്ചേർക്കുകയും ചെയ്തു:

"ഇല്ല; അങ്ങനെ വിശേഷിച്ചെന്തെങ്കിലുമുണ്ടായിട്ടൊന്നുമല്ല. പക്ഷേ,.. കഴിഞ്ഞ കുറച്ചു ദിവസങ്ങളായി.. സദാ ആലോചനയാണ്. വേറെ ഏതോ ഒരു ലോകത്തിലെത്തിക്കഴിഞ്ഞതുപോലെയാണ് സംസാരം... ഡോക്ടറെ വിളിക്കട്ടെ എന്നു പറഞ്ഞപ്പോൾ സമ്മതിച്ചില്ല. 'എന്തിനാണ് ഡോക്ടർ? എന്നു ചോദിച്ചു. പിന്നെ എന്റെ സുഖക്കേട് ഡോക്ടർക്ക് ചികിത്സിച്ചു മാറ്റാൻ കഴിയുമോ?' എന്നും ചോദിച്ചു.

അമ്മയുടെ ചോദ്യം. 'എന്തിനാണ് ഡോക്ടർ, ഡോക്ടർക്ക് എന്റെ സുഖക്കേട് ചികിത്സിച്ചു മാറ്റാൻ കഴിയുമോ?' എന്നത് ആവർത്തിച്ചപ്പോൾ അച്ഛൻ എന്റെ മുഖത്തേക്ക് നോക്കുകയുണ്ടായില്ല. സ്വതവേ ഗൗരവസ്വഭാവക്കാരനാണെങ്കിലും അച്ഛന്റെ ശബ്ദം അപ്പോൾ ഇടറിയിരുന്നു.

വഴിയിൽ ഞങ്ങൾ കൂടുതലും മൗനമായിരുന്നു. ബസിറങ്ങി വീട്ടിലേക്കു നടക്കുമ്പോഴും ആരും ഒന്നും സംസാരിച്ചിരുന്നില്ല. എന്റെ മനസ്സിൽ അപ്പോൾ അമ്മ മാത്രമല്ല, അച്ഛനുമുണ്ടായിരുന്നു. ഞാനുമുണ്ടായിരുന്നു. കാണാൻ കഴിയാത്ത ഒരു മുള്ള് മനസ്സിൽനിന്ന് ചികഞ്ഞെടുക്കാൻ ശ്രമിക്കുന്നതുപോലെ ഞാൻ എന്നോടുതന്നെ ചോദിച്ചുകൊണ്ടിരുന്നു. എപ്പോഴാണ് അമ്മ അച്ഛനിൽനിന്ന് അകന്നത്? എന്നിൽ നിന്നകന്നത്? ഒരിക്കൽ ഞാൻ അമ്മയ്ക്ക് ഏറ്റവും പ്രിയപ്പെട്ടവളായിരുന്നല്ലോ? അമ്മയുടെ ഏക പുത്രി! ആണായും പെണ്ണായും വീട്ടിലുള്ള ഒരേയൊരു കുട്ടി! അങ്ങനെയുള്ള എന്നിൽ നിന്നുപോലും...

പെട്ടെന്ന് ഒരു ഞെട്ടലോടെ ഞാനോർത്തു; അല്ലെങ്കിൽ ഇതു മറ്റൊരു തരത്തിലും ചോദിച്ചുകൂടേ? എപ്പോഴാണ് അച്ഛൻ അമ്മയിൽ നിന്നകന്നത്? എപ്പോഴാണ് ഞാൻ - അമ്മയുടെ പ്രിയപ്പെട്ട മകളായ ഞാൻ- അമ്മയിൽ നിന്നകന്നത്?

അങ്ങനെ ചിന്തിച്ചപ്പോൾ അതുവരെ അനുഭവപ്പെടാതിരുന്ന ഒരു കുറ്റബോധവും തോന്നി. ഞാൻ എന്നോടുതന്നെ പറഞ്ഞുകൊണ്ടിരുന്നു; അങ്ങനെയും വരാമല്ലോ! അങ്ങനെയും..

എന്റെ മനസ്സ് കണ്ടിട്ടെന്നപോലെ അതുവരെ ഒന്നും പറയാതെ നടന്നിരുന്ന അച്ഛൻ ചോദിച്ചു:

"എന്താണ് ആലോചിക്കുന്നത്?"

ഞാൻ അച്ഛന്റെ മുഖത്തേക്ക് നോക്കുകമാത്രം ചെയ്തു. എന്നിട്ട് വീണ്ടും നിശ്ശബ്ദയായി നടന്നു. എനിക്കുവേണമെങ്കിലും അച്ഛനോടു ചോദിക്കാമായിരുന്നു. അച്ഛനെന്താണ് ആലോചിക്കുന്നത്? അച്ഛന്റെ മനസ്സിലെന്താണ്? പക്ഷേ, ഞാൻ ചോദിച്ചില്ല.

വീട്ടിലെത്തുന്നതിനിടയിലുള്ള ഞങ്ങളുടെ സംഭാഷണം ഇത്രമാത്രമായിരുന്നു.

വീട്ടിലെത്തുമ്പോൾ സന്ധ്യയാകാറായിരുന്നു. എങ്കിലും ഇരുട്ട് പരന്നിരുന്നില്ല. ഞാൻ ധൃതിയിൽ അമ്മയുടെ മുകളിലത്തെ മുറിയിൽ പോകാൻ തുടങ്ങുമ്പോൾ അച്ഛൻ ഒരു നിമിഷം ശങ്കിച്ചു നിന്നശേഷം പറഞ്ഞു.

"ഒരു കാര്യം പറയാനുണ്ട്...."

എനിക്ക് അത്ഭുതം തോന്നി. എന്താണാവോ 'ഈ ഒരു കാര്യം?' യാത്രയില്ലടനീളം മൗനമായി നിന്നതിനുശേഷം, ഇപ്പോൾ ഇവിടെ എത്തിയ ഉടനെ അമ്മയെ കാണുന്നതിനുമുമ്പായി, എന്താണാവോ..

അച്ഛൻ ഒന്നും പറയാതെ എന്നെ ഓഫീസ് മുറിയിലേക്ക് കൂട്ടികൊണ്ടുപോയി. മേശ തുറന്ന് സാമാന്യം വലിയ ഒരു കടലാസ് കെട്ട് എനിക്കെടുത്തു തന്നു. എന്നിട്ട് ഞാനെന്തെങ്കിലും ചോദിക്കുന്നതിനു മുമ്പായി പറഞ്ഞു:

"നിനക്കു തരാനായി എന്നെ ഏല്പിച്ചതാണ്. ഞാനിതു തന്നുവെന്നുപറയണം.."

പിന്നീട് എന്തോ ഓർത്തിട്ടെന്നപോലെ ഇത്രയും കൂടി കൂട്ടിച്ചേർത്തു:

"ചോദിച്ചെങ്കിൽ മാത്രം പറഞ്ഞാൽ മതി."

അച്ഛന്റെ ശബ്ദം ഇടറിയിരുന്നു.

അച്ഛൻ എന്റെ മുഖത്തേക്കു നോക്കിയിരുന്നുമില്ല.

ഞാൻ മുറിയിലേക്ക് കടക്കുമ്പോൾ അമ്മ പടിഞ്ഞാറെ ജനലിലൂടെ സൂര്യനെ നോക്കിയിരിക്കുകയായിരുന്നു. സൂര്യൻ മുക്കാലും മറഞ്ഞു കഴിഞ്ഞിരുന്നു. എങ്കിലും ഒടുവിലത്തെ രശ്മികൾ അമ്മയെ പൊന്നിൽ കുളിപ്പിക്കുന്നുണ്ടായിരുന്നു. സ്വതവേ സുന്ദരമായ അമ്മയുടെ മുഖം അപ്പോൾ ഒന്നുകൂടി ഭംഗിയുള്ളതായി തോന്നി.

ഞാൻ വാതിലിന്റെ അരികിൽ സ്തംഭിച്ചുനിന്നപ്പോൾ എന്റെ സാന്നിദ്ധ്യം അറിഞ്ഞിട്ടെന്നപോലെ അമ്മ പതുക്കെ തിരിഞ്ഞുനോക്കി.

അമ്മയുടെ മുഖത്തേക്ക് നോക്കിയപ്പോൾ എന്റെ മനസ്സിൽനിന്ന് കൊല്ലങ്ങൾ പെട്ടെന്ന് ഊർന്നുപോയി... വീണ്ടും ഞാൻ അമ്മയുടെ പഴയ മകളായി... അമ്മ എന്നെ കുളിപ്പിച്ച് പുതിയ പട്ടുക്കുപ്പായമിട്ടുവിച്ച്, പാട്ടുപാടി... 'വേണ്ട' എന്നു പറഞ്ഞ് ശാഠ്യത്തോടെ മുഖം തിരിച്ചു കളയുമ്പോൾ, 'എന്റെ മോളല്ലേ, എന്റെ ഓമനക്കുട്ടിയല്ലേ, ഇതാ ഈ ഒരു ഉരുളകൂടി' എന്നുപറഞ്ഞ് എന്നെ നിർബ്ബന്ധിച്ച് വീണ്ടും വീണ്ടും ഊട്ടി... പിന്നെ എന്റെ കൂടെ സ്കൂളിൽ വന്ന്... ഞാൻ ഹൈസ്കൂളിലെ ആദ്യത്തെ ക്ലാസിലെത്തിയപ്പോൾ അമ്മയെ കെട്ടിപ്പിടിച്ച്, അമ്മയുടെ മുഖത്തേക്കു തന്നെ നോക്കി... അപ്പോൾ ഒരു കള്ളച്ചിരിയോടെ, 'എന്താണ് നീ ഇങ്ങനെ സൂക്ഷിച്ചു നോക്കുന്നത്?' എന്നു ചോദിച്ചപ്പോൾ 'അമ്മയെത്ര സുന്ദരിയാണ്!' എന്നു പറയാൻ കൊതിച്ചെങ്കിലും നാണംകൊണ്ട് പറയാൻ കഴിയാതെ... പിന്നീട് പതുക്കെ, പതുക്കെ, അറിയാതെ തന്നെ, അകന്നുപോയപ്പോൾ...

എല്ലാം ഒരു ചെറിയ നിമിഷത്തിന്റെ... ഞാൻ അമ്മയുടെ അരികിൽ ഇരിക്കുകയായിരുന്നു. അച്ഛൻ തന്ന പഴയ കടലാസുകെട്ട് അപ്പോൾ അമ്മയുടെ കൈയിലായിരുന്നു. അത്യന്തം സ്നിഗ്ദ്ധമായ ഒരോർമ്മയെ താലോലിക്കുന്നതുപോലെ അമ്മയുടെ ശോഷിച്ച നീണ്ട വിരലുകൾ കടലാസുകളുടെ ഇടയിലൂടെ പൊയ്ക്കൊണ്ടിരുന്നു...

ഒരു ഘട്ടത്തിൽ അമ്മ ചോദിച്ചു:

"നീ ഇതു നോക്കിയോ?"

ഞാൻ പറഞ്ഞു:

"ഇല്ല; അച്ഛൻ ഇപ്പോളെനിക്കു തന്നതേയുള്ളൂ."

അമ്മ മൂകയായി വളരെ നേരം വെളിയിലേക്കു നോക്കിയിരുന്നു. അമ്മയെ താങ്ങിയിരുന്ന തലയണകൾ ഞാൻ ഉറപ്പിച്ചു നിർത്തുന്നുണ്ടായിരുന്നു...

അമ്മ പിന്നീട് പറഞ്ഞു:

"ഞാൻ പണ്ട് ഡയറിയെഴുതിയിരുന്നു... പിന്നീട് അതു നിർത്തി. ആ ഡയറികളും

പിന്നെ എനിക്കു കിട്ടിയ കുറേ എഴുത്തുകളുമാണ് ഇത്. ഇതൊക്കെ ഞാൻ നിനക്കു തരുന്നു... എനിക്ക് വേണമെങ്കിൽ ഇതൊക്കെ നശിപ്പിച്ചു കളയാമായിരുന്നു. പക്ഷേ, ഞാനൊരിക്കലും അങ്ങനെ ആലോചിച്ചതേയില്ല. ഈ എഴുത്തുകൾ നശിപ്പിക്കുക എന്നു വെച്ചാൽ അതെഴുതിയ ആളെത്തന്നെ നശിപ്പിക്കുക എന്നാണ്; ആ ആളുടെ ഓർമ്മ എന്റെ മനസ്സിൽനിന്ന് പറിച്ചു കളയുക എന്നാണ്. പക്ഷേ, എനിക്കതു ചെയ്യാൻ കഴിയില്ലല്ലോ!.... അതുകൊണ്ട് ഞാൻ അതൊക്കെ...

ഒരിക്കൽ വിചാരിച്ചിരുന്നു ഈ എഴുത്തുകൾ എന്റെ ചിതയിൽ എന്നോടുകൂടെ... പിന്നീട് അതും വേണ്ടെന്നുവെച്ചു..."

അമ്മയുടെ ജീവിതത്തിലെ ഈ ഒരു വശത്തെക്കുറിച്ച് അമ്മയിൽ നിന്ന് ഞാൻ ആദ്യമായി കേൾക്കുകയായിരുന്നു. കേട്ടുനില്ക്കാനല്ലാതെ അങ്ങോട്ടെന്തെങ്കിലും ചോദിക്കാൻ എനിക്കു കഴിഞ്ഞില്ല. സത്യത്തിൽ, ചോദിക്കണമെന്നുമില്ലായിരുന്നു.

ഹോസ്റ്റലിൽനിന്ന് അച്ഛൻ പെട്ടെന്ന് കൂട്ടിക്കൊണ്ടു വന്നപ്പോൾ ഇതൊന്നും പ്രതീക്ഷിച്ചിരുന്നുമില്ലല്ലോ...

വിഷയം മാറ്റാനായി ഞാൻ പതുക്കെ ചോദിച്ചു:

"അമ്മ ഡോക്ടറെ കാണാൻ സമ്മതിച്ചില്ല അല്ലേ-?"

ഒരു നിമിഷത്തേക്ക് അമ്മ എന്നെ തറപ്പിച്ചു നോക്കി. എന്റെ ആത്മാവിന്റെ അടിത്തട്ടിലോളം ആഴ്ന്നിറങ്ങുന്ന ഒരു നോട്ടമായിരുന്നു അത്. പക്ഷേ, അമ്മ പിന്നീട് പെട്ടെന്ന് അയഞ്ഞു. അമ്മ ചോദിച്ചു:

"ഡോക്ടറെ കാണാനോ? എന്തിന്? ഡോക്ടർക്ക് ചികിത്സിച്ചു മാറ്റാൻ കഴിയുന്ന എന്തു സുഖക്കേടാണ് എനിക്ക്..."

ഞാൻ പറഞ്ഞു:

"നാളെ ഞാൻ തീർച്ചയായും ഡോക്ടറെ കൂട്ടിക്കൊണ്ടു വരും... തീർച്ചയായും.."

അപ്പോൾ തികച്ചും അപ്രതീക്ഷിതമായ ഒരു സംഭവമുണ്ടായി. അമ്മ എന്നെ പൊടുന്നനെ അടുക്കലേക്ക് ഒന്നുകൂടി ചേർത്തുനിർത്തി, പണ്ട്, വളരെ പണ്ട് ഞാനൊരു ചെറിയ കുട്ടിയായിരുന്നപ്പോൾ ചെയ്തിരുന്നതുപോലെ എന്റെ മുടിയിലൂടെ വിരലുകൾ പതുക്കെ ചലിപ്പിച്ച്...

എനിക്ക് അമ്മയുടെ മുഖത്തേക്കു നോക്കാൻ കഴിഞ്ഞില്ല. എനിക്ക് കരച്ചിൽ വരുന്നുണ്ടായിരുന്നു. പക്ഷേ, 'കരയരുത്, കരയരുത്' എന്ന് ഞാൻ എന്നോടു പറഞ്ഞുകൊണ്ടിരുന്നു. ഒടുവിൽ സഹിക്കാൻ കഴിയാതായപ്പോൾ അമ്മയുടെ മടിയിൽ മുഖമമർത്തി...

അമ്മ പറഞ്ഞു:

"എങ്ങനെയാണ് നിന്നോട് പറയേണ്ടത് എന്നെനിക്കറിയില്ല. ഭയമുള്ളതുകൊണ്ടല്ല. ഇത്രയുംകാലം ഭയമില്ലാതെ ജീവിച്ച എനിക്ക് എന്തിനാണ് ഇപ്പോൾ ഭയം? അല്ല; ഭയമല്ലേയല്ല. പിന്നെ... ഈ ഭയം എന്നൊക്കെ പറയുന്നത് രഹസ്യങ്ങൾ സൂക്ഷിച്ചു വയ്ക്കുന്നവർക്കല്ലേ ഉണ്ടാവുക? എന്റെ ജീവിതത്തിൽ ഒരിക്കലും രഹസ്യങ്ങളുണ്ടായിരുന്നില്ല. തെറ്റാണ് എന്ന് ഞാൻ കരുതിയ ഒന്നും ഒരിക്കലും ചെയ്തിട്ടുമില്ല. എന്നിട്ടും മറ്റാരേക്കാളും നന്നായി ഇതൊക്കെ മനസ്സിലാക്കേണ്ടുന്ന നിന്റെ അച്ഛൻപോലും..."

അമ്മ പൊടുന്നനെ മൂകയായി...

രാത്രി എനിക്കുറങ്ങാൻ കഴിഞ്ഞില്ല. ഏതാനും കത്തുകളും ഡയറികളും ഒന്നോടിച്ചു നോക്കിയതിനുശേഷം കിടക്കാമെന്നാണ് കരുതിയിരുന്നത്. "സാവകാശത്തിൽ

വായിച്ചു നോക്കിയാൽ മതി; തിരക്കില്ല." എന്ന് അമ്മയും പറഞ്ഞിരുന്നല്ലോ. പക്ഷേ, വായിക്കാൻ തുടങ്ങിയപ്പോൾ മറ്റെല്ലാം മറന്ന് അതിൽ മുഴുകി, പ്രത്യേകിച്ചും ഡയറി ക്കുറിപ്പുകൾ വായിച്ചപ്പോൾ. അമ്മയെ സംബന്ധിച്ചിടത്തോളം എനിക്ക് തീർത്തും അജ്ഞാതമായിരുന്ന ഒരു ലോകമായിരുന്നു ഡയറിയിലുണ്ടായിരുന്നത്. എനിക്ക് സന്തോഷവും സങ്കടവും ദേഷ്യവും നിരാശയും പിന്നെ എല്ലാറ്റിലുമുപരിയായി അത്ഭുതവും തന്ന വാചകങ്ങൾ... ചിലപ്പോൾ വളരെ ചെറിയത്... ചിലപ്പോൾ ഒരിക്കലും അവസാനിക്കാതെ നീണ്ടുപോകുന്ന...

ഇടയ്ക്കിടെ കവിതയേയും സംഗീതത്തേയും സ്നേഹത്തെയും കുറിച്ചുള്ള പരാമർശങ്ങൾ. ഇഷ്ടപ്പെട്ട കവിതകളിൽ നിന്നുള്ള ഈരടികൾ... പാട്ടുകളുടെ ആദ്യത്തെ വരികൾ... കോന് ഗലീ ഗയോ ശ്യാം..? മിശ്രഖമാജ് ഒന്നിലധികം തവണ. സ്നേഹത്തെക്കുറിച്ചുള്ള വിചിത്രമെങ്കിലും അതിവിശുദ്ധമായ സങ്കല്പങ്ങൾ... പിന്നെ കടലിനെക്കുറിച്ച്... വീണ്ടും വീണ്ടും കടലിനെക്കുറിച്ച്.... കടൽ കാണാൻ കഴിയാത്തതിലുള്ള ദുഃഖം; കാണാനുള്ള ആഗ്രഹം. കടലിന്റെ ഒരുഭാഗമായി, തിരയായി, ചുഴിയായി, ചലനമായി, ആഴമായി... ആർത്തട്ടഹസിക്കുന്ന കടലിന്റെ മുകളിലൂടെ തെളിഞ്ഞ സൂര്യപ്രകാശത്തിൽ ഒരു ശലഭമായി പറന്നുയർന്ന് ഒടുവിൽ ക്ഷീണിതയാകുമ്പോൾ ശാന്തമായ കടലിന്റെ മാറിൽ വീണു മയങ്ങി...

ഡയറിയിൽ ബനാറസിലെ ജീവിതത്തെക്കുറിച്ചുമുണ്ടായിരുന്നു. അവിടത്തെ കാഴ്ചകൾ.. അവിടത്തെ സംഗീതം... സംഗീതം പഠിപ്പിച്ച ഗുരുനാഥന്മാർ. ഒപ്പം പഠിച്ച കൂട്ടുകാർ... പിന്നെ അവിരാമമായി മക്കൾക്ക് ജീവൻ പകർന്നു കൊടുക്കുന്ന 'ഗംഗ' 'ശുദ്ധകല്യാണി'ന്റെ മന്ത്രധ്വനി ആത്മാവിൽനിന്ന് വഴിഞ്ഞൊഴുകുമ്പോൾ ഗംഗയുടെ പടവുകളിൽ ചെലവഴിച്ച വൈകുന്നേരങ്ങൾ, സന്ധ്യകൾ..

ഇതിനൊക്കെ പുറമെ അമ്മയുടെ അച്ഛനെയും- എനിക്കൊരിക്കലും കാണാൻ കഴിയാത്ത എന്റെ മുത്തച്ഛൻ, ഞാൻ ഇവിടെ കണ്ടു. ബനാറസ് ഹിന്ദു യൂണിവേഴ്സിറ്റിയിൽനിന്ന് ഫിസിക്സിൽ ബിരുദമെടുത്ത മുത്തച്ഛനായിരുന്നല്ലോ തന്റെ മകൾ അവിടെപ്പോയി സംഗീതം പഠിക്കണമെന്ന് കൂടുതൽ നിർബ്ബന്ധം!...

അമ്മയുടെ കല്യാണത്തെക്കുറിച്ചുള്ള പരാമർശങ്ങളും വായിച്ചു. ഈ പരാമർശങ്ങളിൽ നിന്നൂഹിക്കാൻ കഴിഞ്ഞത് ആദ്യമൊന്നും അമ്മ ഈ ബന്ധത്തിൽ വളരെയൊന്നും തല്പരയായിരുന്നില്ല എന്നു തന്നെയാണ്. എന്നാൽ എതിർപ്പുമുണ്ടായിരുന്നില്ല. 'പഠിപ്പു കഴിയട്ടെ; എന്നിട്ടു മതി' എന്നായിരുന്നു അമ്മ പറഞ്ഞത്. പക്ഷേ, 'വിവാഹത്തിനു ശേഷവും പഠിക്കാമല്ലോ' എന്നു മുത്തച്ഛൻ. കല്യാണച്ചെറുക്കനും ഇത് അംഗീകരിച്ചപ്പോൾ പിന്നീട്...

അച്ഛനെക്കുറിച്ച് കല്യാണശേഷവും വളരെയൊന്നും പരാമർശങ്ങളുണ്ടായിരുന്നില്ല. പക്ഷേ, ഉള്ള പരാമർശങ്ങൾ തീർച്ചയായും സ്നേഹപൂർണ്ണമായവതന്നെയായിരുന്നു, പ്രത്യേകിച്ചും കല്യാണശേഷവും അമ്മയെ പഠിക്കാൻ അനുവദിച്ചതിനെക്കുറിച്ച് പറയുന്ന ഭാഗങ്ങളിൽ. പക്ഷേ, അതേസമയം തന്നെ അച്ഛന്റെ സംഗീതത്തിലുള്ള താല്പര്യക്കുറവിനെ പരാമർശിക്കുന്ന ഭാഗങ്ങളുമുണ്ടായിരുന്നു. എന്നാൽ ഒരു തമാശ എന്നതിലുപരിയായി അതൊന്നുമായിരുന്നില്ല. അല്പം പോലും ദുഷ്ടമല്ലാത്ത...

പക്ഷേ, ഒടുവിലാകുമ്പോൾ മിന്നൽപ്പിണർപോലുള്ള വാചകങ്ങൾ... ഒന്നിനു പുറകേ മറ്റൊന്നായി...

ഒരു ദിവസം അമ്മയെഴുതി...

(എനിക്കന്ന് മൂന്ന് വയസ്സ്)

'ഇത് ഞാനൊരിക്കലും പ്രതീക്ഷിച്ചതല്ല. ഞാൻ അറിയാതെ എന്റെ മേശ കുത്തിത്തുറന്ന് എന്റെ കടലാസ്സുകൾ... എനിക്കത് ഊഹിക്കാനേ കഴിയുന്നില്ല. ഞാൻ സ്നേഹിക്കുകയും അതിലൊക്കെ ഉപരിയായി വിശ്വസിക്കുകയും ചെയ്ത എന്റെ ഭർത്താവ്... എന്തിന് എന്റെ പിറകിൽനിന്ന് ഇതു ചെയ്തു? എന്നോട് നേരേചൊവ്വേ ചോദിക്കാമായിരുന്നല്ലോ! ആരാണ് നിനക്ക് എഴുതുന്ന ഈ ആൾ? നീ വെക്കേഷനിൽ വരുമ്പോഴൊക്കെ.... നിങ്ങൾ തമ്മിലുള്ള ബന്ധം എന്താണ്? അങ്ങനെ ചോദിക്കുകയും വേണ്ട; ഒരുസൂചന തന്നാൽ മതിയായിരുന്നല്ലോ. അപ്പോൾ ഞാൻ എല്ലാ കത്തുകളും എടുത്തുകൊടുത്ത്, 'ഇതാ നിങ്ങൾ വായിച്ചു നോക്കിക്കൊള്ളൂ' എന്നുപറഞ്ഞ്- ഒരു വിഷമവും കൂടാതെതന്നെ.... പക്ഷേ, അതിനുപകരം... ഇല്ല, ഇല്ല, എനിക്കിതൊരിക്കലും സഹിക്കാൻ കഴിയില്ല...'

പിന്നീട് ഏതാനും ദിവസങ്ങളുടെ ഇടവേളയ്ക്കുശേഷം....

(ഈ ദിവസങ്ങളിൽ ഡയറി ശൂന്യമായിരുന്നു)

'എന്റെ കത്തുകൾ എനിക്ക് മടക്കിത്തരണമെന്ന് ഇന്നലെ രാത്രി ഞാൻ പറഞ്ഞു. 'എന്തെഴുത്ത്?' എന്നാണ് പെട്ടെന്ന് നീരസത്തോടെ ചോദിച്ചത്. ഞാൻ ഞെട്ടിപ്പോയി. എന്തിനാണ്... ഇങ്ങനെ... പക്ഷേ, ഞാൻ അല്പം പോലും അക്ഷമ കാണിച്ചില്ല. ദേഷ്യപ്പെട്ട് ഒച്ചവെച്ചതുമില്ല. വളരെ ശാന്തമായിത്തന്നെ - എന്നാൽ എനിക്കാകാവുന്നത്ര ശക്തിയോടെയും ഞാൻ പറഞ്ഞു: എന്തെഴുത്തുകളെന്നോ? അപ്പോൾ ഒന്നും പറഞ്ഞില്ല. എന്റെ മുഖത്തു നോക്കിയതുമില്ല. തീർച്ചയായും മനഃസാക്ഷിക്കുത്ത് അനുഭവപ്പെട്ടു കാണും. ഞാൻ വീണ്ടും പറഞ്ഞു. ചോദിച്ചാൽ തരുമായിരുന്നല്ലോ! എന്തിനാണ് ഒരു കള്ളനെപ്പോലെ എന്റെ പിറകിൽനിന്ന്... ഞാനിങ്ങനെയൊരു പെരുമാറ്റം ഒരിക്കലും പ്രതീക്ഷിച്ചതല്ലല്ലോ!'

അപ്പോൾ, ഒരക്ഷരം പറയാതെ കത്തുകളൊക്കെ എടുത്തു തന്നു. ഇപ്രാവശ്യം മടക്കിത്തരുമെന്ന് ഞാനും കരുതിയിരുന്നില്ല. എങ്കിലും ഞാൻ ചോദിച്ചു. എല്ലാം വായിച്ചില്ലേ? എന്തെങ്കിലും രഹസ്യം കണ്ടെത്താൻ കഴിഞ്ഞോ? ഒരു സ്ത്രീ, ഒരു ഭാര്യ, വിചാരിക്കാനോ ചെയ്യാനോ പാടില്ലാത്ത എന്തെങ്കിലും...

അപ്പോഴും ഒന്നും പറഞ്ഞില്ല.

പിന്നീട് ഏതാനും ദിവസങ്ങൾക്കുശേഷം....

ഈ ബന്ധം ശിഥിലമാവുകയാണ്. ഇനിയൊരിക്കലും ഇത്... എനിക്ക് ഖേദമുണ്ട്. ഇന്നലെ എന്നോട് പൊടുന്നനെ ചോദിച്ചു: ഇയാൾ ആരാണ്? നിന്റെ ജീവിതത്തിൽ എന്നേക്കാളുപരി ഇയാൾക്കുള്ള സ്ഥാനം... നിന്നെ സംഗീതം പഠിപ്പിക്കുന്നു എന്നതിലുപരിയായി.... എനിക്കു മനസ്സിലാകുന്നേയില്ല. എന്നാൽ പിന്നെ നീ എന്തിന് എന്നെ കല്യാണം കഴിച്ചു? ഞാൻ നിന്നെ വഞ്ചിച്ചിട്ടില്ലല്ലോ. നിങ്ങൾ ബനാറസിൽ ഭാര്യാഭർത്താക്കന്മാരെപ്പോലെ...

ഞാൻ പെട്ടെന്ന് പറഞ്ഞു.

'നിർത്ത്...'

ഒരിക്കലും ശബ്ദമുയർത്തി സംസാരിച്ചിട്ടില്ലാത്ത ഞാൻ അപ്പോൾ.... തീർച്ചയായും, അദ്ദേഹം അമ്പരന്നു കാണും. പിന്നീട് ഞാൻ മടുപ്പോടെ പറഞ്ഞു: 'എനിക്കു ഖേദമുണ്ട്; പക്ഷേ, എന്തു പറഞ്ഞാണ് ഞാൻ നിങ്ങളെ ബോദ്ധ്യപ്പെടുത്തുക? എന്തു പറഞ്ഞാലാണ് നിങ്ങൾക്കു ബോദ്ധ്യമാവുക? ഒരു സ്ത്രീയും പുരുഷനും തമ്മിലുള്ള സ്നേഹത്തി

ന്റെ വ്യാപ്തിയെക്കുറിച്ച് നിങ്ങളോട് സംസാരിക്കുന്നത് വെറുതെയാണെന്ന് എനിക്കറിയാം. അതുകൊണ്ടുതന്നെ ഞാൻ അതിന് തുനിയുന്നുമില്ല- എന്തു വേണമെങ്കിലും ഊഹിച്ചുകൊള്ളുക..'

അദ്ദേഹം ഒന്നും പറയാതെ സ്തബ്ധനായി നിന്നപ്പോൾ ഞാൻ വീണ്ടും പറഞ്ഞു:

'എന്നാലും എന്നോട് നിങ്ങൾ ചോദിച്ചല്ലോ ബനാറസിൽ ഞങ്ങൾ ഭാര്യാഭർത്താക്കന്മാരെപ്പോലെയായിരുന്നോ.... എന്ന്. നിങ്ങളുടെ സമാധാനത്തിനുവേണ്ടി ഞാൻ പറയാം. അല്ല, ഞങ്ങൾ ഭാര്യാഭർത്താക്കന്മാരെപ്പോലെയല്ല ജീവിച്ചിരുന്നത്. കാമുകീകാമുകന്മാരെപ്പോലെയുമായിരുന്നില്ല. അദ്ദേഹം ഗുരുവും ഞാൻ അദ്ദേഹത്തിന്റെ ഏറ്റവും പ്രിയപ്പെട്ട ശിഷ്യയുമായിരുന്നു. ഞങ്ങൾ പരസ്പരം സ്നേഹിക്കുകയും ചെയ്തിരുന്നു. വളരെ, വളരെ, ഗാഢമായിത്തന്നെ! അത് അദ്ദേഹത്തിന്റെ എഴുത്തുകളിൽനിന്ന് നിങ്ങൾക്ക് മനസ്സിലായിക്കാണുമല്ലോ. ഇനിയൊരു കാമുകിയുടെ ഭാവം എന്റെ മനസ്സിന്റെ ആഴങ്ങളിൽ എവിടെയെങ്കിലും ഉണ്ടായിരുന്നോ എന്നു ചോദിച്ചാൽ എനിക്കതിന് ഉത്തരം പറയാൻ കഴിയില്ല. ഒരുപക്ഷേ, ഉണ്ടായിരിക്കാം.... അല്ലെങ്കിൽ...'

അമ്മയുടെ ഡയറി ഏതാണ്ടിവിടെ അവസാനിച്ചു എന്നു പറയാം. പിന്നീട് ഒരൊറ്റക്കുറിപ്പ് മാത്രമേയുണ്ടായിരുന്നുള്ളൂ. അത് ഏതാനും ദിവസങ്ങൾക്കു ശേഷവുമായിരുന്നു.

അമ്മ എഴുതി:

'ഇനി ബനാറസിലേക്ക് മടങ്ങുന്നില്ല എന്ന് ഞാൻ പറഞ്ഞു. ഇത് അദ്ദേഹം ഒരിക്കലും പ്രതീക്ഷിച്ചിരിക്കില്ല. അദ്ദേഹം സത്യത്തിൽ ഞെട്ടുകതന്നെ ചെയ്തു. വളരെ നേരം എന്തൊക്കെയോ ഓർത്തിരുന്നശേഷം 'പഠിപ്പു പൂർത്തിയാക്കണ്ടേ, അതല്ലേ നല്ലത്. എന്നു ചോദിച്ചു. പിന്നെ ഇപ്പോൾ പെട്ടെന്ന് നിർത്തിയാൽ ആളുകൾ എന്തെങ്കിലും പറയുകയില്ലേ എന്നും ചോദിച്ചു. ഞാൻ അദ്ദേഹത്തിന്റെ മങ്ങിയ മുഖത്തേക്കു നോക്കി ചോദിച്ചു: ആളുകളോ? ആളുകൾക്ക് ഇതിൽ എന്താണ് കാര്യം? ഇത് എന്റെ കാര്യം മാത്രമല്ലേ? അല്ലെങ്കിൽ നമ്മൾ രണ്ടുപേരുടെയും അല്ലാതെ...

എന്റെ ഉള്ളിൽ കരച്ചിൽ വരുന്നുണ്ടായിരുന്നു. ഏറെ ദിവസങ്ങളുടെ ആലോചനയ്ക്കു ശേഷമാണ് 'ഇനി പോകുന്നില്ല' എന്നു തീരുമാനിച്ചത്. എന്നാലും അതു പറഞ്ഞപ്പോൾ... ഇനിയൊരിക്കലും മടക്കിയെടുക്കാത്തവണ്ണം പറഞ്ഞപ്പോൾ...

അദ്ദേഹവും പിന്നീട് എന്തൊക്കെയോ ആലോചിച്ചിരുന്നു. ഒന്നും പറഞ്ഞില്ല...

ഏതായാലും തല്ക്കാലം ഇത് തീരുന്നു. പക്ഷേ, എന്നേക്കുമായി തീരുമോ? എനിക്കറിയില്ല. എനിക്കു പിടിച്ചു നില്ക്കാൻ കഴിയുമോ? അതും അറിയില്ല. ദൈവം എനിക്ക്...'

കുറിപ്പ് അവസാനിച്ചിരിക്കുന്നത് ഈ വാചകം മുഴുമിപ്പിക്കാതെയാണ്. അക്ഷരങ്ങൾ ശരിക്കു കടലാസിൽ പതിഞ്ഞിരുന്നില്ല.

പിന്നീട്, ഡയറികൾ മാറ്റിവെച്ച് വളരെനേരം ആലോചിച്ചിരുന്നതിനുശേഷം, കത്തുകളും നോക്കി.

എല്ലാം ഒരാൾ 'എന്റെ കുട്ടീ' അല്ലെങ്കിൽ 'പ്രിയപ്പെട്ടവളേ' എന്ന് വിളിച്ചുകൊണ്ടെഴുതിയത്. എല്ലാറ്റിലും നിറയെ കവിതയും സംഗീതവും... പിന്നെ ക്ഷേത്രങ്ങളും തെരുവുകൾ, സ്നാനഘട്ടങ്ങൾ, കോളേജുകൾ, സംഗീത വിദ്യാലയങ്ങൾ.... ഗംഗയിലെ ഉദയാസ്തമയങ്ങൾ....

ഇവയ്ക്കിടയിലൂടെയൊക്കെ സ്നേഹത്തിന്റെ ലോലമെങ്കിലും അതിശക്തമായ ഒരു പൊൻനൂലുപോലെ പോകുന്ന പല്ലവികൾ....

പുലർച്ചെ എപ്പോഴോ ഉറക്കത്തിന്റെ പടവുകളിൽ ക്ഷീണിച്ച് വീണുപോയ ഞാൻ ഉണർന്നത് നേരം നല്ലതുപോലെ വെളുത്തതിനു ശേഷമായിരുന്നു. മുറിയിൽ സൂര്യപ്രകാശം നിറഞ്ഞൊഴുകുന്നുണ്ടായിരുന്നു...

അമ്മ കട്ടിലിലിരുന്ന് സ്നേഹപൂർവ്വം എന്റെ മുഖത്തേക്കു നോക്കുന്നതും ഞാൻ കണ്ടു.

കിടക്കയിലും മേശപ്പുറത്തുമായി കത്തുകളും ഡയറികളും ചിതറിക്കിടക്കുന്നുണ്ടായിരുന്നു.

ഞാൻ പിടഞ്ഞെഴുന്നേറ്റ് അതൊക്കെ അടുക്കിവെക്കാൻ നോക്കിയപ്പോൾ അമ്മ വിലക്കി.

"അതൊക്കെ അവിടെ കിടക്കട്ടെ" അമ്മ പറഞ്ഞു. "നീ ഇത്തിരിക്കൂടി കിടക്കു. യാത്രയുടെ ക്ഷീണം കാണും. പിന്നെ ഇന്നലെ നീ ഉറങ്ങിയിട്ടുണ്ടാവില്ല. നിന്റെ ഈ അമ്മയുടെ ഓരോ സ്വഭാവവിശേഷങ്ങളുമോർത്ത്..."

ഞാൻ അമ്മയുടെ കൈതടവിക്കൊണ്ടിരുന്നു. എന്റെ കണ്ണുകൾ അമ്മയുടെ മുഖത്തുതന്നെയായിരുന്നു. എനിക്കത്ഭുതം തോന്നി. ഈ അമ്മ...

അമ്മ എന്റെ അരികെ എന്നെ നോക്കിക്കൊണ്ട് കുറേനേരം അങ്ങനെ ഇരിക്കണം എന്നായിരുന്നു എന്റെ ഉള്ളിൽ. പക്ഷേ, വേഗം തന്നെ മുറിയിൽനിന്ന് അമ്മ പോയി.

അമ്മയുടെ നടത്തത്തിൽ ഇടർച്ചയുണ്ടായിരുന്നില്ല. എങ്കിലും ആ കാൽവെപ്പുകൾ വളരെ ദുർബ്ബലമായിരുന്നു. തലേന്ന് സന്ധ്യയ്ക്കു കണ്ടപ്പോൾ എനിക്കു തോന്നിയത് ശരിയല്ല. അമ്മ വളരെയേറെ ക്ഷീണിതയാണ് എന്ന് അപ്പോൾ മനസ്സിലായി.

അച്ഛനും പിന്നീട് മുറിയിൽ വന്നു. പക്ഷേ, വേഗത്തിൽ പോവുകയും ചെയ്തു. ഒന്നും കാര്യമായി പറയുകയുണ്ടായില്ല. അച്ഛന്റെ മനസ്സിൽ എന്തൊക്കെയോ ഉണ്ട്. അതു പറയാനാണ് എന്റെ അടുക്കൽ വന്നത് എന്ന് എനിക്ക് നല്ലതുപോലെ മനസ്സിലായെങ്കിലും ഞാനൊന്നും അങ്ങോട്ട് ചോദിക്കുകയുണ്ടായില്ല. ഞാൻ വിചാരിച്ചു. 'അച്ഛൻ തന്നെ പറയട്ടെ. അല്ലാതെ ഞാൻ അങ്ങോട്ടു ചോദിച്ച്...'

ഇത് വീണ്ടും ആവർത്തിക്കുകയുണ്ടായി. ഒന്നിലധികം തവണ. ഒടുവിൽ ഇന്നലെ വൈകുന്നേരം ഞാൻ പടിഞ്ഞാറെ അതിരിലെ പാറക്കൂട്ടത്തിലിരുന്ന് മറയാൻ പോകുന്ന സൂര്യനെ നോക്കുകയായിരുന്നു. അമ്മയുടെ ചിത അപ്പോഴും പൂർണ്ണമായും അണഞ്ഞിരുന്നില്ല. ചിതയിൽനിന്നുയരുന്ന ഗന്ധം അപ്പോഴും ആകാശത്ത് തങ്ങിനില്ക്കുന്നുണ്ടായിരുന്നു- ഞാൻ തനിച്ചായിരുന്നു. രാവിലെ ശവസംസ്കാരത്തിൽ പങ്കെടുത്തവരൊക്കെ തിരിച്ചു പോയിക്കഴിഞ്ഞിരുന്നു...

അപ്പോൾ അച്ഛൻ വന്ന് എന്റെ അരികിലിരുന്നു. കുറേനേരത്തേക്ക് ഞങ്ങൾ ഒന്നും പറഞ്ഞില്ല. പിന്നീട് മനസ്സിൽനിന്ന് ഒരു ഭാരം ഇറക്കി വെക്കുന്നതുപോലെ അച്ഛൻ പറഞ്ഞു:

"ഒരു മാസം മുമ്പാണ് അദ്ദേഹം മരിച്ചത്. അതിനുശേഷമാണ്.."

ഞാൻ പെട്ടെന്ന് ചോദിച്ചു:

"ആര്?"

പക്ഷേ, പിന്നീട് ചോദിക്കേണ്ടിയിരുന്നില്ല എന്നും തോന്നി.

അച്ഛൻ വീണ്ടും പറഞ്ഞു:

"പത്രങ്ങളിൽ വാർത്തയുണ്ടായിരുന്നു. 'സ്റ്റേറ്റ്സ്മാനി'ലും മറ്റും. ആരോ എഴുതുകയും ചെയ്തിരുന്നു. ഒരുപക്ഷേ, അദ്ദേഹത്തിന്റെ ഭാര്യയായിരിക്കാം."

ഞാൻ ഒന്നും പറഞ്ഞില്ല.

ഇരുട്ട് പരക്കാൻ തുടങ്ങിയപ്പോൾ ഞങ്ങൾ വീട്ടിലേക്കു മടങ്ങി. അപ്പോഴും അച്ഛൻ തന്നോടെന്നപോലെ പതുക്കെ പറയുന്നുണ്ടായിരുന്നു...

"എനിക്ക് ഒന്നും മനസ്സിലാക്കാൻ കഴിഞ്ഞില്ല. ഒന്നും! പക്ഷേ, കവിതയും, സംഗീതവുമൊന്നും ഒരിക്കലും എന്റെ വിഷയങ്ങളായിരുന്നില്ലല്ലോ. അതുകൊണ്ട്... ഇല്ല, ഒന്നും മനഃപൂർവ്വമായിരുന്നില്ല."

ഞാൻ ഒന്നും പറഞ്ഞില്ല. ഞാൻ അപ്പോൾ ആലോചിച്ചുകൊണ്ടിരുന്നത് കടലിനെക്കുറിച്ച് എന്നും സ്വപ്നങ്ങൾ കണ്ടുകൊണ്ടിരുന്ന- എന്നാൽ ഒരിക്കലും കടൽ കാണാൻ കഴിയാത്ത- എന്റെ അമ്മയെക്കുറിച്ചും നഷ്ടപ്പെട്ടുപോയ എന്റെ ബാല്യത്തെക്കുറിച്ചുമായിരുന്നു.

എം ടി വാസുദേവൻ നായർ

വാനപ്രസ്ഥം

ഒരു പക്ഷേ, വന്നിരിക്കില്ല.

ഹോട്ടലിലെ ഊണാണ് നല്ലതെന്ന് പറഞ്ഞ് കുമാരൻകുട്ടി പോയപ്പോൾ, മാസ്റ്റർ വീണ്ടും ലോഡ്ജിൽനിന്ന് പുറത്തിറങ്ങി. അമ്പലപരിസരത്തിലൊക്കെ ഒരിക്കൽക്കൂടി നടന്നു. തൊഴാനെത്തിയ കുടുംബങ്ങൾ ചുറ്റിനടക്കുന്നതു നോക്കി, അതിലൊന്നുമില്ല.

പണ്ട് അമ്പലപരിസരത്തിലെ നാലഞ്ച് വീടുകളിലായിട്ടാണ് തൊഴാൻ വന്നവർ തങ്ങിയിരുന്നത്. ഇപ്പോൾ ലോഡ്ജുകളും ഗസ്റ്റ് ഹൗസുകളുമുണ്ട്. അതുകൊണ്ട് പെട്ടെന്ന് കണ്ടെത്തണമെന്നില്ല. വന്നത് വെറുതെയായിട്ടൊന്നുമില്ല. തൊഴുതല്ലോ എന്ന് സമാധാനിക്കാൻ ശ്രമിച്ചു.

ഒരുപക്ഷേ, വന്നിരിക്കില്ല. അല്ലെങ്കിൽ തൊഴുത് മടങ്ങിപ്പോയിരിക്കും. മൂന്നു ദിവസം എന്നതു മാറ്റി ഒരു ദിവസം ആയിരിക്കും. ഇവിടെ ഉണ്ടെങ്കിൽ കാണേണ്ടതായിരുന്നു. വിശേഷദിവസങ്ങൾ അല്ലാത്തതുകൊണ്ട് വളരെ കുറച്ചുപേരേ തൊഴാൻ വന്നിട്ടുള്ളൂ.

വെയിലിന് നാട്ടിലേക്കാൾ ചൂട്. അമ്പലത്തിന്റെ ചുറ്റിലും പാകിയ കരിങ്കൽപ്പലകകൾ പഴുത്തിട്ടാണ്.

ഊണു കഴിഞ്ഞ് ഒന്നു വിശ്രമിച്ച് ഏതെങ്കിലും ബസിനു കയറിയാൽ മംഗലാപുരത്തുനിന്ന് അവസാനത്തെ വണ്ടി കിട്ടും.

അഡിഗളുടെ മക്കൾ വീടിനോടു ചേർത്ത് ചെറിയൊരു ലോഡ്ജ് പണി ചെയ്തിട്ടുണ്ട്. പക്ഷേ, ഭക്ഷണം ഇപ്പോഴും വീട്ടിൽത്തന്നെയാണ്. ഏഴെട്ടു പേരുണ്ടായിരുന്നു ഊണിന്. തന്നേക്കാൾ പ്രായമുള്ള ഒരാൾ ചമ്രം പടിഞ്ഞിരുന്ന് സുഖമായി ഉണ്ണുന്നതും പായസം വീണ്ടും ചോദിച്ച് വാങ്ങുന്നതും കണ്ടപ്പോൾ അസൂയ തോന്നി. നിലത്തിരുന്ന് ഉണ്ണാൻ തന്നെ പ്രയാസം. അഡിഗൾമാരുടെ വീടുകളിൽ പടവലങ്ങകൊണ്ട് ഒരു പായസം വെക്കുന്നു എന്ന് പറയാനെങ്കിലും കുറച്ച് - വേണ്ട, മൂന്ന് ഗുളിക കഴിച്ചിട്ടും പ്രമേഹം നിയന്ത്രണത്തിലാവുന്നില്ല.

"മാഷ് കുറച്ചുകൂടി ശ്രദ്ധിക്കണം" ഉണങ്ങാത്ത മുറിവു ചികിത്സിക്കാൻ വന്ന ഡോക്ടർ പറഞ്ഞു.

"ഞങ്ങള് പറഞ്ഞിട്ടൊന്നും കാര്യല്യ. കുട്ടികളാണെങ്കിൽ ചീത്തപറയാം. തരംകിട്ടിയാൽ ഇപ്പളും ഭരണികളും അൾമാരയും ഒക്കെ തപ്പി മധുരമുള്ളത് എടുത്തുതിന്നും."

അമ്മാളു ഡോക്ടറോട് പറഞ്ഞ് ചിരിച്ചു.

അറുപത്തൊന്നാം വയസ്സിൽ ഇനി ശകാരവും പരിഹാസവും കേൾക്കാൻ വയ്യ. മോരു കൂട്ടി ഊണവസാനിപ്പിച്ചു.

മടക്കബസുകളുടെ സമയമന്വേഷിക്കാമെന്നു കരുതി ലോഡ്ജിന്റെ ആപ്പീസുമുറിയിൽ എത്തിയപ്പോഴാണ് എതിരെ പ്ലാസ്റ്റിക് പാത്രങ്ങളും ഭഗവതിയുടെ ചില്ലിട്ട പടങ്ങളും വില്ക്കുന്ന ചെറിയ കടയിൽ നില്ക്കുന്ന സ്ത്രീയെ കണ്ടത്. അത്ഭുതം, ഇന്നലെ സന്ധ്യയ്ക്കും ഇന്ന് രാവിലെയും തിരഞ്ഞു നടന്ന ആളിതാ മുമ്പിൽ. ഇല്ല തെറ്റിയിട്ടില്ല. വിനോദിനി തന്നെ. കെ എസ് വിനോദിനി.

ഒന്നും വാങ്ങാതെ നടക്കാൻ തുടങ്ങുമ്പോഴേക്ക് അവരുടെ മുമ്പിലെത്തി.

"വിനു അല്ലേ?"

നോക്കട്ടെ. വെള്ള ഫ്രെയ്മുള്ള കണ്ണടയിലൂടെ സൂക്ഷിച്ചു നോക്കുന്ന ആളെ മനസ്സിലാവുന്നുണ്ടോ എന്ന് നോക്കട്ടെ!

"ഈശ്വരാ മാഷിവിടെ!"

"ഉം... ഇന്നലെ സന്ധ്യക്ക് വന്നു. സന്ധ്യക്ക് അമ്പലത്തിൽ വന്നിരുന്നോ?"

"ഉവ്വ്. ഉവ്വ്. കൊറെനേരംണ്ടായിരുന്നു. ഞാനുച്ചയ്ക്കെത്തി."

വിനോദിനി സരസ്വതീമണ്ഡപത്തിൽ ഇരുന്ന് ജപിക്കുകയായിരുന്നു കുറേനേരം. രാത്രി ആ വഴി പോയിരുന്നെങ്കിലും പ്രത്യേകിച്ച് അവിടെ നോക്കിയില്ല. ഏതെല്ലാമോ സ്ത്രീകളെ കണ്ടു. ഒന്നിച്ചു വന്ന ഒരുസംഘമായിരിക്കുമെന്ന് കരുതി.

ഇന്നലെ കണ്ടിരുന്നെങ്കിൽ - അത്താഴപൂജ കഴിഞ്ഞശേഷം കുറെ ഇരുന്ന് സംസാരിക്കാമായിരുന്നു.

വെയിലത്താണ് മാഷ് നില്ക്കുന്നത് എന്ന് വിനോദിനി ഓർമ്മിപ്പിച്ചു. അവർ ലോഡ്ജിന്റെ നിഴലിലേക്ക് മാറിനിന്നു.

"മാഷ്ക്ക് ഞാൻ ഒരു കത്തെഴുതിയിരുന്നു."

"ഉവ്വുവ്വ് കിട്ടി. അതോണ്ടല്ലേ നോക്കിയത്; ഇവിടെയൊക്കെ."

കത്ത് കൈയിൽത്തന്നെ കിട്ടി. രാവിലത്തെ പതിവുനടത്തം കഴിഞ്ഞ് വയൽവരമ്പത്തു നില്ക്കുമ്പോഴാണ്. വിനോദിനിയുടെ കത്തിന്റെ കൂടെ കൃഷിമാസികയും ഉണ്ടായിരുന്നു. വിഷുവിന്റെ തലേന്ന് നാട്ടിലെത്തുന്നുണ്ട്. വിഷുവിന്റെ അടുത്ത ആഴ്ചയിൽ മൂകാംബിയിലും പോണമെന്നുണ്ട്. മടങ്ങുന്നതിനു മുമ്പ്, മാസ്റ്ററെയും വന്നു കാണണമെന്നാണ് വിചാരം. അമ്മയ്ക്ക് തീരെ വയ്യാത്തതുകൊണ്ട് ഒന്നും ഉറപ്പിച്ചിട്ടില്ല. വിനീതശിഷ്യ വിനോദിനി.

വളരെ മുമ്പ് ഒരു ന്യൂ ഇയർകാർഡു വന്നപ്പോൾ അമ്മാളു ചോദിച്ചു:

"ആരാ ഈ വിനീത ശിഷ്യ?"

അപ്പോൾ കഴിഞ്ഞ കൊല്ലവും കാർഡു വന്നിരുന്നു എന്ന് മകൾ രാധിക.

പട്ടാമ്പി ഹൈസ്കൂളിൽ പണ്ട് പഠിപ്പിച്ച കുട്ടിയാണ് എന്നുമാത്രം പറഞ്ഞു.

"മാഷ് ഊണുകഴിച്ചോ?"

"ഉവ്വ്."

എന്നിട്ട് പിന്നിലെ ലോഡ്ജുകെട്ടിടം കാട്ടി പറഞ്ഞു.

"ഞാനിവിടെ ഒരു മുറിയെടുത്തിട്ടുണ്ട്."

മുറിയിൽ പോയിരുന്നു സംസാരിച്ചാലോ? കുമാരൻകുട്ടി ഉണ്ടാവും. അതൊരു ശല്യം. വലിയച്ഛനെ കാണാൻ ഒരു സ്ത്രീ വന്നിരുന്നു എന്ന് പറഞ്ഞാൽ അമ്മാളുവിനോട് വിസ്തരിക്കേണ്ടി വരും. പഠിപ്പില്ലെങ്കിലും നല്ല ഓർമ്മശക്തിയാണ്. ഇംഗ്ലീഷു കൊല്ലം പിറക്കുമ്പോ കാർഡയയ്ക്കുന്ന വിനീത ശിഷ്യയെ ചുറ്റിപ്പറ്റി അമ്മാളുവിന്റെ ഒരു പരിഹാസവും ചിരിയും ഒക്കെ ഉണ്ടാവും വീട്ടിൽ.

"വിനോദിനി താമസിക്ക്ണത്?"

"ദാ അവിടെ പുരുഷോത്തമൻ അടിയാൾടെ വീട്ടിൽ."

"ഊണ് കഴിച്ചോ?"

"ഇല്ല..."

"ആ എന്നിട്ടാ! നടക്കൂ... ഞാനും വരാം."

ചുറ്റമ്പലത്തിനു തൊട്ടുതന്നെയാണ് വീട്. കരിങ്കല്ലു പതിച്ച വഴി ശരിക്ക് പൊള്ളുന്നുണ്ട്. ചെരിപ്പിടാതെയാണ് വിനോദിനി നടക്കുന്നത്. എന്ന് മാസ്റ്റർ ശ്രദ്ധിച്ചു.

അഡിഗളുടെ ഈ വീട്... ഇപ്പോൾ ഓർമ്മവരുന്നുണ്ട്. രാധികയ്ക്ക് ചോറു കൊടുക്കാൻ വന്നപ്പോൾ ഇവിടെയായിരുന്നു. അന്ന് മുന്നിലേക്ക് ഈ മുഖപ്പ് നീട്ടിയിട്ടില്ല. അതെ, സ്ഥലം ഇതുതന്നെ.

"എന്നാലും മാഷെ ഒന്ന് കണ്ടല്ലോ. ഭഗവതീടെ അനുഗ്രഹമായിരിക്കും."

കോലായയുടെ തണലിൽ എത്തിയപ്പോൾ മാസ്റ്റർ പറഞ്ഞു. "ഹൗ! വല്ലാത്ത വെയില്."

മേലെ പൂമുഖത്ത് ചാരുകസേരയിൽ കിടക്കുന്ന തടിച്ച വൃദ്ധൻ പഴയ അഡിഗൾതന്നെ. അന്നും അയാൾ ഏകദേശം ഇതുപോലെ ഇരുന്നു.

കഴിഞ്ഞ അഞ്ചു വർഷമായി വിനോദിനി ഇവിടെ വരുന്നുണ്ട്. ഒരു മാസത്തെ ഒഴിവിന് വേനലിൽ നാട്ടിൽ വരുമ്പോൾ.

"മാഷ്ക്ക് വലിയ മാറ്റൊന്നുല്യ മുഖത്തിനൊന്നും."

അവൾ ആകപ്പാടെ ഒരു പരിശോധന നടത്തി. മാസ്റ്റർ ചിരിച്ചു.

"കത്തില് തീയതിയൊന്നും ഉണ്ടായിരുന്നില്ല. എന്നാലും വിനു വന്നിട്ടുണ്ടോന്ന് ഞാൻ നോക്കി."

"കണ്ടപ്പോൾ മാഷ്ക്ക് എന്നെ മനസ്സിലായല്ലോ. അതാ അത്ഭുതം."

മാറ്റം എത്രത്തോളം വന്നു എന്ന് മാസ്റ്റർ കണ്ടപ്പോഴേ കണക്കാക്കിയിരുന്നു. മുടി കുറച്ച് മഞ്ഞനിറമായിരിക്കുന്നു. കറുപ്പിക്കാൻ എപ്പോഴോ മരുന്നു പുരട്ടിയതുകൊണ്ടാണോ മഞ്ഞ? അമ്മാളുവും പരീക്ഷണം ഒരിക്കൽ നോക്കി. കറുപ്പും ചുവപ്പും മഞ്ഞയും ഒക്കെ കലർന്ന തല മലയണ്ണാന്റെ നിറമായി പിന്നെ.

സംസാരിക്കുമ്പോൾ അണപ്പല്ലുകളിലൊന്ന് പോയ വിടവ് ശരിക്ക് കാണാം. വെ

ള്ളാരംകണ്ണുകൾക്ക് മാത്രം മാറ്റമില്ല. പീടികയിൽ പ്ലാസ്റ്റിക് ഡപ്പിക്ക് വില പറഞ്ഞു നില്ക്കുമ്പോൾ, നേരത്തേ, അതാണ് പെട്ടെന്ന് കണ്ടത്.

"ഉണ്ടിട്ട് വരൂ ഞാനിരിക്കാം."

"തെരക്കില്ല."

പൂമുഖത്ത് വൃദ്ധൻ മറ്റൊരു വൃദ്ധനുമായി ലെഡ്ജർ നിവർത്തിവെച്ച് എന്തോ കാര്യങ്ങൾ കർണ്ണാടകത്തിൽ തർക്കിക്കുകയാണ്. ഉറക്കെയുറക്കെ. "മാഷ് ഇടയ്ക്ക് തൊഴാൻ വരാറുണ്ടോ?"

"ഇല്ല. വളരെ പണ്ട് വന്നതാണ്."

ഇക്കുറി വിനോദിനിയെ കാണാമെന്ന് കരുതിയിട്ടുകൂടിയാണ് തൊഴാൻ വന്നതെന്ന് പറഞ്ഞില്ല.

"വിചാരിച്ചപോലെ ഒന്നും ഇവിടെ വരാൻ പറ്റില്ല. ഭഗവതി നിശ്ചയിക്കും. അപ്പഴേ നമ്മൾക്ക് സൗകര്യാവൂ."

ശരിയായിരിക്കണം. രാധികയ്ക്ക് ആറുമാസമുള്ളപ്പോൾ വന്നിട്ട് പിന്നീട് ഇപ്പോളാണ്. എട്ടുമണിക്കൂർ തീവണ്ടിയിൽ. പിന്നെ നാലുമണിക്കൂർ ബസിൽ. വീട്ടിൽ പറഞ്ഞപ്പോൾ അമ്മാളുവിന് അത്ഭുതവും ദേഷ്യവും. കൂടെ ഒരാളെ കൂട്ടാതെ പോകരുതെന്ന് ഉപദേശിക്കാൻ രാധിക വന്നു. മുമ്പൊരിക്കൽ വന്ന നെഞ്ചുവേദന ഗ്യാസ്ട്രബിളല്ല ഹൃദ്രോഗം തന്നെയാണെന്ന് മകൾ വിശ്വസിക്കുന്നു. അമ്മയും മകളും ചേർന്ന് ആലോചിച്ചു തർക്കിച്ചു.

"അന്യസ്ഥലത്തു പോയി വല്ല അത്യാപത്തും ഉണ്ടാക്കണ്ട!" ഒടുവിൽ അമ്മാളു ഉപദേശിച്ചു. അവൾക്ക് നീണ്ട യാത്ര ചെയ്യാൻ താല്പര്യമില്ല. അമ്പലത്തിൽ പോക്കും സന്ധ്യാനാമവും ഒക്കെ മുമ്പേ നിർത്തിവെച്ചിരിക്കുന്നു. രാധികയ്ക്ക് വിദേശത്തുനിന്ന് കൃത്യമായി ഡ്രാഫ്റ്റ് വരുന്നു. രാധികയുടെ ചെറിയ കുട്ടികൾക്കും അസുഖങ്ങളൊന്നുമില്ല. രഘുവിന് നല്ല ജോലി. ഭേദപ്പെട്ട കുടുംബത്തിൽനിന്ന് വിവാഹം. ആവശ്യപ്പെടാൻ പുതുതായി ഒന്നുമില്ലാത്തതുകൊണ്ടാവും. എല്ലാം ഈശ്വരൻ അനുവദിച്ചുകൊടുത്ത സ്ഥിതിക്ക് പ്രാർത്ഥനയൊക്കെ മനസ്സിൽ മതിയെന്ന് അമ്മാളു ധൈര്യമായി പറയാൻ തുടങ്ങിയിരിക്കുന്നു.

"എപ്പളാ മാഷ് മടക്കം?"

"നിശ്ചയിച്ചിട്ടില്ല."

മേലെ വൃദ്ധന്മാർ കണക്കു നോക്കിയിരിക്കേ, ചോദിക്കേണ്ടത് പലതും പിന്നീടാവട്ടെ എന്നുവെച്ചു.

"മാഷ് കുടശാദ്രിയിൽ പോയിട്ടുണ്ടോ?"

"ഏയ്? ഇല്ല."

വൃദ്ധൻ അഡിഗൾ അതുകേട്ട് അടുത്തേക്കു വന്നു. ഇപ്പോൾ ജീപ്പു പോവുന്ന റോഡുണ്ട്. എന്നാലും അധികം പേരും നടന്നിട്ടു തന്നെയാണ് കയറുന്നത്.

"വയസ്സായവർക്ക് കുറച്ച് കഷ്ടാണ് കയറാൻ."

അഡിഗൾ പറഞ്ഞു. അയാൾ വാർദ്ധക്യത്തിനോട് പണ്ടെന്നോ സന്ധിപറഞ്ഞ് നിർത്തിയിരിക്കയാണ്. മാസ്റ്റർ ഓർമ്മിച്ചു. ഇരുപത്തഞ്ചു കൊല്ലം മുമ്പ് ഇവിടെ വന്നത് പറഞ്ഞാലോ ഈ വൃദ്ധനോട്?

മാസ്റ്റർ ധൃതിയിൽ മനസ്സിൽ കണക്കുകൂട്ടിക്കൊണ്ടു പറഞ്ഞു.

"വിനു ഊണു കഴിച്ചോളൂ. ഞാൻ ജീപ്പുണ്ടോന്ന് അന്വേഷിച്ചിട്ടു വരാം."

ആറാളുണ്ടെങ്കിൽ ഷെയർ ചെയ്ത് ജീപ്പ് വിളിക്കാമെന്ന് അഡിഗൾ പറഞ്ഞു. എന്നാൽ ആളൊന്നുക്ക് അമ്പതുറുപ്പികവെച്ച് കൊടുത്താൽ മതി.

"അമ്പതുറുപ്പികേ?"

വിനുവിന്റെ അത്ഭുതവും അമ്പരപ്പും കണ്ടപ്പോൾ മാസ്റ്റർ പറഞ്ഞു. "ഞാൻ... ഞാനൊന്നന്വേഷിച്ച് വരാം. പോണന്ന് എനിക്കും ഒരു മോഹംണ്ട്."

"മാഷ്ംണ്ടെങ്കിൽ നമുക്കൊന്ന് പോവായിരുന്നു!"

"പോവാം ജീപ്പന്വേഷിക്കട്ടെ. പോവാം."

മാസ്റ്റർ വെയിൽ വകവെക്കാതെ നടന്നു. ലോഡ്ജിൽ എത്തിയപ്പോൾ മുറിയിൽ ആകെയുള്ള ഒറ്റക്കട്ടിലിൽ കുമാരൻകുട്ടി കിടന്ന് സുഖമായി ഉറങ്ങുന്നു. ഊണുകഴിഞ്ഞ് വന്നാൽ വയസ്സായ ഒരാൾക്ക് ഒന്ന് വിശ്രമിക്കേണ്ടി വരുമോ എന്ന ചിന്തയില്ലാതെ.

അവന് ഇഷ്ടമായിട്ട് വന്നതല്ല. തുണയ്ക്ക് ഒരാൾ വേണം എന്ന് അമ്മാളു നിശ്ചയിച്ച്, അടുത്ത വീട്ടിലെ കുട്ടിയെ നിർബ്ബന്ധിച്ച് സമ്മതിപ്പിച്ചതാണ്. അവൻ കുടജാദ്രിയിലേക്ക് വരണ്ട. തനിച്ച് മതി. വേറെയാരും വേണ്ട.

തപാലാപ്പീസിലെ സേവിങ്സ് കണക്കിൽനിന്ന് പണമെടുത്തപ്പോൾ ഇതൊന്നും ആലോചിട്ടില്ല. എന്നാൽ ആവശ്യത്തിലധികമുണ്ട്. ഒറ്റയ്ക്ക് ജീപ്പ് വിളിക്കാൻ കൂടിയുണ്ട്. പോസ്റ്റ്മാസ്റ്റർ തുക ആയിരം എഴുതിയത് കണ്ട് ചോദിച്ചു. "എന്താ മാഷേ വിശേഷം?"

"ഒന്നൂല്യ. കുളിമുറീല് ചില്ലറ റിപ്പെയറുണ്ട്. ഒന്ന് മൂകാംബീലും പോണം."

സൗകര്യമായി സമൃദ്ധമായി മൂകാംബിയിലും ഉഡുപ്പിയിലും താമസിക്കണമെന്ന് നിശ്ചയിച്ചിരുന്നു. പിന്നീടൊരിക്കൽ ഇങ്ങനെ ഒരു യാത്ര ഉണ്ടായില്ലെങ്കിലോ? ആഹാരത്തിന്റെ കാര്യങ്ങൾ കൂടി പിശുക്കിപ്പിശുക്കി, രാവിലെയും വൈകുന്നേരവും ട്യൂഷനെടുത്താണ് രഘുവെ എഞ്ചിനീയറിങ്ങിന് ചേർത്തത്. ഭാഗത്തിൽ അമ്മാളുവിന് കിട്ടിയ സ്ഥലം നല്ല നിലയ്ക്ക് വിറ്റതുകൊണ്ട് രാധികയുടെ കല്യാണത്തിന് കഷ്ടപ്പെടേണ്ടി വന്നില്ല. തപാലാപ്പീസിലെ കണക്ക് മാത്രം അമ്മാളുവിനെ ബോദ്ധ്യപ്പെടുത്തേണ്ടതില്ല. ലോഡ്ജിന്റെ കൗണ്ടറിൽ നേരത്തേ കണ്ട ചെറുപ്പക്കാരനല്ല ഇപ്പോൾ. ഇയാൾ ജ്യേഷ്ഠനാവണം. കണ്ണാടിക്കൂട്ടിൽ അവിടെയും ശ്രീചക്രവും മറ്റും വില്പനയ്ക്കുണ്ട്. തീർത്ഥാടനത്തെപ്പറ്റിയുള്ള പോസ്റ്റർ ചുവരിൽ. കുടജാദ്രിയിലേക്കുള്ള ദൂരം എഴുതിയിട്ടുണ്ട്. മുപ്പത്തിരണ്ട് കിലോമീറ്റർ.

"ബസില് പോയാപ്പിന്നെ എത്ര നടക്കണം സ്വാമീ?"

"ബസില് പോയാല് ജാസ്തി നടക്കണം. നിങ്ങള് വയസ്സായവർക്ക് കഷ്ടം."

വയസ്സായവർക്ക് എവിടെയും കഷ്ടം!

അപ്പോൾ അച്ഛൻ അഡിഗൾ വന്നു. കുടജാദ്രിയിൽ വൈകുന്നേരം എത്തുക. എല്ലാം കണ്ട് രാത്രി അവിടെ താമസിക്കുക. രാവിലെ മടങ്ങുക. അവിടെ അമ്പലത്തിൽ പൂജ നടത്തുന്നവർ വരുന്നവർക്കൊക്കെ താമസിക്കാൻ സൗകര്യം ചെയ്തുകൊടുക്കും. അവരുടെ പരിചയത്തിൽപ്പെട്ട ജീപ്പുണ്ട്. ടെലിഫോണിൽ അഡിഗൾ പിശകി. എന്നാലും മുന്നൂറ്റുറുപ്പിക-! രാത്രി തങ്ങുന്നതിനു കൂടിയാണ് ഈ സംഖ്യ. തൊഴുത് അപ്പോൾത്തന്നെ മടങ്ങുമ്പോൾ കുറയും. പക്ഷേ, അവിടെ ഇരുന്ന് ധ്യാനിക്കണം. അതിനാണ് ആളുകൾ പോകുന്നത്.

"നടന്നു കേറുന്നത് കഷ്ടമാണ്. വേര്, പിടിച്ചുപിടിച്ച് കയറണം."

വീണ്ടും വയസ്സുകാലത്തെപ്പറ്റി പറഞ്ഞില്ല. ഉപകാരം. പക്ഷേ, പ്രായത്തിന്റെ പരാധീനത ഒരു സത്യമാണ്. എട്ട് വർഷം മുമ്പാണ് ഒരിക്കൽ ശബരിമലയ്ക്ക് പോയത്. അമ്മാളുവിന്റെ ഒരു പഴയ പ്രാർത്ഥന ബാക്കി കിടന്നിരുന്നു. തിരിച്ചെത്തിയശേഷം എഴുന്നേല്ക്കാനും നടക്കാനും വയ്യാതെ കിടന്നു.

മുന്നൂറുറുപ്പികയെങ്കിൽ മുന്നൂറ്, ജീപ്പുകാരനെ ഏല്പിക്കാൻ പറഞ്ഞ് മുറിയിലെത്തി. ബാഗിൽ തോർത്തും പൽപ്പൊടിയും ഒരു കാവിമുണ്ടും വെക്കുമ്പോൾ കുമാരൻകുട്ടി എഴുന്നേറ്റു.

"കെടന്നോ, കെടന്നോ."

"വല്യച്ഛന് കെടക്കണ്ടേ?"

"വേണ്ട. ഞാനേയ് കുടജാദ്രിയിൽ ഒന്ന് തൊഴാൻ പോവുകയാണ്. ഒരു ജീപ്പ് പോണ്ണ്ട്."

അവന് പോക്കറ്റിൽനിന്ന് പത്തുറുപ്പിക എടുത്തുകൊടുത്തു.

"ചിലപ്പോൾ വരാൻ വൈകും. നീയ് കഴിച്ച് കെടന്നോ."

"ഞാനും വരാം."

"വെറും കുന്നാണ്. ദാ ആ കാണുന്ന മലേടെ അപ്പുറം. ശങ്കരാചാര്യര് ഇരുന്ന സ്ഥലാന്ന് ഒരു വിശേഷേള്ളൂ. വേറെ കാണാനൊന്നൂല്യ."

അവന് ഈ യാത്രതന്നെ മടുത്തിരിക്കുന്നു. അലഞ്ഞുനടക്കാൻ പറ്റിയ അങ്ങാടികൂടിയില്ലാത്ത സ്ഥലം. ഇറച്ചിയും മീനും കിട്ടാത്ത ഹോട്ടലുകൾ. മുപ്പതുകൊല്ലം ഈ പ്രായക്കാരെ പഠിപ്പിച്ചതാണ്. ഇവരുടെ മനസ്സറിയാം. അതുകൊണ്ട് ധൈര്യത്തിൽ പറഞ്ഞു:

"അല്ല, അവടേം ഒന്ന് തൊഴണെങ്കിൽ വന്നോ." അവൻ ആലോചിച്ചു. എന്നിട്ടു പറഞ്ഞു.

"എന്നാൽ വല്യച്ഛൻ പോയിവന്നോളൂ. ഒറ്റയ്ക്കെവടേം വിടരുതെന്ന് വല്യമ്മ പറഞ്ഞിരുന്നു."

"ഓ ഒറ്റയ്ക്കല്ല വേറേം ആളുണ്ട്."

ലോഡ്ജിന്റെ മുറ്റത്ത് വലിയ ഒച്ചയോടെ ഡീസൽ ജീപ്പ് വന്നു നിന്നു. ഡ്രൈവർ നൂറുറുപ്പിക അഡ്വാൻസ് ചോദിച്ചു. കുമാരൻകുട്ടി അതു നോക്കി നില്ക്കുന്നുണ്ട്. അവനെ ബോദ്ധ്യപ്പെടുത്താൻ പറഞ്ഞു. "മറ്റുള്ളോരടെ കൈയീന്ന് പിന്നെ ഞാൻ വാങ്ങിക്കൊള്ളും."

ഡ്രൈവർ ഒരു ചെറുക്കനാണെന്നു തന്നെ പറയാം. ഒരിക്കൽക്കൂടി പിശകി നോക്കി. യാത്രയുടെ വിഷമം അവൻ വിവരിച്ചശേഷം പ്ലാസ്റ്റിക് ക്യാനിൽ വെള്ളം പിടിച്ചുവെക്കാൻ വീടിന്റെ ഭാഗത്തേക്കുപോയി. ആ വഴി പോയി നല്ല പരിചയമുള്ളവനാണെന്ന് അഡിഗൾ ഉറപ്പു പറഞ്ഞു.

പഴയ ഒരു ലോഡ്ജ്. പുഴവക്കിൽ അദ്ധ്യാപകരുടെ താവളം. നവരാത്രികാലത്ത് കുടുംബസ്ഥരായ കൂട്ടുകാർ നാട്ടിൽ പോയപ്പോൾ തനിയെ ആവാൻ, വേലക്കാരൻ ചെറുക്കന് സിനിമ കാണാൻ രണ്ടുറുപ്പിക കൊടുത്ത് കാത്തിരുന്നത് ഓർമ്മിച്ചു.

"ഞാൻ തനിച്ചാണ്. വിനോദിനി വരൂ." എന്നു പറയാൻ ധൈര്യമുണ്ടായിരുന്നില്ല.

"ഞാൻ പോകുന്നില്ല. കുട്ടിക്ക് സംശയം വല്ലതുമുണ്ടെങ്കിൽ ശനിയാഴ്ച വന്നോളൂ. പറഞ്ഞു തരാം." എന്നു മാത്രം എങ്ങനെയൊക്കെയോ അകത്തെ വിറയലടക്കി, പറഞ്ഞു തീർത്തു.

ചെറുപ്പക്കാരനായ പുതിയ മാസ്റ്റർ തനിച്ചുള്ളപ്പോൾ പത്താംക്ലാസിലെ ഒരു പെൺകുട്ടി കാണാൻ വരുന്നത് അയൽക്കാർ മുഴുവൻ നോക്കിനിന്ന് അപവാദം പരത്തുമോ എന്നായിരുന്നു ഭയം. അപ്പോൾ യാദൃച്ഛികമായി കണ്ടതു് എന്ന മട്ടിൽ എടുത്തുകൊടുക്കാൻ ചെറിയ പെട്ടി ചോക്ലേറ്റ് വാങ്ങി കരുതിവെച്ചിരുന്നു. ആന്റണി മാസ്റ്റർ കിടക്കുന്ന മുറിയിൽ മാത്രമായിരുന്നു ഒരു കട്ടിൽ. ഒരിക്കൽ മാത്രം ഉടുത്തുമുഷിഞ്ഞിട്ടില്ലാത്ത മുണ്ടുകൊണ്ട് അതു വിരിച്ചിട്ടു. വെറുതെ, വൃത്തിയായിരിക്കട്ടെ.

സന്ധ്യയായി. വരില്ല എന്നുറപ്പായപ്പോൾ നിരാശയേക്കാൾ ആശ്വാസം. ആർക്കും അപവാദം പറയാൻ അവസരമില്ല.

വിനോദിനി വൃദ്ധയായിരിക്കുന്നു. ഞാൻ പടുവൃദ്ധൻ- എന്നിട്ടും ഈ പതിനഞ്ചുകാരൻ ചെറുക്കനെ ഭയം... മാസ്റ്റർക്കു സ്വയം വെറുപ്പു തോന്നി.

കുപ്പിയിലും പ്ലാസ്റ്റിക് ക്യാനിലും വെള്ളം കയറ്റിവെച്ച ഡ്രൈവർ കർണ്ണാടകത്തിൽ അഡിഗളോട് എന്തൊക്കെയോ പറഞ്ഞു. ചില വാക്കുകൾ മനസ്സിലാവും. എന്നിട്ട് മാപ്പിളമലയാളത്തെ അനുകരിക്കുന്ന ഭാഷയിൽ മാസ്റ്ററെ വിളിച്ച്

"ബരീ, കേറിക്കോളീ."

മാസ്റ്റർ ലെതർ ബാഗ് സീറ്റിൽ വെച്ചു. ഡ്രൈവർ കയറിയിരുന്നു.

"ഡീസല് ബയിക്കിന്നടിക്കാം. വേറെ ആര്ണ്ട്?"

പതുക്കെ പറഞ്ഞു.

"അവര് വഴിക്കിന്ന് കയറും."

കുമാരൻകുട്ടിയിൽനിന്നു രക്ഷപ്പെടലാണ് ആദ്യം വേണ്ടത്. പിന്നെയും അഡിഗളോട് എന്തൊക്കെയോ പറഞ്ഞശേഷമാണ് ഡ്രൈവർ പുറപ്പെട്ടത്. കുമാരൻകുട്ടി അത്ര രസിക്കാത്ത ഭാവത്തിൽ നോക്കി നില്ക്കുന്നു. മാസ്റ്റർ യാത്രപറയും പോലെ ഒന്നു തലയാട്ടി.

അമ്പലത്തിന്റെ മറുവശത്തെത്തിയപ്പോൾ വടക്കെ ഗോപുരത്തിൽ നിന്ന് ഇറങ്ങിപ്പോകുന്ന വിനോദിനിയെ കണ്ടു.

"നിർത്തൂ. നിർത്തൂ."

പ്രായാധിക്യവും നട്ടെല്ലിന്റെ വേദനയും മറന്ന് ധൃതിയിൽ താഴെയിറങ്ങി.

ഒരു ജീപ്പു നിന്നതും ആളിറങ്ങിയതും അവൾ ശ്രദ്ധിച്ചിട്ടില്ല. തടഞ്ഞു നിർത്താൻ ഒപ്പമെത്തി വിളിക്കേണ്ടി വന്നു.

"ഒരുജീപ്പ് പോണ്ണ്ണ്ട്. നമുക്ക് പോവാം."

"ഏ? എങ്ങട്ട്?"

പെട്ടെന്ന് അരിശമാണു തോന്നിയത്. നേരത്തെ പറഞ്ഞത് ഓർമ്മയില്ലാത്ത പോലെ. "കുടജാദ്രി ഈ ജീപ്പ് പോവും. ഏർപ്പാടാക്കി"

അപ്പോൾ വിശ്വാസം വരാത്തപോലെ അവൾ അത്ഭുതത്തോടെ ജീപ്പിനെ ഒന്നു നോക്കി. പിന്നെ ഉത്സാഹത്തിൽ ഓടാൻ തുടങ്ങുമ്പോൾ- "ഞാനിപ്പോൾ വരാം. ഒരു മിനിറ്റ്."

"നില്ക്കൂ."

പഴയ വിദ്യാർത്ഥിനിയെപ്പോലെ പെട്ടെന്നു നിന്നു.

"സർ"

"അവിടെ പോണവരൊക്കെ രാത്രി തങ്ങും."

തിരിഞ്ഞ് അവളെ നോക്കാതെ പറഞ്ഞു.

"പൂജാരീടെ വീട്ടില് സ്ത്രീകൾക്ക് സൗകര്യപ്പെടുത്താറുണ്ട്. മാറ്റാൻ വല്ലതും എടുത്തോളൂ."

"സാർ"

അവൾ ധൃതിയിൽ നടന്നകലുന്നത് കണ്ടിട്ടാവണം ഡ്രൈവർ, അയവിറക്കി അക്ഷമ കാട്ടുന്ന യന്ത്രം നിർത്താൻ താക്കോൽ തിരിച്ചു.

ഡ്രൈവർ ഇറങ്ങി. ബോണറ്റ് തുറന്ന് എന്തോ പരിശോധന നടത്തി അടച്ചു. "അവിടെ മോളില് ഭക്ഷണൊക്കെ?"

"ഓ കിട്ടും. ഭട്ടെര് കൊടുക്കും."

ചെറിയ കടയിൽനിന്ന് രണ്ടുറുപ്പികയ്ക്ക് പഴം പൊതിഞ്ഞു വാങ്ങി. ഡ്രൈവർ കയറി ഒരു പഴം ഉരിഞ്ഞ് തിന്നു. കടക്കാരന്റെ പോക്കറ്റിൽ കൈയിട്ട് സിഗരറ്റ് കൂട് പുറത്തെടുത്ത് ഒന്ന് കത്തിച്ചു. രണ്ടും കാശിനല്ല എന്നു മാസ്റ്റർ ശ്രദ്ധിച്ചു.

തയ്യാറായി നില്ക്കാൻ പറഞ്ഞിട്ട് ഇപ്പോൾ-

മലയാളികൾ ധാരാളം വരുന്ന ക്ഷേത്രമാണ്. വല്ല പരിചയക്കാരോ ചാർച്ചക്കാരോ വന്ന് മുമ്പിൽ പെട്ടാൽ.. ഒന്നുമുണ്ടായിട്ടല്ല. ഒന്നുമുണ്ടായിട്ടല്ല.

വിചാരിച്ചതിലും വേഗത്തിൽ വിനോദിനി വന്നു. വെളുപ്പിൽ കറുത്ത പൂക്കൾ, വില കുറഞ്ഞ വിദേശസാരി. രാധികയുടെ ഭർത്താവ് വരുമ്പോൾ പുറമക്കാർക്ക് കൊടുക്കാമെന്ന് പറഞ്ഞ് അവൾ മാറ്റിവെക്കാറുള്ളത് ഇത്തരമാണ്. കൈയിൽ കാവി നിറത്തിൽ ഒരു തുണിസഞ്ചി... ഇതുകൊണ്ടാണോ ഇങ്ങോട്ട് വന്നത്? ഒരു പ്രായം കടന്നാൽ പരിഷ്കാരത്തിന്റെ നിയമങ്ങൾ മറക്കുമായിരിക്കും.

എവിടെ ഇരിക്കണമെന്നു സംശയിക്കുമ്പോൾ ഡ്രൈവർ പറഞ്ഞു. കച്ചാറോഡാണ്. മുന്നിലിരുന്നാൽ പൊടി കൂടുതലാവും. അതുകൊണ്ട് പിന്നിൽ കയറി ഒരേ സീറ്റിൽ അല്പം അകന്നിരുന്നു.

ജീപ്പ് അങ്ങാടി കടന്ന്, പുതുതായി വന്ന ഹോട്ടലുകൾ കടന്ന് കാട്ടുപാതയിലെത്തും വരെ അവർ സംസാരിച്ചില്ല.

"നമ്മള് രണ്ടാളും മാത്രമാവുമ്പോൾ."

അവൾ എന്താണു പറയാൻ പോകുന്നത് എന്ന് ഉൽക്കണ്ഠ തോന്നി. അതു കാണിക്കാതെ ചോദിച്ചു:

"ഉം?"

"കൊറേയേറെ കാശാവില്ലെ സാർ?"

മാസ്റ്റർ ചിരിച്ചു.

"അത് സാരല്യ. ഒരുപുണ്യസ്ഥലം കാണാനല്ലേ?"

"നടന്നുപോണം. എന്നാലേ ശരിക്ക് ഫലം കിട്ടൂ."

അവൾ ഗൗരവത്തിൽ പറഞ്ഞപ്പോൾ പതുക്കെ ഒന്നു ചിരിച്ചു. എന്തു ഫലം എന്നല്ല ചോദിച്ചത്.

"രണ്ടായാലും അവിടെ എത്തില്ലേ?"

"ഹരികഥ പറയുന്ന ഒരു സ്വാമിയുണ്ട്. മഹായോഗ്യൻ. അദ്ദേഹം പറഞ്ഞിട്ടുണ്ട്. എങ്ങനെ എത്തുന്നു എന്നതാ പ്രധാനം. എവിടെ എത്തുന്നു എന്നല്ല."

"ഓ കുടജാദ്രിയെപ്പറ്റിയാണോ പറഞ്ഞത്?"

"അല്ല പൊതുവേ... ചെലപ്പോൾ ഞായറാഴ്ച ഞാൻ കേൾക്കാൻ പോവും."

"അതൊരു വേദാന്തമാവും."

വീണ്ടും വിനോദിനി നിശ്ശബ്ദയായി. അവൾ പിന്നിൽ ഡ്രൈവർ വെച്ച പ്ലാസ്റ്റിക് ക്യാനിൽ എന്തോ കൗതുകം കണ്ടപോലെ നോക്കിയിരുന്നു.

കാട്ടിലൂടെ പുളഞ്ഞു പോകുന്ന നിരത്ത്. സർവ്വേക്കല്ലിൽ എഴുതിയ ഒരു സ്ഥലത്തിന്റെ പേർ വായിക്കാൻ ശ്രമിച്ചു. മനസ്സിലായില്ല.

"വിനു പറഞ്ഞതാ ശരി. ഇതൊന്നും നേരത്തെ വിചാരിച്ച് പ്ലാൻ ചെയ്താൽ നടക്കില്ല. ഞാൻ... ഞാനെത്ര കാലായി വിചാരിക്കണു ഒന്ന് തൊഴാൻ വരണംന്ന്."

അവൾ ചിരിച്ചപ്പോൾ പല്ലുകൾക്കിടയിലെ കറുപ്പ് തെളിഞ്ഞുകണ്ടു.

"മൂകാംബിയെപ്പറ്റി ചെറിയൊരു പുസ്തകം കണ്ടു. അതിന് ഭയങ്കരവെല. വാങ്ങി

യില്ല. മോളിലെന്താ പ്രതിഷ്ഠ?"

അയാൾ അദ്ധ്യാപകനാവാൻ നോക്കി. "പണ്ട് ആചാര്യസ്വാമികൾ തപസ്സ ചെയ്തു. അതുതന്നെ വിശേഷം."

"അമ്പലല്ല്യേ."

അതിന് ഡ്രൈവറാണ് മറുപടി പറഞ്ഞത്.

"ഉണ്ട്. ത്രിമൂർത്തികള്"

അവന്റെ വിവരണം തുടരാതിരിക്കാൻ വേണ്ടി വിഷയം മാറ്റി.

"മദ്രാസിലിപ്പോ ഭയങ്കര ചൂടാവും അല്ലേ?"

"ഇപ്പോൾ - ഉം. എന്നാലും സഹിക്കാം. അടുത്ത മാസത്തിലാ ശരിക്ക് ചൂട് തൊട ങ്ങ്വാ. തമിഴര് കത്ത്രീന്ന് പറയുന്ന സമയം. ഹൗ!~ഭയങ്കര ചൂടാ അപ്പോൾ"

"താമസൊക്കെ?"

"ഒരു വീടിന്റെ മീതെ. താഴത്തെ ഫാമിലി വാടകയ്ക്ക തന്നതാ."

"അഡ്രസ്സിലെ സിക്സ്റ്റീൻ മുണ്ടക്കന്നിയമ്മൻകോവിൽ സ്ട്രീറ്റ്.."

"അതുതന്നെ."

"ആദ്യം മുതല്ക്കേ അതായിരുന്നു വിലാസം."

"ജൂൺ ജൂലായിലാണ് കഷ്ടം. മേൽപ്പെര ആസ്ബെസ്റ്റോസാ. ചൂട് സഹിക്കില്ല. ഫാനൊന്നൂല്യ."

"ഒറ്റയ്ക്കാണോ അവിടെ."

"അല്ല. വേറൊരു സ്ത്രീയുണ്ട്. മലയാളി. അതിന് തരക്കേടില്ലാത്ത ജോലിയാണ്. അതു മാറണം മാറണംച്ചിട്ട് നില്ക്കണ്ണ്ട്. പിന്നെ അതിനെപ്പോലെ ഒരാളെ കിട്ടീല്യെ ങ്കിലാ ബുദ്ധിമുട്ട്."

"അവര്?"

അവരും അവളെപ്പോലെയാണോ എന്നാണറിയേണ്ടത്. ഒറ്റയ്ക്ക്?

"അവർക്ക് ഭർത്താവും മുതിർന്ന കുട്ടികളുമൊക്കെണ്ട്. നാട്ടില്. നേർത്തെ പിരിഞ്ഞു വരാൻ അയാള് നിർബ്ബന്ധിക്കണ്ണ്ട്."

ഡ്രൈവർ ഒരു കാസറ്റ് വെച്ചപ്പോൾ പൊടുന്നനെ ഉച്ചത്തിൽ ഒരു ചെണ്ടമേളം. അവൻ വേഗം ശബ്ദം താഴ്ത്തി. പിന്നെ വീണ്ടും ഉയർത്തി വിനോദിനി സംസാരിക്കുമ്പോൾ മാസ്റ്ററുടെ പകുതി ശ്രദ്ധയും ഡ്രൈവറുടെ വിക്രിയകളിലായിരുന്നു. ചെണ്ടമേളവും സംഭാ ഷണവും പാട്ടും ഒക്കെ ചേർന്ന് കോലാഹലം. ആരെ രസിപ്പിക്കാനാണിവൻ?

"ഒറ്റയ്ക്ക് ഇരുന്നൂറ്ററുപ്പിക വാടക കൊടുക്കാൻ വയ്യല്ലോ." ശല്യം ശബ്ദം കൊണ്ട് ശരിക്ക് കേൾക്കില്ല. മാസ്റ്റർ അവളുടെ അടുത്തേക്ക് നീങ്ങിയിരുന്നു.

"അവിട്ത്തെ സ്കെയിലൊക്കെ എങ്ങന്യാണ്?"

"അസോസിയേഷൻ വക സ്ക്കൂളില്ലേ? സ്കെയിലൊന്നൂല്യ."

"പിന്നെ?"

"മുന്നൂറ്ററുപ്പിക തരും."

അയാൾക്ക് വിശ്വസിക്കാനായില്ല.

"വെറും മുന്നൂറോ?"

"അതെ. കുട്ടിത്തരില്ല. പിന്നെന്താ നാല് ട്യൂഷനുണ്ട്. അതിന് നാന്നൂറ് ഉറുപ്പിക കിട്ടും. അതാണ് രക്ഷ."

മാസ്റ്റർക്ക് വല്ലാത്ത അസ്വസ്ഥത തോന്നി. അതുകൊണ്ട് വലിയ ഒരു നഗരത്തിൽ

ജീവിക്കണം. ഒരു വ്രതമെടുക്കുന്നതുപോലെ ഇങ്ങനെ കഷ്ടപ്പെട്ട് മറുനാട്ടിൽ കഴിയുന്നതെന്തിനാണ്?

"ബുദ്ധിമുട്ടാണ് സാർ. എന്നാലും അമ്മേയ്ക്ക് ഞാൻ നൂറ്റുറുപ്പിക അയയ്ക്കുണ്ണ്ട് മാസം. അത് വല്യ കാര്യല്ലെ?"

മാസ്റ്റർ വിഷമം പുറത്തുകാട്ടാതെ തലകുനിച്ചു.

"വേറെ ജോലിയൊന്നും..?"

"കിട്ടണ്ടേ?"

അവൾ വീണ്ടും പ്ലാസ്റ്റിക് പാത്രത്തിൽ നോക്കി മിണ്ടാതിരുന്നു.

ഡ്രൈവർ കേട്ടു രസിക്കുന്ന ഈ കോലാഹലമെന്ത്? നാട്ടിലൊക്കെ കാറുകളിൽ സിനിമാപ്പാട്ടുകളോ ഭക്തിഗാനങ്ങളോ ആണ്. ഇത് വിചിത്രമായി തോന്നി.

"അമ്മേയ്ക്ക് തീരെ വയ്യ. കെടപ്പുതന്നെയാണ് എന്നുപറയാം. നൂറ്റുറുപ്പികയെങ്കിൽ നൂറ്റുറുപ്പിക. വല്ലതും മേഞ്ചെലവിനാവുല്ലോ"

അച്ഛനിപ്പോൾ ഉണ്ടോ?

തീപ്പെട്ടിക്കമ്പനിയുടെ ഇടവഴിയിലൂടെ നടന്നാലെത്തുന്ന വലിയ ഗെയ്റ്റ്. ഇരുവശത്തും സിമന്റിൽ ഓരോ താമരപ്പൂവുണ്ടാക്കി ചായം തേച്ച വെച്ചതായിരുന്നു അടയാളം. ശീമപ്ലാവിന്റെ ഇലകൾക്കിടയിലൂടെ കാണാവുന്ന വലിയ ഓടിട്ട വീട്. രണ്ടുതവണ വിനുവിന്റെ അച്ഛൻ സ്കൂളിൽ വന്നത് കാറിലായിരുന്നു. വെളുത്ത ഖദർ ജുബ്ബ, ഖദർ മുണ്ട്. പരമയോഗ്യൻ.

ഒമ്പതുമാസത്തെ ലീവ് വേക്കൻസിയിലായിരുന്നു ആദ്യത്തെ നിയമനം. വാരിയർ തിരിച്ച വന്നപ്പോൾ തച്ചനാട്ടുകരയിലേക്ക് മാറ്റത്തിന്റെ കല്പന വന്നു. പബ്ലിക് പരീക്ഷയ്ക്കുമുമ്പുള്ള ചെറിയ അവധിക്കാലമായിരുന്നു. ഇടവഴിയിലൂടെ സ്ഥലം വിട്ടു പോകുന്നതിന്റെ തലേദിവസം വെറുതെ നടന്നു. ചെരിപ്പിന്റെ വാറ് ശരിയാക്കാനെന്നപോലെ ഗെയിറ്റിനടുത്ത് ഏതാനും നിമിഷങ്ങൾ നിന്നു. പുറത്താരെയും കണ്ടില്ല. മുകളിലെ ജനലഴികളിലും.

തച്ചനാട്ടുകരയിൽനിന്ന് എഴുതി. അനേകം കുട്ടികൾക്കെഴുതുന്ന കത്തുകളിലൊന്ന് എന്ന ഭാവത്തിൽ. പരീക്ഷാഫലം എങ്ങനെയിരുന്നു? ഏതു കോളേജിലാണ് ചേരുന്നത്. പഴയ വിദ്യാർത്ഥികളും വിദ്യാർത്ഥിനികളും എന്തുചെയ്യുന്നു എന്നറിയാൻ താല്പര്യമുണ്ട്...

പക്ഷേ, മറുപടി കണ്ടില്ല.

വർഷങ്ങൾക്കു ശേഷം അദ്ധ്യാപകർക്കുള്ള ഒരവാർഡു കിട്ടിയപ്പോൾ പത്രത്തിൽ ഫോട്ടോ വന്നിരുന്നു. അന്ന് താമരശ്ശേരി ഹൈസ്കൂളിലാണ്. പഴയ ചില സഹപ്രവർത്തകരുടെ അഭിനന്ദനങ്ങൾക്കൊപ്പം ഒരിൻലന്റ് ലെറ്റർ. അടിയിലെ വരിയിലാണ് ആദ്യം നോക്കിയത്. വിനീത ശിഷ്യ വിനോദിനി. മിസ് കെ എസ് വിനോദിനിയെന്ന വിലാസം 16, മുണ്ടക്കന്നിയമ്മൻ കോവിൽ തെരുവ്, മദ്രാസ്-4.

മിസ് വിനോദിനി.

പഴയ ശിഷ്യ ഇപ്പോഴും തന്നെ ഓർമ്മിക്കുന്നു എന്നറിഞ്ഞതിൽ സന്തോഷം. അന്നുതന്നെ മറുപടി അയച്ചു.

ഒരു സ്വകാര്യ കമ്പനിയിൽ ജോലി ചെയ്യുകയാണെന്നായിരുന്നു കത്തിൽ. എന്തുകൊണ്ടോ രോഷം തോന്നി. പിന്നീട് മലയാളിയുടെ ആ കമ്പനിയെപ്പറ്റി പത്രങ്ങളിലൊക്കെ വന്നു. ഉടമസ്ഥന്റെ മൂന്നു ഭാര്യമാരെപ്പറ്റിയും വെപ്പാട്ടിമാരെപ്പറ്റിയുമൊക്കെ,

കമ്പനി പൊളിഞ്ഞപ്പോൾ നാട്ടിൽ കൂടി ആളുകൾ ഇരുന്നു പറഞ്ഞു. വിലസിനടക്കാനാവും വിനീത ശിഷ്യ വിവാഹം തന്നെ വേണ്ടെന്നുവച്ചത്. മനസ്സിൽ ശകാരിച്ചു.

"ബി എഡ് കഴിഞ്ഞിരുന്നെങ്കിൽ അസോസിയേഷൻകാര് കുറച്ചുകൂടി ശമ്പളം തര്വായിരുന്നു. പ്രൈവറ്റായി എഴുതണംന്നുണ്ട്."

ഇനിയോ? അത്ഭുതം പുറത്തുകാട്ടിയില്ല.

ജീപ്പുകാരന് പെട്ടെന്ന് നിർത്തേണ്ടി വന്നു. നിരത്തിൽ കന്നുകാലികൾ. ഡ്രൈവർ ശകാരിക്കുന്നുണ്ട്. രണ്ട് ചെറുക്കന്മാർ ചാട്ട വീശിയടിച്ച് അവയെ ഓരത്തേക്ക് ഒതുക്കി നിർത്താൻ ശ്രമിക്കുന്നു. എല്ലുന്തിയ ശരീരങ്ങളിൽ ചാട്ടവാർ പുളഞ്ഞു. ചായംതേച്ച പാടുള്ള കൊമ്പുകൾ. നിലമ്പൂരിൽ രാധികയുടെ ഭർത്താവിന്റെ വീട്ടിൽനിന്നും മടങ്ങുമ്പോൾ ഇതേപോലെ ചുരമിറങ്ങിവരുന്ന കാലിക്കൂട്ടത്തെ കണ്ടിട്ടുണ്ട്.

"എവടയ്ക്കാ ഇക്കണ്ട എണ്ണത്തിനെ കൊണ്ടോവ്ണ്?"

വിനു അന്വേഷിച്ചു.

"അറക്കാൻ!"

"ഏ?"

"അറക്കാൻ... വയസ്സായി പണിയെടുക്കാൻ വയ്യാണ്ടാവുമ്പോൾ അറക്കാൻ കൊടുക്കും."

അവൾ ഒരു നിമിഷം അതിനെപ്പറ്റി ആലോചിച്ചു എന്നുതോന്നി. പിന്നെ മദ്രാസിലെ ജീവിതത്തെപ്പറ്റി പറയാൻ തുടങ്ങി. സ്വന്തമായി വെച്ചു കഴിക്കുമ്പോൾ കുറച്ചു കാശു കൊണ്ട് ജീവിക്കാം.

"രാവിലെ ചോറ്ണ്ടാക്കി കഴിച്ചിട്ട് പോവും. രാത്രി വന്നാൽ ഞങ്ങള് കഞ്ഞിവെക്കും. മറ്റേസ്ത്രീ ഇരുനൂറ്റമ്പതുറുപ്പിക അയയ്ക്കുണ്ണ്ട് നാട്ടിലിക്ക്. അവര് പോയാൽ അതേപോലെ ഒരാളെ കിട്ടാനാ വിഷമം."

"ഒഴിഞ്ഞ് പുതിയ ആളുകൾക്ക് കൊടുത്താൽ വാടക കൂട്ടിക്കിട്ടും. ഒഴിയാതെ നോക്കണം. ഇടയ്ക്ക് വീട്ടുകാരുടെ കൂടെ ഇരുന്ന് ടി വി കാണാനൊക്കെ സൗകര്യമുണ്ട്. നല്ല ആളുകളാണ്."

വലിയ വീട്ടിലെ ഒറ്റമകൾ. അതിസുന്ദരി. വിവാഹത്തെപ്പറ്റി ആലോചിക്കുന്ന കാലത്ത് വീട്ടിൽ പറയാൻ ധൈര്യമില്ലാതെപോയ ഒരുപേർ.

"ബസുകൂലി കൂട്ടാൻ പോണു എന്ന് പേപ്പറില് കണ്ടു. വൺഫിഫ്റ്റി മാറ്റി ടു റുപ്പീസാക്കുംന്ന്... എന്നാൽപ്പിന്നെ അമ്മയ്ക്കയയ്ക്കണ കാര്യൊക്കെ പ്രയാസാവും സാർ"

മാസ്റ്റർ കണ്ണടയൂരി തുടച്ച് ക്യാൻവാസിലേക്കു തലചായ്ച്ച ആലോചിച്ചു. ഈശ്വരാ. അമ്പതുപൈസ കൂടുന്നതിന്റെ സങ്കടം പറയുന്നത്. അടുത്ത വീട്ടിലെ പാലിന്റെ കണക്കിൽ രാധിക മാസം മുന്നൂറ്റെഴുപത്തഞ്ചുറുപ്പിക കൊടുക്കുന്നുണ്ട്.

"നാട്ടില് വല്ല ജോലിയും ശരിയാവില്ലേ?"

"കിട്ടണ്ടെ സാർ. ഉള്ളത് വിടാതെ അവിടെത്തന്നെ നിൽക്കണത് അതോണ്ടല്ലേ?"

"എന്നാലും."

മാസ്റ്റർ പറഞ്ഞു തുടങ്ങിയത് മുഴമിച്ചില്ല.

"പത്തു മുപ്പതു കൊല്ലായി മാഷെ കണ്ടിട്ട്. അല്ലേ?"

മുപ്പതല്ല, മുപ്പത്താറ്. കണക്ക് മാസ്റ്റർക്ക് കൃത്യമായി അറിയാം. തിരുത്താൻ ശ്രമിച്ചില്ല. കത്തിരി വെയിലിനെപ്പറ്റിയും മുന്നൂറുറുപ്പികയുടെ ജോലിയെപ്പറ്റിയും അവൾ കൂടുതൽ പറയരുതേ എന്നാഗ്രഹിച്ചു. പഴയ കാലത്തെപ്പറ്റി നല്ലത് എന്തെങ്കിലും

പറയൂ. അതിനുവേണ്ടിയാണ് ഈ യാത്ര.

ഡ്രൈവർ ജീപ്പ് നിർത്തി. ഹോണടിച്ച് എന്തോ വിളിച്ചു പറഞ്ഞു. വഴിവക്കിലെ പീടികയിൽനിന്ന് ഒരു ടിൻ താങ്ങിപ്പിടിച്ചുവന്ന ചെറുക്കൻ അതും പിന്നിൽ വെച്ചു.

"മണ്ണെണ്ണ ഭട്ടരെയ്ക്ക്" ഡ്രൈവർ പറഞ്ഞു. ആ വഴി പോകുമ്പോൾ അയാൾ നിർത്തി അന്വേഷിക്കാറുണ്ട്. ഇപ്പോൾ കാസറ്റിന്റെ കലാപമില്ല. ആശ്വാസം. അവിടന്നങ്ങോട്ട് ചെമ്മണ്ണുനിരത്തായിരുന്നു.

അടുത്ത വീട്ടിലെ ഒരു തള്ളയുണ്ട്. അതു മുമ്മൂന്നു മാസം കൂടുമ്പോൾ വരും. അതിന്റെ കൂടെയാണ് ഞാൻ വന്നത്"

മാസ്റ്റർ അത്ഭുതപ്പെട്ടു.

"എന്നിട്ട് അവരെവിടെ?"

"അത് രാത്രി അത്താഴപൂജ കഴിഞ്ഞവരെ അമ്പലത്തിലന്നെ ഇരിക്കും." എന്നിട്ട് ശബ്ദം താഴ്ത്തി ഒരു സ്വകാര്യം പോലെ പറഞ്ഞു. "അതിനോട് പറയാൻ അടിയാളെ ഏല്പിച്ചു. അത് കൂടെ വന്നാൽ പിന്നെ..."

അവൾ പതുക്കെ ചിരിച്ചു. ശബ്ദം ചിലമ്പിച്ച് ആകെ മാറിയിരിക്കുന്നു. പക്ഷേ, പതുക്കെയുള്ള ഈ ചിരി പഴയകാലത്തിന്റെ കലവറയിൽ തേയാതെ ബാക്കി കിടക്കുന്നതാണ്.

"മാഷെ എത്ര കാലായിട്ട് കാണ്വാണ്! ഒറ്റയ്ക്കാവുമ്പോൾ എന്തെങ്കിലൊക്കെ സംസാരിച്ചിരിക്കാലോ.. എന്ന് വിചാരിച്ചു."

മാസ്റ്റർ പൊടുന്നനെ ഉത്സാഹഭരിതനായി. ഒളിച്ചു കളിയുടെ രസം. ഒരു രഹസ്യത്തിന്റെ സാഹസമുണ്ട് ഈ യാത്രയിൽ.

"എന്റെ കൂടെ ഒരു ചെറുക്കനുണ്ട്. അവനെ കൂട്ടിയില്ല. തനിച്ചെവടേം പോവാൻ വീട്ടിൽന്ന് സമ്മതിക്കില്ല."

വീട്ടുകാര്യങ്ങൾ മുമ്പൊരിക്കൽ - കുറെ കൊല്ലങ്ങൾക്കുമുമ്പാവണം - എഴുതിയത് വിനോദിനി ഓർമ്മിക്കുന്നുണ്ട്. ഒരു മകളും മകനും.

"മകൾടെ ഭർത്താവിപ്പഴും."

"ആ, ഗൾഫിൽത്തന്നെ. മകന്റേം കല്യാണം കഴിഞ്ഞു. ഒരു കുട്ടീണ്ട്."

അവൾ കുറച്ചിട നിശ്ശബ്ദയായിരുന്നു.

"വിനുവിന്റെ അച്ഛൻ.."

ജീവിച്ചിരിപ്പുണ്ടോ എന്ന് കൃത്യമായി അറിയാത്തതിനാൽ നിർത്തി.

"അച്ഛനും വയ്യ, വീട്ടിലെ സ്ഥിതിയൊക്കെ വളരെ മോശായി സർ"

മനസ്സിലെവിടെയോ ഒരു നെരിപ്പോട് നീറിപ്പിടിക്കുന്നു. താമരപ്പൂവെച്ച വലിയ ഗെയ്റ്റ്. അതിനകത്ത് മറ്റൊരു ഗെയ്റ്റ്. കോട്ടയ്ക്കകത്ത് ഏഴു വാതിലുകൾക്കപ്പുറം രാജകുമാരി ഇരിക്കുന്ന കഥ കേൾക്കുന്നപോലെ.

"ബി എ കഴിഞ്ഞപ്പോൾ ബി എഡിന് പോവാം എന്ന് വിചാരിച്ചതാണ്. അപ്പോ പെൺകുട്ടികൾ ഉദ്യോഗം നോക്കീട്ട് കൊണ്ടുവരണ്ടാന്ന് പറഞ്ഞു അച്ഛൻ..."

മാസ്റ്ററുടെ നേരെ ഉയർന്ന വെള്ളാരങ്കണ്ണുകളിൽ കണ്ടത് ദൈന്യത്തേക്കാളേറെ പകയോ രോഷമോ ആയിരുന്നു.

"അന്നൊക്കെ ട്രെയിനിങ് കഴിച്ച് വല്ല ദിക്കിലും കേറിയിരുന്നെങ്കിൽ- കേരളത്തിലൊക്കെ നല്ല പേ സ്കെയിലാ. അല്ലേ സാർ?"

"ഉം" പിന്നീട് പഴയ ജോലി ഓർമ്മിച്ച് നീരസം പുറത്തുകാട്ടാതെ ചോദിച്ചു. "പഴയ

സ്ഥലത്ത് നല്ല ശമ്പളമായിരുന്നു അല്ലേ?"

"ഹേയ്! അമ്മടെ ഒരു വകേലുള്ള ആളായതോണ്ട് ജോലിക്കെട്ടുത്തു. അവിടെ ഇരുനൂറ്റമ്പത്. ഇൻക്രിമിന്റില്ല. ഒന്നൂല്യ. പണിയെടുക്ക്ണോരടെ ശാപം കൊണ്ടാവും കുറിക്കമ്പനി പൊളിഞ്ഞത്."

വലിയ കാറിൽ മുതലാളിയുടെ കൂടെ പറക്കുന്ന സുന്ദരിയുടെ ചിത്രം പൊടുന്നനെ മാഞ്ഞു. വെറുതെ ഒരു വികൃതസങ്കല്പം കൊണ്ടു നടന്നതിന് സ്വയം കുറ്റപ്പെടുത്തി.

"അച്ഛന് എന്തേ ഇങ്ങനെ ബുദ്ധിമുട്ടാവാൻ?"

"നാടു നന്നാക്കാൻ നടക്കായിരുന്നില്ലേ? പിന്നെ നിയമം വന്നപ്പോൾ കൃഷിയൊക്കെ പാട്ടക്കാരുടെ കൈയിൽ."

ഒരു ചോദ്യം, കരുതിവെച്ച ഒരു പ്രധാന ചോദ്യമുണ്ട്. അതിപ്പോൾത്തന്നെ ചോദിക്കണോ എന്നായിരുന്നു സംശയം.

"ചോദിക്കണേല് ഒന്നും വിചാരിക്കരുത്. കല്യാണം കഴിക്കാത്തത്?"

ഭയന്നപോലെ അവൾ മുഖംതാഴ്ത്തിയില്ല. ദുഃഖിച്ച് അസ്വസ്ഥതയായതുമില്ല.

"ആദ്യം ചെലതൊക്കെ വന്നു. ഒന്നും ശരിയായില്ല... ശുദ്ധജാതകാണത്രെ... അതുപോലെ ശുദ്ധജാതകം വന്നാലേ ചേരു... ശുദ്ധജാതകക്കാര് അധികം ഉണ്ടാവില്ലല്ലോ."

മാസ്റ്റർ കണ്ണടച്ച് പതുക്കെ തലയാട്ടി.

"അങ്ങനങ്ങനെ നീണ്ടപ്പളയ്ക്ക് വീട്ടിലും."

മാസ്റ്റർ ഞെട്ടിത്തെറിച്ചു. ജീപ്പ് പൊടുന്നനെ നിർത്തിയതാണ്. പുറത്ത് നോക്കുമ്പോഴാണ് റോഡിന്റെ സ്ഥിതി മനസ്സിലാവുന്നത്. ഇടയ്ക്കിടെ റിവേഴ്സ് എടുത്ത് വീണ്ടും കയറ്റിയാലേ മുകളിലേക്ക് എടുക്കാൻ പറ്റൂ. വാടകയ്ക്ക് തർക്കിച്ചപ്പോൾ ഡ്രൈവർ ഇതാണ് പറഞ്ഞത്. തിരിവുകളിൽ കരിങ്കൽച്ചീളുകൾ വക്കിനടുത്ത് അട്ടിയിട്ടാണ് കൊല്ലിയിലേക്ക് തെന്നിപ്പോകാവുന്ന അപകടം ഒഴിവാക്കിയിരുന്നത്. വെയിൽ മങ്ങിയ വായുവിൽ നേർത്ത കുളിർമ്മ ഊളിയിടാൻ തുടങ്ങിയിട്ടുണ്ട്.

"മാഷ്ടെ ബന്ധുക്കളാരോ ഉണ്ടായിരുന്നില്ലെ ഹൈസ്കൂളിന്റെടുത്ത് അന്ന്?"

"ഉവ്വ്, വകയിലൊരമ്മാവൻ റേഷാപ്പീസിലായിരുന്നു ജോലി."

"അവടൊരു പെങ്കുട്ടിണ്ടായിരുന്നില്ലേ?"

"ഉവ്വ്."

ചന്ദ്രിക.

"മാഷാ കുട്ട്യെ കല്യാണം കഴിക്കുംന്നാ ഗേൾസിന്റേടേലൊക്കെ അന്ന് കേട്ടിരുന്നത്."

മാസ്റ്റർ ചിരിച്ചു.

"വെറുതെ. അവളിപ്പോൾ ഏത് നാട്ടിലാ ആവോ."

ജീപ്പ് പ്രയാസപ്പെട്ട് കയറുകയായിരുന്നു. ഡ്രൈവർക്ക് പലവട്ടം ഈ വഴിവന്ന പരിചയമുള്ളതുകൊണ്ട് ഒട്ടും പരിഭ്രമമില്ല.

"ഞാൻ.... മാറ്റായി പോയ ദിക്കിൽനിന്ന് ഒരു കത്തെഴുതിയിരുന്നു. ഓർമ്മണ്ടോ?"

അവൾ പതുക്കെ ചിരിച്ചു.

"ഉം."

എന്നിട്ട്? എന്തേ മറുപടി അയയ്ക്കാത്തത് എന്ന് ചോദിച്ചില്ല. അകത്തേക്ക് അടിച്ചു കയറിയ പൊടിപടലം കണ്ടപ്പോൾ അവൾ സാരിത്തുമ്പ് തലയിലൂടെ ചുറ്റി മൂക്കുപൊത്തി ഇരുന്നു.

ഡ്രൈവർ ചുരുട്ടിവെച്ച ടാർപ്പാളിൻ താഴ്ത്തിയിടാൻ നിർദ്ദേശിച്ചു. കെട്ടഴിക്കാൻ പ്രായസപ്പെട്ടപ്പോൾ വിനു സഹായിച്ചു.

"മാഷായാലും ആരായാലും വേണ്ടില്ല. എഴുത്തും കുത്തും വേണ്ടാന്ന് പറഞ്ഞു അച്ഛൻ"

അവൾ സീറ്റിൽ വന്നിരുന്നത് കുറേക്കൂടി അടുത്തായിരുന്നു.

"മാഷ് തൊഴാൻ വരണ്ണ പതിവുണ്ടെങ്കിൽ ഈ സമയത്ത് വരാൻ തോന്നണേന്ന് വിചാരിച്ചിട്ടാ ഞാൻ..."

അവൾ നിർത്തി ഒന്ന് പതുക്കെ ചിരിച്ചു.

"വരണം വരണം എന്ന് വിചാരംണ്ടായിരുന്നു. കത്തില് തീയതി കണ്ടപ്പോൾ ശരി, പുറപ്പെടാംന്ന് ഞാനും നിശ്ചയിച്ചു."

"ഭഗവതി വിളിക്കുമ്പഴേ വര്വൂ. നമ്മള് കണക്കുകൂട്ടീട്ടൊന്നും കാര്യല്ല സാർ."

മാസ്റ്റർ പതുക്കെ മൂളി.

കയറ്റം കഴിഞ്ഞ് മുകളിലെത്തിക്കഴിഞ്ഞു. വഴിവക്കിലെ കെട്ടിടം കടന്നപ്പോൾ ഡ്രൈവർ പറഞ്ഞു. പി ഡബ്ല്യു ഡി ക്കാർ പണി ചെയ്യതാണ്. ഇൻസ്പെക്ഷന് വരുന്ന ഉദ്യോഗസ്ഥന്മാർ പക്ഷേ, താമസിക്കാറില്ല. വീണ്ടും താഴെയിറങ്ങിയപ്പോൾ ഓടിട്ട ചെറിയ രണ്ടു മേല്പുരകൾ കണ്ടു. ഡ്രൈവർ വിളിച്ചു പറഞ്ഞു.

"അതു തന്നെ ദേവസ്ഥാനം."

"ഓ, ഇതാണ് കുടജാദ്രി! നമ്മളെത്തി."

ചെറിയ അമ്പലത്തിന്റെ മുമ്പിൽ ഡ്രൈവർ നിർത്തി. മാസ്റ്റർ ഇറങ്ങി. ഒരു കൊടുമുടി തുടങ്ങുന്നേടത്ത് മുകളിലാണ് നില്ക്കുന്നത്. മുന്നിൽ താഴ്വരകൾ അകലെ അടിവാരത്തിലെ വയലുകളുടെ തവിട്ടുകള്ളികൾ. വിനോദിനി തുണിസഞ്ചിയും മാസ്റ്ററുടെ തോൽബാഗും എടുത്തുകൊണ്ട് ഇറങ്ങാൻ തുടങ്ങി. ചവിട്ടുപടിമേൽ കാലുറപ്പിക്കാൻ സാരിത്തുമ്പ് ഒതുക്കിപ്പിടിച്ചപ്പോൾ അടിപ്പാവാടയുടെ അറ്റത്തെ കീറിയ ലെയ്സിന്റെ ചിതറിയ അറ്റങ്ങൾ കണ്ടു.

താഴെ ചെറിയ കുളത്തിന്റെ കരയ്ക്കുള്ള വീടുകാണിച്ച് ഡ്രൈവർ പറഞ്ഞു.

"അതുതന്നെ ഭട്ടരെടെ വീട്."

അവൻ ഉറക്കെ വിളിച്ചു. "ഭട്ടരേ!"

കുറച്ചപ്പുറത്ത് റോഡിനു താഴെയായി ചെരുവിൽ മറ്റൊരു മേല്പുരയുടെ ഓടുകൾ കാണാം.

"അത് ശൂദ്രരുടെ. അവടേം ചെലര് താമസിക്കും."

വീട്ടിൽനിന്ന് കാവിമുണ്ട് തോളത്തിട്ട ഒരു ചെറുപ്പക്കാരൻ ഇറങ്ങി വന്നു. "വരാം വരാം." അയാൾ തന്നെയാവണം പൂജാരി.

താഴ്വരയിലെ കാട്ടിൽ തീ കത്തുന്നത് അപ്പോഴാണ് മാസ്റ്റർ ശ്രദ്ധിച്ചത്.

"തീ!"

ഡ്രൈവർക്ക് ചൂണ്ടിക്കാണിച്ചു. കൊടുത്തപ്പോൾ അവൻ നിസ്സാരമായി പറഞ്ഞു. "ഉണ്ടാവും! വീട്ടിലേക്ക് നടന്നോളി. ഇതുതന്നെ ഭട്ടര്."

വിനുവിന്റെ കൈയിൽനിന്ന് സഞ്ചി വാങ്ങി.

"ഉം... പോവാം."

ഒതുക്കുകൾ ഇറങ്ങി കുളത്തിന്റെ മേൽക്കരയിലെ വഴിയിലൂടെ നടന്ന് വീട്ടിലേക്കുള്ള പടികൾ കയറി. അമ്പലത്തേക്കാൾ ഉയരത്തിലായിരുന്നു വീട്.

"വരണം... അകത്തുവരണം."

പൂജാരി ക്ഷണിച്ചു.

കോലായിൽ വരിയായി ബെഞ്ചുകളിട്ടിട്ടുണ്ട്. അകത്തെ വാതിലിനടുത്തായി രണ്ടു കസേരകളും.

"ഇരിക്കണം. ദാ ഇവിടെ ഇരിക്കണം."

മാസ്റ്റർ ബെഞ്ചിലിരിക്കാൻ ഭാവിച്ചപ്പോൾ പൂജാരി കസേരയിലേക്കു കൈ കാണിച്ചു.

"ആദ്യമായിട്ട് വരുന്നതാണോ?"

"അതെ."

മാസ്റ്റർ കസേരയിലിരുന്നു. തൊട്ടടുത്തായി വിനോദിനി ബെഞ്ചിൽ ഇരുന്നു. തോൽബാഗ് വാങ്ങി താഴെവെച്ചു.

"എന്താണിപ്പോൾ കഴിക്കുന്നത്? ചായയോ കാപ്പിയോ?"

"എന്തായാലും മതി."

"രണ്ടുമുണ്ട്. യാത്രാക്ഷീണം. കാണുമല്ലോ."

ശുദ്ധമായ വടിവുള്ള മലയാളത്തിലാണ് ഭട്ട്രെ സംസാരിക്കുന്നത്.

"കാപ്പി മതി."

അപ്പോൾ വരാന്തയുടെ അറ്റത്തെ മുറിയിൽനിന്ന് തടിച്ചു കൊഴുത്ത ഒരു ചെറുപ്പക്കാരൻ ഇറങ്ങിവന്നു. പൂജാരിയെപ്പോലെതന്നെ നിത്യതൊഴിലാക്കിയ വിടർന്ന ചിരി. അനുജനായിരിക്കണം, ഛായകൊണ്ട്. പൂജാരി അകത്തെ വാതില്ക്കലേക്ക് തലയിട്ട് കാപ്പി ഓർഡർ ചെയ്തു.

അഞ്ചു വയസ്സ് തോന്നിക്കുന്ന, മുട്ടോളമെത്തുന്ന വലിയ കാലുറയിട്ട ഒരാൺകുട്ടി അകത്തുനിന്ന് വന്ന് പൂജാരിയുടെ അടുത്തായി ചുറ്റിപ്പറ്റി നിന്നു. അനുജൻ തിണ്ണയിലിരുന്ന് ചിരിചെറുതാക്കി നിലനിർത്തി.

അറിയാമെങ്കിലും ചോദിച്ചു:

"ക്ഷേത്രം ഇതുതന്നെ അല്ലേ?"

"അതെ. അസാധാരണമാണ് പ്രതിഷ്ഠ. പഞ്ചമുഖഗണപതി, ശിവൻ, ശൈലാധീശ്വരി."

വിനോദിനി സംശയം ചോദിച്ചു.

"ഇത് ആചാര്യസ്വാമികൾ പ്രതിഷ്ഠിച്ചതാ അല്ലേ?"

അല്ല, യുഗാരംഭകാലംതൊട്ട് ഉണ്ടായിരുന്നുവെന്ന് പൂജാരിതിരുത്തി. ആചാര്യൻ ഇവിടെ വന്ന് പ്രാർത്ഥിച്ചിട്ടുണ്ട്. അച്ഛൻ, അച്ഛന്റെ അച്ഛൻ ഒക്കെ പറഞ്ഞ വിവരമാണെന്നും കൂടി അദ്ദേഹം ഓർമ്മിപ്പിച്ചു.

യുഗാരംഭകാലം... യുഗാരംഭകാലമെന്നുവെച്ചാൽ..? പൂജാരിക്ക് അറിയുമോ ആവോ?

"സ്വാമി, ഇവിടെ എന്തൊക്കെയാണ് കാണാനുള്ളത്?"

അനുജൻ കുളം ചൂണ്ടിക്കാട്ടി പറഞ്ഞു: ''അത് നാഗതീർത്ഥമാണ്.'' കുന്നിൻചെരുവിൽനിന്ന് നീർച്ചാൽ കുളത്തിലേക്ക് ഒഴുകി വീഴുന്നത് കാണാമായിരുന്നു. അവിടെ ഒരു ബോർഡു വെച്ചിട്ടുണ്ട്. തീർത്ഥത്തിന്റെ പേരായിരിക്കും.

"കുളിക്കാനൊക്കെ?"

"കുളിക്കാം. സ്ത്രീകൾക്ക് വിഷമമുണ്ടെങ്കിൽ പിന്നിൽ കുളിമുറിയുണ്ട്."

തീർത്ഥക്കുളത്തിൽ എണ്ണയും സോപ്പും ഉപയോഗിക്കരുതെന്ന വ്യവസ്ഥയുണ്ട്. കുറച്ച് ഇറങ്ങിച്ചെന്നാൽ വെള്ളച്ചാട്ടമുണ്ട്. അവിടെയും കുളിക്കാറുണ്ട് ചിലർ.

"സർവ്വജ്ഞപീഠം?"

"അടുത്താണ്. അവിടെ നേരെ താഴെയായിവരും ചിത്രമൂല."

വിനോദിനി കേട്ടിട്ടുണ്ട്.

"അവിടെയിരുന്നിട്ടാ ആചാര്യസ്വാമി തപസ്സ ചെയ്യത്. അല്ലേ?"

പൂജാരി കൂടുതൽ ചിരിച്ചു.

"അതെ. പക്ഷേ, അവിടെ ഇറങ്ങിപ്പോകാൻ കുറച്ച് കഷ്ടമുണ്ടാവും നിങ്ങൾക്ക്."

"ആ. പ്രായമായവർക്ക് കഷ്ടം ജാസ്തി."

അനുജൻ വിശദീകരിച്ചു.

ഡ്രൈവർ കയറിവന്നു. ജീപ്പിലെ മണ്ണെണ്ണപ്പാട്ടയുടെ കാര്യം പറഞ്ഞു. അനുജൻ ജീപ്പിനടുത്തേക്ക് നടന്നു. ആൺകുട്ടി അയാളുടെ പിറകെ ഇറങ്ങി മുന്നിലേക്കോടി. വളരെ ചെറിയ സ്റ്റീൽ ടംബ്ലറുകളിൽ കാപ്പി വന്നു. വിളറിയ മുഖമുള്ള, നരച്ച പച്ചസാരിയുടുത്ത ഒരു ചെറുപ്പക്കാരി. ഡ്രൈവർക്കും അവർ തട്ടിൽ ഒരു ഗ്ലാസ് കരുതിയിരുന്നു. വളരെ കാലത്തിനു ശേഷമാണ് മധുരമിട്ട കാപ്പി കുടിക്കുന്നത്. ഒരു ഗ്ലാസ് കാപ്പികൂടി ചോദിക്കണോ എന്ന് മാസ്റ്റർ സംശയിച്ചു.

"ഇവിടെ എല്ലാം താഴെനിന്ന് വരണം. വെള്ളവും വിറകും മാത്രമേ ഇവിടെ കിട്ടുകയുള്ളൂ."

"ജീപ്പോ വാഹനമോ വരാത്തപ്പഴോ?"

"അയാൾ പോകും. അനുജൻ. ചെറിയ സാധനങ്ങൾ അയാൾ കൊണ്ടുവരും. ഘനമുള്ളതാവുമ്പോൾ കൂലിക്കാരൻ വേണം."

കുട്ടി ഓടിക്കൊണ്ട് തിരിച്ച വന്നു

"മകനാണോ?"

"അതെ."

"ഇവിടെ പഠിക്കാനൊക്കെ-"

"പ്രശ്നമുണ്ട്. ഭാര്യവീട്ടിൽ നിർത്തേണ്ടി വരും."

"ഭാര്യവീട് കർണ്ണാടിനടുത്താണ്.

"നമ്മുടെ നാട്ടും അതുതന്നെ." പുറത്തിറങ്ങുമ്പോൾ ഡ്രൈവർ പറഞ്ഞു.

സന്ധ്യക്കു മുമ്പേ സ്ഥലങ്ങൾ കണ്ടുവരുന്നതാണ് നല്ലതെന്ന് ഭട്ട്രെ നിർദ്ദേശിച്ചു. സന്ധ്യക്ക് ക്ഷേത്രത്തിൽ വഴിപാടുകൾ ചെയ്യാം. വഴിപാടുകളുടെ പേരുകളും പ്രത്യേകതകളും അതിനു വരുന്ന ചെലവും പറഞ്ഞു.

"പണം ഇപ്പോൾ വേണോ?"

"തന്നാൽ നല്ലത്."

"മാസ്റ്റർ ഇരുപത്തഞ്ചുറുപ്പിക ഏല്പിച്ചു.

"വേണ്ടതെന്താച്ചാൽ ചെയ്യാൽ മതി സ്വാമീ."

പിന്നീട് എന്തോ ഓർമ്മിച്ച് വിനോദിനിയോട് ചോദിച്ചു.

"പ്രത്യേകമായിട്ട് വല്ലതും നേർന്നിട്ടുണ്ടോ?"

"ഒന്നുല്യ."

ബാഗും തുണിസഞ്ചിയും അകത്തു കൊണ്ടുവെക്കാൻ ഭട്ട്രെ തന്നെ ഏറ്റെടുത്തു.

മാസ്റ്റർ എഴുന്നേറ്റു.

"വന്നസ്ഥിതിക്ക് ഒക്കെ ഒന്ന് കാണാം."

അവളുടെ അടുത്തുനിന്ന് നോക്കിയപ്പോഴാണ് ശ്രദ്ധിച്ചത്. ചെവിക്കു മുകളിൽ ഞാന്നുകിടക്കുന്ന മുടി മഞ്ഞയല്ല. ശരിക്കും നരച്ചതു തന്നെ.

ഭട്ട്രെ വീണ്ടും ഭാര്യയെ വിളിച്ചു. അവരുടെ കൂടെ വിനോദിനി അകത്തെ കുളിമുറിയിലേക്ക് പോയി.

ഇളംതണുപ്പ് കുറേശ്ശെയായി വർദ്ധിക്കുന്നുണ്ട്.

"രാത്രി വലിയ തണുപ്പുണ്ടോ സ്വാമി?"

"ഇത് ഉഷ്ണകാലമല്ലേ? ഡിസംബർ ജനുവരി മാസങ്ങളിൽ നല്ല ശൈത്യം. അപ്പോൾ നമ്മളുടെ സ്ഥലം?"

"ഒറ്റപ്പാലമെന്നു പറയും."

"കേരളക്കാരാണ് ഇവിടെ വരുന്നവരധികവും"

"മണ്ണെണ്ണപ്പാത്രവുമായി വന്ന അനുജനെ വഴികാട്ടാൻ കൂടെ അയക്കാം" അയാൾ വന്നപ്പോൾ സിഗരറ്റിന്റെ മണമുണ്ടായിരുന്നു.

വിനോദിനി വന്നു. മുടി ഒന്ന് ഒതുക്കിക്കെട്ടിയിട്ടുണ്ട്. നരച്ച ചുരുളുകൾ ഇപ്പോൾ വീണ്ടും മഞ്ഞയ്ക്കകത്ത് കയറി ഒളിച്ചിരിക്കുന്നു.

അനുജൻ പൂജാരിയുടെ പിറകെ അമ്പലപരിസരത്തിൽനിന്ന് കാട്ടുവഴിയിലേക്കു കയറി. ഭട്ട്രെ പിറകിൽനിന്ന് എന്തോ വിളിച്ചു പറഞ്ഞു. നോക്കുമ്പോൾ മകൻ അവരുടെ അടുത്തേക്ക് ഓടിവരുന്നു. അവനെ ശാസിച്ചതായിരിക്കും. അവനെ പിന്തിരിപ്പിക്കാൻ അനുജനും ശ്രമിച്ചു. കുട്ടി അവരെ കാത്തു നില്ക്കാതെ ചിരിച്ച് കാട്ടുവഴിയിലൂടെ മുന്നിൽ ധൃതിയിൽ നടന്നു.

കാടിനിടയ്ക്ക് കരിഞ്ഞ പുൽമേട്. പഴയ ഒരു പാർപ്പിടത്തിന്റെ അവശിഷ്ടമായി പൊളിഞ്ഞ ചുമരുകൾ കാട്ടിൽ കണ്ടപ്പോൾ അന്വേഷിച്ചു.

"ഇതൊക്കെ?"

"മുമ്പ് ചിലര് താമസിച്ചിരുന്നു."

"എന്തിന്?"

"ധ്യാനം. തപസ്സ്."

വിനോദിനി ചോദിച്ചു.

"ഇപ്പോൾ ആരെങ്കിലും തപസ്സ് ചെയ്യ്ണോരുണ്ടോ?"

"ഉണ്ടാവും. വേനൽക്കാലത്ത് പലരും വരും." വഴികാട്ടിയ ഭട്ട്രെ അവർ ഒപ്പമെത്താൻ നിന്നു. മാസ്റ്റർ കിതച്ചുതുടങ്ങി. ഒച്ചയോടെ ശ്വാസം വിട്ടുകൊണ്ട് പതുക്കെപ്പതുക്കെ കയറി. ആകെ വിയർപ്പിൽ മുങ്ങിയതുകണ്ട് വിനോദിനി ചോദിച്ചു "മാഷ്ക്ക് വയ്യേ?"

"സാരല്യ."

അടുത്താണ് എന്ന് പൂജാരി കൈചൂണ്ടിയപ്പോൾ വഴി ഇത്ര അപകടമുള്ളതാണെന്ന് കരുതിയില്ല. കയറാൻ പ്രയാസമുണ്ട്.

"വയ്യെങ്കിൽ വേണ്ട. മടങ്ങാം സാർ."

"സാരല്യ.. പോവാം.."

ശ്വാസം കിട്ടുന്നില്ല. വിനോദിനിയും കിതച്ച് കഷ്ടപ്പെടുന്നുണ്ടെന്ന് കണ്ട് മാസ്റ്റർ ചിരിച്ചു. പൂജാരിയുടെ കുട്ടി കുറേ മുന്നിലേക്കോടും നില്ക്കും.

വഴികാട്ടി പറഞ്ഞു. "കുട്ടികൾക്ക് എളുപ്പം. പ്രായമായവർക്ക് കഷ്ടം. വടികുത്തി നടന്നാൽ കുറച്ച് സൗകര്യം."

അയാൾ കാട്ടിൽനിന്ന് രണ്ടു കൊമ്പുകളൊടിച്ച് വടിയുണ്ടാക്കി. അയാൾ പറഞ്ഞത് ശരിയാണ്. മുമ്പ് ശബരിമലയാത്രയിൽ ആദ്യം വേണ്ടെന്ന് പറഞ്ഞെങ്കിലും പിന്നെ

വടികുത്തിയാണ് കയറിയത്.

ചെറിയ പൂജാരി കൊണ്ടുവന്ന കമ്പുകൾ രണ്ടും വിനു വാങ്ങി ഒന്ന് മാസ്റ്റർക്കു നീട്ടി. വടി കുത്തി നാലഞ്ചടി കയറി നിന്നു. വിനോദിനി ചിരിച്ചു.

"ഇപ്പളേ ശരിക്ക് തീർത്ഥാടനമായുള്ളൂ. അല്ലേ സർ?"

വീണ്ടും വഴി തിരിയുന്നേടത്ത് ഒരു ഗുഹ കണ്ടു. പുറത്ത് കുറച്ചു വിറകും. ഒരു പഴയ ഡാൽഡാടിന്നും കണ്ടു. മാസ്റ്റർ ചോദിച്ചു. "സ്വാമീ, അതിലാളുണ്ടോ?"

"ഈയിടെ വന്ന ആരോ ഉണ്ട്."

ജിജ്ഞാസ വിനുവിന്റെ മുഖത്തും കണ്ടു. വഴിയിൽനിന്ന് പത്തടി വലത്തോട്ടു നടന്നാൽ ഗുഹയാണ്. ആരാണ് അതിൽ?

കാവിമുണ്ട് ചുറ്റിയ ഒരാൾ അകത്ത് ധ്യാനിച്ചുകൊണ്ടിരിക്കുന്നു. മുന്നിൽ ചെറിയ ഒരു നിലവിളക്ക് കത്തുന്നു. അമ്പതിലേറെ പ്രായമുണ്ടാവില്ല എന്ന് മാസ്റ്റർ കണക്കുകൂട്ടി. ഗുഹയുടെ മുന്നിൽ വന്നവരെ നോക്കി അയാൾ നിശ്ശബ്ദമായ ജപം നിർത്തി. വിളക്കിലേക്കു കുറച്ചു എണ്ണയൊഴിച്ചു.

"സ്വാമീടെ സ്ഥലം എവിടെയാണാവോ?"

മാസ്റ്റർ അന്വേഷിച്ചു.

"കോഴിക്കോടടുത്ത്"

പിന്നെ എന്തു ചോദിക്കും. വിനോദിനിയുടെ സംശയം.

"ഭക്ഷണത്തിനൊക്കെ എന്തു ചെയ്യും?"

"വല്ല ഉപ്പുമാവും ഉണ്ടാക്കിക്കഴിക്കും."

പകുതി നരച്ച താടി ചൊറിഞ്ഞുകൊണ്ട് സന്ന്യാസി പറഞ്ഞു. മാസ്റ്റർ വഴികാട്ടിയോട് ചോദിച്ചു.

"ഈ കാട്ടില് മൃഗങ്ങളൊക്കെ ഉണ്ടാവില്ലേ?"

"അത്യാവശ്യം ഉണ്ട്."

സന്ന്യാസിയുടെ ഗുഹയ്ക്കകത്ത് നോക്കി. രണ്ടു മൂന്നു പഴയ ചട്ടമില്ലാത്ത സ്തോത്ര പുസ്തകങ്ങൾ. ഒരു തട്ടിൽ കുങ്കുമം.

"രാത്രി മൃഗങ്ങൾടെ ശല്യം ഉണ്ടാവ്വോ സ്വാമീ."

സന്ന്യാസി പതുക്കെ ചിരിച്ചതേയുള്ളൂ.

വഴി മാറി ഗുഹ കാണാൻ വന്നത് ചെറിയ ഒരു വിശ്രമം കൂടിയായിരുന്നു.

അവർ വീണ്ടും നടത്തം തുടർന്നു. ഇനി എത്രയുണ്ട്? വീണ്ടും കിതയ്ക്കാൻ തുടങ്ങി.

"മാഷ് കുറച്ചിരുന്നോളൂ."

ഏഴു വയസ്സിന്റെ ആനുകൂല്യമുണ്ടെങ്കിലും വിനോദിനിയും വല്ലാതെ പരവശയായിട്ടുണ്ട്. ഇരിക്കാൻ ഒരിടം നോക്കുമ്പോൾ വഴികാട്ടി പറഞ്ഞു.

"ഇരുന്നാൽ പിന്നെ എഴുന്നേല്ക്കാൻ കഷ്ടം."

"വയ്യെങ്കിൽ മടങ്ങാം സാർ."

വിനോദിനി അടുത്തേക്കു വന്നു.

അത് തോറ്റുകൊണ്ടുള്ള മടക്കമാവും. വേണ്ട. എല്ലുകളിൽ വിറ തോന്നുന്ന കാലുകൾ വലിച്ചുവെച്ച് നടന്നു. ഇനി അധികം കഷ്ടമില്ല എന്ന് ഇടയ്ക്കിടെ വഴികാട്ടി പറഞ്ഞുകൊണ്ടിരുന്നു.

വീണ്ടും കാടവസാനിച്ച് ഒരു പുൽമേട്. താഴെ താഴ്വരയുടെ അകലങ്ങളിൽ ഏതോ ഗ്രാമത്തിന്റെ മേല്പുരകൾ കാണാം.

എത്തിക്കഴിഞ്ഞു. വഴി അവസാനിക്കുന്നേടത്ത് വൃത്താകൃതിയിലുള്ള കരിങ്കൽക്കെട്ട് കണ്ടു. അതു തന്നെയാവണം സർവ്വജ്ഞപീഠമെന്ന് പൂജാരി പറഞ്ഞു. അതിനടുത്തെത്താനുള്ള നടത്തം സമനിരപ്പായതുകൊണ്ട് എളുപ്പമായിരുന്നു.

"സർവ്വജ്ഞപീഠം കയറിയത് കാശ്മീരിലല്ലേ സർ?"

"അതെ. ഇവിടെ ഇരുന്ന് ധ്യാനിച്ചു. പിന്നീട് ആ സ്ഥാനത്ത് ആരോ പണി ചെയ്തതാണ്."

വഴികാട്ടി അതുകേട്ട് തിരുത്താതിരിക്കാൻ പതുക്കെ അവളോടു മാത്രമായി പറഞ്ഞു.

കരിങ്കൽക്കെട്ടിന്റെ ചുവട്ടിൽ എത്തി ഒതുങ്ങി പടിമേൽ ഇരുന്ന് പിന്നിൽ കൈകളൂന്നിയപ്പോൾ അല്പം ആശ്വാസം.

"ഹാവൂ... വയ്യ..."

വിനോദിനിയും ഇരുന്നു.

"ഇതിന്റെ മുമ്പിലിരുന്ന് ഒരു ഫോട്ടോ എടുക്കേണ്ടതായിരുന്നു സർ. നമ്മുടെ രണ്ടാളുടേം."

മാസ്റ്റർ ഒരു പടികൂടി ഇറങ്ങിയിരുന്നു. പിന്നിലേക്കു തലചായ്ച്ചു. ശ്വാസം ഒന്നു നേരെയാവട്ടെ.

"പഴേ ഒരു ഫോട്ടോ, മാഷടെ സെന്റോഫിന്റെ. ഇപ്പഴും എന്റെ കൈയിലുണ്ട്."

ഉവ്വ്. അത് വീട്ടിലും ഉണ്ടായിരുന്നു. പിന്നീട് വീട്ടിൽ പല വൃത്തിയാക്കലുകളും നടന്നതിനിടയ്ക്ക് ഫ്രെയിം ചെയ്തുവെച്ചിരുന്ന പല ഫോട്ടോകളും കാണാതായി. ആളുകൾ വന്നു കയറുന്നേടത്തുതന്നെ ചുവരിൽ പുഴുതിന്ന ഫോട്ടോകൾ വേണ്ടെന്നുവച്ചത് രാധികയാണ്. പൂമുഖത്തിന്റെ മുകളിൽ ഒരു മുറി കൂടി പണി ചെയ്ത കാലത്ത്.

"മാഷന്ന് ബ്രൗൺ ഡോട്ട്സുള്ള ഒരു ഷർട്ടാ ഇട്ടിരുന്നത്. എനിക്കോർമ്മണ്ട്. അല്ലേ?"

മാസ്റ്റർ ചിരിച്ചു. ക്രീം നിറത്തിലുള്ള പാന്റ്. മുകളിലേക്കു മുടി ചീകിവെക്കുന്ന കാലം.

"വിനുവിന്റെ ഡ്രസെന്തായിരുന്നൂന്ന് എനിക്കും..."

"അത് വെറുതെ."

ചിരിച്ചപ്പോൾ വീണ്ടും ഉണങ്ങിയ ഈ രൂപത്തിന്റെ സ്ഥാനത്ത് മുടി രണ്ടായി പിന്നിയിട്ട പെൺകുട്ടി വന്നുനിന്നു.

"വയലറ്റ് നിറത്തിലുള്ള ഒരു ഹാഫ്സാരി. അതെനിക്കും അസ്സലോർമ്മേണ്ട്."

വിനോദിനി വീണ്ടും ചിരിച്ചു.

"ശരിയാണ്. എനിക്കും ഓർമ്മണ്ട്."

അവളെ നോക്കിയിരിക്കെ വർഷങ്ങൾ വെളിയടകൾപോലെ പെട്ടെന്ന് അടർന്നു വീണു.... രണ്ടായി പിന്നിയിട്ടമുടി. ഒരുവശത്ത് ഒരുകട്ടും ചുവപ്പുനിറമുള്ള പനിനീർപ്പൂ. വെള്ളാരങ്കണ്ണുകളിൽ കണ്മഷിയുടെ കലക്കം. സ്വർണ്ണച്ചങ്ങല കടിച്ച് മുഖം താഴ്ത്തി നില്ക്കുമ്പോൾ മഞ്ഞനിറമുള്ള ജാക്കറ്റുലച്ച് പ്രായത്തിനു നിരക്കാതെ ഉയരുന്ന അഹങ്കാരം.

വിയർപ്പിൽ കുതിർന്ന നരച്ച മുടിയിഴകൾ ചെവിക്കു പിന്നിൽ ഒതുക്കി. വിനോദിനി ഒരു പുല്ലു പറിച്ചെടുത്ത് വെറുതെ അതിന്റെ കരിഞ്ഞ കതിരിൽ ഊതിക്കൊണ്ടിരുന്നു.

"ഈശ്വരാ എത്ര വേഗാ കൊല്ലങ്ങള് പോണ്, അല്ലേ?"

അവൾ പതുക്കെ ഒന്നു നെടുവീർപ്പിട്ടു.

കുട്ടി പിന്നാലെ പടവുകൾ കയറി പീഠത്തിന്റെ മുകളിലെത്തിയിരുന്നു. പൂജാരി പിന്നിൽനിന്ന് വന്നു. ചിലർ പീഠത്തിന്റെ മുകളിൽ കയറി ധ്യാനിച്ചിരിക്കാറുണ്ട് എന്ന്

ഓർമ്മിപ്പിച്ചു.

"വയ്യ. ഇവിടെ ഇരിക്കട്ടെ കുറച്ചു നേരം. വിനു വേണമെങ്കിൽ കയറി നോക്കു. എന്തൊരു ദാഹമാണ്. കുറച്ചു വെള്ളം കിട്ട്വോ സ്വാമീ."

അടുത്തൊന്നും വീടോ കിണറോ ഇല്ല. ഗുഹയിലെ സന്ന്യാസിയുടെ കൈവശം നല്ല വെള്ളമുണ്ടായിരുന്നു എന്ന് വിനു ഓർമ്മിപ്പിച്ചു. ദാഹം തോന്നിയെങ്കിലും അപ്പോൾ ചോദിച്ചില്ല.

"ഇനി പറഞ്ഞിട്ട് കാര്യല്യല്ലോ. സാരല്യ. മടക്കത്തിന് കുടിക്കാം സ്വാമീ."

ദാഹം സഹിക്കണം. വേണ്ട നേരത്ത് ചോദിക്കാൻ തോന്നിയില്ല.

മുകളിൽനിന്ന് കുട്ടി എന്തോ വിളിച്ചു പറഞ്ഞത് കേട്ടു. പൂജാരി മറുവശത്തേക്ക് നടന്നു. അവൾ തലതാഴ്ത്തി. എന്തോ ഓർമ്മിച്ചുകൊണ്ടിരുന്നു.

"മാഷ് താമസിക്കാണോടത്തേക്ക് ഒരീസം വിളിച്ചില്ലേ?"

ഇപ്പോഴും അതിൽ വേറെ ഒരു ഉദ്ദേശ്യം കൂടി ഉണ്ടായിരുന്നു എന്ന് സമ്മതിക്കാൻ മടി തോന്നി.

"ഉവ്വോ?"

"ഉവ്വ്..." ഓർമ്മിക്കുന്നതായി ഭാവിച്ചു.

"എന്നിട്ട് അവിടെ വന്നിട്ടില്ലല്ലോ."

"വന്നില്ല...."

"ഉം?"

അവൾ ചിരിച്ചുകൊണ്ട് എഴുന്നേറ്റു.

"വരണംന്ന്ണ്ടായിരുന്നു. പിന്നെ ഒരു പേടി." അവൾ ഒതുക്കുകൾ കയറി, താഴത്തെ ഇരുട്ടുമൂടിക്കിടക്കുന്ന തളത്തിന്റെ അകത്ത് നോക്കി പറഞ്ഞു:

"ഇവിടെ പ്രതിഷ്ഠയൊന്നുംല്യ. തപസ്സ് ചെയ്യാൻ വര്ണോർക്ക് വേണെങ്കിൽ ഇതിന്റുള്ളിലും ഇരിക്കാം."

ലോഡ്ജിലെ അദ്ധ്യാപകരോടൊപ്പം ഒരു മുഹറം ഒഴിവിന് പുതിയ അണക്കെട്ടും പൂന്തോട്ടവും കാണാൻ പോയിരുന്നു. പുതിയ ഒരതിഥിമന്ദിരം ഗവൺമെന്റ് പണികഴിച്ച ഉടനെയായിരുന്നു. തോട്ടത്തിൽ സന്ധ്യക്ക് വർണ്ണവിളക്കുകൾ തെളിയും. തമിഴ്നാട്ടിൽനിന്ന് മധുവിധുവിന് ചെറുപ്പക്കാർ അവിടേക്ക് വന്നുതുടങ്ങിയിരുന്നു. നവദമ്പതികൾ എന്ന ഭാവത്തിൽ, അല്ലാത്തവരും. മുറികളുടെ വാടക ചോദിച്ചറിഞ്ഞു. കാറില്ലാതെയും വരാമെന്ന് കണ്ടെത്തി. മടങ്ങിപ്പോയ ശേഷം അതൊരു സ്വകാര്യ സ്വപ്നമായി താലോലിച്ച് പല ദിവസം നടന്നു. പല കണക്കുകൂട്ടലുകളും നടത്തി നോക്കി. അവിടെ ഒരു മുറി. വർണ്ണവിളക്കുകളും ജലധാര കാണുന്ന ഒരു മുറിയിൽ മറ്റൊരാൾകൂടി... മനസ്സിൽ സ്ത്രീയുടെ നഗ്നതയുടെ ചിത്രങ്ങൾ പലതും വരച്ച രാത്രികൾ.

"മാഷ്ക്ക് ഹാർട്ടിനൊന്നും തകരാറില്ല... ഞാനത് ചോദിക്കാൻ വിട്ടു."

വിനോദിനി വീണ്ടും അടുത്തെത്തി.

"ഇല്ല. ഇതുവരെ ഉപദ്രവംല്യ." മാസ്റ്റർ എഴുന്നേറ്റു. അവർ കരിങ്കൽക്കെട്ടിന്റെ പിന്നിലേക്ക് നടന്നു. വിശ്രമംകൊണ്ട് കാലുകളുടെ വിറ നിന്നിരിക്കുന്നു. വഴികാട്ടി മുകളിൽനിന്ന് ഇറങ്ങിവന്നു. താഴേക്കിറങ്ങുന്ന കുത്തനെയുള്ള ഒറ്റയടിപ്പാത കാണിച്ച് പറഞ്ഞു:

"ചിത്രമൂലയ്ക്കുള്ള വഴി."

"അവിടെ എന്താ ഉള്ളത്?"

അമ്പലമോ പ്രതിഷ്ഠയോ ഉണ്ടോ എന്നാണ് വിനോദിനിക്കറിയേണ്ടത്.

"വെറും ഒരു ഗുഹമാത്രമാണ്. വലിയ ഗുഹ. വരുന്നവരിൽ ചിലർ അവിടെ ധ്യാനിച്ച് രാത്രി കഴിച്ചുകൂട്ടാറുണ്ട്.

പക്ഷേ, ഉറങ്ങാൻ നിങ്ങൾ വയസ്സായവർക്ക് കഷ്ടം."

അതെ. ശരിയാണ്. പ്രായാധിക്യത്തിന്റെ ക്ലേശം അയാൾ വഴിക്ക് കണ്ടതാണല്ലോ.

"കാണേണ്ടതായിരുന്നു സ്വാമി. പക്ഷേ, ഇപ്പോൾ വയ്യ."

മടക്കയാത്ര വിചാരിച്ചതിലേറെ എളുപ്പമായിത്തോന്നി. വിയർപ്പാറിയ ശരീരത്തിലൂടെ തണുത്ത ഇളംകാറ്റ് ഉരുമ്മിക്കൊണ്ട് കടന്നുപോകുമ്പോൾ ഒരു സുഖം. വടികുത്തിക്കൊണ്ട് വിനോദിനിയുടെ ഒപ്പം തന്നെ നടന്നു. വാനപ്രസ്ഥത്തിന്റെ തുടക്കമാണിതെന്ന് തോന്നി. ഒരിക്കലും വലിയ ഭക്തനായിരുന്നില്ല. എന്നാലും എല്ലാ തീർത്ഥാടനകേന്ദ്രങ്ങളിലും ഇങ്ങനെ സഞ്ചരിക്കാൻ കഴിഞ്ഞെങ്കിൽ എന്ന് ആലോചിച്ചുപോയി.

ചെറുപ്പത്തിൽ അമ്പലങ്ങളുടെ പടിക്കൽ, കാവിവസ്ത്രവും ഭിക്ഷാപാത്രവുമായി ഇരിക്കുന്ന അഗതികളുടെ അരികെനിന്ന് അവരുടെ സംഭാഷണം കേൾക്കുന്നത് ഒരു വിനോദമായിരുന്നു. അവരെ ശ്രദ്ധിക്കുകയാണ് എന്ന് തോന്നാത്തവിധം. ചെറിയ കലഹങ്ങൾ. വലിയ സംതൃപ്തിയുടെ നിമിഷങ്ങളുടെ ഓർമ്മക്കുറിപ്പുകൾ, യാത്രാനുഭവങ്ങൾ. അപ്പോൾ വളരെ നിഗൂഢമായ ഒരസൂയ തോന്നിപ്പോകും അവരോട്.

"ബി എഡു കഴിഞ്ഞാലും ഗ്രാജ്വേറ്റ് സ്കെയില് തരണംന്നൊന്നുല്യ സർ."

"ഓ."

"പണം കൊടുക്കാൻ റെഡിയായിട്ട് വേറെ എത്രയോ ആളുണ്ടാവും?"

"ഇനി.. എത്ര കാലംണ്ട്. സർവ്വീസ്?"

"അമ്പത്തെട്ടുവരെ വർക്ക് ചെയ്യാം."

അപ്പോൾ ഇനി മൂന്നോ നാലോ കൊല്ലം കൂടിയുണ്ടാവും. വയസ്സു പറഞ്ഞില്ല.

"പി എഫും ഗ്രാറ്റ്വിറ്റിയും ഒക്കെ തരില്ലേ?"

"അതൊന്നുല്യ സാർ.

"ഇതെന്തൊരേർപ്പാടാണ്!"

മാസ്റ്റർക്ക് സ്കൂൾ നടത്തുന്ന അസോസിയേഷൻകാരോട് വല്ലാത്ത വെറുപ്പ തോന്നി. ശമ്പളം മുന്നൂറുറുപ്പിക!

"എയ്ജ് ബാറൊക്കെ കഴിഞ്ഞില്ലേ സാർ ഞാൻ ചേർന്നത്."

ഒരു സംഘം തീർത്ഥാടകർ അവർക്കെതിരെ വന്നു. ചെറുപ്പക്കാരാണ്. ആണും പെണ്ണുമുണ്ട്. വിദ്യാർത്ഥികളാവില്ല. അതിലും മുതിർന്നവർ. ചുമലിൽ ട്രാൻസിസ്റ്റർ, ഒരാൾക്ക് ക്യാമറ, രണ്ടുപേരുടെ കൈവശം വലിയ ഫ്ളാസ്ക്."

"പരീക്ഷ എഴുതാൻ ചിദംബരത്ത് പോണം. അണ്ണാമല യൂണിവേഴ്സിറ്റിടെ പരീക്ഷയാണ്. കാര്യംണ്ടായിട്ടല്ല. എന്നാലും നോക്കാം."

"പരീക്ഷ എഴുതു. എഴുതാതിരിക്കണ്ട."

മനസ്സിൽ അപ്പോൾ പെട്ടെന്ന് ഒരു കണക്കുകൂട്ടൽ നടത്തി. മടക്കയാത്രയ്ക്ക് ആവശ്യമുള്ളതും ജീപ്പുകാരന്റെ ബാക്കിയും ഒക്കെ കഴിഞ്ഞ് എത്ര മിച്ചമുണ്ടാവും കൈയിൽ?

അവൾ പിന്നെ സംസാരിച്ചില്ല. സന്ന്യാസി ധ്യാനിച്ചിരിക്കുന്ന ഗുഹയുടെ അടുത്തെത്തുന്നതുവരെ.

"അയാൾടെ കൈയില് വെള്ളംണ്ട്. വാങ്ങണോ?"

"വേണ്ട. ഇപ്പളത്ര ദാഹല്യ താഴെ എത്തീട്ട് മതി."

സാവധാനത്തിലുള്ള ഇറക്കമാണ്. അത്ര ക്ലേശകരമായി തോന്നിയില്ല. വടിയിലേക്ക് ശരീരത്തിന്റെ ഭാരം ഊന്നിക്കൊണ്ട് നടന്നു.

"ഇത്ര ദൂരംണ്ട്ന്ന് ഞാനും കരുതിയില്ല: എന്നാലും സർവ്വജ്ഞപീഠം കണ്ടൂന്നെങ്കിലും പറയാലോ, ഇനി നമ്മൾക്കും. അല്ലേ?"

വിനോദിനി ചിരിച്ചു.

വിചാരിച്ചതിലും വേഗത്തിൽ അമ്പലമുറ്റത്ത് എത്തി. ചെറിയ അമ്പലത്തിന്റെ പടിമേലിരുന്ന് കുറെ വെള്ളം കുടിച്ചു. കറുക്കാൻ തുടങ്ങിയ കാട്ടിൽ തീയെരിയുന്ന വര കൂടുതൽ ചുവന്നു തെളിഞ്ഞിരിക്കുന്നു.

"ഇത് കെടുത്താൻ ഫോറസ്റ്റുകാരൊന്നും ചെയ്യില്ലേ സ്വാമി."

"ഉഷ്ണകാലത്ത് പതിവാണ്."

വിനോദിനി പതുക്കെ പറഞ്ഞു:

"എനിക്കൊന്ന് കുളിക്കണ്ടീരുന്നു."

കുട്ടിയെ വീട്ടിനകത്തേക്കു തുണയായി അയച്ചു. പൂജയ്ക്കുള്ള പട്ടുടുത്ത ജ്യേഷ്ഠനും മുണ്ഡനം ചെയ്ത ശിരസ്സ് ചേലകൊണ്ട് മറച്ചവൃദ്ധയും ഒരുക്കപാത്രങ്ങളുമായി ക്ഷേത്രത്തിലേക്ക് കടന്നു.

കുട്ടി ബാഗുമായി ഓടിവന്ന് അത് മാസ്റ്ററുടെ അരികെ വെച്ച് നിരത്തിയിട്ട ജീപ്പിനടുത്തേക്ക് ചെന്ന് ഡ്രൈവറോട് എന്തോ തർക്കിക്കാൻ തുടങ്ങി. വീണ്ടും പാട്ടും ചെണ്ടമേളവും സംഭാഷണവുമൊക്കെയുള്ള കാസറ്റ് പ്രവർത്തിക്കാൻ തുടങ്ങി.

അനുജൻ പൂജാരി പറഞ്ഞു.

"യക്ഷഗാനാ."

"ഓ!"

കേട്ടിട്ടുണ്ട്, അതെ, ഇപ്പോൾ മനസ്സിലാവുന്നു. രാവണന്റെ ഒരു വെല്ലുവിളിയാണ്. തീർത്ഥക്കുളത്തിൽ ആഴമില്ലെങ്കിലും വഴുക്കുന്നത് സൂക്ഷിക്കണമെന്ന് അയാൾ നിർദ്ദേശിച്ചു. ആഴമില്ല. എങ്കിലും ഏതു വേനൽക്കാലത്തും ഇവിടെ വെള്ളമുണ്ടാവുമെന്നതാണ് അതിന്റെ വിശേഷമെന്നും.

മുട്ടിനു വെള്ളമേയുള്ളൂ. മീനുകൾ കാലിൽ കൊത്തിവലിക്കാൻ പറ്റിയ പഴുതുകളുണ്ടോ എന്ന് നോക്കി തിരക്കി നടക്കുന്നുണ്ട്. വെള്ളത്തിന് നല്ല തണുപ്പുണ്ടായിരുന്നു. മേൽകഴുകൽതന്നെ വേണ്ടെന്ന് വെച്ചാലോ എന്ന് ഒരു നിമിഷം സംശയിച്ചു. നീണ്ടുനിവർന്നു കിടന്ന് ശബ്ദത്തോടെ ആറേഴുവട്ടം മുങ്ങിയ ചെറിയ പൂജാരി കുട്ടിന് ഒരാളാവട്ടെ എന്നുവെച്ചാണ് അവിടെ കുളിക്കുന്നത്. തലനനയ്ക്കാതെ മേൽകഴുകി.

അമ്പലത്തിന്റെ അടുത്ത് പുല്ലുകൾകൊണ്ട് മുമ്പെന്നോ ഉണ്ടാക്കിയ പന്തലിന്റെ വാരിയിൽ നനച്ചത് ഉണക്കാനിട്ടു. കാവിമുണ്ട് മാറ്റിയുടുത്തു. ബാഗിൽ ഭാഗ്യത്തിന് കരുതിയിരുന്ന സാൽവ പുതച്ചപ്പോൾ ക്ഷീണമില്ല. നല്ല ഉന്മേഷം. രാധികയുടെ ഭർത്താവ് വന്നപ്പോൾ തന്ന സാൽവ ഫ്ളാനലായതുകൊണ്ട് ചൂടുണ്ട്.

മുകളിലെവിടെയോ ഉണ്ടെന്ന് പറഞ്ഞ വെള്ളച്ചാട്ടത്തിൽ കുളിച്ച് വരുന്നവരുടെ ഒരു സംഘം അമ്പലത്താഴത്തുകൂടെ കടന്ന് ശൂദ്രന്റെ വീടിന്റെ നേർക്കിറങ്ങിപ്പോയി. വീട്ടുവരാന്തയിൽ ഒരു പാനീസ് വിളക്ക് തെളിഞ്ഞു.

"അവിടെ എന്നും തിരക്കാണ്."

വസ്ത്രം മാറിവന്ന ചെറിയ പൂജാരി, മാസ്റ്റർ താഴേക്കു പോകുന്നവരെ നോക്കിനില്ക്കു

മ്പോൾ പറഞ്ഞു. അമ്പലവാതില്ക്കൽനിന്ന് വൃദ്ധ വിളിച്ചു.

"ശങ്കരാ!"

അയാൾ പോകുമ്പോൾ പറഞ്ഞു: "പൂജടെ സമയമായിത്തുടങ്ങി. ഭാര്യ വന്നില്ലേ?"

മാസ്റ്റർ തിരുത്തിയില്ല.

കുളികഴിഞ്ഞ് വിനോദിനി വന്നു.

അവളുള്ളപ്പോഴാണ് അയാൾ അത് പറഞ്ഞിരുന്നതെങ്കിലോ? ആലോചിച്ചപ്പോൾ തമാശ തോന്നി.

മണിയടി കേട്ടപ്പോൾ ഡ്രൈവർ യക്ഷഗാനം നിർത്തി.

അവൾ അടുത്തുവന്നപ്പോൾ സാരി മാറ്റി മുണ്ടും വേഷ്ടിയുമാക്കിയത് ശ്രദ്ധിച്ചു.

"പൂജ തുടങ്ങി, സമയമായാൽ വിളിക്കാം."

നേർത്ത മഞ്ഞിൻപടലങ്ങൾ താഴ്വരയിൽ പരന്ന് വൃക്ഷത്തലപ്പുകളെ മറച്ചുകഴിഞ്ഞു. ആരോ ചുവന്നപട്ട് വീശിയുണക്കുന്നതുപോലെ കാട്ടുതീയിന്റെ ജ്വാലകൾ പുളഞ്ഞു. കൊല്ലൂരിൽനിന്ന് ഏകാഗ്രമായ ധ്യാനത്തിന് ഇടംതേടി ഈ മലകളിൽ ആചാര്യൻ എത്തിയതിൽ അത്ഭുതമില്ല. രാത്രി ഇവിടെ കഴിയണമെന്ന് അഡിഗൾ ഉപദേശിച്ചത് വെറുതെയല്ല. ഇപ്പോൾ കാറ്റും നിന്നിരിക്കുന്നു. നിശ്ചലം ശാന്തം. പേടിപ്പെടുത്തുന്ന ഏകാന്തതയല്ല. ചേർത്തുപിടിച്ച്, നീ ഒന്നുമല്ല എന്ന് നിശ്ശബ്ദം ശാസിക്കുന്ന അദൃശ്യമായ ഏതോ സാന്നിദ്ധ്യമുണ്ട് അരികെ എന്നും തോന്നിപ്പോയി. അവളും എന്തോ ഓർത്ത് താഴ്വരയിലേക്ക് നോക്കി നില്ക്കുന്നു.

ക്ഷേത്രവാതില്ക്കൽ തലകാട്ടി ചെറിയ പൂജാരി വരാൻ ആംഗ്യം കാട്ടി.

മാസ്റ്റർ പറഞ്ഞു: "വരൂ, തൊഴാം."

അകത്ത് ശ്രീകോവിലിന്റെ മുന്നിൽ ഇടതുവശത്തായി ഇരിക്കാൻ പൂജാരി ആംഗ്യം കാട്ടി. പഞ്ചമുഖ ഗണപതിക്കും ശിവനും ശൈലാധീശ്വരിക്കും ആരതി ഉഴിയുമ്പോൾ തൊഴുതു. വിനോദിനി നീണ്ടുനിവർന്ന് കിടന്ന് സാഷ്ടാംഗം നമസ്കരിച്ചു.

"പേര്?"

മാസ്റ്റർ പേരു പറഞ്ഞു. രണ്ടാളുടെയും.

"നാള്?"

"ഉത്രം. ഇവിടെ വിശാഖം."

അത്ഭുതത്തോടെ അവളുടെ കണ്ണുകൾ തന്റെ നേർക്ക് നീണ്ടു വരുന്നത് കാണാത്തപോലെ തൊഴുതുനിന്നു.

പൂജാരി മന്ത്രങ്ങൾ ചൊല്ലി. അതിൽ കരുണാകരനും വിനോദിനിയും ഉത്രവും വിശാഖവുമൊക്കെ ഉൾപ്പെട്ടിരുന്നു.

"നമസ്കരിക്കാം."

സാഷ്ടാംഗം വീണ് തൊഴുന്ന അവളുടെ അടുത്തായി മുട്ടുകുത്തി മാസ്റ്റർ നമസ്കരിച്ചു.

സർവ്വാഭീഷ്ട സിദ്ധിക്കുവേണ്ടി സമ്പൽസമൃദ്ധിക്കുവേണ്ടി, ആയുരാരോഗ്യത്തിനുവേണ്ടി എല്ലാം അഭിഷേകം നടന്നു.

നീട്ടിയതട്ടിൽ രണ്ടുപേരും കൈവെച്ച് നില്ക്കാൻ ആംഗ്യം കാട്ടി. വീണ്ടും മന്ത്രം ചൊല്ലി തട്ടുവാങ്ങി ആരതി ഉഴിഞ്ഞ് താഴെവെച്ചപ്പോൾ മാസ്റ്റർ അഞ്ചുറുപ്പിക ദക്ഷിണ വെച്ചു. തട്ടിൽനിന്നും പൂവെടുത്ത് അവരുടെ ശിരസ്സിലേക്കിട്ടു. അനുഗ്രഹിച്ച പൂജാരി ദക്ഷിണയെടുത്തു.

"ചന്ദനം, കുങ്കുമം തൊടാം. പ്രസാദം കഴിക്കാം."

പുറത്തുകടന്നപ്പോൾ വിനോദിനി ചോദിച്ചു:

"മാസ്റ്റർക്ക് നാളെങ്ങനെ മനസ്സിലായി?"

"ഒരോർമ്മ ശരിയല്ലെ?"

"ശരിയാണ്. പക്ഷേ- എങ്ങനെ-?"

പിറന്നാളിന് വലിയ ഒരു മിഠായി ടിന്നുമായി വന്ന് മാസ്റ്ററുടെ നേതൃത്വത്തിൽ വിതരണം നടത്തിയത് അയാൾ പറഞ്ഞില്ല. ആലോചിക്കട്ടെ. ആലോചിച്ച് കണ്ടുപിടിക്കട്ടെ.

അമ്പലമുറ്റത്ത് നിന്നപ്പോൾ താഴെ കുളത്തിൽ ആകാശം തെളിയുന്ന വെളിച്ചം. മീനുകൾ പുളഞ്ഞ് വെള്ളിവരകളും വൃത്തങ്ങളും വരച്ചു. ദൂരെ എവിടെ നിന്നോ മറ്റൊരു മണിയടികേട്ടു. ശൂദ്രരുടെ വീട്ടിലും പൂജയുണ്ടായിരിക്കും.

"വലിപ്പം പറഞ്ഞ് ഇരുന്ന് അന്ന് കേരളത്തില് തന്നെ വല്ല പണിക്കും കേറാൻ സമ്മതിച്ചില്ല. എനിക്കതാലോചിക്കുമ്പോൾ-"

മങ്ങിയ വെളിച്ചത്തിലും അവളുടെ കണ്ണുകളിൽ ക്രോധം കത്തിക്കാളുന്നത് കണ്ടു.

"മാസ്റ്റർക്കൊക്കെ നല്ല സംഖ്യ പെൻഷനുണ്ടാവും. ഇല്ലേ?"

മാസ്റ്റർ പതുക്കെ മൂളി.

"ഇപ്പോൾ വല്ല ചില്ലറ മരുന്നും വാങ്ങാൻ അമ്മയ്ക്ക് കഴീന്നത് ഞാനയക്കണോണ്ടാ."

എന്താണ് പറയേണ്ടത്? ഒക്കെ തലേലെഴുത്താണ്. വിധിയാണ്. വിഷമിക്കാതിരിക്കു എന്നോ? മാസ്റ്റർ മനസ്സിൽ പ്രാർത്ഥിച്ചു. അത് മറക്കു. പഴയകാലം ഓർമ്മിച്ചു കൊണ്ട് നല്ലതെന്തെങ്കിലുമൊക്കെ പറയൂ.

"ഭക്ഷണം തയ്യാറാണ്."

അമ്പലമടച്ച് പൂജാപാത്രങ്ങളുമായി ഇറങ്ങിപ്പോകുമ്പോൾ പൂജാരി പറഞ്ഞു.

"തൊഴാൻ വര്ണതും കൊല്ലത്തില് വല്യചെലവാണ്. എന്നാലും... ഇക്കുറി മാഷെ കാണാൻ തരായാല്ലോ."

രോഷമൊതുക്കി അവൾ പതുക്കെ ചിരിച്ചു.

"ഉം... നന്നായി ഇനി എപ്പഴാ കാണ്വാന്നറിയില്ലല്ലോ. ആ വരു. കഴിക്കാ?"

വീട്ടിലേക്ക് നടക്കുമ്പോൾ അവൾ പറഞ്ഞു.

"മാഷെപ്പളെങ്കിലും മദ്രാസില് വരുണ്ടായോ?"

"ഇല്ല."

"അല്ല... ബോംബെയ്ക്ക് മകന്റടുത്തയ്ക്ക് പോകുമ്പളോ മറ്റോ"

ഇല്ല. ഒരിടത്തേക്കും യാത്ര ചെയ്തിട്ടില്ല. ഒമ്പത് ഹൈസ്കൂളുകളുടെ പരിസരങ്ങളിലൂടെ മുപ്പത്തിരണ്ട് കൊല്ലം കൊണ്ട് മൂന്ന് ജില്ലകൾ കണ്ടു. അതാണ് നാടുകൾ കണ്ട ചരിത്രം.

വരാന്തയുടെ അറ്റത്തെ മുറിയിലൂടെ മുട്ടവിളക്ക് കാണിച്ച് പിന്നിലെ അടുക്കളത്തളത്തിലേക്ക് പൂജാരിമാർ വഴി കാണിച്ചു. അവിടെ രണ്ടില വെച്ചിട്ടുണ്ട്.

വിളമ്പിയത് അമ്മയും ഭാര്യയും ചേർന്നാണ്. വിശപ്പുണ്ടായിരുന്നു. വാതിലിനടുത്തായി പൂജാരി നിന്നു.

"അമ്മയാണ്. മറ്റേത് ഭാര്യ."

"മനസ്സിലായി."

"അമ്മ പോയി എന്ന് വിചാരിച്ചതാണ്."

"ജ്വരം. മസ്തിഷ്ക സംബന്ധമായ ജ്വരം. കൈവിട്ടുപോയപോലെ ശരീരമാകെ...."

അയാൾ പറ്റിയ മലയാളവാക്കുകൾക്കുവേണ്ടി തിരയുകയാണെന്ന് തോന്നി.

"ശരീരമാകെ തണുത്തു. എടുത്ത് കിടത്തിയതാണ്. പിന്നെ തിരിച്ചുകിട്ടി."

അമ്മ ഇത് തന്നെപ്പറ്റിയാണ് എന്ന യാതൊരു ഭാവഭേദവുമില്ലാതെ ഇലയിൽ എന്തെങ്കിലും ഒഴിയുന്നുണ്ടോ എന്ന് നോക്കി. ഇരുണ്ട ചുവരിനോട് ചേർന്നുനിന്നു.

"ഡോക്ടർമാരെ കിട്ടാനൊക്കെ-"

പൂജാരി പറഞ്ഞു, "അനുജൻ താഴെപ്പോയ സമയത്തായിരുന്നു. സാധാരണയായി പിറ്റേദിവസം മടങ്ങാറുണ്ട്. ചില ബന്ധുവീടുകളിൽ കൂടിപ്പോയി ഒരാഴ്ച കഴിഞ്ഞാണ് അയാൾ അത്തവണ മടങ്ങിയത്."

"വേറെ ഒന്നും ചെയ്യാനില്ല. ഞങ്ങൾ മാത്രമല്ലെ ഇവിടെ. സാക്ഷാൽ അമ്മയെ പ്രാർത്ഥിച്ച് ഇരുന്നു. തിരിച്ചുകിട്ടി."

മാസ്റ്റർ അമ്മയെ ഒരിക്കൽക്കൂടി നോക്കി.

"ഈ അമ്പലം കുടുംബം വകയാണോ?"

"അല്ല ഗവർമെന്റാണ്. എല്ലാം ഗവർമെന്റിന്റെയാണ്. ഈ വീടും കൂടി. പുരാതന കാലംതൊട്ട് പൂജയ്ക്കുള്ള ചുമതലയുണ്ട്. എല്ലാം ഗവർമെന്റ്."

"ഗവർമെന്റ് വക പ്രതിഫലം"

"ഉണ്ട്. മാസം മുന്നൂറുപ്പിക."

മാസ്റ്റർ അത്ഭുതം ഒതുക്കി.

"ചിലവിനൊക്കെ വഴിപാടുകൾ വരണം അല്ലെ?"

"വരണം. അതും കുറവാണ്. ഇപ്പോൾ."

താഴെയും ഒരു പൂജയുണ്ട്. അവിടെ കോഴിയെവെട്ടും. തീച്ചാമുണ്ടി. അതും മൂകാംബികയാണെന്ന് കരുതുന്നവരാണ് പലരും."

"അസസ്യം വേണ്ടവരാണ് അധികവും. അവരവിടെ താമസിക്കും.

പൂജാരി വന്നപ്പോൾ മുതൽ കണ്ട ആ ചിരി ഒരിക്കലും മാറ്റിയിട്ടില്ലല്ലോ എന്ന് മാസ്റ്റർ ആലോചിച്ചു.

വീണ്ടും വിളമ്പാൻ വന്ന ചോറ് വിലക്കി. വിനോദിനിക്ക് നിർബ്ബന്ധിച്ച് സ്ത്രീ ഒരു കോരികക്കൂടി ചോറിട്ടു. പച്ചമുളകിട്ട മോര് ഒരു ഗ്ലാസിൽ വാങ്ങിക്കുടിച്ച മാസ്റ്റർ എഴുന്നേറ്റു.

പുറത്തിറങ്ങി തീർത്ഥക്കുളത്തിന്റെ വക്കിൽ വന്നുനിന്നു.

വിനോദിനി കുറച്ചുനേരം ഉമ്മറക്കോലായയുടെ തിണ്ണയിൽ ഇരുന്നു. പിന്നെ ഇറങ്ങിവന്നു.

"സുക്കേട് വല്ലതും വന്നാൽ ഇവർക്കിവിടെ വലിയ കഷ്ടം തന്നെയാണ് അല്ലെ സാർ."

"ഉം."

അകലെനിന്ന് വീണ്ടും ജീപ്പിലെ യക്ഷഗാനത്തിന്റെ വാദപ്രതിവാദങ്ങൾ താളമേളങ്ങളോടെ കേൾക്കുന്നുണ്ട്."

"മാഷെന്താ ആലോചിക്കണ്?"

"ഹേയ്... ഒന്നൂല്യ."

"മാഷ് പണ്ട് ഒരുപാട് സിഗരറ്റ് വലിച്ചിരുന്നു ഇല്ലെ?"

"ഉം. നിർത്തീട്ട് പതിനഞ്ച് കൊല്ലായി."

മുകളിലെ ഇരുമ്പഴികൾക്കിടയിൽ മുഖമമർത്തി അവൾ ചിരിച്ചു നില്ക്കുമ്പോൾ ഇട വഴിയിലൂടെ അലസമായി നടക്കുന്ന മാസ്റ്ററുടെ കൈയിൽ എരിയുന്ന സിഗരറ്റുണ്ടാവും. മൊത്തുന്നത് നനവുള്ള ചുണ്ടുകളിലാണെന്ന് തോന്നണം. ഇരുപത്തിമൂന്നാം വയസ്സി ന്റെ അലങ്കാരങ്ങളിലൊന്നായിരുന്നു അതും.

പൂജാരി ഇത്രവേഗത്തിൽ ഭക്ഷണം കഴിച്ചോ? അയാളിപ്പോൾ കാവിമുണ്ടുകൊണ്ട് പുതച്ചിട്ടുണ്ട്.

"അടുത്തകൊല്ലവും വരണമെന്നുണ്ട് സ്വാമീ."

"വരണം അമ്മയെ തൊഴുതിട്ട് പോണം. ഞങ്ങളിവിടെ ഉണ്ടാവുമോ എന്ന് നിശ്ച യമില്ല. വരണം."

"അതെന്താ സ്വാമീ?"

"അച്ഛനായിരുന്നു പൂജ നടത്തിയത്. ശരിക്കത് വലിയച്ഛന്റെ അവകാശമായിരുന്നു. അദ്ദേഹത്തിന് കൃഷിയും കച്ചവടവുമുള്ളതുകൊണ്ട് അനുജനെ ഏല്പിച്ചതായിരുന്നു. അച്ഛന്റെ കാലത്ത് ധാരാളം വരുമാനമുണ്ടായിരുന്നുവത്രെ. അപ്പോഴാണ് അമ്പല ത്തിന്റെ അറ്റകുറ്റപ്പണികൾ ചെയ്തത്. ഇപ്പോൾ പൂജയുടെ അവകാശം തിരിച്ചു കിട്ടാൻ വലിയച്ഛന്റെ മക്കൾ കേസ് കൊടുത്തിരിക്കുന്നു.

ചിരി വിടാതെതന്നെ പൂജാരി നിർത്തിനിർത്തി വിശദീകരിച്ചു.

"കേസിന് സ്വാമി ഒന്നും ചെയ്യുന്നില്ലേ? സ്വാമീടെ വക്കീലെന്തു പറഞ്ഞു?"

"വക്കീലൊന്നുമില്ല.."

"പിന്നെ-"

"ചിലപ്പോൾ ഇത് വിട്ട് താഴെ പോകേണ്ടിവരും. അവിടെ അമ്പലത്തിലേതെങ്കിലും ജോലിയെടുക്കാമോ എന്ന് നോക്കാം."

മാസ്റ്റർ വിനോദിനിയുടെ അമ്പരപ്പാണ് നോക്കിയത്.

"എല്ലാം അമ്മ നിശ്ചയിക്കുംപോലെ വരും..." പൂജാരി കുറേക്കൂടി പ്രസന്നഭാവത്തിൽ ചിരിച്ചു. പിന്നെ രാവിലത്തെ പരിപാടികളെപ്പറ്റി അന്വേഷിച്ചു.

"രാവിലെ പോവും. ഒരു കാപ്പി കുടിച്ചിട്ട് പോകാം. കുളിയും ഒക്കെ അവിടെ ചെന്നി ട്ട്."

വിനോദിനിയും അങ്ങനെ മതി എന്ന ഭാവത്തിൽ തലയാട്ടി.

വീട്ടുകാർ നേരത്തെ കിടക്കുന്നവരാണെന്ന് തോന്നി. എട്ടരയേ ആയിട്ടുള്ളൂ.

വരാന്തയുടെ അറ്റത്തെ വാതില്ക്കൽ വെച്ച് ഒരു മുട്ടവിളക്ക് മാസ്റ്റർക്ക് കൊടുത്ത് പൂജാരി പറഞ്ഞു.

"വിരിച്ചിട്ടുണ്ട്. കാപ്പി ഒരു ആറു മണിക്ക്?"

"മതി."

"ഈ വാതിലടയ്ക്കാം. ഇപ്പോൾ ചില നായ്ക്കളുടെ ശല്യമുണ്ട്. മുമ്പ് ഇല്ലാത്തതാണ്. ഈ കോഴിവെട്ടലും മറ്റും തുടങ്ങിയപ്പോൾ" വരാന്തയുടെ അറ്റത്തെ മുറിയിൽ കടന്ന പ്പോൾ രണ്ട് പ്ലാസ്റ്റിക് ഷീറ്റുകളിട്ട് ഒരു പഴയ ജമക്കാളം നിവർത്തിവെച്ചിട്ടുണ്ട്. രണ്ട് പുതപ്പ് വൃത്തിയായി കാല്ക്കൽ മടക്കിവെച്ചിരിക്കുന്നു. തൊട്ടുതാഴെയായി വെച്ച് രണ്ട് ചെറിയ തലയണ.

"വേറെ വല്ലതും."

"വേണ്ട."

തലയ്ക്കടുത്ത് കുപ്പിയിൽ വെള്ളവും ഗ്ലാസുമുണ്ട്.

പൂജാരി പുറത്ത് വരാന്തയിൽ അന്തർജനമായി എന്തോ സംസാരിക്കാൻ തുടങ്ങി. ജീപ്പ് ഡ്രൈവറും കൂടി വന്നപ്പോൾ സംഭാഷണം ഉച്ചത്തിലായി. മാസ്റ്റർ പുറത്തേക്കുള്ള വാതിലടച്ചു. കൂട്ടിവിരിച്ചിട്ടത് വീണ്ടും നോക്കിനിന്നു.

പിൻവാതിലിനുള്ളിൽനിന്ന് വിനോദിനി കുളിമുറി കാണിച്ചുകൊടുത്തു. അടുക്കളയിൽനിന്നുള്ള വെളിച്ചമുണ്ട് ആ ഭാഗത്ത്. തിരിച്ചു വരുമ്പോഴേക്ക് പൂജാരി വിരിച്ചിട്ടത് രണ്ടായി പകുത്ത് അവൾതന്നെ മാറ്റി വിരിക്കട്ടെ എന്ന് വിചാരിച്ച് കുളിമുറിയിലേക്ക് പോയി.

തിരിച്ചുവന്ന് ആ വാതിലടയ്ക്കുമ്പോൾ അവൾ വിരിച്ചിട്ടതിന്റെ കാല്ക്കൽ ചുമർചാരി തല ഞാവികൊണ്ടിരിക്കുകയായിരുന്നു.

മാസ്റ്റർ ക്ഷീണിച്ച ഒരു ചിരിയോടെ പറഞ്ഞു.

"അവര് കൂട്ടിവിരിച്ചിട്ടിരിക്ക്യാ അല്ലെ?"

അവൾ ഒന്നും പറഞ്ഞില്ല. വെളിച്ചം വീഴാത്ത മുഖത്തെ ഭാവമെന്തെന്ന് കാണാൻ കഴിയുന്നില്ല. കുറേ കഴിഞ്ഞ് അവൾ പറഞ്ഞു. "അത് സാരല്യ."

"വയ്യ കെടക്കട്ടെ."

ചെറിയ തലയണകളിലൊന്ന് അറ്റത്തേക്ക് നീക്കിവെച്ച് മാസ്റ്റർ കിടന്നു. പുതപ്പ് കഴുത്തുവരെ വലിച്ചിട്ടു.

അവൾ ഒരു നെടുവീർപ്പോടെ എഴുന്നേറ്റു.

"സാർ വിളക്ക്?"

"താഴ്ത്തിവെച്ചോളൂ. രാത്രി പുറത്ത് പോവാറില്ല. എന്നാലും." പിൻവാതിലിനരികെ വിനോദിനി മുട്ടവിളക്ക് തിരിതാഴ്ത്തിവെച്ചു.

മാസ്റ്റർ കണ്ണടച്ചു കിടന്നു. വിരിയുടെ മറ്റേ പകുതിയിൽ വിനോദിനി പതുക്കെ "അമ്മേ ഭഗവതി" എന്ന് ഉരുവിട്ട് കിടന്നു.

"പുതപ്പ് എടുത്തില്ലേ?"

"ഉം."

"തണുപ്പ് വിചാരിച്ചത്രല്യ, അല്ലേ?"

അതിന് അവൾ മറുപടി പറഞ്ഞില്ല.

പുറംകോലായിലെ ശബ്ദവും നിലച്ചു.

"സർ"

"ഉം"

"ഉറങ്ങ്യോ?"

"ഇല്ല"

"അവര് വേറെ എന്തോ വിചാരിച്ചിട്ടാ പൂജ നടത്തീത്, അല്ലേ?"

"ഉം."

കുറച്ചു സമയത്തിനുശേഷം അവൾ ചോദിച്ചു.

"അവര് നടത്തിയത് ദമ്പതീപൂജ എന്ന് പറേണതാ തോന്ന്ണു."

"ഉം."

മാസ്റ്റർ പതുക്കെ ചിരിച്ചു.

"മുജ്ജന്മത്തില് അങ്ങനൊരു യോഗംണ്ടാവും." വിനോദിനി പിറുപിറുത്തു.

"ചെര്യേ സാമി ഭാര്യയെ വിളിക്കുന്ന് പറഞ്ഞപ്പോൾ ഞാൻ.. ഞാൻ പിന്നെ അങ്ങനെയല്ലാന്ന് വിസ്തരിക്കാൻ നിന്നില്ല."

മാസ്റ്റർ ക്ഷമാപണം പോലെ പറഞ്ഞു.

വിനോദിനി അപ്പോൾ അടക്കിച്ചിരിച്ചു. ആ ചിരി ആവശ്യത്തിലേറെ നീണ്ടുപോകുന്നു എന്ന് തോന്നി. ചിരി നിയന്ത്രിക്കാനാവാതെ അവൾ തലയണയിൽ മുഖം അമർത്തി.

നിശ്ശബ്ദതയിൽ പിന്നെ പുറത്തെവിടെയോ നിന്നു ചീവീടുകളുടെ ശബ്ദം കേട്ടു.

പകലത്തെ ദേഹാദ്ധ്വാനത്തിന്റെ ക്ഷീണവും തണുപ്പുംകൊണ്ട് നേരത്തെ ഉറക്കം വരുന്നുവെന്ന് തോന്നി. തളർന്ന ശരീരം, അനങ്ങാനാവാതെ, നിർജ്ജീവമായി പായിൽ കിടന്നു. അതിന്റെ കൂട്ടുതുറന്ന് വളർത്തുമൃഗം പഴയ സ്വപ്നങ്ങളുടെ പൊന്തക്കാടുകളിൽ ഇരതേടി നടക്കുന്നതും വീണ്ടും കൂട്ടിൽക്കയറുന്നതും അയാൾക്ക് കണ്ണടച്ച് കിടക്കുമ്പോഴും വ്യക്തമായി കാണാൻ കഴിയുന്നു.

തണുപ്പിൽ അവൾ പുതച്ചിട്ടില്ല എന്ന് മാസ്റ്റർ ശ്രദ്ധിച്ചു. പറഞ്ഞാലോ? ഒരു തേങ്ങലിന്റെ ശബ്ദം കേട്ടു.

"പുതച്ചോളൂ."

അപ്പോൾ തേങ്ങൽ കുറെക്കൂടി വ്യക്തമായി കേട്ടു.

"വിനു.. എന്താ?"

"ഉം ഉം"

"എന്താ?"

"ഒന്നൂല്യ സർ... ഞാൻ... അച്ഛനെ ശപിക്കാത്ത ഒറ്റ ദിവസംല്യ... ഈ വീട്ടുകാരുടെ കാര്യം കേട്ടപ്പോൾ എന്റെ ബുദ്ധിമുട്ടൊന്നും സാരല്യാന്ന് മനസ്സിലായി. ആരെയും ശപിച്ചിട്ട് കാര്യല്ല... അല്ലേ."

തേങ്ങലിനിടയിൽ അവൾ പറഞ്ഞു.

മാസ്റ്റർ ഒന്നും മിണ്ടിയില്ല.

"ഒക്കെ അമ്മ നിശ്ചയിക്ക്ണതാവും.."

മാസ്റ്റർ എഴുന്നേറ്റിരുന്നു. കാല്ക്കൽ വെച്ച അവളുടെ പുതപ്പ് ദേഹത്തിലേക്ക് നിവർത്തിയപ്പോൾ അവൾ അത് വാങ്ങി അരവരെയിട്ടു മങ്ങിയ ഇരുട്ടിൽ കണ്ണുകൾ കാണാമായിരുന്നു

"കിടന്നോളൂ സർ."

വീണ്ടും കിടന്നു. പുതപ്പിൽ പുറത്തേക്ക് നീണ്ടു കിടക്കുന്ന അവളുടെ കൈത്തലം തടവിക്കൊണ്ട് പറഞ്ഞു:

"വിനു ഉറങ്ങിക്കോളൂ"

എല്ലുന്തിയ വിരലുകൾ നിശ്ചലമായി അയാളുടെ വിറയ്ക്കുന്ന കൈയിനു താഴെ തണുത്തുകിടന്നു. പിന്നെ രാത്രി ഇടയ്ക്ക് മരവിപ്പ് കൈക്ക് കയറാറുള്ളത് ഓർമ്മ വന്നപ്പോൾ തണുപ്പിൽ ഉറക്കത്തിൽ വിറങ്ങലിക്കേണ്ട എന്നു കരുതി പുതപ്പിനുള്ളിലേക്ക് പിൻവലിച്ചു.

ഇരുട്ടിൽ ചെവിടോർത്ത് കിടന്നു. വിനു പതുക്കെ കൂർക്കം വലിക്കാൻ തുടങ്ങിയത് വളരെ വേഗത്തിലായിരുന്നു.

രാവിലെ കാപ്പികുടിച്ച് പൂജാരിക്ക് സുമാർ മനസ്സിൽ കണക്കുകൂട്ടി മുപ്പതുറുപ്പിക ചുരുട്ടി കൈയിൽ വെച്ചുകൊടുത്ത് യാത്രപറയുമ്പോൾ വൃദ്ധ അമ്പലത്തിന്റെ മുറ്റം അടിച്ചുവാരുകയായിരുന്നു. അയാളും അനുജനും ജീപ്പിനടുത്തേക്ക് യാത്ര പറയാൻ വന്നു.

"ഇനിയും കാണാം, അമ്മയുടെ അനുഗ്രഹമുണ്ടെങ്കിൽ."

വിനോദിനി പൂജാരിയെ തൊഴുതു.

മടക്കയാത്രയിൽ മാസ്റ്റർ ഒന്നും സംസാരിച്ചില്ല. അറിയേണ്ടതും പറയേണ്ടതുമായ എന്തൊക്കെയോ ബാക്കി കിടക്കുന്ന എന്ന് തോന്നി. മഞ്ഞ് അകന്ന താഴ്വാരത്തിലേക്ക് നോക്കി നിശ്ശബ്ദം ഇരുന്നു വിനോദിനി.

ഇറക്കമായതുകൊണ്ടാവണം വളരെ വേഗത്തിൽ അടിവാരത്തിൽ ക്ഷേത്ര നഗരത്തിലെത്തി എന്ന് തോന്നി.

അമ്പലത്തിന്റെ അടുത്ത് വന്നപ്പോൾ ഡ്രൈവറോട് ജീപ്പ് നിർത്താൻ പറഞ്ഞു.

"ഞങ്ങളിവിടെ ഇറങ്ങാം."

അവർ താഴെയിറങ്ങി. തുണിസഞ്ചി അവളെ ഏല്പിച്ച് മാസ്റ്റർ പറഞ്ഞു.

"കുളിച്ച് ഞാൻ വേഗം സ്ഥലം വിടും. ഇനി തൊഴാൻ നില്ക്കുണില്ല. ഉച്ചവണ്ടി കിട്ടും."

"ഞാൻ... ഒന്നുകൂടി തൊഴുതിട്ടേ പോന്നുള്ളൂ. ഉച്ചവണ്ടി തെറ്റിയാൽ മെയിലുണ്ട് എനിക്ക്"

ജീപ്പുകാരന്റെ ബാക്കി കൊടുത്ത് നടക്കാൻ തുടങ്ങിയപ്പോൾ മാസ്റ്റർ തലേന്ന് കണക്കുകൂട്ടിവെച്ച സംഖ്യയുടെ കാര്യം ഓർമ്മിച്ചു. അഞ്ഞൂറ്റുറപ്പിക കൊടുക്കാൻ പ്രയാസമില്ല.

"നോക്കൂ. ഒന്നും തോന്നരുത്. ഞാൻ കുറച്ച് പണം തരട്ടെ വിനുവിന്?"

അവൾ അമ്പരന്നു നിന്നു.

"എന്തിന് സർ?"

"ചിദംബരത്ത് പരീക്ഷയെഴുതാനൊക്കെ പോകേണ്ടതല്ലേ....? ചെലവില്ലേ?"

"അയ്യോ വേണ്ട സർ. മാഷോട് ഉള്ള പ്രാരാബ്ധൊക്കെ പറഞ്ഞിട്ട് മാഷേം വെഷമിപ്പിച്ചു ഞാൻ. അല്ലേ? വേണ്ട സർ."

അപ്പോൾ അവളുടെ കണ്ണുകളിൽ നനവൂറുന്നു. അയാൾ അസ്വസ്ഥനായി.

"എന്റെ കൈയിലുണ്ട്. വിഷമംല്യ കുട്ടീ."

"അയ്യോ വേണ്ട സർ. മാഷ്ക്ക് അല്ലാതെതന്നെ എത്ര കാശ് ചെലവായി? അവിടെ പോവാനും തൊഴാനും കഴിഞ്ഞതന്നെ ഭാഗ്യം."

അവൾ കണ്ണുതുടച്ച് അകലെ നോക്കിനിന്നു.

"അയ്യോ ആ തള്ള വര്ണ്ണ്ട്. ഇനി അത് നൂറുകൂട്ടം ചോദ്യങ്ങള് ചോദിക്കും. നടക്കട്ടെ സർ"

അവൾ ധൃതിയിൽ നടന്നു. നിന്ന് തിരിഞ്ഞുനോക്കി ചിരിച്ചുകൊണ്ട് പറഞ്ഞു.

"അതിനോട് ഞാൻ എന്തെങ്കിലും ഒരു കളവ് പറയും."

എന്നിട്ട് ചിരിച്ച് വീണ്ടും തുണിസഞ്ചി വയറ്റത്തു ചേർത്തുപിടിച്ച് നടന്ന്, അമ്പലമതിലിന്റെ പിന്നിൽ മറഞ്ഞു.

കുമാരൻകുട്ടിയോട് പറയേണ്ട ചെറിയ കളവുകളെപ്പറ്റി ആലോചിച്ച് മാസ്റ്റർ ലോഡ്ജിന്റെ നേർക്ക് നടന്നു. കുമാരൻകുട്ടിയിൽനിന്ന് കുടജാദ്രിയാത്രയെപ്പറ്റി അറിഞ്ഞ അമ്മാളുവും പലതും ചോദിക്കും..

ഒരു രഹസ്യം സൂക്ഷിക്കാൻ കിട്ടിയതിൽ ആഹ്ലാദം. വാർദ്ധക്യത്തിന്റെ പരാധീനതകൾ മറന്ന് മാസ്റ്റർ അഡിഗളുടെ ലോഡ്ജിനു നേരെ പ്രസരിപ്പോടെ നടന്നു.

അമ്പലത്തിലെ പൂജയുടെ ഭാഗമായി നഗാരയുടെ ശബ്ദം മുഴങ്ങി. മനസ്സിൽ പറഞ്ഞു.

-എല്ലാം അമ്മ നിശ്ചയിച്ചതാണ്. നേരത്തെ നിശ്ചയിച്ചതാണ്.

മാധവിക്കുട്ടി

തരിശുനിലം

എട്ടുകൊല്ലങ്ങൾക്കു ശേഷം അവർ വീണ്ടും തമ്മിൽ കാണുകയായിരുന്നു. സ്നേഹിക്കുന്നവരുടെ നാട്യത്തിലല്ല, പക്ഷേ, ഒരിക്കൽ സ്നേഹിച്ചിരുന്നവരുടെ നാട്യത്തിൽ. അതുകൊണ്ട്, കുറച്ച് നിമിഷങ്ങളോളം യാതൊന്നും പറയാതെ അന്യോന്യം നോക്കിനില്ക്കുവാൻ ആഗ്രഹമുണ്ടായിരുന്നുവെങ്കിലും അവർ അതിനു ധൈര്യപ്പെടാതെ ആ മൗനത്തെ ചില്ലറ വാക്കുകൾകൊണ്ട് തകർത്തു.

"ഞാൻ വരാൻ വൈകിയോ?"

"ഇല്ല, ഞാൻ ഇപ്പോൾ എത്തിയിട്ടേയുള്ളൂ." അവൾ പറഞ്ഞു. അരമണിക്കൂറോ അതിലധികമോ താൻ ആ മൈതാനത്തിൽ അങ്ങോട്ടുമിങ്ങോട്ടും നടന്നു ചെലവഴിച്ചത് അവൾ അയാളെ അറിയിക്കാൻ ഇഷ്ടപ്പെട്ടില്ല. ഇത്ര കൊല്ലങ്ങൾക്കുശേഷവും താൻ അയാളെ ജീവിതത്തിനേക്കാൾ അധികം സ്നേഹിക്കുന്നുവെന്നു മനസ്സിലായാൽ അയാൾ തന്നെ വെറുത്താലോ? അവർക്ക് തമ്മിലുണ്ടായിരുന്ന സ്നേഹത്തെ വെറും ഒരു കുട്ടിക്കളി എന്നല്ലേ അയാൾ വിളിച്ചത്. ആ കത്ത്...

"നമുക്ക് എവിടെയെങ്കിലും കുറച്ച് ഇരിക്കാം." അയാൾ പറഞ്ഞു. അവൾ തന്റെ വിറയ്ക്കുന്ന കൈവിരലുകളെ സാരിത്തലപ്പുകൊണ്ട് മറയ്ക്കുവാൻ ശ്രമിച്ചുകൊണ്ടിരുന്നു.

"ഞാൻ നനവില്ലാത്ത ഒരു സ്ഥലം കണ്ടുപിടിക്കാം." അവൾ ചിരിച്ചു. കരച്ചിലിന്റെ ഛായയുണ്ടായിരുന്നു അവളുടെ ചിരിക്ക്. അത് അയാൾ കണ്ടുവെങ്കിലും, അയാളുടെ മുഖഭാവം മാറിയില്ല. 'ഞാൻ നന്നായി അഭിനയിക്കുന്നുണ്ട്.' അവൾ തന്നത്താൻ പറഞ്ഞു. എന്റെ ഹൃദയത്തിന്റെ മൂടുപടങ്ങൾക്കുള്ളിലൂടെ അയാൾക്ക് ഒന്നും കാണാൻ കഴിയില്ല. അതുകൊണ്ട് വീണ്ടും ഒരു കുടുക്കിൽപ്പെടുത്തുവാൻ അവൾ തന്നെ ക്ഷണിച്ചുവരുത്തിയതാണെന്ന് അയാൾക്ക് ഇനി പറയാൻ കഴിയില്ല. ഒരു കാലത്ത് തീരെ അവസാനിക്കാത്തതായി തോന്നിയിരുന്ന അവരുടെ പ്രേമബന്ധത്തിൽനിന്നും അയാൾ സ്വതന്ത്രനായി, എന്തുകൊണ്ട് തനിക്കും വിജയിച്ചുകൂടാ? എന്റെ ജീവിതംമാത്രമല്ല, നിന്റേതുകൂടി നശിപ്പിക്കുവാനാണ് നീ ശ്രമിക്കുന്നത്. അന്ന് ഉണ്ടായതെല്ലാം മറക്കണം. ഇനിയും തമ്മിൽ കാണണമെന്ന് നീ ശഠിക്കുന്നത് തെറ്റാണ്. ഇത്രകാലം ധൈര്യത്തോടെ അനുഷ്ഠിച്ചുവന്ന ഒരു വ്രതം പെട്ടെന്ന് അവസാനിപ്പിക്കണോ? അയാൾ എഴുതിയിരുന്നു. അവൾ അതിനു മറുപടിയായി എഴുതി. "ഒരു കാമുകനാക്കാനൊന്നുമല്ല ഞാൻ നിങ്ങളെ ക്ഷണിച്ചുവരുത്തുന്നത്. വെറുതെ ഒന്നു കാണുവാൻ മാത്രം..."

"ഞാൻ വന്നുവല്ലോ ഇനി എന്താണ് വേണ്ടത്?" അയാൾ ഒരു ഉറുമാലെടുത്ത് തന്റെ മുഖം തുടച്ചു. അയാളുടെ ഇടത്തേ കൈയുടെ ഒരു വിരലിൽ കിടന്നിരുന്ന ഉരുളൻ വിവാഹമോതിരം അവളുടെ കണ്ണിൽപ്പെട്ടു. അവൾ കണ്ണുകൾ താഴ്ത്തി, ചിരിക്കുവാൻ ശ്രമിച്ചുകൊണ്ട് പറഞ്ഞു. "ഒട്ടും പേടിക്കണ്ട. ഞാൻ കരയാനും ആവലാതിപ്പെടാനും ഭാവമില്ല. അതെല്ലാം ഞാൻ എട്ടു കൊല്ലങ്ങൾക്കുമുമ്പ് നിങ്ങളുടെ കത്ത് വായിച്ചപ്പോൾ കഴിച്ചു. ഇപ്പോൾ അതാലോചിച്ച് എനിക്ക് ചിരിയാണ് വരുന്നത്."

അയാൾ അതു കേട്ടപ്പോൾ ചിരിച്ചില്ല. തന്റെ കൈയിലുള്ള ഉറുമാലെടുത്ത് അടുത്തു കണ്ട ഒരു കരിങ്കൽ തിണ്ണമേൽ വിരിച്ചുകൊണ്ട് അയാൾ അവളോട് ഇരിക്കുവാൻ പറഞ്ഞു. ആ കല്ലിന്മേൽ ഒരാളുടെ പേരും ചില തീയതികളും കൊത്തിയിട്ടുണ്ടായിരുന്നു. അത് ഒരു ശ്മശാനക്കല്ലാണെന്ന് അറിഞ്ഞിട്ടും അവൾ അതിന്മേൽ ഇരുന്നു. അയാൾ അടുത്തുള്ള മറ്റൊന്നിന്മേലും. അവരുടെ മുമ്പിൽ ഒരു കരിങ്കൽമതിലിനുമപ്പുറത്തായി കടൽത്തിരകൾ ഇളകുന്നുണ്ടായിരുന്നു. കറുത്ത പാറക്കഷണങ്ങൾക്കിടയിലൂടെ ഇടയ്ക്കിടയ്ക്ക് നുരയും പതയുമായി ഓടിക്കയറുന്ന ചെറിയ തിരകളെ നോക്കിക്കൊണ്ട് അവർ വളരെ നേരം നിശ്ചലരായി ഇരുന്നു. ഒടുവിൽ അയാൾ തന്റെ അല്പം പരുത്തസ്വരത്തിൽ ചോദിച്ചു.

"ഒന്നും പറയാനില്ലേ?"

"ഒന്നു ചോദിക്കണമെന്നുണ്ട്."

"ഊം-?"

"എന്നെ വെറുത്തുതുടങ്ങിയോ?"

"എന്തിന്?"

"ഒരിക്കൽ സ്നേഹിച്ചിരുന്നതുകൊണ്ട്."

അയാൾ അല്പം ക്രൂരതയോടെ പൊട്ടിച്ചിരിച്ചു. എന്നിട്ട് തന്റെ കോട്ടിന്റെ കീശയിൽ നിന്ന് ഒരു സിഗററ്റ് എടുത്തു കൊളുത്തിക്കൊണ്ട് പറഞ്ഞു. "നിനക്ക് ഭ്രാന്താണ്. നീ പറയുന്നതിന്റെ അർത്ഥം ആർക്കും മനസ്സിലാവില്ല."

"നിങ്ങൾക്കും മനസ്സിലാവില്ലേ?" അവളുടെ ആത്മാഭിമാനം വീണ്ടും അയാളുടെ മുമ്പിൽ മുട്ടുകുത്തുകയായിരുന്നു. അതെ. അവൾ വിചാരിച്ചു. തനിക്ക് ഭ്രാന്താണ്. താൻ ചെയ്യുന്നതിലും പറയുന്നതിലും എല്ലാം കൃത്രിമത്വമുണ്ട്... അങ്ങനെ ആ പഴയ ആക്ഷേപങ്ങൾ മുഴുവൻ അയാൾ ആവർത്തിച്ചേക്കാം. പക്ഷേ, ഒരപരിചിതയായി കണക്കാക്കുന്ന അയാൾക്ക് ഇനി അവളോടു കോപിക്കുവാൻ കഴിയില്ലായിരിക്കും. അവളെ ഒന്നു ദേഷ്യപ്പെട്ടാൽ, അവളെ നിന്ദിക്കുവാൻ വേണ്ടി അയാൾ പണ്ടത്തെപ്പോലെ കാരണങ്ങൾ തിരഞ്ഞുണ്ടാക്കിയാൽ അവൾ സന്തോഷിക്കുമായിരുന്നു. കാരണം പണ്ടത്തെ ആ ദിവസങ്ങളുടെ ഒരു ഏകദേശ രൂപമെങ്കിലും ഈ ദിവസത്തിനു വരുത്തുവാൻ അങ്ങനെ അവൾക്കു കഴിയും. അയാളുടെ സ്നേഹം അങ്ങനെയായിരുന്നു. എല്ലായ്പ്പോഴും കുറ്റപ്പെടുത്തിക്കൊണ്ട്, നിന്ദിച്ചുകൊണ്ട്, അവനവനെത്തന്നെ വെറുത്തു ശീലിച്ച അയാൾ അവളെ വെറുക്കുവാൻ കാരണങ്ങൾ തേടിക്കൊണ്ടിരുന്നു. തന്നെ സ്നേഹിച്ചുതുടങ്ങിയതും അവളുടെ ഒരു കുറ്റമായി അയാൾ കണക്കാക്കി. പക്ഷേ, ആ തർക്കങ്ങൾക്കവസാനമായി, ദയനീയമായി കരഞ്ഞുകൊണ്ടിരിക്കുന്ന അവളുടെ കാല്ക്കൽവീണ് അയാൾ ആ കാൽവിരലുകളെ ചുംബിക്കും.

"പറഞ്ഞോളൂ. ഞാൻ ഭ്രാന്തിയാണെന്ന് അതുകൊണ്ടാണ് ഞാൻ തലമുടി പിന്നോക്കം ചീകുന്നത്. ഇംഗ്ലീഷിൽ സംസാരിക്കുന്നത്. നിങ്ങളെ..."

അയാൾ സിഗരറ്റ് വലിച്ചെറിഞ്ഞ് ചിരിച്ചു.

"എനിക്ക് നിന്നോട് അനുകമ്പ മാത്രമേ തോന്നുന്നുള്ളൂ. ഒരു സാധാരണ സ്ത്രീയായി ജനിക്കുവാൻകൂടി കഴിഞ്ഞില്ലല്ലോ നിനക്ക്."

അതിന് അവൾ മറുപടി പറഞ്ഞില്ല. അയാൾ വലിച്ചെറിഞ്ഞ സിഗരറ്റിന്റെ അറ്റത്തുനിന്നു പുക ഉയരുന്നതും നോക്കിക്കൊണ്ട് അവൾ ആലോചിച്ചു: ശരിയാണ്. ആരെയും തോല്പിക്കുന്ന തന്റെ നാട്യങ്ങളിൽക്കൂടിയും കാണുവാൻ, തന്റെ വളർച്ചയെത്താത്ത ആത്മാവിന്റെ നഗ്നതയിലേക്ക് കണ്ണോടിക്കുവാൻ അയാൾക്ക് എന്നും കഴിഞ്ഞിരുന്നു. ഇംഗ്ലീഷ് രീതികളും ആ ഭാഷയിലുള്ള കഴിവും അവൾ തന്റെ രാജ്യത്തിനോട് സ്നേഹമില്ലാത്തതുകൊണ്ട് വളർത്തിപ്പോന്നതല്ല എന്നു മറ്റാർക്കാണ് മനസ്സിലായത്. അവൾക്ക് പരിചയമുള്ള സ്ത്രീകളിൽനിന്ന് അല്പം അകന്നു നില്ക്കുന്നത് അവളുടെ ഡംഭുകാരണമല്ല, പക്ഷേ, അവർ തന്റെ വ്യത്യസ്തത മനസ്സിലാക്കി തന്നെ വെറുത്തുതുടങ്ങുമെന്ന് ഭയന്നിട്ടാണെന്ന് അയാൾക്കല്ലാതെ ആർക്കാണ് അറിയുക. മറ്റുള്ളവരിൽനിന്നും അകറ്റി അവളെ ഏകയാക്കി നിർത്തിയിരുന്ന ആ സൗന്ദര്യവും ധനസ്ഥിതിയും മനഃസ്ഥിതിയും എല്ലാംതന്നെ അവളുടെ സ്വന്തം കണ്ണുകളിൽ വെറും ശാപങ്ങളായിരുന്നു. സ്നേഹം മുദുവാക്കുന്ന ചില വാക്കുകൾക്കു വേണ്ടിയുള്ള അവളുടെ ദാഹം. എന്നും തനിച്ചാണെന്നുള്ള ആ വിചാരം... ഇതൊന്നും അവൾ മറ്റാരെയും അറിയിച്ചില്ല. വളർന്നു കഴിഞ്ഞാൽ, ശരീരത്തിന്റെ ചില സ്വകാര്യഭാഗങ്ങളെ എല്ലാവരിൽനിന്നും മറച്ചുവെക്കുന്നതു പോലെതന്നെ അവൾ തന്റെ മനസ്സിനെയും മൂടിവച്ചു. ജോലിത്തിരക്കും മനഃശല്യങ്ങളുമായി ദിവസങ്ങൾ കഴിച്ചുകൂട്ടിയിരുന്ന അവളുടെ രക്ഷിതാക്കന്മാർ അവളെ മനസ്സിലാക്കുവാൻ ശ്രമിച്ചില്ല. അവൾ എല്ലായ്പ്പോഴും ഭംഗിയുള്ള പല്ലുകൾ കാട്ടി പുഞ്ചിരിതൂകും അവൾക്ക് മാസത്തിലൊരിക്കൽ ഒരു തലവേദന വരാറുണ്ട്. അവൾക്ക് പാലു കുടിക്കുവാൻ ഇഷ്ടമില്ല. അവൾ തലയിൽ നാളികേരം വെന്ത വെളിച്ചെണ്ണയാണ് തേക്കുക... അങ്ങനെ ചില വിവരങ്ങൾ അവർക്കുണ്ടായിരുന്നു. പക്ഷേ, അവൾ തന്റെ വീതി കുറഞ്ഞ കിടക്കമേൽ കിടന്ന്, തനിക്ക്

വരാൻ പോവുന്ന കല്യാണത്തിനെപ്പറ്റി എന്താണ് ആലോചിച്ചിരുന്നതെന്ന് അവർ ഒരിക്കലും അന്വേഷിച്ചില്ല. വിവാഹിതനായതിനുശേഷം രാത്രിയിൽ മാത്രം ഭംഗിവാക്കുകൾ ഉപയോഗിച്ചുകൊണ്ട് തന്നോടടുക്കുന്ന ഭർത്താവിനെപ്പറ്റി അവളുടെ അഭിപ്രായമെന്തായിരുന്നു? സ്നേഹത്തിന്റെ പരിശുദ്ധി അവൾ അയാളിൽനിന്ന് മനസ്സിലാക്കിയോ? ഉവ്വെന്ന് എല്ലാവരും വിചാരിച്ചിരിക്കണം.

പക്ഷേ, ആരും അവളോടു ചോദിച്ചില്ല. അവൾക്ക് സന്തോഷമുണ്ടോ എന്ന് ആരും അന്വേഷിച്ചില്ല. അകത്തു നട്ടുവളർത്തിയ ഒരു ചെടിപോലെ അവളുടെ ഉള്ളിൽ വളർന്നുനിന്ന ഏകാന്തത പൂവിട്ടു, കായ്ച്ചു. രാത്രികളിൽ അന്യോന്യം മനസ്സിലാക്കുവാൻ മാത്രം കഴിവില്ലാത്തതുകൊണ്ട് ജീവിതത്തിൽ പരാജയപ്പെടുന്ന മനുഷ്യജീവികൾ വീടുകളിലും തെരുവുകളിലും മറ്റും കിടന്ന് ഉറങ്ങുമ്പോൾ അല്ലെങ്കിൽ ദയനീയമായ ചില്ലറ സുഖങ്ങൾക്കുവേണ്ടി അന്യോന്യം ഉപയോഗപ്പെടുത്തുമ്പോൾ അവൾ തന്റെ കിടക്കയിൽ കിടന്ന് സ്വയം പരിശോധിക്കും. പക്ഷഭേദമില്ലാത്തതും അല്പം ക്രൂരത കലർന്നതുമായ അവളുടെ മനസ്സ് ആ ശരീരത്തിൽനിന്ന് എഴുന്നേറ്റ് ഉയർന്ന് അവളുടെ ഭാഗ്യംകെട്ട ഹൃദയത്തിലേക്ക് ഉറ്റുനോക്കും. നനവില്ലാത്ത, പശിമയില്ലാത്ത, തീരെ ഫലപുഷ്ടിയില്ലാത്ത ഒരു തരിശുനിലം പോലെ നഗ്നമായി കിടക്കുകയായിരിക്കും അവളുടെ ഹൃദയം.

"നിനക്കു യാതൊരു മാറ്റവും വന്നിട്ടില്ല. നീ കുറച്ചെങ്കിലും വളർന്നിരിക്കുമെന്ന് ഞാൻ വിചാരിച്ചു."

അയാൾ പറഞ്ഞു. അവൾ അയാളുടെ കണ്ണുകളിൽനിന്നു രക്ഷപ്പെടാൻ വേണ്ടി തലതാഴ്ത്തി. അവരുടെ മുമ്പിൽ മഴവെള്ളം വീണ് വീർത്ത കടൽ കാമവിവശയായ ഒരു സ്ത്രീയെപ്പോലെ നിശ്വസിക്കുകയും കിടന്ന് ഉരുളുകയും പതുക്കെ തേങ്ങുകയും ചെയ്തുകൊണ്ടിരുന്നു. ആകാശം ചെറിയ ദ്വാരങ്ങളുള്ള ഒരു പഴയ ശീലക്കുടയായി അവൾക്ക് തോന്നി. മഴത്തുള്ളികൾ വീഴാൻ തുടങ്ങുകയായിരുന്നു.

"നീ കുടയെടുത്തിട്ടില്ല ഉവ്വോ?" അയാൾ ചോദിച്ചു. അവൾ തലയാട്ടി.

"നീ ഇപ്പോഴും ഇങ്ങനെയാണോ! കുട എടുക്കില്ല, പണമെടുക്കില്ല, ഉറുമാലെടുക്കില്ല... നീ എങ്ങനെയാണ് കഴിഞ്ഞുകൂടാൻ പോവുന്നത് എന്ന് എനിക്കറിയില്ല."

അയാൾ അവളുടെ അടുത്തേക്ക് മാറിയിരുന്നുകൊണ്ട് തന്റെ ശീലക്കുട നിവർത്തി ത്തുറന്നു.

മതിലിന്റെ അടുത്തു കെട്ടിയിരുന്ന ചരടുകളിൽ ഉണക്കാൻ തൂക്കിയിരുന്ന മത്സ്യങ്ങളെ എടുത്ത് നീക്കുവാൻ ചില മുക്കുവത്തികൾ അവരുടെ കുടിലുകൾവിട്ട് ഓടിവന്നു. തുറന്നിട്ട ഓലവാതിലിലൂടെ അവരുടെ അടുപ്പുകളിലെ തീ ചുവന്ന പൂക്കളെപ്പോലെ ജ്വലിക്കുന്നത് അവർ കണ്ടു.

"നോക്കൂ, അവൾ പറഞ്ഞു. ചുവന്ന പൂക്കൾപോലെയിരിക്കുന്നു."

"അല്ലെങ്കിൽ ചുവന്ന പൂമ്പാറ്റകൾ ചിറകിളക്കുകയാവാം." അയാൾ പറഞ്ഞു. അവർക്കു പ്രിയപ്പെട്ട ആ പഴയ കളി വീണ്ടും തുടങ്ങിയോ? ചന്ദ്രൻ ആകാശത്തിന്റെ പൊട്ടാത്ത കണ്ണാണോ? അതോ, ഉപവാസം തുടങ്ങാൻ പോവുന്ന ഒരു തടിച്ചിപ്പെണ്ണാണോ? സ്മരണകൾ അവളെ വേദനിപ്പിച്ചു.

"നിങ്ങൾ എന്തിനാണ് വിവാഹം ചെയ്തത്? നമുക്ക് അങ്ങനെ തമ്മിൽ സ്നേഹിച്ച് കഴിയാമായിരുന്നില്ലേ?"

അയാൾ ഒന്നും പറഞ്ഞില്ല. അതുകൊണ്ട് വീണ്ടും ധൈര്യത്തോടെ അവൾ ചോദിച്ചു:

"എന്തുമാതിരിക്കാരിയാണ് അവൾ... നിങ്ങളുടെ ഭാര്യ?"

അയാൾ തന്റെ കൈവിരലിന്മേൽ കിടന്നിരുന്ന ഉരുളൻ മോതിരം പതുക്കെ തിരിച്ചുകൊണ്ട് തലതാഴ്ത്തിയിരുന്നു.

"നിങ്ങൾ വളരെ മാറിയിരിക്കുന്നു" അവൾ പറഞ്ഞു. "തടിച്ചിരിക്കുന്നു. തലമുടിയിൽ പണ്ടു തേച്ചിരുന്ന ക്രീം തേക്കുന്നില്ല. കൈയിന്മേൽ മോതിരമിട്ടിരിക്കുന്നു... നിങ്ങൾ പണ്ട് ഞാൻ അറിഞ്ഞിരിക്കുന്ന ആൾ അല്ലാതായിരിക്കുന്നു."

"ഉം."

അയാളുടെ മുഖത്തിന്റെ രേഖകൾ ആ ഇരുട്ടിൽ അവ്യക്തങ്ങളായിക്കഴിഞ്ഞിരുന്നു. കടലിന്റെ അടുത്ത് പാറക്കഷണങ്ങളുടെ അറ്റങ്ങളിൽമാത്രം നിലാവ് വെള്ളിരേഖകൾ വരച്ചു. വെള്ളം, ക്ഷീണിച്ച ഒരു മനുഷ്യന്റെ മട്ടിൽ കിതയ്ക്കുകയും കരയുകയും ചെയ്യുന്നുണ്ടെന്നവൾക്കു തോന്നി. അവളുടെ മനസ്സ് ഭൂതകാലത്തിന്റെ ചട്ടക്കൂട്ടുകളിൽ ഒതുങ്ങിക്കഴിയുന്ന ചില ദിവസങ്ങളിലേക്ക് ഓടിക്കൊണ്ടിരുന്നു. "നിന്നെ ഞാൻ സ്നേഹിക്കുന്നില്ല. എന്നോ? എന്റെ കണ്ണുകളിൽ നോക്കി, അങ്ങനെ ചോദിക്കുവാൻ ധൈര്യപ്പെടുമോ?" അയാളുടെ വാക്കുകൾ, അവളോടു മാത്രം ഉപയോഗിക്കുന്ന ആ പ്രത്യേക ചിരി, അവരെ രണ്ടുപേരെയും ഒരു ഗർഭപാത്രത്തിലെന്നോണം, ലോകത്തിൽനിന്നെല്ലാം. ഒളിപ്പിച്ച വിശ്രമിപ്പിച്ച ആ സന്ധ്യകൾ... അവയെല്ലാം മരിച്ചവയാണോ? അവൾ മറ്റൊരാളുടെയായിക്കഴിഞ്ഞു. അവൾ തന്നത്താൻ പറഞ്ഞുനോക്കി. വിശ്വസിക്കുവാൻ പ്രയാസമുണ്ടായിരിക്കും. പക്ഷേ, ആ വാസ്തവത്തിൽ വിശ്വസിക്കാതിരുന്നാൽ തനിക്ക് ഇതിലും അധികം ദുഃഖിക്കേണ്ടിവരും.

"നിങ്ങൾ ഭാഗ്യവാനാണ്."

"ഉം."

"അതെല്ലാം മറക്കാൻ കഴിഞ്ഞുവല്ലോ?"

അയാൾ തലതിരിച്ച് അവളെ നോക്കി.

"എനിക്ക് മാത്രം ഇതൊന്നും മറക്കാൻ കഴിയാത്തതെന്താണ്?"

അയാൾ എന്തു പറയാനാണ്? അവളുടെ നിസ്സഹായതയേക്കാൾ ഭയാനകമായ തന്റെ നിസ്സഹായതയെ മറച്ചുവച്ച് അവളെ സമാധാനിപ്പിക്കുവാൻ അയാൾക്കു കഴിയുമോ? ആ ദിവസങ്ങൾ താൻ മറന്നിട്ടില്ലെന്ന് പറയാൻ കഴിയുമോ? ആ സ്നേഹത്തെ മറന്നു കഴിഞ്ഞാൽ പിന്നെ തനിക്ക് ഒരു നേട്ടമായി കരുതുവാൻ ഈ ജീവിതത്തിൽ ഒന്നുമില്ലെന്നു പറയുകയോ? അയാൾക്ക് വേണമെങ്കിൽ എല്ലാംതന്നെ അവളോടു തുറന്നു പറയാം. താൻ അവളോടുള്ള സ്നേഹംകൊണ്ടു മാത്രമാണ് അവളുടെ ജീവിതത്തിൽനിന്ന് ഓടിപ്പോയത്. താൻ വിവാഹം ചെയ്ത സ്ത്രീയുടെ മുഖത്തു നോക്കുമ്പോഴും, അവളെ ചുംബിക്കുമ്പോഴും എല്ലാം താൻ പണ്ട് സ്നേഹിച്ച ആ മുഖം മാത്രമേ കാണുന്നുള്ളൂ. തന്റെ മതവും ആദർശവും എല്ലാം അവൾ മാത്രമാണ്... അതെല്ലാം തുറന്നു പറയുകയോ?

"എനിക്ക് അത്ര ചെറുപ്പമല്ല, എന്നെ ആ വക ചോദ്യങ്ങൾ ചോദിച്ചു വിഷമിപ്പിക്കരുത്." അയാൾ പറഞ്ഞു. "എനിക്ക് സാമാന്യത്തിലധികം പണമില്ല. ബുദ്ധിയില്ല. ഞാൻ ഒരു സാധാരണ മനുഷ്യനാണ്. സ്നേഹിക്കുവാൻ കൂടി എനിക്കു ധൈര്യമില്ലാതെയായിരിക്കുന്നു."

അവളുടെ കണ്ണുകൾ നിറഞ്ഞൊഴുകുന്നുണ്ടായിരുന്നു. എങ്കിലും ഇടറാത്ത സ്വരത്തിൽ അവൾ പറഞ്ഞു. "ശരിയാണ്, ഞാൻ നിങ്ങളെ ബുദ്ധിമുട്ടിക്കുകയാണ്, വീണ്ടും

ഒരു കുടുക്കിൽപ്പെടുത്താൻ ശ്രമിക്കുകയായിരുന്നു ഞാൻ. എനിക്കു മാപ്പുതരണം."

തന്റെ സ്നേഹം അഴികളുള്ള ഒരു കൂടായിട്ടേ അയാൾ എന്നും കണക്കാക്കിയിട്ടുള്ളൂ. അവൾ ആലോചിച്ചു. അവരുടെ രണ്ടുപേരുടെയും ജീവിതത്തിലെ ഏറ്റവും മനോഹരങ്ങളായ ദിവസങ്ങൾക്കൂടിയും അയാൾ അവളുടെ മടിയിൽ തലചായ്ച്ചുവച്ചുകൊണ്ട് പറഞ്ഞിരുന്നു:

"നീ എന്നെ സ്നേഹിക്കേണ്ടിയിരുന്നില്ല. എന്റെ കാലിന്മേൽ ഒരു ചങ്ങലയുള്ള പോലെ എനിക്കു തോന്നുന്നു."

അവൾ അന്നൊക്കെ അതുകേട്ട് ചിരിച്ചിരുന്നു. കുറച്ചു ദിവസങ്ങൾക്കൂടി കഴിയുമ്പോഴേക്കും കൂടു തകർത്ത് ആകാശത്തിലേക്ക് ഉയരുന്ന കിളിപോലെ അയാൾ തന്റെ സ്നേഹത്തിൽനിന്നും സ്വതന്ത്രനായിപ്പോവുമെന്ന് അവൾ വിചാരിച്ചില്ല. തന്റെ ലാളനകൾ അയാളെ ശ്വാസം മുട്ടിക്കുന്നുവെന്ന് അവൾക്കെങ്ങനെ മനസ്സിലാവാൻ? അവളുടെ ഹൃദയം അതിന്റേതായ നീരാളിക്കൈയുകൾ വളർത്തി അയാളെ അതിൽ ബന്ധനസ്ഥനാക്കി നിർത്തി. എന്നിട്ടും താൻ ഒരു വളർത്തുമൃഗമാണെന്നു തോന്നിത്തുടങ്ങിയ അയാൾ അവളെ ഉപേക്ഷിച്ചുപോയി.

"ഞാൻ നിങ്ങളെ ചതിക്കുവാൻ ശ്രമിക്കുകയായിരുന്നു." അവൾ പറഞ്ഞു. "നിങ്ങളെ വീണ്ടും കുടുക്കിൽപ്പെടുത്താൻ."

"എന്തു കുടുക്കിൽപ്പെടുത്താൻ?"

"എനിക്ക് ഒരു കുട്ടിയുണ്ടാവാൻ മോഹമുണ്ടായിരുന്നു. എന്റേതും നിങ്ങളുടേതുമായ ഒരു കുട്ടി. എനിക്കു മാപ്പുതരണം."

അയാൾ തന്റെ ഇടത്തേ കൈകൊണ്ട് തന്റെ നെറ്റി തുടച്ചു കടലിലേക്ക് നോക്കി. വളകൾ ഊരിയെറിയുന്ന ചില പാമ്പുകളെപ്പോലെ നുരയും പതയും നിറഞ്ഞ വെള്ളിത്തിരകൾ പാറകളോടു മുട്ടി ഉരസിക്കൊണ്ട് വീണ്ടും മടങ്ങിപ്പോയി. മഴ അവസാനിച്ചു കഴിഞ്ഞിരുന്നു. അയാൾ കുടമടക്കി, കുടഞ്ഞു എന്നിട്ട് എഴുന്നേറ്റുനിന്ന് അവളോട് ഒരു ഉദാസീന സ്വരത്തിൽ പറഞ്ഞു.

"നേരം വളരെ വൈകി. നിന്റെ ഭർത്താവ് എന്തു വിചാരിക്കും?" അയാൾ അവളുടെ കൈപിടിച്ചുകൊണ്ട് ചിരിച്ചു. അത് എന്നെന്നേക്കുമുള്ള ഒരു യാത്രചോദിക്കലാണെന്ന് അവൾക്കു തോന്നി. ഒരു അവസാനിപ്പിക്കൽ! അവർ തമ്മിൽ ഉണ്ടായിരുന്ന സ്നേഹത്തിന്റെയും വിശ്വാസത്തിന്റെയും എല്ലാറ്റിന്റെയും ഒരവസാനിപ്പിക്കൽ. ചിരികളുടെയും വാക്കുകളുടെയും ചുംബനങ്ങളുടെയും സ്മരണകൾ അപ്പോഴും അവളെ ചുറ്റിക്കൊണ്ടിരുന്നു. പക്ഷേ, അവയോരോന്നും പകുതി മരിച്ചു കഴിഞ്ഞ ശരീരങ്ങളാണെന്ന് അവൾക്കു തോന്നി. അവൾ എഴുന്നേറ്റുനിന്നു തന്റെ നനഞ്ഞ സാരി കണങ്കാലുകളിൽനിന്ന് വേർപെടുത്തിപ്പിഴിഞ്ഞു. എന്നിട്ട് തന്റെ കൈ നീട്ടിക്കൊണ്ട് അയാളോടു പറഞ്ഞു. "എനിക്ക് രണ്ടണ തരൂ. ബസ് ടിക്കറ്റ് വാങ്ങുവാനാണ്."

അയാൾ ചിരിച്ചു. അയാൾ കൊടുത്ത നാണ്യവുംകൊണ്ട് അവൾ ആ ഇരുട്ടിൽ മറയുന്നതു നോക്കിക്കൊണ്ട് അയാൾ ശബ്ദമുണ്ടാക്കാതെ കരഞ്ഞു. ദർശനം തന്നതിനുശേഷം അപ്രത്യക്ഷമാവുന്ന ഒരു ദൈവത്തെപ്പോലെ അവൾ മറയുകയാണ്. തന്റെ ഏകാന്തവും വിദൂരവുമായ മേഖലയിലേക്ക് ദുഃഖത്തിന്റെ മണമുള്ള അവളുടെ കരിങ്കൽക്ഷേത്രത്തിലേക്ക് അവളെ വിളിച്ചുവരുത്തി പണ്ടത്തെപ്പോലെ ആ കാൽവിരലുകളെ ചുംബിച്ചുകൊണ്ട് ഒന്നു കരയുവാനെങ്കിലും..

കരിങ്കല്ലുകളും ചെറിയ മണൽത്തിണ്ണകളും നിറഞ്ഞ ആ ശ്മശാനത്തിലൂടെ നടന്ന്

മൈതാനവും കടന്ന്, ചെറിയ മഞ്ഞ വിളക്കുകൾ കത്തുന്ന ഒരു അങ്ങാടിക്കടുത്തുള്ള ബസ് സ്റ്റോപ്പിലെത്തിയപ്പോൾ അവൾ ദാഹിക്കുന്ന കണ്ണുകളോടെ പിന്നോക്കം തിരിഞ്ഞുനോക്കി. പക്ഷേ, അകം പൊള്ളയായ ഒരു ഇരുട്ട് മാത്രമേ അവൾക്ക് കാണാൻ കഴിഞ്ഞുള്ളൂ. പിന്നീട് ആ മുറിയിൽ വളർന്നുനിന്നിരുന്ന കാട്ടുമരം. വീണ്ടും വളർന്ന് തട്ടിനോളം ഉയർന്നു. അതിന്റെ ചില്ലകൾ ചുമരുകളിന്മേൽ തട്ടിയുരഞ്ഞു വിള്ളലുകളുണ്ടാക്കി. രാത്രിയുടെ വിഷം കലർന്ന വായുവിൽ ഒരു നീരാളിയെപ്പോലെ തന്റെ അനേകം കൈകൾ ഇളക്കിക്കൊണ്ടു വീണ്ടും വീണ്ടും വളരുവാൻ ശ്രമിക്കുന്ന ആ മരത്തിന്റെ ശ്വാസോച്ഛ്വാസം ശ്രദ്ധിച്ചുകൊണ്ട് അവൾ കിടന്നു. തന്റെ സ്വന്തം ഹൃദയത്തിന്റെ ഏകാന്തതയിൽനിന്നും രക്ഷപ്പെടാൻ മോഹിച്ചിരുന്ന അവൾക്ക് മരണവും ഒരനുഗ്രഹമായിരുന്നു.

വി കെ എൻ

പ്രേമവും വിവാഹവും

സുന്ദരിയും യൗവനയുക്തയുമായ അമ്മുവിന് യഥാകാലം ഒരു കാമുകനുണ്ടായി; എലിമെന്ററി സ്കൂൾ മാസ്റ്റർ പണിക്കർ (നാടൻ പ്രേമമാണ്. ഏർപ്പാടു വിശുദ്ധമായതുകൊണ്ട് വലിയ വർണ്ണനയൊന്നുമുണ്ടാവില്ല. വായനക്കാർ ക്ഷമിക്കണം)

ഇനി അല്പം പൂർവ്വകഥ:

അമ്മുവിന്റെ അച്ഛൻ അയ്യപ്പൻനായർക്കു ചായക്കച്ചവടമാണ്. അതുകൊണ്ടുമാത്രം അയ്യപ്പൻനായർ താണ മനുഷ്യനാണെന്നോ നായരല്ലെന്നോ ആരും തെറ്റദ്ധരിക്കേണ്ടതില്ല. ചരിത്രം പറയുകയാണെങ്കിൽ പതിനഞ്ച് പതിനാറു നൂറ്റാണ്ടുകളിൽ അദ്ദേഹത്തിന്റെ പൂർവ്വികർ സാമൂതിരിയുടെ പടനായകന്മാരായിരുന്നു. പതിനേഴ പതിനെട്ടു നൂറ്റാണ്ടുകളിൽ യുദ്ധം ചെയ്തു ക്ഷീണിച്ചിരുന്ന ഇവർ സമാധാനപ്രേമികളും ജന്മികളുമായിത്തീർന്നു. എന്നാലും സ്വകാര്യമായി അവർക്ക് കൊല്ലിനും കൊലയ്ക്കും അവകാശമുണ്ടായിരുന്നു. പത്തൊൻപതാം നൂറ്റാണ്ടിൽ തറവാട്ടിൽ പുരുഷന്മാരേക്കാളധികം സ്ത്രീകളായിരുന്നുവെന്ന് ചരിത്രം തുടരുന്നു. മാറു മറയ്ക്കാത്ത

ഈ വള്ളുവനാടൻ സുന്ദരികളെ പരശുരാമൻ നമ്പൂതിരിപ്പാടിന്റെ അടിയന്തരക്കാരായ നമ്പൂതിരിമാർ സംബന്ധം ചെയ്തു. റൊമാന്റിക്കായിരുന്ന ഒരു കാലഘട്ടം അങ്ങനെ കഴിഞ്ഞു. ഇരുപതാം നൂറ്റാണ്ടിന്റെ ആദ്യ ദശകത്തിൽ അയ്യപ്പൻനായർ അവതരിച്ചപ്പോഴേക്കും തറവാട്ടു മുടിഞ്ഞിരുന്നു. വസ്തുവകകൾ നമ്പൂതിരിയില്ലങ്ങളിലേക്കു വഴിമാറിപ്പോയിരുന്നു. ഇരുപത്തിരണ്ടാമത്തെ വയസ്സിൽ അയ്യപ്പൻനായർ തറവാട്ടു പൊളിച്ചു വിറ്റു. സ്വത്തിന്റെ മറ്റൊരവകാശിയും മൈനറും മരുമകനുമായ അപ്പുണ്ണി എന്ന ചെക്കനെയുംകൂട്ടി ഒരുപുതിയ പുരവച്ചു ചായക്കച്ചവടം തുടങ്ങി. പുറമേ അയ്യപ്പൻനായർ ഒരു കല്യാണവും കഴിച്ചു.

ആദ്യകാലത്ത് ഷാപ്പിലെ പറ്റുവരവു മഹാ മോശമായിരുന്നു. എന്നുവെച്ചാൽ പറ്റ് അധികവും വരവു കുറവും. അയ്യപ്പൻനായരുടെ നിലയിലുള്ള ഒരു നായർ ചായ പോലെ നികൃഷ്ടമായ ഒരു വസ്തു വില്ക്കുന്നതിനെപ്പോലും ചായകുടിച്ചു തുടങ്ങിയിട്ടില്ലാത്ത ചില നായന്മാർ എതിർത്തു. ചായ വിറ്റാലും ഉശിരു വില്ക്കില്ലെന്ന് അയ്യപ്പൻ നായർ പറഞ്ഞു. ക്രമേണ എതിർപ്പുകാർ കടമായി ചായകുടിച്ചുതുടങ്ങി. വീണ്ടും അയ്യപ്പൻനായരുടെ പറ്റു വർദ്ധിക്കുകയും വരവു കുറയുകയും ചെയ്തു. എന്നിട്ടും അയ്യപ്പൻനായർ പൊരുതി നിന്നു. ഇതു മദ്ധ്യകാലം.

അങ്ങനെയിരിക്കെ അയ്യപ്പൻനായരുടെ ഭാര്യ മാളുവമ്മ കാളിപ്പഴം പോലെ കൊലുന്നനെ ഒരു മോഹിനിയെ പ്രസവിച്ചു. കാവിൽ കൊണ്ടു പോയി സാക്ഷാൽ അയ്യപ്പൻ സാക്ഷിയായി അവൾക്ക് അമ്മിണി എന്നു നാമകരണം ചെയ്തു. അമ്മു എന്ന് ഓമനപ്പേരും വിളിച്ചു.

അപ്പുണ്ണി എന്ന ചെക്കൻ പതുക്കെ വളരുകയും കഠിനമായി അദ്ധ്വാനിക്കുകയും ചെയ്തതിന്റെ ഫലമായി കച്ചവടം പതുക്കെ പുരോഗമിച്ചു. പുലർച്ചെ എഴുന്നേറ്റ്, എരുമയെ കറന്നു, ചായ കാച്ചി, ദോശയും പുട്ടും ചുട്ട്, ചോറുവെച്ച്, വടയുണ്ടാക്കി, അരിയാട്ടി, അത്താഴം വെച്ച്, എരുമയ്ക്കു വെള്ളംകാട്ടി അങ്ങനെ നിരന്തരമായി ശ്രമദാനം ചെയ്തുകൊണ്ട് അപ്പുണ്ണി എന്ന ത്യാഗി അമ്മാമന്റെയും അമ്മായിഅമ്മയുടെയും മകളുടെയും വയറു നിറയ്ക്കാൻ സഹായിച്ചു.

അമ്മായിഅമ്മ അടുക്കളയിലിരുന്ന് അമ്മുവിനോടു കൊഞ്ചി. "അപ്പുണ്ണ്യേട്ടനുള്ളപ്പോ നിണക്കെന്തിനാടി പേടി?" ഒരു പേടിയുമില്ലെന്നമാതിരി മൂന്നു വയസ്സുകാരി അമ്മു കുഞ്ഞിപ്പല്ലുകൾ കാട്ടി രണ്ടു കവിളിലും ഓരോ നുണക്കുഴി 'ഫിറ്റ്' ചെയ്ത് മനോഹരമായി ചിരിച്ചു.

പുറത്തു ബഞ്ചിലിരുന്നു കടുമ അഴിച്ചുകെട്ടിക്കൊണ്ടു പതിവുകാരോട് അയ്യപ്പൻനായരും പറഞ്ഞു. "പന്ത്രണ്ടു വയസ്സുള്ള ചെക്കനാ മുപ്പതു വയസ്സായ ഒരു വാല്യക്കാരന്റെ പണി ഒറ്റയ്ക്കാ അവൻ എടുക്കണത്. പൊട്ടനാണ് ച്ചാ എന്താ?"

പറ്റുകാർ കോളുവെച്ചു പറഞ്ഞു: "നിങ്ങളുടെ കാലം ഹേ!"

"എനിക്കു നിശ്ശണ്ട്." അയ്യപ്പൻനായർ പറഞ്ഞു. "അതിനെന്താ. അമ്മു അവനുള്ളതാ. അവളെ നോക്കാൻ അവൻ മതി."

ഈ ഡയലോഗുകൾ അദ്ധ്വാനശീലനായ അപ്പുണ്ണിയുടെ കാതിലും എത്തി. മൂപ്പർക്കു ബഹുസന്തോഷവും തൃപ്തിയും. അതു പ്രകടമാക്കാൻ അരി വെണ്ണപോലെ അരച്ചു. വട വൃത്തിയായി ചുട്ടു. എരുമയെ തീറ്റി കുതിരക്കുട്ടിയാക്കി.

പൂർവ്വകഥ കഴിഞ്ഞു.

അങ്ങനെ സുന്ദരിയും യൗവനയുക്തയുമായ അമ്മുവിനെ അപ്പുണ്ണി കല്യാണം കഴിച്ചു

കഴിച്ചില്ല എന്ന ഘട്ടത്തിലാണ് സ്ഥലത്ത് ഒരു എലിമെന്ററി സ്കൂൾ തുറക്കുന്നതും അയൽനാട്ടുകാരനും സുമുഖനും യുവാവുമായ പണിക്കർ മാസ്റ്ററായി അവിടെ വരുന്നതും. അതോടെ കളിയുടെ ഗതി മാറി.

അയ്യപ്പൻനായരുടെ കടയിൽ പറ്റുവരവു തുടങ്ങിയ മാസ്റ്റർ അമ്മുവുമായി കൊഴുത്ത പ്രണയത്തിലാവുന്നു. അമ്മു, പ്രണയം തിരിച്ചു കൊടുക്കുന്നു. സാങ്കേതികമായി പറയുകയാണെങ്കിൽ അപ്പുണ്ണി കളിയിൽ വില്ലനായി മാറി.

പ്ലോട്ട് ഘനീഭവിക്കുകയും കഥ കൊടുമ്പിരിക്കൊള്ളുകയും ചെയ്യുന്നു.

കഥ നാട്ടിൽ പ്രചരിച്ച് അയ്യപ്പൻനായരോടും ഭാര്യയോടും ആളുകൾ കാര്യം അന്വേഷിച്ചു. ഇപ്പോൾ ഒന്നും പറയുന്നില്ല എന്ന ഭാവത്തിൽ രണ്ടാളും രണ്ടുവിധത്തിലും ഒന്നും പറയാതെ ചുണ്ട് രണ്ടും കൊട്ടിയടച്ച് ഇരുന്നു. അപ്പുണ്ണിയോടു ചോദിച്ചപ്പോൾ അങ്ങനെ ഒരു സംഭവമേ താനറിയില്ലെന്ന് അയാൾ പറഞ്ഞു. അമ്മുവിനോടു ചോദിച്ചു നോക്ക് എന്നായി ജനം. ചോദിക്കില്ലെന്ന് അപ്പുണ്ണി. അംഗീകരിക്കാൻ നിർവ്വാഹമില്ലാത്ത ഒരു സ്ഥിതിവിശേഷത്തെ എന്തിനു നേരിടുന്നു? അവഗണിക്കയാണ് ഉത്തമം. അതായിരുന്നു അപ്പുണ്ണിയുടെ നിലപാട്.

എങ്കിലും കഥ കഥപോലെ പറയുകയാണെങ്കിൽ അപ്പുണ്ണി തീ തിന്നുകയായിരുന്നു. ഒരിക്കൽ കുറച്ചു തീ അമ്മാവന്റെ മുഖത്തു തുപ്പുകയും ചെയ്തു. അപ്പുണ്ണി ചോദിച്ചു: "ഒക്കെ തീർച്ചയാക്കിയതല്ലേ? ഇനിയെന്താ താമസം?"

അയ്യപ്പൻനായർ പറഞ്ഞു. "വരട്ടെ, നീ ആധിപ്പെടേണ്ട."

അങ്ങനെയിരിക്കുമ്പോൾ മാസ്റ്ററുടെ ഭാഗത്തുനിന്ന് ഔപചാരികമായി വിവാഹാലോചന വന്നു. മാസ്റ്റർക്കു വീട്ടിൽ അമ്മ മാത്രമേ ഉള്ളൂ. വേറെ ആരോടും ആലോചിക്കാനില്ല.

"അമ്മ എന്തു പറയുന്നു?" എന്നായി അയ്യപ്പൻനായർ

മാസ്റ്റർ കൃത്രിമമായി ഒന്നു കുരച്ചശേഷം പറഞ്ഞു: "അമ്മയോട് ആലോചിക്കണമെന്നില്ല."

"അതു പറ്റില്ല. അമ്മയോട് ആലോചിക്കണം."

"ആലോചിച്ചു. അമ്മയ്ക്കു സമ്മതമില്ല." സത്യം പറഞ്ഞ സംതൃപ്തി മാസ്റ്ററുടെ സ്വരത്തിലുണ്ടായിരുന്നു.

"എന്തേ" ഉത്തരം മുൻകൂട്ടി അറിഞ്ഞുകൊണ്ടുതന്നെ അയ്യപ്പൻ നായർ ചോദിച്ചു.

മാസ്റ്റർ പറഞ്ഞു: "അവരൊക്കെ പഴയ കൂട്ടരാണ്. പണ്ടത്തെ പ്രതാപവും പറഞ്ഞ് ഇരിക്കും."

"തറവാടിന്റെ സ്ഥിതിക്ക് പോരെന്നായിരിക്കും അല്ലേ?" അയ്യപ്പൻ നായർ രോഷത്തോടെ ചോദിച്ചു.

"അതൊന്നും സാരമില്ല." മാസ്റ്റർ ധൃതിയിൽ പറഞ്ഞു. "കല്യാണം കഴിഞ്ഞാൽ ഒക്കെ ശരിയായിക്കൊള്ളും."

"വേണ്ട." അയ്യപ്പൻനായർ പറഞ്ഞു: "ഞാനും തറവാടിയാണ്. കൊല്ലിനും കൊലയ്ക്കും അധികാരമുള്ള തറവാടായിരുന്നു രൈരുമ്മാന്റെ കാലത്ത്."

"അതൊക്കെ എനിക്കറിഞ്ഞുകൂടേ?" നയതന്ത്രജ്ഞനായ മാസ്റ്ററുടെ കമന്റ്.

അയ്യപ്പൻനായരുടെ അടുത്ത ചോദ്യം: "തല്ക്കാലം ഒന്നുലഞ്ഞൂച്ചിട്ട് അമ്മയ്ക്കു പോര, അല്ലേ? ചായ വിറ്റാലും ഉശിരു വിറ്റിട്ടില്ല അയ്യപ്പൻ."

മാസ്റ്റർ കഷ്ടത്തിലായി. "അതൊക്കെ എനിക്കു പറയാൻ പറ്റുമോ?" ആ വീരസാ

ഹസകഥ താൻ എങ്ങനെ പറയും എന്ന മട്ടിൽ മാസ്റ്റർ പറഞ്ഞു.

"ആരും പറയണ്ട." അയ്യപ്പൻ നായർ പറഞ്ഞു. "എന്റെ കുട്ടിക്ക് എന്റെ മരുമകനുണ്ട്. ഒന്നാന്തരം തറവാടി."

മാസ്റ്റർ മൂർച്ഛിക്കുമെന്നു തോന്നി. പക്ഷേ, അവിടെവെച്ചു മൂർച്ഛിച്ചില്ല. അയ്യപ്പൻനായരുടെ ഭാര്യയുടെ മുന്നിൽ പോയി മൂർച്ഛിച്ചു.

മാളുവമ്മയ്ക്കു വാശികയറി. അങ്ങനെ ഒരു തള്ളയുണ്ടെങ്കിൽ അതിനെ ഒരു പാഠം പഠിപ്പിക്കണമല്ലോ! മാളുവമ്മ പറഞ്ഞു.

"ഈ കല്യാണം നടത്തിക്കണം."

അയ്യപ്പൻനായർ പറഞ്ഞു: "അത്ര വലിയ തറവാടിച്ചികൾ എന്റെ മോളെ കല്യാണം കഴിക്കേണ്ട."

"കഴിപ്പിക്കും ഞാന്."

"കാണണം നിക്കൊന്ന്."

സ്തംഭനാവസ്ഥ. ഒരു ഘട്ടത്തിൽ അയ്യപ്പൻനായർ ജയിക്കുമെന്നു പോലും തോന്നി.

സ്കൂൾ ശിപായിയും തദ്ദേശപൗരനുമായ കരുണാകരൻ നായരാണ് സ്തംഭനാവസ്ഥ അവസാനിപ്പിച്ചത്. അയാൾ ചാതിക്കാരനായി രംഗത്തു വന്ന് അയ്യപ്പൻനായരോടു പറഞ്ഞു: "മാഷ്ടെ അമ്മയ്ക്കറിയ്യോ നിങ്ങടെ തറവാടിന്റെ മഹിമ?"

അയ്യപ്പൻനായർ ചൊടിച്ചു: "അറിയണ്ടതല്ലേ?"

"ചോട് കഴിഞ്ഞതല്ലേ കത്തി നിക്കണ കാലം? അറിഞ്ഞോളണം ന്നില്ല."

"അങ്ങനെ പറയിൻ കരുണാകരൻ നായരേ." മാളുവമ്മ പറഞ്ഞു.

"അതിന് ഞാൻ എന്താ വേണ്ട?" അയ്യപ്പൻനായർ ചോദിച്ചു.

"ഞാൻ പറയാണ് ച്ചാല് നിങ്ങൾ അത്രത്തോളം പോയി മാഷ്ടെ അമ്മയോട് സംസാരിച്ചാൽ കാര്യം ഭംഗിയാവും."

"ആയില്ലെങ്കിലോ?"

"പോയി വന്നിട്ടു പറയിൻ." മാളുവമ്മ പറഞ്ഞു.

"പിന്നല്ലാതെ!" കരുണാകരൻ നായർ പിന്താങ്ങി.

അയ്യപ്പൻനായർ പോയി, തനിച്ചാണ് പോയത്. തനിച്ചുപോകുന്നതാണ് നല്ലതെന്നായിരുന്നു കരുണാകരൻനായരുടെയും അഭിപ്രായം.

തിരിച്ചുവന്നയുടൻ അയ്യപ്പൻ നായർ ഭാര്യയോടു വെളിച്ചപ്പെട്ടു: "ഈ കല്യാണം നടത്തണം."

"തള്ള സമ്മതിച്ചു, അല്ലേ?" മാളുവമ്മ ചോദിച്ചു.

"ങ്ഹും! സമ്മതിക്കുന്നു! ആ അഞ്ഞങ്ങാടിക്കു ജീവനുള്ളപ്പോ അതിനെപ്പറ്റി ആലോചിക്കണ്ടാത്രെ. അതോണ്ട് എനിക്കു വാശി. ഇതു നടത്തണം."

"ആങ്ഹാ!" ഇഫെക്റ്റിനു വേണ്ടി ചുമ്മാ മുടി ഒന്നഴിച്ചുകെട്ടിക്കൊണ്ട് മാളുവമ്മ പറഞ്ഞു. "പറയായിരുന്നില്ലേ നടത്തുംന്ന്?"

"പറഞ്ഞു ഞാൻ."

"അസ്സലായി."

"ഇനി അതു കഴിഞ്ഞിട്ടു വേറെ കാര്യം?"

"ഗ്ലു" അകത്തുനിന്നൊരു ശബ്ദം. ആഹ്ലാദം കൊണ്ട് അമ്മു തേങ്ങിപ്പോയതാണ്.

"കിണിം." പുറത്തുനിന്നു വേറൊരു ശബ്ദം. അപ്പുണ്ണി ഒരു ഗ്ലാസ് പൊട്ടിച്ചതാണ്.

അയ്യപ്പൻനായരും പത്നിയും പരസ്പരം നോക്കി കണ്ണുചിമ്മി.

ചായപ്പീടികയിലെ വടയ്ക്കും ദോശയ്ക്കും വേവു പോരാതായിത്തുടങ്ങി. ചായവെള്ളം വാടിത്തുടങ്ങി. അയ്യപ്പൻനായരും കുടുംബവും ഭക്ഷിക്കുന്ന ചോറിൽ കല്ലും നെല്ലും കണ്ടു തുടങ്ങി. അപ്പുണ്ണി പ്രതിഷേധിച്ചിരിക്കുന്നു. കൂടാതെ, അപ്പുണ്ണി പെട്ടെന്നു മൗനിയുമായി. അയ്യപ്പൻനായർ ചോദിച്ചു: "നിനക്കെന്താ ഒരാധി?"

"പറ്റിച്ചില്ലേ?" അപ്പുണ്ണി തുടർന്നു ചോദിച്ചു. ശബ്ദം ഇടറിയിരുന്നു.

"എടാ പൊട്ടാ." അയ്യപ്പൻനായർ പറഞ്ഞു. "നിന്നെ വിട്ടിട്ട് എനിക്കു കളിയുണ്ടോ? അമ്മു പോയാപ്പിന്നെ നിനക്ക് കൊണ്ടുവരുന്ന പെണ്ണാണ് എന്റെ കുട്ടി,"

"വേണ്ട." കണ്ണീരിനെ സമരം ചെയ്തു കീഴടക്കിക്കൊണ്ട് അപ്പുണ്ണി പറഞ്ഞു. "ഒന്നും വേണ്ട."

"പിന്നെ?"

"തറവാടു പൊളിച്ചുവിറ്റ വക എന്റെ കാശ് എനിക്കു കിട്ട്യാ മതി."

"എന്തിനാത്?"

"ഞാൻ തമിഴ രാജ്യത്തേക്കു പോന്നു. പെഴയ്ക്കാൻ എനിക്കും അറിയാം."

"എടാ പൊട്ടാ...."

"പൊട്ടാന്നു വിളിച്ചാല് അതിനുശേഷം ണ്ട്?" അപ്പുണ്ണി കണ്ണുരുട്ടിക്കൊണ്ടു പറഞ്ഞു: "എനിക്ക് എന്റെ പണം രണ്ടു ദിവസത്തിനകം കിട്ടണം."

അയ്യപ്പൻനായർ പിന്നോക്കം മാർച്ചുചെയ്ത് ഒരു ബഞ്ചു തടഞ്ഞ് അതിന്മേൽ ഇരുന്നു.

ശിപായി കരുണാകരൻനായരും അല്പം ചില നാട്ടുകാരും ഇടപെട്ട് അപ്പുണ്ണിക്ക് ഉപദേശം നല്കി. അയ്യപ്പൻനായർ ചെയ്തതു ചെറ്റത്തരമാണ്. സമ്മതിച്ചു. പക്ഷേ, അപ്പുണ്ണി തറവാടിയാണ്. അവന് ഒരു നിലയും വിലയുമൊക്കെയുണ്ട്. അവന് ഒന്നല്ല എത്ര വേണമെങ്കിലും പെണ്ണുകിട്ടും. കാശുകാരിപ്പെണ്ണിനെത്തന്നെ വേണമെങ്കിൽ കിട്ടും. അതുകൊണ്ട്, ഒരു തറവാടിയുടെ നിലയ്ക്ക് അവൻ വേണ്ടത് കല്യാണം ഭംഗിയായി നടത്തിക്കൊടുത്തശേഷം വേണമെങ്കിൽ തമിഴ് രാജ്യത്തേക്കു പോവുകയാണ്. നാലാൾ പറയട്ടെ, അയ്യപ്പൻനായർ ചെറ്റയും അപ്പുണ്ണി തറവാടിയുമാണെന്ന്.

അപ്പുണ്ണി ഒരുവിധം സമ്മതിച്ചു. പക്ഷേ, ഒരു കാര്യം: അമ്മുവിന്റെ കല്യാണം കഴിഞ്ഞു പിറ്റേന്നു രാവിലെ ഉദയമുണ്ടെങ്കിൽ അപ്പുണ്ണി മലയാളരാജ്യം വിടും.

ഒരു ശനിയാഴ്ച രാത്രി എട്ടിനുശേഷമുള്ള ശുഭമുഹൂർത്തത്തിൽ കല്യാണം തീർച്ചപ്പെടുത്തി. മാസ്റ്ററും മൂന്നു സഹാദ്ധ്യാപകരും താമസസ്ഥലമായ പീടികമുറിയിൽനിന്ന് ഏഴരയ്ക്ക് വധുവിന്റെ വസതിയിൽ എത്തും. ഉടനെ ടീ പാർട്ടി (ഉപ്പുമാവ്, പൂവൻപഴം, ചായ). എട്ടിനു മംഗളകർമ്മം. അതിനുശേഷം സദ്യ.

മൊത്തമുള്ള ഒരു മകളുടെ പുടമുറി ഒന്നു ഗംഭീരമാക്കിക്കളയാമെന്നു കരുതി അയ്യപ്പൻനായർ കൊണ്ടുപിടിച്ചു. ചായപ്പീടിക കൂടിയായ വീടും അതു നില്ക്കുന്ന പറമ്പും പണയമെഴുതി അഞ്ഞൂറുറുപ്പിക വാങ്ങി. ആറു പെട്രോമാക്സ് വിളക്കു വാടകയ്ക്ക് ഏല്പിച്ചു. നാഗസ്വരം ഏർപ്പാടുചെയ്തു സദ്യ പട്ടന്മാർക്കു വിട്ടുകൊടുത്തു. രണ്ടു പ്രഥമൻ വിധിച്ചു: അടയും പരിപ്പും. അധികാരിയടക്കം സ്ഥലത്തെ മുപ്പതോളം തറവാടികളെ ക്ഷണിച്ചു. അമ്മുവിനും മാളുവമ്മയ്ക്കും തുണികൾ വാങ്ങി. അപ്പുണ്ണിക്കു രണ്ടു ജഗന്നാഥൻ മുണ്ടും പോരട്ടെ, പോ!

കല്യാണദിവസം രാവിലെ ചായമേശയും ഗ്ലാസുകളും എടുത്ത് അകത്തുവെച്ചു. അദ്ധ്വാനിക്കുന്ന ജനവിഭാഗത്തിൽപ്പെട്ട രണ്ടു മൂന്നുപേർ തൊടിയിൽ ഒരിടത്ത് അടുപ്പ

കഴിച്ചുതുടങ്ങി. സദ്യയ്ക്കുള്ള പച്ചക്കറികളും പാത്രവും വന്നു. ഒരു ഹുതാത്മാവിനെപ്പോലെ അപ്പുണ്ണി നിസ്സംഗനായി, മൗനിയായി നിന്നു ശ്രമം തുടങ്ങി. മുറ്റത്തെ പന്തൽ ഈന്ത പ്പട്ടകൊണ്ട് അലങ്കരിക്കുന്നതിനിടയിൽ അയ്യപ്പൻനായർ അകത്തേക്കു വിളിച്ചു: "മാളോ!"

"എന്തേ?" മാളുവമ്മ പിൻസ്റ്റേജിൽനിന്നും വിളിച്ചു ചോദിച്ചു.

"ത്തിരി ചായടെ വെള്ളം കിട്ട്വോ?"

"ദാ, പ്പൊ കൊണ്ടരാം."

അപ്പോൾ ശിപായി കരുണാകരൻ നായർ കയറി വന്നു ചോദിച്ചു. "അല്ല മാഷ്ഷെ കണ്ടോ?"

"പീടികമുറീല് ഇല്ലേ?"

"ഇല്ല, അതല്ലേ പറയണ്? ഇന്നലെ രാത്രി നാട്ടീന്ന് ഒരാള് വന്നേർന്നൂത്രേ. മറ്റേ മാഷന്മാരേം കൂട്ടി പോയതാത്രേ."

"എവടയ്ക്ക്?" അയ്യപ്പൻനായർ ഉൽക്കണ്ഠയോടെ ചോദിച്ചു.

"എന്നാൽ ഒന്നു കേൾക്കണോ?" കരുണാകരൻ നായർ സ്വകാര്യമായി പറഞ്ഞു: "വീട്ടിൽ പോയീന്നും അമ്മ മാഷ്ഷെ മുറിയിലിട്ടു പൂട്ടീന്നും ആണ് പൊറത്തു സംസാരം."

"എന്റെ ദൈവേ!" അയ്യപ്പൻനായർ നെഞ്ചത്ത് കൈവച്ചു പോയി.

"വിശ്വസിക്കാൻ വരട്ടെ" കരുണാകരൻ നായർ പറഞ്ഞു. "ആളുകൾ പലതും പറയും. എന്നോട് പീടികക്കാരൻ വേലായുധൻ പറഞ്ഞതാ. ഏതായാലും ഒന്നന്വേഷിക്ക്. വരിൻ!"

പീടികമുറിയിൽ പോയി അന്വേഷിച്ചു. പുള്ളികളെ തലേന്നു രാത്രി കണ്ടതായി പീ ടികക്കാരൻ വേലായുധൻ പറഞ്ഞു. അതിനു ശേഷമാണ് നാട്ടിൽനിന്ന് ആൾ വന്നതും മാസ്റ്റർമാർ പോയതും. എതിർവിസ്താരത്തിൽ കാണുന്ന സമയത്ത് അവർ കല്യാണ ത്തെപ്പറ്റി സംസാരിക്കുകയായിരുന്നുവെന്നും വിവരം കിട്ടി. പക്ഷേ, മാസ്റ്ററെ അമ്മ തടവുകാരനായി പിടിച്ച വിവരം തന്നോട് ആരു പറഞ്ഞുവെന്ന് വേലായുധന് എത്ര ഓർമ്മിച്ചിട്ടും കിട്ടുന്നില്ല. എന്നിട്ടും മതിയാവാതെ അന്വേഷകർ കുളത്തിൽ പോയി അന്വേഷിച്ചും അമ്പലത്തിൽ പോയി അന്വേഷിച്ചും വഴിക്ക് ആൾമറ കെട്ടിയ പഞ്ചാ യത്തു കിണറ്റിലേക്ക് വെറുതേ ഒന്നെത്തിനോക്കിക്കൊണ്ടും അന്വേഷിച്ചു.

അയ്യപ്പൻനായർ മഴ നനഞ്ഞമാതിരി വിയർത്തൊഴുകി.

"അയാളുടെ വീട്ടിൽ പോയി രണ്ടാലൊന്ന് അറിഞ്ഞാലോ?" തൊണ്ടയിടറി ശബ്ദ മില്ലാതെയാണ് ഉത്തമസുഹൃത്തു കരുണാകരൻ നായരോടു ചോദിച്ചത്.

"ആറും ആറും പന്ത്രണ്ടു നാഴിക ചവിട്ടണം. ഉച്ചയ്ക്കു മടങ്ങാൻ കഴിയ്യോ?"

"ഞാൻ മടങ്ങിക്കോളാം, പുറത്ത് പറയരുതേ!"

"അതു ഞാനേറ്റു."

"ഞാൻ ദാ എത്തി."

അയ്യപ്പൻനായർ കുതിച്ചു. കരുണാകരൻനായർ തിരിച്ചെത്തിയപ്പോൾ മാളുവമ്മ ചോദിച്ചു:

"എന്തേ, എന്തേ? എവടയ്ക്കേ രണ്ടാളുംകൂടി പോയത്?"

"എവടയ്ക്കുല്ല."

"ന്നാലും? ഇവിടുത്തെ ആളോ?"

"ഇപ്പോ വരും. പരിഭ്രമിക്കണ്ട."

"ന്നാല്വം?"

"ഹേയ്, ഒന്നുല്ല."

"ന്നാല്വം?" മാളുവമ്മ കരയുമെന്നു തോന്നി.

അപ്പോൾ കരുണാകരൻനായർക്കു പറയേണ്ടിവന്നു. ബോംബു പൊട്ടി: "എന്റെ അയ്യപ്പാ!" മാളുവമ്മ നെഞ്ചത്ത് ആഞ്ഞൊരടി.

അമ്മു അകത്തുനിന്ന് ഓടിവന്നു. "മാഷെ കാണാനില്ലാത്രേടീ!" മാളുവമ്മ വീണ്ടും നെഞ്ചത്ത് ഒരടി.

ഒരു കവുങ്ങിൻതൈ പുഴങ്ങിവീഴുന്ന മാതിരി അമ്മു വൃത്തിയായി വലതുഭാഗം ചരിഞ്ഞു വീണുകൊടുത്തു.

കുഴപ്പം, ബഹളം, പരിഭ്രമം.

നിമിഷനേരം കൊണ്ടു വാർത്ത വടക്കോട്ടു വമ്മലവരേയും തെക്കോട്ട് തെമ്മലവരേയും പരന്നു. ഇനി എന്തു സംഭവിക്കുമെന്ന് അറിയാമല്ലോ എന്നു കരുതി ഒരുപിടി പ്രാദേശികപൗരന്മാർ വീടിന്റെ പടിക്കൽ ബീഡിയും വലിച്ച് ഇരുപ്പുറപ്പിച്ചു.

ഉച്ചയായപ്പോൾ വിവരം കേട്ട് അധികാരിയും രണ്ടു കോൽക്കാരും രംഗത്തു വന്നു. സംഭവത്തിന്റെ ഒരു പ്രാഥമിക റിപ്പോർട്ട് കരുണാകരൻ നായരിൽനിന്നും കിട്ടിയപ്പോൾ മൂപ്പർ കോൽക്കാരെ രണ്ടിനേയും പറപ്പിച്ചു. കഴിയുമെങ്കിൽ മാസ്റ്ററെ പിടിച്ചു കൊണ്ടുവരാൻ, അതില്ലെങ്കിൽ അയ്യപ്പൻനായരെയെങ്കിലും കസ്റ്റഡിയിലാക്കാൻ.

"നിങ്ങൾക്കെന്താ തോന്നണത്?" അധികാരി കരുണാകരൻനായരോടു ചോദിച്ചു.

"പറ്റിച്ചൂന്നാ തോന്നണത്."

"എനിക്കും." അധികാരി പന്തലിൽ ഉലാത്തിക്കൊണ്ടു പറഞ്ഞു.

അപ്പുണ്ണി മാത്രം ഇതിലൊന്നും ശ്രദ്ധിക്കാതെ വർദ്ധിച്ച ഏകാഗ്രതയോടെയും വീറോടെയും കറിക്കു നുറുക്കുകയും വെള്ളം കോരുകയും നാളികേരം ഉടയ്ക്കുകയും ചിരകുകയും ചെയ്തുകൊണ്ടിരുന്നു. അപ്പുണ്ണിയുടെ ഈ ശ്രമദാനവേളയിലുണ്ടാകുന്ന ശബ്ദമൊഴിച്ചാൽ വീടും പരിസരവും മൂകമാണ്.

ഉച്ചതിരിയുന്നു. ദേശത്തെ ഒന്നാമത്തെ പൗരനായ അധികാരി അപ്പോഴും പന്തലിൽ തെക്കും വടക്കും നടക്കുകയാണ്. അപ്പോൾ ഓടിക്കിതച്ചുകൊണ്ട് അയ്യപ്പൻനായരും പിറകെ കോൽക്കാരും പ്രവേശിച്ചു അയ്യപ്പൻനായർ അധികാരിയുടെ കാല്ക്കൽ പോയി തലയിൽ കൈയും വെച്ചിരുന്നു.

"എന്തേ?" ഒന്നാം പൗരൻ ചോദിച്ചു.

അയ്യപ്പൻനായർ പൊട്ടിക്കരഞ്ഞുകൊണ്ടു പറഞ്ഞു: "അവിടെ കണ്ടില്ല. അപമാനം വേറേം, ചൂലെടുക്കും ന്നല്ലേ തള്ള പറഞ്ഞത്?"

"കൊല്ലായിരുന്നില്ലേ അതിനെ?" മാളുവമ്മ ചീറിക്കൊണ്ടു വന്നു.

"മിണ്ടരുത്. അകത്തുപോയി ഇരിക്കിൻ." അധികാരി കല്പിച്ചു. പോകാൻ കരുണാകരൻനായർ ആംഗ്യം വേറെയും കാണിച്ചു.

തേങ്ങിക്കരഞ്ഞുകൊണ്ട് മാളുവമ്മ പോയി.

അകത്തുനിന്നു കൂട്ടനിലവിളി.

"എന്റെ മാനം കാക്കണം," അയ്യപ്പൻനായർ തൊഴുകൈയോടെ അധികാരിയെ നോക്കി പറഞ്ഞു.

രണ്ടുവട്ടംകൂടി നടന്നതിനുശേഷം അധികാരി പ്രഖ്യാപിച്ചു:

"ഇന്ന് കല്യാണം ഞാൻ നടത്തും."

"അനുമതി," തൊഴുകൈയുമായി അയ്യപ്പൻനായർ എഴുന്നേറ്റു.

"മാഷെ വിട്ടുകളയിൻ, ചെറ്റ!"

"പിന്നെ?"

"അപ്പുണ്ണിയില്ലേ?"

"അയ്യോ!"

"എന്തേ?"

അയ്യപ്പൻനായർ മിണ്ടിയില്ല. അപ്പോൾ അധികാരി വീണ്ടും ചോദിച്ചു.

"എന്താണെന്ന്?"

"ഒന്നൂല്ല, അമ്മൂന് സമ്മതാവില്ല."

അപ്പോൾ അധികാരി ചോദിച്ചു: "മാഷ് വരുംന്നു വിചാരിക്ക്ണ്ണ്ടോ?"

അയ്യപ്പൻനായർ രണ്ടും പറഞ്ഞില്ല.

"എന്നാൽ പോയി മാഷെ കൊണ്ടുവരിൻ." അധികാരി നടത്തം തുടർന്നു.

"താൻ എവിടെ പൂവ്വാനാ?" അയ്യപ്പൻനായർ പരമദയനീയമായി ചോദിച്ചു.

"അതെനിക്കറിയില്ല."

"അയാൾ ഇങ്ങനെ പറ്റിച്ചില്ലേ കരുണാകരൻനായരേ?" അയ്യപ്പൻ നായർ ചോദിച്ചു.

താൻ ഒന്നുമറിയില്ല എന്ന ഭാവത്തിൽ കരുണാകരൻനായർ വരാത്ത ഒരു കോട്ടുവായ് വരുത്തി.

"മാഷെ വേണോ, മാനം വേണോ?" അധികാരി അവസാനമായി ചോദിച്ചു.

"വേഗം തീർച്ചയാക്കിൻ!" ഇപ്പോൾ കരുണാകരൻനായർക്കും തിടുക്കമായി.

''ഞാൻ അകത്ത് ഒന്നു പോയിവരട്ടെ.'' അങ്ങനെ അയ്യപ്പൻനായർ കുറച്ചുസമയത്തിന് ആവശ്യപ്പെട്ടു.

നായർ അകത്തു പോയതിനുശേഷം മൂന്നു നിമിഷത്തിനുള്ളിൽ മൂന്നു കൂട്ടനിലവിളിയുണ്ടായി. ഒരടിയുടെ ശബ്ദവും കേട്ടു. വിലപ്പെട്ട ആറാം നിമിഷത്തിൽ അവസാനഘട്ടത്തിൽ അയ്യപ്പൻനായർ സ്വയം കരഞ്ഞുകൊണ്ടു പുറത്തുവന്നു പറഞ്ഞു: "അധികാരി പറയണപോലെ."

"അപ്പുണ്ണീ." അധികാരി വിളിച്ചു.

എടുത്തു കുത്തിയ മുണ്ടും ചിരികിയിരുന്ന ഒരു മുറി തേങ്ങയുമായി അപ്പുണ്ണി രംഗത്തു വന്നു.

"നീയാണ് കല്യാണക്കാരൻ!" അധികാരി പറഞ്ഞു.

"ആളില്ലാത്തപ്പോ ഞാൻ, അല്ലേ?" അപ്പുണ്ണി നരിയെപ്പോലെ ചോദിച്ചു. "വേണ്ട, അതിന് എന്നെ കാക്കണ്ട."

"ഏതിന്?"

"കല്യാണം കഴിക്കാൻ."

"അപ്പുണ്ണീ." അയ്യപ്പൻനായർ ഇടനെഞ്ചു പൊട്ടിക്കൊണ്ടു പറഞ്ഞു: "തറവാടിന്റെ മാനം കാക്ക്, അപ്പുണ്ണീ."

അപ്പുണ്ണിക്കു നാവനക്കാൻ സമയം കിട്ടുന്നതിനുമുൻപ് അയ്യപ്പൻ അവന്റെ കാല് കടന്നുപിടിച്ചു. ഒരു വരവും ചോദിച്ചു: "അല്ലെങ്കിൽ നിയ്യെന്നെ കൊന്നോ."

ഈ ഘട്ടത്തിൽ അധികാരി ഒരു വടി വെച്ചുകൊടുത്തു. "എടാ നിനക്ക് കുടുംബത്തിനെ സ്ഥായിണ്ടോ?"

അപ്പുണ്ണിയുടെ കാൽമുട്ടുകളിലെ ശക്തി ക്ഷയിച്ചു. മരുമകനും അമ്മാമനും ഇരുന്നു

കൊണ്ടു കെട്ടിപ്പിടിച്ചു. മരുമകൻ പറഞ്ഞു. "അമ്മാമ കരയണ്ട."

അവിടന്നങ്ങോട്ടു സംഗതികൾ വളരെ തൃപ്തികരമായി പുരോഗമിച്ചു. വൈകുന്നേരമായപ്പോഴേക്കും ക്ഷണിക്കപ്പെട്ടവർ വന്നു. വന്നവർ വന്നവർ ഇരുതുരെ ചായ കഴിച്ചു. മുറുക്കി, പുകവലിച്ചു. മാസ്റ്റർ ചെറ്റയാണെന്നും അപ്പുണ്ണി തറവാടിയാണെന്നും മാന്യാതിഥികൾ സർട്ടിഫിക്കറ്റ് ഒപ്പിട്ടു. സ്വപ്നത്തിൽ നടക്കുന്നവരെപ്പോലെ അയ്യപ്പൻനായരും മാളുവമ്മയും സ്റ്റേജിൽ അലഞ്ഞു. നാടകം അപ്രതീക്ഷിതമായവിധം അവസാനിച്ചതിൽ പ്രതിഷേധിച്ചു പടിക്കൽ കൂടിയിരുന്ന ജനം പിരിഞ്ഞു.

സന്ധ്യയായപ്പോൾ പെട്രോമാക്സ് വിളക്കുകൾ കൊളുത്തി. നാഗസ്വരക്കാർ പന്തലിൽ വന്നിരുന്നു കച്ചേരി തുടങ്ങി. കുറച്ചു കഴിഞ്ഞപ്പോൾ അധികാരി അയ്യപ്പൻനായരെ വിളിച്ചു പറഞ്ഞു: "ഇനി എന്തിനാ വെറുതെ താമസിപ്പിക്കുന്നത്?"

താമസിപ്പിച്ചിട്ടു കാര്യമില്ലെന്ന് അയ്യപ്പൻനായർ തലയാട്ടി.

"എന്നാൽ വേഗം കഴിഞ്ഞോട്ടെ." അധികാരി പറഞ്ഞു.

കലങ്ങിയ കണ്ണുകളോടും വീർത്ത മുഖത്തോടുംകൂടി അമ്മയോടും മറ്റു സ്ത്രീജനങ്ങളോടുംകൂടി പകർത്തിയെഴുതാത്ത ഒരു പതിന്നാലുകാരി വിഷാദാത്മകകവിതപോലെ അമ്മു പന്തലിൽ വന്നു. കോടി ജഗന്നാഥൻമുണ്ടും ഒരു ഷർട്ടുമിട്ട് ഗൗരവത്തിൽ അപ്പുണ്ണിയും പ്രത്യക്ഷപ്പെട്ടു.

ആടു കരയുന്നമാതിരി നാഗസ്വരക്കാർ കുഴൽ ഊതുകയും ആ താളത്തിനൊത്തു തവിൽക്കാരൻ കൊട്ടുകയും ചെയ്യുന്നതിനിടയിൽ മോതിരം മാറലും താലികെട്ടലും കഴിഞ്ഞു.

മാന്യാതിഥികൾ സദ്യക്കിരുന്നു. കാളൻ ഒന്നുകൂടി കുറുകാമായിരുന്നുവെന്നും അട കൊത്തിയത് അത്ര പന്തിയായില്ലെന്നും അധികാരി പറഞ്ഞു, എല്ലാവരും യോജിച്ചു. അതുകൊണ്ടു മേപ്പടി രണ്ടു സാധനങ്ങളും രണ്ടും മൂന്നും പ്രവശ്യം വിളമ്പേണ്ടിവന്നു. ഒടുവിൽ വിമർശനം അവശേഷിക്കുകയും ചെയ്തു. എന്നുവെച്ചാൽ കാളനും അടപ്രഥമനും കാലി.

ആദ്യത്തെ പന്തി കഴിഞ്ഞപ്പോൾ ആറു പെട്രോമാക്സ് കത്തിയിരുന്നതു നാലാക്കിച്ചുരുക്കി. സർവ്വാണിക്കു ചോറു കൊടുക്കുന്ന തിരക്കായി. പിരിഞ്ഞു പോകുന്നതിനുമുമ്പ് അവസാനമായി ഒന്നുകൂടി മുറുക്കാൻ അതിഥികൾ പന്തലിൽ വട്ടമടിച്ച് ഇരുന്നു. അപ്പോൾ അധികാരി അന്വേഷിച്ചു.

"അപ്പുണ്ണി എവിടെ?"

ആരോ പറഞ്ഞു: "അവൻ അകത്തുപോയി."

"ങ്ഹാ! ഇത്ര വേഗോ?"

"അതുവ്വേ!"

"രസികൻ!"

ആ സമയത്ത് അതു വലിയ ഫലിതമായിരുന്നതുകൊണ്ട് എല്ലാവരും ചിരിച്ചു.

അപ്പോൾ കരുണാകരൻനായർ വടക്കേപ്പാടത്തേക്കു സൂക്ഷിച്ചു നോക്കിക്കൊണ്ടു ചോദിച്ചു: "എന്താത് ഒരു വെളിച്ചം?"

എല്ലാവരും നോക്കി, കുന്നിറങ്ങി വയൽവരമ്പത്തൂടെ ഒരു പെട്രോമാക്സ് വെളിച്ചം നീങ്ങിവരുന്നു. മൂന്നുനാലാളുകളുമുണ്ട്. കരുണാകരൻനായർ എഴുന്നേറ്റ് പത്തടി മുന്നോട്ടോടി പെട്ടെന്നുനിന്നു വിളിച്ചു പറഞ്ഞു: "മാഷ്ഷ്!"

"എന്ത്?" ചുണ്ണാമ്പുതേച്ച വെറ്റില കൈയിൽ പിടിച്ചുകൊണ്ട് അധികാരി എഴുന്നേറ്റു.

അയ്യപ്പൻനായർ കോലായിൽനിന്നു പന്തലിലേക്ക് ഓടിയിറങ്ങിക്കൊണ്ട് നിലവിളിച്ചു. "ചതിച്ചോ?"

അധികാരിയും മുഴുവൻ അതിഥികളും വരമ്പത്തേക്ക് ഓടി. പിന്നാലെ അയ്യപ്പൻനായരും. വരമ്പിന്റെ ഒത്ത നടുവിൽവെച്ച് അധികാരി മാസ്റ്ററുടെ സംഘത്തെ തടഞ്ഞു. വിളക്കുകാരനടക്കം അഞ്ചുപേരുണ്ട് സംഘത്തിൽ. പണിക്കർ മാസ്റ്റർ ഫുൾഷർട്ടിട്ട് ഡബിൾ ദോത്തിയുടുത്ത് മേൽവേഷ്ടിയണിഞ്ഞ് സ്റ്റാൻഡേർഡ് വരന്റെ വേഷത്തിലാണ്.

"മാഷേ." അധികാരി വിഷാദസ്വരത്തിൽ പറഞ്ഞു. "ഇനി അങ്ങോട്ടുപോയിട്ടു കാര്യമില്ല."

"അയ്യോ!" മാസ്റ്റർ തലയിൽ കൈവച്ചു വരമ്പത്തിരുന്നുപോയി.

"എന്തേ അയ്യപ്പൻനായരേ?" വരന്റെ സംഘത്തിലുള്ളവർ ഉദ്വേഗത്തോടെ ചോദിച്ചു.

"നിങ്ങള് എവിടെപ്പോയി മാഷേ?" അയ്യപ്പൻനായർ ദയനീയമായി ചോദിച്ചു.

"അമ്മൂന് എന്തുപറ്റി. പറയിൻ!" മാസ്റ്റർ പിടിവിട്ടു കരഞ്ഞുകൊണ്ടു പറഞ്ഞു.

"ഒന്നും പറ്റീട്ടില്ല." അധികാരി പറഞ്ഞു: "കല്യാണം കഴിഞ്ഞു."

"ആരുടെ?"

"അമ്മൂന്റെ."

"ഹെന്ത്?" മാസ്റ്റർ ചാടിയെഴുന്നേറ്റ് അയ്യപ്പൻനായരുടെയും അധികാരിയുടെയും ചുമൽ പിടിച്ചു മാറിമാറി കുലുക്കിക്കൊണ്ട് ഒരു ഭ്രാന്തനെപ്പോലെ ചോദിച്ചു.

അധികാരി പറഞ്ഞു: "ആളെക്കണ്ടില്ലെങ്കിൽ പിന്നെന്തു ചെയ്യാനാ? ഒളിച്ചു മാറിപ്പൂവ്വാൻ ആരും പറഞ്ഞില്ലല്ലോ! എന്തായാലും നമ്മൾ ചെയ്തതു തീരെ നന്നായില്ല."

രണ്ടാം ക്ലാസിൽ പഠിക്കുന്ന കുട്ടി അടികൊണ്ടു കരഞ്ഞുകൊണ്ടു പെരുക്കൽപ്പട്ടിക ചൊല്ലുന്നമാതിരി മാസ്റ്റർ പറഞ്ഞു: "അമ്മ ഇബടെ വന്നുളങ്ങിച്ചാവുംന്നു പറഞ്ഞതോണ്ട് ഞങ്ങളു പതുക്കെ മാറീതല്ലേ? സമയത്തിന് എത്താംന്നു വിചാരിച്ചിട്ടല്ലേ പോയത്?"

അധികാരി കയർത്തു. "അതു പറയായിരുന്നില്ലേ പോണേനു മുമ്പ്."

"പറഞ്ഞില്ലെന്നു വിചാരിക്കാ, കല്യാണം നിങ്ങൾ എങ്ങനെ നടത്തും അയ്യപ്പൻനായരേ?" സംഘത്തിൽ ഒരാൾ ചോദിച്ചു.

അയ്യപ്പൻനായർ പരവശനായി പറഞ്ഞു: "എനിക്കു കാക്കണം എന്നു മോഹല്ലായ അല്ല. അധികാരി പറഞ്ഞിട്ടാണ്."

"ഞങ്ങൾക്കു ദേശക്കാർക്ക് നാണോം മാനോം ണ്ട്." അധികാരി പറഞ്ഞു.

"മാഷ് എന്താ പറയണ്?" ഒരു മാഷ് വരനോട് ചോദിച്ചു.

"ഞാനിതു സമ്മതിക്കില്ല." വരൻ മാസ്റ്റർ ഹാലിളകിക്കൊണ്ടു പറഞ്ഞു. "എന്നെ കല്പിച്ചുകൂട്ടി അപമാനിച്ചതാണ്. ഞാൻ സമ്മതിക്കില്ല."

പെട്ടെന്ന് അയ്യപ്പൻ നായർ മാസ്റ്ററുടെ കൈക്കു പിടിച്ചുകൊണ്ടു ദൃഢസ്വരത്തിൽ പറഞ്ഞു: "വരിൻ മാഷേ!"

"എന്തിന്?" അധികാരി ഉഗ്രമായി ചോദിച്ചു.

അയ്യപ്പൻ നായർ പറഞ്ഞു: "ഞാൻ അപ്പുണ്ണ്യാട് ഒന്നു പറഞ്ഞു നോക്കട്ടെ."

"കല്യാണം തീർപ്പിക്കാനോ?"

"ഞാൻ ഒന്നു പറഞ്ഞു നോക്കട്ടെ അധികാരീ?"

"അതിനു ഞങ്ങളെ കാക്കണ്ട."

ഉടനെ "എരപ്പ്", "ചെറ്റത്തരം" മുതലായ ഘനമുള്ള പദങ്ങൾ ഉരുവിട്ടുകൊണ്ട് അധികാരിയും അനുയായികളും നാടകീയമായ വിധത്തിൽ മാസ്റ്ററും പാർട്ടിയും വന്ന വഴിയേ വരമ്പത്തൂടെ ധൃതിയിൽ നടന്നു.

"ഇങ്ങട്ട് വരിൻ, മാഷ്ഷേ." അയ്യപ്പൻനായർ തിരിഞ്ഞു നടന്നു കൊണ്ടു പറഞ്ഞു. രണ്ടാമത്തെ പാർട്ടി പന്തലിൽ കയറുമ്പോൾ അവിടെ ആരുമുണ്ടായിരുന്നില്ല.

പണിക്കർ മാസ്റ്റർ ഒരു ശവത്തെപ്പോലെ ഒരു കസേരയിൽ അമർന്നു. അപ്പോൾ മാളുവമ്മ ഇറയത്തുവന്ന് ഏങ്ങലടിച്ചുകൊണ്ടു ചോദിച്ചു: "ഇങ്ങനെ പറ്റിച്ചില്ലേ മാഷേ? മാനം കളഞ്ഞില്ലേ നിങ്ങള്?"

"ഇങ്ങനെ വരുംന്നു ഞാൻ അറിഞ്ഞോ?" മാസ്റ്റർ വികാരാധീനനായി കണ്ണു തുടച്ചു കൊണ്ടു പറഞ്ഞു.

അയ്യപ്പൻനായർ നേരെ അകത്തു പോയി മണവറയുടെ വാതിൽ മുട്ടിവിളിച്ചു: "അപ്പുണ്ണീ, അപ്പുണ്ണീ."

മറുപടിയില്ല.

അയ്യപ്പൻനായർ വീണ്ടും വിളിച്ചു: "അപ്പുണ്ണീ, അപ്പുണ്ണീ..."

അപ്പുണ്ണി മുരണ്ടു: "മാഷ് വന്നു അല്ലേ? ഞാൻ കേട്ടു ലഹള."

"ഒന്നു വാതില് തുറക്ക് അപ്പുണ്ണീ, നിന്നോട് ഒരു കാര്യം പറയട്ടെ."

"കൊന്നാൽ തുറക്കില്ല. എന്നോട് ആരും മിണ്ടണ്ട."

"തറവാടിന്റെ മാനം കാക്ക്! അപ്പുണ്ണീ ഒന്ന് തുറക്ക്."

"തുറക്കില്ല."

"നിന്റെ അമ്മാവനല്ലേ പറയണത്. അപ്പുണ്ണീ."

"കടന്നുപൊയ്ക്കോ തന്തേ!" അപ്പുണ്ണി അലറി.

ഇത്രയുമായപ്പോൾ പുറത്ത് ഇരുന്നിരുന്ന മാസ്റ്റർക്ക് ഒരു സംശയം. അമ്മുവിന്റെ ശബ്ദം കേൾക്കുന്നില്ല. അപ്പുണ്ണി വല്ലതും ചെയ്തിരിക്കുമോ? മാസ്റ്റർ അകത്തേക്കു കുതിച്ചുചെന്ന് അയ്യപ്പൻ നായരുടെ ചെവിയിൽ പറഞ്ഞു.

"അമ്മൂനെ വല്ലതും ചെയ്തിട്ടുണ്ടാവോ ദ്രോഹി?" പെട്ടെന്ന് അയ്യപ്പൻനായർക്കും സംശയമായി. മൂപ്പർ വിളിച്ചു: "അമ്മൂ, അമ്മൂ."

ശബ്ദമില്ല. വീണ്ടും വിളിച്ചു.

"അമ്മൂ... അമ്മൂ!"

മറുപടിയില്ല.

വാതിലിൽ ആഞ്ഞുമുട്ടിക്കൊണ്ട് അയ്യപ്പൻനായർ വിളിച്ചു.

"അമ്മൂ... അമ്മൂ..."

ഏതോ മധുരമായ വേദന അനുഭവിക്കുന്നമാതിരി, ഉറക്കപ്പിച്ചിന്റെ ശബ്ദത്തിൽ അമ്മു പറയുന്നതുകേട്ടു. "ആണുങ്ങളായാൽ നേരും നെറീം വേണം. കടന്നുപൂവാൻ പറയിൻ: അച്ഛാ."

ആ നിലയ്ക്കു പിറ്റേന്നു പ്രഭാതമാവുമ്പോഴേക്കും അന്ത്യകൃദാശകളെല്ലാം നിർവ്വഹിച്ചശേഷം മാസ്റ്ററുടെ ആത്മാവ് കർത്താവിൽ അന്ത്യനിദ്ര പ്രാപിക്കേണ്ടതാകുന്നു.

കോവിലൻ

തേവിടിശ്ശി

സമുദായം ജാനകിയെ ഒറ്റപ്പെടുത്തി: അവൾ വിവാഹം ചെയ്തത് ഒരു മുഹമ്മദീയ യുവാവിനെയാണ്. അയാൾ ഒരു ഫാക്ടറി തൊഴിലാളിയായിരുന്നു. പട്ടണത്തിൽ ഫാക്ടറിക്കടുത്ത് അവർ താമസിച്ചു... അയാൾ മരിച്ചു. അല്ല, അയാളെ തൂക്കിക്കൊന്നു.

കൊലപ്പുള്ളി!

ഫാക്ടറിയിൽ പണിമുടക്കുണ്ടായി. പ്രക്ഷോഭണവും... ജനക്കൂട്ടത്തെ വെടിവെക്കുമ്പോൾ പൊലീസുദ്യോഗസ്ഥൻ കൊല്ലപ്പെട്ടു. വെറും കല്ല്! ഒരു തൊഴിലാളിയുടെ കവണയിൽനിന്ന് തെറിച്ച വെറും കല്ല്! കൈത്തോക്കു തെറിച്ചു. ഉദ്യോഗസ്ഥൻ വീണു... ജാനകിയുടെ ഭർത്താവിനെ തൂക്കിലിട്ടു.

വിധവ!

പട്ടണം, വാടകപ്പുര, തൊഴിലില്ലായ്മ!

ഉണ്ടായിരുന്ന ചില്ലറ പണ്ടങ്ങളും വീട്ടുസാമാനങ്ങളും അവൾ വിറ്റു. ശേഷിച്ച വസ്ത്രവകകൾ ഒതുക്കിക്കൂട്ടി മാറാപ്പാക്കി. പിഞ്ഞിയ കല്യാണപ്പുടവയിൽ പൊതിഞ്ഞ ഭർ

ത്താവിന്റെ ഫോട്ടോയായിരുന്നു അതിനുള്ളിലെ ഏറ്റവും വലിയ നിധി. അവൾ കുഞ്ഞിനെയുമെടുത്തു പുറപ്പെട്ടു. താൻ ജനിച്ചു വളർന്ന നാട്ടിൻപുറത്തേക്ക്.

പൊറുക്കാൻ ഒരു വീട്- അതായിരുന്നു അവളുടെ ആവശ്യം.

തെങ്ങിൻതോട്ടങ്ങൾ, നെൽപ്പാടങ്ങൾ, കവുങ്ങിൻതോപ്പുകൾ, പാഴ്പ്പറമ്പുകൾ, കുന്നുകൾ- ആ ഗ്രാമം സൗഭാഗ്യം തികഞ്ഞൊന്നാണ്. രണ്ടു നില കെട്ടിടങ്ങൾ തുടങ്ങി ചുങ്കപ്പുരപോലുള്ളവ വരെ അഞ്ഞൂറിൽപ്പരം വീടുകൾ: ഓടും ഓലയും പുല്ലും വൈക്കോലും മേഞ്ഞിട്ടുള്ള പലേതരം വീടുകൾ.

അവൾ കയറിയിറങ്ങാൻ തുടങ്ങി.

"തേവിടിശ്ശി!"

ചിലർ അവളെ ആട്ടിപ്പായിച്ചു. ഒരു കൂട്ടർ ചുമ്മാ സൊല്ലയുണ്ടാക്കരുതേ എന്നപേക്ഷിച്ചു. മറ്റു ചിലർ ഒരു പാകവുമില്ലെന്നു സന്താപത്തോടെ അറിയിച്ചു.

വാടിത്തളർന്ന കുഞ്ഞിനെ തോളിലിട്ട്, മാറാപ്പു തലയിലേറ്റി, അവൾ നടന്നു. തളരാതെ, നിരാശത കൂടാതെ. മരിക്കുന്നതിനുമുമ്പ് അവളുടെ ഭർത്താവ് ഊന്നിയൂന്നി പറയാറുണ്ട്: "മനുഷ്യൻ ജീവിക്കും. എന്തുകൊണ്ടെന്നാൽ അവൻ ജീവിച്ചേ തീരൂ. ഭീരുവാകരുത്..."

വഴിയിൽ കണ്ടെത്തിയ മാന്യന്മാരോടും അവൾ തന്റെ അവസ്ഥ വിവരിച്ചുകൊടുത്തു.

ഗ്രാമത്തിന്റെ കിഴക്കേ അതിർത്തിയിൽ മൂന്നു കുന്നുകളുണ്ട്. വടക്കേക്കുന്നിന്റെ തെക്കേപ്പള്ളയിലുള്ള പാപ്പറമ്പാണ് അത്. അവിടെ ഒരു വെണ്ണീർപ്പുര ഉണ്ടായിരുന്നു ആവശ്യമില്ലാത്തതുകൊണ്ട് അതിനു ഉമ്മറം പണിതിട്ടില്ല. ഒരാടിനും അതിന്റെ കുട്ടിക്കും കിടക്കാം അതിനകത്ത്. അരച്ചുവരും കട്ടിളയില്ലാത്ത പ്രവേശനദ്വാരവും മേൽക്കൂരയും- വീട്! അവൾ അതിൽ പൊറുതി തുടങ്ങി.

അവൾ വീടൊന്നു പരിഷ്കരിക്കയുണ്ടായി. പ്രവേശനദ്വാരത്തിൽ ഒരോല വാതിൽ. അകത്ത് ഒരടുപ്പ്. ഉടുതുണികളും ഭർത്താവിന്റെ ഫോട്ടോ ഉള്ളിൽവെച്ചു മടക്കിയ കല്യാണപ്പുടവകളുടെ മാറാപ്പും തൂക്കിയിടാൻ ഇല്ലി കൊണ്ട് ഒരു അയ. മുളംകഴുക്കോലിൽ ഒരു ഉറി... പരിഷ്കരണം കഴിഞ്ഞു.

ഒട്ടകലെയുള്ള മെയിൻറോഡിൽനിന്നു തുടങ്ങി കുന്നുകളെ ചുറ്റിയിണക്കിക്കൊണ്ടു ഗ്രാമത്തിന്റെ ഉള്ളിലോട്ടു നീങ്ങുന്ന പഞ്ചായത്തുപാത ആ പാഴ്പറമ്പിന്റെ കിഴക്കേ അതിരിൽക്കൂടെ തെക്കോട്ടു പോകുന്നു. തൊട്ടുതൊട്ടു വെച്ചിട്ടുള്ള പറങ്കിമാവുകളാണ് വേലിത്തറിയായി ഉപയോഗപ്പെടുന്നത്. പാതയിലേക്കു കടക്കാനുള്ള ഗേറ്റ് പറമ്പുടമസ്ഥൻ പറങ്കിത്താഴിട്ടു പൂട്ടിയിടും. അയാളോ കൂലിക്കാരോ വന്നാലേ തുറക്കൂ. അവൾക്കു പുറത്തുപോണം. അതയാളുടെ കാര്യമല്ല. പിന്നെ പാർപ്പിച്ചതെന്തിനേ എന്ന് അവൾക്കുവേണ്ടി ശുപാർശ ചെയ്തത് ഒരു വക്കീല്. അദ്ദേഹത്തിന്റെ മുമ്പിൽ അയാൾക്കു ഇനിയും ചെല്ലേണ്ടിവരും വേലി നാശമാക്കരുത്, പൈക്കൾ ചാടുന്നതു നോക്കണം എന്നൊക്കെയാണ് അയാൾ അവൾക്കു നല്കിയിട്ടുള്ള നിർദ്ദേശങ്ങൾ. പറങ്കിമാവിന്റെ കൊമ്പിൽക്കൂടെ പുറത്തുചാടാം! കുട്ടിയെക്കൂടെ എടുക്കേണ്ടിവരുന്നു. ഇത്തിരി വിഷമിക്കതന്നെ. എന്നാലും അവൾ വേലിയെ ഉപദ്രവിക്കാറില്ല.

അവളുടെ ഏറ്റവും അടുത്ത അയല്ക്കാർ അരനാഴിക അകലെയാണ്. നടുവിൽക്കുന്നിന്റെ നെറുകയിലുള്ള രണ്ടു വീട്ടുകാർ. അവർ അവളുടെ വീട്ടിൽ വന്നിട്ടില്ല. അവൾ പുറത്തുപോകുമ്പോൾ ആ ഓലപ്പുരകളുടെ മുമ്പിൽ നില്ക്കും. മുറ്റത്തും മാവിൻതണലിലും

ഇരുന്നു കളിക്കുന്ന ചെമ്മണ്ണിന്റെ സന്താനങ്ങളോട് ചോദിക്കും.

"ഇവിടെ ആരുമില്ലേ?"

അവർ പറയും:

"ഒക്കെ പണിക്ക്വോയി."

"എപ്പഴാ വര്?"

"അന്തിമയങ്ങ്യാ."

"എപ്പോപ്പ്വോയതാ?"

"പൊലർച്ചാമ്പൊ."

"ഇങ്ങനെ ഒരു തള്ളയും കുട്ടിയും ആ പറമ്പിൽ താമസിക്കുന്നുണ്ടെന്നു അവര് വരുമ്പോ ഒന്നു പറയണേ."

ആ രണ്ടു വീട്ടുകാരും അവളോട് സ്നേഹമായി. വടക്കേതിൽ താമസിക്കുന്നത് ഒരു മീൻ ചുമട്ടുകാരൻ. തെക്കേതിൽ ഒരു കാവുകാരൻ. മീൻ ചുമട്ടുകാരൻ പുലരുമ്പോൾ കടപ്പുറത്തേക്കു പോയാൽ മടങ്ങിവരുന്നതു പാതിരയ്ക്ക്. വെള്ളിയാഴ്ചയാണ് അവൾ അയാളെ കണ്ടത്. കാലത്ത്. അന്നു പള്ളിയിൽ പോയിട്ടേ അയാൾ കച്ചവടത്തിനു പോകൂ. ചിലപ്പോഴൊക്കെ പോയില്ലെന്നും വരും. അയാളുടെ ഉമ്മ പണിക്കുപോയാൽ അന്തിമയങ്ങുന്നതോടെ മടങ്ങിയെത്തും. കാവുകാരനു ഒഴിവുദിവസങ്ങൾ ഇല്ലേയില്ല. തീർച്ചപ്പെട്ട ജോലിയുമില്ല. കല്ല്, മണ്ണ്, ചകിരി, ചാണകം - അങ്ങനെ പലതും. ചുമക്കുക, പണിയന്വേഷിക്കുക. അയാളിത്തിരി മോന്തും. പാതിരയ്ക്കുമുമ്പ് വീട്ടിലെത്തും. അയാളുടെ ഭാര്യ അന്തിമയങ്ങുന്നതോടെ മടങ്ങിയെത്തുന്നു. കാലത്തെ കഞ്ഞി കൂടെ ചേർത്താണ് ആ രണ്ടു വീട്ടിലും അത്താഴം വെക്കുന്നത്.

ജീവിക്കാൻ വേണ്ടി പന്ത്രണ്ടും പതിനാറും മണിക്കൂർനേരം വിയർപ്പു വാറ്റുന്ന മനുഷ്യർ! അവളുടെ ഭർത്താവ് ജോലി ചെയ്തിരുന്ന ഫാക്ടറിയിൽ പണിമുടക്കിയപ്പോൾ 'വേലസമയം എട്ടു മണിക്കൂറാക്കുക' എന്നു മുഴങ്ങിക്കേട്ടിട്ടുണ്ട്. അവർക്കോ പത്തുമണിക്കൂർ വേലയാണ് ഉണ്ടായിരുന്നത്. 'അപ്പോൾ ഇവരോ?' അവൾ ഓർക്കുയാണ്.

അവൾ അവരോടു വെവ്വേറെ പറഞ്ഞു. "എന്തെങ്കിലും പണിയുണ്ടെങ്കിൽ വിളിക്കണേ. കുഞ്ഞിനെ ഇവിടെ കൊണ്ടുവന്നാൽ കുട്ടികൾ നോക്കൂലാ."

അവൾ പോയാൽ അവർ അന്യോന്യം പറയും:

"എന്തൊരു ശ്രീയുള്ള പെണ്ണ്! ഒന്ന് പെറ്റതാന്നു തോന്നൂല കണ്ടാൽ. ഒറ്റയ്ക്കാവീട്ടിൽ കിടന്നുറങ്ങുന്നൂലോ!"

"ഓൾടെ മൊകത്തു നോക്കാൻ ഏതു പുരുസനാ തൈര്യം? നല്ലൊരു കരളുറപ്പുള്ളോളാ അവള്."

ജാനകി കരളുറപ്പുള്ള പെണ്ണുതന്നെയാണ്. ഒരു മുഹമ്മദീയനെ വിവാഹം ചെയ്താൽ സമുദായം നല്കുന്ന പ്രതിഫലം എന്തായിരിക്കും എന്നു അറിഞ്ഞിട്ടുതന്നെയാണ് അവൾ അയാളെ സ്നേഹിക്കാൻ തുടങ്ങിയത്. അവർ സഹപാഠികളായിരുന്നു. അവളെ ആകർഷിക്കാൻ അയാൾ മനഃപൂർവ്വം ഒന്നും പ്രവർത്തിച്ചിട്ടില്ല. അയാളുടെ ചില ചില അഭിപ്രായങ്ങൾ - അവയോട് യോജിക്കുന്ന ഒരു ഭാര്യയെ അയാൾക്കു കിട്ടി.

"സംഹരിക്കുക- ആവശ്യമില്ലാത്തതും ഉപദ്രവകാരിയുമായ എന്തിനെയും സംഹരിക്കുക!" എന്നു തുടങ്ങുന്ന അയാളുടെ പ്രസംഗം- പ്രസംഗങ്ങൾ - അവളെ ആവേശഭരിതയാക്കി. വളരെ കഷ്ടപ്പെട്ടിട്ടാണ് അവൾ പഠിച്ചത്. സ്കൂൾസമയം വരെ ഓലമിടയും-

സ്കൂളിൽനിന്നു വന്നാലും. രാത്രി വായിക്കും. ഒഴിവു ദിവസങ്ങളിൽ അങ്ങാടികളിലേക്കു ഓലക്കെട്ടു ചുമക്കും. ഓണത്തിനും ക്രിസ്തുമസിനും സ്കൂൾ പൂട്ടിയാൽ കൊയ്യാൻ പോകും. മദ്ധ്യവേനൽക്കല്പനക്കാലത്തു മണ്ണുകോരാനും. നൂറു നൂറുപേർ അവളെ അപഹസിച്ചു. അവളുടെ അമ്മയെ ഭീഷണിപ്പെടുത്തി. പ്രതിബന്ധങ്ങളെ എതിർക്കുക-അതായിരുന്നു ജാനകിയുടെ നയം. അനുഭവങ്ങൾ അതിന്റെ മൂർച്ചകൂട്ടി; വളരണമെങ്കിൽ വികസിക്കണമെങ്കിൽ, പ്രതിബന്ധങ്ങളെ മുച്ചൂടും മുടിക്കണം. അവളെന്തുചെയ്യും? സഹിക്കുക; എല്ലാമെല്ലാം ഓർമ്മിക്കുക; എണ്ണിയെണ്ണി പകരംവീട്ടാൻ അവൾ കാത്തിരുന്നു. അതിനെക്കുറിച്ചു കാമുകനുമായി വാദപ്രതിവാദങ്ങൾ നടത്തി. അവളുടെ അഭിപ്രായം തന്നെ അയാൾക്കും.

കോളറ അവളുടെ അമ്മയെ കൊന്നു. അയാൾ അവളെ വിവാഹം ചെയ്തു.

പിന്നെത്തെക്കഥ!

അവർ നാട്ടിൽനിന്നു പോയി. അവളുടെ ഉടുപ്പോ പേരോ മാറ്റാൻ അയാൾ സമ്മതിച്ചില്ല: "മതം! ദൈവം! മതവും ദൈവവും മനുഷ്യന്റേതാണ്. മതത്തിന്റെയും ദൈവത്തിന്റെയും മനുഷ്യനല്ല..."

അവരുടെ ജീവിതം സിനിമയുടെയും സാഹിത്യത്തിന്റെയും ഉടുപ്പഴിക്കുന്ന കഥകളിൽക്കൂടെയല്ല നീങ്ങിയത്. 'മനുഷ്യനു ജീവിക്കാൻ?' അതായിരുന്നു പ്രശ്നം.

അവൾക്കു മൂന്നോ നാലോ മാസം ഗർഭമുണ്ടായിരുന്നപ്പോൾ ഒരു ദിവസം അയാൾ പറകയുണ്ടായി: "എന്റെ വഴിയിൽ വിലങ്ങടിക്കുന്നത് എന്റെ മകൻ തന്നെയായാലും അവനെ കൊന്നു ഞാൻ മുമ്പോട്ടു പോകും."

"ഇതൊക്കെക്കേട്ടു വയറ്റിലുള്ളത് ഇപ്പോഴേ തീർന്നുപോവൂലോ!" അവൾ ആവലാതിപ്പെട്ടു.

"അവൻ അത്രയും ധീരനായിത്തീരും." അയാൾ മറുപടി പറഞ്ഞു.

അവൾ പത്തും തികഞ്ഞിരിക്കുമ്പോൾ, അയാൾ അവളെ വല്ലാതെ ഭയപ്പെടുത്തി. അന്നു അയാൾ പറഞ്ഞതാണ്: "ഒരു തേവിടിശ്ശി പത്തുമാസം ചുമന്നു ആരുടെയും സഹായമില്ലാതെ പ്രസവിച്ച കുഞ്ഞിനെ അപ്പോഴേ ഞെക്കിക്കൊന്നാൽ, നിയമം വാളിളക്കും. പ്രജ അമ്മയുടേതല്ല, രാഷ്ട്രത്തിന്റെ! അമ്മയ്ക്കു കുഞ്ഞിനെ പ്രസവിക്കാനുള്ള കടമയാണുള്ളത്. കുഞ്ഞിനെ തീറ്റിപ്പോറ്റാൻ നിവൃത്തിയില്ലാതെ കൊന്നുകളഞ്ഞാൽ ആ അമ്മയുടെ നേരെയും നിയമം വാളിളക്കും: പ്രജ! അവൻ രാഷ്ട്രത്തിന്റെ!"

പറയുംതോറും അയാൾക്കു അരിശം വന്നുകൊണ്ടിരുന്നു.

"ഇതാണ് നിയമം: അച്ഛനമ്മമാർ മക്കളെ തീറ്റിപ്പോറ്റണം. ഉണ്ടെങ്കിൽ ഉള്ളപോലെ. അല്ലെങ്കിൽ ഇല്ലാത്തപോലെ. രാഷ്ട്രത്തിനോ ആരുടേയും മുഖം നോക്കാതെ അവരെയിട്ടു കാക്കപിടിക്കാം. സംഹരിക്കാം, യുദ്ധങ്ങൾ നടത്താം.."

എന്നുമെന്നും അയാൾ പറയാറുണ്ട്. "....പക്ഷേ, മനുഷ്യനു ജീവിക്കാൻവേണ്ടിയാണ് കൊല്ലുന്നതെങ്കിൽ, അതിനുവേണ്ടി മരിക്കാൻ ഞാൻ തയ്യാറായിരിക്കണം."

ഓ! അങ്ങനെത്തന്നെ കലാശിച്ചു.

ജയിലിൽനിന്നു വാർഡർ മുഖാന്തരം അയാൾ അവൾക്കെഴുതി: "മനുഷ്യൻ ജീവിക്കും: അതു നിത്യസത്യമാണ്... ഞാൻ മരിച്ചാൽ- എന്നെ തൂക്കിലിട്ടാൽ- നിങ്ങളുടെ മുമ്പിൽ തടസ്സമാകുന്ന എന്തിനേയും തട്ടിമാറ്റാൻ നമ്മുടെ മകനെ വളർത്തുക..."

ആ എഴുത്ത്!

ഭർത്താവിന്റെ അന്ത്യമായ കല്പനയും ആശംസയും അഭിവാദ്യങ്ങളും അടങ്ങിയ ആ എഴുത്ത് അവളെ തികച്ചും ഒരമ്മയാക്കിമാറ്റി.

അവളുടെ മകൻ വളരുകയാണ്. അവൾ അവനെ വളർത്തണം. മനുഷ്യൻ ജീവിക്കുന്ന രാഷ്ട്രത്തിനുവേണ്ടി അവന്റെ അച്ഛൻ നിണമണിഞ്ഞു. ആ രക്തസാക്ഷിയുടെ മകൻ- അവൻ വളരുകയാണ്!

ആ കുഞ്ഞ് കൊഞ്ചിക്കൊണ്ടു ചോദിക്കും: "അമ്മേ അച്ഛനോ?"

ജാനകി എങ്ങനെ പറയും, മോനേ നിന്റെ അച്ഛനെ തൂക്കിക്കൊന്നൂടാ എന്ന്. അവൾ മുണ്ടുംമാറാപ്പഴിച്ച പടമെടുത്ത് അവന്റെ കൈയിൽ കൊടുക്കും.

"ഇതാ മോനേ നിന്റച്ഛൻ!"

അവൻ അച്ഛനെ ഉമ്മവയ്ക്കും. അച്ഛനോടു കിസ്സ പറയും. അവൻ അറിയുമോ അത് അവന്റച്ഛന്റെ പടം മാത്രമാണെന്ന്!

അവൾ എത്ര പണിപ്പെട്ടാലും അവന്റച്ഛനെ അവൻ മടക്കിക്കൊടുക്കില്ല. ഒടുവിൽ അവൾ പറയും.

"മോനേ, അച്ഛനും മോനുംകൂടെ ഒന്നുറങ്ങ്യേ."

അവൻ അച്ഛനെ മാറത്തുവെച്ച കുഞ്ഞിപ്പായിൽ കിടക്കും. തലോടും... ഉറങ്ങും. അവളുടെ കണ്ണുകൾ നിറഞ്ഞൊഴുകും. പടമെടുത്തു മുണ്ടും മാറാപ്പിൽ വെക്കും.

അവൻ ഉണർന്നാൽ:

"ന്റച്ഛനോ?"

വളരെ പ്രാവശ്യം കറങ്ങിയതിനുശേഷം താൻ കണ്ടുപിടിച്ച പുതിയ ഉത്തരം അവൾ പറയും:

"പണിക്കു പോയീടാ മോനേ.."

എന്നാലും അവൻ കരയും. അവനു അവന്റച്ഛനെ കാണണം.

"നമുക്ക് ഉമ്മാമുണ്ണാൻ അരികൊണ്ടുരാനല്ലേ, അച്ഛൻ പണിക്കു പോയീത്? അപ്പോ കരയാ? അന്തിയാകുമ്പോ വരും."

അവൾ അവനെ അയൽപക്കത്തുള്ള വീട്ടിൽ വിട്ടു പണിക്കു പോകും. അമ്മ മടങ്ങി വരുമ്പോൾ അവൻ വിളിച്ചു ചോദിക്കും:

"അച്ഛനോ?"

"ഇപ്പോ വീട്ടിൽ കാണും."

അവൾ അവനെ ഉമ്മവെച്ചു കൊണ്ടു നടക്കും.

II

അവനു സുഖക്കേടു പിടിച്ചു: ഗ്രഹണി!

ദിവസങ്ങൾ കഴിഞ്ഞു. അവൻ വാടുകയാണ് വിളറുകയാണ്. അവന്റെ വയറ് ഉരുണ്ടുകൂടുകയാണ്.

അയല്ക്കാർ അവളെ പണിക്കു വിളിച്ചു. അവൾ പോയില്ല. എങ്ങനെ പോകും?

കഞ്ഞിവെക്കാൻ അരിയില്ല. അവൾ ഉണ്ണിത്തണ്ടു നുറുക്കുകയായിരുന്നു.

അന്നത്തെ അത്താഴം.

അവളുടെ മകൻ പഴയ സാരിവിരിച്ച ഒരു കുഞ്ഞിപ്പായിൽ തളർന്നു കിടക്കുന്നു. ഉയർന്നമരുന്ന അവന്റെ നെഞ്ചിൽ അവളുടെ കണ്ണീരിൽ കുളിച്ച ആ ഫോട്ടോ പറ്റിക്കിടക്കുന്നു. അച്ഛനെ നെഞ്ചിൽ അടക്കിക്കൊണ്ടുള്ള അവന്റെ ആ കിടപ്പ്! അവനെ

വളർത്തണം. അവരുടെ വഴിയിൽ തടസ്സമുണ്ടാക്കുന്ന എന്തിനേയും തട്ടിനീക്കാൻ അവൾ അവനെ വളർത്തണം.

കഞ്ഞിക്കരിയില്ല. പണിക്കു പോകാൻ പാകമില്ല. അവർക്ക് ജീവിക്കാനുള്ള തടസ്സം- അത് അവൻതന്നെ ആയിത്തീർന്നു.

'കുഞ്ഞിനെ തീറ്റിപ്പോറ്റാൻ നിവൃത്തിയില്ലാത്ത ഒരമ്മ അവനെ ഞെക്കിക്കൊന്നാൽ...!!' അവളുടെ ഭർത്താവ് പറയാറുള്ള പരമാർത്ഥം! അതു വെറും അതിശയോക്തിയാണെന്നാണല്ലോ അവൾ വിചാരിച്ചിരുന്നത്!!

രാഷ്ട്രത്തിനു മുഖം നോക്കാതെ ഉപയോഗിക്കാൻ വേണ്ടിയല്ല മനുഷ്യൻ ജീവിക്കുന്നത്. പുതിയൊരു രാഷ്ട്രത്തെ സൃഷ്ടിക്കാൻ, അവന്റെ അച്ഛന്റെ പാരമ്പര്യം നിലനിർത്താൻ, അവൾ അവനെ വളർത്തുകയാണ്. വ്യാമോഹം! അവൾക്കുതന്നെ ജീവിക്കാൻ അവനൊരു തടസ്സമായിരിക്കുന്നു.

ജാനകി ഞെട്ടിപ്പോയി.

"അം... മേ്...."

കരഞ്ഞുകൊണ്ടാണ് അവൻ അവളെ വിളിച്ചത്.

"എന്തേ?"

അവൾ അവന്റെ അരികിലേക്കു പിടഞ്ഞുചെന്നു.

"ഹ്... ഉ... ഊൗം...."

അവൻ വിങ്ങിക്കരയുകയാണ്. തലയിട്ടു പിരട്ടുകയാണ്. അവൾ കുന്തിച്ചിരുന്നു മകനെ തലോടാൻ തുടങ്ങി. അവന്റെ കരച്ചിൽ നിന്നില്ല.

"ക്അടിക്ക്ണു അം... മേ..." അവൻ അവ്യക്തമായി പറഞ്ഞു.

ജാനകി വിരിപ്പും പായും പരിശോധിച്ചു.

ചിതൽ!

അവനെ ചിതൽ കടിക്കുന്നു.

"കിടന്നു ചാവാൻ അനുവദിക്കാതെ ചിതല് തിന്നുന്നല്ലോന്റെ മോനെ." അവൾ കരഞ്ഞു. അവനെ നീക്കിക്കിടത്തി.

പിന്നേയും ഉണ്ണിത്തണ്ട് അരിയാൻ തുടങ്ങി. അവളുടെ തലച്ചോറിൽ അപ്പോഴും തീപുകയുകയായിരുന്നു തടസ്സം!

"അംമേ് അച്ഛൻ.."

അവൾ ഒന്നാന്തിപ്പോയി.

അവനെ നീക്കിക്കിടത്തുമ്പോൾ എടുത്തുമാറ്റിയ ഫോട്ടോ വീണ്ടും അവന്റെ മാറിൽ വെക്കാൻ അവൾ മറന്നുപോയതാണ്.

താൻ അരിയുന്ന ഉണ്ണിത്തണ്ടുപോലായി അവൻ. എന്നിട്ടും അച്ഛനെ ഓർക്കുന്നു. അവൾ പൊട്ടിക്കരഞ്ഞു.

കാൽപ്പെരുമാറ്റം.

അവളുടെ അയല്ക്കാരി! കാവുതൊഴിലാളിയുടെ ഭാര്യ.

അവർ ഉണ്ണിത്തണ്ടു കണ്ടോ?

അവൾ ഓടിച്ചെന്നു ഉണ്ണിത്തണ്ടു വാരിക്കൂട്ടി ചോറ്റുകൊട്ടയിലിട്ട് അടുപ്പിന്റെ മൂലയിലേക്കു കുതിച്ചു.

ആ സ്ത്രീയുടെ കൈയിൽ ഒരു തൊട്ടിയുണ്ടായിരുന്നു: അരി.

"ചേടത്തീ, എനിക്ക്- എനിക്ക് വേണ്ടാ."

ജാനകിയുടെ തൊണ്ടയിടറി.

ജീവിക്കാനുള്ള വിഷമങ്ങൾ നന്നായറിഞ്ഞിട്ടുള്ള ആ സ്ത്രീ സമ്മതിച്ചില്ല.

"ഉണ്ടാവ്മ്പോ മടക്കിത്തന്നോ."

നിശ്വാസങ്ങൾ, തേങ്ങലുകൾ, കണ്ണീർ... അവൾ അരി വാങ്ങിവെച്ചു.

ആ സ്ത്രീ അവളുടെ മകനെ പരിശോധിച്ചു.

"ഇനി കാത്തുവെക്കരുത്. വൈദ്യരെ കാണിക്കണം."

അതിനുശേഷം ആ നാട്ടിൻപുറത്തെ ബാലവൈദ്യനെക്കുറിച്ച് അവർ തമ്മിൽ സംസാരിച്ചു.

പ്രസിദ്ധൻ! സമർത്ഥൻ! അയാൾക്കു ഒരു തോക്കുണ്ട്.

അയാളെ ജാനകി കണ്ടിട്ടുണ്ട്. ആ പാഴ്പ്പറമ്പിലേക്കു മുയൽനായാട്ടിനാണെന്നും പറഞ്ഞ് അയാൾ തോക്കുമായി വരാറുണ്ട്. അയാൾ അവളോട് ബീഡിക്ക് തീ വാങ്ങിക്കാറുണ്ട്; ദാഹിക്കുമ്പോൾ വെള്ളം കുടിച്ചിട്ടുമുണ്ട്.

പിറ്റേന്നു കാലത്ത് അവൾ വൈദ്യരുടെ വീട്ടിലേക്കു അവനെ കൊണ്ടുപോയി. വൈദ്യരുടെ മുമ്പിൽ ഒരുകൂട്ടം അമ്മമാർ, കൊച്ചുകൊച്ചു കുട്ടികൾ... അയാൾ ഓരോരുത്തരെയായി പരിശോധിച്ചു. അവളുടെ ഊഴം വന്നു.

അയാൾ പറഞ്ഞു:

"നിങ്ങളെ അവസാനം."

"എനിക്കല്ല. കുട്ടിക്കാ സുഖക്കേട് വൈദ്യരേ."

"നിങ്ങൾക്കുമുണ്ട്. തള്ളയുടെ അനാരോഗ്യമാണ് കുട്ടിക്ക് രോഗമുണ്ടാക്കുക. ഈ കുട്ടിയുടേത് ഒരു ഭയങ്കരരോഗമാണ്. പ്രത്യേകം പരിശോധിക്കാനുണ്ട്."

പ്രത്യേകം പരിശോധിക്കേണ്ട ഭയങ്കരരോഗം! അവൾ ഞെട്ടിവിറച്ചു.

എല്ലാവരും പോയപ്പോൾ അയാൾ അവളെ മരുന്നുമുറിയിലേക്കു വിളിച്ചു. കുട്ടിയെ നന്നേ പരിശോധിച്ചുവെന്നു അവൾക്കും തോന്നി.

"അയ്മ്പതുറുപ്പിക ചെലവാകും." അയാൾ പറകയാണ്.

"അമ്പതോ?"

അവൾ മിഴിച്ചുപോയി.

"ആ? എന്നാൽ രോഗം മാറ്റിത്തരാം... നിങ്ങൾക്കും ചികിത്സിക്കണം. ചെറുപ്പമാണ് നിങ്ങൾ. കണ്ടോ, എങ്ങനെ ഇരിക്കുന്നു? ഇത്ര ചെറുപ്പത്തിൽ എത്ര നാശമായിരിക്കുന്നു? ഉണങ്ങിയ സൗന്ദര്യം- അങ്ങനെയാണ് നിങ്ങളെക്കാണുമ്പോഴേ തോന്നുന്നത്. ആ- ആ വടക്കേക്കുന്നിൻ പള്ളയിലല്ലേ താമസം?"

"എന്നെപ്പറ്റി എന്തിനാ വൈദ്യരേ ചിന്തിക്കുന്നത്?"

"നിങ്ങൾക്കും ചികിത്സ വേണം. കുട്ടിക്കും ചികിത്സവേണം. അമ്പതുറുപ്പിക വേണ്ടിവരും. അല്ലെങ്കിൽ..."

"അല്ലെങ്കിൽ?"

"ഉം."

"എന്താ വൈദ്യരേ, എന്റെ മോൻ..."

"ഉം.."

അതു വിശ്വസിക്കാമോ? അവളുടെ മകൻ! ഭർത്താവിന്റെ അവസാനത്തെ എഴുത്തിലെ വാചകങ്ങൾ അപ്പോൾ അവളോർത്തു. "...നമ്മുടെ മകനെ വളർത്തുക. നിങ്ങളുടെ വഴിയിൽ തടസ്സമുണ്ടാക്കുന്ന എന്തിനേയും തട്ടിനീക്കാൻ നമ്മുടെ മകനെ വളർ

ത്തുക."

എന്നിട്ട് വൈദ്യർ പറകയാണ്. അവളുടെ മകൻ മരിക്കുമെന്ന്!

"അയ്യോ... ന്റെ..." അവൾ അയാളുടെ മുമ്പിൽ കരഞ്ഞു.

"അതേ. എനിക്കു നിങ്ങളോട് വളരെ അനുകമ്പ തോന്നുന്നുണ്ട്. നിങ്ങൾക്ക്..." മരുന്നിനെഴുതാൻ ശ്ലോകമുരുവിടുന്നതുപോലെ അയാൾ എന്തോ വായിലിട്ടുരുട്ടി. അതിനുശേഷം പിന്നേയും തുടർന്നു.

"അതിനു വഴിയുണ്ടാക്കാം.... ഉണ്ടാക്കണം."

"ആര്? ഞാനോ?"

"ഊം."

"എങ്ങനെ?"

"സുഖക്കേടു മാറും. മാറ്റാം. മരുന്നിനു ചെലവ്... ഊം.... ഊം... ഞാനെടുക്കാം. ഒന്നു വരാൻ സമ്മതിച്ചാൽ മതി."

അവൾ!

ആവശ്യമില്ലാത്തതും ഉപദ്രവം ചെയ്യുന്നതുമായ എന്തിനേയും സംഹരിക്കണമെന്ന സിദ്ധാന്തത്തെ വിശ്വസിച്ചുകൊണ്ടു തൂക്കിലേറിയ മനുഷ്യന്റെ ഭാര്യയാണ് ജാനകി.

ആ നിമിഷങ്ങൾ!

എന്തെല്ലാം ചിന്തകൾ, എന്തെല്ലാം വൈരുദ്ധ്യങ്ങൾ അവളുടെ ശിരസ്സിൽ കിടന്നു കറങ്ങിയെന്നു പിന്നീടൊന്നോർമ്മിക്കാൻ അവൾക്കു കഴിഞ്ഞിട്ടില്ല.

വ്യഭിചരിക്കണം!

ഭർത്താവ് അവൾക്കെഴുതിയിട്ടുണ്ട്: "നമ്മുടെ മകനെ വളർത്തുക."

വൈദ്യർ രക്തത്തിനും മാംസത്തിനും വിലപേശിക്കഴിഞ്ഞു. എന്താണ് അവളെ തടയുന്നത്?

അവനെ വളർത്തണം. എന്തു ചെയ്താലും അവൻ വളരണം. അവൾ ഭാര്യയല്ല. അമ്മയാണ്. അമ്മ!

പ്രതിബന്ധങ്ങളെ നേരിടണം. നശിപ്പിക്കണം. അവൾ അവനെ കൊന്നാൽ... അവൻ മരിച്ചാൽ.. ഒരിക്കലും അരുത്. അവൻ ജീവിക്കണം. അവനെങ്കിലും മനുഷ്യൻ ജീവിക്കുന്ന രാഷ്ട്രത്തെ സൃഷ്ടിക്കാൻ തന്നാലാവുന്നത് നിർവ്വഹിക്കാൻ ജീവിക്കട്ടെ. അവൾ നശിച്ചാലും വേണ്ടില്ല- അതു സഹിക്കാം അവൾ എന്തും സഹിക്കണം.

ജാനകി തീർച്ചയാക്കി.

അവൾ തല ഉയർത്തിയപ്പോൾ വൈദ്യർ അലക്ഷ്യമായി അവളെത്തന്നെ നോക്കിനില്ക്കുന്നു. അവളുടെ കണ്ണുകൾ ജ്വലിച്ചു.

അവന്റെ സുഖക്കേടുമാറി. അപ്പോൾ ജാനകിയെ വിടാതെ കൂടിയ ഒരാലോചന:

"ഒരു തേവിടിശ്ശി! പത്തുമാസം ചുമന്നു ആരുടെയും സഹായംകൂടാതെ പ്രസവിച്ച കുഞ്ഞിനെ അപ്പോഴേ ഞെക്കിക്കൊന്നാൽ.."

ഹൗ!

ആ വാചകങ്ങൾ അവളുടെ തലച്ചോറു പിടിച്ചുകുലുക്കും. അവൾ ആശ്വസിക്കാൻ ശ്രമിക്കും: "അവനെ വളർത്താൻ."

3

[illegible]

വായനക്കാരന്റെ ഉള്ളെരിച്ചും ശരീരം പുകച്ചും ഗ്രീഷ്മത്തിന്റെ സർവ്വഭാവങ്ങളെയും അടയാളപ്പെടുത്തുകയായിരുന്നു ഒ വി വിജയന്റെ തലമുറ. ജീവിതാനുഭവങ്ങളുടെ അപരിചിത യാഥാർത്ഥ്യങ്ങളെ സങ്കീർണ്ണമായ ബിംബാവലികളിലൂടെ അവതരിപ്പിക്കുകയാണ് അവർ ചെയ്തത്. ദർശനങ്ങളുടെ കിരാതശോഭ വായനക്കാരന്റെ കണ്ണുതള്ളിച്ചു. ആശയങ്ങളുടെ ദാർശനികമായ ആഴം വിപുലപ്പെടുത്തിയപ്പോൾ അസ്സഹനീയമാംവിധം പിടഞ്ഞു. ദുരൂഹമായ ജീവിതത്തിന്റെ പ്രഹേളികാ സൗന്ദര്യത്തെ വേനലിന്റെ കൊട്ടുംചൂടിൽ കോറിയിട്ടു. കാല്പനികതയുടെയോ യാഥാർത്ഥ്യബോധത്തിന്റെയോ പരിചിതഭാവങ്ങളെ കണിശമായി ഒഴിവാക്കിക്കൊണ്ടുള്ള ആവിഷ്കരണമായിരുന്നു. രതിയുടെയും ലഹരിയുടെയും ജീവിത നിഷേധത്തിന്റെയും അപരിഹാര്യമായ പ്രശ്നങ്ങളെ തൊട്ടുണർത്തിയപ്പോൾ സകല ശൂന്യതകളും വ്യർത്ഥതാബോധവും കഥാപാത്രങ്ങളെ ആവേശിക്കാൻ തുടങ്ങി. ദുരൂഹമായ അനുഭവപരിസരങ്ങൾ രൂപകഭംഗിയിൽ അഭിവ്യഞ്ജിപ്പിക്കാനുള്ള പ്രതലമായി എഴുത്ത് മാറിയപ്പോൾ അതിന്റെ ചൂടു താങ്ങാതെ വായനക്കാർ പിന്നോട്ടു മാറാൻ തുടങ്ങി. ജീവിതത്തിന്റെ ആർദ്രമായ അനുഭവങ്ങളിൽ തന്മയീഭവിച്ച കേവലദുഃഖങ്ങളുടെ പരിസരങ്ങളിൽ സമാധാനം കണ്ടെത്തിയ ആസ്വാദകന് താങ്ങാനാവുന്നതായിരുന്നില്ല ഈ എഴുത്തുകാർ അവതരിപ്പിച്ച ബൗദ്ധിക പ്രശ്നങ്ങൾ. പ്രണയാനുഭവങ്ങളെ അക്ഷരങ്ങളിൽ അടക്കംചെയ്ത ഈ കഥാകാരന്മാരുടെ ഭാവനയെ ഇപ്പോൾ അനുഭവിച്ചറിയുക രസാവഹമാണ്.

ആശയങ്ങളെ ഇരുചുവടുകളും കൊണ്ട് നൃത്തം ചെയ്യിച്ച ആനന്ദ് പ്രണയത്തിൽനിന്നും രതിയിൽനിന്നും ഒട്ടൊരകലം പാലിച്ച എഴുത്തുകാരനാണ്. എന്നാൽ സ്ത്രീയുടെ കണ്ണീരിന്റെ കണക്കുപുസ്തകം തുറന്നു

പീഡാനുഭവം നേരിൽക്കാണിച്ച കഥാകാരനുമാണ്. പ്രണയത്തിന്റെ ഇതിഹാസ ബിംബങ്ങളെ സ്ത്രീയുടെ രൂപകമാക്കി അവർ പിന്നിട്ട കനലാഴികളെ ദാർശനികമായി വിലയിരുത്തി. രതിയുടെ അശാന്തികളെ പ്രതീകാത്മക ഭാഷയിൽ പൊള്ളിയടർക്കുന്ന അനുഭവമാക്കിയ ഒ വി വിജയൻ ബാല്യങ്ങളിലേക്ക് സഞ്ചരിക്കുമ്പോൾ തെളിമധുരത്തിന്റെയും ഇനിപ്പുകളുടെയും ഭാഷയിൽ ചെന്നെത്തുന്നു. സാത്വികമായ ദർശനങ്ങളുടെ തുവൽസ്പർശത്താൽ പ്രണയത്തെ ആർദ്രമാക്കി. എം മുകുന്ദനും കാക്കനാടനും പ്രണയാനുഭവം രതിയുടെയും ജാരസംഗമങ്ങളുടെയും കൊതിപ്പിക്കുന്ന അരങ്ങുകളായിരുന്നു. സ്ത്രീപുരുഷന്മാർ ആഗ്രഹിക്കുന്ന പ്രധാനകാര്യം ശരീരാധിഷ്ഠിതമായ വേഴ്ചയാണെന്ന് അവർ പലവുരു പറഞ്ഞു. സ്ത്രീ പുരുഷ ബന്ധങ്ങളുടെ പിന്നിൽ ഒളിഞ്ഞിരിക്കുന്ന ചതിയുടെയും ബലിയുടെയും ചുഴിക്കുത്തുകൾ രൂപകഭംഗിയിൽ പറഞ്ഞുവെച്ചു. കാക്കനാടൻ സ്ത്രീയെ മായികശക്തിയുടെ പ്രതീകമായി കണ്ടുകൊണ്ടുള്ള സങ്കല്പം മുന്നോട്ടുവെച്ചു. പ്രണയവും രതിയും ശക്തിസ്വരൂപിണിയായ ദേവതയുടെ അനുഗ്രഹമാണെന്നു തിരിച്ചറിഞ്ഞു. പി പത്മരാജൻ യുക്തിയുടെ ധാരണകളെ തകിടം മറിച്ചുകൊണ്ട് സ്ത്രീപുരുഷ പ്രണയത്തെ അടയാളപ്പെടുത്തുന്നുണ്ട്. എന്നാൽ പ്രണയം നിത്യമായി മുകർന്നുകൊണ്ടിരിക്കാവുന്ന കനിയല്ലെന്നും വിധി അതിനെ തട്ടിത്തെറിപ്പിച്ചുകൊണ്ട് അതിന്റെ അനിശ്ചിതത്വത്തെ വിളംബരം ചെയ്യുന്നത് ഒട്ടൊരു നിർമ്മമതയോടെ ആവിഷ്കരിക്കുന്നു. പതിവുരീതിയിൽനിന്ന് വ്യത്യസ്തമായി തലച്ചോറിനെ ചൂടാക്കുന്ന, ബുദ്ധിയെ ഏറ്റപമ്പരമായി ചുഴറ്റിയെറിയുന്ന കഥകൾ പറഞ്ഞ് വേനലിന്റെ തീക്ഷ്ണസൗന്ദര്യം വാക്കുകളിൽ ഗന്ധകംപോലെ നിറച്ചുവെച്ചവരാണ് ഈ കഥാകാരന്മാർ.

ആനന്ദ്

മീര

"എത്ര തീവ്രമായ യാതനയിൽക്കൂടി കടന്നുപോന്നിട്ടാണ് മുരളിയിലെ കാറ്റ് ഒരു മധുരമായ ഗാനമായി പുറത്തുവരുന്നത്." തോലിൽ കുത്തിയിറക്കിയ സൂചിയുടെ നൂല് കോർത്തുകൊണ്ട് റായ്ദാസ് പറഞ്ഞു.

മീരയുടെ നമ്രമായ കണ്ണുകൾ ഉയർന്നു, അവ ഊറിവരുന്ന ജലത്തിൽ ഇടറി ഇളകുവാൻ തുടങ്ങുന്നത് അയാൾ കണ്ടു. "നീ കരയുന്നതെന്തിന് മീര?" അയാൾ ചോദിച്ചു.

സൂചിയുടെ കൂർത്ത മുനയെ വിട്ട് റായ്ദാസിന്റെ മുഷിഞ്ഞ വസ്ത്രങ്ങളിലേക്കും നര കയറിയ മുടിയിലേക്കും ചുളിവുകൾ വീണ മുഖത്തേക്കും അവളുടെ കണ്ണുകൾ യാത്ര ചെയ്തു.

"എന്താണ് ആ മധുരമായ ഗാനത്തിന്റെ പേര്, ഗുരുജീ!" മീര ചോദിച്ചു. ഇപ്പോൾ ഗുരുവിന്റെ കണ്ണുകളാണ് നിറഞ്ഞത്. അയാൾ അവളുടെ തോളിൽ കൈവെച്ചു.

"ഏതെല്ലാം ചുമരുകളിൽ മുട്ടിവീണ്, കല്ലുകളിൽ തട്ടിമുറിഞ്ഞ് ആണ് മീര, നീ ഇവിടെ എത്തിയത്? ഏതെല്ലാം ഗലികളിൽക്കൂടി കടന്ന്, എന്തിൽ നിന്നെല്ലാം പറിഞ്ഞുപോ

ന്ന്... ആ മധുരമായ ഗാനത്തിന്റെ പേര് സ്വാതന്ത്ര്യമെന്നല്ലാതെ വേറെ എന്താണ്?"

"ഞാൻ കരഞ്ഞത് അതുകൊണ്ടാണ് ഗുരുജീ,"

മീരയുടെ കണ്ണുകളെ കഴുകി ദുഃഖം പതുക്കെ പതുക്കെ താഴോട്ട് ഒഴുകിപ്പോയി. അവ ശുദ്ധമായി. നീലാകാശം പോലെ. ചുണ്ടുകളിൽ വിരിഞ്ഞ ഒരു പുഞ്ചിരി മൂളിമൂളി ഒരു പാട്ടാക്കുവാൻ ശ്രമിക്കുകയായിരുന്നു അവൾ.

റായ്ദാസ് അവളുടെ ചുണ്ടുകളിൽനിന്ന് ആ ഗാനം അവളുടെ മുഖത്തേക്കും ശരീരത്തിലേക്കും പ്രവേശിക്കുന്നതും, അവൾ എഴുന്നേറ്റ് തംബുരു എടുത്ത് കാലുകൾ വിന്യസിക്കുവാൻ തുടങ്ങുന്നതും നോക്കിയിരുന്നു.

"പീഹർ മേഡ്താ ഛോഡാ ആപൻ
സുരത്-നിരത് ദോവൂ ചട്കി
സത്ഗുരു മുകർ ദിഖായാ ഘട്കാ
നാചുംഗി ദേ - ദേ ചുട്കീ!"1

കണ്ണുകൾ പകുതിയടച്ച് മീര നൃത്തം ചെയ്യുവാൻ തുടങ്ങി. അവളുടെ ഗാനം ആ ചെരുപ്പുകുത്തികളുടെയും കരുവാന്മാരുടെയും മൺപണിക്കാരുടെയും ഗ്രാമത്തിലൂടെ അലയടിച്ചു. പുരുഷനും സ്ത്രീയും വൃദ്ധനും കുട്ടിയും ഓരോരുത്തരായി വാതിലുകൾ തുറന്ന് പുറത്തുവന്നു. അവർ അവളുടെ ചുറ്റും കൂടി അവൾക്കൊത്ത് ആടുവാനും പാടുവാനും തുടങ്ങി.

"സാധ് സംഗ് മോഹി പ്യാരാ ലാഗെ
ലാജ്ഗയീ ഘുംഘട്കീ
റാണാജി, അബ്ന രഹുംഗി തോരീ ഹട്കീ
ലോക് ലാജ് കുല് കീ മര്യാദാ
യാ മെ ഏക്ന രഖുംഗി
മഹൽ കിലാ റാണാ മോഹി ന ചാഹിയെ
നാചുംഗി ദേ- ദേ ചുട്കീ"2

മീര അങ്ങനെയാണ്. പറഞ്ഞു പറഞ്ഞിരിക്കെ അവളുടെ കണ്ണുകളിലെ ശോകം വാർന്നുപോകും. കടന്നുപോയ യാതനകളിൽനിന്നും വേദനകളിൽനിന്നും കുതറിമാറി, ഏതോ ഒരു നവചേതനയാൽ ആവേശിക്കപ്പെട്ടതുപോലെ അവൾ പാടുവാനും ചലിക്കുവാനും തുടങ്ങും. തന്റെ ചുറ്റും കൂടുന്ന മനുഷ്യരൊത്ത് ആടിപ്പാടി, റായ്ദാസിനെ വിട്ട് അവൾ നടന്നുപോകും.

റായ്ദാസ് വീണ്ടും മരത്തണലിൽ ഒറ്റയ്ക്കാകും. നനഞ്ഞ കണ്ണുകളിൽ ഒരു പുഞ്ചിരിയുമായി അയാൾ തന്റെ വ്യാപാരത്തിലേക്ക് മടങ്ങും. തോലിലേക്കും സൂചിയിലേക്കും നൂലിലേക്കും. തോലിൽക്കൂടി തുളച്ചു കയറുന്ന സൂചിയും ഓരോ തുളയിൽക്കൂടിയും കോർത്തു കോർത്തു പോകുന്ന നൂലും. ഇടയ്ക്ക് സ്വന്തം കൈയിലെ തൊലിയിലും അയാളുടെ സൂചി കയറും. മനോവ്യാപാരങ്ങളിൽ മുഴുകിപ്പോയ റായ്ദാസ് അത് അറിയില്ല.

വ്യക്തികളെ തുളച്ചും തുന്നിച്ചേർത്തും നീങ്ങിക്കൊണ്ടിരിക്കുന്ന ഒരു നീണ്ട തുണിയുടെ പായ്യെ കണ്ടു റായ്ദാസ്. തന്റെ ഗ്രാമത്തിന്റെ ജീവിതത്തിൽ. ഓരോ ബന്ധവും വേദനയാണ്. ഓരോ കീറലും വേദനയാണ്.

പോരാളികളും വ്യാപാരികളും പണ്ഡിതരുമല്ല, കുശവനും കരുവാനും ആശാരിയും ചെരുപ്പുകുത്തിയുമാണ് അവിടെ വസിച്ചിരുന്നത്. മണ്ണും ലോഹവും മരവുമെടുത്ത് പണി

യുന്ന ആ മനുഷ്യരുടെ നിരയുടെ ഇങ്ങേ അറ്റത്ത് നില്ക്കുന്ന റായ്ദാസിന്റെ പണിസാമാനം മരിച്ച ജീവികളുടെ തോലായിരുന്നു. അവരുടെ ഇടയിലേക്ക്, അവരിൽ അവസാനമായ റായ്ദാസിന്റെ മുമ്പിലേക്ക്, ആണ് ഓരോ പ്രാവശ്യവും തന്റെ ദുഃഖത്തിന്റെ കഥകളുമായി മീര എത്തിയത്. തുളകളിൽക്കൂടി കോർത്തുപോകുന്ന നൂലുപോലെ അവളുടെ ഗാനം അവരിലൂടെയെല്ലാം കോർത്തുകോർത്തു പോയി. അവർ അതിനൊപ്പം നീറി. അതേറ്റു പാടി. അവളുടെ കൂടെ നൃത്തംവച്ചു. മരത്തണലിലിരുന്ന് റായ്ദാസ് ഈ വിചിത്രമായ കാഴ്ച വീണ്ടും വീണ്ടും കണ്ടു.

"റാണാജി, മുഝെ യഹ് ബദ്നാമി ലാഗെ മീഠീ
കോയി നിന്ദൊ, കോയി ബിന്ദൊ
മേ ചലൂംഗി ചാൽ അനൂഠി"3

മീര പാടുകയായിരുന്നു. മീരയ്ക്ക് ഇവരോടൊപ്പം ആടുവാനാണിഷ്ടം. ഇവരിലൂടെ തന്റെ ഗാനം കോർത്തെടുത്തുകൊണ്ട് ആർക്കും തന്നെ, തടഞ്ഞുനിർത്തുവാനാവില്ല. ലജ്ജ, കുലത്തിന്റെ മര്യാദ, മാനാപമാനങ്ങൾ, ഒന്നും തനിക്കിനിയില്ല... ഈ പെൺകുട്ടി അവളുടെ ഇന്നേവരെയുള്ള ജീവിതം അവളിൽ വിളക്കിച്ചേർത്ത ഓരോ ബന്ധത്തെയും വിച്ഛേദിക്കുകയായിരുന്നു, ബന്ധുജനങ്ങൾ, ഗുരുജനങ്ങൾ, ഭർത്താവ്, കൊട്ടാരം, സുഖങ്ങൾ...

"തും ജാവൊ റാണാ ഘർ അപ്നെ
മേരി തേരി നഹി സരി"4

മരത്തണലിൽനിന്ന് റായ്ദാസ് നോക്കിയപ്പോൾ, വൈകുന്നേരത്തിന്റെ ആഭയിൽ, അവളുടെ ശരീരത്തിലെല്ലായിടത്തുനിന്നും ചോരയൊലിക്കുന്നതായി തോന്നി. പറിച്ചുകളഞ്ഞ ഓരോ ബന്ധത്തിൽനിന്നും അവളോടൊപ്പം പാടിയവരും അതുപോലെ ചോരയൊലിച്ചുകൊണ്ട് പാടി. ഒരിടത്തുനിന്ന് അഴിഞ്ഞുപോന്നത് വേറൊരിടത്തു തുന്നിക്കൂട്ടുകയാണോ?

അല്ലെന്ന് റായ്ദാസിനറിയാം. ഗ്രാമത്തിന്റെ അതിര് കടക്കുമ്പോഴേക്കും അവൾ അവരിൽനിന്നു വേർപെട്ട് കഴിഞ്ഞിരിക്കും. ഉയർത്തിപ്പിടിച്ച തംബുരുവുമായി വയലുകളിൽക്കൂടി നടന്നുനീങ്ങുന്ന അവളുടെ മെലിഞ്ഞ രൂപം ചെറുതായി ചെറുതായി, വൈകുന്നേരത്തിന്റെ കനം കൂടിവരുന്ന ഇരുട്ടിൽ അപ്രത്യക്ഷമാകും.

റായ്ദാസിന്റെ സൂചി മരിച്ച തോലിലൂടെ ഒരു പ്രതികാര ഭാവത്തോടെ തുളച്ചുതുളച്ചു നീങ്ങി.

വാർദ്ധക്യം കണ്ണുകൾക്ക് താഴെ തൂങ്ങുവാനും ചുമലിൽ കയറിയിരിക്കുവാനും തുടങ്ങിയിട്ടും കാമഭ്രാന്ത് മാറാത്ത ഒരുകിഴവൻ. കാമം എന്തെന്ന് ഇനിയും മനസ്സിലാക്കിയിട്ടില്ലാത്ത ഒരു കൊച്ചുബാലിക. തന്നെ കടിച്ചു കൊല്ലുവാൻ വരുന്ന ഒരു കാട്ടുമൃഗത്തെപ്പോലെയാണ് അവൾക്ക് തോന്നിയത്, ഇത്തിരി മുമ്പ് എല്ലാവരും ഭർത്താവെന്നു പറഞ്ഞു മനസ്സിലാക്കിത്തന്ന അയാളെ. തന്നെ പ്രഹരിച്ച്, മർദ്ദിച്ച്, പിച്ചിക്കീറി, ചോരയൊലിപ്പിച്ച അയാൾ അടുത്തപടി തന്നെ ഭക്ഷിക്കുമെന്ന് അവൾ ഭയന്നു. ഓരോ വേദനയെയും കൂടെ താങ്ങിയെടുത്ത് അവൾ ജനൽ ചാടിയോടി.

ആദ്യം വന്ന മീര അങ്ങനെയായിരുന്നു. ഭയംകൊണ്ടു ഭ്രാന്തമായ കണ്ണുകളും ചോരവാർന്നൊഴുകുന്ന അരക്കെട്ടുമായി ഒരു ബാലിക.

റായ്ദാസ് അമ്പരന്നു. ഇവളെന്തിന് തന്റെയടുത്ത് വന്നു? ആശ്രയം തേടുവാൻ ഒരു ലോകം മുഴുവൻ ഉണ്ടായിരുന്നിട്ടും ഈ വൃദ്ധനായ ചെരുപ്പുകുത്തിയുടെ അടുത്ത്? മുറ്റ

ത്തെ മരത്തണലിലിരുന്ന് പണിയുന്ന അയാളുടെ സമീപത്തുവന്ന് അയാളുടെ പണി നോക്കിയിരുന്നു അവൾ എന്നും.

ഒരു ദിവസം മീര ചോദിച്ചു: "സൂചികൊണ്ട് ഈ മാതിരി തുളയ്ക്കുമ്പോൾ എന്താണ് ഗുരുജീ, ഈ തൊലിയിൽനിന്ന് ഒട്ടും ചോരവരാത്തത്?"

തണലിന്റെ വൃത്തത്തിന് ചുറ്റും വേനൽ എരിയുകയായിരുന്നു. പൊടിയാകട്ടെ തണലിനുള്ളിലും കയറിവന്നു.

"ഇത് തോലാണ് മോളേ, മരിച്ച തൊലി" റായ്ദാസ് ചിരിച്ചുകൊണ്ട് പറഞ്ഞു. "ഇതിലിനി ചോരയെവിടെ?"

"പക്ഷേ, മരിക്കുകയല്ലല്ലോ. കൊല്ലപ്പെടുകയല്ലേ ഉണ്ടായത് ഇതിന്റെ ഉടമ?"

"കൊല്ലപ്പെട്ടവന്റെ ശരീരത്തിനും മരിച്ചവന്റേതുപോലെതന്നെ ഒരു നിമിഷംപോലും പ്രാണനെ പിടിച്ചുനിർത്താനാവില്ല കുട്ടാ" റായ്ദാസ് നെറ്റിയിലെ വിയർപ്പ് തുടച്ചുകളഞ്ഞുകൊണ്ട് പറഞ്ഞു. "ചോര പോയിക്കഴിഞ്ഞാൽ, ഓരോ തൊലിക്കും തോലായി മാറണം."

"മരിച്ചുകഴിഞ്ഞാൽ പിന്നെ വേദനയുണ്ടാവില്ല. അല്ലേ ഗുരുജീ?" മീര നഖംകൊണ്ട് തന്റെ ശരീരത്തിൽ അവിടവിടെ കുത്തിക്കൊണ്ടിരുന്നു.

"നോക്കൂ ഞാൻ മരിച്ചിട്ടില്ല."അവൾ പറഞ്ഞു.

"അതെനിക്ക് മനസ്സിലാകുന്നുണ്ട്. മീരാ." റായ്ദാസ് അവളുടെ താടി പിടിച്ചുയർത്തി കണ്ണുകളിൽ നോക്കി പറഞ്ഞു.

"എങ്ങനെ ഗുരുജി?" അവളുടെ കണ്ണുകൾ അയാളിൽ തിരിയുളിപോലെ ഊർന്നിറങ്ങി.

"നീ നിന്റെ വീട്ടിലല്ല, എന്റെയടുത്താണ് ഇപ്പോൾ ഇരിക്കുന്നത് എന്നതുകൊണ്ട്."

"എനിക്ക് മരിക്കേണ്ട, ഗുരുജീ."

"മരിച്ച തോലുകളുമായി പൊരുതുന്ന ഈ വൃദ്ധനോട് നീ ഇത് പറയേണ്ടതുണ്ടോ?"

"ഗുരുജീ."

"നീയെന്തിനാണ് എന്നെ വീണ്ടും ഗുരുജീ എന്നു വിളിക്കുന്നത് മീര? ഞാനൊരു വെറും ചെരുപ്പുകുത്തി."

"ജീവനുള്ള ബന്ധങ്ങളുടെ ഇര മീര. എവിടെ തുന്നിയാലും എവിടെ കീറിയാലും, ചോര കിനിയും. അങ്ങാകട്ടെ മരിച്ച തോലുകളെ തുന്നിച്ചേർക്കുന്ന വൈരാഗി, അങ്ങയുടെ അടുത്തല്ലാതെ എവിടെയാണ് മീര പോവുക അറിവിനായി."

റായ്ദാസിന്റെ മുഖത്തെ പുഞ്ചിരിയിൽ ശോകം കലർന്നു.

"ബന്ധങ്ങളില്ലാതെ ജീവിതമെന്താണ് മീര?" അയാൾ പറഞ്ഞു. "കീറണമോ തുന്നിച്ചേർക്കണമോ എന്നതുമാത്രമേ ജീവിച്ചിരിക്കുന്നവന് തെരഞ്ഞെടുക്കുവാനുള്ളൂ."

"ഗുരുജി"

"നീ ജീവിക്കണം മീരാ."

മീരയുടെ വേദന തഴച്ചുനിന്ന മുഖത്ത് പുഞ്ചിരി വിടരുവാൻ തുടങ്ങി. അവളുടെ ശരീരത്തിലെ ചോരപ്പാടുകൾ ഒരു പൂവിന്റെ വർണ്ണങ്ങളായി രൂപാന്തരം പ്രാപിക്കുകയായിരുന്നു.

"മീര വൈരാഗിയല്ല ഗുരുജീ, വിരഹിണിയാണ്." അവൾ പറഞ്ഞു.

ക്രൂരനും വെറിയനുമായ ഒരു വൃദ്ധന് ഭാരമൊഴിവാക്കാൻ വേണ്ടി അച്ഛനമമ്മയും വിവാഹം കഴിച്ചുകൊടുത്ത ബാലിക അയാളുടെ മുമ്പിലെ പൊരിയുന്ന വേനലിൽ ഒരു

സ്ത്രീയായി വികസിക്കുകയായിരുന്നു. അവൾ പറഞ്ഞു. "ക്യാ ജാനും കഛ് പുണ്യ പ്രകടെ മാനുഷ് അവതാർ, നാഹി ഐസൊ ജന്മ് ബാർ ബാർ."5

മീര എഴുന്നേറ്റു. അവളുടെ കാലുകൾ ഒരു നൃത്തത്തിന്റെ ചുവടുകൾ അന്വേഷിച്ചു. അവളുടെ ചുണ്ടുകൾ ഒരു ഗാനത്തിന്റെ താളങ്ങളെ. ക്രമത്തിൽ ക്രമത്തിൽ ഗ്രാമത്തിലെ സ്ത്രീകളെല്ലാം ചൂട് അവഗണിച്ച് പുറത്തുവന്ന് അവൾക്കു ചുറ്റും കൂടി. വെയിലിൽ അവരുയർത്തിയ പൊടി ഒരു ഹോളി ഉത്സവം പോലെ തോന്നി. അവരുടെ നടുവിൽ നിന്ന് തംബുരുവുയർത്തി അഴിഞ്ഞ മുടി പറത്തി മീര പാടി:

"വൃക്ഷ് സെയും പതാ ടൂടെ
ബഹുരി ന ലാഗെ ഡാർ
നാഹി ഐസൊ ജന്മി ബാർ - ബാർ
ഗ്യാൻ ചൗസർ മംഡി ചൗഹടെ
സുരത് പാസാ സാർ
യാ ദുനിയാ മൈ ഐസീ ബാജീ
ജീത് ഭാവെ ഹാർ
നാ ഹി ഐസൊ ജന്മ് ബാർ - ബാർ
സാധു സംത് മഹംത് ഗ്യാനീ
ചലത് കർത് പുകാർ
ദാസീ മീരാ ലാൽ ഗിരിധർ
ജീവൻ ദിൻ ചാർ
നാഹി ഐസൊ ജന്മ് ബാർ- ബാർ"6

പാടിപ്പാടി ആ സംഘം അകന്നകന്നു പോയപ്പോൾ അകലെനിന്ന് അത് അവരുയർത്തുന്ന പൊടിയുടെ ഒരു കൊച്ചു ചുഴലിമാത്രമായി തോന്നി. ആർത്തുല്ലസിച്ചു വന്ന ഒരു പൊടിക്കാറ്റ് അതിനെയും വിഴുങ്ങി.

അങ്ങനെ മീര എത്രതവണ വന്നു!

ആഷാഢത്തിലെ ഒരു ദിവസം രാവിലെ മഴക്കാറ് മൂടിക്കെട്ടിയ ആകാശത്തിനു താഴെ ഇരുന്ന് മീര പറയുകയായിരുന്നു:

"ഗുരുജീ, അങ്ങ് ഒരിക്കൽ ഈ ഗ്രാമത്തിന് വെളിയിലേക്ക് കടക്കൂ. ഞാൻ നടന്നു വന്ന പത്തു നാഴിക ദൂരെ, പുഴക്കടവുവരെയൊന്നു വരൂ."

"എന്റെ ലോകം നീയാണ് മീരാ." റായ്ദാസ് പറഞ്ഞു: "പിന്നെ ഓരോ തവണയും പിഴയ്ക്കാതെ നീ എന്റെ കടവിൽ വന്ന് ഇറങ്ങുന്നുണ്ടല്ലോ... പക്ഷേ, മീരാ, എന്താണ് നീ ഓരോ തവണയും കൊള്ളയടിക്കപ്പെട്ട തോണിയുമായി മാത്രം വന്നിറങ്ങുന്നത്?"

പെട്ടെന്ന് പെയ്യുവാൻ തുടങ്ങിയ മഴയിൽ നനഞ്ഞു കുതിർന്ന്, മുട്ടുകളിൽ മുഖം താഴ്ത്തി വിറച്ചിരുന്നു. പുഴക്കടവിൽ ഒറ്റ വസ്ത്രം മാത്രമുടുത്തു മീര. കാലുകൾക്കിടയിൽക്കൂടി ചെളിവെള്ളം ഒലിച്ച് നദിയിലേക്ക് ഇറങ്ങിപ്പോയി. മുകളിൽ ഇടിയും മിന്നലും തകർത്തു. പെട്ടെന്ന് ഒരാൾ തലമുടി പിടിച്ച് മുകളിലേക്ക് വലിച്ച് അവളുടെ മുഖത്തെ ഇടത്തുനിന്നും വലത്തുനിന്നും പരിശോധിച്ചു. പിന്നീട് ഒന്നുകൂടി വലിച്ച് എഴുന്നേല്പിച്ചു നിർത്തി, അവളുടെ ശരീരത്തെയും.

ആ കൊള്ളയുടെ കഥ പറയുകയായിരുന്നു മീര.

പുഴക്കടവിലെ ചന്തയിൽ അന്ന് നല്ല വ്യാപാരമായിരുന്നു. മനുഷ്യരുടെ കൈയിൽ

പണം ഇഷ്ടംപോലെ. ചരക്കും ധാരാളം. ഒന്നിന്റെ മാത്രമേ കുറവുള്ളൂ എന്നു തോന്നി- സമയത്തിന്റെ. വൈകുന്നേരമാകുകയായിരുന്നു. പെട്ടെന്ന് അതിനെയും മുറിച്ച് മഴയും തുടങ്ങി. നനഞ്ഞാൽ കേടുവരുന്ന ചരക്കുകളൊക്കെ കച്ചവടക്കാർ ചന്തപ്പുരയിലേക്ക് തിരക്കിട്ട് കയറ്റി. കേടുവരാത്ത ചരക്കായ അടിമപ്പെണ്ണുങ്ങളെ മഴ നനയാൻ വിട്ടു.

വാങ്ങിക്കൂട്ടിയ ചരക്കു മുഴുവൻ വഞ്ചിയിൽ കയറ്റി പോകുവാനൊരുങ്ങുകയായിരുന്ന ഒരു വ്യാപാരി യാത്രയിലെ ആമോദത്തിന് ഒരു പെണ്ണിനെക്കൂടി കൈവശമാക്കാമെന്ന് കരുതി. മഴയത്ത് ഇരിക്കുന്ന പെണ്ണുങ്ങളെ ഒന്നൊന്നായി തലമുടിയിൽ പിടിച്ചുവലിച്ചു പരിശോധിക്കുകയായിരുന്നു അയാൾ. മീരയിലെത്തിയപ്പോൾ അയാൾ പിന്നീട് സംശയിക്കാതെ കച്ചവടമുറപ്പിച്ചു. പണം എണ്ണിക്കൊടുത്ത്, അങ്ങനെ തന്നെ തലമുടി പിടിച്ചുവലിച്ച് അയാൾ അവളെ വഞ്ചിയിലേക്ക് കയറ്റി.

രാത്രിയിൽ മഴയ്ക്കും കാറ്റിനും ശക്തി കൂടി. വഞ്ചി ഉലഞ്ഞു നീങ്ങി. അതൊന്നും ശ്രദ്ധിക്കാതെ, തീറ്റയും കുടിയും കഴിഞ്ഞ് എഴുന്നേറ്റ് വരുന്ന തന്റെ പുതിയ ഉടമസ്ഥനെ കണ്ടപ്പോൾ ഭയം സഹിക്കാനാവാതെ മീര കൈയിലെ കയറുമായി വെള്ളത്തിലേക്ക് എടുത്തുചാടി.

വെള്ളം കുടിച്ച്, തളർന്ന്, കൈയിൽ തൂങ്ങുന്ന കയറുമായി ആണ് അന്ന് മീര റായ്ദാസിന്റെ അടുത്തെത്തിയത്.

"രാജാ രൂഠൈ നഗരി രാഖൈ, ഹരി രൂഠൈ കഹാം ജാനാ?"7 കൊള്ളയടിക്കപ്പെട്ടതു കൊണ്ടല്ലേ ഞാൻ വീണ്ടും വീണ്ടും അങ്ങയുടെ അടുത്ത് വരുന്നത്? അല്ലെങ്കിൽ പാട്ടു പാടി, കൊടി പറപ്പിച്ച് തുഴഞ്ഞുപോയേനില്ലേ ഞാനെന്റെ വഞ്ചി?"

ശബ്ദം ഇടറിയപ്പോൾ മീര നിർത്തി. വീശുവാൻ തുടങ്ങിയ കാറ്റ് അവളുടെ മുടിയെയും വസ്ത്രങ്ങളെയും പറത്തിക്കളിച്ചു. തൊണ്ട ശരിയാക്കി അവൾ തുടർന്നു.

"ഗുരുജീ, സർവ്വമനുഷ്യർക്കും അങ്ങ് പാദുകങ്ങൾ തുന്നിക്കൊടുക്കുന്നു. അങ്ങയുടെ ശിഷ്യയായ എനിക്കെന്താണ് ഈ കല്ലിലും മുള്ളിലും കൂടി നഗ്നപാദയായി നടന്നുവരേണ്ടിവരുന്നത്? ഓരോ തവണയും ഞാൻ മുറിഞ്ഞും പൊട്ടിയും ചോരയൊലിച്ചും പൊള്ളിയും അങ്ങയുടെ അടുത്തേക്ക് വരുന്നു."

"മീരാ, ചിലർ ചെരിപ്പുകളിട്ടു നടക്കുന്നു. മറ്റു ചിലർ സ്വയം ചെരിപ്പുകളാണ്." റായ്ദാസ് പറഞ്ഞു: "അവർ കല്ലിലും മുള്ളിലും കൂടി മുമ്പേ നടന്ന് മറ്റുള്ളവർക്ക് വഴിയൊരുക്കുന്നു. നിന്റെ പിന്നാലെ വരുന്ന ആ സന്തപ്തരായ അശരണരായ അബലകളെ നോക്കൂ. നീയല്ലാതെ അവർക്കൊരു പാദുകമുണ്ടോ? നീയൊരു വ്യക്തിയല്ല, മീര. നീ മീരയാണ്. എല്ലാ മീരകളുടേയും പാദുകമായ മീര."

മീര റായ്ദാസിനെ നോക്കിയിരുന്നു. മഴത്തുള്ളികൾ അവളുടെ മേൽ വർഷിച്ചു. അവളുടെ മുഖത്തുകൂടി, ഉടലിൽക്കൂടി അവ താഴോട്ടിറങ്ങി.

"പിന്നിൽ നോക്കൂ മീരാ." റായ്ദാസ് തുടർന്നു. "ജനം നിന്നെ കാത്തു നില്ക്കുന്നു. മുമ്പൊരിക്കൽ നീ പാടിയ പാട്ട് ഓർക്കുന്നുവോ- നാഹി ഐസൊ ജന്മ് ബാർ- ബാർ?"

"നമുക്ക് ഈ ജന്മം പാഴാക്കിക്കൂടാ." മീര തന്നോടുതന്നെ എന്നപോലെ പറഞ്ഞു.

"നിനക്ക് പോകാറായി എന്ന് എനിക്കറിയാം. എഴുന്നേല്ക്കൂ. എന്ത് മുതലാണ് നീ ഇത്തവണ നിന്റെ തോണിയിൽ നിറയ്ക്കുവാൻ പോകുന്നത്?"

മീര എഴുന്നേറ്റു. അവളുടെ ശരീരം തളിരുപോലെ ഇളകുവാൻ തുടങ്ങി. വീർപ്പുമുട്ടി നില്ക്കുന്ന ശാന്തമായ തടാകത്തിൽ അലകളിളകുവാൻ തുടങ്ങുന്നതുപോലെ അവളുടെ കണ്ണുകൾ ചലനഭരിതമായി. വശ്യമായ ഒരു ചിരിയിൽ അവൾ അടിമുടി പൂ പോലെ

സുന്ദരമായി.

"ഹരിയല്ലാതെ എന്ത് മുതലാണ് മീരയ്ക്കുള്ളത്?- ഹരിയല്ലാതെ എന്താണ് മീരയ്ക്കുള്ളത്- ഉള്ളിൽ വഹിക്കുവാൻ- മൈ തൊ ലിയൊഹെ സാവരിയാ മോൽ....."

തംബുരു ഉയർത്തിപ്പിടിച്ച് മീര പാടി:

"കോയി കഹെ ഹൽകൊ, കോയി കഹെ ഭരോ,
മേ തൊ ലിയൊ ഹെ തരാജ്ജു തോൽ
കോയി കഹെ ഛാനൈ, കോയി കഹെ, ചൗഡെ,
മേ തൊ ലിയൊ ഹെ ബജന്താ ഢോൽ
കോയി കഹെ കാരൊ, കോയി കഹെ ഗൊരൊ,
മേ തൊ ലിയൊ ഹെ അഖീയാ ഖോൽ
മീരാ കെ പ്രഭു ഗിർദ്ധർ നാഗർ..."8

തല മൊട്ടയടിച്ച്, വസ്ത്രങ്ങൾ ഉരിഞ്ഞുകളഞ്ഞ്, പെരുവഴിയിലൂടെ മൂപ്പന്മാർ വലിച്ചിഴയ്ക്കുന്ന മീര, മന്ത്രവാദം ചെയ്ത് മഹാമാരി പരത്തിയതിന്, മഴ പെയ്യാതാക്കിയതിന്, ഭൂതങ്ങളെ വിട്ട് മനുഷ്യരെ പേടിപ്പിച്ചതിന് - കുറ്റങ്ങൾ എണ്ണിയെണ്ണി പറഞ്ഞ്, ഇരുവശത്തുനിന്നും തുപ്പുകയും ചവിട്ടുകയും കുന്തങ്ങൾ കൊണ്ട് കുത്തുകയും ചെയ്യുന്ന ഗോത്രത്തിലെ യുവാക്കൾ. യാത്രയുടെ അവസാനം സ്വീകരിക്കാൻ കാത്തുനില്ക്കുന്ന പൊട്ടക്കിണർ...

ഉയർത്തിപ്പിടിച്ച കല്ലുമായി ഏറ്റവും മുമ്പിൽ നില്ക്കുന്ന പിതാവ്. അയാൾക്കുപിന്നിൽ സഹോദരന്മാർ, ബന്ധുജനങ്ങൾ, നാട്ടുകാർ, എല്ലാവർക്കും പിന്നിൽ കല്ലുകൾക്കുമീതെ കല്ലുകൾ വച്ചുയർത്തിയ പള്ളി ഗോപുരമെന്ന കൽക്കുമ്പാരം, ഇഷ്ടം തോന്നിയ പുരുഷന്റെ കൂടെ പോയതിന് ആദ്യത്തെ കുറ്റം വിളിച്ചുപറഞ്ഞപ്പോൾ പിതാവിന്റെ കല്ല്. മുഖം മറയ്ക്കാതെ നടന്നതിന്- സഹോദരന്മാരുടെ കല്ലുകൾ, എഴുന്നേല്ക്കാനാകാതെ ഒന്നിനു പുറകെ ഒന്നായി വർഷിക്കുന്ന കല്ലുകൾ, അവസാനം ഒന്ന് കണ്ണുയർത്തുവാൻ കഴിഞ്ഞപ്പോൾ, അതാ ഏറ്റവും ഘനമുള്ള കല്ലുമായി താൻ ആരുടെകൂടെ ഓടിപ്പോയോ ആ പുരുഷൻ തന്നെ...

കെട്ടിപ്പിടിച്ചു കരയുന്ന മക്കളെ അടർത്തി നീക്കുന്ന സഹോദരൻ. കൈ പിടിച്ചു മുമ്പോട്ടു വലിക്കുന്ന അച്ഛൻ. വേഗമാകട്ടെ എന്ന് തിരക്കുകൂട്ടുന്ന ബന്ധുജനങ്ങൾ. ചെണ്ടകൊട്ടി, കൊമ്പുവിളിച്ച്, ബഹളം കൂട്ടി പിന്നിൽ കൂടുന്ന നാട്ടുകാർ. പുഴവക്കത്തെ ചിത. സന്ധ്യയുടെ വളരുന്ന ഇരുട്ടിന് മുമ്പിൽ കൂടുതൽ കൂടുതൽ ക്രൂരതയോടെ ആളിപ്പടരുന്ന തീ. അഗ്നിയുടെ വിശപ്പിൽനിന്ന് ഇര രക്ഷപ്പെടാതെ നോക്കുവാനായി നീണ്ട മുളവടികളുമായി കാത്തു നില്ക്കുന്ന പുരോഹിതർ...

പൊള്ളിയ ഉടലും കരിഞ്ഞ വസ്ത്രങ്ങളുമായി ചിതയിൽനിന്ന് എഴുന്നേറ്റോടിവന്ന മീരയെ കണ്ട് അമ്പരന്ന് റായ്ദാസ് ചോദിച്ചു:

"നിനക്കെങ്ങനെ ഈ വൈധവ്യം, മീര? നീയാരുടെ സതി?"

ഇപ്പോഴും പുകയുയരുന്ന പറക്കുന്ന മുടിയും കരിയുന്ന മാംസത്തിന്റെ മണം പരത്തുന്ന ഉടലുമായി അവൾ നിന്നു. സൂര്യനിൽനിന്ന് താപം എന്നപോലെ അവളിൽനിന്ന് വേദന എല്ലായിടത്തേക്കും പ്രസരിച്ചു. എന്നിട്ടും അവൾ കരയുന്നില്ലായിരുന്നു.

"ഗുരുജീ, ഞാൻ മീര. എല്ലാവരുടെയും മീര, ജന്മജന്മാന്തരങ്ങളുടെ മീര, എനിക്കെവിടെ വൈധവ്യം? എനിക്കെങ്ങനെ മരണം?" മീര ചോദിച്ചു.

"ഇത്തവണ സ്വയം മരിച്ചുകൊണ്ടാണോ റാണാജി നിന്നെ പീഡിപ്പിക്കുന്നത്?

ഇപ്പോൾ ചോദ്യങ്ങൾ ചോദിക്കുന്നത് ഗുരുവും ഉത്തരങ്ങൾ നല്കുന്നത് മീരയുമായിരുന്നു.

"റാണാജിയാണ് മീരയുടെ പീഡ"

അവൾ പറഞ്ഞു. "റാണാജി പോയാൽപ്പിന്നെ മീരയ്ക്ക് പീഡയെവിടെ? റാണാജി അവസാനിക്കുന്നില്ല. ഗുരുജീ. അയാൾക്ക് മരണമില്ല. ഓരോ രൂപങ്ങളിൽ, എന്നാൽ എപ്പോഴും അധിപതിയായി, അയാൾ വന്നുകൊണ്ടേയിരിക്കുന്നു."

"അവർ നിന്നെ അടിമയാക്കി വിറ്റു. നിന്നെ കല്ലെറിഞ്ഞു. നിന്റെ മുഖത്തു തുപ്പി. നിന്നെ കത്തിച്ചു. നിനക്കു കുടിക്കാൻ നിന്റെ കൈയിൽത്തന്നെ വിഷം തന്നു."

"ആ വിഷം എന്റെ തൊണ്ടയിലിരുന്നതേയുള്ളൂ. അവരുടെ കല്ലുകൾ എന്നെ മുറിവേല്പിച്ചതേയുള്ളൂ. അവർക്കെന്നെ ആവശ്യമുണ്ട്. അതുകൊണ്ട് അവരെന്നെ കൊല്ലില്ല. പീഡിപ്പിക്കുകയേയുള്ളൂ. എന്നാൽ അവരുടെ പീഡനം എങ്ങനെ അവസാനിച്ചില്ലയോ, അതുപോലെ എന്നിലെ ജീവിക്കാനുള്ള ആശയും മരിച്ചില്ല."

മീര നിർത്തി. അവളുടെ കണ്ണുകൾ വീണ്ടും അവൾ സ്വയം എടുത്തു ചാടുവാൻ വെമ്പുന്ന ജാലകങ്ങൾപോലെ തുറന്നു.

"പറയൂ മീര." റായ്ദാസ് പറഞ്ഞു.

"പക്ഷേ, മീരയുടെ ഉള്ളിൽ വേറൊരു ചിതയുണ്ട്. മീര സ്വയം കൊളുത്തിയ തീയിന്റെ ചിത. മീര സ്വയം എരിയുന്ന ചിത.

"അഗർ ചന്ദൻ കീ ചിതാ ബനാവോ
അപ്നെ ഹാഥ് ജലാ ജാ
ജൽ ബൽ ഭയ് ഭസ്മി കീ ഢേരി
അപ്നെ അംഗ് ലഹാ ജാ
മീരാ കഹെ പ്രഭു ഗിർദ്ധർ നാഗർ
ജോത്മെ ജോത് മിലാ ജാ.."9

മീരയുടെ ക്ഷമ നശിക്കുകയാണോ? അവളുടെ കണ്ണുകളിൽ നിന്നൊഴുകുന്ന കണ്ണീരിന്റെ ധാരയെ നോക്കി റായ്ദാസ് ഭയന്നിരുന്നുപോയി.

ഓരോ തവണയും ഹരിയുടെ ഗീതം പാടി യാത്ര തിരിച്ച മീര മടങ്ങിവന്നത് പുതിയ ഒരു റാണയുടെ കഥയുമായാണ്. ഓരോ തവണയും ചിരിച്ചും പാടിയും ആടിയും ഉന്മത്തമായി നടന്നുപോയ മീര പൊള്ളിയും പൊട്ടിയും ചോരയൊലിച്ചും തുപ്പലും ചെളിയുമണിഞ്ഞും മടങ്ങിവന്നു. ഓരോ തവണയും അവൾ ഒരു പുതിയ പീഡനത്തിന്റെ കഥ പറഞ്ഞു. പിന്നീട് ഗുരുവിനെ വിസ്മയിപ്പിച്ചുകൊണ്ട് പാട്ടുകൾ പാടി തിരികെ പോയി.

റായ്ദാസിന്റെ ലോകം ചുരുങ്ങിച്ചുരുങ്ങിവന്നു. ഒരു മീരയിലേക്ക്, ഒരേയൊരു മീരയിലേക്ക്, തറവാടുകളുടെ ഇരുണ്ട മുറികളിൽനിന്ന്, ചന്തസ്ഥലങ്ങളിൽനിന്ന്, പെരുവഴിയിൽനിന്ന്, പള്ളിമുറ്റങ്ങളിൽനിന്ന്, ശ്മശാനങ്ങളിൽനിന്ന് ഒരു ഭ്രാന്തൻകാറ്റുപോലെ കുതറി, അടർന്ന്, പറിഞ്ഞ് താനിരുന്ന് ചെരുപ്പുകുത്തുന്ന മരത്തണലിലെത്തിപ്പെടുന്ന ഒരേയൊരു മീരയിലേക്ക്. ആ ഒരു ബിന്ദുവിലേക്ക് ഒഴുകിയൊടുങ്ങുന്ന ആ ഒരു പീഡനത്തിന്റെ ധാരമാത്രമായി അയാളുടെ മുമ്പിൽ മീര എന്ന സത്യം.

മീരയുടെ ലോകമാകട്ടെ വലുതായി വലുതായി വന്നു. ആ ഒരു ബിന്ദുവിനെ പിന്നിലാക്കി, ആ ഒരു ധാരയെ തിരിച്ച്, ഒടുങ്ങാത്ത ആശയുമായി, ഇനിയും അറിഞ്ഞിട്ടില്ലാത്ത വിശാലതകളിലേക്ക്, അറിയായ്ക എന്ന അനന്തവിസ്തൃതിയിലേക്ക്, ആടിയും പാടിയും അവൾ പ്രസ്ഥാനം ചെയ്തു.

"ഓരോ തവണയും നീ എന്നെ വിട്ട് യാത്രതിരിക്കുമ്പോൾ, എന്റെ നഷ്ടം മായ്ച്ചുകളഞ്ഞ്, ഞാൻ സന്തോഷിക്കുന്നു. നീ അലയുന്ന വെയിലും നിന്റെ ദാഹവും എന്നിൽ മോദത്തിന്റെ തിരി കൊളുത്തുന്നു." റായ്ദാസ് പറയും: "ഓരോ തവണയും നീ തിരിച്ചുവരുമ്പോൾ, എന്റെ സന്തോഷത്തിന്റെ മീതെ, നിന്റെ വേദനകൾ മഴയായി പൊഴിയുന്നു. മീരാ, അകന്നു പോകുന്ന നിന്നെ നോക്കി എന്റെ മനസ്സ് പ്രാർത്ഥിക്കുന്നു. നീ തിരിച്ചു വരാതിരിക്കട്ടെ. എനിക്കെന്റെ മീര നഷ്ടപ്പെടട്ടെ എന്ന്. പക്ഷേ, നീ എന്നും എന്നും തിരിച്ചുതന്നെ വരുന്നു. ഈ ചക്രത്തിന് ഒരു അവസാനമില്ലേ മീര? ഈ രാത്രിക്ക് ഒരു പ്രഭാതമില്ലേ?"

മീര വെറുതെ പാടും:

"രജനീ ബീതി ഭോർ ഭയോ ഹെ

ഘർ - ഘർ ഖുലെ കിവാരെ

ജാഗോ ബംസീവാരെ...."10

മരത്തിന്റെ ചുവട്ടിലെ വൃത്തത്തിലുള്ള തണൽ നീളുവാൻ തുടങ്ങുന്ന വൈകുന്നേരത്തിന്റെ ആലസ്യത്തിൽ, മടങ്ങിവന്ന മീരയോട് റായ്ദാസ് പറയും:

"മീരാ, നീ കണ്ട പ്രഭാതത്തിന്റെ പ്രകാശത്തിൽ ഈ വൈകുന്നേരത്തിന്റെ ചാഞ്ഞ നിഴലുകളുടെ ശോകച്ഛായ ഞാൻ എന്നും കണ്ടിരുന്നു. അപ്പോൾ പിന്നിലേക്ക് തിരിഞ്ഞ നിഴലുകൾ ഇപ്പോൾ മുന്നിലേക്ക് തിരിയുന്നു. പീഡനമല്ലാതൊന്നും കണ്ടിട്ടില്ലാത്ത മീര, നിന്റെ കണ്ണുകൾ ഏത് സായൂജ്യത്തിന്റെ സ്വപ്നങ്ങളെയാണ് തിരയുന്നത്?"

"ഗുരുജീ, മീര പീഡിതമാത്രമല്ല, വിരഹിണിയുമാണ്. നിത്യപീഡിതയെന്നപോലെ നിത്യവിരഹിണി. മീര പ്രേമ് ദിവാനി. മേരാ ദർദ് നാജാനെ കോയി..."

തനിക്ക് തെറ്റി, റായ്ദാസ് തന്നോടുതന്നെ പറഞ്ഞു. എങ്ങനെ റാണാജി നശിക്കുന്നില്ലയോ, അങ്ങനെ ഹരിയും നശിക്കുന്നില്ല. മീരയുടെ പീഡ പോലെതന്നെ മീരയുടെ ആശയും നശിക്കുന്നില്ല. മീര നശിക്കുന്നില്ല.

"മീര ഏത് ഹരിയുടെ പിന്നാലെ നീ ദീവാനിയാണോ, ആ ഹരിയും നിന്നെ വഞ്ചിക്കുകയില്ലെന്ന് നിനക്കെങ്ങനെ അറിയാം?"

മീരയുടെ നിറഞ്ഞ കണ്ണുകളിൽ ശ്രാവണമാസത്തിലെ സാഗരത്തിന്റെ കോളിളക്കം. മീര ക്രുദ്ധയാണോ, ഉന്മത്തയാണോ ദുഃഖിതയാണോ? ആർക്കും അറിയില്ല.

"വഞ്ചിക്കുന്നവന് അല്ല, പ്രേമിക്കുന്നവന് ആണ് മീര ഹരി എന്ന് പേരിട്ടിരിക്കുന്നത്" മീര പറഞ്ഞു: "ഹരിയെ മീര പ്രാപിക്കുകയില്ലായിരിക്കാം. പക്ഷേ, ഹരി ഉണ്ട്. ഹരിയില്ലെങ്കിൽ മീര എവിടെ? ഹരിയെ തേടുന്നവൾക്കാണ് മീര, മീര എന്നു പേരിട്ടിരിക്കുന്നത്. ഹരിയുടെ ബാവരി മീര. വിരഹിണി, വ്യാകുലി, ദീവാനി മീര....."

"പീഡനത്തിന്റെ കഥകളുമായി എന്റെ അടുത്തുവന്ന നീയെന്നതു പോലെ, വിരഹത്തിന്റെ തീയുമായി അലയുന്ന നീയും എന്നെ വേദനിപ്പിക്കുന്നു. മീര."

മീരയുടെ കണ്ണുകൾ നിറഞ്ഞൊഴുകും കണ്ണുനീരിൽ മിന്നിത്തിളങ്ങുന്ന പളുങ്കുമണികൾപോലെ അവളുടെ വാക്കുകൾ: "പുരുഷനിൽനിന്ന് മോചനം നേടിയവൾ മാത്രമല്ല മീര, പുരുഷനു വേണ്ടി ദാഹിക്കുന്നവൾ കൂടിയാണ് ഗുരുജീ."

"മീരാ."

"ഗുരുജീ അങ്ങാണ് എന്നെ മുരളിയിൽനിന്ന് മോചിപ്പിച്ച് ഒരു ഗാനമാക്കിയത്. മുരളിയിൽ കടക്കുന്നതിനുമുമ്പ് എത്രയും നിസ്സഹായയായിരുന്നുവോ, അത്രതന്നെ നി

സ്സഹായയാണ് മുരളിയിൽനിന്ന് പുറത്തുകടന്ന മീരയും. മുരളിയിൽനിന്ന് പുറത്തേക്കുള്ള എന്റെ യാത്ര എത്രയും യാതന നിറഞ്ഞതായിരുന്നുവോ, അതിലൊട്ടും വേദന കുറഞ്ഞതല്ല മുരളികുപുറത്തുള്ള എന്റെ യാത്രയും. മീര ഇന്നൊരു ഗാനമാണ്, ഗുരുജി. ഒരുഗാനത്തിന് അതിനെ സൃഷ്ടിച്ച കുഴലിലേക്കും ദ്വാരങ്ങളിലേക്കും ശ്വാസത്തിലേക്കും മടങ്ങിപ്പോക്കില്ല. അതിനൊരു ലക്ഷ്യമേയുള്ളൂ: അതിനെ ശ്രവിക്കാനാവുന്ന കാത്. മീര ഒരുഗാനമാണ്, ഗുരുജി. നിത്യമായി ആകാശത്തിലൂടെ അലയുന്ന ഒരു ഗാനം. അതിനെ ശ്രവിക്കാനാവുന്ന കാതിനെ തേടി അലയുന്ന ഒരു ഗാനം..."

ഗുരു കാത്തിരിക്കേ മീര ഒരു ഗാനമായി മാറുകയായിരുന്നു. വീണ്ടും ഒരു ഗാനമായി. നോക്കിയിരിക്കേ അയാളുടെ മുമ്പിൽനിന്ന് മീര പതുക്കെപ്പതുക്കെ അപ്രത്യക്ഷയായി. പക്ഷേ, അയാൾ അവളെ കേട്ടുകൊണ്ടിരുന്നു. അകന്നകന്നുപോകുന്ന മീരയെ സ്വന്തം. ലക്ഷ്യം തേടി അനന്തവിസ്തൃതിയിലേക്ക് അനന്തമായി അലഞ്ഞുപോകുന്ന മീര എന്ന നാദത്തെ.

"കോയി കഹിയോരെ പ്രഭു ആവന്കീ
ആവന്കീ മന് ഭാവന് കീ
യഹ് ദോ നൈൻ കഹിയോ നഹിമാനെ
നദിയാ ബഹെ ജൈസെ സാവ്വന് കീ
കഹാ കരൂം കഛ് നഹി ബസ് മേരോ
പാംഖ് നഹി ഉഡ് ജാവന് കീ
മീരാ കഹെ പ്രഭു കബ്രെ മിലോഗെ
ചേരീ ഭയീഹം തേരെദാവത് കീ."11

1992

കുറിപ്പുകൾ

1. സ്വന്തം വീടും ഭർത്താവിന്റെ വീടും ഞാൻ ഉപേക്ഷിച്ചു. ഭജനവും നൃത്തവും സ്വീകരിച്ചു. പകരം, ഹൃദയത്തിന്റെ കണ്ണാടി കാണിച്ചുതന്നു ഗുരു. മതിമറന്ന് ആടട്ടെ ഞാൻ.
2. സാധുക്കളുടെ കൂട്ടാണ് എനിക്കിഷ്ടം. ഇനിയെന്നെ തടഞ്ഞുവയ്ക്കാനാവില്ല റാണാജീ നിനക്ക്. മൂടുപടം കളഞ്ഞു. ലജ്ജയും കുലത്തിന്റെ മര്യാദയുമൊന്നും നോക്കില്ല ഞാൻ. കൊട്ടാരവും കോട്ടയുമൊന്നും വേണ്ടാ റാണാ എനിക്ക്. നൃത്തം, നൃത്തം മാത്രംമതി.
3. (താണവരുടെ കൂടെ നടക്കുന്നവെന്ന) ഈ ദുഷ്പേര് എനിക്ക് മധുരമായി തോന്നുന്നു. നിന്ദിക്കണമെന്നുള്ളവർ നിന്ദിച്ചോട്ടെ. ഞാൻ പോകും. എന്റെ മാത്രം വഴിയിലൂടെ.
4. നീ പോകൂ റാണാ സ്വന്തം വീട്ടിലേക്ക്. ഇനി നീയും ഞാനും ചേരില്ല.
5. ഏതൊക്കെ പുണ്യം ചെയ്തിട്ടായിരിക്കാം കിട്ടിയതീ മനുഷ്യജന്മം. വീണ്ടും വീണ്ടും വരില്ല ഇത്.
6. വൃക്ഷത്തിൽനിന്നു വീണ ഇലകൾ മടങ്ങിയൊരിക്കലും കൊമ്പിലേക്ക് പോകുകയില്ല. കിട്ടുകയില്ല. ഇങ്ങനെയൊരു ജന്മം വീണ്ടും വീണ്ടും ചൂതുകളിപ്പലകയീ ലോകം. ജയവും ഇവിടെ തോല്വിയുമായിത്തീരുന്നു. നാല് നാളത്തേതീ ജീവിതം, മീരാ, കിട്ടുകയില്ല ഈ ജന്മം വീണ്ടും വീണ്ടും.
7. രാജാവ് ക്രോധിച്ചാൽ വേറൊരു നഗരം തേടിപ്പിടിക്കാം. ഹരി പിണങ്ങിയാലെവിടെ പോകും?

8. ഞാനെന്റെ കണ്ണനെ തക്കവില കൊടുത്തുതന്നെയാണ് വാങ്ങിയത്. ലഘുവെന്ന് ചിലർ ഘനമേറിയതെന്ന് വേറെ ചിലർ. ശരിക്കും തുലാസിൽ തൂക്കിത്തന്നെ ഞാൻ വാങ്ങിയത്. ചിലർ പറയുന്ന സൂക്ഷ്മമെന്ന്. വേറെ ചിലർ സ്ഥൂലമെന്ന്. ഞാൻ എങ്ങും ചെണ്ടകൊട്ടി വിളംബരം ചെയ്തുതന്നെ വാങ്ങി. കറുത്തതെന്ന് ചിലർ. വെളുത്തതെന്ന് മറ്റു ചിലർ. ഞാൻ നന്നായി കണ്ണു തുറന്നു നോക്കിയാണ് വാങ്ങിയത്. മീരയുടെ പ്രഭു ഗിർദ്ധർ..
9. ചന്ദനത്തിന്റെ ചിതയുണ്ടാക്കു, സ്വന്തം കൈയിനാലത് കൊളുത്തുക. ഭസ്മമാക്കു. എല്ലാം. അതെടുത്തു, നിന്റെ അംഗങ്ങളിലണിയൂ. മീരയുടെ പ്രഭു ഗിരിധർ. എന്റെ പ്രകാശം നിന്റെ പ്രകാശത്തിൽ വിലയിപ്പിക്കു.
10. രാത്രിയിതാ അവസാനിച്ചു. പുലരിയായി. വീടുകളോരോന്നിന്റെയും വാതിലിതാ തുറന്നു. ഉണരൂ മുരളീവാലെ.
11. പറയുവിൻ ആരെങ്കിലും പ്രഭുവിനോട് വരുവാൻ, വരുവാൻ, എന്റെ മനസ്സിനെ സന്തോഷിപ്പിക്കുവാൻ. ഈ രണ്ടു കണ്ണുകൾ എന്നെ അനുസരിക്കുന്നില്ല. വർഷത്തിലെ നദികൾപോലെ ഒഴുകുന്നു അവ. എന്തു പറയുവാൻ, ഒന്നും എന്റെ പിടിയിലില്ലല്ലോ. ചിറകുകളില്ലല്ലോ പറന്നു ചെല്ലുവാൻ. മീരയുടെ പ്രഭുഗിർദ്ധർ പറയൂ. നീ വരില്ലേ?"

ഒ വി വിജയൻ

പ്രേമകഥ

കിടക്കയും പെട്ടിയും കെട്ടിക്കഴിഞ്ഞപ്പോൾ ബീരാൻ എന്ന മുസാവിരി ബംഗ്ലാവുസൂക്ഷിപ്പുകാരന്റെ ഉത്സാഹവുമിറങ്ങി. സല്ക്കരിക്കാൻ അവസരം തരാതെ ഈ വിരുന്നുകാരൻ വന്നപോലെ തിരിച്ചുപോവുകയാണല്ലോ. കുന്നിൻപുറത്തെ പട്ടാളത്താവളം എടുത്തുപോയതിൽപ്പിന്നെ അതിന്റെ അവശിഷ്ടങ്ങളോടു തൊട്ടുകിടന്ന ഈ മുസാവിരി ബംഗ്ലാവിൽ വിരുന്നുകാർ ഒരു കാര്യത്തിനേ വന്നിട്ടുള്ളൂ. ഇന്നലെ രാത്രി ഒരുപാടുനേരം അയാൾ ചന്ദ്രനോട് വിശാലാക്ഷിയുടെ കാര്യം പറഞ്ഞതായിരുന്നു. ചന്ദ്രന്റെ മൗനം പ്രോത്സാഹനമായെടുത്ത് ബീരാൻ അങ്ങനെ പറഞ്ഞുപറഞ്ഞുപോയി. അംഗപ്രത്യംഗവർണ്ണന. എന്നിട്ടിപ്പോൾ ഒന്നും ചെയ്യാതെ ഒന്നിനും കൊള്ളാത്ത ഈ മനുഷ്യൻ തിരിച്ചുപോവുന്നു.

ചന്ദ്രൻ എണീറ്റ് വരാന്തയുടെ കൈപ്പിടിയോളം ചെന്നു. ചോട്ടിലെ താഴ്‌വരയിലേ

ക്ക് പ്രഭാതം പടർന്നിറങ്ങുന്നു. അവിടെ, ഓർമ്മിച്ചതെല്ലാം അങ്ങനെതന്നെ കാണുന്നുണ്ട്. മൂടൽമഞ്ഞിൽ നീലയായ്ത്തീർന്ന മരങ്ങളും കവുങ്ങിൻതലകളും അവയുടെ വിടവുകളിലൂടെ പുഴവെള്ളവും...

വിശാലാക്ഷി ആ പുഴയിലെ പരൽമീനുകൾ കാണാൻ, നമ്പൂതിരിയുടെ ചോരയുടെ ചുകപ്പ് കാണാൻ നീ എന്നെ അതുവഴിയത്രയും കൈക്കു പിടിച്ച് നടത്തിയതായിരുന്നു എട്ടുവയസ്സായ നീയും ഞാനും സ്പർശത്തിന്റെ കൃതാർത്ഥതയിൽ കൈകോർത്തു നടന്ന ചരൽപ്പാതയിലൂടെ, നിന്നെ കാണാതെ, നിന്നോടു യാത്ര ചോദിക്കാതെ ഞാൻ ഇന്നു തിരിച്ചുപോവും. ഈ കൃതഘ്നതയോർക്കുമ്പോൾ മനഃപ്രയാസം തോന്നുന്നു. പക്ഷേ, നമ്മൾ ഇന്നു കണ്ടാലറിയില്ല. പറഞ്ഞറിയിച്ചാലോ, ദുഃഖംമാത്രം ബാക്കിയാവുകയും ചെയ്യും. പിന്നെ എന്തിനു ഞാൻ വന്നു? അവനവന്റെ നിഷ്കളങ്കതയുടെ ഭൂതകാലങ്ങളിലേക്കു ചിലപ്പോഴൊക്കെ കുറ്റവാളികളെപ്പോലെ മനുഷ്യൻ തിരിച്ചു വരാൻ ശ്രമിക്കുന്നു. ഈ യാത്രയുടെ സാഹസത്തിന് നീ എന്നോടു പൊറുക്കണം.

ചന്ദ്രൻ മുറിയിലേക്കു തിരിച്ചുവന്നു. പെട്ടിയും കിടക്കയും ഒരു മൂലയിൽ ഒതുക്കിവെച്ച് ബീരാൻ എണീറ്റു.

"ശരി ബീരാൻ." ചന്ദ്രൻ പറഞ്ഞു. "പ്പൊ ബീരാൻ പൊയ്ക്കോളൂ. കാപ്പി ആയിച്ചാൽ കൊണ്ടന്നോളൂ."

"ഒരെട്ടര മണി."

"ഓ മതി."

ബീരാൻ പുറത്തിറങ്ങി മുസാവിരി ബംഗ്ലാവിന്റെ കലവറപ്പുരകളിൽ മറഞ്ഞു...

എന്നെ നീ ഓർക്കാൻ അനുവദിക്കുക. ചന്ദ്രൻ പറഞ്ഞു. നമ്മുടെ സംഭാഷണം അതുമാത്രമാണ്...

"താഴത്തിക്ക് വര്ണ്വോ, ചന്ദ്രാ."

കുന്നിൻചോട്ടിലെ മാപ്പിളസ്കൂളിൽ ചേർന്ന പുതുക്കത്തിൽ ഒരു ദിവസം വിശാലാക്ഷി വിളിച്ചതാണ്.

"എങ്ങട്?" ചന്ദ്രൻ വിളിച്ചു.

"കവ്ങ്ങ്ന്തോട്ടത്തിലിക്ക്. അടയ്ക്ക കാച്ച് നിക്കണത് കാട്ടിത്തരാ."

ആദ്യമായാണ് സ്കൂളിന്റെ തൊടി കടന്നു പുറത്തു ചെല്ലുന്നത്. കവുങ്ങിൻതോപ്പിലേക്കു കടന്നപ്പോൾ ചുകന്ന ലുങ്കിയുടുത്ത ഒരു മാപ്പിളക്കാരണവർ എതിരെ വരുന്നു.

"വിശാലാക്ഷ്യേ, ദാരാ?"

"മെയ്തീങ്കാക്ക്യാ."

ചന്ദ്രൻ ശങ്കിച്ചു വഴി മാറി.

"ദെത്താ"* കുട്ട്യോളേ ബേണ്ടു?" മൊയ്തീൻകാക്ക വിളിച്ചു ചോദിച്ചപ്പോൾ കൂടുതൽ വിഷമമായി.

"സായ്വിന്റെ കുട്ട്യാ" വിശാലാക്ഷി അറിയിച്ചു: "അടയ്ക്ക കാണാൻ വന്നതാ."

"അടക്ക കാങ്ങാനോ!" മൊയ്തീൻകാക്ക ചിരിച്ചു: "ഞങ്ങള് കാങ്ങിച്ച് തര്വലേ ങ്ങക്ക്!"

ഒരു വിധം സമാധാനമായി.

"മേജറ് സായ്വിന്റെ കുട്ട്യേ?" മൊയ്തീൻകാക്ക ചോദിച്ചു.

"ആ" വിശാലാക്ഷി പറഞ്ഞു.

"ഇജ്ജ്** ഞമ്മളെ രാമന്നായരെ മോളല്ലേ?"

"ആ."

അവർ കവുങ്ങുകൾക്കിടയിലൂടെ നടന്നു.

"ദാ ചോന്ന അടയ്ക്ക." മൊയ്തീൻകാക്ക കാണിച്ചു; "പൊട്ടിച്ച് തരണോ?"

"വേണ്ട, കണ്ടാ മതി." ചന്ദ്രൻ പറഞ്ഞു.

അപ്പോഴാണ് കവുങ്ങുകൾക്കിടയിൽ എട്ടുകാലിയെ കണ്ടത്. കവുങ്ങോടു കവുങ്ങു ചേർത്തു വല കെട്ടിയിരിക്കുന്നു.

"ചന്ദ്രാ ദോക്ക്!"* വിശാലാക്ഷി പറഞ്ഞു.

ചന്ദ്രൻ അന്തം വിട്ടുപോയി. ഒരിടങ്ങഴി മൂടോളം വട്ടമുള്ള ഒരെട്ടു കാലി. മൊയ്തീൻകാക്ക ഒരു കമ്പെടുത്ത് എട്ടുകാലിയെ എറിഞ്ഞു വീഴ്ത്തി.

"കിള്ള്യോളെ പിടിക്കണ ഊറാമ്പുല്യ്യാ." വിശാലാക്ഷി പറഞ്ഞു.

ചന്ദ്രൻ അറച്ചു മാറിനിന്നു. സ്കൂളിലേക്കു തിരിച്ചുചെല്ലാൻ നേരമായിരുന്നു.

"പുവ്വാ." ചന്ദ്രൻ പറഞ്ഞു.

"ആ." വിശാലാക്ഷിയും പറഞ്ഞു.

ഇത്തിരി നടന്നിട്ട് അവൾ തിരിഞ്ഞുനിന്നു.

"ദോക്കു, ചന്ദ്രാ, അയ്ന്റെ വാല്!"

വീണ്ടും പതുക്കെ നടക്കാൻ ശ്രമിച്ച എട്ടുകാലിയുടെ പുറകെ കമ്പി പോലെ ബലമുള്ള വലക്കഷണം ഇഴയുകയായിരുന്നു.

"ബാലല്ല," മൊയ്തീൻകാക്ക പറഞ്ഞു. "ഹമ്ക്കിന്റെ നൂലാമാല്യ്യാ."

വിശാലാക്ഷി ചെന്ന് നൂലിഴ പിടിച്ചു പൊക്കി. എട്ടുകാലി അതിന്റെ അറ്റത്തു തൂങ്ങിയാടി.

"ചന്ദ്രന് പേടീണ്ടോ?"

അവൾ അതിനെ കവണപോലെ ചുഴറ്റാൻ തുടങ്ങി. എന്നിട്ടും വല പൊട്ടിയില്ല.

"ജ്ജ് ഓനെ ബ്ട്ടാളാ," മൊയ്തീൻകാക്ക ഉപദേശിച്ചു: "ബെശാ."

കവുങ്ങിൻതോപ്പിന്റെ അതിരുവരെ മൊയ്തീൻകാക്ക അവരെ വഴിക്കൂട്ടി. കടാലു കടക്കുമ്പോൾ അയാൾ പറഞ്ഞു: "സായ്വിനോട് ഞങ്ങളെ സ്ലാം പറയീ."

"പറയാ." ചന്ദ്രൻ പറഞ്ഞു.

പറഞ്ഞുകൂടെന്ന് എങ്ങനെ മൊയ്തീൻകാക്കയോട് പറയാനാണ്?

കവുങ്ങിൻതോപ്പിൽ ചെന്നത് അച്ഛനെ അറിയിക്കാൻ വയ്യ. കുട്ടികളുടെ കൂടെയോ തനിച്ചോ സ്കൂളിനു പുറത്ത് എങ്ങും പോകരുതെന്ന് ആ അച്ഛൻ നിഷ്കർഷിച്ചതാണ്. ക്യാമ്പിനെ ചുറ്റിക്കഴിയുന്നതാണ് ആ അങ്ങാടിയും ഗ്രാമവും. അവിടത്തെ കുട്ടികളുമായി ചന്ദ്രൻ കൂട്ടുകൂടുന്നത് അച്ഛന് ഇഷ്ടമല്ല. സ്കൂളിൽ പറഞ്ഞയയ്ക്കുന്നതുതന്നെ പരിചയത്തിനുവേണ്ടിയാണെന്ന് അച്ഛൻ വ്യക്തമാക്കിയിരുന്നു. ഹാജരു വിളിക്കുമ്പോൾ 'പ്രസന്റ്' പറയേണ്ടാത്ത സഹപാഠി ആരെന്ന് കുട്ടിക്കൾക്കറിയാം. കുന്നിൻപുറത്തെ പട്ടാളത്താവളത്തിന്റെ കമാന്ററായ മേജറുടെ മകനാണ്.

ചന്ദ്രനും വിശാലാക്ഷിയും അഞ്ചാംക്ലാസിലാണ്. പക്ഷേ, വീട്ടിൽ തന്നെ താമസിച്ച് മുഴുവൻ സമയവും തനിക്കുവേണ്ടി ചെലവാക്കുന്ന ഒരുട്യൂഷൻ മാസ്റ്ററുണ്ടായിരുന്നു ചന്ദ്രന്. സ്കൂളിൽ പഠിപ്പിച്ചു പരിചയമില്ലാത്ത ആ സഹൃദയൻ കോളറിജ്ജിന്റെയും ബ്രൗണിങ്ങിന്റെയും കാവ്യങ്ങളാണ് ആദ്യപാഠങ്ങളായി തെരഞ്ഞെടുത്തത്. ചന്ദ്രൻ അതൊക്കെ പഠിച്ചു. പാപ്പാസിട്ട് എന്നും കാറിൽ സ്കൂളിലേക്കു വന്നു. നടന്നുവന്നാൽ മതിയായിരുന്നെന്നു തോന്നും. പട്ടാളക്കാരുടെ കുട്ടികളൊക്കെ നടന്നാണു വരുക. ജാനുവും യശോദയും വേണുവുമൊക്കെ വേണമെങ്കിൽ കൂട്ടിനുണ്ടായിരുന്നു. പക്ഷേ,

അച്ഛന് ഇഷ്ടമാവില്ല.

പലപ്പോഴും അച്ഛനെ മുഖം കാണിക്കാനായി മാസ്റ്റർമാർ വീട്ടിൽ വരാറുണ്ട്. നിർബ്ബന്ധിച്ചാലേ ഇരിക്കൂ. പൊതുവേ സുഖവിവരമന്വേഷിക്കുന്നതിൽ കവിഞ്ഞ് അച്ഛനോ അമ്മയോ അവരോട് കാര്യമായൊന്നും സംസാരിക്കാറില്ല. പക്ഷേ, മുത്തശ്ശിക്ക് അവരോട്ട നൂറുകൂട്ടം പറയാനുണ്ട്. പഴനുറുക്കും ശർക്കരുപ്പേരിയും വിളമ്പിക്കൊടുത്തിട്ട് മുത്തശ്ശി പറയും: "ദാ, മാഷ്ഷെ, ന്റെ കുട്ട്യേ നല്ലോണം പഠിപ്പിക്കണം." എന്നിട്ട് ചന്ദ്രനോട്. "ഡാ, കുഞ്ചോ, ബടെ വാ മാഷടെ കാല്യ തൊട്ട് നമസ്കരിക്ക്."

ക്ലാസ് മാസ്റ്ററായ മുഹമ്മതാജിമാസ്റ്ററെയാണ് മുത്തശ്ശിക്ക് ഏറ്റവും ബോദ്ധ്യം.

"സാത്വികനാണേ." മുത്തശ്ശി പറയും.

വട്ടമുഖവും ഭാരിച്ച ശരീരവുമുള്ള മുഹമ്മതാജി ശാന്തനാണ്. കുട്ടികൾക്കെല്ലാവർക്കും ഹാജിയാരെ സ്നേഹമാണ്. പണ്ടുകാലങ്ങളിൽ അഞ്ചാംതരംവരെ പഠിച്ച് ലോവർ എലിമെന്ററി ട്രെയിനിങ് കഴിച്ച് മാസ്റ്ററാകാമായിരുന്നു. അങ്ങനെ മാസ്റ്ററായതാണ് ഹാജിയാരും. അതൊന്നും മുത്തശ്ശിക്ക് അറിയേണ്ട.

"നെന്റെ ഗുരുനാഥനാ." മുത്തശ്ശി ചന്ദ്രനെ ഉപദേശിക്കും. "പറേണതു മുഴോനും ഗ്രഹിച്ചോ ട്ട്വോ കുഞ്ചോ."

ക്ലാസിൽ വിഷയങ്ങൾക്കു വ്യക്തമായ വിവേചനമൊന്നുമുണ്ടായിരുന്നില്ല. മാപ്പിള സ്കൂളായിരുന്നതിനാൽ ആദ്യം മതപാഠമായിരുന്നു. അതു തീർത്തു കഴിഞ്ഞാൽ ഹാജിയാർ കുറേനേരം കണക്കുചെയ്യും. പിന്നെ പറഞ്ഞെന്നുവരും: "ഞ്ഞി ഞമ്മ്ക്ക് ചരിത്രം നോക്കാ" ഷർട്ടിന്റെ മുക്കാൽ കൈകളെ തെറുത്തുവെച്ച്, മേശമേൽ ചാഞ്ഞ്, ഉണ്ണാനിരിക്കുന്ന മനംകുളുർമ്മയോടെ ഹാജിയാർ ചരിത്രകഥകൾ പറഞ്ഞുതുടങ്ങും: "ഷിവാജി- ഓനൊരു കൊള്ളക്കാരനേർന്നു- ഓൻ" ചരിത്രത്തിനാസ്പദം ഓർമ്മയും ധാരണയുമായിരുന്നു. എന്നാൽ തികഞ്ഞ ഗവേഷണബുദ്ധിയോടെയായിരുന്നു ഹാജിയാർ ശാസ്ത്രം പഠിപ്പിച്ചത്.

"ബായു, ബായൂന്ന് പറേണത് എന്ത്ര്ത്താ?" ഒരുദിവസം ഹാജിയാർ ചോദിച്ചു: "ഇജ്ജ പറേഡോ, ഉസ്മാനേ."

"കാറ്റ്."

"ബായൂനെ കാണ്ങാങ്കജ്ജോ.* ഹമ്ക്കേ?"

"കജ്ജൂലാ."

"ആ! ന്നാ കേട്ടോ, ബെലാലേ, ബായൂനെ കാങ്ങാങ്കജ്ജൂലാന്ന് പറേണത്, ഷെര്യല്ല. ബായൂനെ കാങ്ങാങ്കജ്ജും. ഉച്ചയ്ക്ക് മാട്ട്മ്മെ** ചെന്നാട്ട് പാള്യോക്ക്യാല് ബായു പൂപൂ പോലെ പൊന്തണ് കാങ്ങാ."

ഈ ശാസ്ത്രപാഠം പഠിച്ച ദിവസം ഉച്ചയ്ക്ക് കുട്ടികളെല്ലാവരും പുഴവക്കത്തെ മണൽത്തിട്ടിൽ ചെന്നു ഗുരുവിന്റെ ദർശനമനുസരിച്ച് എല്ലാവരും പാളി നോക്കി. ഉച്ചച്ചൂടിൽ അതാ പൂ പൂപോലെ അലയലയായി വായു മേലോട്ടുയരുന്നു.

ചന്ദ്രൻ പോയില്ല. ഒരു വഴിക്കണക്ക് പുസ്തകത്തിലേക്കു പകർത്തിക്കൊണ്ട് വിശാലാക്ഷിയും ക്ലാസിൽത്തന്നെ ഇരുന്നു. കുറച്ചുകഴിഞ്ഞ് അവൾ ചോദിച്ചു. "ചന്ദ്രൻ പോണില്ലേ?"

"ല്യ."

"വായൂനെ കാണണ്ടേ?"

വേണ്ടെന്നു പറയണമെന്നാണ് ആദ്യം കരുതിയത്. പക്ഷേ, അയാൾ പറഞ്ഞു:

"വേണം."

"ന്നാലേ, ന്റെ കൂടെ വരൂ."

"പൊഴയ്ക്കലിക്ക് പൂവ്വര്ത്ന്ന് അമ്മ പറഞ്ഞിട്ട്ണ്ട്." വിശാലാക്ഷി ചിരിച്ചു.

"അയീ, ന്താ പേടിക്കാൻ? ഞാൻ ല്യേ?"

അവൾ അടുത്തുവന്നു നിന്നു.

"വരൂ. ചന്ദ്രാ."

ചന്ദ്രൻ ഒന്നും പറയാതെ എണീറ്റു. രണ്ടുപേരും പുഴവക്കത്തു ചെന്നത്തിയപ്പോഴേക്കും മറ്റുകുട്ടികൾ മടങ്ങിക്കഴിഞ്ഞിരുന്നു. വിജനമായ ആ മണൽത്തിട്ടിൽനിന്ന് വായു ഉയരുന്നത് ചന്ദ്രനും കണ്ടു.

എന്നും ഉച്ചയ്ക്ക് വായുവിനെ കാണാൻ പോകുന്നത് ഒരു പതിവായി. ഇത്തിരി വൈകിച്ചെന്നാൽ കുട്ടികളാരുമുണ്ടാവില്ല.

"അയീ!" വിശാലാക്ഷി പറയും: "കുട്ടിക്ക് പേട്യാ!"

പുഴയോരത്തെ വഴുക്കുന്ന പളുങ്കു കല്ലുകളിന്മേൽക്കൂടെ അവൾ ചന്ദ്രനെ കൈ പിടിച്ചു നടത്തി. പുഴക്കാറ്റു വീശുമ്പോൾ വിശാലാക്ഷിയുടെ മണം ശ്വസിക്കാം. ചന്ദ്രന് അതിഷ്ടപ്പെട്ടു.

വായുവിന്റെ പൂക്കളിൽ ചെറിയൊരു പിശകുണ്ടായിരുന്നു. വായു അദൃശ്യമാണെന്ന് എവിടെയോ വായിച്ചതായി ചന്ദ്രൻ ഓർത്തു. ഒടുവിൽ സംശയം തീർക്കാൻ തന്നെ നിശ്ചയിച്ചു. ആ കണ്ട അലകൾ മൃഗതൃഷ്ണയാണെന്ന് കൃഷ്ണൻ മാസ്റ്റർ പറഞ്ഞുകൊടുത്തു. ഇംഗ്ലീഷിൽ അതിന് മിറാഷ് എന്നാണ് പറയുക.

ഇതാരോടും പറഞ്ഞില്ല. കാരണം, മുഹമ്മതാജിമാസ്റ്റർ പറഞ്ഞതിനെ മറുത്തു പറയലാവും അത്. വിശാലാക്ഷിയോടു മാത്രം ആ രഹസ്യം പറഞ്ഞു.

"പക്ഷേ, ആരോടും പറയര്ത്." ചന്ദ്രൻ പറഞ്ഞു.

"അതെന്താ?" വിശാലാക്ഷി ചോദിച്ചു.

"അതോ," ചന്ദ്രൻ പറഞ്ഞു. "കുരുത്തം, മുത്തശ്ശി പറഞ്ഞ് തന്നതാ."

അവൾക്കു മനസ്സിലായില്ല.

"നോക്ക് ദാരോടും പറേണ്ട." ചന്ദ്രൻ പറഞ്ഞു.

"വേണ്ട" വിശാലാക്ഷിയും പറഞ്ഞു.

ഈ ഇരുപതു കൊല്ലത്തിനുശേഷം ആ ദീക്ഷയുടെ ചാരിതാർത്ഥ്യം ചന്ദ്രന് അനുഭവപ്പെട്ടു. മുത്തശ്ശിയുടെയും മുഹമ്മതാജി മാസ്റ്ററുടെയും ഗുരുത്വം അയാൾക്കുണ്ട്. കുന്നിൻചുവട്ടിൽ, ചെറുമക്കളുടെ കുടികളും തോടും കടന്ന്, പെരുമ്പറമ്പെന്ന നീണ്ട കുന്നിൻ തുരുടുകളുടെ നേർക്കു പാടങ്ങൾ നീളുന്നേടത്ത് മുത്തശ്ശി വിശ്രമിക്കുന്നു. അന്നു നട്ട ആൽമരം ഇന്നു മുത്തശ്ശിയുടെ സമാധിക്കു മുകളിൽ പടർന്നുകാണും. മുഹമ്മതാജി മാസ്റ്ററും മരിച്ചുവത്രേ...

"കേമ്പും പട്ടാളക്കാരും പോയേപ്പിന്നെ ഒക്കെ ഒര് ചേല്ലായി." ബീരാൻ ഇന്നലെ അതൊക്കെ പറഞ്ഞതായിരുന്നു. "അങ്ങാടീം പീടീംല്ലാണ്ടായി. പിന്നെ ഷ്കോളും പോയി. ആളൊയിഞ്ഞ് കാടായീന്ന് കൂട്ടിക്കോളീ. കൊറങ്ങാട്ടരി മലേമ്മല് പിന്നീം നരീന്റെ കല്യായി. മുസാവിരിവങ്കാളാവില് ഊറാമ്പുലീന്റീം.."

കാപ്പി കുടിച്ചുകഴിഞ്ഞു. ബീരാൻ പാത്രങ്ങൾ എടുത്തു നീക്കി. ചന്ദ്രൻ ഒരുപാടു നേരം അങ്ങനെതന്നെ ഇരുന്നിരിക്കണം. വെയില് ചൂടായി കഴിഞ്ഞിരുന്നു...

മൃഗതൃഷ്ണയുടെ സംഭവത്തിനുശേഷം ഒരു ദിവസം ചന്ദ്രൻ ചിത്രശലഭങ്ങളെക്കുറിച്ച് ഒരു കവിതയെഴുതി. ഇംഗ്ലീഷിലായിരുന്നു. ആദ്യത്തെ രണ്ടുവരികൾ എവിടെനിന്നോ അപ്പടി എടുത്തതായിരുന്നു. ബാക്കി പതിന്നാലു വരികൾ സ്വന്തവും. ആദ്യം ട്യൂഷൻ മാസ്റ്റർക്കാണ് അതു കാണിച്ചു കൊടുത്തത്.

"ആദ്യം രണ്ട് വരി വേറെ എടുത്തതാ." ചന്ദ്രൻ പറഞ്ഞു.

മാസ്റ്റർ ചിരിച്ചു.

"സാരല്യ." മാസ്റ്റർ പറഞ്ഞു.

ചിരിച്ചുകൊണ്ടുതന്നെ മാസ്റ്റർ അതു വായിച്ചുതീർത്തു.

"നല്ല കവിത." മാസ്റ്റർ പറഞ്ഞു.

ചന്ദ്രൻ കവിത സ്കൂളിലേക്കു കൊണ്ടുവന്ന് ഹെഡ്മാസ്റ്ററെ കാണിച്ചു. ഹെഡ്മാസ്റ്റർ അത് എട്ടാംതരക്കാർക്കു വായിച്ചുകൊടുത്തു. കവിത സ്കൂളിലെ കൈയെഴുത്തുമാസികയിൽ വന്നപ്പോൾ അതു ചന്ദ്രന്റേതല്ലെന്നു പറയാൻ പലരുമൊരുങ്ങി. അത്രയും ഇംഗ്ലീഷ് ആർക്കാണറിയുന്നത്? മുഹമ്മതാജി മാസ്റ്റർക്കു പോലുമറിഞ്ഞുകൂടല്ലോ. ചന്ദ്രന്റെ മുത്തച്ഛൻ എഴുതിക്കൊടുത്തതാണെന്നു പിൻബഞ്ചിലെ രാഘവൻ ആണയിട്ടു.

"പക്ഷേ, അതിനിടയ്ക്കു മറ്റൊരു സംഭവമുണ്ടായി. ഒരു ദിവസം കണക്കിനു പകരം സാമാന്യവിജ്ഞാനമായിക്കോട്ടേ എന്ന് മുഹമ്മതാജി നിശ്ചയിച്ചു. ചില കിസകളും പറയുന്ന കൂട്ടത്തിൽ 'ഡിപ്പോ' എന്ന വാക്കിന്റെ ഉച്ചാരണം എന്തെന്ന പ്രശ്നം ഉത്ഭവിച്ചു. വാക്കിന്റെ അവസാനം ഒരു 'ടി' ഉണ്ട്. അത് ഉച്ചരിക്കണോ വേണ്ടയോ? ചന്ദ്രന്റെ ഡെസ്കിൽ കേറിയിരുന്നുകൊണ്ട് ഹാജിയാർ പറഞ്ഞു. "ജ്ജ് ബായിച്ചാ."

ചന്ദ്രൻ വായിച്ചു. "ഡിപ്പോ."

ക്ലാസിൽ ചെറിയ തോതിൽ സ്വാസ്ഥ്യക്കേടുണ്ടായി. ഖദീജ പിണങ്ങി. "ന്തെത്തപ്പൊ ഓനോട് ചോയിച്ചോൻ." ചന്ദ്രന്റെ മുതുകുതലോടി ചിരിച്ചുകൊണ്ട് ഹാജിയാർ ഖദീജയോടു പറഞ്ഞു. "ങേ! ഓനല്ലേ ബെലാലേ പടിച്ചേടക്ക്ണ്?"

അന്നത്തെ സാമാന്യവിജ്ഞാനം അങ്ങനെ കഴിഞ്ഞു. മേശപ്പുറത്ത് അടിച്ചുകൊണ്ട് ഹാജിയാർ പറഞ്ഞു, "ഷെരി, ഒക്കെ ബെളീപോയി പാത്തി ക്ലസ്സ് എടായിലിയ്ക്ക്* എറങ്ങിക്കോളീ. ബെല്ലടിച്ചണവരെ പെറക്റ്തി പാടാ."

കുട്ടികൾ പുറത്തേക്കു ചാടി. പാപ്പാത്തിയും തുമ്പിയും പിടിക്കാൻ ചിലർ നടന്നു. ചിലർ വെണ്മേലയും വെള്ളത്തണ്ടും പറിക്കാൻ. അങ്ങനെ പ്രകൃതിപാഠം നടക്കെ. ഒരു പാട്ട വെള്ളവുമായി ഹാജിയാർ മതിലോരത്തു ചെന്ന് ഇരുന്നു.

"കടവത്ത്ക്ക് ബര്ണോ?" ഖദീജ കൂട്ടുകാരോടു ചോദിച്ചു.

ഹൈമവതിയും ആമിനയും ഐസുവും പുറപ്പെട്ടു.

"നോക്കീം പൂവ്വാ?" വിശാലാക്ഷി ചന്ദ്രനോടു ചോദിച്ചു.

"ആ"

പുഴക്കടവിൽവെച്ച് ഖദീജ പൊതുവേ പറഞ്ഞു. "ഡിപ്പോട്ട്ന്നാ!ന്റെ ഇക്കാക്ക പറഞ്ഞ് തന്ന്ട്ട്ണ്ട്."

"അപ്പൊ മാഷ് പറഞ്ഞതോ?" ഹൈമവതി ചോദിച്ചു.

"ഒക്കെ ആ കവിതേന്റെ ചേല്ലാ."** ഖദീജ പറഞ്ഞു.

ആമിന ചന്ദ്രന്റെ അടുത്തു വന്നുനിന്നുകൊണ്ട് ചോദിച്ചു. "അത് ജ്ജെന്യാ***

എഴ്ണീത്?"

ചന്ദ്രന്റെ മുഖം തുടുത്തു.

അയാൾ പറഞ്ഞു: "അതെ."

അത്ഭുതമഭിനയിച്ചുകൊണ്ട് ആമിന പറഞ്ഞു. "യാ റഹ്മാൻ"

സംഭാഷണം ചെകിടോർത്ത ഖദീജ കയറിപ്പറഞ്ഞു. "പൊള്ളീ."*

വിശാലാക്ഷിക്കു ചൊടിച്ചു.

"നൊണ്യാ എഡ്മാഷ് പറഞ്ഞത്? എഡ്മാഷ് പറഞ്ഞില്യേ ചന്ദ്രനാ എഴ്ണീത് ന്ന്?"

വിശാലാക്ഷി തുടർന്നു: "ന്നാപ്പോയിട്ട് പറഞ്ഞോ. ഏഡ് മാഷ് നൊണയനാണ്" എല്ലാവരുടെയും നാവടഞ്ഞു.

"പൂവ്വാ ചന്ദ്രാ" വിശാലാക്ഷി പറഞ്ഞു. ചന്ദ്രനെയും കൂട്ടി വിശാലാക്ഷി പുഴക്കടവ് വിട്ടു. ആരും ചിരിക്കാൻ ധൈര്യപ്പെട്ടില്ല. ഇടവഴി കയറുമ്പോൾ വിശാലാക്ഷി ചോദിച്ചു. "ചന്ദ്രന് സങ്കടായോ?"

വിശാലാക്ഷി അത് പറഞ്ഞതും ചന്ദ്രന്റെ കണ്ണുകൾ നിറഞ്ഞു ചാടി.

"ആയി!" അവൾ പറഞ്ഞു.

"ത്തിനാ കരേണേ? ഞാൻ അമ്പാഴങ്ങ പറിച്ചു തരാം."

"വേണ്ട."

"ബരുന്ന്"

"അവൾ ചന്ദ്രന്റെ ചുമലിൽ കൈ വച്ചു: "അമ്പാഴക്കാട് കാണണ്ടേ?" ഒരു കണ്ടനിടവഴി കടന്നു വേണം അമ്പാഴക്കാട്ടിലേക്ക് കേറാൻ. അതിന് മുകളിലൂടെ ഒറ്റയടിപ്പാലമാണ്.

"ചന്ദ്രന് പേട്യാ?"

വിശാലാക്ഷി കൈക്കു പിടിച്ച് ചന്ദ്രനെ പാലം കടത്തി.

നേരം ഒരുപാടായിരുന്നു. രണ്ടു മണിയുടെ ബെല്ലടിക്കാറായ പോലെ തോന്നി.

"അല്ല, വിശാലാക്ഷ്യേ, നേരം വൈക്യോ?"

"ല്യാന്ന്."

മരങ്ങൾ ആകാശം മുട്ടിനിന്ന വളർത്തുകാട്. മരങ്ങളുടെ മച്ചിൽ ചീവീടുകൾ പണം കിലുക്കി. പ്രാചീനമായ ചപ്പിലയട്ടികളിന്മേൽ ചവിട്ടിക്കൊണ്ടു അവർ നടന്നു.

"ബെട്യേ." വിശാലാക്ഷിക്ക് ആ കാടിന്റെ രഹസ്യങ്ങളത്രയും അറിയാം: "കരിനാഗത്താൻണ്ട്."

"ആരാദ്?"

"അതോ, ദെയ്വ പാമ്പ് ദെയ്വം."

"കടിയ്ക്ക്യോ?"

"ആവേ. ചവ്ട്ട്യാ കടിക്ക്യേരിക്കം." വിശാലാക്ഷി ചിരിച്ചു: "ചന്ദ്രന് പേടീണ്ടോ?"

"ഹേയ്."

"പക്ഷേ, നന്നെ പേടിച്ചിരുന്നു. കരിനാഗത്താൻ കടിച്ചുപോയെങ്കിൽ അച്ഛനറിയും. പ്രതാപിയായ അച്ഛന്റെ മകനായ താൻ കേവലം അമ്പഴങ്ങ തിന്നാൻ അമ്പാഴക്കാട്ടിൽ ചെന്നതു പുറത്താവും. പഴക്കടയ്ക്കു കാണാൻ പോയതും പുഴക്കരയ്ക്കൽ പോയതുമെല്ലാം പുറത്താവും. കരിനാഗത്താനേ, കോപിക്കരുതേ, ചന്ദ്രൻ പ്രാർത്ഥിച്ചു.

വിശാലാക്ഷി അമ്പാഴക്കായ പെറുക്കി ചന്ദ്രന് കൊടുത്തു.

"തിന്നോളൂ കുട്ടീ."

ചന്ദ്രൻ തിന്നു. ചവർപ്പാണ്. ചിലതിനു കയ്പും.

"സ്വാദ്ണ്ടോ?"

"ഉം."

"അമ്പാഴങ്ങ, തിന്നുന്നതിനിടയിലാണ് ബെല്ലിന്റെ ശബ്ദം കേട്ടത്.

"ചന്ദ്രാ!"

"നമ്ക്ക് ഓടാ്ാ."

"മോലിക്കുട്ടിമാഷ്ഷാ. അടിക്കും ട്ട്വോ."

രണ്ടുപേരും ഓടാൻ തുടങ്ങി. ക്ലാസിലെത്തിയപ്പോൾ മോലിക്കുട്ടി മാസ്റ്റർ ഭൂപടം വരയ്ക്കുകയായിരുന്നു. ചന്ദ്രനും വിശാലാക്ഷിയും വാതില്ക്കൽ നിന്നു. ബോർഡിൽനിന്ന് തിരിഞ്ഞ മോലിക്കുട്ടി മാസ്റ്റർ ചോദിച്ചു: "എബടേർന്നു?"

അവർ ഉത്തരം പറഞ്ഞില്ല.

ക്ലാസിൽനിന്ന് ആരോ പറഞ്ഞു: "അമ്പായക്കാട്ടിലിക്ക് പോണ് കണ്ടു, സേർ."

ചന്ദ്രൻ തളർന്നു. ചൂരൽ മേശപ്പുറത്തിരിക്കുന്നു. അമ്പാഴക്കാട്ടിൽ കടക്കുകയെന്നത് പട്ടികയിലകപ്പെടുത്തിയ കുറ്റങ്ങളിലൊന്നായിരുന്നു. മോലിക്കുട്ടിമാസ്റ്റർ വിശാലാക്ഷിയെയും ചന്ദ്രനെയും നോക്കി എന്തോ ഓർത്തിട്ട് പറഞ്ഞു: "കടന്നിരിക്കീ."

അന്നു വൈകുന്നേരം ചന്ദ്രനെ കൊണ്ടുപോവാൻ പതിവുപോലെ കാറു വന്നില്ല. പകരം ഒരു ഓഡർലിയാണ് വന്നത്. കുറെ ബിസ്കറ്റും ഫ്ളാസ്കിൽ കുറച്ച് ഓവൽടിനും അമ്മ കൊടുത്തയച്ചിരുന്നു. അതു കഴിച്ചശേഷമാണ് ചന്ദ്രൻ പുറപ്പെട്ടത്. കുട്ടികളൊക്കെ പോയിക്കഴിഞ്ഞിരുന്നു. പുറത്തു കടന്നപ്പോൾ വിശാലാക്ഷിയുണ്ട് കാത്തു നില്ക്കുന്നു.

"ചന്ദ്രന്റെ കാറെവിടെ?"

"ന്ന് വന്ന്ല്യ, അച്ഛൻ നെലമ്പൂര് പോയിതാ."

ചന്ദ്രനും വിശാലാക്ഷിയും ഓഡർലിയുടെ പുറകേ നടന്നു. പാത ചെങ്കുത്തായാണ് ക്യാമ്പിലേക്ക് കേറുന്നത്. ആ പാതയുടെ വക്കത്താണ് വിശാലാക്ഷിയുടെ വീട്. വീട്ടിൽ അവർ ഒരു ഹോട്ടലു നടത്തിയിരുന്നു. രാമൻനായരുടെ ഹോട്ടലിൽ മറ്റു 'മക്കാനി'കളിലെന്നപോലെ കണ്ണാടിച്ചില്ലുകളോ ഗ്രാമഫോൺ പെട്ടിയോ ഉണ്ടായിരുന്നില്ല. എങ്കിലും അവിടെ ധാരാളം പതിവുകാരാണ്. പട്ടാളക്കാരും പൊലീസുകാരും അത്യാവശ്യം നാട്ടുപ്രമാണിമാരും.

ചന്ദ്രനോടു ചേർന്നു നടന്നുകൊണ്ട് വിശാലാക്ഷി പറഞ്ഞു: "ചന്ദ്രൻണ്ടായ്ട്ടാ ട്ട്വോ മോലിക്കുട്ടിമാഷ്ഷ് തല്ലാത്തത്."

വിശാലാക്ഷിയുടെ വീടെത്തി. ഇത്തിരി നാണത്തോടും ഒരുതരം കുറ്റബോധത്തോടുമാണ് അവൾ ക്ഷണിച്ചത്, "ന്റെ വീട്ടിലിക്ക് വര്വോ?"

പലപ്പോഴും അവിടെ കേറാൻ ചന്ദ്രൻ കൊതിച്ചിട്ടുണ്ട്. കാറിൽ അതുവഴി കടന്നു പോവുമ്പോൾ ഒരു നോക്കു കാണാനേ വയ്യൂ. നരച്ച തലയും മൂക്കിൽ കണ്ണടയുമുള്ള ഹോട്ടൽക്കാരൻ രാമൻനായർ എന്നും വരാന്തയിൽ ഇരിക്കുന്നതു കാണാം. ചിലപ്പോൾ വിശാലാക്ഷിയുടെ അമ്മയുടെ തെളിഞ്ഞ മുഖം കണ്ടെന്നുവരാം. ഇന്നിതാ ആ വീടിന്റെ പടിക്കൽ താൻ നില്ക്കുകയാണ്. കേറിയെങ്കിലോ? വീടെത്താൻ വൈകും. അമ്മയോട് എന്തെങ്കിലും ഒഴികഴിവു പറയാം. പക്ഷേ, ഓർഡലിയോട് എന്തൊഴികഴിവാണ് പറയുക? അയാൾ ഒരിക്കലും സമ്മതിക്കില്ല. എങ്കിലും വെറുതെ ഒരു പരീക്ഷിച്ചുനോക്കാൻ ചന്ദ്രൻ ചോദിച്ചു: "നമ്പ്യാരേ പോട്ടേ?"

അപ്രതീക്ഷിതമായ സന്നദ്ധതയോടെയാണ് നമ്പിയാർ സമ്മതിച്ചത്. ഉല്ലാസം അടക്കവയ്യാതെ ഉമ്മറവാതില്ക്കലേക്കു പാഞ്ഞുചെന്ന് വിശാലാക്ഷി വിളിച്ചറിയിച്ചു. "അമ്മേ, അമ്മേയ്! ഒരാള് വന്നിട്ട്ണ്ട്, ട്ട്വോ!"

പുക നിറഞ്ഞ ഇടനാഴിയിലൂടെ വിശാലാക്ഷിയുടെ അമ്മ പുറത്തേക്കു വന്നു. തീയിന്റെ ചൂടു തട്ടി ചുകന്നിരുന്ന മുഖം അവർ മുക്കൊന്നു തിരുമ്മിയപ്പോൾ ഒന്നുകൂടി പ്രസരിച്ചു. ചുണ്ടിന്റെ ചോട്ടിൽ പൊടിഞ്ഞു നിന്ന വിയർപ്പും കവിളിലെ നുണക്കുഴിയിൽ പറ്റിയ അട്ടക്കളക്കരിയും പുഴക്കാറ്റിൽ വിശാലാക്ഷിയുടെ മണങ്ങളെപ്പോലെ, ചന്ദ്രന് ഇഷ്ടപ്പെട്ടു. നമ്പ്യാരെ നോക്കി വഴിഞ്ഞു ചിരിച്ച ശേഷം, ആദരവോടെ ജാനകിയമ്മ ചന്ദ്രന്റെ നേർക്കു തിരിഞ്ഞു, "ദാരാ വിര്ന്ന് വന്നെടക്ക്ണത്!"

കാപ്പി കുടിക്കണമെന്ന് വിശാലാക്ഷിക്കു നിർബ്ബന്ധമായി. ചന്ദ്രന് പരിഭ്രമം തുടങ്ങി. ആരെങ്കിലും അറിഞ്ഞാലോ? നമ്പിയാർ പറഞ്ഞു കൊടുക്കുമോ? ഹോട്ടൽക്കാരൻ രാമൻനായരുടെ വീട്ടിൽ കേറിയത് അച്ഛനറിഞ്ഞാൽ-- ഈ ചിന്തകൾക്കിടയിൽ ഒരു പാത്രം കാപ്പിയുമായി വിശാലാക്ഷി എത്തിക്കഴിഞ്ഞു.

"അല്ലെങ്കില്- ന്റെ മുറീലിക്ക് വരൂ, ചന്ദ്രാ."

കാപ്പിപ്പാത്രം വീണ്ടും കൈയിലെടുത്തുകൊണ്ട് വിശാലാക്ഷി അറയിലേക്കു നടന്നു. പിന്നാലെ ചന്ദ്രനും ചെന്നു. അറയുടെ ഒരു മൂലയിലാണ് വിശാലാക്ഷിയുടെ സ്വകാര്യ സ്വത്തു മുഴുവനും നിക്ഷേപിച്ചിരുന്നത്. ഒരു ശംഖ്, ഓട്ടുകൊണ്ടു വാർത്തെടുത്ത ശ്രീകൃഷ്ണൻ, പളുങ്കുഗോട്ടികൾ, തീപ്പെട്ടിച്ചിത്രങ്ങൾ, ഏതാനും അണകളുടെ മുക്കാലുകളും ചില്ലികളും നിറച്ച ഒരു ചെപ്പ്. അവയ്ക്കു മുകളിൽ തറച്ചിരുന്ന ചെറിയ ഛായാപടത്തിൽ ഒരു പാശിമാല ഇട്ടിരുന്നു.

"ആര്ട്യാ ഫോട്ടോ?" ചന്ദ്രൻ ചോദിച്ചു.

"ന്റെ അച്ഛന്റ്യാ."

അതിൽ എന്തോ പന്തികേടുള്ളപോലെ ചന്ദ്രനു തോന്നി.

"അപ്പോ" അയാൾ ശങ്കിച്ചു. "രാമന്നായരോ?"

"ഓ." അവൾ പറഞ്ഞു: "അയാള് അമ്മേട നായരാ."

ചന്ദ്രനു മനസ്സിലായില്ല. കൂടുതൽ ചോദിക്കേണ്ടെന്നുവെച്ചു.

"വിശാലാക്ഷീടെ അച്ഛനും ബടത്തന്ന്യാ?"

"അല്ല മഞ്ചീരിലാ."

ഒരു തട്ടിൻ പൂവുള്ള ബിസ്കറ്റും പഴവുമായി ജാനകിയമ്മ അറയിൽ വന്നു.

"ദൊക്കെ ഷ്ടാവ്വോ?" ചന്ദ്രന്റെ ചുമലിൽ കൈ വെച്ചുകൊണ്ട് അവർ ചോദിച്ചു.

"ആ." ചന്ദ്രൻ പറഞ്ഞു.

വിശാലാക്ഷിയുടെ അമ്മ ചിരിച്ചപ്പോൾ നുണക്കുഴികൾ തെളിഞ്ഞു. നെറ്റിക്കിരുവശവും തെള്ളിയ ചുരുൾമുടി അവർ പുറകോട്ടു മാടി. അവരുടെ പതമുള്ള കൈയും വെളുത്ത കാല്പടവും കറുത്ത മുടിയും വിടർന്ന കണ്ണുമെല്ലാം വിശാലാക്ഷിയുടേതുപോലിരുന്നു.

ജാനകിയമ്മ നമ്പിയാരെ സൽക്കരിക്കാനായി തിരിച്ചുപോയി.

"അമ്മേ പിടിച്ചോ ചന്ദ്രന്?" വിശാലാക്ഷി ചോദിച്ചു.

"ആ."

"ചന്തല്യേ?"

"ആ."

"അമ്മേടെ തൊട നന്നെ വെള്ത്ത്ട്ടാ."

"വിശാലാക്ഷി കണ്ടെട്ടണ്ടോ?"

"ആ," വിശാലാക്ഷി പറഞ്ഞു. "അമ്മ നന്നെ ചെറ്പ്പാ, രാമന്നായര്ക്ക് വയസ്സാ. തൊണ്ണൂറ് വയസ്സായീന്നാ അമ്മ പറേണത്."

"അമ്മയ്ക്കോ?"

"അമ്മയ്ക്ക് പതിനാറാ."

"നേരോ?"

"നേരാ. ആളോളെക്കീം പറേണതാ."

ചന്ദ്രൻ ബിസ്കറ്റു കടിച്ചുനോക്കി. എണ്ണക്കാറലുണ്ടായിരുന്നു. എന്നിട്ടും അതു മുഴുവൻ തിന്നു. കല്ലൻപഴവും.

"അച്ഛൻ മഞ്ചീരീലാന്നല്ലേ പറഞ്ഞേ?" ചന്ദ്രൻ ചോദിച്ചു: "അച്ഛന് അമ്മേടെ കൂടെ താമസിച്ചൂടേ?"

വിശാലാക്ഷി മറുപടി പറഞ്ഞില്ല.

ചന്ദ്രൻ വീണ്ടും ചോദിച്ചു: "അച്ഛൻ ബടെ വര്ല്യേ, വിശാലാക്ഷീ?"

ചന്ദ്രനു മനസ്സിലാകാത്തൊരു സങ്കടംകൊണ്ട് വിശാലാക്ഷിയുടെ മുഖം മങ്ങി. അവൾ പറഞ്ഞു: "ന്നാളൊരീസം അമ്മേടെ നായരില്യാത്തപ്പൊ അച്ഛൻ വന്നു. അച്ഛൻ പാവായിട്ട്ണ്ട് ട്ട്വോ. മഞ്ചീരീല് ഒരു തോട്ടത്തിലാണത്രേ പണി. നന്നെ കഷ്ടാ. പിന്നെ അമ്മീം അച്ഛനും എന്തൊക്ക്യോ വർത്തമാനം പറഞ്ഞ് അകായിലിരുന്നു. വൈന്നേരമായീപ്പോ അച്ഛൻ അവസാനത്തെ ബസിന് പൂവ്വാന്ന് പറഞ്ഞു. പാടില്യാ, അയ്യൂ, ന്നെ സ്നേഹല്യാലോന്നൊക്കെ പറഞ്ഞ് അമ്മ അച്ഛനെ അന്ന്വടെ താമസിപ്പിച്ചു. സന്ധ്യക്ക് അമ്മ കുളിക്കാമ്പോയീപ്പൊ അച്ഛൻ ന്നെ മടീല്ര്ത്തി. ന്നോട് പറഞ്ഞു, മോള് പഠിക്കണം. പഠിച്ചീട്ട് ടീച്ചറാവണം, മഞ്ചീരീലെ വല്യ സ്കൂളില് ചേരണംന്നൊക്കെ. നിക്ക് പഠിക്കാൻ അച്ഛൻ കിട്ട്ണ കൂലീന്ന് പണെടുത്ത് വെയ്ക്ക്ണണ്ട് ഉച്ചയ്ക്കുണ്ണാണ്ടെ. ഉണ്ണാണ്ടുണ്ണാണ്ടെ അച്ഛന് വയറ്റ്ദെണ്ണാ. ഇനി വയനാട്ടിലിക്കാ. അവിടെപ്പോയി ഒര്പാട് പണം കൊണ്ട്ര്ം. ഒക്കെ മോള്ക്കാന്നൊക്കെ പറഞ്ഞു. പിന്നീ, അച്ഛമ്പറഞ്ഞു. മോള് ടീച്ചറാവണം. അമ്മേടെ മാതിരി ആവര്ത്... ന്താ ചന്ദ്രാ അത്?"

"നിശ്ചല്യാ." ചന്ദ്രൻ പറഞ്ഞു.

"ന്ന്ട്ട് പിന്നെ അച്ഛമ്പറഞ്ഞു." വിശാലാക്ഷി തുടർന്നു: "അച്ഛന് ഭാഗ്യല്യ ചാവുമ്പോ മോൾടെ കൈയിന്ന് വെള്ളം കുടിക്കാൻ. അച്ഛൻ കരയാന്തൊടങ്ങി. അന്ന് രാത്രി നിയ്ക്ക് ഒറക്കേ വന്നില്യ. എങ്ങന്യാ ഒറങ്ങ്വാ? അകായില് അമ്മീം അച്ഛനും കെടക്ക്ണോടത്ത് ജാമ്പ്വേ, ജാമ്പ്വോ ന്നൊക്കെ പറഞ്ഞ് അച്ഛൻ സങ്കടപ്പെടേര്ന്നു. തലേണേല് മൊകറമർത്തി ഞാങ്കെടന്ന് കരഞ്ഞു. അങ്ങനെ കരഞ്ഞ് കരഞ്ഞ് ഒറങ്ങി. പിറ്റേന്ന് എണീറ്റപ്പളിക്ക് അച്ഛൻ പോയെടക്കണു."

കഥ തീർന്നപ്പോൾ വിശാലാക്ഷിയുടെ മുഖം വാടിയിരുന്നു. അവൾ ചോദിച്ചു: "ചന്ദ്രന്റമ്മയ്ക്ക് വേറെ നായര്ണ്ടോ?"

"ല്യ."

വിശാലാക്ഷി ഇത്തിരി നേരം ഒന്നും പറഞ്ഞില്ല. പതുക്കെ, കളിപ്പാട്ടങ്ങൾ വെച്ച മൂലയിൽ അവൾ ചെന്നു.

"ചന്ദ്രാ!"

"ന്താ?"

"ചന്ദ്രന് ദിലിഷ്ടുള്ളത് എടുത്തോളൂ."

"വേണ്ടാ."

"വേണ്ടേ?"

"വേണ്ടാ, വിശാലാക്ഷീ.

"അപ്പൊന്നെ ഷ്ടല്യാഞ്ഞിട്ടല്ലേ?"

"അയ്യ, അതോണ്ടല്ല."

"ന്നാല്, ദെട്ക്കു."

ഓട്ടുകൊണ്ടു വാർത്ത ശ്രീകൃഷ്ണനെ അവൾ ചന്ദ്രന്റെ മുമ്പിൽ വെച്ചു. അവളുടെ അച്ഛൻ അവൾക്കു കൊടുത്തതായിരുന്നു അത്. ദിവസവും അവളതിനെ തുടച്ചു തിളക്കും.

"വേണ്ട, വിശാലാക്ഷീ," ചന്ദ്രൻ പറഞ്ഞു: "വിശാലാക്ഷീടെ അച്ഛൻ തന്നതല്ലേ? അത് വിശാലാക്ഷ്യേന്നെ വെച്ചോളൂ."

ഒരു നിമിഷം ഓർത്തിട്ട് വിശാലാക്ഷി ശ്രീകൃഷ്ണനെ തിരിച്ചു മൂലയിൽത്തന്നെ വെച്ചു.

"ന്നാലീ ശംഖ്." വിശാലാക്ഷി പറഞ്ഞു.

"ഓ."

ശംഖിനെ ചന്ദ്രൻ തന്റെ സഞ്ചിക്കുള്ളിൽ തിരുകി. സമയം വൈകുകയാണ്.

"വിശാലാക്ഷ്യേ, ഞാമ്പോട്ടേ?"

നമ്പിയാർ തിരക്കിയെങ്കിലോ എന്നായിരുന്നു ചന്ദ്രന്റെ പേടി. പക്ഷേ, നമ്പിയാർക്ക് യാതൊരു തിരക്കും കാണാനില്ല. ജാനകിയമ്മയുമായി വെടിപറഞ്ഞ് ഉമ്മറത്തിരിപ്പാണ്. രണ്ടുപേരും ചിരിക്കുന്നതു കേട്ടപ്പോൾ ചന്ദ്രനു സമാധാനമായി. നമ്പിയാർ അമ്മയോടു പറഞ്ഞു കൊടുക്കാൻ വഴിയില്ല.

"ചന്ദ്രനെ വീട്ടിലെന്താ വിളിക്ക്യാ?" വിശാലാക്ഷി ചോദിച്ചു.

"കുഞ്ഞൂന്ന്."

"ന്നെ ചിന്നൂന്നാ."

ആ വൈകുന്നേരം അവസാനിച്ചു. അന്നു രാത്രി ചന്ദ്രൻ ഉറങ്ങാൻ പാടുപെട്ടു. ഉറങ്ങിയപ്പോൾ എന്തെല്ലാമോ സ്വപ്നം കണ്ടു. താൻ ജാനകിയമ്മയുടെ കുട്ടിയാണ്. മുല കുടിക്കുകയാണ്. മുല തന്നുകൊണ്ട് ജാനകിയമ്മ കൂടെ കിടത്തിയുറക്കുന്നു. ജാനകിയമ്മയ്ക്ക് വിശാലാക്ഷിയുടെ വല്യപ്പമേയുള്ളൂ. അവർക്കു വിശാലാക്ഷിയുടെ മണമാണ്. തവിട്ടുതടമുള്ള വെളുത്ത മുലകളെ മുറുകെ പിടിച്ചുകൊണ്ട് താൻ ഉറങ്ങുന്നു...

ബീരാൻ വീണ്ടും മുന്നിൽ നില്ക്കുകയായിരുന്നു. പ്രാതൽ കഴിഞ്ഞ് സ്ഥലം വിടുമെന്നായിരുന്നല്ലോ പറഞ്ഞത്. ക്ഷമിക്കു. ബീരാൻ ഞാൻ ഒന്നു കാത്തിരുന്നുപോയതാണ്, ഉച്ചയാവാൻ. കവുങ്ങുകൾക്കിടയിലൂടെ കണ്ട പുഴയുടെ കരയിൽ മണലിന്റെ തിട്ടു ചൂടാവാൻ..

ചന്ദ്രൻ വിശാലാക്ഷിയുടെ വീട്ടിൽ ചെന്നതിന്റെ മൂന്നാം ദിവസം എങ്ങനെയോ മേജർസാബ് അതറിഞ്ഞു. നമ്പിയാർക്കും ചന്ദ്രനും വേണ്ടുവോളം ചീത്ത കേട്ടു. ഇനി മേലിൽ എവിടെയും കേറിപ്പോകരുത്. ചന്ദ്രൻ ഒരു മേജറുടെ മകനാണ്. ആ ഗൗരവം പാലിക്കാൻ ചെറുപ്പത്തിൽത്തന്നെ ശീലിക്കണം.

പക്ഷേ, സ്കൂളിൽ ചെന്നുകഴിഞ്ഞാൽ സ്വാതന്ത്ര്യമാണ്.

"കുഞ്ചൂ, പൂവ്വാ!" വിശാലാക്ഷി വിളിക്കും.

"ആ."

മാപ്പിളമാർ തലയിൽ കൊമ്പുവെച്ച് പിത്തവും തലവേദനയും മാറ്റാനിരിക്കുന്നതു കാണാൻ. അമ്പഴങ്ങ പെറുക്കാൻ, പുഴക്കളുടെ കൂടുകൾ ശേഖരിക്കാൻ, കയത്തിന്റെ നീലിമയിൽ പരലുകൾ വെട്ടിത്തിളങ്ങുന്നതും തുമ്പികൾ കൂപ്പുകുത്തി വെള്ളം തൊട്ടു നെറുകയിൽ വെച്ച് വീണ്ടും പറന്നുയരുന്നതും നോക്കിക്കൊണ്ട് ഒരു ദിവസം പുഴയോരത്തു നില്ക്കുമ്പോൾ ആ കടവിൽ ലഹളക്കാർ നമ്പൂരിയെ വെട്ടിക്കൊന്ന കഥ വിശാലാക്ഷി ചന്ദ്രനു പറഞ്ഞുകൊടുത്തു.

"അച്ഛനാണല്ലോ ലഹളക്കാരെ കൊന്നത്" ചന്ദ്രൻ പറഞ്ഞു. "ജോർജ്ജു രാജാവിന്റെ തലയുള്ള ഒരു വെള്ളി മെഡലുണ്ട് അച്ഛന്. അത് മാപ്പിളലഹളയെ അമർത്തിയതിന് കിട്ടിയതാണ്."

വിശാലാക്ഷി മിഴിച്ചുനിന്നു

"നേരോ, കുഞ്ചൂ?"

"വല്യ തോക്കോണ്ടാ വെടിവെച്ചത്. ചിന്നു വല്യ തോക്ക് കണ്ടിട്ട്ല്യേ?"

അവൾ കണ്ടിട്ടില്ല.

"അയീ, ലൂയിസ്ഗൺ കണ്ടിട്ടില്യേ? നാല്പത്തേഴ് ഉണ്ട പൊട്ടും. രണ്ടായിരം ആളോളെ കൊല്ലാ അതോണ്ട്. ടർടർടർ ടർർർന്ന് കുഞ്ഞമ്മ താജ്യേ അതോണ്ടാ കൊന്നത്. അച്ഛനാ കൊന്നത്."

"കുഞ്ചൂ, നിക്കൊരു ദിവസം കാട്ടിത്തര്വോ?"

"ഓ."

ദിവസങ്ങൾ കഴിഞ്ഞു. താൻ ഏറ്റ കാര്യത്തിന്റെ ദുർഘടസ്വഭാവം അപ്പോഴാണ് ചന്ദ്രനു മനസ്സിലായത്. ജാനകിയമ്മയുടെ മകളെ വീട്ടിലേക്കു ക്ഷണിക്കുകയോ! അച്ഛനോട് എങ്ങനെ പറയും?

അങ്ങനെയിരിക്കെ മേജർസാബ് പെട്ടെന്ന് ഒരിൻസ്പെക്ഷൻ ടൂറിനു പുറപ്പെട്ടു. ആ സന്ദർഭം ഉപയോഗപ്പെടുത്തിയില്ലെങ്കിൽ പിന്നീടൊരിക്കലും വിശാലാക്ഷിയെ കൊണ്ടുവരാൻ പറ്റില്ലെന്ന് ചന്ദ്രന് അറിയാമായിരുന്നു.

"അമ്മേ" അതുപറയുമ്പോൾ നെഞ്ചിടിച്ചു: "അമ്മേ, ന്റെ ക്ലാസിലെ ഒരു കുട്ടിക്ക് ക്യാമ്പ് കാണണത്രേ."

"അതിനെന്തിനാ ന്നോട് ചോയ്ക്കണ്?"

"അതോ അതേയ്.."

"ന്താ അത്?"

"അതോ, ആ ലൂയിസ്ഗൺ കാണണം ന്ന്."

"ആര്ക്കാ?"

"ചിന്നൂന്, അബദ്ധത്തിൽ അങ്ങനെ പറഞ്ഞുപോയി."

"ഏതാ ചിന്നു?"

പരിഭ്രമംകൊണ്ട് ചന്ദ്രന്റെ മുഖം ചുവന്നു.

"ആ വിശാലാക്ഷി- രാമന്നായര്ടെ..."

അമ്മ ചിരിച്ചു പോയി.

"അച്ഛൻ വന്നിട്ട് പോരേ?"

ചന്ദ്രന്റെ നാഡി തളർന്നു. അമ്മയുടെ സാരിത്തുമ്പു പിടിച്ച് അയാൾ പരുങ്ങിച്ചുറ്റി നില്പായി.

അപ്രതീക്ഷിതമായി അമ്മ പറഞ്ഞു: "വേണച്ചാ വിളിച്ചോ."

അവിടെ നിന്നുകൊണ്ടു തുള്ളിച്ചാടാൻ തോന്നി. പക്ഷേ, ഒന്നും പുറത്തു കാണിക്കാതെ തന്റെ മുറിയിലേക്കു നടന്നു.

പിറ്റേന്നു വൈകുന്നേരം ചന്ദ്രന്റെ കൂടെ വിശാലാക്ഷിയും വന്നു. അമ്മ അവരെ പാകംപോലെ സൽക്കരിച്ചു. സൽക്കാരത്തിൽ കൈകടത്താതെ ചന്ദ്രൻ അകന്നു നില്ക്കുന്നതായി നടിച്ചു.

"നീയെന്താ കുഞ്ചോ മാറിനിക്കണത്?" മുത്തശ്ശി ചോദിച്ചു. "നെന്റെ ക്ലാസിലെ കുട്ട്യല്ലേ?"

അമ്മ ചിരിച്ചു.

"കുഞ്ചു വരു." അമ്മ പറഞ്ഞു: "വെളമ്പിക്കൊട്ക്കു."

കാപ്പികുടി കഴിഞ്ഞ് അമ്മ നമ്പിയാരെ വിളിച്ചുപറഞ്ഞു: "നമ്പ്യാരേ, കുട്ട്യോൾക്ക് തോക്ക് കാണണത്രെ."

ആയുധപ്പുര വെളിച്ചം കുറഞ്ഞ നീണ്ടൊരു മുറിയായിരുന്നു. നിരക്കെ ചാരിനിർത്തിയ ത്രീ ഓ ത്രീ റൈഫിളുകൾ, മാഗസീനുകൾ, ഗ്രീനേഡുകൾ. പിന്നെ തുമ്പിക്കൈയുപോലെ കനത്ത ലൂയിസ് ഗണ്ണുകൾ. അവിടമത്രയും നിറഞ്ഞ തോക്കെണ്ണയുടെ മണം.

"അയ്യ!" വിശാലാക്ഷി ശ്വാസം പിടിച്ചു.

ചന്ദ്രന് അവളോടു വാത്സല്യം തോന്നി.

"ചിന്നൂന് പേടിയായോ?"

"അയ്യ!"

"എന്ത്യേ?"

"ആ വല്യ തോക്കാ പറഞ്ഞത്?"

ചന്ദ്രൻ വേഗത്തിൽ പറഞ്ഞു: "ആ."

ആ തോക്കുകൊണ്ടുതന്നെയാണോ അച്ഛൻ മാപ്പിള ലഹളക്കാരെ കൊന്നത് എന്ന് ചന്ദ്രനു നിശ്ചയമുണ്ടായിരുന്നില്ല. എങ്ങനെയായാലും അതുപോലത്തെ തോക്കുകൾ കൊണ്ടുതെന്നയാവണം. നമ്പിയാരുടെ മുന്നിൽവെച്ച് അതിനെക്കുറിച്ചു ഒരുസംഭാഷണം തുടങ്ങുന്നത് അവിവേകമായിരിക്കും.

"അയ്യ!" വിശാലാക്ഷി പറഞ്ഞു. ക്ലാസിൽ രണ്ടു മൂന്നു കക്ഷികളുണ്ടായിരുന്നു. തോട്ടത്തിൽ അബുവിന്റെ, സുന്ദരനായ സീലിമിന്റെ, മുക്രിയുടെ മകൾ മറിയത്തിന്റെ, അങ്ങനെ. ഈ കക്ഷികളെല്ലാംതന്നെ ചന്ദ്രനെ സ്വന്തമാക്കാൻ ശ്രമിച്ചിട്ടുണ്ട്. ചന്ദ്രൻ ആരെയും പ്രോത്സാഹിപ്പിച്ചില്ല. ഒടുവിൽ കക്ഷികളെല്ലാം എതിരായി. എതിരായാൽ ആവട്ടെ. താൻ ഒരു കക്ഷിയിലും പെട്ടുകൂടാ. താൻ മേജറുടെ മകനാണ്.

അത്രയും പ്രതാപിയായ അച്ഛന്റെ മകനെ ഖദീജ ഒരിക്കൽ നുണയനെന്നു വിളിച്ചു. അതിങ്ങനെയാണ് സംഭവിച്ചത്: അവളുടെ അമ്മാവൻ മലയായിൽ നിന്നു കൊണ്ടുവന്ന ഒരു വെള്ളിമഷിക്കുപ്പി കാണിച്ചുകൊണ്ട് അവൾ പറഞ്ഞു: "ദ്പോലെ ദുനിയാവില് എവെടീംല്ല."

ചന്ദ്രൻ ചിരിച്ചുപോയി. അച്ഛന്റെ മേശപ്പുറത്തുണ്ട് അതേപോലൊരു മഷിക്കുപ്പി.

"വീട്ട്ലുണ്ടല്ലോ." അയാൾ പറഞ്ഞു.

"മ്മീം ബാപ്പേം അല്ലാത്തതൊക്ക് ഓന്റയ്യില്ണ്ട്!"

"ഞാന്നാളെ കൊണ്ടരാലോ."

"അദ് ഞമ്മക്കും കാണാലോ!"

പക്ഷേ, അച്ഛന്റെ മേശപ്പുറത്തുനിന്ന് അതെങ്ങനെ എടുക്കാനാണ്? ഒരുവഴിയുമില്ല.

പിറ്റേന്ന് വെറുംകൈയോടെ ചന്ദ്രൻ ക്ലാസിലേക്കു വന്നപ്പോൾ ഖദീജ പറഞ്ഞു: "നൊണയൻ!" ചന്ദ്രൻ ചൂളി. വേണെങ്കിൽ ഹെഡ്മാസ്റ്ററോടു ചെന്നു പറയാം. വേണ്ട, അതുവേണ്ട. അപമാനത്തേക്കാളേറെ ഒറ്റപ്പെടലാണ് പൊറുക്കാൻ വയ്യാതിരുന്നത്; ഒരു കക്ഷിയും തന്നെ സഹായിക്കാനെത്തിയില്ല. ആരുമില്ലാത്തവനായി ചന്ദ്രൻ ചിന്നുവിന്റെ നേർക്കു നോക്കി.

"എന്താത് ഖദീജേ?" ഒന്നുമറിയാത്തപോലെ വിശാലാക്ഷി ചോദിച്ചു. കുട്ടികൾ ചിരിതുടങ്ങി.

"ചന്ദ്രൻ പറഞ്ഞത് നേരാ." വിശാലാക്ഷി പറഞ്ഞു. "ഞാങ്കണ്ടിട്ട്ണ്ട് ആ മഷിക്കുപ്പി."

വിശാലാക്ഷി ആ മഷിക്കുപ്പി കണ്ടിട്ടില്ല.

"ജ്ജ് അയ്ന് അബടെ ചെന്ന്ക്ക്ണോ?" ഖദീജയ്ക്കു ഉശിരു കേറി.

"ഉം."

ഖദീജയും സഖികളും ജയഭേരി മുഴക്കി: "ആാാഡീ!"

വിശാലാക്ഷിയെ ക്ഷണിച്ച കഥ ഒരു ഭയങ്കര രഹസ്യമായി സൂക്ഷിച്ചതായിരുന്നു. അതു പുറത്തായി. കണ്ണില്ലാത്തൊരു വാശിയാണ് ചന്ദ്രന് ആ നിമിഷത്തിലുണ്ടായത്. നാളെ ആ മഷിക്കുപ്പി കൊണ്ടുവരണം ക്ലാസിലേക്ക് മാപ്പിളലഹളക്കാരെ വെടിവെച്ചു കൊന്നപോലെ അച്ഛൻ വേണമെങ്കിൽ വെടിവെച്ചു കൊല്ലട്ടെ തന്നെയും.

പിറ്റേന്ന് തിളങ്ങുന്ന മഷിക്കുപ്പിയുമായാണ് ചന്ദ്രൻ ക്ലാസിലേക്കു വന്നത്. വിശാലാക്ഷി അവളുടെ ജയം പുറത്തു കാട്ടാൻ പോലും മിനക്കെട്ടില്ല. ഖദീജയുടെ പടമടങ്ങി. ഹൈമവതിയും ആമിനയും ഐസുവും പുറത്തേക്കു നോക്കി.

പക്ഷേ, ഒരത്യാഹിതം സംഭവിച്ചു. മഷിക്കുപ്പി കൈ വഴുതി നിലത്തു വീണു. അതിന്റെ പൂട്ടിന്റെ കുറ്റി അടർന്നു. ചന്ദ്രന്റെ നെഞ്ചിൽ കനം വീണു. അച്ഛനറിയും.

"ഒക്കെ ശര്യാക്കാ കുട്ടീ." വിശാലാക്ഷി ധൈര്യപ്പെടുത്തി.

"എങ്ങനെ?"

"ഇരിക്കുന്ന്."

ഉച്ചയ്ക്കു ചന്ദ്രനെയും കൂട്ടി വിശാലാക്ഷി അമ്പാഴക്കാട്ടിലേക്കു കടന്നു. അവിടെ ഒരു മരമുണ്ട്. അതിന്റെ പശയ്ക്കു തൊലിപ്പശ എന്നാണു പേര്. ലോകത്തിലുള്ള എന്തിനേയും ഒട്ടിക്കാൻ അതുമതി.

"നിക്ക്വോ?"

"അസ്സലായിട്ട്."

അവളുടെ കൈപ്പടത്തിലും കൈത്തണ്ടയിലും കവിളിലും പശയായി.

"ചിന്നൂ!"

"ന്താ?"

"ചിന്നൂന്റെ മേത്ത് പശ."

"എവിടെ?"

"ദാ."

"എവടെ?"

"ദാ, ന്ന്?"

"എവടേ?"

ചന്ദ്രൻ അവളുടെ കൈത്തണ്ടയിൽനിന്ന് പശ തുടച്ചുകൊടുത്തു. പിന്നെ കവിളിൽനിന്നു തുടച്ചുകൊടുത്തു.

"ഒക്കെ പോയ്യോ, കുഞ്ഞ്യ?"

അമ്പാഴക്കാട്ടിൽ, ആ വെളുത്ത കവിളിൽ കൈ വെച്ചുകൊണ്ട് കഥ അവസാനിച്ചാൽ മതിയായിരുന്നു. കഥയുടെ വിരസമായ ബാക്കി ബീരാൻ എന്ന മുസാവിരി ബങ്ക്ളാവുസൂക്ഷിപ്പുകാരൻ പറയുന്നു.

"പിന്നെ ബാക്കി ഞമ്മളെ പയേ രാമന്നായരെ ഓട്ടലാണ്." ബീരാൻ ഇന്നലെ പറഞ്ഞ കഥയായിരുന്നു; "രാമന്നായര് പണ്ടേ ചത്ത്. പിന്നെ ആ ജാമ്പമ്മ ചത്ത്. ബേണ്ടാനേരത്ത് പള്ളേല്ണ്ടായന്റെ അസ്ക്യതേര്ന്ന്." ഇവിടെ ചിരിക്കണമെന്ന് ബീരാൻ ധരിച്ചിരുന്നു. ബീരാൻ തുടർന്നു: "പ്പൊ ഓളെ മോളെ കാലാ. ബിശാലാച്ച്യമ്മ പത്തരമാറ്റാ. ഓളെപ്പൊ ഓട്ടല് നടത്തണ്. ബിശാലാച്ച്യമ്മന്റെ ഓട്ടല് പൂട്ട്യാല് ഈ മുസാവിരിവങ്ക്ളാവും പൂട്ടും. ങ്ങളെ മാതിരിത്തോലൊന്നും പിന്നെ ഈ കുന്നിന്റെ മോള്ക്ക് ബര്ത്തൂലാ. പിന്നെ ബടെ കാടാവും." ബീരാൻ എടുത്തുപറഞ്ഞു: "അമ്മുക്കുട്ടി ഒരു മൊതലാ."

ഉച്ചയായി. പോവട്ടെ.

ചന്ദ്രൻ കാറു പുറത്തേക്കിറക്കി. പടിക്കൽനിന്ന ബീരാൻ പറഞ്ഞു: "സ്ലാം."

പായലുപിടിച്ച മൺമതിലുകളും ജീർണ്ണതയുടെ സുഗന്ധവുമുള്ള വേലികളും ആൽമരങ്ങളുടെ കമാനങ്ങളും പിന്നിട്ട് കാറ് വീണ്ടും ഒരു കുന്നിൻപുറത്തേക്കു കേറുകയാണ്.

കുന്നിൻപുറത്തെത്തിയപ്പോൾ ചന്ദ്രൻ ഇത്തിരി നേരം കാറു നിർത്തി. നട്ടുച്ച.

മതി ഇനി പോവാം. ഇനിയും അവിടെ നിന്നുകൊണ്ട് ആരുടെയും സമാധി മുടക്കരുത്. ജാനകിയമ്മയുടെ മുലപ്പാലു കുടിച്ചു കിടന്നുറങ്ങിയ മുലക്കുഞ്ഞിന്റെയും പുഴക്കാറ്റിൽ സുഗന്ധിയായി നിന്ന പെൺകുട്ടിയുടെയും പേരക്കുട്ടിക്ക് അശിക്ഷിതനായ ഗുരുവിന്റെ കാരുണ്യം നേർന്ന മുത്തശ്ശിയുടെയും. എല്ലാം അങ്ങനെതന്നെയായിരിക്കട്ടെ.

ദൂരെ, താഴെ, മറ്റേതോ ഒഴുക്കിൽ പരൽമീനുകൾ തെള്ളിക്കടന്നു. ദൂരെ, ഏതോ മണൽത്തിട്ടിൽ, ഉച്ചയുടെ ചൂടിൽ, ഗുരുകാരുണ്യത്തിന്റെ കുളിരിൽ, വായുവിന്റെ പൂക്കൾ വിടർന്നു പൊങ്ങി.

* ഇടവഴിയിലേക്ക്

** ആ കവിതയുടെ മാതിരിയാണ്.

*** നീ തന്നെയാണോ?

എം മുകുന്ദൻ

അനാമിക

കുളിരുള്ള ഒരു അവധി ദിവസം സായാഹ്നം കമ്പിളിയുടെ ഉള്ളിൽ വായിച്ചുകൊണ്ട് കിടക്കവെ തലയണയുടെ അരികിൽ വെച്ചിരിക്കുന്ന ഫോൺ ശബ്ദിച്ചപ്പോൾ അത് അനാമിക ആയിരിക്കുമെന്ന് അയാൾക്കു തോന്നി.

അത് അനാമികതന്നെയായിരുന്നു. അവൾ പറഞ്ഞു.

"സുമിത്, എനിക്ക് നിങ്ങളെ അടിയന്തരമായി ഒന്നു കാണണം. ഞാൻ സഹിക്കുവാൻ കഴിയാത്ത ഒരവസ്ഥയിലാണ്. എന്താണ് ചെയ്യേണ്ടതെന്ന് എനിക്കറിയില്ല. ഞാൻ കഷ്ടപ്പെടുകയാണ്. ഞാൻ ഉടനേ അങ്ങോട്ടു വരട്ടെ? നിങ്ങൾ എന്തെങ്കിലും പ്രധാനപ്പെട്ട പണി ചെയ്തുകൊണ്ടിരിക്കുകയാണോ?"

സുമീത് കിടന്ന അതേ കിടപ്പിൽ വലതു കൈയിൽ മുഖത്തിനു നേരെ തുറന്നുപിടിച്ച പുസ്തകവുമായി ഇടതു കൈയിലെ ഫോൺ മുഖത്തിന്റെ പാർശ്വഭാഗം ചേർത്തുപിടിച്ചുകൊണ്ട് പറഞ്ഞു:

"എന്താണ് നിന്റെ പ്രശ്നം? നീ വീണ്ടും അഭിമന്യുവുമായി കലഹിച്ചുവോ? എല്ലാ സുഖസൗകര്യങ്ങളുമായി കഴിയുന്ന നിനക്ക് കഷ്ടപ്പെടുവാൻ മറ്റൊരു സംഗതിയും

ഞാൻ കാണുന്നില്ല. ധനവും വിദ്യാഭ്യാസവും ആരോഗ്യവും സൗന്ദര്യവുമുള്ള ഒരു യുവതി താൻ കഷ്ടപ്പെടുന്നു എന്ന് ആരോടെങ്കിലും പറയുകയാണെങ്കിൽ അത് തീർച്ചയായും ഒരു ആണ് കാരണമായിരിക്കും എന്നെനിക്ക് ഊഹിക്കുവാൻ കഴിയും. എന്റെ ഊഹം തെറ്റല്ലല്ലോ?"

"സുമീത്, നിങ്ങൾക്ക് ഒരിക്കലും തെറ്റുപറ്റാറില്ല. അതുകൊണ്ടാണ് ഞാൻ ഈ നിമിഷം നിങ്ങളെ വന്നു കാണുവാൻ ആഗ്രഹിക്കുന്നത്. നിങ്ങൾ എന്തു ചെയ്യുകയാണ്? വീട്ടിൽ തനിയെയാണോ? ഞാൻ ഉടനെ പുറപ്പെടട്ടെ? നിങ്ങൾക്കു മാത്രമേ എന്നെ സഹായിക്കുവാൻ കഴിയുകയുള്ളൂ. ഞാനിതാ വരികയായി."

അയാൾ ഫോണിന്റെ ഏരിയൽ താഴ്ത്തി അത് കിടക്കയിൽവച്ച് തുറന്നുകിടക്കുന്ന പുസ്തകം നെഞ്ചിന്മേൽ കമിഴ്ത്തിവച്ച് ആലോചിച്ചുകിടന്നു. അയാളുടെ കമ്പിളിക്കുള്ളിൽ ഊഷ്മളതയുണ്ടായിരുന്നു. ജനലിന്റെ കണ്ണാടിവാതിലിനപ്പുറം തണുത്ത് വിറങ്ങലിച്ചു നില്ക്കുന്ന ഞാവൽമരം കിടന്നു കൊണ്ടുതന്നെ അയാൾക്കു കാണാം. അതിനുമുകളിൽ ദൂരെ പുകപോലെ പാറിക്കളിക്കുന്ന ആകാശവും അയാൾക്കു കാണാം. അഞ്ചാം നിലയിലെ ഈ വലിയ ഫ്ളാറ്റിൽ തനിയെ താമസിക്കുന്ന അവിവാഹിതനായ അയാൾ തന്റെ ഒഴിവുസമയത്തിന്റെ വലിയൊരു ഭാഗം ചെലവഴിക്കുന്നത് ഈ കമ്പിളിയുടെ ഉള്ളിലാണ്. അയാൾ കമ്പിളി തന്റെ ശരീരത്തിൽനിന്നു പറിച്ചെടുത്ത് കുളിമുറിയിൽ ചെന്ന് മുഖം കഴുകി തന്റെ അലങ്കോലപ്പെട്ട തലമുടി ചീകിയൊതുക്കിവെച്ച് ഒരു സിഗരറ്റുമായി ബാൽക്കണിയിൽ ചെന്നു നിന്നപ്പോൾ താഴെ തിരക്കുപിടിച്ച നിരത്തിന്റെ വശത്തെ മരങ്ങളുടെ ഇരുണ്ട നിഴൽ വീണ നടപ്പാതയിലൂടെ സാരിക്കു മുകളിൽ ഒരു കോട്ടു ധരിച്ച് അവൾ ധൃതിയിൽ നടന്നുവരുന്നതു കണ്ടു.

തണുപ്പിന്റെ നനവുവീണ കോട്ട് അഴിക്കാതെ അവൾ സോഫയിലേക്ക് താണു.

"നിനക്ക് ഞാൻ അല്പം വോഡ്കയിൽ ധാരാളം ടൊമാറ്റോ ജ്യൂസ് ഒഴിച്ച് ഉപ്പിട്ടിളക്കി ഒരുബ്ലഡി മേരി തയ്യാറാക്കിത്തരട്ടെ? നിനക്ക് നന്നായി തണുക്കുന്നുണ്ടെന്ന് നിന്റെ മുഖം കണ്ടാൽ അറിയാം."

"എനിക്ക് ഒന്നുംവേണ്ട. സ്നേഹം മാത്രം മതി. അഭിമന്യു എന്നെ വേണ്ട രീതിയിൽ സ്നേഹിക്കുന്നില്ല. വീര്യംകൂടിയ മരുന്നു കൃത്യമായി അളന്നു കഴിക്കുന്നതുപോലെ കൃത്യമായും അളന്നുമാണ് അയാൾ എന്നെ സ്നേഹിക്കുന്നത്. ഒട്ടും അധികവുമില്ല. കുറവുമില്ല. എനിക്കത് സഹിക്കുവാൻ കഴിയുന്നില്ല. ഇതിലും ഭേദം എന്നെ ഒട്ടും സ്നേഹിക്കാതിരിക്കുന്നതാണ്. ഒരു ചിന്തകന്റെ കൂടെയോ എഴുത്തുകാരന്റെ കൂടെയോ ജീവിതം പങ്കുവയ്ക്കുവാൻ കൊതിച്ച എനിക്ക് വിധിച്ചത് ഒരു ചാർട്ടേഡ് അക്കൗണ്ടന്റിനെയാണ്."

"അനാമികേ, അഭിമന്യുവും ഒരു കവിയാണ്. അക്ഷരങ്ങൾക്കു പകരം അയാൾ അക്കങ്ങളെടുത്ത് പെരുമാറുന്നു എന്നത് മാത്രമാണ് ഒരു വ്യത്യാസം. ഈ ഒരു ചെറിയ വ്യത്യാസം നീ അംഗീകരിക്കുകയും നിന്റെ ഭർത്താവിനോട് ചില ചെറിയ വിട്ടുവീഴ്ചകൾ ചെയ്യുവാൻ സന്നദ്ധയായിരിക്കുകയും ചെയ്യണം. എങ്കിൽ ഭാസുരമായ ഒരു ദാമ്പത്യ ജീവിതം നിങ്ങൾ ഇരുവർക്കും നയിക്കുവാൻ കഴിയുമെന്ന് എനിക്ക് നിശ്ചയമായും പറയുവാൻ കഴിയും".

അയാൾ താൻ പ്രത്യേകം ചേരുവകൾ ഒപ്പിച്ച് തയ്യാറാക്കിയ ബ്ലഡി മേരി ഒരു ഗ്ലാസ് അവൾക്ക് കൊടുക്കുകയും തന്റെ ഗ്ലാസ് കൈയിൽ ഏന്തി അവൾക്ക് അഭിമുഖമായി മറ്റൊരു സോഫയിൽ ഇരിക്കുകയും ചെയ്തു. അവൾ നനവു വീണ കമ്പിളിക്കോട്ട് അഴിക്കാതെ ഗ്ലാസുമായി മുന്നോട്ടു കുനിഞ്ഞിരുന്നു.

"നിന്റെ നനവുവീണ കമ്പിളിക്കോട്ട് ഊരിവെക്കുവാൻ ഞാൻ നിന്നെ സഹായിക്കട്ടെ." അയാൾ ചോദിച്ചു.

"അയാൾ അവളുടെ കോട്ടൂരി ഹാംഗറിൽ തൂക്കിവച്ചു. അവളുടെ ശരീരത്തിൽനിന്നു വേർപെട്ടതോടെ ആ കോട്ടിന് അതിന്റെ ഭംഗി മാത്രമല്ല അതിന്റെ പ്രസക്തിയും പൂർണ്ണമായി നഷ്ടപ്പെട്ടതായി അയാൾക്കു തോന്നി. അതേസമയം അവളുടെ ഉടൽ അതിന്റെ വടിവുകളും തുലന സമ്പൂർണ്ണതയും സ്ഥലികവിന്യാസങ്ങളും വെളിപ്പെടുത്തി. കൂടുതൽ ചന്തമുള്ളതായിത്തീർന്നു.

"ഞാൻ അഭിമന്യുവിനെ സ്നേഹിക്കുന്നു. അതുകൊണ്ടാണ് ഞാൻ ഇങ്ങനെ കഷ്ടപ്പെടുന്നത്. അത് എനിക്ക് നന്നായി അറിയാം. പക്ഷേ, എനിക്ക് എന്റെ ഭർത്താവിനെ സ്നേഹിക്കാതിരിക്കുവാനും കഴിയുകയില്ല. എത്ര കഷ്ടപ്പെട്ടാലും എന്തൊക്കെ സഹിക്കേണ്ടിവന്നാലും ഞാൻ അഭിമന്യുവിനെ സ്നേഹിക്കുകതന്നെ ചെയ്യും."

അവളുടെ കണ്ണുകൾ നനയുകയും ആ നനവിൽ പ്രകാശമുള്ള ജനലുകൾ പ്രതിഫലിക്കുകയും ചെയ്തു.

"ഇന്ന് ഇങ്ങനെയൊക്കെ തോന്നുവാൻ എന്താണ് കാരണം? പതിവില്ലാത്ത എന്തെങ്കിലും ഇന്ന് സംഭവിച്ചുവോ?"

അവൾ അയാളുടെ ചോദ്യത്തിന് മറുപടി പറയാതെ ബ്ലഡിമേരി ഒരിറക്ക് കഴിച്ചു. തക്കാളിച്ചാറിന്റെ നിറം അവളുടെ കീഴ്ച്ചുണ്ടിൽ നനഞ്ഞു പടർന്നു. അവളുടെ കണ്ണുകളിലെ ജനലിന്റെ പ്രതിച്ഛായ ഗോളാകൃതി കൈക്കൊണ്ട് ഒരു കണ്ണീർത്തുള്ളിയായി കവിളിലേക്ക് ഉരുണ്ടുവീണു. കവിളിൽ തങ്ങിക്കിടക്കുന്ന ജനലുമായി അവൾ പറഞ്ഞു.

"ഇന്നലെ ഞാൻ ഒരു സ്കൂൾകുട്ടിയായിരുന്ന കാലത്തെക്കുറിച്ച് ധാരാളം ആലോചിച്ചുപോയി. അന്ന് എന്റെ കിടക്കയിൽ ഞാനും എന്റെ പാഠപുസ്തകങ്ങളും എന്റെ മ്യൂസിക് കാസറ്റുകളും മാത്രമേ ഉണ്ടായിരുന്നുള്ളൂ. കിടക്കയിലെ ആ സ്വാതന്ത്ര്യത്തെക്കുറിച്ചു ചിന്തിച്ച് എന്റെ തലയ്ക്ക് മത്തുപിടിച്ചു. വിവാഹിതയായതോടെ ആ സ്വാതന്ത്ര്യം എനിക്ക് നഷ്ടമായി. ഞാൻ അഭിമന്യുവിനോടു പറഞ്ഞു: "ഒരു രാത്രിയെങ്കിലും ആ സ്വാതന്ത്ര്യം എനിക്ക് മടക്കിത്തരുക. ചെറുതായി കറങ്ങുന്ന ഫാനിനു ചുവട്ടിൽ വെള്ള വിരി വിരിച്ച കിടക്കയിൽ ഞാനും എന്റെ പുസ്തകങ്ങളും കാസറ്റുകളും മാത്രം. ഒരു രാത്രി മാത്രം, ഒരേ ഒരു രാത്രി. ഞാൻ അഭിമന്യുവിനോട് കെഞ്ചി..."

"എന്നിട്ട് അഭിമന്യു എന്തു പറഞ്ഞു?"

അയാൾ ഒഴിഞ്ഞ ഗ്ലാസ് കാർപ്പെറ്റിൽവച്ച് അവളുടെ മുഖത്തു നോക്കി. അവൾ പെട്ടെന്ന് എഴുന്നേറ്റു വന്ന് അയാളുടെ അരികിൽ അയാളെ തൊട്ടു തൊട്ടില്ല എന്ന മട്ടിൽ ഇരുന്നു. അവൾ തുടർന്നു:

"അപ്പോൾ അഭിമന്യു എന്നോടു പറഞ്ഞു, എന്തിന് ഒരു രാത്രി? അനാമികാ, നിന്നെ ഞാൻ സ്നേഹിക്കുന്നു. അതുകൊണ്ട് ഒരു രാത്രി മാത്രമല്ല വേണമെങ്കിൽ എല്ലാ രാത്രികളും ഞാൻ നിനക്ക് നിന്റെ കിടക്കയിലെ സ്വാതന്ത്ര്യം വാഗ്ദാനം ചെയ്യുന്നു. അങ്ങനെ പറഞ്ഞ് എന്റെ മൂർദ്ധാവിൽ ഉമ്മവച്ചശേഷം അഭിമന്യു കണ്ണടയും ഡിസ്റ്റിൽഡ് വാട്ടറിന്റെ കുപ്പിയും എടുത്ത് ഇരിപ്പുമുറിയിൽ ചെന്നുകിടന്നു. നോക്കു സുമിത് അഭിമന്യു എന്നെ എത്രമാത്രം സ്നേഹിക്കുന്നുവെന്ന്. എന്റെ ആവശ്യമനുസരിച്ച് അഭിമന്യു എന്നോടുള്ള സ്നേഹത്തിന്റെ വാൽവ് കൃത്യമായി അഡ്ജസ്റ്റ് ചെയ്യുന്നു."

അവളുടെ കണ്ണുകൾ വീണ്ടും പൊട്ടിയൊഴുകിയപ്പോൾ അയാൾ അവളുടെ കൈകളിൽ പതുക്കെ തടവി. അവൾ അവളുടെ തല അയാളുടെ ചുമലിൽ ചായ്ച്ചുവച്ചു.

"അഭിമന്യുവിന്റെ അതിരില്ലാത്ത, അതേസമയം നിയന്ത്രിതമായ ഈ സ്നേഹമാണ് എന്റെ എല്ലാ ദുഃഖങ്ങൾക്കും ഹേതു. കണ്ണടയും ഡിസ്റ്റിൽഡ് വാട്ടറിന്റെ കുപ്പിയുമായി ഇരിപ്പുമുറിയിൽ പോയി കിടക്കുന്നതിനുപകരം കിടക്കയിലെ സ്വാതന്ത്ര്യത്തിനുവേണ്ടിയുള്ള എന്റെ അപേക്ഷ ക്രൂരമായി തട്ടിത്തെറിപ്പിച്ചു കിടക്കയിൽ എന്റെ അരികിൽ കൈകാലുകൾ പരത്തി അഭിമന്യു വന്നുകിടന്നെങ്കിൽ എനിക്ക് ഇത്ര വേദന തോന്നുകയില്ലായിരുന്നു. സ്നേഹത്തിന് തുലാസും മീറ്ററും എന്തിനാണ്? വാൽവുകൾ എന്തിനാണ്?"

അയാളുടെ ചുമലിൽ കവിളമർത്തി അവൾ തേങ്ങി. അയാൾ അവളെ തന്റെ ശരീരത്തിൽ ചേർത്തുപിടിച്ച് പതുക്കെ അവളുടെ തലമുടിയിൽ തലോടി. അവളുടെ കീഴ്ച്ചുണ്ടിൽ അപ്പോഴും പറ്റിക്കിടക്കുന്ന ബ്ലഡിമേരിയുടെ ഉപ്പുകലർന്ന അവശിഷ്ടം അയാൾ തന്റെ കൈലേസുകൊണ്ട് പതുക്കെ തുടച്ചുമാറ്റി.

"എനിക്കു തണുക്കുന്നു."

അവൾ പറഞ്ഞു.

"നീ ആകെ തകരാറിലാണ് അനാമികാ. അല്പനേരം നീ എന്റെ മുറിയിൽച്ചെന്നു കിടക്ക്. വേണമെങ്കിൽ അല്പം ഉറങ്ങ്. നിനക്കു ഞാൻ കുറച്ചു നല്ല പാട്ട് വെച്ചുതരികയോ കഥകൾ പറഞ്ഞു തരികയോ ചെയ്യാം. നിന്നെ ഉറക്കുക എന്നതാണ് ഈ നിമിഷം എന്റെ ജീവിതലക്ഷ്യം. അതിനുവേണ്ടി മാത്രമാണ് ഞാൻ ഇപ്പോൾ ജീവിക്കുന്നത്."

അവൾ പതുക്കെ അയാളുടെ ചുമലിൽനിന്നു തല അടർത്തിയെടുത്ത് പുറംകൈകൊണ്ട് കണ്ണുകളും ചുണ്ടുകളും തുടച്ച് കണ്ണുകളിൽ വന്നു വീഴുന്ന മുടി പിറകോട്ട് തട്ടിമാറ്റി എഴുന്നേറ്റ് അയാളുടെ കിടക്കയിൽ ചെന്നു കിടന്നു. അയാൾ അവളെ പിന്തുടർന്നു കിടക്കയിൽ അവളുടെ അരികിലിരുന്നു അവളുടെ വലതുകൈ സ്വന്തം കൈയിലെടുത്ത് അതിന്മേൽ പതുക്കെ തലോടിക്കൊണ്ടിരുന്നു. അവൾക്ക് സംഗീതം കേൾക്കുവാനോ കഥ പറഞ്ഞു കേൾക്കുവാനോ താല്പര്യം ഉണ്ടായിരുന്നില്ല. അയാളുടെ മൃദുവായ ആ തലോടലുകൾ അവൾക്ക് ആശ്വാസം പകർന്നു കൊടുത്തു. അവൾ പറഞ്ഞു.

"സുമീത്, നിങ്ങളുടെ ഈ തലോടലുകൾ എനിക്ക് എത്ര വിലപിടിച്ചതാണെന്ന് എനിക്കു മാത്രമേ അറിയൂ. പക്ഷേ, അഭിമന്യുവിനെപ്പോലെ മറ്റാർക്കും എന്നെ തലോടുവാനോ ലാളിക്കുവാനോ കഴിയുകയില്ല. ലാളനകളും പരിചരണങ്ങളും അഭിമന്യുവിനെക്കുറിച്ച് കൂടുതൽ ആലോചിക്കുവാൻ എന്നെ പ്രേരിപ്പിക്കുന്നു. എനിക്ക് അയാളോടുള്ള സ്നേഹത്തിന്റെ ആഴം ഒരിക്കലും അയാൾക്കു മനസ്സിലാകില്ല. അഭിമന്യുവിനുവേണ്ടി ഈ ലോകം മുഴുവൻ ഗട്ടറിലേക്കു വലിച്ചെറിയാൻ ഞാൻ തയ്യാറാണ്. സുമീത്, എന്റെ കാലടികൾ തണുക്കുന്നു."

അയാൾ അവളുടെ നീട്ടിവെച്ച കാലുകളുടെ നേരെ മുഖംതിരിച്ചിരുന്ന് കുനിഞ്ഞ് പാദങ്ങളിൽ സ്പർശിച്ചു. അവൾ പറഞ്ഞത് തികച്ചും വാസ്തവമായിരുന്നു. അവളുടെ കാലടികൾ ഐസ്പോലെ മരവിച്ചിരുന്നു. അയാൾ കുറച്ചുകൂടി കുനിഞ്ഞ് ഇരുകൈകൾകൊണ്ടും അവളുടെ പാദങ്ങൾ തിരുമ്മി ചൂടുപിടിപ്പിക്കുവാൻ ശ്രമിച്ചു. വലതുകാലിന്റെ തള്ളവിരലിൽ കല്ലുവെച്ച ഒരു വെള്ളിമോതിരം ഉണ്ടായിരുന്നു. അത് വിവാഹത്തിനുമുമ്പ് അനാമികയും അഭിമന്യുവും പരസ്പരം സ്നേഹിച്ചുനടന്ന കാലം അഭിമന്യു അവൾക്ക് വാങ്ങിക്കൊടുത്തതാണെന്ന് സുമീതിന് അറിയാം. അഭിമന്യു എല്ലായ്പ്പോഴും അവൾക്ക് സമ്മാനങ്ങളും പാരിതോഷികങ്ങളും വാങ്ങിക്കൊടുക്കും.

അവളുടെ ശരീരത്തിലുള്ള എല്ലാ സ്ഥാവര ജംഗമവസ്തുക്കളും അയാൾ കൊടുത്തതാണ്.

"അഭിമന്യുവിനെക്കുറിച്ച് ആലോചിക്കുമ്പോൾ എനിക്ക് എന്റെ ഉടലാകെ തണുക്കുന്നു. അതേസമയം ആലോചിക്കാതിരിക്കുവാനും എനിക്കു വയ്യ. ഒരു സ്ത്രീ അവളുടെ ഭർത്താവിനെക്കുറിച്ചല്ലാതെ മറ്റാരെക്കുറിച്ചാണ് ആലോചിക്കുക? ഞാൻ ഒരു സാധാരണ ഭാരതീയസ്ത്രീയാണ്. മറ്റെല്ലാ സ്ത്രീകളെയുംപോലെ ഒരു ശീലാവതിയെ ഞാൻ എല്ലായ്പ്പോഴും എന്നിൽ ചുമന്നു നടക്കുന്നു. എനിക്ക് അവളെ എവിടെയെങ്കിലും ഒന്നിറക്കിവച്ച് ഭാരമില്ലാതെ ആശ്വാസത്തോടെ കൈകൾ വീശി നടക്കുവാൻ കഴിഞ്ഞെങ്കിൽ..."

അയാളുടെ തിരുമ്മൽ ഏറ്റുവാങ്ങിയ അവളുടെ പാദങ്ങളിൽനിന്നു ശൈത്യം അകന്നു. പക്ഷേ, അവളുടെ കണങ്കാലുകളിൽ അപ്പോഴും തണുപ്പ് വിട്ടുമാറാതെ നിന്നിരുന്നു. അയാൾ വെളിച്ചം മങ്ങുന്ന ജനലിനപ്പുറം നോക്കി നിന്നു. ഞാവൽമരം ഒരു നിഴൽപോലെ ഇരുണ്ടുകഴിഞ്ഞിരുന്നു.

"നീ കരയുകയാണോ അനാമികാ?"

"ഞാൻ കരയുവാൻ വിധിച്ചവളാണ്. ഭർത്താവിനാൽ സ്നേഹിക്കപ്പെടുന്ന എല്ലാ സ്ത്രീകൾക്കും വിധിച്ചതാണ് ഈ കണ്ണീർ. ഞാൻ ഈ കണ്ണീർ കുടിച്ച് ജീവിച്ചോളാം."

"അരുത്." അയാൾ കുനിഞ്ഞ് അവളുടെ മൂർദ്ധാവിലും നെറ്റിയിലും കവിളുകളിലും അടിവയറ്റിലും തന്റെ പുകയിലക്കറ പിടിച്ച ചുണ്ടുകൾ മുട്ടിച്ചു. അങ്ങനെ ചെയ്യവേ അയാൾ തുടർന്നു.

"അഭിമന്യു എന്റെ സ്നേഹിതനാണ്. നീ അയാളെ സ്നേഹിക്കുവാൻ തുടങ്ങുന്നതിനു മുമ്പുതന്നെ എനിക്ക് അയാളെ അറിയാം. നീ നിന്റെ ഭർത്താവിനെ സ്നേഹിക്കുന്ന അതേ ഉല്ക്കടതയോടെ ഒരു സ്നേഹിതൻ എന്ന നിലയിൽ ഞാൻ അയാളെ സ്നേഹിക്കുന്നു. അഭിമന്യുവിനെ സന്തോഷിപ്പിക്കുക എന്നത് നമ്മൾ നമ്മുടെ ഒരു ജീവിതവ്രതമാക്കി മാറ്റണം. അതിനു വേണ്ടി നാം എന്തും ചെയ്യണം."

സുമീതിന്റെ കൈവിരലുകൾ അനാമികയുടെ നാഭിയിൽ തൊട്ടു. ജനൽ ഇരുണ്ടുകഴിഞ്ഞു. അതിനപ്പുറം മരച്ചില്ലകൾക്കിടയിൽ നിരത്തിന് എതിർവശത്തെ വീടുകളിൽ നിന്നുള്ള പ്രകാശം മുനിഞ്ഞു കത്തിനിന്നു. കമ്പിളിയുടെ കീഴെ അവൾ സുമീതിന്റെ നെഞ്ചിനോട് ഒട്ടിച്ചേർന്നുകിടന്നു.

കാക്കനാടൻ

സരസ്വതി

ചിറ്റടിക്കാവിലെ മീനഭരണി ഉത്സവത്തിൻനാൾ ചാരുവിളവീട്ടിലെ ശങ്കു എന്ന ശങ്കരൻ ഉത്സവപ്പറമ്പാകെ സരസ്വതിയെ തേടി നടക്കുകയായിരുന്നു. കുതിരയെടുപ്പ് കാണാൻ അവിടവിടെയായി കൂട്ടംകൂടി, കടല കൊറിച്ച്, പരദൂഷണം പറഞ്ഞ്, കടന്നുപോയ ചെറുപ്പക്കാരെ ഇടം കണ്ണിട്ടു നോക്കി ഇടയ്ക്കിടെ ഒന്നും രണ്ടും പറഞ്ഞ് കുലുങ്ങിച്ചിരിച്ച് കുണുങ്ങിനിന്ന പെണ്ണുങ്ങളുടെ സംഘത്തിലൊന്നും അവൻ അവളെ കണ്ടില്ല. പലതവണ അവൻ പെണ്ണുങ്ങളുടെ കൂട്ടങ്ങൾക്കു ചുറ്റിലും താറിത്താറി, പമ്മിപ്പതുങ്ങി, ചുറ്റിനടക്കുന്നതുകണ്ട് പെണ്ണുങ്ങൾ തങ്ങളിൽത്തങ്ങളിൽ നുള്ളുകയോ ശബ്ദമടക്കി എന്തൊക്കെയോ പറയുകയോ ചിലപ്പോൾ ചിരിക്കുകയോ ചെയ്തു. "ആ ചെറുക്കനെ തലയ്ക്കു വട്ടാ." ഇടയ്ക്ക് ഒരു കുണുങ്ങുന്ന ശബ്ദം അവന്റെ കാതുകളിൽ വീണു. അവൻ തന്റെ വലിയ ഭ്രാന്തൻ കണ്ണുകൾ വിടർത്തി തിരിഞ്ഞ് ശബ്ദം വന്ന ഭാഗത്തേക്ക് നോക്കി. തട്ടാന്മാരുടെ വീട്ടിലെ കോങ്കണ്ണിപ്പാറുവിന്റെ നേതൃത്വത്തിൽ ഒരു പറ്റം തെറിച്ച പെണ്ണുങ്ങളാണ് അവിടെ നിന്നിരുന്നത്. ഒക്കെ പ്രസിദ്ധകളാണ്. അവറ്റയോ

ട് സംസാരിക്കാൻ ആരും ചങ്കൂറ്റം കാട്ടാറില്ല. അങ്ങോട്ട് നോക്കിയപ്പോൾ തന്നെ ശങ്കു ഞെട്ടിപ്പോയി. അവന്റെ പരന്ന, ചെറിയ വികൃതമായ മൂക്കിനുമുകളിൽ കണ്ണുകൾ പെട്ടെന്ന് ഉൾവലിഞ്ഞു.

എന്നിട്ടും അവന്റെ നോട്ടം കൈയിൽക്കിട്ടിയ നിമിഷശകലത്തിനുള്ളിൽ കോങ്കണ്ണിപ്പാറു ചോദിച്ചു. "എന്താ ചങ്കുപ്പിള്ളേ, വല്ലോം കളഞ്ഞുപോയോ?"

അവൻ മറുപടി ഒന്നും പറയാതെ പെട്ടെന്ന് തലതിരിച്ചു നടന്നകന്നു. പുറകിൽ തെറിച്ച പെണ്ണുങ്ങളുടെ ചിരി ഉയർന്നു.

സരസ്വതി എവിടെ? പെണ്ണുങ്ങളുടെ മറ്റു സംഘങ്ങളും ശങ്കരൻകുട്ടി പരിശോധിച്ചു. സരസ്വതിയെ മാത്രം കണ്ടില്ല. തന്റെ പരിചയക്കാരും അല്ലാത്തവരുമായി ലോകത്തുള്ള മുഴുവൻ പെണ്ണുങ്ങളും അവിടെ വന്നു ചേർന്നിട്ടുണ്ടെന്നു തോന്നി. സരസ്വതി മാത്രമില്ല. അവൾ എവിടെപ്പോയി?"

"ആ... ഹ... ഹാ... ഹാരെയാ, ച... ച.. ചങ്കുപ്പിള്ളേച്ചാ. അ... ഹ... ഹ... നോ നോക്കുന്നെ?" കരടിപ്പാതി വാസുവെന്ന മുടന്തൻ റൗഡി വിളിച്ചു ചോദിച്ചു.

"നി.... നി... നിന്റച്ചനെ" എന്നുപറയണമെന്നുണ്ടായിരുന്നു ശങ്കരൻകുട്ടിക്ക്. പക്ഷേ, കരടിപ്പാതിയെ പേടിയായതുകൊണ്ട് ഒന്നും പറഞ്ഞില്ല. വെറുതെയല്ല. അവനെ കരടി പിടിച്ചത്. ശങ്കരൻകുട്ടി ഈർഷ്യയോടെ ഓർത്തു. അവൻ ഉള്ളിൽ പറഞ്ഞു: "നിന്റെ ബാക്കി പകുതിക്കൂടെ കരടി കൊണ്ടുപോകുമെടാ, മുടന്താ."

സന്ധ്യയ്ക്കു ദീപാരാധന തുടങ്ങി. അപ്പോൾ കാവിനു നടുവിലെ അമ്പലത്തിന്റെ ചുറ്റുമതിൽ കാണാൻ അതിമനോഹരമായിരുന്നു. ചുറ്റമതിലിൽ വെളിച്ചത്തിന്റെ ഒരു മാല പോലെ മരോട്ടി വിളക്കുകൾ കത്തിനിന്നിരുന്നു. കാറ്റത്തിളകുന്ന തിരിനാളങ്ങളുടെ ചുറ്റുനിര കനകപ്പളുങ്കു മണികളുടെ ഒരു വലിയ മാലമാതിരി വെട്ടിത്തിളങ്ങി.

ദീപാരാധന തൊഴാനെത്തുന്നവരെ ഒരാളെയും വിടാതെ സൂക്ഷിച്ചു ശ്രദ്ധിച്ചുകൊണ്ട് ശങ്കരൻകുട്ടി ഒരുഭാഗത്ത് ഒതുങ്ങി നിന്നു. ഈർക്കിലിക്കരയനും പുളിയിലക്കരയനും മുണ്ടുകളുടുത്ത്, ജമ്പറുകളിട്ട്, അവയ്ക്കുമേൽ നേരിയതുകൾ ധരിച്ച് പൊട്ടു തൊട്ട് വാലിട്ടു കണ്ണെഴുതി മുഖമാകെ പൗഡർ വാരിപ്പൂശി, മുടിക്കെട്ടിൽ തീക്ഷ്ണസൗരഭ്യമുള്ള മുല്ലപ്പൂമാല ചൂടി ഗ്രാമത്തിലെ ചെറുപ്പക്കാരികളൊക്കെ ദീപാരാധന തൊഴാൻ വന്നു.

അവർ ഒറ്റയ്ക്കും ഇരട്ടയ്ക്കും കൂട്ടം ചേർന്നും എത്തി. ഗ്രാമത്തിൽ ഇല്ലാത്ത ചെറുപ്പക്കാരികളും വന്നെന്നു തോന്നി. ഗ്രാമത്തിൽ ഇത്രയേറെ പെൺകുട്ടികളുണ്ടാവാനിടയില്ലെന്നു ശങ്കരൻകുട്ടി ന്യായമായി ഊഹിച്ചു. പടിഞ്ഞാറ് പുഴയ്ക്കും ടാറിട്ട കറുത്ത നിരത്തിനും വെള്ളാരങ്കുന്നിനും അപ്പുറത്തുനിന്നും കിഴക്കു താമരക്കടിപ്പാറയ്ക്കും പരുത്തിപ്പാറയ്ക്കും കാളിയൻ കുന്നിനും അപ്പുറത്തുനിന്നും മറ്റും ഗ്രാമക്കാരായ പെണ്ണുങ്ങളും വന്നിട്ടുണ്ടാവണം എന്ന് അവൻ കരുതി. അത്രയധികം പെണ്ണുങ്ങളുണ്ട്. വെളുത്തവർ, കറുത്തവർ, മാനിറമുള്ളവർ, സുന്ദരിമാർ, കോങ്കണ്ണിമാർ, ചട്ടുകാലികൾ, മുച്ചിറിയുള്ളവർ, നല്ലവർ, തേവിടിശ്ശികൾ ഒക്കെ വന്ന് ചേർന്നിട്ടുണ്ട്.

സരസ്വതി മാത്രമില്ല.

അവൾ എവിടെ?

കഠിനമായ ഒരു ഇച്ഛാഭംഗം ശങ്കരൻകുട്ടിയുടെ ഉൾത്തളത്തിലെങ്ങോ തീകൂട്ടി. അവന്റെ ഞരമ്പുകൾ കത്തിയെരിഞ്ഞു. ഞരമ്പുകളിൽ എന്തോ ഉരുകി. ഉരുകിയത് സിരകളിലൂടെ ഒഴുകി അവന്റെ കണ്ണുകളുടെ വാതിലുകളോളമെത്തി. ചുടുകണ്ണീർ കണ്ണുകളുടെ വാതില്ക്കൽനിന്നു പുറത്തേക്കു വീഴാതെ തടഞ്ഞു നിർത്താൻ അവന് നന്നേ

പാട്ടുപെടേണ്ടിവന്നു.

പൊടുന്നനെ, അകാരണമായ അനവധി ആശങ്കകളും ഭീതികളും അവന്റെ ഉള്ളിൽ പടർന്നു കത്താൻ തുടങ്ങി. അവൻ ദുഃഖിതനായി. അവൻ ആകെ തളർന്നു. അവന്റെ കണ്ണുകൾ മാത്രം തളരാതെ, ശരീരവും മനസ്സും മുഴുവൻ നീറ്റിയെടുത്ത കരുത്തോടെ, ജാഗരൂകമായി സരസ്വതിയെ തിരഞ്ഞു. കണ്ടില്ലതാനും.

പെണ്ണുങ്ങൾ വന്ന് തൊഴുതു മടങ്ങി. ചിലർ അവരുടെ വീടുകളിലേക്കുപോയി. അമ്പലത്തിലെ നിശാപരിപാടികൾക്ക് മുൻകൂട്ടി, ഒരുക്കുകൂട്ടി വന്നവർ കാവിലും പുറത്തെ പാടത്തുമൊക്കെ സ്ഥലം കണ്ടുപിടിച്ച് ഇരിപ്പുറപ്പിച്ചു. എന്നിട്ടും ശങ്കരൻകുട്ടി കാത്തു നിന്നു

പക്ഷേ, അവൾ വന്നില്ല.

കാവിലെ ചുണ്ണാമ്പുവള്ളികളുടെയും വൻ വൃക്ഷങ്ങളുടെയും ചുവടുകളിൽ, കാവിലമ്മയുടെ സർപ്പങ്ങൾ മിന്നിപ്പുളഞ്ഞു പാഞ്ഞുനടക്കുന്ന ഇരുട്ടുകളിൽ എവിടെയെങ്കിലും സരസ്വതി മറഞ്ഞിരിക്കുന്നുണ്ടോ? വാടിത്തളർന്നു വീണു കിടക്കുന്നുണ്ടോ? തന്നെ കാത്തിരിക്കുന്നുണ്ടോ?

അവനു തന്നെ വിശ്വസിക്കാൻ വയ്യാത്ത ധൈര്യത്തോടെ; തന്നെത്തന്നെ അമ്പരപ്പിക്കുന്ന ചങ്കുറ്റത്തോടെ, മറ്റാരുടെയും, ശ്രദ്ധയിൽപ്പെടാതിരിക്കാൻ ശ്രദ്ധിച്ചുകൊണ്ട്, ശങ്കരൻകുട്ടി മെല്ലെ കാവിലെ മരക്കൂട്ടങ്ങൾക്കിടയിലേക്കു നുഴഞ്ഞു കയറി.

അവന്റെ, വിക്കുന്ന, നാവിൻതുമ്പത്ത് ഇറ്റുനിന്ന ഒരു പ്രാർത്ഥന, അവന്റെ വികൃതമായ ശബ്ദത്തിലൂടെ പുറത്തേക്കു തെറിച്ചുവീണു. "ക... ക...ക്ക... ക്കാവിലമ്മേ... ക... ക്ക... ക്കാക്കണേ."

കാവിനുള്ളറയിലെ കറുത്ത അന്ധകാരത്തിൽ പതിയിരുന്ന കുറുനരികളോ, കാവു നിറഞ്ഞു വിളഞ്ഞു വളർന്നു കിടന്ന സർപ്പങ്ങളോ അവനിൽ ഭീതി തെല്ലും ഉയർത്തിയില്ല. ഭീതികൾക്കൊക്കെ അപ്പുറത്ത് ഭീതികൾക്കു പ്രവേശനമില്ലാത്ത, ഉല്ക്കടമായൊരു ആശങ്കയുടെ ശ്രീകോവിലിൽ എത്തിനില്ക്കുകയായിരുന്നു അവന്റെ മനസ്സ്. അവിടെ സരസ്വതിയെക്കുറിച്ചുള്ള ആശങ്കയല്ലാതെ മറ്റൊരു വികാരത്തിനും സ്ഥാനമുണ്ടായിരുന്നില്ല. ആ വികാരം അത്ര ശക്തമായിരുന്നു.

പുറത്ത്, ആകാശത്തിൽ പൂത്തു നിറഞ്ഞുനിന്ന മീനനിലാവിന്റെ ഒരു പൊട്ടുപോലും കാവിനുള്ളിൽ വീണിരുന്നില്ല. കാവിലെ വൃക്ഷങ്ങളുടെ നിബിഡമായ ഇലച്ചാർത്തുകൾ അത്ര സുരക്ഷിതവും കനമേറിയതുമായ ഒരു മേല്ക്കൂര തീർത്തിരുന്നു. തരുശിഖരങ്ങൾ പണിത ചുറ്റുചുമരുകളും അമ്പലമുറ്റത്തെ വെളിച്ചങ്ങളെ കാവിനുള്ളിലേക്കു എത്തിനോക്കുന്നതിൽനിന്ന് പൂർണ്ണമായും തടഞ്ഞു നിർത്താൻ തക്കവണ്ണം സുശക്തവും പഴുതില്ലാത്തതും ആയിരുന്നു.

ഭരണി നിലാവ് പാലുപോലൊഴുകുന്ന ഈ രാത്രിയും തനിക്ക് അമാവാസി ആണല്ലോ എന്ന് ശങ്കരൻകുട്ടി വിഷാദിച്ചു.

പക്ഷേ, ആ വിഷാദം നിമിഷനേരം നിന്നില്ല. സരസ്വതിയെ കണ്ടെത്താനുള്ള ആവേശം ആ നൈമിഷിക വിഷാദത്തെ പറ്റെ തുടച്ചു നീക്കിക്കളഞ്ഞു.

ഇലഞ്ഞിപ്പൂമണം കുടിച്ചു മത്തുപിടിച്ചു കിടക്കുന്ന കാവിലെ ഇരുട്ടിലൂടെ ഏതപകടവും നേരിടാനുള്ള ചങ്കുറ്റത്തോടെ അല്ലെങ്കിൽ അപകടങ്ങളെക്കുറിച്ചോ വരുംവരാഴികകളെക്കുറിച്ചോ ഓർക്കാതെ തികച്ചും അബോധവാനായി ഏതോ മാസ്മരവിദ്യക്കതീനനായമാതിരി ശങ്കരൻകുട്ടി ഒരു കാട്ടുമുയൽക്കുട്ടിയെപ്പോലെ,

സരസ്വതിയെത്തേടി, മണംപിടിച്ച് ഇഴഞ്ഞുനടന്നു. അവന്റെ വിക്കുന്ന ചുണ്ടുകൾ ആവുന്നത്ര വാത്സല്യത്തോടെ, അവനാവുന്നത്ര സ്വരമാധുരിയോടെ സരസ്വതിയെ വിളിച്ചു. അവൾ വിളികേട്ടില്ല.

കാവിനു പുറത്തുനിന്ന് കാവിലെ കറുത്ത വാവിനു പുറത്തുനിന്ന് നിലാവിന്റെയും മരോട്ടിവിളക്കുകളുടെയും ലോകത്തിന്റെ ആഹ്ലാദനിർഭരമായ ഉത്സവഘോഷനാദങ്ങൾ അവന്റെ കാതുകളിൽ വന്നലച്ചു. അവന് ആ ലോകത്തോട് ദേഷ്യം തോന്നി. വെറുപ്പും അറപ്പും തോന്നി. അത് തട്ടാത്തിപ്പാറുവിന്റെയും കരടിപ്പാതിയുടെയും കറുത്ത ലോകമാണ്. ഈ മരച്ചുവട്ടുകളിലെ ഇരുട്ടാണ് വെളിച്ചം. ഈ ഇരുട്ടാണ് ആഹ്ലാദം. ഇതാണ് എന്റെ സരസ്വതിയുടെ ലോകം. അവൻ തന്നോടു തന്നെ പറഞ്ഞു. വിക്കി വിക്കി സരസ്വതിയെ വിളിച്ചുകൊണ്ട്, സരസ്വതിയുടെ മണം പിടിക്കാൻ ശ്രമിച്ചുകൊണ്ട് അവൻ അന്വേഷണം തുടർന്നു: കാവിൽ ഇരുട്ടത്തു സഞ്ചരിക്കുന്ന ജന്തുക്കളുടെ ചലനനാദങ്ങളല്ലാതെ മറ്റൊരു ശബ്ദവും കേട്ടില്ല. ഇലഞ്ഞിപ്പൂക്കളുടെ തീക്ഷ്ണ സൗരഭ്യമല്ലാതെ മറ്റൊരു ഗന്ധവും ഉയർന്നില്ല.

സരസ്വതി എവിടെപ്പോയി? ശങ്കരൻകുട്ടി കൂടുതൽ ആശങ്കാലുവായി.

കാവാകെ അവൻ അരിച്ചുനടന്നു. കാവാകെ അവൻ മണത്തുനടന്നു.

കാവിലെ മുൾച്ചെടികൾ അവനെ നുള്ളുകയും മാന്തുകയും ചെയ്തു. നിലത്തു വീണു കിടന്നിരുന്ന മുള്ളുകളും കൂർത്ത മുനയുള്ള കല്ലുകളും അവന്റെ ഉള്ളം കാലുകളിൽ തറഞ്ഞു കയറി. അവന്റെ കാലുത്തികളും ശരീരത്തിന്റെ മറ്റു ഭാഗങ്ങളും മുറിഞ്ഞ് ചോരയൊലിച്ചു. ചോരയുടെ നനവ് അവന് മേലാകെ അനുഭവപ്പെട്ടു. കാവിലെ മരച്ചില്ലകളിൽ മീനക്കാറ്റ് ഇരമ്പി.

തിരഞ്ഞു തിരഞ്ഞു മേലാകെ മുറിപ്പാടുകളും രക്തത്തിന്റെ ഈറനുമായി അലഞ്ഞു നടന്നു, ഒടുവിൽ അവൻ ഒരു കീറു വെളിച്ചത്തിന്റെ മുൻപിലെത്തി. അവന്റെ മുന്നിൽ പൊടുന്നനെയാണ് ഒരു കീറു നിലാവു പ്രത്യക്ഷപ്പെട്ടത്. കാവിൽ സരസ്വതിയെ കാണാതിരുന്നതിൽനിന്നുളവായ കഠിനമായ ഇച്ഛാഭംഗവുമായി അവൻ ആ നിലാവിന്റെ പാളിയിലേക്ക് ഇറങ്ങി.

പെട്ടെന്ന് അവൻ നിലാവിന്റെ നടുവിൽ ആയിക്കഴിഞ്ഞിരുന്നു. ചുറ്റിലും നിലാവിന്റെ തടാകപ്പരപ്പ് കണ്ടപ്പോഴാണ് കാവിൽനിന്ന് പാടത്തേക്കാണ് താൻ ഇറങ്ങിയതെന്ന് അവനു മനസ്സിലായത്. നിലാവിന്റെ കായലുപോലെ ഏലായിവയലിന്റെ വിസ്തൃതമായ പരപ്പ് കിടന്നു ഓളംതല്ലി. ഏലായിവയലിനെ ചുറ്റുന്ന ഉയർന്ന ഭൂവിഭാഗങ്ങൾ കറുത്ത നിഴലുകളായി പാടത്തിന്റെ അതിരുകളായി നിലാവത്ത് ഉയർന്നുനിന്നു.

അമ്പലപ്പറമ്പിൽ അപ്പോഴും ശബ്ദങ്ങൾ ഉയരുന്നുണ്ടായിരുന്നു.

ശങ്കരൻകുട്ടി ആകെ പരിക്ഷീണനായിരുന്നു. ശരീരത്തിൽ നിന്നൊലിക്കുന്ന ചോര തുടച്ചുകൊണ്ട് അവൻ അവശനായി പാടത്ത് നിലത്തുവീണു. നിലാവ് ചൊരിഞ്ഞുകൊണ്ട് മാനത്തിൻ കൊമ്പത്ത് തൂങ്ങിനിന്ന സ്വർണ്ണനിറമുള്ള ചന്ദ്രനെ നോക്കി നിലത്തു മലർന്നങ്ങനെ കിടന്നപ്പോൾ അവനു തോന്നി. ഒരു കറുത്ത പാവാട ഉടുത്തുകൊണ്ട് ചന്ദ്രന്റെ രംഗവേദിയിൽ സരസ്വതി നൃത്തം ചെയ്യുകയാണെന്ന്.

മുറിപ്പാടുകളിലെ വേദന മറന്ന് ചുണ്ടത്ത് ഒരു മന്ദഹാസവും സിരാപടലമാകെ ആ മന്ദഹാസത്തിന്റെ ലഹരിയുമായി, അവൻ വിളിച്ചു. "സ.. സ... സരസ്വതീ..."

തെല്ലുനേരം എന്തോ ശ്രദ്ധിക്കുന്ന മാതിരി കിടന്നിട്ട്, ശങ്കരൻകുട്ടി പെട്ടെന്ന് എണീറ്റു. അമ്പലപ്പറമ്പിലേക്കു നോക്കി ഒരുനിമിഷം നിന്നു. പിന്നീടു അവൻ തിരിഞ്ഞു

വയലുവഴി വടക്കോട്ടു നടന്നു. തെല്ലുദൂരം നടന്ന്, കിഴക്കോട്ടു തിരിഞ്ഞു. പാടം കിഴക്കോട്ടു നീണ്ടു. കിഴക്കോട്ടു നീളുന്ന പാടത്തിന്റെ തെക്കേക്കര മലയൻ കുന്നാണ്. നിറയെ വീടുകളും കൃഷിസ്ഥലങ്ങളുമുള്ള മലയൻകുന്ന്. മലയൻ കുന്നിന്റെ ചുവട്ടിലൂടെ, വിണ്ടുകീറിയ പാടത്തിന്റെ മാറത്തുടെ, പാടമാകെ നിറഞ്ഞു കിടന്ന നിലാവിലൂടെ അവൻ കിഴക്കോട്ടു നടന്നു. കിഴക്ക് അകലെ പാടം അവസാനിക്കുന്നേടത്ത് കാളിയൻ കുന്നും പരുത്തിപ്പാറയും ഇരുണ്ട നിഴലുകളായി നിലാവിന്റെ പരപ്പത്തു പൊങ്ങിക്കിടന്നു. കിഴക്ക് വയലിനു നടുക്ക്, കൊച്ചുതോടിന്റെ വക്കത്ത് നിലാവിൽ ഒരു തുരുത്തുപോലെ ആമപ്പാറ ഉയർന്നു.

ഏതോ അവ്യക്തമായൊരു അന്തർപ്രേരണയ്ക്കു വശഗനായി ശങ്കരൻകുട്ടി ആമപ്പാറയ്ക്കു നേരെ നടന്നു.

അവന്റെ മുറിവുകളിലെ വേദന എങ്ങോ പോയിമറഞ്ഞിരുന്നു. ചോരയുടെ ഗന്ധം അവനെ വിട്ടകന്നിരുന്നു. ചോരയുടെ ഗന്ധവും മുറിപ്പാടുകളുടെ വേദനയും ഒക്കെ മീന നിലാവിൽ അലിഞ്ഞുപോയെന്നു തോന്നി. അകലെനിന്ന് കൈതപ്പൂക്കളുടെ ഗന്ധം കാറ്റിന്റെ തേരിലേറിവന്നു. അവൻ ഉത്സാഹവാനായിരുന്നു. അവന്റെ കാലുകൾ അതിവേഗത്തിൽ ചലിച്ചു. ഏതോ ലക്ഷ്യം എത്തിപ്പെടാനുള്ള തിടുക്കം അവന്റെ കാലുകൾ പ്രദർശിപ്പിച്ചു.

അമ്പലപ്പറമ്പിലെ ശബ്ദഘോഷങ്ങൾ പിന്നിലകന്നകന്നു പോയി.

വിശാലമായ പാടത്തെ നിലാപ്പരപ്പിൽ അവനല്ലാതെ മറ്റൊരു ജീവിയും ഉണ്ടായിരുന്നില്ല. ലോകത്തെങ്ങും മറ്റാരും ഇല്ലെന്നു തോന്നി.

ആമപ്പാറയ്ക്കടുത്തെത്തിയപ്പോഴേക്കും, നടത്തത്തിന്റെ വേഗതകൊണ്ടാവണം അവൻ വിയർത്തു തുടങ്ങിയിരുന്നു. ആമപ്പാറയിലെത്തിയപ്പോൾ എത്തേണ്ട ഇടത്ത് എത്തിയ ഒരുവനെപ്പോലെ അവൻ പാറയിന്മേൽ ചാരി, സ്വസ്ഥനായി നിന്നു.

അപ്പോഴാണ് കൊച്ചുതോട്ടിൽ കുളിച്ചുകയറി അവൾ വന്നത്. അവൾ അവന്റെ മുൻപിൽ എത്തി, സുസ്മേരവദനയായി നിന്നു. അവൻ കടന്ന വിസ്മയത്തോടെ അവളെത്തന്നെ നോക്കിനിന്നു. അവനു തന്റെ കണ്ണുകളെ വിശ്വസിക്കാൻ കഴിഞ്ഞില്ല. അവൻ ഒരു അപരിചിതയെ എന്നവണ്ണം സങ്കോചത്തോടെയും സംഭ്രമത്തോടെയും അവളെ നോക്കി. അവൾ മന്ദഹസിച്ചുകൊണ്ടുതന്നെ നിന്നു.

അവളുടെ ശിരസ്സിനു പിന്നിൽ കറുത്ത ഈറൻമുടി അഴിഞ്ഞു പടർന്നു കിടന്നു. അവൾ കറുത്തതായിരുന്നു. അവളുടെ പുരികക്കൊടികളും കൺപീലികളും കറുത്തിരുന്നു. ആകൃതിയൊത്ത വെളുത്ത പല്ലുകൾ പ്രദർശിപ്പിച്ച് അവൾ മന്ദഹസിച്ചു. അവളുടെ കറുത്ത മൂക്കിന്റെ തുമ്പത്ത് മൂക്കുത്തിയുടെ വെള്ളക്കല്ല് വെട്ടിത്തിളങ്ങി. കഴുത്തിലെ കറുത്ത ചരടിന്റെ അറ്റത്ത് വെള്ളപ്പതക്കം വെട്ടിത്തിളങ്ങി. അവളുടെ കറുത്ത ജമ്പറിനു താഴെ വെള്ളമുണ്ട് വെട്ടിത്തിളങ്ങി. അവൾ കറുപ്പ് ആയിരുന്നു. കറുപ്പ് ഏഴഴകാണെന്ന് പണ്ടാരോ പറഞ്ഞതു ശങ്കരൻകുട്ടി ഓർത്തു.

അവൻ സ്തബ്ധനായിരുന്നു. വാക്കുകൾ അവന്റെ നാവിന്റെ ചുവട്ടിൽ എവിടെയോ ഉറഞ്ഞുപോയിരുന്നു. തന്റെ മനസ്സും വികാരങ്ങളുമൊക്കെ ഉറഞ്ഞ് മഞ്ഞുകട്ടിമാതിരി ഘനീഭവിച്ചിരിക്കുന്നുവെന്ന് അവനു തോന്നി. അപ്പോഴും വെട്ടിത്തിളങ്ങുന്ന പുഞ്ചിരിയുമായി അവൾ അവന്റെ മുൻപിൽ ജ്വലിച്ചുനിന്നു.

അവൻ ഒരു ശിലാപ്രതിമ ആയിരുന്നു. തന്നിൽനിന്ന് ചലനശേഷി നിശേഷം വാർന്നുപോയിരിക്കുന്നുവെന്ന് അവൻ അറിഞ്ഞു. പകച്ച, മരവിച്ച കൃഷ്ണമണികൾ അവളുടെ

മേൽചാരി; അവൻ നിശ്ചലനായി നിന്നു.

അപ്പോൾ അവൾ കൈനീട്ടി അവനെ തൊട്ടു. "വിളിക്കൂ.. എന്നെ വിളിക്കൂ.." അവൾ പറഞ്ഞു. അവളുടെ ദിവ്യമായ ശബ്ദം ഒരു അഗ്നിമാതിരി അവന്റെ ഉള്ളിലേക്കു കടന്ന് മരവിച്ചുപോയ മനസ്സിനെയും വികാരങ്ങളെയും ശബ്ദത്തെയും ഒക്കെ ചൂടാക്കി ഉണർത്താൻ തുടങ്ങി. തന്നിലേക്കു ജീവനും ചൂടും മടങ്ങിവരുന്നതായി അവനു തോന്നി. അവന്റെ ചുണ്ടുകൾ ചലിച്ചു. അവൻ വിളിച്ചു. "സരസ്വതി."

പെട്ടെന്ന് അത്ഭുതം അവനെ തളർത്തിക്കളഞ്ഞു. അവന്റെ നാവിന് വിക്കുണ്ടായിരുന്നില്ല. അവന്റെ ശബ്ദം വികൃതമായിരുന്നില്ല. സരസ്വതീ, നിന്റെ സ്പർശം എന്റെ വിക്കും ശബ്ദവൈകൃതവും നീക്കം ചെയ്തിരിക്കുന്നു. അവൻ ഉള്ളിൽ പറഞ്ഞു. സ്വയം പരീക്ഷിക്കുന്ന മട്ടിൽ അവൻ ഒന്നുകൂടി വിളിച്ചു: "സരസ്വതീ."

"ഓ." അവൾ വിളിച്ചുകേട്ടു.

"നീ വരുമെന്ന് എനിക്കറിയാമായിരുന്നു." ശങ്കരൻകുട്ടി പറഞ്ഞു. "പക്ഷേ, അവിടെ വരുമെന്നാണ് ഞാൻ കരുതിയത്."

"ഞാനവിടെ വന്നിരുന്നെങ്കിൽ," സരസ്വതി പറഞ്ഞു: "നീ അവിടെ എത്തിയ ഉടനേ എന്നെ കണ്ടേനെ. എന്നെ തിരിച്ചറിഞ്ഞേനെ, നീ എന്നെത്തിരിഞ്ഞു നടക്കുമായിരുന്നില്ല. എനിക്കു വേണ്ടി നിന്റെ ഉൾക്കലം പിടിയ്ക്കുമായിരുന്നില്ല. എന്നെ തേടി നടന്ന് നീ വേദന സഹിക്കുമായിരുന്നില്ല."

"അപ്പോൾ എന്നെ വേദനിപ്പിക്കാനാണോ?"

"തീർച്ചയായും." സരസ്വതി തറപ്പിച്ചു പറഞ്ഞു. "വേദന അറിഞ്ഞെങ്കിലേ സുഖമറിയാനാവൂ. നേടാനുള്ളതു നേടാൻ വേണ്ടി വേദന സഹിക്കുമ്പോഴേ നേട്ടം നേട്ടമാവൂ. ഇപ്പോൾ, ഈ കൂടിക്കാഴ്ചയ്ക്ക് ഇത്രയേറെ മാധുര്യം പകരുന്നത് ആ വേദനയുടെ പശ്ചാത്തലമാണ്."

അവൾ പറയുന്നത് അക്ഷരംപ്രതി ശരിയാണെന്ന് അവനു തോന്നി. കഴിഞ്ഞ മണിക്കൂറുകൾ താൻ എത്രയേറെ വേദനിച്ചു. ശാരീരികമായും മാനസികമായും തളർന്നു. അതുകൊണ്ട് തന്നെയല്ലേ സരസ്വതിയെ കണ്ടെത്തിയ ഈ നിമിഷം ഇത്ര മനോഹരമായി തോന്നുന്നത്? കാവിനുള്ളിലെ കുറുത്തവാവും കല്ലും മുള്ളും ഇല്ലായിരുന്നെങ്കിൽ ഈ നിലാവിന്, നിലാവത്തെ ഈ സമാഗമത്തിന് ഇത്രയേറെ മാധുര്യം തോന്നുമായിരുന്നോ? ഇല്ല, ഇല്ല, ഇല്ല, അവൻ തന്നോടുതന്നെ തീർത്തു പറഞ്ഞു.

"വരൂ." അവൾ അവന്റെ കൈ പിടിച്ചു. അവൻ അവളെ അനുഗമിച്ചു.

ആമപ്പാറയുടെ കിഴക്കു വശത്തേക്കാണ് അവർ പോയത്. കിഴക്കുവശത്തു ആമപ്പാറ പരന്നുകിടന്നു.

"നമുക്ക് ഇവിടെയിരിക്കാം." അവൾ പറഞ്ഞു

ഇരുന്നു കഴിഞ്ഞ ഉടനെ അവൾ അവനെ ഗാഢമായി പുണർന്നു. ശക്തമായ ഒരു ആലിംഗനത്തിൽ അവർ ഒന്നായി. അവളിൽനിന്ന് ചന്ദനത്തെ വെല്ലുന്ന സൗരഭ്യം ഉയർന്നു. ആ സൗരഭ്യം അവന്റെ നാസാരന്ധ്രങ്ങളിലൂടെ കടന്ന് ഒരു സ്വർഗ്ഗീയ ലഹരിമാതിരി അവന്റെ സിരാവ്യൂഹമാകെ എരിഞ്ഞുപിടിച്ചു. അവളുടെ ചുണ്ടുകൾ അവന്റെ ചുണ്ടുകളിന്മേൽ അമർന്നു. അവളുടെ പല്ലുകൾ അവന്റെ ചുണ്ടുകളിലും നാവിലും പെട്ടു. അവന്റെ ശരീരമാകെ വിദ്യുല്ലതികകൾ പടർന്നുകയറി. ഏതോ അഭൗമ പ്രപഞ്ചത്തിന്റെ മാസ്മരമേഖലകളിലാണ് താൻ എന്നു അവനു തോന്നി. പരസ്പരം വിഴുങ്ങാനെന്ന മാതിരി പരസ്പരം ലയിച്ച് ഒന്നായിത്തീരാനെന്ന മാതിരി അവർ ആവുന്നത്ര കരുത്തോ

ടെ പരസ്പരം വലിഞ്ഞു മുറുക്കി. അവളുടെ നാവ് അവന്റെ ഉള്ളറകളെ തേടിച്ചെന്നു. അവരൊന്നിച്ച് പാറമേലേക്കു മറിഞ്ഞു. നാവു നാവിനേയും, ചുണ്ട് ചുണ്ടിനേയും നെഞ്ച് നെഞ്ചിനേയും വയറ് വയറിനേയും അരക്കെട്ട് അരക്കെട്ടിനേയും കാലുകൾ കാലുകളെയും ഊക്കോടെ ആർത്തിയോടെ ആവേശത്തോടെ ഉമ്മവെച്ചു.

ആര് ആരെ നഗ്നയോ നഗ്നനോ ആക്കി എന്ന് അവർ ഇരുവരും അറിഞ്ഞില്ല. പക്ഷേ, നിമിഷങ്ങൾ കഴിഞ്ഞപ്പോൾ ഇരുവരും നഗ്നരായിരുന്നു. നഗ്നതയുടെ ലഹരിയിൽ, നഗ്നതയുടെ കരുത്തിൽ, നഗ്നതയുടെ സൗന്ദര്യത്തിൽ അവർ ഒന്നായിത്തീരുകയായിരുന്നു. ഒരാൾ മറ്റൊരാളിലേക്കു പ്രവേശിക്കുവാൻ ദാഹിക്കുകയായിരുന്നു.

ഈ നിമിഷങ്ങൾക്കുവേണ്ടിയാണ് ഞാൻ കാത്തിരുന്നത്. ശങ്കരൻകുട്ടി തന്നോടു തന്നെ പറഞ്ഞു. ഈ നിമിഷങ്ങൾക്കുവേണ്ടിയാണ് ഞാനീ വേദനയൊക്കെ സഹിച്ചത്.

ചുണ്ടുകൾ ചുംബനവിമുക്തമായ ഒരു ഹ്രസ്വനിമിഷത്തിൽ സരസ്വതി പറഞ്ഞു. "ഞാൻ എന്നെത്തന്നെ നിന്റെ ഉള്ളിലേക്കും കടത്തിവിട്ടിരിക്കുന്നു. നിന്റെ ശബ്ദം ലോകത്തിലെ ഏറ്റവും നല്ല ശബ്ദമാകും. ആ ശബ്ദം ശാശ്വതമാകും. ആ ശബ്ദം കൊണ്ട് നീ അനശ്വരനാവും."

അവളുടെ ചുണ്ടുകൾ വീണ്ടും അവന്റെ ചുണ്ടുകളിന്മേൽ അമർന്നു.

അവർ വീണ്ടും പരസ്പരം വിഴുങ്ങാൻ അടുത്തു. നഗ്നത നഗ്നതയോടുരഞ്ഞപ്പോൾ ചൂടുപിറന്നു. ആ ചൂടിൽ അവർ ജീവിതത്തിന്റെ ഏറ്റവും കരുത്തുറ്റ സുഖം തിരഞ്ഞു. നിലാവ് അവരെ പുതപ്പിച്ചു. കാറ്റ് അവർക്ക് കുളിരു പകർന്നുകൊണ്ട് മുകളിൽ ഒരു പങ്കമാതിരി ചുറ്റിത്തിരിഞ്ഞു.

ശങ്കരൻകുട്ടിയുടെ ചുണ്ടുകൾ പാടാൻ തുടങ്ങി: "സരസ്വതീ..."

പി പത്മരാജൻ

ലോല

എന്റെ പേര് അവളിൽ വല്ലാത്ത അമ്പരപ്പാണുണ്ടാക്കിയത്.

"സംസ്കൃതത്തിൽ ഒരു പേരോ?"

"അതെ."

"നിങ്ങൾ സംസ്കൃതമാണോ സംസാരിക്കുക?"

"അല്ല."

"പിന്നെ?"

"മലയാളഭാഷ സംസ്കൃതവുമായി വളരെ ബന്ധപ്പെട്ടുകിടക്കുന്നു."

"എന്നാലും - താമരയുടെ രാജാവ് എന്ന പേരുണ്ടോ?"

"താമരയുടെ രാജാവ്?" എനിക്കു ലജ്ജ തോന്നി. ഞാൻ പറഞ്ഞു.

"ഞങ്ങൾ താമരയെ ആരാധിക്കുന്നു."

അവൾ അല്പം ലജ്ജിക്കുന്നതായി കാണപ്പെട്ടു. എന്തോ പറയാൻ ബദ്ധപ്പെടുന്നതുകണ്ട് ഞാൻ പ്രോത്സാഹിപ്പിച്ചപ്പോൾ അവൾ താമര ആരാധ്യവസ്തുവായിത്തീർന്നതെങ്ങനെയെന്നു ചോദിച്ചു.

"എനിക്കറിഞ്ഞുകൂടാ."

"ഒബ്രിയൻ പറഞ്ഞിരിക്കുന്നതെന്താണ്?"

"എനിക്കറിഞ്ഞുകൂടാ."

അവൾ കൂടുതൽ നാണിച്ചു. നഗ്നമായ കഴുത്തിനു പിന്നിൽനിന്നും നേർത്ത അരുണിമ മുഖത്തേക്കു വ്യാപിച്ചു.

"താമരയുടെ ഇതളുകൾ എന്തിനെ സൂചിപ്പിക്കുന്നു."

"എനിക്കറിഞ്ഞുകൂടാ."

"താമരയുടെ അല്ലി എന്തിനെ സൂചിപ്പിക്കുന്നു?"

എനിക്കു മുഷിഞ്ഞു തുടങ്ങിയിരുന്നു. ഞങ്ങൾ തമ്മിൽ ഉള്ള സംസാരം ഏതാണ്ടൊരു ഇന്റർവ്യൂപോലെ എനിക്കുതോന്നിത്തുടങ്ങിയിരുന്നു. അല്പം വിരസതയോടെ ഞാൻ പറഞ്ഞു. "എനിക്കറിഞ്ഞുകൂടാ."

"ഞാൻ പോകുന്നു."

അവളുടെ കണ്ണുകളിൽ ഒരു കുസൃതിച്ചിരി തങ്ങിനിന്നു. അവൾ പോയി. നാലുമാസത്തെ എന്റെ അമേരിക്കൻ ജീവിതത്തിനിടയിൽ അന്നാദ്യമായാണ് ഒരു അമേരിക്കക്കാരി ലജ്ജിച്ചു ഞാൻ കാണുന്നത്. (ലജ്ജാശീലയായ ഒരമേരിക്കൻ പെണ്ണ് എനിക്കൊരു സങ്കല്പമായിരുന്നു. അതുകൊണ്ടു കൂടിയാവാം ഞാൻ ലോലയിൽ ആകൃഷ്ടനായത് എന്ന് ഇന്നെനിക്കു തോന്നുന്നു.)

ഡയറിയുടെ താൾ.....

... ലിറ്ററേച്ചർ പഠിക്കുന്ന ലോല മിൽഫോർഡുമായി എനിക്കു പ്രേമമായി എന്നാണു തോന്നുന്നത്. അതങ്ങനെയാവട്ടെ. ലോലയെപ്പോലെ ഒരു പെണ്ണിനെ...

ഇത്ര സുന്ദരിയായ-

ഓമനത്തമുള്ള-

ബുദ്ധിയുള്ള, സംസാരിക്കാൻ അറിയുന്ന-

എന്തിനാണ് ഇന്ന് ഹോട്ടലിൽവെച്ച് മേശവിരിപ്പിനു ചുവട്ടിൽ എന്റെ കാലിൽ നീ കാൽ മുട്ടിച്ചത്?

പിന്നെ എന്തിനാണ്-

ഏതായാലും ഈയിടെ ഒന്നും വായിക്കുന്നില്ല. ഈ പെണ്ണ് എന്നെ കിറുക്കനാക്കി. ഇപ്പോൾത്തന്നെ എനിക്കവളെ ഒന്നു കണ്ടാൽക്കൊള്ളാമെന്നുണ്ട്. ഇപ്പോൾ, ഈ രാത്രിയിൽ, ഈ രാത്രിയിൽത്തന്നെ-

ഓഡ്രി ഹെപ്ബേണിനെപ്പോലെ, തലമുടി ചെറുതായി മുറിച്ച് നെറ്റിയിൽ പരത്തിയിട്ടിരുന്നു. ഞാൻ ചോദിച്ചു: "ഓഡ്രി ഹെപ്ബേൺ ആണോ പ്രിയപ്പെട്ട താരം?"

"അല്ല. ഷെർലി മാക്‌ലെയിൻ.."

ഷെർലിയുടെ കണ്ണുകൾ ഞാൻ ഓർത്തു. നിഷ്കളങ്കതയാണ് അവയുടെ ജീവൻ.

ഞാൻ പറഞ്ഞു. "ലോലയുടെ കണ്ണുകൾ ഷെർലിയുടേതു തന്നെ."

"പ്രശംസയാണ്."

"അല്ല."

"അതെ."

"അല്ലല്ല. ഞാൻ കണ്ടുമുട്ടിയിട്ടുള്ളതിൽ ഏറ്റവും സുന്ദരി. ഏറ്റവും നിഷ്കളങ്ക." ഞാൻ പറഞ്ഞുപോയി: "അതു നീയാണ്." അവൾ പെട്ടെന്നു തലതാഴ്ത്തി. പിന്നീട്, പൊടുന്നനവെ എന്റെ കൈകടന്നുപിടിച്ചു. അവളുടെ കണ്ണുകൾ സജലങ്ങളായിരിക്കുന്നതു

ഞാൻ ശ്രദ്ധിച്ചു.

"ഞാൻ..." അവൾ എന്തോ പറയാൻ ബദ്ധപ്പെട്ടു.

"പറയൂ." ഞാൻ ചോദിച്ചു: "എന്താണ്?"

അവൾ ഒന്നും മിണ്ടാതെ എന്റെ കൈപിടിച്ചമർത്തി.

ലേക്ക് ഓഫ് ദി ക്ലൗഡ്സ് ഞങ്ങളുടെ മുമ്പിൽ ഇരുട്ടിൽ പുതഞ്ഞു കിടന്നു. ജലപ്പരപ്പിനു മുകളിൽ മഞ്ഞുവീണുതുടങ്ങിയിരുന്നു. ഒരു മോട്ടോർ ബോട്ട് ദൂരത്തുകൂടി പോകുന്നത് അവ്യക്തമായിക്കാണാം.

ലോല പിറുപിറുത്തു: "ഞാൻ... എനിക്ക്.."

അവളുടെ ചുണ്ടുകൾ മൃദുവായി വിറകൊള്ളുകയും എന്റെ കൈയിൽ പിടിച്ചിരുന്ന കൈ വിയർക്കുകയും ചെയ്തു.

എന്താണെങ്കിലും അവൾ അത് ഒരിക്കലും പറഞ്ഞുതീർക്കുകയില്ല എന്നെനിക്കറിയാമായിരുന്നു. അവൾ എന്തു പറയാനാണ് ബദ്ധപ്പെടുന്നത് എന്നും എനിക്കറിയാമായിരുന്നു.

മിച്ചിഗൻ...

സെന്റ് ക്രോയ്ക്സ് നദിയുടെ മുകളിൽ നിന്നുകൊണ്ട് ഓഹിയോക്കു തിരിച്ചുപോകുന്നതിനു മുമ്പത്തെ രാത്രിയിൽ ഞാൻ അവളെ ചുംബിച്ചു.

ഞങ്ങളുടെ ചുറ്റും നിശ്ശബ്ദത തളംകെട്ടിനിന്നിരുന്നു. കാറിനു നേരെ നടക്കുമ്പോൾ അവൾ എന്റെ അരക്കെട്ടു ചുറ്റിപ്പിടിച്ചു നിർത്തി മന്ത്രിച്ചു:

"ഞാൻ കന്യകയാണ്. അതോർമ്മയിരിക്കട്ടെ."

ലോലയുടെ കഴുത്തിൽ ഒരു കറുപ്പുപുള്ളിയുണ്ടായിരുന്നു. അതവളെ ദുഃഖിപ്പിച്ചിരുന്നു. അവളുടെ ഒരു പല്ല്- മുകളിൽ നടുക്കുനിന്നും നാലാമത്തേത് വെപ്പാണ്.

തെക്കുപടിഞ്ഞാറേ അമേരിക്കയിൽനിന്നും വരുന്ന പെൺകിടാങ്ങൾക്കു പൊതുവെ അല്പം സൗന്ദര്യം കൂടും. ഭാവനയും. ലോലയാണെങ്കിൽ രണ്ടും കണക്കിൽ കവിഞ്ഞ കൂട്ടത്തിലാണ്. ജന്മഭൂമിയായ ടെക്സാസിനെപ്പറ്റി പറയുമ്പോൾ അവൾ എന്നും കവിതയിലേക്കു വഴുതി വീണു പോയിരുന്നു.

കോർപസ് ക്രിസ്റ്റി ഉൾക്കടലിലെ തണുപ്പുള്ള കാറ്റ്.

സാൻ അന്റേണിയേ നദിയുടെ തീരത്തെ വിശാലമായ പാർക്ക്...

വരൂ, ഒരിക്കൽ ടെക്സാസിലേക്കു വരൂ.

അവൾ കവിതകളെഴുതിയിരുന്നു. പ്രസിദ്ധപ്പെടുത്തിയിരുന്നില്ല.

"എന്തുകൊണ്ടാണ് പ്രസിദ്ധം ചെയ്യാത്തത്?" ഞാൻ ചോദിച്ചു. "എനിക്കൊരു രണ്ടാംകിട എഴുത്തുകാരിയാകണ്ട എന്നതുകൊണ്ട്." അവൾ പറഞ്ഞു. അമേരിക്കൻ സാഹിത്യത്തിൽ അവൾക്കഭിമാനമുണ്ട്. മാർക്ട്വെയിനെപ്പറ്റി പറയുമ്പോൾ അവൾക്കു ഭ്രാന്താണ്. ലോകത്തിലെ ഏറ്റവും വലിയ നോവലിസ്റ്റ് മാർക്ട്വെയിൻ ആണ് എന്നിവൾ വിശ്വസിക്കുന്നു. ഒരിക്കൽ അതിനെപ്പറ്റി സംസാരിച്ചുകൊണ്ടിരിക്കെ അവൾ എന്നെ ക്ഷണിച്ചു.

"അടുത്ത ഞായറാഴ്ച മിസ്സൗറിയിൽ പോകാം."

"പോകാം."

മിസ്സൗറി...

ഹാനിബാളിൽ മാർക്ട്വെയിന്റെ ഭീമാകൃതിയിലുള്ള പ്രതിമയ്ക്കു കീഴെ ഞങ്ങൾ നിന്നു. അദ്ദേഹം അനശ്വരമാക്കിത്തീർത്ത നദി മുന്നിലൂടെ ഒഴുകിപ്പോകുന്നു.

ലോല അമേരിക്കൻ സാഹിത്യത്തെപ്പറ്റി ആവേശത്തോടുകൂടി സംസാരിച്ചു.

ക്രിസ്തുമസ്!

ലാസ്‌വേഗാസ് കാണാൻ ഞാൻ ക്രിസ്തുമസ് അവധിക്കാലം പ്രയോജനപ്പെടുത്തി. ലോലയും എന്നോടൊപ്പം ഉണ്ടായിരുന്നു. ലോല അത്യധികം ദുഃഖിതയായി കാണപ്പെട്ടു. അവൾക്ക് ലാസ്‌വേഗാസ് കണ്ടുകൂടാ. ഞാൻ ചോദിച്ചു: "എന്താണ്..." അവളുടെ അച്ഛനെപ്പറ്റി അന്നാദ്യമായി അവൾ എന്നോടു പറഞ്ഞു.

ടെക്സാസിൽനിന്നും ബിസിനസിനായി ഓഹിയോവിൽ വന്നുചേർന്ന് പണമുണ്ടാക്കി. റീനോയിലും ലാസ്‌വേഗാസിലുമായി റൗലറ്റ് കളിച്ച് മുഴുവൻ കളഞ്ഞുകുളിച്ച് ഒടുവിൽ ഇരപ്പാളിയായതിനുശേഷം ഒരു കൊലപാതകത്തിന് വധശിക്ഷയ്ക്കു വിധിക്കപ്പെട്ടു. ജോൺ മിൽഫോർഡിനെപ്പറ്റി ഞാൻ അന്നാണു കേൾക്കുന്നത്. അയാളുടെ ഭാര്യ ഒരു വേശ്യയായിരുന്നു. ഇടയ്ക്കിടെ സ്ക്രീനിലും ടെലിവിഷനിലും പ്രത്യക്ഷപ്പെട്ടിരുന്ന ഒരു വില കുറഞ്ഞ വേശ്യ. ലോലയ്ക്കു പ്രായമായി വന്നപ്പോൾ അയാൾ അവളെയും കൊണ്ട് ഓഹിയോക്കു പോന്നു. പിന്നീട് ലോല അമ്മയെ കണ്ടിട്ടേയില്ല.

റിനോ ആർച്ച് കടന്നപ്പോൾ ലോല എന്റെ ചുമലിലേക്കു ചാഞ്ഞു.

"എന്റെ അച്ഛൻ നശിച്ചതിവിടെയാണ്...." അവൾ തേങ്ങി. അന്ന് ലോല കണക്കറ്റു മദ്യപിച്ചു. അവളുടെ കുട്ടിത്തം വിടാത്ത കവിളും മുഖവും മദ്യത്തിന്റെ ചൂടേറ്റു ചുവന്നു.

നെവാഡാ സ്റ്റേറ്റിനെ അവൾ കുഴഞ്ഞ നാവുകൊണ്ടു ചീത്തവിളിച്ചു.

"ഇന്ത്യയിൽ ഇങ്ങനെ ഒരു നഗരമുണ്ടോ?"

"ഇല്ല." ഞാൻ അഭിമാനത്തോടുകൂടി പറഞ്ഞു.

"എങ്കിൽ, എനിക്കു കൂടി ഇന്ത്യയിൽ വരണം."

അന്നു വൈകിട്ട് മദ്യത്തിന്റെ ലഹരിയിൽനിന്നും അവൾ പൂർണ്ണമായും വിമുക്തയായപ്പോൾ വെയിൽ വീഴ്ത്തിയ തണലുകളിലൂടെ വാടകയ്ക്കെടുത്ത രണ്ടു പെൺകുതിരകളുടെ പുറത്തിരുന്നു സഞ്ചരിക്കുമ്പോൾ അവൾ വീണ്ടും ചോദിച്ചു:

"എനിക്കും ഇന്ത്യയിൽ വന്നുകൂടേ?"

ഞാൻ ഒന്നും പറഞ്ഞില്ല.

"നമുക്കു വിവാഹം ചെയ്യാമോ?"

ഞാൻ പറഞ്ഞു: "ഞാൻ ഹിന്ദുവാണ്. ഒരു ക്രിസ്ത്യാനിയെ വിവാഹം ചെയ്യാൻ ഒരു ഹിന്ദുവിനു സ്വാതന്ത്ര്യമുണ്ടോ എന്നെനിക്കറിയില്ല."

"എങ്കിൽ ഞങ്ങളുടെ മതത്തിലേക്കു കൺവർട്ടു ചെയ്തുകൂടേ?"

ഞാൻ ചെറുതായിച്ചിരിച്ചു. ഒരു പെണ്ണിനുവേണ്ടി മതംമാറുന്നത് അടിമത്തത്തിനു വഴിവയ്ക്കുകയാവും എന്ന വിഡ്ഢിത്തം എനിക്കു തോന്നിയിരുന്നു.

താഹോയ് തടാകത്തിന്റെ കരയിൽ എത്തിയപ്പോൾ ഞങ്ങൾ നിന്നു. അവൾ പെട്ടെന്ന് എന്നോടു പറഞ്ഞു. "അല്ലെങ്കിൽ ഇവിടെത്തന്നെ നമുക്കു താമസിക്കാം." ഞാൻ വല്ലാതായി. അതുകണ്ട് അവൾ ചോദിച്ചു. "ഇവിടെ സ്ഥിരമായി താമസിക്കണമെങ്കിൽ അമേരിക്കൻ പൗരത്വം സ്വീകരിക്കണോ?"

"എനിക്കറിയില്ല."

"എനിക്ക് ഇന്ത്യയിൽ വന്നു താമസിക്കുന്നതിനും ഇന്ത്യൻ പൗരത്വം വേണ്ടിവരുമോ?"

"എനിക്കറിയില്ല."

എന്റെ അലസത അവളെ ദേഷ്യം പിടിപ്പിച്ചു. അവൾ രണ്ടു രാജ്യങ്ങളെയും ചീത്ത പറഞ്ഞു. ഇന്ത്യൻ പൗരത്വവും അമേരിക്കൻ പൗരത്വവും. ഇന്ത്യയും അമേരിക്കയും. ക്രിസ്ത്യാനിയും ഹിന്ദുവും. ഹിന്ദുമതവും ക്രിസ്തുമതവും. അവൾ ഒരു ഭ്രാന്തിയെപ്പോലെയായി കുറേനേരത്തേക്ക്.

അരിസോണായുടെ തലസ്ഥാനത്തെ ഒരു ഹോട്ടലിലിരിക്കുമ്പോഴാണ് ഞാൻ അവളോട് എന്റെ ചുറ്റുപാടുകൾ വിവരിച്ചത്. എനിക്ക് എന്റെ ലോലയെ ഒരിക്കലും വിവാഹം ചെയ്യാൻ പറ്റിയെന്നുവരില്ല. നീ അതിൽ നിരാശപ്പെടരുത്.

"ഇല്ല. എനിക്കു നിരാശയില്ല." അവൾ പറഞ്ഞു. അവളുടെ ശബ്ദം പതറിപ്പോകുന്നത് ഞാൻ ശ്രദ്ധിച്ചു.

ഞാൻ എന്റെ ചുറ്റുപാടുകൾ കൂടുതൽ വ്യക്തമാക്കി. എന്നെ ആശ്രയിച്ചു കഴിയുന്ന കുടുംബം..... എന്റെ നാടിന്റെ ദാരിദ്ര്യം... എന്റെ വീടിന്റെ ദാരിദ്ര്യം. (ഈ സ്കോളർഷിപ്പില്ലായിരുന്നെങ്കിൽ എനിക്കിവിടെയെങ്ങും വരാൻകൂടി പറ്റില്ലായിരുന്നു...) പിന്നെ അമേരിക്കയിൽ ജനിച്ചുവളർന്ന നിനക്ക് ഒരിക്കലും അവിടെ സുഖമായിരിക്കാൻ പറ്റുകയില്ല. ഇവിടത്തെപ്പോലെയുള്ള വലിയ ഹോട്ടലുകളില്ല... ബീച്ചില്ല.

ദാരിദ്ര്യം മാത്രമാണുള്ളത്, ദാരിദ്ര്യം മാത്രം..... അവൾക്കു മനസ്സിലായില്ല എന്നു തോന്നി.

ഞങ്ങൾക്കു മുന്നിൽ താഴെ ഫീനിക്സ് നഗരത്തിലെ ലക്ഷക്കണക്കിനു കൂറ്റൻ ബിൽഡിങ്ങുകൾ നിരന്നുകിടന്നിരുന്നു. ഓർക്കസ്ട്രാ തിടുക്കപ്പെട്ട് വികൃതമായി ഏതോ ഒക്കെ പാടിക്കൊണ്ടിരുന്നു. അവൾ എന്നെ പകച്ചു നോക്കി.

"ദാരിദ്ര്യം?"

മർലിൻ മൺറോ മരിച്ച ദിവസം അവൾ എന്റെ മുറിയിൽ വന്നു. "ഒരു വിഡ്ഢിയായിരുന്നു ഞങ്ങളുടെ ഏറ്റവും വലിയ താരം." അവൾ വിഷാദിച്ചു. "ഏതായാലും ഇമ്മാതിരി കഴുതകൾ മരിക്കുന്നതാണ് നല്ലത്. "അന്ന് ആത്മഹത്യകളെക്കുറിച്ചും അവയുടെ കാരണങ്ങളെക്കുറിച്ചും ഞങ്ങൾ ദീർഘമായി സംസാരിച്ചു. ആത്മഹത്യ ചെയ്യുന്നവർ മുഴുവൻ വിഡ്ഢികളാണെന്ന് അവൾ വിശ്വസിക്കുന്നു.

അവർ ആരുമായിക്കൊള്ളട്ടെ കാരണം എന്തുമാകട്ടെ. ഇടയ്ക്കു ഞാൻ പറഞ്ഞു: "കണക്കറ്റു ദുഃഖിക്കുമ്പോൾ നാമെല്ലാവരും ഒരുവേള.."

അവൾ പെട്ടെന്നു നിശ്ശബ്ദയായി. ഒരു മിനിറ്റു കഴിഞ്ഞ് പെട്ടെന്നു ചോദിച്ചു: "ഇനി എത്ര ദിവസമുണ്ട്. മടങ്ങിപ്പോകാൻ?"

"മൂന്നുമാസം." ഞാൻ പറഞ്ഞു. പിന്നീട് പലപ്പോഴും അവൾ ആ അവസരത്തിൽ അങ്ങനെ ചോദിക്കാൻ കാരണമെന്തായിരുന്നു എന്നു ഞാൻ ചിന്തിച്ചിട്ടുണ്ട്.

പോരുന്നതിനു ഒരാഴ്ചമുമ്പ് ലോല പറയുകയുണ്ടായി. ഈ ഒരാഴ്ച എന്റെയാണ്. എനിക്കിഷ്ടംപോലെ ഞാനതു ചെലവഴിക്കും. ഞാൻ പറയുന്നതുപോലെ കേട്ടുകൊള്ളണം. ഞാൻ സമ്മതിച്ചു. എങ്ങനെയാണ് ഈ ഒരാഴ്ച കഴിക്കുക? ഞാൻ ചോദിച്ചപ്പോൾ സങ്കോചലേശമെന്യേ അവൾ പറഞ്ഞു: "ഈ ഒരാഴ്ചയാണു നമ്മുടെ മധുവിധു. സതേൺ കാലിഫോർണിയയിൽവെച്ച്."

അവൾ അതു നിസ്സാരമായി പറഞ്ഞു. കാരണം അവൾക്കു കണക്കറ്റു പണമുണ്ടായിരുന്നു. അവളുടെ മരിച്ചുപോയ ഒരമ്മാവി അവൾക്കായി നല്ല ഒരു സംഖ്യ നീക്കിവെച്ചിരുന്നു.

സതേൺ കാലിഫോർണിയ... പ്രശസ്തമായ ഹോളിവുഡ്; ഓറഞ്ചു വൃക്ഷങ്ങൾ

നിരന്നുനില്ക്കുന്ന വിശാലവീഥികൾ; സുപ്രസിദ്ധമായ റോസ് ബൗൾ (Rose Bowl) സ്റ്റേഡിയം... ലാജോളായിലെ കൊട്ടുമുടികളിൽ കടലിനു മുകളിലേക്കു തള്ളിനില്ക്കുന്ന വീടുകളിലൊന്നിൽ വെച്ച്- അവൾ സത്യമായിരുന്നു പറഞ്ഞത്. ലോലാ മിൽഫോർഡ് അന്നുവരെ ഒരു കന്യകയായിരുന്നു.

അമ്മ നേരത്തേ എഴുതിയിരുന്നു: "നീ വന്നാലുടനെ വിവാഹം വേണമെന്നാണ് അവർക്കൊക്കെ."

എന്നോടൊപ്പം കളിച്ചുവളർന്ന എന്റെ ഭാവിവധു എഴുതി. "ഒന്നു കാണാൻ കൊതി."

Through that white night
We two sat on your window sill
ആ വെളുത്ത രാത്രിയിൽ
നിന്റെ ജാലകപ്പടിയിൽ
-ഷിവാഗോയുടെ പദ്യങ്ങൾ

"നിങ്ങളുടെ ഒരു കുട്ടി എന്റെ വയറ്റിൽ ഉണ്ടെന്നു കരുതിനോക്കു."

"എങ്കിൽ..."

"ഞാനവനെ പ്രസവിക്കും. അല്ലേ?"

"ഉവ്വ്. എന്നിട്ട്?"

"ഞാൻ അവനെ വളർത്തും."

"വളർത്തും."

"ഉം. നിങ്ങളെപ്പോലെ അവൻ വളർന്നുവരും. നിങ്ങൾ ഇപ്പോഴുള്ളതുപോലെ ആകുമ്പോൾ... അപ്പോഴേക്കും എനിക്കു വളരെ പ്രായം ആയേക്കും... അന്നു ഞാനവനെ കൊല്ലും."

എനിക്കു ലേശം വിഷാദംതോന്നി. എങ്കിലും ഞാൻ ചിരിച്ചുകൊണ്ടു ചോദിച്ചു: "എങ്കിൽ എന്നെ ഇപ്പോൾ തന്നെ അങ്ങു കൊല്ലരുതോ?"

"എനിക്കതിനു കഴിവില്ലെന്നാണ് തോന്നുന്നത്." അവൾ പറഞ്ഞു. പിന്നീട് മണ്ണിൽ മുഖം ചേർത്ത് തേങ്ങി.

"ഒന്നും വേണ്ടായിരുന്നു... ഇതൊന്നും വേണ്ടായിരുന്നു."

കോടിക്കണക്കിന് ആസേലിയാപുഷ്പങ്ങൾ വിരിഞ്ഞുനില്ക്കുന്ന താഴ്വരയിൽനിന്നും ഒരു കാറ്റ് അടിച്ചുയർന്നു. അതിൽപ്പെട്ട് അവളുടെ തലമുടി അലസമായി പറന്നുകൊണ്ടിരുന്നു. ഞാൻ മെല്ലെ അവളുടെ ചുമലിൽ കൈവെച്ചു അവൾ പിടഞ്ഞെണീറ്റു കണ്ണുതിരുമ്മി.

ഒരു നിമിഷം എന്നെത്തന്നെ സൂക്ഷിച്ചു നോക്കിയിട്ട് ഒരു പുതിയ ആവേശത്തോടെ എന്റെ വിരലുകളിൽ ചുംബിച്ചുകൊണ്ട് അവൾ പറഞ്ഞു: "ക്ഷമിക്കു."

തെക്കൻ കാലിഫോർണിയ മണൽക്കാടുകളുടെ നാടാണ്. എപ്പോഴും ഒരു ചൂടുള്ള കാറ്റ് അന്തരീക്ഷത്തിൽ തങ്ങിനില്ക്കുന്നു.

ഭീമാകൃതിയിൽ മുപ്പതടിയോളം ഉയരത്തിൽ ജോഷ്വാ വൃക്ഷങ്ങൾ ഊക്കൻ കുലകൾ വഹിച്ചുകൊണ്ടു നിന്നിരുന്നു. കാറ്റുവീശുമ്പോൾ കൊമ്പുലഞ്ഞാടി ഒറ്റയായും കുലയായും പൂക്കൾ അടർന്നുപറന്നു.

ലോലയെ ഒരു കുല പൂവിന്റെ പശ്ചാത്തലത്തിൽ ഞാൻ ക്യാമറയിലാക്കി. അവൾ മനോഹരമായി ചിരിച്ചുനിന്നു.

ഫോട്ടോ എടുത്തുകഴിഞ്ഞപ്പോൾ ആരോടെന്നില്ലാതെ അവൾ പിറുപിറുത്തു.

"ഞാനും ആ വിഡ്ഢിത്തം കാട്ടും എന്നാണ് എനിക്കു തോന്നുന്നത്."

"എന്താണ്?" ഞാൻ ചോദിച്ചു.

"മരിലിൻ കാട്ടിയ ആ വിഡ്ഢിത്തം."

സാന്റോ ബാർബറാ മിഷനിലെ മണികൾ ദുഃഖഭാവത്തിൽ അലച്ചു. സന്ധ്യ താണു പറന്നു. അതിപുരാതനമായ പള്ളിയുടെ വാതിൽ നിശ്ശബ്ദമായി അടഞ്ഞു. അകലെയെവിടെയോനിന്നു മറ്റേതോ പള്ളിയിൽ മണിയടിക്കുന്ന ശബ്ദം മഞ്ഞിലൂടെ അരിച്ചെത്തി. ഇരുട്ടിൽ എന്റെ മടിയിൽ തല ചായ്ച്ചുകിടന്ന് ലോല ചോദിച്ചു:

"എന്റെ വഴി ഇതല്ലേ?"

ഞാൻ പറഞ്ഞു. "മടയത്തരം പറയാതിരിക്കു. എന്നെ സന്തോഷമായി യാത്രയയ്ക്കണം."

അവൾ ഒന്നും പറഞ്ഞില്ല.

എനിക്കു ദുഃഖം തോന്നി.

കഴിഞ്ഞ ദിവസങ്ങളിൽ സാൻഗബ്രിയേൽ മിഷനിലും കാർമൽബേയിലേക്കു മുഖം തിരിച്ചു നില്ക്കുന്ന സെയിന്റ് ചാൾസ് ബൊറോമിയോയിലും ഞാൻ കണ്ട നിരവധി മുഖങ്ങൾ എന്റെ മനസ്സിൽ കടന്നുവന്നു.

നിത്യതയുടെ മണവാളന്മാർ- മണവാട്ടികൾ.

"നീ ഒരിക്കലും അതു ചെയ്യരുത്." ഞാൻ പറഞ്ഞു: "അതൊരുതരം ക്രൂരതയാണ്."

അങ്ങിങ്ങ് നിശ്ശബ്ദമായി ചലിച്ചിരുന്ന കറുത്ത നീളൻ കുപ്പായങ്ങൾ താഴ്വരയിലെ മങ്ങിയ വെളിച്ചത്തിൽ അലിഞ്ഞുചേർന്നു. ഓറഞ്ചുവൃക്ഷങ്ങളുടെ മുകളിൽ കോടമഞ്ഞു പുതഞ്ഞു.

ഞാൻ അവളുടെ കവിളിലെ നനവു തുടച്ചുകളഞ്ഞു. അവസാന ദിവസം.

ലോല അത്യധികം ഉന്മേഷവതിയായി നടിച്ചു. പക്ഷേ, അതൊരു മുഖാവരണം മാത്രമാണെന്ന് എനിക്കറിയാമായിരുന്നു. രാത്രി വളരെ ഇരുട്ടുന്നതുവരെ ഞങ്ങൾ തെരുവീഥികളിൽ അലഞ്ഞുനടന്നു. ഇടയ്ക്കിടെ തെരുവുവിളക്കുകളുടെ പ്രകാശം വന്നെത്താത്ത ഇരുട്ടിൽ അവൾ പെട്ടെന്നുനിന്ന് എന്നെ ചുംബിച്ചു. നൈറ്റ് ക്ലബ്ബുകൾ കൂടുതൽ കൂടുതൽ ശബ്ദായമാനമായിക്കൊണ്ടിരുന്നു. ഞങ്ങൾ പരസ്പരം ഒന്നും സംസാരിച്ചിരുന്നില്ല. ഏതു നിമിഷവും ലോലയുടെ മുഖാവരണം തകരുമെന്നും അവൾ പൊട്ടിക്കരയുമെന്നും ഞാൻ ഭയപ്പെട്ടു.

അതുണ്ടായത് ഒരു തിരിവിൽവെച്ചാണ്. ബിക്കിനി മാത്രം ധരിച്ച ഒരു പെണ്ണിനെ, മൂന്നു ചെറുപ്പക്കാർ ചേർന്ന് ഇരുട്ടിലേക്കു കൂട്ടിക്കൊണ്ടുപോകുന്നതു ഞങ്ങൾ കണ്ടു.

ആ പെണ്ണ് വല്ലാതെ മദ്യപിച്ചിരുന്നു. അവ്യക്തമായ സ്വരത്തിൽ അവൾ ആരെയൊക്കെയോ പുലഭ്യം പറഞ്ഞുകൊണ്ടിരുന്നു.

ഇരുട്ടിൽ അവർ അപ്രത്യക്ഷരായി. അല്പം കഴിഞ്ഞ് മുരട്ടുശബ്ദത്തിൽ ആരോ പാടി.

Golden memories, and silver Tears...

ലോല പറഞ്ഞു: "പോകാം."

ഞങ്ങൾ വീണ്ടും നടന്നു. അവൾ എന്തോ പറയാൻ ബദ്ധപ്പെടുന്നുണ്ടായിരുന്നു. കുറെ നടന്നപ്പോൾ അവൾ ചോദിച്ചു.

"കുടിച്ചും വ്യഭിചരിച്ചും ഏതോ ദുഃഖം മറക്കാൻ ആ മടയി ശ്രമിക്കുന്നു. അല്ലേ?" അവളുടെ സ്വരത്തിൽ കണ്ണുനീരിന്റെ ഛായയുണ്ടായിരുന്നു. ഞാനവളെ പിടിച്ചുനിർത്തി. അവളുടെ കണ്ണുകളിലേക്കു സൂക്ഷിച്ചു നോക്കി.

അവ നിറഞ്ഞിരുന്നു.

"തിരിച്ചു നടക്കാം." ഞാൻ പറഞ്ഞു. ഞങ്ങൾ ഹോട്ടലിനു നേരെ നടന്നു. കതകടഞ്ഞു. ഞങ്ങൾ രണ്ടുപേർ മാത്രമായി.

രാത്രി വളരെക്കഴിഞ്ഞിരുന്നു. പ്രഭാതം അടുത്തടുത്തു വരുന്നതു ഞങ്ങൾക്കു കാണാമായിരുന്നു.

ഞാൻ കട്ടിലിലിരുന്നു. എന്റെ കാല്ക്കൽ വെറും നിലത്തായി ലോലയും. ഇടയ്ക്കിടെ എന്റെ കൈകളിൽ അവൾ മൃദുവായി ചുംബിച്ചു. മറ്റു ചിലപ്പോൾ നിശ്ശബ്ദയായി അവൾ എന്റെ മുഖത്തേക്കു നോക്കി.

അവൾ ഒരമേരിക്കക്കാരിയാണെന്നു വിശ്വസിക്കാൻ ആ നിമിഷങ്ങളിൽ പ്രയാസം തോന്നി.

രാവിലെ തമ്മിൽ പിരിഞ്ഞു. വീണ്ടും കാണുക എന്നൊന്നുണ്ടാവില്ല. നീ മരിച്ചതായി ഞാനും ഞാൻ മരിച്ചതായി നീയും കണക്കാക്കുക. ചുംബിച്ച ചുണ്ടുകൾക്കു വിടതരിക.

4

ശരത്

ആധുനികാനന്തരകഥ ശരത്കാലഋതുവിന്റെ ആന്തരിക സൗന്ദര്യം ഉൾക്കൊള്ളുന്നുണ്ട്. പാകം വന്നു തെളിഞ്ഞ കാലമാണത്. പുതിയ തളിർക്കലിനുവേണ്ടി ഇലകളെല്ലാം കൊഴിഞ്ഞ് സ്വതന്ത്രമാകുന്ന കാലം. എല്ലാ സൂക്ഷ്മതകളും തെളിഞ്ഞുവിളങ്ങുന്ന നക്ഷത്രകാന്തി അതുനല്കുന്നുണ്ട്. അലങ്കാരങ്ങളും ആത്മഭാരങ്ങളും കൊണ്ട് നിഗൂഢതയുടെ സങ്കീർണ്ണപരിവേഷം കെട്ടിനിന്ന ബൗദ്ധികത താനേ കൈവിട്ടു. കാടുപിടിച്ച തെളിയാതെ കിടന്ന ദാർശനിക സമസ്യകൾ പതുക്കെ അഴിഞ്ഞുവീഴുന്നുണ്ട്. എല്ലാം പകലുപോലെ തെളിഞ്ഞുവന്നു. സുതാര്യമായ കാഴ്ചകളും കാഴ്ചപ്പാടുകളും പുതുമ നല്കി. ആത്മബലം കൊണ്ടു പരിപാകത കൈവരിച്ചു. അവിടെയാണ് അതുവരെ തെളിയാതെ കിടന്ന ജീവിതത്തിന്റെ ഒറ്റപ്പെട്ട ചാലുകൾ തിരിച്ചറിയാൻ കഴിയുംവിധം ചൈതന്യവത്തായത്. നമ്മുടെ കാഴ്ചയിൽ നിന്നും മറഞ്ഞ് അതിരിലേക്ക് നീങ്ങിപ്പോയ ജീവന്റെ തുടിപ്പുകൾ ഏതെല്ലാമെന്ന് തിരിച്ചറിഞ്ഞു. പല വഴികളിലൂടെ സഞ്ചരിച്ച് ബഹുസ്വരമായ താളം കൈവരിച്ചു. അപരിചിതമായതും തിരസ്കരിക്കപ്പെട്ടതും റദ്ദു ചെയ്തതുമായ പൊരുളുകളെല്ലാം സ്വത്വബോധത്തിലേക്ക് പടർന്നു കയറുന്നത് ഒട്ടൊരു ആകാംക്ഷയോടെ മനസ്സിലാക്കി.

ഒന്നും ആരും ഒളിപ്പിച്ചുവെച്ചില്ല. പറയാനുള്ളത് ഏറ്റവും സുതാര്യമായ തിളക്കത്തിൽ പറഞ്ഞുവെച്ചു. പറഞ്ഞതാകട്ടെ ഇതുവരെ കേൾക്കാൻ കഴിയാത്തതുമായിരുന്നു. ചരിത്രത്തിന്റെയും അധികാരത്തിന്റെയും കോട്ടകൊത്തളങ്ങൾ തകർന്നു തരിപ്പണമാകുന്നതും വാക്കുകൾ കൂടുതൽ സത്യത്തിന്റെ നേർഭാഷ്യമാകുന്നതും കണ്ടു. അരികുവല്ക്കരിക്കപ്പെട്ടതെല്ലാം ശക്തിയോടെ തിരിച്ചെത്തി. പാരിസ്ഥിതികമായ ഉൽക്കണ്ഠകൾ, ആദിവാസി-ദളിത് ജീവിതങ്ങളുടെ നിലനില്പുകൾ, ഉടഞ്ഞു

ചിതറിപ്പോയ സ്ത്രീയുടെ സ്വത്വവിചാരം, വലിച്ചെറിയപ്പെട്ട വാർദ്ധക്യം, നവസങ്കേത ലോകക്രമം, മാധ്യമസംസ്കാരം, ചരിത്രവിചാരണ തുടങ്ങി ചിന്തയുടെ ബഹുസ്വര നിലപാടുകൾ കഥയിൽ ഉജ്വലമായി പരിശോഭിച്ച കാലമാണിത്. സക്കറിയ സ്നേഹരഹിതമായ ജീവിതത്തിന്റെ ബദലന്വേഷിച്ച് മനുഷ്യനും ജന്തുകുലവും പാരസ്പര്യത്തിലലിഞ്ഞു ചേർന്ന അത്ഭുതലോകത്തിന്റെ മാധുര്യങ്ങളിലേക്ക് ഭാവനയെ സംക്രമിപ്പിച്ചു. ഓർമ്മയുടെ ഭൂതകാലങ്ങളിൽ സഞ്ചരിച്ച് തേനൊലിക്കുന്ന സ്നേഹസാരള്യത്തിന്റെ ലോകം നിർമ്മിച്ച എൻ എസ് മാധവൻ ധ്യാനാത്മക ഭാഷയിലൂടെ ചരിത്രത്തെയും അധികാരത്തെയും വിവസ്ത്രമാക്കി വിചാരണ ചെയ്യുന്നുണ്ട്. ഒപ്പം സ്നേഹത്തിന്റെ വലുപ്പം കൂട്ടാനും അഴിഞ്ഞുപോകാത്തവിധം മുറുകെപ്പിടിച്ചുകൊണ്ട് യാത്ര ചെയ്യാൻ പ്രായഭേദമെന്യേ ആർക്കും കഴിയുമെന്ന വിശ്വാസത്തെ ബലപ്പെടുത്തുന്നു. പ്രണയത്തിലും രതിയിലും സാന്ത്വനവും അഭയവുമാകാൻ സ്ത്രീകൾക്കു കഴിയുമെന്ന ചിന്തയിലൂടെ പെണ്ണുങ്ങൾ മാത്രം സഞ്ചരിക്കുന്ന വഴികളിലൂടെ സാറാ ജോസഫും ഗ്രേസിയും യാത്ര ചെയ്യുന്നു. പ്രണയത്തെ സങ്കീർണ്ണമായ വഴികളിൽ നടത്തിച്ച് പെണ്ണിന്റെ കരുത്തു ബോദ്ധ്യപ്പെടുത്തുന്നു. ഒപ്പം പെണ്ണുടലിന്റെ ദാഹത്തെ തിരിച്ചറിയാനാകാത്ത പുരുഷന്റെ ഉൽക്കടമായ ഒളിച്ചോട്ടങ്ങളെ പിന്തുടരുകയും ചെയ്യുന്നു. അരികുവല്ക്കരിക്കപ്പെട്ട മനുഷ്യരുടെ അതിജീവനവ്യഗ്രതയെ പിന്തുടരുന്ന കാഴ്ചയാണ് സി അയ്യപ്പന്റെ കഥകളിൽ കാണുന്നത്. ബഹിഷ്കൃതരായ മനുഷ്യരുടെ ഉയിരെഴുത്താണത്. ഇങ്ങനെ ബഹുസ്വരമായ വഴികളിലൂടെ മലയാളകഥ ആരോഗ്യകരവും ഊഷ്മളവും സുതാര്യവുമായ ഭാവങ്ങളെ അനാവരണം ചെയ്യുന്ന കാഴ്ച ആരെയും ആനന്ദിപ്പിക്കുക തന്നെ ചെയ്യും.

സക്കറിയ

തേൻ

ഇതൊരു സംഭവകഥയാണ്. അല്ലെന്ന് തോന്നിയേക്കാമെങ്കിലും സമീപകാലത്ത് നടന്നതാണ്- ആയിരിക്കാൻ വഴിയില്ലെന്ന് തോന്നിയേക്കാമെങ്കിലും ഒരു മനോഹരമായ കാടും അതിന്റെയടുത്തുള്ള ചെറുഗ്രാമവുമാണ് ഇതിന്റെ ഭൂമിക. വിവാദപരമായ യാതൊന്നും ഇതിൽ ഇല്ലെങ്കിൽക്കൂടി ഇതിലുൾപ്പെടുന്ന വ്യക്തികളുടെ സ്വകാര്യത പരിഗണിച്ച് സംഭവം നടന്ന ഇടം വെളിപ്പെടുത്താത്തത് ക്ഷമിക്കണം.

മാലാഖമാർപോലും- അവർ ഇല്ലെന്ന് തോന്നിയേക്കാമെങ്കിലും- മയങ്ങിപ്പോകുന്ന ഒരു പറുദീസയായിരുന്നു ആ അടവി. അടവി എന്ന വാക്ക് ഇല്ലെന്ന് തോന്നിയേക്കാമെങ്കിൽ പോലും.

അവിടെ നടന്ന സംഭവങ്ങളുടെ ചിത്രം പൂർണ്ണമാക്കാനായി അവയുടെ പശ്ചാത്തലമായ കാടിന്റെ ഒരു ലഘുവിവരണം ആദ്യം നല്കുകയാണ്. ഈ ഭാഗം കാടുകളിൽ താല്പര്യമുള്ളവർ മാത്രം വായിച്ചാൽ മതിയാകുന്നതാണ്.

ഈ കാട്ടിലെ ചില മരങ്ങൾ- കത്തിപ്പിടി മൊട്ടുമൂക്കൻ, കൽച്ചുരുളി, നായക്കൊല്ലി, മുളകുനാറി, കടുവാപിടുക്കൻ, മൂട്ടിൽത്തൂറി, വെരുകുതീനി, ഉങ്ങക്കണ്ണി, അണ്ണാൻ വഴക്കി, പൂതം കൊല്ലി, പാതിരി.

ഈ കാട്ടിൽ കാലയാപനം ചെയ്യുന്ന അധഃസ്ഥിതരായ ചെറുപ്രാണികളിൽ ചിലവ: കടന്നൽ, കൊളവി, പേൻ, ചെള്ള്, വണ്ട്, മിന്നാമിനുങ്ങ്, തുമ്പി, എട്ടുകാലി, അട്ട, തോട്ടപ്പുഴ, ഞാഞ്ഞൂൽ, മണ്ണിര, തേൾ, ചിതൽ, ഉറുമ്പ്, തേനീച്ച, ഈച്ച, തൊഴുകൈയൻ, പാറ്റ, കൊതുക്, കുഴിയാന, നിശാശലഭം, പുൽച്ചാടി, ചീവീട്, ചാഴി, പഴുതാര, വെള്ളത്തിലാശാൻ, ഇവരിൽ പലർക്കും ഉപജാതികളുണ്ട്. മതമുള്ളതായി അറിവില്ല.

കീടജന്മം എന്നാണ് ഇവരുടെ അവസ്ഥയുടെ പേര്. മതമില്ലാത്തതിനാൽ ഇവർക്ക് ദൈവം മാത്രമാണ് തുണ. കാടിന് പുറത്തു ഇവരെ നാം- തേനീച്ചയെ മാറ്റിനിർത്തി- കീടനാശിനികൊണ്ട് സംഹരിക്കുന്നു.

ഈ കാട്ടിൽ ജീവിതസമരം നടത്തുന്ന ജലവാസികളും ജല-സ്ഥലവാസികളുമായ ദൈവമക്കളിൽ ചിലരെ കുറിക്കുന്നു.

മീനുകൾ: വട്ടോൻ, വരാൽ, പള്ളത്തി, മാനത്തുകണ്ണി, വാഴക്കാവരയൻ, കല്ലൊട്ടി, കൽനക്കി, നെറ്റിയേപ്പൊന്നൻ, തുപ്പൽ കുടിയൻ.

തവളകൾ: തീവയറൻ, നീർച്ചൊറിയൻ, കരിവയറൻ, പിലിഗിരിയൻ, കാട്ടുമണവാട്ടി, പിള്ളരാത്തവള, മേനോൻ കുരുടി, ഉമ്മൻകുരുടി, ചതുപ്പൻ ചിലപ്പൻ.

കൂടാതെ: ഞണ്ട്, ചീങ്കണ്ണി, മുതല, കോലാമ, കരാമ, ചൂരലാമ, ഭീമനാമ, വെള്ളാമ, ചിത്രയാമ, നക്ഷത്രയാമ.

ശുദ്ധജലമീനുകളിൽ ഒമേഗ-3 വേണ്ടത്ര ഇല്ലെന്ന് ശാസ്ത്രം പറയുന്നു. അതുകൊണ്ട് ആ ഭാഗം നോക്കേണ്ട. രുചി മാത്രം നോക്കിയാൽ മതി. ആമയിറച്ചി പേരെടുത്തതാണ്. തവളക്കാൽ ലോകമൊട്ടാകെ പറക്കുന്നു. അടുത്ത ജന്മത്തിൽ കാലില്ലാതെ ജനിക്കണമേ എന്ന് തവളകൾ ഉള്ളുരുകി പ്രാർത്ഥിക്കുന്നതിൽ അത്ഭുതമുണ്ടോ? ഞണ്ടുകളും തഥൈവ. ഒരു രക്ഷയുമില്ല! കൊന്നാൽ പാപം തിന്നാൽ തീരുമെന്ന ഭീകരാവസ്ഥയാണ്. കൊലയും തിന്നലും തൂറലും ജീവിതത്തിന്റെ നെടുംതൂണുകളായി.

ഏതൊരു കാട്ടിലും മുലയുള്ളവരാണ് മുഖ്യർ. ആന, കടുവ, പുലി തുടങ്ങിയവരെ കാണുക. എന്നാൽ കാട്ടിലെ മുലയ്ക്ക് ഒരു വ്യത്യാസമുണ്ട്. അതു നാട്ടിലെപ്പോലെ ഒരു ലൈംഗിക അനുസാരികൂടിയല്ല. കാട്ടിൽ അതിന് മുലയൂട്ടലേയുള്ളൂ ഉപയോഗം. അതുകൊണ്ട് കാട്ടിലെ സ്ത്രീ പൗരന്മാർക്ക് മുലകളെ സംബന്ധിച്ച് ഒരു ആശങ്കാചക്രവാളം ഇല്ലതന്നെ. മാത്രമല്ല, മുലക്കച്ച ആവശ്യമില്ല എന്ന നേട്ടവുമുണ്ട്.

ഈ കാട്ടിലെ മുലയുള്ളവരിൽ ചിലർ: കേഴമാൻ, കാട്ടുപോത്ത്, കാട്ടുപന്നി, ചുണ്ടെലി, ഈനാംപേച്ചി, പെരുച്ചാഴി, അണ്ണാൻ, വവ്വാൽ, നരിച്ചീർ, നീർനായ, മടിയൻ കരടി, കുരങ്ങ്, കടുവ, പുലി, കാട്ടുനായ, കുറുനരി, കീരി, വെരുക്, മരപ്പട്ടി, ആന, മുയൽ, മുള്ളൻപന്നി, കാട്ടുപൂച്ച, മടിയൻ കരടിയിലേക്ക് നാം മടങ്ങിവരും.

വെയിലും മഴയും ഒന്നിച്ചുവരുന്ന ചില ദിവസങ്ങളിൽ ഈ കാട്ടിലെ വനവാസി

ജനത മുലയുമായി ബന്ധപ്പെട്ട ഒരു അത്ഭുതദൃശ്യം കാണാറുണ്ടത്രെ. സൗന്ദര്യത്തിട മ്പായ പൂതന ഒരു പാതിരിമരച്ചുവട്ടിലെ കല്ലിലിരുന്ന് ഉണ്ണികൃഷ്ണന് മുലകൊടുക്കുന്നു. അവർക്ക് ചുറ്റും തേനീച്ചകൾ മൂളിപ്പറക്കുന്നു. പൂമ്പാറ്റകൾ ഒഴുകിനടക്കുന്നു. പക്ഷികൾ അവരെ കണ്ടിരിക്കുന്നു. ഭൂതങ്ങൾ പൊന്തകളിലിരുന്ന് മൗനരാഗങ്ങൾ മൂളുന്നു. ഉലാ ത്താനിറങ്ങിയ ദൈവങ്ങൾ അവരെ നോക്കി പുഞ്ചിരിക്കുന്നു. രണ്ടു കുചങ്ങളിൽനിന്നും ഗളിക്കും പീയുഷത്തെ വൃന്ദാവനതല ലീലാലോലൻ, വൃന്ദാരകപക്ഷ്മപാലനശീലൻ വയറു നിറയെ കുടിച്ചശേഷം പൂതനയെ കെട്ടിപ്പിടിച്ച് ഉമ്മകൊടുക്കുന്നു. എന്നിട്ട് മടി യിൽനിന്ന് ഒറ്റച്ചാട്ടം. അടുത്തുള്ള അരുവിയിലേക്ക് പാദസരം കിലുക്കിക്കൊണ്ടും അരഞ്ഞാണമണി തുള്ളിച്ചുകൊണ്ടും ഒറ്റയോട്ടം. ഇപ്പോൾ പൂതനയുടെ സൗന്ദര്യം പൂത്തിരിപോലെ കത്തുന്നു. അവർ ചുരത്തൽ നിർത്താത്ത മുലകളും ചുണ്ടുകളിലൊരു മൃദുമന്ദഹാസവുമായി സ്വപ്നം കണ്ടിരിക്കുന്നു. കുളിച്ചുതളർന്ന ഉണ്ണിക്കണ്ണൻ തിരിച്ചെത്തി അവരുടെ മടിയിൽ തലവെച്ചുറങ്ങുന്നു. ഈ കാഴ്ച കണ്ടിട്ടുള്ള വനവാസികളുടെ സന്തോഷം പറഞ്ഞറിയിക്കാവുന്നതല്ല. കാരണം. പൂതനയമ്മ അവരുടെ ആളാണ്. ആ മഹതി ആരെയും ഒരു കൊച്ചുകുഞ്ഞിനെ പ്രത്യേകിച്ചും ചതിക്കില്ല എന്നവർക്കറി യാം. അവർ പറയുന്നു: ഈ കാഴ്ചയാണ് സത്യം. വനവാസിയുടെ സത്യം. രാക്ഷസജ നതയുടെ സത്യം. ഇത് സത്യം!

ഈ കാട്ടിലെ ഇഴജീവി സമുദായത്തിലെ ചില അംഗങ്ങളെ കാണുക.

പല്ലി: കുട്ടിവിരലൻ പല്ലി, പൊന്നൻ മരപ്പല്ലി, സ്വർണ്ണമരപ്പല്ലി, ആനമലപ്പല്ലി, പൊന്മുടി മരപ്പല്ലി, ചിത്രകൻ പല്ലി, പ്രസാദി പല്ലി, പുള്ളിപ്പല്ലി, ചിതൽപ്പല്ലി, വരയൻ പല്ലി.

ഓന്ത്: പച്ചയോന്ത്, മുള്ളോന്ത്, കൂനൻ പാറയോന്ത്, ചങ്കനോന്ത്, മരയോന്ത്.

അരണ: നീലവരയൻ മരയരണ, പാംബരണ, ഇരുവരയൻ മന്നരണ, പഴനി മന്ന രണ, തുർക്ക് പൂച്ചയരണ, ചെമ്പൻ അരണ, മണലരണ.

പാമ്പ്: മുഴമൂക്കൻ കുഴിമണ്ഡലി, പച്ചനാഗം, എഴുത്താണി മൂർഖൻ, കുട്ടിവാലൻ ചുരട്ട, മോന്തയുന്തി, കരികുരിയൻ, ചോലപച്ചോലൻ, കരടിയിരുതലയൻ, ചോരകുത്തൻ, ആശമ്പുമേലിവാലൻ, കൊക്കുരുട്ടി, അമ്മിഞ്ഞികുടിയൻ, പാണ്ടൻ മുൾവാലൻ, കരി ന്തലയൻ

കൂടാതെ: ഉടുമ്പ്, എലി.

ഇവർക്കും ജാതികളുണ്ട്. പക്ഷേ, മതമില്ല. എല്ലാവരും ഭഗവാന്റെ കുഞ്ഞുങ്ങൾ. മതമില്ലാതെ ജാതിയുണ്ടാകുന്നത് അത്ഭുതം തന്നെ! ശിവ! ശിവ!

നമ്മുടെ മുഖ്യധാരാ തീറ്റപ്പാരമ്പര്യത്തിൽ ഇവരെ നാം തിന്നാറില്ല. പക്ഷേ, ശ്രമിച്ചു നോക്കാവുന്നതാണ്. ചീനയിലും മറ്റും ഇവർ പലഹാരങ്ങളാണ്. നമുക്കെന്താണ് കുറവ്? വരവു കോഴിയെ മാത്രം തിന്ന് നമ്മൾ എങ്ങനെ ചീനപോലെ പുരോഗതി പ്രാപിക്കും?

ഇവരും നാമുമായി രണ്ട് പ്രധാന വ്യത്യാസങ്ങളുണ്ട്. ഒന്ന് ഇവർ വാലാട്ടുന്നത് യു ദ്ധക്കളത്തിലും ഇരപിടിക്കുമ്പോഴും പ്രണയിക്കുമ്പോഴുമാണ്. നമ്മൾ വാലാട്ടുന്നത് മന്ത്രി, മതാധികാരി തുടങ്ങിയവരെ കാണുമ്പോഴാണ്. നാം ഇഴയുന്നതും അപ്പോഴാണ്. ഇവർ ഇഴയുന്നത് ജീവിതവുമായി മുമ്പോട്ട് പോകാനാണ്.

ഈ കാട്ടിൽ വസിക്കുന്ന പക്ഷിജാതിയിൽ പെട്ട ഈശ്വരസന്തതികളിൽ ചിലർ; തീക്കുരുവി, അസുരച്ചിന്തൻ, ചോരക്കുട്ടുവൻ, മണികണ്ഠൻ, ചിന്നക്കുട്ടുറുവൻ, കാട്ടുമുഴ

ക്കി, ചുട്ടിപ്പരുന്ത്, പച്ചമരപ്പൊട്ടൻ, കാക്കമീൻ കൊത്തി, ക്ഷാമക്കിളി, പൊന്മാൻ.

ഇവരിൽ ഭൂരിഭാഗത്തിനും ഇറച്ചി കമ്മിയായതിനാൽ ഇവരെ തിന്നുന്നത് നഷ്ടക്കച്ചവടമാണ്. വരവു കോഴിയുടെ പ്രസക്തി അവിടെയാണ്.

അവസാനമായി ഈ കാട്ടിലെ പലവകകളിൽ ചിലത്: മരണപ്പാച്ചിൽ, ചോരസദ്യ, കുടൽമാല, എല്ലിൻകൂട്, അന്തിമരോദനം ദുസ്സഹദുർഗ്ഗന്ധം ഇതോടെ ഈ ലഘുചിത്രം പൂർത്തിയായി.

ഇനി പറയട്ടെ, ഈ കാട്ടിൽ സുന്ദരനും അരോഗദൃഢഗാത്രനും ഈശ്വരവിശ്വാസിയുമായ ഒരു യുവ കരടി ജീവിച്ചുപോന്നിരുന്നു. ഒരു ചെറുവിശദീകരണം ഇവിടെയാവശ്യമുണ്ട്. തെറ്റിദ്ധാരണയുളവാക്കുന്ന ഒരു പേരാണ് മലയാളദേശത്തെ കരടി സമൂഹത്തിന് നല്കപ്പെട്ടിരിക്കുന്നത്! മടിയൻ കരടി! മലയാള കരടിവംശമാവട്ടെ എല്ലാ മലയാളത്താന്മാരെയും പോലെ അത്യദ്ധ്വാനികളും സ്വന്തം നെറ്റിയിലെ വിയർപ്പുകൊണ്ട് ഭക്ഷിക്കുന്നവരുമാണ്. മടിയൻ കരടി! കഷ്ടം! മടിയൻ നസ്രാണി! മടിയൻ മുസ്ലീം. മടിയൻ നായർ, മടിയൻ ഈഴവൻ, മടിയൻ നമ്പൂതിരി എന്നൊക്കെ നമുക്ക് പേരു വീണാൽ എങ്ങനെയിരിക്കും? അല്ലെങ്കിൽ മടിയൻ കമ്യൂണിസ്റ്റ്! മടിയൻ കോൺഗ്രസുകാരൻ! എല്ലുമുറിയെ പണിയെടുത്ത് കർത്തവ്യനിർവ്വഹണം നടത്തുന്ന ഒരു വർഗ്ഗീയവാദിയെ മടിയൻ വർഗ്ഗീയവാദി എന്ന് വിളിച്ചാൽ എങ്ങനെയിരിക്കും? എന്തൊരു അന്യായം!

ഈ കരടി യുവാവ് സഹകരടികളെപ്പോലെ രാത്രിയിൽ ഭക്ഷണം സമ്പാദിച്ചു. മനുഷ്യശല്യമില്ലെങ്കിൽ പകലും പലഹാരങ്ങൾ തേടിപ്പിടിച്ചു. പഴങ്ങളും കിഴങ്ങുകളും പ്രാണിവർഗ്ഗങ്ങളുമാണ് പ്രിയഭക്ഷണം. ഏറ്റവുമിഷ്ടം ചിതലാണ്. ചിതൽപ്പുറ്റുകൾക്കടുത്ത് കുത്തിയിരുന്ന് അവയിൽ ദ്വാരമുണ്ടാക്കി അയാൾ ചിതൽസദ്യകളിൽ ആറാടി. പകൽ സമയത്ത് തണുപ്പുള്ള കോണുകളിൽ വിശ്രമിക്കുകയോ പകൽക്കിനാവ് കാണുകയോ ചീവീടുകളുടെ പാട്ട് കേട്ട് ഉറങ്ങുകയോ ചെയ്തു. വേനൽക്കാലത്ത് അയാൾ തേൻകുടിച്ചു ആനന്ദാലസ്യങ്ങളിലാണ്ടു. നിലാവുള്ള രാത്രികളിൽ ഭക്ഷണം തേടൽ പോലും മറന്ന് അയാൾ ചന്ദ്രനെ നോക്കി അന്തംവിട്ടുനിന്നു.

മറ്റ് യുവകരടികളെപ്പോലെ മത്തുപിടിപ്പിക്കുന്ന പഴങ്ങൾ തിന്നുകയോ ദ്വന്ദ്വയുദ്ധം നടത്തുകയോ കൂട്ടപ്പോരുകളിൽ ചേർന്ന് ചോരയൊലിപ്പിക്കുകയോ ചെയ്തില്ല. വല്ലപ്പോഴും ഒരു രസത്തിന് കാടിന്റെ അരിക് ചേർന്നിരിക്കുന്ന കരിമ്പിൻതോട്ടത്തിൽ കയറി കരിമ്പൊടിച്ചു. പതിനായിരം കരിമ്പിൽ നിന്ന് പത്തെണ്ണം പോയാൽ ആകാശം ഇടിഞ്ഞു വീഴാനൊന്നും പോകുന്നില്ല.

ആളിനെ കണ്ടാൽ ആരും ഒന്നുകൂടി നോക്കും. അടിവെച്ചടിവെച്ചുള്ള നടത്തം. കറുത്തിരുണ്ട കട്ടിരോമക്കുപ്പായം. ചിന്താമഗ്നങ്ങളായ കണ്ണുകൾ. വെളുത്ത് കൂർമ്പിച്ച മുഖത്ത് വിടർന്ന മൂക്കും വിടർന്ന ചുണ്ടുകളും നെഞ്ചിൽ ഒരു വെള്ള മുദ്ര. ഈ യുവകോമളൻ, പക്ഷേ, കരടിയുവതികളെ ആകർഷിക്കാൻ ഒരുചെറുവിരൽപോലും അനക്കിയിരുന്നില്ല എന്നത് ശ്രദ്ധിക്കപ്പെടാതിരുന്നില്ല. എന്നാൽ അയാൾ തന്റെ സാമൂഹികകടമകളെല്ലാം കൃത്യമായി നിർവ്വഹിച്ചുപോന്നിരുന്നതുകൊണ്ട് സ്ത്രീവിഷയത്തിലുള്ള അനാസ്ഥയെ ആരും ശക്തമായി കുറ്റപ്പെടുത്തിയില്ല. അവർ മൂക്കിൽ വിരൽവെക്കുക മാത്രം ചെയ്തു: എന്തൊരുത്തൻ! അനേകം കരടി യുവതികൾ എന്തുചെയ്യേണ്ടുവെന്നറിയാതെ തിക്കുമുട്ടുമ്പോൾ അവൻ ആകാശം നോക്കിനടക്കുന്നു!

അയാളുടെ ഹൃദയത്തിൽ വ്യത്യസ്തമായ ഒരു സ്വപ്നം ഉദിച്ചിരുന്നു എന്നതാണ് വാസ്തവം. മറ്റൊന്നുമല്ല: അയാൾ ഒരു മനുഷ്യപ്പെണ്ണിന്റെ സ്നേഹം ആഗ്രഹിച്ചു. അങ്ങനെ സംഭവിക്കാനിടയില്ലെന്ന് ആർക്കെങ്കിലും തോന്നിയാൽ അതിൽ തെറ്റില്ല. കാരണം, സാധാരണ ഏതൊരു കരടിയുവാവും പ്രണയിക്കുക കരടി യുവതിയെയാണ്- മറിച്ചും. മനുഷ്യയുവാവ് പ്രണയിക്കുക മനുഷ്യയുവതിയെയാണ് - മറിച്ചും, ഇരുവംശങ്ങളിലെയും സ്വവർഗ്ഗാനുരാഗികൾ അവനവന്റെ വംശത്തിലാണ് പ്രണയം കണ്ടെത്തുക. അതാണ് നടപ്പിലുള്ള ജനിതക രസതന്ത്രത്തിന്റെ രീതി. കരടിക്ക് മനുഷ്യനോടോ മനുഷ്യന് കരടിയോടോ അനുരാഗമുണ്ടായാൽ രസതന്ത്രത്തിന് ബോറടിച്ചുവെന്നും നടപ്പിലുള്ള ശൈലിയെ ചവറുകൊട്ടയിലെറിയാൻ അത് തീരുമാനിച്ചുവെന്നും വേണം കരുതാൻ.

കാടിന്റെ അതിരിൽ പുറത്തെ കാഴ്ചകൾ നോക്കിമറഞ്ഞിരിക്കുമ്പോഴാണ് ഈ യുവകരടി മനുഷ്യപ്പെണ്ണുങ്ങളെ കണ്ടത്. അവരുടെ വരവും പോക്കും അയാൾ കണ്ണുനട്ടിരുന്ന് കണ്ടു. അവരിൽ ചിലർ കാമുകന്മാരുമായി കാടിന്റെ ഉള്ളറകളിൽ ഇണചേരുമ്പോൾ അയാൾ രഹസ്യമായി നിശ്ശബ്ദമായി, വിടർന്ന കണ്ണുകളോടെ അത് കണ്ടിരുന്നു. ആ ഇണചേരൽ ശൈലി അത്ര മികച്ചതായി അയാൾക്ക് തോന്നിയില്ല എന്നത് മറ്റൊരു കാര്യം.

മനുഷ്യപ്പെണ്ണുങ്ങളിൽനിന്ന് തേൻപോലെ മധുരമുള്ളതും ഹൃദയത്തെ മത്തുപിടിപ്പിക്കുന്നതുമായ എന്തോ ഒന്ന് അയാളുടെ നേർക്ക് ഒഴുകിവന്നു. ഓരോ മനുഷ്യപ്പെണ്ണിനും വെവ്വേറെ ചന്തങ്ങളുണ്ടെന്ന് അയാൾ കണ്ടുപിടിച്ചു. അവളുടെ മുലകൾ അയാൾ പ്രത്യേകം ശ്രദ്ധിച്ചു. ഇത്രയും വലിയ മുലകൾ എന്തിനാണാവോ? കുഞ്ഞുങ്ങൾക്ക് പാൽ കൊടുക്കാൻ ഒന്നോ രണ്ടോ മുലക്കണ്ണുകൾ പോരേ?

യുവകരടി തന്റെ മനുഷ്യപ്പെൺസ്വപ്നം സമപ്രായക്കാരായ ചില സുഹൃത്തുക്കളോട് പങ്കുവെച്ചു. അവർ അയാളെ പരിഹസിക്കുകമാത്രം ചെയ്തു: "നാണമില്ലേടാ, ആ ഇരുകാലികളെ പ്രേമിക്കാൻ! ദേഹത്ത് രോമം പോലുമില്ല. തലയിലും അങ്ങുമിങ്ങുമൊഴിച്ച്. ഹോ! ആലോചിക്കാൻ പോലും വയ്യ!" അയാൾ ചോദിച്ചു. "നിങ്ങൾക്ക് രോമമില്ലായ്മയിലും ഇരുകാലിത്വത്തിലും ഒരു സൗന്ദര്യം ദർശിച്ചുകൂടേ? എനിക്കത് കാണാൻ കഴിയുന്നുണ്ട്." അവർ ചിരി സഹിക്കവയ്യാതെ മരങ്ങളിൽ പിടിച്ചുകയറി ആകാശത്തിലേക്ക് നോക്കി കൂവി. യുവകരടി സങ്കടപൂർവ്വം അവരെ നോക്കിനിന്നു.

പക്ഷേ, മനുഷ്യപ്പെൺവിഷയത്തിൽ അയാൾ അഭിമുഖീകരിച്ച ഏറ്റവും വലിയ പ്രശ്നം സഹതാപമില്ലാത്ത അവരോട് അയാൾ പറഞ്ഞില്ല. അത് ഇതായിരുന്നു. അയാൾ കണ്ട എല്ലാ മനുഷ്യയുവതികളെയും അയാൾ ഇഷ്ടപ്പെട്ടു. എല്ലാവരേയും പ്രണയിക്കാൻ തോന്നി. എല്ലാവരെയും സ്വന്തമാക്കാൻ തോന്നി. പക്ഷേ, ഇതെങ്ങനെ സാധിക്കും? ഒരു കരടിക്ക് ഒരേസമയം എത്രയുവതികൾക്ക് ഒരുസന്തുഷ്ട ജീവിതം സമ്മാനിക്കാൻ കഴിയും? അതേസമയം എങ്ങനെയാണ്, നൂറുകണക്കിന് മനുഷ്യപെണ്ണുങ്ങളിൽനിന്ന് താൻ സ്നേഹമർപ്പിക്കേണ്ട പെണ്ണിനെ കണ്ടെത്തുക? എത്രയാലോചിച്ചിട്ടും അയാൾക്ക് ഒരുത്തരം കിട്ടിയില്ല. പെണ്ണിനെ കണ്ടെത്തിയാൽ തന്നെ ഏത് ഭാഷയിലാണ് അവളോട് തന്റെ പ്രണയം അറിയിക്കുക? അതിനും ഉത്തരമില്ല.

തന്മൂലം ഒരുത്തരം തേടി അയാൾ ദൈവത്തിന്റെ പക്കലേക്ക് പുറപ്പെട്ടു. വിശ്വാസിയായിരുന്നെങ്കിലും ആദ്യമായിരുന്നു അയാൾ ദൈവത്തെ സമീപിക്കുന്നത്. കാഴ്ചവെ

ക്കാൻ ഒരു വലിയ തേൻപാളി കടിച്ചുപിടിച്ചിരുന്നു. അത് തിന്നാനുള്ള മോഹം വളരെ പാട്ടുപെട്ടാണ് അയാൾ അടിച്ചമർത്തിയത്.

വനത്തിന്റെ ഉള്ളിലൊരിടത്ത് ഒരു തടാകത്തിൽ ഒഴുകിനടന്ന വഞ്ചിവീടായിരുന്നു ദൈവത്തിന്റെ ഓഫീസും ഗൃഹവും. സന്ദർശകർക്കുവേണ്ടി തീരത്ത് ഒരുതോണി കെട്ടിയിട്ടിരുന്നു. യുവകരടി കെട്ടഴിച്ചതും ദ്രവിച്ച കയർ പൊടിഞ്ഞുവീണു. ആരെങ്കിലും ആ കയറിൽ തൊട്ടിട്ട് കാലം വളരെയായി എന്നയാൾക്ക് മനസ്സിലായി. അകലെ ഓളങ്ങളിൽ ആടിക്കൊണ്ട് പൊന്തിക്കിടന്ന ദൈവവീടിന് നേരെ അയാൾ തോണി തുഴഞ്ഞു. പാതിവഴി തുഴ ഒടിഞ്ഞു. തുണ്ടങ്ങൾകൊണ്ട് തുഴഞ്ഞ് അയാൾ ദൈവവീടിനടുത്തെത്തി. തോണി കെട്ടിയിട്ട് ദൈവത്തിന്റെ വരാന്തയിലേക്ക് പിടിച്ചുകയറി. അദ്ദേഹം ഊൺമേശയ്ക്കലിരുന്ന് ടെലിവിഷനിൽ ക്രിക്കറ്റ് കളി കാണുകയായിരുന്നു. കരടി വായിൽനിന്ന് തേൻപാളി താഴെ വെച്ച് ദൈവത്തെ വണങ്ങി. എന്നിട്ട് പുരാതനമായ ദൈവാഭിവാദ്യം ഉറക്കെ ചൊല്ലി: "ഹലി... ഹലിയോ ഹലി! ഹലാലോ!"

ദൈവം അതേ വാക്കുകളിൽ പ്രത്യഭിവാദ്യം ചെയ്തു. അപ്പോൾ കരടി തേൻപാളിയെടുത്ത് ദൈവത്തിന് സമർപ്പിച്ചു. ദൈവം സന്തുഷ്ടനായി അത് വാങ്ങി ഒരുവശത്ത് വെച്ചു. കരടി തന്റെ ആവശ്യം ഉണർത്തിച്ചു. ദൈവം അയാളോട് അടുത്തുചെല്ലാൻ ആംഗ്യം കാണിച്ചു. എന്നിട്ട് തേൻ പാളിയിൽനിന്ന് സാമാന്യം വലിയ ഒരു കഷണം ഒടിച്ചെടുത്ത് അയാൾക്ക് കൊടുത്തിട്ട് തിന്നുകൊള്ളാൻ ആംഗ്യം കാട്ടി. അയാൾ അടക്കിപ്പിടിച്ച കൊതി കെട്ടഴിച്ചുവിട്ടുകൊണ്ട് അത് ആവേശപൂർവ്വം തിന്നു. ബാക്കി ദൈവവും തിന്നു. അപ്പോൾ ദൈവം ഒരു കാൽ ഉയർത്തി അയാളുടെ തലയിൽ വെച്ചുകൊണ്ട് പറഞ്ഞു. "ഹന്തൊന്ത്!" എന്നിട്ട് ടെലിവിഷനിലേക്ക് ശ്രദ്ധ തിരിച്ചു.

വെളിപാടിന്റെ അർത്ഥം മനസ്സിലാകാതെ കരടി കുറേസമയം അവിടെ ദൈവത്തെയും ടെലിവിഷനിലെ കളിയിലേക്കും മിഴിച്ചുനോക്കിക്കൊണ്ടുനിന്നു. അവസാനം വിഷണ്ണനായി തോണിയിൽ കയറി മറുകരയെത്തി വീട്ടിലേക്ക് നടന്നു. "ഹന്തൊന്ത്!" അയാൾ വീണ്ടും വീണ്ടും ഉരുവിട്ടു. എന്താണതിന്റെ അർത്ഥം? ദൈവത്തിന് കാര്യങ്ങൾ തുറന്നുപറഞ്ഞുകൂടേ? ഒരു വിശ്വാസിയല്ലേ ഞാൻ? എന്നെ വിശ്വസിച്ചുകൂടേ? ആ നിമിഷത്തിൽ ഒരു തടിയൻ തേനീച്ച പറന്നുവന്ന് അയാളുടെ മുമ്പിൽ അല്പ സമയം തുള്ളിക്കളിച്ചശേഷം മൂക്കിൽ ആഞ്ഞൊരു കുത്തുകുത്തി. "ഹന്തൊന്ത്!" എന്ന് വേദനയിലലറിക്കൊണ്ട് കരടി നിലത്തുകിടന്നുരുണ്ടു. അപ്പോൾ അരുളപ്പാടിന്റെ അർത്ഥം അയാളുടെയുള്ളിൽ മുഴങ്ങി: തേനീച്ച! തേൻ! ഒരുതേൻ കൊതിച്ചിയാണ് നിന്റെ ആദർശ വധു! ഇനി ഭാഷയുടെ കാര്യം: പെണ്ണ് വന്നാൽ ഭാഷയും വരും! യുവകരടി സന്തോഷം താങ്ങാനാവാതെ ഒരു അണ്ണാൻ വഴുക്കി മരത്തിന്റെ തുമ്പോളം പിടിച്ചുകയറി ആകാശത്തെയും മേഘങ്ങളെയും നോക്കി വീണ്ടും വീണ്ടും കൂവി. ഒരു ചെറുകണ്ണിതം അയാൾക്കുണ്ടായിരുന്നു. അവൾ ഒരു ചിതൽ കൊതിച്ചികൂടി ആയിരുന്നെങ്കിൽ!

വീടെത്തിയപ്പോഴേക്കും അയാൾ അടുത്ത നടപടി ആസൂത്രണം ചെയ്തു. ഇരുട്ട് പരന്നയുടനെ അയാൾ ഉൾക്കാട്ടിലേക്ക് കടന്നു. ആ കാട്ടിലെ തേനീച്ച സമുദായം നടുങ്ങിയ ഒരു രാത്രിയായിരുന്നുവത്. ഇത്തരമൊരു തുടരാക്രമണം അവർ ഒരിക്കലും നേരിട്ടിട്ടില്ലായിരുന്നു. അവർ അയാളെ പൊതിഞ്ഞുകുത്തി. അയാളൊരു നടക്കുന്ന തേനീച്ചക്കുമ്പാരമായി മാറി. പക്ഷേ, യുവകരടി അവരെ തട്ടിനീക്കുക പോലും

ചെയ്യാതെ ഒരു കൂടിൽനിന്ന് അടുത്തതിലേക്ക് പോയി തേൻ പറിച്ചു. നേരം വെളുക്കു മ്പോൾ പൊട്ടിയൊഴുകുന്ന തേൻപാളികളുടെ ഒരു വൻ കൂമ്പാരത്തിനു മുമ്പിൽ അയാൾ ഉറങ്ങിക്കിടപ്പുണ്ടായിരുന്നു. തേനീച്ചകൾ തോറ്റ് എപ്പോഴേ സ്ഥലം വിട്ടിരുന്നു.

രാവിലെ കാടിനുപുറത്തെ പാതയിലൂടെ കൃഷിയിടങ്ങളിലേക്ക് പോകുന്ന പുരുഷ ന്മാരുടെ സഞ്ചാരം തീരാൻ യുവകരടി കാത്തിരുന്നു. സ്ത്രീകളുടെ യാത്രകൾ തുടങ്ങുംമു മ്പ് അയാൾ പാത കാടിനോട് ചേർന്നുപോകുന്ന ഒരിടത്ത് പാതവക്കിൽ തന്റെ തേൻകൂമ്പാരം പ്രതിഷ്ഠിച്ചു. എന്നിട്ട് തൊട്ടടുത്ത് മറഞ്ഞിരുന്നു.

പെണ്ണുങ്ങൾ വന്നുതുടങ്ങി. ധൃതിയുള്ളവർ തേനിലേക്ക് നോക്കിയതേയില്ല. അല്ലാ ത്തവർ തേൻ പാളികളെ അത്ഭുതത്തോടെ നോക്കി. അടുത്തുചെന്ന് കുനിഞ്ഞുനോക്കി. കൈയിലെടുത്ത് മണത്തുനോക്കി. വിരൽതൊട്ട് രുചിച്ചു. അഭിപ്രായങ്ങൾ കൈമാറി. എന്നിട്ട് ഉടമസ്ഥനുവേണ്ടിയെന്നവണ്ണം ചുറ്റുമൊന്ന് നോക്കിയിട്ട് തേൻപാളികളെടുത്ത് ഇലകളിൽ പൊതിഞ്ഞ് കുട്ടയിലോ സഞ്ചിയിലോ വെച്ച് നടന്നുപോയി. കരടി ശ്വാസം വിടാതെ നോക്കിയിരുന്നു.

തേൻകൂമ്പാരം അതിവേഗം ചെറുതായി. ഇനി എട്ടുപത്തുകഷണങ്ങളെ ബാക്കിയു ള്ളൂ. അയാൾ നിരാശയിൽ ആഴ്ന്നു. എവിടെ തേൻ കൊതിച്ചി? ക്രിക്കറ്റ് കണ്ടിരുന്ന് ദൈവം എന്റെ കാര്യം മറന്നോ? ഇപ്പോൾ കണ്ട പെണ്ണുങ്ങളെപ്പോലെയല്ല ഒരു തേൻ കൊതിച്ചി പെരുമാറുക. കൊതിയെ കൊട്ടയിലും സഞ്ചിയിലും വയ്ക്കില്ല. ആ നിമിഷം കൊതി തീർക്കും! അയാൾ വായിലൂറിയ വെള്ളമിറക്കി. എന്നിട്ട് ഇനിയും ഒരു രാത്രി തേനീച്ചകളോട് യുദ്ധം ചെയ്യുന്നതോർത്ത് കുണ്ഠിതപ്പെട്ടുകൊണ്ട് വഴിയിലേക്ക് കണ്ണ് പതിപ്പിച്ച് ഇരുന്നു.

ഒരുപെണ്ണ് ദൂരെനിന്ന് നടന്നുവരുന്നുണ്ടായിരുന്നു. അയാൾ നിരാശയോടെ ചിന്തി ച്ചു: അവൾ വരും. ബാക്കിയുള്ളതേനും എടുത്ത് സ്ഥലം വിടും. കഴിഞ്ഞു കഥ! പക്ഷേ, അവളുടെ കൈയിൽ സഞ്ചിയോ കുട്ടയോ ഇല്ലയെന്നത് അയാൾക്ക് കുറച്ചാശ്വാസമായി. അവൾ അടുത്തടുത്തു വന്നപ്പോൾ അയാളുടെ കണ്ണുകൾ വിടർന്നു. മൂക്ക് വിറച്ചു. ഹൃദയം കുതിച്ചുചാടി. ഇത്രയും അഴക് ഒരു മനുഷ്യപ്പെണ്ണിലും അയാൾ കണ്ടിട്ടില്ലായിരുന്നു. പുല്ലാന്നിച്ചെടിയുടെ കമ്പുകൾ കുറച്ചുകൂടി അകറ്റിപ്പിടിച്ച് കരടി അവളെ ഉറ്റുനോക്കി. അയാൾ മയങ്ങി നിലത്തു വീണില്ല എന്നേയുള്ളൂ. അത്രമാത്രമായിരുന്നു അവളുടെ ഭംഗി. അവൾ ഒരുപാട്ട് പതിയെ പാടുന്നുണ്ടായിരുന്നു. അയാൾക്ക് മനസ്സിലായില്ലെ ങ്കിലും അത് ഇങ്ങനെയായിരുന്നു:

ജാലകത്തിരശ്ശീല നീക്കി
ജാലമെറിയുവതെന്തിനോ
തേൻപുരട്ടിയ മുള്ളുകൾ നീ
കരളിലെറിയുവതെന്തിനോ..

അവളുടെ ഭംഗിയും ആ പാട്ടിന്റെ മധുരരാഗവും ചേർന്നുണ്ടാക്കിയ തിരയടി അയാളെ പ്രണയത്തിന്റെ നീലാകാശങ്ങളിലേക്ക് എടുത്തെറിഞ്ഞു. ഹലി... അയാൾ മന്ത്രിച്ചു.. ഹലിയോ ഹലി... ഫലാലോ! ഇവൾ തന്നെയായിരിക്കണേ എന്റെ തേൻ കൊതിച്ചി!

വിറകൊണ്ടുകൊണ്ട് അയാൾ അവളുടെ ഓരോ കാൽവയ്പും പിന്തുടർന്നു. ഇപ്പോ ളവൾ തേൻപാളികൾ കണ്ടു. ഇപ്പോൾ അവയെ അത്ഭുതത്തോടെ നോക്കിനില്ക്കുക യാണ്. അവളുടെ കണ്ണുകൾ സന്തോഷംകൊണ്ട് തുള്ളിച്ചാടുകയാണ്. അവളുടെ നാവ് ചുണ്ടുകളിൽ ഓടുകയാണ്. കൊതി അവളെ വീർപ്പുമുട്ടിക്കുകയാണ്. അവളുടെ വായിൽ

ഉമിനീർ നിറയുകയാണ്. അവൾ തേൻപാളികൾക്കു മുമ്പിൽ ചമ്രം പടിഞ്ഞിരിക്കുന്നു. ആദ്യത്തെ കഷണം എടുത്ത് ഒന്ന് കടിക്കുന്നു. നിറഞ്ഞ വായും അടഞ്ഞ കണ്ണുകളുമായി ഒരു നിമിഷം തേൻ ആസ്വദിക്കുന്നു. ഇത് ഇറക്കുന്നു. ഇപ്പോൾ അവൾ തിന്നൽ തുടങ്ങി. സ്വപ്നം കാണുന്ന കണ്ണുകളോടെ താടിയിലേക്ക് ഒഴുകുന്ന തേൻ വടിച്ചുനക്കി. വിരലുകളിൽ പറ്റിപ്പിടിക്കുന്നത് ചുണ്ടുകൾ കൊണ്ട് ഒപ്പിയെടുത്ത്, ഇടയ്ക്കോരോ തേനീച്ചയെ തുപ്പിക്കളഞ്ഞ്. ഇടയ്ക്ക് ശ്വാസമെടുക്കാൻ ചവയ്ക്കൽ നിർത്തി, ഒരുചെറുതുണ്ടോ പൊട്ടോ പൊടിയോ ബാക്കിവെക്കാതെ അവൾ ആ തേൻപാളികളെ വകവരുത്തി. എന്നിട്ട് ആകാശത്തിലേക്ക് നോക്കി പുഞ്ചിരിച്ചു. എണീറ്റുനിന്ന് പാവാടയുടെ തുമ്പുയർത്തി മുഖം തുടച്ചു. തേൻ പുരണ്ട കൈകൾ രണ്ടും ആദ്യം നിലത്തെ പുല്ലിലും പിന്നെ പാവാടയ്ക്കിരുവശത്തും തുടച്ചു. എന്നിട്ട് യാത്രതുടരാനായി ഒരു കാൽ മുന്നോട്ടു വെച്ചു.

യുവകരടി പിന്നെ സംശയിച്ചില്ല. അയാൾ ഒറ്റച്ചാട്ടത്തിന് ഒളിവിൽ നിന്ന് പുറത്തിറങ്ങി പെണ്ണിന്റെ അടുത്തെത്തി. അവളുടെ കൈയിൽ പിടിച്ചുകൊണ്ട് പറഞ്ഞു. "തേൻകൊതിച്ചീ, ഭവതിയെ ഞാൻ പ്രണയിക്കുന്നു."

തന്റെ വാക്കുകൾ കേട്ട് അയാൾ നടുങ്ങി. കാരണം അയാൾ പറഞ്ഞത് മനുഷ്യഭാഷയായിരുന്നു! ക്രിക്കറ്റിനിടയിലും ദൈവം വാക്കുപാലിച്ചിരിക്കുന്നു.

പെണ്ണ് ചോദിച്ചു, നിങ്ങളാരാണ്? നിങ്ങളെ കണ്ടിട്ട് ഒരുകരടിയെപ്പോലെ ഇരിക്കുന്നല്ലോ?"

കരടി പറഞ്ഞു. "ശരിയാണ്, ഞാൻ ഈ കാട്ടിലെ ഒരു കരടിയാണ്. ഭവതിയെ ഞാൻ അഗാധമായി പ്രേമിക്കുന്നു."

"പ്രേമിക്കാൻ ഇവിടെ എന്തുണ്ടായി?" അവൾ ചോദിച്ചു.

"ഭവതിയുടെ അഴകും ഭവതിയുടെ പാട്ടും ഹൃദയദ്രവീകരണശക്തിയുള്ളതാണ്. മാത്രമല്ല, ദൈവവചനമനുസരിച്ചുള്ള തേൻ കൊതിച്ചിയുമാണ് ഭവതി."

"എങ്കിൽ കൈയിൽനിന്ന് പിടിവിടൂ." അവൾ പറഞ്ഞു. "ഇത് കേരളമാണ്. നീ പുരുഷനും - ആണെന്ന് ഞാൻ സങ്കല്പിക്കുന്നു.- ഞാൻ സ്ത്രീയുമാണ്. ചാനൽസദാചാരികളും യുവജനസംഘടനകളും പുരോഗമന വനിതാ പ്രസ്ഥാനങ്ങളും എപ്പോൾ നമ്മളെ പിടികൂടിയെന്ന് നോക്കിയാൽ മതി. വെറുതെ രണ്ടാളും അറസ്റ്റിലാകണ്ട. ഒരു ദൈവവും നമ്മളെ രക്ഷിക്കില്ല."

കരടി പിടിവിട്ടു.

അവൾ തുടർന്നു, "ഇനി നിന്റെ ജീവചരിത്രം ചുരുക്കിപ്പറയുക. സ്വത്ത് വിവരങ്ങളും ഭൗതിക സുഖസൗകര്യങ്ങളും വിവരിക്കുക. എന്നെ ഭവതി എന്നുള്ള വിളി നിർത്തുക. ഏത് വഷളനാണ് നിന്നെ മലയാളം പഠിപ്പിച്ചത്? ഹൃദയദ്രവീകരണ ശക്തി എന്ന വാക്ക് ഇനി കേട്ടാൽ ഞാൻ വയലന്റ് ആകും. നിന്നെ ഞാൻ നീ എന്നും എടാ എന്നും കരടീ എന്നും വിളിക്കും. നീ എന്നെ തങ്കമേ എന്നും ചക്കരേ എന്നും കുട്ടാ എന്നും വിളിക്കും. ഇനി നിനക്ക് പറയാനുള്ളത് മുഴുവൻ കേട്ടിട്ട് ബാക്കി കാര്യങ്ങൾ തീരുമാനിക്കാം."

കരടി പറഞ്ഞു. "ഹന്തൊന്ത്!"

അവൾ ഞെട്ടി. അവൾ ചോദിച്ചു. "എടാ മിടുക്കാ! നീ ബഷീറിനെ വായിച്ചിട്ടുണ്ടോ? നീ തരക്കേടില്ലല്ലോ!"

അയാൾ പറഞ്ഞു. "തങ്കമേ, ബഷീറിനെ എനിക്കറിയില്ല. ഇത് ദൈവം പറഞ്ഞുത

ന്നതാണ്."

"ദൈവം തരക്കേടില്ലല്ലോ!" അവൾ പറഞ്ഞു.

കരടി പറഞ്ഞു. "ഹലി.. ഹലിയോ ഹലി... ഹലാലോ!"

അവർ കാട്ടിലിരുന്ന് ഒരു മണിക്കൂറിലേറെ നീണ്ട ചർച്ചകൾ നടത്തി. അവൾ അത്ഭുതസ്തബ്ധയായി. ഇത്രയും സദ്ഗുണസമ്പന്നനായ ഒരു യുവാവ് തൊട്ടടുത്ത് താമസിക്കുന്നത് താൻ അറിഞ്ഞിട്ടില്ല! അവൾ കരടിക്ക് ഒരുമ്മ കൊടുത്തു. എന്നിട്ട് പറഞ്ഞു, "വാ, ഞാൻ നിന്നെ എന്റെ അച്ഛനമ്മമാർക്ക് പരിചയപ്പെടുത്താം."

അവളുടെ വീട്ടിലേക്കുള്ള അവരുടെ നടത്തം വളരെ ശ്രദ്ധിക്കപ്പെട്ടു. കണ്ടവരെല്ലാം അവളോട് ചോദിച്ചു. "ഈ കരടിയെ എങ്ങനെകിട്ടി? നല്ല ഇണക്കമുണ്ടല്ലോ."

അവൾ പറഞ്ഞു. "അതെ, ഭയങ്കര ഇണക്കമാണ്. ഞാൻ വളർത്താൻ ഉദ്ദേശിക്കുകയാണ്."

അവർ പറഞ്ഞു. "എന്നാലും സൂക്ഷിക്കണം. കരടി കംപ്ലീറ്റ് ആയി ഇണങ്ങുമോ എന്ന് സംശയമാണ്."

അവൾ പറഞ്ഞു. "ഞാനൊന്ന് നോക്കട്ടെ. ഇണക്കത്തേക്കാൾ പ്രധാനം അനുസരണയാണ്."

യുവകരടിക്ക് അവരോടെല്ലാം "നമസ്കാരം!" എന്ന് പറയണമെന്നുണ്ടായിരുന്നു. പക്ഷേ, നാട്ടുകാരുടെ മുൻപിൽ വാ തുറന്നുപോകരുത് എന്ന് അവൾ ചട്ടംകെട്ടിയിരുന്നു. കാരണം, കരടി മലയാളം പറയുന്നതുകേട്ടാൽ മലയാളത്താന്മാർ ചാരനെന്നോ മാവോയിസ്റ്റ് എന്നോ പറഞ്ഞു പിടികൂടി മർദ്ദിച്ച് അവശനാക്കി ചാനലുകളെ ഏല്പിക്കുമെന്നതിന് സംശയമെന്ത്?

"സൂക്ഷിച്ചാൽ ദുഃഖിക്കണ്ട." അവൾ കരടിയോട് പറഞ്ഞു. "മാത്രമല്ല നിന്റെ ജോലി എന്നെ നമസ്കരിക്കലാണ്. നാട്ടുകാരെയല്ല."

വീട്ടിലേക്ക് നടക്കും വഴി അവൾ പറഞ്ഞു. "സൗകര്യത്തിനുവേണ്ടി ഞാൻ നിനക്കൊരു പേരിടുകയാണ്. നടേശൻ. ഇഷ്ടപ്പെട്ടോ?"

"ഇഷ്ടപ്പെട്ടു." കരടി പറഞ്ഞു. "ഇതൊരു സല്പേരുള്ള പേരാണോ?" അയാൾ ചോദിച്ചു.

അവൾ പറഞ്ഞു. "അത്ര കടന്ന് ചിന്തിക്കണ്ട."

മകൾ കരടിയുമായി മുറ്റത്തേക്കു കയറിയപ്പോൾ വരാന്തയിൽ നിന്ന അച്ഛനമ്മമാർ നടുങ്ങി. കോഴി, താറാവ്, ഖൾഗം, ആട്, പശു, മുയൽ തുടങ്ങിയവയെ കൂടാതെ അവൾ സ്വന്തനിലയിൽ വളർത്തിയ ഏഴ് പൂച്ച, ഒമ്പത് നായ, ഒരു കുരങ്ങ് എന്നിവയും വീട്ടിൽ ഉണ്ടായിരുന്നു. ഈശ്വരാ! ഈ കരടിയെ എവിടെ കൊള്ളിക്കും? അവർ ആശങ്കയോടെ കരടിയെയും മകളെയും നോക്കി.

അവൾ പറഞ്ഞു "അച്ഛാ, അമ്മേ, ഇത് എന്റെ സുഹൃത്ത് കരടി നടേശൻ. ഈശ്വരവിശ്വാസിയും അദ്ധ്വാനിയുമാണ്. അവൻ എന്നെ വിവാഹം ചെയ്യാൻ ആഗ്രഹിക്കുന്നു. നിങ്ങളോട് സമ്മതം ചോദിക്കാൻ വന്നതാണ്. അവൻ മലയാളം പറയും."

കരടി വേഗം മുന്നോട്ടുചെന്ന് അച്ഛന്റെയും അമ്മയുടെയും കാൽ തൊട്ട് നമസ്കരിച്ചു. എന്നിട്ട് പറഞ്ഞു. "ബഹുമാനപ്പെട്ടവരായ അച്ഛാ, അമ്മേ, അനുഗ്രഹിച്ചാലും! എനിക്ക് നിങ്ങളുടെ മകളെ ഭാര്യയായി നല്കിയാലും! ഞാൻ അവളെ പൊന്നുപോലെ നോക്കിക്കൊള്ളാം."

അച്ഛനമ്മമാർ കോരിത്തരിച്ചുനിന്നു. അച്ഛൻ അമ്മയോട് മന്ത്രിച്ചു. "അവൻ നമ്മുടെ

കാൽ തൊട്ടു തൊഴുതത് കണ്ടോ? ഇക്കാലത്ത് ഏത് പയ്യൻ അത് ചെയ്യും! കാഴ്ചയ്ക്ക് കരടിയാണെന്നതൊഴിച്ച് വേറെ കുഴപ്പമൊന്നും തോന്നുന്നില്ല... അവൾക്ക് ഇഷ്ടമാണെങ്കിൽ പിന്നെ... നീ എന്ത് പറയുന്നു?"

അമ്മ പറഞ്ഞു. "ശരിയാണ്. പക്ഷേ, ഒരു കാര്യം. കല്യാണം കഴിഞ്ഞ് ഇവിടെ കുടിവയ്ക്കണ്ട. കാരണം കരടിയെ കാണാൻ ആൾക്കാർ വന്നു തുടങ്ങും. അതൊരു ശല്യമാണ്."

അച്ഛൻ ഈ നിർദ്ദേശം മകളുടെ ചെവിയിൽ പറഞ്ഞു.

അവൾ പറഞ്ഞു: "ആ പ്രശ്നമില്ല. ഞാൻ നടേശന്റെയൊപ്പം കാട്ടിലേക്ക് പോകാനാണ് ഉദ്ദേശിക്കുന്നത്. കാട്ടിലെ കരടിസമുദായത്തിന് ഒരു മാതൃകാദാമ്പത്യം കാഴ്ചവയ്ക്കാൻ എന്റെ സാന്നിദ്ധ്യം ഉതകും എന്നാണ് അവൻ പറയുന്നത്. ഇവിടെ സന്ധ്യക്ക് വിയർത്തുകുളിച്ച് വെളുപ്പിന് എണീറ്റ് പോകുന്നതിലും നല്ലതല്ലേ അത്?"

അമ്മ പറഞ്ഞു: "അത് ശരിയാണ്. പക്ഷേ, പട്ടികളെയും പൂച്ചകളെയും കുരങ്ങിനെയും ആര് നോക്കും? ആ ഭാരം എനിക്ക് ഏറ്റെടുക്കാൻ വയ്യ. നിന്റെ അച്ഛൻതന്നെ ധാരാളം."

അവൾ പറഞ്ഞു. "സാരമില്ല. അവറ്റകളെ ഞാൻ കൊണ്ടുപോകും. പട്ടിയെ കാട്ടുപട്ടിയും പൂച്ചയെ കാട്ടുപൂച്ചയും കുരങ്ങിനെ കാട്ടുകുരങ്ങുമാക്കും."

അച്ഛനും അമ്മയും ഇരുവരെയും തലയിൽ കൈവച്ചനുഗ്രഹിച്ചു. അവർ മകളുടെ കൈപിടിച്ച് നടേശനെ ഏല്പിച്ചു. നവദമ്പതിമാർ കാട്ടിലേക്കു മടങ്ങി. ഏഴ് പൂച്ചകളും ഒമ്പത് പട്ടികളും ഒരു കുരങ്ങും അവരെ അനുഗമിച്ചു.

ഒരു വർഷത്തോളം കടന്നുപോയി. ഒരു സുപ്രഭാതത്തിൽ നടേശനും ഭാര്യയും ഒരു കൈക്കുഞ്ഞുമായി അച്ഛനമ്മമാരുടെ അനുഗ്രഹം തേടിയെത്തി. കുഞ്ഞിനെ കൊഞ്ചിക്കലും ചായ കുടിയും മറ്റും കഴിഞ്ഞപ്പോൾ അമ്മ മകളെ അടുക്കളയിലേക്ക് മാറ്റി നിർത്തി ചോദിച്ചു. "എങ്ങനെയുണ്ടെടീ ഭർത്താവ്?"

അവൾ പറഞ്ഞു. "അമ്മേ! മഹത്തരം! ഇത്രയ്ക്കു ഞാൻ പ്രതീക്ഷിച്ചില്ല! കള്ളുകുടിയില്ല. പുകവലിയില്ല, വായ്നാറ്റമില്ല. രാഷ്ട്രീയമില്ല. മറുപെണ്ണിന്റെ പിന്നാലെ പോക്കില്ല. അടുക്കള പൂർണ്ണമായും ഏല്പിക്കാം. വയ്പിന്റെ സ്വാദ് പറയാനില്ല. വെള്ളം കോരും വിറകുവെട്ടും. പൂക്കൾ പറിച്ചുകൊണ്ടുവരും. തുണിയലക്ക് പ്രശ്നമില്ല. കാരണം തുണിയുടുക്കലില്ല. തേനിന്റെ പ്രളയമാണ് വീട്ടിൽ. പഴങ്ങൾ കുട്ടക്കണക്കിന്. പിന്നെ, ചിതൽ. അതിനെ തിന്നു പരിശീലിച്ചാൽ പിന്നെ വേറെന്നിനും രുചിയില്ല. ചമ്മന്തിക്ക് ചിതൽ ഒന്നാന്തരമാണ്. ഏറ്റവും നല്ല കാര്യം മുലകൊടുക്കലൊഴികെ കുഞ്ഞിന്റെ കാര്യം നമ്മളറിയണ്ട എന്നതാണ്. എല്ലാം അവൻ നോക്കിക്കൊള്ളും. സംശയരോഗം അശേഷമില്ല. കുളിച്ചുകുറിയിട്ട് അവന്റെ വരവ് കാത്തുനില്ക്കണ്ട. അവനും കുളിയിൽ വലിയ താല്പര്യമില്ല."

"കിടപ്പറയിലോ?"

"എന്റമ്മേ! മാന്ത്രികൻ! ഒരു ദിവസം മുടക്കില്ല." അമ്മ അഴിഞ്ഞുപോയ മുടിയൊന്ന് കെട്ടിവെച്ച് അടുക്കളയിൽനിന്ന് ഇരിപ്പുമുറിയിലേക്ക് വന്നു. തീയാളുന്ന കണ്ണുകൾകൊണ്ട് ചാരുകസാലയിൽ മയങ്ങുന്ന ഭർത്താവിനെ ഒരു നോക്കുനോക്കി. എന്നിട്ട് മകളോട് പറഞ്ഞു, "എടീ എവിടെയെങ്കിലും കരടി തേൻപാളിയുമായി ഇരിക്കുന്നതു കണ്ടാൽ ഉടനെ എന്നോട് പറയണം. മറക്കണ്ട."

മകൾ പറഞ്ഞു. "ഉറപ്പായും അമ്മേ. ഞാൻ അമ്മയ്ക്കുവേണ്ടി കണ്ണുതുറന്നു പിടിക്കും."

ഇതൊരു സംഭവകഥയല്ല എന്ന് ആർക്കെങ്കിലും തോന്നിയാൽ അത് കുറച്ച് ഭയങ്കരം തന്നെ.

കുറിപ്പ്

കരടി മനുഷ്യപ്പെണ്ണിനെ കല്യാണം കഴിക്കുന്നതിനെപ്പറ്റിയുള്ള അമേരിന്ത്യൻ ഗോത്രകഥകളെ ഓർമ്മിച്ചുകൊണ്ട്.

എൻ എസ് മാധവൻ

ആയിരത്തി രണ്ടാമത്തെ രാവ്

ആയിരം മാസങ്ങളേക്കാൾ ഉത്തമമായ ഒരു രാത്രിയെക്കുറിച്ച് *ഖുർആനിൽ* വിവരിക്കുന്നുണ്ട്. മലക്കുകളും ആത്മാവും ഭൂമിയിലേക്ക് ഇറങ്ങിവന്ന ഒരു രാത്രി. പ്രഭാതം വരെ ശാന്തി നീണ്ടുനിന്ന രാത്രി. അതിനെ നിർണ്ണയത്തിന്റെ രാത്രി എന്നു വിളിച്ചുപോരുന്നു.

രാത്രികളിൽ വച്ച് ഏറ്റവും മനോഹരമായ രാത്രി അതായിരുന്നുവെങ്കിൽ ഏറ്റവും ഭയപ്പെടുത്തുന്ന രാത്രി ഏതാണ്? ദിനരാത്രങ്ങളുടെ ചതുരംഗപ്പലകയിൽ ഏതു കറുത്ത കളമാണ് ഏറ്റവും കൂടുതൽ പേടിപ്പിക്കുന്നത്?

അതും ഒരു നിർണ്ണയത്തിന്റെ രാത്രിയായിരുന്നു. നന്ദിനിയെ പിരിഞ്ഞതിനുശേഷം വീട്ടിലേക്കു നടന്നുകയറിയപ്പോൾ രാഘവന് മനസ്സിലായി: ഇതാണ് ആ രാത്രി. ഏറ്റവും ഭീകരമായ രാത്രി. അയാൾ ആ രാത്രിക്ക് ഒരു പേരും ഇട്ടു: ആയിരത്തി രണ്ടാമത്തെ രാവ്.

ഷെഹ്റസാദിന്റെ ശ്വാസം സിൻബാദിന്റെ കപ്പൽപ്പായകളെ വിടർത്താത്ത രാത്രി. മലക്കുകൾക്കു പകരം മൗനം ഭൂസ്പർശം ചെയ്യുന്ന രാത്രി. കഥകൾ ഒടുങ്ങിയ രാത്രി, അതും എങ്ങനെ ഉള്ള കഥകൾ? ഒരു ട്രപ്പീസ് കളിക്കാരിയെപ്പോലെ രസച്ചരടിലൂടെ ഷെഹ്റസാദ് നടന്നു തീർത്ത കഥകൾ. സുൽത്താന്റെ മദ്ധ്യവയസ്കമായ ചുണ്ടുകളിൽ ഒരു കോട്ടുവായ് മിന്നിയാൽ ഷെഹ്റസാദ് പിറ്റേ പുലരിയിൽ ഛിന്നമസ്തകയാ

കുവാൻ തയ്യാറെടുക്കുന്നു. അവൾ കഥയിൽ ഒരു കഴഞ്ചു മുറുക്കം കൂടി ചേർത്ത് സുൽത്താൻ സശ്രദ്ധനാണോ എന്ന് ഒളികണ്ണിട്ടു നോക്കുന്നു.

അവൾ പറഞ്ഞ കഥകളിൽ ഷെഹ്റസാദിന്റെ മരണഭയം മാത്രമല്ല കലർന്നിരുന്നത്; മന്മഥഗന്ധവും പറ്റിപ്പിടിച്ചിരുന്നു. മിക്കവാറും കഥകൾ അവൾ പറയുവാൻ നിർബ്ബന്ധിതയായത് നഗ്നയായിട്ട് ആയിരിക്കണം. ഓരോ പൂർണ്ണവിരാമത്തിനും സുൽത്താന്റെ വക ഹുക്കുപ്പുക മണക്കുന്ന ഒരു മുത്തം. മരണത്തെ മാറ്റിനിർത്തുവാൻ തന്റെ കഥ ഒരിക്കൽക്കൂടി വിജയിക്കുന്നുവെന്ന് അവൾ അറിഞ്ഞിരുന്നത് തുടകളിൽ സുൽത്താന്റെ സഹൃദയമായ കൈപ്പത്തി അയാൾ അറിയാതെ തന്നെ മുറുകുമ്പോഴാണ്. സൂര്യപ്രകാശം നിഷേധിച്ച ബുർക്കയ്ക്കടിയിലെ അവളുടെ മഞ്ഞ നിറത്തിലുള്ള തൊലിയിലൂടെ സുൽത്താന്റെ വിരലുകൾ സാർത്ഥവാഹകന്മാരെപ്പോലെ ഒറ്റവരിയിൽ നീങ്ങുമ്പോഴായിരിക്കും, കഥകളും അവളുടെ ശരീരവും, പരിണാമഗുപ്തിയിലെത്തുക. കഥാശേഷം ഷെഹ്റസാദ് പരവതാനിവിട്ട് എഴുന്നേറ്റ് ജനൽ തുറക്കുമ്പോൾ ആയിരത്തിഒന്ന് ദിവസങ്ങളിലും അവൾക്കുവേണ്ടി നിറങ്ങളില്ലാത്ത അറബിപ്പകലുകൾ ഉണ്ടാക്കിക്കൊണ്ടിരുന്നു.

കഥകൾക്കിടയിൽ, തുപ്പൽ വലിഞ്ഞ, ചുവന്ന തൊണ്ടയിലൂടെ ശ്വാസം ഉള്ളിലേക്കു വലിക്കുമ്പോൾ ഷെഹ്റസാദിനു ചിലപ്പോൾ തോന്നിയിരിക്കാം: അള്ളാ, ഞാൻ എന്താണ് ഈ കാട്ടിക്കൂട്ടുന്നത്? നീ എന്റെ നെറുകയിൽ പൊട്ടുതൊടുവിച്ച പ്രതിഭയെ, എന്റെ ആഖ്യാനപാടവത്തിനെ എന്തിനാണ് ഞാൻ ഈ പെൺകുരുതിക്കാരൻ സുൽത്താനുവേണ്ടി ഒത്തുതീർപ്പുകളിലേക്ക് എത്തിക്കുന്നത്? അങ്ങയുടെ കാരുണ്യത്താൽ എന്നിൽ കഥകൾ ഉണ്ടായി. നിന്റെ വരഹസ്തം പിൻവലിഞ്ഞാൽ എന്റെ കഥ, എല്ലാ അർത്ഥത്തിലും തീർന്നു. പിറ്റേന്നത്തെ ഒരു ശരാശരി പകൽ കാണാൻ വേണ്ടിമാത്രം നിന്റെ കനിവിനെ ഈ ദുഷ്ടന്റെ പിച്ചച്ചട്ടിയിൽ ഞാൻ ദീനാരങ്ങളാക്കി എന്തിനു വിതറുന്നു?

ജീവിക്കുക ഒരു ദുശ്ശീലമായി മാറിയതിനാൽ അടുത്ത രാത്രിയിലും കിടപ്പറയിൽ എത്തിയാൽ ഉടൻ ഷെഹ്റസാദിന്റെ ചുണ്ടുകൾ എന്താണു നിർമ്മിക്കുക എന്നു രാഘവന് അറിയാമായിരുന്നു. മറ്റൊരു 'പണ്ടൊരിക്കൽ.' അവൾ സുൽത്താനെ കൂടുതൽ വെറുത്തു; അതോടൊപ്പം അവളുടെ കഥകൾ നന്നായിക്കൊണ്ടിരുന്നു.

ഒരിക്കൽ നന്ദിനി രാഘവനോട് പറഞ്ഞു: "ആയിരത്തിഒന്ന് രാവുകളിലെ കഥകൾ ഒടുവിലൊടുവിൽ കൂടുതൽ നന്നാകുന്നു."

"അപ്പോഴേക്കും ഷെഹ്റസാദ് കഥപറയുവാൻ ശരിക്കും പഠിച്ചുകഴിഞ്ഞിരുന്നു."

"അല്ല, അപ്പോഴേക്കും അവൾക്കു സുൽത്താനെ കൊല്ലാനുള്ള വെറുപ്പായിരുന്നു."

"മനസ്സിലായില്ല." രാഘവൻ കൈമലർത്തി കാണിച്ചു.

"സുൽത്താനോടുള്ള വെറുപ്പ് കൂടുന്തോറും അവളുടെ കഥകൾ നന്നായിക്കൊണ്ടിരുന്നു. കാരണം, അടക്കിപ്പിടിച്ച അക്രമവാസനയാണ് നല്ല കലയുടെ അടിത്തറ."

ആയിരത്തിരണ്ടാമത്തെ രാത്രിയിൽ കഥകളില്ല. ആ സ്വാതന്ത്ര്യത്തിൽ മൃദുവായി കൂർക്കം വലിച്ച് ഉറങ്ങുവാൻ ഷെഹ്റസാദ് തീരുമാനിക്കുമ്പോഴാണ് അവൾക്കു മനസ്സിലായത്: ഏറ്റവും ഭീകരമായ രാത്രി ആയിരത്തിരണ്ടാമത്തേതാണ്. കഥകൾ ഉയിർത്തെഴുന്നേല്ക്കാത്ത രാത്രി. മലക്കുകൾ ഇട്ടുപോയ രാത്രി. പുലരി കാണുംവരെ തിരിഞ്ഞും മറിഞ്ഞും കിടക്കലുകളുടെയും ഇടയ്ക്കിടെയുള്ള വെള്ളം കുടികളുടെയും തുടർച്ചയായ മൂത്രശങ്കയുടെയും രാത്രി. മരണഭയം തീർന്നതിനാൽ ഇനി ഒരിക്കലും കഥകൾ ഉണ്ടാകുകയില്ല എന്നു മനസ്സിലാക്കിയ രാത്രി.

ആയിരത്തിരണ്ടാമത്തെ രാത്രി മൗനത്തിന്റേതാണ്. അല്ലെങ്കിൽ കൊച്ചുവർത്തമാനത്തിന്റെ. മൗനത്തിന്റെ പര്യായമാണ് കൊച്ചുവർത്തമാനം. സമൂഹം മൗനികളായി തുടരുവാൻ ആരെയും സമ്മതിക്കാത്തതിനാൽ ലോകത്തെ കൊച്ചുവർത്തമാനം കൊണ്ടു നേരിടേണ്ടിയിരിക്കുന്നു.

മൗനവും കൊച്ചുവർത്തമാനവും അവരുടെ ബന്ധത്തെ പൂർണ്ണമായി ഗ്രസിച്ചു എന്നു മനസ്സിലാക്കിയ ഒരു സന്ധ്യയിൽ രാഘവനും നന്ദിനിയും വേർപിരിഞ്ഞു. വേർപാടുകൾക്കുവേണ്ടി പട്ടണങ്ങളുടെ ഭൂമിശാസ്ത്രം ചെയ്യുന്ന ഒത്താശകളാണു രണ്ടായി പിരിയുന്ന വഴികൾ. അത്തരത്തിൽ ഒരു സന്ധ്യയിൽ ദില്ലിയിലെ സഫ്ദർജങ്ങിന്റെ ശവകുടീരത്തിന്റെ അടുത്ത് ഇടത്തോട്ടും മുന്നോട്ടും ആയി പിളരുന്ന ഒരു വഴിക്കവലയിൽ വച്ചാണു രാഘവനും നന്ദിനിയും വേർപിരിഞ്ഞത്. നന്ദിനി രാഘവനെ നോക്കിയപ്പോൾ അയാളുടെ തലയ്ക്കുമേൽ ഒരു കിരീടം വച്ചപോലെ സഫ്ദർജങ്ങിന്റെ ശവകുടീരത്തിന്റെ താഴികക്കുടം സ്ഥിതിചെയ്യുന്നതു കണ്ടു. ഉച്ചയുറങ്ങിയ ക്ഷീണത്തിൽ കിടക്കുന്ന വേനൽമൂവന്തി ദില്ലിയെ ദ്വിമാനമാക്കിയിരുന്നു.

"ഇനി?" നന്ദിനി ചോദിച്ചു.

രാഘവൻ കൊച്ചുവർത്തമാനം പറഞ്ഞില്ല. സാധാരണ രാഘവന്റെ നിശ്ശബ്ദത നന്ദിനിയെ പരിഭ്രമിപ്പിച്ചിരുന്നു. അതൊരു പിൻവാങ്ങലായി അവൾ കണ്ടു. വിനിമയത്തിൽ നിന്നുള്ള തിരിഞ്ഞു നടക്കൽ. പക്ഷേ, സഫ്ദർജംഗിന്റെ ശവകുടീരത്തിന്റെ അടുത്തുവച്ചുള്ള അവരുടെ നിശ്ശബ്ദത സന്ദർഭോചിതമായിരുന്നു. കാരണം പരിത്യാഗം പലപ്പോഴും, സീതയെപ്പോലെ ഭൂമിക്കടിയിൽ ഒളിച്ചും നിശ്ശബ്ദത തേടിക്കൊണ്ടാണു സംഭവിക്കുക.

"ഇനി ഞാൻ മുമ്പിലുള്ള വഴിയിലൂടെ കുറേദൂരം നടക്കും." നന്ദിനി പറഞ്ഞു. "രാഘവൻ ഇടത്തോട്ടുള്ള വഴിയിലൂടെയും. ഈ രണ്ടുവഴികളും നമ്മുടെ വീടുകളിലേക്കുള്ളവയല്ല. എന്നിട്ടും നമ്മൾ നടക്കും. കുറച്ചു കഴിഞ്ഞാൽ ഓരോ ഓട്ടോ പിടിച്ച് ഈ കവലയിൽ നമ്മൾ തിരിച്ചെത്തും. നമ്മൾ അറിയാതെ തന്നെ നമ്മുടെ വഴികൾ ഒന്നുംകൂടി കോർത്തിട്ടു നമ്മൾ വീടുകളിലെത്തും."

രാഘവൻ നന്ദിനിയെ നോക്കി. ആ നോട്ടത്തിന്റെ ധ്വനി 'പോട്ടെ' എന്നായിരുന്നു. നന്ദിനി അതു സ്വീകരിച്ചില്ല. ധ്വനികളും അവസാനിച്ചിരിക്കുന്നു. പ്രേമം എന്നു പറഞ്ഞാൽ ഇത്തരത്തിൽ കുറേ ധ്വനികൾ ചേർത്തുണ്ടാക്കിയ ഒരു നിഘണ്ടുമാത്രമാണെന്നു കുറച്ചുകാലം മുമ്പു നന്ദിനിയോടു പറഞ്ഞത് രാഘവൻ ഓർത്തു.

കുറേദൂരം നടന്നതിനുശേഷമാണ് രാഘവൻ ഓട്ടോ പിടിച്ചത്. അയാൾ വീട്ടിൽ തിരിച്ചെത്തിയപ്പോഴേക്കും രാത്രിയായിരുന്നു. അയാളുടെ ആദ്യത്തെ ആയിരത്തിരണ്ടാമത്തെ രാവ്. ഇനി കഥകളില്ല. മരണഭയമില്ല. കലയും ഇല്ല. കാമവും ഇല്ല.

രാഘവന്റെ ആ രാത്രിയിൽ പല രാത്രികളുടെയും കലർപ്പ് ഉണ്ടായിരുന്നു. അയാൾ വെളിച്ചം ഇടാതെ മുറിയുടെ ഒത്തനടുവിലെ ഒരു ചാരുകസേരയിൽ കിടന്നു മുകളിലേക്കു നോക്കി. പല രാത്രികളുടെയും കണ്ടം വച്ചു തുന്നിയ ഒരു നഭസ്സ്പോലെ, അരണ്ട വെളിച്ചം സാന്ദ്രത കുറച്ച ഇരുട്ട് മുറിയിൽ പടർന്നിരുന്നു.

ലളിതമായ ഘടനകളിൽ കൂടി അല്ലാതെ അന്നു രാഘവനു ചിന്തിക്കുവാൻ സാധിച്ചില്ല. അതിനാൽ അയാളുടെ ഓർമ്മ അയാളുടെയും നന്ദിനിയുടെയും ആദ്യത്തെ രാത്രിയിൽ തുടങ്ങി. നന്ദിനി പറഞ്ഞതനുസരിച്ച് ആര്യാവർത്തത്തിലെ കർഷകൻ ചാർപ്പോയിയിൽ മാനത്തുകണ്ണികളായി കിടക്കുന്ന ഒരു രാത്രികൂടിയായിരുന്നു അത്.

ആദിമദ്ധ്യാന്തങ്ങളുടെ രേഖീയതയുടെ സുഖത്തിൽ രാഘവൻ, ദക്ഷിണ ദില്ലിയിലെ

ഒരു സഹപ്രവർത്തകന്റെ വീട്ടിൽ, അയാളുടെ കുട്ടിയുടെ പിറന്നാളാഘോഷത്തിന്റെ ഇടയ്ക്ക് നന്ദിനിയെ ആദ്യമായി കണ്ടനാൾ ഓർമ്മിച്ചു. അയാൾ ഒരു മൂലയ്ക്ക് ഒറ്റയ്ക്ക് നില്ക്കുമ്പോഴാണ് നന്ദിനി അയാളുടെ അടുത്തെത്തിയത്.

"നിങ്ങളുടെ കുട്ടിക്കാലത്ത് പിറന്നാൾ ഇങ്ങനെ ആയിരുന്നോ?"

"എങ്ങനെ?"

"ഇങ്ങനെ. ഈ ബലൂണുകളും, തോരണവും കേക്കും, ഹാപ്പി ബെർത്ത്ഡേ ടു യുകളും?"

"എനിക്കു പിറന്നാൾ വലിയ പേടിയായിരുന്നു."

"പേടി? ഞാൻ കേട്ടതു ശരിയാണോ? പേടി"

"ഉം, പേടി, അന്നെനിക്കു ചന്ദനക്കുറിയും തൊട്ട് സ്വർണ്ണമാലയുമിട്ട് അമ്പലത്തിൽപ്പോയി തൊഴണം. തനി മണ്ടൻമുഖവും വച്ച് വലിയ ഉരുണ്ട കണ്ണുകൾ. അഞ്ജലി ഇളാമേനോന്റെ '*ശങ്കരൻകുട്ടിയുടെ പിറന്നാൾ*' എന്ന ചിത്രം കണ്ടിട്ടുണ്ടോ? അതിലെ ശങ്കരൻകുട്ടിയെപ്പോലെ."

"ഇതിൽ പേടിക്കാൻ എന്തിരിക്കുന്നു?"

"പേടിക്കു കാരണം മറ്റൊന്നായിരുന്നു. പിറന്നാളിന് ഒരു മാസം മുമ്പു തന്നെ മുത്തച്ഛൻ കുടിയാന്മാരായ ചാലിയന്മാരോട് പിറന്നാൾ കുട്ടിക്കു വേണ്ടി നേരിയ മുണ്ടു നെയ്യുവാൻ ശട്ടംകെട്ടിയിരുന്നു. അതും ഒറ്റമുണ്ട്. അതിലൂടെ എന്റെ ചുവന്ന കോണകം എല്ലാവർക്കും കാണാമായിരുന്നു. അമ്പലത്തിൽവച്ച് കൂട്ടുകാരെ കണ്ടാലുണ്ടാകുന്ന നാണക്കേടിന്റെ പേടി."

"അതെന്താ അന്ന് ഇന്നത്തെപ്പോലെ അണ്ടർവെയർ ഇല്ലായിരുന്നോ?"

"ഉണ്ടായിരുന്നോ എന്നറിയില്ല. ആരും എനിക്കു വാങ്ങിച്ചു തന്നില്ല. അന്നത്തെ കാലത്ത് സ്ത്രീകൾ ലാസ്റ്റി ബോഡി ഇട്ടു തുടങ്ങിയതേ ഉള്ളൂ എന്നുകൂടി ഓർക്കണം."

"ലാസ്റ്റി ബോഡി?"

"അതായത് ഇലാസ്റ്റിക് ബോഡീസ്. ബ്രായുടെ മലയാളം." രാഘവൻ ചിരിച്ചുകൊണ്ടു പറഞ്ഞു.

"നിങ്ങൾക്കു വയസ്സ് കുറേയായിക്കാണും അല്ലേ?"

"ഉം, അടുത്ത തുലാത്തിൽ അൻപത്. നന്ദിനിയെക്കാൾ ചുരുങ്ങിയത് ഇരുപത്തിയെട്ട് വയസ്സ് മൂപ്പ്."

"ദേ, ഇതാണ് എനിക്കു വയസ്സന്മാരെ ഇഷ്ടം. അവർ എത്രപെട്ടെന്ന് പെണ്ണുങ്ങളെ കൈയിൽ എടുക്കുന്നു. എനിക്കു വയസ്സ് ഇരുപത്തിരണ്ടേ ആയുള്ളൂ എന്നു സൂചിപ്പിച്ചതിനു നന്ദി. ശരിക്കും എനിക്ക് ഇരുപത്തിയെട്ടു നടപ്പാണ്."

നന്ദിനി മുറിയിലെ ആ ബഹളത്തിലേക്കു നടന്നു. രാഘവൻ നിന്ന സ്ഥലത്തുനിന്നു മാറിയില്ല. വാൽ നക്ഷത്രങ്ങളുടെ കട്ടായം പാലിച്ചുകൊണ്ടു നന്ദിനി ഒരു ഭ്രമണത്തിനുശേഷം തിരിച്ചെത്തുമെന്നു രാഘവന് അറിയാമായിരുന്നു.

"നിങ്ങൾ താമസിക്കുന്നത് എവിടെയാണ്?" കൈയിൽ ഒരു പ്ലേറ്റുമായി തിരിച്ചെത്തിയ നന്ദിനി ചോദിച്ചു.

"ബംഗാളി മാർക്കറ്റിൽ."

"കുടുംബം?"

"ഞാൻ വിവാഹിതനല്ല."

"അതെന്തേ അങ്ങനെ?"

"തക്കതായ കാരണം തോന്നിയില്ല."

"അപ്പോൾ വയസ്സായാൽ?"

"വയസ്സായാൽ എല്ലാവരും ഒറ്റപ്പെട്ടവരാണ്. പിന്നെ ഒരു ഓർമ്മയും കാണില്ല. ജനിച്ച ഉടനെയുള്ള ആദ്യത്തെ രണ്ടുവർഷങ്ങൾപോലെ. ജീവിതത്തിന്റെ രണ്ടറ്റങ്ങളും ഏതാണ്ട് ഒരുപോലെയാണ്."

"ഞാൻ കഴ്സൺ റോഡിലാണ് താമസിക്കുന്നത്. തിരിച്ചുപോകുമ്പോൾ ഒരു ലിഫ്റ്റ് തരുമോ?"

"ഞാൻ സ്കൂട്ടറിലാണ് വന്നത്. വിരോധമില്ലെങ്കിൽ."

ഡിഫൻസ് കോളനി ഫ്ളൈഓവറിന്റെ അടുത്തുവച്ച് ഒരു കുണ്ടിൽ സ്കൂട്ടർ ഇറങ്ങിയപ്പോൾ പെട്ടെന്നു നന്ദിനി അയാളുടെ ദേഹത്തു തൊട്ടു. പിന്നെ ആ പിടിത്തം തുടർന്നുകൊണ്ടേയിരുന്നു. നന്ദിനി രാഘവനെ സ്പർശിച്ചിരുന്ന ഒരേ ഒരു ഭാഗം, അയാളുടെ വയറിന്റെ ഇടത്തേ ഓരത്തിലെ കുറച്ചു ചതുരശ്ര ഇഞ്ചു സ്ഥലം, ചായക്കോപ്പയിലെ കൊടുങ്കാറ്റുപോലെ ത്രസിക്കുവാൻ തുടങ്ങി.

ചുവന്ന വെളിച്ചത്തിൽ സ്കൂട്ടർ നില്ക്കുന്നതുവരെ നന്ദിനിയുടെ കൈ രാഘവന്റെ മേൽ തുടർന്നു. യാത്രയ്ക്കിടയിലെ ചലിക്കുന്ന ദൃശ്യങ്ങളുടെ മാസ്മരത്തിനു വിധേയമായതുകൊണ്ടാണോ നന്ദിനി കൈ പിൻവലിക്കാഞ്ഞത് എന്നു രാഘവൻ സംശയിച്ചു. ചുവന്ന വെളിച്ചം തുടർന്നപ്പോൾ നന്ദിനി പറഞ്ഞു: "നമുക്ക് എവിടെയെങ്കിലും പോയിരിക്കാം."

"എവിടെ?"

"നിങ്ങൾ പറയൂ. നിങ്ങളല്ലേ ദില്ലിക്കാരൻ? ഞാൻ ഇവിടെ വന്നിട്ടു കുറച്ചുകാലം ആയതേ ഉള്ളൂ."

"ഹുമയൂണിന്റെ ഖബറിടത്തിലെ പാർക്കിൽ?"

"വേണ്ട, അവിടെ നിറച്ചും നടത്തക്കാരായിരിക്കും."

"കോണാട്ട് പ്ലേസിൽ, സെൻട്രൽ പാർക്കിൽ?"

"വേണ്ട, അവിടെ നിറച്ചും സ്വവർഗ്ഗക്കാരായിരിക്കും."

"അപ്പോൾ നന്ദിനിക്കു ദില്ലി ശരിക്കും അറിയാം; അല്ലേ?"

"ഉവ്വ്, ശരിക്കും കറങ്ങി കണ്ടിട്ടുണ്ട്. പല പല ആൺതുണകളോടൊപ്പം." അവളുടെ സ്വകാര്യതയെ സ്പർശിച്ചതിന്റെ നീരസത്തിൽ നന്ദിനി പറഞ്ഞു.

"നമുക്കു വല്ല കോഫി ഹൗസിലും പോയാലോ?" സംഭാഷണം തിരിച്ചുപിടിക്കുവാൻ രാഘവൻ ശ്രമിച്ചു.

"വേണ്ട, ഇന്നത്തെ ആകാശം കാണാതിരിക്കുക വയ്യ, ഇന്നത്തെ ആകാശമാണ് ആകാശം. ചൈത്രമാസത്തിലെ പൗർണ്ണമിനാൾ. വടക്കേ ഇന്ത്യയിലെ നാട്ടിൻപുറത്തുകാർ ചാർപ്പോയികളിൽ കണ്ണു പൂട്ടാതെ ഈ ആകാശത്തെ നോക്കിക്കിടക്കാം."

"പിന്നെ? വേഗം പറയൂ, ഇപ്പോൾ പച്ചയാകും."

"വണ്ടി വലത്തോട്ട് എടുക്കൂ, ദാ, ജവഹർലാൽ നെഹ്റു സ്റ്റേഡിയം ഒഴിഞ്ഞുകിടക്കുന്നതു കണ്ടില്ലേ? അതിന്റെ മുന്നിലെ പുൽത്തകിടിയിൽ ഇരിക്കാം."

നനവില്ലാത്ത സ്ഥലം തേടി നടക്കുമ്പോഴാണ് നന്ദിനി സ്റ്റേഡിയത്തിന്റെ പ്രവേശം ഗുഹാദ്വാരം പോലെ തുറന്നുകിടക്കുന്നത് കണ്ടത്. അതിലൂടെ അവർ നടന്നു സ്റ്റേഡിയത്തിന്റെ ഉള്ളിലേക്കു പെറ്റു വീണപ്പോൾ പെട്ടെന്നു ശൂന്യത്തിലേക്കു കാറ്റടിക്കുന്നതുപോലെ, അവരുടെ മനസ്സ് വികസിച്ചു. കടപ്പുറത്തു നില്ക്കുന്നതുപോലെ രാഘവനു തോന്നി. പക്ഷേ, സ്റ്റേഡിയത്തിന്റെ കോൺക്രീറ്റ് ചക്രവാളം അടുത്തായിരുന്നു. കൃത്രിമ ട്രാക്കിന്റെ പവിഴ അരഞ്ഞാണത്തിനെ പൂർണ്ണചന്ദ്രന്റെ തിളക്കം അഭൗമമാക്കി. സ്റ്റേ

ഡിയത്തിന്റെ ഗാലറികൾ മേലോട്ട് ഉയരുംതോറും വിദൂരത്തിലെ മലനിരകളെപ്പോലെ, മേഘസദൃശമായി. എഴുപത്തയ്യായിരം തൊണ്ടകളിലെ ആർപ്പുകൾ ആത്മാക്കളെപ്പോലെ അവിടെ അട്ടിക്കുടി കിടന്നിരുന്നു. രാഘവനും നന്ദിനിയും മൈതാനത്തിന്റെ മദ്ധ്യത്തിലെ ഫുട്ബോൾ കളിയുടെ കിക്ക് ഓഫിനു വേണ്ടി വരച്ച ചുണ്ണാമ്പിന്റെ ചെറിയ വൃത്തത്തിന് ചുറ്റും ഇരുന്നു.

"ഒത്ത നടുവ്." രാഘവൻ പറഞ്ഞു.

നന്ദിനി കുറച്ചുനേരം നിശ്ശബ്ദയായതിനുശേഷം പറഞ്ഞു: "അഞ്ജലി ഇളാമേനോന്റെ ചിത്രത്തെക്കുറിച്ചു നിങ്ങൾ പറഞ്ഞപ്പോൾ തന്നെ ഒരു വൈകുന്നേരം നിങ്ങളോടു സംസാരിച്ചിരിക്കണം എന്ന് ഞാൻ മനസ്സിൽ കുറിച്ചിട്ടതാണ്. ഇത് എത്ര പെട്ടെന്നാകും എന്നു വിചാരിച്ചില്ല."

"ആ ഒറ്റച്ചിത്രം മാത്രമാണ് എന്റെ ബാല്യം. മറ്റൊന്നും ഓർമ്മയില്ല."

"വയസ്സാകുമ്പോൾ അങ്ങനെയാണോ?"

"അറിയില്ല. എനിക്കെല്ലാം അങ്ങനെയാണ്. എനിക്കു പണ്ടു പണ്ടു ഒരു കോളേജ് പ്രേമം ഉണ്ടായിരുന്നു. വളർച്ചയുടെ മുഴുവൻ തിളപ്പോടും കൂടിയുള്ള പ്രേമം. ഇപ്പോൾ ആ പെൺകുട്ടിയുടെ മുഖം ഓർത്തെടുക്കണമെങ്കിൽ കുറേ പാടുപെടണം."

"അയ്യോ." നന്ദിനി വാ പൊത്തിക്കൊണ്ടു പറഞ്ഞു.

"ആ പ്രേമത്തിനെപ്പറ്റി ഓർക്കുമ്പോഴെല്ലാം ഒരു കവിതയാണ് മനസ്സിൽ വരുന്നത്. അവസാനം ഈ കവിത എന്റെ പ്രേമത്തിനു പകരമായി."

"കേക്കട്ടെ ആ കവിത." നന്ദിനി പറഞ്ഞു.

"പത്തുമുപ്പതുകൊല്ലം മുമ്പു ഞാൻ വായിച്ച കവിതയാണ്. ഞാൻ പ്രേമിച്ച അതേ കോളേജ് തന്നെയാണ് ഈ കവിതയുടെ പശ്ചാത്തലം."

"ങ്ും, ചൊല്ലൂ," നിങ്ങളുടെ പ്രേമത്തിന്റെ പകരക്കാരൻ കവിത." നന്ദിനി പറഞ്ഞു.

"ശരി," രാഘവൻ കുറച്ചുനേരം കണ്ണടച്ചിരുന്നതിനുശേഷം കവിത ചൊല്ലുവാൻ തുടങ്ങി:

"ഇനി ഞാൻ മുല്ലപ്പൂവു
ചൂടില്ല" മൊഴിഞ്ഞു നീ
സഖിയോ,ടരികില്ലു-
ടിന്നലെ ഞാൻ പോയപ്പോൾ
"ആരു ചൂടിക്കും പിന്നെ?"
കുസൃതിത്തമേറുന്ന
നാരകമുള്ളാണല്ലീ
കൂട്ടുകാരി തൻ നാവിൽ.*
അങ്ങനെ പോകുന്നു."

"ഈ കവിത മാത്രമായി, അന്നത്തെ പ്രേമം ചുരുങ്ങി?"

"ങ്ും. ഇതാണ് ഇന്നത്തെ കാലം വി കെ എൻ പറയുന്നതുപോലെ?"

"വി കെ എൻ?"

"മലയാളത്തിലെ ഒരു എഴുത്തുകാരൻ."

"നന്നായിട്ട് എഴുതും?"

"ങ്ും. ഏറ്റവും നല്ല മലയാളം എഴുത്തുകാരൻ, ഒരുപക്ഷേ, നന്ദിനി കേട്ടുകാണും; അദ്ദേഹമാണ് ഗബ്രിയൽ ഗാർഷ്യാ മാർക്കെസ്."

നന്ദിനി കുറേനേരം ചിരിച്ചു. അവൾ ഇടത്തേ കൈ രാഘവന്റെ ചുമലിൽ വച്ചുകൊ

ണ്ട് ചോദിച്ചു:

"എന്നിട്ട്? എന്താണു വി കെ എൻ ഇന്നത്തെ കാലത്തെക്കുറിച്ചു പറഞ്ഞത്?"

"നമ്മത് വാഴ്വും കാലം. പണ്ടൊക്കെ നാം ചിന്തിച്ചിരുന്നത് വാക്കുകളിൽ കൂടിയായിരുന്നു. വാക്കുകൾ ഒഴുകിക്കൊണ്ടിരിക്കും. അതുകൊണ്ട് നമുക്കു തുടർച്ചയായി ഓർമ്മിക്കാൻ പറ്റിയിരുന്നു. ഇപ്പോൾ വാക്ക് മരിച്ചു. പകരം കാഴ്ചകളാണ്. ഓർമ്മകൾ ഒറ്റക്കാഴ്ചകളായി ചുരുങ്ങുന്നു."

"ശരിയാണ്" നന്ദിനി പറഞ്ഞു: "ഈ ഒറ്റക്കാഴ്ചകൾ ചലിപ്പിച്ചാൽ മാത്രമേ നീങ്ങുന്നതായി തോന്നുകയുള്ളൂ. സിനിമ പോലെ കാണുന്നതിന്റെ മായ."

"അതെ, നമ്മത് വാഴ്വും കാലത്ത് വിചാരം മോൺടാഷ്കളിലൂടെയാണ്." രാഘവൻ പറഞ്ഞു.

ചുമലിലുള്ള നന്ദിനിയുടെ ഇടത്തെ കൈപ്പത്തിയിൽ വേരുകൾ പൊട്ടുന്നപോലെ രാഘവനു തോന്നി. കുറച്ചു കഴിഞ്ഞപ്പോൾ അവൾ രാഘവന്റെ മടിയിൽ തലവച്ച് പുല്ലിൽ നിവർന്നുകിടന്നു. "നോക്കൂ." നന്ദിനി ആകാശത്തെ ചൂണ്ടിക്കാണിച്ചുകൊണ്ട് പറഞ്ഞു: "മേഘങ്ങൾ ഇന്ന് ഓട്ടക്കാരെപ്പോലെയാണ്. എത്ര പെട്ടെന്നാണ് അവർ പറക്കുന്നത്. ഇന്നു ഭൂമി തിരിയുന്നതു നമുക്കു കാണാം. ഇതാണു ചൈത്രപൗർണ്ണമി."

സ്റ്റേഡിയത്തിന്റെ നാലു കോണുകളിൽ കഴുകൻ കഴുത്തുനീട്ടി നിന്നിരുന്ന ഫ്ളഡ്ലൈറ്റുകളുടെ സ്തംഭങ്ങളിൽ ഒന്നിന്റെ പുറകിൽ ചന്ദ്രൻ ഉദിച്ചു. രാഘവൻ തലകുനിച്ചു മടിയിൽ കിടക്കുന്ന നന്ദിനിയെ ഉമ്മവച്ചു. അപ്പോൾ അയാൾക്ക് അയാളുടെ ചുണ്ട് ഒരു ചൂണ്ടാണി വിരലായി തോന്നി. മൈക്കലാഞ്ചലോയുടെ 'സൃഷ്ടി' എന്ന ചിത്രത്തിൽ ദൈവസ്പർശത്തിനായി നീളുന്ന ആദമിന്റെ കൈവിരൽ. നന്ദിനിയും ഒരു വിരലിന്റെ വട്ടത്തിൽ ചുംബനം ഒതുക്കി. സ്പർശത്തിന്റെ ആ ചെറിയ നിമിഷത്തിൽ ചരാചരങ്ങളുടെ സൃഷ്ടി നടക്കുന്നതായി രാഘവനു തോന്നി. അവർ കണ്ണടച്ചു ചുംബിച്ചുകൊണ്ടിരുന്നു.

കണ്ണു തുറന്നപ്പോൾ സ്റ്റേഡിയത്തിലെ ഫ്ളഡ്ലൈറ്റുകൾ മുഴുവൻ തെളിഞ്ഞിരുന്നു. ആയിരം വാട്ട്സ് ബൾബുകളുടെ സൂര്യസഹസ്രത്തിൽ ചന്ദ്രൻ മാഞ്ഞു. അവർ എഴുന്നേറ്റുനിന്നു. സ്റ്റേഡിയത്തിലെ എഴുപത്തി അയ്യായിരം കാണികളും കൈകൊട്ടുന്നുണ്ടായിരുന്നു. രാഘവൻ നാലുവശത്തേക്കും തിരിഞ്ഞു താണുതൊഴുത് രംഗാഭിവാദ്യം ചെയ്തു. മൈതാനത്തിലൂടെ അവർ നടക്കുമ്പോൾ നാലു കോണുകളിൽ നിന്നുള്ള ഫ്ളഡ്ലൈറ്റുകൾ ഒരേ സമയം നാലു നിഴലുകൾ അവർക്കു നല്കിയിരുന്നു. ചലിക്കുന്ന വടക്കുനോക്കിയന്ത്രങ്ങളെപ്പോലെ ഭൂമിയുടെ ദിശാപാലകന്മാർക്ക് അവർ വഴികാട്ടികളായി. സ്റ്റേഡിയത്തിൽനിന്നു പുറത്തുകടക്കുവാൻ ഒരുമ്പെടുക്കുമ്പോൾ ഒരേ ഒരാളുടെ കൈയടി മാത്രം രാഘവനും നന്ദിനിയും കേട്ടു. തലയുയർത്തിയപ്പോൾ സ്റ്റേഡിയത്തിന്റെ മേൽത്തട്ടിലെ സ്വിച്ച് റൂമിൽനിന്ന് വയസ്സനായ ഒരാൾ കൈയടിക്കുന്നതു അവർ കണ്ടു. രാഘവനും നന്ദിനിയും അയാളെ നോക്കി കൈവീശി. അവർ പുറത്തു കടന്നതോടെ, അയാൾ വിളക്കുകൾ അണച്ച് ആകാശത്തിൽനിന്നും ചന്ദ്രനെ പുറത്തു വരുത്തി.

എന്തിനാണ് അയാൾ ഫ്ളഡ്ലൈറ്റ് ഇട്ടത്? നന്ദിനിയുടെയും രാഘവന്റെയും ആദ്യത്തെ രാത്രിയെ ആയിരം മാസങ്ങളേക്കാൾ മനോഹരമാക്കുവാനാണോ? നന്ദിനിയും രാഘവനും ഈ ചോദ്യങ്ങൾ പലപ്പോഴും അങ്ങോട്ടും ഇങ്ങോട്ടും ചോദിച്ചുകൊണ്ടിരുന്നു. സംഭാഷണം ആവർത്തിക്കുക എന്നതു പ്രേമത്തിന്റെ ഒരു ലക്ഷണമാണെന്നു രാഘവന് അറിയാമായിരുന്നു. പ്രേമികൾ എന്തു പറയുന്നു എന്നതല്ല പ്രധാനം; പറയുന്നു എന്നതു മാത്രമാണ്. അതുകൊണ്ട് നന്ദിനി ഒന്നുംകൂടി "എന്തിനാണ് അയാൾ

സ്റ്റേഡിയത്തെ വെളിച്ചത്തിൽ മുക്കിയത്?" എന്നു ചോദിച്ചപ്പോൾ രാഘവൻ ക്ഷമാപൂർവ്വം മറുപടി നല്കി: "വെളിച്ചംകൊണ്ട് നമ്മുടെ രാത്രിയെ തകർക്കുവാനായിരുന്നു അയാളുടെ ഗൂഢാലോചന."

"ഹേയ്, അയാൾ നല്ല മനുഷ്യനാണ്. വെളിച്ചമില്ലാതെ എന്തു പ്രേമം എന്നു അയാൾ വിചാരിച്ചുകാണും." നന്ദിനി മറുപടി പറയും.

രാഘവൻ ഇരുട്ടിൽ തന്നെ ഇരുന്നു. അതിൽ രക്തസാക്ഷിത്വത്തിന്റെ ചെറിയ സുഖം ഉണ്ടായിരുന്നു. നന്ദിനി സഫ്ദർജങ്ങിന്റെ ശവകുടീരം പിന്നിട്ടു ഉടൻ ഓട്ടോ പിടിച്ചു വീട്ടിലെത്തി. ഓർമ്മവച്ച നാൾ മുതൽ അവളുടെ കൂടെ ഉണ്ടായിരുന്ന കൂട്ടുകാരിയെ അവൾക്കു അത്യാവശ്യമായി കാണണമായിരുന്നു. അവൾ വീട്ടിലെ വിളക്കുകൾ എല്ലാം തെളിച്ചശേഷം കണ്ണാടിയുടെ മുമ്പിൽ ചെന്നുനിന്നു.

"കണ്ണാടിയിലെ പെൺകുട്ടീ, അവസാനം നീയും ഞാനും മാത്രമായി അല്ലേ?" നന്ദിനി ചോദിച്ചു." ഇന്നും ഞാൻ ഓടിപ്പിടഞ്ഞെത്തിയത് നിന്നോടു പ്രേമത്തിന്റെ ടാവോയെക്കുറിച്ചു പറയുവാനാണ്."

"ടാവോ?" കണ്ണാടിയിലെ പെൺകുട്ടി നെറ്റി ചുളിച്ചു.

"അതെ. ടാവോ. ചൈനാക്കാരുടെ ടാവോ. ടാവോയെക്കുറിച്ചു നിന്നെ മനസ്സിലാക്കുവാൻ ടാവോ ടെ ചിങ്ങി*ൽനിന്ന് കുറച്ചുഭാഗം നിന്നെ വായിച്ചു കേൾപ്പിക്കാം."

കണ്ണാടിയിലെ പെൺകുട്ടി നിന്നുകൊടുത്തു. നന്ദിനി പുസ്തകത്തിൽ നിന്നു വായിക്കുവാൻ തുടങ്ങി. ടാവോ എന്തെന്നു പറയാമെങ്കിൽ അതു ശാശ്വതമായ ടാവോ അല്ല.

പേരിന് അർത്ഥം പറയാമെങ്കിൽ ആ പേരു മാറ്റമില്ലാത്തതല്ല.

"എനിക്ക് ഒന്നും മനസ്സിലാകുന്നില്ല." കണ്ണാടിയിലെ പെൺകുട്ടി പ്രതിഷേധിച്ചു.

"ടാവോ മനസ്സിലാക്കുവാൻ പ്രയാസമാണ്. ടാവോയിൽ ലാളിത്യത്തെക്കുറിച്ചാണെന്നൊഴിച്ചാൽ എനിക്കും ഒന്നും അറിയില്ല."

"നീ കുറേക്കൂടി വായിക്കൂ." കണ്ണാടിയിലെ പെൺകുട്ടി പറഞ്ഞു.

സൗന്ദര്യം സുന്ദരമാണെന്നു ലോകത്തിന് മനസ്സിലായാൽ പിന്നെ നിലനില്ക്കുന്നത് വൈരൂപ്യമാണ്.

നന്മ നല്ലതാണെന്നു ലോകത്തിന് മനസ്സിലായാൽ പിന്നെ നിലനില്ക്കുന്നത് തിന്മയാണ്.

എനിക്കു കുറേശ്ശെ മനസ്സിലായിത്തുടങ്ങുന്നു, കണ്ണാടിയിലെ പെൺകുട്ടി പറഞ്ഞു.

"എന്നാൽ നീ പ്രേമത്തിന്റെ ടാവോ കേൾക്കുവാൻ തയ്യാറായിരിക്കുന്നു," നന്ദിനി പറഞ്ഞു. "ഇതു നീ മാത്രം കേട്ടാൽ മതി. ഞാൻ തുടങ്ങുന്നു."

പ്രേമം തുടർച്ചയായ ആത്മഹത്യയാണ്. ഞാൻ പതുക്കെ മരിച്ചുകൊണ്ടു നീ മാത്രമാകുന്നു.

എന്നാൽ രതിയോ കൊലപാതകവും.

ഒറ്റയ്ക്കു മുറിയിൽ അടച്ചിട്ടിരുന്നാലും ഇണകൾക്ക് എഴുപത്തയ്യായിരം കാണികൾ ഉണ്ട്.

പ്രേമത്തിന്റെ ടാവോ ഒറ്റ നിമിഷം കൊണ്ട് ഉരുൾപൊട്ടാവുന്ന ഏകാന്തതയെ മുൻകൂട്ടി അറിയിക്കുന്നു.

നന്ദി, നന്ദി നന്ദി, രതിമൂർച്ഛകൾ ചിലയ്ക്കുന്നത് ഇപ്രകാരമാണ്.

പെട്ടെന്ന് കണ്ണാടിയിലെ പെൺകുട്ടി മുഖം ഉയർത്തി പറഞ്ഞു: "നീ കരയുന്നു."

നന്ദിനി കണ്ണാടിവിട്ടു വീടിന്റെ അകത്തളത്തിലെ കിടക്കയിൽ മുഖം അമർത്തി വിതുമ്മി. പിന്നെ അടുത്ത മുറിയിലുള്ള കണ്ണാടിയിലെ പെൺകുട്ടി കേൾക്കത്തക്ക ഉറക്കെ കരയുവാൻ തുടങ്ങി.

രാഘവൻ മനസ്സില്ലാമനസ്സോടെ ചാരുകസേരയിൽനിന്ന് എഴുന്നേറ്റു. അന്നു വൈകുന്നേരം ആദ്യമായി മുറിയിലെ വെളിച്ചമിട്ടു. ഈ ഒറ്റ കർമ്മത്തിലൂടെ തന്റെ ജീവിതം വീണ്ടും സാധാരണ നില കൈവരിക്കുന്നുവെന്നു രാഘവനു മനസ്സിലായി. നമ്മത് വാഴ്‌വും കാലത്തെ പ്രതിരോധങ്ങൾ ഇങ്ങനെയാകുന്നു: ചിന്തയെ തകർക്കുവാൻ ഒരു അറുപത് വാട്സ് ബൾബിന്റെ വെട്ടം. ചരിത്രത്തിൽ ഇടപെടുവാൻ ഒരു പത്രാധിപർക്കുള്ള കത്ത്.

വെളിച്ചത്തിൽ രാഘവനു തന്റെ ഫ്ളാറ്റിന് ഒറ്റയ്ക്കു താമസിക്കുന്നവരുടെ അശ്രീകരം ബാധിച്ചിട്ടുള്ളതായി തോന്നി. ലളിതമായിട്ടാണു രാഘവൻ വീട് സൂക്ഷിച്ചിരുന്നത്. വൃത്തി അതിൽ ഒരു ദുശ്ശാഠ്യം പോലെ പടർന്നു കിടന്നിരുന്നു. എന്നിട്ടും അത് ആശുപത്രിമുറിയുടെ ഹൃദയമില്ലായ്മ അനുഭവപ്പെടുത്തി.

സ്റ്റേഡിയത്തിൽനിന്നു പുറത്തുകടന്ന രാഘവനും നന്ദിനിയും അവളുടെ വീട്ടിലേക്കാണു പോയത്. ആ രാത്രിയിൽ, ഷെഹറസാദിന്റെ കഥകൾ പോലെ, അത്ഭുതങ്ങൾ അവരെ പിന്തുടർന്നു. കഴ്സൺ റോഡിലെ നന്ദിനിയുടെ ഫ്ളാറ്റുവരെയുള്ള റോഡിലെ ആറു വഴിക്കവലകളിലും പച്ചവെളിച്ചമായിരുന്നു. ആദ്യമായിട്ടാണു ദില്ലി ഇങ്ങനെ മാറു തുറന്നു കാണിക്കുന്നത്. ഫ്ളാറ്റിന്റെ ഉള്ളിൽ കയറിയ ഉടൻ രാഘവൻ പറഞ്ഞു: "ഈ ഫ്ളാറ്റിനു ജീവനുണ്ട്."

"ജീവൻ?" രാഘവൻ പറഞ്ഞതു നന്ദിനിക്കു മനസ്സിലായില്ല.

"ആകപ്പാടെ ഇവിടെ ജീവിക്കുന്നതിന്റെ ആഘോഷം കാണാനുണ്ട്. കട്ടിലിന്റെ താഴെ കിടക്കുന്ന നിന്റെ നൈറ്റി. ജനൽപ്പടിയിൽ പാതിതുറന്നു വച്ച മിൽസ് ആന്റ് ബൂൺ.* മ്യൂസിക് സിസ്റ്റത്തിന്റെ അടുത്ത് ചിതറിക്കിടക്കുന്ന എൽട്ടൻ ജോണിന്റെയും മുഹമ്മദ് റാഫിയുടെയും കാസറ്റ് പെട്ടികൾ?"

"എന്റെ വീടിനു വൃത്തിയില്ല എന്നു നേരെ ചൊവ്വേ പറഞ്ഞാൽ പോരേ?"

"ഞാൻ ഉദ്ദേശിച്ചത് അതല്ല. ഇവിടെ ജീവിതം നടക്കുന്നുണ്ട്. എന്റെ വീടിന് അവിവാഹിതരായ മറ്റു പുരുഷന്മാരുടെ വീടുകൾ പോലെ, ശൂന്യം ബാധിച്ചിരിക്കുന്നു."

"ഒരു പക്ഷേ," നന്ദിനി കുറച്ചുനേരം ആലോചിച്ചതിനുശേഷം പറഞ്ഞു, "ഒറ്റയ്ക്കു താമസിക്കുക എന്നതു സ്ത്രീകളുടെ സ്വാഭാവിക അവസ്ഥയായിരിക്കും."

ഫ്രിഡ്ജിൽനിന്നു നന്ദിനി ഭക്ഷണപ്പാത്രങ്ങൾ ഓരോന്നായി പുറത്തെടുത്തു ചൂടാക്കുവാൻ തുടങ്ങി. അലമാരിയിൽനിന്നു പുതിയ വിരിയെടുത്തു അവൾ തീൻമേശയെ പുതപ്പിച്ചു. അതിന്റെ മേൽ നിരത്തിയ പിഞ്ഞാണങ്ങൾ നിത്യോപയോഗത്തിന്റേതായിരുന്നില്ല. വിശേഷാവസരങ്ങളിൽ മാത്രം പുറത്തെടുക്കുന്നവ.

"നിന്റെ അച്ഛൻ ആരായിരുന്നു?" രാഘവൻ ചോദിച്ചു.

"എഞ്ചിനീയറായിരുന്നു. ഞാൻ കോളേജിൽ പഠിക്കുന്ന കാലത്ത് മരിച്ചു." തീൻമേശയ്ക്കുമേൽ അവസാനമായി അവൾ വച്ചത് ഒറ്റ റോസാപ്പൂവിന്റെ തണ്ടുള്ള ഒരു ഫ്ളവർവാസായിരുന്നു. ഊണു കഴിക്കുവാൻ ഇരുന്ന ഉടനെ നന്ദിനി ചോദിച്ചു: "എന്തിനാണ് അച്ഛനെക്കുറിച്ചു ചോദിച്ചത്?"

"വെറുതെ."

"ഈ വീട്ടിൽ നിങ്ങളോടൊപ്പം തിരിച്ചെത്തിയ മുതൽ ഞാൻ അച്ഛനെക്കുറിച്ചുമാത്രം ഓർക്കുകയായിരുന്നു. ആ ചിന്ത ഞാൻ മനഃപൂർവ്വം കടിച്ചമർത്തുമ്പോഴാണു നിങ്ങളുടെ വക ചോദ്യം."

ഭക്ഷണം തീരുന്നതുവരെ അവർ സംസാരിച്ചില്ല. കൈകഴുകി വിരുന്നുമുറിയിൽ

തിരിച്ചെത്തിയപ്പോൾ നന്ദിനി രാഘവനെ നോക്കി വിളിച്ചു: "ശങ്കരൻകുട്ടി."

രാഘവൻ ഉറക്കെ ചിരിച്ചുകൊണ്ട് പറഞ്ഞു: "ഇപ്പോൾ നീ എന്നെ അമ്മയെ ഓർമ്മിപ്പിക്കുന്നു."

"ശങ്കരൻകുട്ടിക്ക് കാപ്പിയിൽ പഞ്ചസാര?"

"ആവാം. എനിക്കു പ്രമേഹം പിടിച്ചിട്ടില്ല."

"ഞാൻ നിങ്ങളുടെ കൂടെ കോഫിഹൗസിൽ വരാത്തതിനു കാരണം അവിടെവച്ച്, "രണ്ടുകാപ്പി, ഒന്നു വിത്തൗട്ട്" എന്നു പറയേണ്ടിവരുമെന്ന നാണക്കേട് ഓർത്തിട്ടാണ്."

ഉറങ്ങാൻ കിടന്നപ്പോൾ നന്ദിനി ചോദിച്ചു: "നിങ്ങൾ ആരാണ്?"

"രാഘവൻ."

"നിങ്ങൾ ജോലിയെടുക്കുന്ന പത്രത്തിൽ ആരാണ്?"

"മൂന്നാമത്തെ മുഖപ്രസംഗം എഴുതുന്ന ആൾ."

"മൂന്നാമത്തെ മുഖപ്രസംഗം?"

"നീ കണ്ടിട്ടില്ലേ, ചില ഇംഗ്ലീഷ് പത്രങ്ങളിൽ? മൂന്നാമത്തെ മുഖപ്രസംഗം മിക്കവാറും തമാശയായിരിക്കും. ഒന്നുരണ്ടു ഉദ്ധരണികൾ. കുറച്ചു ചരിത്രത്തിന്റെ നുറുങ്ങുകൾ എന്തിനെപ്പറ്റിയും എഴുതാം."

"നിങ്ങൾക്കു ജോലി ഇഷ്ടമാണോ?"

"അല്ല, ലോകത്തിനെ മുഴുവൻ വാക്കുകളായി കാണണം. അതും വെറും പാവം വാക്കുകളല്ല; മിടുക്കു കാണിക്കുന്ന വാക്കുകൾ. ഒന്നിനോട് ഒരു കൂറില്ലായ്മ, ഇന്ന് അദ്വാനിയെ ചീത്ത. നാളെ വി പി സിങ്, മറ്റന്നാളും നാലാന്നാളും നരസിംഹറാവു."

"അത് നല്ലതല്ലേ? ഒരുതരം ചാക്യാർപ്പണി."

"അല്ല." രാഘവൻ ദൃഢസ്വരത്തിൽ പറഞ്ഞു. "എന്റെ മനസ്സിനു വയസ്സായി. ഇപ്പോൾ വ്യക്തമായ നിലപാടുകളുടെ ഊന്നുവടികൾ വേണം."

നന്ദിനി കുറച്ചുനേരം ഒന്നും സംസാരിച്ചില്ല. അതിനുശേഷം അവൾ പറഞ്ഞു: "നിങ്ങൾക്കു രണ്ടാമത്തെ മുഖപ്രസംഗം എഴുതുന്ന ജോലിയിലേക്കു വേഗം പ്രമോഷൻ കിട്ടട്ടെ."

അവർ കെട്ടിപ്പിടിച്ച് കുറേനേരം ചിരിച്ചു. ചിരി അവസാനിച്ചതുമുതൽ രാഘവൻ നന്ദിനിയുടെ ശരീരം അറിയുവാൻ തുടങ്ങി. ദേശാന്തരികൾ പുതിയ സ്ഥലങ്ങൾ കണ്ടെത്തുന്നതുപോലെ അയാൾ അവളുടെ ശരീരത്തിലൂടെ സഞ്ചരിച്ചു. ആരും കടന്നുചെല്ലാത്ത അവളുടെ ചെവിയുടെ പുറകിലെ മെഴുക്കിന്റെ ത്രികോണങ്ങൾ. അവളെ തിരിച്ചുകിടത്തി, പുറകുവശത്ത് താഴെ നട്ടെല്ലിന്റെ അപ്പുറത്തും ഇപ്പുറത്തുമായി സ്ഥിതിചെയ്യുന്ന രണ്ടു രാശിക്കാക്കുഴികൾ രാഘവൻ പരിശോധിച്ചുകൊണ്ടിരിക്കുമ്പോൾ നന്ദിനി പറഞ്ഞു: "നിങ്ങൾ എന്നെ പോസ്റ്റുമോർട്ടം ചെയ്യുകയാണ്."

"അതെ. സൗന്ദര്യം തൊലിപ്പുറത്തുമാത്രമല്ലല്ലോ."

"വാഹ്, മൂന്നാം മുഖപ്രസംഗം എഴുത്തുകാരൻ സംസാരിക്കുന്നു."

"ഞാൻ തമാശ പറയുകയല്ല. എനിക്കു നിന്നെ പോസ്റ്റുമോർട്ടം ചെയ്യണം. നിന്റെ ഈ കൈയും തലയും കണ്ണുകളും മാത്രം കണ്ടാൽ പോര. മാക്കാച്ചിത്തവളയെപ്പോലെ ശ്വസിക്കുന്ന നിന്റെ ഹൃദയത്തിന്റെ വിഷനീലനിറം കാണണം. നിന്റെ കരളിന്റെ പുതിയ മാരുതി സെൻ കാറുകൾക്കു പൂശാറുള്ള കാലിഫോർണിയൻ മഞ്ഞനിറവും കണ്ടേ തീരൂ. പിന്നെ എനിക്കു നിന്റെ തലച്ചോറിന്റെ മിനുസവും അറിയണം."

"ഛീ, എനിക്കു ഛർദ്ദിക്കുവാൻ വരുന്നു." നന്ദിനി അതു പറഞ്ഞപ്പോൾ അരണ്ട വെളിച്ചത്തിൽ രാഘവൻ അവളുടെ മുഖത്തു ഓക്കാനം കണ്ടു.

"നിന്റെ പ്രശ്നം നമ്മത് വാഴ്വും കാലത്തിന്റേതാണ്. നീ ഒരു ആധുനികോത്തര പുത്രിയാണ്."

"പോസ്റ്റ് മോഡേണിനാവും; എന്റെ വൻകുടലുമായി എന്തു ബന്ധം?"

"നമ്മത് വാഴ്വും കാലത്ത് വസ്തുക്കൾ പ്രധാനമല്ല. അതു പൊതിയാൻ ഉപയോഗിക്കുന്ന വർണ്ണക്കടലാസുകളും പ്ലാസ്റ്റിക് ഉറകളും ആണു കേമം. ഞാൻ നിന്നെ പൊതിയഴിച്ചു നോക്കുവാൻ ആഗ്രഹിക്കുന്നു."

"അതു നിങ്ങൾക്കു സാധിക്കുകയില്ല." നന്ദിനി പറഞ്ഞു.

"അതെനിക്കറിയാം. നിന്നെ കൊല്ലാതെ അതെങ്ങനെ സാധിക്കും?"

"മണ്ടാ, ശങ്കരൻകുട്ടി, അതല്ല ഞാൻ ഉദ്ദേശിച്ചത്. നാം ലോകത്തെ അറിയുന്നില്ല. നാം അറിയുന്നതെല്ലാം ആവരണങ്ങളാണ്. എന്റെ മനസ്സിനെ നിങ്ങൾ അറിയുകയില്ല. നിങ്ങൾ അറിയുവാൻ പോകുന്നത് എന്റെ മനസ്സിന്റെ തൊലിപ്പുറം മാത്രമാണ് ഞാൻ ഈ പറയുന്നത് എന്റെ മനസ്സിൽ തോന്നുന്ന കാര്യങ്ങളല്ല. നമ്മൾ സംസാരിക്കുമ്പോൾ നമ്മുടെ മനസ്സുകൾ അവരുടെ പാടുനോക്കി എവിടെയോ പോകുന്നു."

"അപ്പോൾ നീ എന്നു പറഞ്ഞാൽ നിന്റെ മനസ്സാണോ?"

"അതെ. നിങ്ങൾക്കു ഞാൻ എന്താണ്? കുറേ സംഭാഷണശകലങ്ങൾ, കുറേ മൗനം, കുറേ കൈയാംഗ്യങ്ങൾ, നിങ്ങൾ പറഞ്ഞ ആവരണങ്ങൾ."

"എപ്പോഴെങ്കിലും ഞാൻ നിന്റെ മനസ്സ് അറിയുമോ?" രാഘവൻ പരിഭ്രമത്തോടെ ചോദിച്ചു.

"ഇല്ല. പക്ഷേ, കുറച്ചുകഴിഞ്ഞാൽ ഞാൻ പറയുവാൻ പോകുന്ന കാര്യങ്ങളും എന്റെ മുഖത്ത് ഉണ്ടാകുവാൻ പോകുന്ന ചുളിവുകളും എല്ലാം നിങ്ങൾക്കു മുൻകൂട്ടി ഊഹിക്കുവാൻ സാധിക്കും. അപ്പോഴാണു നിങ്ങൾ പൂർണ്ണമായും എന്റേതാകുന്നത്." നന്ദിനി രാഘവന്റെ നെറ്റിയിൽ ചുംബിച്ചു.

ഇണചേർന്നു കഴിഞ്ഞതിനുശേഷം നന്ദിനിക്ക് ഏകാന്തത വേണമെന്നു മനസ്സിലാക്കിയ രാഘവൻ മാറിക്കിടന്നു. അവൾ കരയുന്നതെന്തിനാണെന്ന് അയാൾ ചോദിച്ചില്ല.

"എന്റെ ആദ്യത്തേതാണ്." നന്ദിനി വിതുമ്മലിന്റെ ഇടയിൽ പറഞ്ഞു.

"മനസ്സിലായി."

"എങ്ങനെ?"

"അതുകൊണ്ടാണ് നീ കരഞ്ഞത്." രാഘവൻ പറഞ്ഞു.

"എല്ലാ പെൺകുട്ടികളും അങ്ങനെയാണോ?"

"അതേ."

"എന്തുകൊണ്ട്?" നന്ദിനി എഴുന്നേറ്റിരുന്നു ചോദിച്ചു.

"എനിക്കറിയില്ല. നീ അല്ലേ കരഞ്ഞത്?"

"എന്നാൽ ഞാൻ പറഞ്ഞുതരാം. പുറത്ത് ആരോടും പറയരുത്. മൂന്നാം മുഖപ്രസംഗം എഴുതരുത്."

"ഇല്ല."

"പിതൃസ്വത്ത് ധൂർത്തടിക്കുന്നപോലെ എനിക്കു തോന്നി. ആ കുറ്റബോധത്തിലാണ് ഞാൻ കരഞ്ഞത്." നന്ദിനി കരച്ചിൽ പൂർണ്ണമായും നിർത്തിയിരുന്നു.

"പിതൃസ്വത്ത്."

"അതെ. പിതൃസ്വത്ത്."

"എനിക്കു മനസ്സിലായില്ല." രാഘവൻ പറഞ്ഞു.

"നിങ്ങൾക്കു മനസ്സിലാകുകയില്ല." നന്ദിനി പറഞ്ഞു. രാഘവൻ കൂടുതൽ ചോദിക്കാൻ പോയില്ല. അവരുടെ ബന്ധത്തിന്റെ ആദ്യത്തെ അർദ്ധോക്തി. ഇനിമുതൽ അവറ്റകളുടെ ഒരു ഘോഷയാത്രയായിരിക്കും. പ്രേമികൾ പരസ്പരം നല്കുന്ന ശിക്ഷ അർദ്ധോക്തികളാണ്.

രാത്രിയായപ്പോൾ നന്ദിനി രാഘവനെ ഉറക്കത്തിൽനിന്ന് വിളിച്ച് ഉണർത്തിക്കൊണ്ടു ചോദിച്ചു: "അപ്പോൾ നിങ്ങൾക്കു പല പെൺകുട്ടികളെയും അറിയാം അല്ലേ?"

രാഘവൻ ഉറക്കച്ചടവിൽ എന്തോ പറഞ്ഞു. നന്ദിനി അരിശത്തോടെ രാഘവനെ കുലുക്കിക്കൊണ്ട് ചോദിച്ചു: "സത്യം പറയൂ, നിങ്ങൾക്കു പല പെൺകുട്ടികളെ അറിയാം, അല്ലേ? എത്ര ആധികാരികമായിട്ടാണു നിങ്ങൾ പെൺകുട്ടികളെപ്പറ്റി പറയുന്നത്."

"നിനക്കു പല ആണുങ്ങളെയും അറിയാമല്ലോ. ദില്ലി ചുറ്റി കാണിക്കുവാൻ ഒരുങ്ങി നിന്ന പല പല ആൺതുണകൾ."

"അതു കേട്ടപ്പോൾ നിങ്ങൾക്ക് അസൂയ തോന്നിയോ?"

"ങ്ഉം." രാഘവൻ ദുർബ്ബലമായി മൂളി.

"പറയൂ. എനിക്ക് ഇപ്പോൾ തോന്നുന്ന, ഉറക്കം കെടുത്തുന്ന, കൊല്ലാൻ തോന്നിക്കുന്ന, അസൂയ?"

"ങ്ഉം." ഇത്തവണ രാഘവൻ അമർത്തിമൂളി.

"നന്ദി."

"നന്ദി?"

"അതെ, നന്ദി. കാരണം അസൂയയാണ് പ്രേമത്തിന്റെ പശ." അതും പറഞ്ഞു നന്ദിനി തിരിഞ്ഞുകിടന്ന് ഉറങ്ങി.

പിറ്റേന്നു രാഘവൻ ഉണർന്നതു കണ്ണാടിയുടെ മുമ്പിൽനിന്നു നന്ദിനി ഉറക്കെ പാടുന്നതു കേട്ടിട്ടാണ്. 'മേം ക്യാ കരും രാം മുഝെ ബുഡ്ഡാ മിൽഗയാ' നന്ദിനി പാടി.

തലമുടി രണ്ടായിട്ട് പിന്നിയിട്ട്, വീർത്ത കൈകളുള്ള ബ്ലൗസ് ധരിച്ച് പാവാടയും ഇട്ട് പഴയ സിനിമകളിലെ നായികമാരെപ്പോലെയാണ് കൈയിൽ കാപ്പിയുമായി നന്ദിനി രാഘവന്റെ മുമ്പിലെത്തിയത്. വിരൽ കവിളിൽവെച്ച് ഒന്നുരണ്ടു നൃത്തച്ചുവടുകൾ ചവിട്ടി. അവൾ പിന്നെയും പാടി. "മുഝെ ബുഡ്ഡാ മിൽ ഗയാ."

കുളിച്ചു വസ്ത്രം മാറിയതിനുശേഷമാണ് നന്ദിനി പിന്നത്തെ തവണ കണ്ണാടിയുടെ മുമ്പിൽ എത്തിയത്: "കണ്ണാടിയിലെ പെൺകുട്ടി, മാപ്പ്, ഇനി ഞാൻ കരയില്ല."

"എനിക്കു നിന്നെ വിശ്വാസം പോര". കണ്ണാടിയിലെ പെൺകുട്ടി പറഞ്ഞു. "നീ ഇനിയും കരയും."

"ഇല്ല. എന്തുകൊണ്ടാണ് നമ്മൾ കരയുന്നതെന്നു ഞാൻ ഇപ്പോൾ കണ്ടുപിടിച്ചു."

"എന്തുകൊണ്ട്?"

"നാം കരയുന്നത്, നന്ദിനി നിർത്തിനിർത്തി പറഞ്ഞു," "നാം കാലത്തിനെ ഒരു പുഴയായി കാണുന്നതുകൊണ്ടാണ്."

"പുഴ?"

"അതെ, പുഴ, ഒരേ സ്ഥലത്ത് രണ്ടുതവണ കാലുകുത്തുവാൻ പറ്റാത്ത പുഴ. എന്നാൽ നീ കാലത്തെ ഒരു തടാകമായി കണ്ടുനോക്കൂ. എന്തു സംഭവിക്കും?"

"എന്തു സംഭവിക്കും?" കണ്ണാടിയിലെ പെൺകുട്ടിക്കു രസം പിടിച്ചു.

"കാലത്തെ ഒരു തടാകമായി കണ്ടാൽ ഒന്നും ഒഴുകിപ്പോകുന്നില്ല. എല്ലാ സംഭവങ്ങളും അവിടെത്തന്നെ കിടക്കും നമുക്ക് ആവശ്യമുള്ളത് യഥേഷ്ടം എടുക്കാം. ഒന്നും

നഷ്ടപ്പെടുന്നില്ല. അതുകൊണ്ട് കരയേണ്ടതില്ല."

"ശരി, നീ ആ തടാകത്തിൽ ചൂണ്ടയിടുകയാണോ?"

"അതെ."

"എന്താണ കൊത്തിയത്."

ഞാൻ രാഘവനെ ആദ്യമായി വെറുത്ത ദിവസം.

"കാലം തടാകമായ സ്ഥിതിക്ക് വല്ല നല്ല കാര്യവും ചൂണ്ടയിട്ട് എടുത്താൽ പോരേ?" കണ്ണാടിയിലെ പെൺകുട്ടി ചോദിച്ചു.

"ഇതാണ് എന്റെ ചൂണ്ടയിൽ കൊത്തിയത്. നിനക്കു കേൾക്കണോ? ഞാൻ ആദ്യമായി കണ്ട ദിവസത്തിന് ഒരാഴ്ചക്കുശേഷം രാഘവൻ ബോംബെയ്ക്കു പോയി. ആദ്യത്തെ വേർപാട്, ദിവസവും വിളിക്കാം എന്നു രാഘവൻ പറഞ്ഞിട്ട് ഒരാഴ്ച എന്റെ ടെലിഫോൺ ശബ്ദിച്ചില്ല. രാഘവൻ എന്നല്ല, ആരും വിളിച്ചില്ല. ഒരു റോങ് നമ്പർ പോലും. ശബ്ദിക്കാത്ത ടെലിഫോണിനേക്കാൾ വലിയ ഏകാന്തത എന്തുണ്ട്? ഞാൻ ലീവെടുത്തു ടെലിഫോണിന്റെ മുമ്പിൽ ഇരുന്നു. ഉറങ്ങുന്നതും അതിന്റെ അടുത്താക്കി. കാത്തിരിപ്പ് എനിക്കൊരു സ്വഭാവമായി. ഒരു ദിവസം ടെലിഫോൺ മണിയടിച്ചു."

"ഹലോ." രാഘവൻ വിളിച്ചു. നന്ദിനി ഒന്നും പറഞ്ഞില്ല.

"ഹലോ." വീണ്ടും നന്ദിനി മൂകയായി ഇരുന്നു.

"ഹലോ," എന്നോട് ദേഷ്യമാണോ?" ഞാൻ വല്ലാതെ പണിയിൽ കുടുങ്ങിപ്പോയി."

പിന്നെയും നന്ദിനി ഒന്നും പറഞ്ഞില്ല.

"നന്ദിനി."

"എന്തിന് എന്നെ വിളിച്ചു? അതോടെ മാജിക് തീർന്നു."

"മാജിക്?"

"ഞാൻ ഇവിടെ ഒരാഴ്ചയായി നിങ്ങളുടെ കൂടെ ജീവിക്കുകയായിരുന്നു. നിങ്ങളുടെ കഫക്കെട്ടുള്ള ശബ്ദം കേട്ടപ്പോൾ എനിക്കു മനസ്സിലായി എന്റെ കൂടെ ഉണ്ടായിരുന്നത് നിങ്ങളല്ല എന്ന്." നന്ദിനി ഒരു നിമിഷം രാഘവന്റെ നിശ്ശബ്ദത കാതോർത്തതിനുശേഷം റിസീവർ താഴെവച്ചു.

"നീ പിന്നെയും കരയുവാൻ തുടങ്ങുന്നു". കണ്ണാടിയിലെ പെൺകുട്ടി മുന്നറിയിപ്പു നല്കി.

ഇല്ല, ഇത്തവണ എന്റെ ചൂണ്ടയിൽ കുരുങ്ങിയത് നല്ല ഭംഗിയുള്ള ഒരു സംഭവമാണ്, ഒരിക്കൽ ഞങ്ങൾ സ്നേഹിച്ചുകഴിഞ്ഞ ഉടനെ രാഘവൻ പറഞ്ഞു: "കുകു."

"ങും?" നന്ദിനി ചോദിച്ചു.

"ഇച്ച്മിനി."

നന്ദിനി പുരികം ഉയർത്തി.

"ബ്യൂ."

"എന്താണീ പറയുന്നത്?"

"ലമ്മ, ലമ്മ."

"ശരി." നന്ദിനി സമ്മതിച്ചുകൊടുത്തു.

"ബേ."

"നന്ദിനി കേൾക്കാത്ത ഭാവം നടിച്ചു.

"ടറ്റേ."

"ശരിയെന്നു പറഞ്ഞില്ലേ?"

"ഝൂം ഝൂം."

"മണ്ണാങ്കട്ട" നന്ദിനി പറഞ്ഞു.

കുറച്ചുകഴിഞ്ഞപ്പോൾ രാഘവൻ പറഞ്ഞു: "ഭാഷയിലൂടെ സംസാരിച്ച് അറിയിക്കാൻ പറ്റാത്ത സ്നേഹമാണ് എനിക്കിപ്പോൾ."

"മര്യാദയ്ക്ക് സംസാരിച്ചാൽ എന്താണ്?"

"ഭാഷയിലൂടെ സംസാരിച്ചാൽ ചിന്തിക്കേണ്ടിവരും."

"ചിന്തിച്ചാൽ എന്താണു കുഴപ്പം."

"അയ്യോ, പാടില്ല," നന്ദിനിയെ കെട്ടിപ്പിടിച്ചുകൊണ്ട് രാഘവൻ പറഞ്ഞു: "എന്റെ മനസ്സു നിറച്ചു നീയാണ്. ആ വിചാരത്തിൽ വ്യാകരണം പാടില്ല. എന്റെ മനസ്സ് അതിന്റെ പാട്ടുനോക്കി ചിലയ്ക്കട്ടെ."

കണ്ണാടിയിലെ പെൺകുട്ടി പുഞ്ചിരിച്ചു. അവൾ കെഞ്ചി. തടാകത്തിൽ നിന്ന് ഒരു കഥകൂടി.

ഒരു ഞായറാഴ്ച രാഘവനും നന്ദിനിയും ദരിയാഗഞ്ചിലെ പഴയ പുസ്തകങ്ങളുടെ വഴിയോര ബസാറിലൂടെ നടക്കുകയായിരുന്നു.

"ഇവിടുന്നായിരിക്കും നിങ്ങളുടെ മൂന്നാം മുഖപ്രസംഗത്തിന്റെ വക കിട്ടുന്നത്?" നന്ദിനി ചോദിച്ചു.

"അല്ല. ഇവിടെ ഇടത്തരക്കാരുടെ സ്വപ്നങ്ങളാണ് അധികവും. മത്സരപ്പരീക്ഷയ്ക്കുള്ള മാസികകളുടെ പഴയ പ്രതികൾ. പലതരം കെട്ടിടങ്ങളുടെ പ്ലാനുകളുള്ള പുസ്തകങ്ങൾ."

"പിന്നെ നിങ്ങൾ എല്ലാ ഞായറാഴ്ചയും ഇവിടെ എന്തിനു വരുന്നു?"

"നിന്റെ കൂടെ നടക്കുവാൻ. ഈ മഞ്ഞുകാലത്തെ ചൂടില്ലാത്ത വെയിലു കായുവാൻ."

വഴിയോരത്തിൽ, അങ്ങാടികളിൽ അരിയും മുളകും പ്രദർശിപ്പിക്കുന്നതുപോലെ, സോവിയറ്റ് റഷ്യയിൽ അച്ചടിച്ച മാർക്സ്, ലെനിൻ തുടങ്ങിയവരുടെ തടിച്ച പുസ്തകങ്ങൾ ചട്ടകൾ കീറി വെളുത്ത കൂമ്പാരങ്ങളാക്കി കൂട്ടിവച്ചിരിക്കുന്നത് അവർ കണ്ടു.

"സോവിയറ്റ് യൂണിയൻ ഉള്ളപ്പോഴാണു നമ്മൾ പ്രേമിച്ചു തുടങ്ങിയത് എന്നു കരുതുക," രാഘവൻ പറഞ്ഞു. "അതു തകർന്നു കഴിഞ്ഞതിനുശേഷം നമ്മുടെ പ്രേമത്തിന്റെ സ്വഭാവം മാറും."

"എന്തുകൊണ്ട്?"

""അതാണു പ്രേമത്തിന്റെ രാഷ്ട്രീയം. ഇണകൾ ജീവിക്കുന്ന കാലം ഏറ്റവും ആദ്യം ബാധിക്കുക പ്രേമത്തിനെയാണ്."

"എന്തുകൊണ്ട്?"

"അവർ പ്രേമിക്കുന്നതിൽ മുഴുവൻ സമയം ചെലവഴിക്കുന്നതുകൊണ്ട്. അവർ അറിയുന്നില്ല ചരിത്രം കാലിൽ കൊത്തുന്ന കാര്യം; പ്രേമത്തിൽ വിഷം പടരുന്ന കാര്യം."

"രാഘവൻ," നന്ദിനി നടപ്പു നിർത്തിക്കൊണ്ടു പറഞ്ഞു, "എനിക്ക് എപ്പോഴും നമ്മൾ മൂന്നുപേർ ഉള്ളതായി തോന്നുന്നു."

"ആരൊക്കെയാണീ ത്രിമൂർത്തികൾ?"

"ഞാൻ, നിങ്ങൾ, നമ്മുടെ പ്രേമം."

"ആയിരത്തിരണ്ടാമത്തെ രാവു തുടർന്നപ്പോൾ രാഘവൻ നന്ദിനിയുടെ ശേഷിപ്പുകൾ തേടി ഫ്ളാറ്റിലെ എല്ലാ മുറികളും കയറിയിറങ്ങി. അവിടെയെങ്ങും നന്ദിനിയുടെ അടയാളങ്ങൾ അയാൾ കണ്ടില്ല. പരേതരുടെ ജംഗമങ്ങൾ അപ്രത്യക്ഷമാകുവാൻ മരിച്ചുകഴിഞ്ഞു കുറച്ചു ദിവസങ്ങൾ പിടിക്കും; പക്ഷേ, നന്ദിനിക്കു മാത്രം ഒറ്റരാത്രി. രാഘവൻ പരിഭ്രമിച്ചു കുളിമുറി ലാക്കാക്കി നടന്നു. അവിടെ കണ്ണാടിയുടെ മേൽ, വലിയ

കറുത്ത വട്ടത്തിൽ നന്ദിനി നെറ്റിയിൽ ഒട്ടിക്കുന്ന ഒരു പൊട്ടെങ്കിലും പതിച്ചുവച്ചിരിക്കുമെന്നു രാഘവൻ ഊഹിച്ചു. പക്ഷേ, കണ്ണാടിപ്പുറം ശൂന്യമായിരുന്നു.

അവസാനം അടുക്കളയിൽ പാതിയാമ്പുറത്തിനു മേൽ ചുമരിൽ ചാരി നിർത്തിയിരുന്ന, നന്ദിനി കൊണ്ടുവന്ന ശിവപാർവ്വതിമാരുടെ ഒരു ചില്ലിട്ട ചിത്രം മാത്രം രാഘവൻ കണ്ടെത്തി. അതു മാത്രമേ ഉള്ളൂ നന്ദിനിയുടെ അടയാളമായിട്ട്. പഴയ തമിഴ് സിനിമാനടൻ ജെമിനി ഗണേശന്റെ ഛായയുള്ള ശിവന്റെ മടിയിൽ ചെറിയൊരു പാർവ്വതി ഇരിക്കുന്നുണ്ടായിരുന്നു.

"ഈശ്വരന്മാരിൽ എനിക്കിഷ്ടം ശിവനേം പാർവ്വതിയേം ആണ്." ഫോട്ടോ കൊണ്ടുവന്ന ദിവസം നന്ദിനി പറഞ്ഞു.

"കാരണം?"

"അവരുടേത് നല്ല ദാമ്പത്യജീവിതമായിരുന്നു. എപ്പോഴും സംസാരിച്ചുകൊണ്ടിരിക്കും."

" നീ പറയുന്നത് ശരിയാണ്. ലക്ഷ്മിക്കും വിഷ്ണുവിനും കൃഷ്ണനും രാധയ്ക്കും ഒന്നും ഇല്ല ഈ ഉമാമഹേശ്വരസംവാദം."

"കാരണം?"

"സംസാരം മാത്രമോ! എന്തെല്ലാം അവർ ചെയ്തു?"

"എന്തെല്ലാം?" രാഘവൻ ചോദിച്ചു.

"സ്നേഹത്തിന് വലിപ്പം കൂട്ടണമെന്നു തോന്നിയാൽ ഉടനെ അവർ ആനകളാകും."

"ശരിയാണ്." രാഘവൻ തലകുലുക്കി. വാഴ്വുംകാലം മടുത്താൽ അവർ ഉടനെ ശിലായുഗത്തിൽ പോയി വേടനും വേടത്തിയുമാകും.

"നമ്മൾ മാത്രം എപ്പോഴും ഈ രാഘവനും നന്ദിനിയും ആയി."

"നിനക്കാരാകണം?"

"നിങ്ങൾക്ക് ആരാകണം?"

""ഒരു ചെറുപ്പക്കാരൻ. നീ മദ്ധ്യവയസ്കയും."

"വേണ്ട. എനിക്കു ചെറുപ്പക്കാരെ ഇഷ്ടമല്ല. അമ്മ കളിക്കുവാൻ വയ്യ."

"പിന്നെ?"

"നിങ്ങൾ പറയൂ." നന്ദിനി നിർബ്ബന്ധിച്ചു.

"നമ്മൾ വാഴും കാലം നമുക്ക് വിട്ടുപോകാം."

"മുന്നിലോട്ടോ പുറകോട്ടോ?"

"മുന്നിലേക്ക്."

"വേണ്ട, എനിക്ക് സയൻസ് ഫിക്ഷൻ ഇഷ്ടമല്ല."

"എന്നാൽ പിറകോട്ട് പിടി."

"ശരി, എങ്ങോട്ട്?"

"യൂറോപ്പ്? അവിടെ മനസ്സു തുറന്നു പ്രേമിക്കാം."

"ശരി. യൂറോപ്പിൽ എവിടെ?"

"ജർമ്മനി? അവിടെയാണല്ലോ എല്ലാം നടന്നത്."

"പക്ഷേ," നന്ദിനി സംശയത്തോടെ പറഞ്ഞു. "എനിക്കു ജർമ്മനിയെക്കുറിച്ച് ഒന്നും അറിയില്ല. ഞാൻ ബീഥോവനെ കേട്ടിട്ടില്ല. ഗോയ്റ്റെയെ വായിച്ചിട്ടില്ല."

"സാരമില്ല. നമ്മൾ ഇന്നത്തെപ്പോലെ അന്നും സാധാരണക്കാർ. എന്റെ പേര് ഹെർമ്മൻ."

"ഹെർമ്മൻ?"

"ഞാൻ ആദ്യമായി കേട്ട ജർമ്മൻ പേര്. ഹെർമ്മൻ ഗുണ്ടർട്ട്. മലയാളം നിഘണ്ടു എഴുതിയ ആൾ."

"എനിക്കൊരു നല്ല പേരു തരൂ. ഒരു രണ്ടക്ഷരമുള്ള പേര്. ഹെർമ്മനു ചേർച്ചയുള്ള പേര്."

"ഇർമ്മ."

"ശരി, ഇർമ്മ. ഹെർമ്മന് എന്താണ് ജോലി?"

"ബർലിനിലെ ഒരു ജർമ്മൻ പത്രത്തിലെ മൂന്നാം മുഖപ്രസംഗം എഴുതുന്ന ആൾ."

"എന്നാൽ എനിക്കും ഈ ജന്മത്തിലെ തന്നെ ജോലി. സർക്കാർ ഉദ്യോഗസ്ഥ. നമ്മൾ പൊതുമരാമത്ത് വകുപ്പിൽ മാത്രം കിട്ടുന്ന മുഷിഞ്ഞ മഞ്ഞച്ചായം അടിച്ച ഒരു ഫ്ളാറ്റിൽ സുഖമായി താമസിക്കുന്നു."

"തണുപ്പുകാലത്ത് കൽക്കരിയടുപ്പിന്റെ മുമ്പിൽ ചൂടുകാഞ്ഞുകൊണ്ട് ഹെർമ്മൻ പറഞ്ഞു: "ഇന്ന് ഞാനൊരു മൂന്നാം മുഖപ്രസംഗം എഴുതി: ബിയർ കോപ്പയിലെ തെന്നൽ."

ആടുന്ന കസേരയിലിരുന്ന് കമ്പിളി ഉടുപ്പ് തുന്നിക്കൊണ്ട് ഇർമ്മ ചോദിച്ചു.

"എന്തിനെപ്പറ്റി?"

"മ്യൂണിക്കിലെ ബീയർ ഹാളിൽ വച്ച് ആ തട്ടുപൊളിപ്പൻ ഹിറ്റ്ലർ ജർമ്മനി പിടിച്ചെടുക്കുവാൻ നോക്കിയില്ലേ അതിനെപ്പറ്റി."

"എനിക്കു തോന്നുന്നത് അതിനൊരു ഒന്നാം മുഖപ്രസംഗം തന്നെ ആകണമെന്നാണ്."

"നീയും ഇതാണോ വിശ്വസിക്കുന്നത്? അയാൾ വിചാരിച്ചാൽ ജർമ്മനി കുലുങ്ങുമോ? പരാജയപ്പെടുന്ന ചിത്രകാരന്മാർ ഭരണാധികാരികൾ ആകാൻ പുറപ്പെട്ടാലോ? അവർ വല്ല കലാനിരൂപകരും ആകട്ടെ."

"എനിക്കറിയില്ല." ഇർമ്മ ശബ്ദം താഴ്ത്തിപ്പറഞ്ഞു. "ആപ്പീസിലെ കാന്റീനിൽ ഇയാളെക്കുറിച്ചു മാത്രമാണു ചർച്ച."

"ഒന്നും സംഭവിക്കില്ല. ഇപ്പോൾ അയാൾ ലാൻഡ്സ്ബർഗ് ജയിലിൽ അഴിയെണ്ണി കിടക്കുകയല്ലേ? ഇവിടെ ജനാധിപത്യം വേരോടിക്കഴിഞ്ഞു. കൊള്ളരുതാത്തവർ ആണെങ്കിലും കമ്യൂണിസ്റ്റുകാരും വളരുന്നുണ്ട്. ഇതിന്റെ ഒക്കെ ഇടയിൽ കിടന്നാണോ അയാളുടെ ജൂതവിരോധം?"

"കർത്താവിനെ കൊന്ന അന്നുമുതൽ ജൂതന്മാരെ വെറുക്കുന്നവരാണ് മദ്ധ്യയൂറോപ്പുകാർ. ആപ്പീസിലുള്ളവർക്കു ജൂതന്മാരെ കണ്ണെടുത്താൽ കണ്ടുകൂടാ. പലിശകൊണ്ടു ജീവിക്കുന്ന ഷൈലോക്കുകൾ. പെറ്റുപെരുകുകയും ചെയ്യും. രാജ്യസ്നേഹമില്ലാതെ അവരുടെ കാര്യം മാത്രം നോക്കി ജീവിക്കുന്ന സയോണിസ്റ്റുകൾ. ഈ ഹിറ്റ്ലർ പറയുന്നത് ഇവിടെ വേരോടും. കാരണം ജനങ്ങൾ വിശ്വസിക്കുന്ന കാര്യങ്ങളാണ്. അവർ ആ വിശ്വാസങ്ങൾക്കു വാക്കുകൾ തേടുകയാണ്. അതു ഹിറ്റ്ലർ നല്കുന്നു."

ഹെർമ്മനും ഇർമ്മയും എല്ലാ ഞായറാഴ്ചകളിലും ബെർലിനിലെ പാർക്കുകളിൽ ചുറ്റിക്കറങ്ങുമായിരുന്നു. ഒരു ഞായറിൽ ഗ്രുനെവാൾഡ് പാർക്കിൽ പോയാൽ അടുത്ത ഞായറാഴ്ച ടിയർഗാർറ്റനിൽ. അവിടത്തെ ഒരു ഓക്കുമരത്തിന്റെ കീഴിൽ ഇർമ്മ ഹെർമ്മന്റെ മടിയിൽ തലവച്ചു കിടക്കുമായിരുന്നു. ബാന്റ് സ്റ്റാന്റിൽനിന്നു ഷുബെർട്ടിന്റെ സംഗീതം പെട്ടെന്നു രണ്ടുമാത്ര കൂടുതൽ ഉയരും.

നീ മൂകയായി തുടരൂ, ഹെർമ്മൻ ഉള്ളിൽ പറഞ്ഞു. എന്റെ മടിയിൽ ഭാരമില്ലാതെ

കിടക്കുന്നത് നിന്റെ മനസ്സാണ്. കാറ്റത്തെ കരിയില പോലെ വേഗവും കൂസലില്ലായ്മയും ചിറകുകളും ഉള്ള നിന്റെ മനസ്സ്.

ഇർമ്മ ഹെർമ്മനെ നോക്കി പുഞ്ചിരിച്ചു. നീ ഇപ്പോൾ എന്റെ മനസ്സിനെക്കുറിച്ചാണു ചിന്തിക്കുന്നത്.

ഹെർമ്മൻ ഇർമ്മയുടെ കണ്ണുകളെ നോക്കി. ഞാൻ നിന്റെ മനസ്സിനെക്കുറിച്ചാണു ചിന്തിക്കുന്നതെന്ന കാര്യം നീ അറിഞ്ഞകാര്യം ഞാൻ അറിയുന്നു.

ഇർമ്മ തലകുലുക്കി. ഞാൻ അറിഞ്ഞ കാര്യം നീ അറിഞ്ഞ കാര്യം. ഞാൻ അറിഞ്ഞ കാര്യം നീ അറിഞ്ഞകാര്യം? പ്രേമം മനസ്സുകളെ സമാന്തരമായി വച്ച കണ്ണാടികളെപ്പോലെ അനന്തത വരെ പ്രതിബിംബിപ്പിക്കുന്നു.

മറ്റൊരു ദിവസം സ്പ്രീ നദിയുടെ തീരത്ത് ഹെർമ്മനും ഇർമ്മയും ഇരിക്കുകയായിരുന്നു. ഇർമ്മ എന്തു ചോദിച്ചാലും ഹെർമ്മൻ നദിയിലേക്ക് ഒരു കല്ലെറിയും. അയാളുടെ ഉത്തരങ്ങളുടെ ചിറ്റോളങ്ങൾ കൊണ്ടു നദി നിറഞ്ഞു.

"ഇപ്പോൾ നീ വളരെ ദൂരെയാണ്."

ഒരു ഉരുളൻ വെള്ളാരംകല്ല്.

"പറയൂ, എന്തുപറ്റി?"

"ഒരു മൺചട്ടിയുടെ ചീള് ഹെർമ്മൻ ജലപ്പരപ്പിലൂടെ തെന്നിച്ചു.

"ഹെർമ്മൻ, സംസാരിക്കൂ."

"ഇന്ന് എന്നോട് ഒന്നാം മുഖപ്രസംഗം എഴുതുവാൻ പറഞ്ഞു."

"ഉദ്യോഗക്കയറ്റത്തിന്റെ വിഷമമാണോ ഈ കാണുന്നത്?" ഇർമ്മ ചിരിച്ചുകൊണ്ടു ചോദിച്ചു.

"ഇതു ചിരിക്കേണ്ട കാര്യമല്ല. മുഖപ്രസംഗത്തിന് തന്ന വിഷയം പ്രസിഡന്റ് ഹൈഡൽ ബർഗ്, റിഷ്സ്റ്റാഗിൽ* വ്യക്തമായ ഭൂരിപക്ഷം ഇല്ലാതെ ഹിറ്റ്ലറെ ചാൻസലർ ആക്കുവാൻ ക്ഷണിച്ചതിനെക്കുറിച്ചായിരുന്നു.

"ഇതിൽ വിഷമിക്കുവാൻ എന്തിരിക്കുന്നു. നാസികളുടെ ഏറ്റവും വലിയ കക്ഷി?" ഇർമ്മ ചോദിച്ചു.

"അതല്ലാ പ്രശ്നം, എന്തുകൊണ്ട് ഞാൻ എഴുതണം?"

"അതു ശരിയാണ്. എന്തേ മറ്റുള്ളവർ എഴുതാഞ്ഞത്?"

"പേടി."

"ഹെർമ്മൻ എഴുതിയോ?"

"ഇല്ല."

"ങ്ും?"

അയാൾ ശബ്ദം ഉയർത്തി: "എനിക്കും പേടിയാണ്. ഇതിനു മുമ്പും ഞാൻ പേടിച്ചിട്ടുണ്ട്. പക്ഷേ, പേടിയാണെന്നു സമ്മതിക്കുന്നത് ഇപ്പോൾ ആദ്യമായിട്ടാണ്. അതോടെ ഞാൻ കൂടുതൽ പേടിക്കുവാനുള്ള ലൈസൻസ് എടുക്കുന്നു."

ഇർമ്മ ഹെർമ്മന്റെ ചുമലിൽ കൈകൊണ്ടു തട്ടിക്കൊണ്ടിരുന്നു. കുറച്ചു കഴിഞ്ഞപ്പോൾ അയാൾ ഇർമ്മയുടെ മാറിൽ തലവച്ച് അപ്പോൾ ജനിച്ചുവീണ കുട്ടിയെപ്പോലെ ഉറങ്ങി.

ഒരു ദിവസം കാലത്ത് ഹെർമ്മൻ ഇർമ്മയോട് ചോദിച്ചു. "ഇന്നത്തെ തീയതി കലണ്ടറിൽ നീ ചുവന്ന മഷികൊണ്ട് വട്ടംവരച്ചിരിക്കുന്നതെന്തിനാണ്?"

"ഇന്നാണു നമ്മുടെ അയൽവക്കത്തെ സിഗ്മണ്ടിന്റെ പിറന്നാൾ."

"എത്രാമത്തെ?"

"പതിനാറാമത്തെ." ഇർമ്മ ഒന്നാലോചിച്ചതിനുശേഷം പറഞ്ഞു.

"സിഗ്മണ്ടിന്റെ നാലാം പിറന്നാളിന്റെ ദിവസമാണ് നമ്മൾ ആദ്യമായി കണ്ടുമുട്ടിയത്."

"നമ്മുടെ കുടിക്കാഴ്ചയുടെ പന്ത്രണ്ടാം ജന്മദിനത്തിലാണ് ആ ചുവന്ന വട്ടം."

"സിഗ്മണ്ടാണ് നമ്മുടെ പ്രേമത്തിന്റെ കലണ്ടർ."

"സിഗ്മണ്ട്" ഇർമ്മ പറയുന്നതു നിർത്തി.

"സിഗ്മണ്ട്?"

"അവൻ ഇപ്പോൾ യങ് നാത്സി*യിൽ അംഗമാണ്. കണ്ടാൽ ഉടൻ കൈ ഉയർത്തി "ഹൈൽ ഹിറ്റ്ലർ" എന്നു സല്യൂട്ടടിക്കും."

"അതൊരു കുട്ടിക്കളിയാണ്. കായികാഭ്യാസിയാകുവാൻ കുട്ടികൾക്കുള്ള മോഹം ചൂഷണം ചെയ്യുന്ന പരിപാടി."

"കുട്ടിക്കളി? നീ തുന്നൽക്കാരൻ ഹെറോദിനെ ഓർക്കുന്നില്ലേ? കിളവൻ. ഒറ്റച്ചില്ല് കണ്ണാടിക്കാരൻ. നിന്റെ നീലക്കോട്ട് തയിച്ചയാൾ."

"ഉവ്വ്. യഹൂദൻ. കുഴപ്പം വല്ലതും പറ്റിയോ?"

"അയാളുടെ വീട്ടിൽ പോളണ്ടിൽനിന്നുള്ള ഒരു യഹൂദ കുടുംബം താമസിക്കുന്നുവെന്ന് സിഗ്മണ്ട് പൊലീസിന് അറിവു കൊടുത്തു."

"നമ്മുടെ സിഗ്മണ്ട്? എന്നിട്ട്?"

"ഹെറോദിനെ പിടിച്ചുകൊണ്ടുപോയി. അത്രതന്നെ."

"എവിടേക്ക്?"

"മരണത്തിലേക്ക്. അതിനു മുമ്പ് ഏതെങ്കിലും തടങ്കൽപ്പാളയത്തിൽ സുഖവസിപ്പിക്കുക എന്നൊരു പതിവുണ്ട്. അതായിരിക്കും ഇപ്പോൾ നടക്കുന്നത്?" ഇർമ്മ കിടപ്പുമുറിയിലെ അലമാരയിൽനിന്ന് ഹെർമ്മന്റെ നീലക്കോട്ട് പുറത്തേക്ക് എടുത്ത് തിരിച്ചും മറിച്ചും നോക്കി. അവരുടെ ഫ്ളാറ്റ് നിറച്ച പാറ്റാഗുളികകളുടെ മണം പരന്നു.

"ചിലപ്പോൾ" ഹെർമ്മൻ പറഞ്ഞു. "എനിക്കു തോന്നാൻ പാടില്ലാത്ത ചില കാര്യങ്ങൾ തോന്നും, നിന്നോടുമാത്രം പറയാം. നമ്മൾ യഹൂദരാകാഞ്ഞതു ഭാഗ്യമല്ലേ?" ഹെർമ്മൻ ശബ്ദം താഴ്ത്തി ചോദിച്ചു.

"ആരു പറഞ്ഞു നമ്മൾ യഹൂദരല്ല എന്ന്?" ഇർമ്മ ചോദിച്ചു: "ഇന്ന് എനിക്കു മൂക്കു പരിശോധനയ്ക്കു ചെല്ലണമെന്നു പറഞ്ഞു കടലാസ് കിട്ടി."

"മൂക്കുപരിശോധന? നിന്റെ മൂക്കിന് എന്താണു കുഴപ്പം? റോമിലെ "പിയത്താ" പ്രതിമയിലെ കന്യാമറിയത്തിന്റെ മൂക്കുപോലെ മനോഹരമാണ് നിന്റെ മൂക്ക്."

"മൂക്കു പരിശോധന എന്നുപറഞ്ഞാൽ നാത്സി ഡോക്ടർമാർ എന്റെ മൂക്കു അളന്നു നോക്കും. അവർ തിട്ടപ്പെടുത്തിവച്ച ആര്യന്മാരുടെ മൂക്കുകളുടെ അളവുമായി ഒത്തില്ലെങ്കിൽ നമ്മൾ ജൂതന്മാർ ആകും."

"നിന്നെ മാത്രം എന്തിനു വിളിച്ചു?"

"ആരോ അവർക്ക് ഊമക്കത്തയച്ചു. എന്റെ അമ്മൂമ്മയുടെ ശരിയായ അച്ഛൻ ബവേറിയക്കാരൻ ഒരു ജൂതനായിരുന്നുവത്രേ."

"ആയിരുന്നോ?"

"ആർക്കറിയാം."

"നമ്മൾ പ്രേമിക്കുന്നതു കോളറ പടരുന്ന കാലത്താണ്." ഹെർമ്മൻ പറഞ്ഞു.

"പൊന്നു രാഘവാ." നന്ദിനി പറഞ്ഞു. "നിങ്ങൾ പറഞ്ഞ പേരിലുള്ള നോവൽ

എഴുതിയ സുപ്രസിദ്ധ മലയാള സാഹിത്യകാരൻ ഈ സംഭവങ്ങൾ നടക്കുമ്പോൾ കൊച്ചുകുട്ടിയായിരുന്നു."

ജനലിലൂടെ രാഘവൻ നോക്കിയപ്പോൾ ആയിരത്തിരണ്ടാമത്തെ രാവ് അവസാനിക്കാറായിരിക്കുന്നു. ആദ്യത്തെ പറവക്കൂട്ടം ആകാശത്തിന്റെ ചാരത്തിനെ ഭംഗിച്ചു കൊണ്ടു പറക്കുന്നത് അയാൾ കണ്ടു.

പെട്ടെന്ന് അയാൾക്ക് ആയിരത്തിരണ്ടാമത്തെ രാവിന്റെ ഉത്തരം കിട്ടി. ഷെഹ്റസാദിന്റെ പ്രശ്നം കഥകൾ ഒടുങ്ങിയതല്ല. മൗനം വരിക്കേണ്ടി വന്നതും അല്ല. ഷെഹ്റസാദിന്റെ പ്രശ്നം അന്ന് അവൾക്ക് പറയുവാൻ ഒരു കഥ ഉണ്ടായിരുന്നുവെന്നതാണ്. പക്ഷേ, ആ കഥ ആർക്കും കേൾക്കണ്ടായിരുന്നു.

കേൾവിക്കാർ മടുപ്പ് നടിച്ചു. ഉപബോധത്തിൽ അവർക്കു തോന്നിയിരിക്കാം അന്നത്തെ ഷെഹ്റസാദിന്റെ കഥ കേൾക്കാൻ പാടില്ലാത്തതായിരിക്കും എന്ന്. ഒരുപക്ഷേ, ആ കഥ സത്യം തന്നെ ആയിരുന്നാലോ?

ഉറക്കച്ചടവ് മാറി രാഘവൻ കൂടുതൽ ഉഷാറായി ചിന്തിച്ചു. അയാൾക്കു ഷെഹ്റസാദ് സുൽത്താനെ കുലുക്കി വിളിക്കുന്നതു കേൾക്കാമായിരുന്നു.

"ഈ കഥ കൂടി," ഷെഹ്റസാദ് കെഞ്ചി.

"മിണ്ടാതെ കിടന്ന് ഉറങ്ങ് പെണ്ണേ."

"ഈ കഥ ഒന്ന്?"

"കൊല്ലും ഞാൻ." സുൽത്താൻ തിരിഞ്ഞു കിടന്ന് ഉറങ്ങി.

"ഷെഹ്റസാദ് അവളുടെ കൂടെ ആയിരത്തിഒന്നു രാവുകളിലും കിടന്നിട്ടുള്ള അനിയത്തിയോടു ചോദിച്ചു: "മോളേ നിനക്ക് ഒരുകഥ കേൾക്കണോ? നടന്ന കഥയാണ്. അല്ലെങ്കിൽ നടക്കുവാൻ പോകുന്നത്."

"അതിലെന്ത് കഥ? ചേച്ചീ, മൂന്നു കൊല്ലമായി ഞാൻ ശരിക്കും ഉറങ്ങിയിട്ട്." അനിയത്തിയും ഉറക്കം പിടിച്ചു.

അന്തഃപുരത്തിലെ കാവല്ക്കാരായ നപുംസകങ്ങളും അതുതന്നെ പറഞ്ഞു. ഏകാന്തത അസഹ്യമായപ്പോൾ ഷെഹ്റസാദ് ജനൽക്കമ്പികളിൽ തലയിടിച്ചു പറഞ്ഞു. "എന്റെ ആദ്യത്തെ കഥ? എന്റെ ആദ്യത്തെ കഥ." അവളുടെ കരച്ചിൽ ബാഗ്ദാദിലെ മിനാറുകളിൽനിന്ന് ഉയർന്ന വാങ്കുവിളികളിൽ അമർന്നു.

"എന്റെ കഥ, എന്റെ കഥ." രാഘവൻ മുറുമുറുത്തു. ആയിരത്തി രണ്ടാമത്തെ രാവിൽ കേൾവിക്കാർ ഇല്ല. അന്നു മുതൽ തന്നത്താൻ സംസാരിക്കേണ്ടിയിരിക്കുന്നു. രാഘവൻ അതിനു തയ്യാറാകുമ്പോൾ പുറത്ത് വാതിലിന്മേൽ പതുക്കെ ആരോ മുട്ടുന്നതു കേട്ടു.

"ആരാണ്?"

മുട്ടു തുടർന്നതല്ലാതെ അയാൾക്ക് ഉത്തരം കിട്ടിയില്ല.

"ആരാണെന്നു പറയൂ."

"ഞാനാണ് ഇർമ്മ." മൃദുവായ ശബ്ദത്തിൽ അയാൾക്ക് മറുപടി കിട്ടി.

രാഘവൻ വാതിൽ തുറന്ന് നന്ദിനിയെ അകത്തേക്ക് ആനയിച്ചു. അവളെ അടക്കം പിടിച്ച് അയാൾ മൂർദ്ധാവിൽ ഉമ്മവച്ചു. എന്നിട്ടു തികഞ്ഞ നിശ്ശബ്ദതയിൽ അവർ രതി അനുഷ്ഠിച്ചു.

* പടിഞ്ഞാറൻ പൈങ്കിളി നോവലുകൾ

* ജർമ്മൻ പാർലമെന്റ്

* നാത്സികളുടെ യുവജന സംഘടന

സാറാജോസഫ്

പ്രണയം

ഒരു നാൾ അവനെന്നെ കാണാൻ വരുന്നത് ഒളിപ്പിച്ചുവെച്ച കത്തിയുമായിട്ടാണ്. ദേഹത്തെവിടെയോ തിരുകിവെച്ചിരുന്ന കത്തി വലിച്ചൂരി അവനെന്നെ കാണിച്ചു. എന്നെ കൊല്ലാനാണ് തന്റെ തീരുമാനമെന്ന് അവൻ എന്നോടു പറഞ്ഞു. കത്തികണ്ട് ഭയപ്പെടുന്നതിനു വേണ്ടി അവനത് ഉറയിൽ നിന്നെടുത്ത് മേശപ്പുറത്തിട്ടു! സന്ദർശകമുറിയുടെ നീണ്ട മേശപ്പുറത്ത് അത് കിടന്നു തിളങ്ങി. അല്പം വളഞ്ഞ് മുന കൂർത്ത കത്തിയുടെ തുമ്പിൽ എന്റെ ഹൃദയം അടർന്നു കോർത്ത് കിടക്കുന്നത് ഞാൻ സങ്കല്പിച്ചു. മുഷിഞ്ഞുലഞ്ഞ വസ്ത്രങ്ങളും വെയിലേറ്റ് വാടിക്കരിഞ്ഞ ചുണ്ടും വിയർത്തൊഴുകുന്ന നെറ്റിയും കഴുത്തുമായി അവനെന്റെ മുന്നിൽ നില്ക്കുന്നു. എന്നോടുള്ള പ്രണയത്താൽ നിലതെറ്റുന്ന നിമിഷങ്ങളിൽ അവനിൽനിന്നു പുറപ്പെടാറുള്ള അതേ വന്യഗന്ധത്തോടെ. അവന്റെ കണ്ണുകൾ ചുവന്നു കലങ്ങിയിരുന്നു. ഏറെനേരം കരഞ്ഞ ഒരു പെൺകുട്ടിയെപ്പോലെ അവന്റെ മുഖവും കലങ്ങിമറിഞ്ഞിരുന്നു. വിയർപ്പും പുകയും മദ്യവും കൂടിക്കുഴഞ്ഞ അതിരൂക്ഷഗന്ധം വിശക്കുന്ന മൃഗത്തിന്റെ ഗന്ധംപോലെ സന്ദർശകമുറിയിൽ വിങ്ങി നിറഞ്ഞു. എപ്പോഴത്തേയും പോലെ അതെന്നെ പ്രണയാതുരയാക്കിയെങ്കിലും സന്ദർശകമുറിയോ പരിസരമോ അവന്റെ കണ്ണിലും ബോധത്തിലും ഇല്ലായിരുന്നു. അവന്റെ കണ്ണുകൾ ആയുധത്തിന്റെ മുനപോലെ കൂർത്ത് എന്റെ കഴുത്തിനെത്തന്നെ ലക്ഷ്യം വെച്ചിരുന്നു.

പുരുഷസൗന്ദര്യത്തിന്റെ മൂർത്താകാരമായി എന്റെ മുന്നിൽ അഹന്തയോടെ നീണ്ടു നിവർന്നു നില്ക്കാറുള്ള പൂർവ്വരൂപവുമായി അവനിപ്പോൾ യാതൊരു ബന്ധവുമില്ല. കൈയിൽ കൊല്ലാൻ കഴിയുന്ന ഒരായുധമുണ്ട് എന്നതൊഴിച്ചാൽ അവന്റെ രൂപം പരമദയനീയമാണ്. കരിഞ്ഞ ചുണ്ടുകളിലൂടെ ഒച്ചയില്ലാത്ത ഒരുകരച്ചിൽ ഒഴുകുന്നു. കണ്ണുകളുടെ ആഴത്തിൽ പ്രാണനെ പറിച്ചെടുക്കും പോലൊരു വേദന പതിഞ്ഞു കിടക്കുന്നു. കണ്ണിമയ്ക്കാതെ അവനെത്തന്നെ നോക്കിക്കൊണ്ട് ഞാനവന്റെ മുന്നിൽ അനക്കമറ്റിരുന്നു.

എന്തിനാണെന്നെ കൊല്ലുന്നതെന്ന് അവൻ വിശദീകരിച്ചില്ല. അതിന്റെ ആവശ്യമുണ്ടെന്ന് എനിക്കും തോന്നിയില്ല. കൊല്ലാൻ, കറകളഞ്ഞെടുത്ത, യുക്തിഭദ്രമായ ഒരു കാരണം വേണമെന്നില്ല. പ്രണയം തന്നെ മതിയായ കാരണമാണ്. അസഹ്യമായ പ്രണയബോധത്തിൽ പരസ്പരം കൊല്ലാവുന്നതാണ്. അതല്ലെങ്കിൽ ഇണയുടെ വിട്ടുമാറാത്ത അസൂയയാലും അസഹിഷ്ണുതയാലും പുകഞ്ഞുനീറുമ്പോൾ. അതുമല്ലെങ്കിൽ പ്രണയഭദ്രമായ ഒരു നിമിഷത്തിനു ശേഷം വെറുപ്പിന്റെ ഒരുചുഴലി പൊങ്ങുമ്പോൾ.

പ്രണയത്തിന്റെ ഏറ്റവും ഇടുങ്ങിയ വഴികളിലൂടെ നടക്കുമ്പോൾ എന്റെ അയൽക്കാരനോ സുഹൃത്തോ വിദ്യാർത്ഥിയോ ആരാധകനോ ആരാണവന്റെ ഹൃദയത്തിൽ നടുക്കമുണ്ടാക്കിയത്? അവന്റെ അയൽക്കാരിയോ ആരാധികയോ എന്റെ കോപം ജ്വലിപ്പിക്കുന്നതുപോലെ? പ്രണയം വിഷം വമിക്കാറുമുണ്ട്. നാം ഏറെ പാടുപെട്ട് അതിനെ സുഗന്ധപൂരിതമാക്കാൻ ശ്രമിക്കുന്നു. ഞാനവന് എത്രയും പ്രിയപ്പെട്ട കാമുകി മാത്രമായിരുന്നില്ല. അവനുമാത്രം വിനിമയാവകാശമുള്ള ഒരു സ്വർണ്ണനാണയം കൂടിയായിരുന്നു. അവനിഷ്ടമുള്ളിടത്തോളം കീശയിലിട്ടുനടക്കാനും ആരും കാണാതെ കലവറയിൽവെച്ചു പൂട്ടാനും അവനുമാത്രം ചില്ലറയാക്കി മാറ്റി ചെലവിടാനും കഴിയുന്ന ഒരു പൊൻനാണയം! എന്നോടുള്ള അവന്റെ അഭിനിവേശം കലർപ്പറ്റതും ആസക്തി അസഹ്യവുമായിരുന്നു. അതെന്നെ ഭ്രാന്തുപിടിപ്പിക്കുകയും എപ്പോഴും എന്റെ കാൽക്കീഴിൽനിന്ന് യുക്തിഭദ്രമായ ഭൂമിയെ ഇളക്കിമാറ്റുകയും ചെയ്തു. പ്രണയത്തിന്റെ കുത്തിയൊഴുക്കിലൂടെ അവനെന്നെ വലിച്ചിഴച്ചു. പർവ്വതങ്ങളിലും ആകാശങ്ങളിലും സമുദ്രങ്ങളിലും ഞാനൊഴുകിപ്പോയി. ദുഃസ്വപ്നം കാണുന്ന കുട്ടി അതിന്റെ അമ്മയെ എന്നോണമാണ് ഞാനവനെ ഇറുകെപ്പുണർന്നത്. കൈവിട്ടു പോകുന്ന കളിപ്പാട്ടത്തെയെന്നോണം എന്റെ നെഞ്ചിലും കൈകളിലും ഹൃദയത്തിന്റെ നിഗൂഢസ്ഥാനങ്ങളിലും അവനെ ലോകത്തിന്റെ കണ്ണിൽ നിന്നൊളിപ്പിച്ചു വെക്കാൻ ഞാൻ ശ്രമിച്ചു. പകൽവെളിച്ചത്തിൽ എപ്പോഴും സംശയാകുലങ്ങളായ കണ്ണുകളുടെ വേദനയാൽ ഞങ്ങൾ പരസ്പരം വേട്ടയാടി. കണ്ണുകളുടെ പരിധി വിട്ടുപോകാൻ അനുവദിക്കാത്ത ക്രൂരമായ നായാട്ട്. അവന്റെ ലോകം എത്രകണ്ട് ചുരുക്കാമെന്നതായിരുന്നു എന്റെ ലക്ഷ്യം. നോട്ടത്തിന്റെ അതിരിനാൽ അവൻ വരച്ചിടുന്ന ലക്ഷ്മണരേഖ തകർക്കുക എനിക്കും ദുഷ്കരമായിരുന്നു. അതിൽ ഉലഞ്ഞുവീഴാതെ പിടിച്ചു നില്ക്കുക കൂടുതൽ വിഷമകരമായിരുന്നു. അതവൻ അതിരുകെട്ടി അവൻ കിളച്ചുമറിച്ചു അവൻ തന്നെ വിളവെടുക്കുന്ന മണ്ണായിരുന്നു, ഞാൻ! അതിന്റെ നഷ്ടം അവനെക്കൊണ്ട് എല്ലാക്കാലത്തും ആയുധമെടുപ്പിച്ചു.

"നീയെന്റെ അതിരും വഴക്കമാണ്."

ഞാനഭിമാനിക്കാൻ വേണ്ടി അവൻ പറഞ്ഞു. നിറഞ്ഞ പാത്രംപോലെ എന്നെ മുഴുവനായും താൻ തന്നെ കുടിച്ചുതീർക്കുമെന്ന് അവൻ അവകാശപ്പെട്ടു. അവനാകട്ടെ കുടിച്ചുതീർക്കാൻ പറ്റാത്ത ഖരപദാർത്ഥമായിരുന്നു. ഈറകളുടെ ഇത്തരം ഇളകുന്ന

നിലമാണ്, അവന് എന്നെ കൊല്ലാനുള്ള വേദിയായി മാറുന്നത്.

രണ്ടു ദിവസം മുമ്പ് എന്നെ കൊല്ലേണ്ടതായിരുന്നു എന്നവൻ പറഞ്ഞു. അന്ന് പക്ഷേ, ഒരു കഠാര വാങ്ങിയിരുന്നില്ല. ഒരു കഠാരമുനയിൽ കുത്തിക്കോർത്ത് ഹൃദയം പുറത്തേക്ക് വലിച്ചിടുക, അതായിരുന്നു അവന്റെ ആശയം. ഇതെനിക്ക് വിചിത്രമായി തോന്നി. അവന് മറ്റെന്തെല്ലാം വഴികളിൽ എന്നെ കൊല്ലാം? ഉറങ്ങുമ്പോൾ ഞാനറിയാതെ കഴുത്തു ഞെരിക്കാം. തീവണ്ടിയിൽ സഞ്ചരിക്കുമ്പോൾ പ്രകൃതിദൃശ്യങ്ങൾ കാണാൻ വിളിച്ച് വേഗത്തിന്റെ വിഭ്രമങ്ങളിലേക്കെന്നെ തള്ളിയിടാം. അതുമല്ലെങ്കിൽ ഏതെങ്കിലും നല്ല വിഷം എന്റെ ചായക്കോപ്പയിൽ കലർത്താം. വെള്ളത്തിനോട് ഭ്രതാവേശംപോലെ അനുരാഗമാർന്ന എന്നെ അവനൊരു കടൽക്കരയിലേക്ക് കൂട്ടിക്കൊണ്ടു പോകാം.

ലജ്ജകൊണ്ട് അവന്റെ മുഖം ചുവന്നു.

"അതൊന്നും ആണുങ്ങൾക്കു പറ്റിയ പണിയല്ല."

അവൻ പിറുപിറുത്തു. കോപംകൊണ്ടും പ്രണയംകൊണ്ടും കണ്ണുകാണാതാകുന്ന നിമിഷങ്ങളിലൊന്നിൽ നിങ്ങളുടെ കൈയിൽ ദാ, ഇതുപോലൊരു ആയുധം- അവൻ കത്തിയെടുത്തുയർത്തി- ഉണ്ടാവുകയും അത് ഒരൊറ്റക്കുത്തിന് പിടിവരെ നിങ്ങളുടെ ഹൃദയത്തിലേക്കാഴ്ത്തുകയും ചെയ്യുക. കഴിയുമെങ്കിൽ സ്നേഹലാളനകളാൽ പൊതിഞ്ഞു സൂക്ഷിച്ച ഒരു ഹൃദയത്തെ അതിന്റെ മുനയിൽ കോർത്ത് വലിച്ചെടുക്കുക. അതാണ് വേണ്ടത്.

രണ്ടുദിവസം മുമ്പ് എന്നെ കൊല്ലാനുള്ള തീരുമാനം കത്തിയില്ലാത്തതു കൊണ്ടു മാത്രമല്ല നടപ്പിലാക്കപ്പെടാതെപോയത്. എന്റെ മുഖത്ത് ആഞ്ഞടിച്ചുകൊണ്ടും അതിന്റെ മീതെ തെരുതെരെ ചുംബിച്ചുകൊണ്ടും അവൻ പറഞ്ഞു.

ഉച്ചയുടെ വിജനമായ കടൽതേടി ഞങ്ങൾ പോയിരുന്നു. തിളയ്ക്കുന്ന മണൽപ്പരപ്പിന്റെ വിഭ്രമങ്ങൾ കൈമാറിയിരുന്നു. ആരും സ്വൈരം കെടുത്താനില്ലാത്ത, അന്യാധീനമാക്കപ്പെടാത്ത ഒരു കടൽ മുഴുവനും സ്വന്തമായിക്കിട്ടിയതോടെ ഞങ്ങൾ സന്തുഷ്ടരായി. ഒരു പ്രണയിയുടെ ലോകം തിളയ്ക്കുന്ന ഈ ഉച്ചപോലെയാണെന്നവൻ പറഞ്ഞു. അവന് അവന്റെ സ്വൈരം അത്രയേറെ പ്രധാനപ്പെട്ട ഒരു കാര്യമായിരുന്നു. കടപ്പുറത്ത് കമിഴ്ന്നു കിടന്നു കരയുന്ന ഓട്ടത്തോണികളോ ആകാശത്ത് വിശന്നലഞ്ഞ് പറക്കുന്ന പരുന്തുകളോ അവന്റെ സ്വൈരം ഭഞ്ജിക്കാഞ്ഞതിനാൽ മനസ്സൊഴിവാവോളം തോളിൽ ചാരി ഞങ്ങൾ മൗനമായിരുന്നു. പത്തുക്കെപ്പത്തുക്കെ കൊല്ലാനുള്ള ദേഷ്യത്തിന്റെ പിരിമുറുക്കം അയഞ്ഞുപോകുകയും കാരണങ്ങളുടെ യുക്തി നഷ്ടപ്പെടുകയും ചെയ്തെന്ന് അവൻ പറയുന്നു. പിന്നെ കടൽക്കരയിൽനിന്ന് മടങ്ങുമ്പോൾ- അപ്പോഴേക്കും കടൽ അന്യാധീനപ്പെട്ടു. ഇണകളും കുടുംബങ്ങളും കച്ചവടക്കാരും പോക്കറ്റടിക്കാരും വേശ്യകളും പാറാവുകാരും നായ്ക്കളും കൂടി അത് പങ്കിടുന്നു. നിരത്തുവക്കിലെ ഓറഞ്ചുവില്പനക്കാരനിൽനിന്ന് പഴുത്തു തുടുത്ത പഴങ്ങൾ വാങ്ങി തൊലിയടർത്തി ഒരുപക്ഷിത്തള്ളയെപ്പോലെ അവനെന്നെ തീറ്റി.

എന്നാൽ എല്ലാം വറ്റിവരണ്ട ഈ ലോകത്ത് തീവ്രമായ ഒരുപ്രണയാനുഭവംപോലും അവാസ്തവമാകുന്നു. ഞാൻ കണ്ണിൽനിന്നു മറഞ്ഞതോടെ മനസ്സിന്റെ ആഴത്തിലെവിടെയോ അമർത്തിവെച്ചിരുന്നതെല്ലാം കൂടി കടൽക്കോപം പോലെ ആർത്തലച്ചുയരാൻ തുടങ്ങിയെന്നവൻ പറയുന്നു. കടലിൽനിന്നു വീശുന്ന കാറ്റ് മുടിയും വസ്ത്രത്തലപ്പുകളും മെല്ലെയുലയ്ക്കുമ്പോൾ അവനേകിയ സാന്ത്വനത്തിന്റെ തൊട്ടിലിൽ ആടിയാടിയാണ് ഞാൻ അവനെ വിട്ടുപൊയ്ക്കൊണ്ടിരുന്നത്. പ്രണയത്തിൽ

രണ്ടാൾക്ക് രണ്ടനുഭവങ്ങൾ- പരസ്പരം വിരുദ്ധമായവ- സംഭവ്യമാകുന്നു. അശരണനും നിസ്സഹായനുമായി തെരുവിൽനിന്ന് തെരുവിലേക്ക് താൻ അലഞ്ഞു നടക്കുകയായിരുന്നു. അവൻ പറഞ്ഞു.

"ജീവിതം യുക്തിഹീനമായും ഞാനൊരു പട്ടുവിസ്റ്റിയെപ്പോലെയും തോന്നിച്ചു." വിശക്കുന്ന കാട്ടുമൃഗത്തെപ്പോലെ അമറിക്കൊണ്ട് അങ്ങനെ നടക്കുമ്പോഴാണ് വഴിവാണിഭക്കാരനിൽനിന്ന് മുപ്പതു രൂപയ്ക്ക് എന്നെ കൊല്ലാനുള്ള കത്തി അവൻ വാങ്ങിയത്. കത്തിയുടെ പിടിയിൽ മുറുകെപ്പിടിച്ചുകൊണ്ട് തെരുവീഥികളിലൂടെ സധൈര്യം താൻ നടന്നുവെന്നും എന്നെക്കൊല്ലണമെന്ന് തീരുമാനിച്ചുകഴിഞ്ഞപ്പോൾ ആ നേരംവരെ വിഹ്വലമായിരുന്ന മനസ്സ് പൊടുന്നനെ ശാന്തമായെന്നും അവൻ പറഞ്ഞു. കുഴഞ്ഞുമറിഞ്ഞ ചിന്തകൾക്ക് വ്യക്തമായ രൂപം കിട്ടി. മങ്ങിപ്പോയിരുന്ന തലച്ചോറ് തെളിഞ്ഞുവന്നു. അതുകൊണ്ടുതന്നെ അന്ന് രാത്രിയിൽ സ്വസ്ഥമായുറങ്ങി. കത്തി നെഞ്ചോടുചേർത്ത്, പ്രജ്ഞയറ്റ ഉറക്കത്തിലും അതിന്റെ പിടിയിലമർത്തിപ്പിടിച്ച്.

പക്ഷേ, പ്രഭാതത്തിൽ കത്തി അവന് ആശ്വാസം നല്കാതായി. അരയിൽ ചുറ്റിയ പാമ്പിനെയെന്നോണം അവൻ അതെടുത്ത് വലിച്ചെറിഞ്ഞു. ഒരു പൂച്ചട്ടിയിൽ നനഞ്ഞ മണ്ണിന്റെ നെഞ്ചിൽ തറച്ചിറങ്ങി കത്തി ഒരു നിമിഷം നിന്നുവിറച്ചു. മണ്ണിൽനിന്ന് നിലവിളിയും മരണഗന്ധവും പൊങ്ങി. അതവനെ നടുക്കം കൊള്ളിച്ചു. ഓടിച്ചെന്ന് മണ്ണിൽനിന്നും കത്തി വലിച്ചൂരിയെടുത്ത് ഉടുമുണ്ടിൽ തുടച്ച് കിടക്കയ്ക്കടിയിലേക്ക് നീക്കിവെച്ച് അവൻ അതിന്റെ മീതെ കേറിയിരുന്നു. അവിടെ നിന്നനങ്ങാൻ ഭയപ്പെട്ടതുപോലെ അവിടെത്തന്നെയിരുന്നുകൊണ്ട് ചായ കുടിക്കുകയും പത്രം വായിക്കുകയും ചെയ്തു.

ഏറെ നേരം ചിന്തിച്ചും വ്യാഖ്യാനിച്ചുമാണ് അവൻ മറ്റൊരു തീരുമാനത്തിലെത്തിയത്. കൊല്ലുക ദുഷ്കരമാണ്. വൃത്തികേടുമാണ്. കൊലയായുധത്തിന്റെ ദൃശ്യവും സ്പർശവും ഗന്ധവും ഭീകരമാണ്. ഇഞ്ചിഞ്ചായി കൊല്ലാൻ തിരസ്കരിക്കലാണ് ഏറ്റവും നല്ല വഴി. ഇങ്ങനെ ചിന്തിക്കാൻ കഴിഞ്ഞപ്പോൾ അവന് പുതിയൊരു വെളിച്ചം കിട്ടിയതുപോലെയായി. ചാടി എഴുന്നേറ്റ് ഒരു മൂളിപ്പാട്ടും പാടി മുറിയിലങ്ങിങ്ങുനടന്നു അവൻ!

എന്നെ കൂടാതെയുള്ള തന്റെ ജീവിതം ചിട്ടപ്പെടുത്തുന്നതിന്റെ ആദ്യത്തെ പടിയായി തന്റെ മുറിയിലും പെട്ടിയിലുമുള്ള വസ്തുവകകൾ അടക്കിപ്പെറുക്കി ചിട്ടയാക്കാനും അതിലെല്ലാം തന്റെ പൗരുഷത്തിന്റെ വ്യക്തിമുദ്രകൾ മദിച്ചാർത്തു വരുന്ന കാളക്കൂറ്റനെപ്പോലെ തെളിഞ്ഞുനില്ക്കുന്നതു കണ്ട് ആഹ്ലാദഭരിതനാകാനും അവൻ നിശ്ചയിച്ചു. എനിക്കില്ലാത്തതും ക്രൂരവും പരുക്കനുമായ സ്വന്തം ആയുധങ്ങൾ അവനെ അഭിമാനിയാക്കി. എന്നോടുള്ള വെല്ലുവിളിയുടെ ചിഹ്നങ്ങളായി റേസറും ബ്ലേഡും അവൻ ഉയർത്തിപ്പിടിച്ചു. അരയിൽനിന്ന് ബെൽറ്റ് വലിച്ചൂരി വായുവിൽ ചുഴറ്റി. അതിന്റെ വലിയ സീൽക്കാരത്തോടൊപ്പം പ്രാകൃതശബ്ദങ്ങൾ പുറപ്പെടുവിച്ചുകൊണ്ട് അടിമയുടെ പുറത്ത് ചാട്ടവീശാൻ കഴിഞ്ഞിരുന്ന നഷ്ടസ്വപ്നങ്ങളിലെ യജമാനനെപ്പോലെ അവൻ നടന്നു. പരുഷഗന്ധമാർന്ന തന്റെ സുഗന്ധലേപങ്ങൾ വാരിക്കോരി പൂശിയും തുടരെത്തുടരെ പുകകൊണ്ട് തന്റെ മുറിക്കകം നിറച്ചും അവൻ സന്തോഷിച്ചു. ആൾക്കണ്ണാടിയിൽ പുല്ലിംഗത്തിന്റെ പത്തിയുയർത്തിക്കാട്ടി അഹന്തയുടെ പ്രതിരൂപം ദർശിച്ചു.

പ്രണയത്തിന്റെ വർണ്ണജാലകം കല്ലെറിഞ്ഞുടയ്ക്കുക എന്ന ഭ്രാന്തൻ ആശയവും തലയിൽപ്പേറിയാണ് ഇന്നവൻ തെരുവിലേക്കിറങ്ങിയത്. എന്നാൽ തെരുവിൽ ഇണകൾ ചിതറി നടന്നു. പൂക്കാലമായതിനാൽ അവർ പൂമഴകൊണ്ടും പരസ്പരം

തോളിൽ ചാഞ്ഞും കൈകോർത്തും ആലസ്യത്തോടെ ചിരിച്ച്, അവനെ ഗൗനിക്കാതെ അങ്ങുമിങ്ങും കടന്നുപൊയ്ക്കൊണ്ടിരുന്നു. ഇതവനെ കുപിതനാക്കി. നിരാശയുടെ അടിത്തട്ടിലേക്കെറിഞ്ഞു. തന്റെ ഹൃദയത്തിന്റെ കലക്കങ്ങളും തെളിച്ചങ്ങളും പ്രണയത്താൽത്തന്നെയെന്ന തിരിച്ചറിവ് അവനെ കൂടുതൽ കൂടുതൽ കോപിഷ്ഠനാക്കി.

അങ്ങനെ, തെരുവിൽ ആനന്ദിക്കുന്ന ഇണകളുടെ നടുവിൽ നിന്നാണവൻ പാഞ്ഞുപോയി കിടക്കയ്ക്കടിയിൽനിന്ന് കത്തിയെടുത്ത് ഇനിയൊരു നിമിഷം എന്നെ കൊല്ലലല്ലാത്ത പ്രണയത്തിന്റെ യാതൊരു വഴിയും അവശേഷിക്കുന്നില്ലെന്ന തിരിച്ചറിവോടെ.

"കൊല്ലാനൊന്നും എനിക്ക് മടിയില്ല."

അവൻ ചാടിയെണീറ്റു!

എന്റെ കഴുത്തിലെ കുഴിയിലേക്ക് ഒരുകരിക്കിന്റെ കണ്ണ് കുത്തിത്തുറക്കുംപോലെ കത്തി താഴ്ന്നിറങ്ങുമ്പോൾ പുറപ്പെടാനിടയുള്ള ചെറുശബ്ദത്തെക്കുറിച്ച് ഞാനോർത്തു. പിന്നെ പുറത്തേക്കു ചീറ്റുന്ന ചോരയുടെ നിറം! തടുക്കാൻ കഴിയും മുമ്പ് അവന്റെ മുഖത്തേക്കും ചുണ്ടുകളിലേക്കും തെറിക്കുന്ന ചോരയുടെ ഗന്ധവും ചൂടും എങ്ങനെയായിരിക്കും? ഒരു നിമിഷം അറിയാതെ നാവു നീട്ടി അവനത് നുണയേണ്ടിവരും. ഞാനതിൽ തുടിക്കുന്നുണ്ടായിരിക്കും. ഈ ചിന്ത ഉന്മത്തമാണ്. പ്രണയാവേഗത്താൽ മുഖം മലർത്തി, കഴുത്ത് അവന് വ്യക്തമായി സ്ഥാനം കുറിക്കത്തക്കവിധം നീട്ടിപ്പിടിച്ച് ഞാനവന്റെ മുന്നിലേക്ക് നീങ്ങിയിരുന്നു. എന്റെ കണ്ണുകളൊരു ലഹരിയിൽ പാതിയടഞ്ഞുപോയി. അടഞ്ഞ കണ്ണുകൾക്കും ഉണർന്ന ബോധത്തിനും പിന്നിൽ അവനപ്പോൾ പ്രണയത്തിന്റെ ഏറ്റവും ഉജ്ജ്വലമായ രൂപമായിരുന്നു. അവനും മരണവും ഒന്നുതന്നെയായിരുന്നു. ഏറ്റവും ക്രൂരമായ വേദനയും ഏറ്റവും ആനന്ദകരമായ പ്രണായനുഭവവും ഒന്നുതന്നെയായിരുന്നു. എന്റെ സിരകൾ ഒന്നിച്ചൊരു കമ്പനത്താൽ ത്രസിക്കുകയും എന്റെ ജീവൻ മൃത്യുവിന്റെ പരിലാളനത്തിനായി വിജൃംഭിതമാകയും ചെയ്തു.

ഈയനുഭവത്തിന് ഏറെനേരം നിലനില്പില്ലാത്തതിനാൽ രണ്ടു നിമിഷങ്ങൾക്കു ശേഷം എന്റെ സിരകൾ തളർന്നു ആവേഗം നഷ്ടപ്പെട്ട്, ഉന്മത്തതയടങ്ങി, ഞാൻ മിഴിതുറന്നു! കൈയിൽ ഉയർത്തിപ്പിടിച്ച കത്തിയുമായി അവൻ വെറുങ്ങലിച്ചു നില്ക്കുകയായിരുന്നു. മരിക്കാൻ പോകുന്ന ശിശുവിന്റെ മുഖത്തോടെ!

സർവ്വശക്തിയോടും കൂടി അവന്റെ കൈ തട്ടിത്തെറിപ്പിച്ച് ഞാൻ ജീവിതത്തിലേക്കോടിയിറങ്ങി. സന്ദർശകമുറിയുടെ നിലത്ത് ഒരു കിലുക്കത്തോടെ കത്തി ചെന്നു വീണു. അവന്റെ മുഖം കടലാസുപോലെ വിളറി. ഞാനവനെ തൊട്ടപ്പോൾ അവൻ തളർന്ന് എന്റെ ദേഹത്തേക്ക് ചാഞ്ഞു. ഞാനവനെ താങ്ങിക്കൊണ്ടുപോയി. കാറ്റിനെതിരെ കിടത്തി. കാറ്റ് അവന്റെ മുഷിഞ്ഞ മുടിയിഴകളെ ഇളക്കിമറിച്ചു ഞാനവന്റെ വിയർത്തൊഴുകുന്ന നെറ്റിത്തടം തലോടുകയും ആശ്വാസത്തിനുവേണ്ടി അവന്റെ നെഞ്ചിൽ പതുക്കെ തടവുകയും ചെയ്തു. അവനുവേണ്ടി ഒരുതാരാട്ടും സാന്ത്വനത്തിന്റെ ഒരു പുതപ്പും എന്നും എന്റെ നെഞ്ചിലുണ്ടായിരുന്നു. ഹൃദയം മുറിഞ്ഞൊഴുകുന്ന ചോരയുടെ പാട്ട് മൂളിക്കൊണ്ട് ഈറ്റുമുറിയിൽ തന്റെ ശിശുവിനോടൊപ്പമെന്നോണം ഞാനവന്റെ കൂടെ കിടന്നു. പ്രണയത്തിന്റെ വഴികൾ എത്രയും നിഗൂഢമാണ്! തന്റെ കുപ്പായക്കീശയിൽനിന്ന് അവനെനിക്കൊരു സ്നേഹോപഹാരം എടുത്തുനീട്ടി. വിരലോളം പോന്ന ഒരു പാവക്കുട്ടി!

"നിന്നെ കൊല്ലുന്നില്ലെങ്കിൽ നിനക്കുതരാൻ വേണ്ടി ഇങ്ങോട്ടുവരുമ്പോൾ വാങ്ങിയതാണ്-" അവൻ പറഞ്ഞു.

ഗ്രേസി

പന്ത്

എന്റെ ഈശോയേ!

ഇനി അമ്മച്ചിയോട് എന്നാ പറയും? ഇപ്പോ തോന്നുകാ, ഒന്നും വേണ്ടാരുന്നൂന്ന്. അല്ല, ഓരോരുത്തർ ഓരോന്ന് ചെയ്യുമ്പോ അതെങ്ങനെ കലാശിക്കുന്നു മുൻകൂട്ടി കാണാമ്പറ്റുവോ? സ്വന്തം ഇഷ്ടത്തിനാ ചെയ്തേന്നൊള്ളത് സത്യമാ. എന്നാലും അമ്മച്ചിക്കും സമ്മതാരുന്നു.

പാവം അമ്മച്ചി! തെരപ്പുറത്ത് തെന്നുന്ന കപ്പലു മറിമായം കൊണ്ടു മറഞ്ഞുപോയപ്പോ അമ്മച്ചിക്ക് ആരുമില്ലാതായി. ഒരു പൊങ്കൊച്ചൊള്ളതിനു മൂന്നു വയസ്സ്. അമ്മച്ചി, ഈശോ, മോള് ഈ ത്രികോണത്തിലൊതുങ്ങി ജീവിതം. ഫ്ളാറ്റിലെ ഇടുങ്ങിയ ജീവിതത്തിൽ ഒരേയൊരു കൂട്ട് ഉണ്ണീശോ ആയിരുന്നു. ഫോട്ടോയിലെ കന്യകാമാതാവിന്റെ ഒക്കത്തു നിന്ന് ചാടിയിറങ്ങി ഉണ്ണീശോ ഒപ്പം കളിക്കാൻ കൂടി. മുതിർന്നപ്പോൾ ഈശോ കുരിശിലേക്കു കയറിപ്പോയി. ലോകരുടെ പാപം ചുമന്നു കഴുത്തിടറിപ്പോയ

ഈശോയെ കൗമാരരഹസ്യങ്ങളിലേക്ക് വിളിച്ചിറക്കാൻ തോന്നിയില്ല. എന്നിട്ടും ഇടയ്ക്കൊക്കെ കരുണ നിറഞ്ഞ ഒരു പുഞ്ചിരിയുടെ പ്രകാശം വന്നു കൈപിടിച്ചു.

അമ്മച്ചിയുമായി പങ്കുവയ്ക്കാത്ത രഹസ്യങ്ങളൊന്നും ഉണ്ടായിരുന്നില്ല. ജോയിച്ചനെ പരിചയപ്പെട്ടതെങ്ങനാന്നൊക്കെ കിറുകിറുമായിത്തന്നെ അമ്മച്ചിയോടു പറഞ്ഞിട്ടുണ്ട്. ഒരു പടക്കുതിരയെപ്പോലെ ജോയിച്ചൻ പന്തിന്റെ പിന്നാലെ കുതിക്കുന്ന രേഖാചിത്രം കണ്ട് അമ്മച്ചി കണ്ണുനിറയുവോളം ചിരിച്ചു. സത്യത്തിൽ കണ്ണു കുരുങ്ങിപ്പോയത് ജോയിച്ചന്റെ വെളുത്ത തുടയിൽ കൊമ്പുകുത്തിക്കളിക്കുന്ന മസിലുകളിലാണ്. കണ്ണ് കടഞ്ഞപ്പോൾ കേറിയങ്ങു പരിചയപ്പെട്ടു. ജോയിച്ചന്റെ സ്മാർട്ട്നസ്സു മുഴ്വോനും തൊടേലൊട്ടോ! എന്നു പറഞ്ഞതും പടക്കുതിര വെറുമൊരു മുയൽക്കുഞ്ഞായതുകണ്ട് പൊട്ടിച്ചിരിച്ചു. സന്തോഷ്ട്രോഫിക്കു കളിക്കുന്ന ജോയിച്ചനെ കാണാൻ അമ്മച്ചീം വന്നിരുന്നു. മൈതാനത്തു കുതിച്ചു പായുന്ന കുതിരയെ അമ്മച്ചിക്കും ഇഷ്ടായി. പിന്നെ വൈകിയില്ല. ജോയിച്ചൻ വന്ന് അമ്മച്ചിയോട് കല്യാണത്തെക്കുറിച്ച് സംസാരിച്ചു.

പക്ഷേ, കിടക്കയിൽ അതുവരേം കണ്ട ജോയിച്ചനല്ലായിരുന്നു. പെണ്ണിനു ജന്മസിദ്ധമായ അടവുകൾ പതിനെട്ടും പൂഴിക്കടകനും പയറ്റിയിട്ടും ജോയിച്ചന്റെ ചോര തണുത്തുറഞ്ഞു കിടന്നു. മൂന്നാലു ദിവസം കഴിഞ്ഞപ്പോ ഒരത്ഭുതം സംഭവിച്ചു. നേർത്ത പാവാടയ്ക്കുള്ളിൽ വീർപ്പുമുട്ടുന്ന വികാരങ്ങളെ കടന്ന് ജോയിച്ചൻ ഉറക്കത്തിലേക്കിറങ്ങുന്ന വഴിയേതെന്നു കണ്ടുപിടിക്കാൻ ശ്രമിക്കുകയായിരുന്നു. അപ്പോൾ ജനാലയുടെ അരപ്പാവാടയ്ക്കു മുകളിൽ പൊട്ടുപോലെ ഒരു മൂക്കിൻതുമ്പു പതിഞ്ഞു. മെല്ലെ അതങ്ങമർന്നു വട്ടംവച്ചു. പിന്നാലെ രണ്ടു കണ്ണുകളും തെളിഞ്ഞു. ഒരു പന്തുപോലെ മുഖം മുഴുവനായി ചില്ലിലമർന്നു ചളുങ്ങിയപ്പോൾ തോണ്ടി വിളിച്ചു. "അയ്യ്യോ! ദേ ജോയിച്ചാ! അങ്ങോട്ട് നോക്കിയേ! ആരാണ്ട് എത്തിനോക്കണ്യേന്നേയ്!"

എന്താ അപ്പോ കരുതുക? ജോയിച്ചൻ പിടഞ്ഞെഴുന്നേല്ക്കുമെന്നും ഒരു തെറിവാക്കിന്റെ അകമ്പടിയോടെ കുതിച്ചു പാഞ്ഞ് അയാളെ പിടിച്ചു രണ്ടു പൂശുമെന്നും. പക്ഷേ, സംഭവിച്ചത് ഇതൊന്നുമല്ല. ജോയിച്ചൻ പകിരി തിരിഞ്ഞ് പാവാട ചീന്തിയൊരേറ്! പിന്നെ കളിക്കളത്തിൽ പന്ത് കാൽവിരൽത്തുമ്പത്ത് കിട്ടുമ്പോൾ കൊടുങ്കാറ്റ് വിതയ്ക്കുന്ന ജോയിച്ചൻ തന്നെ! എന്റെ ഈശോയേ! തവിട്ടുപൊടിയായിക്കിടക്കുമ്പോ എന്താ സംഭവിച്ചേന്ന് ഓർമ്മ പോലും കെട്ടുപോയി. ഉറക്കം നീരാളിയെപ്പോലെ ഏതോ കയത്തിലേക്കു വലിച്ചങ്ങു താഴ്ത്തിയതും അറിഞ്ഞില്ല. നേരം നല്ലോണം വെളുത്തപ്പഴാ ഓർമ്മ തെളിഞ്ഞത്. തലേന്നു രാത്രീലെ കാര്യങ്ങള് ഓരോന്നായങ്ങനെ എണ്ണിപ്പെറുക്കിയെടുത്തപ്പഴാ ഇരുട്ടടി വീണത്! മൈതാനത്തായാലും കിടക്കേല് കെട്ടിയ പെണ്ണിന്റെ കൂടെയായാലും ജോയിച്ചന് ഉശിരുണ്ടാവണമെങ്കില് കാണികള് വേണം!

എന്റെ ഈശോയേ! പിന്നെ ഒട്ടും അമാന്തിച്ചില്ല. ഓടിച്ചെന്ന് അമ്മച്ചീടെ നെഞ്ചില് വീണ് ഇരച്ചു പെയ്യുന്ന മഴപോലെ കരഞ്ഞു. ഇടയ്ക്കിടെ ഇടീം മിന്നലും ഉണ്ടായി. അമ്മച്ചി ഒരുപാട് നേരം അനക്കമറ്റിരുന്നു. ഒടുക്കം തണുത്തു മരവിച്ച ചുണ്ടുകൾ മൂർദ്ധാവിലമർത്തി. "മോള് പൊയ്ക്കോ! അമ്മച്ചി രണ്ടുദിവസം കഴീമ്പം അങ്ങെത്തിക്കോളാം. അപ്പോ ഒക്കെ ശരിയാക്കാം."

അമ്മച്ചി വന്നപ്പോ കുറച്ച് അനുസാരികളും കൂടെ കൊണ്ടുവന്നു. പന്തുമായി കുതിച്ചു പായുന്ന ഒരു കരുത്തന്റെ പ്രതിമ. ആൾക്കൂട്ടത്തിന്റെ നാലു ചിത്രങ്ങൾ. കിടക്കയിലിരുന്നു നേരെ നോക്കുമ്പം കാണുംവിധം പ്രതിമയുടെ പ്രതിഷ്ഠ നടത്തി. ആൾക്കൂട്ടച്ചിത്രങ്ങൾ നാലു ചുവരിലും പതിപ്പിച്ചു. ശുദ്ധമായ സംതൃപ്തിയോടെ അമ്മച്ചി

മടങ്ങിപ്പോവുകയും ചെയ്തു.

ജോയിച്ചൻ വന്ന പാന്റ് ഊരിയെറിഞ്ഞു ലുങ്കിയുടുക്കുമ്പോഴാണ് അമ്മച്ചീടെ കര വിരുതു കണ്ണിൽപ്പെട്ടത്. ജോയിച്ചൻ ശ്വാസമടക്കി ഒരു നിമിഷം നിന്നു. അടരടരായി ജോയിച്ചന്റെ തുടകളിലെ മസിലുകൾ ഉണർന്നുവരുന്നതു കൗതുകത്തോടെ കണ്ടു. മുട്ടിയുരുമ്മിനിന്നപ്പോ കോരിയെടുത്തു കട്ടിലിലേക്ക് ഒരേറ്! എന്റെ ഈശോയെ! ആകാശത്തിലേക്കു തെറിച്ചതും ഭൂമിയിലേക്കു വീണതും മാത്രം ഓർമ്മേണ്ട്.

മാസമൊന്നു കഴിഞ്ഞപ്പോഴാണ് ഉള്ളിൽ പുതിയൊരു പ്രപഞ്ചവും അതിലൊരു കുരുന്നു ജീവനും തുടിക്കുന്നതറിഞ്ഞത്. പക്ഷേ, കുതിരപ്പാച്ചിൽ എല്ലാം തട്ടിത്തകർത്തുകളയുമെന്ന് പേടിച്ച് വീണ്ടും ഓടിച്ചെന്ന് അമ്മച്ചിയുടെ നെഞ്ചിൽ തലതല്ലി. "ഞാനിനി മടങ്ങിപ്പോണില്ലമ്മച്ചീ. ജീവിതം ഇങ്ങനെ തട്ടിക്കളിക്കാനെനിക്കുവയ്യ!"

അമ്മച്ചി മുറുകെ പുണർന്നു പുറം തലോടി. അമ്മച്ചിയുടെ കണ്ണുകളിൽ മഴയും വേനലും പെയ്തു. "പന്ത് ഉരുണ്ടിരിക്കുന്നതെന്തിനാ മക്കളെ? തരാതരം പോലെ ഉരുട്ടിക്കളിക്കാനല്ലേ? കിടപ്പുമുറീലെ പന്ത് പുറത്തേക്കുരുട്ട്! ആൾക്കൂട്ടത്തെ പിരിച്ചും വിട്ടേക്ക്!"

തിരിച്ചുവന്ന് പ്രതിമയെ കിടപ്പുമുറിയിൽനിന്നു പുറത്താക്കി. ചിത്രങ്ങൾ ചീന്തിയെടുത്തു! ഇപ്പോഴുണ്ട് ജോയിച്ചൻ കിടക്കയിലെത്തുമ്പോഴേക്കും ഉറക്കം രണ്ടുകൈയും നീട്ടി കാത്തുകിടക്കുന്നു.

എന്റെ ഈശോയേ! ഇതിങ്ങനെയായാൽ എന്നാ ചെയ്യും?

സി അയ്യപ്പൻ

ഒരു കഷ്ണം ജീവിതം

എനിക്കു പോലും എന്നെ ഇഷ്ടമില്ലാത്തതിനാൽ ഞാൻ ആത്മഹത്യ ചെയ്യുന്നതാണ് നല്ലതെന്ന് എന്റെ ഏകസുഹൃത്തായ നീ എനിക്കെഴുതിയിരിക്കുകയാണല്ലോ. എന്നെ ഞാൻ വെറുക്കുന്നു എന്നത് എനിക്കോ നിനക്കോ ഒരു പുതിയ അറിവല്ല. എന്നിട്ടും നീ അത് ഇപ്പോഴെന്തിനെഴുന്നള്ളിക്കുന്നതെന്ന് എനിക്കാദ്യം പിടികിട്ടിയില്ല. അപ്പോഴാണ് നിന്റെ ആരോപണം ഞാൻ ശ്രദ്ധിക്കുന്നത്. പൂക്കളിൽ തുപ്പുന്ന, സൂര്യനുനേരെ കോട്ടുവായിടുന്ന, തണുത്ത ഹൃദയവും ചത്ത മനസ്സുമുള്ള ഒരു ഘാതകനാണ് ഞാനെന്നു നീ തിരിച്ചറിഞ്ഞിരിക്കുന്നു. ഞാൻ കൊന്നതു നിന്നെയാണെന്നും നീ ഒരു മതഭ്രാന്തന്റെ വികാരവായ്പോടെ അവകാശപ്പെടുന്നുണ്ട്. എനിക്കും നിനക്കും മദ്ധ്യേ പൊതുവല്ലാത്ത ഒന്നുമില്ലാത്തതിനാൽ ഞാനതു ചെയ്തിട്ടുണ്ടെങ്കിൽ ഞാൻ തികച്ചും ശിക്ഷാർഹൻതന്നെ. പക്ഷേ, നിന്നെ ഞാൻ കൊല്ലുകയല്ല, രക്ഷിക്കുകയോ ജനിപ്പിക്കുകയോ ആണ് ചെയ്തിരിക്കുന്നത്. എന്നിട്ടും നീയിങ്ങനെ ബാലിശമായി പൊട്ടിത്തെറിക്കുകയാണ്. കാരണവും അറിയാം.

നിന്റെയും ഭാര്യയുടെയും ഇടയ്ക്കു വലിഞ്ഞുകേറി ഞാൻ അസൂയമൂലം ചില കുസൃതികളൊപ്പിച്ചുവെന്നാണല്ലോ നീ കരുതുന്നത്. അതിലൊരു കഴമ്പുമില്ല. കാര്യം നിനക്കു മനസ്സിലാക്കാൻ വേണ്ടി നിന്റെയും നിന്റെ ഭാര്യയുടെയും വാക്കുകൾ സമനില വിടാത്ത ഒരു ശ്രോതാവെന്ന നിലയിൽ ഞാനിവിടെ ഉദ്ധരിക്കാം. ഒരു വല്ലാത്ത മനോഭാവത്തിലായിരുന്ന നിങ്ങൾക്കതൊന്നും ഇപ്പോൾ ഓർമ്മയുണ്ടാകാനിടയില്ല. അതുകൊണ്ട് ആദ്യമായി നീ പറഞ്ഞതു കേൾക്കുക:

"നുണ പറഞ്ഞു മടുത്തതുകൊണ്ടാണ് ഞാൻ ഇപ്പോൾ സത്യം പറയുന്നത്. ഞാൻ ഒരപകടസന്ധിയിലെത്തിയെന്നു തോന്നിയതുകൊണ്ടോ എന്റെ വാക്കുകൾക്കു നീ വില കല്പിക്കുമെന്നു പ്രതീക്ഷിക്കുന്നതുകൊണ്ടോ അല്ല ഞാൻ സത്യസന്ധനാകാമെന്നു വിചാരിക്കുന്നത്. ഞാൻ ഇപ്പോൾ, ഈ നിമിഷം എന്തുകൊണ്ടു സത്യം പറയുന്നു എന്ന ചോദ്യവും ഞാൻ പ്രതീക്ഷിക്കുന്നുണ്ട്. അതു പറയുന്നതിനുമുമ്പ് ഞാൻ എന്റെ നുണകളുടെ ലോകത്തിലൂടെ ഒരോട്ടപ്രദക്ഷിണം നടത്തട്ടെ.

തലസ്ഥാനനഗരിയിലുള്ള ഒരു വലിയ പ്രസിദ്ധീകരണസ്ഥാപനത്തിന്റെ ഈ നഗരത്തിലുള്ള ബ്രാഞ്ചിൽ ഒരുദ്യോഗസ്ഥനാണു ഞാൻ- ഇതാണ് ആദ്യത്തെ നുണ. ഞാൻ പറഞ്ഞതുപോലെ ഒരു പ്രസിദ്ധീകരണശാല ഉണ്ടെന്നതു നേരുതന്നെ. അതിനിവിടെ ഒരു ബ്രാഞ്ചുണ്ടായിരുന്നു എന്നതു സത്യം. ഒരിക്കൽ ഞാൻ ഇവിടത്തെ ബ്രാഞ്ചിലെ ഒരുജീവനക്കാരനായിരുന്നു. അതായത് ഞാൻ നിന്നെ പരിചയപ്പെടുന്നതിന്റെ ഒരാഴ്ച മുമ്പുവരെ. ഇന്നതടച്ചു പൂട്ടിയിരിക്കുന്നു. വലിയ പ്രസിദ്ധീകരണസ്ഥാപനം അതിലും വലിയ സാമ്പത്തികക്കുഴപ്പത്തിൽപ്പെട്ടു നട്ടം തിരിഞ്ഞു തുടങ്ങിയപ്പോൾ അതിന്റെ ഇവിടത്തെ ചെറിയ ബ്രാഞ്ച് പൂട്ടി. ഒരു താല്ക്കാലിക ജീവനക്കാരനായിരുന്ന ഞാൻ അങ്ങനെ സ്വതന്ത്രനായി പൂർവ്വസ്ഥിതിയെ പ്രാപിച്ചു! നിന്നെ പറഞ്ഞു മനസ്സിലാക്കിയത് ഞാൻ ഞങ്ങളുടെ സെൻട്രൽ ഓഫീസിലേക്കു മാറ്റപ്പെട്ടു എന്നാണ്. ഇന്നും കൂടി ഞാൻ എന്റെ ജോലി ചെയ്തിട്ടാണു വന്നിരിക്കുന്നത്!

ഇനിയും നുണ പറഞ്ഞതിന്റെ കാരണം പറയാറായിട്ടില്ല. അതിനു മുമ്പ് ഞാൻ എന്നെ യഥാർത്ഥമായി പരിചയപ്പെടുത്തട്ടെ.

എന്റെ പേര് നിനക്കറിയാം. വയസ്സു മുപ്പത്തിയാറായി. മറ്റു പലർക്കുമുള്ളതുപോലെ എനിക്കും ഒരു സർവ്വകലാശാലാ ബിരുദമുണ്ട്. വെറും സാധാരണക്കാരായിരുന്നു എന്റെ അച്ഛനമ്മമാർ. ഇന്നു പോകട്ടെ നാളെ അല്ലെങ്കിൽ മറ്റന്നാൾ അതിനടുത്ത നാൾ ഞങ്ങളുടെ ജീവിതത്തിലും ഒരു കൊച്ചുസൂര്യനുദിക്കുമെന്നു കൊതിച്ചു മരിക്കുന്ന സാധാരണക്കാരായിരുന്നു അവർ. ഒരു ജോലിക്കുവേണ്ടി ഞാൻ പതിവു വ്യായാമങ്ങളൊക്കെ ചെയ്തു വേണ്ടത്ര വിയർത്തു. പക്ഷേ, ടെസ്റ്റുകളും ഇന്റർവ്യൂകളും കൂടി എന്നെ തിരിച്ചുംമറിച്ചും കുത്തിക്കശക്കി നിലത്തടിച്ചു കഴുതയാക്കി. കാമം കരഞ്ഞു തീർക്കാൻ കഴുത ജാഥകളിലും പിക്കറ്റിങ്ങുകളിലും വലിഞ്ഞു കേറി കലശൽ കൂട്ടി. കുറെ ചെന്നപ്പോൾ പ്രാഥമിക മനുഷ്യവികാരങ്ങളെന്നൊക്കെ പറയുന്ന സംഗതികൾ എന്നിൽ നിന്നെവിടെയോ ഊർന്നുപോയി. ആയിടയ്ക്ക് ഒരിക്കൽ ഇന്റർവ്യൂവിനു പോകാനെന്നും പറഞ്ഞ് അച്ഛനോടു വാങ്ങിച്ച പണം കൊണ്ട് ഞാനും ഇപ്പോൾ ഇവിടെനിന്നുപോയ എന്റെ ഒരേയൊരു കൂട്ടുകാരനുമൊന്നിച്ച് ആദ്യമായി മദ്യപിച്ചു. സംഗതി കൊള്ളാം. അപ്പോൾ എത്രയോ പണം അപേക്ഷകളയയ്ക്കാനും മറ്റുമായി നശിപ്പിച്ചുകളഞ്ഞു എന്നു ഞങ്ങൾക്കു രണ്ടുപേർക്കും ഒന്നിച്ചു തോന്നി.

പക്ഷേ, അച്ഛൻ ഞങ്ങളുടെ പുതിയ മോചനയത്നത്തെപ്പറ്റി വേണ്ട സമയത്തുതന്നെയറിഞ്ഞു. അതോടെ എനിക്കു പണം തരുന്ന പതിവും അദ്ദേഹം നിർത്തൽ ചെയ്തു. അല്പം നാടകീയമായിരുന്നു ആ സംഭവം. ഒരു ദിവസം ഞാൻ അച്ഛനോടു കുറച്ചു രൂപ ചോദിച്ചു, പതിവുപോലെ അമ്മ മുഖാന്തരം. പതിവുപോലെ അമ്മ രൂപയല്ല ഒരു തുമ്പയാണു കൊണ്ടുവന്നത്. തുമ്പ എന്റെ മുമ്പിൽ വച്ചിട്ട് പണം കായ്ക്കുന്ന മരം ഉണങ്ങിപ്പോയെന്നും എനിക്കു വേണമെങ്കിൽ മറ്റൊന്നു വച്ചു പിടിപ്പിക്കാമെന്നും

അച്ഛൻ പറഞ്ഞതായി അമ്മ അറിയിച്ചു. ഇതു പറഞ്ഞിട്ട് അമ്മ ഒന്നു ചിരിച്ചു. അതു പോലൊരു ചിരി അതിനു മുമ്പോ പിമ്പോ അമ്മ ചിരിച്ചിട്ടില്ല. ഞാനും തിരിച്ചു ചിരിക്കാൻ ശ്രമിച്ചു.

അപ്പോൾ എനിക്കൊരു വെളിപാട്. എനിക്കൊന്നു ജീവിക്കണം. കുറച്ചു ദിവസത്തേക്കായാലും കുഴപ്പമില്ല. പ്രശ്നം ഞാൻ എന്റെ ഏകസുഹൃത്തുമായി ചർച്ച ചെയ്തു. അവനോടു സംസാരിക്കുമ്പോൾ ഒരു നിലക്കണ്ണാടിക്കു മുമ്പിൽ നില്ക്കുന്നതുപോലെ തോന്നിത്തുടങ്ങിയത് അപ്പോൾ മുതലാണ്. എന്റെ അഭിപ്രായത്തോടെല്ലാം അവൻ യോജിച്ചു. അവനും എന്റെ വഴിക്കു സഞ്ചരിക്കാനാഗ്രഹമുണ്ടെന്നുറപ്പിച്ചു പറഞ്ഞു. എന്നിട്ടാണവൻ എന്നെ ഇന്നൊറ്റിയിരിക്കുന്നത്. അതിരിക്കട്ടെ.

ആയിടയ്ക്കാണ് ഞാൻ നിന്നെ കണ്ടെത്തിയത്. ഒറ്റനോട്ടത്തിൽത്തന്നെ എനിക്കു നിന്നെ ബോധിച്ചു. അതോടെ ഞാൻ നിന്നെ പല തവണ പല കോണുകളിലൂടെ ചാഞ്ഞും ചരിഞ്ഞും നോക്കിക്കണ്ടു. പണിപ്പെട്ട് നിന്റെ വിവരങ്ങൾ സംഭരിച്ചു. നീ ജോലിക്കു നടന്നു പോകുന്ന വഴിക്കും തിരിച്ചു വരുന്ന വഴിക്കും അച്ചാലും മുച്ചാലും നടന്നു. കുറേക്കഴിഞ്ഞപ്പോൾ ഞാൻ നിന്നെ ശ്രദ്ധിക്കുന്നുണ്ടെന്ന വിവരമറിഞ്ഞ് നിന്റെ വിളറിയ മുഖം ചുവന്നു വിടർന്നു. അതു കണ്ടപ്പോൾ ഞാൻ കോരിത്തരിച്ചു. പക്ഷേ, എനിക്കത്ഭുതം തോന്നിയില്ല. ഞാൻ കാഴ്ചയ്ക്കു കുറച്ചൊരു സുന്ദരനാണെന്നെനിക്കറിയാമായിരുന്നു. നീയാണെങ്കിൽ പരമ വിരൂപയാണെന്നു സമ്മതിച്ചമട്ടിൽ ഒതുങ്ങിപ്പതുങ്ങിയായിരുന്നു നടന്നിരുന്നത്. അപ്പോൾ ഒരു സുന്ദരനായ ചെറുപ്പക്കാരൻ നിന്നെ ശ്രദ്ധിക്കുന്നത് നിസ്സാരമായി നിനക്കു തോന്നിയില്ല. അനുരാഗം എന്നു പറയാമോ എന്നറിയില്ല. നീ എന്നെ വല്ലാതെ ചുറ്റിവരിഞ്ഞു. ഞാൻ നിന്നെ സ്നേഹിക്കുന്നുവെന്നു പറഞ്ഞപ്പോൾ നിനക്ക് ചെറിയൊരു തലചുറ്റൽവന്നത് ഓർമ്മയുണ്ടല്ലോ. സന്തോഷം സഹിക്കാൻ വയ്യാതെയാണ് നിനക്കു ബോധക്ഷയം വന്നത്.

നീ വീണപ്പോൾ ഒരു മരത്തിലെന്നപോലെ ഞാൻ ഓടിക്കേറി. നുണകളുടെ ഒരു പരമ്പരയ്ക്കുതന്നെ ഞാൻ തീകൊളുത്തി. നിനക്കും നിന്റെ അച്ഛനും കണ്ണഞ്ചിപ്പോയി. ഒരു ദിവസം എന്നെ കണ്ടില്ലെങ്കിൽ നിങ്ങൾ കിടന്നു കയറു പൊട്ടിക്കും. എന്നെ മറ്റാരെങ്കിലും തട്ടിയെടുക്കുമോ എന്നായിരുന്നു നിങ്ങളുടെ ഭയം. ഈ ഭയം കൊണ്ടല്ലേ നിങ്ങൾ നമ്മുടെ വിവാഹത്തെപ്പറ്റി സ്വന്തക്കാരോടുപോലും നേരത്തേ പറയാതിരുന്നത്? അസൂയക്കാരായ അവരാരെങ്കിലും എന്നെ ചൂണ്ടയിട്ടാലോ! അസൂയയുടെ കാര്യം പറഞ്ഞപ്പോഴാണോർത്തത്. ഇപ്പോൾ നിന്നോട് എന്റെ ശരിവിവരങ്ങൾ പറഞ്ഞിട്ട് എന്നെ കണ്ടിട്ടും കാണാതെ തലകുനിച്ചു മണ്ടിയ എന്റെ ഏകസുഹൃത്തും ഒരസൂയാലുവാണ്. അവന്റെ വാക്കുകളിൽ ഭൂമിയിൽ സത്യവും നീതിയും ഇന്റർവ്യൂവും പുലർന്നു കാണണമെന്ന ആഗ്രഹമൊന്നുമല്ല തിളയ്ക്കുന്നത്. വാസ്തവത്തിൽ, അവൻ പറയുന്നതിനുമുമ്പ് എനിക്കു പല പ്രാവശ്യം സത്യം പറയാനുള്ള എത്രയോ ശക്തമായ വെമ്പലുണ്ടായി. ഞാനതു ചെയ്യാതിരുന്നതിന്റെ കാരണം ഇനിയെങ്കിലും പറയണം.

എന്നെ അടിത്തറയാക്കി നീ കെട്ടിപ്പൊക്കിയ സങ്കല്പം പൊളിഞ്ഞുവീണാൽ അതിന്റെ ആഘാതം നിന്നെ തകർക്കുമെന്നു ഞാൻ ഭയന്നു. നുണയിലായിരുന്നു തുടക്കമെങ്കിലും കുറച്ചങ്ങു ചെന്നപ്പോൾ എനിക്കു നിന്നോടു സ്നേഹം തോന്നിപ്പോയി. ദയവു ചെയ്തു ചിരിക്കരുത്. ഞാനുണ്ണുന്നത് കൊലച്ചോറാണെന്ന് എനിക്കറിയാ

മായിരുന്നു. എനിക്കു നിന്റെ സഹതാപം വേണ്ട. എനിക്കെന്താണു വേണ്ടതെന്ന് സത്യത്തിൽ എനിക്കിപ്പോഴറിയില്ല. അതുപോട്ടെ. കുറ്റം ചെയ്യുന്നതിനുമുമ്പ് ശിക്ഷയനുഭവിക്കാൻ മാനസികമായി തയ്യാറെടുത്തു തുടങ്ങിയ എനിക്ക് ഒരു വിചാരണയും പ്രശ്നമല്ല. ഞാനാരോടും ക്ഷമ ചോദിക്കുന്നില്ല. എങ്കിലും നിന്നെ വേദനിപ്പിക്കുന്നതിൽ എനിക്കെന്തുകൊണ്ടോ സങ്കടമുണ്ട്...

ഇത്രയും പറഞ്ഞിട്ട് എന്റെ ഏക സുഹൃത്തായ നീ തല ഉയർത്തി നിന്നു. കണ്ണുകൾ തുറന്നുതന്നെയിരുന്നെങ്കിലും നീയൊന്നും കാണുന്നുണ്ടായിരുന്നില്ല.

അവൾ, നിന്റെ ഭാര്യ, അല്പസമയം കഴിഞ്ഞാണ് വിക്കിവിക്കി പറഞ്ഞു തുടങ്ങിയത്:

നിങ്ങളെത്തേടിവന്ന സുഹൃത്തിന്റെ വാക്കുകൾ നിങ്ങൾ തന്നെ കേട്ടതാണല്ലോ. നിങ്ങൾ ഇങ്ങോട്ടു വരുന്നത് ജനാലയിലൂടെ കണ്ടുകൊണ്ടാണ് അയാൾ സംസാരിച്ചത്. അയാൾക്ക് താൻ പറയുന്നതു സത്യമാണെന്ന ചങ്കൂറ്റമുണ്ടായിരുന്നു. അതുകൊണ്ട് നിങ്ങൾ ജനാലയ്ക്കടുത്ത് ഒളിച്ചു നില്ക്കുന്നുണ്ടെന്ന അറിവ് അയാളിൽ ഹരം പകർന്നു. മദ്യം തലയ്ക്കു പിടിച്ചിട്ടെന്നപോലെ പറഞ്ഞതുതന്നെ അയാൾ പറഞ്ഞുകൊണ്ടിരുന്നു. അയാളുടെ കടവായിൽ പതപോലും വന്നു. കുറേക്കഴിഞ്ഞപ്പോൾ അയാൾ ക്ഷീണിതനും സംശയാലുവുമായി കാണപ്പെട്ടു. കൊടുത്ത ചായ പോലും കുടിക്കാതെ അയാൾ എന്റെ മുഖത്തു തറപ്പിച്ചു നോക്കിക്കൊണ്ടിരുന്നു. അപ്പോഴാണ് അയാളെ നിരാശപ്പെടുത്തുന്നതു നന്നായിരിക്കില്ലെന്ന ബോധം എനിക്കുണ്ടായത്. ഞാൻ തലകറങ്ങി വീഴുമെന്നോ അലറിക്കരയുമെന്നോ അയാൾ കരുതിയിരുന്നിരിക്കണം. അതുകൊണ്ട് ഞാൻ മനഃപൂർവ്വം പൊട്ടിക്കരഞ്ഞു. പക്ഷേ, അതൊരു പൊട്ടിച്ചിരിയായിപ്പോയി!

അയാൾ ഞെട്ടിയെഴുന്നേറ്റു തലയും കുനിച്ചാണ് പുറത്തേക്കിറങ്ങിയത്. അയാൾ പറയുന്നതു സത്യമല്ലെന്നു തോന്നിയതുകൊണ്ടല്ല ഞാൻ പൊട്ടിച്ചിരിച്ചത്. എനിക്ക് അയാളുടെ വാക്കുകളിൽ ഒരു പുതുമയും കണ്ടെത്താനായില്ല. അതിന്റെ വിരസതയും എനിക്കു തോന്നി. ഒന്നുരണ്ടു തവണ ഞാൻ അറിയാതെ കോട്ടുവായിടാൻ പോയതാണ്.

എന്റെ കഴുത്തിൽ താലികെട്ടുന്നതിനു മുമ്പേ എനിക്കു നിങ്ങളെ അറിയാമായിരുന്നു. എന്റെ പിറകെ നിങ്ങൾ നടന്നത് എന്റെ ജോലിയുടെ സൗന്ദര്യമോർത്തായിരുന്നെന്നും എനിക്കന്നേ മനസ്സിലായിരുന്നതാണ്. എന്നിട്ടും ഞാൻ ഒരുകപട നാടകക്കാരന്റെ കെണിയിൽ എന്തിനു വീണെന്നു ചോദിക്കാം. നിങ്ങൾ പറയാൻ പോകുന്നതെന്തെന്ന് എനിക്കൂഹിക്കാവുന്നതാണ്. സുന്ദരിയല്ലാത്തതുകൊണ്ടാണ് ഞാൻ നിങ്ങളെ പിടി കൂടിയതെന്നു നിങ്ങൾ പറയും. സത്യത്തിൽ ഞാനത്ര വിരൂപയൊന്നുമല്ല. ആണെങ്കിൽത്തന്നെ ഏതെങ്കിലുമൊരു പെണ്ണ് സുന്ദരിയല്ലെന്നു സമ്മതിക്കുമെന്നു തോന്നുന്നുണ്ടോ? പിന്നെ നിങ്ങളുടെ സൗന്ദര്യം. ആണിന്റെ സൗന്ദര്യം ആണത്തത്തിലാണെന്നാണ് പെണ്ണുങ്ങളായ ഞങ്ങളുടെ വിചാരം. സ്വന്തമായി ഒരു ജീവിതം സൃഷ്ടിച്ചെടുക്കാനുള്ള കരുത്തിനാണ് ആണത്തമെന്നു പറയുന്നത്. നിങ്ങൾക്കതുണ്ടെന്നു തമാശയ്ക്കു പോലും കരുതുമെന്നു തോന്നുന്നില്ല. വാസ്തവത്തിൽ എനിക്കു വേണ്ടതു നിങ്ങളെത്തന്നെയായിരുന്നു. ഞാനും എന്നേക്കാൾ സ്വാർത്ഥചിന്തയുള്ള എന്റെ അച്ഛനും നിങ്ങളുടെ മാത്രമല്ല, നിങ്ങളുടെ ഏഴു തലമുറ മുമ്പുള്ളവരുടെവരെ വിവരങ്ങൾ തേടിപ്പിടിച്ചു പഠിച്ചു. അച്ഛൻ മരിക്കുമ്പോൾ നിങ്ങൾക്കു വയസ്സു മുപ്പത്. എഴുപതാമത്തെ വയസ്സിൽ നിങ്ങളുടെ അമ്മ മരിക്കുമ്പോൾ അവരുടെ മനസ്സു

നിറയെ മുപ്പത്തഞ്ചായിട്ടും ഒരുജീവിതം സ്വന്തമാക്കാൻ കഴിയാത്ത ഏകസന്താനത്തെയോർത്തുള്ള വേദനയായിരുന്നു.

ഈ വസ്തുതകളൊക്കെ ഞങ്ങൾക്ക് ഏറെ ഹിതകരമായിത്തോന്നി. നിങ്ങളെ മറ്റാരെങ്കിലും തട്ടിയെടുത്താലോ എന്നൊരു ഭയം ഞങ്ങൾക്കുണ്ടായിരുന്നെന്ന പറഞ്ഞത് സത്യമാണ്. കാരണം നിങ്ങൾ എനിക്കുവേണ്ടി സൃഷ്ടിക്കപ്പെട്ടവനായിരുന്നു. പരസ്യത്തിൽ പറയുന്നതുപോലെ, മേഡ് ഫോർ ഈച്ച് അദർ!

എന്റെ ബന്ധുക്കളെ നമ്മുടെ കല്യാണത്തിന് ക്ഷണിക്കാത്തതിന്റെ കാരണം നിങ്ങളൂഹിച്ചതുതന്നെ. അവർ നിങ്ങളെ അറിഞ്ഞുപോകുമെന്നതായിരുന്നില്ല ഞങ്ങളുടെ ഭീതി. അവർ എന്നെപ്പറ്റി നിങ്ങളോട്ട പറഞ്ഞെങ്കിലോ എന്നായിരുന്നു ഞങ്ങളുടെ വേവലാതി. തെറ്റിദ്ധരിക്കരുത്, ഞാൻ പേരുദോഷമൊന്നും വരുത്തിയിട്ടില്ല. ഞാൻ മറ്റാരുടെയും കാമുകിയും ആയിരുന്നില്ല. അവർ പറയാനിടയുണ്ടായിരുന്ന എന്റെ ദോഷമെന്തെന്ന പറയാം. അതിനു മുമ്പ് മറ്റൊരു കാര്യം. എന്നോട്ട ക്ഷമ ചോദിക്കുന്നില്ലെന്നു പറഞ്ഞല്ലോ. അങ്ങനെ ചെയ്തിരുന്നെങ്കിൽ ഞാൻ ലജ്ജകൊണ്ടു തലതല്ലിച്ചത്തേനെ! നന്ദി! എനിക്കു ജീവിക്കണമെന്നുണ്ട്. അതിനുവേണ്ടിയാണല്ലോ ഞാൻ ഈ പാടൊക്കെപ്പെട്ടത്.

നിങ്ങൾക്കെന്റെ പേരറിയാം. ഗായത്രി. പക്ഷേ, ഗായത്രി ഇപ്പോൾ ജീവിച്ചിരിപ്പില്ല. പരിഭ്രമിക്കരുത്. എന്റെ അനിയത്തിയാണ് ഗായത്രി. ഞാൻ പാവം സാവിത്രിയാണ്. ഞങ്ങൾ ഇരട്ടകളാണ്. പഠിക്കാൻ ഞാനത്ര മിടുക്കിയൊന്നുമല്ലായിരുന്നു. എപ്പോഴും മൂന്നാം സ്ഥാനക്കാരി. എന്നാൽ നേരെ മറിച്ചായിരുന്നു എന്റെ അനിയത്തി. എസ് എസ് എൽ സിക്ക് അവൾക്കായിരുന്നു ഒന്നാം റാങ്ക്. പ്രീഡിഗ്രിക്കും അവൾക്കു റാങ്കുണ്ടായിരുന്നു. പക്ഷേ, ബി എ പരീക്ഷയുടെ റിസൽട്ടുവരുന്നതിനു മുമ്പ് അവൾ ഒരപകടത്തിൽ മരിച്ചു. സ്കൂട്ടർ ആക്സിഡന്റ്. അവൾക്കൊരു കാമുകനുണ്ടായിരുന്നു. അവളെ അവന്റെ സ്കൂട്ടറിന്റെ പിറകിലിരുത്തിക്കൊണ്ടു പോകുമ്പോഴായിരുന്നു എതിരെ വന്ന ലോറിയുമായി കൂട്ടിയിടിച്ചത്.

ഗായത്രിയുടെ മരണവാർത്ത കേട്ടയുടൻ അച്ഛൻ തലചുറ്റി വീണു. എഴുന്നേറ്റത് ഒരുതരം ഭ്രാന്തുപിടിപെട്ടവനെപ്പോലെയാണ്. മരിച്ചത് ഞാനാണെന്ന് അച്ഛൻ എല്ലായിടത്തും പറഞ്ഞു നടന്നു. അങ്ങനെ അച്ഛന്റെ ഭീഷണിക്കു വഴങ്ങി ഞാൻ മരിച്ച് ഗായത്രിയായി പുനർജ്ജനിച്ചു.

ഫൈനൽ ഇയർ ബി എ യുടെ റിസൽട്ടു വന്നു. ഗായത്രിക്ക് പതിവുപോലെ ഒന്നാം റാങ്കുണ്ടായിരുന്നു. എനിക്കുപതിവുപോലെ മൂന്നാം ക്ലാസ്. എന്റെ സർട്ടിഫിക്കറ്റുകളെല്ലാം അച്ഛൻ ചുട്ടെരിച്ചു. ഞാനിനി ഗായത്രിയാണല്ലോ. അധികം താമസിയാതെ ഞാനൊരു ഉദ്യോഗസ്ഥയായി. പിന്നെ നിങ്ങളുടെ വിലയേറിയ ഭാര്യയുമായി.

ഞാനിതൊക്കെ പറയുമ്പോൾ എന്റെ കൊലക്കയറു പിരിക്കുകയാണെന്നറിയാം. പക്ഷേ, എനിക്കാരോടെങ്കിലും എന്റെ സത്യം പറയണം: ഞാൻ മരിച്ചിട്ടില്ല. ഞാൻ അനിയത്തിയുടെ ജോലിയും ജീവിതവും തട്ടിയെടുത്തെന്നൊന്നും വിശ്വസിക്കുന്നില്ല. എനിക്കെന്റെ ജോലിയും ജീവിതവും മാത്രം മതി. ഈ ഭൂമിയിലെ ഒരു കഷണം ജീവിതത്തിന് എനിക്കും അവകാശമുണ്ട്.

- ഇത്രയും പറഞ്ഞുതീർന്നതും അവൾ മുഖമുയർത്തി. ആ കണ്ണുകളിൽ കണ്ണീരും പ്രത്യാശയും തിളങ്ങി.

അവളുടെ വാക്കുകൾ ഞാൻ കേട്ടുകൊണ്ടിരുന്നപ്പോൾ രാത്രി ഇടിമിന്നലിൽ മല

ഞ്ചെരിവിലെ പാറക്കൂട്ടങ്ങളും പൂമരങ്ങളും കണ്ടുകൊണ്ടിരുന്നതോർത്തുപോയി.

ഇവിടെ എന്റെതന്നെ പര്യായമായ എന്റെ ഏകസുഹൃത്തിനോട് ഞാനൊരു രഹസ്യം പറയുകയാണ്. നിന്റെ ഭാര്യയുടെ വാക്കുകളിൽനിന്ന് നിനച്ചിരിക്കാത്ത ചിലതൊക്കെ അറിഞ്ഞതല്ലോ എന്ന അമ്പരപ്പൊന്നും എനിക്കുണ്ടായില്ല. ഞാനതൊക്കെ അവളുടെ അനിയത്തി പറഞ്ഞ് നേരത്തെ അറിഞ്ഞിരുന്നു. അവളാണ് നിന്റെ സത്യം പറയാൻ എന്നെ നിയോഗിച്ചത്. ഞാനെങ്ങനെ ഗായത്രിയെ പരിചയപ്പെട്ടതെന്നു വിവരിച്ചാൽ നീ ചിരിച്ചുതുടങ്ങും. ചിലപ്പോൾ നിന്റെ ഭാര്യതന്നെയാണ് കഥ പറഞ്ഞു തന്നതെന്നു നീ തെറ്റിദ്ധരിക്കും. ചില കാര്യങ്ങൾ അധികം കിള്ളിപ്പൊളിച്ചു നോക്കരുത്. എനിക്കിവിടെ പറയാനുള്ളത് മറ്റൊന്നാണ്.

ഇനിയും ഞാൻ നിന്നെ ഒറ്റിക്കൊടുത്തെന്നു കരുതരുത്. പിന്നെ, നീ എനിക്കയച്ച കത്തിലെ നിർദ്ദേശം എനിക്ക് പാലിക്കാനാകില്ലെന്നറിയിക്കുന്നതിൽ ദുഃഖമുണ്ട്. ഒരാൾക്കെങ്ങനെ രണ്ടു തവണ ആത്മഹത്യ ചെയ്യാനാകും?

5

ഹേമന്തം

മുല്ലപ്പൂക്കൾ മണം പൊഴിച്ചു നില്ക്കുന്ന സുഗന്ധഭരിതമായ കാലമാണ് ഹേമന്തം. ഇടവിട്ടുള്ള മഴയും തണുപ്പമേറ്റ് പ്രകൃതിയും ഹരിതസമൃദ്ധമാകുന്ന സമയം. ജീവിതാനുഭവങ്ങൾ എന്തുതന്നെയെങ്കിലും മനുഷ്യരെല്ലാം ആയുസ്സിന്റെ ശക്തി തിരിച്ചറിയുന്ന നേരമാണത്. എന്നാൽ മലയാളകഥയെ സംബന്ധിച്ച് ഹേമന്തത്തിന് ചില താല്പര്യങ്ങളുള്ളതായി മനസ്സിലാക്കാം. അതു വേറൊന്നുമല്ല, ധാർമ്മികമായ സംസ്കാരത്തിന്റെ അടിത്തറ ബലിഷ്ഠമാക്കാനുള്ള മർത്ത്യന്റെ നീക്കങ്ങളെ ക്രിയാത്മകമായി മുന്നോട്ടു കൊണ്ടുപോകുക എന്നതാണ്. അതൊട്ടൊന്ന് വിശദീകരിക്കേണ്ടതായുണ്ട്. എല്ലാ അർത്ഥത്തിലും മനുഷ്യർ ജീവിതവിജയങ്ങളിലേക്ക് ആർത്തലച്ചെത്തിയിരിക്കുകയാണ്. ശാസ്ത്രവും സാങ്കേതികതയും അതു നല്കിയ അനേക വഴികളുമുപയോഗിച്ച് പുരോഗതിയുടെ നെറുകയിലെത്തിയിരിക്കുന്നു. ഏതു വലിയ വിജയങ്ങളും സ്വന്തമാക്കുമ്പോൾ സ്വാഭാവികമായും സ്വാർത്ഥതയും വന്നുചേരാറുണ്ട്. അത് പലതലങ്ങളിൽ സാംസ്കാരികമായ വിള്ളലുകളുണ്ടാക്കിയിട്ടുണ്ട്. പൊതുവേ ബലഹീനരായ ആൾക്കാർ, എന്തിന് പ്രകൃതിപോലും അതിരിലേക്ക് നടതള്ളപ്പെട്ടിരിക്കുന്നു. അത് വിയർത്തുനേടിയ വിജയത്തിന്റെ മാറ്റ് കുറച്ചെന്നിരിക്കും. അത് പരിഹരിക്കുവാനുള്ള ധാർമ്മികമായ ശ്രമങ്ങൾ കഥകൾ ഇക്കാലത്ത് നടത്തുന്നുണ്ട്. എല്ലാത്തരമധികാരങ്ങളെയും നിർഭയമായി നേരിട്ടുകൊണ്ട് മൂല്യത്തിന്റെ കെടാവിളക്ക് തെളിക്കാനുള്ള ആർജ്ജവം കഥകളേറ്റെടുക്കുന്നതായി മനസ്സിലാക്കാം. അപ്പോൾ പുതിയ ജീവിതത്തെ തെളിച്ചപ്പെടുത്തുന്ന വെളിച്ചം പ്രസരിപ്പിക്കുന്നതായും തിരിച്ചറിയാനാകും.

ജീവിതത്തിന്റെ അർത്ഥവും വലുപ്പവും ഗൃഹാതുരമായി അന്വേഷിച്ച കഥാകാരനാണ് വി ജെ ജെയിംസ്. മനുഷ്യസമുദായത്തിന്റെ ഉയിരെ

ഴുത്തായി കഥകൾ മാറുന്നുമുണ്ട്. പ്രണയത്തിൽ ദാമ്പത്യത്തിന് കാര്യമില്ലെന്ന ധാരണയെ തിരുത്തിക്കൊണ്ട് അപഥങ്ങളിലേക്കുള്ള സഞ്ചാരത്തെ നിരുത്സാഹപ്പെടുത്താനുള്ള പ്രയത്നം അക്ഷരങ്ങളിലൂടെ നടത്തുന്നു. പ്രണയത്തെ രക്തമായും മാംസമായും തിരിച്ചറിയുന്ന കെ ആർ മീര അതിന്റെ ആഴങ്ങളിലേക്ക് ഭാവനകൊണ്ട് തോണിതുഴഞ്ഞ എഴുത്തുകാരിയാണ്. അസാധാരണമായ അനുഭവങ്ങളിലൂടെ ചങ്കിടിപ്പുകൂട്ടാനും തിരസ്കരിക്കപ്പെട്ട സ്ത്രീയുടെ ക്രോധാവേശങ്ങൾ കത്തുന്ന വാക്കുകളിലൂടെ പടർത്താനും ശ്രമിക്കുന്നു. വിധിയും ജീവിതവുമായുള്ള ഏറ്റുമുട്ടലും ആത്മാവിലേക്കു തറയ്ക്കുന്ന വാക്കുകൾ കൊണ്ട് പറഞ്ഞുവെച്ചു. ആത്മബന്ധങ്ങളുടെ ശൈഥില്യങ്ങളെ ചരിത്രത്തിന്റെ ചുവരിൽ കുറിച്ചിട്ട വാക്കുകൾ കൊണ്ട് അനുഭവപ്പെടുത്തിയ കഥാകാരനാണ് ഇ സന്തോഷ്കുമാർ. നീചവേദങ്ങളുടെ ജ്ഞാനബോധങ്ങളെ ഭേദിച്ചുകൊണ്ട് മനുഷ്യ സ്നേഹത്തിന്റെ ഹൃദയമിടിപ്പുകൾ കഥകളിൽ പകർന്നുവെച്ചു. ഗുണാത്മകമായ കാലത്തെ ഭാവന ചെയ്യുന്ന കഥാകാരനാണ് സുഭാഷ് ചന്ദ്രൻ. ആഖ്യാനത്തിന്റെ സങ്കീർണ്ണ വിന്യാസങ്ങളിലൂടെ ദൈവത്തോട് ചേർത്തുനിർത്തി ജീവിതധാർമ്മികത പരിശീലിപ്പിച്ചു. കെട്ടകാലത്തിന്റെ പൊരുളിനെ പകർത്തേണ്ടി വരുമ്പോൾ ക്ലാസിക്കുകളെ തിരുത്താനുള്ള ചങ്കൂറ്റം ബി മുരളി ഏറ്റെടുക്കുന്നു. അനുഭവങ്ങളുടെ ഇരുട്ടിനെ ഭേദിക്കുവാൻ എഴുത്തുകാരെയും അവരുടെ ഭാവനകളെയും മുന്നിൽനിർത്തി മാറ്റുരച്ചു പരിശോധിക്കുന്നു. പ്രണയ വൈരുദ്ധ്യങ്ങളുടെ വഴികളിലേക്ക് ഇറങ്ങിച്ചെല്ലുന്നു. ധാർമ്മികത പതാകയാക്കി ഗുണാത്മകമായൊരു കാലത്തെ പുനർനിർമ്മിക്കാനുള്ള സത്യസന്ധത ഹേമന്തകാലത്തെ അടയാളപ്പെടുത്തിയ കഥാകാരന്മാരുടെ മേന്മയായി കരുതാം.

വി ജെ ജെയിംസ്

പ്രണയോപനിഷത്ത്

ആനിമ്മയും ഞാനും പ്രേമിക്കാതെ വിവാഹിതരായിട്ട് ഇന്നേക്ക് പത്തൊൻപത് വർഷം തികഞ്ഞു. ആനിമ്മയ്ക്ക് ഇരുപത്തിമൂന്നും എനിക്ക് ഇരുപത്താറും വയസ്സുള്ളപ്പോഴാണ് അബദ്ധത്തിൽ ഞങ്ങടെ കല്യാണം നടന്നത്. അബദ്ധത്തിൽ സംഭവിച്ച എന്നു പറഞ്ഞത് വെറുതെയല്ല. ആനിമ്മയെ ശരിക്കും ആലോചിച്ചത് ഉലഹന്നാൻ എന്നു തന്നെ പേരുള്ള മറ്റൊരു വ്യക്തിക്കുവേണ്ടിയായിരുന്നെങ്കിലും അതേ പേരുകാരനായതിനാൽ വിലാസം തെറ്റി വിവാഹബ്യൂറോക്കാർ എനിക്ക് കത്തയക്കുകയും ആ അബദ്ധം ഞങ്ങളെ കൂട്ടിമുട്ടിക്കുകയുമാണുണ്ടായത്. പാവം മറ്റേ ഉലഹന്നാന് എന്തായിട്ടുണ്ടോ എന്തോ. തീർച്ചയായും അയാൾക്ക് നല്ലതേ വന്നിട്ടുണ്ടാവൂ. അങ്ങനെ പത്തൊൻപതു വർഷം കൊണ്ട് ഞാനും ആനിമ്മയും കല്യാണത്തിനു മുൻപുള്ള ഉല്ലാസകാലത്തെക്കുറിച്ചൊക്കെ ഏതാണ്ടങ്ങനെ മറന്നുകഴിയുമ്പോഴാണ് അടുത്തിടയായി എന്റെ മനസ്സ് പിടിതെറ്റി ചില അപഥസഞ്ചാരങ്ങളിൽ ഏർപ്പെട്ടു തുടങ്ങിയിരിക്കുന്നത്.

പറഞ്ഞുവരുന്നത് ഇതാണ്. വീടുവച്ചുകഴിയുമ്പോഴാണ് ഒരുവൻ എങ്ങനെ വീടുവയ്ക്കരുതെന്ന് പഠിക്കുക എന്നതുപോലെ പ്രണയത്തിൽ എനിക്ക് പിണഞ്ഞിട്ടുള്ള കൈത്തെറ്റുകളെക്കുറിച്ച് ഈ നാല്പത്തഞ്ചാം വയസ്സിലാണ് ഞാൻ തിരിച്ചറിയുന്നത്. ബോധിവൃക്ഷച്ചോട്ടിലിരിക്കെ ബുദ്ധന് ബോധോദയമുണ്ടായെങ്കിൽ, ബാറിലെ ഫാനിന്റെ ചോട്ടിൽ വച്ചാണ് എനിക്കുമീ വീണ്ടുവിചാരമുണ്ടായത്. പത്തിൽ പഠിക്കുന്ന മകളും ഏഴാം ക്ലാസുകാരൻ പുത്രനും താഴത്തെ നിലയിലും ഭർത്താവും ഭാര്യയും മാത്രം മുകളി

ലത്തെ നിലയിലുമായി പ്രത്യേകിച്ച് അല്ലലുകളില്ലാതെ ജീവിച്ചു പോരുമ്പോൾ ഒരല്പം ദാർശനികവിചാരമുണ്ടാകാൻ പ്രണയമല്ലാതെ മറ്റെന്താണ് ഉത്തമം.

ഒരുമാതിരിപ്പെട്ട സാഹിത്യകാരന്മാരും സിനിമാക്കാരും ചേർന്ന് കൈയിട്ടളിച്ച പ്രണയം അമിതവാചാലത അർഹിക്കുന്നില്ലെന്നേ സാധാരണ ജീവിതം സാധാരണ പോലെ ജീവിച്ചുതീർക്കുമ്പോൾ ഏവർക്കും തോന്നൂ. പക്ഷേ, ഒന്നര പെഗ്ഗിന്റെ മൃദുലഹരി എനിക്കു ഇട്ടുതന്നിരിക്കുന്നത് പുത്തൻമണമുള്ള ഒരാശയം തന്നെയാണ്. പ്രണയത്തിൽ പിണഞ്ഞുപോയ എല്ലാ പാളിച്ചകളും തിരുത്തി ഒരിക്കൽക്കൂടി സർവ്വം മറന്നൊന്ന് പ്രണയിക്കാൻ ഈ ജീവിതത്തിൽ അവസരം ലഭിക്കാതിരിക്കുന്നത് അനീതിയല്ലേ. കുറച്ചുദൂരയാത്ര ചെയ്തശേഷം തിരിഞ്ഞുനിന്ന് ജീവിതത്തോട് ധൈര്യപൂർവ്വം ചില ചോദ്യങ്ങൾ ചോദിക്കേണ്ടതുണ്ടെന്നു തന്നെ ഞാൻ കരുതുന്നു. ഒരു മദ്ധ്യവയസ്കന്റെ ചോദ്യങ്ങൾക്ക് ഉത്തരം നല്കാനുള്ള ബാദ്ധ്യതയിൽനിന്ന് ജീവിതത്തിനങ്ങനെ ഒഴിഞ്ഞു മാറാനൊന്നും പറ്റില്ല.

-എന്താണു ജീവിതമേ പ്രണയസംബന്ധിയായ കാര്യങ്ങളിൽ എന്നോടു നീ ചെയ്തു വെച്ചത്?

പറഞ്ഞുവന്നാൽ മൂന്നാംക്ലാസിൽ വച്ചായിരുന്നു എന്റെ ആദ്യ പ്രണയം. വെളുത്തു തുടുത്ത് പാവയെപ്പോലിരുന്ന ജൂലിയറ്റ് എന്ന ചട്ടക്കാരി പെൺകുട്ടിക്ക് ആമക്കുളത്തിൽനിന്ന് പറിച്ച നെയ്യാമ്പൽ കൊടുത്ത് ഞാൻ ഐ ലവ് യു എന്നു പറഞ്ഞു. പച്ച റാപ്പറിൽ പൊതിഞ്ഞ പാരിചോക്ലേറ്റ് തന്ന് ഐ ടു ലവ് യു എന്ന് അവളും മൊഴിഞ്ഞു. ഇന്ന് ലഭ്യമല്ലാത്ത ആ ചോക്ലേറ്റിന്റെ പാൽരുചി ഇപ്പോഴുമെന്റെ നാവിൽ തുമ്പത്ത്. *മഞ്ഞിൽ വിരിഞ്ഞ പൂക്കളിൽ* ശങ്കർ ചുണ്ടുകൊണ്ടഴിച്ച ചോക്ലേറ്റിന്റെ റാപ്പർകൊണ്ട് പൂർണ്ണിമാ ജയറാം ഒരു കുഞ്ഞുപാവയെ ഉണ്ടാക്കി ഭാവിജീവിതത്തെക്കുറിച്ച് ഓമനവിചാരങ്ങൾ നെയ്യുന്നത് ടി വിയിൽ കാണുമ്പോഴൊക്കെ, ആ പാരിറാപ്പറും അതുതന്നെ ജൂലിയറ്റിനെയും ഞാൻ ഓർക്കുമായിരുന്നു. പിന്നീട് ഏഴു വർഷത്തെ സംയമനത്തോടെയുള്ള ഇടവേളയ്ക്കുശേഷം പത്താം ക്ലാസിൽ വച്ചേ ഞാൻ പ്രണയിച്ചിട്ടുള്ളൂ. അത് സുധാമണിയെ ആയിരുന്നു. മലയാളം റീഡർ കൈമാറുമ്പോൾ പരസ്പരം വിരൽതൊട്ടതായിരുന്നു ഞങ്ങൾക്കിടയിൽ സംഭവിച്ച ഏക ശാരീരികബന്ധം. താനായിരുന്നെങ്കിൽ ഇതിനകം സുധാമണിയെ പത്തുമാസം ഗർഭിണിയാക്കിയേനെ എന്ന് പരിഹസിച്ചു വീമ്പിളക്കിയ രാധാമോഹനുമായി അടികൂടി തോല്ക്കുകയും ചെയ്തു ഞാൻ. പ്രീഡിഗ്രിക്ക് ടൗണിലെ കോളേജിൽ ചെന്നപ്പോൾ സുധാമണിയോടുള്ള പ്രണയം ഗ്രാമീണ വായനശാലയുടെ പുറകിൽ ഉപേക്ഷിക്കപ്പെട്ട നിലയിൽ കിടന്നു. പിന്നെ തരാതരം പല പ്രണയിനികളും എന്റെ മനസ്സ് ചവിട്ടിക്കുഴച്ച് കടന്നുപോയിരിക്കുന്നു.

പല പ്രണയങ്ങൾ എന്നുപറയുമ്പോൾ ഒരു പ്രണയവും അതിന്റെ പൂർണ്ണത പ്രാപിച്ചില്ലെന്ന് അതിൽത്തന്നെ ധ്വനിയുണ്ട്. കാരണം പ്രണയം ഒരിക്കൽ തികവു പ്രാപിച്ചാൽ ഒരുവന് വീണ്ടുംവീണ്ടും പ്രണയിക്കാൻ തോന്നില്ല. മൃഷ്ടാന്നം ഭുജിച്ച് വയറ് വീർത്തവന് ഒരു ഞാലിപ്പൂവൻ പഴംപോലും അധികം കഴിക്കാനാവില്ലല്ലോ. പൂർണ്ണത്തെക്കുറിച്ചുള്ള ഉപനിഷദ് മന്ത്രം പോലെ കൂട്ടാനും കിഴിക്കാനും ഒന്നുമില്ലാത്ത ഒരു വേദാന്തനില അങ്ങനെയുള്ളവനെ പിന്തുടർന്നുകൊണ്ടിരിക്കും. പക്ഷേ, പ്രണയം ആ വിധം പൂർണ്ണത പ്രാപിച്ചെന്ന് ഏത് മദനകുമാരനാണ് അവകാശപ്പെടാനാവുക? ഒട്ടുമിക്ക പ്രണയങ്ങളുടെയും കാതൽ ശുഷ്കിച്ചതും ചിതലരിച്ചതുമാണെന്ന് സൂക്ഷിച്ചു നോക്കിയാൽ മനസ്സിലാവും.

ഇന്ന് നാല്പത്തഞ്ചാം വയസ്സിലെത്തി നില്ക്കുമ്പോൾ ഏറിയ കുറ്റബോധത്തോടെ ഞാൻ തിരിച്ചറിയുന്ന പ്രണയത്തെ അതിന്റെ പൂർണ്ണതയിൽ അനുഭവിക്കാൻ എനിക്കും സാധിച്ചില്ലല്ലോയെന്ന്. എനിക്കു മാത്രമല്ല ഒട്ടനവധി സ്ത്രീപുരുഷന്മാർക്ക് സംഭവിച്ചിട്ടുള്ളതും ഇനി സംഭവിക്കാൻ പോവുന്നതും ഇതുതന്നെ. ഒരവസരം കിട്ടുമെങ്കിൽ എല്ലാ തെറ്റുകുറ്റങ്ങളും തിരുത്തി ആദ്യപ്രണയത്തിന്റെ ചൂരും ചൂടും വീണ്ടെടുക്കാനും സ്നേഹത്തിന്റെ ശുദ്ധലഹരിയിൽ ഒരിക്കൽക്കൂടി മഗ്നരാവാനുമുള്ള കാലം തെറ്റിയ മോഹം എന്നെപ്പോലെ അവരെയും ബാധിച്ചിട്ടുണ്ടാവുമെന്ന് തീർച്ച.

പുറമേ കാട്ടാതെ മാന്യത ഭാവിക്കുകയാണെല്ലാരും.

വിവാഹിതനും രണ്ടുകുട്ടികളുടെ അച്ഛനുമാണെന്നത് പ്രണയത്തിനു തടസ്സമായിത്തീരുന്ന ലോകരീതിയോട് എനിക്കിപ്പോൾ ശക്തമായ വിയോജിപ്പ് തോന്നുന്നുണ്ട്. ആ വികാരത്തെ വേണ്ടവിധം ദാർശനികമായി പ്രതിരോധിക്കാനായി പല രീതിയിൽ വിചാരധാരകൾ സജ്ജീകരിച്ചു നോക്കി. ഇടയ്ക്കിടെ വഴക്കിട്ടും വീണ്ടും ഇണങ്ങിയും മാസത്തിലൊരിക്കൽ സിനിമയ്ക്ക് പോയും മുട്ടുമ്പോൾ രതിയിലേർപ്പെട്ടും ഒരുപ്രത്യേക തുലനത്തിൽ ജീവിതമങ്ങനെ മുന്നോട്ടുപോവുമ്പോൾ ഇടയ്ക്കൊരു പ്രണയവിചാരം എന്തിനാണോ എന്തോ ഭൂതകാലത്തിൽനിന്ന് വർത്തമാനത്തിലേക്ക് യോജനകൾ ചാടിക്കടന്നെത്തിയത്. പ്രണയം അതിന്റെ മലരമ്പുകൊണ്ട് വല്ലാത്തൊരെയ്ത്താണ് എന്റെ നെഞ്ചിലേക്ക് എയ്തിരിക്കുന്നത്.

പക്ഷേ, ആരാണീ മദ്ധ്യവയസ്സിൽ എന്നോട് പ്രണയബന്ധം സ്ഥാപിക്കാൻ.

ഓഫീസിൽ ആകെയുള്ളത് കാണാൻ അത്ര അഴകൊന്നും അവകാശപ്പെടാനില്ലാത്ത ടൈപ്പിസ്റ്റ് ജഗദമ്മയാണ്. പൊടിപിടിച്ച ഫയലുകൾക്കിടയിൽ അവരെക്കണ്ടാൽ മുഷിഞ്ഞ മറ്റൊരു ഫയൽ പോലെ തോന്നുമെന്നല്ലാതെ പ്രണയം പോയിട്ട് ഒരു സന്തോഷം പോലും അനുഭവപ്പെടില്ല.

കല്യാണത്തിനു ശേഷം എന്റേതുമാത്രമായ രഹസ്യങ്ങൾ സൂക്ഷിച്ചിട്ടില്ലാത്ത ഉത്തമപുരുഷനാണ് ഞാൻ. അതിനാൽ പ്രണയ സംബന്ധിയായ എന്റെ ഉൾപ്പനി ആനിമ്മയോടങ്ങു തുറന്നു പറഞ്ഞാലെന്തെന്ന് ഇടയ്ക്കിടെ ഞാൻ ധൈര്യപൂർവ്വം ഓർക്കുകയും അത്രതന്നെ അധൈര്യത്തോടെ പിൻവാങ്ങുകയും ചെയ്തുകൊണ്ടിരുന്നു. ചില ധൈര്യങ്ങൾ അപകടകാരികളാണ്. വാവസുരേഷിനെപ്പോലെ പാമ്പിനെ പിടിക്കാൻ സാധാരണക്കാർ പുറപ്പെട്ടാൽ ദംശനമേറ്റ് നീലിച്ചതുതന്നെ. അയാളും പക്ഷേ, ആദ്യത്തെ പാമ്പിനെ പിടിച്ച ഒരനുഭവത്തിനു ശേഷമാവില്ലേ സ്ഥിരം പാമ്പു പിടുത്തക്കാരനായത്. എങ്കിലെന്തുകൊണ്ട് എനിക്കും ധൈര്യമുള്ളൊരു പാമ്പുപിടുത്തക്കാരനായിക്കൂടാ.

ഒരു രാത്രിയിൽ ഉഗ്രപ്രതാപിയായ എട്ടടിമൂർഖനെ പിടികൂടുന്നതായി സ്വപ്നം കാണുക കൂടി ചെയ്തതോടെ എനിക്കൊരു ആത്മധൈര്യമൊക്കെ വന്നു. പിറ്റേന്ന് ആകെയൊന്നു വിജൃംഭിപ്പിച്ച് സ്വയം ബലം സംഭരിച്ച് ആനിമ്മയോടു ഞാൻ എന്റെ പ്രണയപ്രതിസന്ധിയെക്കുറിച്ചു പറയാനൊരുമ്പെട്ടു. കുറേ അക്ഷരങ്ങൾ തൊണ്ടയിൽ കുരുങ്ങിയും പിന്നെ കുറച്ച് അന്നനാളത്തിലേക്ക് വീണും നഷ്ടപ്പെട്ടെങ്കിലും ഞാൻ പറഞ്ഞ കാര്യം ആനിമ്മ സ്പഷ്ടമായും കേട്ടു. ഏതോ മണ്ണുമണപ്പൻ ജീവിയെ എന്നവണ്ണം എന്നെയവൾ നോക്കിയതും സംഗതി കൈവിട്ടുപോയേക്കുമോ എന്ന് ഭയമായി എനിക്ക്. എന്നാൽ ആയുർബലം കൊണ്ടാവണം മാരകമായ അത്യാഹിതമൊന്നും സംഭവിച്ചില്ല,

"ഓ വയസ്സുകാലത്തെ പൂതി."

ഫലിതമിറ്റുന്ന ചിരി ചിരിച്ച്, ഏതൊരു സാധാരണ പെണ്ണും പറയാനിടയുള്ളൊരു

സാധാരണ വാചകത്തിൽ ആനിമ്മ പ്രതികരിച്ചപ്പോൾ ഞാനൊരു നെടുവീർപ്പ് ശൂന്യാകാശത്തേക്കു വിക്ഷേപിച്ചു.

പ്രണയാതുരമായ എന്റെ അവസ്ഥ ആനിമ്മയ്ക്ക് മനസ്സിലായില്ലെന്ന് എനിക്ക് മനസ്സിലായി. എല്ലാക്കാര്യങ്ങളും എല്ലാവരെയും ഒരുപോലല്ലല്ലോ ബാധിക്കുക. ഇത്രനാൾ അടുത്തറിഞ്ഞ സ്ത്രീക്ക് മനസ്സിലായില്ലെങ്കിൽ പിന്നെയീ പ്രപഞ്ചത്തിൽ ആരാണെന്നെ മനസ്സിലാക്കാൻ. ഒരു പുതിയ പ്രണയം സ്വന്തമാക്കുന്നത് ഇന്ത്യൻ സ്റ്റാൻഡേർഡ് അനുസരിച്ച് അപഥസഞ്ചാരമാണെന്നതിനാൽ പ്രത്യേകിച്ചും. എന്നാൽ ഇത്തരം മുറുക്കിപ്പിടുത്തങ്ങളില്ലാത്ത വിദേശി ഭർത്താക്കന്മാരാരും ഒരു തീവ്രപ്രണയത്തെ എല്ലാ സാദ്ധ്യതയോടെയും അനുഭവിക്കാൻ മെനക്കെടാത്തത് കഷ്ടം തന്നെയാണെന്ന് എനിക്കു കുന്നായ്മ തോന്നി.

ആഴ്ത്തോറും മുറുക്കിയഴിക്കാവുന്ന കടുപ്പം കുറഞ്ഞ കെട്ടുകളാണാ ദുഷ്ടന്മാർക്ക് പ്രണയബന്ധങ്ങൾ.

കല്യാണം കഴിച്ച് പുത്രകളത്രാദികളുമായി കഴിയുന്ന ഒരുവന് തെറ്റു തിരുത്തിക്കൊണ്ട് നേർവഴി പ്രണയം സാദ്ധ്യമല്ലെന്നു മനസ്സിലായതോടെ പ്രണയത്തെക്കുറിച്ച് എനിക്കുണ്ടായ വേണ്ടാ വിചാരം ഉപേക്ഷിച്ചു കളയാമെന്ന് നിരാശാകാമുകനെപ്പോലെ ഞാൻ തീരുമാനമെടുത്തു. മദ്യപാനനേരത്തുണ്ടായ മതിഭ്രമമായതിനാൽ അതിനെ ബാറിൽത്തന്നെ കൊണ്ടുപോയി ഉപേക്ഷിക്കുന്നതായിരുന്നു ഉത്തമം. പക്ഷേ, ചാക്കിൽ കെട്ടി പൂച്ചയെ ദൂരെക്കളയുംപോലെ വിചാരങ്ങളെ ഉപേക്ഷിക്കാൻ ശ്രമിച്ചാൽ കൊണ്ടുപോയയാൾ വീട്ടിലെത്തുംമുമ്പ് പൂച്ച മടങ്ങിയെത്തും എന്നതിനാൽ പ്രണയവിചാരങ്ങളെ തല്ലിയോടിക്കാനുള്ള ശ്രമം ദാരുണമായി പരാജയപ്പെടുകയാണുണ്ടായത്.

എന്നാലും നേരും നെറിയുമില്ലാത്ത ജീവിതത്തിൽ ചില തീരുമാനങ്ങൾ, അവ നെഞ്ചു പറിക്കുന്നവയാണെങ്കിൽ കൂടി, എടുക്കാതെ പറ്റില്ലല്ലോ മനുഷ്യർക്ക്. ഞാനും അതുതന്നെ ചെയ്തു. പ്രണയാതുരമായ ഒരു നവീനാശയത്തെ ഒരിക്കലും പ്രായോഗികമാക്കാനാവാതെ ഉപേക്ഷിക്കേണ്ടിവന്നപ്പോഴാണ് മരണം പോലെ വേദനാജനകമാണതെന്ന് എനിക്ക് ബോദ്ധ്യപ്പെട്ടത്. പ്രണയം ആത്മഹത്യയിലെത്തുന്നതിനെ പരിഹാസ്യമായി കണ്ടിരുന്ന എന്നിലെ പഴയ മനുഷ്യനെ ഞാൻ ഉരിഞ്ഞുകളഞ്ഞു. ഇപ്പോഴെനിക്കറിയാം പ്രണയവും മരണവും ഒട്ടി നില്ക്കുന്നവയാണെന്ന്. ഓരോ പ്രണയവും ഒരാത്മഹത്യയുടെ മുനമ്പിൽ നിന്നുകൊണ്ടാണ് ജീവിതത്തെക്കുറിച്ച് പ്രത്യാശാഭരിതമാവുന്നത്. ആത്മഹത്യ ചെയ്ത കമിതാക്കൾക്ക് തീർച്ചയായും നിത്യശാന്തി അവകാശപ്പെട്ടതാണ്.

മരണവിചാരത്തിന്റെ തോളിൽ ഞാനങ്ങനെ കൈയിട്ട് നില്ക്കുമ്പോഴാണ്, മരിച്ചവർ ഇട്ടുതന്നപോലെ ഒരു പുത്തനാശയം എന്റെയുള്ളിൽ മിന്നിയത്. എന്തുകൊണ്ട് സ്വന്തം ഭാര്യയായ ആനിമ്മയെത്തന്നെ എനിക്കങ്ങ് പ്രണയിച്ചുകൂടാ. പ്രേമത്തിന് കണ്ണും മൂക്കും പ്രായവും മാത്രമല്ല ആൺ പെൺ ഭേദംപോലുമില്ലെന്ന് ആ മേഖലയിൽ ഗവേഷണം നടത്തിയവർ സിദ്ധാന്തിച്ചിട്ടുമുണ്ടല്ലോ. സ്വന്തം ഭാര്യയെ ജീവിതത്തിന്റെ മദ്ധ്യാഹ്നത്തിൽ തെറ്റുതിരുത്തി പ്രണയിക്കാൻ തുടങ്ങുന്നതിലുമില്ലേ ഒരു നവഭാവുകത്വം.

എന്നാൽ അതിലൊരു പ്രശ്നമുള്ളതെന്തെന്നാൽ ഇന്നുമുതൽ ആനിമ്മയെ പ്രണയിക്കാൻ തുടങ്ങുന്നു എന്നു പറയുമ്പോൾ ഇതുവരെ അവളെ ഞാൻ ശരിക്കും പ്രണയിച്ചിട്ടില്ല എന്നു സമ്മതിക്കലല്ലേ അത്. അനുനാസികത്തിൽ ചിണുങ്ങാൻ ആനിമ്മയ്ക്ക് അതുമതിയാവും.

അതോർത്ത് പക്ഷേ, സത്യസന്ധനായ ഒരു പ്രണയിതാവ് ആത്മവഞ്ചന ചെയ്തുകൂടാ.

നട്ടെല്ലുറച്ച പ്രണയം സകലതും ഏറ്റുപറയും. തെറ്റും കുറ്റവും തിരുത്തും. പ്രതിസന്ധി നേരിടാൻ ഉശിരു കാട്ടും. എന്നൊക്കെയാണ് പ്രണയത്തിന്റെ ചരിത്രപുസ്തകത്തിലെ തിരുക്കുറിപ്പുകൾ.

ആ വിചാരം നല്കിയ അപകടകരമായ ആത്മവിശ്വാസത്തിന് വശംവദനായി ഒരു ദിവസം വാക്കുകൾ കരുതലോടെ തെരഞ്ഞെടുത്ത് ഞാനെന്റെ പ്രണയം ഇങ്ങനെ വെളിപ്പെടുത്തി.

"ആനിമ്മേ നിന്നെ ഞാൻ വീണ്ടും പ്രേമിക്കാൻ പോകുന്നു."

അസാമാന്യമായ ചങ്കുറ്റപ്രകടനമായിരുന്നു എനിക്കത്.

പക്ഷേ, ആവേശത്തിനിടയിൽ ഒന്നു ഞാൻ മറന്നുപോയി. എന്നെപ്പോലെ ദാർശനികതയുടെ പർവ്വതമുകളിലൂടൊന്നും ആനിമ്മ സഞ്ചരിച്ചിട്ടില്ലല്ലോ. കല്യാണം കഴിഞ്ഞ് വർഷം പത്തൊൻപതു കഴിഞ്ഞപ്പോൾ ഈ മനുഷ്യനിത് എന്തിന്റെ ഉദിമദമാണെന്ന് അവൾക്ക് തോന്നിയിരിക്കണം.

കഷ്ടം, എന്റെ പ്രണയാഭ്യർത്ഥനയെ വിസ്കിത്തൊപ്പിവച്ച ഒരു കുള്ളൻ തമാശയായേ അവൾ എണ്ണിയുള്ളൂ. ചിരിപോലെ തോന്നിച്ച അവളുടെ അവ്യക്തഭാവത്തിൽ നിന്ന് എനിക്കത് വ്യക്തതയോടെ വായിച്ചെടുക്കാനായി.

എന്നാലും പിന്മാറ്റത്തിന് ഒരുക്കമല്ല ഞാൻ.

ഒരു പ്രേമവല്ലരി പുഷ്പിക്കാൻ കൃത്യമാത്രകളിൽ എന്തൊക്കെ വളവും വെള്ളവും ചേർക്കണോ അതിനൊക്കെ ഞാൻ തയ്യാർ. ഇനിയെനിക്ക് പ്രണയാന്വേഷണപരീക്ഷണങ്ങളുടെ കാലമാണ്.

അതിലേക്കു വലതുകാൽ വച്ചിറങ്ങുന്നതിനായി, ഇത്രനാൾ ആനിമ്മയെ സ്നേഹിക്കുമ്പോൾ എനിക്ക് പിഴവുപറ്റിയിരിക്കാൻ ഇടയുള്ള കാര്യങ്ങൾ ഓരോന്നായി മുൻഗണനാക്രമത്തിൽ ഞാൻ ഓർത്തെടുത്തു.

എന്റെ പ്രശ്നങ്ങൾ ആരംഭിക്കുന്നതും എന്റെ പ്രശ്നങ്ങൾ അവസാനിക്കുന്നതും സാമ്പത്തികസംബന്ധിയായ വിഷയങ്ങളിലാണ്. നഗരത്തിലെ സർക്കാർ സ്ഥാപനത്തിൽ സ്പോർട്സ് ക്വോട്ടയിൽ ഗുമസ്തനായി പറ്റിക്കൂടിയ എനിക്ക് താങ്ങാൻ പറ്റുന്ന സാമ്പത്തികഭാരത്തിന് ചില പരിമിതികളുണ്ട്. ഇടയ്ക്കു പറയട്ടെ, ഉരുക്കുഗോളങ്ങൾ ദൂരേക്കു വലിച്ചെറിയുന്ന മത്സരത്തിലായിരുന്നു എനിക്ക് പ്രാവീണ്യം. അതു മുൻപ്. വിവാഹശേഷം ധാതുശോഷണം സംഭവിച്ചതിനാലോ ഭൂമിക്ക് ഗുരുത്വാകർഷണം വർദ്ധിച്ചതിനാലോ എന്നറിയില്ല എറിഞ്ഞ ഗോളങ്ങൾ ദൂരേക്കു പോകാൻ വിസമ്മതിച്ച് കഴിയുന്നത്ര അടുത്തുതന്നെ വീണു കിടന്നു. പങ്കെടുത്ത മത്സരങ്ങളിൽ തുടരെ ഏറ്റുപരാജയം ഏറ്റുവാങ്ങിത്തുടങ്ങിയതോടെ എന്നെ മത്സരത്തിനയക്കുന്നതിനുള്ള ചെലവെങ്കിലും ലാഭിക്കുന്നതിലായി സ്ഥാപനത്തിന്റെ ശ്രദ്ധ. അതോടെ ടി എ, ഡി എ വകയിലൊക്കെ ലഭിച്ചതുകൂടി ഇല്ലാതായതിന്റെ സാമ്പത്തിക വിഷമതകൾ ആനിമ്മയ്ക്കുണ്ടോ പറഞ്ഞാൽ മനസ്സിലാവുന്നു. എന്നിട്ടും നിരന്തരമായ അവളുടെ ആവലാതികേട്ട് ഒരു ടെലിവിഷൻ സെറ്റ് ഇൻസ്റ്റാൾമെന്റായി ഞാനവൾക്ക് വാങ്ങിക്കൊടുത്തു അതിന്റെ മുന്നിലിരിക്കുമ്പോഴെങ്കിലും ആനിമ്മ മിണ്ടാതിരിക്കുമല്ലോ എന്നു കരുതിയാണ്. എന്റെയാ കണക്കു കൂട്ടൽ കൃത്യമാക്കുന്നതിൽ സ്പോൺസേഡ് സീരിയലുകൾ കാര്യമായി തുണയ്ക്കുകയും ചെയ്തു. ഏഴുമണിക്കുള്ള മലയാളം വാർത്തയുടെ ദൃശ്യ-ശ്രവണ ചൂട്ടു തട്ടിയില്ലെങ്കിൽ ശോധന തെറ്റുന്ന ഒരവസ്ഥ എനിക്കുമുണ്ടായി എന്നതായിരുന്നു ഇതിന്റെയൊരു പാർശ്വഫലം. സ്വാഭാവികമായും സീരിയലും വാർത്തയും തമ്മിൽ ഇടയ്ക്കിടെ ഏറ്റുമുട്ടേ

ണ്ടുന്നൊരു സാഹചര്യം ഇതുമൂലം ഉണ്ടായിട്ടുണ്ട്. സത്യപ്രണയം തേടുന്ന സ്ഥിതിക്ക് ഇനി മുതൽ വാർത്തയുടെ ചൂടുതട്ടാതെതന്നെ ശോധന ശീലിക്കാൻ ഞാനെന്റെ ശരീരത്തെ പാകപ്പെടുത്തേണ്ടിയിരിക്കുന്നു.

സീരിയൽ കഴിഞ്ഞാൽ ആനിമ്മ മുടക്കം വരുത്താതെ ഫോളോ ചെയ്തിരുന്നത് ജ്യോതിഷസംബന്ധിയായ പരിപാടികളായിരുന്നു. കൂടാതെ നിങ്ങളുടെ ചോയ്സ്, ഓൺലൈൻ ക്വിസ് എന്നിവയിലും എസ് ടി ഡി വിളിച്ച് ആനിമ്മ പങ്കുചേർന്ന വകയിൽ എനിക്ക് കനത്ത ബില്ല് കൈപ്പറ്റേണ്ടി വന്നിട്ടുണ്ട്. നിങ്ങളുടെ ചോയ്സിലൂടെ ആനിമ്മ കേൾക്കാനിഷ്ടപ്പെട്ടത് ട്യൂട്ടോറിയൽ അദ്ധ്യാപകനായിരുന്ന സുഗുണൻ സാർ പാടുമായിരുന്ന 'അംഗനമാർ മൗലേ' എന്ന പ്രീഡിഗ്രി സ്മരണ തുളുമ്പുന്ന ഗാനമാണ്. ഓൺലൈൻ ക്വിസിൽ ആനിമ്മയ്ക്ക് ആദ്യ ചോദ്യത്തിനു തന്നെ ഉത്തരം മുട്ടി. ത്രിവർണ്ണ പതാകയിൽ എത്ര നിറങ്ങളുണ്ട് എന്ന ചോദ്യത്തിന് പത്തു സെക്കന്റിനുള്ളിൽത്തന്നെ മൂന്ന് എന്ന് ഉത്തരം പറഞ്ഞിട്ടും മാർക്കൊന്നും നല്കാതെ വീണ്ടും വിളിക്കണം ട്ടോ എന്ന് പറഞ്ഞ് ക്വിസ് മാസ്റ്റർ ഫോൺ വയ്ക്കുകയാണുണ്ടായത്. കഷ്ടം സർവ്വജ്ഞനായ ജ്യോതിഷപണ്ഡിതനാവട്ടെ ആനിമ്മ ആറുവട്ടം കത്തെഴുതിയശേഷമാണ് അനന്തവും അജ്ഞാതവുമായ അവളുടെ ഭാവി ടി വി ദ്വാരാ പ്രവചിച്ചത്. ആദ്യകത്തിൽത്തന്നെ ഇതു തന്റെ ആറാമത്തെ കത്താണെന്നു കുറിച്ച കളവ് സർവ്വജ്ഞന് ഇനിയും അജ്ഞാതം.

എന്നാൽ ടി വി സൃഷ്ടിച്ച പ്രശ്നങ്ങൾ അവിടംകൊണ്ടൊന്നും അവസാനിച്ചില്ല.

പ്രവചനങ്ങളിലുള്ള അമിത വിശ്വാസം കാരണം തസ്കരഭയമുണ്ടെന്ന് നിത്യജ്യോതിഷത്തിലെങ്ങാൻ വന്നാൽ അന്നുമുഴുവൻ ഒരജ്ഞാതമുഖംമൂടിയുടെ ഗൃഹപ്രവേശം കാത്താണ് ആനിമ്മ കഴിയാറ്. സന്താനലബ്ധിക്ക് സാദ്ധ്യത പ്രവചിക്കപ്പെട്ടാൽ ആ രാത്രി എനിക്ക് ഉലുവക്കഞ്ഞി വിളമ്പി ആനിമ്മ അടുത്ത മുറിയിൽ സ്വസ്ഥമായി ഉറങ്ങി. ഉലുവ പ്രമേഹത്തിനു മാത്രമല്ല വികാരശമനത്തിനും നല്ലതാണെന്ന് വല്യമ്മച്ചി തന്റെ അനുഭവസാക്ഷ്യം വച്ച് ആനിമ്മയ്ക്ക് പറഞ്ഞുകൊടുത്തിട്ടുണ്ടായിരുന്നു. എന്നിട്ടുമെന്തേ വല്യമ്മച്ചി ആണ്ടോടാണ്ട് പന്ത്രണ്ടുവട്ടം പെറ്റതെന്ന് ആനിയമ്മയോടു ഞാൻ ചോദിച്ചിട്ടില്ല. ഉലുവക്കഞ്ഞികൊണ്ടും തളയ്ക്കാനാവാത്ത മഹാവില്ലനായ വല്യപ്പച്ചനെക്കുറിച്ചു പറഞ്ഞ് പരിഹസിച്ചിട്ടുമില്ല. മറിച്ച് പരീക്ഷണകുതുകിയായ ഞാൻ എന്റെ ജന്മനക്ഷത്രം അറിവില്ലാഞ്ഞിട്ടും രാശിയേതെന്ന് ഗണിക്കാൻ ഉലുവയെ പ്രയോജനപ്പെടുത്തുകയാണുണ്ടായത്. ആനിമ്മയ്ക്ക് സന്താലലബ്ധിക്ക് സാദ്ധ്യതയുള്ള നാളിൽ ഏതു രാശിക്കാർക്കാണ് ഉലുവക്കഞ്ഞി കുടിക്കാൻ വിധിയെന്ന് കണ്ടെത്തിയാൽ മതിയല്ലോ. ഇതുപ്രകാരം ശാസ്ത്രസമ്മതമായ ട്രയൽ ആന്റ് എറർ മെത്തേഡിലൂടെ എന്റെ രാശി കർക്കിടകമാണെന്ന് ഞാൻ കണ്ടെത്തുകയും ചെയ്തു. ഞണ്ടുകറിയോടു എനിക്കുള്ള വൈകാരിക പ്രതിപത്തികൂടി കണക്കിലെടുക്കുമ്പോൾ- കർക്കിയെന്നാൽ ഞണ്ടെന്ന ന്യായേന- കൂറ് കർക്കിടകമാവാനേ വഴിയുള്ളൂ.

കാര്യം ഒരു ടി വി വാങ്ങിക്കൊടുത്തിട്ടുണ്ടെങ്കിലും ആനിമ്മയാവശ്യപ്പെട്ട പല വിശിഷ്ടവസ്തുക്കളും ഓരോ മുടന്തൻ ന്യായങ്ങൾ പറഞ്ഞ് മുടക്കിയിട്ടുള്ള മുട്ടാളനാണു ഞാൻ. അടിയന്തര ഘട്ടങ്ങളിൽ പ്രയോഗിക്കേണ്ടതിലേക്കായി *ബൈബിളിൽ*നിന്നും വിദഗ്ധമായി അടർത്തിയെടുത്ത വാളിന്റെ മൂർച്ചയുള്ള വചനങ്ങളുപയോഗിച്ചായിരുന്നു ആനിമ്മയുടെ ആഗ്രഹങ്ങളെ ഞാൻ അറുത്തുമാറ്റിയിരുന്നത്. ആനിമ്മയ്ക്കാവട്ടെ വേദപുസ്തക വായന കമ്മിയായതിനാലും ഒരാഴ്ചത്തെ കരിസ്മാറ്റിക് ധ്യാനം കൂടിയിട്ട് വർഷം

പലതുകഴിഞ്ഞതിനാലും ആവശ്യനേരത്ത് മറുവചനമൊന്നും ഓർമ്മ വന്നതുമില്ല. പ്രെയ്സ് ദ ലോഡ്. അയൽപക്കത്തെ പരിഷ്കാരിപ്പെണ്ണുങ്ങളുടെ കഴുത്തിലും കൈയിലും മാറിമാറി പ്രത്യക്ഷപ്പെടുന്ന പുതിയ മോഡലുകൾ കൊതിക്കെറുവോടെ നോക്കിനില്ക്കുമ്പോൾ, പൗലോസ് കോറിന്തോസുകാർക്കെഴുതിയ ലേഖനം ഉദ്ധരിച്ച് ഞാനവളുടെ ശ്രദ്ധ മാറ്റിക്കളയുമായിരുന്നു. മദ്ധ്യത്തിൽ പൂക്കൾ പതിച്ച ഒരു ഫോറിൻ ഷഡ്ഡിപോലും ഞാനവൾക്കു വാങ്ങിക്കൊടുത്തിട്ടില്ല. ആ ഭാഗത്ത് ഒരു പൂവിന്റെ പടം വച്ച് ആരെക്കാണിക്കാനാണെന്ന് അരസികനായ ഞാൻ കളിയാക്കി. ഒരു സർക്കാർ ഉദ്യോഗസ്ഥന്റെ ഭാര്യയ്ക്ക് ആഗ്രഹിച്ചുകൂടാത്തതിലൊന്നും ആനിമ്മയുടെ ശ്രദ്ധചെന്നു വീഴാതിരിക്കാൻ ഞാൻ പുലർത്തിയ ജാഗ്രതയാണു ജാഗ്രത. പെണ്ണിന് പ്രണയത്തിനു തെളിവായി വേണ്ടതൊന്നും ആനിമ്മയ്ക്ക് നല്കിയിട്ടില്ലാത്ത മനുഷ്യൻ പൊന്നേ കരളേ എന്നു പുന്നാരിച്ചോണ്ടു ചെന്നിട്ട് എന്തു കാര്യം. സത്യപ്രണയം തുടങ്ങണമെങ്കിൽ അത്യാവശ്യം വേണ്ടത് ചില ത്യാഗങ്ങളാണ്. അതിൽപ്പെട്ട ഒന്നാണ് സാമ്പത്തിക ത്യാഗം.

അടുത്ത ശമ്പളനാളിൽ, കടുത്ത സാമ്പത്തിക പ്രതിസന്ധിയെ മറികടന്നും ഞാൻ ആനിമ്മയ്ക്ക് അവൾ കുറേക്കാലമായി മോഹിച്ചു കൊണ്ടിരുന്ന ഒരു കാഞ്ചീപുരം സാരിയും മദ്ധ്യത്തിൽ പൂപതിച്ച ഫോറിൻഷഡ്ഡിയും വാങ്ങിക്കൊടുത്തു.

"ഈശോ, ഈ ഇച്ചായനിതെന്തുപറ്റി." ആനിമ്മ അത്ഭുതപ്പെട്ടു.

ഇളം നീലനിറമുള്ള ആ കാഞ്ചീപുരത്തെ കുറേ നാളായി അവൾ മനസ്സിൽ ചുറ്റി നടക്കുന്നതാണ്. സാരി ശരീരത്തോട് ചേർത്തുപിടിച്ച് നീലഷഡ്ഡിയിലെ ചുവന്ന പൂവിലേക്കും എന്റെ മുഖത്തേക്കും അവൾ മാറി മാറി നോക്കി. വെറുതേ ചിക്കിലി ചെലവാക്കുന്ന വിഡ്ഢ്യാനൊന്നുമല്ല ഞാനെന്ന് അവൾക്ക് നന്നായറിയാം. അന്തിനേരമ്പോക്കിന് എനിക്ക് ആവേശം തോന്നിയിട്ടാവും വിലപിടിച്ച ഈ സമ്മാനങ്ങളെന്നേ ആനിമ്മയ്ക്ക് ചിന്ത പോയുള്ളുവെന്ന് അവളുടെ നോട്ടത്തിൽനിന്നെനിക്കു വായിച്ചെടുക്കാൻ കഴിഞ്ഞു. പുരുഷന്മാർക്ക് നാല്പത് നാല്പത്തഞ്ചൊക്കെയാവുമ്പോൾ ഒരിളക്കമൊക്കെ കൂടുതലാണെന്ന് അവളുടെ ചില അനുഭവപ്രതിഭകളായ കൂട്ടുകാരികൾ പറഞ്ഞുകൊടുത്തിട്ടുണ്ടായിരുന്നു. റീസർക്കുലേഷൻ എന്നാണത്രേ അതിനു പേര്. ഭർത്താവിന്റെ റീസർക്കുലേഷൻകാലത്ത് ഭാര്യ കൊയ്ത്തു കഴിഞ്ഞ പാടംപോലെ തരിശായിക്കിടന്നാൽ ഭർത്താവ് വേറെ വിളവുതേടി പോവാൻ സാദ്ധ്യതയുള്ളതിനാൽ ആണിനേക്കാൾ എട്ടുവയസ്സെങ്കിലും കുറവുള്ള പെണ്ണിനെക്കെട്ടുന്നതത്രേ ഉത്തമം. എനിക്കും ആനിമ്മയ്ക്കുമിടയിൽ ആകെയുള്ളത് മൂന്നു വർഷത്തെ മൂപ്പിളമ മാത്രമാണെന്നത് അവളെ ആധിപ്പെടുത്തിയിട്ടുണ്ട്. അതിനാൽ റീസർക്കുലേഷൻ സംബന്ധിയായ വല്ല ഏനക്കേടുമായിരിക്കും എനിക്കെന്ന് ചിന്തിക്കാനേ ആനിമ്മയുടെ നേർബുദ്ധിക്ക് പ്രാപ്തിയുണ്ടായുള്ളൂ. അതോടെ എന്റെ ബ്ലഡ് സർക്കുലേഷൻ കൂടി- കാഞ്ചീപുരമേ എന്റെ മൂവായിരം രൂപാ...

പക്ഷേ, പ്രണയത്തെ അതിന്റെ പൂർണ്ണ സൗന്ദര്യത്തിൽ അനുഭവിക്കാനുറച്ച ഞാൻ അതിനു തടസ്സമായി നില്ക്കുന്ന മനോഭാവങ്ങളെല്ലാം അറുത്തു മുറിക്കാൻ നിശ്ചയിച്ചു. എടീ, മന്ദബുദ്ധീ, എന്നൊക്കെ വിളിക്കാറുള്ള നാവുവഴക്കം മാറ്റിവച്ച്, കല്യാണം കഴിച്ചകാലത്ത് ആനിമ്മയെ വിളിച്ചിരുന്ന മോളൂട്ടാ എന്ന ഓമനപ്പേര് ഞാൻ ഓർത്തെടുത്തു. കഴിഞ്ഞ കുറേ വർഷങ്ങളായി നിത്യജീവിതത്തിൽ ആ വാക്കെനിക്ക് ഉപയോഗിക്കേണ്ടി വന്നിട്ടുണ്ടായിരുന്നില്ല. പുതുമണവാളജനുസ്സിൽപ്പെട്ട പൈങ്കിളി പ്രയോഗം മാത്രമായി അതെന്റെ മനസ്സിൽ തരംതാണു പോയിരുന്നു.

ഛേ, എത്ര ലോലവും പഞ്ചാര ചുവയ്ക്കുന്നതുമായ വിളി.

പക്ഷേ, അന്ന ഞാൻ അങ്ങനെ ധരിച്ചിട്ടില്ലല്ലോ. ഇന്നത്തെ മദ്ധ്യവയസ്കൻ അന്നത്തെ ചെറുപ്പക്കാരനേക്കാൾ ഇരുത്തം വന്നവനാണെന്നോ അതിനർത്ഥം? സത്യത്തിൽ ഞാനല്ല എന്റെ ഈഗോ മാത്രമാണ് വളർന്നതെന്ന് എനിക്കു തോന്നി. പ്രണയം അതിന്റെ പാട്ടിനുപോവുകയും ജീവിതം വെറും അഡ്ജസ്റ്റ്മെന്റായി മാറുകയും ചെയ്തത് അതുകൊണ്ടുതന്നെ. എങ്കിലിപ്പോൾ അതേ ഈഗോക്കൊരു കൊട്ടു കൊടുത്തിട്ട് അതിനെ മലയാറ്റൂർമല കയറാൻ വിട്ടാൽ ലാഭമോ നഷ്ടമോ എന്താണെന്നു കാണാമല്ലോ.

പരീക്ഷണകുതുകിയായ ഞാൻ സ്വന്തം അഹന്ത വെടിഞ്ഞ് 'മോളൂട്ടാ' എന്നു വിളിച്ചപ്പോൾ വേനലിൽ ഇടിവെട്ടിയതുപോലെ ഒരു അപ്രതീക്ഷിതത്വമാണ് ആനിമ്മയ്ക്കുണ്ടായത്.

എന്നെയവൾ വീണ്ടുമൊരു നോട്ടം നോക്കി.

ഇത്തവണയാ നോട്ടത്തിൽ മിന്നിയ നനവ് ഞാൻ കണ്ടു.

ഒരുകാലത്ത് അവൾ ഏറെ പ്രിയത്തോടെ ഉൾക്കൊണ്ട വിളിയായിരുന്നു അത്. പുരുഷൻ പ്രേമപൂർവ്വം ആദ്യം വിളിക്കുന്ന പേര് പെണ്ണിന്റെ പ്രിയമന്ത്രമാണെന്ന് ആനിമ്മ പറഞ്ഞത് ഞാനപ്പോൾ ഓർത്തുപോയി. പിന്നീട് ജീവിതത്തിന്റെ പരുപരുത്ത യാത്രാവഴികളിൽ ആദ്യം ഞാനും പിന്നാലെ ആനിമ്മയും അതു മറന്നെന്നതാണ് നേര്. പ്രണയത്തിന്റെ പുതിയ പരീക്ഷണവഴികളിൽ തണൽമരങ്ങൾ തളിർത്തപ്പോൾ പണ്ട് കൈമോശം വന്നതൊക്കെ ഞാൻ ഓർത്തെടുക്കുകയും ആനിമ്മയെ ഒരളവുവരെ അത് ജ്വലിപ്പിക്കുകയുമായിരുന്നു.

"സത്യത്തിൽ നിന്നോടെനിക്കെത്ര ഇഷ്ടമാണെന്നോ."

അടുത്ത ദിവസം നാവിന്റെ സകല കെട്ടുംപൊട്ടിച്ച് ആനിമ്മയോടു ഞാൻ തുറന്നുപറഞ്ഞു. അങ്ങനെയൊരു പുന്നാരം പറഞ്ഞിട്ടു വേണ്ട എനിക്കവളെ ഇഷ്ടമാണെന്ന് ആനിമ്മയ്ക്ക് മനസ്സിലാക്കാൻ, പുതുപ്രണയിതാക്കളെപ്പോലെ കളിമ്പം പറയാൻ പ്രായം ചെന്ന ഒരാൾക്ക് ലജ്ജ തോന്നേണ്ടതുമാണ്. പക്ഷേ, പ്രണയത്തെ അതിന്റെ എല്ലാ പോരായ്മകളും നികത്തി ഒരിക്കൽക്കൂടി മടക്കിക്കൊണ്ടുവരണമെങ്കിൽ ലജ്ജയോ അഹംബോധമോ വൻമതിലുയർത്തി നിന്നുകൂടാ.

ഞാനിങ്ങനെ ഒഴുകിപ്പരക്കുന്നതുകൊണ്ടാവാം ഈയിടെയായി ആനിമ്മയും കുറേശ്ശെ നനഞ്ഞുതുടങ്ങിയതുപോലെ. ഭർത്തൃവചനങ്ങളെക്കുറിച്ച് അവളും ചില നാനാർത്ഥവിചാരങ്ങൾ നടത്തിയിട്ടുണ്ടാവണം. അതിനുതകുന്ന സർഗ്ഗാത്മക സാഹിത്യമൊക്കെ ഞാൻ സംഭാഷണത്തിൽ കലർത്തിക്കൊണ്ടിരുന്നു. കല്യാണം കഴിഞ്ഞ് ഒന്നു സ്നേഹിച്ചൊക്കെ ജീവിച്ചുതുടങ്ങുമ്പോൾ മക്കൾ ജീവിതത്തിലേക്കു കടന്നുവരുന്നു. പിന്നെ അവരുടെ കാര്യങ്ങളായി, വീട്ടുകാര്യങ്ങളായി, തിരക്കിനൊത്ത് താണ്ടുന്ന ജീവിതത്തിൽ, സ്നേഹം അദൃശ്യമായൊരു അടിയൊഴുക്കു മാത്രം. സ്നേഹത്തെ അതിന്റെ പൂർണ്ണതയിൽ ആസ്വദിക്കാൻ പറ്റുന്നുണ്ടെന്ന് എത്രപേർക്ക് നെഞ്ചിൽ കൈവച്ച് പറയാൻ പറ്റും. ആനിമ്മ എന്നെയും ഞാൻ അവളെയും സ്നേഹിക്കുന്നുണ്ടെന്നത് സത്യം. മിക്ക മനുഷ്യരുടെയും കാര്യത്തിൽ ഇതൊക്കെ അങ്ങനെതന്നെയാണെന്ന് വാദിക്കാവുന്നതേയുള്ളൂ. എന്നാൽ ഗുണമേന്മയുടെ അടിസ്ഥാനത്തിൽ കശുവണ്ടിയും മാമ്പഴവും വേർതിരിക്കുന്നപോലെ പ്രണയത്തെ വേർതിരിച്ചു നോക്കിയാൽ പുഴുകുത്തിയതും ചവർപ്പുള്ളതുമായ നാലാം ഗ്രേഡിലാവും ഏറെയും പെടുക. ഞങ്ങൾക്കിടയിൽ അങ്ങനെയൊരു പ്രണയമല്ല ഞാൻ അന്വേഷിക്കുന്നത്. ഉപാധികളില്ലാത്ത സ്നേഹം

ആനിമ്മയ്ക്കെന്നോട്ട തോന്നിത്തുടങ്ങിയോ എന്നാണെന്റെ നോട്ടം.

ആനിമ്മയോട് ഞാനത് തെളിച്ചു ചോദിച്ചില്ല. അകത്ത്, താഴിട്ടുപൂട്ടിയ പണപ്പെട്ടി പോലെ പ്രണയം വച്ചുകൊണ്ടിരുന്നിട്ടെന്തിനാണ്? അതവൾ സ്വയം വെളിപ്പെടുത്തു കതന്നെ വേണം. അടക്കിവയ്ക്കാനാവാത്ത വിധം തിങ്ങിനിറഞ്ഞ പൊട്ടിത്തെറിയായി വേണം അതു പ്രത്യക്ഷപ്പെടാൻ. അല്ലെങ്കിൽ ഞെക്കിപ്പഴുപ്പിച്ച മാങ്ങപോലെ വാടിയ ചുവയേ കാണൂ പ്രണയത്തിന്.

ഒരു ദിവസം ആനിമ്മയുടെ നാവിൽനിന്ന് ഞാനവളുടെ പ്രണയം കേൾക്കും. വിള ഞ്ഞുപഴുത്ത മൾഗോവയുടെ തനതു രുചിയോടെ അതാസ്വദിക്കും.

അതിലേക്കെത്തിച്ചേരാനായി എന്റെ പ്രണയത്തെ സാദ്ധ്യമായ എല്ലാ നിലകളിലും പ്രകടിപ്പിക്കാൻ ഞാൻ ശ്രദ്ധവച്ചു.

ചെറുചൂടു തട്ടിയാൽ മെഴുകുപോലുരുകുന്ന സാധുപ്രകൃതികൾ എന്നാണ് സ്ത്രീകളെക്കുറിച്ച് ഞാൻ കണ്ടെത്തിയിട്ടുള്ള ഒരു നിർവ്വചനം. ലളിതമായ ചില സ്നേ ഹപ്രകടനങ്ങൾ മതി അവരെ ആകാശത്തോളമെത്തിക്കാൻ. മൃദുലവശത്തുനിന്ന് തുട ങ്ങിയാൽ പെട്ടെന്നിളക്കാം സ്ത്രീയെ. എനിക്കതിന് വൈകാതെ ഒരവസരം കൈവന്നു. ജീവിതത്തിലൊരിക്കലും അടുക്കളയിൽ കയറിയിട്ടില്ലാത്ത ഞാൻ ആനിമ്മയ്ക്കു പനി വന്നപ്പോൾ തുളസിയും കുരുമുളകും ചുക്കുമിട്ട് മരുന്നുകാപ്പി അനത്തിക്കൊടുത്തു. ഉപ്പിട്ട പൊടിയരിക്കഞ്ഞി കുടിപ്പിച്ചു. ഒരാഴ്ചകൊണ്ട് കുമിഞ്ഞുകൂടിയ മുഷിഞ്ഞ വസ്ത്രങ്ങൾ ഓട്ടോ മാറ്റിക് മെഷീൻ ഉപയോഗിക്കാതെ ഹുള്ളി മാനുവലായി അലക്കിത്തേച്ചു. ഒന്നും ആനി മ്മയുടെ പ്രീതി പറ്റാനായിട്ടല്ല ചെയ്തത്. മറിച്ച് നേരായ പ്രണയത്തിന്റെ സ്വാഭാവിക പ്രതികരണമായി എന്നിലത് സംഭവിക്കുകയായിരുന്നു എന്നത് എന്നെ അമ്പരപ്പിച്ചു കളഞ്ഞു. പ്രണയത്തിലെ ത്യാഗം പ്രണയംപോലെ മനോഹരമായ ഒരനുഭവമാണ്.

പനി വിട്ടെഴുന്നേറ്റ ആനിമ്മ വീണ്ടും ജനിച്ച ആത്മാവിനെപ്പോലെ ആകെയങ്ങ് പുത്തനായി.

ഓഫീസിൽ ഫയൽക്കൂമ്പാരങ്ങൾക്കിടയിൽനിന്ന് രക്ഷപ്പെട്ട് ഞാനെത്തുമ്പോൾ ആനിമ്മ എനിക്കിഷ്ടപ്പെട്ട ബ്രൂകാപ്പിയുമായി കാത്തുനില്ക്കാൻ തുടങ്ങി.

വാർത്താസമയത്തെ സീരിയലുപേക്ഷിക്കാൻ ആനിമ്മയും സീരിയൽ സമയത്തെ വാർത്തയുപേക്ഷിക്കാൻ ഞാനും തമ്മിൽ മത്സരമായി.

ഇച്ചായനിത്തിരി ദേഹവാട്ടം തട്ടിയിട്ടുണ്ടോ എന്ന് ഉൽക്കണ്ഠയോടെ ഓരോദിവസ വും സൂക്ഷിച്ചുനോക്കാനും കുരുമുളക് പൊടിച്ചിട്ട വാട്ടിയ മുട്ട കുടിപ്പിക്കാനും തുടങ്ങി.

അപ്പോൾ, വാ മോളൂട്ടാ നമുക്കിത്തിരി കെട്ടിപ്പിടിച്ചുകിടക്കാമെന്നുപറഞ്ഞ് പ്രേമപൂർ വ്വം ഞാനവളെ കട്ടിലിലേക്ക് മറിച്ചു. പുറമെ നോക്കിയാൽ വർണ്ണറാപ്പറിട്ട പൈങ്കിളി അനുരാഗം മാത്രമായേ ആർക്കുമിത് തോന്നൂവെന്ന് എനിക്കറിയാമായിരുന്നു. പക്ഷേ, ആദ്യാവേശത്തിന്റെ പ്രകടനപരതകൾ വർഷങ്ങൾക്കുമുന്നേ പിന്നിട്ടവർക്ക് വീണ്ടും അതേ ഉപരിപ്ലവതയിലൂടെ സഞ്ചരിക്കാനാവില്ല. പക്വത ഒരു കൃത്രിമനാട്യമായെങ്കിൽ അതിനെയാണിപ്പോൾ ഞാൻ തള്ളിപ്പറയുന്നത്. ചുറ്റും തളിർത്ത പൂക്കളും പാറിയ പൂ മ്പാറ്റകളും തെളിഞ്ഞ മഴവില്ലുകളും വീണ്ടുമെനിക്കിപ്പോൾ കാണാനാവുന്നതാണ്. ജീ വിതത്തിലേക്ക് ആകെമൊത്തം ഒരു വർണ്ണവിന്യാസം കയറിവരുംപോലെ.

ഓഫീസിൽ ചെന്നാൽ ഒരിക്കലും വീട്ടിലേക്കു വിളിക്കാറില്ലാത്ത ഞാൻ നിത്യവും ആനിമ്മയെ മൂന്നുവട്ടമെങ്കിലും വിളിക്കാൻ തുടങ്ങി. മൊബൈലിൽ സംസാരിച്ചാൽ രണ്ടുപേർക്കിടയിലെ സംഭാഷണത്തിന് ജീവനുണ്ടാവില്ലെന്ന് അങ്ങനെയാണ് ഞാൻ

കണ്ടെത്തിയത്. എത്ര ശാസ്ത്രം പറഞ്ഞാലും ലാന്റിൽനിന്ന് ലാന്റിലേക്കുള്ള വിളിക്കാണ് സ്പഷ്ടത.

"നീയാ ഫോൺ കുറേക്കൂടി ചുണ്ടിനോട് ചേർത്തുപിടിച്ചേ" ആനിമ്മയോട് ഞാൻ പറഞ്ഞു.

"എന്താ ഇച്ചായാ കേട്ടൂടേ."

"സ്വരം കേൾക്കാം. എനിക്ക് നിന്റെ ശ്വാസം കൂടി കേൾക്കണം."

ആനിമ്മ ഒരു ദീർഘനിശ്വാസം വിട്ടത് പ്രാണനെപ്പോലെ ഞാൻ ഏറ്റെടുത്തു.

വീട്ടിലെ ഈ പുതിയ പ്രണയം കൗമാരക്കാരിയായ മകൾക്ക് കുറച്ചൊക്കെ മനസ്സിലാവുന്നുണ്ടോ എന്ന് സംശയം. ഏഴാം ക്ലാസുകാരനും അവന്റേതായ നിലയിൽ പന്തികേട് മണത്തു തുടങ്ങിയിരിക്കുന്നപോലെ. രണ്ടുപേരും പക്ഷേ, ഇതുവരെ ഒന്നും വിട്ടു പറഞ്ഞിട്ടില്ല.

ഒരു ദിവസം ഞാനെന്റെ ഫേവറിറ്റ് ഇംഗ്ലീഷ് ചാനലിൽ ഡാൻസ് പഠിപ്പിക്കുന്ന പ്രോഗ്രാം കണ്ടുകൊണ്ടിരിക്കുകയായിരുന്നു. ആണും പെണ്ണും ചേർന്ന് ചെയ്യേണ്ട ചില പ്രത്യേക ചുവടുകൾ എങ്ങനെ പരിശീലിക്കണമെന്ന് ചാനൽ കൃത്യമായി പഠിപ്പിച്ചുകൊണ്ടിരുന്നു. ചുവടുകളുടെ പൂർണ്ണതയ്ക്കായി പലതരം കൊടുക്കൽ വാങ്ങലുകൾ ആവശ്യമുള്ള നൃത്തമായിരുന്നു അത്. ശരിക്കും പ്രണയംപോലെ ഒരു വശ്യനൃത്തം. എനിക്കാ യുഗ്മ നടനത്തോട് മനസ്സൊട്ടുന്ന അഭിനിവേശം തോന്നി.

അപ്പോൾത്തന്നെ ഞാൻ ആനിമ്മയെ വിളിച്ചു.

"നമുക്കീ സ്റ്റെപ്പ്സ് ഒന്ന് ട്രൈ ചെയ്താലെന്താ?" ഞാൻ ചോദിച്ചു.

"അയ്യേ." ആനിമ്മ പറഞ്ഞു: "വേറെ പണിയില്ലേ ഇച്ചായന്."

"അല്ല മോളൂട്ടാ. ഇതൊക്കെയാണ് പ്രണയം പൂക്കുന്ന താഴ്വരേൽ സംഭവിക്കുന്നേ. വാ നമുക്കൊന്ന് ട്രൈ ചെയ്യാം. ഒരുപക്ഷേ, ഈ ഭൂമി മലയാളത്തിൽ ഈ പ്രോഗ്രാം കണ്ട് ഒരുമയോടെ ഡാൻസ് ചെയ്യുന്ന ആദ്യ ദമ്പതിമാർ നമ്മളാരിക്കും. അതാണതിന്റെ വശ്യത."

ആദ്യമല്പം മടിച്ചെങ്കിലും, പറഞ്ഞില്ലേ പ്രണയം തലയ്ക്കുപിടിച്ചു തുടങ്ങിയതിന്റെ സ്വാധീനത്തിൽ പരുങ്ങിപ്പരുങ്ങി ആനിമ്മ എന്റെ സമീപം വന്നു. ആദ്യമായി കാമുകൻ കാമുകിയെ ചേർത്തുപിടിക്കുംപോലെ ഇടതുകൈകൊണ്ട് ഞാനവളുടെ അരക്കെട്ടിൽ കൈചുറ്റി വലതുകൈകൊണ്ട് തോളിൽപ്പിടിച്ചു. ആനിമ്മ തിരിച്ചും അതുപോലെ ചെയ്തു. അപ്പോൾ ആനിമ്മയുടെ കൈയിൽ ആദ്യമായി പുരുഷനെ തൊടുന്ന പോലെ നേരിയൊരു വിറ എനിക്കനുഭവപ്പെട്ടു. പിന്നെ ഞങ്ങൾ ചാനലിലെ നിർദ്ദേശത്തിനൊത്ത് ചുവടുകൾ ശീലിക്കാനുള്ള ശ്രമത്തിലായി.

Oh my pretty pretty girl I love you
Like I never ever loved no one before

എത്ര അർത്ഥസംപുഷ്ടമായ വാക്കുകൾ! ഓ എന്റെ സുന്ദരിപ്പെണ്ണേ, മുൻപ് മറ്റാരെയും സ്നേഹിച്ചിട്ടില്ലാത്തത്ര നിന്നെ ഞാൻ സ്നേഹിക്കുന്നു.

വാക്കുകൾ അലൗകികമായിരുന്നെങ്കിലും അതിനൊത്ത് ഞങ്ങൾ വച്ച ചുവടുകളൊന്നും ശരിയായില്ല. ആദ്യശ്രമങ്ങൾ പിച്ചവയ്ക്കുന്ന കുട്ടികളുടേതുപോലെ അസ്പഷ്ടമായിരുന്നു. ഓരോ ചുവടും തെറ്റുന്നത് ഉറക്കെച്ചിരിച്ചുകൊണ്ടായിരുന്നു ഇരുവരും ആസ്വദിച്ചത്. എങ്കിൽക്കൂടി വീണ്ടും വീണ്ടുമുള്ള ശ്രമത്തിൽ ചുവടുകൾക്കൊരു കൃത്യത കൈവരുന്നത് എനിക്കും ക്രമേണ ആനിമ്മയ്ക്കും ആവേശമായി.

എത്ര രസമുള്ള അനുഭൂതി

സിനിമയിൽ കാണുന്ന മായക്കാഴ്ചകൾ സത്യജീവിതത്തിലേക്ക് ഇറങ്ങിവരുന്ന അപൂർവ്വാനുഭവമായിരുന്നു ഇരുവർക്കും അത്. മുറുക്കിപ്പിടിച്ച ഒരു ജീവിതത്തിൽ ഇത്തരം ലഘുമുഹൂർത്തങ്ങൾ നഷ്ടപ്പെട്ടുത്തുകയായിരുന്നല്ലോ ഞങ്ങളിതുവരെ എന്നോർത്ത് എനിക്ക് നഷ്ടബോധമുണ്ടായി.

അടുത്ത മുറിയിൽ പഠിച്ചുകൊണ്ടിരുന്ന പത്താം ക്ലാസുകാരി മകൾ എനിക്കിതൊക്കെ മനസ്സിലാവുന്നുണ്ട് എന്ന ഭാവത്തിൽ ടി വി മുറിയിൽക്കൂടി അടുക്കളയിലേക്ക് വെള്ളം കുടിക്കാനെന്ന വ്യാജേന പോയപ്പോൾ കുതറി മാറി ആനിമ്മ നൃത്തം നിർത്തി.

അപ്പോൾ ഇതാണു കാര്യം. സത്യപ്രണയത്തിനു ചുറ്റുപാടിലേക്ക് പരക്കാൻ കുട്ടികളുടെ സാന്നിദ്ധ്യം തടസ്സം സൃഷ്ടിക്കും.

സ്വാഭാവികം മാത്രം. എങ്കിലും ചില മുൻകരുതലുകൾ നമുക്കും എടുക്കാമല്ലോ.

അടുത്ത മദ്ധ്യവേനലവധിക്ക് സ്കൂളടച്ചപ്പോൾ കുട്ടികളെ കുറേ ദിവസത്തേക്ക് നാട്ടിലുള്ള എന്റെ വീട്ടിൽ നിർത്താമെന്ന് ഞാൻ നിർദ്ദേശം വച്ചു. സാധാരണയായി അങ്ങനെയൊരു പതിവില്ലാത്തതാണ്. ഒരാഴ്ചത്തേക്ക് ലീവെടുത്ത് കുടുംബസമേതം നാട്ടിൽ പോയി ഒന്നിച്ചിങ്ങു മടങ്ങും. ഇത്തവണ കുട്ടികൾക്ക് നിർബ്ബന്ധിതാവധി നല്കിയത് പ്രണയത്തെ അതിന്റെ ഉത്തുംഗതയിലേക്ക് വളരാൻ വിടാൻ തന്നെയായിരുന്നു.

കുട്ടികളെ നാട്ടിൽ പറഞ്ഞയച്ചശേഷം ഞാൻ ആനിമ്മയോടു പറഞ്ഞു:

"ഇന്നുമുതൽ കുട്ടികൾ മടങ്ങിവരും വരെ നമ്മുടെ വീടിന്റെ പേര് ഏദൻ എന്നാണ്. ഞാൻ ആദം നീ ഹവ്വയും. അത്തിയിലയുടെ മറപോലുമില്ലാത്ത സ്വകാര്യതകളാണ് ഇനി നമ്മുടേത്. നാണം പ്രണയത്തിനുമേൽ പുതയ്ക്കുന്ന വൃത്തികെട്ട വസ്ത്രം മാത്രമാണു പെണ്ണേ. പ്രണയം അതിന്റെ സാധാരണതയിൽ നിന്ന് വിശ്വപ്രേമത്തിലേക്കു മോചിക്കപ്പെടുന്നത് അതിനെ തുണിചുറ്റി മറയ്ക്കാതിരിക്കുമ്പോൾ മാത്രമാണ്. കുറച്ച് ആപ്പിൾ കൂടി വാങ്ങി വയ്ക്കാം. ഇടയ്ക്കിടെ പ്രലോഭനത്തിന്റെ കനി നീട്ടി നിനക്കെന്നെ തെറ്റിക്കാമല്ലോ."

എനിക്ക് പ്രണയത്തിന്റെ പരവശത കുറച്ച് കൂടിപ്പോവുന്നെന്ന് ആദ്യം ശങ്കിച്ചെങ്കിലും എന്റെ അനുരാഗവായ്പിൻമേൽ ആനിമ്മയ്ക്ക് സംശയമേ ഇല്ലാഞ്ഞതിനാൽ ഏദനിലെ ഹവ്വയായി അവൾ രൂപാന്തരപ്പെടുക തന്നെ ചെയ്തു. ആ ആഴ്ചയിൽ ഇരുവർക്കും ഉടുവസ്ത്രങ്ങൾ അലക്കേണ്ടി വന്നില്ല എന്ന വകയിൽ സോപ്പിന്റെയും വെള്ളക്കരത്തിന്റെയും കറന്റിന്റെയും ലാഭം കൂടിയുണ്ടായി ഏദനിലെ ജീവിതം കൊണ്ട്. ആരെങ്കിലും പുറത്തു നിന്ന് ഫോൺ ചെയ്താൽ നഗ്നരായിട്ടാണ് ഞങ്ങൾ അറ്റന്റ് ചെയ്തത്. മറുതലയ്ക്കൽ നില്ക്കുന്ന ആൾക്കാർ ആ നിലകണ്ടാൽ കണ്ണുപൊത്തി ഓടിക്കളഞ്ഞേനെ.

ഒരിക്കൽ ഫോണടിക്കുന്ന ശബ്ദം കേട്ട് ആനിമ്മ നഗ്നയായി ഓടിച്ചെന്നെടുത്തപ്പോൾ മറുതലയ്ക്കലുണ്ട് വികാരിയച്ചൻ. "സ്തീശോ" എന്നു പറഞ്ഞ് ഫോൺ വച്ചിട്ട് ആനിമ്മ ഓടിക്കളഞ്ഞു. ദേഹത്ത് ഒരു പുതപ്പും വാരിച്ചുറ്റിയേ അവൾക്ക് പുറത്തുവരാനായുള്ളൂ. എന്നാൽ പുതപ്പൊന്നും ചുറ്റാതെ ധൈര്യസമേതം നഗ്നനായി നിന്ന് ഞാൻ വികാരിയച്ചനോട് സംസാരിച്ചു. അടുത്തയാഴ്ചയിലെ കുടുംബപ്രാർത്ഥനയിലേക്ക് കുഞ്ഞാടുകളെ ക്ഷണിക്കാൻ വിളിച്ചതായിരുന്നു ഇടയൻ. ആലയിൽ ഒരു മുട്ടനാടും പെണ്ണാടും പറുദീസയിലെ പച്ചിലകൾ തിന്നു തിമിർക്കുന്നത് അച്ചനുണ്ടോ അറിയുന്നു. ഏദനിൽനിന്ന് പുറത്താക്കപ്പെട്ടവർ തിരിച്ചു ഏദനിലേക്കു മടങ്ങാൻ ശ്രമിക്കുന്നതിന്റെ ഭാഗമല്ലേയച്ചോ പ്രാർത്ഥനകൾ എന്നെനിക്കു ചോദിക്ക

ണമെന്നുണ്ടായിരുന്നു. തിരിച്ച് ഏദനിൽ എത്തുകയെന്നാൽ പഴയപടി നഗ്നരാവുക എന്നുതന്നെ അർത്ഥം. അങ്ങനെയെങ്കിൽ ഇപ്പോൾത്തന്നെ ഏദനിലായിരിക്കുന്ന ഞങ്ങളെ എന്തിനു വിളിച്ചിറക്കാൻ നോക്കുന്നുവെന്ന് വെറുതെ വൃഷണം തലോടി രസിച്ചുകൊണ്ട് ഞാൻ മനസ്സിൽ ചോദിച്ചെങ്കിലും അച്ചനോടു പറഞ്ഞില്ല.

"ഛേ, അച്ചനോടു സംസാരിക്കുമ്പോഴേലും തുണിയുടുത്തൂടാരുന്നോ ഇച്ചായന്. ദൈവത്തോടടുത്തു നിക്കുന്ന ആൾക്കാരാ അച്ചന്മാര്." ആനിമ്മ പറഞ്ഞു.

"എടീ, ദൈവത്തോട് ഏറ്റോമടുത്തുനിന്നോരല്ലേ ആദോം ഹവ്വേം. അവരാരുന്നില്ലേ ആദ്യത്തെ നഗ്നമനുഷ്യർ. അതിനർത്ഥം ഉടുവസ്ത്രങ്ങൾ ദൈവത്തീന്നുള്ള അകല്ച്ചയാന്നാ. ആർക്കറ്യാം പള്ളീലച്ചനും നഗ്നനായി നിന്നാണോ ഫോണിൽ സംസാരിച്ചതെന്ന്. മറ്റാരും ചെയ്യില്ലെന്ന് നമ്മൾ കരുതുന്നതൊക്കെ അവരും ചെയ്യുന്നുണ്ടാവും."

എന്റെ വേദോപദേശം കേട്ട് ആനിമ്മ നെറ്റിയിൽ ഒരു വിശുദ്ധ കുരിശ് വരച്ചു. ഇനിയിവൾ എത്രയെത്ര കുരിശുകൾ എവിടെയൊക്കെ വരച്ചുകൂട്ടേണ്ടി വരുമെന്ന് ഞാനപ്പോൾ മനസ്സിൽ ചിരിച്ചു. കാരണം വികാരിയച്ചനും കുരിശും പിന്നൊരു നേർച്ചപ്പെട്ടിയും കഥാപാത്രങ്ങളായ രതിച്ചുവയുള്ളൊരു കഥ യൗവനത്തിളപ്പിൽ സുഹൃത്തുക്കളുമൊത്ത് പങ്കുവച്ചിരുന്നത് ഓർത്തുപോയിരുന്നു ഞാൻ. മുൻപെങ്ങാനുമായിരുന്നെങ്കിൽ ആനിമ്മയോട് ഈവക കഥകൾ പറയാൻ ഞാനൊന്നു മടിച്ചേനെ. ഒളിമറകൾ ഇല്ലാതായ നിലയ്ക്ക് സന്ദർഭത്തിനിണങ്ങിയ അക്കഥയിലേക്ക് മടക്കയാത്ര നടത്താൻ എനിക്കൊട്ടും വിമുഖത തോന്നിയില്ല.

പരമഭക്തനായ ഒരു നാടൻ ക്രിസ്ത്യാനിയെ വീട്ടുകാരും ബന്ധുക്കളും ചേർന്ന് പെണ്ണുകെട്ടിച്ചിടത്തുനിന്നായിരുന്നു കഥയുടെ തുടക്കം. ദൈവകാര്യങ്ങളിൽ മാത്രം തല്പരനായിരുന്നതിനാൽ ആ സാധു ഭാര്യയുമായി ഒരിക്കലും ഉടൽബന്ധം പുലർത്തിയില്ല. സഹികെട്ട ഭാര്യ വികാരിയച്ചനോട് ചെന്ന് സങ്കടം പറഞ്ഞപ്പോൾ മഹാജ്ഞാനിയായ ഫാദർ ലളിതമായൊരു പോംവഴി പറഞ്ഞുകൊടുത്തു. നിത്യവും ഉറങ്ങാൻ കിടക്കും മുൻപ് ഭർത്താവ് കാൺകേ നീ നെറ്റിയിലും കവിളിലുമൊക്കെ കുരിശു വരയ്ക്കണം. ഭാര്യ അതുപ്രകാരം രാത്രിയിൽ നെറ്റിയിൽ കുരിശുവരച്ചു. എവിടെ കുരിശുകണ്ടാലും ഭക്തിപൂർവ്വം ചുംബിക്കുന്ന സ്വഭാവക്കാരനായതിനാൽ ഭർത്താവ് നെറ്റിയിലെ കുരിശിൽ ചുംബിച്ചു. അപ്പോൾ ഭാര്യ കവിളിൽ കുരിശുവരച്ചു. അയാൾ കവിളിലെ കുരിശിലും ചുംബിച്ചു. ചുണ്ടിൽ, കഴുത്തിൽ, മാറിടങ്ങളിൽ, പൊക്കിളിൽ ഒക്കെ കുരിശുകൾ ചുംബിച്ചുചെന്ന ഭർത്താവ് പാതിവഴിയിൽ നേർച്ചപ്പെട്ടികണ്ട് ഇരുപത്തഞ്ചുപൈസ നേർച്ചയിട്ടിട്ട് തിരിഞ്ഞു കിടന്നുറങ്ങിയെന്നു ഞാൻ പറഞ്ഞുനിർത്തിയതും ആനിമ്മ വയറുവേദനിക്കുവോളം ചിരിച്ചു.

ശ്ലീലത്തിനും അശ്ലീലത്തിനുമിടയിലെ അതിർവരമ്പ് മാഞ്ഞുപോകുന്നിടത്ത് ഏകഭാവത്തിന്റെ നിറവുണ്ടാകുന്നത് എനിക്കനുഭവപ്പെട്ടു. വെറുതെയല്ല ഭാര്യാഭർത്തൃബന്ധം ഏറ്റവും മുറുക്കമുള്ളതായിരിക്കുന്നത്.

"ആനിമ്മേ ആനിമ്മേ...." ചിരി ഒതുങ്ങിയപ്പോൾ ഹൃദയം തുറന്നുപിടിച്ചുകൊണ്ട് ഞാൻ പറഞ്ഞു. "ഞങ്ങൾ ആണുങ്ങൾക്കുണ്ടല്ലോ പെണ്ണുടലിന്റെ സൗന്ദര്യം കണ്ടാൽ പിന്നൊരു എരിപൊരിയാണ്. മനസ്സുകൊണ്ടെങ്കിലും അവളെ പ്രാപിക്കാൻ നോക്കും. നമ്മുടെ പ്രേമം ഇത്രേം സജീവമായ സ്ഥിതിക്ക് ഒരുരഹസ്യോം നമുക്കിടേൽ വേണ്ടാത്തോണ്ടു ചോദിക്കുവാ നല്ല പുരുഷകേസരികളെ കാണുമ്പോ നിങ്ങൾ പെണ്ണുങ്ങക്കും തോന്നുന്നുണ്ടാവില്ലേ അങ്ങനൊക്കെ."

ചോദ്യം കേട്ട് അതിലടങ്ങിയ അപകടം മണത്തിട്ടോ എന്തോ ആനിമ്മയൊന്ന് അറച്ചു. പിന്നെ അവളും ഹൃദയം തുറന്നുപിടിച്ചുകൊണ്ട് പറഞ്ഞു.

"ഒന്നു കെട്ടിപ്പിടിച്ചു നില്ക്കാനൊക്കെ തോന്നീട്ടുണ്ട്."

"ആരോടൊക്കെ?"

ആനിമ്മ ഒരു മൂന്നുപേര് എന്നോടു പറഞ്ഞു.

"ഇച്ചായനോ?"

അവൾ ചോദിച്ചു.

ഞാനൊരു പത്തുപേര് തിരിച്ചുംപറഞ്ഞ് ആനിമ്മയെ ബഹുദൂരം പിന്നിലാക്കി. എന്നിട്ടവളുടെ ശ്വാസം ബന്ധിച്ചുകൊണ്ടൊരു പ്രണയമുദ്ര സമ്മാനിച്ചു.

"ഒക്കെ പണ്ട്. ഇന്ന്യങ്ങ്നെ തോന്നില്ല."

"എനിക്കും." ആനിമ്മയും പറഞ്ഞു.

മറകളഴിഞ്ഞ പ്രണയത്തിന് ഒരു നല്ല കുമ്പസാരത്തിന്റെ ശാന്തികൂടി വാഗ്ദാനം ചെയ്യാനുണ്ടെന്ന കണ്ടെത്തലായിരുന്നു എനിക്കത്. പ്രണയം എന്നിൽ നിക്ഷേപിക്കുന്നതുപോലൊരു ലഹരി തീർച്ചയായും ആനിമ്മയിലും കോരി നിറയ്ക്കുന്നുണ്ടാവും. എന്നാൽ ആനിമ്മയോടൊരിക്കലും ഞാനവളുടെ പ്രണയലഹരിയെക്കുറിച്ച് ചോദിക്കില്ല. ചോദിക്കാതെതന്നെ അവളതു പറയുവോളം എന്റെ കാത്തിരിപ്പിനെ ഞാൻ ദീർഘിപ്പിക്കും.

ഭൂമിയിൽ വസിക്കുന്ന സകലമാന ദമ്പതികളുമായവരെ നിങ്ങളോടെനിക്കിപ്പോൾ നെഞ്ചിൽത്തൊട്ട് പറയാനുള്ളതെന്തെന്നാൽ, പ്രണയത്തിലെ കൈക്കുറ്റപ്പാടുകൾ തിരുത്തി നിങ്ങൾ സത്യപ്രണയത്തെ വീണ്ടെടുക്കുക എന്നാണ്. വീട്ടിനു പുറത്തല്ല അകത്തുതന്നെയാകുന്നു പ്രണയം അതിന്റെ നിധിയറ സ്ഥാപിച്ചിരിക്കുന്നത്. അതുവെടിഞ്ഞ് മറ്റിടങ്ങൾ തേടിപ്പോകുന്നവർ സ്വന്തം പ്രശ്നങ്ങൾ മാത്രമാണ് കൂടെക്കൊണ്ടുപോവുന്നത്. എല്ലാ സുഭഗതയോടെയും പ്രണയം മടങ്ങിവരുന്നതിന് അനുഭവസ്ഥനാണെന്നതിനാൽ എനിക്കിത് പറയാൻ അവകാശമുണ്ടെന്നുതന്നെ ഞാൻ കരുതുന്നു. യൗവനകാലത്ത് പങ്കിട്ടതിനേക്കാൾ ആഴമേറിയ പ്രണയസംഗമങ്ങളിലൂടെ കോശങ്ങളെ കൂട്ടിയിണക്കുന്ന അദൃശ്യബലമാണ് പ്രണയമെന്നും ഞാൻ കണ്ടെത്തിയിരിക്കുന്നു. ഒന്നുകൂടി നീട്ടിപ്പറഞ്ഞാൽ സൃഷ്ടിക്ക് ആധാരമായ പ്രണയം തന്നെയാണ് ന്യൂക്ലിയസിൽ ആകർഷണബലമായി നിലനില്ക്കുന്നതും.

ബാറിലെ ഫാനിൻചോട്ടിലിരിക്കെ ഉള്ളിൽ പൊന്തിയ വെറും വിചാരം ജീവിതത്തെ അതിന്റെ ഉച്ചിമകുടത്തിൽ കൊണ്ടുവച്ചത് ഉപാധികളില്ലാതെ അനുഭവിച്ചുകൊണ്ടിരിക്കേ, ഒരു ദിവസം ഡയറിയിൽ 'എന്റെ പ്രണയാന്വേഷണപരീക്ഷണങ്ങൾ' എന്ന് തലക്കെട്ടെഴുതിയിട്ട് താഴെ ഞാൻ ഇങ്ങനെ കുറിച്ചുവച്ചു.

-പ്രണയിക്കാൻ ഭാര്യയായാലും മതി.

അതുപക്ഷേ, അതേപടി ആനിമ്മയോടു പറഞ്ഞാൽ മറ്റാരെയും കിട്ടാത്തതുകൊണ്ട് ഭാര്യയായാലും മതിയെന്നോ മറ്റോ അവൾ ദുരർത്ഥം കണ്ടെത്തിയേക്കുമെന്നു തോന്നിയതിനാൽ ഞാനാ കണ്ടെത്തൽ രഹസ്യമാക്കിവച്ച് ആസ്വദിച്ചുകൊണ്ടിരിക്കേ ഒരു രഹസ്യവും ഉള്ളിൽ വയ്ക്കാനറിയാത്ത ആനിമ്മ അന്നേദിവസം തന്നെ, വിചാരങ്ങൾകൂടി ഒന്നായിത്തീർന്നതിന്റെ തെളിവുപോലെ എന്നോടു പറഞ്ഞു:

"ഇച്ചായാ ഒരു കാര്യമെനിക്കു മനസ്സിലായി. പ്രേമിക്കാൻ ഭർത്താവായാലും മതി."

കെ ആർ മീര

ഏകാന്തതയുടെ നൂർ വർഷങ്ങൾ

രണ്ടു പരോളുകൾക്കിടയിലെ അനിവാര്യത, തടവ്. രണ്ടു ശരീരങ്ങൾക്കിടയിലെ ജയിൽചാട്ടം, രതി. നൂർജഹാനെ കാണാൻ കാഞ്ഞിരപ്പള്ളിയിലേക്കു ജീപ്പോടിക്കുമ്പോൾ സത്യൻ ഇങ്ങനെയൊക്കെ ചിന്തിച്ചിരുന്നു. പൂജപ്പുര സെൻട്രൽ ജയിലിന്റെ ഗേറ്റ് കടന്ന് നൂറിനെ കാണാനുള്ള യാത്ര തുടങ്ങുന്ന നിമിഷം മുതൽ സത്യന് ഇത്തരം ഭ്രാന്തുകൾ തോന്നും. നൂർ അയാളുടെ രത്നമാണ്. അതു മോഷ്ടിക്കാൻ വേണ്ടിയാണ് അയാൾ പരോളിൽ ഇറങ്ങുന്നത്. നൂർ അയാളുടെ സ്വപ്നമാണ്. അതു കണ്ടുറങ്ങാൻ വേണ്ടിയാണ് അയാൾ ജയിലിലേക്ക് മടങ്ങുന്നത്. നൂർ അയാളുടെ വെല്ലുവിളിയാണ്. അതു നേരിടാൻ വേണ്ടിയാണ് അയാൾ അവളിലേക്കു പുറപ്പെടുന്നത്. എല്ലാത്തിലുമേറെ മറ്റൊരു സത്യമുണ്ട്. നൂർ അയാളുടെ സ്ത്രീയാണ്. അവൾക്കുവേണ്ടിയാണ് അയാൾ പുരുഷനായി അവശേഷിക്കുന്നത്.

നൂറിനെ കാണുംമുമ്പ് സത്യന് സ്ത്രീയെന്ന വാക്കിന്റെ അർത്ഥം അറിയില്ലായിരുന്നു. മീൻപിടുത്തക്കാരുടെ ഐലസാ വിളികളും തെറിവിളികളും നിറഞ്ഞ കടലോരത്താണ് അയാൾ ജനിച്ചത്. അച്ഛനെക്കുറിച്ചോർക്കുമ്പോൾ അയാൾക്ക് അഭിമാനമുണ്ട്. പ്രദേശത്തെ മഹാനായ പിമ്പായിരുന്നു അദ്ദേഹം. അമ്മയെക്കുറിച്ചു പറയാൻ അയാൾക്ക് അതിലേറെ അഭിമാനമുണ്ട്. സ്ഥലത്തെ മഹതിയായ വേശ്യയായിരുന്നു അവർ.

മെയ്ഡ് ഫോർ ഈച്ച് അദർ ദമ്പതികൾ. ബ്ലൗസിനുള്ളിലൂടെ ഇടത്തെ നെഞ്ചത്തേക്കു കൈയിട്ട് ചെമ്പുമ്പൽ തിളങ്ങുന്ന നോട്ടുകൾ പുറത്തെടുക്കുന്നതാണ് സത്യന് അമ്മയെക്കുറിച്ചുള്ള ഏറ്റവും സന്തുഷ്ടമായ ഓർമ്മ. എല്ലാ വൈകുന്നേരങ്ങളിലും അമ്മ ഒരു തരം ഓറഞ്ച് നിറമുള്ള കനകാംബരപ്പൂവ് ചൂടി, ഇളയ കുഞ്ഞിനു മുല കൊടുത്ത് തിണ്ണയിലെ തൊട്ടിലിൽ ഉറക്കിക്കിടത്തി, സത്യന് കഞ്ഞിയും കപ്പ പുഴുങ്ങിയതും കൊടുത്ത്, അടുക്കള അടിച്ചുവാരി, പിന്നീടൊരിക്കലും ഒരു ജയിലിനും കഴിയാതിരുന്നത്ര ഏകാന്തത അനുഭവിപ്പിച്ചുകൊണ്ട് അവന്റെ മുറിയുടെ ഓടാമ്പൽ പുറത്തുനിന്ന് വലിച്ചിട്ട്, അകത്തു സാക്ഷയില്ലാത്ത തെക്കേ മുറിയിൽ കൃത്യാന്തരബാഹുല്യത്തിൽ മുഴുകി. ഇളയ കുഞ്ഞുണർന്നാൽ വാവാവോ പാടി തൊട്ടിലാട്ടിയുറക്കി അച്ഛൻ തിണ്ണയിൽ കാവലിരുന്നു.

എട്ടാം ക്ലാസിൽവെച്ച് ഓടാമ്പലിട്ട മുറിയുടെ തടവ് സത്യൻ ചാടി. അന്നു മുതൽ നൂറിനെ കാണും വരെ അയാളുടെ മനസ്സിൽ സ്ത്രീയെന്ന വാക്കിന് ഒരർത്ഥമേയുണ്ടായിരുന്നുള്ളൂ. മലർന്നു കിടക്കാൻ കഴിവുള്ള ഒരു മാംസക്കഷണം. നാദാപുരത്ത് വെച്ചാണ് അയാൾ നൂറിനെ കണ്ടത്. കൊല്ലാൻ വേണ്ടി വിളിക്കപ്പെട്ടതായിരുന്നു അയാൾ. ഹിന്ദുക്കൾക്ക് രണ്ടുപേരെ നഷ്ടപ്പെട്ടു. നഷ്ടപരിഹാരമായി നോക്കിവെച്ച മുസ്ലീങ്ങളുടെ വീടുകൾ ആക്രമിക്കാൻ രണ്ടു സംഘങ്ങൾ പുറപ്പെട്ടു. ഇരയെ കൊന്ന്, സാധനങ്ങൾ തകർത്ത്, സ്ത്രീകളെ ബലാൽക്കാരം ചെയ്ത്, വീടു തീ വെച്ചു പകരത്തിനു പകരം വീട്ടാൻ വേണ്ടിയാണ് കറുത്ത പാന്റ്സും ഷർട്ടുമണിഞ്ഞ് നെറ്റിയിൽ കുങ്കുമക്കുറിയിട്ട് തലയും മൂക്കും വായും മൂടിക്കെട്ടി എട്ടു പേരിൽ ഒരാളായി സത്യൻ മതിൽ ചാടിക്കടന്ന് വലിയ രണ്ടു നില മാളികയുടെ തേക്കുവാതിൽ വെട്ടിപ്പൊളിച്ച് അകത്തേക്ക് ഇടിച്ചുകയറിയത്. സ്ത്രീകളുടെയും കുട്ടികളുടെയും നിലവിളികൾ ഉയർന്നു. ആ വീടിന്റെ മുറികളോ അവിടെക്കണ്ട സാധനങ്ങളോ സത്യന് ഓർമ്മയില്ല. ഒന്നും കണ്ണിൽ തടഞ്ഞില്ല. ഒരുതരം ഭ്രാന്ത്. എന്തുകൊണ്ടോ, വീട്ടിനുള്ളിൽ സത്യൻ തനിച്ചായി. ഓരോ മുറിയിലും കണ്ണിൽപ്പെട്ടതത്രയും തല്ലിത്തകർത്ത് വശത്തെ ചെറിയ മുറിയിലെത്തി. അതിന്റെ ചാരിയിട്ട വാതിൽ തള്ളിത്തുറന്നപ്പോൾ ബെഡ്ലാംപിന്റെ വെട്ടത്തിൽ കട്ടിലിൽ ഒരു പിടച്ചിൽ കണ്ടു. സത്യനിലെ വേട്ടക്കാരൻ ഉണർന്നു, ഉഷാറായി. അതൊരു സ്ത്രീയാണെന്ന് അയാൾ തിരിച്ചറിഞ്ഞു. മലർന്നു കിടക്കുന്ന ഒരു മാംസക്കഷണം. തീരത്തുള്ളവർ 'ഉണ്ണിമേരി'എന്നു വിളിക്കുന്ന മത്സ്യത്തിന്റെ ഒരു വല്ലാത്ത ഓറഞ്ച് നിറമായിരുന്നു അവൾക്ക്. ആ സമയത്ത് അവൾ നിലവിളിച്ചോ കൊല്ലരുതെന്ന് അപേക്ഷിച്ചോ എന്നൊന്നും അയാൾ ഓർക്കുന്നില്ല. പക്ഷേ, വലം കൈയിൽ വടിവാൾ പിടിച്ച് ഇടംകൈ കൊണ്ട് ആഞ്ഞുവലിച്ചപ്പോൾ അവളുടെ നൈറ്റി കീറിയ ശബ്ദം ഓർക്കുന്നു. അവൾ പാതിവായിച്ച് നെഞ്ചിൽ മടക്കിവെച്ച പുസ്തകം താഴെപ്പോയതും വാൾ കൈമാറ്റിപ്പിടിച്ചപ്പോൾ അത് അവളുടെ ബെഡ്പാനിൽ തട്ടി കിണ കിണാ ശബ്ദം ഉയർന്നതും അപ്പോൾ സ്വയമറിയാതെ അയാൾ കൈയെത്തി അവളുടെ തലയ്ക്കലെ വലിയ വിളക്കിന്റെ സ്വിച്ചിട്ടതും ശക്തമായ വെളിച്ചത്തിൽ അഞ്ചിപ്പോയ കണ്ണുചിമ്മി നോക്കിയപ്പോൾ അവളുടെ സൗന്ദര്യത്തിൽ കണ്ണു കൂടുതൽ മഞ്ഞളിച്ചതും ഓർക്കുന്നു. പഴുത്ത ഓറഞ്ച് പോലെ ഒരുവൾ. സത്യന്റെ കൈ തരിച്ചു. അയാൾ രക്തദാഹത്തോടെ നോക്കി. കണ്ണുകൾ, മൂക്ക്, കവിൾ, കഴുത്ത്, മുലകൾ, പൊക്കിൾ, അടിവയർ- എല്ലാം കിറുകൃത്യം. പക്ഷേ, അതിനു താഴേക്ക്- അപ്പോഴത്തെ ആസുരമായ അവസ്ഥയിലും സത്യൻ സ്തംഭിച്ചു. താഴെ, തുടകളില്ല.

കാൽവണ്ണകളും തുടുത്ത കാൽപ്പാദങ്ങളുമില്ല. പകരം വാടിപ്പോയ താമരവള്ളികൾ പോലെ രണ്ടു ശോഷിച്ച മാംസശകലങ്ങൾ. അവൾ യഥാർത്ഥമായും ഒരു മാംസക്കഷണമായിരുന്നു.

അയാൾ അവളേക്കാൾ ഭയന്നു. കൈയിൽനിന്ന് വടിവാൾ താഴെപ്പോയി. ഓടാൻ തുടങ്ങി. ഓടുന്നതിൽ ലജ്ജ തോന്നി തിരിച്ചുവന്നു. ബെഡ്പാനിൽ മൂത്രമുണ്ടായിരുന്നു. സ്വബോധമില്ലാത്ത അയാൾ അതെടുത്ത് മുറിയോട് ചേർന്ന ബാത്റൂമിലേക്ക് കൊണ്ടുപോയി കളഞ്ഞ്, പാത്രം വൃത്തിയാക്കി തിരിച്ചുകൊണ്ടുവച്ചു. സ്റ്റാൻഡിൽ മടക്കിയിട്ട മറ്റൊരു നൈറ്റിയെടുത്ത് അവളെ ധരിപ്പിച്ചു. കഴിയും വേഗം തിരിച്ചുനടക്കുമ്പോൾ വടിവാൾ പാദങ്ങളിൽ തട്ടി. അതു കുനിഞ്ഞെടുക്കുമ്പോൾ അടുത്തു കിടന്ന പുസ്തകം തടഞ്ഞു. അവളുടേതാണെന്ന് ഓർക്കാതെ അയാൾ അതും കൈയിലെടുത്തു. വടിവാൾ, അയാൾ ശീലംകൊണ്ട് ഷർട്ടിന്റെ പിൻഭാഗമുയർത്തി നട്ടെല്ലിനോട് ചേർത്ത് ബെൽറ്റിലേക്ക് തിരുകി. പുസ്തകം ഷർട്ടിന്റെ മുൻഭാഗം ഉയർത്തി ഇടുപ്പിൽ തിരുകി. രഹസ്യതാവളത്തിലെത്തി വസ്ത്രം മാറുമ്പോൾ അയാൾ പുസ്തകത്തിന്റെ പേരുവായിച്ചു - *ഏകാന്തതയുടെ നൂറുവർഷങ്ങൾ.*

അന്നുമുതൽ, ആ നിമിഷം മുതൽ, അവൾ ഉറക്കം കെടുത്തി. പിന്നീടുള്ള രാത്രികളിൽ സത്യൻ ചേരിയും ശ്മശാനവും കടൽത്തീരവും സ്വപ്നം കണ്ടു. ചേരിയിലൂടെ ഓടി ഒരുകുടിലിനുള്ളിൽ അഭയംതേടുമ്പോൾ അതിനുള്ളിൽ വെറും നിലത്ത് അവളെക്കണ്ടു. ശ്മശാനത്തിൽ എരിഞ്ഞ ചിതകൾക്കിടയിലൂടെ കിതയ്ക്കുമ്പോൾ കത്തിത്തുടങ്ങിയ ഒരു ചിതയിൽ അവൾ. കടൽത്തീരത്ത് വിജനമായ മണൽപ്പരപ്പിൽ കാൽ കുഴയുമ്പോൾ അരയ്ക്ക് താഴെ വെള്ളത്തിൽ മുങ്ങി മത്സ്യകന്യകയെപ്പോലെ അവൾ. എല്ലാ സ്വപ്നങ്ങളിലും അവൾ നഗ്നയായിരുന്നു. എല്ലാ സ്വപ്നങ്ങളിലും അവൾ മലർന്നുകിടന്ന് പുസ്തകം വായിക്കുകയായിരുന്നു. എല്ലാ സ്വപ്നങ്ങളിലും പുസ്തകവും ഒന്നുതന്നെയായിരുന്നു. *ഏകാന്തതയുടെ നൂറുവർഷങ്ങൾ.*

പിന്നീട് അവളെ വീണ്ടും കാണുംവരെ അയാൾ ഓരോ തവണയും പുറത്തിറങ്ങുമ്പോൾ പിന്നിൽ വടിവാൾ തിരുകുന്നതുപോലെ മുന്നിൽ ആ പുസ്തകവും തിരുകി. ഇരിക്കുമ്പോൾ ഷർട്ടിനുള്ളിൽ അതു നെഞ്ചറ്റം വന്നുരസി. താളുകൾ വിയർപ്പിൽ കുതിർന്ന് ഇറ്റുപോകാതിരിക്കാൻ അയാൾ അതിനൊരു പ്ലാസ്റ്റിക് ചട്ടയിട്ടു. നാലോ അഞ്ചോ മാസങ്ങൾ കഴിഞ്ഞ് കൊച്ചിയിലെ ഒരു മുതലാളിയെ വെട്ടിക്കൊന്നശേഷം തിരുവനന്തപുരത്തുള്ള ഒരു ചെഷയർ ഹോമിൽ മന്ത്രിയുടെ ശുപാർശക്കത്തുമായി ജോലിക്കെന്ന വ്യാജേന ഒളിവിൽക്കഴിയാൻ ചെല്ലുമ്പോൾ വീണ്ടും നൂറിനെ കണ്ടു. അവൾ ഒറ്റ നോട്ടത്തിൽ തിരിച്ചറിഞ്ഞു. എന്റെ പുസ്തകം എവിടെ എന്നാണ് അവൾ ആദ്യം ചോദിച്ചത്. അപ്പോൾ അയാളും തിരിച്ചറിഞ്ഞു. വേലിയേറ്റത്തിൽ തരിമണലിൽ കമിഴ്ന്നുകിടക്കുമ്പോഴെന്നപോലെ സത്യന് കുളിരുകോരി. ഇടുപ്പിൽ നിന്ന് പുസ്തകമെടുത്ത് നീട്ടിയപ്പോൾ അവൾ ഓറഞ്ചു ചുണ്ടുകളിൽ ചെറു ചിരിയോടെ പേജുകൾ തുറന്ന് അതിലേക്കു മൂക്കുപൂഴ്ത്തി. "ഈ പുസ്തകത്തിന് ഇപ്പോൾ നിന്റെ മണമാണല്ലോ." എന്നു കുറ്റപ്പെടുത്തുകയും സത്യൻ അവളെ ആദ്യം കാണുമ്പോഴെന്നപോലെ അതു നെഞ്ചിൽ ഒന്നു രണ്ടു നിമിഷങ്ങൾ കമിഴ്ത്തിവെച്ച് "ഇപ്പോൾ ഇതിന് എന്റെ മണമാണ്... നീയിതു നിന്റെ ദേഹത്തുതന്നെ വെച്ചോളൂ...." എന്നു പരിഹസിക്കുകയും ചെയ്തു.

സത്യനു താൻ ചെറുതായതുപോലെ തോന്നി. ഓരോ പുരുഷനും സ്വന്തമായ ചില

അഹന്തകളിലാണ് നിലനില്ക്കുന്നത്. അവ തിരിച്ചറിയാത്ത സ്ത്രീകളെ അവൻ വെറുക്കും. അവയ്ക്ക് ആക്കം കൂട്ടുന്ന സ്ത്രീകളെ അവൻ ഇഷ്ടപ്പെടും. അവ തകർത്തെറിയുന്ന സ്ത്രീകളെ അവൻ ആരാധിക്കും. സത്യന്റെ അഹന്ത എന്താണെന്ന് അയാൾക്ക് അറിയില്ലായിരുന്നു. പക്ഷേ, നൂർ അതു തിരിച്ചറിഞ്ഞു, തകർത്തു. അയാൾ പുസ്തകം വാങ്ങാതെ മുറിവിട്ടു പുറത്തിറങ്ങി. അന്നു വൈകിട്ട് അയാളെ പൊലീസ് അറസ്റ്റുചെയ്തു. ജീപ്പിലിരിക്കുമ്പോൾ അയാൾക്ക് താൻ ശൂന്യനും ഭീരുവുമായതുപോലെ തോന്നി. ഒരു മാസം കഴിഞ്ഞു ജാമ്യം കിട്ടി തിരിച്ചുചെന്നപ്പോൾ ചെഷയർ ഹോമിന്റെ വാർഡൻ നികൃഷ്ടമായി ചൂണ്ടിക്കാട്ടിയ അയാളുടെ സാധനങ്ങൾക്കൊപ്പം ഒരുപുസ്തകവും കത്തുമുണ്ടായിരുന്നു. പുസ്തകം അതുതന്നെ *ഏകാന്തതയുടെ നൂറു വർഷങ്ങൾ*. കത്ത് അവൾ എഴുതിയത്. ചെഷയർ ഹോമിൽനിന്നു പോകുന്നു. പകുതി വായിച്ച പുസ്തകം നെഞ്ചിൽ കമഴ്ത്തിവെച്ച് ഞാൻ രാത്രികളിൽ കാത്തുകിടക്കും. വാതിലുകൾ ചവിട്ടിപ്പൊളിച്ച് തിളങ്ങുന്ന വടിവാളുമായി നീ വരണം- സ്വന്തം നൂർ. നൂർജഹാൻ: നൂർമഹൽ, കാഞ്ഞിരപ്പള്ളി.

അന്നു രാത്രി സത്യൻ കടപ്പുറത്തേക്കുപോയി. തീരത്ത് വെറും മണലിൽ കമിഴ്ന്നു കിടന്നു കരഞ്ഞു. കടൽ അയാളെ തൊടാൻ അതിന്റെ നൂറു നൂറുകൈകൾ ആർത്തിയോടെ നീട്ടി വെറും നിലത്തുകൂടി ഇഴഞ്ഞിഴഞ്ഞു വന്നു. കൈകാലുകളില്ലാത്ത പാവം കടൽ, ഓരോ തവണയും പരാജയപ്പെട്ടു മണൽപ്പുറത്തുകൂടി ഊർന്നുപോയി. വെളുത്ത വിരലുകൾകൊണ്ട് തിരകൾ മണലിൽ അയാൾക്കായി കത്തെഴുതി. ചോരപ്പശയുള്ള തന്റെ കൈകൾ കൊണ്ട് ആ വെളുപ്പിൽ തൊടാൻ സത്യൻ മടിച്ചു. പക്ഷേ, ഏതുമണൽത്തരിയെയും പോലെ അയാൾക്കുമേലും ഒരു വേലിയേറ്റമുണ്ടായി. കടലിന്റെ കൈകളിലേക്ക് സ്വയം ഉരുണ്ടു ചെല്ലുമ്പോൾ തന്റെ കണ്ണീരിനും കടലിനും ഒരേ ഉപ്പു തന്നെയാണെന്ന് സത്യൻ കണ്ടെത്തി.

അടുത്ത രാവിലെ, കാഞ്ഞിരപ്പള്ളിയിലെ നൂർമഹലിൽ ചെന്ന് അയാൾ നൂറിനെ കണ്ടു. ചെഷയർ ഹോമിൽ നൂർ മറന്നിട്ട പുസ്തകം തിരിച്ചു കൊടുക്കാൻ വേണ്ടി വന്നതാണെന്നു പറഞ്ഞപ്പോൾ അവളുടെ ബാപ്പയുടെ നാലു ഭാര്യമാരിൽ മൂന്നാമത്തെയാളുടെ ഇളയമകൻ പ്രവേശനം അനുവദിച്ചു. വലിയ മിനാരങ്ങളുള്ള ബംഗ്ലാവിന്റെ വടക്കുവശത്ത്, ഒരു തളത്തിനപ്പുറത്തെ ചെറിയ മുറിയിലായിരുന്നു അവൾ. തളത്തിന് സീലിങ്ങില്ലെന്ന് ആദ്യസന്ദർശനത്തിൽത്തന്നെ സത്യൻ ശ്രദ്ധിച്ചു. അവരുടെ മൂന്നാമത്തെ കൂടിക്കാഴ്ച. ആയ കാപ്പികൊണ്ടുവരാൻ പോയ നേരത്ത് അവൾ പെട്ടെന്ന് അയാൾക്കുനേരെ കൈ നീട്ടി. സത്യൻ ആ കൈകളിലേക്കു പുസ്തകം നീട്ടിയപ്പോൾ അവൾ അതു വാങ്ങാതെ അയാളുടെ കൈകൾ പിടിച്ചെടുത്തു. ആസക്തിയോടെ ഉമ്മ വെച്ചു. ഞാനിതുവരെ ഒരാളെയും തൊട്ടിട്ടില്ല, ഉമ്മ വെച്ചിട്ടില്ല. അവൾ പുലമ്പി. എന്നാലും എന്നെപ്പോലൊരാൾ എന്നു സത്യൻ സങ്കടപ്പെട്ടു. നിനക്കെന്താ കുറവ്. നീയല്ലേ എന്റെ വാതിൽ ആദ്യം തട്ടിത്തുറന്നുവന്ന ആണ്, നീയല്ലേ എന്റെ ശരീരം ആദ്യം കണ്ട ആണ്, നീയല്ലേ എന്റെ ബെഡ്പാൻ വൃത്തിയാക്കിത്തന്ന ആദ്യത്തെ ആണ്, നീയല്ലേ എന്റെ പുസ്തകം നെഞ്ചിൽ ചേർത്തുകൊണ്ട് നടന്ന ആണ്...? ഇപ്പോൾ സത്യന് നഷ്ടപ്പെട്ട അഹന്തയ്ക്കു പകരം മറ്റൊന്നു കിട്ടി. കാലുകളില്ലാത്ത ഒരു പെണ്ണ് നിനക്കു പിന്നാലെ ഓടുന്നു എന്ന അഹന്ത. അതു ഭയങ്കരമായിരുന്നു. രണ്ട് അഹന്തകൾക്കിടയിലെ നിസ്സഹായത, പ്രേമം- നൂർ പഠിപ്പിച്ചു. രണ്ട് നിസ്സഹായതകൾക്കിടയിലെ അഹന്തയും പ്രേമം - സത്യൻ പഠിച്ചെടുത്തു.

ചെഷയർ ഹോം വാർഡന്റെ കള്ളക്കണ്ണുകളും ആയുർവേദ മരുന്നുകളുമായി സത്യൻ വിചാരണ തീരുവോളം ആഴ്ചയിലൊരിക്കൽ കാഞ്ഞിരപ്പള്ളിയിലെത്തി. കീഴ്ക്കോടതി അയാളെ ശിക്ഷിച്ചപ്പോൾ ജയിലിൽനിന്ന് അയാൾ നൂറിനും നൂർ അയാൾക്കും കത്തെഴുതി. അങ്ങനെ സത്യൻ അക്ഷരമാല മുഴുവൻ പഠിച്ചു. സത്യൻ അവന്റെ കടലിനെക്കുറിച്ചും നൂർ അവളുടെ കാലുകളെക്കുറിച്ചും നാദാപുരത്ത് തളർവാതത്തിനു ചികിത്സിക്കുന്ന മൊല്ലാക്കയുടെ വീട്ടിൽ സത്യൻ കടന്നുവന്ന ആ നിമിഷത്തെക്കുറിച്ചും എഴുതി.

- ഞാൻ വരുന്നിടത്തെല്ലാം നീയെന്തിനാണെന്നെ കാത്തുകിടന്നത്? സത്യൻ ചോദിച്ചു. കാലുകളില്ലാത്ത നീ എന്നെയെന്തിനാണ് ഇങ്ങനെ വിടാതെ പിന്തുടരുന്നത്?

- ഞാൻ ജയിലിലുംവരും. ബഷീറിന്റെ നോവലിലെ പോലെ മതിലുകൾക്കപ്പുറവും ഇപ്പുറവും നിന്നു നമുക്കു പ്രേമിക്കാം. രണ്ടു മതിലുകൾക്കിടയിലെ സ്വാതന്ത്ര്യം. ജീവിതം. രണ്ടു സ്വാതന്ത്ര്യങ്ങൾക്കിടയിലെ മതിൽ, മതം.

- ഇതു വേറൊരു സത്യനാണ് നൂർ. തീരത്തെ നനഞ്ഞ മണൽകൊണ്ടെന്നപോലെ നീ മെനഞ്ഞെടുത്തവൻ.

- രണ്ടു ശരീരങ്ങൾക്കിടയിലെ തടവാണ് നമ്മുടെ സ്നേഹം. എന്റെ ശരീരത്തിൽ നിന്ന് എന്നെ സ്വതന്ത്രയാക്കൂ...

-നീയെന്റെ സ്വർണ്ണ മത്സ്യമാണ്. ഞാൻ നിന്നെ രണ്ടു കൈകളിലും കോരിയെടുക്കും. എന്റെ സ്നേഹത്തിന്റെ കടലിലേക്ക് തുറന്നുവിടും.

-ശിക്ഷ കഴിഞ്ഞു നീ തിരിച്ചിറങ്ങുമ്പോൾ അന്നത്തെപ്പോലെ കൈയിൽ വടിവാളുമായി കറുത്ത വേഷമിട്ട് വാതിൽ ചവിട്ടിത്തുറന്നു വരണം. എന്റെ കട്ടിലിൽ ഞാൻ പകുതി വായിച്ച പുസ്തകവുമായി കാത്തുകിടക്കും.

-*ഏകാന്തതുടെ നൂറു വർഷങ്ങൾ.* അതാണ് പുസ്തകം. അതാണ് സത്യം. അതാണ് ജീവിതം.

-നീയെന്നാണ് വരുന്നത്? എനിക്കു പേടിയാവുന്നു. കാലുകളുടെ തളർച്ച അരയിലേക്കും പടരുന്നുണ്ടെന്ന് തോന്നുന്നു. പിന്നെ ഞാൻ എങ്ങനെ നിന്റെ കുഞ്ഞുങ്ങളെ പ്രസവിക്കും. നെറ്റിയിൽ കുങ്കുമപ്പൊട്ടും കണ്ണിൽ സുറുമയുമായി നമ്മുടെ കടൽത്തീരത്ത് അവരെങ്ങനെ ഓടിക്കളിക്കും?

-നിനക്ക് ഒന്നും സംഭവിക്കില്ല, നൂർ. ഞാൻ വരും. നിന്നെ എന്റെ നെഞ്ചിൽ കിടത്തി ഞാൻ പുറംകടലിലേക്ക് മലർന്നു കിടന്നു നീന്തും. നമുക്കു ചുറ്റും വലിയ സ്രാവുകൾ കാവൽ നില്ക്കും.

-സത്യാ, നീ വേഗം വരണം. കടലിലെ തിരകൾപോലെ, ആകാശത്തെ മേഘങ്ങൾ പോലെ, നമുക്ക് ഇടകലരണം. നീയെന്നെ തൊടുമ്പോൾ, എന്റെ കാലുകൾ ജീവൻ വയ്ക്കുമായിരിക്കും. എന്റെ തുടകൾ ചലിക്കുമായിരിക്കും. എന്റെ ശരീരം നിനക്കായി തളർച്ച മറക്കുമായിരിക്കും.

അതിൽപ്പിന്നെ അവളുടെ കത്തുകൾ വന്നില്ല. രാത്രികളിൽ ജയിലിലെ തണുത്ത ഭിത്തികളിൽ സത്യൻ ഉറക്കമില്ലാതെ ചാരിയിരുന്നു. എന്റെ നൂർ. അവളുടെ ശരീരം. ഞങ്ങളുടെ സ്നേഹം. അയാൾ അവളെക്കുറിച്ചുതന്നെ ചിന്തിച്ചു. അകം വെളുത്ത കറുത്ത കക്കകൾ പോലെയുള്ള കണ്ണുകൾ. ചെകിളച്ചോപ്പുള്ള ചുണ്ടുകൾ. ചെമ്മീൻ മിനുപ്പുള്ള ശരീരം. തവിട്ടുനിറമുള്ള ഉണങ്ങിയ കാലുകൾ. അവരെങ്ങനെയാണ് ഇണ

ചേരുക? അവരെങ്ങനെയാണ് ഇടകലരുക? രണ്ടു തളർച്ചകൾക്കിടയിലെ ഉണർവ്വാണ് സ്നേഹം. രണ്ട് വെമ്പലുകൾക്കിടയിലെ അടിച്ചമർത്തലാണ് സ്നേഹം. അയാൾക്ക് ഇക്കാണുന്നതെല്ലാം വിഡ്ഢിത്തമാണെന്നു തോന്നി. ജയിലുകൾ, പൊലീസുകാർ, കോടതികൾ, സ്കൂളുകൾ, റോഡുകൾ, കടകൾ, ആശുപത്രികൾ, മരുന്നുകൾ, വസ്ത്രങ്ങൾ, ശരീരങ്ങൾ.. എല്ലാം അർത്ഥശൂന്യം, അസത്യം. സത്യമായി ഇതൊന്നുമാത്രം. ഒരു സത്യൻ. ഒരു നൂർ. അവരുടെ രണ്ടായിരം ഡിഗ്രി ചൂടുള്ള ഇടകലരാനുള്ള ആർത്തി. നൂറിന്റെ അവസാനത്തെ കത്തുവന്ന് രണ്ടു മാസംതികഞ്ഞത് ഇന്നലെയായിരുന്നു. ഇന്നുപുലർച്ചെ മൂന്നര മണിക്ക് സത്യൻ തടവുചാടി. കൂട്ടുകാരന്റെ ലോഡ്ജിൽ പോയി വസ്ത്രങ്ങളും പണവും സംഘടിപ്പിച്ച് അവന്റെ വടിവാളും വടവും അവന്റെ ജീപ്പും കടം വാങ്ങി കാഞ്ഞിരപ്പള്ളിയിലേക്കു പുറപ്പെടുമ്പോൾ അവൻ പ്രതീക്ഷിച്ചു: ഇന്നുരണ്ടു ഹൃദയങ്ങൾ ജയിൽ ചാടും.

അർദ്ധരാത്രി സത്യൻ നൂർമഹലിന്റെ മതിൽ ചാടി. സീലിങ്ങില്ലാത്ത തളത്തിലെ ഓടിളക്കി വടത്തിൽ തൂങ്ങി ഉള്ളിലെത്തി. അവളുടെ മുറിവാതിൽ ചാരിയിട്ടേ ഉണ്ടായിരുന്നുള്ളൂ. അകത്ത് ലൈറ്റുണ്ടായിരുന്നു. ശബ്ദമില്ലാതെ അകത്തു കയറി വാതിൽ ചേർത്തടച്ച് അയാൾ ആർത്തിയോടെ കട്ടിലിലേക്കു നോക്കി. തിരകൾ പോലെ, മേഘങ്ങൾ പോലെ ഇന്നു ഞങ്ങൾ ഇടകലരും. എവിടെ എന്റെ നൂർ? എന്റെ ഓറഞ്ച് പഴം. എന്റെ സ്വർണ്ണ മത്സ്യം?

പക്ഷേ, സത്യൻ പേടിച്ചു. കട്ടിലിൽ നൂർ ഉണ്ടായിരുന്നില്ല. ചത്ത നീർക്കോലി പോലൊരു ശരീരം. തോടുകളഞ്ഞ കക്കപോലെ കണ്ണുകൾ. ഉണക്കമീൻ പോലെ തൊലി ചുളിഞ്ഞ കവിളുകൾ.

"നൂർ.."

സത്യൻ നിലവിളിച്ചു.

ചത്ത കക്കകൾ ഇളകി. ഇല്ലാത്ത ഒച്ചയിൽ നൂർ വിളി കേട്ടു.

"സത്യാ..."

സത്യന്റെ ഹൃദയത്തിലെ രണ്ടായിരം ഡിഗ്രി ചൂടും ആറിപ്പോയി. പകരം ഇരുപതിനായിരം ഡിഗ്രി തണുപ്പ് നിറഞ്ഞു. അയാൾക്ക് സ്വയം തളരുന്നതുപോലെ തോന്നി. ആരെയൊക്കെയോ കൊന്നിട്ടുള്ള കൈകൾ എവിടെയൊക്കെ പാഞ്ഞിട്ടുള്ള കാലുകൾ. ഏതൊക്കെയോ സ്ത്രീ ശരീരങ്ങൾ ഭേദിച്ച ജനനേന്ദ്രിയം - ഓരോന്നായി തളരുകയാണ്. നൂർ-സത്യന്റെ ജീവിതത്തിലെ ഏക സത്യം. സത്യൻ അവിശ്വാസത്തോടെ നോക്കി. ഓരോ പുരുഷനും നിലനില്ക്കാൻ ഒരു അഹന്ത വേണം. പിടിച്ചുപറിക്കുകയും കൊല്ലുകയും ബലാത്സംഗം ചെയ്യുകയും ചെയ്യുമ്പോൾ എന്തായിരുന്നു സത്യന്റെ അഹന്ത? അയാൾ നൂറിനെ പിന്നെയും നോക്കി. അവളുടെ തളർന്ന കാലുകൾ, തളർന്ന തുടകൾ, തളർന്ന അരക്കെട്ട്, തളർന്ന നെഞ്ച്, തളർന്ന മുഖം, തളരാത്ത കണ്ണുകളിലെ തളരാത്ത സ്നേഹം. കടലായ സ്നേഹം.

സത്യൻ നൂറിന്റെ അടുത്തുചെന്നു. അയാൾക്കായി അവളുടെ കണ്ണുകൾ മീനുകൾ പോലെ പിടച്ചു. അയാൾ പുതപ്പുനീക്കി. വാടിയ താമരവള്ളികൾ. അവളുടെ ഉള്ളംകാലിൽ അയാൾ ഉമ്മവെച്ചു. പിന്നെ കാലുകളിൽ, തുടകളിൽ, അടിവയറ്റിൽ, പൊക്കിളിൽ, ശുഷ്കിച്ച മാറിൽ. അവൾ ഒന്നുമറിഞ്ഞില്ല. രണ്ട് ആത്മാക്കളുടെ അനിവാര്യത, രതി. സത്യൻ ആസക്തിയോടെ അവളുടെ കണ്ണുകളിൽ ഉമ്മ വെച്ചു. രണ്ട് ഇമകൾക്കിടയിൽ നനവ്, കണ്ണീർ. സത്യൻ അവളുടെ നെറ്റിയിൽ ചുണ്ടു ചേർത്തു. രണ്ട് ഏകാന്ത

തകൾക്കിടയിലെ വിശുദ്ധി. പ്രേമം. സത്യൻ അവളെ നെഞ്ചോടമർത്തി. രണ്ട് ജന്മ ങ്ങൾക്കിടയിലെ ആനന്ദം. മരണം. സത്യൻ അവളെ ശരീരത്തിൽനിന്നു മോചിപ്പിച്ചു.

എന്തായിരുന്നു നൂർ തട്ടിത്തകർത്ത അഹന്തയെന്ന് ജയിലിലേക്കു തിരിച്ചുപായു മ്പോൾ അയാൾ കണ്ടെത്തി. അത് ഏകാന്തതയായിരുന്നു. ഇപ്പോൾ അയാൾക്കതു തിരിച്ചുകിട്ടി. ഇനി ഏകാന്തതയുടെ നൂർ വർഷങ്ങൾ.

ഇ സന്തോഷ്കുമാർ

സുജാത

അർദ്ധവൃത്താകൃതിയിലുള്ള ആ ഹാളിനുള്ളിൽ കൈകളുയർത്തി ശ്വാസം നിയന്ത്രിച്ച്, സ്വയം മറന്നു കണ്ണടച്ചുകൊണ്ടു നില്ക്കുന്ന മനുഷ്യരെല്ലാം പറക്കാൻ വെമ്പുന്ന വലിയ പക്ഷികളെപ്പോലെയാണെന്ന് അവൾക്കു തോന്നി. പ്രാർത്ഥനയുടെ ചില നിമിഷങ്ങളിൽ അവർ കാൽവിരലുകളിൽ ഊന്നി ഉയർന്നു നില്ക്കാൻ ശ്രമിക്കുന്നതുപോലുമുണ്ടായി രുന്നു. എല്ലാവരും വെളുത്ത വസ്ത്രങ്ങൾ ധരിച്ചിരുന്നു. അവർ ഒരുമിച്ചു കൈകളുയർത്തിയപ്പോൾ വസ്ത്രങ്ങളുലയുന്നതിന്റെ നേർത്ത മർമ്മരം ഇളംകാറ്റിൽ നിന്നെന്നതുപോലെ അവൾ കേട്ടു.

ആശ്രമത്തിലെ വലിയ ഹാളിൽ കുറേ നാൾക്കുശേഷം ഗുരുജിയുടെ പ്രഭാഷണം നടക്കുകയായിരുന്നു. അദ്ദേഹം വാക്കുകൾകൊണ്ടും ശരീരംകൊണ്ടും സംസാരിച്ചു. സംഗീതോപകരണങ്ങളുടെ അകമ്പടിയോടെ നൃത്തം ചെയ്തു. നേർത്ത സ്ത്രൈണതയുള്ള പതിഞ്ഞൊരു ശബ്ദത്തിൽ തിരക്കു പിടിച്ച പുതിയ ജീവിതത്തെയും മനുഷ്യർക്കു നഷ്ടപ്പെട്ടുപോകുന്ന ഇടവേളകളെയും കുറിച്ച് ഓർമ്മപ്പെടുത്തിക്കൊണ്ടിരുന്നു. ഇടയ്ക്കിടെ സംസാരിക്കുന്നതു നിർത്തി ഗുരുജി അനുയായികളെ സ്വയം ചിട്ടപ്പെടുത്തിയ യോഗമുദ്രകളിലേക്കു നയിച്ചു. നിശ്ശബ്ദരായ അനേകം മനുഷ്യരുടെ ശ്വാസോച്ഛ്വാസങ്ങൾ അദൃശ്യമായ ഒരു ദണ്ഡുകൊണ്ട് നിയന്ത്രിക്കുന്ന ഒരു വലിയ മാന്ത്രികനെപ്പോലെയായിരുന്നു അപ്പോൾ അദ്ദേഹം.

ഹാളിനുള്ളിൽ വെളിച്ചം കുറവായിരുന്നു. തൂങ്ങിക്കിടക്കുന്ന വിളക്കുകൾ മഞ്ഞിലൂടെന്നവണ്ണം വിളറിയ പ്രകാശം പൊഴിച്ചുകൊണ്ടിരുന്നു. തൂണുകളിൽ പറ്റിപ്പിടിച്ചിരുന്ന സ്പീക്കറുകളിൽനിന്നും പുറപ്പെട്ട വയലിന്റെ നേർത്ത ഈണം മാത്രം ഒരു ശ്രുതിപോലെ ചുറ്റും നിറഞ്ഞുനിന്നു.

ഹാളിന്റെ മദ്ധ്യത്തിലായി ഇരുകൈകളുമുയർത്തി മൗനം പാലിച്ചു നില്ക്കുമ്പോൾ ഗുരുജി നീണ്ട കൊക്കുകളുള്ള ഒരു മെലിഞ്ഞ പക്ഷിയെ ഓർമ്മിപ്പിച്ചു. ആ മുഖം വല്ലാതെ പ്രകാശിക്കുന്നുണ്ടെന്ന് അവൾക്കപ്പോൾ തോന്നി. അദ്ദേഹത്തിനു ചുറ്റും വലയങ്ങളായി നിന്നിരുന്നവരെല്ലാം അതുപോലെതന്നെ കണ്ണുകൾ പൂട്ടി, കൈകളുയർത്തി നിശ്ശബ്ദരായി നില്ക്കുകയായിരുന്നു അപ്പോൾ.

ഗുരുജിയുടെ നിർദ്ദേശം മൈക്കിലൂടെ വന്നിട്ടും അവൾ പക്ഷേ, കണ്ണുകളടയ്ക്കാൻ ശ്രമിച്ചില്ല. കണ്ണുകളടച്ചാൽ ദുർവ്വഹമായൊരു ഏകാന്തത തന്നെ വന്നുമൂടുമെന്ന് അവൾ പേടിച്ചിരുന്നു.

പിന്നെ വയലിനും നിലച്ചു. വൃത്താകൃതിയിലുള്ള ഹാളിൽ ഇലയനക്കങ്ങൾപോലുമില്ലാത്ത പരിപൂർണ്ണമായൊരു മൗനം നിറഞ്ഞുനിന്നു. അതിന്റെ ഭാരത്തിൽ താൻ അമർന്നുപോവുകയാണെന്ന് അവൾക്ക് ഭയം തോന്നി.

പെട്ടെന്ന് താഴെ ഹാന്റ് ബാഗിൽ വച്ചിരുന്ന അവളുടെ സെൽഫോൺ ശബ്ദിച്ചു. ഹാളിലെ മൗനത്തെ പിളർത്തിക്കൊണ്ട് അതിന്റെ വിചിത്രമായ റിങ്ടോൺ നിലയ്ക്കാതെ ശബ്ദിച്ചുകൊണ്ടിരുന്നു. അവൾ വല്ലാതെ പരിഭ്രമിച്ചു. ബാഗുമെടുത്തു പുറത്തു പോകാൻ നിവൃത്തിയില്ല. പുറത്തുനിന്നുമുള്ള ശല്യങ്ങൾ ഒഴിവാക്കുന്നതിനുവേണ്ടിയാകണം, ഹാളിന്റെ വാതിലുകളെല്ലാം ബന്ധിച്ചിരിക്കുന്നു. തിടുക്കപ്പെടുമ്പോൾ അവൾക്ക് ഹാന്റ് ബാഗിൽ സിപ്പ് വലിച്ചൂരുന്നതുപോലും തെറ്റി. ഒട്ടുനേരത്തെ ശ്രമത്തിനുശേഷം റിങ്ടോൺ നിർത്തി വീണ്ടും എഴുന്നേറ്റു നിന്നപ്പോൾ ആൾക്കൂട്ടത്തിനിടയിൽനിന്നും അനക്കങ്ങൾ അലകൾപോലെ രൂപപ്പെടുന്നത് അവൾ അറിഞ്ഞു. ഗുരുജിയുടെ സംഭാഷണം നിലച്ചിരിക്കുന്നു. ശ്രുതിപോലെ ഹാളിൽ നിറഞ്ഞു നിന്നിരുന്ന സംഗീതത്തിനായി അവൾ കാതോർത്തു: ഒന്നുമില്ല; കൈകൾ താഴ്ത്തി ഒഴിഞ്ഞ ഭാവത്തോടെ നില്ക്കുന്ന ആളുകൾ. എല്ലാവരും ഒരു തെറ്റുകാരിയോടെന്നതുപോലെ തന്നെ നോക്കി നില്ക്കുകയാണെന്ന് അവൾക്കു തോന്നി, അവൾ ഒന്നും പറയാതെ തലകുനിച്ചു.

ഗുരുജി അവളെ ശാന്തനായി നോക്കിക്കൊണ്ട് ചോദിച്ചു: "സെൽഫോൺ റിസപ്ഷനിൽ കൊടുത്തേല്പിക്കണമെന്നു പറഞ്ഞിരുന്നല്ലോ അല്ലെങ്കിൽ ഇങ്ങനെ സംഭവിക്കുമെന്ന് വിചാരിക്കേണ്ടതായിരുന്നില്ലേ?"

അവൾക്ക് മറുപടി പറയാനായില്ല.

"പുറത്തുനിന്നും ആരോ നിങ്ങളോടു സംസാരിക്കാൻ ശ്രമിക്കുന്നു." ഗുരുജിയുടെ ശബ്ദം മൈക്രോഫോണിലൂടെ ഹാളിൽ നിറഞ്ഞു. "അതിനർത്ഥം നിങ്ങൾ പൂർണ്ണമായും ഇതിനുള്ളിലല്ല എന്നതാണല്ലോ. ബന്ധങ്ങൾ ചരടുകൾപോലെയാണ്. അദൃശ്യമാണെങ്കിലും അവ നിങ്ങളെ ചുറ്റിപ്പിടിക്കുന്നു. വല്ലാതെ മുറുക്കുന്നു. തല്ക്കാലത്തേക്കെങ്കിലും അത്തരം ബന്ധങ്ങൾ ഒഴിവാക്കാൻവേണ്ടിയാണ് ഫോണുകൾ ഹാളിലേക്കു വേണ്ടെന്നു പറഞ്ഞത്."

ശരിയാണ്, ഫോൺസെറ്റുകളെല്ലാം റിസപ്ഷനിൽ വാങ്ങി വയ്ക്കുന്നുണ്ടായിരുന്നു. മനഃപൂർവ്വം കൊടുക്കാതിരുന്നതാണ്. എവിടെനിന്നെങ്കിലും ഒരുപക്ഷേ, ഇനിയും ആരെങ്കിലും വിളിക്കാം. എന്തെങ്കിലും വിവരം ലഭിക്കുമെന്ന പ്രതീക്ഷ പിന്നെയും അവ

ശേഷിക്കുന്നുണ്ടായിരുന്നു. ഇത്തരമൊരു ഹാളിൽ പുറംലോകവുമായി ബന്ധമില്ലാതെ ഒതുങ്ങിക്കൂടേണ്ടിവരുമെന്നു വിചാരിച്ചതല്ല.

സെൽഫോണിന്റെ സ്ക്രീനിൽ അപരിചിതമായൊരു നമ്പർ തെളിഞ്ഞിരുന്നു. ആരാവാം?

ആശ്രമത്തിൽ കാലത്ത് വന്നതാണ്. വൈകാതെ തിരിച്ചുപോകാമെന്നു വിചാരിച്ചിരുന്നു. തന്റെ പേരു പറഞ്ഞാൽ തടസ്സങ്ങളെല്ലാം നീങ്ങുമെന്ന് മിസ്സിസ് മേത്ത ഉറപ്പു തന്നതുമാണ്. പക്ഷേ, വന്നപ്പോൾ ഗുരുജിയെ കാണാൻ സാധിച്ചില്ല. അദ്ദേഹം കാലത്ത് ആശ്രമത്തിലുണ്ടായിരുന്നില്ലല്ലോ. രാവിലെ വരും എന്നായിരുന്നു ഇന്നലെ ഫോൺ ചെയ്തു ചോദിച്ചപ്പോൾ പറഞ്ഞത്. "ഫ്ളൈറ്റ് വൈകിയതുകൊണ്ടാണ്" വലിയ ഫ്രെയിമുള്ള കണ്ണട വച്ച റിസപ്ഷനിലെ മദ്ധ്യവയസ്കൻ പറഞ്ഞു: "സാരമില്ല അമ്മേ, നിങ്ങളുടേത് മൂന്നു ദിവസത്തെ കോഴ്സാണല്ലോ. അതിനുമുമ്പ് എന്തുതന്നെ ആയാലും അദ്ദേഹം എത്തും. മിക്കവാറും ഇന്നുച്ചയ്ക്കുതന്നെ. തീർച്ചയായും എല്ലാവരോടും സംസാരിക്കുകയും ചെയ്യും. താൻ മൂന്നുദിവസത്തെ കോഴ്സിനുവേണ്ടി വന്നതല്ലെന്ന് അയാളോടു പറഞ്ഞില്ല. തന്നെക്കാൾ എത്രയോ പ്രായമുള്ള അയാൾ "അമ്മേ" എന്നു പലതവണ സംബോധന ചെയ്തപ്പോൾ അസ്വസ്ഥത തോന്നിയിരുന്നു. ഒരുപക്ഷേ, ഇത് ഈ ആശ്രമത്തിന്റെ രീതികളിലൊന്നായിരിക്കണം. "ഇന്നു മടങ്ങിയിട്ട് ഗുരുജി ഉള്ള ദിവസം വിളിച്ചു ചോദിച്ചിട്ടു വന്നാലോ?" താൻ കോഴ്സിനു വന്നിട്ടുള്ള ആളല്ല എന്നു പറയുന്നതിനു പകരം ഒഴികഴിവുപോലെ അവൾ തിരക്കി. മദ്ധ്യവയസ്കൻ അയാളുടെ ചിരിക്കുന്ന കണ്ണുകൾകൊണ്ട് അവളെ നോക്കി. "നോക്കൂ അമ്മേ, നിങ്ങളെ മൂന്നു ദിവസത്തെ കോഴ്സിനാണ് ചേർക്കുന്നത്. അതിനുവേണ്ടി തയ്യാറെടുത്തു വന്നതാണല്ലോ നിങ്ങൾ. പിന്നെ, എന്താണ് ഇത്ര മാറ്റി വയ്ക്കാനാകാത്ത തിടുക്കങ്ങൾ? തന്നെയുമല്ല, ഇത്തരം കോഴ്സുകൾ നടക്കുന്ന സമയങ്ങളിൽ ഗുരുജി മറ്റാരെയും സന്ദർശനത്തിന് അനുവദിക്കാറില്ല. അതാണ് നിയമം. എന്തു ചെയ്യണമെന്നു നിങ്ങൾ തന്നെ തീരുമാനിക്കൂ." അയാൾ വീണ്ടും ചിരിയോടെ നോക്കിയപ്പോൾ ഒന്നും പറയാതെ പേരും വിലാസവും എഴുതിക്കൊടുത്തു. ഗുരുജിയെ കാണാൻ കഴിഞ്ഞാൽ അപ്പോൾത്തന്നെ മടങ്ങാമല്ലോ എന്നു കരുതി. ഫീസായി ഈടാക്കുന്ന തുക മാത്രമേ നഷ്ടപ്പെടുന്നുള്ളൂ.

പേരു രജിസ്റ്റർ ചെയ്യുന്നതിനായി വരി നിന്നിരുന്ന ആളുകൾ സെൽഫോണുകൾ റിസപ്ഷനിൽ ഏല്പിക്കുന്നതു കണ്ടതാണ്. അതും ഒരു നിബന്ധനയാണ്. മൂന്നു ദിവസവും പുറംലോകത്തുനിന്നുമുള്ള ബന്ധങ്ങൾ വിച്ഛേദിച്ചുകൊണ്ട് തീർത്തും സ്വതന്ത്രമായ ഒരു ജീവിതമാണ് ലഘുലേഖയിൽ പറയുന്നത്. തനിക്കാണെങ്കിൽ, ഇപ്പോൾ അതേതായാലും വയ്യ. പുറം ലോകത്തുനിന്നുള്ള വരികളാണ് താൻ പ്രതീക്ഷിച്ചുകൊണ്ടിരിക്കുന്നത്. അത് ഇല്ലാതായിരിക്കുന്നു എന്നതാണ് തന്റെ പ്രശ്നം. ഹാന്റ് ബാഗിനുള്ളിൽ വച്ചിട്ടുള്ള സെൽഫോണിനെക്കുറിച്ച് ഒന്നും പറയാതെ അവൾ റിസപ്ഷനിൽ നിന്നും പുറത്തുപോന്നു.

അതാണ് ഇപ്പോൾ ഗുരുജി ചോദിക്കുന്നത്. സെൽഫോണിലെ അപരിചിതമായ നമ്പർ ധൃതി പിടിച്ച് ഓഫാക്കിയതിനുശേഷം അവൾ മുഖമുയർത്തി ഗുരുജിയെ നോക്കി. അപ്പോൾ എന്തുകൊണ്ടോ, അവൾക്കു നിയന്ത്രിക്കാൻ കഴിഞ്ഞില്ല. ഇരിപ്പിടത്തിലെ ഉരുണ്ട തലയിണകൾക്കൊപ്പം വിരിച്ചിട്ടിരുന്ന ഒരു ചെറിയ ടവ്വൽ കുനിഞ്ഞെടുത്ത് മുഖം മറച്ചുകൊണ്ട് അവൾ കരയാൻ തുടങ്ങി. അത്ര നേരം അവളെ കുറ്റ

പ്പെടുത്തുന്നമട്ടിൽ നോക്കിനിന്നിരുന്ന ആളുകളെല്ലാം സ്വയം തെറ്റു ചെയ്തവരെപ്പോലെ അവളിൽനിന്നും നോട്ടം പിൻവലിച്ചു.

"കരയരുത്." ഗുരുജിയുടെ ശബ്ദത്തിന് പതിവിൽക്കവിഞ്ഞ മുഴക്കമുണ്ടായിരുന്നു. "കാരണം, ഞാൻ തുടക്കത്തിൽ പറഞ്ഞതുപോലെ കരച്ചിൽ ഒന്നിനും പ്രതിവിധിയല്ല."

ടവ്വലിനുള്ളിൽനിന്നും വിതുമ്പൽ അടങ്ങിയില്ല. മദ്ധ്യത്തിലുള്ള പീഠത്തിൽ സ്വയം ഇരുന്നുകൊണ്ട് എല്ലാവരോടും തങ്ങളുടെ ഇരിപ്പിടങ്ങളിൽ ഇരിക്കുവാൻ ഗുരുജി ആംഗ്യം കാണിച്ചു. ചെറിയ തടുക്കുകൾപോലുള്ള കിടക്കകളിൽ ഇരുന്നുകൊണ്ട് ആളുകൾ അവളെ പാളിനോക്കി.

തൂണുകളിലെ സ്പീക്കറുകളിൽനിന്നും വീണ്ടും വയലിൽ ശബ്ദിക്കാൻ തുടങ്ങിയിരുന്നു അപ്പോൾ.

പിന്നെ ഗുരുജി സാവധാനം എഴുന്നേറ്റു. അദ്ദേഹത്തിന്റെ വെളുപ്പുനിറമുള്ള നീളൻ വസ്ത്രം നിലത്തിഴയുന്നുണ്ടായിരുന്നു. ഉയരമുള്ള മെലിഞ്ഞ ശരീരമായിരുന്നു അദ്ദേഹത്തിന്റേത്. വലിപ്പമുള്ള മണികളോടുകൂടിയ രുദ്രാക്ഷമാല കഴുത്തിൽ പല ചുറ്റുകളായി അണിഞ്ഞിരിക്കുന്നു. നീണ്ട മുടിയിഴകൾക്ക് ചെമ്പൻ നിറമുണ്ടായിരുന്നു. അസ്ത്രങ്ങൾ ഒളിപ്പിച്ചിരിക്കുന്ന കണ്ണുകൾ. ചുളിവുകളുള്ള വിശാലമായ നെറ്റി.

ചെറിയ ചവിട്ടുപടികൾ ഇറങ്ങി മാർബിൾ പാകിയ തറയിലൂടെ നഗ്നപാദനായി നടന്ന് അദ്ദേഹം അവൾക്കരികിലെത്തി.

അവൾ തന്റെ തേങ്ങലടക്കാൻ പണിപ്പെട്ടുകൊണ്ടിരുന്നു.

തന്റെ നീണ്ട വിരലുകൾ നീട്ടി അവളുടെ മുഖത്തു സ്പർശിച്ചുകൊണ്ട് ഗുരുജി പറഞ്ഞു. "ഒതുക്കി വയ്ക്കുന്ന ദുഃഖമാണ് നിന്റെ പ്രശ്നം. പറയൂ. എന്താണ് സംഭവിച്ചത്?"

അപ്പോഴും അവൾക്ക് ഒന്നും പറയാൻ കഴിഞ്ഞില്ല. ഓരോ തവണ സംസാരിക്കുവാൻ ശ്രമിക്കുമ്പോഴും കരച്ചിലിന്റെ ഒരു തിര വന്ന് വാക്കുകളെ എടുത്തുകൊണ്ടു പോകുന്നു.

"പിരിഞ്ഞു പൊയ്ക്കോളൂ. ഇപ്പോൾ അത്രയും മതി." ഗുരുജി ആൾക്കൂട്ടത്തോടായി ഉറക്കെ പറഞ്ഞു.

അവൾ അമ്പരപ്പോടെ മുഖമുയർത്തി അദ്ദേഹത്തെ നോക്കി. താൻ കാരണമാണോ പ്രഭാഷണം നിർത്തേണ്ടിവന്നത്?

അവളുടെ മനസ്സു വായിച്ച മട്ടിൽ തലയാട്ടിക്കൊണ്ട് ഗുരുജി പറഞ്ഞു. "വിഷമിക്കണ്ട. അല്ലെങ്കിലും ഞാൻ അവസാനിപ്പിക്കുകയായിരുന്നു. കുറച്ചു കഴിഞ്ഞ് എന്നെ വന്നു കാണൂ. ഞാൻ പുറത്തെ മുറിയിലുണ്ടാവും."

പരിചാരകരും ശിഷ്യന്മാരും ചേർന്ന് ഹാളിന്റെ വാതിലുകൾ മലർക്കെ തുറക്കുന്നതിന്റെ ശബ്ദങ്ങൾ കേട്ടു. വേനൽക്കാലമായിരുന്നു. പുറത്തെ വെയിലിന്റെ ചൂടേന്തിവന്ന ഒരു കാറ്റ് ശീതീകരിച്ച ആ ഹാളിനുള്ളിലൂടെ കടന്നുപോയി.

"പ്രാർത്ഥിക്കുമ്പോൾ കരയരുത്." കസേരയിൽ ഇരിക്കാൻ ആംഗ്യം കാണിച്ചുകൊണ്ട് ഗുരുജി പറഞ്ഞു. "വാസ്തവം പറഞ്ഞാൽ, കരയുന്നതിൽ എന്തോ കുഴപ്പമുണ്ട് ഇല്ലേ? മറ്റെന്തെങ്കിലും ആവശ്യപ്പെടുന്നതുപോലെയോ എന്തോ. കുട്ടികളാണ് കരച്ചിലിനെ ഏറ്റവും വിദഗ്ദ്ധമായി ഉപയോഗിക്കുന്നത്. അതാണ് അവരുടെ വഴി. നമ്മുടെയെല്ലാം പ്രശ്നവും. കാരണം മുതിർന്നവരായ നിങ്ങൾ പ്രാർത്ഥനയിലൂടെ സ്വയം മനസ്സിലാക്കുവാനാണ് ശ്രമിക്കേണ്ടത്; എന്തെങ്കിലും പുറത്തുനിന്നും സഹായം കിട്ടുവാനല്ല."

അവൾ ഇരുന്നില്ല. ചൂരൽക്കസേരയ്ക്കു മുന്നിൽ വെറുതെ നിന്നു.

"മുമ്പ് എവിടെയെങ്കിലും ബേസിക് കോഴ്സുകൾ ചെയ്തിരുന്നില്ലേ?" ഗുരുജി ശബ്ദം കുറച്ചുകൊണ്ടു ചോദിച്ചു.

ഇല്ലെന്ന് അവൾ തലയാട്ടി.

"ഞാൻ ഊഹിച്ചു." ഗുരുജി പറഞ്ഞു. "ബേസിക് ചെയ്തവരെയാണ് ഇവിടെ അഡ്മിറ്റ് ചെയ്യാറുള്ളത്. അവർക്ക് ഇത്തരം കാര്യങ്ങളിൽ ഏകദേശ ധാരണയുണ്ടാവും."

അവൾ നിശ്ശബ്ദയായിരുന്നു. മുറിയിലെ ശീതീകരണയന്ത്രത്തിൽ നിന്നുള്ള നേരിയ മുരൾച്ച മാത്രം ഉയർന്നു കേട്ടു.

"ആട്ടെ, കോഴ്സിനു വേണ്ടിയല്ലെങ്കിൽ ആശ്രമത്തിൽ വന്നതെന്തിനാണ്? പൊതുവിൽ ഞാൻ സന്ദർശകരെ അനുവദിക്കാറില്ലെന്നറിയാമല്ലോ അല്ലേ?"

"ഞാൻ അങ്ങയെ കാണാൻ വേണ്ടി മാത്രം വന്നതാണ്." അവൾ പതുക്കെ പറഞ്ഞു. അതെന്തിനാണെന്ന് ആരായുന്ന മട്ടിൽ ഗുരുജി അവളെ സൂക്ഷിച്ചു നോക്കി. കുറച്ചു ദിവസങ്ങളായി ഉറങ്ങാത്തതുകൊണ്ട് അവളുടെ കണ്ണുകൾ വീർത്തുകെട്ടിയിരിക്കുന്നുവെന്ന് അദ്ദേഹത്തിനു മനസ്സിലായി.

"മിസിസ്സ് മേത്ത സ്വാമിജിയെ കാണാൻ പറഞ്ഞു.." അവൾ സംശയിച്ചുകൊണ്ട് നിർത്തി.

"മിസിസ്സ് മേത്ത?" ഗുരുജി ഓർമ്മിച്ചു: "ഓ... കേണലിന്റെ ഭാര്യ സരളാബഹനെയാണോ നിങ്ങൾ പറയുന്നത്?"

"ഉം!" അവളുടെ കണ്ണുകളിൽ നനവു പടർന്നു. "ഒരുപക്ഷേ, അങ്ങേക്ക് എന്നെ സഹായിക്കാനാവും എന്ന്..."

"സരളാബഹൻ എന്നെ തെറ്റിദ്ധരിച്ചിരിക്കുന്നു: ഇത്രയൊക്കെ പരിചയമുണ്ടായിരുന്നിട്ടും. മുമ്പു പറഞ്ഞതുപോലെ; ആർക്കും പുറമെനിന്നും നിങ്ങളെ സഹായിക്കാനാവുമെന്നു തോന്നുന്നില്ല." ഗുരുജി ചിരിച്ചു. "ഒരു പക്ഷേ, നിങ്ങൾക്കുള്ളിൽത്തന്നെ ഉള്ള ഒരു പരിഹാരത്തെ എനിക്കു ചിലപ്പോൾ ചൂണ്ടിക്കാണിച്ചു തരാൻ സാധിച്ചെന്നു വരാം. അത്രേയേയുള്ളൂ." ഗുരുജി ഒരുമന്ത്രംപോലെ ആവർത്തിച്ചു. "അത്രമാത്രം."

കുറച്ചുനേരത്തേക്ക് രണ്ടുപേരും ഒന്നും പറഞ്ഞില്ല. ചുമരിൽ തൂക്കിയിട്ടിരിക്കുന്ന മൂന്നു തിബത്തൻ തങ്കകളിലേക്കു മാറിമാറി നോക്കിക്കൊണ്ട് അവൾ നിന്നു.

"എന്നിട്ട് എന്താണ് ഞാൻ ചെയ്യേണ്ടതെന്നു പറഞ്ഞില്ല.." ഗുരുജി തന്റെ നീണ്ട വിരലുകൾ വെറുതെ ഞൊടിച്ചുകൊണ്ടു പറഞ്ഞു.

അവൾക്കു കരച്ചിൽ വരുന്നുണ്ടായിരുന്നു. സാരിയുടെ തലപ്പുകൊണ്ട് തന്റെ മുഖം മറച്ചുപിടിക്കാൻ അവൾ ശ്രമിച്ചു. ഗുരുജി ശാന്തനായി അവളെ നിരീക്ഷിച്ചുകൊണ്ടേയിരുന്നു.

വെളുത്ത വസ്ത്രം ധരിച്ച ഒരു പരിചാരകൻ വന്ന് ഗ്ലാസുകളും വെള്ളം നിറച്ച ഒരു കുപ്പിയും മേശപ്പുറത്തു വച്ചുകൊണ്ട് ശബ്ദമുണ്ടാക്കാതെ അവിടെനിന്നും പോയി. ആശ്രമത്തിൽ എല്ലാവരും വെളുത്ത വസ്ത്രങ്ങൾ മാത്രം ധരിക്കുന്നു. നിറങ്ങളെ ഉപേക്ഷിച്ചുള്ള ജീവിതം. അതല്ലെങ്കിൽ മിസ്സിസ് മേത്ത പറയാറുള്ളതുപോലെ 'എല്ലാ നിറങ്ങളെയും ഉൾക്കൊണ്ടുകൊണ്ടുള്ള ജീവിതം.'

"എന്റെ മകൻ..." അവൾ തുടങ്ങിയെങ്കിലും പിന്നീട് വാക്കുകൾ പുറത്തുവന്നില്ല.

"പറയൂ, നിങ്ങളുടെ മകന് എന്താണു സംഭവിച്ചത്?" ഗുരുജി കൈവിരലുകളിൽ ഒരു മുദ്ര പകർത്താൻ ശ്രമിച്ചു.

"എന്റെ മകൻ. അവനെ കാണുന്നില്ല...." അത്രയും പറഞ്ഞതും അവൾക്കു നിയന്ത്രിക്കാനായില്ല. മുഖം മറച്ചു പിടിച്ചുകൊണ്ട് അവൾ വിതുമ്പി.

"ഇരിക്കൂ." ഗുരുജി എഴുന്നേറ്റുകൊണ്ട് അവളോടു പറഞ്ഞു: "എന്റെ മുന്നിൽ ഇങ്ങനെ നില്ക്കുന്നത് എനിക്കു തീരെ ഇഷ്ടമല്ല."

ചൂരൽക്കസേര വലിച്ചുകൊണ്ട് അവൾ പതുക്കെ ഇരുന്നു. അപ്പോഴൊന്നും അവൾ മുഖമുയർത്തുകയുണ്ടായില്ല.

"എത്ര നാളായി മകനെ കാണാതായിട്ട്?" ഗുരുജി ചോദിച്ചു.

"മുപ്പതാം തീയതിയായിരുന്നു... ഇന്നേക്ക്, ഇന്നേക്ക് അഞ്ചുദിവസം തികഞ്ഞു..." അവൾ മനസ്സിൽ കണക്കു കൂട്ടാൻ ശ്രമിച്ചു.

"ഏതു ക്ലാസിലാണ് അവൻ പഠിക്കുന്നത്?"

"നാലുവയസ്സു തികയുന്നതേയുള്ളൂ. നഴ്സറിയിൽ പോകുന്നുണ്ട്."

"അവിടെനിന്നാണോ കാണാതായത്?"

"അല്ല."

"പിന്നെ?"

"കുറച്ചുദൂരത്ത്, തീവണ്ടിയിൽ..."

"എവിടെ വച്ചായിരുന്നു?" ഗുരുജി തന്നെ പഠിക്കാൻ ശ്രമിക്കുകയാണെന്ന് അവൾക്കു തോന്നി.

"കുറച്ചു ദൂരെ. ഖരഗ്പൂർ കഴിഞ്ഞിട്ട്. ഞങ്ങൾ കല്ക്കത്തയിലേക്കു പോവുകയായിരുന്നു."

"ഞങ്ങൾ എന്നു പറയുമ്പോൾ? കൂടെ ഭർത്താവുണ്ടായിരുന്നോ?"

"കൂടെ... ഒരു സുഹൃത്തുണ്ടായിരുന്നു. ഒപ്പം ജോലി ചെയ്യുന്ന ഒരാൾ."

"അതു ചോദിക്കാൻ വിട്ടു. നിങ്ങൾ എവിടെയാണ് ജോലി ചെയ്യുന്നത്?"

"യൂണിവേഴ്സിറ്റിയുടെ മൈക്രോ ബയോളജി ഡിപ്പാർട്ടുമെന്റിൽ ഒരു മെഡിക്കൽ പ്രോജക്ടിൽ."

കുറച്ചുനേരം ഇരുവരും ഒന്നും പറഞ്ഞില്ല.

"ഭർത്താവ് എവിടെയാണ്?" എന്തോ ഓർമ്മിച്ചിട്ടെന്നവണ്ണം ഗുരുജി ചോദിച്ചു.

"പുറത്താണ്, ഓയിൽ റിഗ്ഗിൽ. ഇപ്പോൾ പസഫിക്കിൽ ഒരു ദ്വീപിനോടു ചേർന്നുള്ള ഭാഗത്ത്."

"ശാന്ത സമുദ്രത്തിലെ ദ്വീപുകൾ..." ഗുരുജി വെറുതെ ആവർത്തിച്ചു: "കഴിഞ്ഞ ദിവസം ഞാനവയ്ക്കു മുകളിലൂടെ പറന്നിരുന്നു."

"ഞങ്ങൾ ഒരു സ്പെസിമൻ കളക്ടു ചെയ്യുന്നതിനായി പോവുകയായിരുന്നു" അവൾ ഓർമ്മിച്ചു. "റിച്ചിയുടെ റിസർച്ച് ഫിനിഷ് ചെയ്യാൻ അതുകൂടി വേണമായിരുന്നു."

"റിച്ചിയാണോ ആ സുഹൃത്ത്?" ഗുരുജി ഊഹിച്ചു. "അയാളിപ്പോൾ എവിടെ?"

"അറിഞ്ഞുകൂടാ..." അവൾ പിന്നെയും കരഞ്ഞു തുടങ്ങി. "അയാളെക്കുറിച്ചും വിവരമൊന്നുമില്ല."

"കുട്ടിയെയും അയാളെയും ഒരുമിച്ചാണോ കാണാതായത്?"

"ഒരുമിച്ച്... അല്ല. അയാൾ കുട്ടിയെ കാണാതായപ്പോൾ തിരക്കിപ്പോയതായിരുന്നു."

"പൊലീസിൽ അറിയിച്ചില്ലേ?" ഗുരുജി അവളെ സൂക്ഷിച്ചു നോക്കി കൊണ്ട് തിരക്കി.

"ഞാൻ... എനിക്കൊന്നും അറിഞ്ഞുകൂടാ സ്വാമിജീ. എന്റെ മകൻ... എനിക്കു പേടി

യാവുന്നു."

"മകളേ!" തീരെ ശബ്ദം കുറച്ചാണ് ഗുരുജി വിളിച്ചത്. അദ്ദേഹം സ്വയം സംബോധന ചെയ്യുകയാണെന്നു തോന്നിച്ചു. "ഇതൊന്നും നിന്റെ ഭർത്താവിനെയും അറിയിച്ചിട്ടില്ലെന്നാണോ?"

"അദ്ദേഹം അറിഞ്ഞാൽ..." അവൾ പേടിയോടെ മുഖം കുനിച്ചു.

"അറിയാതിരിക്കാൻ പറ്റുമോ? അല്ലെങ്കിൽത്തന്നെ നീ കുഞ്ഞിനെയും കൊണ്ട് കൽക്കത്തിലേക്കു പോകുന്ന കാര്യം പറഞ്ഞിരുന്നില്ലേ?"

"അത്... കുറച്ചുകാലമായി ഞങ്ങൾ അങ്ങനെ വിളിക്കാറില്ല."

"നിങ്ങളുടെയിടയ്ക്ക് എന്തെങ്കിലും പ്രശ്നങ്ങൾ?"

അവൾ തലയാട്ടുക മാത്രം ചെയ്തു.

"ഫോൺ ചെയ്യുക പതിവില്ലേ?"

"ഉവ്വ്, വല്ലപ്പോഴും മകനുമായി സംസാരിക്കുന്നു. പക്ഷേ, ഈയിടെയായി നമ്പർ കാണുമ്പോൾ ഞാൻ ഒഴിവാക്കുന്നു."

"കുഞ്ഞിനെ കാണാതായതിനുശേഷം വിളിച്ചിട്ടില്ലെന്നാണോ?"

"അല്ല, ഇന്നലെ പകൽ വിളിച്ചിരുന്നു."

"എന്നിട്ട്?"

"ഞാൻ എടുത്തില്ല. രണ്ടാമത്തെ തവണ വിളിക്കുമ്പോഴേക്കും ഞാൻ ഫോൺ ഓഫാക്കിക്കളഞ്ഞു. പിന്നീടാണ് ഞാൻ മിസ്സിസ് മേത്തയോട് സംസാരിക്കുന്നത്. അങ്ങേക്ക് എന്നെ സഹായിക്കാൻ കഴിയും എന്ന് അവർ പറഞ്ഞു."

"പൊലീസിൽ അറിയിക്കുന്ന കാര്യം സരളാബഹൻ പറഞ്ഞില്ലെന്നോ? ഒരു പട്ടാള ഓഫീസറുടെ ഭാര്യയായിട്ടും?"

"അതിനെക്കുറിച്ച് മാഡം എന്നോടു ചോദിച്ചില്ല സ്വാമിജീ."

"അതെന്തായാലും പൊലീസിനെ അറിയിക്കാതിരിക്കുന്നതു ശരിയല്ല. അവർ അന്വേഷിക്കട്ടെ. ചുരുങ്ങിയ പക്ഷം നിങ്ങളുടെ സ്നേഹിതൻ, ആ റിച്ചിയെക്കുറിച്ചെങ്കിലും അന്വേഷിച്ചേ തീരൂ. അയാൾ മലയാളിയാണോ?"

"റിച്ചി പുറത്തുനിന്നുള്ള ആളാണ്. നൈജീരിയയിൽനിന്നും സ്റ്റുഡന്റ് എക്സ്ചേഞ്ച് പ്രോഗ്രാമിൽ വന്നിട്ടുള്ള ആൾ. ഒരു കാപ്പിരി." അവൾ പറഞ്ഞു.

"ബ്ലാക്ക്" ഗുരുജി അവളെ തിരുത്തി. "അപ്പോൾപ്പിന്നെ അവരുടെ എംബസിയിലും അറിയിച്ചേ മതിയാവൂ."

"എന്റെ മകൻ... എന്റെ മകൻ.. അവനെ എപ്പോഴാണ് മടക്കിക്കിട്ടുക എന്ന് സ്വാമിജി പറഞ്ഞുതരണം." അവൾ വിതുമ്പിക്കൊണ്ട് ഗുരുജിയെ നോക്കി.

വല്ലാത്തൊരു നിസ്സഹായത തന്നെ വലയം ചെയ്യുന്നത് ഗുരുജി അറിഞ്ഞു. എന്താണ് സംഭവിക്കുന്നത്? സന്ന്യാസിമാരെ ആളുകൾ ജ്യോതിഷികളായാണോ തെറ്റിദ്ധരിച്ചിരിക്കുന്നത്?

"റിച്ചിക്ക് സത്യത്തിൽ കുട്ടികളെ ഇഷ്ടമല്ലായിരുന്നു. ഒരു കുട്ടിയെയും അവൻ ലാളിക്കുന്നത് ഞാൻ കണ്ടിട്ടില്ല." അവൾ ഗുരുജിയെ നോക്കിക്കൊണ്ട് തുടർന്നു: "നേരു പറഞ്ഞാൽ ഏതു കുട്ടിയാണ് അവനെ ഇഷ്ടപ്പെടുക? ഭീമാകാരനായ ഒരു മനുഷ്യനായിരുന്നു റിച്ചി. തടിച്ച പൊക്കത്തിൽ, ചുണ്ടുകൾ വല്ലാതെ വീർത്തിട്ട്. ഏതു നേരവും സിഗരറ്റു വലിച്ചുകൊണ്ടിരിക്കും. മുപ്പതു തികഞ്ഞിട്ടില്ല. മുടിയെല്ലാം കൊഴിഞ്ഞുതുടങ്ങിയിരുന്നു. കൈയിറക്കമില്ലാത്ത ടീ ഷർട്ടു ധരിക്കുന്നതുകൊണ്ട് ഭുജങ്ങളിൽ വ്യാളിയെ

പച്ച കുത്തിയിരിക്കുന്നതു കാണാമായിരുന്നു. എങ്ങനെയാണ് പറയുക? ഈ മാൻഡ്രേക്ക് കഥകളിലെല്ലാമുള്ള ലൊഥാറിനെപ്പോലെ എനിക്കു തന്നെ അവനോടു മിണ്ടാൻ ഭയമായിരുന്നു, തുടക്കത്തിൽ."

ഗുരുജി മനസ്സിൽ റിച്ചിയെ വരയ്ക്കാൻ ശ്രമിച്ചു.

"കുഞ്ഞിനെ നഴ്സറിയിൽനിന്നും എടുക്കാനുണ്ടെന്നു പറയുമ്പോഴെല്ലാം റിച്ചി എന്നെ അവഗണിച്ചിരുന്നു. തനിക്കു കുട്ടികളെ സഹിക്കാനാവില്ലെന്ന് അയാൾ എന്നോടു പറഞ്ഞിട്ടുണ്ട്. അവരുടെ വികൃതികൾ, കരച്ചിൽ, കൊഞ്ചലുകൾപോലും. ഹി കാണ്ട് സ്റ്റാന്റ് ദെം. അതുകൊണ്ടുതന്നെ കൽക്കത്തയിലേക്കു പോകുമ്പോൾ കുട്ടിയെ കൂടെക്കൂട്ടുന്നത് അവനു താല്പര്യമുണ്ടായിരുന്നില്ല. എനിക്കാണെങ്കിൽ കുഞ്ഞിനെ ആരെയെങ്കിലും ഏല്പിച്ചു പോകാൻ ഭയവും." അവൾ അല്പനേരം നിർത്തിക്കൊണ്ട് ഗുരുജിയെ നോക്കി. അദ്ദേഹം അവൾ പറയുന്നത് ഭാവഭേദമില്ലാതെ കേട്ടുകൊണ്ടിരുന്നു.

"അവന്റെ ചെറുപ്പം അതായിരുന്നു. ഒരു ഗെറ്റോവിലാണ് അവൻ പിറന്നത്. അച്ഛനാരാണെന്നുപോലും അറിയാതെ. അമ്മ എയ്ഡ്സ് പിടിച്ചാണ് മരിച്ചുപോയതെന്ന് റിച്ചി എന്നോടു പറഞ്ഞിട്ടുണ്ട്. കുഞ്ഞുങ്ങളെ ഭൂമിയിൽ കൊണ്ടുവന്ന് നരകിപ്പിക്കാൻ ആർക്കും ഒരവകാശവുമില്ലെന്ന് റിച്ചി എപ്പോഴും പറയും."

"ആഫ്രിക്ക ഇപ്പോഴും നമ്മെ കുഴക്കുന്നു." ഗുരുജി പറഞ്ഞു: "അവിടെ പോകാൻ മാത്രം എനിക്കിപ്പോഴും ഭയമാണ്. ആനച്ചെവിപോലെയുള്ള അതിന്റെ ഭൂപടം കുട്ടി ശ്രദ്ധിച്ചിട്ടുണ്ടോ?"

അവൾ അതിനു മറുപടി പറഞ്ഞില്ല. തന്റെ ഓർമ്മകളിൽ ഭൂപടങ്ങൾ അവശേഷിക്കുന്നില്ലെന്ന് അവൾക്കു തോന്നി.

"എന്നിട്ടും തീവണ്ടിയിൽ കയറിയ ആദ്യത്തെ നിമിഷങ്ങളിൽത്തന്നെ കുട്ടി റിച്ചിയുമായി പെട്ടെന്ന് അടുത്തു. അതാണത്ഭുതം. ഇത്രയും അടുത്ത് ഒരാളോടു ചേർന്ന് അവൻ കളിക്കുന്നത് ഞാൻ കണ്ടിട്ടേയില്ലായിരുന്നു."

"കുഞ്ഞുങ്ങൾക്ക് മുൻവിധികളില്ലാതെ സ്നേഹിക്കാൻ കഴിയും." ഗുരുജി പറഞ്ഞു.

"അതവൻ മുതലെടുക്കുകയായിരുന്നുവെന്ന് എനിക്കു തോന്നുന്നു. പെർഹാപ്സ് ടു ഇംപ്രസ് മി." അവൾ പെട്ടെന്നു നിർത്തി.

ഗുരുജി ഒന്നും ചോദിക്കാതെ അവളെ നോക്കുക മാത്രം ചെയ്തു.

"രണ്ടാം ദിവസം ഞങ്ങൾ ചെന്നൈയിൽനിന്നും കൊറോമാന്റലിൽ മാറിക്കയറി. കംപാർട്ടുമെന്റിൽ പൊതുവെ തിരക്ക് കുറവായിരുന്നു. കരിമ്പടം പുതച്ച് എപ്പോഴും ഉറങ്ങിക്കൊണ്ടിരിക്കുന്ന വയസ്സന്മാരായിരുന്നു ഞങ്ങളുടെ സഹയാത്രികർ. മകൻ ശബ്ദമുണ്ടാക്കുമ്പോഴെല്ലാം അവർ മുഖമുയർത്തി അസ്വസ്ഥത ഭാവിച്ചു. റിച്ചി അതെല്ലാം ആസ്വദിക്കുന്നതുപോലുണ്ടായിരുന്നു. അവന്റെ തടിച്ച ദേഹത്ത് കുട്ടി കയറിമറിഞ്ഞു. ആന കളിക്കാൻ നിർബ്ബന്ധിച്ചു.

"ചെറുപ്പത്തിൽ റിച്ചിയെ കുട്ടികൾ കളിക്കാൻ കൂട്ടുകയില്ലായിരുന്നുവെന്ന് അവൻ എന്നോടു പറഞ്ഞിട്ടുണ്ട്. എച്ച് ഐ വി ബാധിച്ചിട്ടുണ്ടായിരിക്കും എന്ന ഭീതി. അവനെ ഏറ്റെടുത്ത പാതിരിമാർക്ക് അതൊരു ബുദ്ധിമുട്ടായിരുന്നു. നന്നായി പഠിക്കുന്ന ഒരു കുട്ടിയെ ഒറ്റപ്പെടുത്തുന്നതിൽ അവർക്കു വിഷമം തോന്നിയിരിക്കണം."

നേരത്തേ വന്ന പരിചാരകൻ അവൾക്കു മാത്രമായി ഒരു കപ്പു ചായ വച്ചുകൊണ്ട് അവിടെനിന്നും പോയി.

"ഒറ്റപ്പെട്ട മനുഷ്യനായിരുന്നു റിച്ചി. കുറെക്കാലം എന്നോടും സംസാരിച്ചിരുന്നില്ല. വിചിത്രമായ ശീലങ്ങളായിരുന്നു അവന്റേത്. ലാബിൽ പാതി ജീവനുള്ള അരണകളെയും എലികളെയുമെല്ലാം നോവിപ്പിച്ചു കളിക്കുന്നത് അവനു രസമായിരുന്നു. ആ ശീലം എനിക്കു തീരെ ഇഷ്ടമായിരുന്നില്ല- അതിന്റെ പേരിൽ വഴക്കിട്ടു കൊണ്ടാണ് ഞങ്ങൾ സംസാരിക്കാൻ തുടങ്ങുന്നതു തന്നെ."

പുറത്തു ആരെയോ പേരുചൊല്ലി വിളിക്കുന്നതിന്റെ ശബ്ദം കേട്ടു. ഗുരുജി മുഖം തിരിച്ച് ആ ദിശയിലേക്കു നോക്കി.

"നിങ്ങൾക്കാർക്കും ഒരു ഗെറ്റോവിലെ ജീവിതം ഊഹിക്കാനാവില്ലെന്ന് റിച്ചി എന്നോടു പറഞ്ഞിട്ടുണ്ട്. അതിനുള്ള ഇരുണ്ട ഭാവന ഒരാൾക്കുമില്ല. ശരീരംകൊണ്ട് താൻ വളർന്നുവെന്നേയുള്ളൂ. മനസ്സിപ്പോഴും അതിന്റെ അഴുക്കുകളിൽ പുതഞ്ഞു കിടപ്പാണെന്ന് അവൻ സൂചിപ്പിച്ചു."

"നിങ്ങൾ തമ്മിൽ...?" കാപ്പികുടിക്കുവാൻ ആംഗ്യം കാണിച്ചുകൊണ്ട് ഗുരുജി ചോദിച്ചു.

"ഉവ്വ്." ഒരു നിമിഷം മടിച്ചുകൊണ്ട് അവൾ തുടർന്നു: "ഭർത്താവിനെതിരെ ഡിവോഴ്സ് നോട്ടീസയച്ചിരിക്കുന്ന സമയമായിരുന്നു. ഞങ്ങൾ ഒറ്റയ്ക്കാവുന്ന ഒരുപാട് അവസരങ്ങളുണ്ടായിരുന്നു ലാബിൽ. ഭർത്താവുമായുള്ള ബന്ധം പതുക്കെപ്പതുക്കെ അറ്റുപോകുന്നതിന്റെ ചരിത്രം ഞാൻ റിച്ചിയോടു പങ്കുവയ്ക്കുമായിരുന്നു."

"എന്നാൽ, ഒരിക്കലും അതിനെക്കുറിച്ച് അഭിപ്രായം പറയാൻ അവൻ തുനിഞ്ഞിരുന്നില്ല. സങ്കടങ്ങളൊതുക്കാനാവാതെ ഞാൻ കരയുമ്പോൾ അവനെന്നെ വട്ടം ചുറ്റി കെട്ടിപ്പിടിക്കുമായിരുന്നു. അപ്പോഴെല്ലാം കൊടും വെയിലിൽ ഒരു കറുത്തമേഘത്തിനു താഴെ തണൽ തേടി നില്ക്കുന്നതുപോലെ എനിക്കു തോന്നി."

"പലപ്പോഴും അവനെന്റെ ഫ്ളാറ്റിൽ വന്നിട്ടുണ്ട്. കുഞ്ഞുറക്കമാവുന്നതു വിളിച്ചു ചോദിച്ച് പല രാത്രികളിൽപ്പോലും. അവന്റെ കൂറ്റൻ ശരീരത്തിനു താഴെ ഒരു തളർന്ന ഇരയെപ്പോലെ ഞാൻ കിടന്നു. പുകയിലയുടെ മണമായിരുന്നു ആ കറുത്ത ശരീരത്തിന്. അവനു കീഴിൽ സ്വയം തകർന്നു പോകുന്നതിലും ഞാനാഹ്ലാദിച്ചിരുന്നു. സ്വാഭാവികമായും ആളുകൾ പലതും പറയാൻ തുടങ്ങി. വിശേഷിച്ചും ഒരു കാപ്പിരി അപ്പാർട്ടുമെന്റിൽ വന്നുപോകുന്നത് എല്ലാവരും എളുപ്പം ശ്രദ്ധിച്ചിരുന്നു. പരിചയക്കാരുടെ ഫോൺകോളുകൾ വന്നു. ഉപദേശങ്ങൾ... പക്ഷേ, അതൊക്കെ ഞാൻ അവഗണിച്ചു. എന്തുകൊണ്ടോ അപ്പോഴെല്ലാം എനിക്കു വല്ലാത്ത സാഹസികത അനുഭവപ്പെട്ടിരുന്നു. ഞാൻ എന്റെ ഭർത്താവിനോടു പ്രതികാരം ചെയ്യുകയാണെന്നു കരുതി സന്തോഷിച്ചു."

കാപ്പിക്കു മധുരം കുറവായിരുന്നു. അധികം ചൂടില്ലാത്തതുകൊണ്ട് അവളത് ഒറ്റയടിക്കുതന്നെ കുടിച്ചുതീർത്തു.

"ഖരഗ്പൂരിൽവച്ച് എന്താണ് സംഭവിച്ചത്?" ഗുരുജി ചോദിച്ചു.

"ഖരഗ്പൂരിൽ..." അവൾ ഓർമ്മിക്കുന്നതായി തെല്ലിട നിർത്തി. "സ്റ്റേഷനിൽ വണ്ടി കുറേ നേരമുണ്ടായിരുന്നു. ഉച്ചയോടടുത്തിരുന്നു. സമയമുള്ളതുകൊണ്ട് എല്ലാവരും പുറത്തിറങ്ങി നടക്കുന്നു. വണ്ടികൾ പലതും അടുത്ത പാളങ്ങളിൽ വന്നു പൊയ്ക്കൊണ്ടിരുന്നു. കാലത്തുമുതൽ എനിക്കെന്തോ ചെറിയ തലവേദന തോന്നി. ഞാൻ കുറച്ചുനേരം ബർത്തിൽ കയറി പുതച്ചു മൂടിക്കിടന്നു. മകന് ഐസ്ക്രീം കഴിക്കണമെന്നു നിർബ്ബന്ധം. ഇത്തരം കടകളിൽ നിന്നൊന്നും ഐസ്ക്രീം കഴിക്കരുതെന്നു പറഞ്ഞി

ട്ടും അവൻ സമ്മതിക്കുന്നില്ല. അങ്ങനെയാണ് റിച്ചി അവനെയുംകൊണ്ട് പുറത്തുപോയത്."

"എത്ര നേരം അങ്ങനെ കിടന്നു എന്നറിയില്ല. ഒന്നു മയങ്ങിപ്പോയതുപോലെയായിരുന്നു.

തീവണ്ടി പുറപ്പെട്ടപ്പോൾ റിച്ചിയുടെ ശബ്ദം കേട്ടു. ഉറക്കെ എന്നെ എന്തോ പറഞ്ഞു കളിയാക്കുകയായിരുന്നു അവൻ. അതുകൊണ്ടുതന്നെ ഞാൻ കുഞ്ഞിനെക്കുറിച്ചും ആലോചിച്ചില്ല. കൂടെയുണ്ടാവുമല്ലോ എന്ന ധാരണയിൽ. തീവണ്ടി വേഗമെടുക്കുന്നത് ഞാൻ കിടന്നുകൊണ്ടുതന്നെ അറിയുന്നുണ്ടായിരുന്നു."

"എന്താണ് ലഞ്ചിനു വേണ്ടത്?" റിച്ചി എന്നെ തട്ടിയുണർത്തിക്കൊണ്ട് ചോദിച്ചു.

"എന്തെങ്കിലും ചെറുതായിട്ടു മതി. തീരെ വിശപ്പു തോന്നുന്നില്ല." ഞാൻ പറഞ്ഞു.

"അവനോ? നോൺ വെജിറ്റേറിയൻ വേണമെന്ന് കാലത്തു പറഞ്ഞിരുന്നു." റിച്ചി ചിരിച്ചു.

"അതു നേരിട്ട് ചോദിക്ക്. നീ കാരണം അവന്റെ ഫുഡ് ഹാബിറ്റ്സൊക്കെ പ്രശ്നമായിരിക്കുന്നു." ഞാൻ പറഞ്ഞു.

"ഞാനെന്തു ചെയ്തിട്ടാണ്? അവൻ പറയട്ടെ, അതിനെന്താ മകനെപ്പിടിച്ചു കൂടെക്കിടത്തിയിരിക്കുകയല്ലേ?" റിച്ചി പരിഹസിച്ചു.

"ആര്?" ഞാൻ പൊടുന്നനേ എഴുന്നേറ്റു. "അവൻ നിന്റെ കൂടെയുണ്ടായിരുന്നല്ലോ."

"അത് വെറുതെ." റിച്ചി പറഞ്ഞു. "ഐസ്ക്രീമും കൊണ്ട് അവൻ വണ്ടിയിൽ കയറുന്നതു ഞാൻ കണ്ടതല്ലേ?"

"അപ്പോൾ നീ കയറിയില്ലേ?"

"ഞാനൊരു സിഗരറ്റു വലിക്കാനായി പ്ലാറ്റ്ഫോമിൽത്തന്നെ നിന്നു. ഇതിനുള്ളിലിരുന്നു വലിച്ചാൽ നീയെന്നെ പൊലീസിലേല്പിക്കില്ലേ?"

ഞാൻ ബർത്തിൽനിന്നും ചാടിയിറങ്ങി. അവന്റെ മുഖത്തേക്കു സൂക്ഷിച്ചു നോക്കിക്കൊണ്ട് ചോദിച്ചു: "റിച്ചീ, കളിക്കാൻ നില്ക്കാതെ. എവിടെ അരുൺ?"

"ഞാൻ പറഞ്ഞില്ലേ? അവൻ നിന്റടുത്തേക്ക് ഓടിവരുന്നത് ഞാൻ കണ്ടതാണല്ലോ."

"എനിക്കു വയ്യ." ശരീരമാകെ വല്ലാത്തൊരു വിറയൽ ബാധിക്കുന്നത് ഞാനറിഞ്ഞു: "ഇവിടെ വന്നിട്ടില്ല."

"നീ പേടിക്കാതെ നില്ക്ക്. ഇവിടെ അടുത്തുതന്നെ അവനുണ്ടാകും. വണ്ടിയിൽ കയറുന്നതു ഞാൻ കണ്ടതാണ്."

"എനിക്കൊന്നും കേൾക്കണ്ട. എനിക്കിപ്പോൾത്തന്നെ അവനെ കണ്ടേ തീരൂ."

അങ്ങനെ പറഞ്ഞിട്ടും റിച്ചി അവിടെത്തന്നെ അനങ്ങാതെ നില്ക്കുന്നതു കണ്ടപ്പോൾ എനിക്കു വല്ലാത്ത പക തോന്നി. അവനു കുട്ടികളെ ഇഷ്ടമല്ലായിരുന്നല്ലോ. പിന്നെന്തിനാണ് എന്റെ കുട്ടിയുമായി അവൻ ചങ്ങാത്തം കൂടിയത്? സ്വന്തം ബാല്യത്തെക്കുറിച്ച് അവൻ പറയാറുള്ളത് ഓർമ്മവന്നു. കത്തുന്ന സിഗരറ്റിന്റെ മുനകൊണ്ട് അവൻ കുത്തി രസിച്ചിരുന്ന ലാബിലെ ഇഴജന്തുക്കളെ ഞാൻ ഭയത്തോടെ ഓർത്തു.

"അനങ്ങാതെ നില്ക്കുന്നതു കണ്ടില്ലേ. യു ബിച്ച്, വേഗം ചെന്ന് അന്വേഷിക്ക്." ചുറ്റുമുള്ള വയസ്സന്മാർ ഞങ്ങളെ ശ്രദ്ധിക്കാൻ തുടങ്ങുന്നു എന്നു കണ്ടപ്പോൾ റിച്ചി അവിടെനിന്നും പോയി. രണ്ടു ബോഗികൾ തമ്മിൽ ബന്ധിക്കുന്ന ഇടത്തിലൂടെ അവന്റെ കൂറ്റൻ ശരീരം ഒരുലച്ചിലോടെ നീങ്ങുന്നത് ഞാൻ കണ്ടു.

തീവണ്ടി എവിടെയും നിർത്താതെ പാഞ്ഞുകൊണ്ടിരുന്നു. ഞാൻ മുഖം കുനിച്ച് വല്ലാത്ത തളർച്ചയോടെ സീറ്റിൽ കുനിഞ്ഞിരുന്നു. ചുറ്റുമുള്ളവർ ഭക്ഷണം കഴിക്കുന്നതും സംസാരിക്കുന്നതുമെല്ലാം എന്റെ ശ്രദ്ധയിൽ വരുന്നതേയുണ്ടായിരുന്നില്ല. റിച്ചി അവിടെനിന്നും പോയ ഓരോ നിമിഷവും ഓരോ യുഗം കഴിയുന്നതുപോലെതന്നെ നീണ്ടതായിരുന്നുവെന്ന് ഞാൻ വിചാരിച്ചു.

പിന്നെ എപ്പോഴോ റിച്ചി മടങ്ങി വന്നു. അവന്റെ മുഖം വല്ലാതെ വിളറിയിരുന്നു.

"അടുത്ത സ്റ്റേഷനിൽ ഇറങ്ങി നമുക്കു മടങ്ങാം." റിച്ചി പറഞ്ഞു. "മിക്കവാറും അവൻ ഖരഗ്പൂരിൽത്തന്നെ നില്ക്കുന്നുണ്ടാവും."

ഞാൻ കരഞ്ഞുതുടങ്ങി. എന്നോട് എന്താണു പറയുക എന്നറിയാതെ റിച്ചി കുഴങ്ങുന്നുണ്ടായിരുന്നു.

അടുത്തൊരു സ്റ്റേഷനിൽ ഞങ്ങളിറങ്ങി. ചെറിയൊരു സ്റ്റേഷനായിരുന്നു അത്.

"അവിടെവച്ചുതന്നെ നിങ്ങൾ പരാതി കൊടുക്കേണ്ടതായിരുന്നു." ഗുരുജി പറഞ്ഞു.

"അതിനു ശ്രമിച്ചതാണ്." അവൾ പറഞ്ഞു. "കേസാക്കാൻ വരട്ടെയെന്ന് റിച്ചി തന്നെയാണ് പറഞ്ഞത്."

"അതെന്താണ്?"

"അതാണ് എനിക്കും മനസ്സിലാവാത്തത്. നിർബ്ബന്ധിച്ചപ്പോൾ അവന്റെ വിസയിൽ എന്തോ പ്രോബ്ലമുണ്ടെന്ന് റിച്ചി പറഞ്ഞു. തല്ക്കാലം ചെന്നു കേസു കൊടുത്താൽ ബുദ്ധിമുട്ടുകളുണ്ടാവും. അല്ലാതെതന്നെ കുട്ടിയെ കണ്ടുകിട്ടുമെന്ന് അവൻ ഉറപ്പു പറയുന്നുണ്ടായിരുന്നു."

"അമ്മ എന്ന നിലയിൽ തീർച്ചയായും പരാതി കൊടുക്കണമായിരുന്നു."

"കേസില്ലാതെ കുട്ടിയെ തിരിച്ചുകിട്ടിയാൽ മതിയെന്ന് ഞാനും ആഗ്രഹിച്ചു. എനിക്കു പേടിയായിരുന്നു. കാരണം കുട്ടിയെയും കൊണ്ടുള്ള യാത്ര ഭർത്താവറിഞ്ഞിരുന്നില്ല. അന്നു രാവിലെ അയാൾ വിളിച്ചപ്പോൾ അമ്മയുടെ വീട്ടിലേക്കു പോവുകയാണെന്നാണ് അവൻ പറഞ്ഞിരുന്നത്. അതയാൾ വിശ്വസിച്ചുകാണണം. എന്റെ വീട്ടിൽ പോകുമ്പോൾ ഞങ്ങൾ തീവണ്ടിയിൽ പോയിരുന്നു."

"അന്നു രാത്രി സ്റ്റേഷനടുത്തുള്ള ഒരു ഹോട്ടലിൽ ഞങ്ങൾ തങ്ങി. രണ്ടു മുറികളിലായി. ഒരു മുറിയെടുക്കാൻ പറഞ്ഞിട്ട് ഞാൻ സമ്മതിച്ചില്ല. ഒന്നാമത് അപ്പോഴെല്ലാം എനിക്കവനെ കാണുന്നതുതന്നെ വെറുപ്പായിരുന്നു. പിന്നെ, പിന്നെ.."

"പിന്നെ?"

"പിന്നെ, എനിക്ക് ഒറ്റയ്ക്കിരുന്നു കരയണമായിരുന്നു." കരച്ചിൽ ഒന്നിനും പരിഹാരമാവില്ലെന്ന ഗുരുജിയുടെ വാക്കുകളെ ഓർമ്മിച്ചുകൊണ്ട് അവൾ പതുക്കെ പറഞ്ഞു.

"അതിനുശേഷം എവിടെയാണ് അന്വേഷിച്ചത്." അവൾ കരയാൻ വീണ്ടും ഒരുങ്ങുകയാണെന്നു കണ്ടപ്പോൾ ഗുരുജി ചോദിച്ചു.

"പിറ്റേന്നു കാലത്ത് അവന്റെ മുറിയിൽ റിച്ചിയെ കണ്ടില്ല. അവൻ എവിടേക്കാണു പോയതെന്നറിയാതെ ഞാൻ ഹോട്ടൽ മുഴുവൻ അന്വേഷിച്ചു. റിസപ്ഷനിൽ ഒരു കുറിപ്പു കൊടുത്തിട്ട് അവൻ പോയിരിക്കുന്നു."

"എന്തായിരുന്നു ആ കുറിപ്പിൽ?" ഗുരുജി ചോദിച്ചു.

"എന്നോടു മടങ്ങി നാട്ടിൽ പോകാൻ പറഞ്ഞിരിക്കുന്നു. അവൻ സ്വയം അന്വേഷിക്കുന്നുണ്ടത്രേ. കുഞ്ഞിനെ കാണാതായതിൽ അവനെന്തു വിഷമമുണ്ടാവാനാണ്? തന്റെ സ്പെസിമൻ കളക്ട് ചെയ്യാനായി അവൻ കല്ക്കത്തയ്ക്കു പോയിക്കാണുമെന്ന്

ഞാനൂഹിച്ചു. സെൽഫിഷ് പിഗ്. അവന്റെ കളിയും ചിരിയും. കബളിക്കപ്പെട്ടുവെന്ന് എനിക്കു മനസ്സിലായി."

"പക്ഷേ, നിന്റെ മകനെ കാണാതായതിന് റിച്ചിയെ ശപിക്കുന്നതെന്തിനാണ്? അതു മനഃപൂർവ്വമായിരുന്നില്ലല്ലോ?"

"എനിക്കറിഞ്ഞുകൂടാ സ്വാമിജീ... എന്നാലും, അവൻ എന്റെ കൂടെ നില്ക്കേണ്ടതല്ലേ? മടങ്ങിപ്പോകാൻ പറഞ്ഞാൽ ഏത് അമ്മയ്ക്ക് സാധിക്കും? തന്നെയുമല്ല. അവന്റെ ഫോണിലേക്കു വിളിക്കുമ്പോഴെല്ലാം അതു സ്വിച്ചോഫ് ചെയ്തു വച്ചിരിക്കുന്നു. എടുക്കുന്നതേയില്ല."

"അതുകൊണ്ടാണോ മടങ്ങിയത്?"

"അല്ലാതെന്തു ചെയ്യും? എനിക്കവിടെ എന്തു ചെയ്യാൻ സാധിക്കും? പരിചയമില്ലാത്ത ആളുകൾ, പ്രദേശങ്ങൾ, അതും ഒറ്റയ്ക്ക്."

ഗുരുജി തന്റെ കൈകൾകൊണ്ട് സ്വയം മുഖം പൊത്തി കുറച്ചുനേരം ആലോചിച്ചു.

"എനിക്കു പേടിയാവുന്നു, സ്വാമിജീ, എന്റെ കുഞ്ഞിന് എന്തെങ്കിലും സംഭവിക്കുമോയെന്ന്..."

"ധൈര്യമായിട്ടിരിക്കു." ഗുരുജി ശബ്ദം കുറച്ചുകൊണ്ട് പറഞ്ഞു.

"ചിലപ്പോൾ... ചിലപ്പോൾ, ഏതെങ്കിലും ഭിക്ഷക്കാർ അവനെ.."

"ശാന്തയായിരിക്കു" ഗുരുജി പറഞ്ഞു. "പ്രഭാഷണത്തിന്റെ സമയത്ത് ആരാണു വിളിച്ചത്?"

"ആരോ! അറിയാവുന്ന നമ്പറല്ല."

"സരളാബഹന് കാര്യങ്ങളറിയാമോ?"

"മുഴുവൻ കാര്യങ്ങളും ഇല്ല. കുഞ്ഞിനെ കാണാതായി എന്നു മാത്രമേ ഞാൻ പറഞ്ഞിട്ടുള്ളൂ. റിച്ചിയെക്കുറിച്ചൊന്നും അവർക്കറിഞ്ഞുകൂടാ."

"ഇന്ന് റിച്ചിയെ വിളിച്ചുനോക്കിയോ?"

"വിളിച്ചു. എപ്പോഴും വിളിക്കുന്നുണ്ട്. സ്വിച്ചോഫ് ചെയ്തിരിക്കുന്നു. വൃത്തികെട്ട കാപ്പിരി. അവനെ വിശ്വസിക്കരുതായിരുന്നു."

ഗുരുജി കൈകൾ മുഖത്തുനിന്നെടുത്ത് അവളുടെ മുഖത്തേക്കു സൂക്ഷിച്ചു നോക്കിക്കൊണ്ടു പറഞ്ഞു. "ഞാൻ പറയുക...."

അവൾ അയാൾക്കു നേരെ നോക്കി.

"ഞാൻ പറയുക..." ഗുരുജി തുടർന്നു: "നീ നിന്റെ ഭർത്താവിനെ ഉടൻ തന്നെ വിവരമറിയിക്കണമെന്നാണ്. അയാൾ അറിയാതിരിക്കാൻ പാടില്ല."

"എനിക്കു പേടിയാവുന്നു..."

"ചില കാര്യങ്ങൾ ജീവിതത്തിൽ അഭിമുഖീകരിച്ചേ പറ്റൂ. ഒഴിഞ്ഞു പോകുന്നതിൽ ഒരർത്ഥവുമില്ല. ഇന്നല്ലെങ്കിൽ നാളെ..."

"എന്റെ കുഞ്ഞിനെന്തു സംഭവിക്കുമെന്ന് സ്വാമി പറയൂ..."

ഗുരുജി വാക്കുകൾ തേടിക്കൊണ്ട് ഒരു നിമിഷം മൗനം പാലിച്ചു. മുറിയിലെ ശീതീകരണയന്ത്രം വല്ലാതെ മുരളുന്നതായി അനുഭവപ്പെട്ടു. അദ്ദേഹം തിരിഞ്ഞു നോക്കി ചുമരിലെ തിബത്തൻ ചിത്രങ്ങളിലൊന്നിൽ ധ്യാനനിരതനായ ബുദ്ധനെ കണ്ടു.

"പുത്രദുഃഖമാണല്ലോ നിന്റേത്. അങ്ങനെ എത്രയോ അമ്മമാർ! ഒരു കഥയുമായി വല്ലാത്തൊരു സാദൃശ്യം തോന്നുന്നു." അദ്ദേഹം പറഞ്ഞു: "സ്വന്തം കുഞ്ഞിനെ മടക്കിക്കിട്ടുന്നതിനായി ബുദ്ധഭഗവാനെ തേടിച്ചെന്ന യുവതിയുടെ കഥ കേട്ടിട്ടില്ലേ? കുറച്ചു

കടുകുമണികൾ കൊണ്ടുവരാൻ ബുദ്ധൻ അവളോടാവശ്യപ്പെട്ടു." കുറച്ചുനേരം നിർത്തിയതിനുശേഷം ഗുരുജി പതുക്കെ പറഞ്ഞു.

അവൾ പൊട്ടിക്കരഞ്ഞുകൊണ്ട് ഗുരുജിയെ വിലക്കി, "അരുത്, സ്വാമിജീ, ആ കഥ ഞാനും കേട്ടിട്ടുണ്ട്. പക്ഷേ, ആ കഥയിൽ കുഞ്ഞ്..."

ഗുരുജി എഴുന്നേറ്റ് അവളുടെ തോളിൽ തട്ടിക്കൊണ്ട് "ശാന്തയാകൂ" എന്നു വീണ്ടും പറഞ്ഞു. പെട്ടെന്ന് ആ കഥയോർമ്മപ്പെടുത്തിയത് തെറ്റായിപ്പോയെന്ന് അദ്ദേഹത്തിനു തോന്നി. അവൾ നിയന്ത്രിക്കാനാവാതെ കരയുകയായിരുന്നു.

"എന്റെ കൈവശം കുറച്ച് ഉപകരണങ്ങൾ മാത്രമേയുള്ളൂ" ഗുരുജിയുടെ വാക്കുകളിൽ നേരിയ നിരാശ പടരുന്നുണ്ടെന്ന് എന്തുകൊണ്ടോ അവൾക്കു തോന്നി. "യോഗ ഉപയോഗിച്ചുള്ള ചില വ്യായാമങ്ങൾ. ശ്വസനക്രിയകൾ, റിലാക്സേഷൻ ടെക്നിക്കുകൾ. എന്നാലും അതുകൊണ്ടുതന്നെ പല കാര്യങ്ങളിലും പരിഹാരങ്ങൾ നിർദ്ദേശിക്കാൻ എനിക്കാവുമായിരുന്നു. ഒരുപക്ഷേ, എല്ലാവർക്കും അറിയാവുന്ന സ്വന്തം ജീവിതത്തിൽ നിന്നുതന്നെ കണ്ടെത്തേണ്ടുന്ന പരിഹാരങ്ങൾ."

"ഇന്നിപ്പോൾ നീ സ്വന്തം ജീവിതംതന്നെ വലിയൊരു ചോദ്യചിഹ്നം പോലെയെടുത്ത് എന്റെയടുക്കലേക്കു കൊണ്ടുവന്നിരിക്കുന്നു. ഞാനെന്താണ് നിന്നോടു പറയുക?"

"ചില കാര്യങ്ങളിൽ നമുക്കു പരസ്പരം ആശ്വസിപ്പിക്കാൻ സാധിക്കുകയില്ല. പരിഹാരങ്ങൾ നിർദ്ദേശിക്കാനുമാവില്ല. കാരണം, അവയ്ക്കൊന്നും പരിഹാരങ്ങളില്ല എന്നതുതന്നെ."

ഗുരുജി ആ മുറിയിൽ ഉലാത്താൻ തുടങ്ങി.

"വിശേഷിച്ചും കുടുംബബന്ധങ്ങൾ. അതിനെക്കുറിച്ച് എന്തറിവാണ് നീ എന്നിൽനിന്നും പ്രതീക്ഷിക്കുന്നത്?" കുറച്ചു നേരം ആരും ഒന്നും പറഞ്ഞില്ല. ഗുരുജി പരിചാരകനെ മാടിവിളിച്ചുകൊണ്ടു പറഞ്ഞു. "തണുത്തതെന്തെങ്കിലും കൊണ്ടുവരൂ. ശരീരം ചൂടുപിടിക്കുമ്പോൾ ശീതളപാനീയങ്ങളാണ് നല്ലത്."

നിമിഷങ്ങൾ സാവധാനം ഇഴഞ്ഞു നീങ്ങിക്കൊണ്ടേയിരുന്നു.

"ഒരുപക്ഷേ, ഒരുപക്ഷേ..." ഒന്നു നിർത്തിക്കൊണ്ട് ഗുരുജി പറഞ്ഞു: "അങ്ങനെയൊന്നും സംഭവിക്കുകയില്ലെന്നാശ്വസിക്കുക."

"എങ്ങനെയൊന്നും? അങ്ങെന്താണ് പറയുന്നത്?" കസേരയിൽനിന്നും എഴുന്നേറ്റുകൊണ്ട് അവൾ ചോദിച്ചു. പിന്നെ ആവേശിതയെപ്പോലെ അവൾ അദ്ദേഹത്തിന്റെ മെലിഞ്ഞ ശരീരത്തെ പിടിച്ചുലച്ചുകൊണ്ട് ഉറക്കെ പറഞ്ഞു. "എന്റെ കുഞ്ഞിനെ എപ്പോൾ എനിക്കു മടക്കിക്കിട്ടുമെന്ന് പറഞ്ഞുതരൂ. അതിനുവേണ്ടിയാണ് ഞാൻ ഇത്ര ദൂരം നിങ്ങളെ അന്വേഷിച്ച് വന്നിട്ടുള്ളത്. എന്നെ മടക്കിയയക്കരുത്."

ഗുരുജി വളരെ പതുക്കെ അവളുടെ കൈകൾ വിടുവിച്ചു. തന്റെ നീണ്ട വിരലുകൾകൊണ്ട് ചുറ്റുകളുള്ള രുദ്രാക്ഷത്തിന്മേൽ സ്പർശിച്ചുകൊണ്ട് അദ്ദേഹം പറഞ്ഞു:

"പുറത്ത് നല്ല വെയിലാണിപ്പോൾ. തണുത്തതെന്തെങ്കിലും കുടിക്കാൻ കൊണ്ടുവരാൻ പറഞ്ഞിട്ടുണ്ട്. അതു കുടിച്ചിട്ടു പോകൂ."

പിന്നെ അവൾ അവിടെ നിന്നില്ല.

പാർക്കിങ് ഏരിയായിലേക്ക് നീങ്ങുമ്പോൾ തോളിൽ തൂങ്ങിക്കിടക്കുന്ന ബാഗിന് ജഡംപോലെ ഭാരം തോന്നിക്കുന്നുണ്ടെന്ന് അവൾക്കു തോന്നി.

ഇറക്കം. നിറയെ വളവുകളുള്ള മലയിലെ ചുറ്റുപാതയിലൂടെ അവൾ സാവധാനം

വണ്ടിയോടിച്ചു. പുറത്ത് അസഹ്യമായ വെയിലുണ്ടായിരുന്നു. ചുറ്റും വരണ്ട പാറക്കൂട്ട ങ്ങൾ. പുല്ലുകൾപോലും മുളയ്ക്കാൻ വിസമ്മതിക്കുന്ന ചൂടുള്ള കാലാവസ്ഥ. കുറേദൂരം താഴേക്കു പോന്നപ്പോൾ ഒരു വളവിൽ വച്ച് അവൾ തിരിഞ്ഞു മുകളിലേക്കു നോക്കി. വെയിലിൽ ആശ്രമത്തിന്റെ സ്വർണ്ണനിറമുള്ള തിളങ്ങുന്ന താഴികക്കുടം കണ്ടു. അതിന്റെ മുകളിൽ രണ്ടായിക്കീറിയ മഞ്ഞ നിറമുള്ള ഒരു കൊടിക്കൂറ പാറിക്കളിക്കു ന്നുണ്ടായിരുന്നു. എന്തിനാണ് താൻ ഗുരുജിയെ കാണാൻ വന്നത്? മിസ്സിസ് മേത്ത പറഞ്ഞത് സ്വാമിജിയെ കാണുന്നത് ഏവർക്കും ആശ്വാസകരമാകുമെന്നായിരുന്നു. ഇന്നിപ്പോൾ അയാൾ പറഞ്ഞ ആ കട്ടുകമണികളുടെ കഥ തന്നെ ഒരു കക്കയെപ്പോ ലെ നീറ്റുന്നു.

ആശ്രമത്തിൽ വരേണ്ടിയിരുന്നില്ലെന്ന് അവൾക്കു തോന്നി.

ഒരുപക്ഷേ, ഗുരുജി പറഞ്ഞതു ശരിയായിരിക്കാം. പരിഹാരങ്ങൾ സ്വയം കണ്ടെ ത്തേണ്ടതുണ്ടാവണം. ആർക്കും ആരെയും സഹായിക്കാനായെന്നു വരില്ല.

അതുമല്ലെങ്കിൽ ചില കാര്യങ്ങൾക്കൊന്നും ഒരുപരിഹാരവുമുണ്ടാവില്ല. ഉത്തരങ്ങ ളില്ലാത്ത ചോദ്യങ്ങൾ. മറുപടി കിട്ടാത്ത അനാഥമായ കുവലുകൾ.

മലയിൽനിന്നും ഇറങ്ങി പാതയിലേക്കു കടന്നപ്പോൾ വാഹനങ്ങളുടെ തിരക്കു കൂടിത്തുടങ്ങി. ട്രാഫിക് സിഗ്നലുകൾക്കരികിൽവച്ച് വാഹനങ്ങൾ കിതച്ചുകൊണ്ടു നിന്നു.

ഒന്നും ആലോചിക്കാതിരിക്കാൻ അവൾ പണിപ്പെട്ടുകൊണ്ടിരുന്നു. തൊട്ടുമുന്നിലു ള്ള വാഹനത്തിൽ മാത്രം ശ്രദ്ധിച്ച്. അതിന്റെ എക്സ്ഹോസ്റ്റർ പൈപ്പിൽനിന്നുള്ള പുക മാത്രം ശ്രദ്ധിച്ച് ഒരുയന്ത്രത്തെപ്പോലെ അവൾ ഡ്രൈവു ചെയ്തു.

നഗരം അട്ടക്കകയായിരുന്നു. വാഹനങ്ങളുടെ തിരക്ക് പതിവിലും കൂടുതൽ ഏറി യിട്ടുണ്ട്. ഓരോ പോയിന്റിലും അത്രയേറെ നേരം കെട്ടിനില്ക്കേണ്ടിവരുന്നു. കുറേ നേരം അങ്ങനെ തന്നെ നില്ക്കേണ്ടിവന്നപ്പോൾ അവൾ എഞ്ചിൻ ഓഫ് ചെയ്തു. വാ ഹനങ്ങൾ എതിർദിശയിൽനിന്നു മാത്രമേ വരുന്നുള്ളൂ. മുന്നോട്ടുപോകുന്നത് പൊലീസ് ബ്ലോക്കു ചെയ്തിട്ടുണ്ടാവണം.

കുറച്ചു നേരം അങ്ങനെ നിന്നപ്പോൾ ഹാന്റ് ബാഗിൽനിന്നും സെൽ ഫോണിൽ ഒച്ച കേട്ടു. മിസ്സിസ് മേത്തയായിരിക്കണം. ആശ്രമത്തിൽത്തന്നെ നില്ക്കുവാൻ പറയുമോ? സ്വാമിജിയുടെ അന്ധയായൊരു ആരാധികയായിരുന്നു മിസ്സിസ് മേത്ത. ഫോണെടുക്കണോ?

ഫോണിന്റെ സ്ക്രീനിൽ തെളിയുന്ന നമ്പർ കണ്ടപ്പോൾ അവൾ ഞെട്ടി.

-റിച്ചി.

പല തവണ റിങ് ടോൺ മുഴങ്ങുവാനനുവദിച്ചുകൊണ്ട് ഫോണെടുത്തു ചെവിയിൽ വച്ചു.

ഒന്നും കേൾക്കുന്നില്ല.

"ഹലോ, ഹലോ."

ശബ്ദമില്ല അവൾക്കു ദേഷ്യവും സങ്കടവും സഹിക്കാനായില്ല.

"യു ബാസ്റ്റഡ്, ഡോൺഡ് ചീറ്റ് മീ." അവൾ അലറി.

അപ്പുറത്തുനിന്നും അനക്കമില്ല. അവൾ എന്താണ് പറയാൻ ഉദ്ദേശിക്കുന്നത്? അതോ ഫോൺ നിർത്തിക്കളഞ്ഞോ?

അപ്പോൾ ഭൂമിയുടെ ഏതോ അതിരിൽനിന്നെന്നതുപോലെ ദുർബ്ബലമായ ഒരു കര

ച്ചിൽ അവൾ കേട്ടു. അതുതന്നെ, ഫോണിലൂടെ തിരിച്ചുപറയാൻ വാക്കുകളില്ലാതെ വിഷമിക്കുമ്പോൾ "അമ്മേ" എന്ന ഒരു വിളി.

റിസീവർ പിടിക്കുമ്പോൾ അവളുടെ കൈകൾ അസാധാരണമായി വിറയ്ക്കുന്നുണ്ടായിരുന്നു

തൊട്ടുമുന്നിലെ വാഹനം മുന്നോട്ടേക്കു നീങ്ങുന്നത് അവൾ അപ്പോൾ ശ്രദ്ധിച്ചു.

'സുജാത' വാഹനം സ്റ്റാർട്ട് ചെയ്യാനായി ചാവി തിരിക്കുമ്പോൾ ആ ബുദ്ധകഥയിലെ യുവതിയുടെ പേര് അതാണെന്ന് അവൾക്കോർമ്മവന്നു.

സുഭാഷ് ചന്ദ്രൻ

വിഹിതം

"മഹത്ത്വത്തിനെതിരെ അദൃശ്യവും നിശ്ശബ്ദവുമായ ഒരു നിരോധനാജ്ഞ മലയാളിയുടെ ജീവിതത്തിൽ നടപ്പിലായിട്ടുണ്ട്, അല്ലേ?" ഒന്നാമത്തെ കവിളിൽത്തന്നെ ലഹരിയുടെ കുത്തേറ്റതുപോലെ ഇരിപ്പിടത്തിൽ ഇളകാൻ തുടങ്ങിക്കൊണ്ട് മാധവൻ ചോദിച്ചു.

കടൽക്കാറ്റിന്റെ ഉപ്പുകൂടി കലർന്നപ്പോൾ ചില്ലു ഗ്ലാസിൽ കുടുങ്ങിയ മാർഗ്ഗരീത്ത കൂടുതൽ വ്രീളാവതിയായി. കടലിലേക്കു ചുണ്ടുന്ന മട്ടുപ്പാവുള്ള മദ്യശാലയിലെ ഞങ്ങളുടെ പതിവുള്ള വാരാന്ത്യ സംഗമം:'ഇവിടെയിരുന്നാണ് ഞാനും മാധവനും പതിവായി വിക്രമാദിത്യനും വേതാളവും കളിക്കുന്നത്. എന്റെ തലച്ചോറ് ചിതറിക്കാൻ പോന്ന ഒരു കഥയും ഹൃദയം നുറുക്കാനുള്ള ചോദ്യവുമായി ഓരോ തവണയും അയാൾ എത്തുന്നു. സ്ഥിരം ഇരിപ്പിടങ്ങളിൽ ഞങ്ങൾ വശംമാറാതെ ഇരിക്കുന്നു. പോക്കുവെയിൽ കുടിച്ച് ഇളകിവശാകുന്ന അറബിക്കടലും രംഗപടംപോലെ നിശ്ചലമായ കോഴിക്കോടൻ ആകാശവും എനിക്കെതിരെയിരിക്കുന്ന ഈ താടിക്കാരന് അയാളുടെ പ്രകൃതത്തിന് നന്നേ ചേരുന്ന ഒരു പശ്ചാത്തലം വരച്ചുചേർക്കുന്നു.

"മഹത്ത്വത്തെക്കുറിച്ച് മദ്യത്തിനു മുന്നിലിരുന്ന് ചർച്ച ചെയ്യാൻ നമുക്കെന്തവകാശം?" മാധവൻ സ്വയം തിരുത്തി: "മഹത്ത്വമുള്ളതൊന്നും ജീവിതത്തിലില്ലെന്നു വരുമ്പോൾ പിന്നെ ആത്മഹത്യയാണ് ആശ്രയം. വാശി തീർക്കാനെന്നോണം കേരളീയർ മദ്യം കഴിച്ച് കൂട്ട ആത്മഹത്യയ്ക്കൊരുങ്ങുന്നത് അതുകൊണ്ടാണ്. ഇതാകുമ്പോൾ കയറിന്റെ മുറുക്കവും ശ്വാസംമുട്ടും വേണ്ട, തീവണ്ടിച്ചക്രത്തിന്റെ ഭാരവും അതിന്റെ വേദനയും വേണ്ട.

കൂട്ടുകാരുമായി കളിച്ചു ചിരിച്ച് ഖണ്ഡശ്ശയായി നടക്കാവുന്ന സമൂഹ ആത്മഹത്യ!" അയാൾ ഒരിറക്കുകൂടി കുടിച്ചിട്ട് പൂരിപ്പിച്ചു: "ചാവട്ടെ. എല്ലാവരും ചത്തുതുലയട്ടെ!"

പെരുകിനിറയുന്ന വിവാഹബാഹ്യബന്ധങ്ങളെപ്പറ്റി ഒരു ഫീച്ചർ എഴുതിത്തീർന്നതിന്റെ തളർച്ചയുമായാണ് മാധവൻ വന്നത്. ആഭരണങ്ങളുടെ അമിതഭാരംമൂലം വേച്ചു നടക്കുന്ന വധുവിനെപ്പോലെയാണ് ഭാഷയെങ്കിലും എനിക്കയാളുടെ സാന്നിദ്ധ്യം ഇഷ്ടമായിരുന്നു. സ്വന്തം വീഴ്ചകൾ ഏറ്റുപറഞ്ഞ് കരയാൻ കെല്പുള്ള അപൂർവ്വം മനുഷ്യരിൽ ഒരാൾ. പരദൂഷണവ്യഗ്രരുടെ ശവപ്പറമ്പിൽനിന്ന് എനിക്കു കിട്ടിയ വേതാളം.

വേവുതട്ടി കറിപ്പാത്രത്തിൽ ഊരിക്കിടന്ന തക്കാളിയുടെ കോണ്ടം വിരലിട്ടെടുത്ത് എച്ചിൽപ്പാത്രത്തിൽ തള്ളിയിട്ട് മാധവൻ വീണ്ടും പറഞ്ഞു: "നിന്റെ ഏതോ ഒരു കഥയിൽ ബാറിലിരുന്നുള്ള സംഭാഷണം വരുന്നില്ലേ? അതിനേക്കാൾ ഭീകരമായ ഒരു കഥയിലെ കഥാപാത്രമായിട്ടാണ് ഇന്നു ഞാൻ നിനക്കു മുന്നിൽ ഇരിക്കുന്നത്."

"സെക്സ് ഫീച്ചറിന് പേരിട്ടോ? ഞാൻ വിഷയം മാറ്റാനായി ചോദിച്ചു.

"ചവർ!" മാധവൻ പറഞ്ഞു: "എന്റെ ഫീച്ചറുകളുടെ സമ്പൂർണ്ണ സമാഹാരത്തിന് അതായിരിക്കും പേര്!"

അത് മാധവൻ എപ്പോഴും പറയാറുള്ളതാണ്. ജാരൻ എന്ന വാക്ക് കേൾക്കുമ്പോൾത്തന്നെ ആവേശത്താൽ ജ്വരമൂർച്ഛ വന്നവരാണ് സ്ത്രീകൾ എന്നും പരസ്ത്രീഗമനം എന്നത് പ്ലേഗുപോലെ രാജ്യത്ത് പടർന്നു പിടിച്ചിട്ടുണ്ട് എന്നും വരുത്തുവാനുള്ള ഒരു മാധ്യമ മത്സരത്തിന്റെ ബലിയാടാണ് അയാൾ. മുന്തിയ രണ്ട് ഇംഗ്ലീഷ് ആനുകാലികങ്ങൾക്കുവേണ്ടി രണ്ട് വ്യത്യസ്ത പേരുകളിൽ കുറേക്കാലമായി സർവ്വേ തയ്യാറാക്കുന്നത് മാധവനാണ്. ഡെസ്ക് ടോപ്പ് സർവ്വേ അഥവാ മേശപ്പുറത്ത് ചെത്തുന്ന കള്ള് എന്നാണ് അയാൾ തന്റെ തൊഴിലിനിട്ടിരിക്കുന്ന പേര്.

കൊഞ്ചുപൊരിച്ചത് കൊണ്ടുവന്ന പരിചാരകനെ സിഗരറ്റുവാങ്ങാൻ ചട്ടംകെട്ടി അയച്ചിട്ട് പൊടുന്നനെ മാധവൻ എന്നോട് ഒച്ചപൊക്കി: "പൊതുജനം പൊതുവേ കെട്ടവരായിത്തീരുന്ന ഒരു കാലത്ത് എഴുത്തുകാർക്കും മാധ്യമ പ്രവർത്തകർക്കും മാത്രമായി മികവു പുലർത്താൻ കഴിയുമോ?"

ആ നിമിഷം വീട്ടിൽനിന്നുള്ള ഒരു വിളി ഫോണിൽ ആളിയത് കുറ്റബോധമില്ലാതെ ഞാൻ അണച്ചു. "നേരേ തിരിച്ചാണ് എനിക്കു തോന്നിയിട്ടുള്ളത്," അയാളുടെ മീശയുടെ കീഴറ്റത്തു പറ്റിയ ഉപ്പുതരികൾ നോക്കി ഞാൻ പറഞ്ഞു: "അക്ഷരങ്ങൾ ഉപയോഗിക്കുന്നവരാണ് ഏതൊരു സമൂഹത്തിനും എക്കാലത്തും വെളിച്ചമായിട്ടുള്ളത്. ആ വെളിച്ചത്തിലിരുന്നാണ് പൊതുജനം ഈ സംസ്കാരം എന്നുപറയുന്ന സാധനം തുന്നിയെടുക്കേണ്ടത്."

"അത് പഴഞ്ചൻ പ്രമാണമാണ്. നീ ഇപ്പോഴും ആ കൈത്തുന്നൽയുഗത്തിൽനിന്ന് പോന്നില്ലേ?" മാധവൻ പുച്ഛച്ചിരി മിന്നിച്ചു.

അപ്പുറത്തെ മേശയിൽ ചേക്കേറിയിരുന്ന നാലുയുവാക്കൾ, പരസ്പരം ഒന്നും പറയാനില്ലാത്തതുകൊണ്ടാകാം അവരവരുടെ ഫോണുകളിൽ മറ്റാരോടോ ഉറക്കെയുറക്കെ സംസാരിക്കാൻ തുടങ്ങി. അതിന്റെ കലമ്പലിൽ കുറച്ചു നേരത്തേക്ക് ഞങ്ങൾ മുങ്ങിപ്പോയി. പോക്കുവെയിൽ മങ്ങിയതിനാൽ നിരത്തിൽ വാഹനങ്ങൾ വെളിച്ചമിടാൻ തുടങ്ങിയിരുന്നു. തൊണ്ട ശരിപ്പെടുത്തി പൊടുന്നനെ മാധവൻ എനിക്കുനേരെ മുഖം അടുപ്പിക്കുന്നത് ഞാൻ കണ്ടു. അയാൾ കഥ തുടങ്ങുന്നത് വാങ്ക് വിളിക്കുന്നവരെപ്പോലെ എപ്പോഴും ഒരു മുരടനക്കത്തോടെയാണെന്ന് സൂചിപ്പിക്കുന്നതിന് ഒരുകാരണമുണ്ട്. വിഷയം എന്തുതന്നെയായാലും അയാളുടെ എല്ലാ അനുഭവ കഥകളിലും ആത്മാർത്ഥമായ ഒരു പ്രാർ

ത്ഥന ഉള്ളടങ്ങിയിരിക്കും.

ചെവിക്കുട കുമ്പിളാക്കിപ്പിടിച്ച് ഞാൻ തയ്യാറെടുത്തു. കടലിനെതിരെ, ബാറിന്റെ അതേ വരിയിൽ കുറച്ചകലെയായി ഇളംമഞ്ഞ നിറത്തിൽ എടുത്തുപിടിച്ചു നിന്ന ഒരു അപ്പാർട്ടുമെന്റ് ചൂണ്ടിക്കാട്ടി മാധവൻ കഥയുടെ ആദ്യവാചകം പറഞ്ഞു:

"ഇതിൽ എന്റെ പേര് കുത്തബുദ്ദീൻ എന്നായിരിക്കും."

രണ്ട്

ഫാൽഗുനിയുടെ ഫ്ളാറ്റിലേക്കുള്ള ആറു നിലകൾ താണ്ടുന്ന ലിഫ്റ്റിൽ, കത്തുന്ന കുത്തുകൾ തീർത്ത ചുവന്ന ബാണം നോക്കി നില്ക്കേ, ഒന്നരദിവസത്തെ എസ്സെമ്മസ്സുകൾ കൊണ്ട് അവൾ തനിക്കെഴുതിയ സന്ദേശകാവ്യത്തിന്റെ സാരസംഗ്രഹം അയാളുടെ ഉള്ളിൽ തേട്ടി: ആറാം നിലയിൽ ലിഫ്റ്റ് തുറന്നാൽ വലത്തേക്കു തിരിയുക. ആറ് സി എന്നെഴുതിയ പിത്തള ഫലകത്തിനുകീഴിലാണ് നിന്റെ സ്വർഗ്ഗകവാടം. ഒന്നു തൊട്ടാൽ തുറക്കാൻ പാകത്തിൽ അത് ഞാൻ ചാരിയിട്ടേയുണ്ടാവൂ. ഭർത്താവും മകളും അടുത്തില്ലാത്ത ഈ ദീപാവലി എന്റെ മുതലനായാട്ടുകാരാ, മുതലാക്കുക.

ഇന്നലെ രാത്രി, ഭാര്യയുടെ കണ്ണുവെട്ടിച്ചയച്ച രണ്ടോ മൂന്നോ ഹ്രസ്വസന്ദേശങ്ങളിൽ അയാൾ തിരികെ ചോദിച്ചിരുന്നു: അദ്ദേഹത്തെ വഞ്ചിക്കാൻ നിനക്ക് ഭയമില്ലേ? അവധിദിവസത്തിൽ ഒരു സന്തോഷവിസ്മയം സമ്മാനിക്കാൻ ഒരുപക്ഷേ, വന്നു ചേരാവുന്ന മകൾ, നിങ്ങളുടെ കട്ടിലിൽ ഒരപരിചിതനെ കണ്ടെത്തുമ്പോൾ അമ്മയെന്നുള്ള നിന്റെ അന്തസ്സ് വെന്തുപോകില്ലേ?

മറുപടി ഇങ്ങനെ: ആ പ്ലസ് ദേഹം അദ്ദേഹം; ഈ പ്ലസ് ദേഹം ഇദ്ദേഹം. ദേഹങ്ങളുടെ പൈദാഹം. ഞാൻ സിനിമാ നടി നമിതയെപ്പോലെയാണെന്ന് നീ പറഞ്ഞതിന്റെ അർത്ഥവും അതുതന്നെയല്ലേ? ഇപ്പോൾ ഇതു മാത്രം ചിന്തിക്കുക. ഞാനിവിടെ കാത്തിരിക്കുന്നു. പിങ്ക് പാന്റിയിൽ ഒരു ഭഗവതി. പണിയാനുള്ള മീനാരത്തിന്റെ നക്കലുമായി എത്തുക, എന്റെ കുത്തബുദ്ദീൻ ഐബക്ക്!

അക്കൂട്ടത്തിലെ നിറംപിടിപ്പിച്ച ആ വാചകം അയാളെ പ്രലോഭിപ്പിച്ചു. മലയാളം പഠിച്ചെടുത്ത അന്യസംസ്ഥാനക്കാരിൽനിന്ന് കേൾക്കാൻ കിട്ടാത്ത പ്രയോഗം. ഇംഗ്ലീഷുമായുള്ള ജാരബന്ധത്തിൽ പിറന്ന കൊതിപ്പിക്കുന്ന മണിപ്രവാളം. ഇതെന്നെ മുന്നോട്ടുനയിക്കുന്നു, അയാൾ ലിഫ്റ്റിലെ ഏകാന്തതയോട് പറഞ്ഞു: മുന്നോട്ടും മുകളിലേക്കും. ഒന്നിൽ നിന്ന് ആറിലേക്ക്.

കഴിഞ്ഞദിവസം ഉച്ചയ്ക്കാണ് അവർ കണ്ടുമുട്ടിയത്. ഫീച്ചറെഴുത്തിന് പ്രതിഫലമായി വന്ന ചെക്ക് നിക്ഷേപിക്കാൻ എ ടി എമ്മിനു മുന്നിൽ വരിനില്ക്കുകയായിരുന്നു അയാൾ. ചില്ലുവാതിലിനകത്ത് പണയന്ത്രത്തിനു മുഖാമുഖം നില്ക്കുന്ന നിതംബിനി പെട്ടെന്നു വെട്ടിത്തിരിഞ്ഞു നോക്കിയപ്പോൾ അയാൾ നിലത്തെ കറുത്ത ചവിട്ടിയിലേക്ക് ദൃഷ്ടി മാറ്റി. അത് സംഭവിക്കാറുള്ളതാണ്: താനറിയാതെ തന്നിൽ വീഴുന്ന കൊതിക്കണ്ണുകളും പെണ്ണിനെ പൊള്ളിക്കുന്നു. പക്ഷേ, ഇടയിലുള്ള ചില്ലുമറയാൽ നിശ്ശബ്ദയാക്കപ്പെട്ട സുഭദ്രയുടെ കൈമുദ്രയിൽ മറ്റൊന്നാണ് അടുത്തക്ഷണം അയാൾ വായിച്ചത്: "ദയവുചെയ്ത് അകത്തേക്കു വരുമോ?"

അത് യാദൃച്ഛികങ്ങളുടെ ഞായറാഴ്ചയായിരുന്നു. വിഴുങ്ങിയ കാർഡിനെ തിരികെത്തരാൻ യന്ത്രം വിസമ്മതിക്കുന്നതിനാൽ അവൾ തൊട്ടുപിന്നാലെ ചെറിയ ക്യൂവിൽ ആദ്യം കണ്ടയാളോട് സഹായം ചോദിക്കുകയായിരുന്നു. അവളിൽനിന്നു പ്രസരിക്കുന്ന വാനി

ലാഗന്ധം കൗണ്ടറിനുള്ളിലെ തണുത്തവായുവിനൊപ്പം ശ്വാസകോശത്തിലേക്ക് ഒളിച്ചു കടത്തിക്കൊണ്ട് അയാൾ പറഞ്ഞു: "ബാങ്ക് അവധിയിൽ എ ടി എമ്മുകൾ തള്ളചത്ത കുഞ്ഞിനെപ്പോലെയാണ്!"

അതു കേൾക്കുമ്പോൾ ചിരിക്കുന്ന പെണ്ണ് കുലടയാവാനാണ് കൂടുതൽ സാദ്ധ്യത. പോരെങ്കിൽ, മേൽവരിയിൽ വെളിപ്പെട്ട വിടവുള്ള നട്ടപ്പല്ലുകളിൽ അയാൾ ആസക്തിയുടെ ലക്ഷണവും വായിച്ചു. നെറ്റിപ്പട്ടത്തിലെ വലിയ കുമിളുകളെ ഓർമ്മിപ്പിക്കുന്ന നെഞ്ചും കുട്ടിത്തമുള്ള ഗുജറാത്തി മുഖവും. താൻ തൊട്ടപ്പോൾ യന്ത്രം കക്കിയ അവളുടെ കാർഡിൽ നിന്ന് ഫാൽഗുനി പട്ടേൽ എന്ന പേരു വായിച്ചിട്ട് അയാൾ മറ്റൊരു ഗുജറാത്തിയെ ഓർമ്മിച്ചുകൊണ്ട് പറഞ്ഞു: "നമിതയെപ്പോലെ!"

അറുന്നൂറ്റിപ്പതിമൂന്നാമത്തെ തവണ താൻ കേൾക്കുകയായിരുന്ന ആ വ്യാജസ്തുതിക്കും തന്റെ സ്കൂട്ടർ കാർക്കിച്ച് സ്റ്റാർട്ടാകുന്ന ശബ്ദത്തിനുമിടയിലുള്ള മുക്കാൽ മിനിറ്റിൽ അവൾ അയാൾക്ക് ഫോൺ നമ്പർ കൊടുത്തു. അവൾ പേരുതിരക്കിയപ്പോൾ എങ്ങുനിന്നെന്നറിയാത്ത ഒരാവേഗത്തോടെ മനസ്സിൽ പ്രത്യക്ഷമായ ഒരുപേര് അയാൾ പറഞ്ഞു: "കുത്തബുദ്ദീൻ." പിന്നെ ഒന്നരദിവസത്തിനുള്ളിൽ പരസ്പരം ഫോണിൽ മുഴക്കിയ അശരീരികൾ കൊണ്ട് രണ്ടു ശരീരങ്ങൾക്കു തമ്മിൽ സാധിക്കാവുന്ന പരമാവധി അടുപ്പത്തിന്റെ ഉടമ്പടിയിൽ അവരുടെ കാമം കള്ളയൊപ്പിട്ടു. ഇന്ന് തിങ്കളാഴ്ച. അപരിചിതയായൊരു കുടുംബിനിയിൽനിന്ന് അവിഹിതം പറ്റാൻ വെറും ഒന്നരദിവസം എന്ന ഗർവ്വോടെ പിൻകീശയിൽ നിന്ന് വട്ടച്ചീർപ്പെടുത്ത് മീശയും താടിയും ചീകുമ്പോൾ അയാൾ ആറ് സിയുടെ വാതിൽ മുന്നിൽ കണ്ടു.

ഒന്നാം മുട്ടിനു സ്വർഗ്ഗം തുറന്നു.

മൂന്ന്

പാപ്പ്ടിയും ജിലേബിയുമായി ഫാൽഗുനി പട്ടേൽ അതിഥിപൂജ ആരംഭിച്ചു.

തെക്കോട്ടുള്ള ജാലകത്തിന്റെ പിളർന്നുനിന്ന പടുതകൾ കൂട്ടിച്ചേർത്ത് സ്വീകരണമുറിയുടെ രഹസ്യം കടുപ്പിച്ചുകൊണ്ട് ഫാൽഗുനി പറഞ്ഞു: "ദീപാവലി ദിവസം ഞങ്ങൾ ബീച്ച് റോഡിലെ വിനായക ഹാളിൽ ഒത്തുകൂടാറുണ്ട്. വെയിലാറിയാൽ അങ്ങോട്ട് എന്റെ കൂട്ടുകാരികൾ കൂട്ടമായി പോയിത്തുടങ്ങും. ഇതിലേ നോക്കിയാൽ നമുക്ക് അവരെ കാണാം. അവർക്ക് നമ്മളെയും ഇന്നേതായാലും അവർ എന്നെ കാണണ്ട!"

"അവിടെ ഇന്ന് ഗർബാ നൃത്തം ഉണ്ടാകുമോ?" പാപ്പ്ടി പുരണ്ട മീശ ടവ്വൽകൊണ്ട് തുടച്ച് അയാൾ ചോദിച്ചു.

"ഓ! കുത്തബുദ്ദീന് ഗർബയെക്കുറിച്ചൊക്കെ അറിയാമോ?" അവൾ മേശപ്പുറത്തുനിന്ന് ടിഷ്യൂ കടലാസുകൾ എടുത്തുവന്ന് അയാൾക്ക് നീട്ടിയിട്ടു പറഞ്ഞു: "ഗർബ കളിക്കുന്നത് നവരാത്രിക്കാണ് പതിവ്. ദീപാവലിക്ക് വിളക്കും വെളിച്ചവും മാത്രം! എന്താ, എന്റെ ഗർബകളി കാണാൻ കൊതിയാവുന്നുണ്ടോ?"

അകത്തുപോയി അവൾ, കടഞ്ഞെടുത്ത തൊട്ടിൽപ്പടിയോളം ഭംഗിയുള്ള രണ്ടു ചുവപ്പൻ ദണ്ഡുകൾ കൊണ്ടുവന്നു: "ഇതാണ് ഗർബ കളിക്കാനുള്ള ദണ്ഡിയകൾ. ഇതെന്റെ ജുഗനുവിന്റേതാണ്. നിനക്കു കാണണമെന്ന് നിർബ്ബന്ധമാണെങ്കിൽ ഞാൻ കളിക്കാം. പക്ഷേ, ഇത് ഒറ്റയ്ക്കു പറ്റില്ല!"

"ജുഗ്നു?"

"ഇന്നലെ പറഞ്ഞില്ലേ ഞാൻ? ഈ ആണുങ്ങൾ അവർക്കു വേണ്ടാത്തതൊന്നും ശ്രദ്ധിക്കുക കൂടിയില്ല. ജുഗ്നു എന്റെ മോളുടെ പേരാണ്. ജുഗ്നു പട്ടേൽ. മലയാളത്തിൽ മിന്നാ

മിന്നി. നല്ല പേര്, അല്ലേ?" അവൾ ദണ്ഡുകൾ മുട്ടിച്ച് ഭംഗിയുള്ള ഒരുച്ചവട്ടുവെച്ചു.

"സിനിമാപ്പാട്ടിൽ കേട്ടിട്ടുണ്ട്." അയാൾ പറഞ്ഞു. "ചില പേരുകൾ കൊതിയുണ്ടാക്കും. നമിത അത്തരത്തിൽ ഒന്നാണ്."

"ദാ, വീണ്ടും! നിങ്ങൾ മലയാളികളുടെ പ്രധാന ചിന്താ വിഷയം സിനിമയും സെക്സു മാണെന്ന് എന്റെ ഭർത്താവ് എപ്പോഴും പറയും. നമിതയെപ്പറ്റി മറ്റൊരുതരത്തിലും ഓർക്കാം. അവൾ സൂറത്തുകാരിയാണ്. അവിടെയാണ് മുൻപ് പ്ലേഗ് പരന്നത്!" ദണ്ഡുകൾ ദീവാനിൽ വെച്ചിട്ട് മുൻവശത്തെ വാതിൽ കുറ്റിയിട്ട് തിരിച്ചുവരുന്നതിനിടയിൽ ഫാൽഗുനി തുടർന്നു: "എന്റെ ഭർത്താവിന് പക്ഷേ, അവളെ ഇഷ്ടമല്ല. മുതിർന്നതിനുശേഷം എന്നോട് ഇഷ്ടം പറഞ്ഞിട്ടുള്ള ആണുങ്ങളും എന്നോട് ഇഷ്ടമേ കാണിക്കാത്ത എന്റെ ഭർത്താവും അതിനു കാരണമായി പറയുന്നത് ഒന്നു തന്നെ - നമിതയുടെ ഛായ!"

ഫാൽഗുനി തോളുകൾ പൊക്കി കൈ മലർത്തി അജ്ഞതയുടെ ഒരു മുദ്രകാണിച്ചിട്ട് ടീപ്പോയിൽനിന്ന് ചായക്കപ്പും പലഹാരത്തളികയും എടുത്ത് അടുക്കളയിലേക്ക് പോയി. രക്തനിറമുള്ള ദീവാനിൽ അവൾ ഇട്ടുപോയ ദാണ്ഡിയകളിലൊന്ന് ജീവൻവെച്ചതുപോലെ പതുക്കെ ഉരുണ്ട് നിലത്തുവീണു. അത് അയാളുടെ വലത്തേ പാദത്തിൽ വന്നിടിച്ച് നിശ്ചലമായി.

അവൾ തിരികെ വന്നപ്പോൾ അയാൾ പറഞ്ഞു. "ഗർബയേക്കാൾ എന്നെ കൊതിപ്പിച്ചിട്ടുള്ളത് ഗുജറാത്തിനും കുറെക്കൂടി വടക്കോട്ടുള്ള പെണ്ണുങ്ങളുടെ മുജ്റയാണ്. യൂട്യൂബിൽ ഞാൻ കുറേക്കാലം അതിന് അഡിക്റ്റായിരുന്നു. പാകിസ്ഥാനിപ്പെണ്ണുങ്ങളുടെ വെറ്റ് മുജ്റകളാണ് കുറെക്കൂടി കേമം. ഓ, സൈമാ ഖാന്റെ അഴിഞ്ഞാട്ടം! ഇന്ത്യ വിഭജിക്കപ്പെട്ടതിൽ ശരിക്കും സങ്കടം തോന്നും!"

അയാൾ കുനിഞ്ഞ് പാദത്തിനരികിൽ ദണ്ഡനമസ്കാരം ചെയ്തു കിടന്നിരുന്ന ദാണ്ഡിയ എടുത്ത് അവൾക്കുനേരെ പയറ്റിന് വാൾ പിടിക്കുംപോലെ നീട്ടി. ദീവാനിൽനിന്ന് അതിന്റെ ഇണയെ എടുത്ത് ഗുണനചിഹ്നമുണ്ടാക്കി പാൽഗുനി അങ്കം കുറിച്ചു.

"കഷ്ടമുണ്ട്!" അവൾ പറഞ്ഞു: "ഈ ആണുങ്ങളൊക്കെ ഞങ്ങൾ പെണ്ണുങ്ങളുടെ കലകളെക്കൂടി ഇങ്ങനെ അധിക്ഷേപിക്കുന്നതിൽ!"

അയാൾ ദണ്ഡ് പിൻവലിച്ചിട്ട് ഇരിപ്പിടത്തിൽ നിന്നെഴുന്നേറ്റു: "സോറി! നിന്റെ കലാപ്രകടനത്തെ ഇന്ന് ഞാൻ ഏതായാലും പുകഴ്ത്തിപ്പറയാം. എവിടെയാണ് ബെഡ് റൂം?"

കൊതിപ്പിക്കുന്ന ഒരാഹ്വാനച്ചിരിയോടെ കിടപ്പുമുറിയിലേക്ക് നീങ്ങുന്ന അവളുടെ പുരോദർശനം അയാളെ ഇളക്കി. മദ്ധ്യവയസ്സോളം സംഭരിക്കപ്പെട്ട പിൻമേദസ്സ് നീലപ്പട്ടിന്റെ നിശാവസ്ത്രത്തിനുള്ളിൽ ഇടംമേലും വലംകീഴും തുളുമ്പി.

കരവാൾ കസേരയിലെറിഞ്ഞ് അയാൾ പിന്നാലെ നീങ്ങി.

നാല്

"വസ്ത്രം മാറൂ, ആദ്യം," അലമാര തുറന്ന് ലുങ്കിയൊരെണ്ണം എടുത്ത് അയാളുടെ നേർക്ക് എറിഞ്ഞിട്ട് ഫാൽഗുനി പറഞ്ഞു: "കുളി ഇപ്പോൾ വേണോ, അതോ..."

വായുവിൽ നിന്ന് പിടിച്ചെടുത്ത അവളുടെ ഭർത്താവിന്റെ ലുങ്കി അയാൾ ഷർട്ടിനു മീതെ പൊന്നാടപോലെ പുതച്ചു. കിടപ്പുമുറിയുടെ ചുമരിൽ തൂക്കിയ കുടുംബചിത്രത്തിലെ കീഴ്ത്താടി കനത്ത മദ്ധ്യവയസ്കൻ തനിക്കുനേരെ പുഞ്ചിരിക്കുന്നതു കണ്ടപ്പോൾ പച്ചക്കടല തിന്നിട്ടെന്നപോലത്തെ ഇളംസുഖമുള്ള ഒരു വേദന അയാളുടെ അടിവയറ്റിൽ മുളച്ചു. ഫാൽഗുനിക്കും അവളുടെ പട്ടേലിനുമിടയിൽ കുലീനത എന്ന വാക്കിന് വിഗ്രഹമാക്കിയതുപോ

ലെ പ്രസരിച്ചുനിന്ന പെൺകുട്ടിക്ക് തന്റെ മകളുടെ അതേ പ്രായമാണെന്ന് കണ്ടപ്പോൾ അയാൾ ഇന്നത്തെ ദിവസം ആദ്യമായി അസ്വസ്ഥത പ്രകടിപ്പിച്ചു.

ഫാൽഗുനി കട്ടിലിൽ ഇരുന്ന് ഇടതു കൈനഖങ്ങളിൽ രാവിലെ തേച്ച ചായം അടർന്നിട്ടില്ലെന്ന് ഉറപ്പുവരുത്തിക്കൊണ്ട് പറഞ്ഞു: "ഫോണിലൂടെയുള്ള ഒന്നരദിവസത്തെ പരാക്രമങ്ങൾ കണ്ടപ്പോൾ ഈ കൂടിക്കാഴ്ചയുടെ തുടക്കത്തെപ്പറ്റി ഞാൻ മറ്റെന്തൊക്കെയോ ഭാവന ചെയ്തു."

"ഞാനും." അയാൾ പറഞ്ഞു: "ഉദാഹരണത്തിന്, വാതിൽ തുറന്ന് സ്വീകരണമുറിയിലേക്ക് പ്രവേശിക്കുമ്പോൾ തന്നെ നിന്നെ കെട്ടിപ്പിടിച്ച് ശ്വാസം മുട്ടിക്കുമെന്നും ഇട്ടിരിക്കുന്നതെന്തായാലും വലിച്ചുകീറുമെന്നും... അങ്ങനെയൊക്കെ, അല്ലേ?"

ഫാൽഗുനി നിശ്വാസത്തിന്റെ ഛായയിൽ മന്ദഹസിച്ചു: "അവിഹിതം കാണിക്കുമ്പോൾ സിനിമയിലും കഥയിലുമൊക്കെ അങ്ങനെയാണല്ലോ പതിവ്. എന്നിട്ടിതുവരെ എന്റെ കൈവിരലിൽപ്പോലും ഒന്നു തൊട്ടില്ല!"

അയാൾ മുറിയുടെ അങ്ങേവശത്തേക്ക് അവളുടെ കാല്പാദങ്ങൾ കവച്ചു കടന്നു. പച്ചനിറത്തിൽ കസേരത്തുണിയോളം കട്ടിയുള്ള ജനാലപ്പട്ടുതകൾ അകറ്റിയപ്പോൾ നഗ്നമായ നഗരത്തിന്റെ ദുർമേദസ്സ് മായാജാലമായി തെളിഞ്ഞു. കുടവയറിനടിയിൽ മുഴുവൻ വെളിപ്പെടാതെ കിടക്കുന്ന അടിവസ്ത്രം പോലെ തുരിശിന്റെ നിറമുള്ള കടലിന്റെ ഒരു കഷണം ദൂരെ കണ്ടു. ഗുജറാത്തികളെ മാത്രമല്ല അങ്ങേക്കരയിൽനിന്ന് പറങ്കിപ്പുണ്ണിനെയും ഈ മണ്ണിലേക്ക് കടത്തിവിട്ട വൃദ്ധയായ അറബിക്കടൽ ഉച്ചവെയിലത്ത് കൂർക്കംവിട്ട് ഉറങ്ങുന്നു.

വന്ന കാര്യം മറന്നിട്ടെന്നതു പോലെ അതിഥി അവിടെ തറഞ്ഞുനില്ക്കുന്നതു അവളിൽ നീരസമുണ്ടാക്കി. മുക്കുന്നതുപോലെ ഒരു ശബ്ദം അവൾ തുടർച്ചയായി ഉണ്ടാക്കാൻ തുടങ്ങിയപ്പോൾ അയാൾ ചോദിച്ചു: "സീഡി എന്തെങ്കിലും ഇരിപ്പുണ്ടോ ഇവിടെ? ഈ സമയത്ത് കാണാൻ കൊള്ളാവുന്ന വല്ലതും."

"ഇഷ്ടംപോലെ. പക്ഷേ, ഈ സമയത്ത് എന്നു പറഞ്ഞതിന്റെ അർത്ഥമെന്താണ്?" അവൾ എഴുന്നേറ്റുവന്ന് അയാൾക്കരികിലായി നിന്ന് കടലിനെ നോക്കി. പതിനെട്ടു വർഷങ്ങളുടെ ആ തുടർക്കണിയിൽ അന്നാദ്യമായി കടൽ ചത്തുകിടക്കുന്നതുപോലെ അവൾക്ക് തോന്നി.

അന്നേരം അവർ രണ്ടുപേരുടെയും മൊബൈൽ ഫോണുകൾ ഏതാനും നിമിഷങ്ങളുടെ വ്യത്യാസത്തിൽ ശബ്ദിച്ചു. രണ്ടാളും ഏതാണ്ട് ഒരേ ശബ്ദവിന്യാസത്തിൽ, ഒരേ നിർവ്വികാരതയിൽ, അതിലൂടെ ചെറിയ പ്രതികരണങ്ങൾ നടത്തി വിനിമയം മുറിച്ചു.

ഫാൽഗുനി കിടപ്പുമുറിയിലെ എ സി ഇട്ടു. ഉറങ്ങിക്കിടന്ന മൃഗം മുരണ്ടുകൊണ്ട് എഴുന്നേറ്റതുപോലെയുള്ള ഒരു ശബ്ദമുണ്ടായി.

"ഇപ്പോൾ കുത്തബുദ്ദീന്റെ ഉള്ളിൽ എന്താണെന്നു ഞാൻ പറയട്ടെ?" അയാളെ തൊടാൻ ആഞ്ഞ കൈ പിൻവലിച്ചുകൊണ്ട് ഫാൽഗുനി ചോദിച്ചു: "നന്മ നിറഞ്ഞ ഭാര്യ, അല്ലേ?"

അയാൾ അത്ഭുതമില്ലാതെ അവളെ നോക്കിയിട്ട് പട്ടുതകൾ ചേർത്ത് പൊടുന്നനെ കടലിനെ മറച്ചു. ഫാൽഗുനിയുടെ മുഖത്ത് അതുവരെ പ്രകാശിച്ചുനിന്നിരുന്ന വെളിച്ചത്തിന്റെ നിറം മാറി. കടൽത്തീരത്ത് ഭവിഷ്യത്തു പറയുന്ന സ്ത്രീകളുടെ മുഖഭാവത്തോടെ വിവർത്തനം പോലെ ഘടന മാറിയ മലയാളത്തിൽ അവൾ പറഞ്ഞു: "അന്യപുരുഷന്മാരുമായി ബന്ധം വെക്കുന്ന സ്ത്രീകൾ തുടക്കത്തിൽ എപ്പോഴും സ്വന്തം ഭർത്താവിനെ പുകഴ്ത്തിപ്പറയാറുണ്ടെന്ന് എന്റെ ഭർത്താവ് എനിക്ക് പറഞ്ഞുതന്നിട്ടുണ്ട്. കുറ്റബോധം കുറ

യ്ക്കാൻ മലയാളിപ്പെണ്ണുങ്ങൾ ചെയ്യുന്ന വിദ്യയാണത്രെ അത്. അന്യപുരുഷന്റെ അടുത്ത് പോകുന്ന ദിവസം അതിരാവിലെ ഉറങ്ങിക്കിടക്കുന്ന ഭർത്താവിന്റെ കാല് തൊട്ട് വന്ദിക്കുന്നവരുമുണ്ട്, എന്ന് അദ്ദേഹം പറയുന്നു. അദ്ദേഹത്തിന് അത്തരം നൂറുകണക്കിന് മലയാളിപ്പെണ്ണുങ്ങളെ അറിയാം. പക്ഷേ, മലയാളി ആണുങ്ങൾ നേരെ തിരിച്ചാണെന്നാണ് എന്റെ അനുഭവം. അവർ കാമുകിയോട് സ്വന്തം ഭാര്യയെ കുറ്റപ്പെടുത്തിക്കൊണ്ട് തുടങ്ങുന്നു. തടി, താല്പര്യമില്ലായ്മ, വായ്നാറ്റം, വിവരക്കേട്... അതു കേൾക്കുമ്പോൾ വിവാഹിതയായ മറ്റൊരു സ്ത്രീക്ക് തോന്നുന്നതെന്താവാമെന്ന് മീശവെച്ച ആ വിഡ്ഢികൾക്ക് അറിയില്ല!"

നവംബർ സംഭരിച്ചു നിർത്തിയ മുറിയിലെ ഉഷ്ണത്തെ അല്പാല്പമായി കട്ടയുടച്ച് അലിയിക്കാൻ തുടങ്ങുന്ന ശീതീകരണി കുറച്ചുകൂടി സാന്നിദ്ധ്യമറിയിച്ചു. ദുരന്തനാടകത്തിലെ ആത്മഗതം പോലെ മുറിയുടെ മൂൻകോണിലേക്ക് തിരിഞ്ഞ് ഫാൽഗുനി വീണ്ടും പറഞ്ഞു:

"പക്ഷേ, നിന്നോട് എനിക്ക് പ്രണയം തോന്നിയത് എപ്പോഴാണെന്നോ? എന്നോട് ഫോണിൽ പറഞ്ഞ ആദ്യത്തെ അഞ്ചു വാചകങ്ങളിലൊന്നിൽ നീ നിന്റെ ഭാര്യയെ പുകഴ്ത്തിപ്പറഞ്ഞപ്പോൾ! എന്നെ പ്രശംസിച്ച് നീ നടത്തിയ വമ്പൻ വാചകങ്ങളേക്കാൾ അതാണ് എന്റെ ഉള്ളിൽ തട്ടിയത്. കാമുകിയോട് ഭാര്യയെപ്പറ്റി നല്ല വാക്കുപറയുന്ന പുരുഷൻ എത്ര വലിയവനാണെന്ന് ഞങ്ങൾ പെണ്ണുങ്ങൾക്ക് അറിയാം!" ഫാൽഗുനി സന്തോഷത്തിന്റേതല്ലാത്ത ഒരു ചിരിയോടെ തിരിഞ്ഞുനടന്ന് അലമാര തുറന്നു. അതിന്റെ ഉള്ളറയിൽനിന്ന് ഒരു സീഡി എടുത്ത് അയാൾക്ക് നീട്ടിയിട്ട് അവൾ പറഞ്ഞു: "ഇതാ കണ്ടോളൂ! ഇവളെ നിനക്ക് ഇഷ്ടപ്പെടും. സണ്ണി ലിയോണി എന്നൊരു അന്താരാഷ്ട്ര വേശ്യ. ഇവിടുത്തെയാളിന്റെ ഫേവറിറ്റുകളിൽ ഒരുവൾ! ഞാൻ ലാപ്ടോപ്പെടുത്ത് വരാം."

വീട്ടിലേക്ക് പപ്പടപ്പായ്ക്കറ്റ് വാങ്ങുന്ന ഗൃഹനാഥനെപ്പോലെ അയാൾ ഉത്തരവാദിത്വം നിറഞ്ഞ ഒരു ചലനത്തോടെ അതു വാങ്ങി. പിന്നെ കവറിൽനിന്ന് ഡിസ്ക് പുറത്തെടുത്ത് വലതു ചൂണ്ടുവിരലിൽ അത് സുദർശനം പോലെ കോർത്തു. സ്ലേറ്റുമായി സ്കൂളിലേക്ക് വരുന്ന കുട്ടിയുടെ ചുറുചുറുക്കോടെ ലാപ്ടോപ്പുമായി അവൾ തിരിച്ചെത്തി. അപ്പോൾ പകുതി തന്നോടും പകുതി അവളോടുമായി അയാൾ ചോദിച്ചു: "നീയും ഭർത്താവും എല്ലാം പരസ്പരം പറയുമോ?"

"ഉം" അവൾ പറഞ്ഞു: "അതിനുള്ള സ്വാതന്ത്ര്യവും കൂടിച്ചേർന്നതല്ലേ യഥാർത്ഥ സ്നേഹം? പക്ഷേ, പരസ്പരം എന്നു പറഞ്ഞാൽ പൂർണ്ണമായും ശരിയാവില്ല. കാരണം എനിക്കിതു വരെ ഒരന്യബന്ധം ആവശ്യമാണെന്നു തോന്നിയിട്ടില്ല" ഫാൽഗുനി ഇത്തവണ സങ്കോചമില്ലാതെ അയാളുടെ ചുണ്ടുകളിൽ ചൂണ്ടുവിരൽ കൊണ്ടു കുത്തി: "എനിക്ക് ബോധിച്ച ആദ്യത്തെ പരപുരുഷനാണ് നീ. അതിന് എന്റെ നാല്പതാം വയസ്സിലെ ദീപാവലി വരേണ്ടിവന്നു! സത്യമായും നിനക്കിത് വിശ്വസിക്കാം കുത്തബുദ്ദീൻ!"

താൻ കണ്ടു കൊണ്ടിരിക്കുന്ന വിചിത്രമായ സ്വപ്നത്തിൽ നിന്ന് ഉണരാനെന്നതുപോലെ അയാൾ രണ്ടുവട്ടം തല കുടഞ്ഞു. പിന്നെയും താൻ അവൾക്കു മുന്നിൽ തുടരുന്നതു കണ്ടപ്പോൾ വിചിത്രമായ ഒരു പരിഭ്രമത്തോടെ പട്ടേലിന്റെ കട്ടിലിൽ ഇരുന്നു.

അയാളുടെ വിരലിൽനിന്ന് സീഡി ഊരിയെടുത്ത് ലാപ്ടോപ്പിലിടുമ്പോൾ ഫാൽഗുനി പറഞ്ഞു: "ഇവളുടെ ചരിത്രം നിനക്ക് അറിയുമായിരിക്കും. അസ്സൽ പഞ്ചാബിയാണ്. പേരിൽ കൗർ എന്നുണ്ടായിരുന്നത് ഇവൾ കാനഡയിൽ വെച്ച് ലിയോണി എന്നു വിവർത്തനം ചെയ്തു. പഞ്ചാബിയിൽ കൗർ എന്നാൽ പെൺസിംഹമാണെന്ന് നിനക്കറിയില്ലേ? ലിയോണി എന്ന വാക്കും അതുതന്നെ - സിംഹി! ഇവളെ വെച്ച് നമ്മുടെ മഹേഷ് ഭട്ടിന്റെ മകൾ ഒരു സിനിമ ചെയ്തത് കണ്ടിരുന്നോ? എന്റെ ഭർത്താവ് പറയും. മഹേഷ് ബട്ട് ജനിച്ച

വർഷമാണ് ഗാന്ധിജി വെടിയേറ്റുമരിച്ചതെന്ന്. രാഷ്ട്രപിതാവ് കൊല്ലപ്പെട്ട കൊല്ലത്തിൽ ജനിച്ച ഒരു സിനിമാക്കാരൻ പിന്നീട് സ്വന്തം പെൺമക്കളുടെ ലൈംഗികത കാണിക്കുന്ന സിനിമകൾ പിടിക്കുന്നതിൽ പൊതുജനത്തിന് ധ്യാനിക്കേണ്ടുന്ന ചിലതുണ്ട്. അല്ലേ? ഒരു പിതൃമാറ്റം. പതിനാലുകാരിയായ ഇളയ മകളുടെ നഗ്നത വില്ക്കാൻ അയാൾ ബെസ്റ്റ് സ്റ്റുഡന്റ് ഓഫ് ദ ഇയർ എന്ന പടം പിടിച്ചത് നീ കണ്ടോ? വേണമെങ്കിൽ തരാം. എന്റെ ഭർത്താവ് അതും ഇവിടെ വാങ്ങിവച്ചിട്ടുണ്ട്. മകളെ കൊണ്ടു നടന്നു വില്ക്കുന്ന ചില പാവം പട്ടിണിക്കാരെക്കുറിച്ച് വെണ്ടയ്ക്ക നിരത്തുന്ന പത്രങ്ങളൊക്കെ ഇതിനെതിരെ ഒന്നും എഴുതാത്തതെന്താണ്? മാപ്പർഹിക്കാത്ത ഈ മഹാപാപികളെ കലാകാരന്മാർ എന്നു വിളിച്ച് ആദരിക്കുന്നതെങ്ങനെയാണ്? ഇവർ സൃഷ്ടിച്ച തള്ളുന്ന ഇരുട്ടിൽ ഇരുന്നാണ് ഇന്ത്യക്കാർ സിനിമ പോലെയാണെന്നു കരുതി സ്വന്തം ജീവിതം തുലയ്ക്കുന്നതെന്ന് വിളിച്ചുപറയാൻ ഇവിടെ ആണൊരുത്തൻ പിറക്കാത്തതെന്ത്? അയ്യോ, ഞാനെന്തൊക്കെയോ പൊട്ടത്തരങ്ങൾ പറഞ്ഞു. വിയർക്കുന്നുണ്ടല്ലോ നീ, ഞാൻ കുറച്ചു വെള്ളമെടുത്ത് വരാം."

അയാൾക്ക് മറ്റൊരാളുടെ കിടപ്പുമുറിയിലെ കുടുംബചിത്രത്തിനു മുന്നിൽ ഒറ്റയ്ക്കുതുടരാൻ പേടി തോന്നി. തോളിൽ നിന്ന് ഒരു സർപ്പത്തെയെന്ന പോലെ അയാൾ ലുങ്കി കുടഞ്ഞു നിലത്തിട്ടു. ഞാൻ ഇവിടെ വന്നത് സിദ്ധാന്തത്തിനോ പ്രയോഗത്തിനോ? അയാൾ പട്ടേലിന്റെ കട്ടിലിനോട്, മിണ്ടാപ്രാണിയായ ആ പാവം നാല്ക്കാലിയോട് ചോദിച്ചു.

ഫാൽഗുനി വെള്ളവുമായി വന്നപ്പോൾ അയാൾ ടോയ്‌ലെറ്റിലായിരുന്നു. കാനഡയിൽപ്പോയി പേരുമാറ്റിയ ഭാരതസ്ത്രീ ലാപ്ടോപ്പിനുള്ളിൽ കുന്തിച്ചിരുന്ന് മൂളാനും മുരളാനും തുടങ്ങുന്നതു കണ്ട് അറപ്പോടെ അവൾ അത് പൂട്ടിക്കളഞ്ഞു. മൂന്നുമിനിറ്റ് ഇടവിട്ട് അവൾ അയാളെ വിളിച്ചുകൊണ്ടിരുന്നു. അടച്ചിട്ട മുറിയിൽ അയാൾ എന്തു ചെയ്യുകയാവുമെന്ന് അവൾക്ക് ഊഹിക്കാൻ കഴിഞ്ഞില്ല.

ഒന്നരമണിക്കൂറിനുശേഷം അയാൾ വാതിൽ തുറന്ന് അവൾ നല്കിയ വെള്ളം കുടിച്ചു. പിന്നെ ആങ്ങളയെപ്പോലെ ചോദിച്ചു: "വിശക്കുന്നുണ്ട്. എന്തെങ്കിലും കഴിക്കാൻ തരുമോ എനിക്ക്?"

അഞ്ച്

ഫാൽഗുനി ഓരോന്നായി അഞ്ചു ചപ്പാത്തികൾ ചുട്ടുകൊണ്ടു വന്നത് പരിപ്പുകറിയോടൊപ്പം അയാൾ ശാന്തനായി കഴിച്ചു. ആറാമത്തേത് അയാൾ വേണ്ടെന്നു വിലക്കിയപ്പോൾ അയാൾക്കെതിരെ അവൾ ഇരുന്നു.

"എന്നോടു പറയൂ..." ഫാൽഗുനി മന്ദ്രസ്ഥായിയിൽ ചോദിച്ചു: "നന്മ നിറഞ്ഞ ഒരു ഭാര്യയുണ്ടായിട്ടും അവൾ സുന്ദരിയായിരുന്നിട്ടും എന്തിനായിരുന്നു ഈ ആർത്തി? ഒരു പേരിൽ അല്ലെങ്കിൽ ഒരു മുഖച്ഛായയിൽ ഭ്രമിച്ച് ജീവിതംതന്നെ തകർന്നുപോയേക്കാവുന്ന സാഹസങ്ങൾക്ക് മുതിരാൻ നിങ്ങൾ ആണുങ്ങളെ പ്രേരിപ്പിക്കുന്നതെന്താണ്?"

അയാൾ അവളുടെ ഭംഗിയുള്ള ചെമ്പുമൊന്തയിൽ നിന്ന് ഒറ്റവലിക്ക് വെള്ളം കുടിച്ച് അത് കാലിയാക്കി. എന്നിട്ട് മായികനിദ്രയിലെന്നപോലെ ഉരുവിടാൻ തുടങ്ങി.

"നീ പറഞ്ഞല്ലോ, ഭാര്യയുടെ കുറ്റങ്ങൾ പറഞ്ഞ് അന്യസ്ത്രീകളെ തേടുന്ന ആണുങ്ങളെക്കുറിച്ച്. അത് ശരി, അങ്ങനെയാവാം ഭൂരിഭാഗവും. എന്നാൽ മറുപുറത്ത് എല്ലാം തികഞ്ഞ ഒരു ഭാര്യയും ആണിന് പ്രശ്നങ്ങളുണ്ടാക്കും എന്നതാണ് എന്റെ അനുഭവം. അവളെ ആത്മാവിനെപ്പോലെ സ്നേഹിക്കുകയാൽ അവൾ ഞാനുമായി അത്രമേൽ ഒട്ടിപ്പോയിരിക്കുന്നു. എന്റെ കൈ പോലെ, കാലുകളും വയറും പോലെ ഒരു അവയവമായിത്തീർന്നി

രിക്കുന്നു ഇപ്പോൾ അവളും. അത്രമേൽ ഒട്ടിയതുകൊണ്ട് ഇരട്ടിച്ചുപോയ ഒരു ഞാനാണ് നീയുണ്ടാക്കിയ ചപ്പാത്തി ഇപ്പോൾ ആർത്തിയോടെ തിന്നുന്നത്. എന്റെ പ്രിയപ്പെട്ട ഭാര്യ എന്റെ തന്നെ ശരീരത്തിന്റെ തുടർച്ചയാണ്. ഞങ്ങളുടെ ഭോഗം അതുകൊണ്ടുതന്നെ ഒരു സ്വയംഭോഗം പോലെ ഏകാന്തമായി എനിക്കു തോന്നുന്നു. മനസ്സിലായോ, രണ്ടുപേർ കലർന്നൊട്ടിയ ഒരു നാൽക്കയ്യനോ നാൽക്കാലിയോ അവിടെ ഒറ്റയ്ക്ക് ശരീരസുഖം നേടുന്നതുപോലെ. ലോകത്തിലെ മുഴുവൻ പെണ്ണുങ്ങളും അപ്പോൾ വീണ്ടും എനിക്കു വെളിയിൽനിന്ന് എന്നെ കൊതിപ്പിക്കാൻ തുടങ്ങുന്നു. ചിത്രങ്ങളിൽ, ചലച്ചിത്രങ്ങളിൽ, നീലച്ചിത്രങ്ങളിൽ കിടന്നുകൊണ്ട് അവർ എന്നെ അപ്രാപ്യങ്ങളിലേക്ക് ക്ഷണിക്കുന്നു. എനിക്കവരെ പ്രാപിക്കാൻ കൊതി മുഴുക്കുന്നു."

ഫാൽഗുനി മന്ദഹസിച്ചു. കടമെടുത്ത കൈകൊണ്ട് കെട്ടിപ്പിടിക്കുന്നതുപോലുള്ള ഒരു മലയാളത്തിൽ ഭംഗിയുള്ള ആ ഗുജറാത്തിച്ചിരിയോടെ അവൾ പറഞ്ഞു: "എന്റെ കാര്യത്തിൽ സംഭവിച്ചത് നേരെ തിരിച്ചാണ്. അറിയാമോ, എത്ര കുറവുകളുള്ള ഒരാളാണെങ്കിൽപ്പോലും ഓരോ സ്ത്രീക്കും അവളുടെ ഭർത്താവിനെ ജീവനെപ്പോലെ ആയിരിക്കും. ഞങ്ങൾ ഗുജറാത്തിസ്ത്രീകൾക്ക് സ്വന്തം പുരുഷൻ ജീവനെപ്പോലെയല്ല, ജീവൻതന്നെയാണ്. താനൊരു ശരീരം മാത്രമാണെന്ന് ആണുങ്ങൾ ഓർമ്മിപ്പിച്ചുകൊണ്ടേയിരിക്കുന്നതു കൊണ്ടാണോ പെണ്ണുങ്ങൾക്ക് ഒരു ജീവൻ വേറെ വേണമെന്നു തോന്നുന്നത് എന്നെനിക്കറിയില്ല. എങ്കിലും അതാണ് സത്യം. ജീവിതത്തിൽ ഒരേയൊരു പുരുഷന്റെ കൂടെ മാത്രം കിടന്നിട്ടുള്ള അന്തസ്സുള്ള സ്ത്രീകളുടെ കാര്യമാണ് ഞാനീ പറയുന്നത്. അല്ലാത്തവർക്ക് മറിച്ചു വാദിക്കാൻ സാധിച്ചേക്കും. എന്റെ കാര്യത്തിൽ, നിനക്കു വിശ്വസിക്കാം. ഞാൻ എന്റെ ഭർത്താവിന്റെ കൂടെ മാത്രമേ ഈ നിമിഷംവരെയും കിടന്നിട്ടുള്ളൂ! അദ്ദേഹത്തിന്റെ ആഗ്രഹങ്ങളെല്ലാം ഞാൻ സാധിച്ചിരുന്നോ എന്നു ചോദിച്ചാൽ, എനിക്കറിയില്ല, എനിക്കുറപ്പില്ല. പക്ഷേ, ഞാൻ അദ്ദേഹത്തെ സ്നേഹിച്ചിരുന്നു. അതുകൊണ്ടാണ് വേർപിരിഞ്ഞിട്ട് വർഷം രണ്ടായിട്ടും എന്റെ കിടപ്പുമുറിയിൽ ഇപ്പോഴും അദ്ദേഹത്തിന്റെ ചിത്രമുള്ളത്!"

അയാൾ അമ്പരപ്പോടെ അവളെ നോക്കി: "അദ്ദേഹം ബിസിനസ് ടൂറിലാണെന്നും മറ്റന്നാൾ എത്തുമെന്നുമാണ് നീ എന്നോട് പറഞ്ഞത്!"

"അത് നിന്റെ പേര് കുത്തബുദ്ദീൻ എന്നാണെന്ന് നീ പറഞ്ഞപോലുള്ള എളിയ ഒരു നുണ." ഫാൽഗുനി പറഞ്ഞു: "അവിഹിതത്തിനായുള്ള നിന്റെ കൊതിക്ക് എരിവു കൂട്ടാൻ ഒരു വീട്ടമ്മയിട്ട കാന്താരി." അവൾ കരച്ചിലിന്റെ ഛായയിൽ ചിരിച്ചു; "അവിഹിതങ്ങൾ ആണത്തത്തിന്റെ ലക്ഷണമാണെന്ന് അദ്ദേഹത്തെ പഠിപ്പിച്ചത് കുറേ മലയാളി സുഹൃത്തുക്കളാണെന്ന് എനിക്കറിയാം. പാവം, അത് എന്നെ പറഞ്ഞുമനസ്സിലാക്കാൻ അദ്ദേഹം ഏറെ പണിപ്പെട്ടു. മറ്റു പെണ്ണുങ്ങളുമായുള്ള ഫോൺസെക്സിന്റെ സമയത്ത് ഒരു കൈ സഹായിക്കാൻ എന്നോട് ആജ്ഞാപിക്കുന്നതരത്തിൽ അത് മുന്നേറിയപ്പോൾ ഞാൻ ഭഗവതിയിൽനിന്ന് രുദ്രയിലേക്ക് വേഷം മാറി. നിനക്കോർമ്മയുണ്ടോ ഇന്നലെ നിനക്ക് ഞാനയച്ച ഒരു ഭഗവതി മെസേജ്? അത് മലയാളിയായ ഒരു കുലട അദ്ദേഹത്തിനയച്ച ഒരെണ്ണം ഞാൻ മനഃപാഠമാക്കിയതാണ്. പാവം, തന്നോടുള്ള മറ്റു പെണ്ണുങ്ങളുടെ കൊതി എന്നെ അറിയിക്കുന്നതിൽ അദ്ദേഹം ആഹ്ലാദിച്ചിരുന്നു. അദ്ദേഹത്തിനെതിരെ ഞാൻ ഡൈവോഴ്സിന് കേസ് കൊടുത്തു. ഞങ്ങളുടെ ജൂനു കോടതിവിധി അനുസരിച്ച് ഇപ്പോൾ ആറുമാസം അദ്ദേഹത്തിന്റെയും ആറുമാസം എന്റെയും അടുത്ത് മാറിമാറി താമസിച്ചുകൊണ്ട് ഒരു പെൻഡുലം പോലെ ആടുന്നു. ദീപാവലി ദിവസമായിട്ട് അമ്മ എന്താണ് കഴിച്ചതെന്ന് അവൾ വിളിച്ചുചോദിച്ചപ്പോൾ ഞാൻ കിടപ്പുമുറിയിൽ

നിന്റെ സ്പർശനം കാത്തു നില്ക്കുകയായിരുന്നു! അതേ നിമിഷത്തിൽ നിനക്കും ഒരു വിളി വന്നത് എന്നെ അത്ഭുതപ്പെടുത്തി. തീർച്ചയായും അത് നിന്റെ വീട്ടിൽ നിന്നാണെന്ന് എനിക്കുറപ്പുണ്ടായിരുന്നു!"

"ഭർത്താവിനെക്കുറിച്ച് പറഞ്ഞതെല്ലാം നീ വർത്തമാനകാലത്തിലാണ് പ്രയോഗിച്ചത്. അദ്ദേഹത്തിന്റെ വസ്തുങ്ങൾ, അദ്ദേഹത്തിന്റെ സീഡികൾ, അദ്ദേഹത്തിന്റെ താല്പര്യങ്ങൾ.. അതെല്ലാം നിന്നോടൊപ്പം ഇപ്പോഴും ഉള്ള ഒരാളാണെന്നേ തോന്നിപ്പിച്ചുള്ളൂ!" അയാൾ എഴുന്നേറ്റ് കൈ കഴുകിക്കൊണ്ട് വാഷ്ബേസിനു മുന്നിലുള്ള കണ്ണാടിക്കു മുന്നിൽ നിന്നു.

"അത് പക്ഷേ, നുണയല്ല." ഫാൽഗുനി പറഞ്ഞു. "അദ്ദേഹം ഇപ്പോഴും എന്റെ കൂടെയുണ്ടെന്ന തോന്നലിലാണ് ഞാൻ ജീവിക്കുന്നത്. അത് ഒരു വിവാഹിതയ്ക്കു നല്കുന്ന സുരക്ഷിതത്വബോധം എത്രയാണെന്ന് വിവാഹിതരായ ആണുങ്ങൾക്കുപോലും മനസ്സിലാവില്ല. എന്നാൽ ഇപ്പോൾ നീയൊരാൾക്ക് അത് മനസ്സിലാകുമെന്ന് എനിക്കു തോന്നുന്നു. എന്റെ കിടപ്പുമുറിയിൽ വന്നപ്പോൾ നിന്റെ ആവേശം ചോർന്നതിനു പിന്നിൽ ഞങ്ങളുടെ കുടുംബചിത്രത്തിനും ഒരുപങ്കില്ലേ."

"ഫാൽഗുനീ," മാധവൻ സ്നേഹത്തോടെ വിളിച്ചു. "എ ടി എമ്മിൽ ആദ്യമായി കാണുമ്പോൾ, ചില്ലുകൂട്ടിൽ പ്രദർശിപ്പിക്കാൻ വെച്ച ഹൽവപോലെയാണ് എനിക്ക് നിന്നെ തോന്നിയത്. കൊതിപ്പിക്കുന്ന ഒരു വസ്തു! എന്നാലിപ്പോൾ, മുഴുവൻ സ്ത്രീകുലത്തിന്റെയും വെളിച്ചമായി നീ എന്റെ മുന്നിലിരിക്കുന്നു! ഇന്ത്യൻ സ്ത്രീകളുടെ മനസ്സിനെക്കുറിച്ച് അടഞ്ഞ മുറിയിൽ ഭാര്യയെപ്പോലും അടുപ്പിക്കാതെ ഞാൻ തയ്യാറാക്കിയ ആയിരക്കണക്കിന് പേജു വരുന്ന കുറിപ്പുകൾ വെറും ചവറാണെന്ന് എന്നെ നീ പഠിപ്പിച്ചിരിക്കുന്നു!"

"തിരികെ നീയും എന്നെ..." ഒന്നു നിർത്തി ഫാൽഗുനി തിരുത്തി: "താങ്കളും എന്നെ ചിലത് പഠിപ്പിച്ചു. അവസരം കിട്ടിയാൽ അവിഹിതം കാട്ടുന്നവരാണ് എല്ലാ ആണുങ്ങളും എന്ന് പഠിപ്പിക്കാൻ എന്റെ ഭർത്താവ് എന്തൊക്കെ പാടുപെട്ടു. ആ വഴിക്ക് വിശ്വസിക്കാൻ തുടങ്ങുമ്പോഴാണ് താങ്കൾ എന്റെ വീട്ടിലേക്കു വന്നത്. അവിഹിതത്തിൽ പരസ്പരം കുടുക്കുകയാണെന്ന് ഉള്ളിൽ നമ്മൾ രണ്ടാളും ആഹ്ലാദിച്ചിട്ടുണ്ടാവും. എന്നാലിപ്പോൾ അന്തസ്സുള്ള ഒരു പുരുഷനെ കണ്ടെത്തിയപ്പോൾ മനുഷ്യാന്തസ്സിൽനിന്ന് എനിക്കുള്ള വിഹിതം കിട്ടിയതുപോലുള്ള ഒരാശ്വാസമാണ് എനിക്ക്!"

ഫാൽഗുനി നീട്ടിയ കൈത്തലം ഉയർത്തിയെടുത്ത് മാധവൻ അതിൽ ചുംബിച്ചു: "ഇത് ലോകത്ത് അവശേഷിക്കുന്ന അന്തസ്സുള്ള മുഴുവൻ സ്ത്രീകൾക്കും വേണ്ടി!" അയാൾ സ്വയമെന്നോണം പറഞ്ഞു. പിന്നെ ലിഫ്റ്റിൽ കയറാതെ അപ്പാർട്ടുമെന്റിലെ അന്തേവാസികൾ ദീപാവലി പ്രമാണിച്ച് നടക്കല്ലുകളിൽ ഇരുവശവുമായി കത്തിച്ചു വെച്ച ചെരാതുകൾക്കിടയിലൂടെ താഴേക്ക് ഇറങ്ങാൻ തുടങ്ങി.

ആറ്

മാധവനു പിന്നിൽ കടൽ നന്നേ ഇരുണ്ടിരുന്നു. തീ തുപ്പുന്ന ഭൂതങ്ങളെപ്പോലെ നഗരത്തിന്റെ വമ്പൻ കെട്ടിടങ്ങൾ കടലിനെതിരെ പ്രകാശം വമിച്ചുനിന്നു. ഞങ്ങൾക്കടുത്തുണ്ടായിരുന്ന യുവാക്കളുടെ സംഘം എപ്പോഴോ സ്ഥലം വിട്ടിരുന്നു. ബില്ല് തരാൻ വന്ന പരിചാരകൻ ബാർ അടയ്ക്കുകയാണെന്നറിയിച്ചു.

തിരയടങ്ങിയ കടൽപോലെ മാധവൻ കണ്ണുകളടച്ച് ശാന്തനായി ഇരിക്കുകയായിരുന്നു. 'നമ്മൾ സ്ത്രീകളെ എത്രകുറച്ചേ മനസ്സിലാക്കിയിട്ടുള്ളൂ! സ്ത്രീകളെ മാത്രമല്ല, മൊത്തം മനുഷ്യരെയും' അയാൾ ആത്മഗതമായി പറഞ്ഞു. പിന്നെ നനഞ്ഞ കണ്ണുകൾ തുറന്ന്

എന്നോട് തുടർന്നു: "ഇപ്പോൾ നിന്റെ മുന്നിൽ കണ്ണുകളടച്ച് ഇങ്ങനെയിരുന്ന ഈ നിമിഷത്തിൽ ഞാൻ വീണ്ടും ഫാൽഗുനിയെ കണ്ടു. നരേന്ദ്രമോഹൻ പട്ടേലിനെ മോഹൻ എന്ന് കുറുക്കി വിളിക്കാറുള്ളതുപോലെ രതിയുടെ നിമിഷത്തിൽ കുത്തബ്ബുദ്ദീനെ നീ എന്തു വിളിക്കുമായിരുന്നു എന്ന് ഞാൻ ചോദിച്ചു. അവൾ ഞെട്ടിക്കൊണ്ടു പറഞ്ഞു: അയ്യോ, നീ ശരിക്കുമൊരു കുത്തബ്ബുദ്ദീൻ തന്നെയായിരുന്നെങ്കിൽ, അറിയാതെയാണെങ്കിലും ഞാൻ കുത്ത എന്നോ കുത്തേ എന്നോ ആ പേരിനെ ലോപിപ്പിച്ചിരുന്നുവെങ്കിൽ, അത് നിന്റെ ഹൃദയത്തെ എത്രമാത്രം മുറിവേല്പിച്ചേനേ! പക്ഷേ, മാധവാ, എനിക്കുവേണ്ടി നീ കുറച്ചുനേരത്തേക്കു കൂടി വീണ്ടും കുത്തബ്ബുദ്ദീനാകൂ, മുഴുവൻ ഗുജറാത്തിനുംവേണ്ടി ഞാൻ നിന്റെ പാദം ചുംബിച്ച് കുറച്ചുനേരം കരയട്ടെ എന്നും അവൾ എന്നോടു പറഞ്ഞു."

ബാറിലെ വെളിച്ചങ്ങൾ കെടുത്താൻ പോകുന്നതായി ഒരാൾ വന്നറിയിച്ചു.

മാധവൻ കരയാൻ പോവുകയാണെന്ന് എനിക്കുറപ്പുണ്ടായിരുന്നു. വിഷയം മാറ്റാനാകും എന്ന പ്രത്യാശയോടെ ഞാൻ ചോദിച്ചു: "ഇതു പറയൂ, പരപുരുഷബന്ധം പെരുകുന്നതിനെക്കുറിച്ചുള്ള നിന്റെ പുതിയ ഫീച്ചർ ഏത് ആനുകാലികത്തിലാണ് പ്രസിദ്ധീകരിക്കുക?"

അതിന് ഉത്തരം പറയാതെ അയാൾ വേച്ചുവേച്ച് എഴുന്നേറ്റു. മട്ടുപ്പാവിൽ നിന്നുകൊണ്ട് നക്ഷത്രങ്ങൾ നിറഞ്ഞ ആകാശം നോക്കി മാധവൻ പറഞ്ഞു. "അത്തരം ചവറെഴുത്തുകൾ ഞാൻ നിർത്തി. ആകാശത്ത് നോക്കൂ. അന്ന് ഫാൽഗുനിയുടെ ഫ്ളാറ്റിൽനിന്നിറങ്ങുമ്പോൾ നന്മ നിറഞ്ഞ ഗുജറാത്തി സ്ത്രീകൾ, വിനായക ഹാളിൽ നിറയെ കത്തിച്ചുവെച്ചിരുന്ന ദീപങ്ങൾ ഞാൻ കണ്ടു. സ്ത്രീകളിൽനിന്നുള്ള പ്രകാശം അതാണിപ്പോൾ ലോകത്തിനു വേണ്ടത്. അന്തസ്സുള്ള അമ്മമാർ പെറ്റുന്ന കുഞ്ഞുങ്ങൾ! അവരാണ് പിന്നീട് നല്ല ആണും നല്ല പെണ്ണുമായി തീരുന്നത്. അതാ, ആകാശം നോക്കൂ... ഇരുട്ടിൽ നിറയെ അന്തസ്സുള്ള നക്ഷത്രങ്ങൾ!"

ഇന്നത്തെ കഥയുടെ പര്യവസാനമായെന്ന് എനിക്കു മനസ്സിലായി. ഇനിയാണ് ഞങ്ങളുടെ വിക്രമാദിത്യൻ- വേതാളം കളിയിൽ പതിവുള്ള, ഉത്തരമില്ലെങ്കിൽ ശിരസ്സു തകർക്കുന്ന ആ ഒടുക്കത്തെ ചോദ്യം വരിക.

വേച്ചുവേച്ച് അടുത്തേക്ക് വന്നിട്ട്, പരിസരപ്രകാശങ്ങളുടെ അഭാവത്തിലും തെളിഞ്ഞു കാണാവുന്ന തുളഞ്ഞിറങ്ങുന്ന നോട്ടത്തോടെ മാധവൻ എന്നോട് ചോദിച്ചു: "നിനക്ക് കഴിയുമോ നമ്മൾ മലയാളികളുടെ മനസ്സിനെ ആളിക്കത്തിക്കാൻ കഴിയുന്ന ഒരുകഥ സൃഷ്ടിക്കാൻ? അക്കഥയിൽ എല്ലാമുണ്ടാകണം. ആണും പെണ്ണും അവരവരുടെ ആസക്തികളോടെ വരണം. പതിവ്രത മുതൽ നീലച്ചിത്രത്തിലെ തേവിടിശ്ശിവരെയുള്ള പലതരം പെണ്ണുങ്ങൾ വേണം. ഭാര്യയെ തള്ളുന്ന രാമൻ മുതൽ അന്യന്റെ ഭാര്യയെ കൊതിക്കുന്ന രാവണൻവരെ കഥാപാത്രങ്ങളാകണം. പല മതത്തിലും പല രാജ്യങ്ങളിലും പെട്ട മനുഷ്യർ വേണം. പച്ചക്കറി മുതൽ കടൽമത്സ്യം വരെ, പച്ചവെള്ളം മുതൽ മുന്തിയ മദ്യം വരെ, വിടൻ മുതൽ വിരക്തൻ വരെ പ്രത്യക്ഷമാകണം. വിഹിതവും അവിഹിതവും അതാതിന്റെ മുഴുപ്പോടെ വേണം. പക്ഷേ, ഒരു നിബന്ധന: ഇതെല്ലാം സ്വാഭാവികമെന്നോണം ഏഴ... അല്ല, എഴുന്നള്ളിക്കണം. എല്ലാത്തിനും അടിയിൽ..." മണിക്കൂറുകളോളം നീണ്ട സംസാരത്തിനൊടുവിൽ മാധവൻ തളരാൻ തുടങ്ങിയിരുന്നു. എങ്കിലും ഞാൻ എന്നും ഭയപ്പെട്ടിരുന്ന ആ വേതാളപ്രശ്നം അയാൾ ഉന്നയിക്കുകതന്നെ ചെയ്തു. "... എല്ലാത്തിനും അടിയിലൂടെ, ഇരുട്ടും വെളിച്ചവുമായി ഇണചേർന്നു കിടക്കുന്ന സർവ്വതിന്റെയും അടിയിലൂടെ, മനുഷ്യാന്തസ്സ് എന്ന വെളിച്ചം ദാ, ആ നക്ഷത്രരശ്മികൾ പോലെ തെളിഞ്ഞുവരുന്നതായി വായനക്കാരൻ അനുഭവിക്കണം. കഴിയുമോ? നിനക്കു കഴിയുമോ?"

ബി മുരളി

രാഗനിവേദ്യമല്ല മാംസം

ഒറ്റത്തള്ളിന് ഞാൻ അവളുടെ വാതിൽ തുറന്നു. അകത്തുനിന്ന് അവൾ ശക്തിയായി അമർത്തിപ്പിടിച്ചുകൊണ്ടിരിക്കുകയായിരുന്നു. പകയും പ്രതികാരവും അസൂയയും എല്ലാംകൂടി എനിക്കു വല്ലാതെ കരുത്തു കൂട്ടിയിരുന്നു. അല്ലെങ്കിൽ എന്നേക്കാൾ ശക്തമായ അവളുടെ പ്രതിരോധത്തെ എനിക്കു തകർക്കാനാകുമായിരുന്നില്ല. എന്റെ തള്ളലിൽ അവൾ പിന്നിലേക്കു മലച്ചുപോയി. ഭിത്തിയിലേക്കു ചാഞ്ഞ അവളുടെ മുഖം ഞാൻ കോട്ടിപ്പിടിച്ചു. എന്നിട്ട് പക മൊത്തം ചീറ്റി ഒരുതെറി പറഞ്ഞു. അവളുടെ കണ്ണിൽനിന്ന് ഭിത്തി തെറിച്ചു. അതു കണ്ടപ്പോൾ എനിക്കു പക വർദ്ധിച്ചു. ഭിത്തിയോടു കൂടുതൽ ചേർത്തു വീണ്ടും ഞാൻ അവളുടെ നേരെ ചീറി.

മറ്റവൻ മദ്യപിച്ചു ബോധമില്ലാതെ അകത്തു കട്ടിലിൽ കിടക്കുന്നുണ്ടെന്ന് എനിക്ക് അറിയാമായിരുന്നു. അവന്റെ വാഹനം രാവിലെ മുതൽ ആ വീടിനു മുന്നിൽ കിടക്കുന്നതു ഞാൻ കാണുന്നുണ്ടായിരുന്നു. ഞാൻ രാവിലെ മുതൽ അവളുടെ വീടിനു ചുറ്റും കറങ്ങുകയായിരുന്നു. എന്റെ ഫോൺ വിളികൾക്കൊന്നും അവൾ പ്രതികരിക്കുന്നുണ്ടായിരുന്നില്ല. അത് അവളുടെ ഇടയ്ക്കുള്ള ശീലമായിരുന്നതിനാൽ ഞാൻ ആദ്യം ഗൗനിച്ചില്ല. പിന്നെ സംശയം സഹിക്കാതെ ഞാൻ ചാരപ്പണിക്ക് ഇറങ്ങിയതായിരുന്നു. അവന്റെ വണ്ടി കണ്ട് എന്റെ പക പെരുകുകയായിരുന്നു. വീണ്ടും അവളെ തള്ളി കസേരയിലേക്കു മറിച്ചിട്ടശേഷം ഞാൻ രോഷത്തോടെ പുറത്തിറങ്ങി. വാതിൽ വലിച്ചടച്ച് വീണ്ടും ദേഷ്യം ശമിപ്പിച്ചു. ഇത്രയും ചെയ്തപ്പോൾ ഞാൻ ഒന്ന് അട

ങ്ങിയിരുന്നു. നല്ല ശാന്തി തോന്നി. മെല്ലെ നഗരത്തിന്റെ തിരക്കിലേക്കു നടന്നു.

അപ്പോഴേക്കും അവൾ നില വീണ്ടെടുത്തുകഴിഞ്ഞിരുന്നിരിക്കണം. എന്റെ ഫോൺ ശബ്ദിക്കാൻ തുടങ്ങി. ആദ്യം ഞാൻ എടുത്തില്ല. പിന്നെയും അതു ചിലച്ചുകൊണ്ടിരുന്നു. എടുത്തപ്പോൾ ഞാൻ പറഞ്ഞതിനേക്കാൾ കഠിനമായ തെറികൊണ്ട് അവൾ എന്നെ മൂടാൻ തുടങ്ങി. എന്നിരുന്നാലും ആക്രമിക്കപ്പെട്ട ഇരയുടെ സങ്കോചം അതിൽ ഉണ്ടായിരുന്നു. അതിനാൽ എന്റെ ശാന്തത വർദ്ധിക്കുകയാണുണ്ടായത്. ഫോൺ ഓഫാക്കി ഞാൻ വീണ്ടും ആൾക്കൂട്ടത്തിലേക്ക് ആണ്ടു. ഫോൺ വീണ്ടും വീണ്ടും വാശിയോടെ അലച്ചുകൊണ്ടിരുന്നു.

ഇത്രയും ആഘോഷമായി ഒന്നിച്ച രണ്ടുപേർ ഉണ്ടാവില്ല എന്നു ഞാനും അവളും സമ്മതിച്ച ഒരു സമയം ഉണ്ടായിരുന്നു. അത്രയ്ക്ക് അപകടകരവും അതിനാൽത്തന്നെ ഉത്സാഹവുമായ പ്രണയമായിരുന്നു അത്. ഞങ്ങളുടെ കൂടിച്ചേരലിനുശേഷം അവൾ ഒറ്റയ്ക്കു താമസിക്കുന്ന വീട്ടിലെ സ്ഥിരം അതിഥിയായി ഞാൻ. അവൾ എന്തു ജോലിയാണ് ചെയ്യുന്നതെന്ന് കൃത്യമായി കണ്ടുപിടിക്കാൻ ഒരു മാർഗ്ഗവും ഉണ്ടായിരുന്നില്ല. ചിലതൊക്കെ വ്യക്തമാകുമെങ്കിലും അവൾ തുടർച്ചയായി കള്ളം പറഞ്ഞുകൊണ്ടിരുന്നത് എനിക്കു മനസ്സിലാകുന്നുണ്ടായിരുന്നു. പക്ഷേ, കള്ളങ്ങളേക്കാൾ കരുത്തുള്ളതായിരുന്നു അവളുടെ പ്രണയം. ഒരുപാട് കൂട്ടുകാർ അവളുടെ വീട്ടിൽ വന്നുപോയി. പല പല ജോലികൾ ചെയ്യുന്ന ചെറുപ്പക്കാർ. ആണുങ്ങളും പെണ്ണുങ്ങളും. അവർ എല്ലാവരും വിചിത്രജീവികളായി ഞങ്ങളെ അംഗീകരിച്ചുകൊണ്ടിരുന്നു. മദ്യപിക്കുകയും പാട്ടുപാടുകയും പരസ്പരം പ്രേമിക്കുകയും ഒക്കെ ചെയ്തു അവർ.

അവൾ ഒട്ടും സുന്ദരി ആയിരുന്നില്ല. പക്ഷേ, ആസക്തിയുടെ അപരിചിതമായ ഉൾവഴികളും തിരിവുകളും ഞങ്ങൾ ചേർന്നു കണ്ടുപിടിച്ചുകൊണ്ടിരുന്നു. ഒരിക്കൽ കടൽത്തീരത്തെ മഴയിൽ ഒളിഞ്ഞുകിടന്ന ഒരു മീൻ വള്ളത്തിനുള്ളിൽ ഞങ്ങൾ ആലിംഗനം ചെയ്തു കിടന്നു. തിരകളും കാറ്റും എതിരേ കനക്കുന്നതുകണ്ട് ഞങ്ങൾ അത്ഭുതകരമായി രക്ഷപ്പെടുകയായിരുന്നു.

ഏറ്റവും പ്രശ്നം അവൾ ചിലപ്പോൾ ദിവസങ്ങളോളം ഫോൺ എടുക്കുകയില്ലെന്നതായിരുന്നു. അതിനൊക്കെ വിചിത്രവും എന്നാൽ വിശ്വസനീയമായതുമായ വിശദീകരണങ്ങൾ അവൾ തന്നുകൊണ്ടിരുന്നു. എനിക്ക് അതെല്ലാം വിശ്വസിക്കാൻ സാധിക്കുമായിരുന്നു. അവളോടൊപ്പം കണ്ടിരുന്ന ചില പുരുഷന്മാർ ഇതേസമയം തന്നെ അപ്രത്യക്ഷരാകുന്നതു മാത്രമായിരുന്നു എനിക്കു നേരിയ സമാധാനമില്ലായ്മ ഉണ്ടാക്കിയത്.

മെല്ലെമെല്ലെ എങ്ങനെയോ അവരോടുള്ള എന്റെ ആഗ്രഹം ദുർബ്ബലമാകാൻ തുടങ്ങി. അങ്ങനെയാണല്ലോ എല്ലാ പ്രണയങ്ങളും എന്ന് ഞാൻ സമാധാനിച്ചു. എന്നെ വിളിക്കുമ്പോൾ ഞാൻ പ്രതികരിക്കാതായി. എങ്കിലും അവളുമായുള്ള കൂടിച്ചേരലുകൾ ഇടവേളകളിൽ തുടർന്നുകൊണ്ടിരുന്നു. അത്തരം ദിവസങ്ങളിൽ ഉച്ചവെയിലിൽ ഞാൻ കയറിച്ചെല്ലും. കാമത്തിന്റെയും ലഹരിയുടെയും തളർച്ചയ്ക്കു ശേഷം ബോധമറ്റുറങ്ങി പിന്നീട് ഞാൻ ഇറങ്ങിപ്പോകും. അന്നേരം ചിലപ്പോൾ അവൾ മുറിയിൽ ഉണ്ടായിരിക്കുകയില്ല.

അവൾ എന്നെ മോഷ്ടിക്കുമായിരുന്നു. കൂട്ടുകാരികളും കൂട്ടുകാരും കറങ്ങിയിറങ്ങിപ്പോകുന്ന അവളുടെ മുറിയിൽവച്ച് എനിക്ക് ഒരുപാട് പണം നഷ്ടപ്പെട്ടിട്ടുണ്ട്. അത് അവൾ തന്നെ എടുത്തുകൊണ്ടുപോകുകയായിരുന്നു എന്ന് എനിക്ക് അറിയാമായി

രുന്നു. പക്ഷേ, അവൾ എനിക്ക് തരുന്നത് പകരം വെയ്ക്കാനാവാത്തതായിരുന്നതിനാൽ അതിലും ഞാൻ സന്തോഷിക്കുകയാണുണ്ടായത്. അപ്രകാരം ഒഴുകിപ്പോകുന്ന വയ്യചാരെ, ഞാൻ ബോധമറ്റുറങ്ങി. അറിയാതെ ഞാൻ അവളിൽനിന്ന് ഒഴിഞ്ഞുപോകാൻ തീരുമാനിച്ചിരുന്നിരിക്കണം. അങ്ങനെയാണ് അവൻ ഈ കഥയിലേക്കു വരുന്നത്. കള്ളം പറയലും അപ്രത്യക്ഷമാകലും ആവർത്തിച്ചതോടെയായിരിക്കണം എനിക്കു വല്ലാത്ത മടുപ്പ് തോന്നിത്തുടങ്ങിയത്. അവളുടെ ആവശ്യങ്ങൾ കൂടിക്കൂടി വന്നിരുന്നു. അതിനിടെ അവൾ രോഗം അഭിനയിച്ചുതുടങ്ങി. എന്നെക്കൊണ്ട് അവൾ അവളെ ശുശ്രൂഷിപ്പിച്ചുതുടങ്ങി. കാമത്തിന്റെ വരമ്പുകൾവിട്ട് അവൾ കൂടുതൽ ദുരൂഹമായ തുരുത്തുകളിലേക്ക് എന്നെ പിടിച്ചു തള്ളിയിടാൻ തുടങ്ങി. എന്റെ ഏറ്റവും അടുത്ത സുഹൃത്തായിരുന്ന അവൻ ഇതിനിടയിൽ ഈ വിവരണത്തിലേക്കു കടന്നുവന്നിരുന്നു. ഞാൻ തന്നെയായിരുന്നു ക്ഷണിതാവ്. ഞങ്ങളുടെ വിചിത്രബന്ധത്തിന്റെ വഴികളിലേക്ക് അതിഥിയായി വന്നെത്തിയതായിരുന്നു അവൻ. ഞങ്ങളുടെ ഉത്സവങ്ങളിലേക്ക് അവൻ ഇടയ്ക്കിടെ ക്ഷണിക്കപ്പെട്ടിരുന്നു. ആഗ്രഹത്തോടെയും ഉത്സാഹത്തോടെയും അവൻ അവളെ നിരീക്ഷിക്കുന്നത് ഞാൻ ശ്രദ്ധിച്ചിരുന്നു. എനിക്കു പിന്നാലെകൂടി അവൻ അവളെ പിന്തുടരുകയായിരുന്നു. അത് എനിക്ക് ഒരു സഹായമായി. അവളിൽനിന്ന് പെട്ടെന്ന് ഒഴിഞ്ഞുപോകേണ്ടിവരുന്ന അവസരങ്ങളിലൊക്കെ ഞാൻ അവനെ കരുവാക്കി. അവനാകട്ടെ, ഒരു അടിമയെപ്പോലെ എന്നെ അനുസരിച്ചുകൊണ്ടിരുന്നു. ഞാൻ അവന്റെ സഹായങ്ങൾ സ്വീകരിക്കാനായി അവളുടെ സാമീപ്യം ഒരു ഇരയായി ഇട്ടുകൊടുക്കുകയായിരുന്നു.

എന്റെ കൈയിൽനിന്നു കൂടുതൽ പണം കിട്ടാനായിട്ടാണോ, അതോ മാനസികമായി കൂടുതൽ ആധിപത്യം ഉറപ്പിക്കാനാണോ- എനിക്കറിയില്ല, രോഗങ്ങൾ അഭിനയിച്ചുതുടങ്ങിയതെന്ന്. ഒരുദിവസം മുഴുവൻ മടുപ്പോടെ എനിക്ക് അവളെ പരിപാലിച്ചുകൊണ്ട് ഇരിക്കേണ്ടി വന്നു. ഈ മടുപ്പിൽ ആസക്തി എന്നിൽനിന്ന് പൂർണ്ണമായും ഒഴിഞ്ഞുപോയിരുന്നു. എങ്കിലും അവളിലേക്ക് ഇറങ്ങിച്ചെല്ലേണ്ടതുണ്ടായിരുന്നു. ലഹരിപിടിച്ച ഉന്മാദനിമിഷങ്ങൾ എനിക്ക് തീർത്തും ഒഴിവാക്കാനാകുമായിരുന്നില്ല. പക്ഷേ, അവൾ എന്നെ കൂടുതൽക്കൂടുതൽ മടുപ്പിച്ചുകൊണ്ടിരുന്നു. അപ്പോഴൊക്കെ ഞാൻ അവന്റെ കാര്യം ആലോചിച്ചു.

ഒരിക്കൽ അവൾ കട്ടിലിൽ നീണ്ടു കിടക്കുകയായിരുന്നു. ഞാൻ ഒന്നും ചെയ്യാതെ ഒരു കസേരയിൽ ഇരിക്കുന്നു. അവളുടെ ശരീരത്തിലേക്ക് ഞാൻ നോക്കുന്നുണ്ടായിരുന്നില്ല. മുടിയൊക്കെ വലിച്ചു മുറുക്കിക്കെട്ടി ആകർഷകമല്ലാത്ത ഒരു ചേഷ്ടയിൽ അവൾ കിടന്നു. പിന്നെ എണീറ്റ് എനിക്കു മുന്നിലൂടെ മുഖം കഴുകാനായി പോയി. തിരിച്ചുവരുന്ന വരവിൽ എന്നെ ഞെട്ടിച്ചുകൊണ്ട് അവൾ തറയിൽ മലച്ചുവീണു. ഞാൻ വിരണ്ടുപോയി. മെല്ലെ എണീപ്പിച്ച് അവളെ ഞാൻ കിടക്കയിൽ ഇരുത്തി. പണ്ടെന്നോ ഇപ്രകാരം ഒരു രോഗം അവൾക്ക് വന്നിട്ടുണ്ടായിരുന്നത്രെ. എനിക്കറിയില്ലല്ലോ. ആശുപത്രിയിലേക്ക് പോകേണ്ടെന്ന് അവൾ പറഞ്ഞു. ആശ്വാസം തോന്നുന്നുണ്ടെന്നും. എനിക്ക് അവിടം വിട്ട് ഉടൻ പോകണമായിരുന്നു. പക്ഷേ, ഞാൻ എങ്ങനെ പോകും? ഇവിടെ ഇരിക്കണോ എന്നു ഞാൻ ചോദിച്ചു. വേണ്ടെന്ന് അവൾ ഉറപ്പോടെ പറഞ്ഞു. എന്നിട്ടു മയക്കത്തിലേക്കു പോകുന്നപോലെ കട്ടിലിലേക്കു ചരിഞ്ഞു.

എനിക്ക് അവളുടെ അടുത്തു നില്ക്കാൻ തോന്നിയില്ല. പിന്നെ ഞാൻ അവനെ വിളിച്ചു. പെട്ടെന്നു വരണം. അവൾക്ക് ഇന്നു കാവൽ നില്ക്കണം. എന്റെ പ്രിയസുഹൃത്ത് ഓടി

ക്കിതച്ചെത്തി. ഞാൻ ആശ്വാസത്തോടെ സ്ഥലം വിട്ടു. അടിമയായി അവൻ അവൾക്കു കാവൽ നിന്നിരുന്നു

പിന്നെ അല്പദിവസങ്ങൾ ഞാൻ അവളെ കണ്ടതുപോലുമില്ല. അവളുടെ വീടിനടുത്തുകൂടിയുള്ള വഴി ഞാൻ അലസതയോടെ ഒഴിവാക്കി. എന്റെ മറ്റു കൂട്ടുകളിലേക്ക് ഞാൻ ശ്രദ്ധയൂന്നി. ലഹരിയുടെ വഴികളാണ് കൂടുതൽ സന്തോഷപ്രദം എന്നു തോന്നി. ഉത്സവങ്ങൾക്കിടയ്ക്ക് വീണ്ടും ഒരിക്കൽ ഞാൻ അവളെ വിളിച്ചു. വിചിത്രസ്വഭാവം ആവർത്തിക്കുകയായിരുന്നു. ഫോൺ എടുക്കുന്നേയില്ല. ഈ ഘട്ടത്തിലാണ് എനിക്ക് അരിശം വരുന്നത്. അവളുടെ വീട് പൂട്ടിയിരിക്കുകയായിരുന്നു.

അപ്പോഴും അവനും ഞാനും കാമുകീകാമുകന്മാരെപ്പോലെ സ്നേഹിച്ച് ഞങ്ങളുടേതായ ഉത്സവങ്ങളിൽ കണ്ടുമുട്ടാറുണ്ടായിരുന്നു. പക്ഷേ, അവൻ അവളെപ്പറ്റി അന്വേഷിച്ചതോ അവളെ കാണാനുള്ള ആകാംക്ഷ അവതരിപ്പിച്ചതോ ഇല്ല. അതെന്നെ അമ്പരപ്പിച്ചു. ഞാൻ അവളെപ്പറ്റി പറയുമ്പോഴൊക്കെ അവൻ ഒഴിഞ്ഞുമാറിക്കൊണ്ടിരുന്നപോലെ തോന്നി. ഞാൻ നേരിയ അസ്വസ്ഥതകളിലേക്കു വീണുകൊണ്ടിരുന്നു. അങ്ങനെയാണ് ഞാൻ അവനെയും ചാരപ്പണിക്ക് വിധേയനാക്കിത്തുടങ്ങിയത്. അവളെ കണ്ടുപിടിക്കാനുള്ള ശ്രമങ്ങൾ പരാജയപ്പെട്ടുകൊണ്ടിരിക്കുകയും ചെയ്തു. ഒരു ദിവസം പൊടുന്നനെ അവൾ വീടിന്റെ വാതിൽ തുറന്നിട്ടിരുന്നു. കാറ്റുപോലെ ഞാൻ അകത്തുകടന്നു.

അവൾ വശീകരിച്ചു ചിരിച്ചു. എവിടെയായിരുന്നു എന്ന് ഞാൻ തിരക്കി. എനിക്കു ദേഷ്യവും അതേസമയം അവളുടെ സാന്നിദ്ധ്യത്തിൽ ആശ്വാസവും തോന്നി. ഞാൻ ഏതോ യാത്ര പോയിരിക്കുകയായിരുന്നു. എന്നാണ് അവൾ പറഞ്ഞത്. ഏതോ സ്ത്രീകളുടെ പേരും പറഞ്ഞു. എനിക്ക് ഒന്നും അന്വേഷിച്ചു കണ്ടെത്താനാകുമായിരുന്നില്ല. ഞാൻ ലേശം മദ്യം ഒഴിച്ചു. അത് അവൾ വാങ്ങി ഒറ്റയിറക്കിനു കുടിച്ചു. അതും അവളുടെ ശീലമായിരുന്നു. അതുകൊണ്ടുകൂടിയാകണം ഞാൻ അവളെ കൂടുതൽ ആസക്തിയോടെ നിരീക്ഷിച്ചിരുന്നത്.

ലഹരിയുടെ കുസൃതിയിൽ അവൾ എന്നിലേക്കു വീണു. ഞാൻ വീണ്ടും ആദ്യത്തെ ത്വരയോടെ അവളെ കണ്ടുപിടിച്ചുകൊണ്ടിരിക്കുകയായിരുന്നു. ഞാൻ ആകെ പുതുക്കപ്പെട്ടതുപോലെ എനിക്കു തോന്നി. അവളെ വലിയ സ്നേഹത്തോടെ ഞാൻ ആലിംഗനം ചെയ്തു. ഉച്ചയുടെ ഉഷ്ണത്തിൽ ഞങ്ങൾ വിയർത്തുതീർന്നു. ലഹരി താഴ്ന്നുകൊണ്ടിരുന്നു. അപ്പോൾ കുസൃതിയോടെ അവൾ ഫോണിൽ എന്റെ ചിത്രമെടുത്തു.

ഞാൻ അതു തട്ടിമാറ്റി, "എന്തിന്?" ഞാൻ ദേഷ്യത്തോടെ ചോദിച്ചു.

"ഇരിക്കട്ടെ." അവൾ പറഞ്ഞു. "എന്താ ഇതിൽ ഒരുചിത്രമെടുത്തുവച്ചാൽ?"

"ഈ ചിത്രം നല്ലതല്ല."

"ഈ ചിത്രമാണ് നല്ലത്. എനിക്ക് ഇതാണ് വേണ്ടത്." അവൾ പറഞ്ഞു.

എനിക്ക് വല്ലാതെ അസ്വാസ്ഥ്യം തോന്നി. ഞാൻ വഴക്കിട്ടു. എന്തൊക്കെയോ ഗൂഢാലോചനപോലെയാണ് എനിക്കത് അനുഭവപ്പെട്ടത്.

ഞാൻ നിർബ്ബന്ധിച്ച് ആ ചിത്രം മായ്ച്ചുകളയിപ്പിച്ചു. പിന്നെ സന്ധ്യയോടെ ഞാൻ അവളിൽ നിന്ന് ഇറങ്ങിപ്പോയി. രാത്രി എനിക്ക് വീണ്ടും സംശയങ്ങൾ ആരംഭിച്ചു. അവളെ വിളിച്ചു.

ഫോൺ എടുക്കുന്നില്ല. പാതിരാവോളം ഉണർന്നിരിക്കുന്നത് അവളുടെ ശീലമാണ്. ഞങ്ങൾ അങ്ങനെ എത്രയോ രാത്രികളിൽ കഴിഞ്ഞിട്ടുണ്ട്. വീണ്ടും വീണ്ടും വിളിച്ചു.

പ്രതികരണം കിട്ടിയില്ല. എനിക്കു ദേഷ്യവും ആധിയും പെരുകി. ഉറക്കമില്ലാതെ ആയിരം തവണ അവളെ വിളിച്ചു. പിന്നെ ഫോൺ വലിച്ചെറിഞ്ഞു.

പുലർച്ചെ ഞെട്ടിയുണർന്നപ്പോഴുള്ള വിളിയിൽ അവളുടെ ശബ്ദം അറിഞ്ഞു. ഒരു മരുന്നു കഴിച്ച് ഉറങ്ങുകയായിരുന്നു- അവൾ അലസമായി പറഞ്ഞു. ഞാൻ കൂടുതൽ വിചാരണകളിലേക്കു പോയില്ല. രാത്രിയിലെ ക്ഷീണം മാറ്റാനായി ഞാൻ ഉച്ചവരെ ഉറങ്ങി.

ഈ കഥയിൽ ഞാൻ പൂർണ്ണമായും നിലതെറ്റുകയും ക്രോധത്തിന്റെയും അസൂയയുടെയും വിഷത്തിൽ മുങ്ങിവീഴുകയും ചെയ്യുന്നത് രണ്ടു സംഭവങ്ങൾക്കു ശേഷമാണ്. ഒന്ന് - ഒരിക്കൽ ഞങ്ങളുടെ അപൂർവ്വമായി വന്ന കൂടിച്ചേരലുകൾക്കിടയിൽ അവന്റെ ഫോൺ അവൾക്കു വരുന്നു. ഫോണിൽ അവന്റെ ചിത്രം തെളിയുന്നു.

രണ്ട് - പിന്നീടൊരിക്കൽ ലഹരിയിൽ മയങ്ങി ഞങ്ങൾ കിടക്കുകയായിരുന്നു. രാത്രി അവൾ എന്നോട് ചേർന്ന് ഉറങ്ങുകയും. അതിനിടയിൽ അവൾ എന്നെ മൃദുവായി വിളിച്ചു. ഞാൻ കേട്ടത് അവന്റെ പേരാണ്.

അതായിരുന്നു അന്ത്യം. പിന്നീട് കാരണങ്ങൾ പറയാതെ ഞങ്ങൾ വഴക്കുകൂടിക്കൊണ്ടിരുന്നു. അസ്സഹനീയമായ വിദ്വേഷം ഞങ്ങൾക്കിടയിൽ വളർന്നുകൊണ്ടിരുന്നു. ഒടുവിൽ ഞാൻ അവളുടെ മുറി തള്ളിത്തുറന്ന് അവളെ ഭിത്തിയിലേക്കു ചേർത്ത് ചീറുകയായിരുന്നു.

അവൻ അകത്തെ മുറിയിൽ ബോധമറ്റു കിടക്കുകയാണ് എന്ന് എനിക്കറിയാം. ഞാൻ ഇറങ്ങിപ്പോയ വഴിയരികിൽ അവളുടെ വീടിനടുത്തായി അവന്റെ വാഹനം തണൽകൊണ്ടു കിടന്നിരുന്നു.

ഏറ്റവും അടുത്ത ചങ്ങാതിമാരായിരുന്നു അവനും ഞാനും. അത് ഉപേക്ഷിക്കാൻ പറ്റാത്ത അടുപ്പമായിരുന്നു. കാലങ്ങളോളമുള്ളത്. എന്റെ ക്രോധം ശമിച്ചപ്പോൾ ഞങ്ങൾ വീണ്ടും അടുപ്പക്കാരായി തുടരാൻ തീരുമാനിച്ചു. ഞങ്ങൾ രണ്ടുപേരും മാത്രമുള്ള ലഹരി സംഗമങ്ങൾ മെല്ലെ ആവർത്തിച്ചുതുടങ്ങുകയും ചെയ്തു. ഒരാളെ എന്നിൽ നിന്ന് ഒഴിവാക്കാൻ എനിക്ക് ഒരു പ്രത്യേക മാനസിക സംവിധാനമുണ്ട്. അങ്ങേയറ്റം പക അയാളോടു വളർത്തുക. അതെ. പക പെരുക്കി ഞാൻ അവളെ എന്നിൽ നിന്ന് പൂർണ്ണമായി ഇറക്കിവിട്ടു. പക്ഷേ, അപ്പോഴേക്കും അവൻ നിലതെറ്റി വീണുകഴിഞ്ഞിരുന്നു. ഭ്രാന്തുപിടിച്ചതുപോലെ അവൻ അലയുന്നത് ഞാൻ കൂടെക്കൂടെ കണ്ടു. എനിക്ക് അവനെ സഹായിക്കാൻ ആകുമായിരുന്നില്ല.

അന്വേഷണങ്ങൾ ഞാൻ പൂർണ്ണമായി അവസാനിപ്പിച്ചിരുന്നതിനാൽ അവൾ എന്റെ നഗരത്തിൽനിന്ന് അപ്രത്യക്ഷമായത് ഞാൻ ഏറെക്കാലം അറിഞ്ഞിരുന്നില്ല. അവളുടെ വീട്ടിൽ മറ്റാരോ താമസം ആരംഭിച്ചത് ഒരിക്കൽ ഞാൻ കണ്ടെത്തി. ആ വീടിന്റെ വഴികൾ പോലും ഞാൻ ഒഴിവാക്കിയിരുന്നു.

അങ്ങനെ, ഒരിക്കൽ അവനും ഞാനും ഒരുമദ്യശാലയുടെ ആൾക്കൂട്ടത്തിന്റെ ഏകാന്തതയിൽ ഇരിക്കുകയായിരുന്നു. അവൻ മദ്യപിച്ചു കഴിഞ്ഞിരുന്നു. എന്റെ മുഖത്തേക്ക് ഇടയ്ക്കിടെ അവൻ തുറിച്ചുനോക്കിക്കൊണ്ടിരുന്നു.

ഞാൻ കാര്യം തിരക്കി: "എന്തുപറ്റി?"

"നീ എന്താണ് അവളെപ്പറ്റി ഒന്നും പറയാത്തത്?" അവൻ ചോദിച്ചു.

"അതു വിട്ടേക്കൂ." ഞാൻ അസ്വസ്ഥനായി.

"നീ ഒന്നും അറിഞ്ഞിട്ടില്ലേ? അതോ എന്നോട് അതേപ്പറ്റി സംസാരിക്കാത്തതോ?

എന്താണ്? തുറന്നുപറയ്?"

"അവളുടെ കാര്യം നീ അറിഞ്ഞതേയില്ല? സത്യം?"

"മറ്റെന്തെങ്കിലും വിഷയം പറഞ്ഞാൽ പോരേ?" ഞാൻ ദേഷ്യപ്പെട്ടു.

"അറിഞ്ഞില്ലെങ്കിൽ പറയാം... ആറുമാസം മുമ്പ് അവൾ മരിച്ചുപോയി."

ഞാൻ ഗ്ലാസ് മേശപ്പുറത്ത് നിശ്ശബ്ദമായി വെച്ചു.

അവൻ പിന്നീട് കിറുക്കുവന്നവനെപ്പോലെ പറഞ്ഞുകൊണ്ടിരുന്നു.

"അവൾ എന്നെ പെട്ടെന്ന് ഉപേക്ഷിച്ചു. ഞാൻ രക്ഷപ്പെട്ടതായാണ് എനിക്കു തോന്നിയത്. പക്ഷേ... അവളെ കാണാതായി..."

"എന്നിട്ട്?"

"ഞാൻ അവളെ അന്വേഷിച്ചുകൊണ്ടിരിക്കുകയായിരുന്നു. അവളുടെ ഒരുസുഹൃത്തിൽനിന്ന് വിവരം കിട്ടി. മറ്റൊരു നഗരത്തിൽ ഒരാളുമായി അടുത്ത്, അവൾ വിവാഹം കഴിച്ചു. എന്നിട്ട് വിദേശത്തേക്കു പോയി. പിന്നെ പനിപിടിച്ചു മരിച്ചു എന്ന് പത്രത്തിൽ വാർത്തയുണ്ടായിരുന്നു."

പിന്നെ അവൻ പിറുപിറുത്തു. "പാവം. അവൾ പനിപിടിച്ചു മരിച്ചതല്ല. അവളെ അവർ ഉപയോഗിക്കുകയായിരുന്നു. അവൾ കെണിയിൽ വീണുപോയതാണ്. എനിക്ക് തെളിവുകൾ ഉണ്ട്. ഒരു ഒളിവു സംഘത്തിന്റെ ഏജന്റായിരുന്നു അവളെ തട്ടിക്കൊണ്ടുപോയ തെണ്ടി. അവളെ അവർ മറയാക്കുകയായിരുന്നു. കൊന്നതാണ്."

അവൻ പിറുപിറുത്തുകൊണ്ടിരുന്നു.

എന്നിലേക്കു ചാഞ്ഞിരിക്കുന്ന അവളുടെ മുഖം ഓർത്തെടുക്കാൻ നോക്കുകയായിരുന്നു ഞാൻ. അവളുടെ ഭാവങ്ങൾ ഓർമ്മ വരുന്നില്ല.

6

മഞ്ഞുകാലം അകംപുറം കുളിർപ്പിക്കുമെങ്കിലും ആത്മബലം പ്രസരിപ്പിക്കുന്നൊരു കാലം കൂടിയാണ്. സ്വച്ഛന്ദമായ രാഗസഞ്ചാരങ്ങൾക്ക് മനസ്സുകൊണ്ട് പാകമാകുന്ന മന്ത്രമുഖരിതമായ കാലം. എവിടെയും വെൺമയുടെ ശ്വേതകഞ്ചുകം പടർത്തി വിരിച്ചിട്ടുണ്ട്. കോടമഞ്ഞുപെയ്യുന്ന താഴ്വാരങ്ങളിൽ പറന്നെത്തുന്ന ദേശാടനക്കിളികളുടെ വിരുന്നും വാദ്യമേളവും. തണുത്തു വിറയ്ക്കുന്ന അന്തരീക്ഷത്തിന്റെ സംഗീതപാഠം. സൂര്യനെ നിരാകരിക്കുമ്പോഴും ഓരോ മഞ്ഞുതുള്ളിയും സൂര്യനായി പുനർജ്ജനിക്കുന്ന പ്രകൃതിയുടെ മായികത. മഞ്ഞുകാലത്തു വിടരുന്ന പാച്ചോറ്റിപ്പൂവിന്റെ ആത്മശുദ്ധിയാണ് ശിശിരത്തിലുയിർക്കുന്ന കഥകൾക്കുമുള്ളത്. ആത്മബലത്തെ പോഷിപ്പിക്കുന്ന ഔഷധഗുണം മൂല്യമാണെങ്കിൽ പൂമ്പൊടി അലങ്കാരമാക്കുന്ന ബാഹ്യമോടി സൗന്ദര്യവുമാണ്. മഞ്ഞിനുമീതെ നിലാവു വീഴുന്നപോലെ കഥകൾ അവതരിച്ചുകൊണ്ടേയിരിക്കുന്നു. മുൻകാലങ്ങളുടെ ഗരിമകളെ വകവെക്കാതെ ലാവണ്യത്തിന്റെ അസാധാരണമായ ഭാവനകളെ നിർമ്മിച്ചുകൊണ്ടിരിക്കുന്നു. പ്രാദേശികതാമാനങ്ങളുടെ കൈവഴികൾ തുള്ളിയൊഴുകി അലയാഴിയായി ആർത്തുവിളിക്കുന്ന അനുഭവം പ്രസരിപ്പിക്കുന്നു. ആഖ്യാനങ്ങളുടെ അപരിചിത തീർത്ഥാടനം മലയാളകഥയെ അഗാധതയിൽ വീണ്ടെടുക്കുന്നു. മഞ്ഞിന്റെ തണുത്തുറഞ്ഞ അടരുകളെ ഭേദിക്കുന്ന ഉഷ്ണരാശിയായി നവീനകഥകൾ തീപാറിക്കുന്നു.

ആഖ്യാനവൈവിദ്ധ്യങ്ങൾ അസാധാരണമായി വഴിവെട്ടുന്ന കരുത്തും ചാരുതയും സുസ്മേഷ് ചന്ത്രോത്തിന്റെ കഥകൾ അനുഭവപ്പെടുത്തുന്നുണ്ട്. ആരും കടന്നുചെല്ലാത്ത ജീവിതാനുഭവങ്ങളുടെ ഇരുട്ടിലേക്ക് ചൂട്ടുമിന്നിച്ചു നീങ്ങുന്ന ഭാവന നമ്മെ വഴിനടത്തുക തന്നെ

ചെയ്യും. യാഥാർത്ഥ്യങ്ങളുടെ ഇരുണ്ടസത്തകളെ സത്യത്തിന്റെ തെളിച്ചത്തിൽ രേഖപ്പെടുത്തുമ്പോൾ ഹൃദയത്തിൽ കൈചേർത്ത് പിടയാതിരിക്കാൻ കഴിയാതെവരും. ആത്മസത്തയുടെ കൂട്ടിൽനിന്ന് ഇറങ്ങിപ്പോകുന്ന അപരസ്വത്വങ്ങളെ അക്ഷരങ്ങളിലേക്ക് കൂട്ടിക്കൊണ്ടുവന്ന കഥാകാരനാണ് പ്രമോദ് രാമൻ. അപരസ്വത്വങ്ങളുടെ അടക്കിയ നിലവിളിയും നിർവൃതിയും ആദ്യമായി മലയാളകഥയിൽ എഴുതിച്ചേർത്ത് തന്റെ പാത തെളിച്ചെടുത്ത കഥാകാരൻ. നീറിപ്പിടഞ്ഞ ആത്മാവിന്റെ നിലവിളികൾക്ക് കാതുചേർത്തുവെച്ചവൻ. പ്രതീതി യാഥാർത്ഥ്യത്തിന്റെ വിസ്മയലോകത്തേക്ക് വിമാനം പറത്തിയ കഥാകാരനാണ് ദേവദാസ് വി എം. ജീവിതത്തിൽ നിലനില്ക്കേണ്ടുന്ന ചില മൂല്യങ്ങളെ ഉറപ്പിക്കാൻ ചതിയുടെ പാഠാന്തരങ്ങളെ ഇണക്കത്തോടെ ഭാവന ചെയ്ത എഴുത്തുകാരൻ. ഇരുകരകളെ ഒരുമിപ്പിക്കുന്ന പാലംപോലെ രണ്ടു മനസ്സുകളെ ഒന്നാക്കേണ്ടുന്ന പ്രണയം പുഴയിലെ വെള്ളം പോലെ ഒഴുകിപ്പോയതോർത്ത് ആധിപ്പെട്ട കഥാകാരിയാണ് യമ. ഭാഷയുടെ മുറുക്കം കൊണ്ട് ശിവനടനത്തിന്റെ ശക്തി കഥയിൽ പ്രകടിപ്പിച്ച കഥാകാരി. ഇരുധ്രുവങ്ങളിൽ ഒഴുകുന്ന ജീവിതത്തെ നിർമ്മമമായി നോക്കിനിന്ന് അടയാളപ്പെടുത്തുന്നു. പിറന്ന മണ്ണിനെ മനസ്സിലേറ്റി കുടിയേറ്റ ഭൂമിയിലെത്തിയവന്റെ സംത്രാസങ്ങളെ ഭാഷയിലേക്ക് ക്രമീകരിച്ച കഥാകാരിയാണ് വിനോയ് തോമസ്. പ്രാദേശികതാമാനങ്ങൾ പുഴവെള്ളത്തിന്റെ തെളിമയിൽ അടയാളപ്പെടുത്തുമ്പോൾ സ്നേഹത്തിന്റെ കതിരും പതിരുമെല്ലാം മലവെള്ളം പോലെ കുതിച്ച് പാഞ്ഞെത്തുന്നു. മലയാള കഥയുടെ ശിശിരകാലമാണിത്. അസാധാരണാനുഭവങ്ങൾ കൊണ്ട് കായകല്പ ചികിത്സ നടത്തുന്ന ഔഷധകാലം.

സുസ്മേഷ് ചന്ത്രോത്ത്

തേൾ

കാലത്തുണരുമ്പോൾ രാത്രിയിലെപ്പോഴോ മുറിയിൽ കടന്നു പറ്റിയ നിശാശലഭം കട്ടിലിനോട് ചേർന്ന് നിലത്തായി മലർന്ന് മരിച്ചുകിടപ്പുണ്ടായിരുന്നു. കണി കണ്ടത് മൃതശരീരത്തെയാണെന്ന് പറയാം. കുറച്ചുനേരം നോക്കിയിരുന്നു.

എപ്പോഴാണത് മുറിയിലേക്ക് വന്നിട്ടുണ്ടാവുക? വിളക്കുതി കിടക്കുമ്പോൾ മുറിയിൽ രണ്ട് പല്ലികൾ മാത്രമേയുണ്ടായിരുന്നുള്ളൂ. അലമാരയുടെ മുകളിലൂടെ അവ ചലിക്കുകയും മൂലകളിൽ അഭയപ്പെടുകയും ചെയ്തു. ചിലപ്പോൾ മച്ചിലേക്ക് നീങ്ങി. തനിക്ക് ചെറുജീവികളെ ഭയമുണ്ടായിരുന്നില്ല. തേരട്ടകളെയും ചിലന്തികളെയും അടുത്തുപോയി നോക്കിക്കാണും. തേളിനെയും പഴുതാരയെയും കൂറകളെയും കുട്ടിക്കാലത്ത് കൈയിലെടുത്തിട്ടുണ്ട്. മുറിയിൽനിന്നും തേളിനെയും കടന്നലിനെയും കൈവെള്ളയിലെടുത്ത് വേലിക്കരികിൽച്ചെന്ന് പറമ്പിലേക്ക് കുടയുമ്പോൾ വീട്ടിനകത്തുനിന്നും അതുവരെ കെട്ടിയമർത്തിവച്ചിരിക്കുന്ന പലരുടെയും നിശ്വാസം കൂട്ടുപൊട്ടിക്കുന്നതറിയാം. അമ്മമ്മ, അമ്മാമൻ, ചെറിയമ്മമാർ, അമ്മ, മൂത്ത സഹോദരങ്ങൾ.

"നീയെങ്ങന്യാ അവറ്റേ തൊടുന്നത്. അറയ്ക്കില്ല്യേ...?"

വലിയ വൃത്തിക്കാരിയായ അമ്മമ്മ ചോദിക്കുമായിരുന്നു.

കരിന്തേളുകളും പഴുതാരയും അന്ന് പറമ്പിലും വീട്ടിനകത്തും സുലഭമായിരുന്നു. നിശ്ചലമായി ഒരു തേളിരിക്കുന്നതുകണ്ടാൽ ശില്പം കൊത്തിവെച്ചിരിക്കുകയാണെന്നേ തോന്നൂ. അത്ര ദൃഢതയുണ്ട് തേളിന്റെ ശരീരത്തിന്. പഴുതാരകളോട് എപ്പോഴും വാത്സല്യമാണ് തോന്നിയിട്ടുള്ളത്. ചുവന്ന ശരീരം. മഞ്ഞപുരണ്ട അനേകം കാലുകൾ. ഭൂമിയുടെ

മേലുണ്ടായ ശസ്ത്രക്രിയയുടെ പാട്പോലെ. അതൊരിക്കലും നിശ്ചലമായിരിക്കുകയില്ല. ഇഴഞ്ഞുകൊണ്ടേയിരിക്കും. മുറിപ്പാട് പോലെയാണ് തേരട്ടയും. അവ പക്ഷേ, പലപ്പോഴും വിശ്രമിക്കുകയായിരിക്കും.

വളരെക്കാലം കഴിഞ്ഞപ്പോൾ സന്ധ്യേച്ചിയാണ് ചോദിച്ചത്.

"അതൊന്നും നിന്നെ ഒരിക്കെപ്പോലും കടിച്ചിട്ടില്ല്യേ കുട്ട്യേ?"

"ഇല്ല്യ."

"അതെന്താപ്പോ അങ്ങനെ. കുട്ട്യേമാത്രം ഒരിക്കെപ്പോലും കടിക്കാണ്ടേ...?"

"അതിനൊരു രഹസ്യണ്ട്. സന്ധ്യേച്ചീ.."

സന്ധ്യേച്ചിയുടെ സ്വതേ മഞ്ഞൾക്കലക്കമുള്ള മുഖം ചുവന്നു. തിടുക്കത്തിൽ മുഖം അടുത്തേക്കടുപ്പിച്ചിട്ട് തിരക്കി:

"വേം പറയൂ.. നിക്കും ഒരു തേളിനെ കൈയിലെടുക്കണംന്നുണ്ടേയ്."

അപ്പോൾ തിരിച്ചു ചോദിച്ചു:

"അതേതാ ആ തേൾ...? അതാദ്യം പറയൂ."

സന്ധ്യേച്ചിയുടെ മുഖം അത്രമേൽ ചുവക്കുമെന്ന് കരുതിയിരുന്നില്ല. ആകെ വിവശയായിപ്പോയി സന്ധ്യേച്ചി. കുറേനേരം മൗനമായി ഇരുന്നു. പിന്നെ പറഞ്ഞു:

"തേളെന്ന് വച്ചാ തേളന്ന്യേ."

"അല്ല. അത് ഒരു മനുഷ്യനാ.. നിക്ക് മനസ്സിലായി."

കുറച്ചുനേരം സന്ധ്യേച്ചി ചുവന്ന മുഖത്തോടെ എന്തോ ആലോചിച്ച് നിലത്തു നോക്കിയിരുന്നു. പിന്നെ ചോദിച്ചു:

"കുട്ടി ആരോടേലും പറയ്യോ?"

"ഇല്ല്യ."

"നീയ് തേളിനേം പഴതാരേം കൈയിലെടുക്കണ ആളല്ലേ. അപ്പോ ത്തിരി ധീരത കൂടുതലുണ്ടാവും. അതോണ്ട് പറയാം. പക്ഷേ, പറയണതാരോടും വെളിപ്പെടുത്താൻ പാടില്ല്യ."

ആ ദിവസത്തെ ഇപ്പഴും ഓർക്കുന്നു. സന്ധ്യേച്ചിയുടെ ഇന്ന് ഭൂലോകത്തില്ലാത്ത വീട്. അന്നും അവരും രണ്ട് ജോലിക്കാരികളും രണ്ട് ആണുങ്ങളായ പുറം പണിക്കാരുമല്ലാതെ വേറാരുമവിടെയുണ്ടായിരുന്നില്ല. അത് സന്ധ്യേച്ചിയുടെ അവസാനകാലഘട്ടമായിരുന്നു. എവിടെയായിരുന്നു ഇരുന്നതെന്ന് ഓർമ്മയുണ്ട്. പടിഞ്ഞാറ്റിയുടെ വരാന്തയിൽ. അതിനപ്പുറത്ത് അരളിമരമുണ്ട്. ഇലഞ്ഞിയും പൂവാങ്കുരുന്നുമുണ്ട്. കുറച്ചുമാറി സർപ്പക്കാവ്. അവിടെ പാലമരങ്ങളുടെ പാരാവാരം. ഡൽഹിയിൽനിന്നും വരുമ്പോൾ അതായിരുന്നു സന്ധ്യേച്ചിയുടെ പ്രിയപ്പെട്ടയിടം. ഡൽഹിയിലേക്ക് കുടിയേറും മുന്നേ തെക്കിനിയുടെ മുകളിലത്തെ മൂല. അവിടേക്ക് ചാഞ്ഞു വന്നു നില്ക്കുന്ന മൂവാണ്ടൻ മാവുണ്ട്. അണ്ണാറക്കണ്ണന്മാർ ഓടിയിറങ്ങി രണ്ടാം നിലയുടെ വരാന്തയിലെത്തുന്ന ചില്ലകളുള്ള മാവ്. അവിടെയായിരുന്നുവത്രേ സന്ധ്യേച്ചി കൗമാരത്തെയും യൗവനത്തെയും കാത്തിരുന്നത്.

"നിക്ക് ക്ഷമയില്ല്യാട്ടോ... ആളാരാന്ന് സന്ധ്യേച്ചി പറയണുണ്ടോ....?"

വീട്ടിയിൽ പണിത വലിയ കസേരമേൽ ലോകമാരാധിക്കുന്ന സംഗീതജ്ഞയും എഴുത്തുകാരിയുമായ സ്ത്രീയിരിക്കുന്നു. അഴിച്ചിട്ട ചുരുളൻ മുടി. വലിയ കുങ്കുമപ്പൊട്ട്. കരുവാളിപ്പ് വീണ കൺതടങ്ങൾ. ദക്ഷിണേന്ത്യയിൽനിന്നും ഉത്തരേന്ത്യയിൽനിന്നും വാങ്ങുന്ന വിലകൂടിയ പട്ടുസാരിയുടെ ചുരുളുകളിൽ മുടിയിൽനിന്നും വീണു കിടക്കുന്ന മുല്ല

മൊട്ടുകൾ. സന്ധ്യേച്ചി പതിയെപ്പറഞ്ഞു:

"ഒരുപുരുഷനേംകൂടി ഞാൻ സ്നേഹിക്കാൻ തുടങ്ങി കുട്ട്യേ.....?"

അതുകേട്ടപ്പോൾ ഉറക്കെ ചിരിക്കുകയാണ് ചെയ്തത്. തന്റെ ചിരികേട്ട് അകത്തെവിടെയോനിന്നും വൃദ്ധയായ ജോലിക്കാരിയും പുറംപണിക്കാരിയായ ചെറുപ്പക്കാരിയും എത്തിനോക്കി. രണ്ടാളുമൊത്തുള്ള നേരമ്പോക്കിന്റെ സമൃദ്ധമായ ഏതോ വഴിത്താരയിലാണെന്ന് മനസ്സിലാക്കി അവർ പിൻവലിഞ്ഞു.

"പുരുഷന്മാരൊക്കെ തേളുകളാ...?"

"പിന്നല്ലാതെ!"

"അപ്പോ സന്ധ്യേച്ചിയുടെ ശ്യാമോ..?"

കുറച്ചു നേരത്തേക്ക് സന്ധ്യേച്ചിയുടെ മുഖം കനത്തു. ഏതൊക്കെയോ ഓർമ്മകളുടെ പാട മൂടിയ ഒരിരുട്ട് അവിടെ കാണാൻ കഴിഞ്ഞു.

"രണ്ട് മറുപടീണ്ട് അതിന്. ഒന്നാമത്തേത്, ശ്യാം ഒരുപഴഞ്ചനായിപ്പോണൂന്നതാണ്. ഒട്ടും വളരണില്യ. അന്നത്തെക്കാലത്ത് ഈ വല്യ വീടിന്റെ എല്ലാ മൂലയിലും ശ്യാമും ഞാനും കൂടി ഒളിച്ചുകളിച്ചിട്ടുണ്ട്. ആരും അറിഞ്ഞിട്ടില്ല്യ. സന്ധ്യക്ക് കളിക്കാനാരും വേണ്ട. തനിയെ ചിരിച്ചോണ്ട് ഓടിക്കളിച്ചോളുംന്നാ ഇബടത്തെ അമ്മമ്മ പറയാറ്. അത് നേരന്ന്യാ. അവര് നോക്കുമ്പോ. ന്റെ ശ്യാമിനെ ആർക്കും കാണാൻ പറ്റില്ലല്ലോ. എത്രയെത്ര ദിവസം, എത്രയെത്ര നേരം ഞങ്ങള് കളിച്ചേക്കു. കൊളപ്പൊരേല് എത്ര നാള് ഒളിച്ചു കൊണ്ടേക്കുണൂ. വടക്കമ്പാട്ടിലൊക്കെ കേട്ടിട്ടുള്ളേമാതിരി എത്ര തവണയാ ന്റെ ശ്യാമിനെ ഞാനീ മുടിക്കെട്ടിലൊളിപ്പിച്ചിട്ടുള്ളത്.."

കുറച്ചുകൂടി നിവർന്നിരുന്ന് തെല്ലുറക്കെത്തന്നെ ആരെയും ഭയമില്ലാത്ത സന്ധ്യേച്ചി കൂട്ടിച്ചേർത്തു.

"ന്റെ ആദ്യരാത്രി തന്നെ ശ്യാമിന്റൂടെയായിരുന്നു... അപ്പോ എനിക്ക് പതിനൊന്നായിട്ടില്ല്യ പ്രായം. ഞങ്ങള് കണ്ടുമുട്ടുമ്പോ എനിക്ക് ആറുവയസ്സാ..."

എന്നിട്ട് ഉറക്കെ ചിരിച്ചു.

"ഞാനിത് കുട്ട്യോട് കുറച്ചുകാലം മുന്നേയാണെങ്കിൽ പറയില്ല്യാർന്നു. ഇപ്പോ കുട്ടി മുതിർന്നൂലോ... അതോണ്ട് പറയാം. ചെറുപ്പത്തില് നമ്മുടെ സ്വകാര്യഭാഗങ്ങളൊക്കെ നമ്മക്കൊരാക്ക് കാണിച്ചുകൊടുക്കണംന്നുണ്ടാവില്ല്യേ. എനിക്കത് ശ്യാമായിരുന്നു. പിന്നെ ഞാൻ തനിയെ എന്നെ രസിപ്പിച്ചതൊക്കേം ശ്യാമിനെ ഓർത്തിട്ടാർന്നു."

ഭർത്താവിനു മുമ്പും പിമ്പുമുണ്ടായ കാമുകന്മാരെപ്പറ്റി സന്ധ്യേച്ചി പലപ്പോഴായി പറഞ്ഞുകഴിഞ്ഞിരുന്നു. അതിന്റെയെല്ലാം അവസാനഭാഗം, ഇനിയൊരു പുരുഷനെ ഈ ജന്മം സ്നേഹിക്കില്ല്യ കുട്ട്യേ എന്ന കനമുള്ള അടിവരയായിരിക്കും. എന്നിട്ടും ആ തീരുമാനം മാറ്റിവച്ച് ആരെയോ വീണ്ടും സ്വീകരിക്കാനുള്ള കാരണമറിയാനായിരുന്നു താല്പര്യം. ആളാരാണെന്നറിയാനും. അതുകൊണ്ട് അല്പനേരം മൗനമനുവദിച്ചിട്ട് ചോദിച്ചു:

"രണ്ടാമത്തെ കാരണം ഇപ്ലും പറഞ്ഞില്ല്യ."

"ങാ... അതിപ്പോ പറഞ്ഞാ കുട്ടിക്ക് മനസ്സിലാവണോന്നില്ല്യ. ന്നാലും പറയാം. ശ്യാമൊരു പുരുഷനല്ലല്ലോ, കുട്ടിയല്ലേ? അതിന് വയസ്സാവുന്നില്ല്യ. ശ്യാം ഒരു കുഞ്ഞാണ് എപ്ലും."

"വയസ്സാവുന്നില്ല്യാന്ന് പരാതിയോ. ഇദെന്തു കഥ. വയസ്സായോരെ ആർക്കുവേണം?"

"അതാ പറഞ്ഞത്. ഇപ്രായത്തിൽ കുട്ടിക്കത് മനസ്സിലാവില്ല്യാന്ന്. മദ്ധ്യവയസ്സുകഴി

ഞ്ഞാ ഒരു ചെക്കനോട് കൊഞ്ചാൻ നമുക്കു തോന്നില്യ കുട്ട്യേ. നമ്മുടെ ആൺമക്കളെയൊക്കെ ഓർമ്മവരും. പ്രത്യേകിച്ചും മക്കളിലൊരാള് മരിച്ചുപോയിട്ടുണ്ടെങ്കി... ഇനീപ്പോ ശ്യാമിനെപ്പോലെ ഒരുണ്ണീടെ കുസൃതികൾക്ക് കാതോർക്കാൻ വയ്യ. ശരീരത്തിനിപ്പഴും മോഹംണ്ട്. പക്ഷേ, ഒരു കുട്ടിയോടാവുമ്പോ എന്തോ ഒരീർഷ്യ... സമപ്രായക്കാരൻ വേണം."

"ആരാ പുതിയാള്...?"

"കുട്ടി അത് വിട്ടില്യേ? സന്ധ്യേച്ചി എഴുതണ അനേകം നൊണകളില് ഒന്നാണെന്ന് അങ്ങ്ട് കൂട്ടിക്കോളൂ....."

സന്ധ്യേച്ചി പറഞ്ഞത് നുണയായിരുന്നില്ലെന്ന് പിന്നീട് മനസ്സിലായി.

കിടപ്പുമുറിയുടെ ജനാല തുറന്നിട്ടു. ജഡത്തെ വെറുംകൈയാൽ തൊടാൻ മടിച്ച് കടലാസ് കീറി അതിൽ നിശാശലഭത്തിന്റെ ശവശരീരമെടുത്ത് പുറത്തേക്കിട്ടു. അത് വിറങ്ങലിച്ചുകഴിഞ്ഞിരുന്നു.

തലകുനിച്ചു വേണം കിടപ്പറവാതിൽ കടക്കാൻ. മച്ചും നിലവറയുമുള്ള പഴയ വീടാണ്. മുന്നൂറോളം വർഷത്തെ പഴക്കമുണ്ട്. ഇപ്പോൾ ഏഴു വർഷത്തിനുശേഷമാണ് ഇവിടെയൊരാൾ അന്തിയുറങ്ങുന്നത്. അത് താനാണ്. ക്ഷുദ്രജീവികളെയും ചിലന്തികളെയും നരിച്ചീറുകളെയും ഭയമില്ലാത്ത താൻ. തൊട്ടടുത്ത് വലുതായി വന്ന പട്ടണത്തിലോ പുഴക്കരയിലെ റിസോട്ടിലോ മുറിയെടുത്തുതരാമെന്ന് ഉണ്ണ്യേട്ടനും കുഞ്ഞൂട്ടനും പറഞ്ഞിട്ടും വേണ്ടെന്ന് വാശിവച്ച് ഇങ്ങോട്ടുവന്നത് എന്തിനാണ്? വയസ്സാവുമ്പോൾ അനുവദിച്ചു കിട്ടുന്ന സ്വാതന്ത്ര്യത്തിന്റെ ആനുകൂല്യം അനുഭവിക്കാനാവും. പറഞ്ഞപ്പോൾ ആരുമെതിർത്തില്ല. നെടുമ്പാശ്ശേരിയിൽ വിമാനമിറങ്ങി കുഞ്ഞൂട്ടൻ ഏർപ്പാടാക്കിത്തന്ന 'ഉബറി'ൽ നേരെയിങ്ങു പോന്നു.

പണ്ട് വീടും പറമ്പും നോക്കിനടത്തിയിരുന്ന കാര്യസ്ഥന്റെ പിന്മുറക്കാർ ഇന്നില്ല. ഇന്നിപ്പോൾ ഇവിടം നോക്കുന്നത് ബംഗാളിൽ നിന്ന് നാലു വർഷമായി നാട്ടിലെത്തിയിട്ടുള്ള ഒരു കുടുംബമാണ്. അവരുടെ മക്കളൊക്കെ അടുത്തുള്ള പള്ളിക്കൂടത്തിൽ ചേർന്നു. അതിനും മുമ്പ് ഈ വീട് നോക്കിയിരുന്നത് തമിഴ്നാട്ടിൽ നിന്നുള്ള ഒരു കുടുംബമായിരുന്നു. പന്ത്രണ്ട് വർഷത്തോളം. മക്കളൊക്കെ വളർന്നപ്പോൾ അവർ തിരികെപ്പോയി. ഈ വീട് ഇനി വച്ചോണ്ടിരിക്കേണ്ടതില്ലെന്ന് ഉണ്ണ്യേട്ടനും കുഞ്ഞൂട്ടനും പറയാറുണ്ട്. നിലം പൊത്തിയാലും വില്ക്കാൻ സമ്മതിക്കില്ലെന്ന് വച്ചിട്ടാണ്.

കുളക്കരയിൽ പോയിനിന്ന് പല്ലുതേച്ചു. കുളത്തിലെ വെള്ളം വൃത്തിയായി കിടക്കുന്നുണ്ട്. മൺചുമരുകൾ ഇടിഞ്ഞിട്ടുണ്ടെങ്കിലും പാണലുകൾക്കപ്പുറത്ത് ഇഞ്ചപ്പൊന്ത. പണ്ട്, ഈ ഇഞ്ചക്കാട്ടിലെ ഇഞ്ചയുരച്ചായിരുന്നു കുളി. അന്ന് പടവുകളിൽ എണ്ണമയമുണ്ടായിരുന്നു. വീടു നിറച്ചും അംഗങ്ങളുണ്ടായിരുന്നു. ഒരുപാട് ജാത്യാചാരങ്ങളും ചുറ്റിനും നിലനിന്നിരുന്നു.

ഒന്ന് ചുറ്റിനടന്ന് അമ്മമ്മയെ ദഹിപ്പിച്ച പറമ്പിലെത്തി. അപ്പുറത്ത് അമ്മാമന്മാർ. അതിനപ്പുറത്ത് അമ്മ, അച്ഛൻ... പിന്നെ ഇളയമകനും. അവനെ സംസ്കരിക്കുകയാണ് ചെയ്തത്. അപകടമരണമായിരുന്നു. പുലർകാലത്തുള്ള കാർ യാത്ര. അവനുറങ്ങിയില്ല. എതിരെവന്ന ലോറിക്കാരൻ ഉറങ്ങിപ്പോയിരുന്നു. മകന്റെ ജഡം കിടത്തിയിരുന്നത് മുഖം മൂടിയിട്ടാണ്. മുഖം കാണിക്കില്ലാന്ന് കൂടിനിന്നവർ കനപ്പിച്ചു പറഞ്ഞതും അതു കേൾക്കാതെ മൂടിയിട്ട മുഖത്തിനു മേലെ വീണപ്പോൾ പഞ്ഞിക്കെട്ടിലേക്ക് വീണതുമാതിരി തോന്നിയതും ഓർമ്മയുണ്ട്. പെട്ടെന്ന് യാഥാർത്ഥ്യം മനസ്സിലായി. കരച്ചിൽ നിന്നു.

പിന്നെ കരയാനേ തോന്നിയില്ല.

മകനെ സംസ്കരിച്ചിടത്ത് നട്ട ചെടികളൊക്കെ ഇപ്പോഴും ഉണ്ട്. എല്ലാ ചരമദിനത്തിനും ഇവിടെ വരാറുണ്ടെങ്കിലും രാത്രി നില്ക്കാറുണ്ടായിരുന്നില്ല. ഇപ്പോൾ വന്നത് മകന്റെ ചരമദിനത്തിനല്ല, സന്ധ്യേച്ചിയുടെ ചരമദിനത്തിനാണെന്നതാണ് പ്രത്യേകത.

"അമ്മമ്മേ... കൈയിലെടുത്തപ്പോ ഒക്കെ എന്നെ തേള് കൊത്താതിരുന്നതിന്റെ രഹസ്യം പറയട്ടെ..?"

നിലത്തായി മുട്ടുമടക്കിയിരുന്നിട്ട് മണ്ണിനോട് ചോദിച്ചു. അനേകം രഹസ്യങ്ങളെ പേറുന്ന ഓരോ മനുഷ്യ ജന്മങ്ങളെയും ഒടുവിൽ സ്വീകരിക്കുന്ന മണ്ണിനോടല്ലാതെ മറ്റാരോട് ചോദിക്കാൻ.

ജീവിതകാലത്ത് വെള്ളവസ്ത്രം മാത്രം ധരിക്കാൻ ഇഷ്ടപ്പെട്ടിരുന്ന ആളായിരുന്നു അമ്മമ്മ. ദഹിപ്പിച്ചിടത്ത് നട്ടതെല്ലാം നന്ത്യാർവട്ടവും മുല്ലയും. സമ്പ്രദായങ്ങളോ ജീവിച്ചിരുന്നവരുടെ ഇഷ്ടങ്ങളോ നോക്കിയില്ല. ഒരു ചുവട് മുല്ല നട്ടു. നന്ത്യാർവട്ടം പത്ത് ചുവട് നട്ടു. ദീർഘചതുരത്തിൽ. ഇന്നതെല്ലാം വളർന്ന് തലമുറകളുടെ ഘനം പേറി നില്ക്കുന്നു. മുരടിക്കാതെ. എങ്ങനെ ഈ പറമ്പ് വില്കും?

അപ്പുറത്ത് വല്യമ്മാമന്റെ ചിതയൊരുങ്ങിയ സ്ഥലം. അവിടെ നട്ടത് അശോകമാണ്. അമ്മാമന് സീതയെയായിരുന്നു ഇഷ്ടം. ആദികവിയെ അനുസ്മരിച്ച് സീതയെ നായികയാക്കി അമ്മാമൻ ഒരു കാവ്യംതന്നെ എഴുതിയിട്ടുണ്ട്. ഉമ്മറത്തുവന്നിരുന്ന പല ബന്ധുക്കളും നാട്ടുപ്രമാണിമാരും ഏറെക്കാലം അത് വായിച്ചുകേട്ടിട്ടുണ്ട്. ഗുരുവായൂരിലെ ദേവി ബുക് സ്റ്റാളുകാർ ഉൾപ്പെടെ അച്ചടിക്കാൻ പലരും നിർബ്ബന്ധിച്ചെങ്കിലും അമ്മാമൻ സമ്മതിച്ചില്ല. പിന്നീട് ആരുമത് അച്ചടിപ്പിച്ചുമില്ല.

വലിയ ഒരു ഗ്രന്ഥാലയം അമ്മാമന്റെ കിടപ്പറയിലുണ്ടായിരുന്നു. കരിവീട്ടിയിൽ പണിത ചുമരലമാരകൾ. കണ്ണാടിച്ചില്ലിന്റെ മറ അന്നത്തെക്കാലത്ത് പുതുമയായിരുന്നു. കണ്ണാടിമുറിയെന്നാണ് ഉണ്ണ്യേട്ടൻ ആ കിടപ്പറയെ വിളിച്ചിരുന്നത്. അമ്മായിക്ക് അതിനുള്ളിൽ കുട്ടികൾ കിടക്കുന്നത് ഇഷ്ടമായിരുന്നില്ല. പക്ഷേ, പുസ്തകങ്ങളെ സ്നേഹിക്കാൻ തുടങ്ങിയതോടെ ആ കണ്ണാടിമുറിയായി തന്റെ ഇഷ്ടവാസസ്ഥലം. അമ്മായിയുടെ എതിർപ്പിനെ അമ്മാമൻ തടയിട്ടു. അങ്ങനെ സംരക്ഷിച്ച അമ്മാവന് മരണശേഷം അശോകമരങ്ങളുടെ പന്തലൊരുക്കി. അമ്മയ്ക്ക് സമർപ്പിച്ചത് ഒരു മുളങ്കാടാണ്. കാറ്റടിക്കുമ്പോൾ മരങ്ങൾ തമ്മിലുരഞ്ഞ് സംഗീതമുണ്ടാവും. മുളങ്കൂട്ടങ്ങളിലാണ് കിളിക്കൂട്ടം വന്നിരിക്കാറ്. അങ്ങനെ നോക്കിയാൽ തലമുറകളായി ഇരുപത്തൊന്നുപേരെ ദഹിപ്പിച്ച സ്ഥലമാണത്. ഒരു പരമ്പരയുടെ ശവപ്പറമ്പ്. രാവിലെ നിശാശലഭത്തിന്റെ ജഡം കണ്ടത് അന്ന് പകൽ മുഴുവൻ ചുടലക്കാട്ടിൽ ഓർമ്മകളോടൊപ്പം അലയണമെന്നതുകൊണ്ടാവും.

നടന്ന് തിരികെയെത്തിയപ്പോൾ ഒരു വിശേഷം കണ്ടു. ബംഗാളി സ്ത്രീ നിലവറ തുറന്ന് ഓട്ടുപാത്രമെടുക്കുന്നു. പണ്ട് അതിനുള്ളിൽ സ്ത്രീകൾ പ്രവേശിക്കാറുണ്ടായിരുന്നില്ല. ഷോമയെന്നായിരുന്നു അവളുടെ പേര്. അവളോട് ചിരിച്ചു. അപ്പോൾ ധീരയായിരുന്ന സന്ധ്യേച്ചിയെ വീണ്ടും ഓർമ്മവന്നു.

ആദ്യമായി കാണാൻ പോയത് പ്രീഡിഗ്രി പഠനം കഴിഞ്ഞു നില്ക്കുന്ന കാലത്താണ്. അന്ന് സന്ധ്യേച്ചി ഡൽഹിയിലല്ല. ആസ്ത്രിയയിലാണ്. അമ്മാമന്റെ കണ്ണാടിമുറിയിലെ അലമാരകളിൽ സന്ധ്യേച്ചിയുടെ ഏറ്റവുംപുതിയ പുസ്തകം വരെയുണ്ടാവും. അന്ന് ആഴ്ചപ്പതിപ്പിൽ സന്ധ്യേച്ചിയെഴുതുന്ന കഥകൾ വീട്ടിൽ വേറാരും വായിച്ചിരുന്നില്ല. പെൺ

കുട്ടികൾ ആ കഥകൾ വായിക്കാൻ പാടില്ലെന്ന് വിലക്കുണ്ടായിരുന്നു.

ഒരിക്കൽ ഉമ്മറത്തെ മേശപ്പുറത്ത് ആഴ്ചപ്പതിപ്പിന്റെ ചില താളുകൾ കീറിക്കിടക്കുന്നതു കണ്ടു. അമ്മായിയുടെ വിരുതായിരുന്നു അത്. അന്നാണ് അമ്മാമൻ അമ്മായിയോട് നേരിട്ട് ക്ഷോഭിക്കുന്നത് കണ്ടത്. അതിനുശേഷം പുറത്തുവന്നിരുന്ന് തന്റെ ഇഷ്ടനായികയായിരുന്ന സീതയെക്കുറിച്ചുള്ള കാവ്യത്തിലെ മർമ്മപ്രധാനമായ ഒരു ഭാഗം എഴുതി. അമ്മാമൻ ഏറെ സംതൃപ്തനായി കാണപ്പെട്ട ഒരു ദിവസമായിരുന്നു അത്.

സന്ധ്യേച്ചിയെ പോയിക്കാണാൻ തീരുമാനമെടുക്കുമ്പോൾ ഉണ്ണ്യേട്ടനോട് മാത്രം ചോദിച്ചു:

"ഉണ്ണ്യേട്ടാ നിക്കൊരു മോഹംണ്ട്."

"ഉം...?"

"സന്ധ്യാനായരെ ഒന്നുകാണണം."

"അതിന് അവരെവിട്യാ താമസംന്ന് കുട്ടിക്ക് നിശ്ശംണ്ടോ?"

"ഉവ്വ്. ചൊവ്വല്ലൂരല്ലേ?"

"അതെ. എങ്ങന്യാ അവിടേക്ക് തനിച്ച് പോക്വാ? നിക്കിപ്പോ ഒന്നിനും നേരല്യ. പരീക്ഷ വന്ന് തലയ്ക്കടിച്ചുനിക്ക്വാ."

"ഏട്ടൻ വരേണ്ട. ഞാൻ തനിയെ പൊക്കോളാ."

"അത്രയ്ക്ക് വേണോ അമ്മൂ? അച്ഛൻ പിന്നെ കുട്ടിപോണതും വരണതും അറില്യാന്ന് വയ്ക്കാം. അമ്മ അറിയൂലോ... അമ്മായീം, അമ്മാമനും കൂടി അറിഞ്ഞ്യാ.."

"അതിന് ഞാൻ കോളേജി പൂവ്വാന്നല്ലേ പറഞ്ഞേക്കണേ. സന്ധ്യാനായരെ കാണാനാ പോണേന്നുള്ളത് ഒരാളറിഞ്ഞാ നിക്കൊരു സമാധാനാവും. ഏട്ടനോട് പറയുമ്പോ അത്രേ നിരീച്ചുള്ളൂ..."

മൺകുടുക്ക തുണിയിൽപ്പൊതിഞ്ഞ് നിലത്തടിച്ചുപൊട്ടിച്ചു. ഉണ്ണ്യേട്ടൻ പത്തുറുപ്പിക തന്നു. അത്രയ്ക്കൊന്നും ആവശ്യമുണ്ടായിരുന്നില്ല. കോളേജിലേക്കല്ലാതെ മറ്റെവിടേക്കും തനിയെ പോയിട്ടില്ല. തൃശ്ശൂര് ചെന്ന് ചൊവ്വല്ലൂരേക്ക് ബസ് കയറുമ്പോൾ മനസ്സിൽ വല്ലാത്ത ആധിയായിരുന്നു. വഴിയിലെന്തെങ്കിലും കുഴപ്പമുണ്ടാവുമോ. സന്ധ്യാനായരെ കാണാനാവാതെ മടങ്ങേണ്ടിവരുമോ...!'

സന്ധ്യേച്ചിയുടെ കഥകളിൽ ഡൽഹിയിലെ കുട്ടിക്കാലജീവിതമുണ്ടായിരുന്നു. കുട്ടികൾ ബ്രെഡ് വെണ്ണ കൂട്ടി തിന്നുമെന്നൊക്കെ വായിക്കുന്നത് അപ്പോഴാണ്. ബ്രെഡ് എന്താണെന്നുതന്നെ അറിഞ്ഞൂടായിരുന്നു. നിഘണ്ടു നോക്കിയപ്പോൾ അപ്പം എന്നാണ് കണ്ടത്. സന്ധ്യേച്ചി എഴുതിയ ബ്രെഡ് ഉണ്ണിയപ്പമായിരിക്കുമെന്ന് കരുതി അമ്മയുണ്ടാക്കിവെച്ചിരുന്ന ഉണ്ണിയപ്പമെടുത്ത് ലേശം വെണ്ണ കൂട്ടിതിന്നു. എണ്ണയുടെയും വെണ്ണയും മിശ്രിതത്തിൽ വിശേഷിച്ചൊന്നും തോന്നിയില്ല.

ഉത്തർപ്രദേശത്തുകാരുടെ പേരുകളും വിശേഷമായിരുന്നു. ശ്യാം എന്ന ആദ്യകാല നായകനെ പരിചയപ്പെടുന്നത് അങ്ങനെയാണ്. സന്ധ്യേച്ചിയുടെ കുട്ടിക്കാലം പുരാതന ഡൽഹിയുടെ മദ്ധ്യത്തിലെവിടെയോ ആയിരുന്നല്ലോ. അക്കാലത്താണത്രേ അവരാദ്യമായി ശ്യാമിനെ കണ്ടത്. കുതിരകളെ കണ്ടിട്ടുകൂടിയില്ലാത്ത ആ കാലത്ത് കുതിരവണ്ടി സങ്കല്പിക്കാനും പ്രയാസമായിരുന്നു. ഒടുവിൽ, കുഴൽമന്ദത്തുനിന്നും വടക്കാഞ്ചേരിയിൽ നിന്നും പടിപ്പുരയിൽ വരാറുണ്ടായിരുന്ന കാളവണ്ടികളോട് ചേർത്ത് കുതിരകളെ കെട്ടി വിഭാവന ചെയ്തു നോക്കി. കാളവണ്ടിയിൽ കുതിര തീരെ ചേരുന്നുണ്ടായിരുന്നില്ല.

ഏതോ നഗരത്തിലെ ശ്യാം എന്ന കറുത്ത ഇടയച്ചെറുക്കൻ എങ്ങനെയാണ്

സന്ധ്യാനായരെപ്പോലെ ഒരു ധനികബാലികയുടെ ഹൃദയം കവർന്നതെന്ന് എപ്പോഴും ആലോചിച്ചുനോക്കിയിട്ടുണ്ട്. അതേപോലെ പർദ്ദ എന്ന കറുത്ത അംഗവസ്ത്രം എങ്ങനെയായിരിക്കുമെന്നും. അതൊക്കെ നേരിട്ടുകണ്ട് ചോദിക്കണമെന്ന് ധൈര്യം സംഭരിച്ചിരുന്നു ബസിലിരിക്കുമ്പോൾ. അത്രയ്ക്കൊക്കെ ഒരു ഇഴയടുപ്പം, കൂടപ്പിറപ്പിനോടെന്നപോലെ ഒരുതരം ഗാഢമായ സ്നേഹം, അതൊക്കെ മറ്റൊരു അപരിചിതയോടും അന്നേവരെ തോന്നിയിരുന്നില്ല.

ചൊവ്വല്ലൂരങ്ങാടിയിൽ ഇറങ്ങി ഒരു സർബ്ബത്ത് പീടിയിൽ കയറി കഥാകൃത്തും ഹിന്ദുസ്ഥാനി ഗായികയുമായ സന്ധ്യാനായരുടെ വീടന്വേഷിച്ചു. ആരോ ചൂണ്ടിക്കാണിച്ചുതന്ന വഴിയിലൂടെ നടന്നു. അങ്ങനെ നടന്നപ്പോൾ പലതും പരിചിതമായി. അടയ്ക്കാമരങ്ങളുടെ തോപ്പ് കുറുകെ കടന്നപ്പോൾ 'ചിതലുകൾ' എന്ന കഥ ഓർമ്മ വന്നു. രണ്ടുമരങ്ങൾ കൂട്ടിക്കെട്ടിയ പാലം കടന്നപ്പോൾ 'വീട്' എന്ന കഥ മനസ്സിൽ സഫലമായി. ഏണിചുമലിൽ വെച്ച് തേങ്ങാവെട്ടുകാരൻ നടന്നുപോയപ്പോൾ അത് 'ഏഴ്' എന്നകഥയിലെ ചീരുവാണെന്ന് തോന്നി. പിന്നെ സുഭദ്രയെ കണ്ടു. പൊന്നിയെ കണ്ടു. വായിച്ച ഓരോ കഥയിലെയും പരിസരവും ആളുകളുമൊക്കെ മുന്നിൽ വരുന്നതുപോലെ.

നടന്നുനടന്ന് വലിയൊരു പടിപ്പുരയുടെ മുന്നിലെത്തി. ഒരു നിമിഷം സ്തംഭിച്ചു നിന്നു. പിന്നെ മെല്ലെ പടിവാതിൽ ഉന്തിത്തുറന്നു. വലിയൊരു നാലുകെട്ടിന്റെ മൂലയാണ് കണ്ടത്. വിശാലമായ മുറ്റവും. പക്ഷികളുടെ ബഹളമല്ലാതെ പരിസരത്ത് മറ്റ് യാതൊരു ശബ്ദവുമില്ല. കുറച്ചുനേരം കാത്തുനിന്നിട്ട് അകത്തേക്ക് നടന്നു. കൈയിലൊതുക്കിപ്പിടിച്ചിട്ടുള്ള ചീട്ടിത്തുണിയുടെ കുടയും ചെറിയ തുണിസഞ്ചിയും വിയർപ്പിൽ നനഞ്ഞു. ഉമ്മറത്ത് ആരുമില്ല. വലിയൊരു ഓട്ടുമണി കിടപ്പുണ്ട്. അതിന്റെ ചരടിൽ പിടിച്ച് ഒന്ന് സംശയിച്ചിട്ട് വലിച്ചു.

ഇന്നുമോർമ്മയുണ്ട്. ആദ്യത്തെ ദർശനം. ഹൃദയമിടിപ്പോടെ കാത്തു നില്ക്കുമ്പോൾ തേക്ക വാതിലിന്റെ വലിയ പാളികൾ വലിച്ചകത്തി ഒരുമുഖം പാതി പുറത്തേക്ക് വന്നത്. അഴിച്ചിട്ട മുടി. വലിയ കുങ്കമപ്പൊട്ട്. കറുത്തുനേർത്ത കരയുള്ള സെറ്റുമുണ്ട്. ഞരമ്പുകൾ തിണർത്ത കൈപ്പടത്തിനുതാഴെ മെല്ലിച്ച കണങ്കൈയിൽ കിടക്കുന്ന ഓട്ടുവളകളും തടിച്ച സ്വർണ്ണക്കാപ്പുകളും. അല്പം നനഞ്ഞു ചുവന്ന അധരങ്ങൾ. കാണുന്നവർക്കുകൂടി മൃദുത്വം തോന്നുന്ന മൂക്കിനോരത്ത് തിളങ്ങിക്കിടക്കുന്ന വൈരമൂക്കുത്തി. നേരത്തേ ഒരു ഫോട്ടോ പോലും കണ്ടിട്ടുണ്ടായിരുന്നില്ല.

"എന്തേ....?"

റേഡിയോയിൽ ഒരിക്കൽ സന്ധ്യാനായരുടെ പ്രഭാഷണം ഉണ്ടെന്ന് കേട്ടിരുന്നു. അമ്മാമന് റേഡിയോ ഇഷ്ടമുണ്ടായിരുന്നില്ല. അന്ന്, കാര്യസ്ഥനായിരുന്ന പ്രഭാകരപ്പണിക്കരുടെ വീട്ടിൽ റേഡിയോയുണ്ടായിരുന്നു. കാര്യസ്ഥന്റെ വീട്ടിൽ റേഡിയോ കേൾക്കാൻ പോകാൻ അമ്മയും അമ്മായിയും സമ്മതിച്ചില്ല. അന്ന് കരഞ്ഞതുപോലെ പിന്നെ കരഞ്ഞത് നരേന്ദ്രനെ വൈദ്യുതശ്മശാനത്തിലേക്കെടുത്തപ്പോഴാണ്. അത് സത്യമായിരുന്നു. പക്ഷേ, താലിയഴിച്ച് തീയിലേക്കെറിയണമെന്നാരോ പറഞ്ഞപ്പോൾ നിഗൂഢമായി അനുഭവപ്പെട്ടത് സ്വാതന്ത്ര്യമായിരുന്നുവെന്ന് പിന്നീടൊരിക്കൽ സന്ധ്യേച്ചിയോടു മാത്രം പറഞ്ഞു. പിന്നെ നിലവിട്ടു കരഞ്ഞുപോയത്, ഇളയമകൻ പോയപ്പോൾ. ഒടുക്കം സന്ധ്യേച്ചിയുടെ വിലാപയാത്ര ടെലിവിഷനിൽ കണ്ടപ്പോൾ... അമ്മ പോയപ്പോഴും അച്ഛൻ പോയപ്പോഴും ഉറ്റവരായ മറ്റുപലരും പോയപ്പോഴും അങ്ങനെ കരഞ്ഞിട്ടില്ല.

"കുട്ടി മിണ്ടില്യാന്നുണ്ടോ. എവ്ട്ന്നാ...?"

നേർത്ത് മധുരമായ സ്വരം വീണ്ടും. കതകിന്റെ പാളി അല്പം കൂടി തുറക്കപ്പെട്ടു. അവരുടെ ഒരു മാറിടം കതകിന് പുറത്തുവന്നു. കഴുത്തിൽ മുറുക്കിക്കെട്ടിയ കറുത്ത ചരട് വെളിവായി. അതിൽ വെള്ളിയിൽ പൊതിഞ്ഞ ഏലസ്സ്.

"അമ്മേ ഒന്നു കാണാൻ വന്നതാ."

"അമ്മയോ...! ഹഹഹ.... ഞാനെങ്ങന്യാ കുട്ടീടെ അമ്മയാവ്വാ?"

ആ ചോദ്യത്തിനുത്തരം കിട്ടിയില്ല. ഒരു നാട്ടുമ്പുറത്തുകാരിക്ക് ബ്രെഡ്ഡും വെണ്ണയും പോലെ, കുതിരവണ്ടിയും പർദ്ദയുംപോലെ ശവകുടീരങ്ങളുടെ ഡൽഹി നഗരം പോലെ ആസ്ത്രിയയിലെ വെളുത്ത മദാമ്മമാരുടെ കൈയിലെ മദ്യചഷകംപോലെ പിടിതരാത്ത ഒന്നായിരുന്നു സംബോധനയും. സമ്പ്രദായമനുസരിച്ച് ബന്ധുക്കളില്ലാത്ത വിജാതീയരെ യെല്ലാം പേര് വിളിക്കാം. പ്രഭാകരപ്പണിക്കർ, അയാളുടെ ഭാര്യ പത്മാവതി, തന്നെക്കാൾ മുതിർന്ന അയാളുടെ മക്കൾ, കൃഷ്ണൻ, രാജൻ.. പാടത്ത് പണിക്കുവരുന്ന ചെറുമന്മാരായ വെള്ള, കറുത്ത, തങ്ക നീലി... പക്ഷേ, ഇവിടെ എന്തു വിളിക്കണമെന്നറിയില്ലായിരുന്നു.

"വര്വാ... അബടെത്തന്നെ നിക്കണ്ട."

സന്ധ്യേച്ചി അന്ന് പുറത്തേക്കിറങ്ങിവന്നു. അപ്പോഴാണ് മുഴുവനും കണ്ടത്. അന്നേ രമാണ് ആ സുഗന്ധം മുഴുവൻ പുറത്തേക്കു പ്രസരിച്ചതും. ഏതോ ഒരു ശക്തി മുന്നിൽ പ്രത്യക്ഷമായതുപോലെ. ഒന്നും പറയാനോ ചലിക്കാനോ കഴിയാത്ത അവസ്ഥ.

"അമ്മ ജീവിച്ചിരിപ്പില്ല്യേ?"

"ണ്ട്."

"അമ്മ ജീവിച്ചിരിക്കുമ്പോ അതേ സ്നേഹത്തില് വേറാരേം അമ്മേന്ന് വിളിക്കരു ത്ട്ടോ. ന്നെ ചേച്ചീന്ന് വിളിച്ചാമതി. വേണംങ്കി വല്ല്യേച്ചിന്ന്."

അമ്മാമന്റെ കണ്ണാടിമുറിയിൽ കയറി വായിച്ചിട്ടുള്ള പുസ്തകങ്ങളെക്കുറിച്ചും ആഴ്ചപ്പ തിപ്പിൽ വരാറുള്ള കഥകളെക്കുറിച്ചും സംസാരിച്ചു. സന്ധ്യേച്ചി അതെല്ലാം കൗതുക ത്തോടെ കേട്ടിരുന്നു. പിന്നെ പറഞ്ഞു.

"അതൊക്കെ ശരി. അറിയാത്ത ദിക്കിലേക്ക് ഇങ്ങനെ ആരോടും പറയാണ്ടേ പൂവാൻ പാടില്ലാട്ടോ. ഇനി നേരം വൈകിക്കണ്ട. കുട്ടി തിരിച്ചോളൂ.."

മുറ്റത്തിറങ്ങിയപ്പോൾ സന്ധ്യേച്ചി മടക്കിവിളിച്ചു.

"വീടെവിട്യാന്നാ പറഞ്ഞത്?"

"കവളപ്പാറ."

"ഷൊർണ്ണൂരടുത്തല്ലേ, അബടെ കൊറെ ഇല്ലങ്ങളുണ്ടല്ലോ. ഇല്ലത്തെയാണോ?"

"അതെ."

"ഓ... അങ്ങനെ പറയൂ. അക്കിത്തംന്ന് പറേണ ഒരു കവിയെ കേട്ടിട്ടുണ്ടോ?"

"ന്റെ ബന്ധുവാണ്."

"കുട്ടി കവീടെ ബന്ധുവാ! ന്നാ അതാദ്യം പറേണ്ടേ... ഇങ്കട് വരൂ..."

സന്ധ്യേച്ചിയിൽനിന്നും ആഗ്രഹിച്ച ഒരാലിംഗനം കിട്ടി. ആശീർവാദവും.

പിന്നീട് എത്രയോ തവണ ആലങ്ങാട്ട് തറവാട്ടിലേക്ക് പോയിരിക്കുന്നു. ഒടുക്കം പോയത് അത് പൊളിക്കുന്ന ദിവസമായിരുന്നു. രണ്ടു ദിവസം മുന്നേ ചെല്ലണമെന്ന് സന്ധ്യേച്ചി പറഞ്ഞിരുന്നെങ്കിലും കുഞ്ഞൂട്ടന്റെ പരീക്ഷ കഴിഞ്ഞിട്ടില്ലാതിരുന്നതിനാൽ അന്നേദിവസം രാവിലെയാണ് എത്താൻ സാധിച്ചത്. സന്ധ്യേച്ചിയെ പതിവില്ലാത്ത ഗൗരവത്തിൽ കാണപ്പെട്ടു. വേഷം സെറ്റുമുണ്ടുതന്നെ. പക്ഷേ, മുഖത്തൊരു കറുത്ത

കണ്ണട അണിഞ്ഞിരുന്നു. തന്നെക്കണ്ടപ്പോൾ കവിളുകൾ വികസിച്ചു. പ്രസന്നമായ ചില ഉപചാരസംസാരത്തിനുശേഷം ഗൗരവത്തോടെ സ്വകാര്യമായി പറഞ്ഞു:

"ഇതിനി നിർത്തീട്ട് കാര്യമില്ലമ്മൂ. പൊളിക്യാ. ന്റെ മക്കളൊന്നും ഇബടെ വന്ന് താമസിക്കാൻ പോണില്യ. വെറുതെ വിറ്റിട്ടുപോയാ മതി. പക്ഷേ, നിക്കിത് പൊളിയുന്നത് കാണണം. സങ്കടാണ്. പക്ഷേ, ഞാനാലോചിച്ചപ്പോ അതാണ് അതിന്റെ ശരി. ഇനിയൊരു സന്ധ്യാനായർ ഈ താവഴിയിലൊന്നുമുണ്ടാവില്ല. അത്രയ്ക്ക് ജീവിച്ചു. അത്രയ്ക്ക് മടുക്കുകയും ചെയ്തു. വിരസതയല്ലാതെ മറ്റൊന്നുമില്ല ഇപ്പോ ജീവിതത്തിൽ. അപ്പോ പിന്നെ പൊളിക്ക്യന്നെ."

എഴുപത്തഞ്ചോളം പണിക്കാർ ജോലിയാരംഭിച്ചു. കരാറെടുത്തവരും വസ്തു വാങ്ങിയവരും നിറച്ച് പത്രക്കാരും ചുറ്റിനുമുണ്ടായിരുന്നു. അസംഖ്യം ആരാധകരും. തന്നോടു വളരെ കുറച്ചുമാത്രം സംസാരിച്ചു കൂടിക്കാഴ്ചയായിരുന്നു അത്. പത്രക്കാരോട് സംസാരിക്കുമ്പോഴും ആ കറുത്ത കണ്ണട മാറ്റാൻ അവൻ തയ്യാറായതേയില്ല.

സന്ധ്യേച്ചിയുടെ മനക്കരുത്ത് തനിക്കില്ലാത്തതിനാൽ ആലങ്ങാട്ട് തറവാട് മുഴുവനായും പൊളിഞ്ഞടരുംമുമ്പേ മടങ്ങിപ്പോന്നു. അന്ന് കാറുണ്ടായിരുന്നു. കുഞ്ഞൂട്ടനാണ് ഓടിച്ചിരുന്നത്. ഷൊർണ്ണൂരെത്താറായപ്പോൾ എന്തിനാണെന്നറിയില്ല അവൻ ചോദിച്ചു:

"അമ്മ, വേറൊരു സന്ധ്യാനായർ ആണല്ലേ? എഴുത്തില്ലാന്നല്ലേയുള്ളൂ?"

ഉച്ചകഴിഞ്ഞ് മുന്നൂറാണ്ടിന്റെ പഴക്കം പറയുന്ന വീട് മുക്കും മൂലയും നടന്നുകണ്ടു. നാളെ രാവിലെ തിരികെ മടങ്ങും. മുംബൈയിലേക്ക്. മൂത്തമകൻ കുഞ്ഞൂട്ടന്റെ ഫ്ളാറ്റിലേക്ക്. ഉണ്ണ്യേട്ടൻ അമേരിക്കയിൽ സ്ഥിരതാമസമായി. വാസ്തവത്തിൽ കവളപ്പാറയിലെ പഴയ വസ്തു ആർക്കും ആവശ്യമില്ല. ചുറ്റിനും ദല്ലാളന്മാർ കാത്തു നില്ക്കുന്നു. സർപ്പക്കാവും കാവിലെ ദേവതയുമാണ് കൈയേറ്റത്തെ തടഞ്ഞു നിർത്തുന്നത്. ആ അന്ധവിശ്വാസത്തിന്റെ ശക്തി കുറയുന്ന കാലത്ത് ഇത് കൈയേറിപ്പോകും. അതിർത്തിക്കല്ലുകൾ ഇളകും. അതിനുമുന്നേ ആരെങ്കിലും ഇവിടെ സ്ഥിരമാകണം. പക്ഷേ, അതാര്?

നാളെ സന്ധ്യേച്ചിയുടെ ചരമദിനമാണ്. ചൊവ്വല്ലൂര് അവരുടെ തറവാട് നിന്നിടത്തൊന്നു പോകണം. അവരെ സംസ്കരിച്ചത് അവിടെയല്ലെങ്കിലും മനസ്സിൽ ഒന്നുകൂടി ഉറപ്പിച്ചു.

വൈകിട്ട് ഷോമയുടെയും കുട്ടികളുടെയും കൂടെ കുളത്തിൽ പോയി കുളിച്ചു. മാവുകളുടെയും മറ്റുമരങ്ങളുടെയും അനുഗ്രഹത്തിൽ വെള്ളത്തിനിപ്പോഴും മഴക്കാലത്തിന്റെ തണുപ്പ്. ആഴങ്ങളിൽ നിറയെ മാനത്തുകണ്ണികൾ. സൂര്യപ്രകാശം മാഞ്ഞു കഴിഞ്ഞിരുന്നതിനാൽ അവയുടെ നെറ്റിയിലെ വെള്ളിപ്പൊട്ട് തിളക്കമില്ലാതെ.

"നിനക്ക് തേളുകളെ പേടിയുണ്ടോ ഷോമേ..?"

ആ ചോദ്യം കേട്ടപ്പോൾത്തന്നെ ഷോമ നിന്നിടത്തുനിന്നും ചാടി. കുട്ടികളും കൂടി തുറിച്ചുനോക്കി. അവൾക്ക് എല്ലാ ചെറിയ ജീവികളെയും ഭയമാണ്.

"പേടിക്കേണ്ട. നമ്മുടെയുള്ളിൽ സ്നേഹമുണ്ടായാൽ മതി. എത്ര വിഷമുള്ള പുരുഷനെയും കൈയിലെടുക്കാം. ഒരിക്കലും കൈ മുറുക്കി അടയ്ക്കരുത്. അതിന് ഇരുട്ടും ചൂട്ടും തടവും അനുവദിക്കരുത്. നമ്മുടെ കൈയിൽ അത് സ്വതന്ത്രമാണെന്ന് ധരിച്ച് ഒതുങ്ങിയിരിക്കും. അതിനറിയില്ലല്ലോ കൈപ്പത്തിയുടെ അതിരിനപ്പുറത്ത് അതിന്റെ ലോകം തീരുകയാണെന്ന്. ഇത് ഞാൻ പറഞ്ഞതല്ലാട്ടോ, സന്ധ്യാനായർ എഴുതീതാണ്."

അമ്മമ്മയുടെയും അമ്മയുടെയും അമ്മായിമാരുടെയും ചെറിയമ്മ, വലിയമ്മമാരുടെയും കഴിമാടങ്ങളിൽ പോയിരുന്ന് വീട്ടേണ്ട കടമോ രഹസ്യമോ ആണ് സന്ധ്യേച്ചിയുടെ

വാക്കുകളിലൂടെ ഷോമയോട് പറഞ്ഞത്. മരിച്ചവർക്ക് കാതുണ്ടെന്ന് വിശ്വാസമില്ല. ജീവിച്ചിരിക്കുന്നവരാണ് രഹസ്യങ്ങളറിയേണ്ടത്.

"നരേന്ദ്രൻ പോയതോടെ ജീവിതത്തിലെ ഒറ്റപ്പെടലിന്റെ ആഴമെനിക്ക് നന്നായി ത്തന്നെ മനസ്സിലാവുന്നുണ്ട്. കിട്ടീത് സ്വാതന്ത്ര്യമാണെന്ന് നിശ്ചേതനമായ ആ മുഖത്തു നോക്കി വിചാരിച്ചെങ്കിലും പലരും പകരം വന്നിട്ടും. സന്ധ്യേച്ചീടെ കാര്യത്തിലും വളരെ നേരത്തേതന്നെ ഭർത്താവ് ഇല്ല്യാണ്ടായി. ഇത്ര്യേംകാലം മക്കളേം നോക്കി, പാട്ടും സാഹിത്യോമായി... ശരിയാണ്. ഇപ്പോ വാർദ്ധക്യത്തില് ഒര് തൊണ വേണംന്ന് തോന്നും."

കുറച്ചുനേരം നിശ്ശബ്ദയായി ഇരുന്നിട്ട് സന്ധ്യേച്ചി പറഞ്ഞുതുടങ്ങി:

"അമ്മു പറയൂ... എല്ലാക്കാലത്തും നമുക്ക് ഹിന്ദുക്കളായി ജീവിക്കാൻ കഴിയുമോ....? എല്ലാക്കാലത്തും ഒരാൾക്ക് ഇസ്ലാമായി ജീവിക്കാൻ കഴിയുമോ? അങ്ങനെ സത്യസന്ധമായി ആരെങ്കിലും ജീവിച്ച ചരിത്രമുണ്ടോ? എത്രയെത്ര ഹിന്ദുക്കള് ദർഗ്ഗകളിൽ പോകുന്നു. ചന്ദനത്തിരി കത്തിക്കുന്നു. മയിൽപ്പീലിക്കെട്ട് കൊണ്ട് ശിരസ്സിലുഴിയിപ്പിക്കുന്നു. എത്രയോ മുസ്ലീമുകള് അകലെയുള്ള അമ്പലങ്ങളില് പോകുന്നു. പൂജകള് കഴിപ്പിക്കുന്നു... ഒന്നും ആരുമറിയാതിരിക്കുന്നതാണ് അഭികാമ്യമെന്ന് നമുക്കറിയാം."

സന്ധ്യേച്ചി എന്താണ് പറഞ്ഞുവരുന്നതെന്ന് ആലോചിച്ചുപോയി. ഒന്നും മനസ്സിലായില്ല. അതിനാൽ വീണ്ടും ചോദിച്ചു.

"ആരാണാ ആള്. അതിനീം പറഞ്ഞില്ല്യാലോ?"

അപ്പോൾ സന്ധ്യേച്ചി തുറന്നുപറഞ്ഞു.

"ഒരു സംഗീതജ്ഞൻ. സംഗീതത്തിൽ അഗാധമായ ജ്ഞാനമുള്ള ഒരു ഗായകൻ."

"എന്നിട്ട്....?"

"ഞാനദ്ദേഹത്തെ വിവാഹം കഴിക്കും."

"സന്ധ്യേച്ചീടെ ഈ പ്രായത്തില് ഇന്ന്യൊരു വിവാഹോ..?"

"അതിനെന്താ... ഒരു തരക്കേടൂല്യ. ഒരു വയസ്സ് എന്നെക്കാളും കൂടുതലുണ്ട്. എന്നാലും എല്ലിനും പല്ലിനും കേൾവിക്കും തകരാറൊന്നൂല്യ. മക്കളൊക്കെ ഗൾഫ് രാജ്യങ്ങളിൽ. ബുർജ്ഖലീഫയിൽ അദ്ദേഹത്തിന് സ്വന്തമായി ഫ്ളാറ്റുണ്ട്. രണ്ട് ഭാര്യമാരുണ്ടാർന്നു. രണ്ടും മരിച്ചുപോയി. മൂപ്പരിപ്പോ താമസിക്കണത് പുരാതന ദില്ലീലെ വീട്ടിലാ. അദ്ദേഹത്തിന്റെ വല്ല്യപ്പാന്റെ കാലത്തുള്ള പഴേ വീട്. വല്ല്യപ്പാന്റെ ഹാർമ്മോണിയോമായി ആ വീട്ടില് തന്നെ എപ്പും. ശിഷ്ടകാലം അവിടെ അദ്ദേഹത്തെ പരിചരിച്ച് ജീവിക്കാനാണ് ഞാനാഗ്രഹിക്കുന്നത്."

"പരിചരിച്ച് ജീവിക്കാനാണോ..! സന്ധ്യേച്ചിക്ക് അതിനുള്ള ആരോഗ്യണ്ടോ ഈ വയസ്സുകാലത്ത്..?"

"ഭർത്താവിനെ ഭാര്യയല്ലാതെ മറ്റാര് പരിചരിക്കും കുട്ട്യേ?"

ആ പറഞ്ഞതിന്റെ പിറ്റേയാഴ്ചയാണ് ചൊവ്വല്ലൂരുണ്ടായിരുന്ന ആലങ്ങാട്ട് തറവാട് പൊളിച്ചത്. അതിന്റെ പിറ്റേയാഴ്ച ഡൽഹിയിൽ വച്ച് സന്ധ്യേച്ചി മതം മാറി ഇസ്ലാമായെന്നും ഈ സൂഫി ഗായകനെ വിവാഹം കഴിച്ചെന്നും അവരൊരുമിച്ച് ചില കച്ചേരികൾ നടത്തിയെന്നും വാർത്തയുണ്ടായിരുന്നു.

അനുവാദം ചോദിച്ച് സന്ധ്യേച്ചിയെ കാണാൻ ചെന്നത് അവരുടെ മതം മാറ്റത്തിനും വിവാഹത്തിനുംശേഷം ഒന്നരവർഷം കഴിഞ്ഞാണ്. ഭർത്താവിന്റെ പുരാതനഗൃഹത്തിൽ തവിട്ട് നിറമുള്ള പർദ്ദയിൽ കുറേക്കൂടി സുന്ദരിയായും ചെറുപ്പക്കാരിയായും സന്ധ്യേച്ചി

കാത്തു നില്പ്പുണ്ടായിരുന്നു. വെളുത്ത നീണ്ട താടിയുള്ള അതികായനായിരുന്നു അവരുടെ ഭർത്താവ്. അവരെ രണ്ടുപേരെയും കൂടാതെ ഒരു ജോലിക്കാരിയും ആ വീട്ടിലുണ്ടായിരുന്നു.

"എന്തേ എഴുത്തു നിർത്തി പാട്ട് മാത്രമാക്കിയത്..? ആ കഥാപാത്രങ്ങളാണ് എന്നെ സന്ധ്യേച്ചിയിലേക്ക് അടുപ്പിച്ചത്. ഞ്ഞ മാത്രമല്ല. പലരേം."

"അറ്യാം.. പക്ഷേ, അണിഞ്ഞ അനേകം വേഷങ്ങളിൽ ഒന്നുമാത്രമായിരുന്നു. കുട്ടീ അത്. ഇപ്പോ ഞാനൊരു ഗായികയാണ് പാട്ടുകൾ പാടുന്നതാണ് ന്റെ ഇപ്പഴത്തെ സന്തോഷം."

"അന്ന് തറവാട് പൊളിച്ചുകളയാൻ വാശി പിടിച്ചത് ഈ തീരുമാനം മനസ്സിലിട്ടോണ്ടായിരുന്നോ?"

"ആണെന്നും അല്ലെന്നും പറയാം. ശ്യാം ഓടിക്കളിച്ചിരുന്ന ഒരിടത്തെയാണ് ഞാ നില്യാതാക്കീത്. ശ്യാമുള്ള ഒരിടത്തെ അവശേഷിപ്പിച്ചുകൊണ്ട് മറ്റൊന്നിലേക്ക് പോകാൻ എനിക്കാവില്യ. അദ്ദേഹം അതിഷ്ടപ്പെടുന്നൂല്യ."

രാത്രി കുറേനേരം പടിഞ്ഞാറ്റിയിലൂടെയും തെക്കിനിയിലൂടെയും നടന്നു. കുറകളില്ല. പഴുതാരകളില്ല. പച്ചത്തുള്ളന്മാരില്ല. നരിച്ചീറുകളില്ല. പല്ലികളെ കണ്ടു. പണ്ട് നാഗങ്ങളെ കാവിനടുത്ത് കാണാറുണ്ടായിരുന്നു. ഇപ്പോൾ അതുമില്ല. ഷോമയും ഭർത്താവും മക്കളും ഉറങ്ങിക്കഴിഞ്ഞു.

നടത്തം കഴിഞ്ഞപ്പോൾ കുഞ്ഞൂട്ടന്റെ ഫോൺ വന്നു.

"അമ്മ ചൊവ്വല്ലൂര് പോണുണ്ടോ? ഞാൻ ഉബറ്ബുക്ക് ചെയ്യണോ..?"

"വേണ്ട മോനേ... അമ്മയ്ക്ക് എങ്ങടും പൂവാൻ തോന്നുന്നില്ല. പിന്നെ സന്ധ്യേച്ചി എപ്പഴും മനസ്സിലുണ്ടല്ലോ."

അതുപറഞ്ഞപ്പോൾ ദില്ലിയിലെ മുസ്ലീം ദേവാലയം ഓർമ്മ വന്നു. അനേകം ഖബറുകൾക്കിടയിൽ ഒരിടത്ത് മതവും മാറി പേരും മാറിയ സന്ധ്യേച്ചി മണ്ണിലലിഞ്ഞുകിടക്കുന്നു. പെട്ടെന്ന് അവസാനത്തെ ആ കൂടിക്കാഴ്ചയുടെ ഒടുവിലത്തെ ഭാഗം പ്രജ്ഞയിലെത്തി.

അന്ന്, ഇറങ്ങാൻ നേരം, അസാധാരണമായ തന്റേടവും പ്രതിഭയും സ്വത്തായി കൈവശമുള്ള സന്ധ്യേച്ചിയുടെ തോളിൽ പിടിച്ചുകൊണ്ട് സ്വകാര്യമായി ചോദിച്ചു:

"എന്തേലും ആധിണ്ടോ പ്പോ സന്ധ്യേച്ചീടെ മനസ്സിൽ..?"

"ഇല്യാലോ കുട്ടീ.."

"എന്നാ ചോദിക്കട്ടെ, വയസ്സുകാലത്ത് സന്ധ്യേച്ചിയെ ആകർഷിച്ച ഈ മുഈനുദ്ദീൻ ഖ്വാജി ശരിക്കുമാരാണ്?"

ഒട്ടുമാലോചിക്കാതെ സന്ധ്യേച്ചി പറഞ്ഞു:

"ആ മുസ്ലീം പുരുഷന് ഹിന്ദുവിന്റെ ഛായയാണുള്ളത്."

ആ നിമിഷം ഒരു കടച്ചിൽ കാലിലറിഞ്ഞു. അസഹ്യമായ വേദന പിന്നാലെ തലയുടെ പിന്നിലേക്കെത്തി. വേഗം വിളക്ക് തിരിനീട്ടി കാല്ക്കൽ നോക്കി.

കാർവർണ്ണന്റെ നിറമുള്ള കരിന്തേൾ ശില്പം കണക്കെ വാലുയർത്തി മടമ്പിലിരിക്കുന്നു. അതിന്റെ വായയിലൂടെ തന്റെ രക്തം പനിച്ചു വരുന്നു. കാത്തുകാത്തിരുന്ന് ദംശിച്ചതിന്റെ ഒരാലസ്യം അതിന്റെ ഉടലിലുണ്ടെന്നു തോന്നി. തേളിന്റെ കണ്ണുകളിൽ ഒരു സമസ്യയുണ്ടായിരുന്നു. അത് പൂരിപ്പിക്കുവാനായി വ്യാകരണവും ഭാഷാശാസ്ത്രവും സാഹിത്യവും കൈയിലുണ്ടായിരുന്ന സന്ധ്യേച്ചിയെ സ്മരിക്കുകയല്ലാതെ വേറെ വഴിയുണ്ടായിരുന്നില്ല.

പ്രമോദ് രാമൻ

ഛേദാംശ ജീവിതം

പുറത്തുവരാത്ത എന്റെ ശബ്ദമാണ് എന്റെ കഥ. സത്യമായും അത് എന്റെ സൃഷ്ടിയല്ല.
കഥാകൃത്ത്, ജനുവരി 10, 2010

"നേഹ, ഈ സെക്സ് ചെയ്ഞ്ച് ചെയ്തുകഴിയുമ്പഴേ, മുറിച്ചെടുക്കുന്ന സാധനം എവിടെ കളയും?"

മരണത്തിന്റെ ബാഹ്യസ്പർശത്തിൽനിന്ന് നൊടിയിടയിൽ പുളഞ്ഞോടിയ പല്ലി മുറിച്ചിട്ട വാൽ ഉള്ളിൽ കിടന്നു പിടഞ്ഞു. അത് കുടഞ്ഞുകളയാൻ കഴിയും മുൻപ് പിടച്ചിൽ നിലച്ചു. ചോര പൊടിയാത്ത ഛേദം. ജീവന്റെ ഒറ്റ്.

"നേഹ, പല്ലിയുടെ മുറിഞ്ഞ വാല് പിന്നെയും വളരില്ലേ, ഇതോ?" രുസ്തം വീണ്ടും.

ഞാൻ കണ്ണുപൊത്തി. അലറണമെന്നു തോന്നി.

മൊത്താനാഞ്ഞ ബിയർഗ്ലാസ് നേഹയുടെ കൈയിലിരുന്ന് വിറച്ചു. അത് ഭദ്രമായി ടേബിളിൽ വെച്ച് അവൾ ചാടിയെഴുന്നേറ്റ് പൊട്ടിത്തെറിച്ചു.

"യൂ നോൺസെൻസ്. വായൊന്നു മൂടാമോ പ്ലീസ്."

രുസ്തം മുഖം കുനിച്ച് കണ്ണുവെട്ടിച്ച് ബാർബോയിയെ ഞൊട്ടി വിളിച്ചു. "സ്മിർനോഫ് റിപ്പീറ്റ്. നോ ഐസ് നോ ലൈം."

പാവമാണ് രുസ്തം. നേഹ കയർത്താലുടൻ മൗനിയാകും. കുറേക്കഴിയുമ്പോൾ വീണ്ടും തുടങ്ങും. താംബരത്തെ ഈ ബാർ ഇരുവരുടെയും പൊള്ള വഴക്കുകൾ കുറേ കേട്ടിരിക്കുന്നു. എന്തു വിളിച്ചു പറഞ്ഞാലും ഞാനോ ചന്ദ്രനോ അവനെ ഒന്നും പറയി

ല്ല. പക്ഷേ, ഞങ്ങളോട് സംസാരിക്കുന്നതിനേക്കാൾ ആ നാലാൾക്കവലയിൽ, അവൻ നേഹയോട് സംസാരിക്കാൻ ഇഷ്ടപ്പെട്ടു. ചോദ്യങ്ങളെല്ലാം അവളോടാണ്. ഉത്തരമല്ല, വഴക്കാണ് കിട്ടുകയെന്നറിഞ്ഞിട്ടും.

ചന്ദ്രൻ ഉറങ്ങാത്ത ഉറക്കത്തിൽനിന്ന് ഉണർന്നില്ല. കാലുനീട്ടി, ചെയറിൽ തല പിന്നോട്ടിട്ട്, സിഗരറ്റോളം നീളം ആയുസ്സിനെ വിരലുകൾക്കിടയിൽ എരിയാൻ വിട്ട് ആത്മശ്വേതാംബരം അവൻ കണ്ണടച്ച് കണ്ടെത്തി. രുസ്തത്തിന്റെ വിട്ടുവായത്തമോ നേഹയുടെ ശകാരവർഷമോ എന്റെ മൗനഗ്രീഷ്മമോ ഒന്നും അവന്റെ വിഷമമായില്ല. വിസ്കിയുടെ ഓൺ ദ റോസ്ക് മിശ്രിതം ആദ്യത്തെ ഇറക്കിനപ്പുറം മണിക്കൂറൊന്നായിട്ടും മുന്നോട്ടു പോയിട്ടില്ല.

"ചന്ദ്രൻ." നേഹ അവനെ വിളിച്ചു. "അപ്പോളോയിൽ അപ്പോയിന്റ്മെന്റ് കാലത്ത് എട്ടു മണിക്കാണ്. മുത്തു കാറുമായി ആറിനു വരും. അപ്പോഴേക്കും പുറപ്പെടണം. മഞ്ജുവിന് നമുക്കിന്ന് നല്ലൊരു ഉറക്കം കൊടുക്കണ്ടേ ഹീ ഷുഡ് ലുക്ക് ഫ്രെഷ് ഇൻ ദ മോണിങ്."

നേഹയ്ക്ക് ചന്ദ്രൻ നല്കിയിരിക്കുന്ന സ്വാതന്ത്ര്യം എനിക്കറിയാം. എങ്കിലും ഞാൻ നേഹയെ തടഞ്ഞു. "കുഴപ്പമില്ല. ആം ആൾറൈറ്റ്."

പക്ഷേ, ചന്ദ്രൻ അടുത്ത ഇറക്കിന് ഗ്ലാസ് കാലിയാക്കി, സിഗരറ്റ് കുത്തിക്കെടുത്തി എഴുന്നേറ്റു. കാറിൽ കയറുമ്പോൾപ്പോലും അവൻ എന്നെ നോക്കാതിരുന്നു. കാർ നീങ്ങി.

ഞാൻ മഞ്ജിത് മേനോൻ. വയസ്സ് 22. ഇവർ മൂന്നുപേരും, പിന്നെ എന്നെ കൊച്ചുന്നാൾ തൊട്ട് കാണുന്ന അച്ഛനും അമ്മയും ബന്ധുക്കളുമൊക്കെ എന്നെ മഞ്ജു എന്നു വിളിച്ചു. ഇനിയും അവർക്ക് അങ്ങനെതന്നെ വിളിക്കാം. നാളെ ഞാൻ ആകാൻ പോകുന്നത് മഞ്ജുമേനോൻ ആണ്. നാളെ എന്റെ ലിംഗമാറ്റ ശസ്ത്രക്രിയ ആണ്. ഞാൻ ലിംഗം മാറുന്നത് ചന്ദ്രനെ വിവാഹം കഴിക്കാൻ വേണ്ടിയാണ്. ചന്ദ്രനെ വിവാഹം കഴിക്കാതെ ഞാൻ ജീവിക്കുമായിരുന്നു. പക്ഷേ, ചന്ദ്രൻ ജീവിക്കില്ല.

ഞങ്ങളിന്ന് ഇരുന്ന ബാറിൽ വെച്ച് ഒരു ദിവസം ചന്ദ്രൻ അത് മാംസപേശികൾ വലിഞ്ഞുപൊട്ടുമാറുച്ചത്തിൽ വിളിച്ചുപറഞ്ഞിട്ടുണ്ട്.

"ഇവൻ എന്റെ പെണ്ണാണ്. ഈ മഞ്ജു ഇവനെ തന്നാൽ ഞാൻ ജീവിക്കാം. ഇല്ലെങ്കിൽ നേഹാ, ചന്ദ്രനെ കുഴിച്ചിട്ടേക്കു."

ജർമ്മനിയിൽനിന്ന് ചന്ദ്രന്റെ ഡാഡി വിളിക്കുന്നത് വല്ലപ്പോഴും മാത്രം. അന്ന് ആ അലർച്ചയുടെ അവസാനം മുഴങ്ങിയത് അവന്റെ ഡാഡി ഒരു മാസത്തിനിടെ വിളിച്ച കോൾ. അവൻ അറ്റന്റ് ചെയ്തു. "ഡാഡ്, ആം ഫൈൻ."

അത് ചന്ദ്രൻ എന്നോടുള്ള പ്രണയം വെളിപ്പെടുത്തിയതിന്റെ പിറ്റേ രാത്രിയായിരുന്നു. തലേന്ന് അതേ ഞങ്ങളാൽക്കവലയിൽ വെച്ചാണ് അവൻ അതേ വാക്കുകളിൽ അത് ആദ്യമായി പറഞ്ഞതും. ആഗസ്തിലെ ഒരല്പം ചൂടും വെളിച്ചവും കുറഞ്ഞ പകലിനൊടുവിൽ ചന്ദ്രനൊഴികെ മൂന്നുപേരും നല്ല മൂഡിലായിരുന്നു. കുറേ ദിവസങ്ങൾകൊണ്ട് അവൻ വളരെ അസ്വസ്ഥത അനുഭവിക്കുന്നതായി ഞങ്ങൾക്കു തോന്നിയതിനാൽ നേഹ നിർബ്ബന്ധിച്ചു. "ഇങ്ങനെ പോകാനാവില്ല. ചന്ദ്രനെന്തെങ്കിലും പറഞ്ഞേ ഒക്കൂ. എന്താണ് പ്രശ്നം?"

മൂന്നുപേരും നല്ലതോതിൽ അപ്പോഴേക്കുതന്നെ അകത്താക്കിയിട്ടുണ്ടായിരുന്നു. നേഹ രണ്ടു ബിയർ. ചന്ദ്രൻ മൂന്നു വിസ്കി. രുസ്തം നാലു വോഡ്ക. എല്ലാവരും

പിന്നെയും മുന്നോട്ടുപോകാനുള്ള ഒരുക്കത്തിലുമായിരുന്നു. ഡ്രൈവ് ചെയ്യാൻ മുത്തുവുണ്ട്.

"നേഹാ, ഇവൻ, ഈ മഞ്ജു എന്റെ പെണ്ണാണ്." ചന്ദ്രൻ പറഞ്ഞു. അവൻ ഗ്ലാസിൽ ശേഷിച്ച തുള്ളികൾ മൊത്തി. "ഐ വാൺ ടു മാരി ഹിം".

"ബെസ്റ്റ്" രുസ്തം കലുങ്ങിച്ചിരിച്ചു.

നേഹ എഴുന്നേറ്റ് വിളിച്ചുകൂവി. "ഹേയ്... ലുക്ക്. നമ്മുടെ ചന്ദ്രൻ ഈസ് എ ഗേ..."

അവൾ നൃത്തം ചവിട്ടി. കിടന്ന എട്ടിനെപ്പോലെയുള്ള അവളുടെ നിതംബം ജീൻസിന്റെ സമ്മർദ്ദത്തിലും തുള്ളിക്കളിച്ചു. രുസ്തം, ആവേശം പൂണ്ട്, ടീ ഷർട്ട് വലിച്ചുപൊക്കി, അരക്കെട്ട് പലതവണ വിജൃംഭിപ്പിച്ച്, നേഹയുടെ കൈകോർത്ത് താളംചവിട്ടി. വഴി കണ്ടുപിടിക്കാമോ മാതൃകയിൽ സോഫകൾ വളച്ചിട്ട് ഡിസൈൻ ചെയ്തിരിക്കുന്ന ബാറിന്റെ പല കോണിലും നിന്ന് കാര്യമറിയാതെ ഓരോരുത്തരിൽ ആ നൃത്തത്തിന്റെ അലകൾ പിറന്നു.

ഒരു വിസ്കി ഗ്ലാസ് പൊട്ടിച്ചിതറിച്ചിരിച്ചു. ചന്ദ്രൻ അപ്രത്യക്ഷനായി. നേഹ കൂസിയില്ല. അത്യാവേശപൂർവ്വം അവൾ അടുത്ത ബിയർ ഓർഡർ ചെയ്തു.

ചന്ദ്രൻ ഞങ്ങളുടെ പ്രാണനാണ്. ഭൂമിയിലെ ഒരേയൊരു ബിന്ദുവിൽ ലോകത്തിന്റെ ഏതു പ്രശ്നത്തിനും പരിഹാരം ഉണ്ടാക്കാനുള്ള ഊർജ്ജം സംഭരിക്കപ്പെടുന്നുണ്ടെങ്കിൽ അത് നമ്മൾ നില്ക്കുന്ന ഇടമാണ്. ചന്ദ്രൻ പറയും. "ഞങ്ങൾക്ക് ആ ഊർജ്ജത്തിന്റെ ഊരും പേരും ചന്ദ്രനാണ്."

നേഹാ നരെയ്ൻ ഡൽഹിയിൽനിന്നും രുസ്തം ബാനർജി കൊല്ക്കത്തയിൽനിന്നും മഞ്ജിത് മേനോൻ പട്ടാമ്പിയിൽനിന്നും ചെന്നൈയിലെ ചന്ദ്രകാന്ത് ഗോപിനാഥ് എന്ന ഊർജ്ജഗോപുരത്തിലേക്ക് എത്തിച്ചേരുകയായിരുന്നു. വഴി തേടിയല്ല, വഴികളായി. ലക്ഷ്യമായി ചന്ദ്രൻ നിന്നു. 'ഇമേജ്' അവൻ ഞങ്ങൾക്ക് തന്നു. ഇഷ്ടമുള്ളപ്പോൾ മാത്രം വന്ന് ജോലി ചെയ്യാൻ. ഞാൻ ആദ്യമായി ചെയ്ത ഗ്രാഫിക്സ് നോക്കി അവൻ പറഞ്ഞു. 'ശബ്ദത്തിന്റെ ഇമേജുകൾ' ഞാൻ ചിരിച്ചു. വർക്കിനിടയിൽ വരയ്ക്കണമെന്ന് തോന്നിയാൽ വലത്തേ മുറ്റത്ത് ക്യാൻവാസ് റെഡി. തെക്കേ ഇറയം സ്മോക്കിങ് ഏരിയ. മ്യൂസിക്കിനും ഫിലിമിനുമായി അതിന്റെ ഇടത്ത് ഹോം തിയേറ്റർ. ജോലി കഴിഞ്ഞ് ഓരോ ദിവസവും അവൻ ഞങ്ങളെ ഫ്ളാറ്റിലെത്തിച്ചു. വഴിക്ക് ബാറിൽ കയറ്റി വിശിഷ്ടമദ്യത്തിന്റെ സൽക്കാരം. "ജീവിതമാടാ വലുത്." അവൻ രുസ്തത്തോട് പറഞ്ഞു. ഞങ്ങൾ മൂന്നുപേരുടെയും അക്കൗണ്ടുകളിൽ എന്നും വലിയ തുക നിറഞ്ഞു കിടന്നു. എ ടി എം കാർഡുകൾ പേഴ്സിന്റെ അടരുകളിൽ എവിടെയോ ധനികാലസ്യത്തിലാണ്ടു.

അന്ന് ലിഫ്റ്റിറങ്ങുമ്പോഴും നേഹ ചിരിക്കുന്നുണ്ടായിരുന്നു. അവളെന്നെ കെട്ടിപ്പിടിച്ചു ചുംബിച്ചു. "മഞ്ജൂ, ബീയിങ് പാർട്ട്ണർ ഓഫ് എ ഗേ റിലേഷൻഷിപ്പ്. അതൊരു വണ്ടർഫുൾ ഐഡിയ തന്നെ." അവൾ വീണ്ടും ചുംബിച്ചു. പിറകിൽ നിന്ന് രുസ്തത്തിന്റെ വകയും കിട്ടി അതുതന്നെ. "മഞ്ജൂ, ലക്കി ബോയ് യു ആർ." താഴെ കാറിനു പുറകിൽ ചന്ദ്രൻ സിഗരറ്റ് ആഞ്ഞുവലിച്ച് നില്ക്കുന്നുണ്ടായിരുന്നു.

കാർ ഫ്ളാറ്റിന് മുന്നിലെത്തിയപ്പോൾ ചന്ദ്രൻ പറഞ്ഞു. "മഞ്ജു ഇറങ്ങുന്നില്ല."

ചന്ദ്രകാന്തത്തിന്റെ വിശാലമായ ലോണിൽ ഞങ്ങളിരുന്നു. ഉദ്യാനം വഴി ഉടുപ്പിടാത്ത ഒരു കാറ്റ് ഓടിവന്ന് മറഞ്ഞു. ഉള്ളതിൽ ഒരു പങ്ക് ഇരുൾ അന്നത്തെ പകലിന് കടം കൊടുത്ത രാത്രി ആ നഷ്ടത്തിൽ നരച്ചുകിടന്നു. അല്പമകലെ ഒരു രംഗാവിഷ്കാ

രത്തിനെന്നപോലെ ദീപക്കോളാമ്പികളേന്തി നില്ക്കുന്ന രണ്ട് സ്തൂപാംഗനമാർ. നൃത്തത്തിൽ അവരവരുടെ ചുവടിനായി വിവിധ പോസുകളിൽ കാത്തു നില്ക്കുന്ന തരുണവൃക്ഷങ്ങൾ. കുറച്ച് മഞ്ഞുമുണ്ട്. ചന്ദ്രന്റെ ഡാഡി സിംഗപ്പൂരിൽനിന്ന് ജർമ്മനിയിലേക്ക് ഷിഫ്റ്റ് ചെയ്യുന്ന കാലത്ത് പണിതതാണ് ഈ ബംഗ്ലാവ്. പകുതിയിലേറെയും വെറുതേ കിടക്കുന്നു. ഉദ്യാനം നോക്കാനും അകപ്പണിക്കും കുശിനിക്കുമായി വരുന്നവരെയെല്ലാം ചന്ദ്രൻ വീടിന്റെ ഓരോ ഭാഗത്തായി താമസിപ്പിച്ചു. ഒരു ബീഹാറിയും രണ്ടു മധുര സ്വദേശികളും ഒരു ചങ്ങനാശേരി നായരും. ഔട്ട് ഹൗസിൽ പകൽനേരം സംഗീതക്ലാസുണ്ട്. വാസനാ രാമനാഥൻ എന്ന ടീച്ചറും പത്തു കുട്ടികളും വരും. ഉച്ചവരെ അവരുണ്ടാകും. എങ്കിലും ഏകാന്തതയുടെ വസന്തമാളികയായിരുന്നു അത് ഏറെയും.

ഒരു ഡ്രിങ്കിന്റെ പകുതിയോളം മൗനത്തിനുശേഷം ചന്ദ്രൻ എന്റെ പിന്നിൽ വന്നു നിന്നു. ഒരു ദ്വിപുരുഷ പ്രണയാഖ്യായികയുടെ സമാരംഭത്തിന് ഞാൻ കാത്തു.

"മഞ്ജു, ഞാൻ ഗേ അല്ല."

എന്റെ ചുമലിൽ ബലമായി പിടിച്ചിരിക്കുന്ന കൈ പട്ടാമ്പിയിൽ ഒരു മാഷിനും ടീച്ചർക്കും അന്നം നല്കുന്നുണ്ടെങ്കിൽ എനിക്കത് വിശ്വസിക്കാം.

ചന്ദ്രൻ തുടർന്നു, "ഗേ ആണെന്നു പറയുന്നതിൽ അപമാനമൊന്നും ഉണ്ടായിട്ടല്ല എന്നതാണ് ശരി."

"നീയോർക്കുന്നുണ്ടോ ഒരിക്കൽ രുസ്തം ബാറിലിരുന്ന് ചോദിച്ചത്? ചന്ദ്രൻ, നിനക്ക് ഈ നേഹയെ പ്രേമിച്ചാലെന്താ?" എന്റെ മറുപടി ഇങ്ങനെയായിരുന്നു: "എടാ അതിനേക്കാൾ നല്ലത് കാഴ്ചയിലെങ്കിലും അല്പം പെണ്ണായ മഞ്ജുവിനെ പ്രേമിക്കുകയല്ലേ?"

"മഞ്ജു, നിനക്കറിയുമോ മനസ്സ് കേൾക്കാതിരിക്കെ, ആത്മാവിനെ വിളിച്ചുണർത്തുന്നുണ്ടെങ്കിൽ, ശബ്ദമാകാം പ്രണയം." പിടിവിട്ട് വീണപോലെ ഞാൻ പറഞ്ഞ മറുപടിയിൽനിന്ന് എന്റെ പ്രണയം ആരംഭിക്കുകയായിരുന്നു. പറഞ്ഞപാടെ നിന്റെ മുഖത്തേക്കു നോക്കിയപ്പോൾ നീ തന്ന ചിരി എന്നെ സംബന്ധിച്ച് ഞാൻ പ്രേമിക്കുന്നയാളിന്റേതായിരുന്നു. പറഞ്ഞ വാക്കുകൊണ്ട് ഞാൻ, നിന്നെ എന്റെ പ്രണയിനിയാക്കി. അപ്പോൾത്തൊട്ട് പുതുതായല്ല, കാലങ്ങൾ തൊട്ടേ. നിന്നോടു കാണിച്ച കരുതലത്രയും നിന്നെ എന്റെ കരവലയത്തിൽ സൂക്ഷിക്കൽ തന്നെയായിരുന്നുവെന്ന് എനിക്കു തോന്നി.

തോന്നലുകൾ പിന്നെ എനിക്ക് കർമ്മകാരണങ്ങളായി. നിന്നെ ഞാൻ മാറ്റിവരച്ചുകഴിഞ്ഞിരുന്നു. ഡാഡിയുടെയോ മരിച്ചുപോയ മമ്മിയുടെയോ ഒരു ഛായാചിത്രവുമില്ലാത്ത എന്റെ മുറിയിൽ ഒരിക്കൽ നമ്മൾ ഗോവയിൽ പോയപ്പോൾ എടുത്ത നിന്റെ അതിമനോഹരമായ ചിത്രം ഞാൻ സ്ഥാപിച്ചു. ഓഫീസിലിരിക്കെ നിന്നെ ഓരോ തവണയും കാണാനായി ക്യാബിനു പുറത്തിറങ്ങാൻ, നേഹയോടോ രുസ്തത്തോടോ സംസാരിക്കാൻ ഞാൻ കാരണങ്ങളുണ്ടാക്കി. നേഹയ്ക്കുവേണ്ടി ഷോപ്പിങ്ങിനു പോയപ്പോൾ അവൾ വാങ്ങിയതെല്ലാം ഞാൻ അവൾ കാണാതെ ഒരിക്കൽക്കൂടി വാങ്ങി. അതെല്ലാം ഇട്ടൊരുങ്ങിയ നീ, ചന്ദ്രൻ ബംഗ്ലാവിനകത്തേക്ക് ചൂണ്ടി ദാ ആ മുറിയിൽ എന്നെ കാത്തിരിപ്പുണ്ട്.

ചന്ദ്രൻ നിർത്തി.

അപ്പോഴത്തെ എന്റെ മൗനം രണ്ടുപേരുടേതായിരുന്നു. ഒന്നും പറയാൻ കഴിയാത്ത ഒരാളുടെയും പിന്നെ ഒന്നും പറയാൻ കഴിവില്ലാത്ത ഒരാളുടെയും.

ചന്ദ്രൻ വിസ്കി താഴെ വെച്ച് എന്നെ എഴുന്നേല്പിച്ച് കോർത്തുപിടിച്ചു. "മാറാമോ,

മഞ്ജു, ഈ ശരീരം മാത്രം? ഈ കായകവചം? ഉടുപ്പൊന്ന് മാറും പോലെ മാത്രം?"

വാട്ടിയ വാഴയിലയുടെ മണവും മെഴുക്കുമുള്ള ചന്ദ്രന്റെ നെഞ്ചുവിരിപ്പിനും ഹസ്തശിഖരങ്ങൾക്കുമിടയിൽ ഒരു നിമിഷം ഞാൻ തളർന്നുനിന്നു. "ഐ വാൺ ടു ബി എലോൺ."

ചന്ദ്രൻ എന്നെ കാറിലെത്തിച്ചു. ഒരു വാക്കുപോലും പിന്നെ ഉരിയാടാതെ, ശുഷ്കവിഭവങ്ങളിൽ നാൾ കഴിച്ച് തളർന്നുറങ്ങുന്ന നാടോടികളെ പിന്നിട്ട് കാർ ഫ്ളാറ്റിലെത്തി. പാതി ചിമ്മിയ ജാരന്റെ മുഗ്ധനേത്രങ്ങളോടെ അത് ഗേറ്റു കടന്ന് പാർക്കിങ് ഏരിയയിലെത്തി എന്നെ ഇറക്കി തിരിച്ചുപോയി.

പിറ്റേന്ന് നാലുപേരും ബാറിലിരുന്ന് ഡ്രിങ്ക് ഒഴിക്കാതെ പാലിച്ച മൗനം തന്നെ ചോദ്യം ചെയ്യലാണെന്ന് ചന്ദ്രൻ കരുതിക്കാണണം. അവന്റെ സിഗരറ്റ് കത്തിക്കുമ്പോഴുള്ള കരചലനങ്ങൾ അതിനുള്ള അസ്വസ്ഥത വെളിപ്പെടുത്തി. പക്ഷേ, മുഖം, പറയാനുള്ളത് പറഞ്ഞുകഴിഞ്ഞതിന്റെ സ്വസ്ഥതയിലുമായിരുന്നു. അതുകൊണ്ടുതന്നെ ഈ നാലാൾമൗനം എനിക്കുള്ള ചോദ്യമാണെന്ന് എനിക്കും തോന്നി. പറയേണ്ടതു ഞാനാണ്.

കുങ്കുമനിറമാണ് ബാറിലെ ഓരോ മനുഷ്യനും. ഒരാചാരംപോലെ ബാർ വെളിച്ചത്തിന്റെ ആ നിറം വാരിപ്പൂശി വെളിച്ചപ്പാടാകാൻ പതിവുസന്ദർശനം നടത്തുന്നവർ. ചിലർക്കിത് പ്രാർത്ഥനാമുറിയാണ്. ചിലർക്ക് കുമ്പസാരക്കൂട്ടും.

പറയേണ്ടതു ഞാനാണ്.

കീബോർഡിൽ ഇന്നും കേശവിന്റെ വിലാപമാണ്. ദൂരെനിന്നു അവൻ കൈപൊക്കി വിഷ് ചെയ്തപ്പോൾ ഞാൻ തലതാഴ്ത്തി സ്വീകരിച്ചു.

പറയേണ്ടത് ഞാനാണ്.

പക്ഷേ, പറഞ്ഞത് രുസ്തമാണ്. "ചന്ദ്രന് പെണ്ണായാലെന്താ?"

നേഹ പൊട്ടിത്തെറിക്കുമെന്നാണ് ഞാൻ കരുതിയത്. പക്ഷേ, പൊട്ടിത്തെറിച്ചത് ചന്ദ്രനാണ്.

"ഇവൻ എന്റെ പെണ്ണാണ്. ഈ മഞ്ജു. ഇവനെ തന്നാൽ ഞാൻ ജീവിക്കാം. ഇല്ലെങ്കിൽ നേഹാ, ചന്ദ്രനെ കുഴിച്ചിട്ടേക്കൂ."

ഒരലർച്ച ആ ടേബിളിൽനിന്ന് ആ ബാർ എപ്പോഴും പ്രതീക്ഷിക്കുന്നുണ്ട്. ഓരോ തവണയും ഒരല്പനേരം നെഞ്ചിടിച്ച് എല്ലാവരും അതിനോട് സഹകരിക്കും. ഡാഡിയോട് സംസാരിച്ചുകഴിഞ്ഞ ചന്ദ്രനെ നേഹ വീണ്ടും അടുത്ത് പിടിച്ചിരുത്തി. അവന്റെ കൈ പിടിച്ച് സ്വന്തം നെഞ്ചോടു ചേർത്ത് അവൾ ചോദിച്ചു. "ആർ യു ഡബിൾ ഷുർ?"

"ബറി, മീ, ഇൻസ്റ്റഡ് ഓഫ് മൈ ലവ്." ചന്ദ്രന്റെ മറുപടി.

നേഹ തലകുനിച്ച് ബിയർഗ്ലാസിന്റെ പിടിയിൽ വിരലുകൾ മുറുക്കി. തൊട്ടടുത്ത് ഇനിയും ശൂന്യതമാത്രം നിഴലിച്ചുനില്ക്കുന്ന മുഖവുമായിരിക്കുന്ന എന്റെ നേർക്ക് നിസ്സഹായതയും പ്രതീക്ഷയും കലർന്ന നോട്ടം അവൾ അയച്ചു. അതിൽ വിലാസമെഴുതാതെ കുറച്ച് കണ്ണീര് പൊതിഞ്ഞുവെച്ചിട്ടുണ്ടെന്ന് എനിക്കുറപ്പായിരുന്നു. കണ്ടുമുട്ടിയതിനുശേഷം എന്നെ കരുതലോടെ മാത്രം നോക്കിയിട്ടുള്ള ആ കണ്ണുകളുടെ ദൗർബല്യം വെളിപ്പെടുന്നതു കാണാൻ ഞാൻ ഇഷ്ടപ്പെട്ടില്ല.

ഞാനവളുടെ പുറത്തുതട്ടി.

"ഡോൺ ബി സില്ലി നേഹാ. ഐ കാൻ ചെയ്ഞ്ച്. പക്ഷേ, അതിനുമുൻപ് എനിക്ക്

ഇപ്പോഴത്തെ ഉടുപ്പുകൾ അഴിച്ചുവെക്കാൻ സമയം വേണം. ലിംഗമില്ലാത്ത നഗ്നത. നിർലൈംഗികതയുടെ ഇടവേള, പ്ലീസ്."

അടുത്ത പന്ത്രണ്ടു ദിവസം ഞാൻ ഫ്ളാറ്റിൽ എന്റെ ജനാലകൾക്കടുത്ത് ലോകത്തെ നോക്കി ഇരുന്നു. താഴെ പെട്ടെന്നു കാണാവുന്നത് ഒരുനാൽക്കവലയാണ്. ഈ ഫ്ളാറ്റിൽ ജീവിതം തുടങ്ങിയതുമുതൽ രാവിലെ നേർത്തവിരകൾകൊണ്ട് വരച്ച ഒരു പ്ലസ് ചിഹ്നമായി മാത്രമേ ഞാനത് കണ്ടിട്ടുള്ളൂ. പക്ഷേ, ഈ ദിവസങ്ങളിൽ അത് ഉച്ചയോടെ മനുഷ്യർ നിറഞ്ഞു വീർക്കുന്നതും രാത്രിയോടെ വീണ്ടും മെലിയുന്നതും ഞാൻ കണ്ടു. ഫ്ളാറ്റുകൾ നല്കുന്ന പുത്തൻകാഴ്ചകളിൽ മനുഷ്യർ പ്രണയത്തിന്റെ ലാഞ്ഛന ഇല്ലാത്തവരാണ്. താഴെ കടന്നുപോകുന്ന ഓരോ മനുഷ്യനും ഒരു ക്ലാസിഫൈഡ് പരസ്യമാണ്. പ്രണയമില്ലെന്ന കള്ളപ്പരസ്യം. ചന്ദ്രന് അങ്ങനെയാകാൻ കഴിഞ്ഞില്ല. ഉള്ളിലെ ഉദയം കെടുത്തി ഇരുണ്ട്, ഏന്തിവലിഞ്ഞ്, ഒരു വഴുതനങ്ങ സ്വത്വമാകാൻ അയാൾ തയ്യാറല്ല. എന്റെ പുറത്തുവരാത്ത ശബ്ദത്തിന്റെ പതിൻമടങ്ങ് ഭാരം, വെളിപ്പെടാൻ നാക്ക് വളരുംവരെ ആ പ്രണയം പേറി നടന്നപ്പോൾ അവൻ അനുഭവിച്ചിരിക്കണം. ഒടുവിലൊരു അഗ്നിപർവ്വതശിശുവിനോളം കോമരം തുള്ളി വെളിച്ചപ്പെട്ടപ്പോഴും അത് തിരിച്ചു പ്രതീക്ഷിക്കുന്നത് നിരാസം മാത്രമാണ്. ലോകത്തിന്റെ പരിഹാസവും. പന്ത്രണ്ടു നാൽക്കവലകൾ പിന്നിട്ട് പതിമ്മൂന്നാം ദിവസം ക്ലാസിഫൈഡ് പൂരത്തിൽനിന്ന് കണ്ണ് പിൻവലിച്ചുകൊണ്ട് ഞാൻ തീരുമാനിച്ചു. എനിക്ക് ആ നിരാസത്തെ നിരസിക്കണം.

''ചന്ദ്രനോട് പറയൂ ഞാൻ തയ്യാറായെന്ന്.'' അന്ന് ഓഫീസിലേക്കു പുറപ്പെടുകയായിരുന്ന നേഹയുടെ വിരലുകൾ ഞാൻ കോർത്തുപിടിച്ചു. ഉണങ്ങിയ മുഖലേപനം പോലെ വിമ്മിട്ടം അവളുടെ മുഖത്തുനിന്ന് പൊടിഞ്ഞുപോയി. അവളെന്നെ ആശ്ലേഷിച്ചു "മഞ്ജു, യു ആർ ഗ്രേറ്റ്."

എല്ലാം ചന്ദ്രൻ ഏർപ്പാട് ചെയ്തു. എനിക്കറിയേണ്ടാത്ത, ഞാൻ ശ്രദ്ധിക്കാൻ മിനക്കെടാത്ത കാര്യങ്ങൾ. അപ്പോളോയിലാണ് ശസ്ത്രക്രിയയെന്നും ഏറ്റവും സീനിയർ ഡോക്ടറുടെ നേതൃത്വത്തിലാണ് ചികിത്സയെന്നും നേഹ പറഞ്ഞു. ചന്ദ്രൻ ആവശ്യപ്പെട്ട ദിവസം അവൾ എന്നെയും കൂട്ടി ഡോക്ടറുടെ അടുത്തു ചെന്നു.

ഡോക്ടർ ചോദിച്ചു. ''യൂ ലുക്ക് എ കോൺഫിഡന്റ് ഹാൻസം ഗൈ. എന്താ വേണ്ടത്?"

ഞാൻ മിണ്ടാതിരുന്നു.

ഡോക്ടറുടെ മൊബൈൽ ശബ്ദിച്ചു. സംസാരിച്ചുകഴിഞ്ഞ് ഡോക്ടർ എന്നോട് ചോദ്യം ആവർത്തിച്ചു. "എന്തിനാ ലിംഗം മാറുന്നത്?"

ഞാൻ വീണ്ടും മിണ്ടിയില്ല.

"അവൻ ഊമയാണ്." നേഹ ഡോക്ടറെ അറിയിച്ചു.

ഡോക്ടർ കുര്യാത്തി ചിരിച്ചു. "ഊമയെന്നാൽ ശബ്ദമില്ലാത്തവൻ. പക്ഷേ, ഇവന്റെ ശബ്ദം ആരുകേട്ടു?"

"ഞങ്ങൾക്ക് ഇവന്റെ എല്ലാ ശബ്ദവും കേൾക്കാം." നേഹ പറഞ്ഞു. "ഇവൻ ഞങ്ങളുടെ ഓമനയാണ്."

നേഹ എന്നേക്കാൾ നാലുവയസ്സിന് മൂത്തതാണ്. ചന്ദ്രൻ മൂന്നിനും രുസ്തം രണ്ടിനും.

"നല്ലത്. പക്ഷേ, ഞാൻ കൂടി കേൾക്കണ്ടേ?" ഡോക്ടർ എന്റെ നേർക്ക് ഒരു നോട്ട്പാഡ് നീട്ടി.

ഞാൻ അതിൽ എഴുതി. ചന്ദ്രന്റെ ഹൃദയത്തിൽനിന്ന് ഞാൻ കേട്ട ഒരു ട്രാൻസ് സെക്ഷ്വലിന്റെ ശബ്ദം. മാറ്റിത്തരാമോ, ഈ ശരീരം മാത്രം? ഈ കായകവചം? ഉടുപ്പൊന്ന് മാറുംപോലെ മാത്രം?

വിദഗ്ധ ഡോക്ടർമാരുടെ കൗൺസലിങ് കാലയളവിൽ ഉടനീളം ഞാൻ ആ ഉത്തരം ആവർത്തിച്ചു. ഓരോ തവണയും ഒരു പുതിയ ഡോക്ടർ മുൻപാകെ. ആ ഡോക്ടർ അത് ഉറക്കെ വായിച്ചു. അങ്ങനെ ഓരോ തവണയും ഞാൻ എന്നെ കേട്ടു. മാറ്റിപ്പറയാനാവാത്തവിധം അത് എന്റെ വാക്കുകളായപ്പോൾ ഡോക്ടർമാരുടെ സംഘം വിധിയെഴുതി. മഞ്ജിത് മേനോൻ. എ ട്രാൻസ് സെക്ഷ്വൽ ഹൂ ഈസ് ഡംബ്.

ഹോർമോൺ ചികിത്സ തുടങ്ങിയതോടെ രക്തത്തിലെ ഋതുക്കൾ സുഷുപ്തിവിട്ട് എന്റെ ധമനികളിലൂടെ പദയാത്ര തുടങ്ങി. നേഹ ഏർപ്പാടാക്കിയ ബ്യൂട്ടീഷ്യൻ എന്റെ ദേഹം മുഴുവൻ വാക്സ് ചെയ്തു. ആരോഗ്യശാസ്ത്രം അവിടെ ആൺവിള മൂർന്ന് പെൺവിള നട്ടു. നെറ്റിത്തടത്തിന്റെ വീതി കുറയ്ക്കാനായി മുന്നിലെ മുടി മാറ്റിയൊതുക്കി. വിരലുകളുടെ നീട്ടം കൂട്ടാൻ നഖങ്ങൾ കൂർപ്പിച്ചുനീട്ടി നെയിൽപോളിഷ് ഇട്ടു. പുരികങ്ങൾ നീട്ടിച്ചെത്തി, കൺപീലികളിൽ മസ്കാരയിട്ടു. ചുണ്ടുകൾ തുടുത്തിരിക്കുംവിധം ലിപ്സ്റ്റിക് ഇടാൻ പഠിപ്പിച്ചു.

"കണ്ണുകളും ചുണ്ടുമാണ് പെണ്ണിന്റെ ചിഹ്നങ്ങൾ." ബ്യൂട്ടീഷ്യൻ എന്നെ ഉപദേശിച്ചു.

ഒരു മാസത്തോളം കഴിഞ്ഞപ്പോഴേക്കും ശരീരത്തിൽ എനിക്കൊരു മുട്ട് കേട്ടു തുടങ്ങി. ഡോക്ടറെ കണ്ടപ്പോൾ ശാസ്ത്രക്രിയാ തീയതി നിശ്ചയിച്ചു. അതു നാളെയാണ്. ഇന്നു പ്രാതലിനിരുന്നപ്പോൾ ഞാൻ രുസ്തത്തെയും നേഹയെയും ഉള്ളിൽ ചിരിയോടെ നോക്കി. "ദേ, നിങ്ങളുടെ മഞ്ജുവിന്റെ ദേഹത്തിൽ അവകാശം ചോദിച്ച് ഒരു പെൺപിറ എത്തിയിരിക്കുന്നു. ആണിന്റെ കുടിയിറക്ക് നാളെയാണ്."

"അവനെ നമുക്ക് ഒന്ന് സൽക്കരിച്ചുവേണ്ടേ യാത്രയാക്കാൻ?" നേഹ ചോദിച്ചു. "ഇന്ന് നീയും ബാറിൽ വരണം."

അങ്ങനെയാണ് ദിവസങ്ങൾക്കുശേഷം ഞാൻ ആ ചങ്ങാതിക്കവലയിൽ ഇന്ന് വീണ്ടും ഇരുന്നത്. ചന്ദ്രന്റെ ഹൃദയമിടിപ്പാണ് ആ യാത്രയയപ്പിന്റെ പശ്ചാത്തലതാളമായത്.

ഫ്ളാറ്റിലെത്തിയപ്പോൾ ചന്ദ്രനും ഞങ്ങൾക്കൊപ്പം ഇറങ്ങി. അവൻ നാളെ കൂടെ വരില്ല. മൂന്നുമാസം കഴിഞ്ഞേ എന്നെ കാണുന്നുള്ളൂ എന്ന തീരുമാനം എടുത്തിട്ടുണ്ട്. ഫ്ളാറ്റിലെ ഡ്രോയിങ് റൂമിൽ അല്പനേരംകൂടി ഞങ്ങളോടൊപ്പം ഇരുന്നശേഷം ചന്ദ്രൻ ഇറങ്ങാനൊരുങ്ങി. നേഹയും രുസ്തവും അവരവരുടെ മുറികളിലേക്കു പിൻവാങ്ങി.

ബാറിൽവച്ചേ ഉരുണ്ടുകൂടിയിരുന്ന കാർമേഘങ്ങൾ ചന്ദ്രന്റെ മുഖത്ത് ഇപ്പോൾ പലപാടും ചിതറിനില്ക്കുന്നു. പല വികാരങ്ങളുടെ അകലങ്ങളിൽ കുറ്റബോധവും ഉണ്ടോ അവന്? എന്നെ നോക്കാൻ ശ്രമിക്കുംതോറും അതിൽ പരാജയപ്പെട്ട് അവൻ മുഖം താഴ്ത്തി. ഞാൻ പുറത്തിറങ്ങി ലിഫ്റ്റിനടുത്തേക്കു നടന്നു. അവിടെയെത്തിയപ്പോൾ എനിക്കു തൊട്ടുപിന്നിൽനിന്ന് ചന്ദ്രന്റെ അടക്കിയ ശ്വാസം കുതറുന്നത് ഞാനറിഞ്ഞു. ഒരു വിഷാദിയുടെ വീർപ്പുകൾ. തിരിഞ്ഞുനിന്നപ്പോൾ അവനെന്നെ ചുറ്റിവരിഞ്ഞ് എന്റെ കണ്ണുകളിലേക്ക് ഉറ്റുനോക്കി.

ഹോ! എനിക്കു തോന്നി.

പ്രണയിക്കുന്നവന്റെ കണ്ണുകൾക്ക് വിട്ടുമാറാത്ത വിശപ്പാണ്!

"എനിക്കു തെറ്റിയിട്ടുണ്ടോ മഞ്ജു?" അവൻ ചോദിച്ചു.

ഞാനവന്റെ നെഞ്ചത്ത് ഒരിടിവെച്ചുകൊടുത്തു. ഈ ചിന്തയാണ് തെറ്റ്.

"നിനക്ക് പേടിയുണ്ടോ?"

"പേടി ഒരു പരദേശിയാണ്. വന്നപോലെ മടങ്ങി."

"മാഷിനോടും ടീച്ചറോടും?"

അവർക്കിതിൽ എന്തു കാര്യം? എന്റെ ജന്മത്തിന്റെ ലിംഗം അവരുടെ അവകാശമായിരുന്നില്ലല്ലോ. അത് അവർക്കൊരു അറിവുമാത്രമായിരുന്നു.

ചന്ദ്രൻ എന്റെ നെറ്റിത്തടത്തിൽ നകാരത്തിൽ വീണു കിടന്ന മുടിനാരുകൾ നീക്കി അവിടെ ചുംബിച്ചു. പിന്നെ വിരൽത്തുമ്പുകളിൽനിന്ന് മഞ്ജിത് മേനോൻ എന്ന അവന്റെ സുഹൃത്തിനെ അവസാനമായി വേർപെടുത്തി ലിഫ്റ്റിൽ മറഞ്ഞു.

മുറിയിലെത്തി വാതിലടച്ചപ്പോൾ ആൺജന്മത്തിൽ അവശേഷിച്ച മണിക്കൂറുകൾ ഭാഗംവാങ്ങാനായി എനിക്കു ചുറ്റും കൂടി. ചെയ്യാതിരുന്നാൽ നഷ്ടബോധമായി ശല്യപ്പെടുത്തുമെന്നുറപ്പുള്ള ഒരു കാര്യം എനിക്കു ചെയ്യണം. ബാത്ത്റൂമിൽ കയറി ഞാൻ, ജനിച്ച ലിംഗത്തിലെ അവസാന കൈക്രിയയ്ക്കായി കീഴ് വസ്ത്രങ്ങൾ താഴ്ത്തി. അവിടേക്കു നോക്കിയപ്പോൾ അവനോട് അതുവരെയില്ലാത്ത സ്നേഹം തോന്നി. എന്റെ കരലാളനങ്ങളിൽ എന്നും ആത്മനിർവൃതിയടഞ്ഞവൻ. അവർ എവിടെക്കൊണ്ട് തള്ളും എന്റെയീ അരുമയെ?

പിറവികൊള്ളാനിരിക്കുന്ന പെൺഞാനുമായി നടത്തിയ ആ ആത്മഭോഗത്തിന്റെ മൂർച്ഛയിൽ എനിക്ക് കണ്ണീർ തെറിച്ചുവീണു.

ജനലിനു പുറത്ത് രാത്രി കുറച്ചുനേരം കൂടി എന്നെ കാത്തശേഷം നിദ്ര പൂണ്ടു. ഞാൻ ഉറങ്ങിയില്ല.

ബോധം ചെറുതിരമാലകൾപോലെ ഉണർത്തിയപ്പോൾ ആദ്യമറിഞ്ഞത് ഭാരമില്ലായ്മയാണ്. ഇരുകാലുകൾക്കുമിടയിൽ ബലം ചോർന്നപോലെ. കായലല്ല, കടലുമല്ല. ആകാശമല്ല, മരുഭൂമിയുമല്ല. നില്ക്കുന്നത് ഇരുട്ടിലല്ല, വെട്ടത്തുമല്ല. ബോധം ഇപ്പോൾ തിരമാലയിൽനിന്ന് മേഘപദങ്ങളോളം ഉയരെ മറഞ്ഞും തെളിഞ്ഞും മത്സരിക്കുന്ന രണ്ടു മഞ്ഞപ്പരുന്തുകളാണ്. ഒന്നിന്റെ കാലിറുക്കിൽ തൂങ്ങിക്കിടന്നത് ഒരു മാംസഭാഗം. അത് റാഞ്ചാൻ മറ്റേതിന്റെ ശ്രമം. ഇവ ഏതു ദിക്കിലേക്കാണാവോ പറക്കുന്നത്. ലിംഗജന്മങ്ങളുടെ കൊയ്ത്തും വിതയും അന്വേഷിച്ചാണോ? അവിടേക്ക് കൊത്തിപ്പറക്കുന്നതോ എന്റെ വേർപിരിക്കപ്പെട്ട പുല്ലിംഗമുദ്ര! അതു തിരിച്ചറിഞ്ഞപ്പോഴേക്കും ബോധം ഭീമൻപരുന്തിന്റെ ആകാരമുള്ള തിരമാലകളായി വിഴുങ്ങി. ഞാൻ വീണ്ടുമുറങ്ങി.

ഒരാഴ്ച ഹോസ്പിറ്റലിൽ കിടന്നശേഷം നേഹയുടെ മുറിയിലേക്കാണ് എന്നെ കൊണ്ടുവന്നത്. മഞ്ജിത് മേനോൻ താമസിച്ചിരുന്ന മുറിയിൽ നിന്ന് ആ ശരീരത്തിൽനിന്നെന്നപോലെ ഒന്നും ഇങ്ങോട്ടെടുക്കാനില്ലായിരുന്നു. അയാളെ ജീവിപ്പിച്ചിരുന്ന വസ്തുക്കൾ മഞ്ജു മേനോന് വേണ്ടതല്ല. ഹോസ്പിറ്റലിലേക്കുപോകും മുൻപ് ആ മുറിയിലെ വസ്ത്രങ്ങളെ പടം പൊഴിച്ച് പാമ്പിന്റെ പിൻനോട്ടം നോക്കി ഞാൻ വിട്ടിരുന്നു.

നേഹ പുതിയ വസ്ത്രങ്ങൾ ചന്ദ്രനോട് ചോദിച്ച് വാങ്ങിവെച്ചിരുന്നു. ചുരിദാറുകളും ടോപ്പുകളും ലേഡീസ് ജീൻസും, പിന്നെ ആ കവർ മാത്രം ഞാൻ തുറന്നില്ല.

രുസ്തം കുറച്ച് നാളത്തേക്ക് കൊല്ക്കത്തയ്ക്കു പോയി. വിട്ടുപോയ രണ്ടുപേർക്കുപകരം പെണ്ണായി കടന്നുവന്ന ഒരു പുതിയ ആളുടെ ശ്വാസവും ഗന്ധവും അവിടെയെല്ലാം വ്യാപിച്ചു. രണ്ടു പെണ്ണുങ്ങളുടെ മുറി മാത്രമായി ആ വീട്ടകം മാറി. ഓരോ ദിവസവും പുലരുന്നതിനും അവസാനിക്കുന്നതിനുമിടയിൽ എന്നെ നേഹ പെണ്ണിലേക്ക് ഒരി

ഞ്ചെങ്കിലും കൂടുതൽ അടുപ്പിച്ചു. ചിലനേരം നെഞ്ചോരങ്ങളിൽ ഫലാംഗമനത്തിന്റെ മൃദുവായ കുറുകലുകൾ ഞാൻ അനുഭവിച്ചു തുടങ്ങിയിരുന്നു. "കുറച്ചുകൂടി കഴിഞ്ഞാൽ പാഡിങ് തുടങ്ങാം." നേഹ പറഞ്ഞു: "ഷേപ്പുണ്ടാകുന്നതിന് ചില വഴികളുണ്ട്. എന്റേതു പോലെ ഇത്രയും തൂങ്ങരുത്." രണ്ട് കുഞ്ഞരയന്നങ്ങളെ കാണിച്ചു. രാത്രിയിൽ ഞങ്ങൾ കെട്ടിപ്പിടിച്ചുറങ്ങി.

നെഞ്ചകത്തെ കിരുകിരുപ്പ് ഒരു രഹസ്യം പറച്ചിൽപോലെ വളർന്നുകൊണ്ടിരുന്നു. നേഹയോടൊത്ത് ഇതുവരെ അവൾ മാത്രം പോയിരുന്നിടത്തേക്കെല്ലാം ഋതുവെളി വില്ലാപ്പതംഗംപോലെ പാറിനടന്നപ്പോൾ അത് മറക്കുകയും ചെയ്തു. ഷോപ്പിങ് മാളു കളുടെ വരാന്തകളിലൂടെ താളമിട്ട് നടക്കുമ്പോഴും സീബ്രാ ക്രോസുകളിൽ സിബ്ബ് ഇട്ടുംപോലെ റോഡ് മുറിച്ചുകടക്കുമ്പോഴും ആമ്പിള്ളേരുടെ നോട്ടങ്ങൾ ഓരോന്നും ഒരു പൂവായി വരവുവെച്ചു. പൂക്കാലം നീട്ടിയവരെ നേഹ വിരട്ടി.

കണ്ണും ചുണ്ടുമൊക്കെ ബ്യൂട്ടീഷ്യന്. ഫ്രോക്കിട്ട പെൺകുട്ടിയുടെ ചിഹ്നമുള്ള ടോയ്‌ല റ്റിൽ ആദ്യമായി കയറിയപ്പോൾ അപരിചിതത്വം നീക്കാൻ എന്റെ കൈയിൽ പിടി ച്ചുകൊണ്ട് നേഹ പറഞ്ഞു. "കാമുകനു വേണ്ടത് വിശുദ്ധിയാണ്. യൂറിൻ പാസ് ചെയ്താൽ കഴുകിയേ ഇറങ്ങാവൂ. എപ്പോഴും പെഡിക്യൂറും മെനിക്യൂറും ചെയ്യണം. ഇന്നർവേർ നല്ല പെർഫ്യൂമ്ഡ് ഡിറ്റർജന്റ് കൊണ്ട് കഴുകിവേണം ഉപയോഗിക്കാൻ. മുടിയിൽ എപ്പോഴും ഡോവ് ഇട്ട് വിരലുകൾ ഉള്ളിലേക്കു കയറ്റി സ്കാൾപ്പിൽനിന്ന് ഡാൻഡ്രു ഫ് ചുരങ്ങിക്കളയുംവിധം തേക്കണം. കഴുകി തുടച്ച് കണ്ടീഷനർ ഇട്ട് വീണ്ടും കഴുകണം. പിന്നെ വെള്ളം നല്ലപോലെ ഒപ്പിയെടുത്തശേഷം ഡ്രൈ ആയിക്കഴിഞ്ഞാൽ അല്പം സെറമിട്ട് പതുക്കെ കോംബ് ചെയ്യണം. ഓയിൽ ബാത്ത് നിനക്ക് ഞാൻ നിരോധി ച്ചിരിക്കുന്നു."

ഞാൻ പൊട്ടിച്ചിരിക്കാൻ കൊതിച്ചു. ശസ്ത്രക്രിയയല്ല. എന്നെ പെണ്ണാക്കിയത് ഈ നേഹയാണ്.

ഇന്ന് ചന്ദ്രനെ കാണേണ്ട ദിവസമാണ്. ആർഭാടമില്ലാതെ, അഭിജാതമായ ജീവി തത്തിലേക്ക് എന്നെ സ്വീകരിക്കാൻ ചന്ദ്രൻ സകല ഒരുക്കങ്ങളും ചെയ്തിട്ടുണ്ടെന്ന് നേഹ പറഞ്ഞു. അയാളുടെ ലിംഗം മാറാത്ത ജന്മത്തിലെ ഏറ്റവും ആഹ്ലാദകരമായ മുഹൂർത്തം. വിവരിക്കാനാകാത്ത സാക്ഷാൽക്കാരങ്ങൾ ആ ബംഗ്ലാവിൽ പഴയ മഞ്ജിത് മേനോന്റെ സ്ത്രീലിംഗത്തെ കാത്തിരിക്കുന്നു. എന്നെയും കൊണ്ട് അങ്ങോട്ടു പോകാൻ വേണ്ട തയ്യാറെടുപ്പിലാണ് നേഹ.

ഏതാണ്ട് ഉച്ചനേരം. ഞാൻ എന്റെയത്രയും പൊക്കമുള്ള കണ്ണാടിക്കു മുന്നിലെത്തി. എന്റെ മുന്നിൽ നിന്ന പെണ്ണിനെ ഞാൻ സൂക്ഷിച്ചുനോക്കി ലിംഗശാസ്ത്രം വിളിച്ചപ്പോൾ മുന്നുംപിന്നും നോക്കാതെ പുറപ്പെട്ടുപോന്നതിന്റെ ചെറിയൊരു അമ്പരപ്പ് ആ കണ്ണു കളിലുണ്ടോ? ആ വിളിയുടെ ആജ്ഞാശക്തിയിൽ മൂന്നുമാസംകൊണ്ട് തിരക്കിട്ട് ബാ ല്യകൗമാരങ്ങൾ പിന്നിട്ട് യൗവനയുക്തയായവൾ. മടക്കുകളിൽ ജലതരംഗങ്ങൾ വീണിരിക്കുന്നു. പാണീപാദങ്ങളിൽ പവിഴമല്ലികൾ പൂത്തു. മാംസച്ചെരിവുകളിൽ ഇക്കിളുകൾ കൂടുവെച്ചു. ആണൊരുക്കുകളിൽ കുറ്റിയറ്റ രോമരാശി അവളുടെ കേശത ടത്തിൽ വർദ്ധിത വീര്യത്തോടെ പുനരങ്കുരിച്ചു.

"നേഹ, ഞാൻ സുന്ദരിയാണോ?" എനിക്കുവേണ്ടിയുള്ള വസ്ത്രങ്ങളൊരുക്കിക്കൊ ണ്ടിരുന്ന നേഹ എന്റെ അടുത്തേക്കു നടന്നുവരുന്നുണ്ടായിരുന്നു.

അവളെന്നെ പിന്നിൽനിന്ന് വരിഞ്ഞുമുറുക്കി.

"പണ്ടേ," അവൾ പറഞ്ഞു.

പിന്നെ എന്നെവിട്ട് വീണ്ടും വസ്ത്രങ്ങൾ അടുക്കിവെക്കാൻ തുടങ്ങി. "മഞ്ജു, റെഡ് ടോപ്പിന് ചേരുക എപ്പോഴും ഡാർക്ക് ബ്ലൂ ജീൻസാണ്. ലോവെയ്സ്റ്റേ പാടുള്ളൂ. സിൽവർ റിങ്സ് നീണ്ടത് ഇടണം. ഡോൺട് ബോദർ എബൗട്ട് കട്ട്. കുനിയുമ്പോൾ, പറഞ്ഞിട്ടുണ്ടല്ലോ ഞാൻ." അവൾ വലത്തുനിന്ന് ഇടത്തേക്ക പോയി ജീൻസെടുത്ത്, തെക്കുള്ള ബാഗിൽ അതുവെച്ച്, നടുക്കുവന്ന് ഓർണമെന്റ് ബോക്സ് എടുത്ത് പിന്നിലേക്കു വന്ന്, കുനിഞ്ഞ് ടോപ്പ് മടക്കി വടക്കോട്ടു നടന്നു. ഹാൻഡ് ബാഗ് നോക്കി അതിൽ കോംബ് ഉണ്ടെന്ന് ഉറപ്പുവരുത്തിക്കൊണ്ട് പറഞ്ഞു. "നിന്നെ കണ്ടാൽ ചന്ദ്രൻ എന്നെ പ്രെയ്സ് ചെയ്യും. ഷ്വർ" അവൾ കുടുകുടാ ചിരിച്ചു.

ആ ചിരിയുടെ തണുത്ത കാറ്റിൽ ആളിയത് എന്റെ നെഞ്ചിലെ തീയാണ്. ഞാനവളെ നോക്കി. അതെന്റെ നിമിഷമാണെന്ന് എനിക്ക് തോന്നി. ഋതുസംക്രമണത്തിന്റെ കാൽപ്പെരുമാറ്റങ്ങൾക്കിടയിൽ അന്തഃകരണം ഒരു തിളപ്പുപോലെ പറഞ്ഞു കൊണ്ടിരുന്ന രഹസ്യം എനിക്ക് അന്നേരം കൂടുതൽ ഉച്ചത്തിൽ കേൾക്കാമായിരുന്നു. ഒരു നിമിഷാർദ്ധം കൊണ്ട്, അതെന്റെ കൊടുമുടി വെട്ടി പാതാളം തുരന്ന കിഴക്കാം തൂക്കായ അടിവയറ്റിലേതുൾപ്പെടെ ശരീരത്തിന്റെ എല്ലാ ദ്വാരങ്ങളിലും കുടി തിളച്ചുപൊങ്ങി. കുഞ്ഞരയന്നക്കൂട്ടിൽ എന്നെ വളർത്തിയവൾ, ഇവൾ എന്റെ ലിംഗത്തിന്റെ അവകാശി.

"നേഹ, നമുക്ക് ചന്ദ്രനെ കാണാൻ പോകണ്ട."

നേഹയുടെ ചിരി തിരശ്ചീനമായി മരിച്ചു. ഒരു യന്ത്രപ്പാവയെപ്പോലെ അവൾ എന്റെ നേർക്കു വന്നു.

"നീ എന്താ പറഞ്ഞേ?" അവളുടെ ചുണ്ടുകൾ വിറച്ചിരുന്നു.

"എനിക്ക് ചന്ദ്രനെ കാണണ്ട." ഞാനവളെ കോർത്തുപിടിച്ചു. "മാറാമോ നേഹാ, ഈ ശരീരം മാത്രം? ഈ കായകവചം? ഉടുപ്പൊന്ന് മാറ്റുംപോലെ മാത്രം? നേഹാ, നിനക്കെന്റെ ആണാകാമോ?"

ആംഗ്യഭാഷ തിരിച്ചറിയാൻ നേഹ എപ്പോഴുമെടുക്കുന്ന ചെറിയ സമയം പോലും ഞാൻ കാത്തുനിന്നില്ല. ഒറ്റക്കുതിപ്പിൽ കുതറിമാറി, കുറ്റിയറ്റവൻ കൈവിട്ട പതാകച്ചിന്തുപോലെ, ശസ്ത്രക്രിയകളിൽ ഒറ്റിക്കൊടുക്കപ്പെടുന്ന അവയവത്തുണ്ടുകൾ വലിച്ചെറിയുന്ന സ്ഥലം അന്വേഷിച്ച് ഞാൻ പറക്കാൻ തുടങ്ങി. നേഹ ജനലിന്റെ അരികിൽ വന്ന് നോക്കുമ്പോഴേക്കും ഞാൻ ആകാശത്തിൽ ഒരു കാക്കക്കീറുപോലെ ആയിക്കഴിഞ്ഞിരുന്നു. ബോധപ്പരുന്തുകൾ എന്നെ വഴികാട്ടി.

ദേവദാസ് വി എം

അഗ്രഹസ്തം

'Metaphor is half way between the unintelligible and the commonplace.'
-Aristotle

നരച്ചമുടി

പത്മിനിയുടെ മൊബൈലിൽ അലാറം അടിച്ചപ്പോൾ ആദ്യം ഉണർന്നതും മണിയൊച്ച തെല്ലനേരം അടങ്ങാനുള്ള കീ ഞെക്കിയതും സൈമണാണ്. തന്റെ വലത് കവിൾ അവന്റെ നെഞ്ചോട് ചേർത്തു കിടക്കുകയായിരുന്ന പത്മിനി. രതിമൂർച്ഛയുടെ നിറവിന് ശേഷം പുതപ്പിനടിയിൽ വിയർപ്പ് പറ്റി കെട്ടിപ്പിടിച്ച കിടന്നുള്ള മയക്കം മുറിഞ്ഞപ്പോൾ തന്റെ മുഖത്തേക്ക് പാറിവീണ നീളൻ മുടിയിഴകൾ സൈമണെ അലോസരപ്പെടുത്തി. ഒന്നമർന്നിരുന്നാൽ കടകടായെന്ന് ഇളകുന്ന കട്ടിലും തലയ്ക്കും മുകളിലായി കരകരായെന്ന് കറങ്ങുന്ന ഫാനുമായിരുന്നു അതുവരെ ആ മുറിയിൽ ശല്യമായി തോന്നിയിരുന്നത്. ദാനം കിട്ടിയ പശുവിന്റെ പല്ലെണ്ണരുതെന്നും കൂട്ടുകാരൻ ജോലിക്കുപോയ സമയത്ത് അവന്റെ വാടകമുറിയിൽ കുത്തിമറിയാനായി എത്തുമ്പോൾ ഇത്തരം ചെറിയ അസൗകര്യങ്ങളെപ്പറ്റി പറയരുതെന്നുമാണ് പത്മിനിയുടെ നിർദ്ദേ

ശങ്ങൾ. മുടിയുടെ കാര്യം പിന്നെ മിണ്ടിക്കൂടാ. കള്ളപ്പിണക്കത്തോടെ കയർത്തുകയറ്റം.

"നിനക്ക് തോന്നുമ്പോൾ തലോടാം ഉമ്മ വയ്ക്കാം മൂക്കുരുമ്മാം. പിടിച്ച് വലിക്കാം അല്ലേ? ഉറങ്ങുമ്പോൾ മാത്രം നിന്റെ മുഖത്തോട്ട് രോമം വീണ് ശല്യപ്പെടുത്താതിരിക്കാനായി ഊരി വയ്ക്കാനിത് വിഗ്ഗൊന്നുമല്ല. മനസ്സിലായോ?"

ചിരിച്ചുകൊണ്ട് തലയിളക്കുകയേ നിവൃത്തിയുള്ളൂ സൈമണ്. അല്ലെങ്കിൽ പത്മിനിയുടെ കള്ളപ്പിണക്കം ശരിക്കും വഴക്കായി മാറും. ചിലപ്പോൾ ചാടിയെഴുന്നേറ്റ് പൊയ്ക്കളയും. അതിനു മുന്നെ പ്രേംനസീറിനെ അനുകരിച്ച് മൻകോപക്കാരീ... എന്ന് നീട്ടി വിളിച്ച് പാടി ചിരിപ്പിക്കണം. അവളൊരു മുല്ലപ്പൂങ്കാവും പച്ചിലക്കാവും തങ്കനിലാവുമാണെന്ന് തീർച്ചപ്പെടുത്തി കോപമടക്കണം. അത്തരം പിണക്കങ്ങളുടെ പലയാവർത്തി ഓർമ്മകളെയാണ് താൻ താലോലിക്കുന്നതെന്നോണം പുഞ്ചിരിച്ചുകൊണ്ട് തലമുടിയിൽ തഴുകുന്നേരമാണ് ഇടതൂർന്ന കറുത്ത മുടിയിഴകളുടെ കൂട്ടത്തിൽ ഒറ്റപ്പെട്ട ഒന്നിനെ സൈമൺ ശ്രദ്ധിച്ചത്. ഒരു നീളൻ വെള്ളിവര. ഒരേയൊരു നരച്ച മുടി.

മൊബൈലിൽ വീണ്ടും മണിയൊച്ച മുഴങ്ങിയതോടെ പത്മിനി ഉച്ചമയക്കം വെടിഞ്ഞു. കണ്ണുതുറന്നെങ്കിലും കട്ടിൽ വിട്ടെഴുന്നേല്ക്കാനുള്ള മടിയോടെ മുഖം കൂർപ്പിക്കുന്നത് കണ്ടപ്പോൾ സൈമൺ കുസൃതി പൂണ്ട് ഇക്കിളിയിട്ടു. അത് തടയാനൊരുങ്ങിയ അവളെ പൂണ്ടടക്കം ചേർത്തുപിടിച്ച് ചോദിച്ചു.

"ഇന്നിനിയിപ്പോൾ നിങ്ങൾക്ക് വീട്ടിൽ പോകണോ?"

"അയ്യോ! പോകാതെ പറ്റില്ല. നാളെ അച്ഛന്റെ ശ്രാദ്ധമാണ്. ഒരിക്കലും പ്രാർത്ഥനയും ഒക്കെയായി അമ്മയിപ്പോൾത്തന്നെ വല്ലാത്തൊരു അവസ്ഥയിലായിരിക്കും. വൈകുന്നേരത്തിനെങ്കിലും വീടെത്തണം. നാളെ അമ്മയെയും കൂട്ടി തിരുവില്വാമല ഐവർ മഠത്തിൽ ചെന്ന് ബലിയിടണം."

"അപ്പോൾ ബെർത്ത്ഡേ ദിവസം ഞാൻ തനിച്ച്. വെറുതെ ഒരു ലീവ് പോയിക്കിട്ടി."

"അയ്യട മോനേ... ഒരു ലീവ് പോയതിന്റെ വിഷമം. പിറന്നാൾ സമ്മാനമായിട്ട് കാലത്ത് മുതൽ ഉച്ചവരെ ഈ കിടന്ന് കുത്തിമറിഞ്ഞത് പോരേ?"

"പോരെങ്കിൽ?"

അങ്ങനെ ചോദിച്ചെങ്കിലും പുതപ്പിനടിയിൽ നിന്ന് പിറന്നപടിയാലെ ചാടിയെഴുന്നേറ്റു ചെന്ന് മേശപ്പുറത്തുവച്ചിരുന്ന ഹാൻഡ് ബാഗിൽനിന്നൊരു സമ്മാനപ്പൊതിയുമായി പത്മിനി മുന്നിൽ വന്നുനില്ക്കുമെന്ന് സൈമൺ ഒട്ടും പ്രതീക്ഷിച്ചില്ല.

"അതിന് ബെർത്ത് ഡേയുടെ കാര്യം ഇവിടെ വന്നപ്പോൾ അല്ലേ ഞാൻ ഓർമ്മിപ്പിച്ചത്. പിന്നെ ഇതെങ്ങനെ ഒപ്പിച്ചു?"

"ഒന്നുകിൽ മഹേന്ദ്രജാലം. അല്ലെങ്കിൽ പിന്നെ ഈ ദിവസം ഓർത്തുവയ്ക്കാൻ മാത്രം അടുപ്പമൊക്കെ എനിക്ക് സൈമൺ ചാക്കോയുമായി ഉണ്ടെന്നങ്ങട് കൂട്ടിക്കോ. അപ്പോൾ പിറന്നാൾ സമ്മാനത്തിന്റെ കാര്യത്തിൽ ഒരുതീരുമാനം ആയില്ലേ? പിന്നെ വൈകുന്നേരം തനിച്ചാകുന്നതിന്റെ സങ്കടം. അതിന് നീ വീട്ടിലോട്ടു പോകുകയല്ലേ? അവിടെ നാട്ടുകാരുടെ പേടിസ്വപ്നമായ നിന്റെ ചേട്ടൻ ഉണ്ടാകുമല്ലോ അനിയനെ പുന്നാരിക്കാൻ."

"നിങ്ങള് അവനെപ്പറ്റി അങ്ങനെയൊന്നും പറയരുതെന്നേയ്."

"ഓഹ് അക്കരയിൽ ഡേവിസിന്റെ ഗുണ്ടയെ പിന്നെങ്ങനെ പറയണം. അളുടൊന്ന്

പറ? കുറച്ച് കഥകളൊക്കെ നീ പറയാതെതന്നെ ഞാൻ കേട്ടിട്ടുണ്ട്."

"അങ്ങനാണെങ്കിൽ ആന്റണി മാത്രമല്ല. എന്റെയപ്പനും ഉണ്ടയായിരുന്നു. അക്കരയിൽ കൊച്ചൗസേപ്പിന് വേണ്ടി തല്ലാനും കൊല്ലാനും നടന്ന ചാക്കോയെപ്പറ്റിയും നിങ്ങള് കേട്ടുകാണും."

"നല്ലൊരുദിവസായിട്ട് അതുമിതും പറഞ്ഞ് നമ്മള് തമ്മില് ഉരസലുണ്ടാക്കണ്ട സൈമാ. അങ്ങാടീല് വച്ച് നിന്റെ ചേട്ടച്ചാരെപ്പോലൊള്ളോന്മാര് കാണിച്ച കുട്ടിയതിന്റെ ഫലം ഞാനുടെ അനുഭവിച്ചതാണ്. അത് നിനക്കോർമ്മ വേണം."

അതോടെ സൈമണ് മറുപടിയില്ലാതായി. വഴിവക്കിലിട്ട് ഒരാളെ നാലഞ്ചുപേർ ചേർന്ന് വെട്ടിക്കീറി കൊല്ലുന്ന കാഴ്ച കോളേജ് വിട്ടശേഷം വീട്ടിൽ പോകുന്നൊരു പെൺകുട്ടി കാണാനിടയായതിന്റെ ദുരന്തം. അതോടെ പുറത്തിറങ്ങാൻ പേടിച്ചവൾ അഭയം പ്രാപിച്ച ഇരുട്ട്. മരുന്നും മന്ത്രവാദവും മാനസികരോഗാശുപത്രിയുമൊക്കെയായി ഓർമ്മയിൽനിന്ന് നഷ്ടപ്പെട്ട രണ്ട് വർഷങ്ങൾ. തുടർന്ന് സ്വാഭാവികമായ ജീവിതം തിരിച്ചു പിടിക്കാനായെങ്കിലും തലയ്ക്ക് സുഖമില്ലാത്തവളെന്ന് ബാക്കിയായ പരിഹാസപ്പേര്. അത് സ്വയം ശരിവയ്ക്കുംവിധം ആഴ്ന്ന സങ്കടങ്ങളിലേക്ക് ഇടയ്ക്കിടെയുള്ള കൂപ്പുകുത്തലുകൾ...

സംസാരം വഴിതിരിച്ചുവിടാൻ മറ്റൊരു നിവൃത്തിയുമില്ലെന്ന് വന്നപ്പോൾ സൈമൺ കൈയിലെ സമ്മാനപ്പൊതിയുടെ കെട്ടഴിച്ചു. ഒരു മൊബൈൽ ഫോണായിരുന്നു അത്.

"ഡിസ്പ്ലേ പൊട്ടിയ ആ ഫോൺ ഇനിയെങ്കിലുമൊന്ന് മാറ്റെന്റെ സൈമാ. ഒരു മെസേജ് പോലും ശരിക്ക് വായിക്കാൻ പറ്റില്ലാ അതില്."

പഴയതും പുതിയതുമായ ഫോണുകൾ ഇരുകൈയിലുമെടുത്ത് അപ്പോൾത്തന്നെ സിംകാർഡ് മാറ്റിയിടാൻ സൈമൺ ഒരുങ്ങി. തുറക്കാൻ വിചാരിച്ചത് തന്റെ ഫോണായിരുന്നെങ്കിലും അബദ്ധത്തിൽ തള്ളവിരൽ അമർത്തി പുറംചട്ട നീക്കിയത് സമ്മാനമായി കിട്ടിയതിന്റേതായിരുന്നു.

"ഇപ്പത്തന്നെ സിം മാറ്റിയിടണ്ടാ. ഇതെന്റെ സമ്മാനമല്ലേ? അപ്പോൾ ഈ ഫോണീന്ന് നീ ആദ്യം വിളിക്കുന്നതും മെസേജ് അയക്കുന്നതുമൊക്കെ എനിക്കായിരിക്കണം. ഞാൻ വീട്ടിലെത്തിയിട്ട് രാത്രിയിൽ മതി കേട്ടോ?"

"ഉത്തരവ്."

"പിന്നെ തുമ്പും തുടപ്പുമൊന്നുമില്ലാത്ത നിന്റെ കിടപ്പുമുറി കാണാവുന്ന പരുവത്തിൽ നീ പല്ലിളിച്ച് നില്ക്കണ ഒരു ഫോട്ടോയും എടുത്തയയ്ക്കണം."

"അതുപറഞ്ഞപ്പോഴാണ് ഓർത്തത് നിങ്ങളെ ഞെട്ടിക്കുന്നൊരു സെൽഫി തന്നെ എടുത്തയയ്ക്കാം."

"ഇത്രമാത്രം ഞെട്ടിക്കാനായി എന്താണിവിടെയുള്ളത്?"

"കുറച്ചുനേരം കാത്തിരിക്ക്. കണ്ട് നോക്കിയിട്ട് ബാക്കി പറ."

പത്മിനി സമ്മാനപ്പൊതിയും മൊബൈലും വാങ്ങിച്ച് കട്ടിലിന്റെ ഒരറ്റത്ത് അഴിച്ചിട്ടിരുന്ന ചുരിദാറിനു മുകളിലേക്കു എടുത്തുവച്ചശേഷം വീണ്ടും സൈമന്റെ അരികെ വന്നിരുന്നു.

"അതൊക്കെ പോട്ടെ.. പുതിയ വാടകവീട്ടിലെ താമസമൊക്കെ എങ്ങനെയുണ്ട്?"

"നിങ്ങളുടെ സെലക്ഷനല്ലേ? മോശമാവാൻ വഴിയില്ലല്ലോ."

"കഷ്ടിച്ച് മോശമല്ലെന്നേയുള്ളൂ"

"അല്ലെന്നേയ്. വലിയ ആളും ബഹളവും തിരക്കും ഒന്നുമില്ല. പിന്നെയിത്തിരി മരങ്ങളും പച്ചപ്പമൊക്കെയുണ്ട്. സംഭവം കൊള്ളാം. അല്ലാ... ഞാനെന്തിനാണിതിങ്ങനെ വർണ്ണിക്കുന്നത്? നിങ്ങളവിടെ ഒന്നുരണ്ട് തവണ വന്നിട്ടുണ്ട് എന്നല്ലേ പറഞ്ഞത്?"

"എന്റെ കോളേജിലുണ്ടായിരുന്ന പ്രദീപൻ സാറ് അവിടെ താമസിച്ചിരുന്ന കാലത്ത് ഒരു നാടക ക്യാമ്പ് നടത്തിയിരുന്നു. അങ്ങനെയാണവിടെ വന്നത്. പക്ഷേ, നീയായിട്ട് എന്നെയവിടെ കൊണ്ടു പോയിട്ടില്ലല്ലോ."

"നേരിട്ട് ഒരുപദ്രവവും ചെയ്തിട്ടില്ലെങ്കിലും നിങ്ങൾക്ക് ആന്റണിയെ കണ്ണെടുത്താൽ കണ്ടൂടല്ലോ. അവനെപ്പോഴാണ് പോകുന്നതും വരുന്നതെന്നുമൊന്നും പറയാൻ പറ്റില്ല. ഇനി തമ്മിൽ കണ്ട് കച്ചറയാക്കണ്ട. അവൻ ഒന്നു രണ്ടു ദിവസം മാറി നില്ക്കുന്ന സമയത്ത് നമുക്ക് പോകാം."

"ഉവ്വ്. ഇപ്പോൾ നടന്നതുതന്നെ. തരംകിട്ടുമ്പോൾ കൂട്ടുകാരന്റെ മുറിയിലിട്ട് ഇങ്ങനെ മേയാനും ഇരുട്ടും കൂട്ടിലിരുന്ന് സിനിമ കാണുമ്പോൾ തോണ്ടാനുമല്ലാതെ നീയെന്നെ ഒന്ന് പുറത്ത് കൂട്ടിപോയിട്ടുണ്ടോ സൈമാ? ആർക്കെങ്കിലും നീയെന്നെയൊന്ന് പരിചയപ്പെടുത്തിയിട്ടുണ്ടോ? ഇത്തിരി ദൂരം ബൈക്കിലിരുത്തി ആ ബസ് സ്റ്റാന്റ് വരെയൊന്ന് കൊണ്ടുവിടുമ്പോഴും കാണും ആളെ മറയ്ക്കാനെന്നോണം ഒരു ഹെൽമറ്റ്."

"നിങ്ങളെന്തിനാണ് മനുഷ്യൻ വിചാരിക്കാത്ത കാര്യങ്ങളെക്കുറിച്ച് പറഞ്ഞ് വഴക്കിടുന്നത്?"

"വിചാരിക്കേണ്ട സമയം വൈകിയതുകൊണ്ട് തന്നെയാണ് ഇങ്ങനെയൊക്കെ പറയേണ്ടിവരുന്നത്. നീയിനി എപ്പോഴാണ് ഇതൊക്കെ ഗൗരവമായിട്ടെടുക്കാൻ പോണത്? ഇപ്രാവശ്യമെങ്കിലും നിന്റെ കാര്യം ഞാൻ അമ്മയോട് സംസാരിച്ചോട്ടെ? മറ്റുള്ളോരൊക്കെ എന്താണെന്ന വച്ചാൽ പറയട്ടെ. എനിക്കെന്റമ്മേടെ അർദ്ധസമ്മതം മാത്രം മതി. അച്ഛന്റെ ശ്രാദ്ധത്തിന്റെ സെന്റിമെന്റ്സൊക്കെയായിട്ട് ഇരിക്ക്യാവും കക്ഷി. കാര്യങ്ങളവതരിപ്പിക്കാൻ ഇതു നല്ലൊരു ചാൻസാണ്."

"അത്രയ്ക്കങ്ങട് തിരക്ക് കൂട്ടണോ?"

"നിനക്കിനിയും ഈ സംശയവും പേടിയുമൊന്നും മാറിയില്ലേ സൈമാ? ഒന്നുല്ലേലും നീ പണ്ട് അങ്ങാടി വിറപ്പിച്ചിരുന്ന ചാക്കോയുടെ മോനല്ലേ?"

"നിങ്ങളിങ്ങനെ മെക്കട്ട് കയറി ബഹളം വയ്ക്കാതെ. എല്ലാത്തിനും എനിക്കൊരല്പം കൂടി സാവകാശം തരണം."

"ഇനിയും എത്രയാണെന്ന് വെച്ചിട്ടാണ് സമയവും സാവകാശവും? എനിക്ക് പ്രായമെത്രയായെന്ന് നിനക്കും ബോധമുള്ള കാര്യമല്ലേ? ജീവിതത്തില് പേറും പിള്ളേരുമൊക്കെ വേണമെങ്കില് പെണ്ണുങ്ങൾക്ക് അതിനുമുണ്ടൊരു കാലം. അതൊന്നും പറഞ്ഞാൽ നിനക്ക് മനസ്സിലാവില്ല."

"മനസ്സിലാകാതെയല്ല... വഴക്ക് വേണ്ടാ. പുതിയ വാടക വീട്ടിൽ കൊണ്ടുപോകാത്തതാണല്ലോ ഇപ്പോഴത്തെ പ്രശ്നത്തിന്റെ തുടക്കം. അടുത്തയാഴ്ചതന്നെ ആ മോഹം തീർത്തുതരാം പോരേ?"

"ആ പ്രദീപൻ സാറിന്റെ വീട്ടുസാധനങ്ങളൊക്കെ അവിടെ നിന്ന് എടുത്തോണ്ട് പോയോ?"

"അതിനങ്ങനെ പറയാൻ മാത്രം ഒന്നും അവിടെയുണ്ടായിരുന്നില്ലല്ലോ. ഒരു കട്ടിലും കിടക്കയും കസേരയും. പിന്നെ കുറേ പുസ്തകങ്ങള്. അടുക്കളയിൽ അഞ്ചാറ് പാത്രങ്ങളും പഴയൊരു മണ്ണെണ്ണ സ്റ്റൗവും."

"അതെങ്കിലത്. ഉള്ളത് കൊണ്ടുപോയോ?"

"അതൊക്കെ ഞങ്ങള് മാറ്റുന്നതിന്റെ അന്നുതന്നെ അങ്ങേര് എടുത്തോണ്ട് പോയി. എന്തൊക്കെയോ എഴുതി ചില്ലിട്ട് വെച്ച ഫോട്ടോപോലെയുള്ള മൂന്നാലെണ്ണം അവിടെ ഇപ്പോഴുമുണ്ട്. പിന്നെ പഴയ കുറെ മാഗസിനുകളും ഒരു പ്ലാസ്റ്റിക് കസേരയും. അതൊക്കെയെടുക്കാൻ സൗകര്യം പോലെ ഒരു ദിവസം വരാമെന്ന് പറഞ്ഞിട്ട് പോയതാണ്. പിന്നെ ആ വഴിക്ക് കണ്ടിട്ടില്ല."

"പഴയ ആളൊന്നുമല്ല. അക്കാദമീടെ ഈ വർഷത്തെ നാടക അവാർഡ് കക്ഷിക്കാണ്. അതിനുശേഷം കുറേ തിയേറ്റർ വർക്കുകളുമായി ഓടി നടക്കാണെന്ന് തോന്നുന്നു പാവം."

"അങ്ങേരെ കാണുവാണേല് എപ്പോഴാണ് ഒഴിവെന്ന് വെച്ചാൽ അതൊക്കെ കൊണ്ടോയ്ക്കൊള്ളാൻ പറയ്. ഫ്രേം ചെയ്ത് തൂക്കിയ ഒന്നുരണ്ടെണ്ണം ആന്റണിയെടുത്ത് മൂലയ്ക്ക് മാറ്റിവെച്ചിട്ടുണ്ട്. അത് തട്ടിപ്പൊട്ടും മുന്നെ വന്നാല് അങ്ങേർക്ക് നല്ലത്."

"അതൊക്കെ ആ ചുമരിലങ്ങനെ ഞാന്ന് കിടക്കുന്നതുകൊണ്ട് നിന്റെ ചേട്ടനെന്താണിത്ര കേട്?"

"കർത്താവിന്റെ പടം ആണിയില് തൂക്കാനായിട്ട് ഇറക്കി വച്ചതാണ്. അല്ലാണ്ട് മനുഷ്യന് വായിച്ചാൽ മനസ്സിലാകാത്ത എന്തൊക്കെയോ എഴുതി ചുമരുമ്മെ ഫ്രേം ചെയ്തിട്ടതിനോട് ആന്റണിക്കെന്തിനാണ് കലിപ്പ്?"

"ഓഹ്! അയാൾക്ക് ദൈവത്തില് വിശ്വാസമൊക്കെയുണ്ടോ? എന്നിട്ടാണോ ഈ പണിയൊക്കെ കൈയിലുള്ളത്?"

"ഈ പണിയൊക്കെ ചെയ്യുന്നവർക്കാണിപ്പോൾ ദൈവത്തില് കൂടുതൽ വിശ്വാസം."

"അതു ശരിയാണ്."

"ഇന്ന് ഹോസ്റ്റലിലേക്ക് അല്ലല്ലോ. വൈകുന്നേരത്തിന് മുന്നെ വീടെത്തണമെങ്കിൽ ഇപ്പത്തന്നെ ഇവിടെ നിന്നിറങ്ങി ബസ് പിടിക്കണം. നിങ്ങള് വേഗമെഴുന്നേറ്റ് റെഡിയാക്."

"കൊതി വിട്ടിട്ടില്ല. ഒരു പത്തുമിനിറ്റ് കൂടി നിന്നെയിങ്ങനെ കെട്ടിപ്പിടിച്ച് കിടക്കട്ടെ. മയങ്ങുവാണെങ്കിൽ എന്നെ വിളിക്കണേയ്."

തന്റെ നെഞ്ചോടു ചേർന്ന് മുഖമമർത്തി കിടക്കുന്നവളുടെ തലയിൽ തഴുകുന്നേരത്ത് പതിവ് വിട്ട് സൈമൺ എന്തോ പരതിനോക്കി. ഏറെ നേരം തിരയേണ്ടി വന്നില്ല വെള്ളിനരയുള്ള മുടിയിഴ വീണ്ടും കണ്ണിൽപ്പെടാൻ. അത് കണ്ടെത്തുമ്പോൾ സൈമൺ ഓർത്തുകൊണ്ടിരുന്നത് കൂട്ടുകാരന്റെ വാടകമുറിയിൽ ആദ്യമായി അവരൊരുമിച്ച് വന്ന, പത്മിനിയുടെ ഭാഷയിൽ പറഞ്ഞാൽ കിട്ടിയ താപ്പിന് കത്തിമറിയാനും മേയാനുമായി എത്തിയ, ദിവസമായിരുന്നു. ഒന്നരക്കൊല്ലം മുന്നെയൊരു ഉച്ചനേരം. അസുഖമാണെന്ന് നുണ പറഞ്ഞു ലീവെടുത്ത് അവനും വീട്ടിലേക്ക് അത്യാവശ്യമായി പോകണമെന്ന് ഒഴിവു പറഞ്ഞ് അവളും. അതിനും നാലഞ്ചുമാസം മുന്നെയാകണം ചെറിയമ്മയുടെ മകളുടെ കല്യാണത്തിന് കൊടുക്കാനൊരു വളയെടുക്കാൻ ജ്വല്ലറിയിലെത്തിയവൾ അവിടെത്തെ സെയിൽസ്മാനുമായി പരിചയപ്പെടുന്നത്. മറ്റാരോ അണിഞ്ഞുനോക്കി മടക്കി നല്കിയ നാഗപടമാല ഒരു കൈയിലും തനിക്ക് മുന്നിലിരിക്കുന്നവൾ ആവശ്യപ്പെട്ട കടകവള മറുകൈയിലും പിടിച്ച് അവനെത്തിയത്. കൈനീട്ടിയപ്പോൾ വളയ്ക്കുപകരം പച്ചക്കല്ല് പതിച്ച നാഗപടമാല തെറ്റി നല്കിയത്. അതല്ല വേണ്ടതെന്നവൾ തിരുത്തിയത്. വളയുടെ തൂക്കം നോക്കി ബില്ലടയ്ക്കുന്നതിനിടയിലെ

ഇടവേളയിൽ ഒരു കൗതുകത്തിന് പച്ചക്കല്ല് പതിച്ച നാഗപടമാല വെറുതെ കഴുത്തിൽ ചേർത്തുവെച്ച് അവൾ കണ്ണാടിയിൽ നോക്കിയത്. ചൂണ്ടുവിരൽ വളച്ച് തള്ളവിരൽ തുമ്പിൽ മുട്ടിച്ച് കൊള്ളാമെന്നവൻ ആംഗ്യം കാണിച്ച് ചിരിച്ചത്. പ്രായം മുപ്പതു കടന്നിട്ടും ഒരു പതിനാറുകാരിയുടെ നാണം പൊട്ടുന്നനെ അവളെ വന്നു പൊതിഞ്ഞത്. ബില്ലിൽ കുറിച്ച ഫോൺ നമ്പർ നിമിഷനേരത്തിനുള്ളിലവൻ മനപ്പാഠമാക്കിയത്. നാഗപടമാല തിരികെവെക്കുന്ന നേരത്ത് തൊലിയൊഴിഞ്ഞ കഴുത്ത് അവൻ ശ്രദ്ധിച്ചത്. അതിന്റെ കാരണമെന്തെന്ന് രണ്ട് ദിവസത്തിന് ശേഷം ഫോണിൽ വിളിച്ച ചോദിച്ചത്. ആദ്യമൊക്കെ ഒന്നയയാൻ മടിച്ചവളെ വീണ്ടും വീണ്ടും വിളിച്ചത്. ഇഴകം പോലെ വിഷാദം മൂടിപ്പുതച്ചൊരു രാത്രിയിൽ ഹോസ്റ്റലിലെ കിടക്കയിൽ മുഖമമർത്തി ശബ്ദമില്ലാതെ വിതുമ്പുന്നവളെ തേടി വീണ്ടും ഫോണിൽ വിളിയെത്തിയത്. സ്വർണ്ണാഭരണക്കടയിലെ വില്പനക്കാരന്റെ സാന്ത്വനത്തിന് മുന്നിൽ കീടഴങ്ങിക്കൊണ്ട് കൊളുത്തുപൊട്ടി നിലത്തു ചിതറിയ കരിമണിമാല കണക്കെ ഏങ്ങലടിച്ചത്. വ്യസനകഥകളുടെ കെട്ടഴിച്ചത്. അങ്ങേത്തലയ്ക്കൽ നിന്ന് മറുകഥ കേട്ടത്. തനിക്ക് ക്ലാസെടുക്കാനില്ലാത്ത സമയത്തൊക്കെ നഗരത്തിലെ പ്രശസ്തമായ പാരലൽകോളേജിൽനിന്ന് അവളും കച്ചവടത്തിരക്ക് കുറഞ്ഞ നേരം നോക്കി ജ്വല്ലറിയിൽനിന്ന് അവനും ഇടവേളകൾ കണ്ടെത്തി പുറത്തു ചാടിയത്. കോഫീഹൗസും ലൈബ്രറിയും സിനിമാ തിയേറ്ററുമെല്ലാം നിറഞ്ഞു പ്രേമിച്ചത്. ഒടുക്കമൊരു ഉച്ചവെയിലത്ത് ഈ വാടകമുറിയിൽ വന്നു കയറി വിയർത്തൊലിച്ചത്.

"അയ്യോ, നരച്ച മുടി. അതങ്ങ് പറിച്ചു കളഞ്ഞേക്ക്."

വിളിക്കാതെ തന്നെ മയക്കം വിട്ടെഴുന്നേറ്റവൾ ആദ്യം കണ്ടത് സൈമൺ തഴുകുന്ന മുടിയിഴയെ ആയിരുന്നു.

"അത് കളയണ്ടെന്നേയ്."

"എന്തേ?"

"ചിലപ്പോ ഭാഗ്യനര ആയിരിക്കും."

"എന്നെക്കൊണ്ടൊന്നും പറയിക്കണ്ടാ. ഭാഗ്യം ഈയിടെ വളരെ കൂടുതലാണ്. ആഴ്ചയില് എട്ടു പത്ത് ഭാഗ്യനരകളെയെങ്കിലും ഞാൻ എടുത്ത് കളയാറുണ്ട്."

വെള്ളിനരയുടെ തുമ്പുമുതൽ തന്റെ ചൂണ്ടുവിരലാലെ കൊരുത്ത് അതിനെ ചുറ്റിക്കറക്കി തലയോട്ടിയോട് അടുപ്പിക്കുന്ന നേരം കൊണ്ട് ഒന്നാം വർഷം ബിരുദ വിദ്യാർത്ഥികൾക്കായി അതിധൃതി ഛന്ദസ്സ് പഠിപ്പിച്ചു കൊടുക്കുമ്പോൾ ഉദാഹരണമായി ചൊല്ലാറുള്ള ശ്ലോകം* അവളവന്റെ കാതിൽ രഹസ്യമായി മൂളി. ചൊല്ലിക്കേൾപ്പിച്ച വരികളുടെ അർത്ഥമെന്താണെന്ന് മനസ്സിലാകാതെ സൈമൺ അന്തം വിട്ടെന്നപോലെ നെറ്റി ചുളിച്ചു.

"മോനേ സൈമാ... ഈ നരച്ച മുടിയും നോക്കിക്കിടന്ന് നീയും അതുപോലെ ഒരു പാടൊക്കെ ആലോചിച്ച് കൂട്ടിയിട്ടുണ്ടാകുമെന്ന് എനിക്കറിയാം. നിന്നെക്കാളും അഞ്ചാറ് വയസ്സ് എനിക്കാണ് കൂടുതലെന്ന് ഓർമ്മപ്പെടുത്താനായിട്ട് ഇതങ്ങനെയെന്റെ തലയില് തല്ലാലം വേണ്ട."

തേനുണ്ണുന്നേരം കൂമ്പിയ താമരയ്ക്കകത്ത് പെട്ടുപോയ വണ്ട് ദളങ്ങൾ വീണ്ടും വിരിയും പുലരിക്കായി കാത്തിരിക്കവേ പൂവിനെ കശക്കിയെറിയാനെത്തിയ തുമ്പിക്കൈയെന്നോണം പത്മിനിയുടെ വിരലുകൾ പ്രവർത്തിച്ചു.

ഒറ്റ വലി. വിരൽത്തുമ്പിൽ ചുറ്റി വരിഞ്ഞ ആ നരച്ച മുടി പിഴുത് മാറ്റപ്പെട്ടു.

നിറത്തോക്ക്

സൈമൺ വീട്ടിൽ ചെന്ന് കയറുമ്പോൾ ആന്റണി നടുത്തളത്തിൽ പായ വിരിച്ച് കിടക്കുകയായിരുന്നു. എത്ര പറഞ്ഞാലും ഒരു കട്ടിലോ കിടക്കയോ വാങ്ങുകയോ അതിന്മേലൊട്ട് കിടക്കുകയോ ചെയ്യില്ല.

"പുറത്ത് പഞ്ഞിക്കെടക്കേല് കെടന്ന് സുഖം കണ്ടാപ്പിന്നെ ഇടയ്ക്ക് അകത്ത് പോകുമ്പം സിമന്റ് തിണ്ണേമ്മല് കെടന്നാ ഒറക്കംവരില്ല. ഇതിപ്പൊ പുൽപ്പായ ആവുമ്പൊ നമ്മള് അകത്തായാലും പൊറത്തായാലും ഒരേ പോലെന്നെ."

അതാണ് ആന്റണി ചാക്കോയുടെ ന്യായം പറച്ചില്. എന്തോ ഒച്ചകേട്ട് ഉച്ചമയക്കം വിട്ടെഴുന്നേറ്റ് തലയ്ക്കാം ഭാഗത്തുന്ന് സിഗററ്റെടുത്ത് കത്തിക്കുന്നേരത്താണ് അനുജന്റെ മുറിയിൽ ആളനക്കമുണ്ടെന്നറിഞ്ഞത്. ആന്റണി മുറിവാതില്ക്കലെത്തി നോക്കുമ്പോൾ വസ്ത്രം മാറുകയായിരുന്നു സൈമൺ.

"നീയിത് എവിടെപ്പോയി കെടക്കാരുന്നു?"

"എനിക്ക് ടൗണില് കൊറച്ച് അത്യാവശ്യണ്ടാരുന്നു."

"ഉവ്വ്. ആ ജ്ഞാനോദയം കോളേജിലെ ടീച്ചറ് പെണ്ണിന്റെ അകിട്ടില് പോയി ഒട്ടിക്കെടക്കലല്ലേ നിന്റെയൊരു അത്യാവശ്യം. ഞാനൊന്നും അറിയണില്ല്യാന്ന് നീ വിചാരിക്കണ്ടാട്ടാ."

"ചേട്ടായി എന്തിനാണ് ഈ ഭാരിച്ച കാര്യമൊക്കെ അന്വേഷിക്കണത്?"

"ഞാനല്ല ഡേവിസ് മൊതലാളിയാണ് നിന്നെ അന്വേഷിച്ചത്. ജ്വല്ലറീല് വിളിച്ച് ചോദിച്ചപ്പോളാണ് അവിടേം ചെന്നിട്ടില്ലെന്നറിഞ്ഞത്. മൊബൈലില് വിളിച്ചാലൊട്ട് നീ എടുക്കണേമില്ല."

"എന്തിനാണിത്ര പരവേശം?"

"നിന്റെ ടിക്കറ്റും കടലാസുമൊക്കെ ശരിയായിട്ടുണ്ട്. എല്ലാം ഞാനാ മേശവലിപ്പില് വച്ചിട്ടൊണ്ട്. മറ്റന്നാള് രാത്രീലാണ് ഫ്ളൈറ്റ്."

"ഇരുപത്തൊന്നാം തീയതിക്കാണ് യാത്രയെന്നാണല്ലോ എന്നോട് പറഞ്ഞിരുന്നത്?"

"ഷോറൂം ഉദ്ഘാടനത്തിന് വരണ നടന് എന്തോ ഡേറ്റിന്റെ പ്രശ്നണ്ട്. അയാൾടെ ഗൾഫ് പ്രോഗ്രാം തീരണേന്റെ പിറ്റന്നത്തയ്ക്കാണല്ലോ ഇത് വച്ചിരുന്നത്. അതിപ്പം പത്തുസം നേരത്ത്യാക്കി. അത്രന്നെ."

"ശ്ശെടാ അതെങ്ങനെ ശരിയാവും."

"വല്ലാണ്ട് നെഗളിക്കല്ലേ സൈമാ. ദേ നോക്ക്യേ.... ഇങ്ങനെയൊരു ചാൻസിന് വേണ്ടിട്ട് നിന്നെപ്പോലെ വെളുത്ത ഷർട്ടും കറുപ്പ പാന്റ്സ കൊറേയെണ്ണം ജ്വല്ലറീല് കാത്തുകെട്ടി കെടക്കണൊണ്ട്. ഞാൻ കാല് പിടിച്ച് പറഞ്ഞിട്ടാണ് ഡേവീസ് മൊതലാളി ഒരു വിധത്തിലങ്ങട് മുക്കി മൂളി സമ്മതിച്ചത്."

"എന്നാലും പെട്ടെന്നിങ്ങനെ പറഞ്ഞാല്.."

"ഇത് കേട്ടാൽ തോന്നും നീ ഭാര്യേം പിള്ളേരേം പിറുങ്ങിണീം ഒക്കെ ഇട്ടേച്ചാണ് ഗൾഫീ പോണതെന്ന്. ഒറ്റാൻ തടിയായ നിനക്കെന്താണ്ടു ഇത്ര വല്യ ഒരുക്കാട്? അത്യാവശ്യം കൊണ്ടോവാനുള്ളതൊക്കെ നേരത്തെ വാങ്ങി വച്ചതല്ലേ? അവിടെ ചെന്നാല് ഇടാനുള്ള യൂണിഫോമൊക്കെ അവരന്നെ തരും. ഇനിയെന്തെങ്കിലും ഒരുങ്ങാനോ വാങ്ങാനോ ഉണ്ടെങ്കില് തന്നെ ഇന്ന് വൈകുന്നേരോം നാളെ മുഴുവനും ബാക്കിയുണ്ടല്ലോ."

അതോടെ സൈമണ് ഉത്തരം മുട്ടി. കട്ടിളപ്പടിയിൽ തോളും ചാരി നില്ക്കുന്ന ആന്റണിയെ തള്ളിമാറ്റി നടുത്തളത്തിലേക്കിറങ്ങി. മേശവലിപ്പ് തുറന്നപ്പോൾ സൈമൺ ആദ്യംകണ്ടത് തോക്കാണ്. വിസയുടെ കടലാസുകളും ടിക്കറ്റുമൊക്കെ വച്ച ഫയലിരിക്കുന്നത് അതിന് കീഴെയാണ്. തോക്ക് മാറ്റിവച്ചശേഷം ഫയൽ മാത്രമെടുത്ത് മുറിയിൽ മടങ്ങിയെത്തി. എല്ലാം കിടക്കയിൽ പരത്തിയിട്ട ശേഷം പേരും തീയതിയുമൊക്കെ ശരി തന്നെയല്ലേയെന്ന് ഒന്നൂടൊന്ന് വായിച്ച് ഉറപ്പ് വരുത്തി.

"സംഭവം നീ പറഞ്ഞപോലെ ഭാരിച്ച കാര്യന്ന്യാണ്. എനിക്കതില് ഇടപെടേണ്ട ആവശ്യണ്ടായിട്ടല്ല. എന്നാലും നീ ആയതോണ്ട് ചോദിക്ക്യാണ്. ഈ പോക്കിന്റെ കാര്യൊക്കെ നീ ആ പെണ്ണിനോട് പറഞ്ഞ്ണ്ടാ?"

സൈമൺ ഉണ്ടെന്നോ ഇല്ലെന്നോ മറുപടി പറഞ്ഞില്ല. "നിന്റെ കൈയിലിരിപ്പും സ്വഭാവോം വച്ച് ഒന്നും മിണ്ടാണ്ട് മുങ്ങാനാവും പ്ലാനെന്ന് ഞാനൂഹിച്ചു."

"ആ എനിക്കിപ്പോ അങ്ങനാണ് സൗകര്യമെങ്കിലോ?"

"പോയാല് പിന്നെ ഒന്നോ രണ്ടോ വർഷം കഴിഞ്ഞിട്ടല്ലേ ഇനി മടക്കണ്ടാവൂ. കളിയായാലും കാര്യായിട്ടായാലും നീ വിളിക്കുന്നേടത്തൊക്കെ വിശ്വാസത്തോടെ വരണ ഒരുത്തി അല്ലേടാ. പോവാണെന്ന കാര്യങ്കിലും ഒന്ന് അറിയിക്കാർന്നില്ലേ പ്രാക്കേ?"

"അതിന്റെ ആവശ്യമൊന്നുമില്ല. പിന്നെ അവരെന്നെ തിരക്കി ഇവിടെ വരാനോ, ചേട്ടായീനെ ബുദ്ധിമുട്ടിക്കാനോ പോണില്ല. പോരേ?"

"ശരി ഒക്കെ നിന്റെയിഷ്ടം. ഞാനായിട്ടിനി ഇക്കാര്യത്തില് കമാന്ന് മിണ്ടണില്ല."

അങ്ങനെ പറഞ്ഞെങ്കിലും ആന്റണിക്കെന്തോ അനുജൻ പറഞ്ഞ മറുപടിയോർത്തപ്പോൾ ഈർഷ്യ തോന്നി. കൂടെക്കൊണ്ട് നടക്കുന്ന ഒരു പെണ്ണിനോട് ഒരുത്തൻ ഇങ്ങനെയൊക്കെ പെരുമാറാമോ? ആ! കൂടെയങ്ങനെ ഒരു പെണ്ണ് ഇതുവരെ കൂട്ടില്ലാത്തതുകൊണ്ട് ആന്റണിക്ക് അതൊന്നും അറിയില്ല. അങ്ങനെയൊക്കെ ആന്റണി ആകെ കണ്ടിട്ടുള്ളത് അപ്പനേയും അമ്മച്ചിയെയുമാണ്. മഞ്ഞപ്പിത്തം മൂർച്ഛിച്ച് ഭാര്യ മരിക്കും വരെ അത്യാവശ്യം അടക്കമുള്ളൊരു കുടുംബനാഥനായിരുന്നു ചാക്കോ. ചുമട്ടുതൊഴിലാളിയായിരുന്ന അപ്പന്റെ അധഃപതനമാണ് അവിടെനിന്നങ്ങോട്ടേക്ക് നാൾക്കുനാൾ ആന്റണിക്കും സൈമണും കാണേണ്ടി വന്നത്. മുഴുക്കുടിയനായി മാറി, കണ്ണിൽ കാണുന്നവരുടെയെല്ലാം മേക്കിട്ട് കയറി വഴക്കുണ്ടാക്കുന്ന ചാക്കോയുടെ മക്കളായതിനാൽ തള്ളയില്ലാത്ത പൈതങ്ങളാണെന്ന പരിഗണന പോലും ബന്ധുക്കളിൽ നിന്നോ നാട്ടുകാരിൽനിന്നോ ലഭിച്ചില്ല. പക്ഷേ, കൊലവെറിയുടെ മൂച്ചും കള്ളിന്റെ മൂപ്പും ഒഴിഞ്ഞ സമയത്ത് നട്ടുച്ചയെന്നോ മുതുപ്പാതിരയെന്നോ നേരവും കാലവുമൊന്നും നോക്കാതെ സെമിത്തേരിയുടെ മതില് ചാടിക്കടന്ന് അമ്മച്ചിയുടെ കുഴിമാടത്തിനരികെയെത്തി മുട്ടുകുത്തി നിന്ന് കരഞ്ഞുകൊണ്ട് എല്ലാം ഏറ്റുപറയാറുള്ള അപ്പനെക്കുറിച്ച് ആന്റണി കേട്ടിട്ടുണ്ട്. രാവും പകലും ഭേദമില്ലാതെയുള്ള കുഴിമാട കുമ്പസാരം പതിവായപ്പോൾ ചോദ്യം ചെയ്യാനെത്തിയ ഇടവക വികാരിയെ ളോഹയ്ക്ക് കുത്തിപ്പിടിച്ച് തള്ളി താഴെയിട്ട ദിവസം ആന്റണിക്കോർമ്മയുണ്ട്. ആ സംഭവം കോലാഹലമായതോടെ പള്ളിയുടെയോ സെമിത്തേരിയുടെയോ പരിസരത്തിനി കണ്ടുപോകരുതെന്ന് വിലക്ക് കിട്ടിയപ്പോൾ മൂക്കറ്റം കുടിച്ച് വീട്ടിൽ വന്ന കയറി അമ്മേച്ചിയുടെ ചില്ലിട്ട ഫോട്ടോയിൽ നോക്കിക്കൊണ്ട് ശവക്കോട്ടേല് ചെന്നട്ട് അസ്ഥിക്കുഴി മണത്താ മാത്രം നിന്നെ ഓർമ്മ വരണ കൊടിച്ചിപ്പട്ടിയല്ല ഞാനെന്ന് ആ നായിന്റെ മക്കൾക്കറിയില്ലായെന്ന് പതം പറഞ്ഞു കരഞ്ഞ ചാക്കോയെ ആന്റണിക്കോർമ്മയു

ണ്ട്. അതൊക്കെക്കൊണ്ടാണ് കൂടെ നടക്കുന്നൊരുത്തിയോട് ഒരു വാക്കുപോലും പറയാതെ നാട്ടുവിടാനൊരുങ്ങുന്നവനെപ്പറ്റി എത്രയാലോചിച്ചിട്ടും ആന്റണിക്ക് പിടികിട്ടാത്തത്. ആകെക്കൂടിയിനി തന്നോടൊപ്പം നാട്ടിലുള്ള രണ്ട് ദിവസത്തിന്റെയുള്ളിൽ ഒന്നും രണ്ടും പറഞ്ഞ് അനുജനോട് വഴക്കുണ്ടാക്കണ്ടായെന്ന് കരുതി ആന്റണി സ്വയം അടക്കം പാലിച്ചു.

"ഞാനൊന്ന് കുളിച്ച് പൊറത്തെറങ്ങീട്ട് വരാം. നിനക്ക് കൊണ്ടോവാനുള്ള സാധനങ്ങൾ വാങ്ങാൻ കാശ് വല്ലതും വേണോ?"

"വേണ്ട, എന്റെ കൈയിലുണ്ട്."

"ഞാൻ ടൗണില് ഉണ്ടാവും. എന്തെങ്കിലും ആവശ്യണ്ടെങ്കി നീ വിളിക്ക്."

സൈമൺ മറുപടിയൊന്നും പറയാതെ കടലാസുകൾ ഫയലിൽ അടുക്കിവെക്കുന്നതുപോലെ തിരക്കഭിനയിച്ചു. ശേഷം ആന്റണി കുളിമുറിയിൽ കയറിയെന്ന് ഉറപ്പായതോടെ പിറന്നാൾ സമ്മാനമായിക്കിട്ടിയ മൊബൈൽ ഫോണിലേക്ക് തന്റെ സിം കാർഡ് മാറ്റിയിട്ടു. ഡേവിസ് മുതലാളിയെ വിളിച്ച്, താൻ ഉച്ചയ്ക്ക് ചിലതിരക്കിൽ പെട്ടുപോയതിനാലാണ് ഫോൺ എടുക്കാതിരുന്നതെന്ന് പറഞ്ഞ് ക്ഷമ ചോദിച്ചു. മറ്റന്നാൾ വിമാനം കയറാൻ ഒരുക്കമാണെന്ന് സമ്മതമറിയിച്ചു. കോൾ കട്ടുചെയ്തശേഷം മൊബൈലുമായി നേരെ നടുത്തളത്തിലേക്ക് ചെന്ന് പതിയെ മേശ വലിപ്പ് തുറന്നുകൊണ്ട് ആന്റണിയുടെ തോക്ക് കൈയിലെടുത്തു. പണിത സ്വർണ്ണാഭരണങ്ങൾ ജ്വല്ലറിയിലെത്തിക്കുന്നതിനിടെ എന്തോ ഒറ്റ നടന്നതിനാൽ രണ്ടു തവണ വഴിയിൽ വെച്ച് ആക്രമണം നേരിട്ടപ്പോൾ തന്റെ കൈയാളന്മാർക്കെല്ലാം ഡേവിസ് മുതലാളി പുത്തൻ കൈത്തോക്കെടുത്ത് കൈയിൽ വെച്ച് കൊടുത്തു. വഴിയിൽ വെച്ചെന്തെങ്കിലും പ്രശ്നമുണ്ടായാൽ അത് അവിടെയിട്ടുതന്നെ തീർക്കണമെന്നും ബാക്കിയുള്ള കേസിൽ നിന്നൊക്കെ താൻ കോടതിയിൽനിന്ന് ഊരിയെടുത്തോളാമെന്നും മൂപ്പരുടെ വക ഉറപ്പുമുണ്ട്. അങ്ങനെയാണ് കഷ്ടിച്ച് ഒരു മാസം മുമ്പൊരെണ്ണം ആന്റണിയുടെ കൈയിൽ കിട്ടിയത്. എളിയിൽ അത് തിരുകി തിടുക്കത്തിൽ പുറത്തിറങ്ങുന്നതും മടങ്ങി വന്നാലുടനെ മേശവലിപ്പിൽ എടുത്ത് വെക്കുന്നതും കണ്ടിട്ടുണ്ടെന്നല്ലാതെ സൈമൺ ഇതുവരെയത് കൈകൊണ്ട് തൊട്ടിട്ടില്ല. കൗതുകം തോന്നി ഒരിക്കൽ തൊടാൻ നോക്കിയെങ്കിലും അതിന്മേൽ വെറുതെ വിരലടയാളം പറ്റിക്കണ്ടായെന്ന് ആന്റണി താക്കീത് ചെയ്തു. ആ വിലക്കിനെ മറികടന്നുകൊണ്ടാണ് സൈമൺ ആയുധം കൈയിലെടുത്തിരിക്കുന്നത്. മേശവലിപ്പ് അടയ്ക്കുന്ന ശബ്ദം കേട്ടതും മുഖത്തെ സോപ്പുപത വിരൽകൊണ്ട് മാടിവടിച്ചശേഷം ആന്റണി ചെവി വട്ടംപിടിച്ചു.

"സൈമണാണ്ടാ മേശ തൊറന്നത്?"

"ആണ്"

"കടലാസൊളൊക്കെ നീ നേരത്തെ എടുത്തതല്ലേ?"

"ഞാൻ ഈ വലിപ്പൊന്ന് ശരിക്ക് അടച്ചതാണ്."

"ടാ വേഷങ്കെട്ട് എടുക്കരുത്ട്ടാ. അതില് വേറൊന്നും തപ്പണ്ടാ."

"അതന്നെയാണ് എടുത്തത്. ഞാൻ ആളെ കൊല്ലാനായിട്ട് എറങ്ങണൊന്നുമില്ല. ചുമ്മാ ഒരു ഫോട്ടോ എടുക്കാനാണ്."

സൈമൺ വലംകൈയിൽ തോക്കെടുത്ത് നെറ്റിയോട് ചേർത്തുപിടിച്ചു. പുത്തൻ മൊബൈൽ ഇടതുകൈയാൽ നീട്ടിപ്പിടിച്ച് സാഹസികമായൊരു സെൽഫി എടുക്കാനൊരുങ്ങി.

"പ്രാന്തൻ ചെക്കാ. അത് ഫുൾ ലോഡഡാണ്. നീ വേണ്ടാത്ത കളിതമാശയ്ക്ക് നിക്ക ല്ലേട്ടാ."

"ഒരു പടമെടുത്തു തിരിച്ചുവച്ചോളാമെന്റെ പൊന്നു ചേട്ടായി."

"ഞാനൊന്നു കുളിച്ചിറങ്ങിക്കോട്ടെ. നിനക്കുള്ളത് വച്ച്ണ്ട്."

നിമിഷനേരം കൊണ്ട് ആന്റണി വികൃതിയായ അനിയനെ തല്ലാൻവടിയൊടിക്കാ നോടുന്ന ചേട്ടനായി. നേരാംവണ്ണം നോക്കാനും പോറ്റാനും അപ്പനുമമ്മയുമില്ലാത്ത രണ്ട് ആമ്പിള്ളേർ കാണിച്ചുകൂട്ടിയ കുസൃതികളും കുറുമ്പുകളുമൊക്കെ ആലോചിച്ച് ഒച്ചയില്ലാതെ ചിരിച്ചപ്പോൾ സോപ്പുപത വായിൽ പറ്റി. അത് കാർക്കിച്ചു തുപ്പുന്നേരത്താണ് ഓർത്തെടുക്കലുകളിലെ അബദ്ധ നിമിഷങ്ങളിൽ ചിലത് ആന്റ ണിയെ പൊടുന്നനെ അസ്വസ്ഥമാക്കിയത്. അത്തരം പിശകുപറ്റലുകളുടെ സ്മരണക ളിലെല്ലാം നിറഞ്ഞു നിന്നത് സൈമണായിരുന്നു. ചീട്ടുകളിക്കിടെ അലറി വിളിച്ചുകൊ ണ്ട് തുറുപ്പ് വെട്ടാനൊരുങ്ങുന്നേരത്ത് വായിലെന്തോ പ്രാണി കയറിയപ്പോൾ കളത്തിനകത്തേക്ക് തുപ്പിക്കൊണ്ട് ചുമലിന് പുറകിലേക്ക് ചീട്ടെറിഞ്ഞവൻ. ഹോട്ട ലിൽ കയറി ഭക്ഷണം കഴിച്ചശേഷം കൈ കഴുകുന്നതിനിടെ എന്തോ കാര്യമായി സംസാരിച്ചുകൊണ്ടിരിക്കെ അടുത്തുവെച്ചിരിക്കുന്ന ബക്കറ്റിലെ വെള്ളത്തിലേക്ക് വായ കഴുകി തുപ്പിയശേഷം കപ്പെടുത്ത് വാഷ് ബേസിനിലേക്കിട്ടവൻ. പള്ളിപ്പെരുന്നാളിന്റെ വെടിക്കെട്ടിലെ പൊട്ടാത്ത ഓലപ്പടക്കങ്ങൾ ശേഖരിച്ച് പിറ്റേന്നത് പൊട്ടിക്കുന്നേര ത്ത് ഒരു കൈയിലെ മണ്ണെണ്ണവിളക്കിൽ നിന്ന് മറുകൈയിലെ ഓലപ്പടക്കവും കത്തി ച്ച് എറിയേണ്ടതേതെന്ന് അന്തിച്ച് നിന്ന ശേഷമുള്ള വെപ്രാളത്തിൽ വിളക്കെറിഞ്ഞു കളഞ്ഞ് കൈയിൽ സൂക്ഷിച്ച പടക്കം പൊട്ടി പൊള്ളിയ കൈവെള്ളയിലേക്ക് നോക്കി കരയുന്നവൻ. ഓർമ്മകളിൽനിന്ന് അപകടം തിരിച്ചറിഞ്ഞതും സോപ്പ് തേച്ച ശരീരത്തിൽ വെള്ളം കോരിയൊഴിക്കാൻ പോലും നില്ക്കാതെ തോർത്ത് മാത്രം അരയിൽ ചുറ്റി ആന്റണി കുളിമുറിയിൽ നിന്ന് പുറത്തേക്കിറങ്ങിയോടി. വിരലാൽ ഞെക്കാനുള്ള രണ്ട് ഉപകരണങ്ങൾ ഇരുകൈയിലും പിടിച്ച് നില്ക്കുന്നേരത്ത് ഇടത്തും വലത്തും വശം പിഴച്ചവനെ വഞ്ചിക്കാനുള്ള ഒരു ത്വര ആന്റണിയുടെ വേഗത്തെ മറി കടന്നു.

നടുത്തളത്തിൽ വെടിയൊച്ച മുഴങ്ങിയതും ആന്റണി കാതുകൾ ചേർത്ത് പൊത്തി നിലവിളിച്ചു. ചോരയൊഴുകി പടരുന്ന നിലത്ത് മുട്ടുകുത്തിയിരുന്ന് ഏങ്ങലടിച്ചുകൊണ്ട് സൈമന്റെ തലയെടുത്ത് തന്റെ മടിയിൽ വെച്ചു. ഒടുക്കത്തെ പിടച്ചിലും തീർന്ന ശരീ രത്തിലേക്ക് നോക്കാൻ കെല്പില്ലാതെ ആന്റണി മുഖമുയർത്തി. സങ്കടം ചങ്കുകെട്ടി നില്ക്കുന്ന നേരത്തും തലയോട്ടി തുളച്ചശേഷം വെടിയുണ്ട എവിടെയാണ് പതിച്ചതെന്ന് ആകാംക്ഷയോടെ അയാൾ ചുറ്റിലും പരതി നോക്കി. വലതുവശത്തെ ചുമരിലുള്ളത് ക്രൂശിതനായ യേശുവിനെ ഏറ്റുവാങ്ങി മടിത്തട്ടിൽ കിടത്തിയ മാതാവിന്റെ പടമായി രുന്നു. അതിന്റെ എതിർരൂപാന്തരക്കാഴ്ചയിൽ മരിച്ചുകിടക്കുന്നവന് മേൽ മറയ്ക്കാൻ വസ്ത്രങ്ങളും ശവശരീരം മടിയിൽ താങ്ങുന്നവന് ഒറ്റത്തോർത്തുമായിരുന്നു. വിശുദ്ധ വിലാപത്തിന്റെ ചിത്രം തൂക്കിയിട്ട ഭാഗത്ത് ഒന്നും സംഭവിച്ചിട്ടില്ല. ആന്റണി മറുവശ ത്തെ ചുമരിലേക്ക് നോക്കിയപ്പോൾ വീടൊഴിഞ്ഞെങ്കിലും നാടകക്കാരൻ പ്രദീപൻ വല്ലമുക്ക് അവിടെ അവശേഷിപ്പിച്ചു പോയ ഉദ്ധരണിയിലെ** അക്ഷരങ്ങളും ചില്ലും ഫ്രെയ്മും തകർന്ന് തൂങ്ങിയാടുന്നത് കണ്ടു.

നിലത്ത് തളംകെട്ടി നിന്ന ചോരയിൽ നനഞ്ഞ് അതങ്ങനെ കിടപ്പുണ്ടായിരുന്നു.

ആന്റണി ചാക്കോയുടെ തോക്ക്.

*	അഗ്രഹസ്തം: കരത്തിന്റെ അഗ്രഭാഗം, വിരലുകൾ, തുമ്പിക്കൈയുടെ അറ്റം.

**	"വെടിയുതിർക്കാനല്ലെങ്കിൽ പിന്നെയാരും നാടകവേദിയിൽ നിറത്തോക്ക് കൊണ്ടുവന്നു വെക്കരുത്. സ്വയം പാലിക്കുമെന്നുറപ്പില്ലാത്ത വാഗ്ദാനങ്ങൾ നല്കുന്നത് അന്യായമാണ്."

ആന്റൺ ചെഖോവ്

*	"രാവിപ്പോൾ ക്ഷണമങ്ങൊടുങ്ങിടുമുഷസ്സെങ്ങും പ്രകാശിച്ചിടും
ദേവൻ സൂര്യനുദിക്കുമിക്കമലവും കാലേ വിടർന്നീടുമേ
ഏവം മൊട്ടിനകത്തിരുന്നളി മനോരാജ്യം തുടർന്നീടവേ
ദൈവത്തിൻ മനമാരു കണ്ടു? പിഴുതാൻ ദന്തീന്ദ്രനപ്പത്മിനീം."

എ ആർ രാജരാജവർമ്മ.

യമ

വാലും കടകളുമ്പോൾ പെണ്ണുങ്ങൾ മൃഗങ്ങളാകുന്നത്

കോട ചെറുതായി കാറ്റിൽ പറക്കുന്നുണ്ട്. സൂര്യൻ ഉദിച്ച് വെയിലിന് ചൂടേറുമ്പോഴേക്കും അദൃശ്യമാകും ഈ ചലനം. നട്ടുച്ചകളിലും കാറ്റത്തിളകുന്ന കവുങ്ങിൻ തലപ്പുകൾക്കിടയ്ക്കൂടി അദൃശ്യമായി കോടപറക്കുന്നുണ്ടാകുമോ? പറമ്പിന് കുറുകെ പാമ്പുപോലെ വളഞ്ഞുകിടന്ന ഒറ്റയടിപ്പാതയിലൂടെ അമുദ എസ്റ്റേറ്റിനൊരുവശത്തുകൂടി ഒഴുകിയിരുന്ന പുഴയ്ക്കു നേരെ നടന്നു. ഏകദേശം ഒരാഴ്ചയോളമായി അവൾ ആ എസ്റ്റേറ്റിലെ കോട്ടേജിൽ താമസിക്കാൻ തുടങ്ങിയിട്ട്. ക്രിസ്മസ് അവധി നാട്ടിലുള്ള എസ്റ്റേറ്റിൽ ആഘോഷമാക്കാം എന്ന ലിസാ ചെറിയാന്റെ ക്ഷണം അമുദയടക്കമുള്ള കൂട്ടുകാർ ഒന്നടങ്കം ഏറ്റുപിടിച്ചതാണ്. കാടിന് ചേർന്നുള്ള ഭാഗത്തായി ഏക്കറുകണക്കിന് ഭൂമി സ്വന്തമായുള്ള കർഷകനാണ് അവളുടെ പപ്പ. നാല് തലമുറ മുന്നേ കാട് വെട്ടിപ്പിടിച്ച ഒരു ദരിദ്ര ക്രിസ്ത്യാനിയുടെ സമ്പന്നരായ പുതുതലമുറ. രണ്ടാം തലമുറയിലെ ഒരപ്പാപ്പന്റെ മങ്ങിയ രേഖാചിത്രം നന്ദിസൂചകമായി ബംഗ്ലാവിന്റെ മുൻഭാഗത്ത് ചുവരിൽ ഞാത്തിയിട്ടിട്ടുണ്ട്. വർഷത്തിൽ ഏറിയകൂറും അടഞ്ഞുകിടക്കുന്ന തോട്ടത്തിലെ ബംഗ്ലാവ്. അവരുടെ വരവുപ്രമാണിച്ച് ആളെവെച്ച് നേരത്തേ തന്നെ വൃത്തിയാക്കി ഇട്ടിരുന്നു. നഗരത്തിലെ തുണ്ടുഭൂമിയിലെ കൊച്ചുകൊച്ചു വീടുകളിൽ പാർക്കുന്ന അമുദയെപ്പോലുള്ളവർക്ക് കുറച്ചുദിവസത്തേക്ക് പതിച്ചുകിട്ടിയ സ്വർഗ്ഗസന്ദർശനം ആയി

രുന്നു ഇത്. വന്നിറങ്ങിയപ്പോൾത്തന്നെ ഭാവിയോ ഭൂതമോ ഇല്ലാത്തവിധം അവരുടെ മനസ്സും ശരീരവും നോക്കെത്താദൂരത്തോളം പരന്നുകിടന്ന ആ ഭൂമിക്ക് കീഴടങ്ങി. ഒരാഴ്ചത്തെ വാസത്തിനുള്ള അവശ്യസാധനങ്ങൾ കുത്തിനിറച്ച ബാക്ക് പായ്ക്കുകൾ അൺപായ്ക്ക് ചെയ്യാതെ. ഇട്ടുകൊണ്ടുവന്ന വസ്ത്രങ്ങളിൽ അവർ ഇറങ്ങി നടന്നു. എത്ര പെട്ടെന്നാണ് മനുഷ്യരുടെ ധൃതികളും അത്യാവശ്യങ്ങളും നിസ്സാരങ്ങളാണെന്ന് പ്രകൃതി സമർത്ഥിച്ചുകളയുന്നത്! മലയിറങ്ങിവരുന്ന ഒരു കാറ്റിൽ പറന്നുപോകാനുള്ള വിഷാദമേ മനുഷ്യരാശിയെ ബാധിച്ചിട്ടുള്ളൂ എന്നുതോന്നും. സത്യം അങ്ങനെയല്ല എങ്കിൽക്കൂടി.

വിരുന്നുകാർ വരുന്നതിനുമുൻപുതന്നെ കള്ളും ഭക്ഷണവും സമയാസമയത്ത് ലഭ്യമാകുന്നതിനുള്ള ഏർപ്പാടുകൾ ലിസയുടെ പപ്പ ചെയ്തിരുന്നു. മദ്യപാനം പുരുഷന്മാരുടെ മാത്രം സ്വകാര്യത എന്ന അറിവ് കൊണ്ടുനടക്കുന്ന കുടുംബാന്തരീക്ഷത്തിൽനിന്ന് വരുന്നതുകൊണ്ടാവണം അമുദയ്ക്കും മറ്റു ചില പുരുഷസുഹൃത്തുക്കൾക്കും അതൊരു അത്ഭുതമായിരുന്നു.

"ഞെട്ടിത്തരിക്കുകേന്നും വേണ്ടാ... ഇവിടെ വീട്ടിലെല്ലാരും കുടിച്ചു കുന്തം മറിഞ്ഞു നടക്കെകേന്നുമല്ല.." ലിസ ഇത് പറഞ്ഞാണ് അവരുടെ അത്ഭുതത്തെ നേരിട്ടത്. എന്നിട്ടും ക്രിസ്മസ് ആയതുകൊണ്ടാണോ എന്നറിയില്ല. വിരുന്നുകാരെക്കാണാൻ വന്ന ലിസയുടെ ബന്ധുക്കളായ പുരുഷന്മാരിൽ പലരും മദ്യപിച്ചിരുന്നു.

"പെണ്ണുങ്ങള് കുറച്ച് വൈനോക്കെ അടിക്കുമെന്നേ... ഹോട്ടൊക്കെ അടിച്ചു പിമ്പിരിയായാ വീട്ടിലെ കൊച്ചുപിള്ളേർ അവരുടെ തോന്ന്യവാസത്തിന് നടക്കുകേലെ. ആർക്കെങ്കിലും ഇച്ചിരിബോധം ബാക്കിവേണ്ടയോ..." അവരെക്കാണാൻ വന്ന ഒരച്ചായൻ വന്നപാടെ തൂവെള്ള മുണ്ട് മാടിമടക്കി തോട്ടക്കാരനെപ്പോലെ ചെടികൾക്ക് വെള്ളം നനച്ചുകൊണ്ട് പറഞ്ഞതാണ്. ലിസയുടെ പപ്പയുടെ ഇളയ സഹോദരനാണ്. അയാളല്ല അവിടെ സാധാരണ ചെടിനനയ്ക്കുന്നത് എന്നുറപ്പാണ്. കള്ളുകുടിച്ചതിന്റെ പുറത്തുള്ള നിഷ്കളങ്ക പ്രവൃത്തിയായിരുന്നു അത്. കൃത്യസമയത്തിന് വെള്ളവും വളവും ഇട്ട് വളർത്തിയ കടുംനിറമുള്ള പൂച്ചെടികൾക്കുള്ളിൽ കരിങ്കല്ലും മരത്തടികളും കൊണ്ട് തീർത്ത മനോഹരമായ കെട്ടിടമാണ് ആ ബംഗ്ലാവ്. വർഷങ്ങളായി മനുഷ്യവാസം ഇല്ലാതെകിടക്കുന്ന ഒരുപാട് മുറികളുള്ള ഒന്ന്. ആ എസ്റ്റേറ്റിന്റെ അതിർത്തി തീരുന്നിടം മുതൽക്ക് ആദിവാസികളുടെ ഊരുകൾ തുടങ്ങുകയാണ്.

യാത്രാക്ഷീണം ഒഴിവാക്കാൻ മദ്യപിക്കുന്നവരെല്ലാം ആദ്യദിവസം തന്നെ ഒന്നുരണ്ട് പെഗ്ഗ് കഴിച്ച്, ആഘോഷത്തിന് തുടക്കമിട്ട് പുഴയ്ക്കരുകിലെത്തി. മദ്യപിക്കാത്തവർ കൂടി ലഹരിയിലാണെന്ന് തോന്നിയിരുന്നു. പുഴയ്ക്കുവശത്തെ തണുത്തുരുണ്ട കല്ലുകളുടെ ഈറനിലിരുന്ന് അവർ ഉച്ചത്തിൽ സംസാരിക്കുകയും ഹരം കയറുമ്പോ പാടുകയും ചെയ്തു. കൂട്ടത്തിൽ എഴുപതുകളിലെ പോപ് സംഗീതത്തിന്റെ ആരാധകനായിരുന്ന അവിനാശ് 'ഇമാജിൻ' എന്ന ജോൺ ലെനന്റെ പ്രശസ്തഗാനം പാടിത്തുടങ്ങിയപ്പോൾ എല്ലാവരും ധ്യാനത്തിലെന്നപോലെ നിശ്ശബ്ദരായി "You may say in a dreamer, but in not the only one" അവർ ഒരുമിച്ചുപാടി. അവിനാശ് പാട്ട് പാടിക്കഴിഞ്ഞിട്ടും പലരും പുതിയ പാട്ടിന് ശ്രമിക്കാതെ ആ ഗാനം തന്നെ തെറ്റിയും തെന്നിയും പാടിക്കൊണ്ടിരുന്നു.

"....ന്താല്ലേ നമ്മൾടെ പാട്ടുകാർക്കൊക്കെ ഇങ്ങനെ പാടാൻ പറ്റാത്തത്." ഷെഫിൻ സങ്കടപ്പെട്ടു.

"അതിന് ഇവ്ടെ വല്ലോരും വരി എഴുതിക്കൊടുത്താലല്ലേ അവന്മാരും അവള്മാരും പാട്ടുള്ളൂ... സൊന്തായിറ്റ് രണ്ടക്ഷരം എഴുതി പാടാൻ കഴിയുന്ന ഒറ്റൊരെണ്ണം ഇല്ലല്ലോ... ഒരുകണക്കിന് അതും ഭാഗ്യമാ... ഇല്ലെങ്കി അതും കൂടി കേൾക്കേണ്ടിവന്നേനെ... എന്തെങ്കിലും എഴുതിക്കൂട്ടിക്കളഞ്ഞാലോ.. നാലാള് അറിഞ്ഞുകഴിഞ്ഞാ ഏത് പൊട്ടൻ എഴുതുന്നതും ചെയ്യുന്നതും എടുത്തു പൊക്കി നടക്കാൻ ഇവിട ആളുണ്ടല്ലോ." അമുദ വെള്ളത്തിൽ കാലുകൊണ്ടിളക്കി മദ്യം നിറച്ചിരുന്ന ഗ്ലാസ് പാറയുടെ നിരപ്പില്ലാത്ത പ്രതലത്തിൽ നേരെ നിർത്താൻ പാടുപെട്ടുകൊണ്ടിരുന്നു.

"നമ്മുടെ നാട്ടിൽ വർക്ക് ഡിവിഷൻ ചെയ്തുകഴിഞ്ഞാ ഓരോരുത്തരും അവനവന്റെ പണി നോക്കിക്കൊള്ളണം എന്ന മട്ടാ... ചിന്തിക്കാൻ ഒരുത്തൻ, അപ്പി കോരാൻ വേറൊരുത്തൻ, പാടാൻ വേറൊരെണ്ണം... ഇനി അപ്പി കോരിക്കൊണ്ടിരുന്നവൻ ഒന്ന് നന്നായി പാടിയാ അവനെ തല്ലിക്കൊല്ലും. അതൊരുതരം പ്രക്ടീസ്സാ... ന്തെങ്കിലും അറിയാമെങ്കിൽ അത് സീക്രട്ടാക്കി കൊണ്ട് നടക്കും... പിന്നെ വേറെ ഒരു ജാതീലോ വിഭാഗത്തിലോ പെടുന്നവനെക്കൊണ്ട് അത് തൊടീക്കില്ല.... എന്നിട്ടും പറയും. നമ്മട ജാതീട അല്ലെങ്കി ഗുരുക്കന്മാരുടെ പരമ്പരാഗതത്തിലെ കോപ്പാണെന്ന്... ന്നിട്ട് അഞ്ചി ന്റെ പൈസ ഇല്ലാതെ തെണ്ടുമ്പോ അവർക്കും ഉപകാരപ്പെടൂല്ല.. അവർക്ക് അറിയാവുന്ന തൊഴിൽ സീക്രട്ട് ഒരുത്തനും പഠിക്കാതെ നശിച്ചും പോകേം ചെയ്യും... അല്ലാ എന്തിനാ ഞാനിപ്പോ ഇതൊക്കെ പറഞ്ഞത്... നമ്മൾ എന്താ പറഞ്ഞോണ്ടിരുന്നേ..." ജ്ഞാനിയെപ്പോലെ പുഴയിലെ വെള്ളം കുറഞ്ഞ ഭാഗത്തേക്ക് ഇറങ്ങി നിന്ന് പ്രകാശ് പറഞ്ഞതാണ്. ഇടയ്ക്ക് അങ്ങനെ പ്രകാശ് ചെയ്യാറുള്ളതാണ്. മറ്റുള്ളവരേക്കാളും വ്യത്യസ്തമായി ഉൾക്കാഴ്ചയോടെ താൻ കാര്യങ്ങളെ കാണാറുണ്ട് എന്ന നിലയിൽ അയാൾ കുറച്ച് മാറിനിന്ന് ഗംഭീരനായി സംസാരിക്കാൻ ശ്രമിക്കാറുള്ളത് അമുദയ്ക്കറിയാം. വളരെ ലിബറൽ ആണെന്ന തോന്നൽ ഉണ്ടാക്കും വിധം പുറമെ ഇങ്ങനെ പ്രസ്താവനകൾ ഇറക്കുമെങ്കിലും ഉള്ളാലെ എത്ര സങ്കുചിതത്വം ഉള്ളയാളാണ് അയാൾ എന്ന് അമുദയ്ക്കറിയാം. ജൂനിയർ ബാച്ചിൽനിന്ന് പ്രകാശിന്റെ ടീമിലെത്തിയ ഷെഫിനെ തുടർച്ചയായി കളിയാക്കുകയും ആത്മവിശ്വാസം തകർക്കും വിധം അയാളുടെ അഭിപ്രായങ്ങളെ മുഖവിലയ്ക്കെടുക്കാതിരിക്കുകയും ചെയ്യുന്നത് അമുദ ശ്രദ്ധിച്ചിട്ടുണ്ട്. മാത്രമല്ല മറ്റുള്ളവരോട് ഷെഫിനെക്കുറിച്ച് മോശമായി സംസാരിക്കുകയും ചെയ്യും. വളരെ സ്മാർട്ടായ ഷെഫിനെ ഇങ്ങനെ തഴയുന്നതിന് പ്രത്യേകിച്ച് കാരണമൊന്നും കണ്ടെത്താൻ അമുദയ്ക്ക് കഴിഞ്ഞിരുന്നില്ല. ഒരിക്കൽ അതേപ്പറ്റി സൂചിപ്പിച്ചപ്പോൾ എടുത്ത വാക്കിന് പ്രകാശ് പറഞ്ഞത് മേത്തന്മാരെ സൂക്ഷിക്കണം എന്ന് പണ്ടേ അച്ഛൻ പറഞ്ഞിട്ടുണ്ട് എന്നാണ്. അമുദയ്ക്ക് ശരിക്കും പ്രകാശിനോട് വെറുപ്പാണ് ഇതുകേട്ടപ്പോൾ ഉള്ളിൽ തോന്നിയത്. അയാളുടെ അച്ഛന്റെ ഏത് സാമ്രാജ്യമാണ് മുസ്ലീമുകൾ തകർത്തു കളഞ്ഞത് എന്ന് ചോദിക്കണമെന്നുണ്ടായിരുന്നു അവൾക്ക്. എന്നാലും നിസ്സംഗമായി ഏത് എതിർപ്പിനെയും മൂടിവെക്കാൻ പാകത്തിന് ഒട്ടുപശപോലെ ഒരുബന്ധം അവർക്കിടയിൽ എങ്ങനെയോ നിലനിന്നു.

തുടർന്നുള്ള ദിവസങ്ങളിൽ എസ്റ്റേറ്റിനു ചുറ്റുമുള്ള കാടുകളിൽ താമസിക്കുന്ന ആദിവാസികളുടെ തളർന്ന ഉറക്കത്തിന് ഭംഗം വരുത്തും വിധം കൂകിയാർത്തുകൊണ്ട് അവർ ക്രിസ്മസ് ആഘോഷിച്ചു. പകൽ-രാത്രി ഭേദമില്ലാതെ മദ്യത്തിന്റെ ലഹരിയിൽ പറമ്പ് മുഴുവൻ ചുറ്റിയടിച്ചുനടന്നു. ലഹരിയിൽ ശരീരങ്ങളുടെയും മനസ്സിന്റെയും അതിർത്തികൾ മുങ്ങിപ്പോകുന്നത് എത്ര സ്വാഭാവികമായാണ്. നട്ടുച്ചനേരത്ത് കമുകിൻ തോ

ട്ടത്തിലൂടെ നടന്ന് സംസാരിക്കുമ്പോൾ നെബിന്റെയും അമുദയുടെയും കൈകൾ അകലങ്ങളിൽ നിന്നും ആയത്തിൽ ആടിവന്ന് തൊട്ട് തിരിച്ചുപോയി. പലതവണ നെബിന്റെ കാമുകി തന്റെ ഉറ്റസുഹൃത്താണ് എന്ന അറിവ് ആ നീണ്ടു പോയ ആവർത്തനത്തിന് തടയിടാൻ അവളെ സഹായിച്ചില്ല. ലഹരി ആവർത്തനങ്ങളുടെ പറുദീസയാണ്. അതെന്ത് ലഹരിയായാലും അർത്ഥമില്ലാതെ, ഭാവിയില്ലാതെ ചലിക്കാനും ജീവിക്കാനും ധൈര്യം കൊടുക്കുന്ന വിലക്കപ്പെട്ട കനിയാണത്. വിലക്കപ്പെട്ടതെങ്കിലും അറിവ് പേറുന്നത് നെബിന്റെ പുരികങ്ങൾ തീരുന്നയിടത്തുനിന്ന് തുടങ്ങുന്ന നനുത്ത കൊച്ചുരോമങ്ങളിൽ എത്രനേരം നോക്കി നിന്നു എന്നവൾക്ക് ഓർമ്മയില്ല. അവളെ അവൻ വലിച്ചു പിടിച്ച് ശരീരത്തോട് ചേർക്കാൻ അതാണോ കാരണമായത് എന്നും അവൾക്കുറപ്പില്ല. സുഹൃത്തുക്കളെങ്കിലും ഓഫീസിൽവെച്ച് അവർ സ്വകാര്യസംഭാഷണങ്ങളിൽ ഒരിക്കലും എർപ്പെട്ടിരുന്നില്ല. സ്വകാര്യമായത് എന്തെങ്കിലും അവർക്കിടയിൽ ഉണ്ടാകാൻ സാദ്ധ്യത ഇല്ലാത്തതുകൊണ്ടല്ല. അവസരത്തിലും ആവശ്യങ്ങൾക്കും അനുസരിച്ചുള്ള തെരഞ്ഞെടുപ്പുകൾ രണ്ടുപേരും നേരത്തെ നടത്തിപ്പോയിരുന്നു. അതുകൊണ്ട് ഇനിയെങ്കിലും ആകർഷണം തോന്നിയാൽത്തന്നെ അങ്ങനെയൊന്ന് ഇല്ലെന്നു ഭാവിക്കാൻ തക്ക മിടുക്ക് രണ്ടുപേർക്കും ഉണ്ടായിരുന്നുതാനും. എങ്കിലും ദുരന്തം ക്ഷണിച്ചുവരുത്താനുള്ള മനുഷ്യന്റെ ത്വര എല്ലാത്തരം സമരസപ്പെടലുകൾക്കും ഒത്തുതീർപ്പുകൾക്കും മേലെയാണ്. നീട്ടിവയ്ക്കപ്പെടുന്ന ഒരന്ത്യത്തിന്റെ മരണത്തിന്റെ നിഴൽ ഓരോ മനുഷ്യമനസ്സിന്റെയും ബാദ്ധ്യതയാണ്. തെറ്റിപ്പോകുന്ന ഓരോ ചുവടും ഒറ്റപ്പെടലിനെതിരെയുള്ള പോരാട്ടമാണ്. തൊലിപ്പുറത്ത് പൊടിയുന്ന വേർപ്പുകണങ്ങളെ നക്കിയെടുത്ത് തണുത്തുതുള്ളിയ കാറ്റിൽ അർദ്ധനഗ്നരായി വെയിലത്തു കുഴഞ്ഞിരിക്കുമ്പോൾ മുന്നിൽ കണ്ടത് സത്യമോ മിഥ്യയോ എന്നറിയാത്ത മുഖവുമായി അകലങ്ങളിൽ നീന വിളറിനില്ക്കുന്നത് അവർ അറിഞ്ഞു. പാദങ്ങളിലേക്ക് ഊർന്നുകിടന്നിരുന്ന ഹാഫ് പാന്റ്സ് വലിച്ചുകയറ്റി അമുദയുടെ സാന്നിദ്ധ്യം പോലും മറന്ന് നെബിൻ നീനയ്ക്ക് പിന്നാലെ ഓടി. അയാളവിടെ നിന്നിരുന്നെങ്കിൽ ഒരുപക്ഷേ, അമുദ തന്നെ എണീറ്റ് ദൂരെ പൊയ്ക്കളയുമായിരുന്നു.

അന്ന് രാത്രി നീന, നെബിന്റെ സാധനങ്ങൾ അവരുടെ മുറിയിൽ നിന്നും പുറത്തേക്കെറിഞ്ഞു കളഞ്ഞു. രാത്രി ഒരുപാട് വൈകിയിട്ടും പ്രകാശ് അമുദയുടെ മുറിയിൽ എത്തിയുമില്ല. കരഞ്ഞുറങ്ങിപ്പോയ അവൾ രാവിലെ നീനയുടെ മുറിയിൽ പ്രകാശിന്റെ സാന്നിദ്ധ്യം അറിഞ്ഞു. അവർ ഇരുവരും കരയുന്നതായാണ് അവൾക്ക് തോന്നിയത്. അമുദ കുറേനേരം വാതിലിന് പുറത്തുനിന്ന് കരഞ്ഞു പകരത്തിനുപകരം എന്നോണം ഇണമാറി സംഗമിച്ചവർ യാഥാർത്ഥ്യത്തെ നേരിടാൻ ഭയന്ന് തലച്ചോറിലെ ഭയന്ന കോശങ്ങളെ മദ്യം കൊടുത്ത് മയക്കിയിട്ടു. സ്വന്തം ഇണകൾ മറ്റുള്ളവരുമായി പ്രതികാരദീപകമായി കുഴഞ്ഞാടുന്നത് തല്ക്കാലം കണ്ടില്ലെന്ന് നടിച്ചു. രേതസ്സും യോനീദ്രവവും ഉണങ്ങിപ്പിടിച്ച വസ്ത്രങ്ങൾ മാറാതെ അവർ നടന്നു. ഓഫീസിലെ കമ്പ്യൂട്ടറുകളുടെ കീബോർഡ് സംഗീതത്തിലെ അപശ്രുതികൾക്കിടയിൽ ഭാവിയിൽ അവരുടെ മനസ്സുകൾ കലഹങ്ങൾക്ക് കോപ്പ് കൂട്ടും. നിയന്ത്രണമില്ലാതെ സ്വതന്ത്രമായി ഒഴുകിയ സ്നേഹദ്രവ്യങ്ങൾക്ക് കണക്ക് പറയേണ്ടിവരും. ആരെങ്കിലുമൊക്കെ കമ്പനിയിലെ ജോലി രാജിവെച്ചെന്നിരിക്കും. കയറ് കുറുക്കി കെട്ടിയിട്ടിരുന്ന തൊഴുത്തിൽനിന്നും പുറമ്പോക്കിലേക്ക് തുറന്നു വിട്ട കാലിക്കൂട്ടങ്ങളുടെ മദമാണ് ഇവിടെയെത്തിയപ്പോൾ അവരെ നയിച്ചത്. ഓഫീസിനുള്ളിലെ അലൈംഗീകരിക്കപ്പെടുന്ന ജൈവികതയെ

സാന്ത്വനപ്പെടുത്താനെന്നോണം ദയനീയമായി പിറന്നുവീഴുന്ന സ്നേഹബന്ധങ്ങളുടെമേൽ സ്വാതന്ത്ര്യം കണക്കുതീർത്തിരിക്കുന്നു.

അമുദ നോക്കുകയായിരുന്നെങ്കിലും കാണുന്നുണ്ടായിരുന്നില്ല. അവൾക്ക് മുന്നിലൂടെ രാത്രിയുടെ ബാധ ഒഴിയാത്ത കറുത്ത പുഴ ഒഴുകി. അതിലെ ജലജീവികളെയും പായൽച്ചെടികളെയും വെളിപ്പെടുത്താൻ തക്ക പ്രകാശം സൂര്യൻ പുറപ്പെടുവിച്ച് തുടങ്ങിയിരുന്നില്ല. കഴിഞ്ഞ വൈകുന്നേരം കൂടെവന്ന പന്ത്രണ്ടുപേരും കെട്ടുംകെട്ടി തിരികെപ്പോകാൻ ഇറങ്ങിയിട്ടും അമുദ പറമ്പിലൂടെ ചുറ്റിയടിച്ചു നടന്നു. തിരികെപ്പോകാൻ നേരം കൂട്ടുകാരിൽ ഒരാളുടെ ഫോണിൽനിന്ന് എപ്പോഴോ അയച്ച സന്ദേശം റേഞ്ച് വന്നനേരം ഫോണിൽ വന്നുവീണ് ശബ്ദം ഉണ്ടാക്കി. പ്രകാശിന്റേതാണോ എന്ന് അവൾ വെപ്രാളത്തിൽ എടുത്തുനോക്കി. ലിസയുടേത് ആയിരുന്നു.

"Take your time. Ask Samuel if you need something."

സാമുവൽ എസ്റ്റേറ്റ് സൂക്ഷിപ്പുകാരനാണ്. ഇനി എത്രദിനം അവിടെ നില്ക്കണം എന്നതിനെപ്പറ്റി അമുദയ്ക്ക് ഒരു രൂപവുമില്ല. ഇനിയുള്ള ദിവസം ഓഫീസിൽ എത്തിയില്ലെങ്കിൽ ലീവിന് അപ്ലൈ ചെയ്ത് ലോസ് ഓഫ് പേയിൽ പോകേണ്ടിവരും. അതും ലീവ് അനുവദിച്ചാൽ മാത്രം. അതിനുള്ള ഒരു സാദ്ധ്യതയും അവൾ കാണുന്നില്ല. രാപകൽ ഡിജിറ്റൽ ക്ലോക്കിലെ ചതുരവടിവിലെ അക്കങ്ങൾക്കൊപ്പം ഇരിക്കുകയും നില്ക്കുകയും കിടക്കുകയും ചെയ്ത് അവൾക്ക് മടുത്തിരുന്നു. എങ്കിലും ആ മടുപ്പിലെ സാദ്ധ്യതകൾ അപാരമാണ്. വികാരങ്ങൾക്കനുസരിച്ച് രക്തയോട്ടം കൂടുകയും കുറയുകയും ചെയ്യുന്ന ശരീരം ചിലപ്പോഴെങ്കിലും ജീവിതത്തെക്കുറിച്ച് ഓർമ്മിപ്പിച്ചു. മരണം ഉണ്ടെന്ന് കൊതിപ്പിച്ചു. ഒരവസാനത്തിനുവേണ്ടി ശ്രമപ്പെടുന്നതുപോലെ അഭികാമ്യമായ മറ്റെന്തുണ്ട്? ജോലിയും തിരക്കും ഒക്കെ ഉപേക്ഷിച്ച് തിരികെ വീട്ടിലേക്ക് പോകാം എന്നുവെച്ചാൽ കല്യാണം കഴിക്കാതെ നടക്കുന്ന മകളെപ്പറ്റി ആധിപിടിച്ച് നടക്കുന്ന അച്ഛന്റെയും അമ്മയുടെയും നിശ്വാസങ്ങൾക്കിടയിൽക്കിടന്ന് വീർപ്പുമുട്ടേണ്ടിവരും.

കഴിഞ്ഞ രണ്ടു ദിവസമായുള്ള ശീതയുദ്ധത്തിനൊടുവിൽ പ്രകാശ് അവളോട് യാത്രപോലും പറയാതെ പോയിക്കളഞ്ഞിരിക്കുന്നു. അയാളുടെ സ്വഭാവം വെച്ച് ഇനി അയാൾ അവളോട് സംസാരിക്കാൻ തന്നെ സാദ്ധ്യത ഇല്ല എന്നവൾക്കറിയാം. പുതുമയൊക്കെ നഷ്ടപ്പെട്ടിരിക്കുന്നു എങ്കിലും മാനസികമായി പരസ്പരവിധേയത്വം തോന്നിയിരുന്ന ബന്ധമാണ് തകർന്നുതരിപ്പണമായി കിടക്കുന്നത്. സകല അഹങ്കാരങ്ങൾക്കും ഒടുവിൽ എന്തെങ്കിലും ഒന്നിനോട് വിധേയപ്പെടുക എന്നതല്ലാതെ മനുഷ്യന് മറ്റെന്താണ് ചെയ്യാനുള്ളത്. ബംഗ്ലൂരുവിലെ മാനേജ്മെന്റ് കമ്പനിയിൽ ജോയിൻ ചെയ്തതിന്റെ അടുത്താഴ്ച ഒരു വൈകുന്നേരം അയാൾ ഭക്ഷണം കഴിക്കാൻ ക്ഷണിച്ചതിൽ തുടങ്ങിയ ബന്ധമാണ്. അമുദ നാട്ടിൽ നിന്ന് മാറി പുറത്തൊരിടത്ത് നില്ക്കുന്നത് അതാദ്യം. മാസമുറയ്ക്ക് സമയമായത് കാരണം ഒരു പാഡ് മുൻകൂറായി പാന്റീസിൽ പിടിപ്പിച്ചാണ് ആദ്യദിവസം ഓഫീസിൽ എത്തിയത്. സമയമായെന്ന് സൂചന കൊടുത്തത് അവളുടെ തുടകളിലും അടിവയറിലും പേശികൾ കോച്ചിവലിഞ്ഞു. ഫ്രെഷേർസിനെ അഭിസംബോധന ചെയ്തുകൊണ്ട് ടീം മാനേജർ ദീർഘമായ പ്രസംഗം നടത്തുമ്പോൾ അവളുടെ ഗർഭാശയഭിത്തികൾ പൊട്ടി ഒലിച്ചു. അമുദ കണ്ണുകൾ അടച്ച് അതിദീർഘമായി ശ്വാസം അകത്തേക്കെടുത്ത് നിശ്വസിച്ചു. എന്തിനെന്നറിയാതെ തൊട്ടടുത്തിരുന്ന പ്രകാശിന്റെ കൈയിൽ അമർത്തിപ്പിടിച്ചു. അയാളെ അവൾക്ക് നേരത്തേ യാതൊരു പരിചയവും ഇല്ല. അവളെപ്പോലെതന്നെ ഓഫീസിൽ

പുതുതായിവന്ന ഒരുവൻ. എന്തുപറ്റി എന്ന ചോദ്യത്തോടെയുള്ള അയാളുടെ നോട്ടത്തിന് മറുപടി പറയാതെ അമുദ അയാളുടെ കൈമേൽ മുറുക്കിയ കൈ പിൻവലിച്ച് തളർന്നിരുന്നു. ഒറ്റകളെ തിരഞ്ഞു പിടിച്ച് ബന്ധിപ്പിക്കുന്നതിൽ നഗരങ്ങൾക്ക് പ്രത്യേക ചതുരതയുണ്ട്. വസ്തുക്കളുടെ വിന്യാസത്തിൽ പെട്ടുപോയ മനുഷ്യർക്ക് സ്വയം അടയാളപ്പെടുത്താനും പെരുമാറാനും അവയെത്തന്നെ കൂട്ടുപിടിക്കേണ്ടി വരുന്നു. കഴിക്കുന്ന, ധരിക്കുന്ന വസ്തുക്കളുടെ നിറങ്ങൾ, നാവിനെ മരവിപ്പിക്കുന്ന തീക്ഷ്ണമായ സ്വാദുകൾ. എ സി റെസ്റ്റോറന്റുകളിലെ മങ്ങിയ മഞ്ഞ വെളിച്ചത്തിൽ ഭക്ഷണത്തോളം തണുക്കുന്ന ശരീരം. ആൾക്കൂട്ടത്തിനിടയിൽ തിക്കിത്തിരക്കി നടക്കുമ്പോഴും പരിചയക്കാരെ തമ്മിൽ ബന്ധിപ്പിക്കുന്ന അനിവാര്യതയുടെ അദൃശ്യമായ ഒരുചരട്. നഗരത്തിനു മുകളിലെ പുകപടലങ്ങൾക്കുള്ളിലൂടെ കാണുന്ന മങ്ങിയ ആകാശത്തിലെ തിളക്കം കുറഞ്ഞ നക്ഷത്രങ്ങളുടെ വിന്യാസം ഇങ്ങനെയുള്ള അനുഭവങ്ങളിലൂടെ ഏവരെയും സമാനരാക്കുന്ന നഗരത്തിന്റെ സ്വഭാവമാണ് അതിനെ ഒരു ലിബറൽ ഇടം എന്ന് തോന്നിക്കുന്നത്. പരിമിതമായ ഏകതാനമായ, അനുഭവങ്ങളുടെ സ്വാതന്ത്ര്യം. എല്ലാരും തുല്യദുഃഖിതരാണെന്ന് തോന്നും. ഒന്നാണെന്ന് വെറുതെ തോന്നും. അങ്ങനെ... അങ്ങനെ ഒക്കെത്തന്നെയാണ് തങ്ങൾ ഏതോ ഒരു വികാരത്തിന്റെ തുല്യതയിൽ ബന്ധപ്പെട്ട് കിടക്കുന്നവരായി അമുദയും പ്രകാശും പരസ്പരം ധരിച്ചുപോയത്... അങ്ങനെയാണ് അവരെ പ്രണയം ഗ്രസിച്ചത്.

ഓരോ സംഗമത്തിലും കൈമാറിയ മറന്നുവെച്ച വസ്തുക്കളുടെ കാഴ്ചയാണ് അവർക്ക് പ്രണയത്തിന്റെ ഓർത്തടുക്കലുകൾ. ഓരോ വേഴ്ചയും മരണം പോലെ അവർ ആസ്വദിച്ചു. ഈ ലോകത്തേക്ക് വരാൻ ഇഷ്ടമില്ലാത്തതുപോലെ അവർ മുറുകെ അടച്ച കണ്ണുകൾ എപ്പോഴും വീണ്ടും തുറക്കപ്പെട്ടു. സദാചലിക്കുന്ന ഒരു നഗരത്തിനുള്ളിൽ ഞെരുങ്ങിക്കിടന്ന, പ്രവചനാതീതമായി ഒന്നുമില്ലാത്ത ഒരു മുറിയിലേക്ക് അവർ എപ്പോഴും ഉണർന്നു. തലയ്ക്കുമീതെ ചൂഴ്ന്നുകൊണ്ടിരുന്ന ലീഫിലെ പൊടി തുടയ്ക്കാത്ത ഫാൻ, ഇടയ്ക്കിടയ്ക്കുള്ള പെയിന്റടി ഒഴിവാക്കാൻ വീട്ടുടമസ്ഥൻ ചുമരുകളിൽ അടിപ്പിച്ചുവെച്ച ഗ്ലോസി പെയിന്റിൽ മെഴുത്തുനിന്ന ഇളംമഞ്ഞ പ്രതലങ്ങൾ ഒരിക്കലും പൊട്ടിക്കാനിടയില്ലാത്ത ഗ്രാനൈറ്റ് തറ, ഇടയ്ക്ക് ഞായറാഴ്ച ഷോപ്പിങ്ങിനിടെ വാങ്ങിക്കൂട്ടുന്ന 'കാഴ്ചവസ്തുക്കൾ', ഏതോ കാട്ടുവാസിയുടെ കരസ്പർശമുള്ള മുള്ളുവേരിൽ തീർത്ത കീഹോൾഡർ - ഇങ്ങനെ ഉണർച്ചയുടെ കാഴ്ച മടുപ്പിക്കും വിധം സുനിശ്ചിതവും ജീവിതം തുടരാൻ പാകത്തിന് സുരക്ഷിതവും ആണെന്ന് തോന്നിക്കുമായിരുന്നു. ശരീരത്തിൽ പുരണ്ട ശുക്ലം തുടച്ചുമാറ്റുന്നതിന് മുന്നേ സ്മാർട്ട് ഫോൺ തുറന്ന് ഇനിയും ചെയ്തുതീർക്കേണ്ടുന്ന കടമയെന്നപോലെ സോഷ്യൽ മീഡിയയിൽ ചർച്ച ചെയ്യപ്പെടുന്ന വിഷയങ്ങൾ വള്ളിപുള്ളി തെറ്റാതെ വായിക്കും. വാദങ്ങളും പ്രതിവാദങ്ങളും കൊടുമ്പിരിക്കൊള്ളുമ്പോൾ താനെത്ര ആശയദാരിദ്ര്യം കൊണ്ടു നടക്കുകയാണെന്ന് ഉള്ളാലെ ചിന്തിക്കും. തനിക്കറിയാത്ത എത്ര വാദമുഖങ്ങൾ മനുഷ്യർ നിരത്തുന്നു. ചുറ്റുമുള്ള സമൂഹം സാമൂഹിക പ്രതിബദ്ധതയാൽ വീർപ്പുമുട്ടുമ്പോൾ ഓഫീസിലെ കമ്പ്യൂട്ടറിന് മുന്നിലിരുന്ന് വിരസമായി ജോലിചെയ്യേണ്ടി വരുന്നതിനെക്കുറിച്ചോർത്ത് അവർ വിഷമിക്കും. ഷെയർ ചെയ്യപ്പെട്ട ചിത്രങ്ങളും വീഡിയോകളും കിടക്കയുടെ രണ്ടറ്റങ്ങളിൽ കിടന്ന് തളർന്ന ശരീരത്തോടെ കൈയിലെ തള്ളവിരൽ ക്ഷീണിക്കുംവരേക്കും മുകളിലേക്ക് തള്ളിനീക്കിക്കൊണ്ടിരിക്കും. നെറ്റ് ഓഫാക്കി തിരികെ മുറിക്കുള്ളിലെ ഫാനിന്റെ താളത്തിലെത്തുമ്പോഴേക്കും വെളുപ്പാൻ കാലത്തും നഗരത്തിലെ ചൂടെത്ര കൂടിയിരിക്കുന്നുവെന്നും

ഓഫീസിലേക്ക് പോകേണ്ട വഴിയിൽ എത്രനേരം ട്രാഫിക്കിൽ കെട്ടിക്കിടക്കേണ്ടി വരുമെന്നും ചിന്തിച്ചുപോകും. ഞായറാഴ്ചകളിലെ സ്വസ്ഥനേരങ്ങളിലേക്കുള്ള കാത്തിരിപ്പിന്റെ വഴികൾ അവർ താണ്ടിയത് ഏതാണ്ട് എപ്പോഴും ഇങ്ങനെയൊക്കെത്തന്നെയാണ്.

മനുഷ്യർ എത്രയൊക്കെ പുരോഗമിച്ചിട്ടും സൂര്യൻ ഉദിച്ചാൽ ഇപ്പോഴും പകൽ തന്നെയാണ് ഫലം. കറുത്ത പുഴയിൽ സൂര്യവെളിച്ചം തട്ടി, വെള്ളം പൊന്നായിക്കൊണ്ടിരുന്നു. കുറച്ചപ്പുറത്ത് പൊട്ടിയ മുളകൾ കിറുകിറുക്കുന്നു. അമുദ ശബ്ദം കേട്ടിടത്തേക്ക് നോക്കി. ഒരു ആദിവാസി സ്ത്രീ തലയിൽ ഒരു കെട്ട് പുല്ലുമായി മുളപ്പാലം കടക്കുകയാണ്. അവൾ വന്നദിവസം തൊട്ട് കാണുന്ന കാഴ്ചയാണ്. വല്ലപ്പോഴുമൊക്കെ ആദിവാസികൾ അങ്ങോട്ടുമിങ്ങോട്ടും ആ പാലത്തിലൂടെ നദി കടക്കും. ആ കടക്കലുകൾ കാണേണ്ടുന്ന കാഴ്ച തന്നെയാണ്. പാലം എന്ന് പറയുന്നത് രണ്ടുമൂന്നു മുളകൾ ചേർത്ത് കെട്ടിയുണ്ടാക്കിയിട്ടുള്ള ഒരെണ്ണമാണ്. അതിൽ പലതും ഇടയ്ക്കുനിന്ന് പൊട്ടിപ്പിളർന്നിരിക്കുന്നു. ഒരു വശത്ത് രണ്ടിടത്തായി പുഴയിൽ കുത്തിനിർത്തിയ കാട്ടുമരക്കമ്പുകളിൽ ഒരു കയർ അയച്ചുകെട്ടിയിരുന്നു. അതിൽ ഒരു കൈകൊണ്ട് പിടിച്ചാണ് അതിൽക്കൂടി നടന്നവർ നടത്തത്തിൽ പതിയിരിക്കുന്ന അപകടത്തിന്റെ താളം നിയന്ത്രിച്ചത്. അമുദ നടന്ന് പാലത്തിന്റെ അറ്റത്ത് പോയി നിന്നു. തലയും ചുമലും മൂടി കമിഴ്ന്നുനിന്ന പുൽച്ചുമടും എടുത്ത് നടന്ന ആ മെലിഞ്ഞ സ്ത്രീ ഇപ്പോൾ നദിയുടെ നടുക്കുഭാഗത്തായി എത്തിയിട്ടുണ്ട്. അവർക്കിപ്പോൾ അവർ നടക്കുന്ന മുളങ്കമ്പ് കാണാൻ ഒരു വഴിയുമില്ല എന്നാണ് അമുദ ആശ്ചര്യത്തോടെ ചിന്തിച്ചത്. പിന്നെങ്ങനെയാണ് അവർ ഈ ദുരിതം പിടിച്ച ആ പാലം കടക്കുന്നത്. ശീലം കൊണ്ട് അവർ മുളങ്കമ്പിൽ പതിയിരിക്കുന്ന അപകടങ്ങളെ അളന്ന് മനസ്സിലാക്കിയിട്ടുണ്ടാകുമോ? അങ്ങനെയെങ്കിൽ അവർക്ക് മുന്നേ നടന്നുപോയ ഒരാൾ മൂലം മുളങ്കമ്പിൽ പുതിയ ഒരു പൊട്ടലുണ്ടായാൽ അവർ അതെങ്ങനെ മനസ്സിലാക്കും?

ചിലപ്പോൾ പാലത്തിൽ ദുരന്തങ്ങൾ പതിയിരിക്കുന്നു എന്നത് ബാലിശമായ ഒരു ചിന്തയാവും. വിഭജിച്ച് കിടക്കുന്ന രണ്ട് ഭൂമിയെ ബന്ധിപ്പിക്കുന്ന പാലത്തേക്കാൾ ദുരന്തം മറ്റെന്തുണ്ട്? വ്യത്യസ്തമായ എല്ലാത്തിനെയും ബന്ധിപ്പിച്ച് ഒന്നാക്കാനുള്ള മനുഷ്യന്റെ ആഗ്രഹത്തെ ചെറുത്തു നില്ക്കാൻ പ്രകൃതിക്കുകൂടി കഴിയുന്നില്ലല്ലോ. ഒരുപക്ഷേ, ഒരുപാലം നിർമ്മാണത്തിൽ അതിന്റെ തകർച്ചകൂടി ഉൾക്കൊണ്ടിട്ടുണ്ട്. ഒരു ജീവിയിൽ അതിന്റെ മരണം എഴുതപ്പെട്ടിരിക്കുന്നതുപോലെ.

പുൽച്ചുമടും എടുത്ത് നടന്ന സ്ത്രീ ഇപ്പോൾ അക്കരയെത്തിയിരിക്കുന്നു. അമുദയ്ക്ക് അക്കരെ എന്താണ് ഉള്ളത് എന്നറിയാൻ അതിയായ ആഗ്രഹം ഉണ്ട്. എങ്കിലും പാലത്തിൽ കയറാനുള്ള ധൈര്യമില്ല. അവളുടെ കൂടെ എസ്റ്റേറ്റിൽ താമസിച്ച ഒരാൾക്കും അതിന്മേൽ കയറാൻ ധൈര്യം ഉണ്ടായില്ല. എങ്ങാനും കാലുതെറ്റി പുഴയിലെ വെള്ളത്തിൽ പോയാൽ ബാക്കി ഉണ്ടാവില്ല എന്നും പറഞ്ഞ് അവർ കൂടെക്കൂടെ പാലം കടന്നുപോയ ആദിവാസികളെ നോക്കി അത്ഭുതത്തോടെ നെടുവീർപ്പിട്ടിരുന്നു. പോരാത്തതിന് അമുദം അടക്കം പലർക്കും നീന്താൻ അറിയില്ല. പുറത്തുനിന്ന് പുഴയുടെ ഭംഗി ആസ്വദിക്കാം എന്നല്ലാതെ അതിനെ അതിജീവിക്കാൻ അവൾക്ക് കഴിയില്ല. മനുഷ്യൻ സൗന്ദര്യം ദർശിക്കുന്ന ഓരോന്നും സ്ഫോടനാത്മകമായ ചലനം പേറുന്നവയാണ് പ്രകൃതിയിൽനിന്ന് വിട്ടുപോകുന്ന ഓരോ നിമിഷവും ആ കാവ്യാത്മക മനസ്സിന് ജീവൻ വയ്ക്കുകയും പുതിയ ദുരന്തങ്ങൾക്ക് കോപ്പ് കൂട്ടുകയും ചെയ്യും. അമുദ പാ

ലത്തിലേക്ക് നോക്കി. ഇപ്പോൾ ഒഴിഞ്ഞുകിടക്കുന്ന ആ പാലം അവളുടെ മനസ്സിനെ അതിലേക്ക് വലിച്ചടുപ്പിക്കുകയാണ്. മനുഷ്യന്റെ ഓരോ നിർമ്മിതിയുടെയും പ്രശ്നമാണത്. മനുഷ്യനുണ്ടാക്കുന്ന ഒന്നിനും ലക്ഷ്യരഹിതമായി നിലനില്ക്കാൻ കഴിയില്ല. പാലത്തിന്റെ രണ്ടറ്റങ്ങൾ ബന്ധിപ്പിക്കലിനെക്കുറിച്ചും പാലത്തിന്റെ നെടുങ്കൻ നീളം ഒരു കടത്തിനെക്കുറിച്ചും ഓർമ്മിപ്പിച്ചുകൊണ്ടിരിക്കും. ഒഴിഞ്ഞുകിടക്കുന്ന പാലം എന്തൊരു സങ്കടമാണ്.

അമുദ ചെരുപ്പൂരി ചെറിയ മഞ്ഞപ്പൂക്കളുള്ള, തറ നിരങ്ങി ചെടികൾക്കുള്ളിൽ ഉയർന്നു കിടക്കുന്ന കല്ലിന് വശത്തായി വച്ചു. മുന്നോട്ടുള്ള ക്രിയകൾക്കായി മനസ്സ് പാകപ്പെടുത്തുന്നതിനുമുൻപേതന്നെ അവൾ മുളമ്പാലത്തിന് മുകളിൽ ഒരറ്റത്ത് കയറി നിന്നു. മഞ്ഞുനനഞ്ഞ് നേരിയ വഴുവഴുപ്പുള്ള മുളകളിലൂടെ അവൾ ഒന്നുരണ്ടടി നടന്നു. വശത്തുള്ള കയറിൽ പിടിച്ച് ബാലൻസു ചെയ്യാൻ ശ്രമിച്ചിട്ടും വഴുതുന്നുണ്ടായിരുന്നു. അപ്പോഴേക്കും ഒരു കറുത്ത് മെലിഞ്ഞ പയ്യൻ അക്കരെനിന്ന് പാലത്തിലേക്ക് കയറി. അതിവേഗത്തിൽ പാലം കുലുക്കി അതിൽ ഒരു തിരമാല തീർത്ത് ആ ഒഴുക്കിൽ ഒഴുകി പയ്യൻ പാലത്തിലൂടെ നടന്നു. പാലം കുലുങ്ങുന്നത് കണ്ടു ഭയന്ന് അമുദ പുറകിലേക്ക് തിരികെ നടന്നു തറയിലിറങ്ങി നിന്നു. പാലം അതിഭയങ്കരമായി കരഞ്ഞു. അതിലെ ഓരോ പൊട്ടലും നീളത്തിൽ കീറുന്ന സ്വരം അമുദയ്ക്കു കേൾക്കാം. ഇനി താൻ കയറുമ്പോഴാകുമോ പാലം ഒടിഞ്ഞു വീഴുക? ആദിവാസിപ്പയ്യൻ പാലമിറങ്ങി തലതാഴ്ത്തി നടന്നുപോയി. അവളെ നോക്കിയില്ലെങ്കിലും അവൻ അവളുടെ സാന്നിദ്ധ്യം കൊണ്ട് ഒരുതരം സ്വാതന്ത്ര്യമില്ലായ്മ അനുഭവിക്കുന്നുണ്ടെന്ന് അമുദയ്ക്ക് തോന്നി. കുറെ നടന്ന ശേഷം ദൂരത്തുനിന്ന് അവൻ നടത്തത്തിനിടയിലും അമുദയെ തിരിഞ്ഞുനോക്കി.

അവൻ പോയിക്കഴിഞ്ഞിട്ടും പാലം ഞരങ്ങുന്നുണ്ട് എന്ന് അമുദയ്ക്ക് തോന്നി. നടക്കുമ്പോൾ അവൻ അല്പം ചരിച്ചാണ് മുളങ്കമ്പുകളിൽ കാലുകൾ പതിപ്പിച്ചിരുന്നത്. അമുദ വീണ്ടും പാലത്തിന് മുകളിലേക്ക് കയറി. ഇത്തവണ കാലുകൾ ചരിച്ചുപിടിച്ച് വളരെ സാവധാനം നടന്നു. പുഴയ്ക്ക് മുകളിലുള്ള പാലത്തിന്റെ ഭാഗത്ത് അവളെത്തിനിന്നു. രണ്ടുമൂന്നുചുവടുകൾകൂടി വച്ചപ്പോൾ താഴെ മുളങ്കമ്പുകൾക്കിടയിൽക്കൂടി പുഴ ഒഴുകുന്നത് കാണായി. അവളറിയാതെ കയറിന്മേലുള്ള പിടിത്തം മുറുകിയതും ശരീരത്തിന്റെ മുകൾഭാഗം നിലതെറ്റി ആടാൻ തുടങ്ങി. ഒരു നിമിഷം ഹൃദയം നിന്നുപോയതുപോലെ അവൾക്ക് തോന്നി. അവൾ ഒരുവിധം നിലവീണ്ടെടുത്ത് അനങ്ങാതെ നിന്നു. താനെന്തിനാണ് ഇത്ര കഷ്ടപ്പെട്ട് ഈ പാലം കടക്കുന്നത് എന്നവൾ ചിന്തിച്ചു. അവൾ കയറിയ ഭാഗത്തെ കരയിലേക്ക് നോക്കി. അതിന്റെ ഇരട്ടിദൂരം ഇനി അപ്പുറത്തേക്ക് നടക്കണം. തിരികെപ്പോയാലോ എന്നായി അവളുടെ ചിന്ത. ഇപ്പുറത്തുള്ളതിനേക്കാൾ കേമമായി എന്താണ് മറ്റേ കരയിൽ ഉള്ളത്! അവൾ വന്ന ഭാഗത്തെ കരയിൽ കൂടുതലും കവുങ്ങിൻ തോപ്പുകളും പച്ചക്കറികൃഷികളും ചെയ്യുന്ന പ്രദേശമാണ്. മറ്റേയറ്റത്ത് കൂടുതലും കാടുള്ള പ്രദേശമാണ്. കുറേക്കഴിയുമ്പോ അതും നാടായേക്കും. അതിബലം ഉള്ളൊരു പാലം അപ്പോൾ നിലവിൽ വന്നേക്കും. മറ്റൊരിടത്തേക്ക് പോകുന്നു എന്ന തോന്നൽ ഇല്ലാതെ വാഹനങ്ങളടക്കം പാഞ്ഞുപോകും അത് വഴി. അമുദ പാലത്തിൽ നിന്നുകൊണ്ട് വെള്ളത്തിലേക്ക് നോക്കി. ആ വെള്ളത്തിലേക്ക് വീഴാതിരിക്കാനല്ലേ ഞാനിത്ര കഷ്ടപ്പെടുന്നത്. പൊട്ടിത്തകർന്നുതുടങ്ങിയ ഈ പാലം ഇതുവഴി പോകുന്നവർ നന്നാക്കിയെടുക്കാൻ ചിന്തിക്കാത്തത് എന്തുകൊണ്ടാണ്? മുളകളിലെ ഈ പൊട്ടലുകൾ ഒരു ദുരന്തത്തിലേക്കുള്ള സൂചനകൾ അല്ലേ? അത്

നന്നാക്കിയെടുക്കാതെ വീണ്ടും വീണ്ടും അതിന്മേൽ ചവുട്ടി നടന്ന് പാലം തകർക്കുന്നതിലെ യുക്തി എന്താണ്!

അമുദയുടെ കറുത്ത് കുറുകിയ ഒരു നിഴൽ വെള്ളത്തിൽ പതിഞ്ഞു നിന്നു. ആ പുഴ ഒഴുകുകയാണെന്നേ തോന്നുകയില്ല. അത്രയ്ക്ക് നിശ്ചലമാണ് അതിന്റെ പ്രതലം. അവളുടെ നിഴൽ നോക്കിക്കൊണ്ടിരിക്കെ അവൾക്ക് കഴിഞ്ഞ ദിവസങ്ങളിലെ കാര്യങ്ങൾ ഓർമ്മ വന്നു. എന്തൊക്കെയാണ് താൻ ചെയ്തുകൂട്ടിയിരിക്കുന്നത്! തിരികെ നടന്ന് പാലം ഇറങ്ങിയാൽ തന്റെ പഴയ ജീവിതം അവിടെ തുറിച്ചുനോക്കിനില്പുണ്ട്. വേണമെങ്കിൽ ജീവിക്കാം. ഇനിയും മത്സരിക്കാം. ഊർജ്ജം തീർന്ന് താഴെ വീഴുംവരേക്കും. വെള്ളത്തിലേക്ക് നോക്കിനില്ക്കവേ അവൾക്ക് നഗരം ഓർമ്മവന്നു. അതിലെ വലിയ വലിയ ഷോപ്പിങ് മാളുകൾ. സിനിമാതിയേറ്ററുകൾ, എങ്ങോട്ടെന്നില്ലാതെ നടക്കുന്ന മനുഷ്യക്കൂട്ടങ്ങൾ. നഗരത്തിലെ കണ്ണാടിച്ചുവരുകൾക്ക് പുറകിൽ നിരയായി പ്രദർശിപ്പിച്ചിരിക്കുന്ന നിത്യോപയോഗ ആഡംബരവസ്തുക്കളെ നോക്കി അലസമായി നടക്കുന്നത് അവൾക്ക് ഹരമാണ്. കൈയിലൊതുങ്ങുന്നവ വാങ്ങി ഉപയോഗിക്കും. വാങ്ങിയ പല വസ്തുക്കളും എവിടെയാണ് എന്നറിയാത്തവിധം അവളും പ്രകാശും താമസിച്ച ഫ്ളാറ്റ് വിലകൂടിയ വസ്തുക്കളുടെ ഒരു ചവറ്റുകുട്ടയാണ്. ആരുണ്ടാക്കുന്നു ആരുപയോഗിക്കുന്നു എന്നതൊന്നും കാര്യമല്ലാതെ ആ വസ്തുക്കൾ ഇനിയും ഉണ്ടായിക്കൊണ്ടിരിക്കും. മാസശമ്പളം കിട്ടുമ്പോൾ ഇനിയും വാങ്ങും. അതിനപ്പുറം എന്ത് സംഭവിക്കാൻ എന്നവൾക്ക് ചിന്തിക്കാനാകുന്നില്ല. പ്രകാശ് ഫ്ളാറ്റിൽനിന്ന് തന്റെ വസ്തുക്കളൊക്കെ പുറത്തെറിഞ്ഞുകാണുമോ? അതോ ഇനി അയാൾ അവിടെ പോയിത്തന്നെക്കാണില്ലേ! ചിലപ്പോൾ നീനയെ ഫ്ളാറ്റിലേക്ക് കൊണ്ടുപോയിട്ടുമുണ്ടാവും. അവൾക്ക് തലവേദനിച്ചു. കൂടുതൽ ഒന്നും ചിന്തിക്കാൻ വയ്യ. ചിന്തിക്കാൻ തുടങ്ങിയാൽ ഇനിയും സാദ്ധ്യതകൾ ഒരുപാടുണ്ട്. അയാൾ എന്തൊക്കെ ചെയ്യാം ചെയ്യില്ല എന്നതിനെപ്പറ്റി പ്രത്യേകിച്ച് യാതൊരു വികാരവും ഇല്ലാതെയാണ് താൻ കഴിഞ്ഞുപോയ ജീവിതത്തെക്കുറിച്ച് ചിന്തിക്കുന്നത് എന്നവൾക്ക് തോന്നി. ഇതെന്തൊരുതരം അവസ്ഥയാണ്!

അവൾ പാലത്തിലൂടെ മുന്നോട്ടുതന്നെ നടന്നു. ഇത്തവണ അവൾ ഒരുകരയിലേക്കും നോക്കിയില്ല. പൊട്ടിപ്പിളർന്ന് താഴേക്ക് വളയുന്ന മുളങ്കമ്പിൽ ദൃഷ്ടിയൂന്നി മെല്ലെ നടന്നു. അതിനു താഴെ ആഴമുള്ള ഒരു പുഴ ഒഴുകുന്നത് അവൾ മറന്നു. ആ പാലം കടന്ന ആദ്യത്തെ ആൾ ആരാവും എന്നവൾ വെറുതെ ചിന്തിച്ചു. താൻ എത്രാമത്തെ ആളാണ്? ഇതിലൂടെ നടന്നുപോയ എത്ര മനുഷ്യരുടെ ചിന്തകളാണ് ഈ നിമിഷത്തിൽ തന്റെ മുകളിൽ ഘനീഭവിച്ചുനില്ക്കുന്നത്! തനിക്കറിഞ്ഞുകൂടാത്ത ഒരു സമയത്ത് നിർമ്മിക്കപ്പെട്ട ഈ പാലത്തിന്റെ തകർച്ചയ്ക്ക് തന്റെ കൂടി ചിന്തകൾ മുതൽക്കൂട്ടാവും. അങ്ങനെ ഈ പാലത്തിന്റെ തകർച്ചയുടെ കാരണക്കാരിൽ ഒരാൾ താൻ കൂടിയാവും. നടക്കുന്നതിനിടെ എത്രയോ തവണ അവളുടെ കാൽ വഴുതി. പാലത്തിനുകീഴെയുള്ള ശൂന്യസ്ഥലം കടന്ന് പുഴയുടെ ആഴത്തിൽ അവളുടെ ജീവൻ ഒരുപാടുതവണ ശ്വാസം മുട്ടി. പാലത്തിന്റെ മറ്റേ അറ്റത്ത് എത്തിയപ്പോഴേക്കും പലതവണ അവൾ മരിച്ചുജീവിച്ചുകഴിഞ്ഞിരുന്നു. മുളങ്കമ്പിൽനിന്ന് മഞ്ഞ നിറമുള്ള മണ്ണിലേക്ക് കാൽ വയ്ക്കുമ്പോൾ അവൾ മനസ്സിൽ പറഞ്ഞു.

"കടന്നത് പുഴയോ... അതോ പാലമോ?"

അവൾ പുഴയിലേക്ക് നോക്കി. ഏതദൃശ്യശക്തിയാണ് ആ ആഴങ്ങളിൽ വീഴാതെ

തന്നെ കാത്തുരക്ഷിച്ചത്? ഒരു കാൽപ്പെരുമാറ്റം കേട്ട് അവൾ തിരിഞ്ഞുനോക്കി. ഒരു നായയാണ്. അങ്ങനെയെന്തെങ്കിലും അവൾ പ്രതീക്ഷിച്ചതല്ല. പാലം കടന്നതിന്റെ അവിശ്വാസ്യത അപ്പോഴും അവളെ വിട്ടുപോയിരുന്നില്ല. നായ മുന്നോട്ട് ഓടിവരുന്നുണ്ട്. മുന്നോട്ടടുക്കുംതോറും അതിന്റെ മുരൾച്ചയും വേഗതയും കൂടിക്കൂടി വന്നു. ഒരുപത്തടി അകലത്തിൽനിന്ന് അത് മുന്നോട്ട് ചാടിയതും അടുത്ത് കിടന്നിരുന്ന കാട്ടുകമ്പെടുത്ത് അവൾ വേഗത്തിൽ നായയ്ക്കുനേരേ ശക്തിയിൽ വീശി. തന്റെ കൈകൾ വളരെ ദുർബ്ബലമാണ് എന്നവൾക്ക് തോന്നി. അവളുടെ അപ്രതീക്ഷിത തിരിച്ചടിയിൽ നായ പിന്മാറുന്നതിന് തൊട്ടുമുന്നേ അവളുടെ കാലിൽ ഒരുവട്ടം അത് പല്ലുകളാഴ്ത്തിയിരുന്നു. അമുദയ്ക്ക് ശരീരമാകെ വേദനിച്ചു. പല്ലുകൾ കടിച്ചുപിടിച്ച് അവൾ നായയെപ്പോലെത്തന്നെ മുരണ്ടുകൊണ്ടിരുന്നു. താനെന്തിനാണ് ആക്രമിക്കപ്പെടുന്നത് എന്നവൾക്ക് മനസ്സിലായില്ല. താനെന്തിനാണ് പാലം കടന്ന് ഇങ്ങനെയൊരു വിപത്തിലേക്ക് എത്തിപ്പെട്ടത് എന്നാലോചിച്ച് അവൾ ഉച്ചത്തിൽ കരയാൻ തുടങ്ങി. നായ പിന്മാറുന്നില്ല. അവൾ അനങ്ങിയാൽ ഇനിയും അത് ചാടും എന്ന നിലയിലാണ് ആ ജന്തു, തന്നെ ശത്രുസ്ഥാനത്തിന് നിർത്തിയിരിക്കുന്നതിന്റെ കാരണം ചിന്തിച്ചെടുക്കാൻ അവൾക്ക് കഴിഞ്ഞില്ല. ഹൃദയത്തിലെ രക്തയോട്ടം കൂടി തളർന്ന് നിലത്തിരിക്കാൻ തുടങ്ങിയപ്പോഴാണ് ഒരു കല്ല് പറന്നുവന്ന് നായയുടെ മേൽ പതിച്ചത്. നായ മോങ്ങിക്കൊണ്ട് പിൻവാങ്ങി. സംഘർഷഭരിതമായ ഒരു സംഭവത്തിന്റെ വിങ്ങൽ ബാക്കിവച്ച് നായ നിന്നിടം ശൂന്യമായി. നായ കടിച്ചിടത്തിനു മുകളിലായി വിരലുകൾകൊണ്ടമർത്തി അവൾ ഏങ്ങിക്കരഞ്ഞു. മണ്ണിൽപ്പുതഞ്ഞ് കറുത്ത മെല്ലിച്ച രണ്ടു കാലുകൾ നടന്നുവരുന്നവൾ കണ്ടു. നേരത്തേ തലച്ചുമടും എടുത്തുപോയ ആദിവാസി സ്ത്രീയാണ്.

"നായ് കടിച്ചു... അത് പെറ്റ നായ്." ആദിവാസി ഭാഷയുടെ ചുവയോടെ മലയാളത്തിൽ അവർ പറഞ്ഞു.

തന്റെ കുഞ്ഞുങ്ങളെ ഉപദ്രവിക്കാൻ വന്നു എന്നു കരുതിയാണ് ആ പെൺനായ തന്നെ കടിച്ചത് എന്നവൾക്ക് മനസ്സിലായി. എന്നാൽ ആ നായയും കുഞ്ഞുങ്ങളും എവിടെയാണ് കിടക്കുന്നത് എന്നവൾക്ക് കാണാൻ കൂടി കഴിഞ്ഞില്ല. ഏതോ മറവിൽ കിടക്കുന്ന ആ അമ്മയും കുഞ്ഞുങ്ങളും അദൃശ്യമായ അതിർത്തിക്കുള്ളിൽ കടന്നുകയറിയ തന്നെയും നോക്കി ഇപ്പോഴും ഇരിക്കുന്നുണ്ടാവണം. അവൾ ചുറ്റും നോക്കി. അതിരുകൾ ഇല്ലാത്തിടത്തെ അതിജീവനനിയമങ്ങൾ ഏത് ഭാഷയിലാണ് എഴുതപ്പെട്ടിരിക്കുന്നത് എന്ന് കരച്ചിലിനിടയിലും അത്ഭുതപ്പെട്ടു. ആദിവാസി സ്ത്രീ അവളുടെ അടുത്ത് വന്നെങ്കിലും മിണ്ടാതെ നിന്ന് അവൾ കരയുന്നത് നോക്കി നില്ക്കുകയാണ്.

"കാലു ഭയങ്കര വേദന. സെപ്റ്റിക് ആകും."

അവൾ അവരെ നോക്കിപ്പറഞ്ഞു. ആ സ്ത്രീ കുറേനേരം അനങ്ങാതെ അവളെത്തന്നെ നോക്കിനിന്നശേഷം പതിയെ നടന്ന് ഒരുകൊച്ചു മുളന്തണ്ട് വെട്ടിയെടുത്ത് കുറച്ചുദൂരെയുള്ള കുടിലിനു മുന്നിലെ അടുപ്പിന് സമീപത്തുപോയി എന്തോ പെരുമാറാൻ തുടങ്ങി. അവർ അവളെ നോക്കിയതുകൂടിയില്ല. വിങ്ങുന്ന കാലും വലിച്ച് അവൾ അവിടെയെത്തുമ്പോൾ അടുപ്പിൽ തീകത്തിച്ച് അവർ ഒരു പച്ചമുളം തണ്ട് വാട്ടിയെടുക്കുകയാണ്. മുളയുടെ നിറം മങ്ങിയപ്പോൾ അവർ എണീറ്റ് ചൂടുപഴുത്തിരുന്ന അതിന്റെ പ്രതലം അവളുടെ കാലിൽ നായയുടെ കടിയേറ്റ ഭാഗത്ത് പതിപ്പിച്ചുവച്ചു. ചൂടും നീറ്റലും കൊണ്ട് അവൾ ഉച്ചത്തിൽ കരഞ്ഞുപോയി. വേദനയിൽ അവൾ അവളുടെ കാലിൽ പിടിച്ചിരുന്ന അവരുടെ മെലിഞ്ഞ കൈ ഊക്കോടെ തട്ടിമാറ്റി. ആ സ്ത്രീ ദൂരേക്ക് വേ

ച്ചുപോയി.

"ബേദ്നിക്കും... പച്ചേ പഴല്ല."

ഇതും പറഞ്ഞ് ആ സ്ത്രീ മുളങ്കമ്പ് ദൂരേക്കെറിഞ്ഞ് കുടിലിനുള്ളിൽ കയറിപ്പോയി. അവൾ കുറേനേരം അവിടെ ഇരുന്നിട്ടും ആ സ്ത്രീയോ മറ്റാരെങ്കിലുമോ പുറത്തേക്ക് വന്നില്ല. സൂര്യൻ ഉദിച്ച് തണുപ്പ് കുറഞ്ഞുതുടങ്ങിയിരിക്കുന്നു. വിങ്ങുന്ന കാലും കൊന്നിക്കൊന്നി അമുദ പാലത്തിന് നേരെ നടന്നു. പുഴയ്ക്കൊരു ഭാഗത്തുനിന്ന് മറുകര നോക്കിയപ്പോൾ ഉറയൂരിയ ഒരു സർപ്പമാണ് താൻ എന്നവൾക്ക് തോന്നി. പുതിയതാണ് തന്റെ ഈ ദേഹം. ഇനി മറ്റൊരു പാലം കടക്കുംവരേക്കും മുതിർന്നുമുറ്റാൻ പാകത്തിന് ലോലമായ തൊലിയുള്ള ദേഹം. ഇനിയെത്ര മുറിവുകൾ പൊറ്റപ്പിടിച്ചാലാണ് അടുത്ത പാലത്തിലേക്കുള്ള സമയം താണ്ടാനാവുക. ശുദ്ധമായ ഓർമ്മകളുടെ കുമ്പടഞ്ഞുപോയിരിക്കുന്നു. കുറേക്കാലത്തിനു ശേഷം അമുദ തന്റെ കുട്ടിക്കാലത്തെക്കുറിച്ചോർത്തുപോയി. പൊളിഞ്ഞ പാലവും വന്നയിടവും ഉപേക്ഷിച്ച് അവൾ തിരിഞ്ഞ് കാടിനുള്ളിലേക്ക് നടന്നു. ആരോ താണ്ടിയ വഴികൾ അവൾക്ക് മുന്നിൽ അവിടെയും പിരിഞ്ഞുകിടന്നു. അതിലൊന്ന് തെരഞ്ഞെടുക്കയേ വേണ്ടൂ. ഈ ഭൂമിയിലെ ഏതൊരു വഴിയും പൊളിയാറായ പാലങ്ങളുടെ ഇങ്ങേ അറ്റമാണ് എന്ന് അമുദയ്ക്ക് തോന്നി. ചരിത്രത്തിന്റെ ചരിത്രമില്ലായ്മയുടെ പൊളിഞ്ഞ പാലങ്ങൾ. നിവൃത്തികേടുകൊണ്ട് അവളറിയാതെ തന്നെ ഏതോ ഒരു വഴിയിലേക്ക് അവളുടെ കാലുകൾ നടന്നുതുടങ്ങി. ഭൂതകാലമില്ലാത്ത ഒരു വഴി മുന്നിൽക്കാണേണ്ടും എന്ന പ്രതീക്ഷയോടെ. അമുദയെക്കടിച്ച പെൺനായയുടെ അടക്കിയ കിതയ്ക്കൽ അപ്പോഴും അവളെ പിന്തുടർന്നു. അത് ഇടയ്ക്കിടയ്ക്ക് അതിന്റെ പൊന്തയിൽനിന്നും പുറത്തിറങ്ങി തന്റെ കണ്ണെത്തുന്നതുവരെയുള്ള ഭൂമി അളന്ന് അതിർത്തി നിശ്ചയിച്ച് അപകടങ്ങളെ മുൻകൂട്ടി കണ്ടുകൊണ്ടിരുന്നു അതിന്റെ കുഞ്ഞുങ്ങൾ വളർന്ന് ഒരിക്കൽ ആ ചെറിയ അതിർത്തി കടക്കും. തന്റെ മക്കൾ ഭൂമി മുഴുവൻ വ്യാപിച്ച് ആ അദൃശ്യ അതിർത്തിയുടെ രേഖകളെ പുനഃനിർണ്ണയം ചെയ്യുന്നതിനെപ്പറ്റി വേദനയോടെ ആ നായ ചിന്തിച്ചു. മക്കൾ വിഭജിച്ചും കൂട്ടിച്ചേർത്തും വികലമാക്കാൻ പോകുന്ന ഭൂരൂപങ്ങൾക്കുള്ളിലൂടെ അത് ഒരിക്കൽ ഭ്രാന്തമായി അലഞ്ഞുനടക്കും. അവൾ കാവലിരിക്കുന്ന മക്കൾ അവളെത്തന്നെ കടിച്ചുകീറും. അവളിൽത്തന്നെ അടുത്ത തലമുറ ഉല്പാദിപ്പിക്കും. നായയുടെ ചിന്തകൾ കാടുകയറുമ്പോൾ മുളപ്പാലം കിറുകിറുത്തു തന്റെ അടുത്ത പ്രതിയോഗിയെ നേരിടാൻ നായ തയ്യാറെടുക്കുമ്പോൾ പൊന്തയ്ക്കകത്തെ ഇരുട്ടിൽ നായ്ക്കുഞ്ഞുങ്ങൾ പാലിനുവേണ്ടി വരണ്ട തൊണ്ടയും അടഞ്ഞ കണ്ണുകളുമായി ഇഴഞ്ഞുനടന്നു.

വിനോയ് തോമസ്

രാമച്ചി

ഒരു വേനൽ മഴയ്ക്കുള്ള മേഘങ്ങൾ കാടിന്റെ മുകളിലേക്ക് ചാഞ്ഞു വരുന്ന ഉച്ചയായിരുന്നു അത്. വനംകാരും പത്തിലെയും പതിനൊന്നിലെയും താമസക്കാരും നേരം വെളുക്കുന്നതിനു മുൻപുതന്നെ കോട്ടപ്പാറക്കുന്നിൽ കൂട്ടംകൂടിയതാണ്.

"കൊമ്പില്ലേല് ഓൻ പയങ്കരനാ. മുത്തങ്ങേലെ ആനകളെയെല്ലാ ഒതുക്കിയത് ഓനല്ലേ." വാച്ചർ കൃഷ്ണൻകോട്ടി ഉറപ്പു പറഞ്ഞു.

ആറളം ഫാമിലേക്കിറങ്ങുന്ന ആനകളെ കാട്ടിലേക്ക് തുരത്തിയോടിക്കാൻ വനംവകുപ്പുകാർ കൊണ്ടുവന്ന പ്രമുഖൻ എന്ന കുങ്കിയാനയെ കണ്ടപ്പോൾ മുതൽ അവന് കൊമ്പില്ല എന്നുള്ളത് ആളുകൾക്ക് ഒരു പരാതിയായിരുന്നു. അപ്പുറത്തെ കുന്നിലെ ഞെട്ടിപ്പനകൾക്കിടയിൽ കാട്ടാനക്കൂട്ടമെത്തിയിട്ട് മൂന്ന് നാല് ദിവസമായി. ആളുകൾ താമസിക്കുന്നിടത്തേക്ക് രാത്രിയിൽ അവർ ഇറങ്ങി വരും. വാഴയും തെങ്ങും റബ്ബറുമൊക്കെ ചപ്രംചിപ്രം പറിച്ചെറിയും. ആനമതിലും പാട്ടമുട്ടലും ഏറുപടക്കവും ഒക്കെ തോറ്റിടത്ത് പുതിയ പരീക്ഷണമാണ് ഈ കുങ്കിയാന.

അനേകം തോട്ടിക്കീറലുകൾകൊണ്ട് തൊങ്ങലായ ചെവിയുമാട്ടി രാവിലേമുതൽ കുന്നിനു താഴെ മരുതിന്റെ ചുരുളൻ പൂവുകൾക്കിടയിൽ പൊരുതാനൊരുങ്ങി നില്ക്കുകയാണ് പ്രമുഖൻ.

"ആരു പറഞ്ഞ് കൊടുക്കണ്ട. സമയാകുമ്പോ ഓൻ ബേണ്ടത് ചെയ്യൂ." ധൃതി കൂട്ടുന്നവരെ കൃഷ്ണൻകോട്ടി ഒന്നുകൂടി ഓർമ്മപ്പെടുത്തി.

സമയമായി. അവൻ ഒന്നു വട്ടംകറങ്ങി കാലുകളിലേക്ക് കൈകൾ ചേർത്ത് ക്ലഞ്ഞിക്കൂടി. വലിയ ശബ്ദത്തോടെ വായുപിണ്ടങ്ങൾ പുറകിലേക്ക് തള്ളി ആനക്കൂട്ടത്തിനരുകിലേക്ക് എയ്തുവിട്ടതുപോലെ പ്രമുഖൻ കുന്നുകയറിപ്പോയി. അതുകണ്ട് അവരെല്ലാം കൈയടിച്ചു. പൊരിഞ്ഞ പോരുണ്ടാകും. ഒടുക്കം ആനകളെല്ലാം കാട്ടിലേക്ക് പേടിച്ചോടും.

കാട്ടുനാരകത്തിന്റെ തണലിൽ ഒരു കൈകൊണ്ട് അടിവയർ താങ്ങി ഒറ്റയ്ക്ക് നില്ക്കുന്ന മല്ലികയെ ആനവഴക്ക് കാണാൻ മറ്റുള്ളവർ കൂട്ടത്തിലേക്ക് വിളിച്ചു. അവൾ അക്കരെക്കുന്നിലെ ഞെട്ടിപ്പനകൾക്കിടയിൽ കുത്തിക്കളിക്കുന്ന കുഞ്ഞിയാനയെ നോക്കുകയായിരുന്നതുകൊണ്ട് വിളി കേട്ടില്ല. വയറ്റിലുള്ളയാൾ ആ കുട്ടിമറിച്ചിൽ കണ്ട് ചിരിക്കുന്നുണ്ട്. കൈയും കാലും ഇളക്കുന്നുണ്ട്. പനകൾക്കിടയിൽനിന്ന് ഒരു തുമ്പിക്കൈ നീണ്ടുവന്ന് കുറുമ്പിക്കുട്ടിയെ പിടിച്ച് ഉള്ളിലാക്കി. പിടിയും കുട്ടിയുമെല്ലാമായി അഞ്ചാറെണ്ണമുണ്ടവിടെ. കൊമ്പനെ കാണാനില്ല. അവൻ ചിലപ്പോൾ കൂട്ടത്തിൽനിന്നു മാറി നായ്ക്കുന്നമരങ്ങൾക്കിടയിലായിരിക്കും. മെലിഞ്ഞ് അയഞ്ഞതൊലിയുള്ള തലച്ചിയാനയെ മാത്രം പനയോലകൾക്ക് മുകളിൽ കാണാം. മഞ്ഞമുത്തിയെപ്പോലെ മുന്നിൽ നടക്കുന്നവൾ.

പ്രമുഖൻ വരുന്നത് ആദ്യം കണ്ടത് തലച്ചിയാണ്. മറ്റുള്ളവരോട് പാഞ്ഞൊളിക്കാൻ പറയുന്നതിനുപകരം അവൾ ഞെട്ടിപ്പനകൾക്ക് മുകളിലെത്തിയ മേഘങ്ങളെ ഉമ്മവെക്കുന്നതുപോലെ തുമ്പിയുയർത്തി. അവിടെനിന്നും കാറ്റു തുടങ്ങി. അതു പിന്നെ കല്ലിടകളിലും ചളിയിളക്കങ്ങളിലും മരപ്പൊത്തുകളിലും കയറിയിറങ്ങി കാടിന്റെ പഴകിയ മണം കൊണ്ടു കൊഴുത്തു. അപ്പോൾ പനംകൂട്ടങ്ങൾക്കിടയിൽനിന്നും പൂത്തു നില്ക്കുന്ന രണ്ടു പിടിയാനകൾ പുറത്തേക്കിറങ്ങി. അവരുടെ ഇതളുകളിലും ഈർപ്പങ്ങളിലും തൊട്ട കാറ്റ് പ്രമുഖനടുത്തെത്തിയപ്പോൾ ഒരു വലയിൽ കുരുങ്ങിയതുപോലെ അവന്റെ വേഗം കുറഞ്ഞുവന്നു. ഞെട്ടിപ്പനകളുടെ അരികിൽ അവനെത്തുമ്പോൾ പിടിയാനകളിലൊന്ന് ഇന്നലെ വിരിഞ്ഞ ഒരു പനങ്കുമ്പ് അവന്റെ നേർക്ക് ചായ്ച്ചു പിടിച്ചു അലസയായി മറ്റെവിടേക്കോ നോക്കിനില്ക്കുകയായിരുന്നു.

"ഓന്റട്ടുക്കെ അബളുടെ കളി നടക്കൂല്ല." കൃഷ്ണൻകോട്ടിയുടെ ആഗ്രഹം.

പ്രമുഖൻ ചെവികൾ പോലും അനക്കാതെ നില്ക്കുകയാണ്. പിടി പനങ്കുമ്പുകൊണ്ട് അവനെ വീശിക്കൊണ്ടിരുന്നു. ഒടുവിൽ കോട്ടപ്പാറക്കുന്നിലുള്ളവരെ അതിശയപ്പെടുത്തിക്കൊണ്ട് പ്രമുഖൻ പനങ്കുമ്പ് വാങ്ങി ചവച്ചുതുടങ്ങി. അവന് പുറന്തിരിഞ്ഞു നിന്നിരുന്ന മറ്റേ പിടിയെ പതുക്കെ മുട്ടിയുരുമ്മി തിരിച്ചുനിർത്തി. അവൻ അവളുടെ തുമ്പിക്കൈ കോരിയെടുത്തു ചുറ്റിപ്പിടിച്ച് ചുണ്ടുകൾ തമ്മിൽ ചേർക്കാൻ ശ്രമിച്ചു. നീണ്ടുപോകുന്ന ആ ചുംബനം കണ്ട് ഇക്കരെ കുന്നിൽ നിന്നവർ വനംകാരെ കൂകിവിളിച്ചു.

"പ്രമുകനാണപോലും. ഓൻ മോഴയല്ലേ, നാണംകെട്ടവൻ, ഓൾടെ ബാലേത്തുങ്ങി പോണ്." എല്ലാവരും ഇങ്ങനെയൊക്കെയാണ് പറഞ്ഞത്.

"കുങ്കിയാനയ്ക്ക് അടബു പലതാണ്. എല്ലേറ്റിനേം ഉൾക്കാട്ടിലാക്കീട്ട് ഓനിങ്ങു പോരും." പിടിയാനയുടെ പുറകേ പ്രമുഖൻ ഞെട്ടിപ്പനകൾക്കിടയിലേക്ക് കയറിപ്പോയപ്പോൾ കൃഷ്ണൻകോട്ടി പ്രതീക്ഷിച്ചു.

"ബര്വ, കാത്തിരുന്നോ." കാട്ടുനാരകത്തിന്റെ ചുവട്ടിൽനിന്ന് വീട്ടിലേക്കു തിരികെ നടക്കുകയായിരുന്നു മല്ലിക.

വേനൽമഴ പെയ്തില്ല. രാത്രിയിൽ തണുത്ത കാറ്റുമാത്രം വന്നുപോയി. പകുതി ഉയർത്തിയ ഭിത്തിക്കു മുകളിൽ പ്ലാസ്റ്റിക്കു പായ വലിച്ചുകെട്ടി വീടാക്കിയ നിലത്തു കിടക്കുമ്പോൾ വയറ്റിലുള്ളയാൾ ചൂടെന്ന് പരാതി പറഞ്ഞു. അവൾ എഴുന്നേറ്റ് പുറത്തു വന്നിരു

ന്നു. പ്ലോട്ടുനമ്പറിട്ട് തിരിച്ച ഓരോ ഏക്കറുകൾക്കും നടുവിൽ വീടുകൾ.

"എന്റെ പറമ്പ്. കടലാസില് എന്റെ പേര്. നിനക്ക് പൂമിയില്ല. നീ കളിക്ക്ണ്ട പോത്തമ്മ ചൂളച്ചി." അയലത്തെ ചപ്പിലി സോമൻ ഭാര്യ രാധയെ തെറി പറയുന്നു. ഫാമിൽ വന്നതിൽ പിന്നെയാണ് ചപ്പിലി സോമന് ഒച്ച പൊങ്ങുന്നത്.

ഒരിക്കൽ വള്ളിയൂർക്കാവ് ഉത്സവം കഴിഞ്ഞ് മുട്ടമാറ്റിയിലേക്കുള്ള വരവാണ് മനസ്സിൽ. മഞ്ഞമുത്തി മുന്നിൽ നടക്കും. മുത്തിയുടെ അരയിൽ മുറുക്കാൻ കിഴി, കാവിൽ നാലഞ്ചു ദിവസം കിടന്ന പായ ചുരുട്ടി കക്ഷത്തിൽ, അരിപ്പൊരിയും ചോളപ്പൊരിയും നിറച്ച കൂട് ഒരു കൈയിൽ, മറ്റേ കൈയിൽ തൂങ്ങി രണ്ടു കുട്ടികൾ. മുത്തിക്കു പുറകിൽ കുപ്പിവളയിട്ട് ഞങ്ങൾ പെണ്ണുങ്ങളും കുട്ടികളും. ഏറ്റവും പുറകിൽ ബലൂൺപിടിച്ച ആൺകുട്ടികളെ തോളത്തുവെച്ച് അപ്പയും ആണുങ്ങളും. അവരുടെ കൂടെ കട്ടൻരവിയുമുണ്ട്. കാവിലുവെച്ച് ഒരേ നോട്ടമായിരുന്നു. ചട്ടിയും കലവും വില്ക്കുന്നവരുടെ കൂടെ നിന്ന് അവനു പണം കിട്ടിയിട്ടുണ്ട്. അപ്പന് അവൻ ബ്രാണ്ടി വാങ്ങിക്കൊടുത്തുകാണും.

അപ്പൻ അധികം ഒച്ചെയടുക്കാതെ അമ്മയെ തെറി പറയുന്നു. അമ്മ കൈയോങ്ങി തിരിഞ്ഞു നില്ക്കുമ്പോൾ മിണ്ടാതിരിക്കും. തലപ്പുഴയിൽ നിന്ന് കാട്ടുവഴിയിലേക്കു കയറിയതേ മഞ്ഞമുത്തി പാഞ്ഞുചെന്ന് അപ്പന്റെ തലയ്ക്കിട്ട് രണ്ടെണ്ണം കൊടുത്തു. അപ്പൻ പിന്നെ ആണുങ്ങളോടുള്ള തമാശമാത്രമാണ് പറഞ്ഞത്. അമ്പായത്തോട്ടിലേക്കിറങ്ങി പുഴക്കരയിലൂടെ മുട്ടമാറ്റിയിലെത്തും. ഏത് വഴിക്ക് പോകണമെന്നും എപ്പോൾ ഇരിക്കണമെന്നും വെറ്റില മുറുക്കേണ്ടത് എപ്പോഴാണെന്നുമൊക്കെ മഞ്ഞമുത്തിയാണു പറയേണ്ടത്.

വേനൽ മുറുകിയതുകൊണ്ട് അന്നുരാത്രി മുതൽ എല്ലാവരും പുഴക്കരയിൽ താമസിക്കാമെന്ന് മഞ്ഞമുത്തി തീരുമാനിച്ചു. പൂക്കുണ്ടിലുള്ള കട്ടൻരവിയെന്തിനാണ് ഞങ്ങളുടെ കൂടെ കൂട്ടുന്നത്? പിറ്റേന്ന് കാലത്ത് ചിറപണി തുടങ്ങി. പുഴയിലെ ഉരുളൻ കല്ലുകൾ പെറുക്കി അടുക്കണം. രണ്ടു മൂന്നു ദിവസത്തെ പണിയാണത്. പുഴ മഞ്ഞമുത്തി ചൂണ്ടുന്ന വഴിക്ക് എല്ലുമ്പിച്ച് ചെറുവായൻ തോടായൊഴുകും.

ചെറുതോട്ടിലൂടെയുള്ള ആ ഒഴുക്കിൽ തുണിയും കൂടയും വെച്ച് മുകളിൽനിന്ന് ചെളികുത്തി ഓടിച്ചാൽ മീനുകൾ വന്നുകയറും. കറുത്തു ചിരിയില്ലാത്ത കല്ലേമുട്ടി, ചത്താലും കുത്തുന്ന ചില്ലോൻകൂരി, ഓലക്കീറുപോലെ പുളയുന്ന പുള്ളിയാരല്, പരല്, കുറുവ, മനഞ്ഞില്, കൂരല്, കോലാൻ, കിട്ടുന്നതിനെ എല്ലാവരും കൂടി തീ കൂട്ടി ചുട്ടുതിന്നും.

രാത്രി നീർമാതളത്തിന്റെ വെളുത്തപൂവുകൾ ചിതറിയ സാരിക്കൂട്ടിൽ കിടക്കുമ്പോളാണ് രവി വന്ന് പ്രാച്ചിമീൻ വെള്ളത്തിൽ വെട്ടിമാറുന്നതുപോലെ ഓരോന്നു ചെയ്തത്. എന്തിനാണിത്ര വേഗന്ന് ചോദിച്ചപ്പോൾ അവനിഷ്ടം അതാണുപോലും ഏും.

നാലാമത്തെ ദിവസം മഞ്ഞമുത്തി കട്ടനെ വിളിച്ച് എന്തോ പറഞ്ഞു. അവൻ വലിയ സന്തോഷത്തിൽ പോകുന്നതും കണ്ടു. ഒരാഴ്ച കഴിഞ്ഞപ്പോൾ അന്തിക്ക് പൂക്കുണ്ടിൽനിന്ന് അവന്റെ ബന്ധുക്കളും നാട്ടുകാരും കൂടി ചീനിയും തുടിയും ഒരുചാക്ക് ചോമാലനെല്ലുമൊക്കെയായി വന്നു. അവൻ എന്നെ കല്യാണം കഴിക്കാൻ പോവുകയാണ്. ഞങ്ങളെല്ലാം വീട്ടിലേക്ക് മാറി. അവൻ പുഴയിറമ്പിൽ വിറകാഴി കൂട്ടുന്നു. ആറ്റുവഞ്ചിയുടെ ചുവട്ടിൽ രാത്രി മുഴുവൻ തുടികൊട്ടും ചീനിവിളിയുമാണ്. പെണ്ണുങ്ങൾ മുടിയഴിച്ചിട്ട് വട്ടക്കളിയും കൊക്കമാന്തിക്കളിയും നടത്തി. നേരം പുലർന്നപ്പോഴും ആഴിയിലെ ഉരുപ്പുമുട്ടി കെടാതെതന്നെയിരുന്നു.

അവരുടെ നെല്ലിൻചാക്ക് എടുത്തുകൊണ്ട് വന്നാൽ പിന്നെ കല്യാണമാണ്. മഞ്ഞമുത്തിയോടും അപ്പനോടും താൻ പറഞ്ഞു. ആ നെല്ലിൻ ചാക്കെടുക്കാൻ ആരും പോകണ്ട.

അവര് തിരിച്ചൊന്നും പറഞ്ഞില്ല. ഉച്ചവരെ കാത്തിരുന്നിട്ട് കട്ടനും കൂട്ടരും തെറിയും പറഞ്ഞ് തിരിച്ചുപോയി. വൈകുന്നേരം മഞ്ഞമുത്തി പൊട്ടിച്ചിരിച്ചുകൊണ്ട് എന്റെ മുടിയിൽ കുളമാവിൻതാളിയിട്ടു.

"നീ പയങ്കരിതന്നെ."

ഞാനും ചിരിച്ചു.

കാട്ടിലെവിടെയോ നിന്ന് പിടിയാനയുടെ വിളി. കാട്ടിയും മലാനുമൊക്കെ പെണ്ണിനെ ഓടിച്ചിട്ട് പിടിച്ചാണ് കാര്യം നടത്തുന്നതെന്നും ആനകള് സ്നേഹിച്ച് സ്നേഹിച്ച് നടക്കുമെന്നുമാണ് പ്രദീപൻ പറഞ്ഞത്. ഉച്ച മുതൽ പ്രമുഖനും ആ പിടിയും മുട്ടിയുരുമ്മി നടക്കുകയായിരിക്കും. ഇപ്പോൾ അവർ കൂട്ടത്തിൽനിന്നു മാറി ഒരു മരച്ചുവട്ടിൽ ഒന്നിച്ച് കൂടിയിട്ടുണ്ടാവും.

പണ്ട് കോളിമരത്തിന്റെ കൈപ്പത്തിക്കൊമ്പിലിരുന്ന് പ്രദീപൻ നാണിച്ച് ചൂണ്ടിയ കാഴ്ച. ഇരുട്ട് നിറഞ്ഞ കാടിനുള്ളിൽ ഉടുക്കാതെ നില്ക്കുന്ന വെണ്ണിലവിനോട് ചേർന്ന് കൂട്ടത്തിൽനിന്നു മാറിയ ഒരു കൊമ്പനും പിടിയും. ഒതുങ്ങിയൊരുങ്ങിയ പിടിയുടെ മുകളിലേക്ക് ചുറ്റുമുള്ള വെട്ടിത്താളിയിലകൾപോലും അനങ്ങാത്തത്ര പതുക്കെ കൊമ്പൻ അമരുന്നു. പ്രദീപന് നാണമാണെങ്കിലും അവൾ അവനോട് ചേർന്നിരുന്നു. മരക്കൊമ്പിൽ മുറുകെ പിടിച്ചു. അവൾ പൊതിയുമ്പോൾ ഇളകിയിളകി മരത്തിന്റെ മുകളിൽനിന്ന് താഴെപ്പോകുമോ എന്നായിരുന്നു അവന് പേടി. കാലുപൊക്കി മരക്കൊമ്പിൽ ചവിട്ടി മയങ്ങി വിളിച്ചു. അവൻ ഏതോ ഒരുകായ വായിലേക്കിട്ടുതന്നു. കൂട്ടിക്കടിച്ച പല്ലുകൾക്കിടയിലിരുന്ന് അതു പൊട്ടി നാവു പുളിച്ചു. ആ പുളി അവനും കൊടുത്തു. പിടിയാന നീട്ടി നീട്ടി ചിന്നം വിളിക്കുന്നു. ഇപ്പോൾ ഏതെങ്കിലും മരത്തിന്റെ മുകളിലിരുന്ന് പ്രദീപൻ ആനകളെ കാണുന്നുണ്ടാകും. നാണിച്ചിരിക്കട്ടെ അവിടെ.

മുറ്റത്തിറങ്ങി കാട്ടിലേക്ക് നോക്കിനില്ക്കുമ്പോൾ വയറ്റിലുള്ളയാൾ തിമിർക്കുന്നുണ്ട്.

"ഇനി രണ്ടുരണ്ടര മാസവേ ഒള്ളൂ. പ്രദീപനോട് കാട്ടിൽപോക്കൊക്കെ നിർത്തി ഇവിടെ വല്ല പണീം എടുക്കാൻ പറ." കഴിഞ്ഞ ദിവസം ഗുളികയുമായിട്ടുവന്നപ്പോൾ കീഴ്പ്പള്ളി പി എച്ച് സിയിലെ സിസ്റ്റർമാര് പറഞ്ഞു.

"ഞാൻ പൊരെലേക്ക് പോകും."

"നിന്റെ വീട്ടിലേക്കോ? എന്നാ അതാ നല്ലത്. അവിടെ ചെല്ലുന്നപാടെ കൊട്ടിയൂര് ആശ്പത്രിയില് പോയി കാണിക്കണം. പുഴേലൊന്നും പോയി കിടന്നേക്കരുത്. ശ്രദ്ധിക്കണ്ട സമയാ."

ഫാമിൽ വന്നതിൽപ്പിന്നെ ആരാണ് പുഴയിൽപ്പോയി കിടക്കുന്നത്. എല്ലാവർക്കും സ്ഥലവും വീടുമുണ്ട്. തിന്നാൻ റേഷനുണ്ട്. പണ്ടായിരുന്നെങ്കിൽ ഈ ചൂടിൽ പൊരിഞ്ഞ് ആരെങ്കിലും വീട്ടിലുണ്ടാകുമോ? പ്രദീപൻ ഇവിടെയുണ്ടായിരുന്നെങ്കിൽ പുഴക്കരയിലേക്ക് പോയി നനഞ്ഞ മണലിൽ കിടക്കാമായിരുന്നു.

മുറ്റത്തേക്ക് ചരിഞ്ഞിറങ്ങുന്ന പാറയിൽച്ചാരി കാട്ടിലേക്കു നോക്കി മല്ലിക ചാഞ്ഞുകിടന്നു. ആനവിളികൾ കേൾക്കുന്നില്ല. ചപ്പിലിസോമനും ഉറങ്ങിയിട്ടുണ്ടാവും. കറുപ്പിന്റെ കൊട്ടയുളികളായി മെടഞ്ഞുകിടക്കുകയാണ് കാട്. ആയിരം നിറമുള്ള ഇരുട്ട്. അതിൽനിന്നും ആരുടെയൊക്കെയോ നേർത്ത ശബ്ദങ്ങൾ. വയറ്റിലുള്ളയാൾ കാടിനു നേർക്കു തിരിഞ്ഞു കിടന്നോ? വയറിൽ കൈ ചേർത്തു താങ്ങി.

പിറ്റേന്നു കാലത്ത് മുഖം കഴുകി ഇരുന്നതും ആ പാറയിൽ തന്നെ കാട്ടിലേക്കു നോക്കി. പ്രമുഖനും പിടിയും എവിടെയായിരിക്കും? ആലോചിച്ചപ്പോൾ ചിരി വന്നു. പ്രമുഖനെ കൊ

ണ്ടുവന്നപ്പോൾ ഫോറസ്റ്റുകാര് എന്തെല്ലാമാണു പറഞ്ഞത്. ഇപ്പോൾ അവനിതാ കാട്ടിലെ ആനമുത്തിയുടെ ചിട്ടയ്ക്കനുസരിച്ച നടക്കുന്നു.

"എന്താണേ രാവിലെ നിന്ന് ചിരിക്ക്ന്ന്? കാട്ടുപ്രദീപൻ വന്നിനോ?" സുമ പ്രമോട്ടറു ണ്ട് റോഡില്.

"ഇല്ല, അത് കാട്ടാനബരവല്ലേ, പറഞ്ഞ്റ്റല്ലല്ലോ ബരവ്."

"ആ വരവാ നല്ലേ. നമ്മക്കൊരു ശ്രദ്ധയുണ്ടാവ്വ"

"ഓ." ചിരിയാണ് പിന്നെയും വരുന്നത്.

"ഓൻ വരുമ്പോ രണ്ടു ചുട്ടട്ടുംകായ് എനക്ക് തരാൻ പറേണേ. മന്യേന് പള്ളേലൊരു നോവ്."

"ഞാൻ പറയാ."

പ്രമോട്ടര് എന്തു വാങ്ങിയാലും കാശു തരില്ല. അവരുടെ വീട്ടുകാരൻ തോട്ടിബാലൻ വില്ക്കുന്ന മുളന്തോട്ടിക്ക് വല്യ വിലയും. ആരോടും കാശ് ചോദിച്ചുവാങ്ങാനറിയില്ല പ്രദീപന് എന്നു മനസ്സിലായപ്പോൾ താനുംകൂടി പോകും വില്ക്കാൻ. തേനും തെള്ളിയും പുളിയും പശു തിപ്പുവും കോലരക്കും പൈനെണ്ണേം നല്ല വില തന്നാലേ കിട്ടൂ എന്നായപ്പോൾ പലചര ക്കു തങ്കച്ചൻ പറഞ്ഞു:

"മല്ലികേ, ഇനി സാധനം വിക്കാൻ നീ വരണ്ട. ഇത് ആണുങ്ങള് തമ്മിലുള്ള എടപാടാ, അല്ലേ പ്രദീപാ?"

പ്രദീപന് ചിരി മാത്രം.

"പ്രദീപാ, നിങ്ങടെ ആണുങ്ങൾക്ക് ഒരു വെലയില്ലല്ലോടാ. നിങ്ങക്കിപ്പോ സ്വന്തായി ട്ട് സ്ഥലോം വീടുമൊക്കെയായില്ലേ? ഇനി ആണുങ്ങള് വേണം കാര്യങ്ങള് നോക്കാൻ. നമ്മളല്ലേടാ നയിച്ചോണ്ടു വരുന്നെ?" തങ്കച്ചൻ പ്രദിപനോട് മാത്രമാണു സംസാരിക്കു ന്നത്.

"നയിച്ചോണ്ടു വരുന്നത് പറ്റിച്ചെട്ക്കല്ലെ തങ്കച്ചേട്ടാ. ബെറ്തെ കിട്ടുന്നതല്ലിത്. കഷ്റ്റ പ്പെട്ടിട്ടാ."

"ഓ, നിന്നോടു തോറ്റു മല്ലികേ." തങ്കൻ ചേട്ടൻ പിന്നെ ഉപദേശിച്ചില്ല.

കാട് പ്രദീപനെ ആദ്യം കാണിച്ചുതരുന്നതുതന്നെ കഷ്ടപ്പെടുന്ന ഒരു കാടനായിട്ടാണ്.

കാട്ടിനുള്ളിൽ ഏറ്റവും ഉയരം വെച്ചുപോയ തൊണ്ടുപൊളിയൻ പൊങ്ങിന്റെ ചുവട്ടിൽ എല്ലാ വർഷവും പെരുംകൂൺ മുളയ്ക്കുന്ന ഒരിടമുണ്ട്. മഴയുടെ മട്ടും നിലാപ്പന്തിന്റെ ചരിവും നോക്കി ആ ദിവസം കണ്ടുപിടിക്കാൻ പറ്റും. മുട്ടുമാറ്റിയിലായിരിക്കുമ്പോൾ ഒരു ദിവസം നേരം വെളുക്കുന്നതിനു മുൻപെ ഒറ്റയ്ക്ക് ചീങ്കണ്ണിപ്പുഴയുടെ കരയിലൂടെ പോയി. ചിലർക്കൊ ക്കെ ആ സ്ഥലമറിയാം. അതുകൊണ്ട് ആദ്യമെത്തണം. വേട്ടുവക്കുറ്റിയിലകളും കാരമാ വിൻതൈകളും വകഞ്ഞുമാറ്റി അവിടെയെത്തുമ്പോൾ വെളിച്ചം പരന്നു തുടങ്ങുന്നതേയുള്ളൂ. മരത്തിന്റെ ചുവട്ടിലെ പുറ്റുകളിൽനിന്നുതുടങ്ങി മലന്തുടലിയുടെയും ഞരമ്പോടലിന്റെയും വള്ളികൾക്കിടയിലൂടെ കലയത്തിന്റെ ചുവടുവരെ എണ്ണാൻ പറ്റാത്തത്ര കൂണുകൾ മുള ച്ചിരിക്കുന്നു.

നിലത്തിരുന്നു. വലിയ കൂണുകളാണ്, വിടർന്നിട്ടില്ല. വെളുത്ത് കുടമൊട്ടിൽ ഇളംകറു പ്പോടി നീളൻ തണ്ടുമായ് ബലപ്പെട്ടെഴുന്നേറ്റു നില്ക്കുന്ന മൊട്ടുകൂണുകൾ കണ്ടപ്പോൾ അതുവരെയില്ലാത്ത രീതിയിൽ ഒരു ചിന്ത വന്നു. ചിരിച്ചുപോയി. ഒരു കൂൺ പതുക്കെ ഇളക്കിയെടുത്തു. ഒരുമ്മ കൊടുക്കാൻ തോന്നി. മൊട്ടിൽനിന്നും ചുണ്ടിൽ ചെറിയൊരു വഴുവഴുപ്പ് പറ്റി. അയ്യേ എന്നുവെച്ച് തലയുയർത്തി. അപ്പോഴാണ് ശരിക്കും അയ്യേന്നായ

ത്. പൊങ്ങുമരത്തിന്റെ ഏറ്റവും മുകളിലത്തെ കൊമ്പിൽ ഏതോ ഒരുത്തനിരിക്കുന്നു. അവന്റെ നേട്ടം താഴേക്കുതന്നെയാണ്. ആരാന്ന് വിളിച്ചുചോദിച്ചപ്പോൾ ചിരിച്ചുകൊണ്ട് അവൻ പതുക്കെ ഇറങ്ങാൻ തുടങ്ങി. എന്തിനാണ് ഇത്രയുമുയരത്തിൽ വിഷമിച്ച് കയറിയത്. മുരുടൻ തടിയിൽ പൊത്തിപ്പിടിച്ച് നെഞ്ചുരഞ്ഞാണിറക്കം. പകുതിലെത്തിയപ്പോൾ കറുത്ത ഒരു ക്ലുൺമൊട്ട്.

"മാറി നിക്ക് ഞാനിറങ്ങട്ടെ."

"ബീണ പുടിക്കൻ നിക്കാണ്."

"ഞാൻ ബീഴില്ല. നീ മാറ്."

"ഓ." മാറിയിരുന്ന് ക്ലുൺ പറിക്കാൻ തുടങ്ങി. നിലത്തെത്തിയപ്പോൾ മനസ്സിലായി. ഉമ്മച്ചിമാതന്റെ മകൻ പ്രദീപൻ.

"ഓ, കാട്ടുപ്രദീപൻ. എന്തിന് ത്ര മേളില്കേറി."

"അത്ര മേളിലാരുന്നു ഇത്." അവൻ തുണിക്കുള്ളിൽനിന്നും ഒരു ചെറിയ ചെടിയെടുത്തു. മരപ്രാവിന്റെ ചിറകുപോലെ മിനുങ്ങുന്ന നീലപ്പൂവുള്ള ചെടി.

"ആരും കാണാത്ത ഒരു മരവാഴയാണ്. മുരുങ്ങോടിലെ വിനയരാജസാറിന് പോട്ടെയെടുക്കാൻ. അതുകഴിഞ്ഞ് മേളില് തന്നെ കേറ്റിവെക്കു ഞാനിത്."

"എന്തിനിത്ര പാട്പെടന്ന്?"

"കാട്ടില് പാടുപെടല് തന്നാണ്. എത്ര പാട് പെട്ടാലു കാട് കുറച്ചെ തരു. എള്പ്പ കിട്ടണത് ബേഗ തീരു. ക്ലുണ് പോലെ."

"ക്ലുണ് എല്ല അങ്ങനല്ല. തീരാത്ത ക്ലുണ് ഉണ്ട്."

"അതേത് ക്ലുൺ?"

"പിന്നെ പറയ."

ആ പിന്നെ നീണ്ടു നീണ്ടു പോയി പറയുന്നത് അടുത്ത കൊട്ടിയൂരുത്സവത്തിനാണ്. പുതുമഴയ്ക്ക് കാറ് കൊള്ളുന്നതേ പുഴത്തീരത്തുനിന്നും എല്ലാരും വീട്ടിലേക്കുപോയി. കല്ലച്ചെറിയസുരയുടെ മകൻ മുണ്ടുമായി മീൻപിടിക്കാനിറങ്ങിയപ്പോൾ മഞ്ഞമുത്തി അവനെ വഴക്കുപറഞ്ഞു. ഉത്സവം കഴിയുന്നതുവരെ ഇനി മീൻപിടിക്കാൻ പാടില്ല. മഴപെയ്ത് കാട്ടുകളിൽനിന്നും സ്വർണ്ണവെള്ളം ഒഴുകി വരും. ആ വെള്ളത്തിലൂടെയാണ് വയറ്റുകണ്ണികളായ മീനുകൾ മുട്ടയിടാൻ കാട്ടുചോലകളിലേക്കു കയറുന്നത്.

പുതുമഴ ഉറഞ്ഞുപിടിച്ച ആ രാത്രിയിൽ മഞ്ഞമുത്തി മഴനനഞ്ഞു കാടിറമ്പിലെ തോട്ടിലേക്കു പോയി. പാറയ്ക്കു മുകളിൽനിന്ന് നോക്കുമ്പോൾ തോട്ടിലും പാടത്തിലും പ്രാന്തൻ വെളിച്ചമുള്ള വിളക്കുകളുമായി ആളുംകൂട്ടവുമാണ്. മഴയേക്കാളുച്ചത്തിൽ മഞ്ഞമുത്തി വിളിച്ചുപറഞ്ഞു.

"ഉലകെനെമൂട്ടുചൊപ്പനെകളെ പോത്താട്ടുന്തെ, നിന്ന അമ്മ പുള്ളു. ചൂളച്ചിമക്കളെ, ഗെർപ്പത്തീനികളെ, മൈരുകളേ നിങ്ങ പുലയാടിപ്പോ."

മീൻ പിടിച്ചുകൊണ്ടിരുന്നവർ എല്ലാരും പറഞ്ഞു മഞ്ഞമുത്തിക്ക് വട്ടുപിടിച്ചെന്ന്. ആരൊക്കെയോ പോയി വിളിച്ചിട്ടും മുത്തി വീട്ടിലേക്കു വന്നില്ല. പിറ്റേന്ന് മഴ തന്നെയാണ്. മന്ദഞ്ചേരിയിൽ കൊട്ടിയൂരുത്സവത്തിനുള്ള ചിറപണി കാണാൻ വന്നപ്പോഴും മുത്തിക്കൊരു തെളിച്ചമില്ല. ചിറ തീർന്നപ്പോൾ വെള്ളം കൈത്തോടിലൂടെ ഒഴുകി അക്കരെ കൊട്ടിയൂര് ഓലകെട്ടിമറച്ച കയ്യാലകൾക്കിടയിലൂടെ പരന്നു. മഴ കനത്തു.

പോക്കുവിലക്കുള്ള തിരുവഞ്ചിറയിലേക്ക് ഒറ്റപ്പിലാൻ നയിക്കുന്ന വഴിയിലൂടെ ഇടവച്ചോതിക്ക് കൂവയിലയിൽ നമ്പൂതിരിമാർ നീരെഴുന്നള്ളിച്ചു. നെയ്യുമായി നമ്പ്യാൻമാരും

വിളക്കുതിരിയുമായി ചാല്യന്മാരും വന്നു. ഇളനീരുമായി തീയ്യന്മാരും കലവുമായി കുശവരും വന്നു. ചൂണ്ടപ്പനയോലയുടെ വലിയ കുടയും ചെറിയ കുടയുമായി പെരുങ്കണിശൻ വന്നു. എല്ലാം കണ്ട് തൊഴാൻ വേണ്ടി മഴ നനഞ്ഞ് ചിറയിൽ മുങ്ങി ആയിരക്കണക്കിന് ആണും പെണ്ണും വന്നു. ആനക്കാർക്കുമപ്പുറത്തെ ആറ്റവയനയുടെ ചുവട്ടിൽ മലോൻദൈവസ്ഥാനത്തിനരുകിലെ ഉരുളൻ കല്ലുകളിലാണ് മഞ്ഞമുത്തി ഉത്സവം കണ്ടുകൊണ്ടിരിക്കുന്നത്.

പ്രദീപൻ പാത്തിക്കാലൻ കൊച്ചേട്ടന്റെ ഉത്സവക്കടയിൽ വില്ക്കാൻ ഓടപ്പൂ ഉണ്ടാക്കുകയാണ്. കാട്ടിൽനിന്നും ഓട വെട്ടിക്കൊണ്ടു വന്ന് മുട്ടുകളായി മുറിച്ച് വെള്ളത്തിലിട്ട് തല്ലിച്ചതച്ചെടുത്ത് ചീപ്പുകൊണ്ട് ചീകിച്ചീകി ദക്ഷന്റെ നരച്ചതാടിപോലെ നാരുകളുള്ള ഓടപ്പൂ തീർക്കും.

"ഞാനുണ്ട് ഓടപ്പൂ ഉണ്ടാക്കാൻ." പ്രദീപൻ എതിരു പറയുന്നതിനു മുൻപ് താൻ കടയിൽ കയറിയിരുന്നു.

"അവളും കൂടി കൂടിക്കോട്ടെ. നീ ഒറ്റയ്ക്ക് എന്തേരം നേരം ഒണ്ടാക്കിയാലാ." കൊച്ചേട്ടൻ സമ്മതിച്ചു.

പിന്നെ വേഗം വേഗം ഓരോ ഓടമുട്ടും പൂവായി വിരിഞ്ഞു. മഴ മുറിയുന്നേയില്ല. പാതിരാത്രി കഴിഞ്ഞപ്പോൾ കൊച്ചേട്ടൻ പ്ലാസ്റ്റിക് തട്ടി താഴ്ത്തി വീട്ടിലേക്ക് പോയി. ഓടത്തണ്ടുകളും പണി പാതിയായ പൂവുകളുമാണ് ചാപ്പയിൽ നിറയെ. പ്രദീപന്റെ കൈ കടഞ്ഞപ്പോൾ അവൻ വിരലുകൾ നീട്ടി. താൻ കൈപിടിച്ച് ഞൊട്ടിയൊടിക്കുമ്പോൾ പ്രദീപന് ഇക്കിളി. അവൻ ഓടക്കെട്ടിലേക്ക് ചാരി. ഓടപ്പൂ ചീകുന്നതുപോലെ അവന്റെ നീണ്ടതാടിയിൽ വിരലോടിച്ചു. അവൻ വിറച്ചുകൊണ്ട് ചേർത്തു പിടിച്ചു.

"ഞാന് പറന്ന പോലെ. പത്ക്കെ മതി."

"ഉം." അവൻ ഇഴയിഴയായ് പതുക്കെ വിരിയിച്ചെടുക്കുകയാണ്.

ഓടത്തണ്ട് പൂവായി വിരിയുന്നതിന് എത്ര സമയെടുക്കണെന്ന് അവന് മനസ്സിലായി. പൂവുകൾ വിരിഞ്ഞുകൂമ്പി. തളർന്നപ്പോൾ പറഞ്ഞു.

"കാട്ട് പ്രദീപാ, നീ മതി എനിക്ക്." അവൻ ചിരിച്ചു.

"കൂണ് വാടിപ്പോയ്" അവന് നാണം വന്നു.

മകംനാൾ ഉച്ചശീവേലി കഴിഞ്ഞാൽ ആനകളും പെണ്ണുങ്ങളും ഇക്കരെക്ക് പോരണം. ഓലകെട്ടിയ ശ്രീകോവിൽ പിഴുതെടുത്തുമാറ്റിയിട്ടാണ് തൃക്കലശ്ശാട്ടം. മഞ്ഞമുത്തി അവിടെത്തന്നെയുണ്ട്. തിരുവഞ്ചിറ കലക്കി മീൻ പിടിച്ചു ചുട്ടു തിന്നുന്നതുവരെ അതു നോക്കി മഞ്ഞ മുത്തി നിന്നു.

"മഞ്ഞമുത്തിയേ, ങ്ങള് പാമിലേക്കു പോകാണല്ലേ." മീൻ പിടിക്കുന്ന കുറിച്യൻ കുഞ്ഞാമൻ ചോദിച്ചു.

"ആര് പറഞ്ഞ്?"

"നിങ്ങള് പൂമിയില്ലാത്തർക്ക് ഒരേക്കര് വെച്ച് തന്നിറ്റ്ണ്ട് പാമില്."

"ഞാക്ക് പൂമിയില്ലേ?" മഞ്ഞമുത്തി ആദ്യമായിട്ടാണ് അത് അറിയുന്നത്.

ചിറയിൽത്തപ്പി നടന്നാൽ ചില്ലറത്തുട്ടുകളൊക്കെ കിട്ടും. അതെടുക്കാൻ നില്ക്കാതെ മഞ്ഞമുത്തി മുട്ടുമാറ്റിയിലേക്ക് പോയി. ആറളം ഫാമിലേക്ക് പോകാൻ പാത്രങ്ങളെല്ലാം ഒരു പ്ലാസ്റ്റിക് പായയിൽ പൊതിയുകയായിരുന്നു ഞങ്ങൾ. ചേമ്പിലപോലും ചൂടാതെ പെരുമഴയിൽ നനഞ്ഞ് മഞ്ഞമുത്തി വന്നു.

"ഇന്നാരും പോകണ്ട." പുരയുടെ ഇറമ്പരികിലിരുന്ന് മുത്തി തല കുടഞ്ഞു. സാധനങ്ങളെല്ലാം പുരയില് തന്നെ തിരികെ കയറ്റണം. തണുപ്പു വന്നതുകൊണ്ട് രാത്രിയിൽ

ചെറിയൊരു മയിലെണ്ണിൻ കുറ്റി പുരയ്ക്കുള്ളിൽ കത്തിച്ചാണ് എല്ലാവരും കിടന്നത്. മഞ്ഞ മുത്തി മാത്രം ഉറങ്ങാതിരിക്കുന്നു. തീ വെട്ടത്തിൽ മുത്തി മഞ്ഞതന്നെയായി.

"മഞ്ഞമുത്തിയേ.."" താൻ വിളിച്ചു.

"മഞ്ഞന്ന് ന്നെ ആദ്യം ബിളിച്ചത് അമ്മയാണ്. അമ്മെ അപ്പനു കാട്ടിലാര്ന്ന്. കരിക്ക ന്ന മായീം. കാടാര്ന്ന് അബ്ട്ടെ പൊര. രാമച്ചില് അബര് താമസിക്കുമ്പോ ന്നെ പെറ്റ്. അമ്മ പറേ ഞാന് രാമച്ചീല് കെടക്കുമ്പോ ഒരു കാറ്റ് ബന്ന് ഏതോ മഞ്ഞപ്പൂവ് ന്റെ നെഞ്ചിലിട്ടെന്ന്. അങ്ങനെ ഞാന് മഞ്ഞയായി."

"രാമച്ചി കാടിന് ഉള്ളിലക്കല്ലെ?"

"ഉം, കാട്ടില്, എടപ്പാറയ്ക്ക നാക്കാലിക്കു മേളില്, മൊട്ടവാളക്കു കുരുപ്പത്തോടിനു മേളില്. രാമച്ചി. അബ്ട്ന്ന് ബള്ളിയൂർക്കാവ് പോകും. കൊട്ടിയൂര് പോകു... താമസിക്കു... പൊര ഏതാണ്? എല്ലാം പൊര തന്നെ. ന്ന്ട്ട്..." മുത്തി കരയുന്നത് ആദ്യമായാണ്. താൻ മുത്തി യുടെ മടിയിലേക്ക് കയറി കിടന്നു.

രാവിലെ ഭൂമിയോളം പ്രായമുള്ള ഒരു വിറകുമുത്തിയായി നരച്ചിരുന്നു മഞ്ഞമുത്തി. ഫാമിലേക്ക് പോകുന്നതിനുമുൻപ് മുത്തിയെ കുഴിച്ചിടണം. ആദ്യം മുഖക്കുഴി താഴ്ന്ന. അവി ടുന്ന് തുരങ്കം പോലെ ശവക്കുഴി. തഴപ്പായിൽ പൊതിഞ്ഞ് ശവം കുഴിയിലേക്ക് തള്ളിക്ക യറ്റി. ശവക്കുഴിയുടെ വാതിൽ കമ്പും കൈതയോലയും വച്ചടച്ചതുകൊണ്ട് ഒരുതരി മണ്ണു പോലും ശവത്തിൽ വീഴില്ല. പിന്നെ മുഖക്കുഴി മൂടലാണ്. അതിനു മുകളിൽ കരിലാഞ്ചിമുള്ള് വളച്ചുവെച്ച് ചടങ്ങു തീർത്ത് എല്ലാവരും ഫാമിലേക്കു പോയി.

"നെന്റെ വയറ് ബീർത്ത് പോയി. ഇല്ലാങ്കി കേറീട്ട് പോർന്ന്." കുട്ടൻരവി പതിനൊ ന്നിൽ നാടനടിക്കാൻ പോയിട്ടുവരുന്ന വരവാണ്. ഫാമിൽ വന്നതിൽ പിന്നെയാണ് ആണുങ്ങൾ ഇങ്ങനെയൊക്കെ പറയാൻ തുടങ്ങിയത്.

"നെന്റെ കേറ്റോ ഞാൻ കണ്ടതല്ലെ. മുണ്ടാതെ പോട." മല്ലിക വറക്കാനുള്ള കൊട്ട ക്കായ ഉണങ്ങിയോ എന്നറിയാൻ ഒരെണ്ണം വായിലിട്ടു കടിച്ചു തുപ്പി.

"നെന്റെ കാട്ട് പ്രദീപൻ അവടിണ്ട്. പൂസായിപ്പ വരും."

"ഓ, വന്ന?"

കുട്ടൻ പറഞ്ഞപോലെ പൂസായിട്ടല്ല പ്രദീപൻ വന്നത്. കയറി വന്നതേ വയറ്റിലേക്കു നോക്കി. വയറ്റിൽ കിടക്കുന്നയാള് എന്തൊക്കെയോ പറഞ്ഞ് ചാടിത്തുള്ളി. രണ്ടുപേർക്കും കൊട്ടക്കാൻ പ്രദീപൻ കൊണ്ടുവന്നത് മുഴുവൻ ഉണക്കായിട്ടില്ലാത്ത കുറുവ മീനാണ്. അത് പുളിഞ്ചെടിയുടെ ചപ്പ് അരച്ച് വറ്റിച്ചെടുത്തതാണ്. രാത്രി ചോറിന്.

"മീന് ആർക്കു കൊടുത്ത് തീർക്കണ്ട. ഇനി ഉടനെ കാട്ടിൽ പോണില്ല."

ചോറു തിന്നുമ്പോൾ പ്രദീപൻ പറഞ്ഞു. മല്ലിക ഒന്നും മിണ്ടിയില്ല. പിന്നെ മുറ്റത്തെ പാറച്ചെരുവിൽ കാടിരുട്ടിന്റെ കയറ്റവും ഇറക്കവും നോക്കി പ്രദീപന്റെ മടിയിൽ കിടക്കു മ്പോൾ ചോദിച്ചു.

"അബിടെ എബിടെയാണ് രാമച്ചി?"

"ബ്ട്ന്ന് കാണ പറ്റാത്ത ദൂരെയാണത്."

"നമ്മക്ക് രാമച്ചീല് പോയി താമസിക്ക."

"നീ എന്ത പറേണ്. ഈ വയറുവെച്ച് രാമച്ചില്. രാമച്ചി എവടെന്നോർത്ത്?"

"എബിടായാലും അവിടെ പോണെന്ന് വയറ്റിലുള്ളാള് പറേന്ന്."

"സിസ്റ്റർമാര് ബഴക്ക് പറയും."

"ഇല്ല, അബരോട് ഞാൻ പറഞ്ഞ്. അതാ നല്ലതെന്ന് അബരു പറഞ്ഞ്."

"ബേണ്ട, ഇബിടെ മതി നിന്റെ പേറ്."

"ഞാനെബടെ പെറണ്ന്ന് പറേണ്ട് ഞാനാണ്. നമ്മള് നാളെ രാമച്ചീ പോണ്."

അവൾ മഞ്ഞമുത്തിയുടെ സ്വരത്തിലാണ് പറഞ്ഞത്. പ്രദീപൻ പിന്നെയൊന്നും പറഞ്ഞില്ല.

പിറ്റേന്ന് പൊതികെട്ടി നടപ്പുതുടങ്ങി. വളയഞ്ചാലുന്ന് പുഴക്കരയിലൂടെ മുട്ടുമാറ്റിയിലെത്തി. പഴയ വീടുകളെല്ലാം പൊളിഞ്ഞുപോയിരിക്കുന്നു. മഞ്ഞമുത്തിയെ കുഴിച്ചിട്ട സ്ഥലത്ത് കരിലാഞ്ചിവള്ളി വേരുപിടിച്ചിട്ടുണ്ട്. മല്ലിക അവിടെ കുത്തിയിരുന്നു. കുരുന്നുപച്ചനിറമുള്ള വള്ളിത്തളിർപ്പ് കാലുകൾക്കിടയിലൂടെ അവളുടെ അടിവയറിനെ മുട്ടിയുരുമി. അകത്തുള്ളയാൾ വിടരാത്ത ഇലകളെ ഉമ്മവെക്കുന്നു. പ്രദീപൻ പുഴക്കരയിൽനിന്നും ആറ്റിലിപ്പയുടെ പഴം പറിച്ചു. മല്ലികയുടെ ചുണ്ടുകളിൽ ഇലിപ്പപ്പഴത്തിന്റെ പാല്ക്കറ.

ഇനി വഴികളില്ലാത്ത കാടാണ്. കാടു കയറുന്നതിനു മുൻപ് അവളുടെ കൈയിലേക്ക് ഒരു നടതാങ്ങി അവൻ വെട്ടിക്കൊടുത്തു. മൂന്ന് ഇലകൾ നീണ്ടു നില്ക്കുന്ന ആ വടി കുത്തി അവൾ മുകളിലേക്ക് കയറിത്തുടങ്ങി. ഈർപ്പമുള്ളിടത്ത് അട്ടകൾ കുത്തിനൂർന്ന് കാലുകളിൽ പിടിച്ചു. കാട്ടുപുകയിലയുടെ നീരു പിഴിഞ്ഞ് അവൻ അട്ടകളെ ഉതിർത്തുകളഞ്ഞു. കരിയിലകൾക്കിടയിൽനിന്ന് പഴുതാര പുളഞ്ഞ് മടമ്പിൽ കുത്തി. നൂൽക്കമ്പു പൊട്ടിച്ച് ചെവിപ്പീ തോണ്ടി കടിപ്പാടിൽ തേച്ചപ്പോൾ പഴുതാരക്കട്ടിറങ്ങി.

വൈകുന്നേരമാണ് അവൻ മൊട്ടവാളയിലെത്തുന്നത്. വലിയൊരു ഇരുമുള്ളു മരത്തിന്റെ ചുവട്ടിലുള്ള പാറയിൽ മാറാപ്പഴിച്ച് അവരിരുന്നു. പ്രദീപൻ കഞ്ഞിവെക്കാനൊരുങ്ങുമ്പോൾ അവൾ പാറയിൽ മലർന്നുകിടന്നു. മരത്തിനു മുകളിൽ ഇരിമുള്ളിൻകായ പൊളിച്ചു തിന്നുന്ന രണ്ട് മലയണ്ണാനുകളെ വയറ്റിലുള്ളയാൾക്ക് കാണിച്ചു കൊടുത്തു. ആള് കൈപൊക്കി നുരുന്നുണ്ട്. മരത്തിൽ കുറെ അണ്ണാൻകൂടുകൾ. രാത്രിയിൽ അവരുടെ ഇണശബ്ദം കേട്ട് പ്രദീപനെ പൊത്തിപ്പിടിച്ച് മല്ലിക കിടന്നു.

പിറ്റേന്ന് കയറ്റമായിരുന്നു. പുൽമേട് കുറുകെക്കടന്ന്, കാട്ടുമ്പഴങ്ങളും കരിവില്ലുന്നിമരങ്ങളും തിങ്ങിയ മരക്കൂട്ടങ്ങൾ കടന്ന്, ചെറിയ പാറക്കെട്ടുകൾ കയറി കുരുപ്പത്തോടെത്തി. ആറ്റുചാമ്പയുടെ ഇലകൾ വീണുകിടക്കുന്ന അരുവിയിൽനിന്നും വെള്ളമെടുത്ത് മുഖം കഴുകി പാറയിലിരുന്ന് മല്ലിക താഴേക്കു നോക്കി. വന്ന വഴിയിൽ പാറക്കൂട്ടങ്ങൾക്കു താഴെ മണ്ണും പുല്ലും പടർന്ന ഒരു പാറ പതുക്കെ അനങ്ങുന്നു. അവൾ പ്രദീപനെ വിളിച്ചു.

"ഒറ്റയാനാണ്, ത്ര മണ്ണുപൂശി ഒരുത്തനെ ഇതുബരെ കണ്ടിട്ടില്ല." അവന്റെ പുറത്തെ മണ്ണിൽനിന്നും പുല്ലുകൾ മുളച്ചിരിക്കുന്നു. പ്രദീപൻ മല്ലികയുടെ കൈ പിടിച്ച് കുറച്ചുകൂടി സുരക്ഷിതമായ ഒരു പാറയിലേക്ക് കയറി. അവൾ ആ കാട്ടാനയെ സൂക്ഷിച്ചു നോക്കി. കൊമ്പുകളില്ലാത്തവൻ. കീറിപ്പറിഞ്ഞ ചെവിയുള്ളവൻ.

"പ്രമുഖൻ."

"നിന്റെ കൂട്ടുകാരൻ കാട്ടാനയോ?"

"കാട്ടാനയല്ല. കുങ്കിയാന, അവന് കാട് കേറി."

"കാട്ടിലേക്ക് തിരിച്ച് വര്ന്ന്, ആവോ."

കുറച്ചുനേരം അവരെ നോക്കി നിന്നിട്ട് മണ്ണിലും ആകാശത്തിലും കാണാത്ത എന്തോ ഒന്നിനെ പരതി പ്രമുഖൻ കാട്ടിലേക്ക് കയറിപ്പോയി.

വെയിൽ താഴ്ന്നുകഴിഞ്ഞപ്പോഴാണ് അവർ രാമച്ചിയിലെത്തുന്നത്. ആദ്യമായി കാണുന്ന രാമച്ചിയെ മല്ലിക അത്ഭുതത്തോടെ നോക്കി. ആകാശത്തുനിന്നും മരങ്ങൾക്കിടയിലൂടെ

ഒരു വെള്ളച്ചാട്ടം വരുന്നു. തല്ലിത്തല്ലി വരുന്ന വെള്ളത്തിനിടയ്ക്ക് പാറക്കുറിഞ്ഞിയുടെ നീലപ്പൂവുകൾ നിലകിട്ടാതെ വിറയ്ക്കുന്നു. വെള്ളച്ചാട്ടത്തിന്റെ കരയ്ക്ക് പൂത്തു നില്ക്കുന്ന കൊളിവലമരങ്ങളിൽനിന്ന് നീറ്റിലേക്ക് വീണ് ഒഴുകിവരുന്ന കടുംമഞ്ഞപ്പൂവുകൾ കണ്ടപ്പോൾ അകത്തുള്ളയാൾ എന്തിനോ പിടഞ്ഞു. കുറച്ചുമാറി അവസാനത്തെ ഒന്നുരണ്ടു പൂങ്കുലകൾ മാത്രം ബാക്കി നില്ക്കുന്ന പൂതംകൊല്ലിയുടെ ചുവട്ടിൽ ഒന്നിൻമേലൊന്നു ചാരി ഇട്ടുക്കപ്പെട്ട പാറകൾക്കിടയിലേക്ക് പ്രദീപൻ കൈചൂണ്ടി.

"പൊര." മാറാപ്പിലുള്ളതെല്ലാം പുരയിലാക്കി.

പുരയിലിരുന്ന് നോക്കിനോക്കി വേനലിണങ്ങി. വെള്ളച്ചാട്ടം മെലിഞ്ഞുമെലിഞ്ഞു വന്നു. പൂ കൊഴിഞ്ഞ് പാറക്കുറിഞ്ഞികൾ ഉണങ്ങിയൊഴുകിപ്പോയി.

ഓരോ ദിവസവും മല്ലിക ഓരോ ആശകൾ പറയും. അവൻ ഒന്നരയാൾ ആഴത്തിൽ കുഴിച്ച് കാളൻകിഴങ്ങും നാരൻ കിഴങ്ങും കൊണ്ടുവന്നു. കൽപ്പൂവത്തിന്റെ തളിര് ആദ്യമായാണ് അവൾ വേവിച്ചു തിന്നുന്നത്. അവൻ അടയ്ക്കാവലിപ്പമുള്ള ഞവണിങ്ങ പെറുക്കി അവൾക്ക് വെന്തു പൊട്ടിച്ചു കൊടുക്കും. ഞവണിങ്ങത്തോടിൽ നിന്ന് ഈമ്പിവലിച്ച് അവൾ ദശയെടുക്കുന്നതു കണ്ട് അവൻ ചിരിക്കും. മൂട്ടിൽത്തുറിയുടെ ഉണക്കനിറമുള്ള പഴം തിന്നുതിന്ന് അവൾക്കു കട്ടുപിടിക്കുമ്പോൾ അവൻ വഴക്കു പറയും.

താഴെയുള്ള ചെറിയ കയത്തിൽ മീൻ പിടിക്കാൻ രണ്ടുപേരും കൂടിയാണു പോയത്. പുളിങ്കായ പറിച്ച് പുഴമണ്ണും കൂട്ടി ഇടിച്ചു. മണ്ണും കായയും ചെളിപാകത്തിലായപ്പോൾ കയത്തിൽ കലക്കി. കണിയാൻ പരലും ചേറ്റിപ്പൂണ്ടിയുമൊക്കെ മയങ്ങിമയങ്ങി പൊങ്ങി വന്നു. കുറച്ചുസമയമേ ആ മയക്കമുണ്ടാകൂ. മല്ലികയുടെ കൊതി തീരാനുള്ളതായപ്പോൾ കയത്തിൽനിന്നു കയറി. മയക്കംവിട്ട മീനുകൾ പഴയതുപോലെ അടിത്തട്ടിലേക്കു പോയി.

പാറയിലിരുന്ന് മീനരയ്ക്കുമ്പോൾ അകലെയുള്ള ഇല്ലിത്തുറുവിനടുത്ത് ആനക്കൂട്ടം മേയുന്നത് മല്ലിക കണ്ടു. ഒരു കോഴിവേഴാമ്പൽ കൂട്ടിലിരിക്കുന്ന ഇണയ്ക്ക് തീറ്റയുമായി പറന്നുപോകുന്നതു കണ്ടപ്പോൾ പാറയിൽ കുത്തിയിരുന്ന പ്രദീപൻ പറഞ്ഞു:

"മഴ പുടിക്കും."

കാടു കറങ്ങി പ്രദീപൻ വന്നപ്പോൾ വലിയ ഒരു പരട്ടിമരത്തിന്റെ കൊമ്പിൽ പായിത്തേൻ കണ്ട കാര്യം പറഞ്ഞു. പിറ്റേന്ന് രാവിലെ ഒന്നുരണ്ടു തവണയുണ്ടായ അടിവയറ്റിലെ നോവ് തേൻമരം കാണാൻ കുന്നിറങ്ങുമ്പോഴും മുഴങ്ങിവന്നു. നിന്നുപിടിക്കാതെ അതങ്ങു മാറിയതുകൊണ്ട് അവനോടു പറഞ്ഞില്ല.

അവൾക്കു ചുവട്ടിൽനിന്ന് കഴുത്തു പൊക്കി മുകളിലേക്ക് നോക്കാൻ പറ്റാത്തത്ര ഉയരത്തിലാണ് മരം. അവൻ കാട്ടിലെവിടെനിന്നോ മുത്തറിവള്ളി മുറിച്ചുകൊണ്ടു വന്നു. കല്ലിൽ തല്ലിച്ചതച്ച് വള്ളി പൊളിച്ച് ഉണങ്ങാനിട്ടു. വാട്ടിച്ചുരുളാൻ തുടങ്ങിയപ്പോൾ വള്ളികളെടുത്ത് കൂട്ടിപ്പിരിച്ചു കയറാക്കി. കയറുകെട്ടിവേണം മരത്തിൽ കയറാൻ

അവൻ പറിച്ചുകൊടുത്ത പായിക്കെട്ടിന്റെ ചപ്പിൽ ഉണങ്ങിയ പനയോലയും ചേർത്ത് ഈച്ചയെ പുകയ്ക്കാനുള്ള ചൂട്ടുണ്ടാക്കുമ്പോൾ അവളിരുന്ന പാറ നനഞ്ഞ് ഒഴുകാൻ തുടങ്ങി. ഉള്ളിൽ നിന്നും അറിയാതെ ഉറവപൊട്ടിയതിന്റെ നാണക്കേടോർത്ത് അതും പ്രദീപനോട് പറഞ്ഞില്ല. മറ്റൊരു പാറയിലേക്കു മാറിയിരുന്നു.

രാത്രിയിലാണ് തേനെടുക്കേണ്ടത്. അതിനു മുൻപും ചൂട്ടും പാളയും മരത്തിനു മുകളിൽ കയറ്റണം. പ്രദീപൻ ഓരോന്നായി കൊതകൾ വെട്ടി മരത്തിനു മുകളിലേക്കു കയറിക്കൊണ്ടിരുന്നു. തന്റെ കഴുത്തിനാവുന്നത്ര ഉയരം വരെ അവൾ അവനെ നോക്കി. അവൻ

ഒന്നാമത്തെ കൊമ്പിലെത്തിയപ്പോൾ അവൾക്ക് വേദന കനത്തു. അവളത് കടിച്ചമർത്തിയിരുന്നു. പ്രദീപൻ തേൻകൊമ്പിന്റെ അരികിലെത്തിയപ്പോൾ അവൾക്കു വേദനിച്ചു വിളിക്കാതിരിക്കാൻ കഴിഞ്ഞില്ല. വേനലിലെ അവസാനത്തെ കാറ്റ് തേൻകൂട്ടുകളെ ഉലച്ച് കടന്നുപോയി. പിന്നെ വന്നത് മഴത്തുള്ളികളായിരുന്നു.

മുട്ടയടകളെ പൊതിഞ്ഞിരുന്ന പെൺതേനീച്ചകൾ പ്രദീപന്റെ മണമടിച്ച് മൂളി ഉയരാൻ തുടങ്ങി. പ്രദീപൻ മല്ലികയെ നോക്കി. അവൾ കാലുകൾ കവച്ചു കിടന്ന് നില വിളിക്കുകയാണ്. തിരിച്ചിറങ്ങാൻ തായ് തടിയിലേക്കു നടക്കാനൊരുങ്ങുമ്പോഴാണ് കുറച്ചു ദൂരെ മുളങ്കൂട്ടങ്ങൾക്കിടയിൽ പതുങ്ങി നില്ക്കുന്ന ആനയെ അവൻ കണ്ടത്. കീറിയ ചെവികളാട്ടി, കൈപ്പത്തിയുയരത്തിൽ പുല്ലുവളർന്ന ശരീരവുമായി അവൻ മല്ലികയുടെ നേരെ നോക്കി നില്ക്കുകയാണ്. പ്രദീപൻ തായ്ത്തടിയിലൂടെ വേഗത്തിൽ ഇറങ്ങാൻ തുടങ്ങി. മഴത്തുള്ളികളുടെ എണ്ണം കൂടുന്നുണ്ട്.

പ്രമുഖൻ കാലുകളിലേക്ക് കൈകൾ ചേർത്തു കുഞ്ഞിക്കൂടി വലിയ ശബ്ദത്തോടെ വായുപിണ്ഡങ്ങൾ പുറകോട്ടു തള്ളി മല്ലികയുടെ നേർക്ക് കുതിക്കാൻ തുടങ്ങുന്നതുകണ്ട് പ്രദീപൻ നിശ്ചലനായി. അവൻ അറിയാതെ രണ്ടു ചുവട് മുകളിലേക്ക് കയറിപ്പോയി.

അവസാനമായി എന്നപോലെ അവൻ മല്ലികയെ നോക്കി. അവളുടെ കാലുകൾ നിലവിളിപോലെ വിടർന്നിരിക്കുന്നു. അതിനിടയിൽ മൊട്ടിട്ടുവരുന്ന കുഞ്ഞിത്തല മഴത്തുള്ളികളിലൂടെ അവൻ കാണുന്നുണ്ടായിരുന്നെങ്കിലും താഴേക്കിറങ്ങാൻ കഴിയാതെ അവൻ കണ്ണുകളടച്ചു.

പ്രമുഖൻ പാച്ചിലാരംഭിക്കുമ്പോൾ മഴ മുറുകി. പരട്ടിമരത്തിനപ്പുറത്തെ മുളങ്കൂട്ടങ്ങൾ മഴക്കാറ്റിൽ ഇളകിയുരഞ്ഞപ്പോൾ അനേകം ചിന്നം വിളികൾ ഒരുമിച്ചുയർന്നു. തലച്ചിയാണ് ആദ്യം പുറത്തേക്ക് വന്നത്. പിന്നാലെ കൈകൾക്കിടയിലെ മുലചുരത്തിക്കൊണ്ട് അനേകം പിടിയാനകളും പാൽ നുകർന്നുകൊണ്ട് കുഞ്ഞുങ്ങളും പുറത്തേക്കു വന്നു. ആ നിമിഷത്തിൽത്തന്നെ മല്ലികയുടെ മുലയും ആദ്യമായി ചുരന്നു.

ആനകൾ പ്രമുഖന്റെ വഴിക്കു കുറുകേയാണ് വരുന്നത്. തലച്ചി പ്രമുഖനെ കണ്ടതും അവന്റെ നേർക്ക് പതിയെ തിരിഞ്ഞു നടന്നു തുടങ്ങി. ഓട്ടം നിർത്തിയ പ്രമുഖൻ കണ്ണടച്ച് ചുണ്ടുകളെ നുണയിക്കുന്ന ഏതോ മണംപിടിക്കാനായി നിന്നു. പിന്നെ പിന്നോട്ടു നടന്ന് മുളങ്കൂട്ടങ്ങൾക്കുള്ളിലായി. അവന്റെ പിന്നാലെ തലച്ചിയും മറ്റാനകളും മറഞ്ഞു കഴിഞ്ഞപ്പോൾ മരത്തിന്റെ മുകളിൽനിന്നും വെള്ളച്ചാലുകൾ ഒഴുകിയിറങ്ങി. അപ്പോൾ മുട്ടമാറ്റിയിൽ നിറവയറോടെ ഒരു പുള്ളിവാള രാമച്ചിയിലേക്കു പോകാൻ ആ വെള്ളമെത്തുന്നതും കാത്തു നില്ക്കുകയായിരുന്നു.

കണ്ണു തുറന്ന പ്രദീപൻ ചാലുകൾക്കൊപ്പം താഴേക്കൊഴുകി. നനഞ്ഞു കുതിർന്ന മണ്ണിലേക്കു വീണ കുഞ്ഞിനെ അവൻ കൈകളിലെടുത്തു. പുല്ലാനിയിലകൾ പറിച്ച് ചോരയും മണ്ണും തുടയ്ക്കുമ്പോൾ കുഞ്ഞ് മഴത്തുള്ളികളിലേക്കു കരഞ്ഞു. ഇലകൾ, ചില്ലകൾ, പുൽനാമ്പുകൾ എല്ലാം നനഞ്ഞ് കാട് ചുരത്തിക്കൊണ്ടിരുന്നു.

മെല്ലെ കണ്ണു തുറന്നു വരുന്ന മല്ലികയോട് നിറഞ്ഞുനിറഞ്ഞ് പ്രദീപൻ പറഞ്ഞു:

"പെണ്ണാണ്."

അവൾ ചിരിച്ചു.

മഴത്തുള്ളികൾക്കിടയിലൂടെ ഉയരങ്ങളിൽനിന്ന് അസാധാരണമായ ഒരു മഞ്ഞപ്പൂവ് ആ കുഞ്ഞുശരീരത്തിലേക്ക് കുതിർന്നുവീണു. ചരിഞ്ഞുകിടന്ന മല്ലിക അവളെ ചേർത്തു പിടിച്ച് നനഞ്ഞ മുല വായിലേക്കു കൊടുക്കുമ്പോൾ ചെവിയിൽ ഒരു പേരുവിളിച്ചു.

പഠനങ്ങൾ

ഉള്ളടക്കം

പൂവൻ പഴം

ജീവിതമെന്ന മധുരക്കരിമ്പ്

പ്രണയത്തിന്റെ മദഗന്ധ മോഹനമായ സൗന്ദര്യത്തെയും വശ്യമായ അനുഭവത്തെയും പ്രമേയമായി സ്വീകരിച്ചുകൊണ്ടുള്ള കഥകൾ നവോത്ഥാന എഴുത്തുകാരെ സംബന്ധിച്ചെങ്കിലും അതിശക്തമായ വികാരമായിരുന്നില്ല. കേരളീയ ജീവിതത്തിന്റെ ദൈന്യങ്ങളും യാതനകളും മനസ്സിനെ പിടിച്ചുലയ്ക്കുംവിധം യഥാതഥമായി രേഖപ്പെടുത്താനാണ് തകഴിയും വർക്കിയും ദേവുമൊക്കെ ശ്രമിച്ചത്. സൂക്ഷ്മമായ ഹൃദയ ബന്ധങ്ങളുടെ ഊഷ്മളതയും പിടച്ചിലും ഒപ്പിയെടുക്കാൻ മിക്കപ്പോഴും അവർ ശ്രമിച്ചില്ല. എന്നാൽ ബഷീറും കാരൂരുമൊക്കെ വഴിമാറി നടന്നവരാണ്. സാമൂഹ്യ പ്രശ്നങ്ങളോടൊപ്പം വ്യക്തി ദുഃഖങ്ങളും ഹൃദയബന്ധത്തിന്റെ ഇഴയടുപ്പങ്ങളും പരിശോധിക്കാൻ കൂടി ഇവർ തയ്യാറാകുന്നുണ്ട്. കാലത്തിന് ഒരുപടി മുന്നിൽ നടന്ന എഴുത്തുകാരാണിവർ. പ്രണയത്തിന്റെ അഗാധമായ അനുഭവങ്ങളുടെ കണ്ണീരും കടച്ചിലും കഥയും വ്യഥയുമെല്ലാം ചിരിയുടെ പകിട്ടിലും ചിന്തയുടെ കനത്തിലും കണ്ണീരിന്റെ നനവിലും പടർത്തി വിസ്തരിച്ച കഥകൾ ബഷീറിന്റേതായുണ്ട്. 'പ്രേമലേഖന'വും 'ബാല്യകാലസഖി'യും പ്രണയത്തിന്റെ അനശ്വര ശില്പങ്ങളാണല്ലോ. ഹൃദയസ്പർശികളായ കഥ പ്രണയം നിലാവെളിച്ചം പോലെ മധുരമാണെന്നാണ് ബഷീർ പറഞ്ഞ് ഓർമ്മപ്പെടുത്തിയത്.

'പൂവമ്പഴം' ഹൃദ്യമായ കഥയാണ്. പ്രണയത്തിന്റെ മധുരവും ചവർപ്പും ഒരുപോലെ

അനുഭവവേദ്യം. ജീവിതംപോലെ പ്രണയത്തെ മൂന്ന് ഘട്ടമായി കണ്ട് അവതരിപ്പിക്കുന്നു. പ്രണയത്തിന്റെ അരങ്ങും അണിയറയും ദർശനവും കരുതിവെച്ചിരിക്കുന്നു. ഗുണപാഠകഥകളോടുള്ള താല്പര്യമില്ലായ്മ പറഞ്ഞുകൊണ്ടാണ് തുടങ്ങുന്നത്. അബ്ദുൽ ഖാദറിന്റെ അനുഭവകഥയിൽ ഒരു സന്ദേശമുണ്ടെന്ന് അയാൾ വിശ്വസിക്കുന്നു. അതെഴുതാൻ ബഷീറിനെ നിർബ്ബന്ധിക്കുന്നു. പ്രണയത്തെയും വിവാഹത്തെയും ജീവിതത്തെയും നർമ്മമോഹനമായി തെളിച്ചപ്പെടുത്തുന്നു. ഒപ്പം ജീവിതത്തിന്റെ ആധികാരിക സത്യത്തെ തിരിച്ചറിയുകയും ചെയ്യുന്നു. സായന്തനശോഭയെ ദീപ്തമാക്കുന്നത് ജീവിത മാധുര്യമാണെന്നും ആ മധുരഭാവം അഴിഞ്ഞുലഞ്ഞ് പ്രഭ വിതറുന്നത് പ്രണയത്തിന്റെ ഹൃദയത്തുടിപ്പുകളിലുമാണെന്ന് ബഷീർ അടയാളപ്പെടുത്തുന്നു.

പ്രണയത്തെ ചെന്നുതൊടുന്ന അനുഭവം രസകരമാണ്. പ്രണയിനിയെ അബ്ദുൽ ഖാദർ ഇടവഴിയിൽ തടഞ്ഞു നിർത്തുന്നു. തന്നെ പരിചയപ്പെടുത്തുന്നു. ഗുണമുള്ള കാര്യത്തിനാണെന്ന് നടിക്കുന്നു. ബീഡിത്തൊഴിലാളി യൂണിയൻ സെക്രട്ടറിയായ താനും കൂട്ടരും ചേർന്ന് പണിമുടക്കു നടത്തി വാപ്പയുടെ കമ്പനി പൂട്ടിക്കുമെന്ന് ഭീഷണിപ്പെടുത്തുന്നു. അതിനിടെ ഭംഗിയായി ചിരിക്കുകയും താന്തോന്നിയാണെന്ന നാട്ടുനടപ്പിനെ അംഗീകരിക്കുകയും ചെയ്യുന്നു. അതിനെല്ലാം ശേഷമാണ് ഹൃദയവാതിൽ മലർക്കെ തുറക്കുന്നത്. ഞാൻ ജമീലാബീവിയെ ഗാഢമായി സ്നേഹിക്കുന്നു. എന്നെ വിവാഹം ചെയ്തില്ലെങ്കിൽ നിന്റെ എല്ലു തകർക്കും. അതൊരു നാട്ടുവർത്തമാനമാണെന്നു കരുതി അവൾ അവഗണിക്കുമ്പോഴാണ് ഭീഷണി മുഴക്കുന്നത്. മനസ്സിനുള്ളിൽ വെച്ച മധുരക്കരിമ്പിന്റെ കാതൽ കടിച്ച ചാറ് വർത്തമാനത്തിൽ നിറയുന്നു. "ജമീലാ, എന്റെ ജീവിതം നീ പാഴാക്കരുത്. ഞാൻ നിന്നെ ഗാഢഗാഢം സ്നേഹിക്കുന്നു. നിന്റെ വസ്ത്രങ്ങളെ സ്നേഹിക്കുന്നു. നിന്നെ ഞാൻ ഇഞ്ചിഞ്ചായി സ്നേഹിക്കുന്നു. നീ നടക്കുന്ന റോഡിനെയും സ്നേഹിക്കുന്നു."

പെണ്ണിന്റെ പ്രേമം കൈപ്പറ്റാൻ നില്ക്കുന്നവന്റെ കേഡിത്തം കേമമല്ലെന്ന് ബഷീർ ഭംഗിയാക്കുന്നുണ്ട്. കേഡിത്തരവും റൗഡിത്തരവും പണിമുടക്കുമെല്ലാം പാടെ മറക്കുന്നു. ഹൃദയം സ്വന്തമാക്കാൻ ഭൂമിയോളം താഴുന്നു. എന്റെ ജമീലാ, നിന്നോടല്ലാതെ വേറൊരു പെണ്ണിനോട് ഞാൻ മിണ്ടീട്ടുപോലുമില്ല, നോക്കിയിട്ടുപോലുമില്ല, മിണ്ടുകയുമില്ല, നോക്കുകയുമില്ല. നീ എന്റെ കണ്ണിലെ കാഴ്ചയാണ്. നിനക്കു ഞാനും എനിക്കു നീയും. പ്രണയത്തിന്റെ പരിണാമം രതിയാണ്. കാമനയുടെ തള്ളിച്ചയിൽ പിന്നെ കാഴ്ചയില്ല. എല്ലാ കാഴ്ചകളും ഒരാളിലേക്ക് കേന്ദ്രീകരിച്ചിരിക്കുന്നു. അതിനുവേണ്ടി എല്ലാം ത്യജിക്കാനും സമർപ്പിക്കാനും തയ്യാറാകുന്നു. പ്രണയം കാഴ്ചയെ അന്ധമാക്കുന്നു. ചിന്തയെ അസംബന്ധമാക്കുന്നു. സാറാമ്മയ്ക്കു വേണ്ടി കേശവൻ നായർ ശീർഷാസനം ചെയ്യുന്നുണ്ട്. അങ്ങയുടെ പ്രാണനാഥയാണെങ്കിൽ ഞാൻ എന്തു പറഞ്ഞാലും കേൾക്കുമല്ലോയെന്ന് സാറാമ്മ ചോദിക്കുമ്പോൾ കേശവൻ നായർ ആവേശഭരിതനാകുന്നു. "എന്തു പറഞ്ഞാലും കേൾക്കും. വല്ലവരേയും കൊല്ലണമോ കൊല്ലാം. സമുദ്രങ്ങൾ നീന്തിക്കടക്കണമോ കടക്കാം. പർവ്വതങ്ങൾ എടുത്ത് അമ്മാനമാടാം. സാറാമ്മയ്ക്കു വേണ്ടി മരിക്കാനും ഞാൻ തയ്യാറാണ്!" (പ്രേമലേഖനം).

ഇപ്പോൾ ഒന്നു തലകുത്തി നിന്നാൽ മാത്രം മതി എന്നു പറയുമ്പോൾ സർവ്വസമ്മതനായി അയാൾ ഷർട്ട് ഊരി കസാലയിൽ വെച്ചു. അതിനുശേഷം മുണ്ടു മടക്കിക്കുത്തി, താറുപാച്ചി, തിണ്ണയിൽ തലയും കുത്തി, കാലു മുകളിലാക്കി വടിപോലെ നിന്നു. അതു പാദാദികേശം നോക്കി സാറാമ്മ ആനന്ദത്തോടെ നിന്നു. പെണ്ണിന്റെ ഗാഢമായ

സ്നേഹത്തിനുവേണ്ടി ബഷീറിന്റെ കാമുകന്മാർ എന്തിനും പോന്നവരായി തയ്യാറെടുക്കുന്നു. പശ്ചാത്താപ ലേശമില്ലാതെ കാമിനിയുടെ മോഹം സഫലമാക്കുന്നു. മരിക്കാനും തയ്യാറാണെന്നു പറയുന്ന വാക്കുകൾ ഉള്ളിൽത്തട്ടി പറയുന്നതാണെന്നു മനസ്സിലാക്കാം. മുന്നിൽ നില്ക്കുന്ന തടസ്സങ്ങളെയെല്ലാം നിസ്സാരമായി കണ്ട് ജീവന്റെ വില പോലുമോർക്കാതെ എടുത്തു ചാടുന്ന സാഹസം പ്രണയത്തിൽ കൊത്തിവെച്ച മുദ്രയാണ്. മുദ്രയുടെ തിളക്കവും തീക്ഷ്ണതയും പ്രണയത്തിന്റെ കാന്തിക പ്രസരങ്ങളെ ദീപ്തമാക്കുന്നു.

ബി എ ക്കാരിയായ ജമീലാ ബീവിയെ സ്കൂൾ ഫൈനൽ വരെ മാത്രം പഠിച്ച അബ്ദുൽ ഖാദർ സാഹിബ് സ്വന്തമാക്കിയത് യുദ്ധം ജയിച്ചിട്ടാണ്. വീട്ടുകാരുടെയും നാട്ടുകാരുടെയും എതിർപ്പിനെയും പണിമുടക്കു ബഹളത്തെയും അതിജീവിച്ച കല്യാണം കഴിച്ച് പ്രണയത്തിന്റെ മധുരത്തിൽ നിറഞ്ഞു. അപ്പോഴാണ് ബീബിക്ക് പൂവമ്പഴം തിന്നാൻ കൊതി മൂത്തത്. അതിനുമുമ്പു തന്നെ ദാമ്പത്യത്തിന്റെ ഓർഡിനൻസുകൾ അവൾ പാസാക്കിക്കഴിഞ്ഞിരുന്നു. നല്ലവണ്ണം വസ്ത്രം ധരിച്ച് ജന്റിൽമാനായി നടക്കണം. കൂട്ടുകാരായ അലവലാതികളോട് വഴിയിൽ വെച്ച് സംസാരിക്കരുത്. ബീഡി തെറുപ്പുകാര്, കവികൾ, ചുമട്ടുകാര്, റിക്ഷാവണ്ടിക്കാര് തുടങ്ങിയവരോട് സമത്വത്തിൽ പെരുമാറരുത്. സാഹിബ് അരിയും കൂട്ടാനും വെക്കാതെ വീട്ടിൽ വേലക്കാരിയെ നിർത്തണം. ഇങ്ങനെ സാഹിബിനെ ഗൗരവക്കാരനും ജെന്റിൽമാനുമാക്കാനുള്ള പദ്ധതി ഭാര്യ നടപ്പാക്കിക്കഴിഞ്ഞു. നന്നാക്കി നേർവഴിക്കായി നടക്കുന്ന സാഹിബിനോടാണ് തന്റെ അതിയായ ആഗ്രഹം പറയുന്നത്. രണ്ടു പൂവൻപഴം തിന്നാനാണ് കൊതിയെന്നറിയിക്കുമ്പോൾ പെണ്ണിനോടുള്ള മതിപ്പ് കൂടുകയാണ്.

വിവാഹിതരായ പുതു പെണ്ണുങ്ങൾ നിരത്തുന്ന ആഗ്രഹങ്ങളിൽ പൊടിപാറുന്ന ബുദ്ധിയുടെ ജാഗ്രത തന്റെ നിശിതഹാസ്യത്തിന്റെ തീ കൊണ്ട് തിളയ്ക്കുന്നുണ്ട്. പൊന്ന്, പട്ട്, വള, മോട്ടോർ, ഡക്കോട്ട വിമാനം തുടങ്ങിയ വില പിടിച്ച കാര്യങ്ങളല്ല ചില ധർമ്മാദാരങ്ങൾ ആവശ്യപ്പെടുന്നത്. തീരെ നിസ്സാരകാര്യങ്ങളാണ്. "കാട്ടിൽ പ്രസവിച്ചു കിടക്കുന്ന പെൺസിംഹത്തിന്റെ രണ്ടു മീശ!" അതുകൊണ്ടെക്കൊടുത്തില്ലെങ്കിൽ പരിഭവം. "ഓ, എന്നാലും ഞാൻ പൂച്ച പോലുള്ള സിംഹത്തിന്റെ മുഖത്തെ രണ്ടു പൂട വേണമെന്നു പറഞ്ഞിട്ട്.... ഓ എല്ലാം ഇത്രേയുള്ളൂ" എന്നു പറഞ്ഞു വിങ്ങിപ്പൊട്ടിക്കരയും! ഭർത്താവെന്തു ചെയ്യും. വേറൊരിനമുണ്ട്. അവർക്ക് വേണ്ടത്, എവറസ്റ്റ് കൊടുമുടിയുടെ ഉച്ചിയിൽനിന്ന് ഒരു ചെറിയ കഷണം മഞ്ഞുകട്ടയാണ്. അതു കൊണ്ടെക്കൊടുത്തില്ലെങ്കിൽ പറയുക നിറഞ്ഞ കണ്ണുകളോടെ ഗദ്ഗദത്തിലാണ്. "ഓ, ഒരു നുറുങ്ങു കഷണം മഞ്ഞുകട്ട വേണമെന്നു പറഞ്ഞിട്ട് കൊണ്ടെത്തരാത്ത ആളല്ലേ.... എന്നെ അങ്ങു കൊന്നേര്!" ദാമ്പത്യത്തിന്റെ ചേർച്ചകളും പൊരുത്തങ്ങളും പ്രേമത്തിന്റെ ഉരകല്ലിൽ തേച്ച് തിളയ്ക്കുന്നതിന്റെ ചിരിയാണ് ഇവിടെ നമ്മൾ കേൾക്കുന്നത്. പ്രണയത്തിലൂന്നിയ ദാമ്പത്യ ജീവിതത്തിന്റെ പങ്കപ്പാടും ഫലിതരൂപത്തിൽ പങ്കു വെയ്ക്കുന്നുണ്ട്. എന്നാൽ എല്ലാ അകല്ച്ചകളെയും അകലങ്ങളെയും ഇല്ലാതാക്കി മാധുര്യത്തിന്റെ തേൻ നിറയ്ക്കാൻ പ്രണയത്തിന് കഴിയുമെന്ന് ബഷീർ വിശ്വസിക്കുന്നുണ്ട്. അതുകൊണ്ടാണ് പൂവമ്പഴം തേടിപ്പോയ സാഹിബിന് അതിസാഹസികമായി ജീവിതത്തെ നേരിടേണ്ടി വന്നത്.

രണ്ടു പൂവമ്പഴമാവശ്യപ്പെട്ട ജമീലാ ബീബിക്ക് ഒരുകുല പൂവൻപഴം വാങ്ങാനാണ് പുഴവക്കത്തെ കടയിലെത്തിയത്. കണ്ണൻ പഴവും പാളേങ്കോടനും പടറ്റിയുമുണ്ടായിട്ടും

പൂവൻപഴം മാത്രമില്ലായിരുന്നു. സ്നേഹത്തിന്റെ തീവ്രതയിലാണ് സമുദ്രമായി മാറിക്കഴിഞ്ഞ നദികടന്ന് മറുകരയിലെത്തിയത്. ഗംഭീരമായ മഴ കാരണം പുറത്തിറങ്ങാനാവാത്ത അവസ്ഥ. ബസാറിലെ കടയിലെ സൗഹൃദത്തിലലിഞ്ഞിരുന്നു. മഴ തോർന്നപ്പോൾ എട്ടു മണിയായി. ഒറ്റയ്ക്കിരിക്കാൻ പേടിയാണെന്ന ഓർമ്മപ്പെടുത്തൽ മനസ്സിലെത്തിയപ്പോൾ ഞെട്ടി ഓട്ടമായി. എന്നാൽ എവിടെയന്വേഷിച്ചിട്ടും പൂവമ്പഴം കിട്ടിയില്ല. ഒടുവിൽ ഒരു ഡസൻ ഓറഞ്ചസ് വാങ്ങി തിരിക്കുകയാണ്. പൂവൻപഴത്തേക്കാൾ മധുരനാരങ്ങ നല്ലതാണ്, വിലയും കൂടുതലാണ്, വിറ്റാമിനും കൂടുതലാണ്, എന്ന സഹജബോധത്തെ കൂട്ടുപിടിച്ച് വീട്ടിലോട്ട് തിരിക്കുകയാണ്. കടത്തില്ലാതെ ഇരമ്പിപ്പായുന്ന നദിയിൽ ചാടി നീന്താൻ തയ്യാറായി ഷർട്ടൂരി. തോർത്തിൽ നാരങ്ങ കെട്ടി തലയിൽ വെച്ചു നദിയിലേക്കിറങ്ങി. പ്രണയത്തിന് കണ്ണും കാതുമില്ല. ഏതൊരാളെയും അതു സാഹസിയാക്കുക തന്നെ ചെയ്യും. ഒഴുക്കിൽപ്പെട്ട് കൈകാലുകൾ കുഴഞ്ഞ് ഇല്ലിമുള്ളിൽ ശരീരമുരഞ്ഞ് ദിഗംബരനായി കരയ്ക്കു കയറി വല്ലപാടുമാണ് വീട്ടിലെത്തിയത്. ഭർത്താവിന് ചോറുമുണ്ടാക്കി കാത്തിരുന്ന ജമീലാബീബി മയങ്ങിപ്പോയിരുന്നു. മുൻവശത്തെ വാതിലടച്ച് സാക്ഷയിട്ട് കൈയിൽ വെട്ടുകത്തിയും പിടിച്ചുകൊണ്ടാണുറങ്ങുന്നത്. എന്നാൽ അബദ്ധത്തിൽ അടുക്കളയുടെ വാതിലടയ്ക്കാൻ മറന്നുപോയി. ആ വാതിലിലൂടെയാണ് സാഹിബ് അകത്തു കയറിയത്. എന്നാലിത്ര ത്യാഗം സഹിച്ചു കൊണ്ടുവന്ന ഓറഞ്ചിനെ കണ്ടിട്ട് അതിനെ കരിച്ചുകളയാൻ പാകത്തിലുള്ള അവജ്ഞയോടെയാണ് ബീബി നോക്കിയത്. മാത്രമല്ല അത് തിന്നാനും കൂട്ടാക്കാതെ പോയി കിടക്കുകയാണ്.

തന്റെ മനഃസാക്ഷിക്കും സ്നേഹത്തിനും നേരെ കരൾ പിളർക്കുന്ന അവജ്ഞ ചൊരിയുമ്പോഴാണ് അത് നേരിടാൻ സാഹിബ് തയ്യാറാകുന്നത്. അത് പ്രണയത്തിന്റെ മാത്രമല്ല ജീവിതത്തിന്റെയും അന്തസ്സത്തയാണ്. പുഴനീന്തി വെള്ളം കുടിച്ചു മരിച്ചു പോകേണ്ടിടത്തുനിന്ന്, കഷ്ടപ്പെട്ട്, ഭാഗ്യം കൊണ്ട് തിരിച്ചെത്തിയപ്പോൾ, ഞാൻ പറഞ്ഞത് പൂവൻ പഴമാണെന്ന് വാശി കാണിച്ച്, മൂക്കിന്റെ തുമ്പും വിറപ്പിച്ചു പോയി കിടക്കുമ്പോൾ നിക്കാഹ് കഴിഞ്ഞ ഉടനെ പെണ്ണിന്റെ പള്ളയ്ക്ക് ഒരാറു കുത്തു കൊടുക്കേണ്ടതായിരുന്നുവെന്ന് സാഹിബ് പശ്ചാത്തപിക്കുന്നുണ്ട്. എന്നാലതിനുള്ള അവസരം ബീബി തന്നെ വെച്ചു നീട്ടി. "തിന്നില്ലേൽ തല്ലിത്തീറ്റുമോ" എന്നു ചീറ്റുകയാണ്. അപ്പോഴാണ് ചുള്ളിക്കമ്പ് കൂടാതെ സഹായത്തിനൊരു വെട്ടുകത്തിയുമെടുത്ത് ജമീലാബീബിയുടെ തുടയിലും ചന്തിക്കും അടിവെച്ചു കൊടുക്കുന്നത്. ചന്തിക്കു കിട്ടിയ അടിയിൽ വേദനിച്ച് കണ്ണീരിൽ നിറഞ്ഞ് ദേഷ്യമലിഞ്ഞാണ് അവൾ ഓറഞ്ച് തിന്നാൻ തുടങ്ങിയത്. അതിനെ ഒരവസരമായി കണ്ട് പ്രണയധീരതയിൽ പാസാക്കിയ ഓർഡിനൻസുകളെല്ലാം ഭയപ്പെടുത്തി റദ്ദു ചെയ്യുകയാണ്. ഓരോന്നോരോന്നായി സമ്മതിപ്പിക്കുകയാണ്. ഒടുവിൽ “എന്റെ കരളേ” എന്നു വിളിച്ച് കെട്ടിപ്പിടിച്ച് ചുംബിക്കുകയാണ്. അടിയുടെ വേദനയെ ആനന്ദമാക്കാനും സാഹിബിനു കഴിഞ്ഞു എന്നതാണ് കഥയുടെ കാതൽ.

പരിഭവങ്ങളും ദുഃഖങ്ങളും പിണക്കങ്ങളും മധുരമായി പിന്നിടുമ്പോഴാണ് ജീവിതം ആനന്ദമായി കനക്കുന്നത്. ആരുടെ സ്നേഹ തന്ത്രത്തിനാണ് കൂടുതൽ കനം എന്നു കണ്ട് വാശിപിടിക്കുന്നില്ല. ചില ത്യാഗം കാണാൻ ചിലപ്പോൾ കഴിഞ്ഞെന്നു വരില്ല. അതിനെ തന്ത്രപരമായി മറികടക്കുമ്പോഴാണ് ജീവിതം മധുരിക്കുന്നത്. പൂർണ്ണമായി സ്നേഹത്തിന് വിധേയപ്പെട്ട് യാഥാർത്ഥ്യമറിയാതെ ജീവിച്ചാലും പ്രണയത്തിന്റെ

പരിപൂർണ്ണതയിലെത്തില്ല. രണ്ടുപേരും പരസ്പരമറിഞ്ഞ് പെരുമാറുകയും പ്രണയിക്കുകയും ചെയ്യുമ്പോഴാണ് ദാമ്പത്യം സഫലമാകുന്നത്. പുരുഷാധികാരമായും പെണ്ണിനെ അടിച്ചമർത്തുന്ന മനോഭാവമായുമൊക്കെ ഇതിനെ കാണാം. അങ്ങനെ കണ്ടാൽ ജീവിതവും പ്രണയവും എവിടെയുമെത്തില്ല. പ്രേമത്തിന്റെ മധുരത്തിലലിയണമെങ്കിൽ ചില മനഃപൊരുത്തങ്ങളും ഒത്തുതീർപ്പുകളുമൊക്കെ വേണ്ടതുണ്ട്. സങ്കടത്തിൽ ഒരുപോലെ ഉരുകുവാനും ആനന്ദത്തിൽ ഒരുപോലെ നിറയുവാനും കഴിയണമെങ്കിൽ ഇങ്ങനെ ചില വിട്ടുവീഴ്ചകളുണ്ടാകണം. രണ്ടുപേർ രണ്ടു മനുഷ്യരാണ്. എന്നാലത് ഒന്നായി നീങ്ങണമെങ്കിൽ പാരസ്പര്യം പുലരണം. അവിടെ ഇരുവരും സഹിക്കേണ്ടതുണ്ട്. പലതും ത്യജിക്കേണ്ടതുണ്ട്. പ്രണയം ത്യജിക്കൽ കൂടിയാണെന്ന് ബഷീർ ഇവിടെ ഓർമ്മിപ്പിക്കുന്നു.

ജീവിതത്തിന്റെ തണലുകൾ നഷ്ടപ്പെട്ട് തപിച്ചു നില്ക്കുമ്പോഴാണ് സാറാമ്മ എവിടെയെങ്കിലും തനിക്കൊരു ജോലി തരപ്പെടുത്തണമെന്ന് കേശവൻ നായരോട് പറയുന്നത്. ഞാൻ സാറാമ്മയെ ഗാഢമായി സ്നേഹിക്കുന്നതുപോലെ സാറാമ്മ എന്നെയും ഗാഢമായിത്തന്നെ സ്നേഹിക്കുക എന്നുള്ളതാണ് ഞാൻ സാറാമ്മയ്ക്കു കണ്ടുവെച്ചിരിക്കുന്ന മഹത്തായ ജോലി. പറഞ്ഞ കാര്യം ഭംഗിയായി ചെയ്തു കഴിഞ്ഞ് അവർ ഒന്നാകുന്നു. അപ്പോൾ ഉണ്ടാകുന്ന വൈരുദ്ധ്യങ്ങളെ എത്ര രസകരമായാണ് നേരിടുന്നത്. തീവണ്ടി സ്റ്റേഷനിലെ കലശൽ കഴിഞ്ഞ് കേശവൻ നായർക്ക് ചായയും സാറാമ്മയ്ക്ക് കാപ്പിയും പറയുന്നു. രണ്ടു മതങ്ങളിലുള്ള തങ്ങൾക്ക് പിറക്കുന്ന കുട്ടിക്ക് എന്തു പേരിടണമെന്നും ഏതു മതത്തിൽ വളർത്തണമെന്നുമുള്ള പ്രശ്നങ്ങൾക്ക് പരിഹാരം എത്ര പ്രിയകരമായാണ് സാദ്ധ്യമാക്കുന്നത്. ആൺകുട്ടിയാണെങ്കിൽ ഒരു മതത്തിന്റെയും അടയാളങ്ങൾ അവശേഷിപ്പിക്കാതെ ആകാശമിഠായി എന്നു പേരിടണമെന്നും വളർന്നു വരുമ്പോൾ പക്ഷപാതരഹിതമായി എല്ലാ മതത്തെക്കുറിച്ചും പഠിപ്പിക്കുമെന്നും അവർക്ക് ഹൃദ്യമായത് അപ്പോൾ അവർ സ്വീകരിക്കട്ടെ എന്നുമാണ് ഇരുവരും ചിന്തിക്കുന്നത്.

ആ ചിന്തയിൽ മുറുകിനിന്നുകൊണ്ടാണ് സാറാമ്മ ഞാനാകുന്ന പ്രേമലേഖനം! യുവതിയാകുന്ന, യുവാവാകുന്ന പ്രേമലേഖനം എന്ന് ഉറക്കെ പറയുന്നത്. പണ്ടെങ്ങോ കേശവൻ നായർ കൊടുത്ത പ്രേമലേഖനം തന്റെ വിയർപ്പിലും സങ്കടങ്ങളിലും നനഞ്ഞു കുതിർന്ന പഴയ കടലാസെടുത്തു കൊടുത്ത് അത് വായിച്ചു ചിരിക്കാനുള്ള താല്പര്യത്തിൽ ഇരുവരുമെത്തുന്നത്. അത് സർവ്വസംഗ പരിത്യാഗിയായ, എന്നാൽ, ജീവിതത്തെ അതിന്റെ വൈവിദ്ധ്യത്തിലും വൈരുദ്ധ്യത്തിലും അറിഞ്ഞ് അനുഭവിച്ച മനുഷ്യന്റെ ഗംഭീരചിന്തയിലാണ് ബഷീർ രേഖപ്പെടുത്തിവെച്ചത്.

'പൂവൻ പഴ'ത്തിൽ ബഷീർ പ്രണയത്തെ അതിന്റെ സമഗ്രതയിൽ തന്നെ കാണുന്നു. അതുകൊണ്ടാണ് നരച്ചുകുനി പടുകിഴവനും കിഴവിയുമായി മക്കളും കൊച്ചുമക്കളുമായി കഴിയുന്ന കാലത്തും അവരെക്കൊണ്ട് പഴയ കഥയിലെ പ്രണയത്തിന്റെ ആനന്ദത്തെക്കുറിച്ച് പറയിപ്പിച്ചത്.

“മഹാറാണീ.... പണ്ടു നീ പൂവൻപഴം വേണമെന്നു പറഞ്ഞപ്പോൾ, രാത്രി പുഴ നീന്തി ഞാനെന്താ കൊണ്ടു വന്നത്?" ജമീലാ ബീബി ചിരിച്ചുകൊണ്ടു പറയും:

"പൂവൻപഴം!"

മൂപ്പർ ചോദിക്കും:

"അതെങ്ങനെ ഇരുന്നു?"

മൂപ്പത്തി പറയും:

"ഓറഞ്ചുപോലെ ഉരുണ്ട്!"

മൂപ്പരും മൂപ്പത്തിയുമൊത്തുള്ള ചിരിയാണ് ജീവിതം എന്ന് ബഷീർ ഉറപ്പിക്കുന്നു. ആ ഉറപ്പാണ് പ്രണയം എന്നു തിരിച്ചറിയുന്നു.

കാലത്തിന് മുന്നേ കയറി നടക്കുവാനും കാലത്തിനു മുന്നേ ജീവിതത്തെ കണ്ടറിയുവാനും ബഷീർ ശ്രമിക്കുന്നുണ്ട്. അദ്ദേഹത്തിന്റെ സാഹിത്യം അത് പലപാട് വ്യക്തമാക്കിയിട്ടുമുണ്ട്. അന്നത്തെ കഥാകാരന്മാരിൽനിന്ന് വേറിട്ട് സഞ്ചരിച്ച് മനുഷ്യാനുഭവത്തിന്റെ ഉന്മത്തമായ പ്രണയത്തെ ചെന്നുതൊട്ട് കാലത്തിന് മുഴുവനുമായുള്ള ഒരു ദർശനം കാഴ്ചവെക്കുകയും ചെയ്തു. കാലത്തെ സമഗ്രമായി അനുഭവിച്ച എഴുത്തുകാർ ചുരുക്കമാണ്. പ്രണയത്തിൽ ത്യാഗത്തിന്റെയും ത്യജിക്കലിന്റെയും സംസ്കാരം അടയാളപ്പെടുത്താൻ ബഷീറിനു കഴിഞ്ഞു. അങ്ങനെയുള്ള പ്രണയം മാത്രമേ ജീവിതാവസാനം വരെയും മധുരക്കരിമ്പിന്റെ രുചി പകരുകയുള്ളൂ. എന്നാൽ എത്രയൊക്കെ കണക്കു കൂട്ടിയാലും മറ്റൊരു കരത്തിന് വിധേയമാണ് നമ്മൾ എന്ന ബോധത്തെയും ബഷീർ മറക്കുന്നില്ല. ബഷീർ ജീവിച്ച കാലഘട്ടം അതാവശ്യപ്പെടുന്നു. എന്നാൽ ബഷീർ ഇക്കാലത്ത് ജീവിച്ചാലും ഇതു മാത്രമേ എഴുതൂ. കാരണം എല്ലാക്കാലത്തും പ്രണയം നിലനില്ക്കുവാനും അത് എപ്പോഴും സുന്ദര സുരഭിലമായ നിലാവെളിച്ചമായി നിറഞ്ഞൊഴുകുവാനും തീക്ഷ്ണ പ്രവാഹിയായ പ്രണയത്തെ മധുരോദാരമായി പകർത്തുവാനുമേ ബഷീർ ആഗ്രഹിക്കുകയുള്ളൂ.

ശ്രോതിരം

കുഞ്ചുവിന്റെയും കുഞ്ഞിക്കാവിന്റെയും സായാഹ്നം

സുന്ദരവും സുതാര്യവുമായ കഥാകഥന രീതിയാണ് കാരൂരിന്റെ കഥകളെ കരുത്തുറ്റതാക്കി മാറ്റുന്നത്. നിത്യജീവിതത്തിലെ നിഗൂഢ വിസ്മയങ്ങളെ തെളിച്ചെടുക്കുമ്പോഴും കഥകൾ ലാളിത്യത്തിന്റെ സ്വരശില്പങ്ങളായി വിളങ്ങുകയാവും. അക്കാലഘട്ടത്തിലെ മറ്റു കഥകളിൽ കാണാൻ കഴിയാത്ത പദസംവിധാനത്തിന്റെ സംഗീതബോധം കാരൂരിന്റെ കഥകളെ വ്യത്യസ്തമാക്കി. പരിമിതമായ മനുഷ്യാനുഭവങ്ങളെ ആഖ്യാനം ചെയ്യുമ്പോഴും ഭാവതീവ്രതയാർന്ന വികാരപ്രപഞ്ചത്തെ അഭിവ്യഞ്ജിപ്പിച്ചുകൊണ്ടാവും കഥയവസാനിപ്പിച്ചിട്ടുണ്ടാവുക. അതൊരുപക്ഷേ, അനുവാചകന്റെ ഉള്ളിലൊരു നീറ്റലായോ മധുരാർദ്രമായ പിടച്ചിലായോ കൊളുത്തിപ്പിടിച്ചുകൊണ്ടിരിക്കും. ജീവിതം അത്രമേൽ സുന്ദരവും അനുഭവയോഗ്യവുമാണെന്ന് നിരന്തരം ഓർമ്മിപ്പിച്ചുകൊണ്ടിരിക്കും. അടുത്ത വീട്ടിലേക്ക് നടന്ന എന്യൂമറേറ്ററുടെ ഹൃദയത്തിൽ വീണക്കമ്പി മീട്ടിയാലുണ്ടാകുന്ന നാദം പ്രതിദ്ധ്വനിച്ചുകൊണ്ടിരുന്നു എന്നു പറഞ്ഞവസാനിപ്പിച്ച 'മരപ്പാവകൾ' നളിനിയുടെ കുസൃതിയുടെയും ആത്മരോഷത്തിന്റെയും ജ്വലിക്കുന്ന വാക്കുകളിൽ തലകുത്തിച്ചിരിക്കുമെങ്കിലും അനുരാഗത്തിന്റെ ആത്മവിശുദ്ധിയും അടക്കിയ രതികാമനയുടെ ചുടുനിശ്വാസങ്ങളും ആവേശിക്കുക

തന്നെ ചെയ്യും. അത് കാരൂരിന്റെ ആഖ്യാനകലയുടെ മാന്ത്രികതയും കൈയടക്കവു മാണ്.

'മോതിരം' പ്രണയത്തിന്റെ മറ്റൊരു ഭാവാന്തരമാണ് ചിത്രീകരിച്ചത്. കാലവിളം ബമില്ലാതെ മുറുകിക്കേറുന്ന തായമ്പകയുടെ അസുരതാളമായല്ല രുദ്രവീണയിൽനിന്നും ഉരുകിയടർന്ന സ്വരതാനത്തിന്റെ പ്രശാന്തിയാണ് ഹൃദയത്തിൽ നിറയുക. പ്രണയ ത്തിന് കാലദേശാന്തരങ്ങളില്ല. പ്രായഭേദങ്ങളോ സ്ഥാനഭേദങ്ങളോ ഇല്ല. സദാചാ രത്തിന്റെയോ സാമൂഹ്യ നിയമങ്ങളുടെയോ ഒരതിരുകളെയും വകവെക്കാത്തൊരു അഹന്ത അനുരാഗത്തിനുണ്ട്. ലോകത്തെയാകെ അനുഭവ ഭൂപടത്തിൽനിന്നും പുറ ത്താക്കുന്ന സ്വകാര്യത പ്രണയത്തിനുണ്ട്. പ്രണയികൾ പലപ്പോഴും അനുസരണയി ല്ലാത്ത കുട്ടികളുടെ ചാപല്യം പ്രകടമാക്കാറുണ്ട്. പ്രണയത്തിന്റെ അത്തരം സങ്കീർണ്ണ തകളൊന്നും ബാധിക്കാതെ എഴുപത്തിമൂന്നു വയസ്സു കഴിഞ്ഞ കുഞ്ചുവമ്മാവനും കുഞ്ഞിക്കാവമ്മയും അനുരാഗത്തിന്റെ ആത്മശാന്തിയനുഭവിക്കുകയാണ് 'മോ തിര'ത്തിൽ. സന്തുഷ്ടമായ ദാമ്പത്യജീവിതം കഴിഞ്ഞു കിട്ടിയ ബോണസായിരുന്നു ഇരുവരുടെയും പ്രണയാനുഭവം. എന്നാലത് ഒരു നിമിഷംകൊണ്ട് പൊടിച്ചുവന്ന് വളർന്നു പന്തലിച്ച സസ്യമല്ല. പച്ചമരത്തിന്റെ വിത്ത് മനസ്സിലിട്ട് മുളപ്പിച്ച് ചൂടും ചൂരു മേറ്റ് വിളഞ്ഞു പാകമായി വളർന്ന ഹരിത സമൃദ്ധിയാണ്.

അമ്പാടി മനയ്ക്കൽ ഉപ്പൻ നമ്പൂതിരി രണ്ടുവേളി കഴിഞ്ഞ് മൂന്നാമത് സംബന്ധം ചെയ്ത കുഞ്ഞിക്കാവമ്മ എന്ന സൗന്ദര്യധാമത്തിന്റെ സുഗന്ധിയായ ഓർമ്മകൾ അവി ടത്തെ ആനക്കാരനായ കുഞ്ചുവമ്മാവനിൽ മൗനമായി കിടന്നിരുന്നു. പ്രണയത്തിന്റെ മുദ്രയായി മനസ്സിൽനിന്ന് വിടരുന്നതു നോക്കുക. "തീവെട്ടികളുടെ പ്രകാശംകൊണ്ട് ആ പ്രദേശം മുഴുവൻ പൊൻനിറമായി. പടിപ്പുരവാതില്ക്കൽ നില്ക്കുകയായിരുന്നു കുഞ്ഞി ക്കാവ്. നെറ്റിപ്പട്ടം കെട്ടിയ ഗംഗാധരനാനയുടെ മസ്തകം പോലെയുണ്ട് കസവുകരയു ള്ള മുലക്കച്ച കെട്ടിയ മാറിടം. തങ്കനിറമുള്ള മുഖത്തിനകമ്പടി സേവിക്കുന്ന തോട. തോടയും മുഖവുമായി മത്സരിച്ച് കൈയേറ്റമുണ്ടാക്കാതിരിക്കാൻ ഇടയ്ക്കുള്ള വളഞ്ഞു പുളഞ്ഞു കീഴോട്ടൊഴുകി കിടക്കുന്ന അളകങ്ങൾ. തോടകളെ തമ്മിൽ ബന്ധിച്ചുകൊ ണ്ട് പച്ചപ്പട്ടു റൗക്കയിൽ വിശ്രമിക്കുന്ന നാഗപ്പത്തിമാല, തീവെട്ടിയുടെ പ്രകാശത്തിൽ വെട്ടിത്തിളങ്ങുന്ന വെള്ളക്കല്ല് പതിച്ച മൂക്കുത്തി. കൗതുകത്തോടും അത്ഭുതത്തോടും നോക്കി നിന്നുപോയി താൻ. എത്ര നേരമങ്ങനെ നിന്നോ! വാദ്യമേളക്കാർ മുമ്പോട്ടു നടന്നപ്പോൾ ആനയും നടക്കാൻ തുടങ്ങി. അപ്പോളാണ് താൻ ധ്യാനത്തിൽ നിന്നു ണർന്നത്." കുഞ്ഞിക്കാവിനോട് തോന്നിയ കൊതിയും മോഹവും കുഞ്ചുവമ്മാവൻ മനസ്സിലടക്കി നിർത്തി. രതി പ്രണയത്തിന്റെ സ്വാഭാവികമായ വികാസമാണ്. എന്നാ ലിവിടെ അത് പശ്ചാത്തലമായി നില്ക്കുന്നതേയുള്ളൂ. പക്ഷേ, സ്വാഭാവികമായ അനുരാ ഗത്തിന്റെ സുഖാനുഭൂതികളെല്ലാം വാർദ്ധക്യത്തിലും ഇരുവരും അനുഭവിക്കുന്നുമുണ്ട്.

കുഞ്ഞിക്കാവിന് ജീവിക്കാൻ യോഗ്യമായതെല്ലാം നല്കിയിട്ടാണ് ഉപ്പൻ നമ്പൂതിരി മരിച്ചത്. ഒരു കൊല്ലത്തിന് മുമ്പ് തന്നെ തനിച്ചാക്കി കുഞ്ചുവമ്മാവന്റെ ഭാര്യയും യാ ത്രയായി. വാർദ്ധക്യത്തിന്റെ സഹജമായ പരിക്ഷീണതയിലും എന്നാൽ സംരക്ഷണ ത്തിന്റെ പ്രശാന്തിയിലും കഴിയുമ്പോഴാണ് ഇരുവരും വീണ്ടും കണ്ടുമുട്ടുന്നത്. മങ്ങുഴ ത്തിലായ ഓർമ്മകൾ കുതിരയെപ്പോലെ കുതിച്ചെത്തുന്നു. പ്രായത്തിന്റെ സാരള്യത്തിലും ഏകാന്തതയിലും പഴയ കൊതിയും മോഹവും തിരിച്ചെത്തുന്നു. പര സ്പരം ശ്രദ്ധിക്കപ്പെട്ടതിന്റെ കാഴ്ചകളെ ഊതിത്തെളിക്കുന്നു. അമ്പലപ്പുഴ ആറാട്ടെഴു

ന്നുള്ളത്തിന് അകമ്പടി നിരന്ന തുപ്പൻ നമ്പൂതിരിയുടെ ബാലഗോപാലൻ എന്ന ആനയ്ക്ക് മദമിളകിയതും ആർക്കും തളയ്ക്കാനാവാത്ത ഭ്രാന്തനെ വെടിവെക്കാൻ തീരുമാനിച്ചതും ഒടുവിൽ സാഹസികമായി കുഞ്ചുവമ്മാവൻ തളച്ചതും സൂക്ഷ്മതയോടെ ഓർത്തെടുക്കുന്നു. ആ വിശേഷമെന്നും ഓർമ്മിക്കാൻ നമ്പൂതിരി കൊടുത്ത ഈട്ടിയിൽ ആനയുടെ രൂപം വരഞ്ഞ് കൊമ്പും നഖങ്ങളും വെള്ളി കെട്ടിച്ച് പിച്ചളക്കെട്ടോടുകൂടി പണിയിച്ച് നല്കിയ പെട്ടകവും ചോദിച്ച് വാങ്ങിയ മനയ്ക്കലെ ആനക്കാരൻ എന്ന സ്ഥാനവും കുഞ്ചുവിനെ ഒട്ടൊന്നുമല്ല ആഹ്ലാദിപ്പിച്ചത്.

നിർന്നിമേഷയായി കേട്ടിരുന്ന കുഞ്ഞിക്കാവും തന്റെ അകം തിളങ്ങുന്നതറിഞ്ഞു. തന്നെ സംബന്ധംചെയ്ത് രണ്ടാഴ്ച തികയുന്നതിനു മുമ്പാണ് ആനയ്ക്ക് ഭ്രാന്തിളകിയത്. അന്ന് ആനയെ വെടിവെക്കേണ്ടി വന്നിരുന്നെങ്കിൽ അത് തന്റെ ദോഷം കൊണ്ടാണെന്ന് പറയുമായിരുന്നു. ആ വിധിയിൽനിന്നും തന്നെ രക്ഷിച്ച ആനക്കാരനെ കൃതജ്ഞതയോടെ കുഞ്ഞിക്കാവ് ഓർത്തെടുക്കുന്നു. തനിക്ക് കൈവന്ന ജീവിതഭാഗ്യത്തിന്റെ പങ്ക് കുഞ്ഞിക്കാവ് തിരിച്ച് നല്കുന്നതിന്റെ സ്വാഭാവികതയുണ്ടിവിടെ. ആനക്കാരന്റെ സാഹസികമായ ജീവിതത്തെ പച്ചയോടെ നിലനിർത്താൻ അന്ന് തുപ്പൻ നമ്പൂതിരി നിർമ്മിച്ച് നല്കിയ ഉത്തമ കലാസൃഷ്ടിയായ മുറുക്കാൻ ചെല്ലം കുഞ്ചുവിനെയും സഹായിച്ചു. പിന്നീട് പ്രണയത്തിന്റെ പയ്യാരങ്ങളും പല്ലവികളും മീട്ടാൻ തേച്ച് മിനുക്കി ഭംഗിയായി സൂക്ഷിച്ച ചെല്ലം ഒട്ടൊന്നുമല്ല സഹായിച്ചത്. ഭാര്യയുടെ മരണത്തിനുശേഷം വീണ്ടും വിശേഷങ്ങളറിയുവാൻ എത്തിയ കുഞ്ഞിക്കാവിന് തന്നെ എന്നും ഉശിരു പിടിപ്പിക്കുന്ന ചെല്ലം നീട്ടി മുറുക്കാൻ നല്കുകയാണ്. ഇരുവരെയും അദൃശ്യമായി ബന്ധിപ്പിച്ച നല്ല ചങ്ങാതിയായി മുറുക്കാൻ ചെല്ലം കഥയിൽ സമൃദ്ധമാകുന്നുണ്ട്. ഒടുവിൽ പെട്ടകം തുറന്നു വെറ്റില പാക്ക് ഇടികല്ലിൽ വെച്ച് ഇടിച്ച് കുഞ്ചുവിന് നല്കുമ്പോൾ സ്നേഹത്തിന്റെ പ്രസന്നത അവിടമാകെ പ്രസരിക്കുന്നതായി തോന്നാം.

ആർക്കും അടിതെറ്റിപ്പോകാവുന്ന പ്രമേയത്തെ എത്ര കൈയടക്കത്തോടെയാണ് കാരൂർ ശില്പഭദ്രമാക്കിയത്. പ്രണയത്തെ വിവേകമായി പരിവർത്തിപ്പിക്കുന്നു. മുന്തിയ സംസ്കാരത്തിലോട്ട് നീക്കി നിർത്തുന്നു. എന്നാൽ സ്നേഹത്തിന്റെ ഭാവവൈവശ്യം അഗാധമായും സൂക്ഷ്മമായും അടയാളപ്പെടുത്തുന്നു. തികവുറ്റ രൂപത്തിലേക്ക് പരിണമിക്കാൻ ഇവിടെ പ്രണയമെന്ന വികാരത്തിന് കഴിയുന്നുണ്ട്. ഒരു മാസം കഴിഞ്ഞ് വീണ്ടുമെത്തിയത് കുഞ്ചുവിന് മുണ്ടും നേര്യതുമായിട്ടാണ്. പുതിയ ബന്ധത്തിന്റെ പ്രതീകാത്മകമായ അടയാളമായി അത് ചിലർക്കെങ്കിലും തോന്നുമായിരിക്കും. കുഞ്ഞിക്കാവിന്റെ അടുത്തേക്ക് കാലുകൊണ്ട് നടന്നെത്താൻ കഴിയാത്തതിന്റെ വേദന അയാൾ പങ്കുവെക്കുന്നുമുണ്ട്. വാക്കുകളുടെ മാധുര്യത്തിൽ കുഞ്ഞിക്കാവിന്റെ അപദാനങ്ങൾ പറഞ്ഞ് അവരെ പ്രസന്നയാക്കുന്നുമുണ്ട്. വീണ്ടും ഇലയടയുമായി കുഞ്ഞിക്കാവെത്തുമ്പോൾ പരിഭവിക്കുന്നുണ്ട്. സ്ഥാനവലിപ്പമോർത്ത് കുഞ്ചു വിഷമിക്കുന്നുണ്ട്. കനിവും കരുതലും കൊണ്ട് കുഞ്ഞിക്കാവ് അതിനെയൊക്കെ മറികടക്കുന്നുമുണ്ട്. കൂടാതെ വയസ്സിനിളപ്പമായ എന്നെ ചേട്ടന് പേരുവിളിച്ചുകൂടെ എന്നു ചോദിച്ചുകൊണ്ട് പ്രലോഭിപ്പിക്കുന്നുമുണ്ട്. സ്ഥാനമഹിമയുടെ വലിപ്പം എന്തെങ്കിലും അലിയാതെ അവശേഷിക്കുന്നുണ്ടെങ്കിൽ അതൊക്കെ കടഞ്ഞുകളയാനുള്ള പ്രേരണയായി ആ സന്ദർഭം തെളിഞ്ഞു വിളങ്ങുന്നുണ്ട്. രണ്ടുപേർ ഒന്നിക്കുമ്പോൾ അന്യമായി തോന്നുന്നതൊന്നും നിലനില്ക്കരുതെന്ന വാശി പ്രണയത്തിനു മാത്രമേയുള്ളൂ.

അകാലങ്ങളെ ഒന്നൊന്നായി ഇരുവരും സ്നേഹംകൊണ്ട് ഭേദിക്കുന്നു. വൃദ്ധരെ

ങ്കിലും ഒന്നിച്ചു ചേരാനുള്ള വെമ്പൽ എത്ര നിഷ്കളങ്കമായിട്ടാണ് പ്രകടിപ്പിക്കുന്നത്. പരസ്പരം സാന്ത്വനമാകുന്നതിനപ്പുറം മറ്റെന്താണ് സ്നേഹത്തിനുള്ളതെന്ന ചിന്ത ഇവിടെ ഉയരുന്നുണ്ട്. കട്ടിലിനടിയിലിരിക്കുന്ന ഭരണി ഇങ്ങോട്ടൊന്നു മാറ്റിവെക്കാമോ എന്നു ചോദിക്കുമ്പോൾ ഭരണി മാറ്റിവെക്കുക മാത്രമല്ല അതിലെ കുഴമ്പെടുത്ത് കൈയിലൊഴിച്ച് കുഞ്ചുവിന്റെ കാലിൽ പുരട്ടിക്കൊടുക്കുകയാണ് ചെയ്യുന്നത്. പതിനഞ്ചു ദിവസത്തേക്കിനി വേദനയുണ്ടാവില്ല എന്നു പറഞ്ഞുകൊണ്ട് താനത് എത്ര സന്തോഷമായിട്ടാണ്, മനസ്സറിഞ്ഞാണ് ചെയ്യുന്നതെന്ന് ധ്വനിപ്പിക്കുന്നു. എങ്കിലത് കഴിയുമ്പോൾ ഇനിയും കുഞ്ഞിക്കാവമ്മ വരണമെന്ന ആഗ്രഹത്തെ കുഞ്ചുവിന് തടഞ്ഞു നിർത്താനാകാതെ പറയേണ്ടിയും വരുന്നു. പ്രായത്തിന്റെ ഏകാന്തതയിൽ പിടയുന്ന രണ്ടു മനസ്സുകളുടെ വിങ്ങലും ഒന്നിച്ചൊരു ചില്ലയിൽ ചേക്കേറാനുള്ള ആഗ്രഹവും എത്ര ഭംഗിയായാണ് കാരൂർ തെളിച്ചു കാട്ടിയത്. പ്രണയത്തിന് ശരീരത്തിന്റെ മധുരം മാത്രമല്ല, അകമ്പടി നില്ക്കുന്ന ഓരോ നിമിഷത്തിനും പ്രകാശവും മാധുര്യവും നല്കാനാകുമെന്നും ദൃഢപ്പെടുത്തുന്നു. മാസത്തിൽ രണ്ടും മൂന്നും തവണ എല്ലാ വിലക്കുകളെയും നിരാകരിച്ചുകൊണ്ട് ശർക്കരയും കല്ക്കണ്ടവും മുന്തിരിങ്ങയും ഉണ്ണിയപ്പവുമായി കുഞ്ഞിക്കാവെത്തി. വാസനപ്പുകയിലയും രൂപയും നിവേദിച്ചു. മുറുക്കാൻ ചതച്ചു കൊടുക്കുകയും കുഴമ്പു പുരട്ടിത്തടവുകയും ചെയ്യുക സാധാരണമായി. ആ കാത്തിരിപ്പും കണ്ടുമുട്ടലും പ്രണയത്തിന്റെ ആത്മനിവേദനമല്ലാതെ മറ്റെന്താണ്. കട്ടിലിലിരുന്നുകൊണ്ട് പയ്യാരം പറഞ്ഞും പൊട്ടിച്ചിരിച്ചും സ്നേഹത്തെ തോറ്റിയുണർത്തുന്ന മിഥുനങ്ങൾ വൃദ്ധരെന്നു പറഞ്ഞാൽ അത്ഭുതപ്പെടുകയേ വഴിയുള്ളൂ. പ്രണയം ശരീരത്തിൽനിന്നും കാലത്തെ കൊഴിച്ചു കളയുന്നു. പഴയ ആളുകൾ യാത്രയായി തനിച്ചാണെന്ന ബോധത്തെ അകറ്റിക്കളയാനാകുന്നില്ല. എന്നിട്ടും കുഞ്ഞിക്കാവിനെ സന്തോഷിപ്പിക്കണമെന്നയാൾ ആഗ്രഹിച്ചു. കുഞ്ചുനായർക്കൊരു ബുദ്ധിമുട്ടും വരാതെ നോക്കണമെന്നൊരു തോന്നൽ കുഞ്ഞിക്കാവിനുമുണ്ടായി. പ്രണയത്തെക്കുറിച്ചുള്ള സനാതനമായ സത്യത്തെയാണ് കാരൂർ നിസ്സാരമായി അടയാളപ്പെടുത്തിയത്. പ്രണയം ക്ഷണികമാണെന്നും ദുരന്തമാണെന്നുമുള്ള വിവാദ മനഃശാസ്ത്രങ്ങളെ ഇവിടെ നിരാകരിച്ചിരിക്കുന്നു. അതെത്ര ക്ഷണികമെങ്കിലും മുന്തിയ മാത്രകളാക്കി അവയെ മാറ്റുക എന്നതാണ് മനുഷ്യധർമ്മം.

> "മർത്ത്യായുസ്സിൽ
> സാരമായതു ചില
> മുന്തിയ സന്ദർഭങ്ങൾ

അല്ല, മാത്രകൾ- മാത്രം (ഊഞ്ഞാലിൽ)" എന്നു വൈലോപ്പിള്ളിയും പ്രണയമഹത്വം ഭംഗിയായി പറഞ്ഞുവെച്ചിട്ടുണ്ട്. അതുകൊണ്ട് മരിക്കാൻ വിധിക്കപ്പെട്ട മനുഷ്യനെ സംബന്ധിച്ച് അസാധാരണവും അപൂർവ്വവും ഉജ്ജ്വലവുമായ നിമിഷങ്ങളെ അനശ്വരമാക്കുക എന്നതാണ് ജീവിത നിയോഗം. പ്രണയം ക്ഷണികമെങ്കിലും നിനച്ചിരിക്കാതെ കടന്നു വരുന്നതാണെങ്കിലും അതിനെ വിവേകത്തോടെ സ്വീകരിച്ച് എല്ലാ മറന്നനുഭവിക്കുകയും ആനന്ദിക്കുകയും ചെയ്യുമ്പോഴാണ് ജീവിതം ധന്യമാകുന്നതും അനായാസമായി മരണത്തിലേക്ക് പ്രവേശിക്കാൻ കഴിയുന്നതും.

കുഞ്ഞിക്കാവിന്റെയും കുഞ്ചുവിന്റെയും പ്രണയം പാകമായിരുന്നു. എഴുപത്തിനാലാമത്തെ പിറന്നാളിന് ക്ഷണിച്ചുകൊണ്ട് സ്വർണ്ണമോതിരമൂരിയെടുത്ത് ആ വിധവയുടെ അണിവിരലിലണിയിക്കുമ്പോൾ കുഞ്ചുനായരനുഭവിച്ചത് പ്രണയസായൂജ്യമാണ്. മോതിരമണിയിച്ച പരുക്കൻകൈ പിടിച്ചെടുത്ത് തന്റെ മൃദുവായ മുഖത്ത് ചേർത്തമർ

ത്തുമ്പോൾ കുഞ്ഞിക്കാവ് പറഞ്ഞതും എനിക്കു പാകമാണെന്നാണ്. വൃദ്ധതയിലും പാകമാകാൻ പ്രണയത്തിന് കഴിയുമെന്ന് കാരൂർ തിരിച്ചറിയുന്നു. മുഗ്ദ്ധമായ ഭാവങ്ങളോടെതന്നെ പ്രണയത്തിന്റെ ഓരോ നിമിഷങ്ങളെയും അവതരിപ്പിക്കുന്ന, ആഖ്യാനത്തിന്റെ സവിശേഷമായ ഭംഗിയിൽ.

മോതിരം പ്രണയത്തിന്റെ അഭിജ്ഞാനമാണ്. മോതിരമിട്ട കൈകൊണ്ട് മുഖത്തു വെള്ളമൊഴിച്ചാൽ ആരോഗ്യത്തിന് കൊള്ളാമെന്നദ്ദേഹം പറഞ്ഞിട്ട് മകൻ പണിയിപ്പിച്ചു കൊടുത്ത മോതിരമാണത്. അത് കുഞ്ഞിക്കാവിനെ അണിയിക്കുമ്പോൾ എന്തെല്ലാം ചിന്തകൾ കുഞ്ചുനായരുടെ മനസ്സിലൂടെ കടന്നുപോയിട്ടുണ്ടാകും. ഒന്നാമത് രതി തന്നെയാകണം. തന്റെ ശരീരത്തിന് ആരോഗ്യം നല്കുന്നുവെന്നു വിശ്വസിക്കുന്ന അടയാളം പ്രണയിനിയെ അണിയിക്കുമ്പോൾ ശരീരത്തിന്റെയും ഒപ്പം മനസ്സിന്റെയും ഊർജ്ജം തന്നെയാകണം കൈമാറിയത്. ഒരുപാട് സന്തോഷങ്ങളും സമ്മാനങ്ങളുമായി വന്നെത്തുകയും വാക്കുകൊണ്ടും സ്പർശംകൊണ്ടും സാന്ത്വനിപ്പിക്കുകയും ചെയ്തവൾക്ക് വിലപിടിച്ച സാധനം തിരികെ നല്കാനാകുന്നത് ഇതു മാത്രമെന്ന് കരുതിയാകാം. അതുമല്ലെങ്കിൽ വിധവയെ മോതിരമണിയിച്ച് ജീവിതത്തിലേക്ക് പിടിച്ചു നിർത്തിയ മനസ്സിന്റെ മോഹമാകാം. എഴുപത്തി നാലാമത്തെ ജന്മദിനത്തിൽ കുഞ്ഞിക്കാവിനെ ബാക്കിനിർത്തി കുഞ്ചുനായർ മരണപ്പെടുമ്പോൾ ജീവിതത്തിന്റെ അർത്ഥ മാധുര്യങ്ങൾ അനുഭവിച്ചതിന്റെ പ്രശാന്തി മനസ്സിൽ നിറഞ്ഞിട്ടുണ്ടാകും.

കഥ നല്കുന്ന സംസ്കാരം മറ്റൊന്നാണ്. മരണപ്പെട്ട കുഞ്ചുനായരുടെ കാണാതായ മോതിരമന്വേഷിക്കുന്ന മക്കൾ അവിടെ നിരന്തരം വന്ന കുഞ്ഞിക്കാവിന്റെ പേരു ചേർത്തുച്ചരിക്കാൻ അറച്ചുപോവുകയാണ്. "മോതിരത്തോട് ചേർത്ത് അവരുടെ പേര് പറഞ്ഞാൽ മഹാപാപമുണ്ട്. പൊന്നണിഞ്ഞ് മതിയും കൊതിയും തീർന്നവരാണവർ. അവരുടെ പെട്ടിയിലിപ്പഴും കാണും നൂറു പവന്റെ ഉരുപ്പടി. മുറ്റത്തോ പറമ്പിലോ എങ്ങാനും നോക്കാം. കണ്ടില്ലെങ്കിൽ മിണ്ടേണ്ട" (മോതിരം). വൃദ്ധരായ അച്ഛനമ്മമാരുടെ ഉടുതുണിപോലും പറിച്ചെടുത്ത് പാതയോരത്ത് വലിച്ചെറിയുന്ന ഇന്നത്തെ മക്കൾക്കൊരു പാഠമാകേണ്ടതാണിത്. മോതിരത്തിന്റെ വിലയേക്കാൾ ബന്ധത്തിന് വില നല്കിയ മക്കളുടെ സംസ്കാരത്തെക്കൂടി കാരൂർ ധ്വനിപ്പിക്കുന്നുണ്ട്. പ്രണയത്തിന്റെ മഹത്വവും വിലയും അംഗീകരിച്ച കാലത്തിന്റെ സംസ്കാരം വെളിപ്പെടുത്തുന്നുണ്ട്. പെട്ടിയിലിരിക്കുന്ന നൂറു പവന്റെ ഉരുപ്പടിയേക്കാൾ വിലപിടിച്ചതായി അണിവിരലിൽ കിടന്ന മോതിരത്തെ തിരിച്ചറിഞ്ഞ കുഞ്ഞിക്കാവിന്റെ മനസ്സും ഇതോടു ചേർത്തു വായിക്കേണ്ടതാണ്.

നീലിക്ക്ടാത്തി

കൊയ്ത്തു കഴിഞ്ഞ മുണ്ടകപ്പാടം

പ്രണയത്തിന്റെ കാല്പനിക പരാഗശോഭ ഹൃദയസ്പർശിയായ ഭാഷയിൽ പകർന്നുവെച്ച കഥാകാരനാണ് മുട്ടത്തുവർക്കി. നാട്ടിൻപുറത്തെ ജീവിതത്തിന്റെ നന്മതിന്മകളും ഹൃദയബന്ധങ്ങളും അയത്നലളിതവും ആകർഷകവുമായി അവതരിപ്പിച്ച് വായനീയ സവിശേഷമായ അനുഭവമാക്കാൻ മുട്ടത്തുവർക്കിക്ക് കഴിഞ്ഞു. സ്ത്രീപുരുഷഭേദമില്ലാതെ വായനയുടെ ജനകീയത അക്ഷരാർത്ഥത്തിൽ പട്ടുത്തുയർത്തിയ എഴുത്തുകാരൻ കൂടിയാണദ്ദേഹം. മദ്ധ്യതിരുവിതാംകൂറിന്റെ ഗ്രാമീണ ഭംഗിയിൽ അരങ്ങേറുന്ന സമ്മോഹനമായ പ്രേമബന്ധങ്ങളുടെ കാഴ്ചകൾക്കായി കാതോർത്തിരുന്ന കാലമാണത്. വിരഹവും കാത്തിരിപ്പും നിറഞ്ഞ ത്യാഗത്തിന്റെയും പരിത്യാഗത്തിന്റെയും അശ്രുബിന്ദുക്കൾ വീഴുന്ന പ്രണയത്തിന്റെ കാല്പനികത മുട്ടത്തുവർക്കി ചിത്രീകരിച്ചപ്പോൾ വായനക്കാരുടെ ഹൃദയം ഈറനണിഞ്ഞു. ഇണമാനുകളും പാടാത്ത പൈങ്കിളിയും മയിലാടും കുന്നും മറിയക്കുട്ടിയുമൊക്കെ വായിച്ച് അശാന്തമായ മനസ്സുമായി നെടുവീർപ്പിട്ടു നടന്ന മനുഷ്യർ അക്കാലത്തിന്റെ അനിവാര്യതയായിരുന്നു. ഉടുക്കുംകൊട്ടിപ്പാടുന്ന പാണനാരെപ്പോലെ പ്രണയത്തെക്കുറിച്ച് എത്ര പാടിയിട്ടും മുട്ടത്തുവർക്കിക്ക് മതിവരുന്നില്ല. പ്രണയത്തിന്റെ വേലിയേറ്റങ്ങളിൽ ഇരമ്പിപ്പെയ്യുന്ന മനസ്സുമായി കാത്തിരിക്കുന്ന കഥാപാത്രങ്ങളുടെ അനുഭവങ്ങളറിയാൻ വാക്കുകളുടെ വാതിലുകൾ തള്ളിത്തുറന്നുവന്ന വായനക്കാർ മുട്ടത്തു വർക്കിക്ക് മാത്രം

സ്വന്തമായിരുന്നു. പ്രണയകഥകളെഴുതാൻ മഷിപ്പാത്രവും നിറച്ച് കനവുകളുടെ നിലാവെളിച്ചവുമായി കടന്നുവന്ന കഥാകാരനാണ് മുട്ടത്തുവർക്കി.

പ്രണയത്തിന്റെ ഭദ്രമായ പണിത്തികവിൽ വാർത്തു വെച്ച ശ്രദ്ധേയമായ കഥയാണ് 'നീലിക്ക്ടാത്തി'. ആരെയും ആകർഷിക്കുന്ന ഭാവതീവ്രമായ കഥയാണത്. ഒരു വാക്ക് ഊരിക്കളയാൻ കഴിയാത്ത മുറുക്കത്തിൽ ആബദ്ധമായ വർക്കിയുടെ രചന. മണ്ണുമായി മനുഷ്യന് നേരിട്ട് ബന്ധമുണ്ടായിരുന്ന കാലത്തിന്റെ തീവ്രതയെ വാക്കുകളുടെ അഗ്രം കൊണ്ടൊപ്പിയെടുത്ത കഥയാണ് 'നീലിക്ക്ടാത്തി.' വാക്കുകളുടെ മൗനത്തിൽ ഉറഞ്ഞുകൂടിയത് പ്രണയത്തിന്റെ ചലനാത്മകമായ ശക്തിസൗന്ദര്യങ്ങളുമാണ്. എന്നാൽ പ്രണയത്തെ മൗനമാക്കി നിലനിർത്തിക്കൊണ്ട് മണ്ണിന്റെയും പെണ്ണിന്റെയും ഉർവ്വരതയും കാർഷിക വൃത്തിയുടെ ആനന്ദാനുഭൂതിയും ഉല്ക്കർഷവും മാന്ത്രികമായൊരു ശൈലിയിൽ പകർന്നുവെച്ച കഥയാണ് വർക്കിയുടെ 'നീലിക്ക്ടാത്തി.' എങ്കിലും ഉടഞ്ഞു ചിതറിയ പ്രണയത്തിന്റെ ശംഖിൽനിന്നും അസാധാരണമായ രത്നകാന്തി പ്രസരിക്കുന്നത് കാണുകയുമാകാം.

"നീലിയുടെ ജംബർ നനഞ്ഞു. അവളുടെ കറുത്ത മേനിയിൽ വിയർപ്പിന്റെ ചാലുകൾ ഉണ്ടായി. ഒരിക്കലും ക്ഷീണിക്കാത്ത ശരീരം, മകരത്തിലെ മഞ്ഞിനും, മീനത്തിലെ വെയിലിനും, മിഥുനത്തിലെ മഴയ്ക്കും ഒന്നും അവളെ കീഴടക്കാൻ കഴിഞ്ഞിട്ടില്ല." എന്നു പറഞ്ഞാണ് കഥ പറച്ചിൽ ആരംഭിച്ചത്. മുണ്ടകപ്പാടത്ത് ഞാറുനടുകയും ഞാറ്റുപാട്ട് പാടുകയും ചെയ്യുന്ന പെണ്ണിനെ അവതരിപ്പിച്ചുവെങ്കിലും അവൾക്ക് മണ്ണുമായുള്ള അഭേദ്യബന്ധം ഗാഢമായി അനുഭവപ്പെടുത്തുന്നു. മുണ്ടകപ്പാടവും നീലിയും രണ്ടല്ലെന്ന വിചാരം ശരീരകല്പനയിലുണ്ട്. ഋതുഭേദങ്ങൾക്ക് കീഴ്പ്പെടുത്താനാവാത്ത, ക്ഷീണിക്കാത്ത ശരീരം പെണ്ണിനും മണ്ണിനും ഒരുപോലെയാണ്. ഉർവ്വരമായ സാകല്യത്തെ അത് ഓർമ്മപ്പെടുത്തുകയും ചെയ്യുന്നു. എന്നാൽ കഥാപാത്രമെന്ന നിലയിൽ നീലി പാടത്തിന്റെ ചേറിൽ അലിഞ്ഞു ചേരുന്നത് ആനന്ദത്തോടെ നോക്കിക്കാണാനാകും.

പാടത്തു പെയ്യുന്ന ഉഗ്രമായ വെയിൽ ആവണിമാസത്തിലെ പൂനിലാവായിട്ടാണ് അവൾ അനുഭവിച്ചത്. ശരീരമാകെ ചേറു പുരണ്ടിരുന്നു. ചേറിന്റെ മണം അവൾക്കിഷ്ടമാണ്. "അവളുടെ കനത്ത തലമുടിയിലും കഴുത്തിലും കണങ്കാലുകളിലെല്ലാം ചേറിന്റെ കുഴമ്പാണ്. അവളുടെ നില്പ കണ്ടാൽ അവളാ പാടത്തിന്റെ റാണിയാണെന്നു തോന്നും. അഞ്ചംഗുലം കിളരം വെച്ച കറുത്തിട്ട്യാരൻ ഞാറുകളുടെ തലപ്പുകളിൽ കിക്കിളിയിട്ടു കൊണ്ട് ഓടിപ്പോയ കുഞ്ഞിക്കാറ്റിൽ ചേറിന്റെ മാദകമണം കലർന്നിരുന്നു." ചേറിൽ നിന്ന് വേർപ്പ് ചിന്തുന്ന നീലിയുടെ ആനന്ദം ചിത്രീകരിച്ചുകൊണ്ടാണ് കഥനം തുടങ്ങിയതെങ്കിലും വൈകാതെ അവളുടെ ആനന്ദാനുഭവത്തിന്റെ പരോക്ഷമായ സൂചനകൂടി കഥാകാരൻ നല്കുന്നുണ്ട്. പാടത്തിൻ കരയിലെ തൈത്തെങ്ങിന്റെ തണലിൽ പഠിത്തക്കാരനായ കൊച്ചിമ്രാൻ ഇരിക്കുന്നുണ്ട്. കൊച്ചിമ്രാനെ അവൾ ഏറുകണ്ണിട്ടു നോക്കുന്നുണ്ട്. കൂട്ടുകാരി മാർത്തയുമായി അതിന്റെ പേരിൽ കളിതമാശയിൽ ഏറ്റുമുട്ടുന്നുമുണ്ട്. ഏൻ കൊച്ചിമ്രാനെ നോക്കിയെന്നും വച്ച് നെനക്കെന്താടീ കുശുമ്പീ എന്നു വെല്ലുവിളിക്കുകയും ഏൻ ഇനിയും നോക്കുമെന്നു വീമ്പിളക്കുകയും ചെയ്യുന്നു.

അതൊരു രഹസ്യ സ്വരത്തിലാണ് കഥാകാരൻ അവതരിപ്പിച്ചത്. നീലിയുടെ മനസ്സിന്റെ അടിത്തട്ടിൽ കിടന്നു നോവിപ്പിക്കുന്ന ഇഷ്ടത്തിന്റെ പൊരുൾ ഇങ്ങനെ വെളിച്ചപ്പെടുത്തി. "ആ കൊച്ചിമ്രാനെ അവൾക്കിഷ്ടമാണ്. എന്തുകൊണ്ടാണ് ഇഷ്ടം എന്ന്

അവൾക്കറിഞ്ഞുകൂടാ. കൊച്ചുന്നാളിൽ അവർ തമ്മിൽ മണ്ണുവാരി കളിച്ചിട്ടുണ്ട്. പാടത്തിൻ കരയിൽ, കൈതക്കുളത്തിന്റെ കരയിൽ, പ്രായമായതിനുശേഷം അവർ മിണ്ടിയിട്ടില്ല." ഒരിക്കൽ പാടത്തിൻ വരമ്പിൽ വെച്ച് കൊച്ചിമ്രാൻ അവളെ നോക്കി ഒന്നു പുഞ്ചിരിച്ചു. നീലി ഒരോട്ടം വച്ചുകൊടുത്തു. അവളുടെ ഹൃദയം തുടിച്ചു. എന്തുകൊണ്ടാണ് അങ്ങനെ ഹൃദയം തുടിച്ചതെന്ന് അവൾക്കറിഞ്ഞുകൂടാ. 'കൊച്ചിമ്രാ' എന്ന് അവൾ അവനെയോ 'നീലി' എന്ന് അവൻ അവളെയോ വിളിച്ചിട്ടില്ല. കൊച്ചിമ്രാന്റെ വീട്ടിൽ അവൾ ചിലപ്പോൾ പോകും. അദ്ദേഹം അവിടെയുണ്ടെങ്കിൽ അവൾ ഒളിച്ചു നിന്നുകളയും. എന്തുകൊണ്ടാണ് അങ്ങനെ ഒളിച്ചു നിന്നതെന്ന് അവൾക്കറിഞ്ഞുകൂടാ. അവൾക്ക് കൊച്ചിമ്രാനെ ഇഷ്ടമാണെന്ന് മാത്രമറിയാം.

പ്രണയം ഗുപ്തമാക്കുക എന്നത് ആ കാലത്തിന്റെ നേരും നെറിയും കൂടിയായിരുന്നു. ജന്മിയും അടിയാനും തമ്മിലുള്ള സ്ഥാനഭേദം അത്ര വലുതായിരുന്നു. എന്നാൽ മുതലാളി - തൊഴിലാളി ബന്ധത്തേക്കാൾ വലുതായി കൊച്ചിമ്രാനെയും നീലിയെയും ഇണക്കിനിർത്തിയ കാര്യം അവർ ബാല്യകാല സുഹൃത്തുക്കളായിരുന്നുവെന്നതാണ്. പാടത്തിന്റെ വക്കിലും കൈത പൂത്തുനില്ക്കുന്ന കുളത്തിന്റെ തിട്ടയിലും കളിച്ചിരുന്നത് ഇരുവരുടെയും ഓർമ്മയിലുണ്ട്. അതുകൊണ്ടാണ് ഏറുകണ്ണിട്ട് തമ്പ്രാനെ നോക്കുന്നതും അയാൾക്കു വേണ്ടിയല്ലെന്നു പറഞ്ഞുകൊണ്ട് അവൾ ഈണത്തിൽ ഞാറ്റുപാട്ട് പാടി മുന്നേറുന്നതും. മാത്രമല്ല മറ്റു തമ്പുരാക്കന്മാരെപ്പോലെ കൊച്ചിമ്രാൻ പിഴയല്ലെന്ന ചിന്തയും അവളുടെ മനസ്സിലുണ്ട്. അനുഭവങ്ങളുടെ ഭൂതകാല നൊമ്പരങ്ങളിൽ നിന്നു കൊണ്ടാണ് മാർത്ത പറഞ്ഞത് "നീ കൊച്ചിമ്രാക്കന്മാരുടെ അടുത്തെങ്ങാൻ പോകല്ലേ. എടീ കൂാത്തി, നിനക്ക് പ്രായം വല്ലാത്തതാ." ആഭാസന്മാരായ തമ്പുരാക്കന്മാരുടെ വീരചരിതങ്ങളിൽ പൊലിഞ്ഞടങ്ങിയ നീലിക്ക്ടാത്തികളുടെ ജീവിതം ആഴത്തിൽ അനുഭവപ്പെടുത്തിത്തന്ന അക്കാലഘട്ടത്തിലെ കഥകളിൽനിന്നും ഇത് വേറിട്ടു നില്ക്കുന്നു. പഠിപ്പ് ഒരാളെ സംസ്കാര ചിത്തനാക്കുന്നുവെന്നതിന് തെളിവാണ് കൊച്ചിമ്രാൻ. അവളെക്കണ്ട് ചിരിക്കുന്നുവെങ്കിലും വികാരങ്ങളെ അടക്കിനിർത്താൻ അയാൾക്കാകുന്നുണ്ട്. മാത്രമല്ല ഈട്ടിത്തടിയിൽ കടഞ്ഞെടുത്ത സുന്ദരശില്പം പോലെ ജ്വലിക്കുന്ന പതിനേഴുകാരിയുടെ ശരീരത്തെ ഒട്ടൊരകലത്തിൽ നോക്കിക്കാണാനാണ് കൊച്ചിമ്രാനും ശ്രമിച്ചത്. എന്നാൽ മൗനത്തിന്റെ ഭാഷയിൽ ഇരുവരുടെയും അനുരാഗം പടർന്നു പന്തലിക്കുന്നത് വിദഗ്ദ്ധമായി കഥാകാരൻ പറഞ്ഞുവെച്ചു.

പാടത്തിൽ വേർപ്പു ചിന്തുമ്പോൾ അനുഭവിക്കുന്ന ആനന്ദം അത് പറഞ്ഞുതരുന്നു. തെരുതെരെ ഞാറു നട്ടുകൊണ്ട് മുന്നേറുന്ന നീലി മറ്റുള്ളവരോട് മത്സരിച്ചതല്ല. ഞാനിവിടെയുണ്ട് എന്ന വിചാരത്തെ ബലപ്പെടുത്തിയതാണ്. കൊച്ചിമ്രാന്റെ മനസ്സിൽ കുളിർമഴയായി പെയ്യുവാനുള്ള മനസ്സിന്റെ ഇരമ്പമാണത്. എന്നാൽ നടീൽ കഴിഞ്ഞ കണ്ടത്തിൽ പെയ്യാതെ നില്ക്കുന്ന മേഘങ്ങളെ കാണുമ്പോൾ അവളുടെ മനസ്സു കറുക്കുകയാണ്. ഞാറുകൾ വാടിത്തുടങ്ങുന്നതു കാണുമ്പോൾ അവളുടെ ഹൃദയം നുറുങ്ങിപ്പോകുകയാണ്. വേനൽ കടുക്കുമ്പോൾ ദൈവങ്ങളോട് പ്രാർത്ഥിക്കുകയും അരിശപ്പെടുകയും ചെയ്യുന്നുണ്ട്. രാത്രിയിൽ പാലുപോലുള്ള നിലാവൊഴുകുമ്പോൾ നീലി അരിശപ്പെടുന്നു. ഇടിമിന്നലുകളുടെയും പിശറൻ കാറ്റുകളുടെയും അകമ്പടിയോടെ ചതച്ചുകുത്തിപ്പായുന്ന മഴ അവൾ സ്വപ്നം കണ്ടു. അവൾ ആകാശത്തേക്ക് നോക്കിക്കിടന്ന് നിലാവുപൂണ്ട വെള്ളിമേഘങ്ങളെ നോക്കി നോക്കി കറുപ്പിച്ചു. കൊച്ചിമ്രാനോടുള്ള പ്രണയത്തിന്റെ ഓർമ്മ കനത്തു പെയ്ത ഒരു രാത്രിയിൽ നിനച്ചിരിക്കാതെ മഴ പെയ്തു.

അത് അവളുടെ ശരീരത്തിലെ ഞരമ്പുകളെ തരിപ്പിച്ചുകൊണ്ട് തണുപ്പിച്ചു.

പ്രണയം പ്രാർത്ഥനയാണെന്നു കൂടി കഥാകാരൻ ഓർമ്മിപ്പിക്കുന്നു. വിത്തിട്ടു മുളച്ച മുണ്ടകം പാടത്തിന്റെ കഥയ്ക്ക് സമാന്തരമായി അത് നിഴലിക്കുന്നു. വിത്തിട്ട് മുളച്ചതു കൊണ്ടായില്ല. മഴയുടെ ഋതുസ്പർശമേറ്റ് വിളയണമെങ്കിൽ അദ്ധ്വാനത്തിന്റെയും പ്രാർത്ഥനയുടെയും വിയർപ്പതിരണം. സമർപ്പണം പോലെ പാടത്ത് പണിയെടുക്കുന്ന നീലിതന്നെ ഉള്ളഴിഞ്ഞു പ്രാർത്ഥിക്കുകയും ചെയ്യുന്നു. വിതയും വിളയും കൊയ്ത്തുമൊക്കെ ലളിതമല്ല. എന്തൊക്കെയോ നിഗൂഢശക്തിക്ക് വിധേയമാണ്. അതിനെക്കൂടി വശത്താക്കി കാത്തിരിക്കുമ്പോഴാണ് പെരുമഴസ്പർശമായി പ്രാർത്ഥന സായൂജ്യത്തിലെത്തുന്നത്. നീലിയുടെ പ്രാർത്ഥനയിൽ നിറഞ്ഞുപെയ്തും ഉർവ്വരയായിച്ചമഞ്ഞ മുണ്ടകൻ പാടം പോലെ നീലിയുടെ പ്രണയജീവിതം തളിർത്തു പൂവിട്ടുന്നില്ല. അത് വരണ്ടുണങ്ങി തരിശാകുന്നു. ഒരുപക്ഷേ, ജീവിതനിയമങ്ങളോ ദുരൂഹതയോ കരുതി പ്രവർത്തിച്ചതാകണം.

മുണ്ടകപ്പാടം കൊയ്ത്തു കഴിയുമ്പോൾ നീലിക്ക് ഉദ്യോഗസ്ഥനായ വരനെ കണ്ടെത്തുന്നു. 'പാടവും തോട്ടും ഒള്ളടത്ത് എന്നെ അയച്ചാമതി' എന്ന നീലിയുടെ യാചന എങ്ങുമെത്താതെ അലിഞ്ഞൊടുങ്ങി. പ്രണയം തുറന്നു പറയാനുള്ള ചങ്കൂറ്റം അന്നത്തെ തൊഴിലാളി പെണ്ണിനില്ലായിരുന്നു. അതാഗ്രഹിക്കുന്നതിനും മുകളിലാണെന്ന ചിന്തയും അവളെ പിന്തിരിപ്പിച്ചേക്കാം. എങ്കിലും അവിടം വിട്ടുപോകാനുള്ള മനസ്സില്ലായ്മ നീലിയുടെ യാചനയിൽ പ്രകടമായിരുന്നു. മാത്രമല്ല പട്ടണത്തിലേക്കുള്ള നീലിയുടെ യാത്ര കുരുതിയിലേക്കുള്ള യാത്രയായി പരിണമിക്കുകയും ചെയ്യുന്നു. വെള്ളത്തിൽ നിന്നു കരയിലേക്ക് പിടിച്ചിട്ട മത്സ്യത്തെ പോലെ നീലി പിടയുകയാണ്. വിജയൻ എന്ന യുവാവ് അവൾക്കാവശ്യമുള്ളതെല്ലാം കൊടുക്കുന്നുവെങ്കിലും നീലിയുടെ ശരീരം മാത്രമേ അതേറ്റു വാങ്ങിയുള്ളൂ. അയാൾ വാങ്ങിച്ചുകൊടുത്ത സാരി ഇഷ്ടത്തോടെയല്ലെങ്കിലും അവൾ ചുറ്റുന്നു. സ്വർണ്ണമാലയും വളയും ശരീരത്തിലണിഞ്ഞു സുന്ദരിയാകുന്നു. എന്നാൽ ആത്മാവ് പിടഞ്ഞുകൊണ്ടേയിരുന്നു.

ഇവിടൊന്നും പാടമില്ലേ? പാടത്തു പണിയാനെന്തൊരു കൊതി! എനിക്കൊന്നു പാടം കാണാമ്പോണം. എന്നൊക്കെ നിരന്തരമായി ജപിച്ചുകൊണ്ട് മനസ്സിടിഞ്ഞു വീഴുകയാണ് നീലി. ഇതെല്ലാം മുണ്ടകപ്പാടത്തു നിന്ന് വിടാൻ മടിക്കുന്ന മനസ്സിന്റെ വികൃതിയാണെന്ന് നമുക്ക് വൈകാതെ മനസ്സിലാകുന്നുണ്ട്. മനസ്സിൽ ആധിപോലെ പ്രണയം നിറയുന്നത് അത് നഷ്ടപ്പെട്ട അവസ്ഥയിലാണ്. പതിനേഴു വയസ്സിന്റെ മനസ്സിനെ മാനിക്കാതെ നഗരത്തിലേക്ക് പറഞ്ഞയച്ചുവെങ്കിലും മനസ്സ് മുണ്ടകപ്പാടത്ത് കുടിവെച്ചു കഴിഞ്ഞിരുന്നു. കൊച്ചിമ്രാന്റെ ഹൃദയത്തിൽ കൊരുത്ത മനസ്സിനെ അഴിച്ചെടുക്കാൻ കഴിയാതെ നീലി മനസ്സുകെട്ടു വീണുപോകുകയാണ്. ഒരു ഭിഷഗ്വരനും ആ രോഗം കണ്ടുപിടിക്കാൻ ഇതുവരെ കഴിഞ്ഞിട്ടില്ല. ഒടുവിൽ വീണുപോയ നീലിയെ 'എനക്കൊന്നു മുണ്ടകപ്പാടം കാണണം' എന്ന ആഗ്രഹത്തിന്റെ കരുത്തിൽ വീണ്ടുമവിടേക്ക് തിരിച്ചു കൊണ്ടുവരികയാണ്.

'കൈതക്കുളത്തിന്റെ പുൽത്തിട്ടയിൽ പായ് വിരിച്ച് ആളുകൾ അവളെ കിടത്തി. കതിരുകളെ ഗർഭം ധരിച്ചുകൊണ്ട് പച്ചച്ച നെൽച്ചെടികൾ പടിഞ്ഞാറൻ കാറ്റത്തു ഇളകിക്കൊണ്ടിരുന്നു. നീലി അവളുടെ ക്ഷീണിച്ച കണ്ണുതുറന്ന് ആ നെൽപ്പാടത്തേക്ക് നോക്കി. അവാച്യമായ ഒരാനന്ദം അവളുടെ മുഖത്ത് ദൃശ്യമായി.' പ്രപഞ്ചത്തിന്റെ ആഴമളന്നു തിട്ടപ്പെടുത്താൻ കഴിയാത്ത പോലെ അവിടേക്ക് കൊച്ചിമ്രാനും എത്തിച്ചേരു

ന്നുണ്ട്. പരസ്പരം പേരുവിളിച്ച് തിരിച്ചറിഞ്ഞ് അതിന്റെ ചാരിതാർത്ഥ്യത്തിലും നിർവൃതിയിലും നീലി മരണപ്പെടുകയാണ്. പ്രണയത്തിന്റെ സ്മാരകമെന്നോണം ആളുകളുടെ എതിർപ്പിനെ വകവെക്കാതെ കൈതക്കുളത്തിന്റെ തിട്ടയിൽ തന്നെ നീലിയുടെ ദേഹം മറവു ചെയ്തു. പണ്ട് നീലിയുമൊന്നിച്ച് മണ്ണു വാരിക്കളിച്ച ആ പുൽത്തിട്ടയിൽ ശവകുടീരമുയർന്നു. അത് പ്രണയത്തിന്റെ മൺകുടീരമാണെന്നു കാണാൻ പ്രയാസമില്ല. കുമാരനാശാന്റെ 'ലീല'യിലും 'കരുണ'യിലും കാണുന്നപോലെ ആദർശാത്മക പ്രേമമെന്നു വിളിച്ച് തള്ളിക്കളയാനുമാകും. എന്നാൽ 'നീലിക്ക്ടാത്തി' എന്ന കഥയ്ക്ക് മിഴിവു നല്കുന്നത് മണ്ണിനോടും മനുഷ്യനോടുമുള്ള പ്രണയം സാർത്ഥകമാകേണ്ടതിന്റെ പൊരുളിലേക്കാണ്.

മനുഷ്യന് മണ്ണിനോടും പെണ്ണിനോടുമുള്ള ദാഹം എക്കാലവുമുണ്ടായിരുന്നു. ജീവിതത്തെ ജീവിതമാക്കി തീർത്തത് ഈ രണ്ടാശകളാണ്. എന്നാൽ കാലത്തിന്റെ മാറ്റം അതിനെ കൈവിടുകയാണ്. സമ്പത്തിനോടുള്ള ആർത്തിയിൽ അഭിരമിച്ച് മനുഷ്യബന്ധങ്ങളുടെ മൂല്യം തേഞ്ഞുപോയപ്പോൾ പുതിയ സംസ്കാരത്തിന്റെ വേലിയേറ്റത്തിൽ കൈവിട്ടത് കാർഷിക ജീവിതമാണ്. കൊയ്ത്തു കഴിഞ്ഞ മുണ്ടകപ്പാടങ്ങൾ തരിശാക്കി അവശേഷിപ്പിച്ച് കൊണ്ട് അവിടെ മാളുകൾ കെട്ടിയുയർത്തി. ഭൂമിക്ക് വേണ്ടിയുള്ള ഒടുങ്ങാത്ത ദാഹം മനുഷ്യന് കൈമോശം വന്നു. മണ്ണുമായി ബന്ധപ്പെട്ട ചോദനകൾ എന്നേക്കുമായി കെട്ടടങ്ങി. പെണ്ണിനോടുള്ള പ്രണയദാഹവും അതുപോലെ തന്നെ. വർക്കിയുടെ കാലത്ത് അത് സാമൂഹ്യവ്യവസ്ഥയുടെ കാർക്കശ്യത്തിൽ ഉടഞ്ഞുചിതറി. പെണ്ണിന്റെ ദുർബ്ബലമായ മോഹങ്ങൾ മുളയിൽ വെച്ചുതന്നെ മുരടിച്ചു. എന്നാൽ പ്രണയം ദുരൂഹമായ വികാരം കൂടിയാണെന്നു തിരിച്ചറിയണം. എത്ര ഊർജ്ജസ്വലമായ ജീവിതത്തെയും കാർന്നു തിന്നുകളയുന്ന രീതിയിൽ ഉള്ളിൽ വളർന്നു പടരാം. അത് പ്രണയത്തിന്റെ കരുത്തും നിഷ്കളങ്കതയുമാണ്. കളങ്കരഹിതമായൊരു കാലത്തെ പ്രണയങ്ങൾ അതിന്റെ ശക്തികൊണ്ടു ഉജ്ജ്വലിച്ചു നില്ക്കുകയും അത് സംവഹിക്കുന്ന ആത്മാവിനെ ഉലച്ചു കളയുകയും ചെയ്തിരുന്നു. അതുകൊണ്ടുമാത്രം അത് യാഥാർത്ഥ്യത്തിൽനിന്ന് അകന്നു നില്ക്കുന്നുവെന്നു പറയേണ്ടതില്ല. പ്രണയത്തെ മണ്ണുമായുള്ള മനുഷ്യന്റെ അഗാധമായ ബന്ധവുമായി കൊരുത്തുവെച്ചുകൊണ്ടാണ് അതിന്റെ ശക്തിസൗന്ദര്യം വർക്കി തെളിയിച്ചു കാട്ടിയത്. പ്രണയാതുരമായ കാലത്തിന്റെ ഓർമ്മകളെയും അനുഭവങ്ങളെയും പ്രേമത്തെ കച്ചവടത്തിന്റെയും ചതിയുടെയും കണ്ണടയിലൂടെ മാത്രം കാണുമ്പോൾ ചിരിച്ചു തള്ളേണ്ടതില്ല. സൈദ്ധാന്തിക നാട്യങ്ങൾ അഴിച്ചുവെച്ച് കഥ പരിശോധിക്കുമ്പോൾ മണ്ണിലും വേർപ്പിലും വിശ്വസിച്ചു പ്രണയിച്ച പെണ്ണിന്റെ പട്ടണപ്രവേശം എങ്ങനെ അവളെ തളർത്തിക്കളഞ്ഞുവെന്ന് വേറിട്ട വഴികളിലൂടെ 'നീലിക്ക്ടാത്തി' അനുഭവപ്പെടുത്തും. മരണത്തിലാണ് പ്രണയ സായുജ്യമെന്ന് ആശാൻ കാവ്യവിചാരത്തെ ഉണർത്തുകയും ചെയ്യുന്നു.

കാട്ടു ചമ്പകം

കാത്തിരിപ്പിന്റെ കാംബോജി

ചെറുകഥയിൽ നമ്മുടെ രാജശില്പിയായി വാഴ്ത്തപ്പെട്ട കഥാകൃത്താണ് എസ് കെ പൊറ്റെക്കാട്ട്. ചടുലവും ഉദ്വേഗജനകവുമായ ആഖ്യാനവും കാല്പനിക വിഷാദച്ഛായ നിറഞ്ഞ പശ്ചാത്തലവും പൊറ്റെക്കാട്ടിന്റെ കഥകളെ ആകർഷകമാക്കി. ഒരു യാത്രികൻ അന്വേഷിക്കുന്നത് അപരിചിത സ്ഥലരാശികളും ദുരൂഹതയുടെ ഇരുട്ടുപടർന്ന ജീവിതവുമാണ്. ആകാംക്ഷയുടെ കേളികൊട്ടിൽ വിസ്മയപ്പെടുത്തുന്ന ഭൂപടങ്ങൾ നിർമ്മിച്ച പൊറ്റെക്കാട്ട് കഥയിലും കടുത്ത ചായങ്ങൾ കൊണ്ട് ചിട്ടപ്പെടുത്തിയ ക്യാൻവാസാണ് ഉപയോഗിച്ചത്. വർണ്ണങ്ങൾ ഇടതൂർന്ന് സമൃദ്ധമാകുന്ന പ്രതലത്തിൽ കാല്പനിക വിഷാദമധുരഭാവങ്ങളുമായി കഥാപാത്രങ്ങൾ പ്രത്യക്ഷപ്പെടുമ്പോൾ വായനക്കാരന് അത് അവാച്യമായ ആനന്ദനിർവൃതി പകരുമെന്നതിന് തർക്കമില്ല. എന്നാൽ ജീവിത യാഥാർത്ഥ്യത്തിന്റെ വെയിലിടങ്ങളും കനക്കുന്ന ഭാവ വൈവശ്യത്തിൽ ചിത്രീകരിച്ചിട്ടുണ്ട്. 'നിശാഗന്ധി'യും, 'കടവുതോണി'യുമൊക്കെ ചലനാത്മകമാകുന്നത് അപ്രകാരമാണ്. താൻ സ്നേഹിക്കുന്ന പ്രിയപ്പെട്ടവളുടെ രൂപം ജനാലയിലൂടെ കാണുന്നതിന് ഇരുട്ടിൽ കാട്ടു പൊന്തയിലൊളിച്ചിരുന്നതും രാവിലെ പൊന്തയിൽ വസിച്ച കരിമൂർഖനെ തല്ലിക്കൊന്നിട്ടിരിക്കുന്നതു കാണുമ്പോൾ അനുഭവിച്ച ഉടലിരമ്പവും സംത്രാസവും ആരെയും ആശ്ചര്യപ്പെടുത്തും. എന്തിനെന്നറിയാതെ പ്രണയത്തിൽ വീണുപോകുകയും ഇരിക്കപ്പൊറുതിയില്ലാതെ തന്നെ അസ്വസ്ഥമാ

ക്കിയ പ്രണയവല്ലരി തേടി നഗരത്തിലലഞ്ഞു നടക്കുകയും ഒടുവിൽ കടവുതോണിയുമഴിച്ച് നഷ്ടബോധത്തിന്റെ സങ്കടങ്ങളിൽ സമുദ്രത്തിന്റെ മുനമ്പിലേക്ക് ജീവനെ ഒഴുക്കിവിടുകയും ചെയ്യുന്ന 'കടവുതോണി'യിലെ പ്രണയാനുഭവം മനസ്സിനെ മഥിക്കുക തന്നെ ചെയ്യും.

പ്രണയത്തിന് മാന്ത്രികമായൊരു ദുരൂഹതയുണ്ട്. ചൂണ്ടിക്കാണിക്കാവുന്ന ഒരു കാരണവുമില്ലാതെയാണ് പലപ്പോഴും അത് സംഭവിക്കുക. പ്രണയച്ചുഴികളിൽ നിലയില്ലാതെ തീർത്ഥാടനം നടത്തുമ്പോൾ കാരണമന്വേഷിക്കേണ്ട കാര്യവുമില്ല. മാന്ത്രികമായൊരാഭിചാരം പോലെ കാല്പനികച്ചമയങ്ങൾ യഥാവിധി കോർത്തിണക്കി ആഖ്യാനം ചെയ്ത മറ്റൊരു പ്രണയകഥയാണ് എസ് കെ പൊറ്റെക്കാട്ടിന്റെ 'കാട്ടുചമ്പകം.' ഇലകളെല്ലാം കൊഴിഞ്ഞ് നരച്ച മുരടിച്ച കവരങ്ങളിൽ പൊൻപൂക്കൾ ചൂടി വിജനതയിലും ഏകാന്തതയിലും നില്ക്കുന്ന കാട്ടുചമ്പകമരങ്ങൾ മാന്ത്രികമായൊരു ഭയം ആരിലുമുണ്ടാക്കുമെന്നു പറഞ്ഞുകൊണ്ടാണ് കഥ തുടങ്ങിയത്. അമ്പലപ്പറമ്പിലും ചുടലക്കളത്തിലും കുന്നിൻചെരിവിലും മുൾക്കിരീടം പോലെ, എല്ലിൻകൂടംപോലെ, പവിഴപ്പുറ്റുപോലെ, ആകാശത്തിലേക്കുയർന്നു നില്ക്കുന്ന അജ്ഞാതഭീതി സമ്മാനിക്കുന്ന ഈ മരം അനശ്വര പ്രണയത്തിന്റെ സമ്മോഹനദൃശ്യമായി പരിണമിക്കുന്ന കഥാന്തരമാണ് 'കാട്ടുചമ്പകം.'

ബാലിദ്വീപിൽനിന്ന് കണ്ടെടുത്ത കഥയാണ് കാട്ടുചമ്പകം. ബാലിക്കാർക്ക് കാട്ടുചമ്പകം കാംഭോജമാണ്. ദാരുശില്പങ്ങളന്വേഷിച്ച് സാംപി എന്ന ആശാരിയുമായി യാത്ര ചെയ്യുന്ന സമയത്താണ് ചമ്പുവൻ കുന്നിന്റെ താഴ്‌വാരത്തിൽ ആമപ്പാറയുടെ പുറകിലായി പന്തലിച്ച നില്ക്കുന്ന കാംഭോജമരം കണ്ടത്. കാഴ്ച തറഞ്ഞുപോയത് മറ്റൊന്നിലാണ്. അതിനുചുവട്ടിൽ ഉണങ്ങിയ ആത്തച്ചക്കപോലെ ചുളിഞ്ഞ മുഖവും പഴകിപ്പിഞ്ചി പുള്ളിമാൻ തോലുപോലെയായ സാരോംഗം അണിഞ്ഞ് കാതിൽ ഓലച്ചുരുളുകളും വെഞ്ചാമരം പോലുള്ള തലമുടിയിൽ കാട്ടുചമ്പകപ്പൂക്കളും ചൂടിയിരിക്കുന്ന ഒരു വൃദ്ധ. വാർദ്ധക്യസ്പർശമേല്ക്കാത്ത നീലരത്നങ്ങൾ പോലെ പ്രകാശിക്കുന്ന അത്ഭുതനേത്രങ്ങളുമായി ചമ്പകമരച്ചോട്ടിൽ കുത്തിയിരിക്കുന്ന കിഴവി കാട്ടിൽ വിറകുപെറുക്കാൻ വന്ന സ്ത്രീയാണെന്നേ ആദ്യം തോന്നിയുള്ളൂ. ഒരുകെട്ടു ചുള്ളിവിറകും അവരുടെ മുമ്പിലുണ്ടായിരുന്നു. സഹയാത്രികന്റെ ദയാപൂർണ്ണമായ അന്വേഷണത്തിൽ എന്റെ ഗന്ധർവ്വൻ ഇന്നു രാത്രി തീർച്ചയായി വരുമെന്നു പറഞ്ഞ് തൊണ്ണുകാട്ടിച്ചിരിക്കുന്ന വൃദ്ധയിൽ അനശ്വരമായ കാല്പനിക പ്രണയത്തിന്റെ മാന്ത്രികസൗന്ദര്യം പ്രവഹിക്കുകയാണ്. ഗ്രാമവാസികൾ ദേവതയായി കരുതുന്ന ബാദ്രീദേവിയുടെ അശാന്തമായ കാത്തിരിപ്പിന്റെ കഥ ചുരുൾ നിവരുന്നത് പ്രണയസാക്ഷിയായി നിന്ന കാട്ടുചമ്പകച്ചോട്ടിൽ വെച്ചാണ്.

ആകാംക്ഷയുടെ മുൾമുനയിലാണ് കഥയുടെ അടരുകൾ തുറക്കുന്നത്. അപരിചിത ഭൂഖണ്ഡങ്ങൾ തേടിയിറങ്ങിയ സാഹസികനായ നാവികന്റെ കപ്പൽച്ചേതമില്ലാത്ത യാത്ര അതോർമ്മിപ്പിക്കുന്നു. ജീവിതത്തിൽ ഒളിഞ്ഞിരിക്കുന്ന ആകസ്മികമായ വിധികളും ചിന്തയിലെത്തിക്കുന്നു. കാംഭോജ വൃക്ഷച്ചുവട്ടിൽ വിറകുകെട്ടുമായി കാത്തിരിക്കുന്ന വൃദ്ധ ബാലി രാജവംശത്തിലെ ക്ഷയിച്ചൊരു ക്ഷത്രിയ കുടുംബത്തിലെ രാജകുമാരിയായിരുന്നു. ദാരുശില്പങ്ങൾ യൂറോപ്പിലേക്ക് കയറ്റി അയക്കുന്ന മുളൂക്ക് എന്ന യുവാവ് പഴയ കൊത്തുവേലകളന്വേഷിച്ചാണ് കൊട്ടാരത്തിലെത്തിയത്. വിലമതിക്കാനാകാത്ത ദാരുശില്പശേഖരം കണ്ട് അന്തംവിട്ട മുളൂക്ക് പുരോഹിതൻ വഴി

രാജാവിനെ ബന്ധപ്പെട്ടു. ദാരിദ്ര്യത്തിൽ കഴിയുന്ന തമ്പുരാന് പൊടിപിടിച്ചും മാറാല കെട്ടിയും കിടന്ന ശില്പങ്ങളേക്കാൾ പണത്തിനായിരുന്നു ആവശ്യം. എങ്കിലും അഭിമാനം അദ്ദേഹത്തെ അലട്ടി. മുളൂക്കല്ലാതെ മറ്റാരും ഇതറിയരുത്. മറ്റൊരാൾ കൊട്ടാരത്തിൽ പ്രവേശിക്കാനും പാടില്ല. രാത്രിയിൽ ശില്പങ്ങൾ കടത്തിക്കൊണ്ടു പോകണമെന്ന വ്യവസ്ഥയുമുണ്ടാക്കി. മുളൂക്ക് വെച്ചുനീട്ടിയ നിസ്സാരപ്രതിഫലം പോലും പ്രലോഭനീയമായിരുന്നു തമ്പുരാന്. സിംഹാസനവും പ്രതാപവും നിത്യമല്ലെന്ന സത്യം കൂടി ഇവിടെ പ്രതിഫലിക്കുന്നു.

ജീർണ്ണിച്ച അരമനയിൽ ദാരുരഹസ്യം തേടി മുളൂക്ക് യഥേഷ്ടം സഞ്ചരിച്ചു. ഒരു രാത്രി, മെഴുകുതിരിയുടെ മങ്ങിയ വെളിച്ചത്തിൽ നിലവറയിലെ മൂലയിൽ മുട്ടുകുത്തി നൃത്തം ചെയ്യുന്ന ഗ്യാഞ്ഞാർ നർത്തകിയുടെ വിഗ്രഹം അയാളെ അത്ഭുതപ്പെടുത്തി. എന്നാൽ ശില്പത്തിന്റെ ചുമലിൽ തലോടിയപ്പോൾ ഞെട്ടിത്തരിച്ചു. നർത്തകിയുടെ മിഴികളും കരാംഗുലികളും നൃത്തമുദ്രയിൽ ചലിക്കാൻ തുടങ്ങി. മെഴുകുതിരി ആരോ ഊതിക്കെടുത്തിയപ്പോൾ നിലവിളിക്കാനാഞ്ഞ മുളൂക്കിന്റെ കാതിൽ മണികിലുങ്ങുന്ന പോലെ ചിരി. പേടിക്കേണ്ട, യക്ഷിയും ദുർദ്ദേവതയുമല്ല, ഞാൻ ബാദ്രി. തമ്പുരാന്റെ ഏകപുത്രിയായ ബാദ്രി രാജകുമാരി അങ്ങനെ മുളൂക്കിന് സ്വന്തമായി. ക്ഷത്രിയ രാജകുമാരനായ ഫ്ലറയുടെ പ്രതിശ്രുതവധുവായിരുന്നെങ്കിലും രാജകീയമായി വിവാഹം നടത്താൻ പാങ്ങില്ലാതെ വിവാഹം നീട്ടിവെക്കുകയായിരുന്നു. എന്നാൽ സുന്ദരനും കലാകാരനുമായ മുളൂക്കിനെ കൊട്ടാരത്തിൽ തനിച്ച് കിട്ടിയപ്പോൾ ബാദ്രിയുടെ മനസ്സ് ആ ഗന്ധർവ്വനിൽ സമർപ്പിതമാകുകയാണ്.

നിലവറയിലെ പ്രണയരാഗങ്ങൾ മുളൂക്കിന്റെ ജോലി മന്ദഗതിയിലാക്കി. കൊട്ടാരത്തിലെ വാതിലുകളിലും ജാലകങ്ങളിലും ഘടിപ്പിച്ച ചിത്രപ്പലകകളും കൊതിമൂത്ത തമ്പുരാനിൽനിന്നും സ്വന്തമാക്കി. മൂന്നു മാസം കലാവിരുതെല്ലാം അടർത്തിയെടുത്ത മുളൂക്ക് പ്രണയിനിയുമായി യാത്ര പറഞ്ഞു. രാജകുമാരനായ ഫ്ലറയെ ഉപേക്ഷിച്ച് കലാകാരനായ മുളൂക്കിന്റെ പത്നിയായിരിക്കാൻ ഇതിനകം ബാദ്രി പ്രതിജ്ഞയെടുത്തിരുന്നു. രാജകുമാരിയെ ആശാരിപ്പയ്യൻ വിവാഹം കഴിക്കുക ചിന്തിക്കാനേ കഴിയില്ല. ഒടുവിൽ ഗാന്ധർവ്വ വിവാഹം നടത്തി നാടുവിടാൻ അവർ തീരുമാനിച്ചു. വിവാഹം ആചാരപ്രകാരം നടത്തണമെന്ന് ബാദ്രി ശഠിച്ചു. ബാദ്രി വൈകുന്നേരം വിറകു പെറുക്കാൻ ചമ്പൂവൻ കാട്ടിലെത്തും. വിറകുകെട്ടുമായി അവൾ കാടിന്റെ വടക്കു കിഴക്കേക്കോണിലെ ആമപ്പാറയ്ക്ക് പിറകിലെ കാംഭോജ വൃക്ഷച്ചുവട്ടിൽ കാത്തിരിക്കും. അപ്പോൾ അവളുടെ ഗന്ധർവ്വൻ മുളൂക്ക് അവിടെയെത്തി അവളെ അപഹരിച്ചുകൊണ്ടു പോകണം. വിറകുകെട്ടും അതിന്റെ മീതെ ഒരരക്കച്ചയും ഉടമയില്ലാതെ കിടക്കുന്നതു കണ്ടാൽ ജനങ്ങൾ ഊഹിച്ചുകൊള്ളും അവളെ ഗന്ധർവ്വൻ പിടിച്ചുകൊണ്ടു പോയെന്ന്.

പറഞ്ഞപ്രകാരം അന്ന് സായാഹ്നത്തിൽ കൊട്ടാരത്തോട് അവസാനയാത്ര പറഞ്ഞിറങ്ങിയ ബാദ്രി ചമ്പൂവൻ കാട്ടിലെത്തി. വിറകു പെറുക്കിക്കെട്ടി ആമപ്പാറയ്ക്കു പിറകിലെ കാംഭോജമരച്ചുവട്ടിൽ കാത്തിരുന്നു. എന്നാൽ അന്തിമയങ്ങിയിട്ടും യാമങ്ങൾ ഒന്നായി കടന്നുപോയിട്ടും ഗന്ധർവ്വനെത്തിയില്ല. പിറ്റേന്നു പ്രഭാതമായപ്പോഴേക്കും ഒരുന്മാദിനിയുടെ മട്ടിൽ വിറകുകെട്ടുമായി ചമ്പകമരച്ചോട്ടിൽ അവൾ കാത്തിരിക്കുന്നുണ്ടായിരുന്നു. യഥാർത്ഥത്തിൽ എന്തു സംഭവിച്ചുവെന്ന കാര്യം ഒരിക്കലും അവളറിഞ്ഞില്ല. കൊട്ടാരത്തിൽ വെച്ചു ഇരുവരുമെടുത്ത തീരുമാനം ഒളിച്ചു നിന്നു കേട്ട കിഴവിയായ ദാസി ഫ്ലറയുടെ അടുക്കൽ പാഞ്ഞെത്തി രഹസ്യമറിയിച്ചു സമ്മാനം വാങ്ങി.

ഉദറയും മല്ലന്മാരും കാത്തിരുന്ന മുളൂക്കിനെപ്പിടിച്ച് തല്ലിക്കൊന്നു കുഴിച്ചിട്ടു പണസഞ്ചിയുമായി കടന്നു കളഞ്ഞു. പിറ്റേന്ന് വിവരങ്ങളെല്ലാമറിഞ്ഞ് പരിഭ്രാന്തനായ തമ്പുരാൻ ഓടിയണഞ്ഞ് മകളെ വാരിപ്പുണർന്നു വിളിച്ചിട്ടും ഞാൻ എന്റെ ഗന്ധർവ്വനെ കാത്തിരിക്കുകയാണ്- ഞാൻ എന്റെ ഗന്ധർവ്വൻ മുളൂക്കിന്റെ കൂടെപ്പോകുമെന്നു അവൾ പുലമ്പിക്കൊണ്ടിരുന്നു. അതുകേട്ട് ചെവിപൊത്തിക്കൊണ്ട് കൊട്ടാരത്തിലേക്ക് തിരിഞ്ഞോടിയ തമ്പുരാൻ പുരോഹിതനെ വിളിച്ചുവരുത്തി ബാദ്രിയെ ബലിപിണ്ഡം വെച്ചു പുറത്താക്കി. അതിൽ പിന്നീട് ഗ്രാമമൊന്നടങ്കം ബാദ്രിയെ ചമ്പുവൻ കാട്ടിലെ ദേവതായി ആരാധിച്ചു. അപ്പവും പഴങ്ങളും നിവേദിച്ചു. രോഗപീഡകളിൽ നിന്ന് മോചനത്തിനായി ബാദ്രിദേവിക്ക് നേർച്ചകൾ നേർന്നു. കാട്ടുചമ്പകം പ്രണയത്തിന്റെ നിത്യതയായി തണൽ പടർത്തി മൂകസാക്ഷിയായി അവിടെ നിന്നു.

അരനൂറ്റാണ്ടു കഴിഞ്ഞിട്ടും കാട്ടുചമ്പകച്ചോട്ടിൽ തന്റെ ഗന്ധർവ്വനെയും കാത്തുള്ള ബാദ്രി രാജകുമാരിയുടെ അശാന്തമായ കാത്തിരിപ്പ് തുടരുകയാണ്. ബാദ്രിയുടെ കുടുംബം കുറ്റിയറ്റ് ചരിത്രത്തിന്റെ ഏടിലേക്ക് കയറിപ്പോയി. ഡച്ചുകാരുമായുള്ള പോരാട്ടത്തിൽ ഉദറ രാജകുമാരനും കൊല്ലപ്പെട്ടുകയുണ്ടായി. ബാലിയുടെ ദുരൂഹമായ സ്ഥലരാശികളിൽ യാത്ര ചെയ്ത കഥാകാരൻ കണ്ടെടുത്ത രാജകുമാരിയും ഒരുപക്ഷേ, മൃത്യുഗന്ധർവ്വനോടൊപ്പം യാത്ര പോയിട്ടുണ്ടാകാം. എന്നാൽ 'ജരാനര ബാധിച്ച മുരടിച്ച കവരങ്ങളിൽ പൊൻപൂക്കൾ പ്രദർശിപ്പിച്ചുകൊണ്ട് ആ കാട്ടുചമ്പകമരം ഇപ്പോഴും അവിടെ നിലകൊള്ളുന്നുണ്ടാവാം' എന്ന് ചിന്തിച്ചുകൊണ്ടാണ് പൊറ്റെക്കാട്ട് കഥയിൽനിന്ന് പിൻവാങ്ങുന്നത്. ജീവിതത്തിലെ ഏറ്റവും ദുരന്താത്മകമായ കാര്യം പ്രണയമാണെന്ന കാല്പനിക ചിന്തയിൽ ദീപ്തമാകുകയാണ് 'കാട്ടുചമ്പകം.' എത്രമേൽ വശ്യവും സുഖദായിയുമായ അനുഭവമാണ് പ്രണയമെങ്കിലും അത് മരണത്തിലേ സാഫല്യമടയുകയുള്ളൂവെന്ന ആശയം എസ് കെ പൊറ്റെക്കാട്ടിന്റെ പ്രണയകഥകളിൽ എമ്പാടും നിറഞ്ഞിരിക്കുന്നുണ്ട്. എന്നാൽ ഒരു കടങ്കഥ പോലെയോ വിസ്മയകരമായ ഐതിഹ്യം പോലെയോ മറ്റൊരു ദേശത്തിൽനിന്നു കണ്ടെടുത്ത ഈ കഥയിൽ മനുഷ്യസഹജമായ ചില യാഥാർത്ഥ്യങ്ങൾ നിഗൂഢമായിരിക്കുന്നു. പ്രണയമെന്ന ഉന്നതമായ വികാരത്തിന്റെ ആന്തരിക രഹസ്യങ്ങൾ അതിൽ ഒളിഞ്ഞിരിക്കുന്നു.

കാലദേശാതീതമായി പടർന്നു കിടക്കുന്ന മാനവ സമുദായത്തിന്റെ ജീവിതത്തിന് ഒരൊറ്റ ആദർശം മാത്രമേയുള്ളൂ. അത് അതിന്റെ അനിശ്ചിതത്വം തന്നെയാണ്. ജീവിതത്തിന്റെ കയറ്റിറക്കങ്ങളെല്ലാം എവിടെയുമെപ്പോഴും ഒരുപോലെ സംഭവിക്കുന്നു. മനുഷ്യന്റെ വലുപ്പചെറുപ്പങ്ങൾ എവിടെയുമെപ്പോഴും വ്യവസ്ഥയുടെ വാൾമുനയിൽ ചേർത്തു വെച്ചിരിക്കുന്നു. എന്നിട്ടും പ്രണയമെന്ന വികാരത്തിന്റെ കാര്യത്തിൽ, അതിന്റെ മായാവലയത്തിൽ അകപ്പെട്ടുപോകുന്ന മനുഷ്യന്റെ കാര്യത്തിൽ, എല്ലാ വ്യവസ്ഥകളും നിയമങ്ങളും നിഷ്ഫലമാണെന്ന സത്യം 'കാട്ടുചമ്പകം' മുന്നോട്ടു വെക്കുന്നു. അതിന്റെ മുന്നിൽ മരണം പോലും എത്ര നിസ്സാരമാണെന്ന ബോധം നമ്മുടെ ഉള്ളുലച്ചുകളയുന്നു. ഒരു നീതിവാക്യവും പ്രണയത്തിന് പ്രസക്തമല്ല. ജീവിതത്തിന്റെ ഭാഗ്യനിർഭാഗ്യങ്ങൾ പ്രണയത്തിന് ബാധകമല്ല. സാമൂഹ്യ നിയമങ്ങളെയും അച്ചടക്കങ്ങളെയും അപ്രധാനമാക്കി ഇണകൾ പ്രണയ നദിയിൽ മുങ്ങിപ്പോകുകയാണ്. രാജകുമാരന്റെ പ്രതിശ്രുത വധുവായിട്ടും ഒരു സാധാരണക്കാരനെ കണ്ടപ്പോൾ ബാദ്രി രാജകുമാരി ഏതു മോഹവലയത്തിലാണ് അകപ്പെട്ടുപോയത്. അതിനൊരൊറ്റ ഉത്തരമേയുള്ളൂ കഥയിൽനിന്നു വായിച്ചെടുക്കാൻ. അത് മുളൂക്ക് എന്ന തച്ചന്റെ കലാബോ

ധമാണ്. അധികാരത്തിന് ആസക്തമായത് പണം മാത്രമേയുള്ളൂ. കലയുടെ സൗന്ദര്യം പലപ്പോഴും കാലയാഥാർത്ഥ്യങ്ങളെ മറക്കാൻ പ്രാപ്തരാക്കുന്നു. ബാദ്രിയുടെ നൃത്തത്തിന് ചുവടുവെക്കാനും ദാരുശില്പങ്ങളുടെ ഭാവപൂർണ്ണത നിർമ്മിച്ചെടുക്കാനും കഴിയുന്ന ശില്പിയെ എങ്ങനെയാണ് പ്രണയിക്കാതിരിക്കാനാവുക. അല്ലെങ്കിൽ പ്രണയത്തിൽ ഇണകൾ അകപ്പെട്ടു പോകുന്നതിന്റെ കാരണങ്ങളിലേക്ക് അന്വേഷിച്ചു ചെല്ലുക അർത്ഥരഹിതമായ കാര്യമാണെന്ന് ഈ കഥ വെളിപ്പെടുത്തുന്നു.

പ്രണയത്തിന്റെ ദുരന്തം അന്വേഷിച്ചാൽ അത് ഏതു കാലത്തിനും ഏതു ദേശത്തിനും സമാനമാണെന്ന ബോദ്ധ്യത്തിൽ നാം ചെന്നെത്തും. 'കാട്ടുചമ്പകം' കാലിക പ്രസക്തമായ കഥയാണ്. ബാദ്രിയുടെയും ഗന്ധർവ്വന്റെയും പ്രണയം നഷ്ടപ്പെട്ടതിന് ഒരൊറ്റ കാരണമേയുള്ളൂ. അത് അവരുടെ ജാതിയാണ്. "ഒരു ക്ഷത്രിയ രാജകുമാരിയെ ഒരാശാരിപ്പയ്യൻ വിവാഹം ചെയ്യുക! കൊടുങ്കാറ്റും കാട്ടുതീയും ഗ്രാമത്തിൽ പടർന്നു പൊങ്ങും" എന്നു കഥാകാരൻ ഓർമ്മിപ്പിക്കുന്നുണ്ട്. കാലദേശങ്ങൾക്കതീതമായി പ്രണയത്തിനെതിരെ പ്രവർത്തിക്കുന്ന പ്രധാന കാരണങ്ങൾ ജാതിയും മതവുമാണെന്ന് ഈ കഥ ഉദ്ബോധിപ്പിക്കുന്നുണ്ട്. ദേശമോ കാലമോ അതിന് വിഘാതമല്ല. ജാതിയുടെയും മതത്തിന്റെയും പേരിൽ ദുരഭിമാനക്കൊലകൾ നടത്താൻ പരിഷ്കൃത മനുഷ്യന് ഒരു മടിയുമില്ലാതിരിക്കുന്നുവെന്നു കാലം നമ്മോട് പറയുന്നുണ്ട്. ജാതി നോക്കാതെ സ്നേഹിച്ച പുരുഷനോടൊപ്പം ജീവിക്കാൻ കൈകൂപ്പി യാചിക്കുന്ന മകളുടെ നെഞ്ചിലേക്ക് മൂർച്ചയുള്ള കത്തി കുത്തിയിറക്കാനും കൊല്ലാനും മനസ്സുറപ്പുള്ള മനുഷ്യർക്ക് ഇത്തരം പ്രണയകഥകൾ അലോസരമുണ്ടാക്കുകയേയുള്ളൂ. അതല്ലെങ്കിൽ 'കാട്ടുചമ്പകം' പോലെയുള്ള കഥകളുടെ ദുരന്തം ഉയർത്തിക്കാട്ടി പ്രണയത്തെ ജീവിതത്തിൽനിന്ന് ആട്ടിയോടിക്കാൻ ശ്രമിക്കുകയേയുള്ളൂ. മറ്റൊരു ദേശത്ത് പിറവിയെടുക്കുന്ന പ്രണയം അനശ്വരമാക്കുവാനും അതിന്റെ രൂപകമായി എന്നേക്കും നിലനില്ക്കുവാനും കാംഭോജമരത്തിന് ഇവിടെ കഴിഞ്ഞു എന്നതാണ് ഏക ആശ്വാസം. അതുകൊണ്ടുതന്നെ കാട്ടുചമ്പകം പ്രണയത്തിന്റെ കാംഭോജിയാണ്. മനസ്സിനെ ആർദ്രമായി തൊട്ടുതലോടി കടന്നുപോകുന്ന സംഗീതശില്പം. കഥയുടെ പെരുന്തച്ചൻ തന്റെ മാന്ത്രിക വിരൽ സ്പർശമുള്ള പ്രതിഭയാൽ തീർത്തെടുത്ത സ്വരശില്പം.

മൂടുപടത്തിൽ

പട്ടടയിലേക്കുള്ള കന്യാദാനം

അന്തർജ്ജനങ്ങൾ ഒരു കാലത്തനുഭവിച്ച കൊടിയ ദുഃഖങ്ങളെ കടഞ്ഞെടുത്ത് കലാശില്പമാക്കിയവരിൽ പ്രമുഖ സ്ഥാനമാണ് ലളിതാംബിക അന്തർജ്ജനത്തിനുള്ളത്. ബലിപ്പുരകളായി മാറിയ നമ്പൂതിരി ഗൃഹങ്ങളിലെ കൂരിരുട്ടിൽ സന്തോഷത്തിന്റേയോ സമാധാനത്തിന്റേയോ ഇറ്റുവെളിച്ചം പോലുമില്ലാതെ സ്വയം എരിഞ്ഞുതീർന്ന സ്ത്രീകളാണ് അക്കാലഘട്ടത്തിലുണ്ടായിരുന്നത്. പച്ചയ്ക്ക് എരിഞ്ഞുതീരാൻ വിധിക്കപ്പെട്ട ചിതകളായിരുന്നു വിശേഷിച്ചും അന്തർജ്ജനസ്ത്രീകൾ. സ്വന്തം ജീവിതത്തെക്കുറിച്ച് സ്വപ്നം കാണാൻ പോലുമുള്ള അവകാശം അവർക്കില്ലായിരുന്നു. കന്യകയായി കഴിയുമ്പോൾ ഏതെങ്കിലും വൃദ്ധന്റെ കൈകളിലേല്പിച്ച് പെൺകൊട നടത്തുന്ന പാരമ്പര്യം. വരന്റെ വീട്ടിലേക്ക് അനേകം ഭാര്യമാരിലൊരാളായി കടന്നുചെല്ലുന്ന പെൺകുട്ടിക്ക് പല നിലകളിലുള്ള വേദന അനുഭവിക്കേണ്ടി വരുന്നു. സപത്നിമാരുടെ ശകാരവും കൊള്ളിവാക്കുകളും സഹിച്ച് വൃദ്ധന്റെ എല്ലാ തരത്തിലുമുള്ള വൈകൃതങ്ങൾക്കും വഴങ്ങിക്കഴിയുമ്പോൾ മനസ്സും ശരീരവും മരവിച്ചു കഴിഞ്ഞിരിക്കും. വൈകാതെതന്നെ വിധവയുടെ പദവിയിലേക്ക് ഉയർത്തപ്പെടും. അടുക്കളയിലെ കരിയിലും പുകയിലും ശിഷ്ടകാലം എരിഞ്ഞുതീരുമ്പോൾ വ്യവസ്ഥിതിയേക്കാൾ ജന്മദോഷമോർത്ത് പിടയുകയും സകല ഈശ്വരന്മാരെയും വാക്കുകളിൽ ദഹിപ്പിക്കുകയും ചെയ്ത് സ്വയം ശപിച്ചുകൊണ്ടിരിക്കും. നരകത്തിലെരിതീയിൽ പൊരിയുന്നത്

ജീവിതവിധിയായി സ്വീകരിച്ചവരാണ് അന്നത്തെ നമ്പൂതിരിസ്ത്രീകൾ.

ആ സമുദായത്തിൽ പിറന്നവരുടെ ഹൃദയത്തിൽ തിളച്ചമറിഞ്ഞ ക്രോധവും കണ്ണുകളിലെരിഞ്ഞ പകയുടെ തീയും കണ്ടെടുത്ത് കഥകളാക്കിയ എഴുത്തുകാരിയാണ് ലളിതാംബിക അന്തർജ്ജനം. "വേദന അനുഭവിക്കുന്ന മനുഷ്യാത്മാക്കളോടുള്ള സഹാനുഭൂതിയാണ് എന്നും എന്നെ കലാസൃഷ്ടിക്ക് പ്രേരിപ്പിച്ചിട്ടുള്ളത്" എന്നു തുറന്നുപറയുമ്പോൾ അത് ഭംഗിവാക്കല്ല എന്ന് അവരുടെ കഥകൾ സാക്ഷ്യപ്പെടുത്തുന്നു. ഒരു പെൺകുട്ടിയുടെ ജീവിതദൈന്യത്തെ തീക്ഷ്ണമായവതരിപ്പിച്ച 'മൂടുപടത്തിൽ' എന്ന കഥ, വായിക്കുന്ന ഓരോരുത്തരുടെയും കരളുരുകുക തന്നെ ചെയ്യും. വൃദ്ധനോ രോഗിയോ വൈരൂപ്യമുള്ളവനോ ആണെങ്കിലും ഭർത്താവുണ്ടായിരിക്കുക ഭാഗ്യമായി കരുതിയിരുന്ന സമുദായത്തിലെ ഒരു പെൺകുട്ടി താൻ പ്രണയിച്ച പുരുഷനുവേണ്ടി വ്രതം നോറ്റിരിക്കുക എന്നത് ചിന്തിക്കാൻ കഴിയുമായിരുന്നില്ല. അതുകൊണ്ടാണ് ഈ കഥയുടെ പ്രമേയം നമ്മെ അത്ഭുതപ്പെടുത്തുന്നത്. പ്രണയം അവർക്ക് അത്ര വിദൂരമായിരുന്നു. ഒരു പുരുഷനെ തീവ്രമായി സ്നേഹിക്കുവാനോ നെഞ്ചോടുചേർത്തു പിടിക്കുവാനോ അയാളിൽനിന്ന് ഒരുമ്മ ഏറ്റുവാങ്ങാനോ പ്രണയജീവിതത്തിന് കാത്തിരിക്കാനോ ഉള്ള യോഗം അവർക്കില്ല. അഥവാ അങ്ങനെ സംഭവിച്ചാൽ വരുന്ന വിപത്താണ് ഉള്ളുനീറ്റുന്ന വാക്കുകളിൽ ഈ കഥയിൽ രേഖപ്പെടുത്തിയത്. പ്രണയത്തിന് ആത്മബലി നല്കിയ പെൺകുട്ടിയുടെ വിതുമ്പൽ 'മൂടുപട'ത്തിലുണ്ട്.

ഇരുപത്തഞ്ചു വയസ്സെത്തുന്നതിനു മുമ്പ് മരണം ഇരന്നു വാങ്ങിയവളാണ് പ്രണയിനിയും ഭർത്തൃമതിയുമായ പാപ്പി എന്ന കഥാപാത്രം. കനത്ത മൂടുപടത്താൽ മറയ്ക്കപ്പെട്ട ദുർബ്ബലമായ ആ ശരീരത്തിനരികിൽ ഇരിക്കുമ്പോൾ ഓർമ്മകൾ ആഖ്യാതാവിനെ ചുട്ടുനീറ്റുകയാണ്. ഉണങ്ങിയ ദർഭ വിരിപ്പിൽ അന്ത്യനിദ്ര കൊള്ളുന്ന പാപ്പിയുടെ ചാരത്തിരുന്നുകൊണ്ട് പേടിപ്പെടുത്തുന്ന മൗനത്തിൽ അവളുടെ ജീവിതത്തെ വീണ്ടെടുക്കുകയാണ്. തീക്കുഴിയിലേക്ക് പോകാൻ സ്വസ്ഥമായും ശാന്തമായും ഉറങ്ങുന്ന അനുജത്തി കരഞ്ഞുതീർത്ത കടൽക്ഷോഭങ്ങളെ മറനീക്കിക്കാണിക്കുന്നു. ഒരയൽക്കാരി എന്നതിനപ്പുറം ഹൃദയം കൊണ്ട് ഐക്യപ്പെട്ട ആത്മീയബന്ധമായിരുന്നു കഥാകൃത്തിനുണ്ടായിരുന്നത്. പാപ്പിയുടെ ഉള്ളിലെ കടുത്ത മുറിവുകളും പൊള്ളലും വ്രണങ്ങളും അതിനെല്ലാമടിയിൽ ഒളിപ്പിച്ചുവെച്ച മധുരോദാരമായ ഓർമ്മകളും അറിഞ്ഞ ഒരേയൊരാൾ താനായതുകൊണ്ട് വിടപറഞ്ഞു കഴിയുമ്പോൾ അതുപറയാതെ തരമില്ലെന്നു വരികയാണ്. ഹൃദയം കൊണ്ട് മാപ്പ ചോദിച്ചിട്ടാണ് നടന്ന വഴികളിലൂടെ ഓർമ്മകൾ സഞ്ചരിച്ചത്.

തിരുനാവായ്ക്ക് പോയ വയസ്സൻ മൂസാമ്പൂരിയുടെ നാലാം വേളിയായിട്ടാണ് ഇടവപ്പാതി കോൾകൊണ്ട് കറുത്ത രാത്രിയിൽ ഒരാർപ്പുവിളിയുമില്ലാതെ പാപ്പിയെ കുടിവെച്ചത്. അറുപതാം വയസ്സുകാരന്റെ നവവധുവിനെ കണ്ട് സപത്നിമാർ മനസ്സുരുക്കി. എന്നാൽ പാപ്പി ഭർത്താവിന്റെ ഒരിംഗിതത്തിനും വഴങ്ങിയില്ല. ശാസനയും ശകാരവും ഗുണദോഷവും മർദ്ദനവുമെല്ലാം മുറപോലെ നടന്നു. കണ്ടുനിന്നവർ പഴിച്ചു. "ഇങ്ങനെയൊരു ശവം. എവിട്ടുന്നാണോ ഇതിനെ കെട്ടിയെടുത്തു കൊണ്ടുവന്നത്." അതെല്ലാമവഗണിച്ച് മുടി ചീകാതെ, കുറി തൊടാതെ, അടുക്കളയിലെ അടുപ്പിൽ സ്വയമെരിഞ്ഞുകൊണ്ടിരുന്നു. പുത്തില്ലത്തെ പുതിയ അന്തർജ്ജനം ഭ്രാന്തിയാണെന്ന് വിധിച്ചു. അതവൾക്കൊരു രക്ഷാകവചമായിരുന്നു. ഒരു ശിവരാത്രി ദിവസമാണ് പാപ്പി മനസ്സിലേറ്റിയ ദുർവ്വഹഭാരത്തിന്റെ കനമറിഞ്ഞത്. വളരെ നിർബ്ബന്ധിപ്പിച്ച് വിശ്വാസ

മുറപ്പിച്ചപ്പോഴാണ് അവളുടെ ഹൃദയം കഥാകാരിയോട് തുറന്നു കാട്ടിയത്. ഞാനൊരിക്കലും ഭ്രാന്തിയായിരുന്നില്ലെന്ന മുഖവുരയോടെ തുടങ്ങിയ പാപ്പി തന്റെ മൂകദുഃഖത്തിന്റെ ചെപ്പഴിച്ചു. തന്നെ മഥിച്ച സംശയമായിരുന്നു ആദ്യം നിവൃത്തിയാക്കാനുണ്ടായിരുന്നത്. ഒരു പുരുഷനെ സ്പർശിച്ചിട്ടുള്ള സ്ത്രീ മറ്റൊരാളുടെ ഭാര്യയാവുന്നത് പാപമല്ലേ? അതു പാതിവ്രത്യഭംഗമല്ലേ? ഒരു നമ്പൂതിരി യുവതി അന്യപുരുഷനെ ദർശിക്കുന്നതുപോലും പാപമായി വിധിച്ചിരുന്ന കാലം. ആരാണെങ്കിലും ഇതുകേട്ടു ഞെട്ടിപ്പോകുകയേയുള്ളൂ. അവിടെനിന്നാണ് പാപ്പിയുടെ അനുരാഗത്തിന്റെ ആത്മാലാപം പതുക്കെയൊഴുകിവന്നത്. ആത്മരഹസ്യമായി സൂക്ഷിച്ച പ്രണയം മൺചെരാതിന്റെ വെളിച്ചമായി പ്രവഹിച്ചു.

തന്റെ കളിക്കൂട്ടുകാരനും അച്ഛന്റെ മരുമകനുമായ കുഞ്ഞേട്ടനുമായുള്ള പ്രണയം തിരനീക്കി. കുട്ടിക്കാലത്ത് കുഞ്ഞേട്ടനുമായി എഴുത്തുപള്ളിയിൽ പോയതിന്റെയും കളിയായി കലഹിച്ചതിന്റെയും അനുഭവങ്ങളെ ഓർത്തെടുക്കുന്നു. പാപ്പിയെ കുട്ടനാണ് വേളി കഴിക്കുന്നതെന്ന അമ്മയുടെ ശബ്ദം ഉള്ളിലണയാതെ നിന്നു. എന്നാൽ തിരണ്ടുകല്യാണം കഴിഞ്ഞ് മുറിയിലടച്ചപ്പോൾ ഓത്തുപഠനം കഴിഞ്ഞ് കുഞ്ഞേട്ടൻ പഠിക്കുവാൻ ദൂരേക്ക് പോയി. അഞ്ചുവർഷങ്ങൾക്കുശേഷം ഒരു ശിവരാത്രി ദിവസമാണ് പിന്നീടയാളെ കാണുന്നത്. വല്ലാതെ ഓമനിച്ചും ഉള്ളിൽ തട്ടിയും പാപ്പി എന്നു വിളിച്ചുകൊണ്ട് അടുത്തെത്തിയ കുഞ്ഞേട്ടൻ ഇതുവരെ കാണാത്തതിന്റെ പരിഭവം തീർക്കുന്നു. നമുക്കൊരിക്കലും പരസ്പരം മറക്കാൻ കഴിയില്ലായെന്ന് പ്രേമോദാരനായി പറയുമ്പോൾ പാപ്പി കരഞ്ഞുതളർന്നു വിവശയാവുകയാണ്. തന്റെ നെഞ്ചോട് ചേർത്തുപിടിച്ച് തലോടി സമാശ്വസിപ്പിച്ചിട്ട് പതുക്കെ തല പിടിച്ചുയർത്തി പാപ്പിയെ മധുരമായ മുദ്രപോലെ അയാൾ ഉമ്മവെച്ചു. ഒരു നിമിഷം പതറിയെങ്കിലും പെട്ടെന്ന് പിടിവിട്ടുവിച്ച് അവൾ ഓടിപ്പോയി. രാവിലെ പോയ കുഞ്ഞേട്ടൻ പിന്നെ മടങ്ങിവന്നില്ല. അയാൾക്കുവേണ്ടിയുള്ള അശാന്തമായ കാത്തിരിപ്പാണ് അവളെ സമാശ്വസിപ്പിച്ചതും ഒടുവിൽ ഭ്രാന്തിയാക്കിയതും. പിന്നീട് കുടുമ്മ മുറിച്ച് കോൺഗ്രസിൽ ചേർന്നു ജയിലിലായ വിവരം അറിയുന്നുണ്ട്. അങ്ങനെ ജാതിഭ്രഷ്ടനായ ഒരാൾക്ക് അച്ഛൻ തന്നെ കൊടുക്കുമോ എന്നവൾ ആശങ്കപ്പെട്ടു.

അച്ഛന്റെ പെട്ടെന്നുള്ള മരണമാണ് ജീവിതം ആകെ ഉലച്ചുകളഞ്ഞത്. ഒന്നു കണ്ടാൽ അദ്ദേഹത്തോടൊപ്പം സർവ്വവുമുപേക്ഷിച്ച് ഒളിച്ചോടാൻ പോലും ആഗ്രഹിച്ച സമയത്താണ് അപ്പൻ വയസ്സൻ നമ്പൂതിരിയെ കൊണ്ടുവന്ന് പെൺകൊട നടത്തിയത്. ഒളിച്ചോടാനോ ആത്മഹത്യക്കോ കഴിഞ്ഞില്ല. എങ്കിലും കളങ്കപ്പെടാതെ സ്വയം കാത്തുവെക്കാൻ ഭ്രാന്തഭിനയിച്ചതുകൊണ്ട് കഴിഞ്ഞു. ആ ഓർമ്മകളിലാണ് ഞാനിന്ന് ജീവിക്കുന്നത്. വിവാഹിതയായ ഒരു സ്ത്രീ പരപുരുഷനെപ്പറ്റി ഓർക്കുന്നത് പാപമല്ലേ? അതു പാതിവ്രത്യഭംഗമല്ലേയെന്ന് അവൾ മനസ്സുമുട്ടി ചോദിക്കുന്നുണ്ട്. ആ പാപബോധത്തിൽ നിന്ന് രക്ഷിക്കാനാണ് ഇവിടെനിന്ന് പിറന്നില്ലത്തേക്ക് പോകാൻ കഥാകാരി നിർബ്ബന്ധിച്ചത്. വിവാഹം നടന്നതായിപ്പോലും ഓർമ്മിക്കേണ്ട. പറഞ്ഞപോലെ അവൾ പോകുകയും ഭ്രാന്തു മാറിയതായി അറിയുകയും ചെയ്തു. എന്നാൽ കുറേക്കാലം കഴിഞ്ഞ് പാപ്പി തീരെ അവശയായി ഇല്ലത്തെത്തിയിരിക്കുന്നു. ഒന്നു പോയിക്കാണു എന്ന് ഒരു ദാസി വന്നു അറിയിച്ച പ്രകാരം പോയി. അവിടെ ചെല്ലുമ്പോൾ ആഹാരം കഴിക്കാതെ, മരുന്നു കഴിക്കാതെ, ആരോടും മിണ്ടാതെ അവശയായി കിടക്കുകയാണ്. പാപ്പീ എന്നു പതുക്കെ വിളിച്ചുണർത്തിയപ്പോൾ അവൾ പറഞ്ഞു, താൻ കാത്തിരി

ക്കുന്ന കുഞ്ഞേട്ടൻ വന്നു. സമുദായാഭിമാനിയായ, കോൺഗ്രസുകാരനായ അയാൾ അപ്പന്റെ മകളെ സംബന്ധം ചെയ്തു. തങ്ങൾ പണ്ടു പാടിയിരുന്ന, സ്നേഹിച്ചിരുന്ന മുല്ലത്തറയ്ക്കൽ അവർ സന്തോഷിക്കുന്നു. അവിടെ മരിക്കാൻ മനസ്സില്ലാത്തതുകൊണ്ടാണ് ഞാൻ എന്റെ ഇല്ലത്തേക്ക് മടങ്ങിവന്നത്. എന്റെ പിഴകൾ പൊറുക്കണേ! പരലോകത്തെങ്കിലും ഗതി തരണേയെന്നു ഭർത്താവിനോട് പൊട്ടിക്കരഞ്ഞു മാപ്പുചോദിച്ചുകൊണ്ടാണ് അവൾ മരിച്ചത്.

പ്രണയത്തെക്കുറിച്ചും രതിയെക്കുറിച്ചും സ്ത്രീകൾക്ക് പൊതുവെ സ്വതന്ത്രമായ ഒരു കാഴ്ചപ്പാട് ഇല്ലാതിരുന്ന ഒരു കാലഘട്ടമാണത്. അല്ലെങ്കിൽ അത്തരം ചിന്തകൾക്ക് വിലക്കു കല്പിച്ച അധികാരവ്യവസ്ഥിതിയിൽ ജീവിച്ചവളാണ് പാപ്പി. അന്യപുരുഷനെ നോക്കുന്നതുപോലും പാപമായിക്കണ്ടിരുന്ന പുരുഷനീതിയിൽ പുലർന്ന ഒരു പെൺകുട്ടി പ്രണയത്തിനുവേണ്ടി മനസ്സും ശരീരവും സംരക്ഷിച്ചുകൊണ്ടു ജീവിച്ചു എന്നത് അത്ഭുതപ്പെടുത്തുക തന്നെ ചെയ്യും. സ്നേഹവും ലൈംഗികതയുമൊക്കെ സ്ത്രീകളെ സംബന്ധിച്ച് സ്വതന്ത്രമായ തീരുമാനത്തിൽ ചെയ്യുന്നത് പാപമായി കരുതുകയും അങ്ങനെ വന്നാൽ സമുദായത്തിൽനിന്ന് ഭ്രഷ്ട് കല്പിച്ചു പുറത്താക്കുകയും ചെയ്തിരുന്നു. എന്തിന് ഇല്ലത്തെ ഏതൊരു പുരുഷന്റെയും ഇംഗിതത്തിന് വഴങ്ങിയില്ലെങ്കിൽ കൂടി ചാരിത്രദോഷമാരോപിച്ച് പടിക്കു പുറത്താക്കുകയായിരുന്നു. അതുകൊണ്ടുതന്നെ അന്യപുരുഷന്റെ സ്പർശവും പാതിവ്രത്യഭംഗവും മഹാപാപമായി അവളുടെ മനസ്സിനെ അലട്ടുന്നു. ആ മനഃക്ഷോഭങ്ങളെ എല്ലാമടക്കി അവൾ കാത്തിരുന്നു, ചാരിത്ര്യവതിയായിത്തന്നെ.

സ്ത്രീപുരുഷ പ്രേമത്തെ പവിത്രമായിക്കണ്ട ഒരു ജീവിത സംസ്കാരം ഈ കഥയിലുണ്ട്. അനുരാഗത്താൽ തന്റെ ശരീരം സ്പർശിച്ചവൻ പുരുഷനാകണമെന്ന ആഗ്രഹത്തെ മനസ്സിലേറ്റിയവളാണ് പാപ്പി. എന്നാൽ വിധി അവളുടെ മോഹത്തെ പിഴുതെറിഞ്ഞു. എന്നിട്ടും അതിനോട് പൊരുതുകയാണ്. ചുറ്റും നില്ക്കുന്നവരുടെയെല്ലാം പഴിയും നിന്ദയുമേറ്റു വാങ്ങുന്നു. ഭർത്താവിനോട് അനുസരണം കാട്ടാത്തതിന് ശാരീരികദണ്ഡം ഏറ്റുവാങ്ങുന്നു. ഭ്രാന്തിയെന്നു അവളെ ഉറക്കെ വിളിക്കുന്നു. അടുക്കളയിൽ അഭയംതേടി തീ തിന്നുമ്പോഴും ഹൃദയത്തിൽ ജ്വലിച്ച പ്രണയം അവളെ മുന്നോട്ടു കൊണ്ടുപോകുന്നു.

തന്റെ മനസ്സറിഞ്ഞ ഒരാളുടെ ഉപദേശം കേൾക്കുമ്പോൾ ഭർതൃഗൃഹമുപേക്ഷിക്കാൻ തയ്യാറാവുന്നു. അപ്പോഴും തന്റെ പുരുഷൻ തേടിയെത്തുമെന്ന പ്രതീക്ഷയാണ് ജീവിതത്തിന്റെ വെളിച്ചമാകുന്നത്. പ്രണയം ഇവിടെ ഭക്തിയുടെ അവസ്ഥയിലെത്തിച്ചേരുന്നതായി നമുക്ക് മനസ്സിലാക്കാം. എല്ലാ ശിക്ഷയുമേറ്റുവാങ്ങുമ്പോഴും തന്റെ പുരുഷനെക്കുറിച്ചുള്ള മധുരാനുഭവം ജീവിക്കാനുള്ള ഊർജ്ജമായിത്തീരുന്നു. മീരയെപ്പോലെ, രാധയെപ്പോലെ അശാന്തമായി അവൾ കാത്തിരിക്കുന്നു. ഇവിടെയാണ് പാപ്പിയുടെ പ്രണയം അന്യാദൃശമാകുന്നത്.

എല്ലാക്കാലത്തും പ്രണയത്തിൽ ചതി ഒളിഞ്ഞിരിക്കുന്നുണ്ടെന്ന് ഈ കഥയും പറഞ്ഞുതരുന്നു. പ്രത്യേകിച്ചും പുരുഷന്റെ സ്ത്രീയോടുള്ള മനോഭാവം തെളിയുന്നുണ്ട്. സമുദായത്തിന്റെ മാത്രമല്ല എല്ലാ തലങ്ങളിലും വ്യവഹരിക്കുന്ന നീതിയും നിയമങ്ങളും പുരുഷനുവേണ്ടി നിർമ്മിച്ചിട്ടുള്ളതാണ്. ഏതു ചതിയും ദുഷ്കർമ്മങ്ങളും കാട്ടിയാലും അവൻ ആദർശവാനായി നിലകൊള്ളുകതന്നെ ചെയ്യും. സ്ത്രീകൾക്ക് അതെളുപ്പമല്ല. അവർ ഇരകളാണെങ്കിലും സ്നേഹത്തിന് മഹത്വം കല്പിക്കുന്നവരാണ്.

മുറിപ്പെടുമ്പോൾ ആത്മനാശത്തിൽ എത്തിച്ചേരുക എളുപ്പവുമാണ്. പാപ്പി താൻ ചതിക്കപ്പെട്ടവളാണെന്ന് അവരുടെ വാക്കുകൾ വ്യക്തമാക്കുന്നു. 'ഞാൻ അദ്ദേഹത്തെ വീണ്ടും കണ്ടു ഏടത്തി. ആ സമുദായാഭിമാനിയെ, ആ കോൺഗ്രസുകാരനെ, ഞാൻ എന്നും ഓർത്തോർത്തു കാത്തുകൊണ്ടിരുന്ന ആളെ. അദ്ദേഹം പ്രായശ്ചിത്തം ചെയ്തു. ഇപ്പോൾ അപ്പന്റെ മകൾക്ക് സംബന്ധമാണ്.' സമുദായസ്നേഹിയും രാഷ്ട്രീയക്കാരനുമായ കാമുകന്റെ കപടമുഖം ചിന്തിയെടുക്കുകയാണ്. തന്നെ ചതിച്ചതിന് പ്രായശ്ചിത്തമായി അപ്പന്റെ മകളെ കെട്ടിയവന്റെ ആദർശത്തിന്റെ പൊയ്മുഖം ഭംഗിയായി പാപ്പി മനസ്സിലാക്കി. അതുകൊണ്ടാണ് അവളുടെ മനസ്സ് നീറിയൊടുങ്ങിയത്. അത് തനിക്ക് പ്രണയം നഷ്ടപ്പെട്ടതിലല്ല. വേളി കഴിച്ച പുരുഷനെ താൻ ചതിച്ചു എന്ന ബോധമാണ്. മരിക്കാൻ ഭർത്തൃഗൃഹം തെരഞ്ഞെടുത്തത് ആ പാപം കടഞ്ഞുകളയാനാണ്. ഒടുവിൽ അദ്ദേഹത്തോട് മാപ്പിരന്നു കരയുമ്പോൾ അയാളും കരഞ്ഞുപോകുകയാണ്. ആ ശാന്തിയിലാണ് പാപ്പി കണ്ണടച്ചത്.

അന്തർജ്ജനങ്ങൾക്ക് മൂടുപടം ശവക്കച്ചയാണ്. അതിനുള്ളിൽ വിങ്ങുന്ന നെരിപ്പോടുകൾ ആരും തുറന്നുനോക്കാറില്ല. അധികാരത്തിന്റെ ബലിപ്പുരകളായി പടർന്നു കിടക്കുന്ന നാലുകെട്ടിലും എട്ടുകെട്ടിലും കമിഞ്ഞുകൂടിയ ഇരുട്ടിൽ പുരുഷന്റെ ചതിക്കും വഞ്ചനയ്ക്കും ബലാല്ക്കാരങ്ങൾക്കും വേണ്ടി ജീവിക്കേണ്ടി വന്ന സ്ത്രീകളെയോർത്തുള്ള എഴുത്തുകാരിയുടെ രോഷം ഇരമ്പിയെത്തുന്നുണ്ട്. പുരുഷനീതിയിൽ മറയ്ക്കപ്പെടുന്ന സ്ത്രീയുടെ സ്വത്വം ആർക്കുമറിയേണ്ടതില്ല. ചെറുപ്പമോ സുന്ദരമോ വിരൂപമോ ശുഷ്കമോ എന്നറിയാത്തവിധം കുരിരുൾ നിറച്ച് മറച്ചിരിക്കുന്നു. അങ്ങനെയൊരാൾ മരണപ്പെടുമ്പോൾ ഒരു നെടുനിശ്വാസം പോലും വിട്ട് സഹതപിക്കരുതേയെന്നു കഥാകാരി ഒടുവിൽ ആവശ്യപ്പെടുന്നുണ്ട്. ആ മൂടുപടം എടുക്കരുത്. അങ്ങോട്ടു നോക്കണ്ടാ. ഒരു നേരിയ നെടുവീർപ്പുകൊണ്ടുപോലും അവളെ അസഹ്യപ്പെടുത്തരുതേ! ആ സാധുയുവതി സ്വൈരമായി, സമാധാനമായി കിടന്നുറങ്ങിക്കൊള്ളട്ടെ. ഒരെഴുത്തുകാരിയുടെ മാനവികതാബോധം ഈ വാക്കുകളിൽ വല്ലാതെ മുഴങ്ങുന്നുണ്ട്. നവോത്ഥാനകാല കഥയെഴുത്തിന്റെ പ്രധാന സവിശേഷതയുമതുതന്നെയാണല്ലോ. പരസ്പര പ്രണയത്തിനോ ജീവിതബന്ധത്തിനോ വിലമതിക്കാത്ത ഇന്നത്തെ തലമുറയ്ക്ക്, ശരീരനിഷ്ഠമായ രതിയുടെ കുത്തിമറിയലിൽ വിയർത്തൊലിച്ച് ജീവിതമാഘോഷിക്കുമ്പോൾ, പിന്നിട്ട കാലത്തിന്റെ ഇരുട്ടു നീക്കിയ ഈ വാക്കുകൾ ഒരിക്കലും ഉചിതമാണെന്നു തോന്നുകയില്ല. പക്ഷേ, ബോധപൂർവ്വമല്ലാത്ത ആ ചിന്തകളെ സംസ്കരിക്കാൻ ഇന്നും കഥകൾക്ക് കഴിയുമെന്ന കാര്യത്തിൽ സംശയിക്കേണ്ടതില്ല.

കടൽ

കടൽച്ചുഴി

ലോകത്തിലെ മധുരതീവ്രമായ സാഹിത്യസൃഷ്ടികൾ ശോകത്തിലവസാനിക്കുന്ന പ്രണയാനുഭവങ്ങളെയാണ് ചിത്രീകരിച്ചത്. പ്രണയം ഒരിക്കലും സരളമായ ചിന്തയല്ല എന്നാണ് അതു വ്യക്തമാക്കുന്നത്. എന്നാൽ പ്രണയം മനുഷ്യന്റെ ആത്മസത്തയെ അനശ്വരമാക്കുന്നു. ടി പത്മനാഭന്റെ 'കടൽ' എന്ന കഥ അതിന്റെ മികച്ച സാക്ഷ്യമാണ്. 'കടൽ' ഒരിക്കലും കാണാൻ കഴിയാതിരിക്കുക. എന്നിട്ടും കടലിനെ ഹൃദയത്തിൽ ഒളിപ്പിക്കുക. ഇതാർക്കാണ് കഴിയുക? എങ്ങനെയാണ് കഴിയുക? മഹാഭാരതം വനപർവ്വത്തിൽ അഗസ്ത്യൻ കടലിനെ വിഴുങ്ങിയ കഥ പറയുന്നുണ്ട്. ദേവന്മാരും മുനിമാരും ആവശ്യപ്പെട്ടതനുസരിച്ച്, എല്ലാവരും നിർന്നിമേഷരായി നോക്കിനില്ക്കവേ അഗസ്ത്യൻ ഇരമ്പുന്ന പെരുങ്കടൽ മുഴുവൻ തന്റെ ഉള്ളം കൈയിലാക്കി നിഷ്പ്രയാസം കുടിച്ചു വറ്റിച്ചു. കടലിൽ ഒളിച്ചിരുന്ന തിന്മ ചെയ്ത കാലകേയന്മാരെ നിഗ്രഹിക്കുവാനാണ് മുനി അങ്ങനെ ചെയ്തത്. ഒരുപക്ഷേ, സമുദ്രം മുനിയുടെ കൈക്കുടന്നയിൽ ഒതുങ്ങി നിന്നതും അതുകൊണ്ടാവണം. എങ്കിലും എത്ര അസാധാരണം! ടി പത്മനാഭന്റെ 'കടൽ' എന്ന കഥയും അസാധാരണമായ അനുഭവമാണ്. ഇതിലെ പ്രധാന കഥാപാത്രം അഗസ്ത്യനെപ്പോലെ കടൽ ഉള്ളംകൈയിലെടുത്ത് ഹൃദയത്തിലൊളിപ്പിക്കുന്നു. അത് പ്രണയത്തിന്റെ കടലായിരുന്നു. സംഗീതം ഉതിർക്കുകയും ക്ഷോഭം കൊള്ളുകയും ചെയ്യുന്ന പ്രണയസാഗരം. അത് തിരികെക്കൊണ്ടുവരാൻ ഒരു

ഭഗീരഥനും തപസ്സനുഷ്ഠിച്ചില്ല. അങ്ങനെ 'കടൽ' എന്ന കഥ പ്രണയത്തിന്റെ കാണാക്കടലാകുന്നു.

'കടലി'ന്റെ പ്രയാണത്തിലെവിടെയും പ്രണയത്തിന്റെ കടച്ചിലുണ്ട്. ഹതാശയായി വിതുമ്പുന്ന ഒരു പെൺകുട്ടിയുടെ ഹൃദയം ഇതിലുണ്ട്. എന്നാൽ പ്രണയത്തിന്റെ ചാരുതകളൊന്നും പത്മനാഭൻ കഥയിലവതരിപ്പിക്കുന്നില്ല. സ്നേഹത്തിന്റെ ഭംഗിവാക്കുകൾ പോലുമില്ല. അദൃശ്യമാണെങ്കിലും എത്ര കരുത്തോടെയാണ് അത് നമുക്ക് അനുഭവപ്പെടുന്നത്. 'അമ്മ' എഴുതിയ ഡയറിയും അവർക്ക് കിട്ടിയ കുറെ കത്തുകളുമാണ് ആ കഥ പറയുന്നത്. ബനാറസിൽ സംഗീതം പഠിക്കുവാൻ പോയ അമ്മയുടെ അതിവിശുദ്ധമായ പ്രണയം അപൂർവ്വാനുഭവമായിരുന്നു. ഒരു ബിംബത്തെ മനസ്സിൽ പ്രതിഷ്ഠിച്ച് എത്ര കരുത്തോടെയാണ് അവർ ഉപാസിക്കുന്നത്. ആ സമർപ്പണത്തിന് ഒരു കടലിന്റെ ആഴമുണ്ട്. ആത്മവിശുദ്ധമായ സ്നേഹത്തെ സന്ദേഹിക്കുമ്പോൾ ഒരു കടലോളം കണ്ണീരുമുണ്ട്.

അമ്മയെക്കുറിച്ചുള്ള മകളുടെ ഓർമ്മകളിലും ചിന്തകളിലുമാണ് കഥ വിടരുന്നത്. 'ഇന്നലെ രാവിലെ അമ്മ പോയി......' എന്നു പറഞ്ഞുകൊണ്ട് കഥ തുടങ്ങുന്നു. യാതൊരു രോഗവുമുണ്ടായിരുന്നില്ല. മരിക്കാനുള്ള പ്രായവുമായിരുന്നില്ല. എങ്കിലും വരാൻ പോകുന്ന മരണത്തെക്കുറിച്ച് അമ്മയ്ക്ക് ദൃഢമായ ബോധമുണ്ടായിരുന്നു. അതുകൊണ്ടാണ് മകളെ കൂട്ടിക്കൊണ്ടുവരാൻ നിർബ്ബന്ധപൂർവ്വം അച്ഛനെ അയച്ചത്. സ്നേഹം യുക്തിക്കതീതമാണ്. അല്ലെങ്കിൽ താനേറെയിഷ്ടപ്പെടുന്ന ഒരാളുടെ നഷ്ടത്തിൽ സ്വന്തം മരണം ദർശിക്കുന്നതിന് ന്യായങ്ങളില്ലല്ലോ. സ്നേഹത്തിന്റെ നിമിഷത്തിൽ യുക്തിചിന്ത തീരെ ദുർബ്ബലമാകും. അമ്മയുടെ നെഞ്ചിൽ തിളച്ചുപൊന്തിയ പ്രണയത്തിന്റെ പെരുങ്കടൽ ക്ഷോഭംകൊണ്ട് അതു വിഴുങ്ങിയ ആളെ കടപുഴക്കിയതാണെന്ന് നമുക്കറിയാം. ഒരുപക്ഷേ, വരാനിരിക്കുന്ന ജന്മങ്ങളിൽ ഒന്നാകുവാൻ വേണ്ടി ജീവിതമുപേക്ഷിച്ചതുമാകാം.

അമ്മയുടെ ഭർത്താവ് തികഞ്ഞ സാധാരണക്കാരനായിരുന്നു. കവിതയും സംഗീതവും വഴങ്ങാത്തവൻ. സ്നേഹത്തിന്റെ ആന്തരാർത്ഥങ്ങൾ പോലും ഗ്രഹിക്കാത്തവൻ. എന്നാൽ തന്റെ ഭാര്യയുടെ ഉള്ളിൽ ശാന്തമെങ്കിലും ഒരു കടലുണ്ടെന്ന് അയാൾ കണ്ടുപിടിച്ചു. സന്ദേഹങ്ങളിൽ പതറുമ്പോൾ സ്വൈരം കിട്ടില്ല. വിശ്വാസ്യതയുടെ ചരട് പൊട്ടിച്ചാണെങ്കിലും രഹസ്യം തേടുക തന്നെ ചെയ്യും. ഭാര്യയുടെ മേശ കുത്തിത്തുറന്ന് അവർക്ക് മറ്റൊരാളയച്ച കത്തുകൾ വായിക്കുന്നു. മനസ്സിൽ സംശയത്തിന്റെ ചോദ്യങ്ങൾ ഉരുട്ടുന്നു. ഇയാൾ നിനക്കാരാണ്? നിന്റെ ജീവിതത്തിൽ എന്നേക്കാളുപരി ഇയാൾക്കുള്ള സ്ഥാനം.... നിന്നെ സംഗീതം പഠിപ്പിക്കുന്നു എന്നതിലുപരിയായി...... എനിക്കു മനസ്സിലാകുന്നേയില്ല.... എന്നാൽ പിന്നെ നീയെന്തിന് എന്നെ കല്യാണം കഴിച്ചു? ഞാൻ നിന്നെ വഞ്ചിച്ചിട്ടില്ലല്ലോ? നിങ്ങൾ ബനാറസിൽ ഭാര്യാഭർത്താക്കന്മാരെപ്പോലെ ...... കർമ്മദോഷത്തിന്റെ കഥ ഇവിടെ തുടങ്ങുന്നു. അനർത്ഥസന്ദേഹങ്ങളിൽനിന്ന് ജനിക്കുന്ന സ്പർദ്ധകൾ പലപ്പോഴും ഉണങ്ങാറില്ലല്ലോ.

അപൂർവ്വമായ ഒരു പ്രണയാനുഭവത്തിന്റെ വിടർച്ചയും അനുക്രമമായ വികാസവും അവിടെ നിന്നാണ് തുടങ്ങുന്നത്. ആത്മാവും ആത്മാവും തമ്മിൽ ഇണചേരുന്നത് ഇവിടെ നാമറിയുന്നു. കത്തുകളിലാണ് പ്രണയം തിരനീക്കുന്നത്. 'എന്റെ കുട്ടീ' അല്ലെങ്കിൽ 'പ്രിയപ്പെട്ടവളേ' എന്ന് വിളിച്ചുകൊണ്ട് ഒരാൾ എഴുതിയ കത്തുകൾ, എല്ലാറ്റിലും നിറയെ കവിതയും സംഗീതവും....... പിന്നെ ക്ഷേത്രങ്ങൾ, തെരുവുകൾ, സ്നാനഘട്ട

ങ്ങൾ, കോളേജുകൾ, സംഗീത വിദ്യാലയങ്ങൾ..... ഗംഗയിലെ ഉദയാസ്തമയങ്ങൾ....... ഇവയ്ക്കിടയിലൂടെയൊക്കെ സ്നേഹത്തിന്റെ ലോലമെങ്കിലും അതിശക്തമായ ഒരു പൊൻനൂലുപോലെ പോകുന്ന പല്ലവികൾ....... ഞാൻ അങ്ങയുടേതല്ലേ. എനിക്ക് അങ്ങയെ വിട്ട് മറ്റെവിടെയും പോകാനില്ലല്ലോ എന്ന് മനസ്സിലുരുവിട്ട് ഒഴിവുകാലമൊക്കെയും അതുമാത്രം ചിന്തിക്കുന്ന സംഗീത വിദ്യാർത്ഥിയായ പെൺകുട്ടി എഴുതിയ കത്തുകളെക്കുറിച്ച് കഥയിൽ പരാമർശങ്ങളൊന്നുമില്ല. അവർക്ക് സംഗീതജ്ഞനും ദേശാടകനും പ്രണയിയുമായ ഒരാളെഴുതിയ ഭ്രാന്തമായ സ്നേഹചിന്തകളാണ് നാം കാണുന്നത്. കൂടാതെ അവരുടെ ദൃഢമായ വാക്കുകൾ സ്നേഹത്തെ വെളിപ്പെടുത്തുന്നുമുണ്ട്: 'അദ്ദേഹം ഗുരുവും ഞാൻ അദ്ദേഹത്തിന്റെ ഏറ്റവും പ്രിയപ്പെട്ട ശിഷ്യയുമായിരുന്നു. ഞങ്ങൾ പരസ്പരം സ്നേഹിക്കുകയും ചെയ്തിരുന്നു. വളരെ, വളരെ, ഗാഢമായിത്തന്നെ! അത് അദ്ദേഹത്തിന്റെ എഴുത്തുകളിൽനിന്ന് നിങ്ങൾക്ക് മനസ്സിലായിക്കാണുമല്ലോ. ഇനിയൊരു കാമുകിയുടെ ഭാവം എന്റെ മനസ്സിന്റെ ആഴങ്ങളിൽ എവിടെയെങ്കിലും ഉണ്ടായിരുന്നോ എന്നു ചോദിച്ചാൽ എനിക്കതിന് ഉത്തരം പറയാൻ കഴിയില്ല. ഒരു പക്ഷേ ഉണ്ടായിരിക്കാം..... അല്ലെങ്കിൽ......'

'പ്രിയപ്പെട്ടവളെ' എന്നു വിളിച്ചുകൊണ്ടെഴുതിയ കത്തുകൾക്കൊക്കെ മറുപടിയും എഴുതിയിരിക്കണം. പ്രണയം പോലെ ഇവിടെ അതും ഒളിഞ്ഞിരിക്കുന്നു. 'കടലി'ലെ പ്രണയം, അമ്മ, ഒരാൾ പോലുമറിയാതെ എഴുതിയ കത്തുകൾ പോലെയാണ്. അർദ്ധവിരാമത്തിലവസാനിക്കുന്ന അവരുടെ വാക്കുകളും അത് സൂചിപ്പിക്കുന്നുണ്ട്. പത്മനാഭന്റെ വാക്കറ്റു പോകുന്ന നിശ്ശബ്ദതകൾ അറിയേണ്ടത് ഹൃദയംകൊണ്ടാണ്. പത്മനാഭന്റെ കഥകളുടെ ധ്വനി സ്പഷ്ടമാകുന്നത് അതു വായിക്കുമ്പോഴല്ല; മറിച്ച്, അത് മനസ്സിൽ തങ്ങിനില്ക്കുമ്പോഴാണ്. അപ്പോൾ ശേഷിച്ച നിശ്ശബ്ദതകളെല്ലാം അപാരമായ തെളിച്ചത്തോടെ പ്രത്യക്ഷപ്പെടുന്നു.

സ്നേഹത്തെ എങ്ങനെയാണ് നിർവ്വചിക്കേണ്ടത്. അതിന്റെ വഴികൾ നിഗൂഢമാണ്, ഒരുപക്ഷേ, കടലുപോലെ തന്നെ. സംഗീതപഠനം കഠിനമായ മനഃസ്താപത്തോടെ അവർ നിർത്തിയിട്ടും കത്തുകൾ നിലച്ചിട്ടും ഉള്ളിലെ കടൽ പെയ്തൊഴിഞ്ഞില്ല. ഒലിച്ചു പോയതുമില്ല. ഒന്നുമറിഞ്ഞില്ലെങ്കിലും ഈ ഭൂമിയിൽ എവിടെയോ ജീവിച്ചിരിക്കുന്നു എന്ന ബോധമാണ് അമ്മയെ മുന്നോട്ടു നയിക്കുന്നത്. മനസ്സിന്റെ മുറിവിന് ഡോക്ടറെ ആവശ്യമില്ലെന്നു വിലക്കുന്ന അവർ ആത്മാവിന്റെ ആയിരം കൈകൾ കൊണ്ട് ബനാറസിലെ 'പ്രിയപ്പെട്ടവനെ' മുറുക്കിപ്പിടിച്ചിട്ടുണ്ടാവണം. എന്നാൽ ലോകമറിയുന്ന കലാകാരനായ 'അദ്ദേഹം' മരിച്ചു എന്നറിയുമ്പോൾ കടൽ പെരുങ്കടലായി തിളച്ചുമറിയുന്നു. ഉള്ളിലെ പ്രണയത്തിന്റെ തീക്കടൽ അവരെ ദഹിപ്പിക്കുകയാണ്. ഒരു ജന്മത്തെ ഉരുക്കിക്കളയും വിധം എത്ര തീവ്രമാണ് പ്രണയമെന്ന് പത്മനാഭൻ നമ്മെ അനുഭവപ്പെടുത്തുന്നു.

കടലിന്റെ ആഴം അളക്കുവാനാകില്ല. തിരകളും അതിന്റെ പൊട്ടിച്ചിരികളും നമ്മെ മുഗ്ദ്ധമാക്കുമെങ്കിലും ചുഴികളും മലരികളും നമുക്ക് വഴങ്ങുന്നതല്ല. ക്ഷോഭവും ശാന്തതയും അത്ഭുതപ്പെടുത്തുന്നു. കടൽ എപ്പോഴും മനുഷ്യന്റെ കാല്പനിക സങ്കല്പവും കാഴ്ചയുമാണ്. പത്മനാഭൻ കടലിനെ പ്രണയത്തിന്റെ ബിംബമായി ഇവിടെ അവതരിപ്പിക്കുന്നു. കടലിന്റെ മാഹാത്മ്യവും നിഗൂഢതയുമൊക്കെ പ്രണയത്തിനും ബാധകമാണല്ലോ. കടൽപോലെ ഒരിക്കലും അളക്കുവാനാകാത്ത അത്ഭുതത്തിന്റെ അതിർത്തികളെ ലംഘിക്കുന്ന അനുഭൂതിവിശേഷമാണല്ലോ പ്രണയവും. അതൊരു കടലോളം വേദന

യുമാണെന്ന് ഇവിടെ നാം മനസ്സിലാക്കുന്നു. എത്ര നീറിയാണ് സംഗീതപഠനം നിർത്തുവാനുള്ള തീരുമാനം അവർ എടുത്തത്: "എന്റെ ഉള്ളിൽ കരച്ചിൽ വരുന്നുണ്ടായിരുന്നു. ഏറെ ദിവസങ്ങളുടെ ആലോചനയ്ക്ക് ശേഷമാണ് 'ഇനി പോകുന്നില്ല' എന്നു തീരുമാനിച്ചത്. എന്നാലും അതു പറഞ്ഞപ്പോൾ......... ഇനിയൊരിക്കലും മടക്കിയെടുക്കാത്തവണ്ണം പറഞ്ഞപ്പോൾ......... ഏതായാലും തല്ക്കാലം ഇതു തീരുന്നു. പക്ഷേ, എന്നേക്കുമായി തീരുമോ? എനിക്കറിയില്ല. എനിക്ക് പിടിച്ചുനില്ക്കാൻ കഴിയുമോ? അതും അറിയില്ല. ദൈവം എനിക്ക്........' പക്ഷേ, തീർന്നതെന്താണെന്ന് നമുക്കറിയാം. ബന്ധവും സ്നേഹവും കുടുംബവുമാണ് അവരുടെ മനസ്സിൽ നിന്നൊഴിഞ്ഞുപോയത്. ഭർത്താവും പ്രിയപ്പെട്ട മകളുമാണ് എന്നേക്കുമായി അകന്നു പോയത്. ആത്മാവിൽ പ്രണയം ഏറ്റവും ദൃഢപ്പെടുകയും ചെയ്തു.

ജീവിതത്തിൽ വിലപ്പെട്ടതെല്ലാം ഉപേക്ഷിക്കാനുള്ള മനസ്സ് അവർ പാകപ്പെടുത്തുന്നു. എന്നാൽ താനുപാസിച്ച വെളിച്ചം കൂടി അണഞ്ഞപ്പോഴാണ് ഒട്ടും ഭയമോ പരിതാപമോ ഇല്ലാതെ ഉപാസനമൂർത്തിക്കൊപ്പം പടിയിറങ്ങിയത്. അമ്മയുടെ ചിതാധൂമത്തിന്റെ ഗന്ധം തങ്ങിനില്ക്കുന്ന അന്തരീക്ഷത്തിൽ മകളുടെ ചാരത്തിരുന്നുകൊണ്ട് അച്ഛൻ ആ സത്യം പറയുന്നുമുണ്ട്. പ്രേമത്തിന്റെ അർത്ഥം മനസ്സിലാക്കാനറിയാതെ ജീവിതത്തിൽ പരാജിതനായ ഒരു മനുഷ്യന്റെ വിങ്ങലാണത്. കടലിന്റെ കയങ്ങളിൽ ഇരുട്ടാണുള്ളത്. തിരകൾ മുറിച്ച് ഉള്ളിലേക്ക് കടക്കുമ്പോൾ വേദനിക്കുക തന്നെ ചെയ്യും. ഒരു പിതാവും മകളും അതാണനുഭവിക്കുന്നത്. കാവ്യവും സംഗീതവും സ്നേഹവും തിരിച്ചറിയാൻ കഴിയാത്ത പിതാവ്. ബാല്യത്തിന്റെ നിഷ്കളങ്കത നഷ്ടപ്പെട്ട മകൾ. അവിടെയാണല്ലോ വേദന തിരനീക്കുന്നത്. കത്തിയമർന്ന ചിതാഖണ്ഡം നോക്കിയിരുന്ന് മകൾ ആലോചിക്കുന്നത് കടലിനെക്കുറിച്ച് എന്നും സ്വപ്നങ്ങൾ കണ്ടുകൊണ്ടിരുന്ന- എന്നാൽ ഒരിക്കലും കടൽ കാണാൻ കഴിയാത്ത- തന്റെ അമ്മയെക്കുറിച്ചും നഷ്ടപ്പെട്ട ബാല്യത്തെക്കുറിച്ചുമായിരുന്നു. 'കടലി' ലെ അമ്മയ്ക്ക് കടൽ എത്രമാത്രം അപരിചിതമായിരുന്നുവോ, അതുപോലെയായിരുന്നു മറ്റുള്ളവർക്ക് അവരുടെ മനസ്സും. കണ്ണടയുവോളം കടൽ നോക്കിയിരിക്കുവാനാഗ്രഹിച്ച അവർ കടൽ കാണാതെ തന്നെ കടലായി മാറുകയാണ്. പിന്നീടവർ നോക്കുന്നത് കടലിലേക്ക് താഴുവാൻ പോകുന്ന സൂര്യനെയാണ്. സൂര്യനെ ഉൾക്കൊള്ളുവാൻ അവർ തന്റെ ഹൃദയത്തെ ഒരു കടലാക്കുകയായിരുന്നു. അതിന്റെ ആഴവും ക്ഷോഭവും നമുക്ക് മനസ്സിലാകുകയും ചെയ്യും.

'കടലി'ലെ പ്രണയം ശരീരനിഷ്ഠമായിരുന്നില്ല. ആത്മാക്കൾ തങ്ങളിൽ ഇണചേരുന്നതെങ്ങനെയെന്നാണ് കഥാകൃത്ത് വാക്കുകൾ കൊണ്ട് അനുഭവിപ്പിക്കുന്നത്. അത് അത്യസാധാരണമാണ്. അതിന് ആരുടെയും സ്വാതന്ത്ര്യം ആവശ്യവുമില്ല. അമ്മയുടെ ആത്മാവിനകത്ത് കടലിന്റെ ഇരമ്പംപോലെ പ്രണയമുണ്ടായിരുന്നു. ഒരാൾമാത്രമാണ് അവരുടെ ഹൃദയത്തോട് ചേർന്നുനിന്നത്. അതിന്റെ സ്നിഗ്ധമായ ഓർമ്മകളിലാണ് അവർ ജീവിച്ചത്. അവരുടെ ജീവിതത്തിന്റെ താളം ഭർത്താവിലോ മകളിലോ ഒന്നുമായിരുന്നില്ല. അവരൊക്കെ വളരെ ദൂരം അകന്നുപോയിരുന്നു. എന്നിട്ടും അവർ ജീവിച്ചു. പക്ഷേ, ഇഷ്ടവ്യക്തി ഒരിലപോലെ അടർന്നു വീണപ്പോൾ പിന്നീടവർക്ക് പിടിച്ചു നില്ക്കാനായില്ല. ഒരു മാസം പോലും 'അദ്ദേഹ'മില്ലാത്ത ലോകത്ത് തനിച്ചു താമസിക്കാനാകാതെ ഉറ്റവരെയുപേക്ഷിച്ച അവർ യാത്രയാകുന്നു. എത്ര ഗാഢമായാണ് പത്മനാഭൻ അതവതരിപ്പിക്കുന്നത്.

'ഗൗരി'യിലെ പ്രണയത്തിന്റെ നേർവിപരീതമായ അനുഭവമാണ് 'കടലി'ൽ പ്രത്യക്ഷമാകുന്നത്. അസാധാരണനായ ശിവനെ തപസ്സിന്റെ പെരുമയാൽ സ്വന്തമാക്കിയ പർവ്വത രാജകുമാരിയുടെ പ്രണയവിശുദ്ധി ഗൗരിക്കുണ്ട്. അത് നമ്മുടെ അനുഭവങ്ങൾക്കും ചിന്തകൾക്കും വഴങ്ങുന്നതാണ്. എന്നാൽ കടലിലെ പ്രണയം ഏതു വഴിക്കാണ് നമുക്ക് വഴങ്ങുക. ഒരു കാവ്യത്തിന്റെ അന്തരാർത്ഥം പോലെ സംഗീതത്തിന്റെ അവ്യാഖ്യേയതപോലെ ഒരസാധാരണത്വം 'കടലി'ലെ പ്രണയസങ്കല്പത്തിനുണ്ട്. നമുക്കേറ്റവും അപരിചിതമായ പ്രണയാനുഭവത്തെയാണ് 'കടലി'ൽ കഥാകൃത്ത് ആവിഷ്കരിച്ചിരിക്കുന്നത്. അതിനെ പ്രണയം എന്നു വിളിക്കാമോ എന്നും അറിവില്ല. അല്ലെങ്കിൽ തന്നെ പ്രണയത്തിന്റെ അർത്ഥങ്ങളും അനർത്ഥങ്ങളും ആരാണ് കൂടുതൽ മനസ്സിലാക്കിയിരിക്കുന്നത്. പ്രണയം ഇങ്ങനെയുമാകാം എന്നാണ് 'കടൽ' വെളിപ്പെടുത്തുന്നത്. നനവുള്ള ഉമ്മയിൽ ഒരു മയിൽപ്പീലിയാകുവാനും കണ്ണന്റെ തലോടലിൽ ഒരു മുരളിയാകുവാനും കൊതിച്ചവളാണ് രാധ. അമ്പാടിയിൽ നിന്നും മഥുരയ്ക്കു പോകുന്ന മാധവനുമായി രാധയ്ക്കുണ്ടായിരുന്ന ബന്ധം അവളുടെ ഗോപന് മനസ്സിലാകുമായിരുന്നില്ല. ഒരു പക്ഷേ, അത് മനസ്സിലാക്കേണ്ട ആവശ്യം തന്നെ അവരുടെ സാമൂഹ്യവ്യവസ്ഥയിൽ അന്ന് ഉണ്ടായിരുന്നിരിക്കില്ല. എങ്കിലും ശ്രീകൃഷ്ണൻ അമ്പാടിയോട് യാത്ര പറഞ്ഞതിനുശേഷമുള്ള രാധയുടെ ജീവിതം കൃഷ്ണസത്തയിൽ അലിയുന്നതിനു വേണ്ടിയായിരുന്നു. ഗോപകുമാരന്റെ ആത്മാവിൽ ലയിക്കാതെ രാധയ്ക്ക് മോചനമുണ്ടാകുമായിരുന്നില്ല. രാധയുടെ വ്യർത്ഥജന്മത്തിനുത്തരം അന്വേഷിക്കുന്ന നാരായണീയത്തിന്റെ കവി ചെന്നെത്തിയത് ആ സത്യത്തിലാണ്. രാധയുടെ ആത്മാവിനെ കൃഷ്ണസത്തയിൽ ലയിപ്പിക്കുമ്പോൾ മാത്രമാണ് കവിയുടെ നീറ്റൽ ശമിക്കുന്നത്. ആ കാവ്യസത്യമാണ് ടി പത്മനാഭനും 'കടൽ'എന്ന കഥയിൽ ആവിഷ്കരിക്കുന്നത്.

രാധയുടെ പരകീയപ്രണയമാണ്'കടലി'ലെ അമ്മ അനുഭവപ്പെടുത്തുന്നത്. തനിക്ക് ഭർത്താവുണ്ടായിരുന്നിട്ടും ആത്മാവ് മറ്റൊരാൾക്കു വേണ്ടി സൂക്ഷിക്കുന്നു. അതിന്റെ പേരിൽ പഴിയും നിന്ദയും ഏറ്റുവാങ്ങുന്നു. അഗാധമായ വേദന അനുഭവിക്കുന്നു. ജീവിതം ബലിയുടെ അഥവാ സ്വയം സമർപ്പണത്തിന്റെ തലത്തിലേക്കുയർത്തുന്നു. ഇതിൽ നിന്നെല്ലാം അവർ രക്ഷനേടുന്നത് തന്റെ ആത്മാവിനെ മോചിപ്പിച്ചുകൊണ്ടാണ്. രാധയെപ്പോലെ ക്ഷമയോടെ കാത്തിരിക്കുകയും ഒടുവിൽ സ്വയം സമർപ്പിച്ച വ്യക്തിയുടെ മരണമറിയുമ്പോൾ തന്റെ ആത്മാവിനെയും ശരീരത്തിന്റെ കൂട് തുറന്നു വിടുന്നു. മറ്റൊരു ലോകത്തിൽവെച്ച് സംഗമിക്കാമെന്ന ദൃഢവിശ്വാസമാകാം അതിന്റെ പിന്നിലുള്ളത്.

രാധയുടെ ഹൃദയം നീറി ദഹിച്ചിട്ടും കണ്ണനെത്തേടി അവൾ മഥുരയ്ക്ക് പോയില്ല. ശ്രീകൃഷ്ണന്റെ മരണം അറിയുന്നതുവരെ അമ്പാടിയിലെ പാൽക്കാരി കാത്തിരുന്നുവോ എന്നും നിശ്ചയമില്ല. ഒരു പക്ഷേ, കവി പറഞ്ഞപോലെ തന്റെ അന്ത്യം മനസ്സിലാക്കിയ വിരാട് പുരുഷൻ ഗോപികയുടെ ആത്മാവിനെ തന്റെ സത്തയിൽ ലയിപ്പിച്ചിട്ടുണ്ടാകാം. എന്താണെങ്കിലും രാധയുടെ അനുഭവം 'കടലി'ൽ ധ്വനിക്കുന്നുണ്ട്. രാധയുടെ പ്രണയത്തെ ഗുപ്തമാക്കിയിട്ട് തുടർന്നുള്ള ജീവിതത്തെ പത്മനാഭൻ വീണ്ടെടുക്കുന്നു. രാധയെ മോഹിപ്പിച്ചത് മുരളീവാദകന്റെ സംഗീതമാണ്. അതിലേറെ സന്തോഷിപ്പിച്ചത് ആട്ടിടയനും നാടോടിയുമായ കണ്ണന്റെ കഥകളായിരിക്കണം. ഗുരുവിന്റെ സംഗീതവും യാത്രയിൽ അയാൾ കണ്ട കാഴ്ചകളുമാണ് കഥാനായികയെയും വല്ലാതെ മോഹിപ്പിച്ചത്. ഭക്തി പ്രണയത്തിലേക്ക് വഴിമാറുന്നു. ഭർത്താവുണ്ടായിരുന്നിട്ടും രാധ

യ്ക്ക് നിമിഷനേരം കണ്ണനെ പിരിഞ്ഞിരിക്കുവാനാകുമായിരുന്നില്ല. അമ്മയും വിരഹവേദന അനുഭവിക്കുന്നുണ്ട്. ഒഴിവുകാലത്ത് നാട്ടിലെത്തുന്ന പ്രിയപ്പെട്ടവളെത്തേടി മുടങ്ങാതെ കത്തുകളെത്തിയിരുന്നു. ഈ സമാനതകളൊക്കെ ഒരുപക്ഷേ, യാദൃച്ഛികമായിരിക്കാം. ദ്വാരകയെ വിഴുങ്ങിയ കടൽ കാണുവാൻ രാധയ്ക്ക് കഴിയാഞ്ഞതുപോലെ അമ്മയും കടൽ കാണാതെ യാത്രയാകുന്നു. സ്വച്ഛത നേടുവാൻ കടലിലേക്കല്ലാതെ മറ്റെവിടേക്കാണ് ആത്മാവ് ചിറകു നിവർത്തുക. ഇവിടെ രാധയുടെ പരകീയ പ്രണയം എന്ന സങ്കല്പനത്തെ സംസ്കരിച്ച് വിശുദ്ധമായി ആവിഷ്കരിക്കുവാൻ കഥാകൃത്തിന് കഴിഞ്ഞിരിക്കുന്നു. 'കടൽ' അതിന് മികച്ച സാക്ഷ്യമാണ്.

'ഗൗരി'യുടെ അനുബന്ധമാണ് ഒരർത്ഥത്തിൽ 'കടൽ.' രാധാമാധവപ്രണയ സങ്കല്പങ്ങളെയാണ് ഗൗരി തൊട്ടുനില്ക്കുന്നത്. കടലിൽ പ്രണയത്തിന്റെ ചുരുക്കെഴുത്തുകളായ ഡയറിയും കത്തുകളുമൊക്കെ ഗൗരിയുടെ ഭാവതലം സൃഷ്ടിക്കുന്നുവെങ്കിലും കഥയുടെ അനന്തരഭാഗമാണ് പത്മനാഭൻ അന്വേഷിക്കുന്നത്. 'ഗൗരി' പ്രണയത്തിന്റെ ശുഭകാരുണ്യങ്ങളിൽ അവസാനിക്കുന്നു. ഗോപാൽപൂരിലെ കടലിനു മുകളിൽ ഉദിച്ചുയരുന്ന സൂര്യനെ കാത്ത് കാമുകനോട് ചേർന്നിരിക്കുന്ന ഗൗരി പ്രണയത്തിന്റെ ശാന്തിയാണനുഭവിക്കുന്നത്. 'കടലി'ലെ 'അമ്മ'നോക്കുന്നതാകട്ടെ അസ്തമയമാണ്. അത് ഓർമ്മിപ്പിക്കുന്നത് മരണത്തെയാണ്. അമ്മയുടെ ചിത കെട്ടടങ്ങുന്നിടത്ത് കഥ അവസാനിക്കുകയും ചെയ്യുന്നു.

പ്രണയത്തിനു നേർക്ക് വെളിച്ചം കാണിക്കുന്ന ഒരു കന്യകയുടെ ഹൃദയം 'കടലി'ലുണ്ട്. അതിൽ പിടിച്ചുകൊണ്ടിരുന്നത് ഗുരുവായും സംഗീതമായും നിറഞ്ഞുനിന്ന മനുഷ്യനാണ്. സ്നിഗ്ധമായി താലോലിക്കുന്ന ആ സ്നേഹമാണ് അവരുടെ ജീവിതത്തിന്റെ തിരിനാളം. അതില്ലാതാവുമ്പോൾ ദീപവും അണയുന്നു. എങ്കിലും 'കടലി'ലെ അമ്മ മരണം വരെ ഒരു പ്രേമികയായി ജീവിക്കുന്നു. കടലിന്റെ അഗാധതയല്ലാതെ മറ്റെന്താണ് അവർ ഓർമ്മിപ്പിക്കുന്നത്. ജന്മാന്തരങ്ങളായി കണ്ണനെയറിയുന്ന രാധയെപ്പോലെയാണവർ. ബനാറസിലെ സംഗീതപഠനമുപേക്ഷിച്ചിട്ടും അതുമാത്രം ചിന്തിച്ച് ഉള്ളിലൊരു ചിതയൊരുക്കി കാത്തിരിക്കുന്നു. പ്രണയം ചിതയാണ്. ചിലർ അതിലെരിയുന്നു. പ്രണയം ഗാഢമാകുമ്പോൾ അവർ ചിതയ്ക്ക് തിരികൊളുത്തുന്നു. ചിതയുടെ എരിഞ്ഞടങ്ങലാണ് പ്രണയത്തിന്റെ പൂർണ്ണതയെന്ന് 'കടൽ' വെളിപ്പെടുത്തുന്നു. അങ്ങനെ പ്രണയം ചിതയാണെന്ന ചിരന്തനമായ സത്യത്തെ ടി പത്മനാഭൻ ദൃഢപ്പെടുത്തുന്നു.

വാനപ്രസ്ഥം

തീർത്ഥാടനത്തിന്റെ വിപരീതധ്വനികൾ

ഇന്ദ്രിയമഥനങ്ങളെയും ജന്മവാസനകളെയും കെടുത്തിക്കൊണ്ടുള്ള ജീവിതമാണ് വാനപ്രസ്ഥം. അനാസക്തമായ തപസ്യ. ഇലപോലെ അടർന്നു വീഴാനുള്ള തീർത്ഥാടനം. രാത്രിക്ക് നാലു യാമങ്ങളുള്ളതുപോലെ മനുഷ്യ ജീവിതത്തിനും നാലു കർമ്മകാണ്ഡങ്ങളുണ്ട്. പുരുഷാർത്ഥങ്ങൾ. അതിൽ കാമത്തിന് ഒരിക്കലും സമ്മാന്യമായ നില കൈവന്നിട്ടില്ല. മനസ്സിനെ സംയമം ശീലിപ്പിക്കുവാനാണ് ജ്ഞാനികൾ അനുശാസിച്ചത്. മനസ്സിനെ നിയന്ത്രിച്ചാൽ ജീവിതത്തെ നിയന്ത്രിക്കാം. മനോജയം സാധിച്ച മനുഷ്യൻ പ്രബുദ്ധനായിത്തീരുമെന്നും തൃഷ്ണാ രാഗാദി ദോഷങ്ങളെ ഒഴിവാക്കിയുള്ള ജീവിതമാണ് ശ്രേഷ്ഠമെന്നും അവർ ഉപദേശിച്ചു. എന്നാൽ കാമത്തിനെതിരെ നിരത്തിയ ശാസനങ്ങളെ തകിടം മറിക്കുവാനേ എന്നും മനുഷ്യൻ ശ്രമിച്ചിട്ടുള്ളു. അതിനായി ഏതു സ്വർഗ്ഗവും അവൻ ഉപേക്ഷിച്ചു. പുരുഷാർത്ഥങ്ങൾക്കൊടുവിലും രാഗമാണ് മനുഷ്യനിൽ നിറയുന്നത്. മനുഷ്യന് നിരാസക്തനാകാൻ കഴിയില്ല. എം. ടി യുടെ 'വാനപ്രസ്ഥം' എന്ന കഥ അത്തരമൊരനുഭവമാണ്. 'വാനപ്രസ്ഥം' അനാസക്തിയുടെ കഥനമല്ല. വാനപ്രസ്ഥത്തെ നിർവീര്യമാക്കിക്കൊണ്ട് പ്രണയം പ്രവേശിക്കുന്നു. ജീവിതത്തിന്റെ അവസാന പടവിൽനിന്നും മുന്നിലേക്കുള്ള കുതിപ്പായി.

യൗവനത്തിലെ മോഹഭാവങ്ങളെ നിലനിർത്തുക എന്നത് ജീവിതത്തിന്റെ വെല്ലുവിളിയാണ്. അത് വാനപ്രസ്ഥവേളയിൽ അനുഭവിക്കുക എന്നത് അചിന്ത്യമാണ്.

എന്നാൽ എം ടി യുടെ കഥയിൽ അത് സംഭവിക്കുന്നു. അതുകൊണ്ടുതന്നെ വാനപ്രസ്ഥം അനശ്വരമായൊരു പ്രണയകഥയുടെ ഓർമ്മകളുണർത്തുന്നു. പ്രണയത്തിന്റെ നിർമ്മിതിയെ അഴിക്കുക പ്രയാസമാണെങ്കിലും അത് പരിശോധിക്കേണ്ടതാണ്. അപ്പോൾ പതിനേഴ് വയസ്സ് കഴിയാത്ത ഒരു പെൺകുട്ടിയുടെ ജീവിതകാന്തിയിൽ മനമുരുക്കുന്ന അദ്ധ്യാപകൻ നമ്മുടെ സദാചാരത്തെ കെടുത്തുന്നുവോ എന്ന സന്ദേഹമരുത്. നാം അത്ര അരസികരാവേണ്ടതില്ല.

കരുണാകരൻ മാഷ് ജീവിതത്തിന്റെ അസ്തമയത്തിൽ പിന്നിട്ട വഴികളിലൂടെ വീണ്ടും സഞ്ചരിക്കുകയാണ്. സ്മൃതിയായിക്കഴിഞ്ഞ അനുഭവങ്ങളിലേക്ക് വീണ്ടും നടന്നെത്തുന്നു. ഇത് വാർദ്ധക്യത്തിന്റെ സഞ്ചാരമാകുമ്പോൾ നാം അത്ഭുതപ്പെടുകതന്നെ ചെയ്യും. ഒരിക്കൽ പ്രണയിച്ചുപോയാൽപ്പിന്നെ ഒരു കാലത്തും മനസ്സ് സ്വസ്ഥമാകില്ല. പക്ഷേ, മാഷ് തന്റെ വൃദ്ധതയിൽ അതിനെ തരണം ചെയ്യുന്നു. അസ്വസ്ഥതകളിൽനിന്ന് വിമുക്തമായ മനസ്സാണല്ലോ വാനപ്രസ്ഥത്തിന്റെ ഫലവും.

വാനപ്രസ്ഥം പ്രണയത്തിന്റെ ക്ഷോഭംകൊണ്ട പെരുങ്കടലല്ല. കത്തിയമർന്ന വിശുദ്ധമായ സ്നേഹത്തിന്റെ സമർപ്പണമാണ്. സ്നേഹത്തിന്റെ ദീപ്തമായ ജ്വാല. മൂന്നു പതിറ്റാണ്ടുകൾക്കു ശേഷമുള്ള പ്രണയികളുടെ ആദ്യസമാഗമവും യാത്രയുമാണ് 'വാനപ്രസ്ഥം.' മനസ്സിന്റെ കാണാപ്പുറങ്ങളിൽ അടക്കിയ പഴയ പ്രണയിനിയെ കാണാനാണ് പ്രായത്തിന്റെ പരാധീനതകൾ മറന്ന് കരുണാകരൻ മാഷ് മൂകാംബികയിലെത്തുന്നത്. ജരാനരകൾ ബാധിച്ചിരുന്നു. വാർദ്ധക്യത്തിന്റെ രോഗങ്ങളുമുണ്ടായിരുന്നു. എന്നിട്ടും ഉറ്റവരറിയാതെ ഒരു കള്ളം ചെയ്യുകയാണ്. രഹസ്യമായി പ്രണയം തിരനീക്കുന്നു. തന്നെ നോക്കാൻ കൂടെവിട്ട കുട്ടിയുടെ കണ്ണുവെട്ടിച്ച് പഴയ പ്രണയിനിയുമായി ഒരു യാത്ര. വാനപ്രസ്ഥം എന്നുതന്നെ പറയാം. എന്നാലതിന്റെ സകല ധാരണകളെയും മാഷ് തകിടം മറിക്കുന്നു. കഥ വിപരീതമായി പരിണമിക്കുന്നു. ഭക്തിയിൽ പ്രണയവും ഈശ്വരനിൽ പ്രണയിനിയും കടന്നുവരുന്നു. തീർത്ഥാടനം പ്രണയാനുഭവമാകുന്നു.

അനുരാഗമില്ലാത്തവന്റെ മനസ്സ് പൂക്കില്ല. അത് വരണ്ടു കിടക്കും. പ്രണയികളുടെ മനസ്സാവട്ടെ പൂവിട്ട് തുടങ്ങുന്നു. പിന്നീടതിനെ നിയന്ത്രിക്കാനാവില്ല. ഇരമ്പിയൊഴുകുന്ന ജലപ്രവാഹംപോലെ അത് ഉരുകിയൊലിക്കും. അതാണല്ലോ വാനപ്രസ്ഥത്തിൽ കാണുന്നത്. അറുപത്തൊന്നു വയസ്സിന്റെ വൃദ്ധതയിലാണ് കരുണാകരൻ മാസ്റ്റർ. എന്നിട്ടും മനസ്സ് പഴയ പ്രണയകാലത്തിൽ ഉടക്കി നിന്നു. മൂകാംബികയെ കണ്ടതിനുശേഷം വന്നതു വെറുതെയായിട്ടൊന്നുമില്ല; തൊഴുതല്ലോ എന്നു സമാധാനിക്കാൻ ശ്രമിച്ചു. മാഷങ്ങനെ ആലോചിച്ചെങ്കിലും അതൊരു സമാധാനമാകുന്നതേയില്ല. അന്വേഷണത്തിലും ചിന്തയിലും മനസ്സ് തർക്കിക്കുന്നു. 'ഒരു പക്ഷേ, വന്നിരിക്കില്ല' എന്ന് കൂടെക്കൂടെ ഉരുവിടുമ്പോഴും 'വന്നിരിക്കണേ' എന്ന പ്രാർത്ഥന മാഷിന്റെ മനസ്സിൽ നിറഞ്ഞു നില്ക്കുന്നു. മൂന്നു പതിറ്റാണ്ടുകൾക്കുമുമ്പ് മനസ്സിൽ തറച്ച വിനോദിനിയെന്ന പ്രിയശിഷ്യയെയോർത്ത് മാഷ് തപിക്കുന്നു.

വാർദ്ധക്യത്തിന്റെ കദനഗാഥയല്ല വാനപ്രസ്ഥം. കാമദഹനം കഴിഞ്ഞുള്ള പ്രണയത്തിന്റെ കർമ്മകാണ്ഡമാണ്. കഥയിൽ ജ്വലിക്കുന്ന അനുരാഗത്തിന് നിലവിളക്കിലെരിയുന്ന അഗ്നിയുടെ വിശുദ്ധിയുണ്ട്. ഒരുമിക്കാനാവില്ലെന്ന് ഒരു കാലത്ത് മാഷ് വേദനിച്ചിരുന്നു. വേർപാടിനു ശേഷമുള്ള കണ്ടുമുട്ടലിൽ പ്രണയം പഴയപോലെ തന്നെ ജ്വലിച്ചു നില്ക്കുന്നു. സ്നേഹം ജീവിതത്തിന്റെ മധുവും മാധുര്യവുമാണ്. മൂകാംബികയിലെ

ഇടവഴിയിൽ നടന്നെത്തി തന്റെ പെണ്ണിനോട് മാഷ് ചോദിക്കുന്നു. 'വിനു അല്ലേ?' അത്ഭുതത്തിന്റെ വിടർച്ച. 'ഈശ്വരാ മാഷിവിടെ!' അനുരാഗത്തിന്റെ സമ്മോഹനമായ നിമിഷം. നഷ്ടപ്പെട്ട പ്രണയകാലങ്ങളെ ഇരുവരും തിരിച്ചു പിടിക്കുന്നു. 'ഇന്നലെ കണ്ടിരുന്നെങ്കിൽ അത്താഴപൂജ കഴിഞ്ഞതിനുശേഷം കുറെ ഇരുന്നു സംസാരിക്കാമായിരുന്നു. മാഷ്ക്ക് ഞാൻ ഒരു കത്തെഴുതിയിരുന്നു." 'ഉവ്വ് കിട്ടി, അതോണ്ടല്ലേ നോക്കിയത് ഇവിടെയൊക്കെ!' ഒരിക്കൽപ്പോലും സ്നേഹമാണെന്ന് പരസ്പരം പറഞ്ഞിട്ടില്ല. അതിരുവരും മനസ്സുകൊണ്ടറിയുകയായിരുന്നു. നേരാംവണ്ണം സംസാരിച്ചിട്ടില്ല. സാമൂഹിക സ്ഥിതി ഒന്നും അനുവദിച്ചിട്ടില്ല. ഒടുവിൽ പ്രണയം നഷ്ടപ്പെട്ടു. പിന്നെ കാണുന്നതാകട്ടെ വാർദ്ധക്യത്തിലും. എന്നിട്ടും കഴിഞ്ഞ കാലത്തിന്റെ ഊഷ്മളമായ ഓർമ്മകൾ പ്രണയത്തിന്റെ ദീപനാളങ്ങളായിത്തീരുകയാണ്. അതിലൂടെ ഇരുവരും ശ്രദ്ധാനുരാഗത്തിന്റെ സ്വാച്ഛന്ദ്യം അനുഭവിക്കുന്നു.

പഴയ ശിഷ്യയുടെ മുടിവെളുത്തിട്ടും അണപ്പല്ലുകൾ കൊഴിഞ്ഞിട്ടും വെള്ളാരങ്കണ്ണുകളിലെ തിളക്കം മങ്ങിയില്ല. മാഷിനെ കാണുമ്പോൾ ആ നക്ഷത്രക്കണ്ണുകളിൽ ഇപ്പോഴും കാമനയുടെ തിരയിളക്കം. ഒരുകാലത്ത് നൃത്തസാധകമായാണ് വിനോദിനിയെന്ന മധുരക്കാരിയെ മാഷ് കാണുന്നത്. കണ്ണിലെ കലക്കത്തിലും മുഴപ്പിലും പ്രായത്തിന്റെ മധുരമറിഞ്ഞു. ശോണാധരങ്ങളിൽ പ്രണയത്തിന്റെ വിടർച്ച. പ്രേമം മധുഭോഗമാണ്. കാണുന്നതും നോക്കുന്നതുമൊക്കെ ഒരു തരത്തിൽ സുഖാഭിരതി തന്നെ. ഇപ്പോഴും വർത്തമാനങ്ങളിൽ പ്രണയത്തിന്റെ മോഹനങ്ങൾ അഴിയുന്നു.

'ഊണു കഴിച്ചോ?' 'ഇല്ല.......'

'ആ എന്നിട്ടാ! നടക്കു....... ഞാനും വരാം'

'എന്നാലും മാഷെ ഒന്നു കണ്ടല്ലോ. ഭഗവതീടെ അനുഗ്രഹമായിരിക്കും. മാഷ്ക്ക് വലിയ മാറ്റൊന്നൂല്യ മുഖത്തിനൊന്നും. കണ്ടപ്പോൾ മാഷ്ക്ക് എന്നെ മനസ്സിലായല്ലോ! അതാ അത്ഭുതം.' ഇങ്ങനെ ഹൃദയങ്ങളറിയുന്ന ഒരുപാടിഷ്ടത്തിന്റെ വാക്കുകൾ പരസ്പരം കൈമാറുന്നു. സംഭാഷണവും ഓർമ്മയും അനുഭവവും ഇവിടെ പ്രണയത്തിന്റെ ഭാഷയാകുന്നു.

പ്രണയം പലപ്പോഴും വാൾമുനയിലൂടെയുള്ള സഞ്ചാരമാണ്. രഹസ്യങ്ങളെ ഒളിപ്പിക്കുവാൻ പാകത്തിൽ പ്രണയികളുടെ മനസ്സ് ഉണർന്നിരിക്കുന്നു. അനുരാഗം രഹസ്യമാണ്. അതിന്റെ വഴികൾ നിഗൂഢവും. പടുവൃദ്ധരായിട്ടും ജരാനരകൾ ബാധിച്ചിട്ടും അനുരാഗത്തിന്റെ ചിറകടികൾ നില്ക്കുന്നില്ല. അനുരാഗികൾ തനിച്ചാവുന്ന അവസ്ഥയിലാണ് പ്രണയം ഗാഢമായറിയുന്നത്. സ്നേഹിക്കുന്ന ആളോടൊപ്പമുള്ള യാത്രകൾ, പ്രകൃതിയുടെ കാഴ്ചകൾ, കാണുന്ന വിഗ്രഹങ്ങൾ ഒക്കെ അതിരില്ലാതെ ആനന്ദം നല്കുന്നു. മാഷിന്റെ കുടജാദ്രിയാത്ര ഇതനുഭവപ്പെടുത്തുന്നു. തുണയായി കൂടെവന്ന കുമാരൻ കുട്ടിയെ ഒഴിവാക്കുവാൻ മാഷ് കാട്ടുന്ന തിടുക്കം: 'വെറും കുന്നാണ്. ദാ, ആ കാണുന്ന മലടെ അപ്പുറം. ശങ്കരാചാര്യർ ഇരുന്ന സ്ഥലാന്ന് ഒരു വിശേഷേള്ളൂ. വേറെ കാണാനൊന്നൂല്യ. അല്ല, അവടേം ഒന്നു തൊഴണങ്കിൽ വന്നോ.' ഒരു കുട്ടിയെ ഒഴിവാക്കുവാനായി മാഷ് തന്റെ അദ്ധ്യാപന പരിചയത്തിന്റെ മനശ്ശാസ്ത്രം മുഴുവനുമെടുത്ത് പയറ്റുകയാണ്.

'അവൻ കുടജാദ്രിയിലേക്ക് വരണ്ട. തനിച്ച് മതി. വേറെയാരും വേണ്ട' എന്ന് മനസ്സിലുറപ്പിക്കുമ്പോൾ പണ്ട് പുഴവക്കിലെ പഴയ ലോഡ്ജിൽ വേലക്കാരൻ ചെറുക്കനെ ബോധപൂർവ്വം ഒഴിവാക്കിക്കൊണ്ട് വിനോദിനിയെ കാത്ത് തനിച്ചിരിക്കുന്ന അനുരാ

ഗിയുടെ നിഗൂഢതയിൽ മാഷ് എത്തുകയാണ്. 'ഞാൻ തനിച്ചാണ് വിനോദിനി വരൂ' എന്ന് മനസ്സിൽ പറഞ്ഞുകൊണ്ട് വിറയടക്കി കാത്തിരിക്കുന്ന ഏകാകിയായ പ്രണയി. ആ ഒളിച്ചുകളിയുടെ സുഖം തന്നെയാണ് ഇപ്പോഴും അനുഭവിക്കുന്നത്. 'മലയാളികൾ ധാരാളം വരുന്ന ക്ഷേത്രമാണ്. വല്ല പരിചയക്കാരോ ചാർച്ചക്കാരോ വന്നു മുമ്പിൽ പെട്ടാൽ........ ഒന്നുമുണ്ടായിട്ടല്ല......... ഒന്നുമുണ്ടായിട്ടല്ല......' പ്രണയം നമ്മുടെ ഭദ്രമായ സാക്ഷാൽക്കാരങ്ങൾക്ക് കാമ്യമല്ലാത്തതിനാൽ അത് ഏറ്റവും രഹസ്യമാക്കുകയാണ്. അതിന്റെ പിറവിയും വിടർച്ചയുമൊക്കെ ഉള്ളിലായതിനാൽ ബാഹ്യലോകത്തു നിന്നും അതിനെ ഒളിപ്പിക്കുന്നു.

വിനോദിനിയും മൂകാംബികയിലെത്തുന്നത് അടുത്ത വീട്ടിലെ തള്ളയുമായാണ്. പക്ഷേ, കുടജാദ്രിയിൽനിന്ന് അവരെ ഒഴിവാക്കുന്നു. അതൊരു സ്വകാര്യമായി മാഷെ അറിയിക്കുന്നു. 'അതിനോട് പറയാൻ അടിയാളെ ഏല്പിച്ചു. അതുകൂടെ വന്നാൽപ്പിന്നെ.......' അവർ പതുക്കെ ചിരിച്ചു. 'മാഷെ എത്ര കാലായിട്ട് കാണ്വാണ്! ഒറ്റയ്ക്കാവുമ്പോ എന്തെങ്കിലൊക്കെ സംസാരിക്കാല്ലോ...... എന്നു വിചാരിച്ച്'. മാസ്റ്റർ പൊടുന്നനെ ഉത്സാഹഭരിതനായി. ഒളിച്ചുകളിയുടെ രസം. ഒരു രഹസ്യത്തിന്റെ സാഹസികതയുണ്ട് ഈ യാത്രയിൽ, സ്നേഹം രഹസ്യമാക്കുന്തോറും കൂടുതൽ മധുരമാകുന്നു. രണ്ടുപേരും കുറെ ആഹ്ലാദത്തോടെയാണ് അത് നിഗൂഢമാക്കുന്നത്. ഒരുപക്ഷേ, പ്രണയവും വാനപ്രസ്ഥവും ഇണങ്ങുന്നത് ഈ സാമ്യതയിലാണ്. വനത്തിലും വിജനതയിലുമായി ശരീരമുരുകി ഊർന്നുവീഴുന്നു. ബാഹ്യതടസ്സങ്ങളൊന്നുമില്ലാതെ ആത്മാക്കൾ ഇണചേരുന്നു.

വാനപ്രസ്ഥം ഭഗ്നപ്രണയത്തിന്റെ കണ്ണുനീരാണ്. വ്യഥിതമായ ഏതൊക്കെയോ വഴികൾ പിന്നിട്ടാണ് വിനോദിനി എത്തുന്നത്. വിനോദിനിയുടെ മനസ്സ് ചില്ലുപോലെ ഉടഞ്ഞിരുന്നു. ഈശ്വരൻ അവൾക്ക് ഒന്നും അനുവദിച്ചുകൊടുത്തില്ല. കൊടുത്തത് തീരാത്തത്ര ദുഃഖവും. വലിയ വീട്ടിലെ ഒറ്റമകളായിരുന്നു. അതിസുന്ദരി. വിവാഹത്തെപ്പറ്റി ആലോചിക്കുന്ന കാലത്ത് മാഷിന് വീട്ടിൽ പറയാൻ ധൈര്യമില്ലാതെ പോയ ഒരു പേര്. ഇപ്പോൾ തമിഴ്നാട്ടിൽ അസോസിയേഷൻ വക സ്കൂളിൽ മുന്നൂറ്ററുപ്പിക ശമ്പളത്തിൽ പണിയെടുക്കുന്നു. നാട്ടിൽ കഴിയുന്ന അമ്മയ്ക്ക് നൂറ്റുറുപ്പിക അയച്ചു കൊടുക്കുന്നതിനാണ് അന്യനാട്ടിൽ കിടന്ന് കഷ്ടപ്പെടുന്നത്, ചുട്ടു നീറുന്നത്. വിനോദിനിയുടെ നോവുകൾ അതേ അളവിൽ മാഷ് ഏറ്റുവാങ്ങുകയാണ്. അത് മാഷിനെ തളർത്തുന്നു. കഴിഞ്ഞ കാലത്തെപ്പറ്റി നല്ലതെന്തെങ്കിലും പറയൂ എന്ന് അബോധമായി മാഷാഗ്രഹിക്കുന്നു.

വിനോദിനിയുടെ ജീവിത ദുരിതത്തെ ഓർമ്മിപ്പിക്കുന്നത് ഭീതിദമായ ഒരു കാഴ്ചയായിരുന്നു. എല്ലുന്തിയ ശരീരവുമായി ചാട്ടവാറടിയേറ്റു നടന്നുനീങ്ങുന്ന കാലിക്കൂട്ടങ്ങളെ കുടജാദ്രി യാത്രയ്ക്കിടയിൽ കാണാനിടയായി. "എവടയ്ക്കാ ഇക്കണ്ട എണ്ണത്തിനെ കൊണ്ടോവ്ണ്?" എന്ന വിനുവിന്റെ ആകാംക്ഷയെ പൂരിപ്പിക്കുന്നത് മാഷാണ്. 'അറക്കാൻ! വയസ്സായി പണിയെടുക്കാൻ വയ്യാണ്ടാവുമ്പോൾ അറക്കാൻ കൊടുക്കും.' ഈ സങ്കടം വിനോദിനിയെ ആത്മബോധത്തിൽ എത്തിക്കുന്നു. അത് മരണത്തിന്റേയോ ബലിയുടെയോ മഹാമൗനമായി അവളെ വേദനിപ്പിക്കുന്നു. ആ നിമിഷമാണ് അതിനു കാരണക്കാരനെന്നു വിധിച്ച അച്ഛനെ പഴിക്കുന്നത്. തന്റെ ജീവിതത്തെ ശപിക്കുന്നത്.

വാനപ്രസ്ഥം അനുഭവപ്പെടുത്തുന്നത് മനുഷ്യസ്നേഹത്തിന്റെ പ്രശാന്തിയാണ്. വിനോദിനിയുടെ ദരിദ്രജീവിതം മാഷിന്റെ മനസ്സിൽ ഒരു ഭാരമായി പതിക്കുന്നു.

അതിൽ കഠിനമായി വേദനിക്കുന്നു. വിനോദിനിയാകട്ടെ പൂജാരിയായ ഭട്ടരുടെ സങ്കടങ്ങളിൽ സ്വന്തം ദുഃഖത്തിന്റെ നിസ്സാരത മനസ്സിലാക്കുന്നു. അന്നുവരെ പഴി ചാർത്തിയ അച്ഛനെയോർത്ത് വിതുമ്പുന്നു. ശൈലാധീശ്വരിയെയും പഞ്ചമുഖഗണപതിയെയും സേവിച്ച് കഴിയുന്ന ഒരു കുടുംബത്തിന്റെ ജീവിതം അവളെ അതിൽനിന്ന് പിന്തിരിപ്പിക്കുന്നു. മനസ്സിൽനിന്ന് ദ്വേഷമൊഴിയുന്നു. അതാണ് മുക്തി. വാനപ്രസ്ഥത്തിന്റെ ഫലവും അതുതന്നെയാണല്ലോ.

അനുരാഗം സരളമായ ഒരു ചിന്തയാണ്. അതു മനുഷ്യസ്നേഹത്തിന്റെ തലത്തിലേക്കുയരുമ്പോഴാണ് മഹത്താകുന്നത്. എം ടി പ്രണയത്തിന്റെ പേലവ സങ്കല്പങ്ങളെ താലോലിക്കുകയല്ല. രാജകുമാരിയെപ്പോലെ ജീവിച്ചിരുന്ന ഒരു പെൺകുട്ടിയുടെ വറുതിയും ദുരിതങ്ങളും അനുഭവപ്പെടുത്തുകയാണ്. കുടജാദ്രിയാത്ര പ്രണയ രഹസ്യങ്ങളിലേക്കുള്ള യാത്രയാണെങ്കിലും സ്നേഹത്തിന്റെയും മനുഷ്യമഹത്വത്തിന്റെയും പുതിയ ആകാശങ്ങൾ കൂടി അഭിവ്യക്തമാക്കുന്നു. പ്രണയം എന്ന തരള സങ്കല്പത്തെ എം ടി അതിന്റെ വിശുദ്ധിയിൽ പരിഗ്രഹിക്കുന്നു. കഥയിലുടനീളം സ്ഫുരിക്കുന്നത് പ്രണയത്തിന്റെ സംസ്കൃതമായ അവസ്ഥയാണ്. ഒരു ചുംബനത്തിന്റെയോ പരിരംഭണത്തിന്റെയോ മുഗ്ദ്ധ സൗന്ദര്യം പോലുമില്ലാതെ പ്രണയം അതിന്റെ താപസമാനങ്ങൾ പ്രകടിപ്പിക്കുന്നു. കഥയുടെ സാന്നിദ്ധ്യം കുടജാദ്രിയാണ്. കാടിന്റെയും മലയുടെയും നൈർമ്മല്യം. കാറ്റും തീർത്ഥവും ആകാശവും നിറഞ്ഞിരിക്കുന്ന കുടജാദ്രി പ്രണയത്തിന്റെ കൈലാസമാണ്. ശിവശക്തിയുടെ സാന്നിദ്ധ്യം. കൂടെ പഞ്ചമുഖഗണപതിയും. ഒരു കുടുംബത്തിന്റെ സാക്ഷാൽക്കാരം. അവിടെവെച്ച് പൂജാരി മാഷിനും വിനോദിനിക്കും വേണ്ടി ദമ്പതീപൂജ നടത്തുകയാണ്. മനസ്സുകൊണ്ട് ഇരുവരും അതനുവദിക്കുന്നു. അപൂർവ്വമായ പ്രണയബാന്ധവം. വാനപ്രസ്ഥം പ്രണയത്തിന്റെ ദേവകലയാണ്. അത് വിപരീത രഞ്ജനയുടെ കലയുമാണ്. ഭക്തിയുടെയും പ്രണയത്തിന്റെയും അപൂർവ്വമായ രഞ്ജന.

ദൈവസാക്ഷാൽക്കാരത്തിനായുള്ള വ്യഗ്രതയാണ് വാനപ്രസ്ഥത്തിന്റെ ധർമ്മം. അമർത്ത്യതയിലേക്കുള്ള ആത്മാവിന്റെ പ്രയാണം. എന്നാൽ ഈ ദർശനത്തിന്റെ വിപരീത ഭാഷ്യമാണ് വാനപ്രസ്ഥം. ഐഹികമായ അനുഭവങ്ങളെയും ഓർമ്മകളെയും വാനപ്രസ്ഥവേളയിൽ പാടേ വിസ്മരിക്കുന്നു. ഭക്തിയിൽ മനസ്സുറപ്പിച്ചുകൊണ്ട് ഈശ്വരനുമായി സാത്മ്യപ്പെടാനാഗ്രഹിക്കുന്നു. എന്നാൽ ലൗകികാനന്ദങ്ങളിൽനിന്ന് മനസ്സിനെ പിന്മടക്കുക അസാദ്ധ്യമാണെന്നാണ് ഈ കഥ ഓർമ്മിപ്പിക്കുന്നത്.

ഹൃദ്രോഗവും പ്രമേഹവും അവഗണിച്ച് എട്ടു മണിക്കൂർ തീവണ്ടിയിലും നാലു മണിക്കൂർ ബസിലുമായി അറുപത്തിയൊന്നാം വയസ്സിൽ യാത്ര ചെയ്തെത്തിയ കരുണാകരൻ മാസ്റ്റർ എന്ന വൃദ്ധന് കിട്ടുന്നതെന്താണ്? ആസക്തികളെല്ലാമൊഴിഞ്ഞ മനസ്സിനു കൈവരുന്ന ശാന്തിയാണോ? അല്ലെന്ന് തീർത്തു വിശ്വസിക്കാം. അനുരാഗത്തിന്റെ സ്ഫടിക തുല്യമായ സുതാര്യതയാണ് മാഷറിയുന്നത്. മനസ്സിൽ ഗുപ്തമായിരുന്ന പഴയ പ്രണയകാലം അനുഭവിച്ചു തീർക്കുകയാണ്. ഈശ്വരസാക്ഷാൽക്കാരം ഭക്തിയിലുപരി ഇവിടെ രാഗത്തിലധിഷ്ഠിതമായിരിക്കുന്നു. രാഗത്തിലൂടെയും ഈശ്വരനിലെത്താം എന്നാണ് ഈ കഥ സമർത്ഥിക്കുന്നത്. ഇത് 'വാനപ്രസ്ഥം' എന്ന കഥയുടെ വിപരീതധ്വനിയാണ്.

മനുഷ്യജീവിതം ബോധാബോധങ്ങളുടെ സംഘർഷത്തിന്റെ കഥയാണ്. അബോധമനസ്സിന്റെ ആഗ്രഹം എന്താണോ അവിടെ മാത്രമാണ് യഥാർത്ഥത്തിൽ ക്രിയ

നടക്കുന്നത്. മൂകാംബികയിലെത്തി ഭഗവതിയെ കണ്ട് തൊഴണം എന്നതാണ് മാഷിന്റെ ബോധമെങ്കിലും അതിൽ സംതൃപ്തനാകുന്നില്ല. മാഷ് ചെയ്യുന്ന പ്രവൃത്തി വിനോദിനിയെ അന്വേഷിക്കുക എന്നതാണ്. അതിനായി പ്രായം മറന്ന് അലഞ്ഞു നടക്കുകയും വേദനിക്കുകയും ചെയ്യുന്നു. ഒടുവിൽ കണ്ടെത്തുമ്പോൾ എല്ലാ ആനന്ദങ്ങളും അനുഭവിക്കുന്നു. ദേവിയെ ഭജിക്കുക എന്നതിനേക്കാൾ പൂർവ്വകാമുകിയെ കാണുക എന്ന അബോധമാണ് മാഷിനെ മൂകാംബികയിലെത്തിക്കുന്നത്. ഇത് കഥയുടെ വിപരീത ദർശനമാണ്. ഒന്ന് ആഗ്രഹിക്കുകയും മറ്റൊന്നിനുവേണ്ടി പ്രവർത്തിക്കുകയും ചെയ്യുക. മിക്കപ്പോഴും വിജയിക്കുന്നത് അബോധത്തിന്റെ ആഗ്രഹചിന്തകളാണ്. മാഷിന്റെ പ്രവൃത്തികൾ അതു വെളിപ്പെടുത്തുന്നു.

കൂട്ടുകാരായ സഹാദ്ധ്യാപകർ നവരാത്രികാലത്ത് വീട്ടിൽ പോയപ്പോൾ പത്താം തരത്തിൽ പഠിക്കുന്ന വിനോദിനിയെ സംശയങ്ങൾ തീർത്തുകൊടുക്കുവാനായി വീട്ടിലേക്ക് ക്ഷണിക്കുന്നു. ഞാൻ പോകുന്നില്ല. കുട്ടിക്ക് സംശയം വല്ലതുമുണ്ടെങ്കിൽ ശനിയാഴ്ച വന്നോളൂ പറഞ്ഞു തരാം. എന്നാൽ മാഷ് ചെയ്യുന്നതെന്തൊക്കെയാണ്. വേലക്കാരൻ പയ്യന് സിനിമ കാണാൻ രണ്ടുറുപ്പിക കൊടുത്ത് പറഞ്ഞുവിടുന്നു. പഴയതിനുപകരം വെളുത്ത വിരിയിട്ട് കിടക്ക തയ്യാറാക്കുന്നു. യാദൃച്ഛികമെന്നോണം കൊടുക്കുവാൻ ചോക്ലേറ്റ് വാങ്ങിവയ്ക്കുന്നു. മനസ്സിന്റെ വിറയടക്കി മാഷ് വിനോദിനിയെ കാത്തിരിക്കുന്നു.

വാനപ്രസ്ഥം അനുഷ്ഠിക്കുന്നത് ആത്മാവിന്റെ സ്വർഗ്ഗസിംഹാസനത്തിനുവേണ്ടിയാണ്. ആത്മാവിനു ശാന്തി നല്കുന്നതെന്തോ അതാണ് സ്വർഗ്ഗം. ആ സ്വർഗ്ഗം ഭൂമിയിലാണെന്നും അത് തന്റെ കാമുകിയിലാണെന്നുമാണ് മാഷ് കണ്ടെത്തുന്നത്. ഇങ്ങനെ വിഷയത്തിന്റെ വിപരീത ധ്വനികളിലേക്ക് എം ടി നമ്മെ നയിക്കുന്നു. *രണ്ടാമൂഴ*ത്തിലും മഹാഭാരതത്തിന്റെ വിപരീത ദർശനമാണല്ലോ എം ടി അവതരിപ്പിച്ചത്. രാഗവും ദ്വേഷവും മനസ്സിൽ നിറച്ചുകൊണ്ട് മഹാപ്രസ്ഥാനമുപേക്ഷിക്കുന്ന ഭീമൻ ഒരുപാട് വിമർശനങ്ങളേറ്റുവാങ്ങുകയുമുണ്ടായി. എന്നാൽ അത്തരമൊരപകടം 'വാനപ്രസ്ഥ'ത്തിൽ സംഭവിക്കുന്നില്ല. അത് മനുഷ്യസ്നേഹത്തിന്റെ മഹത്ത്വത്തിലേക്കുയരുന്നു. 'വാനപ്രസ്ഥം' അനുഭവപ്പെടുത്തുന്നത് സ്നേഹത്തിന്റെ പ്രശാന്തിയാണ്. വൃദ്ധതയുടെ നിറവിലും കനിവിലും അത് സജീവമാകുന്നു. പ്രണയം ഈശ്വരനിർഭരമെന്നുകൂടി അത് ധ്വനിപ്പിക്കുന്നു.

പുരുഷാർത്ഥങ്ങൾക്കൊടുവിലും കളങ്കരഹിതമായ സ്നേഹം മാത്രമാണ് മനുഷ്യനിൽ നിറയുന്നത്. വാനപ്രസ്ഥം ശുഭകാരുണ്യങ്ങളിൽ അവസാനിക്കുമ്പോൾ മനസ്സ് ഏറ്റവും ശാന്തിഭരമാവുകയാണ്. ജീവിതത്തെ തപസ്സാക്കുകയും ഉള്ളിലെ സ്നേഹത്തെ ദീപ്തമായി ജ്വലിപ്പിക്കുകയുമാണ് വേണ്ടത്. അതുകൊണ്ടാണ് മാഷ് വാനപ്രസ്ഥത്തിലും സ്നേഹത്തിന്റെ വിശുദ്ധിയിൽ നിറയുന്നത്. അങ്ങനെ വിപരീത രഞ്ജനകൂടി സാദ്ധ്യമാക്കിക്കൊണ്ട് 'വാനപ്രസ്ഥ'ത്തിന്റെ വായനാനുഭവത്തെ എം ടി അപൂർവ്വവും മഹത്തരവുമാക്കുന്നു.

തരിശു നിലം

മരണം പ്രണയസാക്ഷ്യമാക്കിയ ദേവദാസി

പ്രണയത്തിന്റെ സത്ത സംഗീതമാണ്. അത് അനുരാഗികളുടെ ധമനികളെ ഉന്മത്തമാക്കുന്നു. അനുരാഗത്തിന്റെ അമൂർത്തമായ സുഭഗതയിൽ മനസ്സ് സംസ്കരിക്കപ്പെടുകയാണ്. നിർമ്മലമായ ആകാശം പോലെ അത് ദീപ്തമാകുന്നു. പ്രണയത്തിന്റെ സ്വരവൈവിദ്ധ്യങ്ങൾ ചാരുതയോടെ കഥകളിൽ ആവിഷ്കരിച്ച എഴുത്തുകാരിയാണ് മാധവിക്കുട്ടി. മാധവിക്കുട്ടി എഴുതുമ്പോൾ പ്രണയം അമാവാസിയുടെ സൗന്ദര്യത്തെ ആവാഹിക്കുന്നു. അനുരാഗം കാളിമ കലർന്നതാണെന്ന് അവർ വിശ്വസിക്കുന്നു. എന്നും തന്റെ ജീവനോടു ചേർത്തുവെച്ച മുരളീവാദകന്റെ പ്രേമവും അങ്ങനെതന്നെയായിരുന്നുവല്ലോ. കണ്ണനു മുന്നിൽ കാളിന്ദിയായി നിറഞ്ഞൊഴുകിയ രാധയാണ് ഈ എഴുത്തുകാരി. മാധവിക്കുട്ടിയുടെ പ്രണയകഥകൾ കണ്ണന്റെ മാറിലെ കൗസ്തുഭമാണ്; അവനണിഞ്ഞ വനമാലയിലെ കണിമലരാണ്; മുരളികയിൽ ഒഴുകിയെത്തിയ നേർത്ത കാറ്റാണ്.

പ്രണയത്തിന്റെ അപരിചിതമായ ഭാവബന്ധങ്ങളാണ് മാധവിക്കുട്ടി അന്വേഷിക്കുന്നത്. സ്നേഹത്തെക്കുറിച്ചുള്ള അവരുടെ വാക്കുകൾ ഏറ്റവും പരിശുദ്ധവും സുതാര്യ

വുമാണ്. 'തരിശുനിലം' പ്രണയത്തിന്റെ ആർദ്രമധുരമായ സംഗീതമാണ്. ആത്മസ മർപ്പണത്തിന്റെ വിശുദ്ധി ഒരു മഹാഭാവമായി കഥയിൽ നിറഞ്ഞുനില്ക്കുന്നു. എങ്കിലും ഈ കഥ രാഗശൂന്യതയുടെ നിരാർദ്രമായ രസമാണ് വായനക്കാരിൽ നിറയ്ക്കുന്നത്. പ്രണയത്തെക്കുറിച്ചുള്ള ഏതൊരന്വേഷണവും മിക്കപ്പോഴും തരുന്നത് ദുഃഖമാണല്ലോ.

അനുരാഗികളായ 'അവർ' എട്ടുകൊല്ലങ്ങൾക്കുശേഷം വീണ്ടും തമ്മിൽ കാണുന്ന നിമിഷത്തിലാണ് കഥ തുടങ്ങുന്നത്. തുടർന്ന് അവരുടെ പ്രണയത്തിന്റെ രൂപം തെളിയുന്നു. കടലിനോടു ചേർന്ന വിജനമായ ശ്മശാനത്തിൽ വെച്ചാണ് വീണ്ടും കണ്ടുമുട്ടിയത്. അവിടെ പ്രേമത്തിന്റെ സ്മൃതിരൂപങ്ങളെ അവർ സന്ധിക്കുന്നു. ഒരു കാലത്ത് തീരെ അവസാനിക്കാത്തതായി തോന്നിയിരുന്ന പ്രേമബന്ധത്തിൽനിന്നും അവർ സ്വതന്ത്രരാകുകയായിരുന്നു. എങ്കിലും ഒരു വധുവിന്റെ ചുവടുവെയ്പുകളുമായി തന്റെ കാമുകനെത്തേടി അനുരാഗിണിയായ അവൾ എത്തി. ഭൂതകാലപ്രണയത്തിന്റെ വസന്തങ്ങളിലൂടെ അവർ സഞ്ചരിച്ചു. സ്നേഹം യാതനയാണെന്ന് മനസ്സിലാക്കി. അനന്തവും അനശ്വരവുമായ പ്രേമം തേടി ഉഴന്ന അവളുടെ തൃഷ്ണകളെ ഒരിക്കൽക്കൂടി മുറിപ്പെടുത്തി അവർ വീണ്ടും യാത്രപറയുന്നു. ഒടുവിൽ അവളുടെ തീവ്രമായ ഏകാന്തതയെയും പ്രണയാവേശങ്ങളെയും മരണം ശമിപ്പിച്ചുവെന്ന് പറഞ്ഞുകൊണ്ട് കഥ അവസാനിക്കുന്നു.

അശാന്തമായ മനസ്സുമായി കാമുക സന്നിധിയിലിരിക്കുന്ന പ്രണയിനിയുടെ വിങ്ങലാണ് ഈ കഥയുടെ ഭാവതലം. സ്ഫടികം പോലെ ഉടഞ്ഞുചിതറിയ പ്രണയത്തെയോർത്ത് അവൾ ആധി കൊള്ളുന്നു. പ്രണയത്തിന്റെ പൂർവ്വാനുഭവങ്ങൾ അവൾക്കൊരിക്കലും അടക്കാനാവുന്നില്ല. 'അയാളുടെ വാക്കുകൾ, അവളോടു മാത്രം ഉപയോഗിക്കുന്ന ആ പ്രത്യേക ചിരി, അവരെ രണ്ടുപേരെയും ഒരു ഗർഭപാത്രത്തിലെന്നോണം, ലോകത്തിൽനിന്നെല്ലാം ഒളിപ്പിച്ച വിശ്രമിപ്പിച്ച ആ സന്ധ്യകൾ.' അതൊന്നും അവൾക്ക് മറക്കാൻ കഴിയുന്നില്ല, അയാൾ മറ്റൊരാളുടെയായിക്കഴിഞ്ഞുവെങ്കിലും. അതൊക്കെ അവളുടെ ചോരയിൽ അലിഞ്ഞു ചേർന്നിരുന്നു. തന്റെ ജീവനേക്കാളധികം അയാളെ സ്നേഹിച്ചിരുന്നുവെന്ന് അവൾ മനസ്സിലാക്കുന്നു. അതിന്റെ പാരമ്യതയിൽ അവൾ ഹൃദയം തുറന്നു പറയുന്നുണ്ട്: 'നിങ്ങൾ എന്തിനാണ് വിവാഹം ചെയ്തത്? നമുക്ക്, അങ്ങനെ സ്നേഹിച്ചു കഴിയാമായിരുന്നില്ലേ?'

മൂടൽമഞ്ഞുപോലെ മാഞ്ഞുപോകുന്ന പ്രണയബന്ധമല്ല അവൾ മോഹിച്ചത്. ശരീരത്തിന്റെ ഓരോ അണുവിലും അലിഞ്ഞുചേരുന്ന, അശ്വത്ഥമരത്തിന്റെ വേരുകൾ കണക്ക് ചുറ്റിപ്പിണയുന്ന ഗാഢമായ ബന്ധമായിരുന്നു ആഗ്രഹിച്ചത്. അയാളെ അവൾ സ്നേഹിച്ചത് അങ്ങനെയായിരുന്നു. 'അവളുടെ ഹൃദയം അതിന്റേതായ നീരാളിക്കൈയുകൾ വളർത്തി അയാളെ അതിൽ ബന്ധനസ്ഥനാക്കി നിർത്തി.' പക്ഷേ അവളുടെ ലാളനകൾ അയാളെ ശ്വാസം മുട്ടിച്ചത് അവൾ മനസ്സിലാക്കിയുമില്ല. നെഞ്ചിൽ നീറിപ്പിടിക്കുന്ന വേദനയായിരുന്നു അവൾക്ക് പ്രണയം. തന്റെ ഹൃദയം പിഴിഞ്ഞെടുത്ത ചോര തൂവി അവൾ പ്രണയത്തെ ജ്വലിപ്പിച്ചു. എന്നിട്ടും തന്റെ മനസ്സിനെ അവൾ മൂടിവെച്ചു: 'സ്നേഹം മൃദുവാക്കുന്ന ചില വാക്കുകൾക്കു വേണ്ടിയുള്ള അവളുടെ ദാഹം, എന്നും തനിച്ചാണെന്നുള്ള ആ വിചാരം. ഇതൊന്നും അവൾ മറ്റാരെയും അറിയിച്ചില്ല.' ഒടുവിൽ മാത്രമാണ് ക്ഷമാപണം പോലെ ഒരാഗ്രഹം അയാളെ അറിയിച്ചത്. 'എനിക്ക് ഒരു കുട്ടിയുണ്ടാവാൻ മോഹമുണ്ടായിരുന്നു. എന്റേതും നിങ്ങളുടേതുമായ ഒരു കുട്ടി.' അത് സ്നേഹത്തിന്റെ വിശുദ്ധിയും സൗമ്യവുമായ ഒരു പ്രാർത്ഥനയായിരുന്നു.

പ്രണയം ഒരു പടക്കുതിരപോലെ തന്റെ ശരീരത്തിൽ സവാരി ചെയ്യണമെന്ന് അവളാഗ്രഹിച്ചില്ല. എങ്കിലും തന്റെ മുഖത്തു പൊടിയുന്ന വിയർപ്പും കണ്ണുനീരും ഒരുപോലെ ഒപ്പിയെടുക്കുവാനുള്ള മനസ്സ് അവൾ കാമുകനിൽ പ്രതീക്ഷിച്ചു. പക്ഷേ, 'അവനെ'പ്പോഴും അവളെ കുറ്റപ്പെടുത്തിക്കൊണ്ടിരുന്നു. നിന്ദിച്ചുകൊണ്ടിരുന്നു. അയാളെ ജീവനേക്കാൾ സ്നേഹിച്ചതുപോലും അവളുടെ കുറ്റമായെണ്ണി. സൗന്ദര്യവും ധനസ്ഥിതിയും അന്തസ്സുമൊക്കെ അവൾക്ക് ദോഷങ്ങളായി. അയാളുടെ സ്നേഹം അങ്ങനെയായിരുന്നു. വർഷങ്ങൾക്കുശേഷം കുടപോലും കരുതാതെ അവൾ കാണുവാനോടിയെത്തുമ്പോഴും അയാൾ ശാസിക്കുന്നു. 'നീ ഇപ്പോഴും ഇങ്ങനെയാണോ? കുട എടുക്കില്ല, പണമെടുക്കില്ല, ഉറുമാലെടുക്കില്ല. നീ എങ്ങനെയാണ് കഴിഞ്ഞുകൂടുവാൻ പോവുന്നത് എന്ന് എനിക്കറിയില്ല.' പ്രണയം മാത്രം നിറഞ്ഞുനിന്ന അവളുടെ ഹൃദയം കാണാൻ അയാൾ ശ്രമിച്ചില്ല. അയാളുടെ നിന്ദയും വെറുപ്പുമൊക്കെ അവൾ സ്നേഹമായറിയുകയായിരുന്നുവെന്ന് മനസ്സിലാക്കിയുമില്ല.

അവളുടെ പ്രണയം പൂർണ്ണതയ്ക്കുവേണ്ടിയുള്ള സമർപ്പണമായിരുന്നു. അയാളില്ലാതെ തനിക്കു ജീവിക്കുവാൻ കഴിയില്ലെന്ന് അവൾ മനസ്സിലാക്കിയിരുന്നു. ഒടുവിൽ ബസ് ടിക്കറ്റിനായി രണ്ടണ ഇരന്നുവാങ്ങി പ്രണയത്തിന്റെ കഠിനപഥങ്ങൾ താണ്ടി മടങ്ങിപ്പോകുമ്പോൾ തന്റെ ദുരന്തം അവൾ തിരിച്ചറിഞ്ഞിട്ടുണ്ടാവണം. 'കരിങ്കല്ലുകളും ചെറിയ മണൽത്തിണ്ണകളും നിറഞ്ഞ ആ ശ്മശാനത്തിലൂടെ നടന്ന്, മൈതാനവും കടന്ന്, ചെറിയ മൺവിളക്കുകൾ കത്തുന്ന ഒരു അങ്ങാടിക്കടുത്തുള്ള ബസ്സ്റ്റോപ്പിലെത്തിയപ്പോൾ അവൾ ദാഹിക്കുന്ന കണ്ണുകളോടെ പിന്നോക്കം തിരിഞ്ഞുനോക്കി, പക്ഷേ, അകംപൊള്ളയായ കൂരിരുട്ട് മാത്രമേ അവൾക്ക് കാണാൻ കഴിഞ്ഞുള്ളൂ.' ഇത് വിങ്ങുന്ന ഒരനുഭവമാണ്. ദാഹം തീവ്രമായ തൃഷ്ണതന്നെ. ഏറ്റവും പ്രിയപ്പെട്ടത് നഷ്ടപ്പെടുന്ന നിമിഷത്തിൽ അനുഭവപ്പെടുന്ന ഹൃദയവ്യഥ തന്നെയാണത്. പ്രണയനഷ്ടം അവളുടെ ദാഹത്തെ കഠിനമാക്കുകയും ഹൃദയത്തെ തരിശാക്കുകയും ചെയ്യുന്നു. കഥാസംജ്ഞ പോലും അവളുടെ മനസ്സിന്റെ ദാഹാർത്തതയെ ഭംഗിയായി അഭിവ്യഞ്ജിപ്പിക്കുന്നു. മാത്രമല്ല ഇരുൾ ദുർവ്വഹമായ ശൂന്യതയാണ് മനസ്സിൽ നിറയ്ക്കുന്നത്. നിദ്രയ്ക്കുവേണ്ടിയുള്ള പ്രഥമ സന്നാഹവും ഇരുട്ടാണ്. ഒരുപക്ഷേ, പ്രണയത്തിന്റെ പൊരുളും തമസ്സുതന്നെയാവണം. അതുകൊണ്ടുതന്നെ വീണ്ടും ഒരുണർച്ച അവിടെ സംഭവിക്കുന്നില്ല. ഇത് പ്രണയത്തിൽ നിദ്രാണമായ ദുരന്തമാണ്.

തന്നെ നിരാകരിക്കുന്നു എന്ന ബോധമാണ് ഒരു പ്രണയിനിയെ ഏറ്റവുമധികം വേദനിപ്പിക്കുന്നത്. അതവരുടെ ഹൃദയത്തെ ഭഗ്നമായ മണൽത്തരികൾ കൊണ്ട് നിറയ്ക്കുന്നു. കഠിനമായ ഏകാന്തത ആവേശിക്കുന്നു. എല്ലാം അപരിചിതമായി തോന്നുന്നു. കഥാനായിക ആരും തന്നെ മനസ്സിലാക്കാത്തതെന്തേ എന്നു വിഷാദിക്കുന്നുണ്ട്. രാത്രിയിൽ മാത്രം ഭംഗിവാക്കുകൾ ഉപയോഗിച്ചുകൊണ്ട് തന്നോടടുക്കുന്ന ഭർത്താവിൽ സ്നേഹത്തിന്റെ പരിശുദ്ധി അവൾ കണ്ടില്ല. 'അവൾക്ക് സന്തോഷമുണ്ടോയെന്ന് ആരും അന്വേഷിച്ചില്ല. അകത്തു നട്ടുവളർത്തിയ ഒരു ചെടിപോലെ അവളുടെ ഉള്ളിൽ വളർന്നുനിന്ന ഏകാന്തത പൂവിട്ടു, കായ്ച്ചു.' രാഗശൂന്യത, ഏകാന്തത, വന്ധ്യത തുടങ്ങിയ നിരാർദ്രഭാവങ്ങൾ അവളിൽ നിറയുകയാണ്. ഈയൊരവസ്ഥയിലാണ് അവളുടെ മനസ്സ് ഒരു തരിശുനിലമായി മാറിയത്. ജലം വാർന്നുപോയ മനസ്സാണ് ഇവിടെ തരിശുനിലം. അത് നഷ്ടപ്രണയത്തിന്റെ രൂപകം കൂടിയാണ്. ഇരുട്ടിനെ കനപ്പിക്കുന്ന വിഷാദഗ്രസ്തമായ ഒരന്തരീക്ഷമാണ് അതിനായി

കഥാകാരി ഒരുക്കുന്നത്. കടൽക്കരയിൽ ഒറ്റപ്പെട്ടു കിടക്കുന്ന ശ്മശാനം, മഴമേഘങ്ങൾ നിറഞ്ഞ സന്ധ്യ, പെയ്തു തുടങ്ങിയ മഴ ഇതൊക്കെ വിപത്സൂചകമായ മുന്നറിയിപ്പുകളാണ്. പ്രണയത്തിന്റെ അശുഭകരമായ ശ്രുതിഭംഗം ഇതിൽ നിന്നും വായിച്ചെടുക്കാം. ഇപ്രകാരം ജീവിതംതന്നെ ശൂന്യമായ അവസ്ഥയിലാണ് അവൾ മരണത്തെ ആവാഹിക്കുന്നത്. അല്ലെങ്കിൽ പ്രണയഭാവം മരണത്തോളം വളരുകയാണ്. ഭൂമിയിലേക്ക് വേരുകളാഴ്ത്തി നില്ക്കുന്ന കാട്ടുമരം പ്രണയത്തിന്റെ ബിംബമാണ്. അസംതൃപ്തമായ പ്രണയതൃഷ്ണയുടെ ഭ്രമദർശനമാണ് വളർന്നുകൊണ്ടിരിക്കുന്ന കാട്ടുമരം, അവിടേക്ക് ഒരു കാട്ടുപക്ഷിയെ കണക്ക് അവൾ ചേക്കേറുന്നു.

മുൾക്കിരീടമണിഞ്ഞു നില്ക്കുന്നവനാണ് കഥാനായകൻ. പ്രണയം അനുഭവിക്കാത്ത സമൂഹത്തിന്റെ ചങ്ങലകൾ അവൻ സ്വയം അണിയുന്നു. തടസ്സങ്ങളെ സാഹസികമായി നേരിടുമ്പോഴാണ് പ്രണയം വളരുന്നത്. എന്നാൽ അയാളെപ്പോഴും എല്ലാറ്റിനെയും ഭയപ്പെട്ടുകൊണ്ടിരുന്നു. സ്വയം വെറുക്കുകയും നിസ്സഹായനാവുകയും ചെയ്യുന്നു. അത് ഒരു കുമ്പസാരമായി വെളിപ്പെടുത്തുന്നുണ്ട്. 'ഞാൻ ഒരു സാധാരണ മനുഷ്യനാണ്. സ്നേഹിക്കുവാൻ കൂടി എനിക്ക് ധൈര്യമില്ലാതായിരിക്കുന്നു.' ഒരുപാട് ആകുലതകളിൽ അയാൾ താന്തനാവുകയാണ്. പ്രണയത്തിന്റെ ഗാഢമായ നിമിഷത്തിൽ കാമുകിയുടെ മടിയിൽ തലചേർത്തുകൊണ്ട് വെളിപ്പെടുത്തുന്നതും അയാളുടെ നിസ്സഹായതയാണ്. 'നീ എന്നെ സ്നേഹിക്കേണ്ടിയിരുന്നില്ല. എന്റെ കാലിന്മേൽ ഒരു ചങ്ങലയുള്ളതുപോലെ എനിക്ക് തോന്നുന്നു.'

വിലക്കുകളെ സധൈര്യം നേരിടാനുള്ള മനക്കരുത്തുണ്ടായില്ലെങ്കിലും അയാൾ തന്റെ പെൺകുട്ടിയെ നിഗൂഢമായി സ്നേഹിച്ചിരുന്നു. അയാൾ അവളെയൊരു പ്രണയിനിയാക്കി. വിവാഹിതയായിട്ടും തന്നെ കാണണമെന്നാവശ്യപ്പെട്ടപ്പോൾ അയാൾ എത്തുന്നു. തന്റെ ഉറുമാൽ വിരിച്ച് അതിൽ അവളെ ഇരുത്തുകയും മഴ തുടങ്ങിയപ്പോൾ തന്റെ ശീലക്കുട തുറന്നു അവളെ അതിനുള്ളിലാക്കുകയും ചെയ്തു. അവളുടെ കുട്ടിത്തങ്ങളിൽ ഉൽക്കണ്ഠാകുലനാകുന്നു. പരുഷം പറയുമ്പോൾ ദയനീയമായി കരയുന്ന അവളുടെ കാല്ക്കൽ വീണ് ആ കാൽവിരലുകളെ ചുംബിക്കുന്നു. എപ്പോഴും അവളിൽ അനുകമ്പയുള്ളവനായിരിക്കുന്നു. എന്നാലത് സഫലമാക്കുവാൻ അയാൾക്ക് കഴിയുമായിരുന്നില്ല. 'അവളോടുള്ള സ്നേഹത്തെ മറന്നു കഴിഞ്ഞാൽ പിന്നെ തനിക്കൊരു നേട്ടമായി കരുതാൻ ഈ ജീവിതത്തിലൊന്നുമില്ലെന്ന് അയാളോർക്കുന്നു. താൻ വിവാഹം ചെയ്ത സ്ത്രീയുടെ മുഖത്തു നോക്കുമ്പോഴും അവളെ ചുംബിക്കുമ്പോഴും എല്ലാം താൻ പണ്ടു സ്നേഹിച്ച ആ മുഖം മാത്രമേ കാണുന്നുള്ളൂ. തന്റെ മതവും ആദർശവും എല്ലാം അവൾ മാത്രമാണ്.....' ഇതൊന്നും ഒരിക്കലും അയാൾക്ക് പ്രകടിപ്പിക്കുവാൻ കഴിയുമായിരുന്നില്ല. അതിലൊക്കെയും അയാൾ ആത്മനിന്ദ അനുഭവിക്കുകയും ചെയ്യുന്നു.

ഒടുവിൽ അശ്രുക്കൾ വീഴ്ത്തിക്കൊണ്ട് ഇരുളിലേക്ക് പിൻവാങ്ങുന്ന അവളെ നോക്കി ശബ്ദമുണ്ടാക്കാതെ അയാൾ കരയുന്നു. അവളെ വിളിച്ചു വരുത്തി പണ്ടത്തെപ്പോലെ ആ കാൽവിരലുകളെ ചുംബിച്ചുകൊണ്ട് ഒന്നു കരയുവാനെങ്കിലും കഴിഞ്ഞെങ്കിൽ എന്നയാൾ ആശിക്കുന്നു. പക്ഷേ, അയാളെക്കൊണ്ട് ഒന്നിനുമാകുന്നില്ല. പ്രണയം സ്വാതന്ത്ര്യത്തിന്റെ പ്രഖ്യാപനമാണ്. സ്വാതന്ത്ര്യം ആഗ്രഹിക്കാത്തവർക്ക് സ്വന്തമാക്കി അഭിമാനിക്കുള്ളതല്ല പ്രണയം എന്ന് ഇതിലൂടെ കഥാകാരി അഭിവ്യക്തമാക്കുന്നു. സ്നേഹത്തിന്റെ ആർദ്രത സ്വയം സംഭരിച്ചില്ലെങ്കിൽ മനുഷ്യമനസ്സ് ഭീതിദമായ തരി

ശൂനിലങ്ങളായി മാറുക തന്നെ ചെയ്യുമെന്ന് മാധവിക്കുട്ടി ഓർമ്മപ്പെടുത്തുന്നു. മാത്രമല്ല സ്നേഹിക്കുന്നവർക്കുവേണ്ടി സർവ്വവും ത്യജിക്കുവാനുള്ള മനസ്സ് സ്ത്രീകൾക്കു മാത്രമുള്ളതാണെന്ന ബോധം കൂടി അവർ ഉയർത്തുന്നു. ഒരുപക്ഷേ, പ്രണയത്തിന്റെ അഗ്നിശുദ്ധിയിൽ എരിഞ്ഞടങ്ങിയ രാധികയുടെ ആത്മബലി ഒരാവേശമായി കഥാകാരിയുടെ മനസ്സിൽ നിറഞ്ഞുനിന്നിരിക്കണം.

II

മാധവിക്കുട്ടിയുടെ പ്രണയകഥകൾ രാധാമാധവ സ്തുതികളാണ്. രാധാമാധവ പ്രണയം സ്വാതന്ത്ര്യത്തിന്റെ സാക്ഷാൽക്കാരമായിരുന്നു. സമൂഹം തന്നിൽനിന്നും കവർന്നെടുക്കുന്ന സ്വാതന്ത്ര്യത്തെ കൃഷ്ണകഥകളിലൂടെ അവർ സാക്ഷാൽക്കരിച്ചു. ഇത് സമൂഹത്തിനു നേരെയുള്ള പ്രതിഷേധമാണ്. കഥകളിലൂടെ മാധവിക്കുട്ടി സമൂഹത്തിന്റെ കപടസന്മാർഗ്ഗങ്ങളെ തകർക്കുന്നു. സൃഷ്ടിയുടെ വേളയിൽ ഉന്മത്തയാകുന്ന അവർ രാധാദേവിയുടെ ചമയങ്ങൾ എടുത്തണിയുന്നു. വിരഹാർത്തയായ രാധയായി ചമഞ്ഞുകൊണ്ട് അലങ്കാരങ്ങളും അംഗരാഗങ്ങളും വൃന്ദാവന രാജകുമാരനുവേണ്ടി കാത്തുവയ്ക്കുന്നു. ചാരുരൂപനായ ആ ശ്യാമവർണ്ണനുവേണ്ടിയാണ് തന്നെ അനുപമേയമായി അലങ്കരിക്കുന്നത്. സർപ്പവളകൾ മാധവിക്കുട്ടി കൈകളിലണിയുന്നു. കഴുത്തിൽ ധരിക്കുന്നത് നൂലിൽ കോർത്ത സിംഹപ്പതക്കം. കാലിൽ സ്വർണക്കൊലുസ്, വലംകൈയിലെ വിരലിൽ ഇന്ദ്രനീലക്കല്ലു പതിച്ച മോതിരം. കാതിൽ വൈരക്കമ്മൽ, ശരീരത്തിലൊഴുകി കിടക്കുന്ന പട്ടുവസ്ത്രം.

തന്റെ മുഖത്തു ചന്ദനക്കുഴമ്പു തേക്കുമെന്നും കൺതടങ്ങളിൽ കൺമഷിയെഴുതുമെന്നും സുഗന്ധദ്രവ്യങ്ങൾ ഇഷ്ടമാണെന്നും അവർ പറയുന്നു. അപ്പോഴൊക്കെയും പ്രണയത്താൽ തരളിതമായ രാധയുമായി സാത്മ്യപ്പെട്ടുകൊണ്ട് കൃഷ്ണപ്രണയത്തിൽ തന്നെ തളച്ചിടുകയായിരുന്നു. ഇളകുന്ന അധരം കൊണ്ട് രാധയെ മോഹിപ്പിക്കുന്ന ഹരിയെ അവർ മനസ്സാവരിക്കുന്നു. കണ്ണന്റെ മയിൽപ്പീലിച്ചാർത്തിൽ, അവന്റെ ചേതോഹരമായ വനമാലയിൽ, മകരകുണ്ഡലങ്ങളിൽ, മോഹനമായ ഓടക്കുഴൽ നാദത്തിൽ ഒക്കെത്തന്നെ അവർ പ്രണയത്തിന്റെ പരാഗങ്ങൾ അന്വേഷിക്കുകയായിരുന്നു.

പ്രണയത്തിൽ മതിമറന്നവളാണ് താനെന്ന് മാധവിക്കുട്ടി ആവർത്തിക്കുന്നുണ്ട്. സ്ത്രീയായിരിക്കുന്നതിൽ ആഹ്ലാദം കണ്ടെത്തിയവൾ, പട്ടുവസ്ത്രങ്ങളുടെ മൃദുലതയിലും, പുരുഷന്റെ ചുംബനങ്ങളിലും, ആഭരണങ്ങളുടെ നിസ്വനത്തിലും ആനന്ദമനുഭവിച്ചറിഞ്ഞവൾ. സ്നേഹം താൻ തന്നെയാണെന്നും തന്റെ ജീവിതമാണെന്നും അവർ വിശ്വസിച്ചിരുന്നു. വാസ്തവത്തിൽ അവരുടെ പ്രണയദർശനം ഒരു ശരശയനവ്രതമായിരുന്നു. അശാന്തമായ മനസ്സുമായി ഹരിയെ കാത്തിരിക്കുന്ന പ്രണയിനിയായ രാധയാണവർ.

മാധവിക്കുട്ടി 'തരിശുനിലം' എന്ന കഥയിൽ ദിവ്യമായ രാധാമാധവ പ്രണയത്തിന് മാനുഷികമായ ആവിഷ്കാരം നല്കുകയായിരുന്നു. കഥയിലെ പേരില്ലാത്ത പ്രണയികൾ കൃഷ്ണനും രാധയുമാണ്. പ്രധാനമായി രാധയുടെ പ്രണയദാർഢ്യവും ദുരന്തവുമാണ് കഥയിൽ ആവിഷ്കരിക്കുന്നത്. തപഃവിശുദ്ധമായ പ്രേമമായിരുന്നു രാധയുടേത്. ഒടുവിൽ സ്വയം തീർത്ത ഹോമകുണ്ഡത്തിൽ ഹവിസ്സായി അവൾ ഉരുകിയൊലിച്ചു. അനുരാഗത്തിന്റെ വൃന്ദാവനമൊരുക്കി രാധയെ തരളിതയാക്കി ഒടുവിൽ യാത്ര പറഞ്ഞു മഥുരയ്ക്കു പോകുന്ന ശ്രീകൃഷ്ണന്റെയും നീലക്കടാക്ഷവുമായി കാത്തിരുന്ന രാധയുടെയും പ്രണയത്തിന്റെ കഥാന്തരം എന്താണെന്നാണ് ഇതിലൂടെ മാധവിക്കുട്ടി

അന്വേഷിക്കുന്നത്.

പന്തലിച്ചുനിന്ന കദംബമരത്തിന്റെ ചോട്ടിൽ വെച്ച് സന്ധ്യാനേരത്താണ് ശ്രീകൃഷ്ണൻ രാധയോട് വിട ചൊല്ലുന്നത്. മടങ്ങിവരുമെന്ന് ഉറപ്പുകൊടുത്തുവെങ്കിലും കണ്ണനെ പിരിഞ്ഞിരിക്കാൻ അവൾക്കാവുമായിരുന്നില്ല. ഇരുട്ടിലേക്ക് നടന്നു നീങ്ങിയ രാധയുടെ കാലടികൾ ഇടറുന്നുണ്ടായിരുന്നു. പിറ്റേന്നു യാത്രയാവുന്ന ഗോപകുമാരനെ ഒരിക്കൽക്കൂടി കാണുവാൻ രാധയ്ക്കു കഴിഞ്ഞില്ല. അതിവേഗം അകന്നുപോകുന്ന തേർചക്രവും അതുയർത്തിയ പൊടിപടലവും കണ്ട് അവൾ തേങ്ങുക മാത്രം ചെയ്തു. കണ്ണന്റെ വേർപാട് അമ്പാടിയെ കനത്ത മൂകതയിലാഴ്ത്തി. മാറിൽ കുളിർ ചന്ദനവുമായി ഹരിഹരിയെന്ന് ജപിച്ചുകൊണ്ട് അന്നുമുതൽ രാധ കാത്തിരുന്നു. കൃഷ്ണൻ ദ്വാരകയിലെ രാജാവായെന്നും, ഇനിയൊരിക്കലും മടങ്ങിവരില്ലെന്നും സഖിമാർ പറഞ്ഞിട്ടും അതു കൂട്ടാക്കാതെ രാധ കാത്തിരുന്നു. ജീവിതാവസാനം വരേക്കും അവൾ കാത്തിരുന്നു. ഒടുവിലവൾക്ക് എന്തുസംഭവിച്ചുവെന്ന് പുരാണങ്ങളൊന്നും പറയുന്നില്ല. സ്യമന്തപഞ്ചകയാത്രയിൽ വെച്ച് കൃഷ്ണസത്തയിൽ രാധ ലയിച്ചുവെന്നും അവളുടെ അല്ലലൊടുങ്ങിയെന്നുമുള്ള കല്പന മനസ്സെരിഞ്ഞ ഒരു കവിയുടെ സ്വപ്നമാണ്. എന്നാൽ അത്തരമൊരു സുഖസ്വപ്നത്തിലലിയുവാൻ മാധവിക്കുട്ടി തയ്യാറല്ല. ആ അന്വേഷണത്തിന്റെ സാക്ഷാൽക്കരണമാണ് 'തരിശുനിലം' എന്ന കഥ.

ശ്രീകൃഷ്ണൻ അമ്പാടിയിലെ പാൽക്കാരിയോട് യാത്ര പറഞ്ഞത് ഒരു സന്ധ്യാകാലത്താണ്. ഏറ്റവും മൂകമായ അന്തരീക്ഷത്തിൽ രാധയുടെ കൈപിടിച്ച് സമാധാനിപ്പിച്ചുകൊണ്ട് കണ്ണൻ യാത്രയാകുന്നു. ദുഃഖഭാരത്താൽ നടന്നു നീങ്ങുമ്പോഴും ഉച്ചമലരിപ്പൂപോലെ മധുരമായ രാധയുടെ അധരത്തിൽ മേഘവർണ്ണന്റെ ചാടുവാക്യങ്ങളും രാസവിലാസങ്ങളും നിറഞ്ഞുനിന്നിരുന്നു. 'തരിശുനിലം' ആരംഭിക്കുന്നതു തന്നെ ശ്മശാനത്തിലെ വിമൂകമായ സന്ധ്യയിലാണ്. മഴ തോർന്നുവെങ്കിലും മേഘങ്ങൾ നിറഞ്ഞ ആകാശത്തെ സാക്ഷിയാക്കി അവളുടെ കൈപിടിച്ചുകൊണ്ട് മടങ്ങിപ്പോകുവാൻ അയാൾ അപേക്ഷിക്കുന്നു. അവസാന യാത്രയാണെന്നറിഞ്ഞുകൊണ്ട് പോകുമ്പോഴും ചിരികളുടെയും വാക്കുകളുടെയും ചുംബനങ്ങളുടെയും സ്മരണകൾ അവളെ ചുറ്റിക്കൊണ്ടിരുന്നുവെന്ന് കഥാകാരി സാക്ഷ്യപ്പെടുത്തുന്നു.

രാധയെ ഉപേക്ഷിച്ച് പരഗോപികമാരിൽ ക്രീഡിച്ചുകൊണ്ടിരിക്കുമ്പോഴും കൃഷ്ണന്റെ ഗുണഗണങ്ങൾ തന്നെയാണ് രാധയുടെ മനസ്സിലോടിയെത്തുന്നത്. പരസ്ത്രീഗ്രഹണാദി ദോഷങ്ങൾ ഗണിക്കാതെ പിന്നെയും കണ്ണനെ തന്നെ രാധ കാമിക്കുകയും ചെയ്യുന്നു. ഇത്രത്തോളം തന്നെ അവഗണിച്ചിട്ടും ഇദ്ദേഹത്തിൽനിന്നും തന്റെ മനസ്സ് വേർപെടുന്നില്ലല്ലോ എന്നാണ് രാധ സഖിയോട് സൂചിപ്പിക്കുന്നത്. കഥയിലെ കാമുകനും തന്റെ പ്രണയിനിയെ കുറ്റപ്പെടുത്തുകയും നിന്ദിക്കുകയും അവഗണിക്കുകയും ചെയ്തുകൊണ്ടിരുന്നു. അപ്പോഴൊക്കെ 'അവൾ' ദയനീയമായി കരയുകയും മുമ്പത്തേക്കാളുപരിയായി സ്നേഹിക്കുകയും ചെയ്തു. ഇങ്ങനെ രചനയുടെ ഓരോ നിമിഷത്തിലും രാധാഗോവിന്ദ പ്രണയത്തിന്റെ സ്മൃതികളെ മാധവിക്കുട്ടി വാക്കുകളിൽ വിളിച്ചുണർത്തി.

പ്രണയം സ്വയം എരിഞ്ഞടങ്ങലാണ് എന്ന സങ്കല്പമാണ് ഈ കഥാകാരിക്കുള്ളത്. ഇത് രാധയുടെ പ്രണയമാണ്. രാധ സ്വയം സമർപ്പണത്തിന്റെയും ബലിയുടെയും ബിംബമാണ്. തരിശുനിലത്തിലെ പെൺകുട്ടിയും പ്രണയത്തിൽ രാധയുടെ ഹൃദയം സ്വീകരിച്ചവളാണ്. ഒരു ദേവദാസിയെപ്പോലെ അവൾ സ്വയം തന്റെ ദേവന് സമർ

പ്പിക്കുന്നു. അവളുടെ പ്രണയം 'പരകീയ'മായിരുന്നു. തനിക്ക് ഭർത്താവുണ്ടായിരുന്നിട്ടും ജീവിച്ചത് കാമുകനുവേണ്ടിയായിരുന്നു. പഴയ പ്രണയ സന്ധ്യകൾ തിരിച്ചുവരുവാൻ അവളാഗ്രഹിക്കുന്നു. അതിനായി പ്രാർത്ഥിക്കുന്നു. തനിക്കൊരു കുട്ടിയെ തരണമെന്നുപോലും അവൾ തന്റെ കാമുകനോടു ഹൃദയം തുറന്നപേക്ഷിക്കുന്നു. ഒടുവിൽ ശൂന്യതയുടെ ഭാണ്ഡവും പേറി തിരിച്ചുപോകുന്നു. അവളെ ഏറ്റുവാങ്ങുന്നത് മരണമാണ്. പ്രണയം തന്റെ മീതെ ഒരു മഹാവൃക്ഷമായി വളരുന്നത് കണ്ട്, അതിന്റെ നിശ്വാസങ്ങളേറ്റുവാങ്ങി, ആ ഭയങ്കര നിമിഷത്തിൽ അവൾ മരിക്കുകയാണ്. പ്രണയത്തിന്റെ പട്ടുറുമാലും ധരിച്ച് മരണത്തിലേക്ക് കടന്നു ചെല്ലുന്നു. ഇത് പ്രണയത്തിനായുള്ള ആത്മബലിയാണ്. രാധയുടെ കഥാന്തരവും ഇത്തരത്തിലൊരു ബലി തന്നെയാണെന്ന് മാധവിക്കുട്ടി സമർത്ഥിക്കുന്നു.

കണ്ണന്റെ ബീജമേറ്റുവാങ്ങാനുള്ള ഭാഗ്യം അന്യഗോപപരിഗ്രഹമായ രാധയ്ക്കുമുണ്ടായില്ല. രാധയുടെ ഗർഭഗേഹം തരിശായി അവശേഷിച്ചു. പഞ്ചാഗ്നി മദ്ധ്യത്തിൽ തപസ്സിരുന്നിട്ടും പിന്നീട് രാധയ്ക്ക് കണ്ണനെ കണ്ടെത്താനുമായില്ല. ഒടുവിൽ നനവില്ലാത്ത, പശിമയില്ലാത്ത, ഫലപുഷ്ടിയില്ലാത്ത ഒരു തരിശുനിലമായിത്തീർന്ന രാധ പ്രണയത്തിന്റെ യാഗത്തീയിൽ ഒടുങ്ങിയിട്ടുണ്ടാവാം. അല്ലെങ്കിൽ സ്നേഹം തിരിച്ചുകിട്ടാത്ത പ്രണയിനിയായി, സ്വന്തം വിധി നിശ്ശബ്ദമായി അറിഞ്ഞ ദേവദാസിയെപ്പോലെ കാലത്തിലൂടെ പ്രയാണം ചെയ്യുന്നുണ്ടാവാം. എന്താണെങ്കിലും ശരണാർത്ഥികൾക്ക് അഭയമാകുന്ന കണ്ണൻ ദുരന്തത്തിന്റെ വിളുമ്പിൽ നിന്ന രാധയെ പ്രാർത്ഥനയേറ്റിപ്പോലും സമാധാനിപ്പിക്കുന്നില്ല. പ്രണയം ദുരന്തമാണെന്നു കാണുവാൻ മഹായോഗിയായ ശ്രീകൃഷ്ണന് ഒരുപക്ഷേ, കഴിഞ്ഞിട്ടുണ്ടാവണം. എങ്കിലും ദ്വാരകയെ മുഴുവനോടെ വിഴുങ്ങിയ സമുദ്രത്തിൽ രാധയുടെ കണ്ണീർ കലർന്നിട്ടുണ്ടാവണം. കണ്ണന്റെ കണങ്കാൽ ലക്ഷ്യമാക്കി വ്യാധൻ തൊടുത്തുവിട്ട വിഷം പുരണ്ട അസ്ത്രത്തിൽ പോലും ഒരുപക്ഷേ, ആ ദേവദാസിയുടെ സങ്കടങ്ങൾ പുരണ്ടിട്ടുണ്ടാവണം.

പ്രണയത്തിന് സംഭവിക്കുന്ന സ്വാഭാവികവും അനിവാര്യവുമായ ദുരന്തം അനാദികാലം മുതൽ എഴുത്തുകാരെ അലട്ടിയിട്ടുണ്ട്. അനശ്വരമായ രാധാമാധവ പ്രണയം പോലും ദുരന്തത്തിലാണല്ലോ സമാപിക്കുന്നത്. എങ്കിലും യഥാർത്ഥപ്രണയം ഒരിക്കലും നശിക്കുന്നില്ല; എന്നാലൊട്ട് പൂർണ്ണതയെ പ്രാപിക്കുന്നുമില്ല. അത് ഹ്രസ്വമാണെങ്കിലും അപൂർവ്വമായ അനുഭവമായി സ്മരണകളിൽ പ്രഭ ചൊരിഞ്ഞു നില്ക്കുന്നു. പ്രണയം നീർമാതളപ്പൂക്കളെപ്പോലെയാണ്. നീർമാതളം പൂക്കുന്നത് തീരെ ഹ്രസ്വമായ കാലത്തിനുവേണ്ടിയാണെന്ന് മാധവിക്കുട്ടി പറയുന്നുമുണ്ട്. ഏറിയാൽ ഒരാഴ്ചക്കാലം. പൂക്കൾ വന്നു നിറയുമ്പോൾ ഇലകളെല്ലാം താനേ കൊഴിഞ്ഞു വീഴുന്നു. ഇലകളില്ലാതെ വെണ്ണനിറത്തിലുള്ള പൂക്കുലകൾ കൊണ്ട് നിറഞ്ഞുനില്ക്കുന്ന നീർമാതളത്തിന്റെ വസന്തകാലമാണ് പ്രണയം. നീർമാതളപ്പൂക്കളെപ്പോലെ അത് ഇത്തിരിക്കാലത്തെ മാത്രം സുഗന്ധിയാക്കുന്നു. പിന്നീട് സ്ഫടികവളകൾ ഉടഞ്ഞു ചിതറുന്നതുപോലെ പൂക്കളെല്ലാം കൊഴിഞ്ഞുവീഴുന്നു. നീർമാതളപ്പൂക്കളുടെ അസ്തമയശോഭ മാത്രമാണ് പ്രണയത്തിനുമുള്ളതെന്ന് ഈ കഥയിലൂടെ മാധവിക്കുട്ടി സമർത്ഥിക്കുന്നു.

പ്രേമവും വിവാഹവും

ഊതിക്കാച്ചിയ പൊന്നും കാക്കപ്പൊന്നും

വാൾത്തലയുടെ മൂർച്ചയാണ് വി കെ എൻ ഫലിതത്തിനെന്നു പറയുമ്പോൾ അതൊരു പഴകിയ ചിന്ത മാത്രമാണ്. ഭാഷയെ ഉറയൂരിയെടുത്ത് അർത്ഥത്തിന്റെയും അനർത്ഥത്തിന്റെയും പൂരപ്പൊലിമയിൽ പ്രയോഗിച്ച് സദാചാര കാവൽഭടന്മാരുടെ കാപട്യങ്ങളെ പൊളിച്ചു കളയുന്ന ചങ്കൂറ്റം മലയാള കഥയിൽ വി കെ എൻ കൊണ്ടുവന്നു. അതിസാധാരണമായ ലോകാനുഭവങ്ങളെ അദ്ദേഹം ബൗദ്ധിക ഭാഷയുടെ മിന്നൽപ്രഭയിലും താളത്തിലും അസാധാരണമാക്കിയിരുന്നു. വാക്കിന്റെ പുറന്തോട് ഊരിക്കളയുന്ന മാതിരി അർത്ഥസത്തകളെ ഊറ്റിയെടുത്ത് അനുഭവിക്കാൻ കഴിയുന്ന സാദ്ധ്യത വി കെ എന്നിന്റെ ആഖ്യാനങ്ങളുടെ സവിശേഷതയാണ്. നമ്മൾ വിശിഷ്ടമായി കരുതുന്നതിന്റെ പിന്നിലുള്ള നാട്യങ്ങളെ നിശിതമായി വി കെ എൻ വിചാരണ ചെയ്യുന്നു. പ്രണയാനുഭവം വിശിഷ്ടമെന്നിരിക്കെ, അതിന്റെ ആന്തരിക ഗുണങ്ങളെ ഖനനം ചെയ്യാൻ, കാപട്യങ്ങൾ തുന്നിച്ചേർത്ത പ്രഭാവലയങ്ങളെ അമിട്ടു പൊട്ടിച്ചു നിസ്തേജമാക്കുന്നു. 'പ്രേമവും വിവാഹവും' എന്ന കഥ പ്രണയത്തിന്റെ ഉപരിതല സ്പർശിയായ വിഭ്രമങ്ങളെ നീക്കം ചെയ്ത് അതിന്റെ നേരും നെറിയും അന്വേഷിക്കുന്നു. യാഥാർത്ഥ്യബോധത്തോടെ പ്രണയത്തെ വിശകലനം ചെയ്യുകയും അതിന്റെ

ഉൽക്കർഷങ്ങൾ എടുത്തണിയാൻ ശേഷിയുള്ള മനുഷ്യസ്വഭാവ ഗുണങ്ങളെയും കാഴ്ച പ്പാട്ടുകളെയും വിലയിരുത്തുകയുമാണ് ആക്ഷേപഹാസ്യത്തിന്റെ ആചാര്യനായ മഹാ പ്രതിഭ.

സുന്ദരിയായ അമ്മുവിന്റെയും എലിമെന്ററി സ്കൂൾ മാസ്റ്റർ പണിക്കരുടെയും തനി നാടൻ പ്രേമമാണ് പറഞ്ഞുവെച്ചത്. അതിന് മുന്നൊരുക്കമായി അയ്യപ്പൻ നായരുടെ പൂർവ്വവൃത്താന്തവും അയവിറക്കുന്നു. നായന്മാരുടെ ഉയർച്ചതാഴ്ചകളുടെ ചരിത്രകഥാ വിവരണത്തിനുശേഷം നിലവിൽ വന്നുഭവിച്ച ക്ഷയകാലത്തെ പരാമർശിക്കുന്നു. ഇരുപത്തിരണ്ടു വയസ്സിൽ ക്ഷയിച്ച തറവാട് പൊളിച്ചുവിറ്റ് മറ്റൊരവകാശിയായ അപ്പുണ്ണിയെയും കൂട്ടി ചായക്കച്ചവടം ചെയ്ത അയ്യപ്പൻ നായർക്ക് കാളിപ്പഴം പോലെ കൊലുന്നനെ മോഹിനിയായ ഒരു മകളുണ്ടായി. അവൾക്ക് അമ്മിണിയെന്നു പേരിട്ടു. അമ്മുവെന്നു വിളിച്ചോമനിച്ചു. പന്ത്രണ്ടു വയസ്സായ അപ്പുണ്ണിയുടെ കഠിനാദ്ധ്വാനത്തി ലാണ് കുടുംബം പുലർന്നത്. 'പുലർച്ചെ എഴുന്നേറ്റ്, എരുമയെ കറന്ന് ചായ കാച്ചി, ദോശയും പുട്ടും ചുട്ട്, ചോറു വെച്ച്, വടയുണ്ടാക്കി, അരിയാട്ടി, അത്താഴം വെച്ച്, എരു മയ്ക്ക് വെള്ളം കാട്ടി അങ്ങനെ നിരന്തരമായി ശ്രമദാനം ചെയ്തുകൊണ്ട് അപ്പുണ്ണി എന്ന ത്യാഗി അമ്മാമന്റെയും അമ്മായിയുടെയും മകളുടെയും വയറു നിറയ്ക്കാൻ സഹായിച്ചു.' അതിന്റെ പ്രതിഫലമായിട്ടാണ് അമ്മുവിനെ അപ്പുണ്ണിയുടെ പെണ്ണായിട്ട് ഉഴിഞ്ഞിട്ടത്. 'അപ്പുണ്ണ്യേട്ടനുള്ളപ്പോ നിണക്കെന്തിനാടി പേടി?' 'അമ്മു അവനുള്ളതാ. അവളെ നോക്കാൻ അവൻ മതി' തുടങ്ങിയ പഞ്ചാരവാക്കുകൾ അപ്പുണ്ണിയുടെ കാതിലുമെത്തി. അതിന്റെ മാധുര്യത്തിൽ അവൻ അരി വെണ്ണപോലെ അരച്ചു, വട വൃത്തിയായി ചുട്ടു, എരുമയെ തീറ്റി കുതിരക്കുട്ടിയാക്കി.

അപ്പുണ്ണിക്ക് കല്യാണം കഴിക്കാൻ പാകത്തിൽ സുന്ദരിയും യൗവനയുക്തയുമായി മാറിയപ്പോഴാണ് അവിടെ സ്കൂൾ മാസ്റ്ററായെത്തിയ പണിക്കരുമായി അമ്മു കൊഴുത്ത പ്രേമത്തിലായത്. കഥ നാട്ടുകാരറിഞ്ഞിട്ടും ആരുമതിനെ നിഷേധിച്ചില്ല. മാസ്റ്ററുടെ അമ്മ വിവാഹത്തെ എതിർത്തപ്പോൾ വാശിയിലായ അയ്യപ്പൻനായർ അമ്മുവിനെ മാസ്റ്ററെക്കൊണ്ടു കെട്ടിക്കുമെന്നു പ്രഖ്യാപിച്ചു. അപ്പോഴുണ്ടായ പ്രതിക രണമിങ്ങനെ 'ഗ്ല്.' അകത്തു നിന്നൊരു ശബ്ദം. ആഹ്ലാദംകൊണ്ട് അമ്മു തേങ്ങിപ്പോ യതാണ്. 'കിണിം' പുറത്തു നിന്നു വേറൊരു ശബ്ദം. അപ്പുണ്ണി ഒരു ഗ്ലാസ് പൊട്ടിച്ചതാ ണ്. ചായപ്പീടികയിലെ വടയ്ക്കും ദോശയ്ക്കും വേവു പോരാതായിത്തുടങ്ങി. ചായവെള്ളം വാടിത്തുടങ്ങി. അയ്യപ്പൻ നായരും, കുടുംബവും ഭക്ഷിക്കുന്ന ചോറിൽ കല്ലും നെല്ലും കണ്ടുതുടങ്ങി. അങ്ങനെ അപ്പുണ്ണിയുടെ പ്രതിഷേധം ശക്തമായി. ഒടുവിൽ കല്യാണം തീരുമാനിച്ചപ്പോൾ നാടുവിടുന്നതിനായി അപ്പുണ്ണി തന്റെ വിഹിതം ചോദിച്ചു. നാട്ടുകാ രുടെ ബുദ്ധിപൂർവ്വമായ ഇടപെടലിൽ അമ്മുവിന്റെ വിവാഹശേഷം പോകാമെന്ന തീർപ്പിൽ അപ്പുണ്ണിയെത്തി.

കല്യാണദിവസം വരനായ മാസ്റ്ററെ കാണാതായതോടെ സർവ്വരും പരിഭ്രമിച്ചു. വീട്ടിൽപ്പോയെന്നും അമ്മ മാഷെ മുറിയിലിട്ടു പൂട്ടിയിരിക്കുകയാണെന്നും വാർത്ത പരന്നു. സ്ഥിരീകരിക്കാൻ പോയ അയ്യപ്പൻനായർക്കുനേരെ മാസ്റ്ററുടെ അമ്മ ചൂലെ ടുത്തു. കല്യാണം മുടങ്ങുമെന്ന അവസ്ഥയിൽ അധികാരി ഇടപെട്ടു വല്ലവിധേനയും അപ്പുണ്ണിയെക്കൊണ്ടു സമ്മതിപ്പിച്ചു. മുഹൂർത്തത്തിനു മുന്നേതന്നെ വിഷാദവതിയായ അമ്മുവിനെ കെട്ടിച്ചു. സമയത്തിനെത്തിയ മാസ്റ്ററും കൂട്ടരും കലമ്പിയെങ്കിലും അയ്യ പ്പൻനായർ അപ്പുണ്ണിയെ അനുനയിപ്പിക്കാൻ ശ്രമിച്ചെങ്കിലും അതെല്ലാം അപ്രസക്ത

മാക്കി നേരും നെറിയുമില്ലാത്ത മാസ്റ്ററെ ആട്ടിപ്പുറത്താക്കി അമ്മു കഥ ശുഭ പര്യവസായിയാക്കി. ഭാഷയുടെയും ഭാവനയുടെയും മായികശക്തിയിൽ തലതല്ലിച്ചിരിപ്പിച്ചുകൊണ്ടു മുന്നേറുന്ന ഈ കഥയിൽ പ്രണയത്തെ ജീവിതത്തിനു നേർനിർത്തി ചില കാര്യങ്ങൾ വി കെ എൻ ശക്തമായി പറഞ്ഞുവെച്ചു.

ജീവിക്കാൻ ഗതിയില്ലാഞ്ഞിട്ടും മുട്ടിനുമുട്ടിന് ആഭിജാത്യവും തറവാടിത്തവും വിളമ്പുന്ന അയ്യപ്പൻ നായരുടെ തലമണ്ടയുളുക്കിട്ട് പലവട്ടം കിഴക്കുന്നുണ്ട്. വാക്കിനു വ്യവസ്ഥയില്ലാതെ വരുമ്പോഴാണ് പലപ്പോഴും ജീവിതം സങ്കീർണ്ണമാകുന്നത്. 'ചായ വിറ്റാലും ഉശിരു വിറ്റിട്ടില്ല അയ്യപ്പൻ' എന്നു പറയുമ്പോഴും നികൃഷ്ടമായ ആത്മബോധത്താൽ പല പ്രകാരത്തിലും അഭിമാനം അടിയറവെക്കുന്നു. എന്റെ കുട്ടിക്ക് തറവാടിയായ ഒന്നാന്തരം മരുമകനുണ്ട് എന്നു പറയുന്ന തൊട്ടടുത്ത നിമിഷം മാസ്റ്ററുടെ അമ്മയുടെ കാലുപിടിക്കാൻ പോകുന്നു. അവിടെനിന്ന് അപമാനിതനായി തിരിച്ചു വരുന്ന അയ്യപ്പൻ നായർ മരുമകനെ മറന്ന് അമ്മുവിന്റെ വിവാഹം നിശ്ചയിക്കുന്നു. വിവാഹദിവസം വരനെക്കാണാതെ വീണ്ടും പരവേശപ്പെട്ടു ചെല്ലുന്ന അയാളെ മാസ്റ്ററുടെ അമ്മ ചൂലെടുത്താട്ടുന്നു. പിന്നീട് മറ്റൊരു ഗതിയും കാണാതെ വരുമ്പോൾ വീണ്ടും മരുമകന്റെ കാലുപിടിച്ചു കല്യാണത്തിനു സമ്മതിക്കുന്നു. ഒടുവിൽ വിവാഹത്തിനായി മാസ്റ്ററെത്തുമ്പോൾ അയാളുടെ കൈയുംപിടിച്ച് വിവാഹത്തിൽനിന്ന് പിന്മാറാൻ അപ്പുണ്ണിയുടെ മണവറയുടെ വാതിലിൽ ചെന്ന് കൊട്ടിവിളിക്കുന്ന അയ്യപ്പൻ നായർ നെറികേടിന്റെ പാരമ്യതയാണ്. പഠിപ്പും പരിഷ്കാരവും ഉദ്യോഗവും തറവാടിത്തവുമുള്ള ചെക്കനെ കണ്ടപ്പോൾ കഠിനാദ്ധ്വാനം കൊണ്ട് കുടുംബരക്ഷകനായിത്തീർന്ന അപ്പുണ്ണിയെ നിർദ്ദയം തഴഞ്ഞ് വീരസ്യത്തിനിറങ്ങുന്ന അയ്യപ്പൻ നായരെ തലങ്ങും വിലങ്ങും പ്രഹരിക്കുന്ന കാഴ്ച അതിദയനീയമാണ്. മകളുടെ മതിഭ്രമത്തെ തിരുത്താനാകാതെ, ജീവിതത്തോട് സത്യസന്ധനാകാതെ പെരുമാറുന്ന അയ്യപ്പൻനായർ വി കെ എൻ നല്കുന്ന ജീവിതപാഠമാണ്. ചിരി കഴിയുമ്പോൾ ചിന്തയുടെ നെരിപ്പോടായി അത് വായനക്കാരന്റെ ഉള്ളുനീറ്റുന്നു.

വിവേകമില്ലാത്തവരുടെ കുട്ടിക്കളിയാണ് പ്രണയം എന്ന വിമർശനം ഇതിൽ കടന്നു വരുന്നുണ്ട്. എന്തും അർത്ഥപൂർണ്ണമാകുന്നത് അതിനോട് എത്രമാത്രം സത്യസന്ധത കാട്ടുന്നു എന്നതിലാണ്. അമ്മുവിന്റെയും മാസ്റ്ററുടെയും പ്രണയത്തിൽ നേരുംനെറിയുമില്ല. അപ്പുണ്ണിയുടെ അദ്ധ്വാനത്തിന്റെ മഹത്ത്വമാണ് തന്റെ ജീവിതമെന്നും അയാൾക്ക് മുൻകൂട്ടി നിശ്ചയിച്ച പെണ്ണാണെന്നുമുള്ള തിരിച്ചറിവ് അമ്മുവിന് ഉണ്ടായിട്ടും അതൊക്കെ വിസ്മരിച്ച് പ്രണയം മാസ്റ്റർക്ക് നല്കുന്നു. പഠിപ്പ്, പരിഷ്കാരം, സൗന്ദര്യം, ഉദ്യോഗം, കുലമഹിമ തുടങ്ങിയ ഒട്ടേറെ കാര്യങ്ങൾ അതിന് കാരണമായുണ്ടാകാം. എങ്കിലും പെണ്ണിന്റെ പ്രണയം ഉപരിതല സ്പർശിയായൊരു മതിഭ്രമം മാത്രമാണെന്ന പരിഹാസം ഇതിൽ കടന്നുവരുന്നു. അത് പഠിപ്പില്ലാത്ത ഒരു നാട്ടുമ്പുറത്തുകാരിയുടെ നാഗരികതയോടുള്ള താല്പര്യമായി മാത്രം കണ്ടാൽ മതിയാകും. എന്നാൽ ജീവിതത്തെ ആഴത്തിൽ മനസ്സിലാക്കുമ്പോൾ പ്രണയത്തിന്റെ വിലയറിയുന്നു. അതിന്റെ പ്രകടനമാണ് അവസാനത്തെ അമ്മുവിന്റെ പ്രതികരണത്തിൽ തെളിഞ്ഞത്. ജീവിതത്തിലെ വിലപിടിപ്പുള്ളതൊക്കെ ഉപേക്ഷിക്കാനുള്ള നീക്കം ഗാഢമായ പ്രണയത്തിന്റെ ലക്ഷണമല്ലെന്നും ഭംഗ്യന്തരേണ ധ്വനിപ്പിക്കുന്നുണ്ട്.

പണിക്കർ മാസ്റ്റർക്ക് പഠിപ്പുണ്ടെങ്കിലും വിവേകമുണ്ടെന്നു തോന്നുന്നില്ല. ബാഹ്യസൗന്ദര്യത്തിൽ ഭ്രമിച്ച് പരവശനായി കൊഴുത്ത പ്രണയത്തിൽ അയാൾ വീണുപോ

കുകയാണ്. കരക്കാർക്കെല്ലാമറിയുന്ന കാര്യത്തെ ബോധപൂർവ്വം കണ്ടില്ലെന്നു നടിക്കുന്നത് കണ്ണടച്ച് പാലുകുടിക്കുന്ന പൂച്ചയുടെ തന്ത്രമാണ്. അതാണ് അടിവീണത് മുൻകൂട്ടി കാണാൻ അയാൾക്ക് കഴിയാഞ്ഞത്. അമ്മ എതിർത്തിട്ടും അയാൾ പിന്തിരിയുന്നില്ല. കണ്ണീരൊലിപ്പിക്കുകയും മൂർച്ഛിക്കുകയും ചെയ്ത് പെണ്ണിനെ സ്വന്തമാക്കാനാഗ്രഹിക്കുന്നു. എന്നാൽ അവളുടെ ഹൃദയത്തിന്റെ ആഴത്തിൽ സ്ഥാനമുറപ്പിക്കാൻ കഴിഞ്ഞതുമില്ല. പ്രശ്നങ്ങൾ വരുമ്പോൾ കാര്യഗൗരവത്തോടെ നേരിടേണ്ടതെങ്ങനെയെന്ന് മാസ്റ്റർക്കറിയില്ല. അപ്പോഴൊക്കെ വൈകാരികമായി പ്രതികരിക്കുകയും മുങ്ങിക്കളയുകയും ചെയ്യുന്നു. കരളുറപ്പില്ലാത്തവന് പറഞ്ഞിട്ടുള്ളതല്ല പ്രണയമെന്ന് ഈ കഥാപാത്രത്തെക്കൊണ്ട് പറയാതെ പറയിപ്പിക്കുന്നു. പ്രണയിനിയുടെ വിവാഹം കഴിഞ്ഞു എന്നറിയുമ്പോൾ എന്നോടിതു വേണ്ടിയിരുന്നില്ല എന്നു പറഞ്ഞ് മോങ്ങിക്കൊണ്ടു നില്ക്കുവാനും മണിയറയിൽ കഴിയുന്ന തന്റെ കാമുകിയെ ഭർത്താവ് എന്തെങ്കിലും ചെയ്തുകാണുമോ എന്നു പരിഭ്രമിക്കുകയും ചെയ്യുമ്പോൾ തലയറഞ്ഞു ചിരിക്കാതെ തരമില്ലെന്നു വരുന്നു. ആത്മധൈര്യവും ജീവിതവുമറിയാത്ത ഒരാൾക്ക് പ്രണയം അന്യമായ വികാരമാണെന്ന് പറയാതെ പറഞ്ഞുവെക്കുന്നു.

ചായക്കടയിലെ അടുക്കളയിലും മറ്റുമായി അദ്ധ്വാനം കൊണ്ട് സ്വയം അരഞ്ഞുതീർന്നിട്ടും 'പൊട്ടാ'യെന്ന വിളി അപ്പുണ്ണിയെ നിരാശനാക്കുന്നില്ല. കാരിരുമ്പിന്റെ സ്വഭാവഗുണമാണ് ധീരന് വേണ്ടത്. അങ്ങനൊരാൾ പെട്ടെന്നലിയുന്നവനല്ല. 'പൊട്ടനാണ്ച്ചാ എന്താ?' എന്നു നാട്ടുകാരോടും 'എടാ പൊട്ടാ' എന്നു അപ്പുണ്ണിയോട് നേരിട്ടും അയപ്പൻനായർ പറയുന്നുണ്ട്. നാടുവിട്ടുപോകാൻ ഭാഗം ചോദിച്ചപ്പോൾ 'എടാ പൊട്ടാ'- എന്നു വിളിച്ച മാത്രയിൽ 'പൊട്ടാന്നു വിളിച്ചാല് അതിനു ശേഷംണ്ട്!' എന്നു ചീറുന്ന അപ്പുണ്ണിയെ അമ്മാവൻ തിരിച്ചറിയുന്നുണ്ട്. ജൈവികമായ പ്രണയത്തെക്കുറിച്ചും അപ്പുണ്ണി ബോധവാനാണ്. പ്രണയം ത്യജിക്കൽ കൂടിയാണെന്ന് അയാൾ തിരിച്ചറിയുന്നുണ്ട്. അമ്മുവിന്റെ കല്യാണമുറപ്പിച്ചപ്പോൾ പിന്നീടവിടെ തുടരാൻ താല്പര്യം കാട്ടുന്നില്ല. എന്നാൽ അവളുടെ വിവാഹം നീ നിന്നു നടത്തി കൊടുക്കണമെന്നു പറയുമ്പോൾ അതിനയാൾ തയ്യാറാകുന്നുമുണ്ട്. വലിഞ്ഞുകയറി ഒരിടവും ചെല്ലുന്നില്ല. താൻ അനിവാര്യമാണെന്ന ബോദ്ധ്യം വരുത്തിയിട്ടേ എന്തും സ്വീകരിക്കുന്നുമുള്ളൂ.

മാസ്റ്റർ ഒളിച്ചുപോയെന്നറിയുമ്പോൾ കല്യാണത്തിന്റെ വരനായി പിന്നീട് അധികാരി കാണുന്നത് അപ്പുണ്ണിയെയാണ്. 'നീയാണ് കല്യാണക്കാരൻ!' എന്നു അധികാരി പറഞ്ഞപ്പോൾ ഒരു നരിയെക്കൂട്ടാണ് അപ്പുണ്ണി പ്രതിഷേധിച്ചത്. 'ആളില്ലാത്തപ്പോ ഞാൻ അല്ലേ? വേണ്ട, അതിന് എന്നെ കാക്കണ്ട' എന്നു കലികൊള്ളുമ്പോഴും അമ്മാവൻ കാലുപിടിച്ചിരക്കുമ്പോൾ 'അമ്മോമ കരയണ്ട' എന്നു സമാധാനിപ്പിക്കുന്നതും അപ്പുണ്ണി തന്നെയാണ്. അങ്ങനെ നേടിയത് സ്വന്തമാക്കിയുറപ്പിക്കാനുള്ള ധൈര്യവും അപ്പുണ്ണി കാണിക്കുന്നുണ്ട്. മാഷ് വീണ്ടുമെത്തിയപ്പോൾ അപ്പുണ്ണിയെ കല്യാണത്തിൽനിന്ന് പിന്തിരിപ്പിക്കാനായി മണവറയുടെ വാതിലിൽ മുട്ടിവിളിക്കുന്ന അമ്മാവനെ 'കടന്നുപൊയ്ക്കോ തന്തേ!' എന്ന് ചീറുന്ന ചെറുപ്പക്കാരൻ പൊട്ടനല്ല എന്ന് ആരും വിശ്വസിക്കും. ആണത്തം എന്താണ് എന്നതും വി കെ എൻ ഗഹനമായി പറഞ്ഞുവെക്കുന്നുണ്ട്. തന്നെ ആശ്രയിച്ചവരെ കൈവിടാതെ സംരക്ഷിക്കുന്നവൻ ആണത്തമുള്ളവനാണ്. അദ്ധ്വാനമാണ് പരിഷ്കാരമെന്നും ത്യാഗമാണ് ജീവിതമഹത്ത്വമെന്നും അപ്പുണ്ണി തിരിച്ചറിയുന്നുണ്ട്. അതുകൊണ്ടാണ് നെഞ്ചിൽ നെരിപ്പോടുമാ

യി നില്ക്കുമ്പോൾ അവന്റെ കണ്ണിൽനിന്ന് ഒരു തുള്ളി നീര് പൊടിയാത്തത്. അവസരം വന്നപ്പോൾ ആണത്തമെന്താണെന്നും പ്രണയമെന്താണെന്നും മാസ്റ്ററെ പഠിപ്പിക്കു ന്നുമുണ്ട്.

മണവറയ്ക്കകത്തു നിന്ന് അമ്മുവിന്റെ ശബ്ദം കേൾക്കാത്തപ്പോൾ 'അമ്മൂനെ വല്ലതും ചെയ്തിട്ടുണ്ടാവോ ദ്രോഹീ?' എന്ന് അയ്യപ്പൻ നായരുടെ ചെവിയിൽ ഓതുന്ന മാഷ് ആരുടെയും സഹതാപത്തിനർഹനാണ്. അതാണൊടുവിൽ ഇറ്റുകാരുണ്യമില്ലാതെ അമ്മുതന്നെ പ്രകടിപ്പിച്ചത്. 'ആണുങ്ങളായാൽ നേരും നെറീം വേണം. കടന്നുപോ കാൻ പറയിൻ, അച്ഛാ.' എന്ന് ഏതോ മധുരമായ വേദന അനുഭവിക്കുന്ന മാതിരി, ഉറക്കപ്പിച്ചിന്റെ ശബ്ദത്തിൽ അമ്മു പറഞ്ഞപ്പോൾ വല്ലതും ചെയ്തിട്ടുണ്ടാവും അപ്പുണ്ണി യെന്നു ഉറപ്പിക്കാം. ഒന്നും ചെയ്തില്ലെങ്കിലും ഒരു വാക്കുകൊണ്ടും നോട്ടംകൊണ്ടും സ്പർശംകൊണ്ടും സാമീപ്യംകൊണ്ടുപോലും ആണത്തം തെളിയിക്കാൻ ചില പുരുഷ ന്മാർക്ക് കഴിയും. സമുദ്രത്തിന്റെ ആഴമുള്ള മനസ്സും പ്രിയപ്പെട്ടവരെ അതോടു ചേർത്തു നിർത്താനുള്ള കനിവുമുണ്ടെങ്കിൽ പാറപോലും പാൽചുരത്തും. ആണിന്റെ ഒരു ഗുണ വുമില്ലാത്ത പുമാനോടാണ് കഥാകൃത്ത് നേരിട്ടെത്തി 'പിറ്റേന്നു പ്രഭാതമാവുമ്പോഴേക്കും അന്ത്യകൂദാശകളെല്ലാം നിർവ്വഹിച്ചശേഷം മാസ്റ്ററുടെ ആത്മാവ് കർത്താവിൽ അന്ത്യ നിദ്രപ്രാപിക്കേണ്ടതാകുന്നു' എന്ന് ഒടുവിൽ പറയേണ്ടി വന്നത്. പ്രണയത്തിനു പിന്നാലെ വാലാട്ടി നടക്കുന്ന കോന്തന്മാർ നല്ല സമയം നോക്കി പോയി ചാകുന്ന താണ് നല്ലതെന്ന് പറഞ്ഞ് കരളുറപ്പുള്ളവന്റെ സാമീപ്യമാണ് പ്രണയമെന്ന് വി കെ എൻ അടിവരയിടുന്നു.

പ്രേമത്തെയും വിവാഹത്തെയും മുഖാഭിമുഖം നിർത്തി പരിശോധിക്കുമ്പോൾ കഥാ കാരൻ വിവാഹത്തിന്റെ പക്ഷത്താണ് നിലയുറപ്പിച്ചത്. അതല്ലെങ്കിൽ പ്രേമത്തിന് മഹത്ത്വം നല്കാൻ കൊണ്ടുവരുന്ന സാഹിത്യസങ്കേതങ്ങളെ കണക്കിന് കശക്കിവിടു കയാണ്. 'നാടൻ പ്രേമമാണ് ഏർപ്പാട് വിശുദ്ധമായതുകൊണ്ട് വലിയ വർണ്ണനയൊ ന്നുമുണ്ടാവില്ല' എന്നു പറഞ്ഞുകൊണ്ടാണ് തുടങ്ങിയതെങ്കിലും സംഗതിയുടെ വിശുദ്ധി യിൽ ഒളിഞ്ഞിരിക്കുന്ന മാലിന്യങ്ങളെ കുടഞ്ഞിടുകയാണ്. അപ്പുണ്ണി കല്യാണം കഴിച്ചു കഴിച്ചില്ല എന്ന ഘട്ടത്തിലാണ് സുമുഖനായ പണിക്കർ മാസ്റ്ററായി വന്നതും കടയിൽ പറ്റുവരവു തുടങ്ങിയതും അമ്മുവുമായി കൊഴുത്ത പ്രണയത്തിലാകുന്നതും. അമ്മു പ്രണയം തിരിച്ചു കൊടുത്തപ്പോൾ അപ്പുണ്ണി കഥയിലെ വില്ലനാവുകയാണ്. പ്രണയ ത്തിലെ കൊടുക്കൽ വാങ്ങലുകളുടെ അന്തസ്സാരശൂന്യതയാണ് ആദ്യപ്രഹരത്തിൽ തെളിഞ്ഞത്.

'മാഷെ കാണാനില്ലല്ലോടീ!' എന്നു പറഞ്ഞു മാളുവമ്മ നെഞ്ചത്തടിച്ചപ്പോൾ 'ഒരു കവുങ്ങിൻതൈ പുഴങ്ങിവീഴുന്ന മാതിരി അമ്മു വൃത്തിയായി വലതു ഭാഗം ചരിഞ്ഞു വീണു കൊടുത്തു' എന്നാണ് കാമുകിയുടെ പ്രതികരണം കുറിച്ചത്. കാമുകനെ നഷ്ട പ്പെട്ട് വിവാഹപ്പന്തലിലേക്ക് കയറുന്ന വധുവിനെ ചിത്രീകരിച്ചതും ചിരിയുടെ ചിലങ്ക കെട്ടിയാണ്. 'കലങ്ങിയ കണ്ണുകളോടും വീർത്ത മുഖത്തോടുംകൂടി അമ്മയോടും മറ്റു സ്ത്രീജനങ്ങളോടും കൂടി പകർത്തിയെഴുതാത്ത ഒരു പതിന്നാലുവരി വിഷാദാത്മക കവിത പോലെ അമ്മു പന്തലിൽ വന്നു.' വിവാഹത്തിനുമുമ്പുള്ള പ്രണയത്തിന്റെ കന മില്ലായ്മ പറഞ്ഞു പരിഹസിക്കുകയാണിവിടെ. കാതിൽ വീണു കാതിൽ തന്നെ വറ്റി പ്പോകുന്ന കാല്പനിക വിഷാദ കവിതയാണ് പ്രേമം. അതിന്റെ വൈവശ്യം മാറുമ്പോൾ ജീവിതത്തിന്റെ തെളിച്ചവും പ്രസന്നതയും അനുഭവിക്കാനാവുമെന്ന പ്രതീക്ഷ നില

നിർത്തുന്നുമുണ്ട്. അമ്മുവിന്റെ അവസാനത്തെ പ്രതികരണത്തിൽ ഹൃദയം ആഹ്ലാദം കൊണ്ട് നൃത്തം ചവിട്ടുന്നത് നമ്മളറിയുന്നു. ഉപരിതല സ്പർശിയായ ആഘോഷമല്ല അന്തരിന്ദ്രിയത്തിന്റെ പരപ്പും ആഴവും പാരസ്പര്യവുമാണ് പ്രേമം. അത് വിവാഹത്തിനുശേഷം കത്തിജ്ജ്വലിക്കുമെന്നറിയിച്ചു കൊണ്ട് കാല്പനികർ ഉദാത്തമായിക്കണ്ട പ്രണയ പല്ലവികളെ ജീവിതത്തിന്റെ നെരിപ്പോടിൽ വെച്ച് ഊതിത്തെളിച്ച് പൊന്നാക്കി മാറ്റിയതാണ് ഈ കഥയുടെ മേന്മ. ആ അർത്ഥത്തിലാണ് വി കെ എൻ ആധുനികനായ കഥാകാരനാകുന്നത്.

തേവിടിശ്ശി

വെടിമരുന്നു മണക്കുന്ന വാക്കുകൾ

താനൾപ്പെട്ട കാലഘട്ടത്തിന്റെ കഥാഭിരുചിയെ പാടേ മാറ്റിമറിച്ച കഥാകാരനാണ് കോവിലൻ. മനസ്സിന്റെ അടരുകളിൽ സൂക്ഷിച്ചുവെച്ച കാല്പനിക വികാരങ്ങൾക്ക് ഭാഷ്യം ചമച്ച ഭാവനകളെ നിരാകരിച്ചുകൊണ്ട് ഗ്രനേഡു പൊട്ടിച്ചിതറുന്ന അനുഭവം കഥയിൽ കരുതിവെച്ച എഴുത്തുകാരനാണ് കോവിലൻ. അദ്ദേഹം കണ്ടു പരിചയിച്ച അനുഭവം അത്രയും നീറ്റുന്നതാണ്. തൊട്ടാവാടികളായ കഥാപാത്രങ്ങളും തരളിതമായ വികാരങ്ങളും പരിത്യജിച്ച് പാരുഷ്യത്തിന്റെയും കരുത്തിന്റെയും ആദിമചോദന ആ കഥകളിൽ നിറഞ്ഞുനില്ക്കുന്നു. .അതിജീവനത്തിന്റെ വില എത്ര വൈഷമ്യങ്ങൾ തരണം ചെയ്താൽ കിട്ടുന്ന അപൂർവ്വതയാണെന്ന് പല കഥകളും തിരിച്ചറിയുന്നുണ്ട്. മനുഷ്യന്റെ ഇല്ലായ്മകളിലും ദാരിദ്ര്യത്തിലും വിയർത്തൊലിക്കേണ്ടിവരുന്നവർ സംസാരിക്കുന്ന ഭാഷയ്ക്ക് ഉപ്പിന്റെ സ്വാദു നിറയുക സ്വാഭാവികമാണ്. സത്യത്തിന്റെ നേർവരയിൽനിന്നു ജീവിതത്തെ നോക്കുമ്പോൾ പ്രമേയം നിർദ്ദയമാകാതെ തരമില്ലെന്നു വരുന്നു. എല്ലാത്തരം വിശപ്പും അവിടെ കടന്നുവരുന്നു. അതുണ്ടാക്കുന്ന മുറിവുകളിൽ നീറിയൊടുങ്ങാൻ വിധിക്കപ്പെട്ട മനുഷ്യരും തിരനീക്കിയെത്തുന്നു. മുട്ടിക്കാലുകളിൽ മറയും മോന്തായവും വെച്ച വീട്ടിൽ ഉടുതുണിയില്ലാതിരിക്കുന്ന മകൾക്കുവേണ്ടി പട്ടാളക്കാരനോട് ഒരു മുണ്ടുതരുമോ എന്നു യാചിക്കുന്ന ഒരച്ഛനെ ആ കഥയിൽ കാണുന്നുണ്ട്. ഉടുതുണിയില്ലാതെ പകൽ മുഴുവൻ അടച്ചിരിക്കേണ്ടി വരുന്ന

പെൺകുട്ടിയുടെ വേദന പകർത്താൻ ഏത് വാക്കുകൾക്കാണ് കഴിയുക. താൻ കൊടുത്ത പാന്റും തന്റെ വിയർപ്പ പുരണ്ട ഉടുപ്പുമണിഞ്ഞ് കണ്ണുപൊത്തിക്കരഞ്ഞു നില്ക്കുന്ന മീനയുടെ ജീവിതം സുഖമായിരിക്കട്ടെ എന്ന് ആഗ്രഹിക്കുന്ന പട്ടാളക്കാരന്റെ കഥ പറയുന്ന 'ഓർമ്മകൾ' പ്രണയകഥയാണെങ്കിലും ഒരിടത്തും അതിന്റെ പുളകങ്ങൾ വിടരുന്നില്ല.

പട്ടിണിയുടെയും വിശപ്പിന്റെയും മുമ്പിൽ പ്രണയമില്ല. എന്നാൽ അത് മനുഷ്യസഹജമായ വികാരമായതിനാൽ, അതിനെക്കുറിച്ച പറയേണ്ടതായി വരുന്നു. 'ഒരു കഷണം അസ്ഥി' എന്ന കഥയിൽ വൃദ്ധന്റെ പഴയ പ്രണയകഥ എരിഞ്ഞു കത്തുന്നുണ്ട്. പ്രേമത്തിന്റെ അടയാളം അസ്ഥിയാണ്. പ്രേമത്തിന്റെ കിതപ്പോ നിശ്വാസമോ താരതമ്യമോ ഇല്ലാതെ മറവിയിൽ കല്ലിച്ചുകിടക്കുന്ന അനിഷ്ടകരമായ ഓർമ്മയായിട്ടാണ് അസ്ഥി കടന്നുവരുന്നത്. വൃദ്ധന്റെ എതിർപ്പിനെ അവഗണിച്ച് മകൻ ശവക്കുഴി തോണ്ടിയെടുക്കുന്ന അസ്ഥിക്കഷണങ്ങളിൽ സ്നേഹത്തിന്റെ ഓർമ്മകളാണ് മരവിച്ചു കിടന്നത്. ഒടുവിൽ മരിച്ചു കിടന്ന വൃദ്ധന്റെ ശരീരത്തിന്റെ അടിയിൽ പൊതിഞ്ഞുവെച്ച അസ്ഥിയും ഒരു കുറിപ്പുമുണ്ടായിരുന്നു. 'ഞാൻ മരിച്ചാൽ എന്നോടൊപ്പം ഈ അസ്ഥി മറവു ചെയ്യണം. അവൾ ചേർന്ന മണ്ണിലല്ലെങ്കിലും അവളുടെ ശരീരത്തോടു ചേർന്നു മണ്ണാകാൻ ഇടവന്നല്ലോ' (ഒരു കഷണം അസ്ഥി). പ്രണയം ജീവിതത്തിൽ അത്ര കടുപ്പമുള്ള കാര്യമാണെന്ന് പലപാട് കോവിലൻ പറഞ്ഞുപോകുന്നുണ്ട്. അത് മസൃണമായ ഓർമ്മകളോ ജീവിതത്തെ മധുരിപ്പിക്കുന്ന സുഖാനുഭവങ്ങളോ ആയിട്ടല്ല കഥകളിൽ കടന്നുവരിക. ഇതുപോലെ ഓർമ്മകളിൽ അവശേഷിക്കുന്ന അസ്ഥിക്കഷണമായോ ഗ്രനേഡിന്റെ പൊട്ടിച്ചിതറലിൽ പൊടിയുന്ന രക്തമായോ പ്രണയത്തെ തിരിച്ചറിയുന്നു. ജീവിതം അത്രമേൽ അനിശ്ചിതത്വവും അപരിചിതത്വവും നിറഞ്ഞതാണെന്നും വിശപ്പ കഴിഞ്ഞിട്ടു മാത്രമേ കാമം കടന്നുവരികയുള്ളൂവെന്നും കോവിലൻ കാണുന്നുണ്ട്. ആ കാഴ്ചകളെ അടയാളപ്പെടുത്താൻ വാക്കുകളിൽ ഗന്ധകം നിറയ്ക്കേണ്ടിവരുന്നു. അതു വായിക്കുമ്പോൾ നമ്മുടെ ഉള്ളിൽ മുറിവുകളുണ്ടാകുന്നു. അതിന്റെ നീറ്റലിൽ നമ്മുടെ ചിന്ത ഉണർന്നെണീക്കുകയും ചെയ്യും. ചിന്തയുടെ ശിവനടനം കൊണ്ടാണ് കോവിലൻ കഥയുടെ ആന്തരതാളം സൃഷ്ടിക്കുന്നത്.

'തേവിടിശ്ശി' കോവിലന്റെ അസാധാരണമായ പ്രണയകഥയാണ്. എന്നാൽ പ്രണയത്തിന്റെ സൂക്ഷ്മ വൈകാരികമായ ഭാവങ്ങളോ അസ്ഥിയിൽ പുളകം ചാർത്തുന്ന സുഖാനുഭവങ്ങളോ വിവരണകലയിൽ സ്വീകരിക്കുന്നില്ല. പ്രണയത്തിനുശേഷമുള്ള ജീവിതത്തിന്റെ കരാളഭാവങ്ങളെ കറുപ്പിന്റെ തീക്ഷ്ണതകൊണ്ട് തിളക്കിക്കത്തിക്കുകയാണ്. സ്നേഹത്തിന്റെ മാന്ത്രികശക്തിയിൽ ആകൃഷ്ടരായി പ്രണയിച്ചവരല്ല അവർ, ചിന്തയുടെ കരാളമായ വാക്കുകളുടെ ദാർഢ്യത്താൽ ആകൃഷ്ടരായി വിവാഹിതരായവരാണ്. അവരുടെ ജീവിതത്തെ തിളക്കുന്നതും ആഴമുള്ള ചിന്തയുടെ ചിന്തേരിടാത്ത ഭാഷയാണ്. നരകത്തിന്റെ ദുരിത യാഥാർത്ഥ്യമായി ജീവിതം നില്ക്കുമ്പോൾ പ്രണയത്തിന്റെ വാഴ്വും കാന്തിയും അപ്രസക്തമാകാനേ തരമുള്ളൂ. മരണവും നിരന്തര സാന്നിദ്ധ്യമറപ്പിച്ചുകൊണ്ട് ജീവിതത്തോട് ചേർന്നു നില്പുണ്ട്. അങ്ങനെ വരുമ്പോൾ പ്രണയം ദുരന്തത്തിന്റെ ആകസ്മിക യാത്രയാകാനേ സാദ്ധ്യതയുള്ളൂ എന്ന ചിന്തയ്ക്കാണ് പ്രാധാന്യം. അതുകൊണ്ടാണ് മരണത്തിന്റെ ആഘാതം 'തേവിടിശ്ശി' എന്ന പ്രണയകഥയെ അതിജീവനത്തിന്റെ ശൂന്യത നിറച്ച കഥയായി പരിവർത്തിപ്പിച്ചത്.

പരിണാമഗുപ്തിയിലേക്ക് നീക്കി വെക്കാൻ ഒരു നിഗൂഢതയും 'തേവിടിശ്ശി'യിൽ

കരുതി വെച്ചില്ല. ആദ്യമേ തന്നെ കഥയെന്താണെന്ന് വെളിപ്പെടുത്തുകയാണ്. 'സമുദായം ജാനകിയെ ഒറ്റപ്പെടുത്തി: അവൾ വിവാഹം ചെയ്തത് ഒരു മുഹമ്മദീയ യുവാവിനെയാണ്. അയാൾ ഒരു ഫാക്ടറി തൊഴിലാളിയായിരുന്നു. പട്ടണത്തിൽ ഫാക്ടറിക്കടുത്ത് അവർ താമസിച്ചു. അയാൾ മരിച്ചു. അല്ല, അയാളെ തൂക്കിക്കൊന്നു.' ഫാക്ടറിയിൽ നടന്ന തൊഴിലാളി പ്രക്ഷോഭത്തിലും വെടിവെയ്പിലും ഒരു പൊലീസുദ്യോഗസ്ഥൻ മരിച്ചു. കൊലപ്പുള്ളിയായി പിടിച്ചതും തൂക്കിലിട്ടതും ജാനകിയുടെ ഭർത്താവിനെയാണ്. വിധവയായ ജാനകിക്ക് പിന്നീടവിടെ നില്ക്കേണ്ടതില്ല. പിഞ്ഞിയ കല്യാണപ്പുടവയിൽ പൊതിഞ്ഞ ഭർത്താവിന്റെ ഫോട്ടോ നിധിയായിക്കണ്ട് തന്റെ കുഞ്ഞിനേയുമെടുത്ത് ജനിച്ചു വളർന്ന നാട്ടിൻപുറത്തേക്ക് യാത്രതിരിച്ചു. സൗഭാഗ്യം നിറഞ്ഞ പ്രായത്തിലവൾ അന്വേഷിച്ചത് പൊറുക്കാനൊരു വീടായിരുന്നു. 'തേവിടിശ്ശി' എന്ന വിളിപ്പേര് കിട്ടിയത് അവിടെവെച്ചാണ്. ആട്ടിപ്പായിച്ച അവൾ വാടിത്തളർന്ന കുഞ്ഞിനെ തോളിലിട്ട്, മാറാപ്പ് തലയിലേറ്റി നടന്നു. നിരാശയോ തളർച്ചയോ അവൾക്കു തോന്നിയില്ല. 'മനുഷ്യൻ ജീവിക്കും എന്തുകൊണ്ടെന്നാൽ അവൻ ജീവിച്ചേ തീരൂ. ഭീരുവാകരുത്' എന്ന ഭർത്താവിന്റെ മുഴക്കമുള്ള വാക്കുകൾ അവളുടെ ദൈന്യങ്ങളെ നിശ്ശബ്ദമാക്കി. അന്യമതസ്ഥനെ പ്രണയിക്കാനുള്ള പെണ്ണിന്റെ കരളുറപ്പ് ജീവിതത്തെ നേരിടാനും പ്രാപ്തി നല്കി.

'ജാനകി കരളുറപ്പുള്ള പെണ്ണു തന്നെയാണ്. ഒരു മുഹമ്മദീയനെ വിവാഹം ചെയ്താൽ സമുദായം നല്കുന്ന പ്രതിഫലം എന്തായിരിക്കും എന്ന് അറിഞ്ഞിട്ടുതന്നെയാണ് അവൾ അയാളെ സ്നേഹിക്കാൻ തുടങ്ങിയത്. അവർ സഹപാഠികളായിരുന്നു. അവളെ ആകർഷിക്കാൻ അയാൾ മനപ്പൂർവ്വം ഒന്നും പ്രവർത്തിച്ചിട്ടില്ല. അയാളുടെ ചില ചില അഭിപ്രായങ്ങൾ- അവയോട് യോജിക്കുന്ന ഒരു ഭാര്യയെ അയാൾക്കു കിട്ടി.' പ്രണയത്തിന്റെ പൂക്കാലങ്ങളെ ദുർബ്ബലമായ വാക്കുകളിൽ കോരിയെടുത്ത് കണ്ണു നനയിക്കാനുള്ള യാതൊരു ശ്രമങ്ങളുമില്ല. പ്രണയത്തിന്റെ പയ്യാരങ്ങളോ പരസ്പരാകർഷണത്തിനുവേണ്ടി നടത്തുന്ന ആലാപസല്ലാപങ്ങളോ ഓർക്കുന്നുപോലുമില്ല. ആകർഷണം വേറൊന്നുമില്ല, നീതിബോധത്തിലുറച്ച ആഴമുള്ള ചിന്തകൾ തന്നെയാണ്. ചിന്തകളുടെ അഗ്നി ഉള്ളിൽ വഹിച്ച വാക്കുകൾ തന്നെയാണ്, 'സംഹരിക്കുക ആവശ്യമില്ലാത്തതും ഉപദ്രവകാരിയുമായ എന്തിനേയും സംഹരിക്കുക' എന്നുള്ള അയാളുടെ തീപാറുന്ന പ്രസംഗങ്ങളാണ് അവളെ പിടിച്ചുലച്ചത്. സമൂഹത്തിന്റെ നീതിക്കുവേണ്ടിയാണത്. ചൂഷണത്തിനും അക്രമങ്ങൾക്കും വിധേയരാകുന്ന മനുഷ്യർക്കുവേണ്ടിയാണത്. വിദ്യാർത്ഥിയായിരിക്കുമ്പോഴുള്ള മാനുഷികതയും സാമൂഹ്യബോധവും നല്കിയ കരുത്തിൽ ഉറപ്പിച്ച വാക്കുകളുടെ ശക്തിയിലാണ് പുരുഷന്റെ കരുത്ത് തിരിച്ചറിഞ്ഞത്. അങ്ങനെയൊരു കരുത്തനെ പ്രണയിക്കുവാൻ കരളുറപ്പുള്ള പെണ്ണിനേ കഴിയൂ എന്ന് ആർക്കും ബോദ്ധ്യമാകും. അവൾ ഏതു ചണ്ഡവാതങ്ങളിലും കടപുഴകാതെ നിലനില്ക്കുമെന്നും നമുക്ക് തിരിച്ചറിയാനാകും.

ജീവിതത്തിന്റെ കനലുകളിൽ ചവിട്ടി നടന്നവളാണ് ജാനകി. കഷ്ടതയെന്താണെന്ന് ജീവിതം കൊണ്ടു തിരിച്ചറിഞ്ഞവൾ. സ്കൂൾ സമയം വരെ ഓലമിടയും- സ്കൂളിൽ നിന്നു വന്നാലും. രാത്രിയിലാണ് വായനയും ചിന്തയും. ഒഴിവുദിവസങ്ങളിൽ അങ്ങാടികളിലേക്ക് ഓലക്കെട്ടു ചുമക്കും. ഓണാവധിക്ക് കൊയ്യാനും മദ്ധ്യവേനലവധിക്ക് മണ്ണുകോരാനും പോകും. പരിഹാസങ്ങളെയും ഭീഷണികളെയും എതിർത്തു തോല്പിച്ചു. അനുഭവങ്ങളെ മൂർച്ചപ്പെടുത്തി പ്രതിബന്ധങ്ങളെ അതിജീവിച്ചു. ഓർമ്മയും സഹന

ങ്ങളും അവളുടെ ഉള്ളെരിച്ചു. അതിന്റെ തീയിലാണ് പ്രണയമുരുക്കിയത്. അവളുടെ ആശയങ്ങളെ അയാളും അംഗീകരിച്ചു. കോളറ അമ്മയെ തട്ടിയെടുത്തപ്പോൾ അവർ വിവാഹം കഴിച്ചു. എന്നാലവളുടെ ഉടുപ്പോ പേരോ മാറ്റാൻ അയാൾ അനുവദിച്ചില്ല. മതവും ദൈവവും മനുഷ്യന്റേതാണെന്ന് ചിന്തിച്ചുകൊണ്ട് അവൾ ജീവിതത്തെ നേരിടാനാനൊരുങ്ങി. ജാതിയുടെയും മതത്തിന്റെയും പേരിൽ പ്രണയത്തിൽ അരങ്ങേറുന്ന നെറികേടുകളുടെ കഥ എത്ര അരോചകമാണെന്ന് ഈ കഥ നമ്മോടു പറഞ്ഞുതരും. സമൂഹത്തെയും മതത്തെയും ജീവിതത്തെയും തിരിച്ചറിയാത്ത ദുർബ്ബല മനുഷ്യരുടെ കോലാഹലങ്ങൾ മാത്രമാണ് ദുരഭിമാനക്കൊലകളും കോടതികയറ്റങ്ങളുമെന്ന് തിരിച്ചറിയാനാകും. അവരുടെ ജീവിതം സിനിമയുടെയും സാഹിത്യത്തിന്റെയും ഉടുപ്പഴിക്കുന്ന കഥകളിൽക്കൂടിയല്ല നീങ്ങിയത് എന്നു നേരിട്ടു പറഞ്ഞുകൊണ്ട് കഥാകാരൻ ജീവിതത്തിന്റെ അർത്ഥവും പൊരുളും സംവഹിക്കുന്ന കനമെന്താണെന്ന് വ്യക്തമാക്കുന്നു.

പ്രണയത്തിന്റെ പുറമ്പോക്കു ഭൂമിയിൽ സുന്ദര വാക്കുകളിലും സ്വപ്നങ്ങളിലും മുഴുകി കാലം കഴിക്കുന്ന സ്വാർത്ഥികളാണ് പ്രണയികൾ. അവരുടെ ലോകത്തിൽ വേദനിക്കുന്ന സമൂഹമില്ല. ദുഃഖങ്ങളുടെ പെരുമ്പറ മുഴക്കമില്ല. തേനൊലിക്കുന്ന പദാവലികളും പയ്യാരങ്ങളും കൊണ്ട് മോഹിതരാണവർ. പക്ഷേ, ഇവിടെ പ്രണയത്തിന്റെ വാക്കുകൾ സാമൂഹ്യബോധത്തിന്റെ കത്തുന്ന പന്തങ്ങളാണ്. മാനുഷികതയുടെയും അവകാശങ്ങളുടെയും പാറുന്ന കൊടികളാണ്. നാലുമാസം ഗർഭിണിയായ ഭാര്യയെ ഓർമ്മിപ്പിക്കുന്നത് 'എന്റെ വഴിയിൽ വിലങ്ങടിക്കുന്നത് എന്റെ മകൻ തന്നെയായാലും അവനെ കൊന്നു ഞാൻ മുമ്പോട്ടു പോകും' എന്നാണ്. ജീവിതപ്പോരാട്ടത്തിൽ ബന്ധങ്ങളുടെ ദൗർബല്യം തടസ്സമാകരുത് എന്ന ബോധത്തെ ഉറപ്പിക്കുകയാണ്. മക്കൾ കരുത്തരും ധീരരുമായി വളരേണ്ടതിന്റെ ആവശ്യകത ബോദ്ധ്യപ്പെടുത്തുകയാണ്. ജീവിതത്തിന്റെ വെയിലേറ്റ് തളരേണ്ട ഈയലുകളായല്ല ഉച്ചച്ചൂടിൽനിന്നു കത്തുന്ന സൂര്യനായി വളരേണ്ടതുണ്ട് എന്ന ബോധത്തെയാണ് പ്രകാശിപ്പിച്ചത്.

നിയമത്തിന്റെ അർത്ഥരാഹിത്യത്തെ തൊലിയുരിച്ചു കാട്ടുന്നവന്റെ വാക്കുകൾ അവളുടെ ഹൃദയത്തിലേക്കാണിറങ്ങിയത്. അങ്ങനെയൊരു ജാനകിക്ക് ജീവിതത്തിൽ എങ്ങനെ തളരാനാകും. ഏതു തളർച്ചയിലും സമൂഹത്തിനും ദേശത്തിനും വേണ്ടി ജീവിച്ച് മരണം വരിച്ച കാമുകന്റെ ഇടർച്ചയില്ലാത്ത വാക്കുകളെ നെഞ്ചിൽ വെച്ച് തിളക്കുമ്പോൾ അതവളിൽ ഏതൊക്കെയോ ഊർജ്ജങ്ങൾ നിറയ്ക്കുക തന്നെ ചെയ്യും. ജയിലിൽ നിന്നെഴുതിയ കത്തുകളിൽ വാക്കുകൾ തീജ്ജ്വാലയായി അവൾക്ക് ചൂടു പകർന്നു 'മനുഷ്യൻ ജീവിക്കും. അതു നിത്യസത്യമാണ്. ഞാൻ മരിച്ചാൽ- എന്നെ തൂക്കിലിട്ടാൽ- നിങ്ങളുടെ മുമ്പിൽ തടസ്സമാകുന്ന എന്തിനേയും തട്ടിമാറ്റാൻ നമ്മുടെ മകനെ വളർത്തുക.' അയാളുടെ അവസാനത്തെ ആശംസയും അഭിവാദ്യവും അവളിൽ അമ്മയുടെ കർത്തവ്യത്തിന്റെ ശക്തിയറിയിച്ചു. രാഷ്ട്രത്തിനുവേണ്ടി നിണമണിഞ്ഞ ഒരു രക്തസാക്ഷിയുടെ മകൻ ജീവിച്ചിരിക്കണമെന്ന വാശിയാണ് പില്ക്കാല ജീവിതത്തിൽ അവളെ തേവിടിശ്ശിയാക്കിയത്. സാമൂഹ്യ നിയമങ്ങൾ അനുശാസിക്കുന്ന ജീവിതത്തെ തട്ടിത്തെറിപ്പിക്കുന്നവർക്ക്, അരുമയായി നല്കുന്ന വിളിപ്പേരാണ് തേവിടിശ്ശി. സ്വതന്ത്രമായി ചിന്തിക്കുന്നവരെയും ചോദ്യം ചെയ്യുന്നവരെയും സഹിക്കാൻ കഴിയാത്ത കാലമാണ് നമുക്കെപ്പോഴുമുള്ളത്.

ഗ്രാമത്തിന്റെ അതിരിലെ വടക്കേക്കുന്നിന്റെ തെക്കേപ്പള്ളയിൽ ഉപയോഗശൂന്യ

മായൊരു വെണ്ണീർപ്പുരയുണ്ടായിരുന്നു. ചുവരും കട്ടിളയുമില്ലാത്ത ആ പുരയിലാണവൾ കുഞ്ഞുമായി താമസിച്ചത്. അയൽപക്കത്തുള്ള വീട്ടിൽ മകനെ വിട്ടിട്ട് അവൾ പണിയെടുക്കും. അതിനിടയിലാണ് കുഞ്ഞിന് ഗ്രഹണി പിടിച്ചത്. കൈയിൽ പണമില്ലാതെ പണിയെടുക്കാൻ കഴിയാതെ അവൾ നരകം കൺമുന്നിൽ കണ്ടു. മകനെ ബാലവൈദ്യനെ കാണിക്കാൻ ചെന്നപ്പോൾ ചികിത്സാ ചെലവായി അമ്പതു രൂപ ആവശ്യപ്പെട്ടു. കൊടുക്കാൻ പണമില്ലാത്തതിനും അയാൾ വഴി കണ്ടെത്തി. മരുന്നിന്റെ പണത്തിനായി അമ്മ തന്റെ കൂടെ കിടക്കണം. ആവശ്യമില്ലാത്തതും ഉപദ്രവം ചെയ്യുന്നതുമായ എന്തിനേയും സംഹരിക്കണമെന്ന വിശ്വാസത്തിൽ തൂക്കിലേറിയ രക്തസാക്ഷിയുടെ ഭാര്യക്കാണ് വ്യഭിചരിക്കേണ്ട ഗതികേട് വന്നത്. രക്തത്തിനും മാംസത്തിനും വിലപേശിക്കഴിഞ്ഞ വൈദ്യരെ സംഹരിക്കാൻ നിന്നാൽ തന്റെ കുഞ്ഞിന്റെ ജീവിതമാണ് ഇല്ലാതാകുന്നത്. മനുഷ്യൻ ജീവിക്കുന്ന രാഷ്ട്രത്തെ സൃഷ്ടിക്കാൻ തന്നാലാവുന്നത് നിർവ്വഹിക്കാൻ തന്റെ മകൻ ജീവിച്ചിരിക്കണമെന്നും അതിന് താൻ നശിച്ചാലും തെറ്റില്ലെന്നും കരുതി അവർ വൈദ്യരുടെ ഇംഗിതത്തിന് വഴങ്ങി മകനെ രക്ഷിക്കുകയാണ്. അക്ഷരാർത്ഥത്തിൽ തന്നെ അവൾ 'തേവിടിശ്ശി'യാകുകയാണ്.

കോവിലന്റെ കഥ ഉയർത്തുന്ന വലിയ ചോദ്യം ആരാണ് 'തേവിടിശ്ശി'യെന്നാണ്. അത് പ്രത്യക്ഷത്തിൽ വരുന്നില്ലായെങ്കിലും കാലത്തിന്റെയും ചിന്തയുടെയും കരുത്തിൽ ജീവിച്ച പെണ്ണിന്റെ കഥ പറഞ്ഞ കഥാകാരൻ 'തേവിടിശ്ശി' എന്ന പേര് സ്വീകരിച്ചപ്പോൾ ആ ചോദ്യം സ്വാഭാവികമായി തന്നെ കടന്നുവന്നു കഴിഞ്ഞു. കരുത്തുകൊണ്ട് ജീവിതത്തെ ഉജ്ജ്വലമായി നേരിടുകയും വിപ്ലവാത്മകമായ ചിന്തകളുയർത്തിയ പുരുഷനെ സ്നേഹിക്കുകയും സമുദായത്തിന്റെ പരിഹാസങ്ങളെ അവഗണിച്ച് അവനോടൊപ്പം ജീവിക്കുകയും ഒടുവിൽ ധീരരക്തസാക്ഷിയായവന്റെ കുഞ്ഞിനെ വളർത്താൻ ജീവിതത്തിന്റെ തരിശിലേക്ക് ചങ്കൂറ്റത്തോടെ ഇറങ്ങുകയും പണമില്ലാത്തതിന്റെ പേരിൽ മാത്രം മകന്റെ ജീവൻ രക്ഷിക്കാൻ തന്റെ ശരീരം വില്ക്കേണ്ടി വരികയും ചെയ്ത പെണ്ണിനെ വിളിക്കേണ്ട പേരാണോ 'തേവിടിശ്ശി'യെന്ന് ഭംഗ്യന്തരേണ കഥാകാരൻ ചോദിക്കുന്നുണ്ട്. അവൾ യുദ്ധം ചെയ്തത് സാമൂഹ്യമായ അനീതികളോടാണ്. സ്വന്തം കഴിവിലും പ്രയത്നത്തിലും വിശ്വസിച്ച ജീവിച്ചവളാണ്. ആ പുരോഗമനാത്മകമായ മനസ്സാണ് സ്വാർത്ഥതയുടെ അംശം പോലും കരുതാതെ ഈ നാടിനുവേണ്ടി തന്റെ മകൻ ജീവിക്കേണ്ടുന്നതിന്റെ അനിവാര്യതയെക്കുറിച്ച് ചിന്തിച്ചത്. എന്നാൽ സാമൂഹ്യവ്യവസ്ഥിതിയും അതിന്റെ കാവല്ക്കാരും സ്വാർത്ഥതയിൽ മാത്രം അഭിരമിച്ചവരാണ്. അതുകൊണ്ടാണ് മരണാർത്തനായ ഒരു കുഞ്ഞിന്റെ ജീവൻ രക്ഷിക്കുന്നതിന് അമ്മയുടെ ശരീരം ലജ്ജയില്ലാതെ പ്രതിഫലമായി ചോദിച്ചത്. വൈദ്യശാസ്ത്രത്തിന്റെ ധാർമ്മികതയെ നിരാകരിച്ച മനസ്സാണ് യഥാർത്ഥത്തിൽ 'തേവിടിശ്ശി.' നിസ്വനോട് നിർദ്ദയമായി പെരുമാറുന്ന സാമൂഹ്യ വ്യവസ്ഥിതിയാണ് 'തേവിടിശ്ശി.' ഈ കഥയെ ദീപ്തമാക്കുന്ന ചിന്ത ഇത്തരം ധാർമ്മികമായ സാമൂഹ്യബോധമാണ്.

പ്രണയത്തിന്റെ അലങ്കാരസമൃദ്ധമായ ഭാവബോധത്തെയാണ് അതുവരെയും കഥകൾ പകർത്തിവെച്ചത്. രണ്ടുപേരിൽ മാത്രം നിക്ഷിപ്തമായ വികാരങ്ങളുടെ തളർച്ചയും വിവശതയും കത്തിപ്പടരലുമൊക്കെ. അത് ഇണകളെ മാത്രം ബാധിക്കുന്ന സംഘർഷങ്ങളുടെ ശേഷപത്രങ്ങളായിരുന്നു. 'തേവിടിശ്ശി' എന്ന കഥ ഉജ്ജ്വലമായ പ്രണയകഥയാണ്. പുരോഗമനാത്മകമായ കാഴ്ചകളെ കത്തിച്ചു നിർത്തിയ അനുരാ

ഗകഥയാണ്. അതുകൊണ്ടുതന്നെ പ്രണയ വികാരത്തിന്റെ താരള്യങ്ങളെ പഞ്ഞിക്കെട്ടുഭാഷയിൽ പകർന്നു വെക്കേണ്ട ബാദ്ധ്യത കഥാകാരനില്ല. ജാതിയുടെയും മതത്തിന്റെയും അതിരുകൾ ഭേദിച്ച് വിജയം വരിക്കുന്ന പ്രണയ ജീവിതത്തെക്കുറിച്ച് ഇപ്പോൾ പോലും നമുക്കാലോചിക്കാൻ കഴിയുമെന്നു തോന്നുന്നില്ല. കോവിലൻ തന്റെ കാലത്തു തന്നെ അത്തരത്തിലുയർന്ന മതിൽക്കെട്ടുകളെ ബോധപൂർവ്വമവഗണിച്ചുകൊണ്ട് പ്രണയികളുടെ കരുത്ത് പകർന്നു നല്കുകയാണ്. അവർ തീക്ഷ്ണമായ ചിന്തകളിൽ അഭിരമിച്ചവരാണ്. മതവും ദൈവവും മനുഷ്യന്റേതാകയാൽ ജീവിതത്തേക്കാൾ വലിയ സ്ഥാനമൊന്നും അതിന് കൊടുക്കേണ്ടതില്ലായെന്നും ചിന്തിക്കുന്നവരാണ്. അതിന്റെ പേരിൽ ഉടുപ്പും പേരും മാറിയുള്ള മാറ്റക്കച്ചവടത്തിന്റെ അർത്ഥരാഹിത്യത്തെ തുറന്നു കാണിച്ചവരാണ്. അവർക്കു പ്രണയം ജീവിതമാറ്റം തന്നെയായിരുന്നു. എല്ലാ പ്രതിബന്ധങ്ങളെയും തച്ചുടച്ചുള്ള ജീവിതമുന്നേറ്റത്തെക്കുറിച്ച് അനുകൂലമായി ചിന്തിച്ചവരാണ്. ആ ചിന്തയുടെ സമാനതയാണ് അവരുടെ പ്രണയം. അവിടെ തീപിടിച്ചത് അത്തരം ചിന്തകൾക്കാണ്. അത് നേരമ്പോക്കായിരുന്നില്ല. അതിനു രക്തസാക്ഷിത്വത്തിനു തയ്യാറാകുന്നിടത്താണ് സത്യസന്ധത തെളിയുന്നത്. ചെയ്യാത്ത കുറ്റത്തിനു ജയിലിൽ കിടക്കുമ്പോഴും കാമുകന്റെ കരുത്തു ചോർന്നു പോകുന്നില്ല. വാക്കുകളിലൂടെ ചിന്തിച്ച ജീവിതത്തിലേക്ക് നയിക്കാൻ ഇണയെ പ്രാപ്തമാക്കുകയാണ്. പ്രണയത്തിന്റെ പല്ലവികളായത് അതിജീവനത്തിന്റെ മന്ത്രശക്തികളാണ്. പ്രണയത്തെ ഉജ്ജ്വലിപ്പിച്ചു നിർത്തുന്നത് അസാധാരണമായ ഈ കാഴ്ചപ്പാടാണ്. തുറിച്ചൊന്നു നോക്കിയാൽ ഉരുകി വീഴുന്ന ദുർബ്ബലചിത്തരായ കാമുകരെയല്ല കോവിലൻ നിർമ്മിച്ചുവെച്ചത്.

'തേവിടിശ്ശി' എന്ന കഥയിലെ നായികയുടെ പേര് ജാനകിയാണെന്ന അറിവും നമ്മുടെ ചിന്തയെ പിളർക്കുക തന്നെ ചെയ്യും. പാതിവ്രത്യത്തിന്റെ പുണ്യവതിയായ ഇതിഹാസ നായികയാണ് ജാനകി. എന്നാലവളുടെ ജീവിതത്തെ വേട്ടയാടിയത് അവൾ തേവിടിശ്ശിയാണെന്ന പുരുഷബോധമാണ്. അതവളുടെ ജീവിതത്തെ അവസാനംവരെ നരകതുല്യമാക്കുകയും ഒടുവിൽ ഭൂമി പിളർന്നു അപ്രത്യക്ഷമാകുന്നിടം വരെ അസഹ്യവുമായിരുന്നു. ഇതിഹാസനായികയായ സാക്ഷാൽ ജാനകിയുടെ ജീവിതത്തെ കരുത്തോടെ പിന്തുടരുകയും വിജയിക്കുകയും ചെയ്ത കഥാപാത്രമാണ് കഥയിലെ നായിക ജാനകി. ജനകപുത്രിയല്ലെങ്കിലും ഭൂമിയിൽ വിയർപ്പൊഴുക്കി ജീവിച്ചവളും ഭൂമി സ്വർഗ്ഗമാക്കുവാൻ ചിന്തിച്ചവളുമാണ്. വിപ്ലവകാരിയായ ഭർത്താവിന്റെ വാക്കുകളെ തന്റെ ആത്മചിന്തയുടെ ഭാഗമെന്ന നിലയിൽ മനസ്സിലാക്കി ജീവിച്ചവളാണ്. രക്തസാക്ഷിയുടെ ജീവിതത്തെ അഭിമാനത്തോടെ കാണുകയും മകനെ അതു പഠിപ്പിക്കാൻ ശ്രമിക്കുകയും ചെയ്തവളാണ്. തന്റെ രക്ഷയോ കുട്ടിയുടെ രക്ഷയോ എന്നതിനേക്കാൾ ഈ ലോകരക്ഷയ്ക്ക് എന്തെങ്കിലും ചെയ്യാൻ പ്രാപ്തനാക്കുന്നതിനാണ് മകന്റെ ജീവൻ രക്ഷിക്കാൻ തന്റെ ശരീരം വിറ്റത്. മകന്റെ ജീവിതത്തിനുയിരു കൊടുത്തുകൊണ്ട് തന്റെ വിലയില്ലാത്ത ശരീരത്തെ മൂല്യവത്താക്കുകയാണ് അവൾ ചെയ്തത്. അങ്ങനെയൊരു സ്ത്രീയുടെ യഥാർത്ഥപേര് ജാനകിയെന്നു തന്നെയാവണമെന്നും അത്തരം ജീവിതത്തിലേക്ക് വലിച്ചിഴച്ച ഈ സമൂഹമാണ് തേവിടിശ്ശിയെന്നും ധ്വനിപ്പിച്ചുകൊണ്ട് പ്രണയകഥയ്ക്ക് ഇതിഹാസമാനം കൊടുക്കുകയാണ് കോവിലൻ. ശിവന്റെ നൃത്തച്ചുവടുകളിൽ നിന്നുയരുന്ന കടുന്തുടിയുടെ രുദ്രതാളമാണ് പ്രണയകഥയെന്ന നിലയിൽ തേവിടിശ്ശിയെ ദീപ്തമാക്കുന്നത്. അത് മാറിയ ചിന്തയുടെ സംസ്കാരത്തെക്കൂടി തെളിച്ചപ്പെടുത്തുന്നു.

മീര

മീരയുടെ പ്രയാണങ്ങൾ

രാജസ്ഥാനിലെ ജോദ്പൂർ കൊട്ടാരത്തിൽ ജനിച്ച മീര കുട്ടിക്കാലത്തുതന്നെ ശ്യാമവർണ്ണനെ ഹൃദയത്തിൽ മുദ്രയായി സ്വീകരിച്ചു. കൊട്ടാരത്തിലെ സുഖാസക്ത ജീവിതവും പരിചാരകരുടെയും തോഴിമാരുടെയും സ്നേഹവും തന്റെ മനസ്സിൽ പ്രതിഷ്ഠിച്ച കൃഷ്ണവിഗ്രഹത്തിന് ഉറപ്പും ബലവും നല്കി. ജീവിതം കണ്ണനുനേദിക്കാൻ സ്വയമാഗ്രഹിച്ചു. മറ്റൊരു ജീവിതം നിരർത്ഥകമാണെന്ന് വിശ്വസിക്കുകയും ചെയ്തു. കുട്ടിക്കാലത്തുതന്നെ അമ്മയെ നഷ്ടപ്പെട്ട മീര പിന്നീട് തന്റെ ശ്വാസമിടിപ്പുപോലും സമർപ്പിച്ചത് കാമുകനുവേണ്ടിയാണ്. മീരയുടെ ഏകാന്തമായ മനസ്സിൽ കണ്ണനും അവന്റെ മുരളീനാദവും മയിൽപ്പീലിയും നിറഞ്ഞുനിന്നു. അവനുവേണ്ടി പാടുകയും നൃത്തം വെക്കുകയും കിടക്ക വിരിക്കുകയും ചെയ്തു. അവന്റെ സ്പന്ദനം ഹൃദയം കൊണ്ടേറ്റുവാങ്ങി ഉണർന്നിരുന്നു. പ്രണയത്തിന്റെ ലഹരിയിൽ മീര നിറഞ്ഞു കവിഞ്ഞു. ഉുവിയതൊക്കെയും ഭജനകളായി.

അണിഞ്ഞിരുന്ന വസ്ത്രത്തിന്റെ തൊങ്ങലുകളിലും കാൽച്ചിലങ്കയുടെ കുടമണികളിലും കൃഷ്ണപ്രണയം കൊരുത്തുവെച്ചു. കാഴ്ചക്കാരനായ കണ്ണനുവേണ്ടി മാത്രം കാൽ തളരുവോളം നൃത്തം ചെയ്തു. അവനുവേണ്ടിയെഴുതിയ കവിതയിലെ വാക്കുകളിൽ ഹൃദയരക്തം ചിന്തിത്തെറിച്ചു. കാണാത്ത കാമുകന്റെ സഖിയായി മീര അരങ്ങിൽ നിറഞ്ഞാടി. ഇതിനിടയിൽ മീര വിവാഹിതയാകുന്നു. ദേവാർ രാജാവ് റാണാസംഗ

യുടെ മകൻ ഭോജ്‌രാജ് ആയിരുന്നു മീരയുടെ ഭർത്താവ്. കൃഷ്ണപ്രണയത്തിൽ വിലയിച്ച പോയതിനാൽ മീരയുടെ വിവാഹജീവിതത്തിലും താമസിയാതെ പ്രശ്നങ്ങളുണ്ടാകുന്നു. ഭ്രാന്തിയാണെന്നും അസാന്മാർഗ്ഗിയാണെന്നും പറഞ്ഞ് ബന്ധുക്കൾ പഴിക്കുകയും നിന്ദിക്കുകയും ചെയ്തു. കൊല്ലാനായി പാരിതോഷികം നല്കിയ വിഷസർപ്പങ്ങളിൽനിന്ന് മീര അത്ഭുതകരമായി രക്ഷപ്പെട്ടു. ഈ പ്രതിഷേധങ്ങളൊക്കെ കൃഷ്ണപ്രേമത്തെ തീവ്രമാക്കുകയാണുണ്ടായത്. കൃഷ്ണന്റെ കരവലയത്തിൽ മീര സ്വയമർപ്പിച്ചു. എന്നാൽ ഭർത്താവ് നിരന്തരമായി മർദ്ദിക്കുവാൻ തുടങ്ങിയപ്പോഴാണ് ഭിക്ഷാംദേഹികളോടൊപ്പം മീര കൊട്ടാരം വിട്ടിറങ്ങിയത്. ഒടുവിൽ വൃന്ദാവനത്തിലെത്തി മീര തന്റെ യാത്ര പൂർണ്ണമാക്കുകയായിരുന്നു.

ആനന്ദ് മീരയെ ഒരാശയവും ദർശനവുമായി ഉയർത്തുന്നു. അതുകൊണ്ടുതന്നെ മീരയുടെ യാത്രകൾ അവസാനിക്കുന്നുമില്ല. സ്നേഹത്തിനുവേണ്ടി ദാഹിക്കുന്ന എല്ലാ സ്ത്രീകളെയും പ്രതിനിധാനം ചെയ്യുന്ന സത്തയായി മീര ഉയിർത്തെഴുന്നേല്ക്കുന്നു. ഹരി എന്ന ആദർശത്തിനുവേണ്ടിയിട്ട് ജീവിച്ച മീര ഭർത്താവിൽനിന്നും ബന്ധുജനങ്ങളിൽ നിന്നും പഴിയും ഹേമദണ്ഡങ്ങളും അനുഭവിക്കേണ്ടി വരുന്നു. ഹരിയെന്നും ഗിരിധറെന്നും വിളിക്കുന്ന ആദർശം സ്ത്രീയെ സംബന്ധിച്ച് സ്നേഹം തന്നെയാണ്. സ്വാതന്ത്ര്യം തന്നെയാണ്. സ്നേഹമെന്നും സ്വാതന്ത്ര്യമെന്നും ഒരുപോലെ വ്യവഹരിക്കുന്ന ആനന്ദ് അതിനെ ഉദാത്തമായ അവസ്ഥയും അനുഭവവുമായാണ് കണ്ടത്. "എത്ര തീവ്രമായ യാതനയിൽ കൂടി കടന്നുപോന്നിട്ടാണ് മുരളിയിലെ കാറ്റ് ഒരു മധുരമായ ഗാനമായി പുറത്തു വരുന്നത്," എന്നു പറഞ്ഞുകൊണ്ട് ആ മധുരഗാനത്തിന്റെ പേരാണ് സ്വാതന്ത്ര്യമെന്ന് ദൃഢമാക്കുന്നു. അനേക യാതനകൾ താണ്ടി മാത്രമേ പ്രണയത്തിലെത്തിച്ചേരാനാകൂവെന്നും പ്രണയത്തിനു ദാഹിക്കുന്ന സ്ത്രീയുടെ യാതനകൾ ചൂണ്ടി ആനന്ദ് സമർത്ഥിക്കുന്നു. അതിന് തെരഞ്ഞെടുത്ത രൂപമാണ് മീര. ഓരോ പെണ്ണും താണ്ടുന്നത് മീരയുടെ കാല്പാടുകളാണ്. അവൾ മുന്നേ നടന്നു വഴിയൊരുക്കിയവൾ. 'കല്ലിലും മുള്ളിലും കൂടി മുമ്പേ നടന്നു മറ്റുള്ളവർക്ക് വഴിയൊരുക്കുന്നു. നിന്റെ പിന്നാലെ വരുന്ന ആ സന്തപ്തരായ, അശരണരായ അബലകളെ നോക്കൂ. നീയല്ലാതെ അവർക്കൊരു പാദുകമുണ്ടോ? നീയൊരു വ്യക്തിയല്ല, മീര. നീ മീരയാണ്. എല്ലാ മീരകളുടെയും പാദുകമായ മീര.'

'മീര' എന്ന കഥയിലൂടെ ആനന്ദ് അന്വേഷിച്ചത് സ്ത്രീയുടെ പ്രണയ തീർത്ഥാടനമാണ്. അതുകൊണ്ട് മീരയുടെ യാത്രകൾ അവസാനിക്കുന്നില്ല. തറവാടുകളുടെ ഇരുണ്ട മുറിക്കുള്ളിൽനിന്ന്, ചന്തസ്ഥലങ്ങളിൽ നിന്ന്, പെരുവഴിയിൽനിന്ന്, പള്ളിമുറ്റങ്ങളിൽ നിന്ന്, ശ്മശാനങ്ങളിൽ നിന്ന്, ഒരു ഭ്രാന്തൻ കാറ്റുപോലെ കുതറി, അടർന്ന്, പറിഞ്ഞ് പീഡനത്തിന്റെ ധാരയായി മീര ഒഴുകിയെത്തുന്നു. യാതനയുടെ ദുർന്നിവാരമായ യാത്രയാണ് ആനന്ദ് രേഖപ്പെടുത്തിയത്. ചെരുപ്പുകുത്തിയായ റായ്ദാസിന്റെ മുന്നിൽനിന്ന് ചിരിച്ചും പാടിയും ആടിയും ഹരിയുടെ ഗീതം പാടി ഉന്മത്തയായി യാത്രപോയ മീര പൊള്ളിയും പൊട്ടിയും ചോരയൊലിച്ചും തുപ്പലും ചെളിയുമണിഞ്ഞും മടങ്ങിയെത്തുന്നു. ഓരോ തവണയും ഓരോ പീഡനത്തിന്റെ കഥ ഗുരുവായിക്കണ്ട റായ്ദാസിനോട് അവൾ പറഞ്ഞു. കുശവനും കരുവാനും ആശാരിയും ചെരുപ്പുകുത്തിയും വസിക്കുന്ന ഗ്രാമത്തിലേക്ക് യാതനകളിൽനിന്നും വേദനകളിൽനിന്നും കുതറിമാറി മീരയെത്തി. സ്നേഹത്തിന്റെ അവസ്ഥ ശരിക്കും പ്രതിഫലിക്കുന്നത് താഴേക്കിടയിലുള്ള മനുഷ്യരുടെ ജീവിതത്തിലാണെന്ന് ആനന്ദ് വിശ്വസിക്കുന്നുണ്ട്.

ചുമരുകളിൽ മുട്ടിവീണ്, കല്ലുകളിൽ തട്ടി മുറിഞ്ഞ്, ഗലികളിൽക്കൂടി കടന്ന്, കീറിപ്പറിഞ്ഞ് മീരയെത്തുന്നത് മരത്തണലിലിരുന്ന ചെരുപ്പുതുന്നുന്ന റായ്ദാസിന്റെ അടുത്താണ്. ചെരുപ്പുകുത്തിയുടെ സാന്ത്വനവാക്കുകളിൽ ദുഃഖമൊഴുക്കി കണ്ണുകൾ നീലാകാശം പോലെ ശുദ്ധമാക്കി ചുണ്ടുകളിൽ പാട്ടുമൂളി തംബുരു മീട്ടി നൃത്തം ചെയ്ത് മീര നടന്നുപോകും. വാർദ്ധക്യം കണ്ണുകളിൽ തൂങ്ങിയിട്ടും കാമഭ്രാന്ത് മാറാത്ത കിഴവന്റെ വധുവായി മീര മാറുന്നുണ്ട്. കാമമെന്തെന്ന് ഇതുവരെ മനസ്സിലാക്കിയിട്ടില്ലാത്ത കൊച്ചുബാലികയ്ക്ക് തന്നെ കടിച്ചുകീറി കൊല്ലുവാൻ വരുന്ന ഒരു കാട്ടുമൃഗത്തെപ്പോലെയാണ് ഭർത്താവിനെ മനസ്സിലായത്. തന്നെ പ്രഹരിച്ച്, മർദ്ദിച്ച്, പിച്ചിക്കീറി ഭക്ഷിക്കുമെന്നു അവൾ ഭയന്നു. ഭയം കൊണ്ടു ഭ്രാന്തമായ കണ്ണുകളും ചോരവാർന്നൊഴുകുന്ന അരക്കെട്ടുമായി ജനൽ ചാടിയോടിയെത്തിയത് റായ്ദാസിന്റെ മുന്നിലായിരുന്നു. ആ സുരക്ഷയിലഭയം തേടുമ്പോൾ താൻ ജീവിച്ചിരിക്കുന്നുവെന്ന് മീര ആശ്വസിച്ചു. എന്റെ അടുത്താണ് ഇപ്പോൾ ഇരിക്കുന്നതെന്നു പറഞ്ഞ് മീരയെ ചെരുപ്പുകുത്തി സാന്ത്വനിപ്പിച്ചു. കീറുകയും തുന്നിച്ചേർക്കുകയും ചെയ്യുന്ന മനുഷ്യബന്ധങ്ങളുടെ ആകത്തുകയാണ് ജീവിതമെന്ന് പഠിപ്പിച്ച് മീരയുടെ മുഖത്തു തഴച്ചുനിന്ന വേദനയെ അയാൾ പുഞ്ചിരിയിലേക്ക് രൂപാന്തരപ്പെടുത്തി. ക്രൂരനും വെറിയനുമായ ഒരു വൃദ്ധന്, ഭാരമൊഴിവാക്കാൻ വേണ്ടി അച്ഛനുമമ്മയും വിവാഹം കഴിച്ചു കൊടുത്ത ബാലികയെ ചെരുപ്പുകുത്തി വീണ്ടും വിരഹിണിയായ സ്ത്രീയാക്കി മാറ്റി. ബാലവിവാഹങ്ങളുടെ നടുക്കുന്ന ഓർമ്മകളെയാണ് തീ പിടിപ്പിച്ച അക്ഷരങ്ങൾകൊണ്ട് ആനന്ദ് തിളക്കിയത്.

വീണ്ടും മീരയുടെ കാലുകൾ നൃത്തത്തിന്റെ ചുവടുകളന്വേഷിച്ചു. ചുണ്ടുകൾ ഗാനത്തിന്റെ താളങ്ങളെത്തേടി. 'വൃക്ഷത്തിൽനിന്നു വീണ ഇലകൾ മടങ്ങിയൊരിക്കലും കൊമ്പിലേക്ക് പോകുകയില്ല. കിട്ടുകയില്ല ഇങ്ങനെയൊരു ജന്മം വീണ്ടും വീണ്ടും. ചൂതുകളിപ്പലകയീ ലോകം. ജയവും ഇവിടെ തോല്‌വിയായിത്തീരുന്നു' എന്നു പാടിപ്പാടി മീര അകന്നുപോയി. ഓരോ തവണയും കൊള്ളയടിക്കപ്പെട്ട് ശൂന്യമായ ശരീരവുമായി വീണ്ടും മീരയെത്തി. റായ്ദാസിന്റെ ഓർമ്മകളിൽ അവ ഓരോന്നായി തെളിഞ്ഞുനിന്നു. ഓരോ റാണാമാരിൽനിന്നും ഭയപ്പെട്ടു മീര ഓടിക്കൊണ്ടുമിരുന്നു. ഭാര്യയാക്കിയും അടിമയാക്കിയും കഠിനമായി പീഡിപ്പിക്കുകയും പുരുഷന്റെ കാമപൂർത്തിക്കുള്ള അവശ്യസാധനമാണെന്ന് നിരന്തരമായി ഓർമ്മിപ്പിക്കുകയും ചെയ്തുകൊണ്ട് സ്ത്രീയുടെ സ്വാതന്ത്ര്യമോഹത്തെ, സ്നേഹിക്കുവാനുള്ള മനസ്സിനെ ഇഞ്ചിഞ്ചായി ചതച്ചുകൊണ്ടിരുന്നു.

സാമൂഹ്യ വ്യവസ്ഥിതി കൊണ്ടുമാത്രമല്ല പ്രണയംകൊണ്ടും മരണം കൊണ്ടും പുരുഷൻ പെണ്ണിനെ അഗ്നികുണ്ഡത്തിലെറിയുമെന്ന് ആനന്ദ് ഓർമ്മിപ്പിക്കുന്നുണ്ട്. പുരുഷന്റെ പ്രണയം വഞ്ചനയാണെന്ന് ചൂണ്ടിക്കാണിക്കുന്ന സന്ദർഭം മീരയിലുണ്ട്. തലമൊട്ടയടിച്ച്, വസ്ത്രങ്ങൾ ഉരിഞ്ഞു കളഞ്ഞ്, പെരുവഴിയിലൂടെ വലിച്ചിഴച്ച് കുറ്റങ്ങളൊരുപാട് എണ്ണിപ്പറഞ്ഞ് തുപ്പുകയും ചവിട്ടുകയും കുന്തങ്ങൾ കൊണ്ട് കുത്തുകയും ചെയ്ത് സ്ത്രീയെ ശിക്ഷിക്കുന്ന സമൂഹം ഇന്ത്യനവസ്ഥയിൽ ഇപ്പോഴും തുടരുന്നുവെന്നതാണ് കഥയുടെ മൂല്യമുയർത്തുന്ന മറ്റൊരു ഘടകം. പ്രണയിച്ചവന്റെ ചതി രേഖപ്പെടുത്തുന്നതിങ്ങനെയാണ് 'ഉയർത്തിപ്പിടിച്ച കല്ലുമായി ഏറ്റവും മുമ്പിൽ നില്ക്കുന്ന പിതാവ്. അയാൾക്കു പിന്നിൽ സഹോദരന്മാർ, ബന്ധുജനങ്ങൾ, നാട്ടുകാർ, എല്ലാവർക്കും പിന്നിൽ കല്ലുകൾക്കു മീതെ കല്ലുകൾ വച്ചുയർത്തിയ പള്ളിഗോപുരമെന്ന കൽക്കൂമ്പാരം. ഇഷ്ടം തോന്നിയ പുരുഷന്റെ കൂടെ പോയതിന്- ആദ്യത്തെ കുറ്റം വിളിച്ചു പറഞ്ഞപ്പോൾ പിതാവിന്റെ കല്ല്. മുഖം മറയ്ക്കാതെ നടന്നതിന്- സഹോദരന്മാ

രുടെ കല്ലുകൾ, എഴുന്നേല്ക്കാനാകാതെ ഒന്നിനു പുറകെ ഒന്നായി വർഷിക്കുന്ന കല്ലുകൾ. അവസാനം ഒന്നു കണ്ണുയർത്തുവാൻ കഴിഞ്ഞപ്പോൾ, അതാ ഏറ്റവും ഘനമുള്ള കല്ലുമായി താൻ ആരുടെകൂടെ ഓടിപ്പോയോ ആ പുരുഷൻ തന്നെ.........' മതം സ്ത്രീകളുടെ സ്വാതന്ത്ര്യം എന്നും കവർന്നെടുത്തിട്ടേയുള്ളൂ. അതാഗ്രഹിക്കുന്ന പെണ്ണിനെ നീചയായി കണ്ട് വിചാരണ ചെയ്യുന്നു. പുരുഷനെ രക്ഷപ്പെടുത്തുന്ന നിയമങ്ങൾ അതിൽ തന്നെയുണ്ടാകും. അല്ലെങ്കിൽ സ്വയരക്ഷയ്ക്ക് കൂടെവന്ന പെണ്ണിനെ ഒറ്റുകൊടുത്ത്, സ്വമേധയാ അവളെ ശിക്ഷിക്കാൻ തയ്യാറായി നില്ക്കുകയും ചെയ്യും. അതിന്റെ തീവ്രബോധമാണ് പ്രസ്തുത സന്ദർഭം രൂപപ്പെടുത്തുന്നത്.

സ്ത്രീയുടെ ഓരോ ഉയിർത്തെഴുന്നേല്പും കൊടിയ വേദനകളിലും യാതനകളിലുമാണെന്ന് ചരിത്രം രേഖപ്പെടുത്തിയിട്ടുണ്ട്. മൃഗീയമായ നരബലിയായിട്ടാണ് സതി എന്ന ആചാരത്തെ ആധുനിക ഭാരതീയ മനസ്സ് കണ്ടിരുന്നത്. സ്വാതന്ത്ര്യത്തെ മാത്രമല്ല ജീവിക്കാനുള്ള അവകാശത്തെയും കെടുത്തിക്കളഞ്ഞ ആചാരമായിരുന്നു അത്. അതിന്റെ നീറുന്ന ഓർമ്മകളിലേക്കും ആനന്ദ് മീരയെ നീക്കി നിർത്തുന്നുണ്ട്. ആഘോഷമായി ബലിയർപ്പിക്കാൻ കൊണ്ടുപോകുന്ന വിധവയായ സ്ത്രീയുടെ കണ്ണീരും നിലവിളിയും ആൾക്കൂട്ടത്തിന്റെ ആർപ്പുവിളികളിൽ പലപ്പോഴും മുങ്ങിപ്പോയിരുന്നു. എല്ലാവരുടെയും ഏകാഗ്രത ബലിമൃഗം ഒരുതരത്തിലും രക്ഷപ്പെട്ടുപോകരുതെന്നാണ്. പെണ്ണിന്റെ ആത്മാഹുതിയിൽ പുരുഷാത്മാവിന്റെ മോക്ഷം ദർശിച്ച ആചാരത്തെ ആനന്ദ് പുനർനിർമ്മിക്കുന്നു. 'കെട്ടിപ്പിടിച്ചു കരയുന്ന മക്കളെ അടർത്തി നീക്കുന്ന സഹോദരൻ, കൈപിടിച്ച് മുമ്പോട്ടു വലിക്കുന്ന അച്ഛൻ. വേഗമാകട്ടെ എന്നു തിരക്കുകൂട്ടുന്ന ബന്ധുജനങ്ങൾ. ചെണ്ടകൊട്ടി, കൊമ്പുവിളിച്ച്, ബഹളം കൂട്ടി പിന്നിൽ കൂടുന്ന നാട്ടുകാർ. പുഴവക്കത്തെ ചിത. സന്ധ്യയുടെ വളരുന്ന ഇരുട്ടിന് മുമ്പിൽ കൂടുതൽ കൂടുതൽ ക്രൂരതയോടെ ആളിപ്പടരുന്ന തീ. അഗ്നിയുടെ വിശപ്പിൽനിന്ന് ഇര രക്ഷപ്പെടാതെ നോക്കുവാനായി നീണ്ട മുളവടികളുമായി കാത്തുനില്ക്കുന്ന പുരോഹിതർ.' പൊള്ളിയ ഉടലും കരിഞ്ഞ വസ്ത്രങ്ങളുമായി ചിതയിൽനിന്ന് എഴുന്നേറ്റോടുകയായിരുന്നു മീര. പുകയുയരുന്ന പറക്കുന്ന മുടിയും, കരിയുന്ന മാംസത്തിന്റെ മണം പരത്തുന്ന ഉടലുമായി സൂര്യതാപം പോലെ എല്ലായിടത്തും വേദന പ്രസരിപ്പിച്ചുനിന്ന മീരയെ നോക്കി 'ഇത്തവണ സ്വയം മരിച്ചുകൊണ്ടാണോ റാണാജി നിന്നെ പീഡിപ്പിക്കുന്നത്' എന്നാണ് റായ്ദാസ് ചിന്തിച്ചത്.

റാണാജിയാണ് മീരയുടെ എക്കാലത്തെയും പീഡ. റാണാജി അവസാനിക്കുന്നില്ല. അയാൾക്ക് മരണമില്ല. ഓരോ രൂപങ്ങളിൽ, എന്നാൽ എപ്പോഴും അധിപതിയായി, അയാൾ വന്നുകൊണ്ടേയിരിക്കുന്നുവെന്ന ദർശനത്തിലാണ് കഥാകാരൻ എത്തിച്ചേരുന്നത്. റാണാജിമാർ മീരയെ എക്കാലവും പീഡിപ്പിച്ചുകൊണ്ടേയിരിക്കും. മീരയെ അവർക്കാവശ്യമുള്ളതുകൊണ്ട് പലതരം തടവുകളുടെയും ചങ്ങലകളുടെയും സമവാക്യങ്ങൾ നിർമ്മിച്ചുകൊണ്ടുമിരിക്കും. എന്നാൽ മീരയ്ക്ക് അതി ജീവിക്കേണ്ടിയിരിക്കുന്നു. അതിനുള്ള ഊർജ്ജമാണ് അവൾക്ക് ഗിരിധർ. അതവളുടെ ഉള്ളിലെ പ്രണയമല്ലാതെ മറ്റെന്താണ്. സ്ത്രീകളെ പിച്ചിച്ചീന്തിയ ചരിത്രത്തിന്റെ ഏടുകളിലെല്ലാം ആനന്ദ് കാണുന്നത് മീരയെയാണ്. ദുരന്തത്തിന്റെ സനാതന രൂപമായി മീര കഥയിൽ മാറുന്നു. എന്നാൽ അതിന്റെ കാരണം കൂടി ആനന്ദ് അന്വേഷിക്കുന്നുണ്ട്. എല്ലാ പീഡനങ്ങളിൽനിന്നും പെണ്ണ് മോചിതയാകേണ്ട മാർഗ്ഗം കൂടി കഥാകാരൻ മുന്നോട്ടു വെക്കുന്നുണ്ട്.

പുരുഷന്റെ പീഡനമേല്ക്കുമ്പോൾ തന്നെ പുരുഷനുവേണ്ടി ദാഹിക്കുന്നവൾ കൂടിയാണ് മീര എന്നു പറഞ്ഞുകൊണ്ട് പ്രണയത്തിന്റെ ഉദാത്താവസ്ഥയെക്കൂടി തിളക്കിക്കാണിക്കുന്നുണ്ട്. പീഡകനായ റാണാജി നശിക്കാത്തതുപോലെ ഹരിയും നശിക്കുന്നില്ല. അത് പെണ്ണിന്റെ വിധിയാണ്. പുരുഷനില്ലാതെ സ്ത്രീക്ക് നിലനില്പില്ലായെന്ന ചിന്തയ്ക്ക് ദീപ്തിയുണ്ട്. സ്നേഹിക്കപ്പെടാനുള്ള ആഗ്രഹം സ്ത്രീസഹജമാണ്. മനുഷ്യസഹജമാണ്. ജീവിതത്തെ ജീവിതവ്യമാക്കിത്തീർക്കുന്നത് സ്ത്രീപുരുഷ പ്രേമമാണ്. മീര ആഗ്രഹിക്കുന്ന ഹരിയും വഞ്ചിക്കുകയില്ലേയെന്ന് റായ്ദാസ് സന്ദേഹിക്കുമ്പോൾ സമുദ്രക്ഷോഭം കണ്ണുകളിൽ നിറച്ചുകൊണ്ട് മീര പറയുന്നു 'വഞ്ചിക്കുന്നവന് അല്ല, പ്രേമിക്കുന്നവന് ആണ് മീര 'ഹരി' എന്ന് പേരിട്ടിരിക്കുന്നത്. ഹരിയെ മീര പ്രാപിക്കുകയില്ലായിരിക്കാം. പക്ഷേ, ഹരി ഉണ്ട്. ഹരിയില്ലെങ്കിൽ മീര എവിടെ? ഹരിയെ തേടുന്നവൾക്കാണ് മീര എന്നു പേരിട്ടിരിക്കുന്നത്. ഹരിയുടെ ബാവരി മീര. വിരഹിണി, വ്യാകുലി, ദീവാനി മീര.....'

സ്ത്രീപുരുഷ പ്രേമത്തെക്കുറിച്ചുള്ള ആനന്ദിന്റെ കാഴ്ചപ്പാട് ചൈതന്യവത്താകുന്നത് റായ്ദാസിന്റെ വാക്കുകളിലാണ്. 'പീഡനത്തിന്റെ കഥകളുമായി എന്റെ അടുത്തുവന്ന നീയെന്നതുപോലെ, വിരഹത്തിന്റെ തീയുമായി അലയുന്ന നീയും എന്നെ വേദനിപ്പിക്കുന്നു'വെന്നാണ് അയാൾ പറഞ്ഞത്. അത് ഈ കഥയുടെ സത്തയുമാണ്. ഒരേ സമയം പുരുഷനിൽനിന്ന് മോചനം നേടിയവളും അതേസമയം പുരുഷനുവേണ്ടി ദാഹിക്കുന്നവളുമാണ് മീരയെന്നു പറഞ്ഞുകൊണ്ട് പെണ്ണിന്റെ പ്രണയനീതി എന്താണെന്നു വെളിപ്പെടുത്തുന്നു. മീരയുടെ അവസാനപാട്ടിലും തെളിഞ്ഞുകത്തിയത് ചതിയില്ലാത്ത പ്രണയാസക്തി തന്നെയാണ്. അതാണ് ഹരിയെന്ന സങ്കല്പം. അവൾ പാടുന്നു. 'പറയുവിൻ ആരെങ്കിലും പ്രഭുവിനോട് വരുവാൻ. വരുവാൻ, എന്റെ മനസ്സിനെ സന്തോഷിപ്പിക്കുവാൻ. ഈ രണ്ടു കണ്ണുകൾ എന്നെ അനുസരിക്കുന്നില്ല. വർഷത്തിലെ നദികൾ പോലെ ഒഴുകുന്നു അവ. എന്തുപറയുവാൻ, ഒന്നും എന്റെ പിടിയിലല്ലല്ലോ. ചിറകുകളിലല്ലല്ലോ പറന്നു ചെല്ലുവാൻ. മീരയുടെ പ്രഭു ഗിർധർ. പറയൂ, നീ വരില്ലേ?'

പെണ്ണ് പ്രഭുവായി കാണുന്നവന്റെ പേരാണ് ഹരി. അവൻ എല്ലാ സ്വാതന്ത്ര്യത്തിലേക്കും സ്ത്രീയെ മോചിപ്പിക്കുന്നവനാണ്. കണ്ണുകളിൽ ആനന്ദം നിറച്ചുകൊണ്ട് പ്രണയവർഷം പൊഴിക്കുന്നവനാണ്. കാലിടറുമ്പോൾ കാറ്റിന്റെ ശക്തിയോടെ നെഞ്ചോടടക്കിപ്പിടിക്കുന്നവനാണ്. അധികാരത്തിന്റെ ലാഞ്ഛന പോലും പ്രകടമാക്കാതെ സ്നേഹം കൊണ്ടു തൊട്ടുതലോടുന്നവനാണ്. വാക്കിലും സ്പർശത്തിലും സ്വാർത്ഥതയുടെ കറപുരളാതെ പാരസ്പര്യത്തിൽ വർത്തിക്കുന്നവനാണ് പുരുഷൻ. അങ്ങനെയുള്ള പുരുഷനെയാണ് പ്രഭുവായി സ്ത്രീ കാണുന്നത്. അവന്റെ മുതല് പ്രേമം കൊണ്ട് നിറഞ്ഞ മനസ്സാണ്. അധികാരവും സമ്പത്തും കൊണ്ട് നിറഞ്ഞ പുരുഷന്റെ അഹന്തയിലാണ് സ്ത്രീ പീഡിപ്പിക്കപ്പെടുന്നത്. മുറിപ്പെട്ടു നിലവിളിക്കുന്ന ഓരോ സ്ത്രീയും പ്രേമസ്വരൂപനായ ഹരിയെ വിളിക്കുകയും അവനായി ദാഹിക്കുകയും ചെയ്യുന്നു. പെണ്ണിനു സ്വാതന്ത്ര്യം തന്നെയാണ് പ്രണയമെന്നും സ്വാതന്ത്ര്യം അനുവദിച്ചു കൊടുക്കാത്തിടത്തോളം സ്ത്രീപുരുഷപ്രേമം നിഷ്ഫലമാണെന്നുമാണ് മീരയിൽ ആനന്ദ് മുന്നോട്ടു വയ്ക്കുന്ന ദർശനം. ഹരിയെന്ന അന്വേഷണം പ്രണയസത്യത്തിലേക്കുള്ള സ്ത്രീയുടെ പ്രയാണമാണെന്നും 'മീര'യുടെ സംസ്കാരം ഓർമ്മിപ്പിക്കുന്നു.

പ്രേമകഥ

ഗൃഹാതുരമായ ഭൂതകാലം

ഭൂതകാലങ്ങളിലേക്കുള്ള സാത്വികസഞ്ചാരമാണ് പലപ്പോഴും ഒ വി വിജയന്റെ കഥാകഥനം. ഭൂതകാലാഭിരതിയിൽ മുങ്ങി നീർന്ന് ഗൃഹാതുരമായ ഓർമ്മകളെ ഭാവനയുടെ ചെപ്പിലടക്കിക്കൊണ്ടു വരുന്നു. ചരിത്രം അതിൽ ഊടുറ്റ നൂലായി കടന്നുപോകുന്നു. ഒരു നെയ്ത്തുകാരന്റെ സാമർത്ഥ്യത്തോടെ അഴകിലും ഭംഗിയിലും ഓർമ്മകളെ ഇഴപാകി ചരിത്രത്തിന്റെ പട്ടുകഞ്ചുകം നെയ്തെടുക്കുന്നു. പഴയകാല ജീവിതത്തിന്റെ സംസ്കൃതിയും പ്രകൃതിയും ആകർഷകമായ കഥപറച്ചിലിൽ സമസ്ത നിഷ്കളങ്കതയോടും കൂടി രംഗപ്രവേശം ചെയ്യുന്നു. അരങ്ങിൽ തെളിയുന്ന വിശിഷ്ടരായ കഥാപാത്രങ്ങളുടെ ഭാഷയും ഭാവവും നമ്മെ അത്ഭുതപ്പെടുത്തുമെങ്കിലും കാല്പനിക വിഷാദത്തിന്റെ ചിന്താഭാരം തളർത്തുകയും ചെയ്യും. ജീവിതത്തിന്റെ യുക്തിയെ ചോദ്യം ചെയ്യുന്ന ചരിത്രകാരന്മാർ പലരും കഥകളിൽ തെളിഞ്ഞുവരും. ഓർമ്മയും ധാരണയുംകൊണ്ട് ചരിത്രത്തെയും ഗവേഷണ ബുദ്ധികൊണ്ട് ശാസ്ത്രത്തെയും അവർ വീണ്ടെടുത്തു. അവിടെ പ്രകൃതി അതിന്റെ എല്ലാ തനിമകളോടും കൂടി ലോകജീവിതത്തെ അവതരിപ്പിച്ചു. കാറ്റും കട വാവലും എട്ടുകാലിയും ഓന്തും അപൂർവ്വയിനം സസ്യങ്ങളും പക്ഷിജാലങ്ങളും ഉൾപ്പെടെ പ്രകൃതിയുടെ ഇനിപ്പുകളോരോന്നും കഥാപാത്ര ങ്ങളായി പുനർജ്ജനിക്കും. കഥ പറയുകയും കേൾക്കുകയും ചെയ്യുന്ന ബാല്യകുതൂഹലങ്ങൾ വായനക്കാരെയും വർഷങ്ങൾ കടഞ്ഞെറിഞ്ഞ മറ്റൊരു കാലത്തിൽ കൊണ്ടിരുത്തുന്നു.

അത് ഒ വി വിജയൻ ഭാവന ചെയ്ത എഴുത്തുലോകത്തിന്റെ മായികദർശനമാണ്.

രതിയുടെ അശാന്തമായ ഗ്രീഷ്മങ്ങൾ ചിത്രപ്പെടുത്തിയെങ്കിലും വിജയന്റെ ഉൾക്കണ്ണ് പ്രണയത്തിന്റെ അഴകുറ്റ ഭാവങ്ങളിലേക്ക് ആഴത്തിൽ പ്രവേശിക്കുക അപൂർവ്വമായിരുന്നു. സമാധിസ്ഥമായ പ്രണയഭാവന അഴകോടെ വിരിയിച്ചെടുത്ത കഥയാണ് ഒ വി വിജയന്റെ 'പ്രേമകഥ.' അതൊരു പ്രകൃതിപാഠവും ജീവിതപാഠവുമായി നമ്മെ സ്വാധീനിക്കുക തന്നെ ചെയ്യും. പാരസ്പര്യവും സ്നേഹവും ആദ്യമായി കണ്ടെത്തുന്നത് ബാല്യകാല നിരീക്ഷണങ്ങളിലൂടെയാണ്. പ്രകൃതിയുടെ അംശങ്ങളെ ആനന്ദത്തോടെ തൊട്ടുഴിഞ്ഞ് മനസ്സിലടുക്കി വെക്കുന്നപോലെ ഹൃദയത്തിന്റെ അടരുകളിലേക്ക് ബാല്യപ്രണയം കൂടി വന്നുചേരുന്നുണ്ട്. അത് ഒരുപക്ഷേ, ആ പ്രായത്തിൽ അറിയാതെ സംഭവിക്കുന്നതാകാം. എന്നാൽ പെൺകുട്ടികളോടുള്ള ആകർഷണം സ്വാഭാവികമായി ഉണ്ടാവുകയും പരസ്പരം ഹൃദയം കൈമാറുന്ന തരത്തിലുള്ള ഉറ്റബന്ധമായി മാറുകയും ചെയ്യുക അപൂർവ്വമാണ്. അങ്ങനെയുണ്ടാകുന്ന അനുരാഗമാകട്ടെ മുതിർന്നു കഴിഞ്ഞാലും മനസ്സിൽ മുദ്രപോലെ ആഴത്തിൽ പതിഞ്ഞിട്ടുണ്ടാകും. അതിൽനിന്ന് ഹൃദയം പറിച്ചെടുത്തുകൊണ്ടുള്ള പിന്മടക്കം അസാദ്ധ്യവുമാണ്. അനിവാര്യമായ ജീവിതമാറ്റങ്ങളിൽ തനിച്ചാകുമ്പോൾ ഇണകളെ ശിഥിലമാക്കുമാറ് ഹൃദയത്തിൽ അത് കുതിച്ചെത്തുകയും ചെയ്യും. എങ്കിലും അപാരമായ കൃതജ്ഞതയോടെയാവും അതേക്കുറിച്ചോർക്കുക. അങ്ങനെയൊരു ഓർമ്മയുടെ അനുഭവപാഠമാണ് 'പ്രേമകഥ.' അതിൽ ഒഴുകിയെത്തുന്നത് ഒരു കാലഘട്ടത്തിന്റെ ജീവിത സംസ്കാരമാണ്. കുട്ടികൾ പിന്നിട്ട നിഷ്കളങ്കമായ കാലത്തെ പിന്തുടരുമ്പോൾ ഒ വി വിജയൻ സാത്വികനായ സന്ന്യാസിയുടെ സംയമമായ മനസ്സ് സ്വീകരിച്ചിരിക്കുന്നു.

'പ്രേമകഥ' ചന്ദ്രന്റെയും വിശാലാക്ഷിയുടെയും ജീവിതകഥ കൂടിയാണ്. ഒരു കാലത്തിന്റെ ഓർമ്മകളെയും അതിൽ സ്പന്ദിക്കുന്ന അനുഭവങ്ങളെയും ചേർത്തുവെക്കുമ്പോൾ അഴിഞ്ഞുപോയ അനുരാഗത്തിന്റെ വേദനകൂടി കലർപ്പില്ലാതെ കടന്നുവരുന്നു. കുന്നിൻപുറത്തെ പട്ടാളത്താവളത്തിന്റെ അവശിഷ്ടങ്ങളോട് തൊട്ടുകിടക്കുന്ന മുസാവിരി ബംഗ്ലാവിൽ വിരുന്നുകാരനായിട്ടാണ് ഇരുപതു വർഷങ്ങൾക്കുശേഷം ചന്ദ്രൻ എത്തിയത്. വല്ലപ്പോഴുമെങ്കിലും അവിടെയെത്തുന്നവരാകട്ടെ അഴകു വിരിച്ചു നില്ക്കുന്ന വിശാലാക്ഷിയുടെ വിരുന്നുകാരായിട്ടാണ് അവതരിക്കുക. എന്നാൽ ബംഗ്ലാവു സൂക്ഷിപ്പുകാരനായ ബീരാൻ വിശാലാക്ഷിയുടെ അംഗപ്രത്യംഗവർണ്ണന നടത്തിയിട്ടും മൗനത്തിന്റെ സ്ഥായിയിലിരുന്ന ചന്ദ്രൻ എല്ലാം കേട്ട് ഒന്നും ചെയ്യാതെ ഒന്നിനും കൊള്ളാത്തവനായി തിരിച്ചുപോകാൻ തയ്യാറെടുക്കുമ്പോൾ അത്രനേരം വാചാലനായ അയാൾ അത്ഭുതപ്പെട്ടു പോകുകയാണ്. അപ്പോഴൊക്കെയും സ്പർശത്തിന്റെ കൃതാർത്ഥതയിലലിഞ്ഞ് വിശാലാക്ഷിയുമായി കൈകോർത്തുപിടിച്ച് പുഴയിലെ പരൽമീനുകളെയും കവുങ്ങിൻ തലപ്പുകളെയും കാണാൻ വെമ്പി നടന്ന കുട്ടിയെ ഖനിച്ചെടുക്കാൻ പരിശ്രമിക്കുകയായിരുന്നു, ചന്ദ്രൻ. അതിന്റെ ഓർമ്മകൾ വിശാലാക്ഷിയെന്ന പെൺകുട്ടിയുമായുള്ള സംഭാഷണമായി കഥയിൽ നിറയുകയാണ്.

കുന്നിൻപുറത്തെ പട്ടാളത്താവളത്തിന്റെ കമാന്ററായ മേജറുടെ മകനാണ് ചന്ദ്രൻ. ക്യാമ്പിനെ ചുറ്റിക്കഴിയുന്നതാണ് അങ്ങാടിയും ഗ്രാമവും. അവിടുത്തെ സ്കൂളിൽ ചന്ദ്രനെ ചേർത്തതു തന്നെ പരിചയത്തിനുവേണ്ടി മാത്രമാണ്. ഹാജരു ബുക്കിൽ പേരു ചേർക്കാതെ, പ്രസന്റ് പറയാതെ സ്കൂളിൽ വരുന്ന ഏക സഹപാഠി ആരാണെന്ന് എല്ലാവർക്കുമറിയാം. അവരോടൊപ്പം കൂട്ടുകൂടുകയോ അവിടെ കറങ്ങിനടക്കുകയോ

പാടില്ലെന്ന് അച്ഛൻ ശട്ടം കെട്ടിയിരുന്നു. എന്നാൽ വിലക്കുകളെ വകവെക്കാതെ വിശാലാക്ഷി ചന്ദ്രനെ ഗ്രാമത്തിന്റെ മുക്കിലും മൂലയിലും വഴിനടത്തുകയാണ്. ആദ്യത്തെ യാത്ര കവുങ്ങിൻ തോപ്പിലേക്കായിരുന്നു. അടയ്ക്ക കായ്ച്ച നില്ക്കുന്നതു കാട്ടിക്കൊടുക്കാൻ ചന്ദ്രനെ ഒപ്പം കൂട്ടുകയാണ്. ചുവന്ന അടയ്ക്ക കായ്ച്ചുകിടന്ന കവുങ്ങുകൾക്കിടയിലാണ് എട്ടുകാലിയെ ആദ്യമായി കണ്ടത്. കവുങ്ങോട്ടു കവുങ്ങു ചേർത്തു വല കെട്ടിയിരുന്ന ഒരിടങ്ങഴി മൂടോളം വട്ടമുള്ള ഒരെട്ടുകാലിയെ വിശാലാക്ഷി ചന്ദ്രന് കാട്ടിക്കൊടുത്തു. കുട്ട്യോളെ പിടിക്കണ ഊറാമ്പുലിയാണെന്ന് അവൾ വിശദീകരിച്ചു. പാപ്പാസിട്ടു എന്നും കാറിൽ സ്കൂളിലേക്ക് വന്ന മേജർ സായ്‌വിന്റെ മകൻ അങ്ങനെ വിശാലാക്ഷിയുടെ കൂട്ടുകാരനായി.

ഇരുവരും അഞ്ചാം ക്ലാസിലാണ് പഠിച്ചിരുന്നത്. മാപ്പിള സ്കൂളായിരുന്നതിനാൽ ആദ്യം മതപഠനമായിരുന്നു. പിന്നെ സാത്വികനായ മുഹമ്മതാജി മാസ്റ്റർ ചരിത്രവും ശാസ്ത്രവും പഠിപ്പിച്ചു. തികഞ്ഞ ഗവേഷണബുദ്ധിയോടെയാണ് ഹാജിയാർ ശാസ്ത്രം പഠിപ്പിച്ചത്.

"ബായു, ബായൂന്ന് പറേണത് എന്ത്ര്ത്താ? ജ്ജ് പറേഡ്ധാ, ഉസ്മാനേ." അവൻ പറഞ്ഞു. "കാറ്റ്." "ബായൂനെ കാണാങ്കജ്ജോ ഹമ്ക്കേ?" "കജ്ജൂലാ." "ആ! ന്നാ കേട്ടോ, ബെലാലേ, ബായൂനെ കാങ്ങാങ്കജ്ജൂലാന്ന് പറേണത് ഷെര്യല്ല. ബായൂനെ കാങ്ങാങ്കജ്ജും. ഉച്ചയ്ക്ക് മാട്ട്മ്മെ (പുഴവക്കത്തെ മണൽത്തിട്ടിൽ) ചെന്ന്ട്ട് പാള്യോക്ക്യാല് ബായു പൂ പൂ പോലെ പൊന്തണ് കാങ്ങാ." ഹാജിയാരുടെ ശാസ്ത്രപാഠം പഠിച്ച ദിവസം കുട്ടികളെല്ലാം വായുവിനെ കാണാൻ പുഴവക്കിൽ പോയി. അച്ഛന്റെ ശാസനയിൽ പോകാതിരുന്ന ചന്ദ്രനെ പുഴയോരത്തെ വഴുക്കുന്ന പളുങ്കു കല്ലുകളിന്മേൽ കൂടെ വിശാലാക്ഷി കൈപിടിച്ചു നടത്തി. പുഴക്കാറ്റിലൂടെ വിശാലാക്ഷിയുടെ മണം ശ്വസിച്ചുകൊണ്ട്, അത് വല്ലാതെ ഇഷ്ടപ്പെട്ടുകൊണ്ട് ചന്ദ്രൻ നടന്നു. സങ്കടങ്ങളും സന്തോഷവും പങ്കിട്ടു ഹൃദയത്തെ അവർ ചേർത്തുവെച്ചു. കുട്ടികൾക്കുനേരെ കുലച്ചു നിർത്തിയ 'അരുതു'കളെ ബാല്യത്തിന്റെ നിഷ്കളങ്കതയിൽ എയ്തുവീഴ്ത്തി പ്രകൃതിപാഠങ്ങളിലേക്ക് അവർ പതുക്കെ അടിവെച്ചു നടന്നു.

ബാല്യത്തിന്റെ അന്തസ്സില്ലാത്ത കലഹങ്ങളിലെപ്പോഴോ ആണ് ഒരിക്കൽ ചന്ദ്രന്റെ കണ്ണുനിറഞ്ഞുപോയത്. അപ്പോഴും വിശാലാക്ഷി ചന്ദനനിറവിൽ അവനെ തണുപ്പിക്കുന്നുണ്ട്. "അയീ ന്ത്നാ കരേണ്? ഞാൻ അമ്പാഴങ്ങാ പറിച്ച് തരാ!" എന്നു പറഞ്ഞുകൊണ്ട് ചന്ദ്രന്റെ ചുമലിൽ കൈവെച്ച് കുണ്ടനിടവഴി കടന്ന് ഒറ്റയടിപ്പാലത്തിലൂടെ കൈപിടിച്ച് നടത്തിച്ചു. പ്രാചീനമായ ചപ്പിലയട്ടികളിന്മേൽ ചവിട്ടിക്കൊണ്ട് ആകാശം മുട്ടിനിന്ന വളർത്തുകാട്ടിൽ ചീവീടും കരിനാഗത്താന്മാരും വാഴുന്ന കാടിന്റെ രഹസ്യമറിഞ്ഞ് അവർ നടന്നു. അമ്പാഴക്കായ തിന്നു ചവർപ്പും കയ്പും അറിഞ്ഞ് നാഗത്താനെ പ്രാർത്ഥിച്ച് വൈകി ക്ലാസിലെത്തുമ്പോഴും മോലിക്കുട്ടി മാഷിന്റെ ചൂരൽക്കഷായമേല്ക്കുമെന്നു ഭയക്കുമ്പോഴും പ്രാചീനമായ അറിവുകളും കാഴ്ചകളും ചന്ദ്രന്റെ മനസ്സു നിറച്ചുകൊണ്ടിരുന്നു. കാറില്ലാതെ കൂട്ടാനെത്തിയ ഓർഡർലിയോടൊപ്പം നടന്നുപോയപ്പോഴാണ് വിശാലാക്ഷിയുടെ വീടും ജീവിതവും കണ്ടറിഞ്ഞത്.

'ന്റെ വീട്ടിലേക്ക് വര്വോ?' എന്ന വിശാലാക്ഷിയുടെ നാണത്തോടും കുറ്റബോധത്തോടുമുള്ള ക്ഷണം ചന്ദ്രന് നിരസിക്കാൻ കഴിഞ്ഞില്ല. കാപ്പികുടിച്ചുകൊണ്ട് വിശാലാക്ഷിയുടെ സ്വകാര്യസ്വത്ത് മുഴുവൻ കണ്ടറിഞ്ഞു. ഒരു ശംഖ്, ഓടുകൊണ്ടു വാർത്തെടുത്ത ശ്രീകൃഷ്ണൻ, പളുങ്കുഗോട്ടികൾ, തീപ്പെട്ടിച്ചിത്രങ്ങൾ, പാശിമാലയണിയിച്ചുവെച്ച അച്ഛ

ന്റെ ഛായാപടം, എല്ലാറ്റിനുമൊടുവിൽ വിശാലാക്ഷിയുടെ അമ്മ, സുന്ദരിയായ ജാനകിയമ്മ നല്കിയ ബിസ്കറ്റും പഴവും കഴിച്ച് സൽക്കാരവുമേറ്റു വാങ്ങി, ഇഷ്ടം ഉറപ്പിക്കാൻ നല്കിയ ശംഖ് സമ്മാനമായി വാങ്ങി, വിശാലാക്ഷിയുടെ അച്ഛനെക്കുറിച്ചുള്ള കഥയും മറ്റുമറിഞ്ഞ് തിരിച്ചുപോയ ചന്ദ്രൻ അന്നുരാത്രി ഉറങ്ങുവാൻ പാടുപെട്ടു. 'ഉറങ്ങിയപ്പോൾ എന്തെല്ലാമോ സ്വപ്നം കണ്ടു. താൻ ജാനകിയമ്മയുടെ കുട്ടിയാണ്. മുലക്കുഞ്ഞാണ്. മുലതിന്നുകൊണ്ട് ജാനകിയമ്മ കൂടെക്കിടത്തിയുറക്കുന്നു. ജാനകിയമ്മയ്ക്ക് വിശാലാക്ഷിയുടെ വലിപ്പമേയുള്ളൂ. അവർക്ക് വിശാലാക്ഷിയുടെ മണമാണ്. തവിട്ടുതടമുള്ള വെളുത്ത മുലകളെ മുറുകെ പിടിച്ചുകൊണ്ട് താൻ ഉറങ്ങുന്നു.' എത്ര ഭംഗിയോടെയാണ് ഒരു കൗമാരക്കാരന്റെ രതിബോധത്തെ പകർത്തിവെച്ചത്. സ്വപ്നവും കുട്ടിയും മുലയും ചേർത്തുവെച്ചു വായിക്കുമ്പോൾ ചന്ദ്രൻ വിശാലാക്ഷിയുമായി പങ്കിട്ട രതിയുടെ അനുഭവം തീവ്രമായി അടയാളപ്പെട്ടിരിക്കുന്നു. ആഖ്യാനത്തിന്റെ ഏഴഴകുകളും വിരിയിച്ചുകൊണ്ട് പ്രേമത്തിന്റെ പരിണതിയെ കഥാകാരൻ ദൃഢമാക്കി.

വീട്ടുകാരുടെ ഇഷ്ടം വെളിപ്പെടുത്തുന്ന ചെല്ലപ്പേരും ഇരുവരും മനസ്സിലാക്കി. ചന്ദ്രനെ കുഞ്ചുണ്ണും വിശാലാക്ഷിയെ ചിന്നൂന്നുമാണ് വീട്ടിൽ വിളിച്ചത്. എല്ലാം അച്ഛനറിഞ്ഞ് വിലക്കിയിട്ടും അമ്പാഴങ്ങ പെറുക്കാനും പുഴക്കളുടെ കൂടുകൾ ശേഖരിക്കാനും കയത്തിന്റെ നീലിമയിൽ പരലുകൾ വെട്ടിത്തിളങ്ങുന്നതു കാണാനും പുഴയോരത്തേക്കും കാടിന്റെ അതിരുകളിലേക്കും സങ്കോചമില്ലാതെ അവർ യാത്ര ചെയ്തു. മാപ്പിള കലാപത്തിന്റെ ചരിത്രം ചന്ദ്രന് പറഞ്ഞുകൊടുത്തത് അപ്പോഴാണ്. ലഹളയ്ക്ക് നേതൃത്വം കൊടുത്ത കുഞ്ഞമ്മതാജിയെ ലൂയിസ്ഗൺ കൊണ്ട് വെടിവെച്ചുകൊന്ന തന്റെ അച്ഛന് ജോർജ് രാജാവിന്റെ തലയുള്ള വെള്ളിമെഡൽ കിട്ടിയ കാര്യം ചന്ദ്രനും പറഞ്ഞു. അങ്ങനെയാണ് ആ തോക്കു കാണാനുള്ള ആഗ്രഹം ചിന്നുവിനുണ്ടായത്. അവസാനം അച്ഛനില്ലാതിരുന്ന ഒരു ദിവസം അമ്മയുടെ അനുമതിയോടെ ചിന്നുവിനെ വീട്ടിൽ കൊണ്ടുവന്നു. മുത്തശ്ശിയും അമ്മയും കൂടി അവളെ പാകം പോലെ സൽക്കരിച്ചു. ആയുധപ്പുരയിലിരുന്ന റൈഫിളുകളും ഗ്രനേഡുകളും തുമ്പിക്കൈപോലെ കനത്ത ലൂയിസ് ഗണ്ണുകളും കണ്ട് വിശാലാക്ഷി ശ്വാസം പിടിച്ചുനിന്നു. കുട്ടിത്തങ്ങളുടെ വിസ്മയങ്ങളെ ഒപ്പിയെടുക്കുന്നതോടൊപ്പം ചരിത്രത്തിന്റെ ഭാരം നിറഞ്ഞ ഏടുകൾ കഥയുടെ എഴുത്തോലയിലേക്ക് പകർത്തുകയും ചെയ്യുന്നു. ജീവിതത്തിന്റെയും ചരിത്രത്തിന്റെയും ഭാരമാണ് പ്രേമകഥയെ ഉൾക്കാമ്പുള്ള കഥയായി ഉയർത്തുന്നത്.

പ്രതാപിയായ മേജറുടെ മകനെ അതിശയിക്കാൻ ഒരിക്കൽ ക്ലാസിലെ ഖദീജ ഒരു വെള്ളമഷിക്കുപ്പി കൊണ്ടുവന്നു, ഇതുപോലൊന്ന് ഈ ദുനിയാവിലില്ല എന്നു പ്രഖ്യാപിച്ചു. വീട്ടിലുണ്ടല്ലോയെന്ന ചന്ദ്രന്റെ വാക്കുകളെ 'ഉമ്മയും ബാപ്പയുമല്ലാത്തതൊക്കെ ഓന്റെ കൈയിലൊണ്ടെന്നു' പറഞ്ഞു ഖദീജ പരിഹസിക്കുകയാണ്. പിറ്റേന്നു കൊണ്ടുവരാൻ കഴിയാത്ത ചന്ദ്രന്റെ നിസ്സഹായതയെ വകവെക്കാതെ 'നൊണയൻ' എന്നു മുദ്രകുത്തുമ്പോൾ അതിൽനിന്നു രക്ഷിച്ചത് വിശാലാക്ഷിയാണ്. താനതു കണ്ടിട്ടുണ്ടെന്നു പറയുക മാത്രമല്ല താൻ ചന്ദ്രന്റെ വീട്ടിൽ പോയിട്ടുണ്ടെന്ന മഹാരഹസ്യത്തെയും അതിന്റെ പേരിൽ വെളിപ്പെടുത്തേണ്ടി വന്നു. അതിന്റെ വാശിയിലാണ് അച്ഛന്റെ മേശപ്പുറത്തിരുന്ന മഷിക്കുപ്പി ആരുമറിയാതെ കൊണ്ടുവന്നു ചന്ദ്രൻ ജേതാവായത്. എന്നാൽ മഷിക്കുപ്പി തറയിൽ വീണു പൊട്ടിയപ്പോൾ അവന്റെ വീര്യമെല്ലാം അലിഞ്ഞുതീർന്നു. അപ്പോഴും വിശാലാക്ഷി രക്ഷയ്ക്കെത്തി. അമ്പാഴക്കാട്ടിലെത്തി ഒരു മരത്തിന്റെ തൊലിപ്പശയെടുത്ത് അസ്സലായി അതു ഒട്ടിച്ചുകൊടുത്തു. ചിന്നുവിന്റെ

കൈപ്പടത്തിലും കൈത്തണ്ടയിലും കവിളിലും പറ്റിയ പശ ചന്ദ്രൻ സ്നേഹത്തിന്റെ നിറവിൽ തുടച്ചുകൊടുക്കുകയാണ്. വിശാലാക്ഷിയുടെ വെളുത്ത കവിളിൽ കൈവെച്ച് തുടച്ചു കൊടുക്കുമ്പോൾ ചന്ദ്രന്റെ ഉള്ളിലെ പ്രണയരസം ഇനിഞ്ഞിറങ്ങിയൊലിക്കുന്നത് അനുഭവവേദ്യമാണ്. കുട്ടികളുടെ പയ്യാരങ്ങളിലും വിശുദ്ധമായ സൗഹൃദങ്ങളിലും പ്രണയത്തിന്റെ ആദ്യാക്ഷരങ്ങൾ കുറിച്ചുകൊണ്ട് പ്രതിഭാശാലിയായ കഥാകാരൻ ജീവിതത്തിന്റെ കഠിനപഥങ്ങളെ ചൂണ്ടിക്കാണിക്കുകയാണ്.

ഇരുപതു വർഷങ്ങൾക്കുശേഷം പ്രണയം മനസ്സിലിറ്റിച്ചു തന്ന വിശാലാക്ഷിയെന്ന പ്രണയിനിയെ കാണാനെത്തിയ ചന്ദ്രന് മുസാവിരി ബംഗ്ലാവു സൂക്ഷിപ്പുകാരൻ പറഞ്ഞുകൊടുത്ത ചരിത്രം കേൾക്കുമ്പോൾ ചെവികൊട്ടിയടയ്ക്കാൻ തോന്നുകയാണ്. വിശാലാക്ഷിയുടെ വെളുത്ത കവിളിൽ തലോടിനിന്ന സന്ധ്യയിൽ കഥയവസാനിച്ചെങ്കിലെന്ന് ആഗ്രഹിച്ചുപോകുകയാണ്. എന്നാൽ ജീവിതം അത്ര നിഷ്കളങ്കവും ലളിതവുമല്ല എന്നാണ് കഥാകാരൻ പറഞ്ഞുവെച്ചത്. ജീവിതത്തിന്റെ സ്ഥാനഭേദം എത്ര വലുതാണെന്നും അതിജീവനം എത്ര കഠിനമാണെന്നും സാമൂഹ്യവ്യവസ്ഥിതി എത്ര കർക്കശമാണെന്നുമുള്ള ചരിത്രം അതിൽ തെളിഞ്ഞു വരുന്നുണ്ട്. വിശാലാക്ഷിയുടെ അമ്മയായ ജാനകിയമ്മയുടെ ചന്തവും പ്രശസ്തിയും പിന്നീടാണ് ചന്ദ്രന് മനസ്സിലായത്. അച്ഛൻ ദൂരസ്ഥലങ്ങളിൽ ചോരനീരാക്കി പണിയെടുത്തു രോഗിയാകുമ്പോൾ ജാനകിയമ്മ പ്രായമേറിയ രാമന്നായരെ സംബന്ധം ചെയ്ത് ഗ്രാമവധുവായി അഭിരമിച്ച കാര്യം ചന്ദ്രന്റെ അടുക്കലിരുന്ന് വിശാലാക്ഷി വേദനയോടെ പറയുന്നുണ്ട്. ഒരിക്കൽ കാണാനെത്തിയ അച്ഛൻ അടുക്കലിരുത്തി നന്നായി പഠിച്ച് ടീച്ചറാകണം അമ്മയെപ്പോലെയാകരുത് എന്നുപദേശിക്കുമ്പോൾ അതിന്റെ അർത്ഥമറിയാനുള്ള പാകത അവൾക്കുണ്ടായിരുന്നില്ല. എന്നാലതിന്റെ അർത്ഥമറിഞ്ഞു കഴിഞ്ഞപ്പോൾ ആ തലവരയിൽനിന്നു രക്ഷപ്പെടാനരുതാത്തവിധം വിശാലാക്ഷിയെ ജീവിതപാശം ചുറ്റിവരിഞ്ഞു മുറുക്കിക്കെട്ടുന്നത് ഒട്ടൊരു മനസ്താപത്തോടെ നമ്മൾ തിരിച്ചറിയുന്നു.

ചരിത്രം ചില ജീവിതങ്ങളെ കെട്ടുത്തുമെന്നും കടപുഴക്കുമെന്നുമുള്ള അറിവ് അവസാനം ചന്ദ്രനുണ്ടാകുന്നു. പ്രണയത്തിലുരുകി തളർന്നു നില്ക്കുമ്പോഴും ഗുരുപരമ്പരയുടെ അനുഗ്രഹം ചന്ദ്രന് കിട്ടുന്നുണ്ട്. അല്ലെങ്കിൽ ജീവിതത്തിൽ നേടിയ ഗുരുത്വം ചന്ദ്രനെ നിർമ്മമനാക്കുന്നു. നെടുവീർപ്പിട്ടാണെങ്കിലും ബീരാൻ പറഞ്ഞുകൊടുത്ത വിശാലാക്ഷിയുടെ കഥ അയാളെ ഉരുക്കിക്കളയുന്നത് നാമറിയുന്നു. 'രാമന്നായര് പണ്ടേ ചത്ത്. പിന്നെ ആ ജാന്വമ്മ ചത്ത്. ബേണ്ടാനേരത്ത് പള്ളേല്ണ്ടായേന്റെ അസ്ക്യതേര്ന്ന്. പ്പൊ ഓളെ മോളെ കാലാ. ബിശാലാച്ച്യമ്മ പത്തരമാറ്റാ. ഓളാപ്പൊ ഓട്ടല് നടത്ത്ണ്. ബിശാലാച്ച്യമ്മന്റെ ഓട്ടല് പൂട്ട്യാല് ഈ മുസാവിരി ബംഗ്ലാവും പൂട്ടും. ങ്ങളെ മാതിരിത്തോലൊന്നും പിന്നെ ഈ കുന്നിന്റെ മോള്ക്ക് ബര്വ്വലാ. പിന്നെ ബടെ കാടാവും. അമ്മുക്കുട്ടി ഒരു മൊതലാ' എന്നു പറയുന്ന ബീരാന്റെ വാക്കുകളിൽ വിശാലാക്ഷിയുടെ അതിജീവനത്തിന്റെ കഠിനപഥങ്ങൾ തെളിഞ്ഞു കിടക്കുന്നുണ്ട്. അമ്മയുടെ പാരമ്പര്യം പിന്തുടരേണ്ടി വന്ന വിശാലാക്ഷിക്ക് ബാല്യത്തിൽ മനസ്സിൽ സൂക്ഷിച്ച പ്രേമത്തിന്റെ മൺചെരാത് കാലത്തിന്റെ ചണ്ഡവാതത്തിൽ അണയാതെ പിടിച്ചുനിർത്താൻ കഴിയുമായിരുന്നില്ല. മനുഷ്യർ തങ്ങളുടെ പാരമ്പര്യം കഠിനമായി പിന്തുടരാൻ വിധിക്കപ്പെട്ടവരാണെന്ന് ധ്വനിപ്പിച്ചുകൊണ്ട് മനുഷ്യരുടെ മുന്നിലെ ഒരേയൊരു പ്രശ്നം അതിജീവനം മാത്രമാണെന്ന് പറഞ്ഞുവെക്കുകയാണ്.

അവനവന്റെ നിഷ്കളങ്കതയുടെ ഭൂതകാലങ്ങളിലേക്ക് ചിലപ്പോഴെങ്കിലും കുറ്റവാ

ളികളെപ്പോലെ തിരികെയെത്താതിരിക്കാൻ കഴിയില്ലെന്ന് ചന്ദ്രൻ ഓർക്കുന്നുണ്ട്. ഇരുവരും കൈകോർത്തു നടന്ന ചരൽപ്പാതയിലൂടെ നടക്കുമ്പോഴും യാത്രപറയാതെ തിരിച്ചു പോകാനാഗ്രഹിക്കുമ്പോഴും വിശാലാക്ഷിയോട് താൻ ചെയ്ത കൃതഘ്നതയ്ക്ക് മാപ്പിരക്കുന്നുണ്ട്. കണ്ടാലറിയാത്തവിധം അവർ അത്രമേൽ മാറിയിരിക്കുന്നു. എന്നാൽ പറഞ്ഞറിയിക്കാൻ ശ്രമിച്ചാൽ ദുഃഖത്തിൽ അത്രമേൽ ഉരുകിത്തീരേണ്ടിവരും. എങ്കിലും കേമ്പും പട്ടാളക്കാരുമില്ലാത്ത, അങ്ങാടീം പീടികേമില്ലാത്ത, മാസ്റ്റർമാരും സ്കൂളുമില്ലാത്ത, ആ കുന്നിൻപുറങ്ങളിലും നടന്നു കനച്ച വഴിത്താരകളിലും വീണ്ടും നടക്കുമ്പോൾ അന്നു കോരിക്കുടിച്ച പ്രേമത്തിന്റെ തെളിനീർ പ്രവാഹം അപ്പാടെ ഹൃദയത്തെ തണുപ്പിക്കുന്നുവെങ്കിലും, ബാല്യകുതൂഹലങ്ങളിലിഴുകിച്ചേർന്ന പ്രകൃതിയുടെ സൂക്ഷ്മസ്പർശിനികൾ ജീവിത ബന്ധങ്ങളുടെ മഹത്ത്വമോതുന്നുവെങ്കിലും, വിശാലാക്ഷിയുടെ ജീവിതപരിണതിയിൽ ചന്ദ്രൻ നിശ്ശബ്ദനാവുകയാണ്. മുത്തശ്ശിയുടെയും മുഹമ്മതാജി മാസ്റ്ററുടെയും സമാധികളിൽനിന്ന് പരന്നൊഴുകുന്ന അനുഗ്രഹപ്രവാഹം ഒടുവിൽ അയാളെ ശമിപ്പിക്കുന്നു. യാത്രയുടെയും അറിവിന്റെയും ഘനീഭവിച്ച ദുഃഖങ്ങൾക്കുമേൽ അരയാലിന്റെ തണലും തണുപ്പുംകൊണ്ട് സാന്ത്വനവർഷം ചൊരിയുന്നുമുണ്ട്. എങ്കിലും പുഴക്കാറ്റിൽ സുഗന്ധിയായി നിന്ന പെൺകുട്ടി ഒരുപാട് സ്നേഹത്തോടെ സമ്മാനിച്ച ശംഖ് ഉടഞ്ഞുചിതറിത്തെറിച്ച് മനസ്സിന്റെ അടരുകളിൽ തറഞ്ഞുകയറുന്നതിന്റെ വേദന അടക്കിപ്പിടിച്ചുകൊണ്ടാണ് ചന്ദ്രൻ കുന്നിറങ്ങുന്നത്. പ്രേമം ഗൃഹാതുരമായ ഭൂതകാലംപോലെ അടക്കിപ്പിടിച്ച വേദനയാണെന്ന സത്യം 'പ്രേമകഥ' ഉള്ളിൽ മുഴക്കിക്കൊണ്ടിരിക്കുന്നു.

അനാമിക

അഭിസാരികയുടെ ആത്മനിവേദനം

പ്രണയത്തെ വശ്യസുന്ദരമായ മനുഷ്യാനുഭവമായി എം മുകുന്ദൻ കാണുന്നുവെങ്കിലും പ്രണയജീവിതത്തെ അംഗീകരിക്കുന്നില്ല. 'നഷ്ടപ്രണയത്തിനാണ് ഭംഗി. പ്രണയിക്കുന്നവർ ഒരിക്കലും തമ്മിൽ വിവാഹം ചെയ്യാൻ പാടില്ല. വിവാഹം ചെയ്താൽ, അത് അവരുടെ പ്രണയത്തിന്റെ അവസാനമായിരിക്കും. പണ്ടുമുതലേയുള്ള എന്റെ വിശ്വാസമാണത്.' എം മുകുന്ദന്റെ ഈ വാക്കുകളെ നമുക്ക് വിശ്വസിക്കാം. അദ്ദേഹത്തിന്റെ കഥകളിൽ ഒന്നും തന്നെ പ്രണയത്തെ മഹത്വമായോ ആദർശമായോ ഉദ്ഘോഷിക്കുന്നില്ല. സ്ത്രീപുരുഷപ്രണയം രതിയുടെ മുന്നൊരുക്കം മാത്രമാണെന്ന വിശ്വാസമാണ് കഥാകൃത്തിനുള്ളത്. 'എന്റെ കഥാനായകന്മാർക്ക് തനിയെ സഞ്ചരിക്കാൻ കഴിയില്ല. അവർക്കെപ്പോഴും ഒരു പെൺകുട്ടി വേണ'മെന്നു പറയുന്ന എം മുകുന്ദൻ പ്രണയത്തിന്റെ കാല്പനിക ഭംഗിയെക്കുറിച്ച് വാചാലനാകുന്നില്ല. പകരം സ്ത്രീപുരുഷ സൗഹൃദത്തിന്റെ ഉദാത്തതയായി അറിയുന്നത് ശാരീരിക വേഴ്ചയാണ്. പുരുഷന്റെ പെൺകൂട്ടെല്ലാം സ്നേഹത്തിനപ്പുറമുള്ള കാമനകളിലേക്ക് വഴുതി വീഴുന്നതു കാണാം. ആൺ-പെൺ സൗഹൃദം ദാഹകമായ രതിയായി വിഭാവനം ചെയ്യുന്നു. 'ഛതോപാദ്ധ്യായയുടെ മകൾ' എന്ന കഥയിൽ ലിഫ്റ്റിൽ കുടുങ്ങിപ്പോയ അപരിചിതരായ ആണും പെണ്ണും സൗഹൃദത്തിനു ശേഷമുള്ള വൈരസ്യത്തെ ഒഴിവാക്കാൻ കണ്ടെത്തുന്ന മാർഗ്ഗം ഇണചേരുക എന്നതാണ്. അസഹനീയമായ ചുറ്റുപാടുകളിൽ

നിന്നു രക്ഷപ്പെടുവാനും ജീവിതത്തിന്റെ ഒറ്റപ്പെടലുകളെ അതിജീവിക്കുവാനുമുള്ള ഒരേയൊരു മാർഗ്ഗം രതിയിലേർപ്പെടുക എന്നതാണ്. അത്യന്താധുനികരായ എഴുത്തുകാർ രതിയെ ഒരനുഷ്ഠാനം പോലെ സ്ത്രീപുരുഷ സൗഹൃദങ്ങളിൽ എഴുതിച്ചേർക്കുന്നു.

കാല്പനിക ധ്യാനങ്ങളെയും സൗന്ദര്യാത്മക ഭാവനകളെയും ബോധപൂർവ്വം കഥയിൽനിന്ന് നീക്കം ചെയ്തുകൊണ്ടാണ് എം മുകുന്ദന്റെ തലമുറ നവീനഭാവുകത്വം എഴുത്തിൽ നിറച്ചത്. അതുകൊണ്ടുതന്നെ പിന്നിട്ട ഭാവനയുടെ പെരുവഴികളിൽ പൂത്തുനിന്ന പ്രണയതരുക്കൾ പ്രിയമല്ലാതായി. ആത്മദുഃഖങ്ങളിൽ അലഞ്ഞുതിരിഞ്ഞ് ജീവിതത്തിന്റെ ശൂന്യത തിരിച്ചറിഞ്ഞപ്പോൾ കത്തിനിന്ന മനസ്സിന്റെയും ശരീരത്തിന്റെയും തീയണയ്ക്കാനുള്ള നദിയായി മാത്രമേ സ്ത്രീകളെ കണ്ടിരുന്നുള്ളൂ. അതുമല്ലെങ്കിൽ മയക്കമരുന്നിന്റെ ഘനസാന്ദ്രമായ ലഹരിയുടെ ശമനത്തിനായി തല പൂഴ്ത്തിവെക്കാനൊരു പ്രവാഹം. സ്ത്രീയുമായുള്ള കൂട്ടുകളെല്ലാം പ്രാചീനമായ കാമനകളുടെ ഭദ്രമായ സാക്ഷാൽക്കാരങ്ങളായിരുന്നു. 'ചിതകളുടെയും ഗർഭപാത്രങ്ങളുടെയും ഘോഷയാത്ര', 'അവർ പാടുന്നു' 'ഇന്ദ്രിയങ്ങളിൽ ശൈത്യം' തുടങ്ങിയ കഥകളിലെല്ലാം രതി സുഖദമായ അനുഭൂതിയായി നിറഞ്ഞുപെയ്യുന്നുണ്ട്. 'ചാരിത്ര്യം നഷ്ടപ്പെടുന്ന സുമംഗലികൾ' ഒരു കഥയുടെ പേരാണെങ്കിലും പൊതുവിൽ എം മുകുന്ദന്റെ സ്ത്രീകളുടെ സൗഹൃദത്തെക്കൂടി അത് വെളിപ്പെടുത്തുന്നുണ്ട്. രതിയെ പാപബോധമായി കഥാപാത്രങ്ങൾ കാണുന്നില്ല. അത് കത്തിക്കാളുന്ന ജീവിതത്തെ ആശ്വസിപ്പിക്കുന്ന കുളിർപ്പൊയ്കയാണ്. സൗഹൃദങ്ങളുടെ നിറവിൽ ശരീരത്തിന്റെ ദാഹം തീർക്കാൻ കഥാനായികമാർക്ക് മറ്റൊന്നാലോചിക്കേണ്ടതില്ല. തികച്ചും സ്വതന്ത്രരായ ജീവിതം നയിക്കുന്നവരാണവർ. അതുകൊണ്ട് രതിയെ പാപബോധത്തിന്റെ കനലായിക്കണ്ട് അവർ മനസ്സെരിക്കുന്നില്ല. എന്നാൽ സ്ത്രീപുരുഷ പ്രണയമെന്തായിരിക്കണമെന്ന ചിന്ത പങ്കുവെക്കുന്ന കഥകളുമുണ്ട്. 'അനാമിക' പ്രണയത്തിന്റെ സൂക്ഷ്മസ്വഭാവമന്വേഷിക്കുന്ന കഥയാണ്.

സമൂഹം അനുശാസിക്കുന്ന പ്രണയനിയമങ്ങളെ നിരാകരിച്ചവരാണ് മുകുന്ദന്റെ കഥാപാത്രങ്ങൾ. ചാരിത്ര്യം എന്ന വാക്കിന് സമൂഹം കല്പിക്കുന്ന അർത്ഥത്തിന്റെ അസംബന്ധങ്ങളെയും അനർത്ഥങ്ങളെയും കാറ്റിൽ പറത്തിയവരാണവർ. സമൂഹം കാഴ്ചവെക്കുന്ന സദാചാര കാപട്യങ്ങളുടെ മുഖത്ത് കരിവാരിത്തേക്കാൻ കെല്പുള്ളവരാണവർ. അതുകൊണ്ട് സ്ത്രീപുരുഷ ലൈംഗികതയ്ക്ക് സമൂഹം കല്പിച്ച പാപഭാരം അവരെ അലട്ടുന്നില്ല. പരസ്പരം തിരിച്ചറിയാനും സ്നേഹത്തിന്റെയും സൗഹൃദത്തിന്റെയും തനിമ വീണ്ടെടുക്കുവാനുമുള്ള ശ്രമങ്ങളാണ് സ്ത്രീപുരുഷരതി. അതുകൊണ്ട് നിയമങ്ങളൊന്നും വിലക്കുകളായി മുഖവിലയ്ക്കെടുക്കുന്നില്ല. ജീവിതസ്വാതന്ത്ര്യം രതിയിലൂടെ സാക്ഷാൽക്കരിക്കാൻ ശ്രമിക്കുന്നു. അനാമിക ഭർത്തൃമതിയാണെങ്കിലും അവളാഗ്രഹിക്കുന്നവിധം ഭർത്താവിന്റെ പ്രണയം അവൾക്ക് കിട്ടുന്നില്ല. സ്നേഹത്തിനുവേണ്ടി ദാഹിക്കുന്ന മനസ്സാണെങ്കിലും നല്ലപാതിയെന്ന നിലയിൽ ഭർത്താവ് നല്കുന്ന സ്വാതന്ത്ര്യം അവൾക്ക് വിലങ്ങായി അനുഭവപ്പെടുന്നു. അതവളെ ഒറ്റപ്പെടുത്തുന്നു. ഭർത്താവ് തന്നോട് കാണിക്കുന്ന അമിതമായ കരുതൽ, സ്നേഹം, സ്വാതന്ത്ര്യം ഇതെല്ലാം അനാമികയെ വീർപ്പുമുട്ടിക്കുന്നു. അത് രണ്ടുപേരുടെയും ആത്മസുഹൃത്തിനോട് പങ്കുവെക്കുന്നു. തന്നെ അതെത്രമാത്രം വേട്ടയാടുന്നുവെന്ന് അവൾ ഭയക്കുന്നു.

ഒരവധി ദിവസം സായാഹ്നത്തിൽ തന്റെ വലിയ ഫ്ളാറ്റിലെ മുറിയിൽ കമ്പിളിക്കുള്ളിൽ വായിച്ചുകൊണ്ടു കിടന്ന സുമീതിനെയാണ് അനാമിക ഫോണിലൂടെ വിളിച്ച

ണർത്തിയത്. സഹിക്കാൻ കഴിയാത്ത ഒരവസ്ഥയിലാണ് താനെന്നും വല്ലാതെ കഷ്ടപ്പെട്ടുകയാണെന്നും അതുകൊണ്ട് താൻ അങ്ങോട്ടു വരികയാണെന്നും അനാമിക പറയുന്നുണ്ട്. അതിനയാൾ കൊടുക്കുന്ന മറുപടി രസാവഹമാണ്. 'നീ വീണ്ടും അഭിമന്യുവുമായി കലഹിച്ചുവോ? എല്ലാ സുഖസൗകര്യങ്ങളുമായി കഴിയുന്ന നിനക്ക് കഷ്ടപ്പെട്ടുവാൻ മറ്റൊരു സംഗതിയും ഞാൻ കാണുന്നില്ല. ധനവും വിദ്യാഭ്യാസവും ആരോഗ്യവും സൗന്ദര്യവുമുള്ള ഒരു യുവതി താൻ കഷ്ടപ്പെടുന്നു എന്ന് ആരോടെങ്കിലും പറയുകയാണെങ്കിൽ അത് തീർച്ചയായും ഒരു ആണ് കാരണമായിരിക്കും എന്നെനിക്ക് ഊഹിക്കുവാൻ കഴിയും. എന്റെ ഊഹം തെറ്റല്ലല്ലോ?' പുകഴ്ത്തൽ ആഗ്രഹിക്കാത്ത മനുഷ്യരില്ല. പ്രത്യേകിച്ചും സ്ത്രീകളാണെങ്കിൽ, അതിനുശേഷം ദുഃഖങ്ങൾക്കെല്ലാം കാരണം ഭർത്താവാണെന്നുകൂടി പറഞ്ഞാൽ അതവരെ വല്ലാതെ ആശ്വസിപ്പിക്കും. ഒരു വിചാരണയുമില്ലാതെ സ്ത്രീയുടെ സങ്കടങ്ങൾക്കു കാരണം പുരുഷനാണെന്ന് മറ്റൊരു പുരുഷൻ തന്നെ പറയുകയാണെങ്കിൽ അത് ഒട്ടൊന്നുമല്ല അവരെ സാന്ത്വനിപ്പിക്കുക. മാത്രമല്ല അതൊരു പ്രലോഭനം കൂടിയാണ്. തന്നെ അറിയുകയും സ്നേഹിക്കുകയും സമാശ്വസിപ്പിക്കുകയും ചെയ്യുന്ന മറ്റൊരാൾ ഉണ്ട് എന്ന വിശ്വാസം അവരെ ഉന്മേഷപ്പെടുത്തും. അതിന്റെ ഉണർവ്വിലും വിശ്വാസത്തിലുമാണ് അവിവാഹിതനായ തങ്ങളുടെ പൊതുസുഹൃത്ത് സുമീതിന്റെ ഫ്ളാറ്റിലേക്ക് അനാമിക ആ നേരത്ത് തനിച്ചെത്തിയത്.

നടപ്പാതയിലൂടെ വേഗത്തിൽ നടന്നെത്തി തണുപ്പിന്റെ നനവു വീണ കോട്ടഴിക്കാതെ സോഫയിലിരുന്ന അനാമികയ്ക്കായി അല്പം വോഡ്കയിൽ ധാരാളം ടൊമാറ്റോ ജ്യൂസ് ഒഴിച്ച് ഉപ്പിട്ടിളക്കി ഒരുബ്ലഡിമേരി തയ്യാറാക്കി കൊടുത്തു. അതു കുടിക്കുന്നതിനു മുമ്പ് അവളുടെ ആവലാതിയും അലോസരങ്ങളും പറയുന്നത് ശ്രദ്ധിക്കണം. "എനിക്ക് ഒന്നും വേണ്ട. സ്നേഹം മാത്രം മതി. അഭിമന്യു എന്നെ വേണ്ടരീതിയിൽ സ്നേഹിക്കുന്നില്ല. വീര്യം കൂടിയ മരുന്ന് കൃത്യമായി അളന്നു കഴിക്കുന്നതുപോലെ കൃത്യമായും അളന്നുമാണ് അയാൾ എന്നെ സ്നേഹിക്കുന്നത്. ഒട്ടും അധികവുമില്ല, കുറവുമില്ല. എനിക്കത് സഹിക്കുവാൻ കഴിയുന്നില്ല. ഇതിലും ഭേദം എന്നെ ഒട്ടും സ്നേഹിക്കാതിരിക്കുന്നതാണ്. ഒരു ചിന്തകന്റെ കൂടെയോ എഴുത്തുകാരന്റെ കൂടെയോ ജീവിതം പങ്കുവെക്കാൻ കൊതിച്ച എനിക്ക് വിധിച്ചത് ഒരു ചാർട്ടേഡ് അക്കൗണ്ടന്റിനെയാണ്."

ഭാസുരമായ ദാമ്പത്യജീവിതത്തിനായി ചില വിട്ടുവീഴ്ചകൾ ഇരുവരും ചെയ്യണമെന്ന് സുമീത് ഓർമ്മിപ്പിച്ചുകൊണ്ട് അവൾ അണിഞ്ഞിരുന്ന നനഞ്ഞ കോട്ടൂരിയെടുത്ത് ഹാംങ്ങറിൽ തൂക്കിയിട്ടു. താൻ പ്രത്യേക ചേരുവകൾ ചേർത്തു തയ്യാറാക്കിയ ബ്ലഡിമേരിയുടെ ഗ്ലാസ് അവൾക്കു നല്കി. നിന്റെ ഭർത്താവും അക്കങ്ങളെടുത്ത് പെരുമാറുന്ന കവിയാണെന്ന് സമാധാനപ്പെടുത്തി. ഒരാത്മസുഹൃത്തിന്റെ ഭാഗം സുമീത് നിർവ്യാജമായും ഭംഗിയായും പൂർത്തിയാക്കാൻ ശ്രമിക്കുന്നുണ്ട്. ദാമ്പത്യത്തിന്റെ എന്നേക്കുമായുള്ള നിലനില്പിനുവേണ്ടി ഇണകൾ തമ്മിലുള്ള കലഹത്തിന്റെ അന്തസ്സാരശൂന്യത വെളിപ്പെടുത്തി മനസ്സിലുണ്ടാക്കിയ കാലുഷ്യത്തിന്റെ പിളർപ്പുകളെ നല്ലവാക്കുകൾ കൊണ്ട് ആർദ്രമാക്കി. അനാമികയും നല്ല അർത്ഥത്തിൽ തന്നെ അതുൾക്കൊള്ളുന്നു. എന്താണെങ്കിലും ദാമ്പത്യത്തിന്റെ ശാശ്വതമായ നിലനില്പാണ് ആവശ്യം. അതിനായി താനെന്തും സഹിക്കുമെന്ന് മനസ്സിലുറപ്പിക്കുന്നതു നോക്കുക. "ഞാൻ അഭിമന്യുവിനെ സ്നേഹിക്കുന്നു. അതുകൊണ്ടാണ് ഞാൻ ഇങ്ങനെ കഷ്ടപ്പെടുന്നത്. അത് എനിക്ക് നന്നായി അറിയാം. പക്ഷേ, എനിക്ക് എന്റെ ഭർത്താവിനെ സ്നേഹിക്കാതിരിക്കു

വാൻ കഴിയുകയില്ല. എത്ര കഷ്ടപ്പെട്ടാലും എന്തൊക്കെ സഹിക്കേണ്ടിവന്നാലും ഞാൻ അഭിമന്യുവിനെ സ്നേഹിക്കുക തന്നെ ചെയ്യും."

ഭർത്താവിന്റെ അമിതസ്നേഹമാണ് അനാമികയെ തളർത്തിക്കളയുന്നത്. ഭാര്യ ആവശ്യപ്പെടുന്നതെല്ലാം പൂർണ്ണമായ തോതിൽ അനുവദിച്ച നല്ലന്ന ഹൃദയവിശാലത അവൾക്ക് സഹിക്കാൻ കഴിയുന്നില്ല. സ്നേഹരാഹിത്യത്തിന്റെ ഹൃദയഭേദകമായ അനുഭവം അവളോർമ്മിക്കുന്നുണ്ട്, സുമീതിനുവേണ്ടി. സ്കൂൾക്കുട്ടിയായിരുന്ന കാലത്ത് പാഠപുസ്തകങ്ങളും സംഗീത ആൽബങ്ങളും പടർന്നു കിടക്കുന്ന വെളുത്ത കിടക്കയിലനുഭവിച്ച സ്വാതന്ത്ര്യം ഒരിക്കൽക്കൂടി ആഗ്രഹിക്കുകയും ഭർത്താവിനോട് അത് തുറന്നു പറയുകയും ചെയ്യുന്നു. ചെറുതായി കറങ്ങുന്ന ഫാനിനു കീഴെ വെള്ള വിരി വിരിച്ച കിടക്കയിൽ എന്റെ പുസ്തകങ്ങളും കാസറ്റുകളുമായി ഒരു രാത്രി എന്നെ തനിച്ചുവിടാൻ ആവശ്യപ്പെട്ടപ്പോൾ, ഒരു രാത്രിയല്ല എല്ലാ രാത്രികളും നിനക്കാവശ്യമെങ്കിൽ കിടക്കയിലെ സ്വാതന്ത്ര്യം വാഗ്ദാനം ചെയ്യുന്നുവെന്ന് പറഞ്ഞ് കണ്ണടയും വെള്ളവുമെടുത്ത് ഇരിപ്പുമുറിയിലേക്കു പോയി. അതവൾക്ക് സഹിക്കാനാകുന്നില്ല. അതിനുപകരം തന്റെ സ്വാതന്ത്ര്യത്തിന്റെ അപേക്ഷ തട്ടിത്തെറിപ്പിച്ച് കിടക്കയിൽ കൈകാലുകൾ വിടർത്തിപ്പരത്തി എന്റെ അരികിൽ അഭിമന്യു കിടന്നെങ്കിൽ എനിക്കിത്ര വേദനിക്കുകയില്ലായിരുന്നെന്നു പറഞ്ഞ് അനാമിക സങ്കടം കടിച്ചമർത്തുകയാണ്. സ്നേഹത്തെ ഇങ്ങനെ അളന്നുതൂക്കി അനുഭവപ്പെടുത്തുന്നതിന്റെ അർത്ഥരാഹിത്യമോർത്ത് അവൾ വിതുമ്പിപ്പോകുകയാണ്. അയാളുടെ ചുമലിൽ കവിളമർത്തി അവൾ തേങ്ങിപ്പോകുകയാണ്.

സുമീത് നല്ല സുഹൃത്തായിരുന്നു. അവളെ ശരീരത്തിൽ ചേർത്തുപിടിച്ച് തലമുടിയിൽ തലോടിക്കൊണ്ടിരുന്നു. അവളുടെ കീഴ്ച്ചുണ്ടിൽ പറ്റിക്കിടന്ന ബ്ലഡിമേരിയുടെ ഉപ്പുകലർന്ന അവശിഷ്ടം കൈലേസുകൊണ്ട് പതുക്കെ തുടച്ചുമാറ്റി. അവൾക്ക് തണുത്തപ്പോൾ തന്റെ കിടക്കയിൽ കൊണ്ടുപോയി കിടത്തി. അവളുടെ അരികിലിരുന്നു വലതുകൈ സ്വന്തം കൈയിലെടുത്ത് പതുക്കെ തലോടിക്കൊണ്ടിരുന്നു. സംഗീതമോ കഥയോ കേൾക്കുവാനുള്ള താല്പര്യമില്ലാത്ത അനാമികയെ സുമീതിന്റെ തലോടലുകൾ സമാശ്വസിപ്പിച്ചുകൊണ്ടിരുന്നു. അതവൾ തുറന്നു പറയുന്നുമുണ്ട്. "സുമീത്, നിങ്ങളുടെ ഈ തലോടലുകൾ എനിക്ക് എത്ര വിലപിടിച്ചതാണെന്ന് എനിക്കു മാത്രമേ അറിയൂ. പക്ഷേ, അഭിമന്യുവിനെപ്പോലെ മറ്റാർക്കും എന്നെ തലോടുവാനോ ലാളിക്കുവാനോ കഴിയുകയില്ല. എനിക്ക് അയാളോടുള്ള സ്നേഹത്തിന്റെ ആഴം ഒരിക്കലും അയാൾക്കു മനസ്സിലാകില്ല." ഭർത്താവിന്റെ ആഴത്തിലുള്ള സ്നേഹം വീണ്ടെടുക്കുന്നതിനായി ഭാര്യക്ക് എന്തെല്ലാം ത്യാഗങ്ങൾ സഹിക്കേണ്ടി വരുമെന്നുകണ്ട് വായനക്കാർ നടുങ്ങിപ്പോകുക തന്നെ ചെയ്യും.

ഭർത്താവിനോടുള്ള തന്റെ ദൃഢസ്നേഹം ബോദ്ധ്യമാക്കിയിട്ട് തണുത്ത കാലുകൾ സുമീതിന് നീട്ടിക്കൊടുത്തു. ദാമ്പത്യത്തിന്റെ സുഗമമായ നിലനില്പിനായി സുമീത് അവളുടെ നീട്ടിവെച്ച പാദങ്ങളിൽ സ്പർശിച്ചു. ഇരുകൈകൾ കൊണ്ടും അവളുടെ പാദങ്ങൾ തിരുമ്മി ചൂടുപിടിപ്പിക്കാൻ ശ്രമിച്ചു. വലതു കാലിന്റെ തള്ളവിരലിൽ കല്ലുവെച്ച വെള്ളിമോതിരം ഉണ്ടായിരുന്നു. സുമീതും ഓർമ്മകളിൽ ഒലിച്ചിറങ്ങുന്നത് വായനക്കാരനറിയുന്നുണ്ട്. കല്ലുവെച്ച മോതിരം വിവാഹത്തിനുമുമ്പ് അനാമികയും അഭിമന്യുവും പരസ്പരം പ്രണയിച്ചു ഒന്നായി നടന്നകാലം അഭിമന്യു അവൾക്ക് വാങ്ങിക്കൊടുത്തതാണെന്ന് ഓർമ്മിക്കുന്നുണ്ട്. അഭിമന്യു എല്ലായ്പോഴും അവൾക്ക് സമ്മാനങ്ങളും

പാരിതോഷികങ്ങളും വാങ്ങിക്കൊടുക്കും. അവളുടെ ശരീരത്തിലുള്ള എല്ലാ സ്ഥാവര ജംഗമ വസ്തുക്കളും അയാൾ വാങ്ങിക്കൊടുത്തതാണെന്ന് സുമീത് ഓർത്തുകൊണ്ടിരുന്നു. നല്ല പ്രണയിയായിരുന്ന അഭിമന്യുവെന്ന് പരോക്ഷമായി സൂചിപ്പിക്കുകയാണിവിടെ. എന്നാൽ വേദന അനുഭവിക്കുന്ന സ്ത്രീയുടെ നുറുങ്ങിപ്പോയ മനസ്സിനെ സാന്ത്വനിപ്പിക്കേണ്ട ചുമതലയും സുമീതിനുണ്ടായിരുന്നുവെന്നു ഇവിടെ മറക്കാൻ പാടില്ല.

അനാമികയുടെ സങ്കടം സുമീതിനെ ഉലച്ചുകളയുകയാണ്. അവളുടെ കണ്ണിൽനിന്നും ജലം പൊട്ടിയൊലിച്ചു. അവൾക്ക് എങ്ങനെ കരയാതിരിക്കാനാകും. ഭർത്താവിനെക്കുറിച്ചല്ലാതെ മറ്റാരെക്കുറിച്ചും ചിന്തിക്കാത്ത സാധാരണ ഭാരതീയ സ്ത്രീയാണവൾ. മാത്രമല്ല മറ്റെല്ലാ സ്ത്രീകളെയും പോലെ ഒരു ശീലാവതിയെ മനസ്സിലെപ്പോഴും ചുമന്നുകൊണ്ടുനടന്നു. ഒരിത്തിരി നേരമെങ്കിലും ആ ഭാരമൊന്നിറക്കിവെച്ച് സ്വാതന്ത്ര്യത്തോടെ നടക്കാനാഗ്രഹിച്ചത് തെറ്റൊന്നുമല്ല. അതോർത്തപ്പോഴാണ് സങ്കടംകൊണ്ടവൾ നനഞ്ഞൊലിച്ചത്. അത് കാണാൻ നിർദ്ദോഷിയായ സുമീതിനും കഴിഞ്ഞില്ല. ഭർത്താവിനെ സ്നേഹിക്കുന്ന ഏതൊരു സ്ത്രീയും കരയാൻ വിധിച്ചവളാണ്. ഈ കണ്ണീര് കുടിച്ചു ഞാൻ ജീവിച്ചോളാമെന്ന അവളുടെ തീരുമാനം കേട്ട് സുമീത് നടുങ്ങിപ്പോകുകയാണ്. വേഗത്തിൽ അയാൾ കുനിഞ്ഞ് അവളുടെ മൂർദ്ധാവിലും നെറ്റിയിലും കവിളുകളിലും അടിവയറ്റിലും തന്റെ പുകയിലക്കറ പിടിച്ച ചുണ്ടുകൾ കൊണ്ട് അനാമികയുടെ സങ്കടങ്ങളെ ഒപ്പിയെടുത്തുകൊണ്ടിരുന്നു. ഒപ്പംതന്നെ അനാമികയുടെ ഹൃദയത്തോട് ചേർന്ന് ആത്മസ്നേഹിതനെന്ന നിലയിൽ അയാളുടെ ധർമ്മത്തെക്കുറിച്ച് ബോധവാനാകുകയാണ്. "അഭിമന്യു എന്റെ സ്നേഹിതനാണ്. നീ അയാളെ സ്നേഹിക്കുവാൻ തുടങ്ങുന്നതിനു മുമ്പുതന്നെ എനിക്ക് അയാളെ അറിയാം. നീ നിന്റെ ഭർത്താവിനെ സ്നേഹിക്കുന്ന അതേ ഉല്ക്കടതയോടെ ഒരു സ്നേഹിതൻ എന്ന നിലയിൽ ഞാൻ അയാളെ സ്നേഹിക്കുന്നു. അഭിമന്യുവിനെ സന്തോഷിപ്പിക്കുക എന്നത് നമ്മൾ നമ്മുടെ ജീവിതവ്രതമാക്കി മാറ്റണം. അതിനുവേണ്ടി നാം എന്തു ചെയ്യണം."

സുമീതിന്റെ കൈവിരലുകൾ അനാമികയുടെ നാഭിയിൽ തൊട്ടുകൊണ്ടു പറഞ്ഞ വാക്കു പാലിച്ചു. ഇരുട്ടിൽ കമ്പിളിയുടെ കീഴെ സുമീതിന്റെ നെഞ്ചിനോട് ഒട്ടിച്ചേർന്നു കിടന്നുകൊണ്ടു അനാമികയും തന്റെ ധർമ്മമെന്താണെന്ന് തെളിയിച്ചു. അനാമികയെ കണ്ടറിഞ്ഞു കഴിഞ്ഞ വായനക്കാരൻ ആദ്യമൊന്നു നടുങ്ങുകയും പിന്നീട് തലയറഞ്ഞു ചിരിക്കുകയും ചെയ്യുമെന്നുറപ്പാണ്. നമ്മുടെ ധാർമ്മികവും സദാചാരപരവുമായ ജീവിത സാക്ഷാൽക്കാരങ്ങളെ പശ്ചാത്തലമാക്കി നിർത്തി അതിനെയൊക്കെ സമാദരിച്ചുകൊണ്ട് ജീവിക്കുന്ന മനുഷ്യരുടെ ചിന്തയും മനസ്സും അനായാസേന വെളിപ്പെടുത്തുകയാണ് മുകുന്ദൻ. ഇതിൽ ചീട്ടുകൊട്ടാരം പോലെ പൊളിഞ്ഞുവീഴുന്ന പ്രണയം, ദാമ്പത്യം എന്നീ സാക്ഷാൽക്കാരങ്ങളുടെ മൂല്യമെന്താണെന്ന ചിന്തയാണ് വായനക്കാരന്റെ തലച്ചോറിനെ ചൂട്ടുപിടിപ്പിക്കുന്നത്.

സ്വാതന്ത്ര്യം അനുവദിച്ചാലും ഇല്ലെങ്കിലും സുമംഗലിമാരുടെ പരാതികൾക്കും പരിഭവങ്ങൾക്കും കുറവുമുണ്ടാകുകയില്ല. മാത്രമല്ല അവരുടെ മനസ്സിന്റെ ആഗ്രഹങ്ങൾക്ക് വിപരീതമായിട്ടായിരിക്കും ആവശ്യപ്പെടുക. എന്നാലത് അനുവദിച്ചു കിട്ടുമ്പോൾ ആഗ്രഹം ഇരട്ടിശക്തിയിൽ തിരിച്ചെത്തും. അത് മറ്റു പരാതികളിലേക്കുള്ള സാഹചര്യങ്ങളിലേക്ക് നയിക്കും. ഒരു ബന്ധത്തിലും തൃപ്തി കണ്ടെത്തുക സാദ്ധ്യമല്ലാത്ത സ്ത്രീയുടെ മനസ്സിനെയാണ് അനാമികയിലൂടെ തുറന്നു കാണിച്ചത്. അസംബന്ധമായ തന്റെ വാക്കുകൾ അംഗീകരിക്കപ്പെടുന്ന ഒരിടമുണ്ടെങ്കിൽ അവിടെ കുതിച്ചെത്തി

കണ്ണീരിന്റെ കണക്കുപുസ്തകം തുറക്കുകയായി. ത്യാഗവും കണ്ണീരുമെല്ലാം ജീവിതബന്ധത്തിന് ശക്തി പകരാനാണെന്ന നാട്യവും. മനുഷ്യ ജീവിതത്തിലെ പ്രത്യേകിച്ചും ദാമ്പത്യജീവിതത്തിലെ പരാതികൾ എത്ര അർത്ഥരഹിതമാണെന്ന ചിന്ത ഇവിടെ പങ്കുവെക്കുന്നുണ്ട്. എല്ലാ കുടുംബങ്ങളിൽനിന്നും മനുഷ്യനെ മോചിപ്പിച്ചെടുക്കുന്ന ഒരേയൊരു വസ്തുത രതിയാണെന്ന ദർശനത്തിൽ കഥാകൃത്ത് എത്തുന്നുണ്ട്. അതിന് ഒരു ബന്ധവും വിലങ്ങുതടിയാകില്ലെന്ന ചിന്തയും മുന്നോട്ട് വെക്കുന്നുണ്ട്. സ്ത്രീകൾക്കാവശ്യം എപ്പോഴും തന്നോടു കൂടിയിരിക്കുന്ന, തന്റെ ആഗ്രഹങ്ങൾ സാദ്ധ്യമാക്കുന്ന പുരുഷനെയാണ്. എന്നാൽ ആ സങ്കല്പത്തെയും ഈ കഥ പൊളിച്ചെഴുതുന്നു.

പൊളിച്ചെഴുത്തിൽ കടപുഴകിയത് നമ്മൾ കരുതുന്ന പ്രണയത്തിന്റെ വിശുദ്ധിയാണ്. അനാമികയ്ക്കും അഭിമന്യുവിനും സമ്പന്നമായ പ്രണയകാലമുണ്ടായിരുന്നു. അവളുടെ വലതുകാലിലെ തള്ള വിരലിലണിഞ്ഞ കല്ലുവെച്ച വെള്ളിമോതിരം പ്രണയസമ്മാനമാണ്. അനേകം പാരിതോഷികങ്ങളും സമ്മാനങ്ങളും പ്രണയത്തിനായി പങ്കുപറ്റുന്നുണ്ട്. പ്രണയം യാഥാർത്ഥ്യമായപ്പോൾ അനാമികയും എല്ലാ ആഗ്രഹങ്ങളും അനുവദിക്കുകയും സ്വാതന്ത്ര്യം പൂർണ്ണമാകുകയും ചെയ്യുന്നുണ്ട്. എന്നാൽ അനാമിക അതിൽ തൃപ്തയാകുന്നില്ല. പ്രണയം അനാദിയായ ഒന്നാണ്. അത് ഒരിടത്തുമാത്രം ഒരാളിൽ മാത്രം നിറഞ്ഞുനില്ക്കുകയും പെയ്തു തീരുകയും ചെയ്യണമെന്ന് നിർബ്ബന്ധിക്കാനാകില്ല. അത് മനസ്സിന്റെ ചാഞ്ചാട്ടംപോലെ പല വഴികളിലേക്കും സഞ്ചരിക്കും. അതിനെ ന്യായീകരിക്കാൻ ഒരുപക്ഷേ, മതിമറന്നു സ്നേഹിച്ച ഇണയെ ബലികഴിച്ചെന്നുമിരിക്കും. ഇവിടെ അഭിമന്യുവിനെതിരെ നിരത്തുന്ന ഓരോ പരാതികളും എത്ര അസംബന്ധമാണെന്ന് നമുക്കറിയാം. അതല്ലെങ്കിൽ തന്റെ സ്നേഹത്തെ ബലിഷ്ഠമാക്കാനുള്ള ത്യാഗമായി രതിയെ അവതരിപ്പിക്കുമ്പോൾ പ്രണയത്തിന്റെ അർത്ഥത്തെ തകർത്തുകൊണ്ട് കാമത്തിന്റെ സത്യം അനാവൃതമാകുകയാണ്.

സുമംഗലിയാണെങ്കിലും സ്ത്രീ പുരുഷനിൽ നിന്നാഗ്രഹിക്കുന്നത് കരുതലും കരുണയുമാണെന്ന് എം. മുകുന്ദൻ കരുതുന്നുണ്ട്. സൗഹൃദമാണെങ്കിലും ആശ്വാസത്തിൽ നിറഞ്ഞ് രതിയിൽ അഭിരമിക്കുന്നതിനെ തെറ്റായി വ്യാഖ്യാനിക്കേണ്ടതുമില്ലെന്ന ചിന്ത മുന്നോട്ടുവെക്കുന്നു. എത്ര കരുതലോടും സ്നേഹത്തോടുമാണ് സുമീത് പെരുമാറുന്നത്. സന്ദർഭത്തിനനുസരിച്ച് മനസ്സറിഞ്ഞ് അയാൾ പ്രവർത്തിക്കുന്നു. അവളുടെ സങ്കടങ്ങളെ തന്റെ നെഞ്ചോടു ചേർത്തു വെക്കുന്നു. അവൾ പറയുന്നതിനെയെല്ലാം അംഗീകരിക്കുന്നു. അതിൽ സഹതപിക്കുകയും സാന്ത്വനിപ്പിക്കുകയും പ്രതിവിധി നല്കുകയും ചെയ്യുന്നു. ആദ്യമേ അവളുടെ മികവുകളെ അംഗീകരിക്കുകയും തുറന്നുപറയുകയും ചെയ്യുന്നു. സൗന്ദര്യം, ബുദ്ധി, ധനം, സ്നേഹം എല്ലാമുള്ളവളായിട്ടും ദുഃഖഹേതു അന്വേഷിക്കുന്നു. സന്ദർഭാനുസരണം അവളെ സ്നേഹത്തിലേക്ക് ചേർത്തു നിർത്തുന്നു. കോട്ടൂരിവെച്ച് ശരീരത്തെ സ്വതന്ത്രമാക്കുന്നു. ബ്ലഡിമേരിയിലൂടെ ദുഃഖത്തെ സ്വതന്ത്രമാക്കുന്നു. തലോടലുകളിലൂടെ തണുപ്പിൽനിന്നും സ്വതന്ത്രമാകുന്നു. പരാതികളെ തിരിച്ചറിഞ്ഞ് രതിയുടെ അനുഭൂതികളിലേക്ക് കൊണ്ടുപോകുന്നു. ഇത് പെട്ടെന്നു സംഭവിച്ചതല്ല. സുമീതിന്റെ സ്നേഹവും പ്രണയവും അവൾക്കറിയാം. അതാവശ്യവുമുണ്ട്. അതിന് സുമംഗലിത്വം തടസ്സമായി വരുന്നുമില്ല. അത് നേടിയെടുക്കുന്നതിൽ ഒരിക്കൽ സ്നേഹിച്ച ഭർത്താവിനെ ബലികൊടുക്കുകയാണ്. ഒരുപക്ഷേ, ഭർത്താവിന്റെ സ്നേഹവും മറ്റൊരു രീതിയിലാകും അനാമിക സ്വന്തമാക്കുക. അഗമ്യഗമനം മോശമായ പ്രവൃത്തിയായി ആധുനികർ കണ്ടിരുന്നില്ല. രതിയുടെ സ്വാതന്ത്ര്യത്തെയാണ്

കഥാകാരന്മാർ ആഘോഷിച്ചത്. സദാചാരവും സാമൂഹ്യനിയമങ്ങളുമൊന്നും വിലക്കുകളായി അത്തരം കഥകളിൽ കടന്നുവന്നുമില്ല. എന്നാൽ അനാമികയിൽ അടക്കിപ്പിടിച്ചൊരു ചിരിയുണ്ട്. ബന്ധങ്ങളുടെ അതിരുചാടി രസമനുഭവിക്കുന്നതിന്റെ സാംഗത്യത്തിൽ പലവട്ടം വായനക്കാർക്ക് ചിരിക്കേണ്ടി വരുന്നുണ്ട്. അത് ഒരുപക്ഷേ, സമൂഹത്തിന്റെ വ്യവസ്ഥിതികൾ നിർമ്മിച്ച വിലക്കുകളെ പുറംകാലുകൊണ്ട് തൊഴിച്ച് മുന്നേറുന്ന സ്വാതന്ത്ര്യദാഹികളുടെ ധാർമ്മികത വിവരണകലയായി മാറുന്നതിലുള്ള ചിരിയാണ്.

ജീവിതത്തിലെ എല്ലാ ബന്ധങ്ങളുടെ പിന്നിലും ചതി ഒളിഞ്ഞിരിപ്പുണ്ട്. രണ്ടുപേർ മാത്രം പരസ്പരമറിഞ്ഞ് പങ്കിടുന്ന ദാമ്പത്യത്തിലും ചതിയുടെ ഒരംശം നിഗൂഢമായിരിക്കുന്നു. അതറിഞ്ഞുകൊണ്ടും അറിയാതെയും സംഭവിക്കുന്നു. അനാമികയിൽ അത് ചതി എന്നതിനേക്കാൾ ദാമ്പത്യത്തിനു കല്പിച്ച വിശുദ്ധിയുടെ ചിത്രപടം അഴിച്ചെടുക്കുകയാണ്. അതിലൊന്നു ഭാര്യക്ക് കല്പിച്ചുകൊടുത്ത ശീലാവതി എന്ന ബഹുമതിയാണ്. ആ ഭാരമിറക്കിവെച്ച് സ്വതന്ത്രമായി കൈവീശി നടക്കാനുള്ള ആഗ്രഹം പ്രകടമാക്കുന്നു. അതിനവൾ തന്റെ കൂട്ടുകാരനെ അഭയമാ ക്കുന്നു. സൗഹൃദത്തിലും ചതി ഒളിഞ്ഞിരിപ്പുണ്ട്. അനാമികയെ പ്രേമിക്കു ന്നതിനുമുമ്പുതന്നെ സുമീത് അഭിമന്യുവിന്റെ ആത്മസുഹൃത്തായിരുന്നു. അഭിമന്യുവിനെ സന്തോഷിപ്പിക്കാനെന്ന വ്യാജേന തന്റെ മുന്നിലെത്തിയ അനാമികയെ ഭോഗിക്കുന്നു. ചതി ജീവിതവ്രതമാക്കിയവരുടെ വൈരുദ്ധ്യമാണ് കഥയിൽ പരോക്ഷമായി ധ്വനിപ്പിച്ചത്. രതി ചതിയുടെ പാഠവും പാഠാന്തരവുമാണെന്ന് അനാമിക വെളിപ്പെടുത്തുന്നു. വിശുദ്ധമായ കാപട്യങ്ങളെ അഴിച്ചെറിഞ്ഞ് സ്ത്രീപുരുഷ ലൈംഗികതയെ ആഘോഷിക്കുന്ന സംസ്കാരം മുകുന്ദന്റെ കഥകൾ നിലനിർത്തുന്നുവെന്നു വേണം മനസ്സിലാക്കാൻ. അനാമിക പ്രേമകഥയുടെ വിപരീതധ്വനികളെ ഭംഗ്യന്തരേണ ആഖ്യാനം ചെയ്യുന്നു.

സരസ്വതി

കാമത്തിന്റെ കാർത്തികവിളക്ക്

ആഖ്യാനത്തിന്റെ വൈവിദ്ധ്യങ്ങളെ ലഹരിയാക്കിയ കഥാകാരനാണ് കാക്കനാടൻ. കാമത്തിന്റെയും ലഹരിയുടെയും ഭയത്തിന്റെയും ഭക്തിയുടെയും അലൗകികമായ അന്തരീക്ഷമൊരുക്കി വെളിച്ചപ്പെട്ടു നില്ക്കുന്ന ഒരു യോഗിയുടെ നിർമ്മമത കാക്കനാടന്റെ രചനാശൈലി പ്രകടിപ്പിക്കുന്നു. എഴുത്തിൽ സാധാരണ ലോകവും അനുഭവങ്ങളും ആദർശങ്ങളുമെല്ലാം കടന്നുവരുന്നുവെങ്കിലും അതിൽനിന്നെല്ലാം ഭിന്നമായ അലൗകികത അന്വേഷിക്കുന്ന ഭാവന കാക്കനാടനിൽ ഉണർന്നിരിക്കുന്നു. 'കാലപ്പഴക്ക'വും 'കാളിയമർദ്ദന'വും എഴുതിയ ആൾ തന്നെയാണ് 'നീലഗ്രഹണം', 'നിഷാദസങ്കീർത്തനം', 'ശ്രീചക്രം' തുടങ്ങിയ കഥകളെഴുതിയതും. അവ്യാഖ്യേയമായ പ്രകൃതിക്കു നേരെയുള്ള നിസ്സഹായനായ മനുഷ്യന്റെ ഭക്തിയും പ്രണയവും ആ കഥകളിൽ നിറയുന്നുണ്ട്. അനുഭവത്തിന്റെ തലത്തിൽ പ്രപഞ്ചശക്തിയുമായി കൂടിക്കലരാനുള്ള അദമ്യദാഹം പലപ്പോഴും ഭാവനയുടെ മാന്ത്രികധനുസ്സിൽ ബന്ധിക്കുന്നതായി കാണാം. തീപ്പൊരി പറത്തുന്ന വാക്കുകളുടെ ഇന്ദ്രജാലത്തിലൂടെ രചനയുടെ പരിചിതവഴികളെ തകർത്തുകൊണ്ട് മായികമായ പ്രപഞ്ച ചേതനയുടെ ശക്തിയുമായി അഭിരമിക്കാനുള്ള വാസന അഭിവ്യക്തമാക്കുന്നു. അതുവരെ കണ്ടുവന്ന പ്രമേയങ്ങളുടെ സാധാരണതകളെ തച്ചുടച്ചുകൊണ്ട് ദുർഗ്രഹമായ ബിംബസാദ്ധ്യതകളിലൂടെ സങ്കീർണ്ണലോകാനുഭവങ്ങളെ ആവാഹിക്കുവാനുള്ള ശ്രമങ്ങൾ കാക്കനാടൻ എഴുത്തിൽ

സ്വീകരിക്കുന്നു. അക്രാമകമായ കാമത്തിന്റെയും ആഭിചാരത്തിന്റെയും ശാക്തേയ പൂജയുടെയും അരങ്ങുകളെഴുതിക്കൊണ്ട് കഥയെ മന്ത്രവാദക്കളത്തിന്റെ ഭീതിയും സംത്രാസവുമാക്കി മാറ്റുന്നു.

പ്രണയത്തേക്കാൾ കാമത്തെ ആരാധിക്കുകയും മുഴക്കമുള്ള സംഭോഗത്തിന്റെ പാരമ്യതയിൽ സ്വയമൊടുങ്ങുവാനുള്ള അഭിരതി ഇണകൾ പ്രകടിപ്പിക്കുകയും ചെയ്യുന്നുണ്ട്. ഭ്രാന്തും ശ്രീചക്രവുമൊക്കെ അപരിചിത തീർത്ഥാടനമാകുന്നത് അങ്ങനെയാണ്. ശക്തിസ്വരൂപിണിയും സർവ്വാംഗസുന്ദരിയും വരദയുമായ പ്രപഞ്ചമാതാവിന്റെ വിജൃംഭിതമായ സുന്ദരശരീരത്തിൽ വീണടഞ്ഞ് അലിയുവാനുള്ള ഭക്തന്റെ മനസ്സാണ് കാമവേളയിൽ പുരുഷൻ സ്വീകരിക്കുന്നത്. അയാൾ എല്ലാം മറന്ന് ആ അഗ്നികുണ്ഡത്തിലേക്ക് സ്വയം സമർപ്പിക്കുന്നു.

'നിൻ നീണ്ടകഴുത്തിന്, നിൻനിറമുലകൾക്ക്, ചന്ദനനിറമുള്ള വയറിന്, നീലച്ചുഴികളിഴയുന്ന നാഭിച്ചുഴിക്ക്, നാഭിച്ചുഴിക്കടിയിൽ പടരുന്ന നീലരോമരാജിക്ക്, രോമരാജികൾക്കിടയിലൊളിഞ്ഞുകിടക്കുന്ന കാലസൃഷ്ടികാരകമായ നിൻ ദിവ്യയോനിക്ക്, നീണ്ടുരുണ്ട തുടകൾക്ക്, നീണ്ട കാലുകൾക്ക്, കോമളചരണങ്ങൾക്ക്, ദിവ്യചരണധൂളിക്ക് അജ്ഞനും അന്ധനും ബധിരനും മൂകനും നിസ്സഹായനുമായ അടിയൻ നേർച്ചയായി എന്തർപ്പിക്കുവാൻ?' (നിഷാദ സങ്കീർത്തനം) എന്ന് ആശങ്കപ്പെട്ടു നില്ക്കുന്ന നിഷാദനായി പുരുഷനെ നിർമ്മിക്കുന്നു. ഗോചരമാകാത്ത ശക്തിയുടെ ഉറവിടമായി സ്ത്രീയെ കാണുന്നു. ആ ശക്തിയിൽ അമർന്നണയാനുള്ള വെമ്പലാണ് കാമത്തിന്റെ ചിത്രീകരണത്തിൽ കാക്കനാടൻ സ്വീകരിക്കുന്ന തന്ത്രം. പുരുഷൻ ശക്തിഹീനനായിരിക്കുമ്പോഴും അവനെ സമ്പൂർണ്ണനാക്കുന്നതും ഉയിർത്തെഴുന്നേല്പിക്കുന്നതും ദേവീഭാവത്തിൽ നില്ക്കുന്ന സ്ത്രീ തന്നെയാണ്. അതിലെത്തിച്ചേരുക എന്നതാണ് പുരുഷന്റെ മുന്നിലെ വൈതരണി. എല്ലാ തടസ്സങ്ങളെയും നേരിട്ട് വിജയിയായെത്തുന്നവനാണ് തീ തുപ്പുന്ന അവളുടെ സ്മിതം കാണാനാകുന്നത്. പ്രാകൃതികമായ വന്യതയിൽ മാദകമോഹിനിയായ ശക്തിയുമായി ഭോഗത്തിന്റെ വനനൃത്തമാടി തളരുമ്പോഴാണ് എല്ലാ വൈരൂപ്യങ്ങളും കുറവുകളും നികത്തി പുരുഷൻ പൂർണ്ണനാകുന്നത്. അതിലേക്കുള്ള വഴി മാത്രമാണ് പ്രണയം. അത് അത്രമേൽ കഠിനവുമായിരിക്കും.

പ്രണയത്തെയും രതിയെയും സംബന്ധിച്ച കാക്കനാടന്റെ തിരിച്ചറിവാണ് 'സരസ്വതി' എന്ന കഥ. പ്രണയം നിഗൂഢമാക്കി വെച്ചിരിക്കുന്ന അതിന്റെ രഹസ്യാത്മകതയും അന്വേഷണത്തിലന്തർഭവിച്ചിരിക്കുന്ന വേദനയും അതിന്റെ പാരമ്യതയിൽ അനുഭവിക്കാൻ കഴിയുന്ന രതിയുടെ സമ്മോഹനമായ ആനന്ദവും വശ്യതയും ആവിഷ്കരിച്ചുകൊണ്ട് സ്ത്രീപുരുഷ സ്നേഹത്തിന്റെ കെടാവിളക്കായി തെളിച്ചുനിർത്തിയിരിക്കുന്നു. വേദനകളിലൂടെ കടന്നുപോകുമ്പോഴാണ് ജീവിതാനുഭവങ്ങളുടെ മാധുര്യം സ്വാഭാവികമായി അനുഭവിക്കാൻ കഴിയുക. വെറുതെ വീണുകിടക്കുന്ന വികാരങ്ങൾ ചൈതന്യവത്തായിരിക്കില്ലയെന്ന് സൂചിപ്പിക്കുന്നുണ്ട്. അതുകൊണ്ട് പ്രണയത്തിനും അതിലന്തർലീനമായ കഠിനസങ്കടങ്ങളെ അറിയേണ്ടതുണ്ട്. അതിന്റെ അവ്യാഖ്യേയമായ കെട്ടുതികളിൽ പെട്ട് പിടഞ്ഞ് നീറേണ്ടതുണ്ട്. നിരാശത അനുഭവിക്കേണ്ടതുണ്ട്. എങ്കിൽ മാത്രമേ നിതാന്തമായി ശോഭിക്കുന്ന ആനന്ദാനുഭവമായി പരിണമിക്കുകയുള്ളൂ. ചുരുക്കത്തിൽ പ്രണയം അതിന്റെ നിത്യഭാവങ്ങളാൽ അവനിൽ വിശുദ്ധമാകേണ്ടതുണ്ട് എന്ന ബോധത്തെ 'സരസ്വതി' എന്ന കഥയിലൂടെ ധ്വനിപ്പിക്കുകയാണ് കാക്കനാടൻ. ശങ്കരൻകുട്ടിയുടെ ദീർഘമായ പ്രണയതീർത്ഥാടനത്തിന്റെ വേലിയേ

റ്റങ്ങൾ തീവ്രമായി കഥ രേഖപ്പെടുത്തിയിരിക്കുന്നു.

ചിറ്റടിക്കാവിലെ മീനഭരണി ഉത്സവത്തിൻനാളാണ് ചാരുവിള വീട്ടിലെ വിക്കനായ ശങ്കരൻകുട്ടി തന്റെ കാമിനിയായ സരസ്വതിയെ അന്വേഷിച്ച് ഇറങ്ങിത്തിരിച്ചത്. കുതിരയെടുപ്പ് കാണാൻ കൂട്ടം കൂടി കടല കൊറിച്ച് പരദൂഷണം പറഞ്ഞ് നില്ക്കുന്ന ചെറുപ്പക്കാരെ കടന്ന് കലുങ്ങിച്ചിരിച്ച് കുണുങ്ങി നില്ക്കുന്ന പെണ്ണുങ്ങളുടെ സംഘത്തിൽ വേവലാതിപൂണ്ട കണ്ണുകൾ കൊണ്ട് സരസ്വതിയെ തേടുന്നു- കോങ്കണ്ണിപ്പാറുവിന്റെ നേതൃത്വത്തിൽ ചിരിച്ചു തുള്ളിനില്ക്കുന്ന തെറിച്ച പെണ്ണുങ്ങളുടെ കൂട്ടത്തിലും തന്റെ ഭ്രാന്തമായ കണ്ണുകൾ കൊണ്ട് സരസ്വതിയെ അന്വേഷിച്ചു. കരടിപ്പാതി വാസുവിന്റെ കളിയാക്കലിനെ അവഗണിച്ചു ഈർഷ്യയോടെ കടന്നുപോകുമ്പോഴും സരസ്വതിയെ കാണാത്തതിൽ ശങ്ക പൂണ്ടു. അമ്പലത്തിന്റെ ചുറ്റമതിലിൽ കുത്തിനിന്ന മരോട്ടി വിളക്കുകളുടെ ദീപപ്രഭയിൽ ദീപാരാധന തൊഴുതുകൊണ്ടുനിന്ന പെൺകുട്ടികളെയും ശങ്കരൻകുട്ടി കാഴ്ച കൊണ്ടുഴിഞ്ഞു. വെളുത്തവരും കറുത്തവരും മാനിറമുള്ളവരും സുന്ദരിമാരും കോങ്കണ്ണിമാരും ചട്ടുകാലികളും മുച്ചിറിയുള്ളവരും നല്ലവരും തേവിടിശ്ശികളും പുളിയിലക്കരയൻ മുണ്ടുടുത്ത്, ജമ്പറുകളിട്ട്, നേരിയത് ധരിച്ച്, പൊട്ടുതൊട്ട്, വാലിട്ടു കണ്ണെഴുതി, മുഖമാകെ പൗഡർ വാരിപ്പൂശി, മുടിക്കെട്ടിൽ സുഗന്ധിയായ മുല്ലപ്പൂമാല ചൂടി തൊഴുതു നിന്നവരുടെയിടയിൽ സരസ്വതി മാത്രമില്ല. കടുത്ത ഇച്ഛാഭംഗം ശങ്കരൻകുട്ടിയെ തളർത്തി. ഞരമ്പുകൾ കത്തിയെരിഞ്ഞു. ദുഃഖം സിരകളിൽ തീത്തുള്ളികളായി ഒഴുകി കാഴ്ചകളെ മറച്ചു.

പ്രണയം അഗ്നിപോലെ അശിച്ചുകൊണ്ടിരിക്കുമെന്ന് ശങ്കരൻകുട്ടിയുടെ അനുഭവം വെളിച്ചപ്പെടുത്തുന്നുണ്ട്. 'പൊടുന്നനെ, അകാരണമായ അനവധി ആശങ്കകളും ഭീതികളും അവന്റെ ഉള്ളിൽ പടർന്നു കത്താൻ തുടങ്ങി. അവൻ ദുഃഖിതനായി. അവൻ ആകെ തളർന്നു. അവന്റെ കണ്ണുകൾ മാത്രം തളരാതെ, ശരീരവും മനസ്സും മുഴുവൻ നീറ്റിയെടുത്ത കരുത്തോടെ, ജാഗരൂകമായി സരസ്വതിയെ തിരഞ്ഞു.' പ്രണയത്തിന്റെ പൊള്ളിക്കുന്ന അനുഭവങ്ങളും അന്വേഷണങ്ങളുമാണ് അതിന്റെ യാഥാർത്ഥ്യം വീണ്ടെടുക്കുന്നത്. എന്നാലതിന്റെ മാത്രകളാകട്ടെ യാതനാ നിർഭരമാണെന്ന് ശങ്കരൻകുട്ടി വായനക്കാരന് ബോദ്ധ്യമാക്കുന്നു. കാവിലെ ചുണ്ണാമ്പുവള്ളികളുടെയും വൻ വൃക്ഷങ്ങളുടെയും ചുവട്ടിലും കാവിലമ്മയുടെ സർപ്പങ്ങൾ മിന്നിപ്പുളയുന്ന ഇരുളുകളിലും സരസ്വതി മറഞ്ഞിരിക്കുന്നുണ്ടോയെന്ന് ശ്വാസമടക്കിപ്പിടിച്ചു നോക്കി നടന്നു. ശങ്കരൻകുട്ടിയുടെ മനസ്സിൽനിന്നും മറ്റുള്ള ഭയാശങ്കകളൊഴിഞ്ഞു. സരസ്വതി ശക്തമായ വികാരമായി ഉള്ളിൽ നിറഞ്ഞുനിന്നു. അത് സരസ്വതിയെ കണ്ടെത്താനുള്ള ആവേശമായി പരിണമിച്ചു.

ഇരുളും അപകടവും വിളഞ്ഞുകിടന്ന കാവിനകത്ത് വരുംവരാഴികകളെക്കുറിച്ച് ഓർക്കാതെ ചങ്കുറ്റത്തോടെ മണം പിടിച്ചുനടക്കാൻ പ്രണയിനി ശങ്കരൻകുട്ടിയെ പ്രാപ്തനാക്കി. ഏതോ മാസ്മരവിദ്യയ്ക്കടിപ്പെട്ട് മുന്നിൽ വളർന്നു കിടന്ന ലോകത്തേക്ക് അറപ്പും വെറുപ്പും കാട്ടി സരസ്വതിയുടെ മണം വേറിട്ടുപിടിച്ച് വാത്സല്യത്തോടെ അന്വേഷിച്ചു. 'കാവിലെ മുൾച്ചെടികൾ അവനെ നുള്ളുകയും മാന്തുകയും ചെയ്തു. നിലത്തു വീണു കിടന്നിരുന്ന മുള്ളുകളും കൂർത്ത മുനയുള്ള കല്ലുകളും അവന്റെ ഉള്ളംകാലുകളിൽ തറഞ്ഞുകയറി. അവന്റെ കാല്പത്തികളും ശരീരത്തിന്റെ മറ്റു ഭാഗങ്ങളും മുറിഞ്ഞ് ചോരയൊലിച്ചു. ചോരയുടെ നനവ് അവന് മേലാകെ അനുഭവപ്പെട്ടു. തിരഞ്ഞുതിരഞ്ഞ് മേലാകെ മുറിപ്പാടുകളും, രക്തത്തിന്റെ ഈറനുമായി, അലഞ്ഞുനടന്ന്, കാവിലെ ഇരുട്ടിൽ

നിന്നും പാടത്തിന്റെ നിലാവിലേക്ക് പൊടുന്നനെ ശങ്കരൻകുട്ടി ഇറങ്ങിനടന്നു. മുറിപ്പാടുകളിലെ വേദന കത്തിനോവിക്കുന്നുണ്ടെങ്കിലും സരസ്വതി ലഹരിയായി സിരാപടലമാകെ പടർന്നുവളരാൻ തുടങ്ങി. ആവേശം അവനെ പാടം കടത്തി. കാളിയാൻ കുന്നും പരുത്തിപ്പാറയും കടത്തി കൊച്ചുതോടിന്റെ വക്കത്ത് നിലാവിന്റെ തുരുത്തുപോലെ കിടന്ന ആമപ്പാറയിലെത്തിച്ചു. ഏതോ അവ്യക്തമായ ഒരന്തർപ്രേരണ അവനിലുത്സാഹം കുലയേറ്റി. അതാകട്ടെ അവന്റെ കാലുകൾക്ക് തിടുക്കം കൊടുത്തു. ആമപ്പാറയിലെത്തിയപ്പോൾ എത്തേണ്ടിടത്ത് എത്തിയ ഒരുവനെപ്പോലെ അവൻ പാറയിന്മേൽ ചാരി, സ്വസ്ഥനായി നിന്നു; സരസ്വതി അവിടെയുണ്ടാകുമെന്ന ഉറപ്പിന്റെ ശക്തിപോലെ. കൊച്ചുതോട്ടിൽ കുളിച്ചു കയറി സുസ്മേരവദനയായി അവൾ അവന്റെ മുമ്പിൽ വന്നുനിന്നു. മന്ദഹസിച്ചുനിന്ന സരസ്വതിയെ വിശ്വസിക്കാൻ ശങ്കരൻകുട്ടിക്ക് കഴിഞ്ഞില്ല. തന്റെ സാഹസികതയും അക്ഷീണവുമായ യാത്ര സഫലമാകുന്നത് സംഭ്രമത്തോടെ അവനറിഞ്ഞു. മുറിപ്പെടുത്തി ചോര ചിന്തിയെത്തിയ പ്രണയം ശങ്കരൻകുട്ടിയെ വിവശനാക്കി. അവൻ സ്തബ്ധനായി. വാക്കുകൾ ഉറഞ്ഞുപോയി. മനസ്സും വികാരങ്ങളും ഘനീഭവിച്ചു. ചലനശേഷിപോലും നശിച്ച ഒരു ശിലാപ്രതിമയായി ശങ്കരൻകുട്ടി നിന്നു. ഏറെ കടമ്പകൾ കടന്നെത്തി പ്രണയം സ്വന്തമാക്കുമ്പോൾ അത് അവിശ്വസനീയമായി തോന്നുമെന്നു കഥാകാരൻ സൂചിപ്പിക്കുന്നു. പ്രണയം അത്രമേൽ മനുഷ്യനെ വിസ്മയപ്പെടുത്തുന്ന വികാരമാണ്. അങ്ങനെ സ്വന്തമാക്കുന്ന പ്രണയം വരലബ്ധിയാണെന്ന് ദൃഢപ്പെടുത്തുകയും ചെയ്യുന്നു.

കറുത്ത മൂക്കിന്റെ തുമ്പത്ത് മൂക്കുത്തിയുടെ വെള്ളക്കല്ല് വെട്ടിത്തിളക്കി അവനെ നോക്കി നിന്ന സരസ്വതി കറുപ്പ് ആയിരുന്നുവെന്നു ശങ്കരൻകുട്ടി മനസ്സിലാക്കി. കറുപ്പിന് ഏഴഴകാണെന്നും അവനോർത്തു. ഏതോ ദിവ്യമായ അനുഭൂതിയായി സരസ്വതി തന്നിൽ നിറയുന്നതും തന്നിലേക്കു ജീവനും ചൂടും തിരികെയെത്തുന്നതും അവനറിഞ്ഞു. അവളുടെ പ്രലോഭനത്തിൽ പേരു ചൊല്ലിവിളിച്ചപ്പോൾ അത്ഭുതംപോലെ തന്റെ വിക്ക് നീക്കം ചെയ്യപ്പെട്ടതായി അവനറിഞ്ഞു. ശബ്ദ വൈകൃതം നീങ്ങിപ്പോയെന്നുറപ്പുവരുത്തി പതുക്കെ സരസ്വതി പറഞ്ഞു. "ഞാനവിടെ വന്നിരുന്നുവെങ്കിൽ നീ അവിടെ എത്തിയ ഉടനെ എന്നെ കണ്ടേനെ. എന്നെ തിരിച്ചറിഞ്ഞേനെ. നീ എന്നെത്തിരഞ്ഞു നടക്കുമായിരുന്നില്ല. എനിക്കുവേണ്ടി നിന്റെ ഉൾത്തളം പിടയ്ക്കുമായിരുന്നില്ല. വേദന അറിഞ്ഞെങ്കിലേ സുഖമറിയാനാവൂ. നേടാനുള്ളതു നേടാൻ വേണ്ടി വേദന സഹിക്കുമ്പോഴേ നേട്ടം നേട്ടമാവൂ. ഇപ്പോൾ, ഈ കൂടിക്കാഴ്ചയ്ക്ക് ഇത്രയേറെ മാധുര്യം പകർന്നത് ആ വേദനയുടെ പശ്ചാത്തലമാണ്."

പ്രണയത്തെക്കുറിച്ചുള്ള അനശ്വരദർശനമാണ് കാക്കനാടൻ ഇവിടെ പറഞ്ഞുവെച്ചത്. എന്തും അന്വേഷിച്ചറിഞ്ഞ് അനുഭവപ്പെടുമ്പോഴേ ഫലവത്താകുകയുള്ളൂ. പ്രണയത്തിന്റെ ഉപരിപ്ലവമായ കാഴ്ചപ്പാടുകളെ നിരാകരിക്കുകയാണിവിടെ. ആദ്യദർശനത്തിലുള്ള അനുരാഗം വെറും ഭ്രമമാണെന്നും എല്ലാ വൈതരണികളും കടന്നുകണ്ടെത്തുമ്പോഴാണ് ഇണയുടെ അഴകും അനുരാഗത്തിന്റെ മായികതയും അനുഭവപ്പെടുന്നത്. വേദനയുടെ അനുഭവത്തിൽ പ്രണയത്തെ നീറ്റിയെടുക്കുക തന്നെ വേണം. പ്രണയാന്വേഷണം തീയിലൂടെയുള്ള യാത്രയാണ്. വഴിയിലുടനീളം കാലു പൊള്ളിച്ചെന്നിരിക്കും. കഠിനസങ്കടങ്ങളിൽ ഉരുക്കിയെന്നിരിക്കും. ഹൃദയം മുറിഞ്ഞു ചോരവാർന്നെന്നിരിക്കും. അവമതികളേറ്റു വാങ്ങേണ്ടിവരും. വഴിയിൽ തളർന്നുവീഴേണ്ടിയും വരും. അപ്പോഴും മനസ്സിൽ പ്രണയത്തിന്റെ കാഴ്ച വഴിതെളിക്കുമെങ്കിൽ ചെ

ന്നെത്തുന്നത് പ്രണയത്തിന്റെ അനശ്വരലോകത്താകും. രതിയുടെ സമ്മോഹനാനുഭവം സൗന്ദര്യാത്മകമായി മുകരാൻ പാകത്തിൽ അത് കാത്തു നില്ക്കുന്നുണ്ടാകും. ഓരോ കോശങ്ങളിലും മാധുര്യത്തിന്റെ തേനൂറുന്ന നിറവായി പ്രണയം കീഴ്പ്പെടുത്തിയെന്നിരിക്കും. കാക്കനാടന്റെ മാന്ത്രിക വാക്കുകൾ നല്കുന്ന ഉൾക്കാഴ്ച അതിന്റെ പൊരുളിലേക്ക് നമ്മെ എത്തിക്കുന്നുണ്ട്.

പ്രണയത്തിന്റെ ക്രമിക വികാസമാണ് രതി. കാക്കനാടന്റെ വാക്കുകളിൽ തായമ്പകയുടെ ഘനസ്വരമായി കാമം നിറയുന്നു. 'അവളുടെ ചുണ്ടുകൾ അവന്റെ ചുണ്ടുകളിന്മേൽ അമർന്നു. അവളുടെ പല്ലുകൾ അവന്റെ ചുണ്ടുകളിലും നാവിലും പെട്ടു. അവന്റെ ശരീരമാകെ വിദ്യുല്ലതികകൾ പടർന്നു കയറി........ അവളുടെ നാവ് അവന്റെ ഉള്ളറകളെ തേടിച്ചെന്നു. അവരൊന്നിച്ച് പാറമേലേക്കു മറിഞ്ഞു. നാവു നാവിനേയും, ചുണ്ട് ചുണ്ടിനേയും, നെഞ്ച് നെഞ്ചിനേയും, വയറു വയറിനേയും, അരക്കെട്ട് അരക്കെട്ടിനേയും, കാലുകൾ കാലുകളേയും ഊക്കോടെ ആർത്തിയോടെ ആവേശത്തോടെ ഉമ്മ വെച്ചു.' കാക്കനാടന്റെ രതിചിത്രണത്തിൽ ശരീരമഴിഞ്ഞ് വിലയം പ്രാപിക്കുന്നു. അവയവ ഭംഗിയിലും അതുണർത്തുന്ന വൈകാരിക അനുഭൂതികളിലും നിറഞ്ഞു തുളുമ്പുന്ന കഥാപാത്രങ്ങൾ രതിയുടെ ഉണർച്ചകളെ തേജോമയമാക്കുന്നു. പ്രണയത്തിന്റെ കാത്തിരിപ്പ് രതിയുടെ സായൂജ്യമാണെന്ന് ഇവിടെ തിരിച്ചറിയുന്നു. ഒരാൾ മറ്റൊരാളിലേക്ക് പ്രവേശിച്ച് സ്വയം ഒന്നായിമാറുന്ന ലഹരിയാണ് രതിയെന്നും അത് പ്രണയാന്വേഷണത്തിന്റെ ഒടുക്കത്തെ അനുഭവമാണെന്നും അതുമാത്രമാണ് പ്രണയത്തെ ഉജ്ജ്വലിപ്പിക്കുന്നതെന്നും 'സരസ്വതി' പറഞ്ഞുതരുന്നുണ്ട്. ജീവിതത്തിന്റെ ഏറ്റവും കരുത്തുറ്റ സുഖം അതുമാത്രമാണെന്ന് കാക്കനാടൻ കഥയുടെ ഉള്ളിൽ പൊതിഞ്ഞു വെക്കുന്നു.

അനുരാഗം മനുഷ്യന്റെ ചില കുറവുകളെ പരിഹരിക്കുമെന്ന വിശ്വാസം ഈ കഥ പങ്കിടുന്നുണ്ട്. ശങ്കരൻകുട്ടിയുടെ ഉച്ചാരണവൈകല്യം പരിഹാസത്തിന് കാരണമാകുന്ന പല സന്ദർഭങ്ങളുമുണ്ട്. അനുരാഗത്തിന്റെ ആദ്യാന്വേഷണങ്ങളിൽ പുരുഷൻ വിക്കുക തന്നെ ചെയ്യുമെന്ന ആഭ്യന്തര പരാമർശമുണ്ട്. പല തരത്തിലുള്ള പെണ്ണുങ്ങളെ കാണുന്നുവെങ്കിലും അവരെല്ലാം ശങ്കരൻകുട്ടിയെ പരിഹസിച്ചു പറഞ്ഞുവിടുന്നു. അപ്പോഴെല്ലാം ശങ്കു വിക്കുന്നുമുണ്ട്. എന്നാൽ സരസ്വതിയെ കണ്ടെത്തിയ നിമിഷം തന്റെ പേരു വിളിക്കുവെന്ന് അവൾ ആവശ്യപ്പെട്ട നിമിഷം അവന്റെ വിക്കും ശബ്ദവൈകൃതവും അപ്രത്യക്ഷമാകുന്നു. സരസ്വതി എന്ന മധുരമായ ശബ്ദം അവന്റെ ഹൃദയത്തിൽ നിന്നൊഴുകി വരുന്നു. പ്രണയിനിയെ തിരിച്ചറിയുന്ന നിമിഷം അവന്റെ വൈകല്യം പിൻവാങ്ങുന്നു. പുരുഷനെ പൂർണ്ണനാക്കുന്നത് പെണ്ണും പ്രണയവുമാണെന്ന് പറയാതെ പറയുന്നു. പൂർണ്ണനായ പുരുഷനെയാണ് പ്രണയത്തിന്റെ മാധുര്യങ്ങളിലേക്ക് പെണ്ണ് ചേർത്തുപിടിച്ചത്. സ്ത്രീയുടെ ശക്തിയും മാധുര്യവും ഇവിടെ ഒരുപോലെ പുരസ്കരിക്കപ്പെടുന്നു.

പ്രണയം ഭക്തിയോടടുത്തു നില്ക്കുന്നുവെന്ന് കാക്കനാടൻ ധ്വനിസാന്ദ്രമായ അർത്ഥത്തിൽ നിഗൂഢമാക്കി വെച്ചിട്ടുണ്ട്. ആ പൊരുളിലേക്കുള്ള ചൂണ്ടുവിരലാണ് 'സരസ്വതി' എന്ന കഥയുടെ തലക്കെട്ട്. വാക്ശുദ്ധിയും സ്വരശുദ്ധിയും കനിഞ്ഞു നല്കുന്ന വരദയാണ് സരസ്വതി. ആത്മജ്ഞാനം പകർന്നു കൊടുക്കുന്ന പൊരുളുമാണത്. ശങ്കരൻകുട്ടിക്ക് സ്വന്തമായത് അതൊക്കെയാണെന്ന് നമ്മൾ തിരിച്ചറിയുന്നു. ഭക്തനു മുന്നിൽ ദേവി പെട്ടെന്ന് പ്രസാദിക്കുന്നില്ല. ക്ഷിപ്രപ്രസാദിനിയെങ്കിലും ഭക്തി പരീക്ഷണത്തി

ന ശേഷമേ പ്രസാദമാവുകയുള്ളൂ. നിർവ്യാജമായ ഭക്തി ജീവിതയാത്രയിലെ വേദനകൾ തന്നെയാണ്. എന്തിനുവേണ്ടിയാണെങ്കിലും കല്ലിലും മുള്ളിലും ചവുട്ടി നട്ടംതിരിഞ്ഞ് മുറിപ്പെട്ടുമ്പോഴും പിൻവാങ്ങാതെ ലക്ഷ്യത്തിലെത്തിച്ചേരാനുള്ള മനസ്സും യാത്രയുമാണ്. അവസാനംവരെ പരീക്ഷിച്ചിട്ടാണ്, വേദനയുടെ അറ്റംവരെയെത്തുമ്പോഴും മുന്നോട്ടേക്കെന്നുള്ള പ്രയാണബോധമാണ് ഓരോരുത്തരെയും ലക്ഷ്യത്തിലേക്കെത്തിക്കുന്നത്. അവിടെയെത്തുമ്പോൾ ആനന്ദസാഗരം കണ്ട് അത്ഭുതപ്പെടുകയും അതിൽ മുഴുകി മധുരിക്കുകയും ചെയ്യുന്നു. പ്രണയവും ഭക്തി തന്നെയാണ്. പ്രണയത്തിൽ മുറിപ്പെട്ട ആർത്തലച്ചെത്തുന്ന പുരുഷനെ മാറോടു ചേർത്തുപിടിച്ചാശ്ലേഷിക്കുന്ന ഓരോ പ്രണയിനിയും സരസ്വതിയുടെ അവതാരമാണെന്നും ദേവി പുരുഷന്റെ കുറവുകളെ പരിഹരിച്ച് ശാശ്വതമായ ആനന്ദം പ്രദാനം ചെയ്യുമെന്നുമുള്ള ദർശനത്തെയാണ് കാക്കനാടൻ കഥയിൽ പങ്കുവെച്ചത്. ആധുനിക കഥയുടെ മായിക സംസ്കാരത്തെ അടയാളപ്പെടുത്തിയ കഥ കൂടിയാണ് 'സരസ്വതി.' ലാളിത്യത്തിൽ പതഞ്ഞുപൊന്തുന്ന അർത്ഥത്തിന്റെ ഘനസാന്ദ്രത ഈ കഥയുടെ സവിശേഷതയുമാണ്.

ലോല

ചുംബിച്ച ചുണ്ടുകൾക്കു വിടതരിക

പ്രണയം ഒരർത്ഥത്തിൽ സഹനമാണ്. രാഗത്തിനനുബന്ധമായി വരുന്നതിനെയെല്ലാം ക്ഷമയോടെ സഹിക്കുക എന്നത് അതിന്റെ നിയോഗമാണ്. എല്ലാവിധ അതിരുകളും തടസ്സങ്ങളും സാഹസമായി പോലും മറികടക്കാനാവാതെ വരുമ്പോൾ തളർന്നുപോകുകയേ നിർവ്വാഹമുള്ളൂ. മരണംവരെ നീണ്ട വിരഹത്തെ അഭിമുഖീകരിക്കുമ്പോഴും സഹനമല്ലാതെ മറ്റൊരു ബദൽ അവിടെയില്ല. പിന്നെ മരണം മാത്രമാണുള്ളത്. സ്വയംഹത്യയെക്കുറിച്ച് ചിന്തിക്കുന്നത് അങ്ങനെയാണ്. വിരഹം മരണത്തേക്കാൾ വളർന്നു നില്ക്കുന്നതുകൊണ്ടാണത്.

കുമാരനാശാന്റെ കാവ്യനായികമാർ ജീവത്യാഗം ചെയ്തത് മരണത്തിനപ്പുറമുള്ള ലോകത്തിൽ വെച്ച് പ്രണയസായൂജ്യം അനുഭവിക്കാനാണെന്നാണ് പലരും തിരിച്ചറിഞ്ഞത്. അങ്ങനെയാവും. എന്നാൽ അതിനൊക്കെയപ്പുറത്ത് ലളിതമായ ഒരു പ്രതികാരം കൂടിയുണ്ട്. എന്റെ ജീവനും ഭോഗവും മുക്തിയും അങ്ങാണെന്ന് ഉള്ളുരുകി പറഞ്ഞിട്ടും പിന്മടങ്ങാനൊരുങ്ങുന്ന ദിവാകരന്റെ നെഞ്ചിലേക്ക് നളിനി മരിച്ചുവീഴുകയാണ്. സന്ന്യാസിയുടെ ജീവനുള്ള ശരീരത്തെ തന്റെ പട്ടടയാക്കുന്നു. പ്രണയത്തിന്റെ ചിതയിൽ സ്വയം ദഹിച്ച നളിനി കാമുകനെ കഠിനമായി ശിക്ഷിച്ചു. പ്രണയസാഫല്യത്തിന്റെ സ്വർഗ്ഗലോകം അവൾ തിരസ്കരിച്ചു. പ്രണയസായൂജ്യമനുവദിക്കാത്ത ഇഹലോകജീവിതത്തെ ഉപേക്ഷിച്ചു.

തന്റെ നെഞ്ചിൽ കോർത്തുവെച്ച പ്രാണനെ പറിച്ചുകൊണ്ട് വിട പറയുന്ന കാമുകനെ എങ്ങനെയാണ് പ്രണയിനിക്ക് പ്രതിരോധിക്കാനാവുക. പത്മരാജന്റെ ലോല സഹനത്തിലൂടെ മറികടക്കുന്നു. ലോല മിൽഫോർഡ് കരുണയുള്ളവളായിരു

ന്നു. വിരഹത്തിന്റെ കൊടുങ്കാറ്റ് ഉള്ളിലടക്കി അവസാനനിമിഷം വരെ കാമുകനോടൊപ്പം നിന്നു. കണ്ണീരിൽ നനഞ്ഞു കുതിർന്നുകൊണ്ട് പ്രണയിയെ യാത്രയാക്കി. ഇനിയെന്ത് എന്ന ചോദ്യത്തിന് പ്രസക്തിയില്ല. പെരുകുന്ന വിരഹത്തെ മരണംകൊണ്ട് നേരിടുമെന്ന് വെളിപ്പെടുത്തുന്നുണ്ടല്ലോ. ലോലയുടെ പ്രണയത്തിന്റെ നിസ്വാർത്ഥതയാണത്. ലോകത്തിന്റെ മുഴുവൻ അതിരുകളെയും അലിയിച്ചുകൊണ്ടുള്ള ആത്മസമർപ്പണം. അത് ലോല മിൽഫോർഡ് എന്ന പ്രണയിനിയുടെ ആത്മീയതയാണ്.

ലോല പ്രണയത്തിന്റെ സഹനമാണ്. പ്രണയികളുടെ വിങ്ങുന്ന അനുഭവങ്ങളെ പത്മരാജൻ വാക്കുകളിൽ അടക്കിനിർത്തി. അതിൽ രാഗത്തിന്റെ ഘനസാന്ദ്രമായ നിലാവുണ്ട്. വിരഹത്തിന്റെ പൊള്ളിക്കുന്ന അനുഭവങ്ങളുണ്ട്. കഥയുടെ തെളിഞ്ഞ വാക്കുകളിൽ പ്രണയം കൊടുങ്കാറ്റിന്റെ മനസ്സുമായി കൊമ്പുകുത്തുന്നു. മനുഷ്യന്റെ മുൻവിധികളെയും അതിരുകളെയുമെല്ലാം കടപുഴക്കിക്കൊണ്ട് അത് ആസ്വാദകന്റെ മനസ്സിൽ ആവേശിക്കുന്നു. പ്രണയത്തിന്റെ അസാധാരണമായ അഗ്നിയും ഓർമ്മയും ലോലയെ ഘനസാന്ദ്രമാക്കുന്നു.

ഒരു പേരിന്റെ കൗതുകത്തിലാണ്, അമ്പരപ്പിലാണ് സ്നേഹം തുടങ്ങുന്നത്. ഞങ്ങൾ താമരയെ ആരാധിക്കുന്നുവെന്നാണ് പത്മരാജൻ അറിയിച്ചത്. താമര സ്ത്രീയുടെ പ്രതീകമാണെന്ന് ലോല തിരിച്ചറിയുന്നുമുണ്ട്. താമരയുടെ രാജാവ് എന്ന വിശേഷണം നായകനെ ലജ്ജിപ്പിച്ചു. താമരദലങ്ങളും അല്ലികളും സ്ത്രൈണാനുഭവങ്ങളാണെന്ന അറിവ് നായികയെയും ലജ്ജിപ്പിച്ചു. ലജ്ജയിൽ ഇരുവരും സ്നേഹമറിഞ്ഞു. ലോല മിൽഫോർഡ് എന്ന കന്യക പ്രണയത്തിന്റെ മധുരമറിഞ്ഞു.

ലോല സാധാരണമായ ഒരു കഥയാണ്. സ്കോളർഷിപ്പോടുകൂടി അമേരിക്കയിൽ പഠനത്തിനുപോയ പത്മരാജൻ ഒരമേരിക്കക്കാരി പെൺകുട്ടിയിൽ ആകൃഷ്ടനാകുന്നു. ലോലയുടെ സൗന്ദര്യവും നിഷ്കളങ്കതയും അയാളെ അത്ഭുതപ്പെടുത്തുന്നു. ലജ്ജ കണ്ട് അതിശയിക്കുന്നു. അമേരിക്കക്കാരികൾക്ക് ലജ്ജ എന്നത് അതുവരെ സങ്കല്പം മാത്രമായിരുന്നു. ഞാൻ കണ്ടതിൽ വെച്ചേറ്റവും സുന്ദരിയായ പെൺകുട്ടി ലോലയാണെന്ന് പറയുമ്പോൾ അവളും സ്നേഹത്തിലേക്ക് വഴുതി വീഴുന്നു. സ്നേഹിക്കപ്പെടണമെന്ന് ആഗ്രഹിച്ച പെൺകുട്ടിയാണ് ലോല. ഇരുവരും പ്രണയത്തിലകപ്പെട്ടുപോകുകയാണ്.

വേശ്യയുടെ മകളായി ജനിച്ചതുകൊണ്ടാവണം തന്റെ കന്യകാത്വം ലോല സൂക്ഷിച്ചുവെച്ചത്. കന്യകയോടുള്ള പ്രണയം പരിത്യജിക്കരുതെന്ന് ലോലയുടെ അപേക്ഷ കൂടിയുണ്ട്. മേല്പാലത്തിലെ വിജനതയിൽവെച്ച് ലോലയെ ചുംബിച്ചിട്ട് തിരിച്ചുപോകുമ്പോഴാണ് താൻ കന്യകയാണെന്ന് രഹസ്യം പോലെ ഓർമ്മിപ്പിച്ചത്. സ്പർശത്തിലൂടെയാണ് ഇരുവരും പ്രണയമറിഞ്ഞത്. കൈകൾ കവർന്നെടുത്തപ്പോൾ തന്റെ ഹൃദയം കൊടുക്കുകയാണ് ലോല. ലോലയെ ചുംബിക്കുമ്പോൾ കന്യകയാണെന്ന ഓർമ്മപ്പെടുത്തലും.

പ്രണയം ഭ്രാന്താണ് ഇരുവർക്കും നല്കിയത്. ഡയറിയിൽ പ്രണയത്തെ പകർത്തി രാത്രി ഉറങ്ങാതിരിക്കുമ്പോൾ പത്മരാജൻ ഓർമ്മിക്കുന്നു ഇവളെന്നെ കിറുക്കനാക്കിയെന്ന്. ദേശത്തിന്റെ അതിരുകളും മതത്തിന്റെ അതിരുകളും തടസ്സങ്ങളാകുമ്പോൾ ലോലയും ഭ്രാന്തിയെപ്പോലെ തെറിവിളിക്കുന്നു. പ്രണയത്തിന്റെ ഭാവനാഭൂപടത്തിൽ മാത്രമാണ് രാജ്യങ്ങൾക്ക് അതിർത്തികളില്ലാതാകുന്നത്. മതങ്ങളുടെ അതിർവരമ്പുകൾ മാഞ്ഞുപോകുന്നത്. പക്ഷേ, യാഥാർത്ഥ്യങ്ങളിലേക്കു വരുമ്പോൾ വലിയ മതിലുകളായിത്തന്നെ അത് നിലനില്ക്കുന്നു. അപ്പോൾ ചീത്തവിളിക്കാതെ മറ്റെന്താണ്

കഴിയുക. ആ അവസ്ഥ നല്കുന്നത് ഭ്രാന്താണ്. അത് പ്രണയത്തിന്റെ ഭ്രാന്തുതന്നെ.

പ്രണയംപോലെ വേദനയും ഇരമ്പിയെത്തുന്നു. ലാസ്‌വേഗാസ് നഗരത്തിലൂടെ യാത്ര ചെയ്യുമ്പോഴാണ് ലോല തന്റെ ജീവിതദുരന്തത്തിന്റെ തീവ്രത ആദ്യമായി പറയുന്നത്. തന്റെ പിതാവിനെ കൊന്നത് ഈ നഗരമാണെന്ന് പറഞ്ഞ് അവൾ വിതുമ്പുന്നു. അച്ഛന്റെ മരണം അവളെ അനാഥയാക്കിയിരുന്നു. ഒരുപക്ഷേ, പത്മരാജനോടുള്ള പ്രണയത്തിൽ വഴുതി വീണത് ഈ അനാഥത്വം കൊണ്ടുകൂടിയാകാം. തന്റെ കന്യകാത്വം സൂക്ഷിച്ചുകൊണ്ട് ജീവിച്ചതും യാദൃച്ഛികതയെന്നോണം ഒരിന്ത്യാക്കാരനിൽ പ്രണയം പെയ്തുപോയതും അനാഥത്വം നല്കിയ ആഴമുള്ള വേദന തന്നെയാവണം.

ആത്മഹത്യയെ എത്ര കൃത്യതയോടെയാണ് ലോല വിലയിരുത്തിയത്. അത് വിഡ്ഢികൾ മാത്രം ചെയ്യുന്നതാണ്. മെർലിൻ മൺറോ എന്ന വിഖ്യാതനടിയുടെ ആത്മഹത്യയോടുള്ള പ്രതികരണമതായിരുന്നു. ആത്മഹത്യയോട് സഹതപിക്കാൻപോലും കഴിയാത്ത ലോല ഒടുവിൽ അതേക്കുറിച്ചുതന്നെ ചിന്തിക്കുന്നു. പ്രണയ വിരഹത്തെ അതിജീവിക്കാൻ മരണത്തിനുമാത്രമേ കഴിയൂവെന്ന് വിലയിരുത്തുമ്പോൾ അത് നല്കിയ കഠിനയാതനകൾ എത്രയെന്ന് വെളിപ്പെടുന്നു. ആത്മഹത്യപോലെ പ്രണയവും വിഡ്ഢിത്തമാണെന്ന് ഒരു നിമിഷമെങ്കിലും ലോല തിരിച്ചറിഞ്ഞിട്ടുണ്ടാവണം.

പ്രകൃതിയുടെ സമൃദ്ധി അവരുടെ പ്രണയത്തെ അനുഗ്രഹിക്കുന്നതുകാണാം. ലോല ഒന്നും മിണ്ടാതെ പത്മരാജന്റെ കൈപിടിച്ചമർത്തുമ്പോൾ ലേക്ക് ഓഫ് ദി ക്ലൗഡ്സ് അവരുടെ മുമ്പിൽ ഇരുട്ടിൽ പുതഞ്ഞു കിടന്നിരുന്നു. ജലപ്പരപ്പിനു മുകളിൽ മഞ്ഞുവീണു തുടങ്ങിയിരുന്നു. സെന്റ് ക്രോയ്ക്സ് നദിയുടെ മുകളിൽ നിന്നുകൊണ്ട് ലോലയെ ചുംബിക്കുമ്പോഴും അവരുടെ ചുറ്റും നിശ്ശബ്ദത തളംകെട്ടി നിന്നിരുന്നു. പ്രണയത്തിലും അതിന്റെ നിറവുകളിലും പ്രകൃതി എത്ര നിശ്ശബ്ദയാണ്. ഒരു ചെറുകാറ്റു വീണാൽ അറിയുന്ന നിശ്ശബ്ദത.

സതേൺ കാലിഫോർണിയയിലെ ഓറഞ്ചു വൃക്ഷങ്ങൾ നിരന്നു നില്ക്കുന്ന വിശാല വീഥികളുള്ള ലാജോളായിലെ കൊട്ടമുടികളിൽ കടലിനു മുകളിലേക്ക് തള്ളിനില്ക്കുന്ന വീടുകളിലൊന്നിൽവെച്ചാണ് ലോലയുടെ കന്യകാത്വം പത്മരാജൻ അനുഭവിച്ചത്. കഥയുടെ ഭാവപരമായ ഉണർച്ചയും ക്ഷോഭവും പ്രതിഫലിക്കുന്നത് പ്രകൃതിയിലാണ്, അഥവാ ലോലയുടെ ഹൃദയത്തിന്റെ ക്രമാനുഗതമായ ഇരമ്പൽ പ്രകൃതിയിൽ കാണാനാകും. നിശ്ശബ്ദയായ പ്രകൃതിയിൽനിന്നും കടലിന്റെ ഇരമ്പത്തിലേക്ക് പോകുന്നു. വിരഹത്തിന്റെ നിമിഷം അടുക്കുന്തോറും പ്രകൃതിയും ഉലഞ്ഞുപോകുന്നു. കോടിക്കണക്കിന് ആസേലിയ പുഷ്പങ്ങൾ വിരിഞ്ഞു നില്ക്കുന്ന താഴ്‌വരയിൽനിന്നും ഒരു കാറ്റ് അടിച്ചുയർന്നു. അതിൽപ്പെട്ട് അവളുടെ മുടി അലസമായി പറന്നുകൊണ്ടിരുന്നു.

തെക്കൻ കാലിഫോർണിയ മണൽക്കാടുകളുടെ നാടാണ്. എപ്പോഴും ചൂടുള്ള കാറ്റ് അന്തരീക്ഷത്തിൽ തങ്ങി നിന്നു. ഇവിടെ ആർദ്രമായ പ്രകൃതി വരണ്ടുപോകുകയാണ്. ലോലയുടെ മനസ്സുപോലെ ഊഷരമാകുകയാണ്. ഭീമാകൃതിയിൽ മുപ്പതടിയോളം ഉയരത്തിൽ ജോഷ്വാവൃക്ഷങ്ങൾ ഊക്കൻ കുലകൾ വഹിച്ചുകൊണ്ട് നിന്നിരുന്നു. കാറ്റുവീശുമ്പോൾ കൊമ്പുലഞ്ഞാടി ഒറ്റയായും കുലയായും പൂക്കൾ അടർന്നു പറന്നു. അവിടെവെച്ചാണ് മരിലിൻ കാട്ടിയ വിഡ്ഢിത്തം താനും കാട്ടുമെന്ന് ലോല പറയുന്നത്. ആർദ്രമായ തടാകത്തിന്റെ നിശ്ശബ്ദതയിൽനിന്നും കടലിന്റെ മുഴക്കങ്ങളിലേക്കും

മണൽക്കാറ്റിന്റെ ചൂടിലേക്കും പ്രകൃതി മാറുമ്പോൾ ലോലയുടെ ഹൃദയവും അതിനു സമാനമായി ചലിക്കുന്നത് യാദൃച്ഛികമായാണോ പത്മരാജൻ ചിത്രീകരിച്ചത്.

ലോലയുടെ മനസ്സിൽ പെയ്ത ദുഃഖത്തെയാണ് കാഥികൻ വാക്കുകളിൽ ജപിച്ചെടുത്തത്. സാന്റാ ബാർബറാ മിഷനിലെ മണികൾ ദുഃഖഭാവത്തിൽ അലച്ചു. സന്ധ്യ താണു പരന്നു. അതിപുരാതനമായ പള്ളിയുടെ വാതിൽ നിശ്ശബ്ദമായി അടഞ്ഞു. ഇരുട്ടിൽ അയാളുടെ മടിയിൽ കിടന്നുകൊണ്ട് അപ്പോൾ മരണത്തെക്കുറിച്ചാണ് പറഞ്ഞുകൊണ്ടിരുന്നത്. വിരഹം മരണത്തിന്റെ വരവറിയിച്ചുകൊണ്ട് കഥയിൽ കടന്നുവരുന്നു. പ്രകൃതിയുടെ മാറ്റത്തിലൂടെ ഭാവത്തെ സാന്ദ്രമാക്കുമ്പോൾ വെളിപ്പെട്ടത് പി പത്മരാജൻ എന്ന എഴുത്തുകാരന്റെ ആഖ്യാനവൈഭവം തന്നെ.

ഓറഞ്ചു വൃക്ഷങ്ങളുടെ മുകളിൽ കോടമഞ്ഞ് പുതഞ്ഞു; എന്നെഴുതിയതിനു തൊട്ടടുത്തായി ഞാൻ അവളുടെ കവിളിലെ നനവ് തുടച്ചു കളഞ്ഞു എന്നെഴുതിയിരിക്കുന്നു. ഇലകളിൽ വീണ ഘനീഭവിച്ച മഞ്ഞും ലോലയുടെ കവിളിലെ നനവും സമാനബിംബങ്ങളായിത്തീരുകയാണ്. മരം മഞ്ഞുപെയ്യുന്നതുപോലെ ലോലയും പെയ്യുന്നു. സങ്കടത്താൽ അവൾ നനഞ്ഞൊലിക്കുന്നു.

വേർപിരിയുന്നതിന്റെ അവസാനനിമിഷങ്ങളിങ്ങനെയാണ് രേഖപ്പെടുത്തിയത്: 'ഞാൻ കട്ടിലിലിരുന്നു. എന്റെ കാല്ക്കൽ വെറും നിലത്തായി ലോലയും. ഇടയ്ക്കിടെ എന്റെ കൈകളിൽ അവൾ മൃദുവായി ചുംബിച്ചു. മറ്റു ചിലപ്പോൾ നിശ്ശബ്ദയായി അവൾ എന്റെ മുഖത്തേക്ക് നോക്കി. അവൾ ഒരമേരിക്കക്കാരിയാണെന്ന് വിശ്വസിക്കാൻ ആ നിമിഷങ്ങളിൽ പ്രയാസം തോന്നി.' പ്രണയത്തിലുരുകിപ്പോയ പെൺകുട്ടിയുടെ കഥയാണ് ലോല. പ്രണയാനുഭവങ്ങൾക്ക് ദേശത്തിന്റെ അതിരുകളില്ലായെന്നും മതത്തിന്റെ അതിരുകൾ ബാധകമല്ലെന്നുമാണ് പത്മരാജൻ പറഞ്ഞുവെച്ചത്. സാർവ്വജനീനമായ വികാരമാണതെന്നാണ് ഓർമ്മിപ്പിച്ചത്. സാർവ്വ ദേശീയമായ അനശ്വരതയാണതിനുള്ളതെന്ന് രേഖപ്പെടുത്തി. അതുകൊണ്ടുതന്നെ വിരഹത്തിന്റെ വിടപറയൽ മരണത്തിന്റെ ആശംസയാണെന്ന് നമ്മൾ തിരിച്ചറിയുന്നു. അടർന്നുപോയ ചുണ്ടുകളുടെ യാത്രാമൊഴി ചുംബനത്തിന്റെ നിശ്ശബ്ദതയെ തിരിച്ചറിയുന്നു. മധുരതരമായ ചുംബനത്തിൽനിന്നും അടർന്നുപോവുന്നത്, ചുണ്ടുകൾ തമ്മിൽ എന്നേക്കുമായി അഴിഞ്ഞുപോകുന്നത് ഒരർത്ഥത്തിൽ ക്ഷണികമരണം തന്നെ.

അവസാനയാത്രാമൊഴി ഒരു കുമ്പസാരമാണോ ക്ഷമാപണമാണോ എന്നറിയില്ല. എങ്കിലും ആ വാക്കുകൾക്ക് വിരഹത്തിന്റെ താപമുണ്ട്. മരണത്തിന്റെ കാലൊച്ചയുണ്ട്. ലോല നിശ്ശബ്ദയാകുന്നു. തന്റെ ജീവനും പറിച്ചുകൊണ്ട് യാത്ര പറയുമ്പോൾ ഇറ്റുന്നു വീഴുകയല്ലാതെ എന്താണ് മറുപടിയുള്ളത്. ലോല നമ്മുടെ മനസ്സിൽ ഒരു തേങ്ങലായി നീറിപ്പിടിക്കുന്നു. ലോല മിൽഫോർഡ് ഒരമേരിക്കക്കാരിയല്ല. നിഷ്കളങ്കസൗന്ദര്യമുള്ള പ്രണയിനിയായി മനസ്സിൽ ചേക്കേറുന്നു.

പത്മരാജന്റെ പ്രണയം ആത്മവഞ്ചനയൊന്നുമായിരുന്നില്ല. ഈ എഴുത്തുകാരൻ സൃഷ്ടിച്ച പ്രണയങ്ങളങ്ങനെയായിരുന്നു. അവയൊന്നും അനശ്വരമായി നീണ്ടുപോകുകയല്ല. ക്ഷണിക സൗന്ദര്യംകൊണ്ട് അനശ്വരമായിത്തീരുകയാണ്. ഏതോ ശാപംമൂലം ഭൂമിയിലെത്തിയ ഗന്ധർവ്വനെ ഓർമ്മിക്കുക. കുറച്ചുകാലം പ്രണയത്തിന്റെ വസന്തം തീർത്തു. ഒടുവിൽ പിന്മടക്കത്തിനൊരുങ്ങുന്ന ഗന്ധർവ്വൻ മനസ്സിൽ നീറ്റലാണുണ്ടാക്കിയത്. എന്നേക്കുമായി സ്വന്തമാകില്ലെന്നറിഞ്ഞിട്ടും പ്രണയത്തിലകപ്പെട്ടുപോകുന്നവരാണ് ഈ കഥാപാത്രങ്ങൾ. അത് പ്രണയത്തിന്റെ ശക്തിയാണ്. എല്ലാ

തടസ്സങ്ങളെയും തട്ടിനീക്കി പ്രണയികളെ അതൊഴുക്കിക്കൊണ്ടുപോകുന്നു. പത്മരാജന് വീട്ടിലെ ദാരിദ്ര്യമറിയാം. കാത്തിരിക്കുന്ന പെൺകുട്ടിയെ ഓർമ്മയുണ്ട്. രണ്ടും രണ്ടു സാഹചര്യങ്ങളാണെന്നും പൊരുത്തപ്പെടുക ബുദ്ധിമുട്ടാണെന്നും മനസ്സിലാക്കിയിട്ടുണ്ട്. എന്നിട്ടും പത്മരാജൻ ലോലയിൽ വിലയിച്ചു പോകുന്നു. സ്നേഹത്തിന്റെ നിഗൂഢതയാണത്. പിന്നീട് ഓർക്കാൻ വേദനകളേ അത് സമ്മാനിക്കുകയുള്ളൂ. ആത്മവഞ്ചന പത്മരാജൻ കാണിച്ചു എന്നവിധം നമ്മൾ അരസികരാവേണ്ടതില്ല. പ്രണയത്തിന്റെ വഴികൾ അജ്ഞാതമാണ്.

പത്മരാജന്റെ പ്രണയഭാവനകളിൽ അറിയാതെയെന്നോണം ജലക്ഷോഭങ്ങൾ കടന്നു വരുന്നു. ഒന്നുകിൽ മഴയായി അല്ലെങ്കിൽ ഇരമ്പിയെത്തുന്ന സമുദ്രമായി. പ്രണയാനുഭവങ്ങളിൽ മഴ നിന്നുപെയ്യുന്നു. 'ലോല' വായിക്കുമ്പോൾ സമാനമായ മറ്റൊരു സന്ദർഭമാണ് ഓർമ്മയിലെത്തുന്നത്. തൂവാനത്തുമ്പികൾ എന്ന സിനിമയിലെ ക്ലാര എന്ന കഥാപാത്രമാണ്. ക്ലാരയും കന്യകയായിരുന്നു. ആദ്യമായി പുരുഷനെ അറിയുന്നത് കടൽത്തീരത്തുള്ള ഹോട്ടൽ മുറിയിൽ വെച്ചാണ്. അനുരാഗാർദ്രമായ രതിയുടെ അനുഭവങ്ങളിൽ കടൽ കടന്നുവരുന്നു. സമുദ്രക്ഷോഭം പോലെയാണോ ഓരോ ഇണചേരലും? ഒരിക്കലുമടങ്ങാതെ ഇരമ്പിക്കൊണ്ടിരിക്കുന്ന കടലിനെ പത്മരാജൻ രതിക്ക് സാക്ഷിയാക്കുന്നു. ക്ലാരയുടെ സാമീപ്യങ്ങളിൽ മഴയും ഇരച്ചു പെയ്യുന്നുണ്ട്. ജയകൃഷ്ണൻ ക്ലാരയുടെ കന്യകാത്വത്തിലും മഴയിലും ഒരുപോലെ അത്ഭുതം കൂറുന്നുമുണ്ട്. കടലിനു മുകളിലേക്ക് തള്ളി നില്ക്കുന്ന വീടുകളിലൊന്നിൽ വെച്ച് ലോലയുമായി രതിയിലേർപ്പെടുന്ന പത്മരാജനും അവൾ പറഞ്ഞത് സത്യമായിരുന്നുവെന്ന് ആശ്ചര്യത്തോടെ തിരിച്ചറിയുന്നു. ലോല മിൽഫോർഡ് അന്നുവരെ കന്യകയായിരുന്നു, കടലുപോലെ, പെരുമഴപോലെ.

ലോല മിൽഫോർഡിന് പ്രകൃതിയും യാത്രാമൊഴി നല്കുന്ന സന്ദർഭമുണ്ട്. ഒറ്റയായും കുലയായും പൂക്കൾ പൊഴിച്ചുകൊണ്ട് ഉയരമുള്ള ജോഷ്വാ വൃക്ഷം അവൾക്കു യാത്ര നേരുന്നു. തൊട്ടടുത്ത നിമിഷത്തിൽ ലോലയെ ഒരുകുല പൂവിന്റെ പശ്ചാത്തലത്തിൽ ക്യാമറയിലാക്കി. അവൾ മനോഹരമായി ചിരിച്ചുനിന്നു. അതും മരണത്തിന്റെ അനുബന്ധമായി വായിക്കാവുന്നതാണ്. ഫോട്ടോ എടുത്തു കഴിഞ്ഞപ്പോൾ ആരോടെന്നില്ലാതെ ലോല പിറുപിറുത്തതിങ്ങനെ 'ഞാനും ആ വിഡ്ഢിത്തം കാട്ടും എന്നാണ് എനിക്ക് തോന്നുന്നത്'. എല്ലാം ചേർത്തു വായിക്കുമ്പോൾ അവസാനയാത്രാമൊഴിയുടെ ചിത്രം യാദൃച്ഛികമായി ക്യാൻവാസ് ചെയ്യുന്നു. അതിനെ ദൃഢപ്പെടുത്തുന്ന വിധം അവൾ പറഞ്ഞുകഴിയുമ്പോൾ സാന്റാ ബാർബറാ മിഷനിലെ മണികൾ ദുഃഖഭാവത്തിൽ അലർച്ചയോടെ മുഴങ്ങുന്നു.

'അതിപുരാതനമായ പള്ളിയുടെ വാതിൽ നിശ്ശബ്ദമായി അടഞ്ഞു. അകലെയെവിടെയോ നിന്ന് മറ്റേതോ പള്ളിയിൽ മണിയടിക്കുന്ന ശബ്ദം മഞ്ഞിലൂടെ അരിച്ചെത്തി. ഇരുട്ടിൽ എന്റെ മടിയിൽ തല ചായ്ച്ച് കിടന്ന് ലോല ചോദിച്ചു എന്റെ വഴി ഇതല്ലേ.' ഇങ്ങനെ മരണത്തിന്റെ ബിംബങ്ങളോരോന്നും സൂക്ഷ്മമായി സന്നിവേശിപ്പിച്ചിരിക്കുന്നു.

മരണത്തിന്റെ ഇരുട്ടിലേക്ക് നടന്നുപോകുന്ന മഞ്ഞുപോലുള്ള ഈ പെൺകുട്ടി നീറ്റലായിത്തീരുന്നതെന്തേ? ലോല നിറഞ്ഞ പ്രണയിനിയായിരുന്നു. തെരുവീഥികളിലൂടെ രാത്രി നടക്കുമ്പോൾ ഇരുട്ടിൽ വെച്ച് പെട്ടെന്നുനിന്ന് ചുംബിക്കുകയും പിന്നീട് എല്ലാ നിയന്ത്രണങ്ങളും തകർന്ന് പൊട്ടിക്കരയുകയും ചെയ്യുന്ന ലോല വിരഹം സഹിക്കാൻ കഴിയാത്തത്ര നിസ്സഹായയാവുകയാണ്! ലോല അത്യധികം ഉന്മേഷവതിയാ

യി നടിച്ചു. പക്ഷേ, അതൊരു മുഖാവരണം മാത്രമാണെന്ന് എനിക്കറിയാമായിരുന്നു. രാത്രി വളരെ ഇരുട്ടുന്നതുവരെ ഞങ്ങൾ തെരുവീഥികളിൽ അലഞ്ഞു നടന്നു. ഇടയ്ക്കിടെ തെരുവുവിളക്കുകളുടെ പ്രകാശം വന്നെത്താത്ത ഇരുട്ടിൽ അവൾ പെട്ടെന്നുനിന്ന് എന്നെ ചുംബിച്ചു.

ഒരു ചില്ലുപാത്രം പോലെ ഉടഞ്ഞുപോയ ലോലയുടെ മനസ്സിന്റെ നുറുങ്ങുകൾ പെറുക്കിയെടുക്കുമ്പോൾ അറിയാതെ പുറത്തേക്ക് നോക്കിപ്പോകുന്നു. ലോലയുടെ നെഞ്ചിടിപ്പുകൾ പ്രകൃതി ഏറ്റുവാങ്ങി നില്ക്കുന്നു. സ്ത്രീയിവിടെ പ്രകൃതി വിസ്മയങ്ങളുടെ അനുഭവങ്ങളായി മാറുന്നു. തടാകത്തിന്റെ നിശ്ശബ്ദതപോലെ ആദ്യം ലോലയുടെ മനസ്സ് ശാന്തവും സൗമ്യവുമാണ്. പ്രണയം പെയ്തു തുടങ്ങുന്നതോടെ ചലനഭരിതമാകുന്നു. ഇളകിമറിയുന്നു. സമുദ്രക്ഷോഭത്തിന്റെ പ്രതീതിയിലെത്തുന്നു. ഒടുവിൽ വീണ്ടും നിശ്ശബ്ദതയിലേക്ക്. ചലനരഹിതമായ മഞ്ഞുകാലംപോലെ കോടമഞ്ഞ് പുതഞ്ഞു കിടക്കുന്ന മനസ്സ്. ഈ മാറ്റമെല്ലാം വാക്കുകളിലൂടെ തൊട്ടറിയാം. പതുക്കെ തുടങ്ങുന്ന കഥ ഉദ്വേഗത്തോടെ വളരുകയും ഓരോ വാക്കുകളിലേക്കും ഇടറിയിടറി നടന്നെത്തുന്ന വായനക്കാരൻ തന്റെ നെഞ്ചിന്റെ മിടിപ്പ് ഉച്ചത്തിലാകുന്നത് വളരെ പതുക്കെ തിരിച്ചറിയുന്നു. 'രാവിലെ തമ്മിൽ പിരിഞ്ഞു. വീണ്ടും കാണുക എന്നൊന്നുണ്ടാവില്ല. നീ മരിച്ചതായി ഞാനും ഞാൻ മരിച്ചതായി നീയും കണക്കാക്കുക.' നിശ്ശബ്ദയായിത്തീരുന്ന ലോലയ്ക്ക് മരിച്ചതായി കണക്കാക്കുവാനല്ല സ്വയം മരിക്കുവാനേ കഴിയുകയുള്ളൂ എന്നു തന്നെയാണ് നമുക്ക് മനസ്സിലാക്കാനാവുക.

നിശ്ശബ്ദതയിലും വിരഹിയുടെ വിങ്ങൽ മനസ്സിലാകെ പടരുന്നതെന്തുകൊണ്ടാണ്? ലോലയുടെ സ്നേഹനൊമ്പരങ്ങൾ നമ്മെ പിന്തുടരുന്നതെന്തുകൊണ്ടാണ്? സ്നേഹിച്ചു കൊതിതീരുംമുമ്പേ വിട പറയേണ്ടി വരുന്ന പ്രണയികൾ നമ്മെ ഇത്രമേൽ അസ്വസ്ഥമാക്കുന്നതെന്തുകൊണ്ട്? പ്രണയം ഒരു നിമിഷമെങ്കിലും അറിഞ്ഞവർക്ക് ഇതൊക്കെ അനുഭവിക്കാതിരിക്കാൻ കഴിയില്ല തന്നെ. സ്നേഹത്തെപ്പറ്റിയാണ് പത്മരാജൻ പറഞ്ഞത്. അതിൽ തെളിഞ്ഞതാകട്ടെ തീവ്രവിരഹവും. സ്നേഹം ഒഴുകിപ്പരന്ന സിരകളൊക്കെയും ഞെക്കിപ്പിഴിയുന്നതിന്റെ വേദനയാണ് ലോല അനുഭവിച്ചത്. പിന്നെങ്ങനെയാണ് ജീവിതത്തെ അവൾ അഭിലഷിക്കുക. പ്രണയം ഹൃദയാനന്ദമായി അനുഭവിച്ചു. വിരഹമാകട്ടെ ഹൃദയത്തെ തീവ്രവേദനയിൽ കുത്തിനിർത്തി. വീണ്ടുമെത്തുന്നത് പ്രണയത്തെക്കുറിച്ചു പറഞ്ഞ കവിയുടെ ദർശനത്തിൽ തന്നെ: 'ഒരു ചെറുപൂവിലൊതുങ്ങുമതിൻചിരി ഒരു കടലിലും കൊള്ളില്ല കണ്ണുനീർ.' തന്റെ ചിതയ്ക്ക് തീ കൊളുത്താൻ നില്ക്കുന്ന ലോല നമ്മെ എരിച്ചു കളയുന്നു. നിമിഷനേരത്തിന്റെ ആനന്ദത്തിന് എത്ര കൊടിയ വേദനയാണ് പകരം വേണ്ടത്?

തേൻ

മധുരക്കരിമ്പ്

ആശിക്കാനൊന്നുമില്ലാത്തവിധം ജീവിതം കയ്പേറുമ്പോഴാണ് മാധുര്യത്തിന്റെ രൂപകമന്വേഷിക്കാറ്. സന്മാർഗ്ഗബോധവും സദാചാരനിഷ്ഠയും നിയമവ്യവസ്ഥയുടെ കോടാലികളും രാഷ്ട്രീയ ജീവിതവുമെല്ലാം ചേർന്ന് ഇത്തിരിപ്പോന്ന മനുഷ്യജീവിതത്തെ അലങ്കോലപ്പെടുത്തിയെന്നു പറഞ്ഞാൽ അതിൽ അതിശയിക്കേണ്ട കാര്യമൊന്നും തന്നെയില്ല. വേറെ ഏതെങ്കിലും ഗ്രഹങ്ങൾ ജീവിതയോഗ്യമായിക്കിട്ടിയാൽ ബാങ്കുകളിൽനിന്ന് ഏതു വിധേനയും ലോൺ സംഘടിപ്പിച്ച് ഇഹ ലോകമുപേക്ഷിച്ച് ആരും പോകുമെന്നുള്ളതിന് സംശയമൊന്നും വേണ്ട. ചില പേപ്പറുകൾ വ്യാജമായി ഒപ്പിച്ചാൽ ബാങ്കുകളിൽനിന്ന് അളവില്ലാധനവുമായി അടുത്ത ഗ്രഹത്തിലേക്ക് മടങ്ങാമെന്നുള്ളത് മനുഷ്യന് എന്തൊരാശ്വാസമാണ്. അത്രമേൽ ഭൂമിയിലെ ജീവിതം മടുത്തിരിക്കുന്നു. മനുഷ്യനെന്നു വിളിക്കാനറയ്ക്കുന്ന വിധത്തിൽ ഇവിടുള്ള ജീവികൾക്ക് മാനസികപരിണാമം സംഭവിച്ചിരിക്കുന്നു. പ്രത്യേകിച്ചും ഏതുപ്രായത്തിലുമുള്ള സ്ത്രീരൂപങ്ങൾക്കും നിന്നുപിഴയ്ക്കാൻ പറ്റാത്ത ഒരവസ്ഥ ഇവിടെ എങ്ങനെയോ വന്നുകൂടിയിരിക്കുന്നു. മനുഷ്യൻ ജീവിക്കുന്ന ഇടമൊക്കെ അവരെ സംബന്ധിച്ച് സാത്താൻകോട്ടകളായി അനുഭവപ്പെട്ടുതുടങ്ങി. സ്ത്രീകളെ തുണിയുരിഞ്ഞ് മാത്രം കാണാൻ കഴിയുന്ന ശീലങ്ങളിലേക്ക് പുരുഷസമൂഹം എത്തിച്ചേർന്നിരിക്കുന്നു.

കുടുംബങ്ങളിൽ കഴിഞ്ഞിരുന്നവർക്കാണ് പെണ്ണിന്റെ വില അല്പമെങ്കിലും അറി

യാനായത്. ഇന്ന് വീടെന്ന സങ്കല്പം പൂർണ്ണമായി ഇല്ലാതായിക്കഴിഞ്ഞു. ഏകസ്വരങ്ങളായി വിഘടിച്ച കഴിയുന്ന ജീവിതങ്ങളുടെ കൂട്ടത്തെയാണ് സമൂഹമെന്ന വിളിക്കുന്നത്. ശരീരംകൊണ്ട് ഭൂമിയിലാണെങ്കിലും പ്രായഭേദമില്ലാതെ ഇന്ന് പാർക്കുന്നത് സൈബർലോകത്താണ്. അങ്ങനെയൊരു ലോകക്രമത്തിൽ ജീവിക്കുന്നവരെ സംബന്ധിച്ച് അതിന്റെ നിയമങ്ങൾ പാലിച്ചേ മതിയാകൂ. അവിടെ അമ്മ, പെങ്ങൾ, ഭാര്യ ഇത്യാദി വൃത്തികെട്ട ബന്ധങ്ങളുടെ മൂല്യത്തെ മുറുകെ പിടിക്കുന്ന യാതൊന്നും നിലനില്ക്കുന്നില്ല. ആ ലോകത്തുനിന്നും ഇടയ്ക്കിടെ മാത്രം ഇവിടേക്ക് വന്നു പോകുന്ന ജീവികൾ പെണ്ണിനെ പിടിച്ച് തൊലിയുരിച്ച് തിന്നിട്ടേ പോകുകയുള്ളൂ. മനുഷ്യരെന്ന് ഇപ്പോഴും വിളിപ്പേരുള്ള ജീവികൾ തിമിർത്തു വാഴുന്ന ഭൂലോകജീവിതത്തിലേക്ക് തിരിഞ്ഞുനോക്കി സാഹിത്യമെഴുതിക്കളയാമെന്ന വ്യാമോഹമൊന്നും ഇപ്പോഴുള്ള എഴുത്തുകാർക്കുമില്ല. അതുകൊണ്ടാണ് രണ്ടുംകല്പിച്ച് കൊട്ടുംകാടിന്റെ ഇരുട്ടിലേക്കും ഭയത്തിലേക്കും പോകാൻ അവർ തുനിഞ്ഞത്. വനാന്തരത്തിന്റെ ഉള്ളിലെത്തിയപ്പോഴല്ലേ അവിടെയുള്ള ഹിംസ്രജന്തുക്കളോക്കെ പച്ചപ്പാവങ്ങളാണെന്ന പരമാർത്ഥത്തെ കണ്ടെത്താനായത്. പുരുഷജീവികളെക്കാൾ എന്തുകൊണ്ടും സ്ത്രീജീവികൾ രൂപത്തിലും ഭാവത്തിലും കലീനരും പെരുമാറ്റത്തിൽ അന്തസ്സുറ്റവരാണെന്നും തിരിച്ചറിഞ്ഞത്. അറിഞ്ഞുകഴിഞ്ഞപ്പോൾ വേഗത്തിൽത്തന്നെ കല്യാണാലോചനയും പ്രണയവുമൊക്കെയായി കാടിന്റെ വിജനതയിൽ അലഞ്ഞുനടക്കാൻ തുടങ്ങി. മധുരക്കരിമ്പിന്റെ ചാറ് പൊടിഞ്ഞു വരുന്ന കഥകളുമായി വീണ്ടുമവർ സജീവമായി. കാട്ടിലിറങ്ങി വേട്ട നടത്തിയ പ്രതിഭകൾ തേനും കടുവയും രാമച്ചിയുമായി കഥയുടെ ഭാഗ്യവഴികൾ തെളിച്ചുകൊണ്ട് കടന്നുവന്നു.

സക്കറിയയുടെ 'തേൻ' എന്ന കഥ മധുരക്കരിമ്പ് ചവയ്ക്കുന്ന രസാനുഭവമാണ് നല്കുന്നത്. പ്രേമപൂർണ്ണമായ രതി സ്ത്രീപുരുഷ ജീവിതത്തെ മുന്നോട്ടു നയിക്കുന്ന തേൻ കുഴമ്പാണെന്ന് അനുഭവവേദ്യമാണ്. എന്നാൽ അതിലേർപ്പെടുന്നവരുടെ കൈകാൽ ബന്ധിക്കുന്ന മൂല്യസങ്കല്പങ്ങളും അതിന്റെ സംരക്ഷകരായ സദാചാര വാദികളുടെ തുറിച്ചുനോട്ടവും കൂടിയാകുമ്പോൾ ഒന്നിനുമാവാതെ കിതച്ചു തളർന്നുപോകുന്ന കാഴ്ച സങ്കടകരമാണ്. അവിടെയാണ് അക്രാമകമായ രതിയുടെ രംഗപ്രവേശം. അസംബന്ധനിയമ സംഹിതകളാൽ, അനുഷ്ഠാനപരമായ രതിയുടെ ദയനീയ സ്ഥിതിയെക്കുറിച്ച് സക്കറിയ ആക്ഷേപങ്ങൾ തികച്ചും ഹാസ്യാത്മകമായി തൊട്ടുത്തുവിട്ടിട്ടുണ്ട്. മൗലികമായ രതിയുടെ സൗന്ദര്യത്തെയും ആനന്ദത്തെയും കൃത്യമായി രേഖപ്പെടുത്താൻ തുനിഞ്ഞ കഥാകാരൻ കൂടിയാണ് സക്കറിയ. 'അശ്ലീലം, വരുത്തിവെച്ച വിന- ഒരു ദുരന്തസംഭവം (പോംവഴി സഹിതം)' എന്ന കഥ കുറച്ചൊന്നുമല്ല മലയാളിയെ രസിപ്പിച്ചത്. കുഞ്ഞോമ്മച്ചന്റെയും ഏലിയാമ്മയുടെയും പ്രേമത്തിലധിഷ്ഠിതമായ സ്ത്രീപുരുഷ ബന്ധത്തെക്കുറിച്ചുള്ള സങ്കല്പങ്ങളോർത്ത് തലയറഞ്ഞു ചിരിക്കാനേ കഴിയൂ. പ്രണയാഭ്യർത്ഥന നടത്തി ഏലിയാമ്മയുടെ നിർദ്ദേശപ്രകാരം സാഹസികമായി മുറിയിലെത്തുന്ന കുഞ്ഞോമ്മച്ചൻ രതിയെക്കുറിച്ചുള്ള പെണ്ണിന്റെ ദീർഘദർശനവിചാരത്തിൽ ഭയപ്പെട്ട് എല്ലാ മൂല്യങ്ങളും നഷ്ടപ്പെട്ട ജീവിതമുപേക്ഷിച്ച് പോയി തൂങ്ങിച്ചാകുന്ന രംഗമോർത്തു ചിരിക്കാതെന്തു ചെയ്യും. മാസമുറയെക്കുറിച്ചും നിരോധിനെക്കുറിച്ചും രതിയെക്കുറിച്ചും ഏലിയാമ്മ തന്റെ കാഴ്ചപ്പാടുകൾ വിശദീകരിക്കുമ്പോൾ അതുകേട്ട് 'അയ്യോ! ശ്ശ്യോ! ച്ഛീ! കഷ്ടം' എന്നു ചൂളിപ്പോകുന്ന കുഞ്ഞോമ്മച്ചൻ എല്ലാ പുരുഷനിലുമുണ്ട്. ലൈംഗികത പാപമാണെന്നും ചാവുദോഷമാണെന്നും വിസ്തരിക്കുന്ന പുരുഷൻ മറ്റേ

തവസരത്തിലും പെണ്ണിനെ ശരീരമായിക്കണ്ട് തുറിച്ചുനോക്കുകയും അവസരം കിട്ടിയാൽ കടിച്ചുകീറുകയും ചെയ്യുന്ന ലജ്ജാകരമായ അവസ്ഥ നിലനില്ക്കുന്നുമുണ്ട്. അത് അതിനിശിതമായ ഭാഷയിൽ സക്കറിയ അവതരിപ്പിച്ചിട്ടുമുണ്ട്. ഹാസ്യത്തിന്റെയും അത്ഭുതത്തിന്റെയും അരങ്ങൊരുക്കിക്കൊണ്ടാണ് അല്പപ്രാണിയായ പുരുഷന്റെ നൈമിഷിക അരിശത്തെക്കുറിച്ച് വാചാലനായത്. അത്തരത്തിൽ രാക്ഷസീയമായ ഒരു കാലത്തെ പുനഃസൃഷ്ടിക്കേണ്ടി വന്നപ്പോൾ അന്യാപദേശരീതിയിൽ ഭാവന ചെയ്യാനേ പ്രതിഭാശാലിയായ എഴുത്തുകാരന് കഴിയുകയുള്ളൂ. അതിന്റെ വിസ്മയകരമായ ആഖ്യാനമാണ് 'തേൻ' എന്ന കഥ.

തേൻ രതിക്കഥയല്ലായെങ്കിലും സ്ത്രീപുരുഷ രതിയെക്കുറിച്ചുള്ള യാഥാർത്ഥ്യം വിഭാവനം ചെയ്യുന്നുണ്ട്. പ്രണയത്തിന്റെ സ്വാഭാവിക വികാസമാണ് രതി. പരസ്പര പ്രേമം രതിയുടെ മുഖ്യ സ്വഭാവമാണ്. എന്നാൽ നവമാദ്ധ്യമ ലോകക്രമത്തിൽ മനുഷ്യപ്രേമത്തിന് യാതൊരു പ്രസക്തിയുമില്ലാതിരിക്കേ രതിയുടെ സാദ്ധ്യതയെന്താണെന്ന അന്വേഷണമാണ് സക്കറിയ നടത്തുന്നത്. അരികുവല്ക്കരിക്കപ്പെട്ട ജീവിത വ്യവസ്ഥകളിലേക്ക് സാഹിത്യം ആണ്ടുമുഴുകിയ സമയം കൂടിയാണെന്നോർക്കണം. പ്രേമവും അരികുവല്ക്കരിക്കപ്പെട്ട ഒരവസ്ഥയും വികാരവുമാണ്. അത് പുറമ്പോക്കിലേക്ക് നിർഭയം വലിച്ചെറിയപ്പെട്ടിരിക്കുന്നു. വിലപ്പെട്ട മറ്റുള്ള ബന്ധങ്ങളെപ്പോലെ പ്രേമത്തെ നിരാകരിക്കുകയും വലിച്ചെറിയുകയും ചെയ്തിരിക്കുന്നു. പ്രേമം നഷ്ടപ്പെട്ടപ്പോൾ രതി ശരീരത്തിന്റെ വിശപ്പ് എന്ന അവസ്ഥയിലേക്ക് ചുരുങ്ങിയിരിക്കുന്നു. വിശപ്പിന് ആഹാരം എങ്ങനെയാണോ തരപ്പെടുത്തുക, ആ വഴികളെല്ലാം രതിയിലും സ്വീകരിച്ചിരിക്കുന്നു. ചുരുക്കത്തിൽ വഴിയാധാരമായ പ്രണയത്തെക്കുറിച്ചുള്ള അന്വേഷണമാണ് 'തേനി'ന്റെ രചനയിലെത്തിച്ചതെന്ന് വിചാരിക്കുന്നതിൽ തെറ്റില്ല.

പ്രണയം ഇന്ന് അത്ഭുതപ്പെടുത്തുന്ന വികാരമാണ്. കാരണം അത് നമ്മുടെ കൺമുന്നിലില്ല. ഗോചരമല്ലാത്ത അന്തരീക്ഷം പെട്ടെന്നു കാണുമ്പോൾ നമ്മൾ അത്ഭുതപ്പെട്ടുപോകും. സക്കറിയ നമ്മെ അത്ഭുതപ്പെടുത്തുകയും ആനന്ദിപ്പിക്കുകയും ചെയ്യുന്ന ഒരന്തരീക്ഷസൃഷ്ടി പ്രണയം പറയുന്നതിനുവേണ്ടി അണിയിച്ചൊരുക്കിയിരിക്കുന്നു. മാലാഖമാർപോലും മയങ്ങിപ്പോകുന്ന പറുദീസയായ അടവിയാണ് കഥയുടെ പശ്ചാത്തലം. മരങ്ങളും പ്രാണികളും മീനും തവളകളും മൃഗങ്ങളും പക്ഷികളും സസ്തനികളുമെല്ലാം കൊലയും തിന്നലും തുറലും ജീവിതത്തിന്റെ നെടുംതൂണുകളായി കണ്ട് സംതൃപ്തരാകുന്ന മനുഷ്യകുലത്തിന് വെളിയിൽ താമസിക്കുന്നവരാണ്. അവരുടെ ജീവിതസത്യത്തെ ബലപ്പെടുത്തുന്ന ഒരത്ഭുത ദൃശ്യത്തെക്കുറിച്ച് കഥാകാരൻ പരാമർശിക്കുന്നുണ്ട്. അത് പൂതനാമോക്ഷമാണ്. ഒരു വ്യത്യാസമുള്ളത് മോക്ഷം ഇവിടെ കണ്ടുനില്ക്കുന്ന വനവാസി കുലത്തിനാണ്. മുല കൊടുക്കുന്നവൾ ചതിക്കില്ലായെന്ന വിശ്വാസമവർക്കുണ്ട്. മുലയുണ്ണുന്നവൻ കൊല്ലില്ലയെന്ന വിശ്വാസമവൾക്കുമുണ്ട്. ചതിയും കൊലയും മനുഷ്യകുലത്തിനു മാത്രമുള്ളതാണെന്നു ബോദ്ധ്യപ്പെടുത്തി അതിൽനിന്നും ആരണ്യത്തെ വേർതിരിക്കുന്നു. ഇവിടെയാണ് സുന്ദരനും ആരോഗ്യവാനും ഈശ്വരവിശ്വാസിയുമായ കരടിയെ കഥാനായകനായി അവതരിപ്പിച്ചത്. മദിപ്പിക്കുന്ന പഴങ്ങൾ തിന്നും ദ്വന്ദ്വയുദ്ധം നടത്തി കൂട്ടപ്പോരിൽ രക്തം ചിന്തിയുമല്ല അയാൾ ജീവിച്ചത്. പകൽക്കിനാവു കണ്ടും നിലാവിന്റെ ഭംഗി ആസ്വദിച്ചും മധുരക്കരിമ്പൊടിച്ചു തിന്നും ഭംഗിയായി ജീവിതമാസ്വദിച്ചു. അയാളുടെ വ്യത്യസ്തമായ മറ്റൊരു സ്വപ്നം ഒരു മനുഷ്യപ്പെണ്ണിനെ സ്നേഹിക്കാൻ കിട്ടുക എന്നുള്ളതാണ്. അതിന്റെ

യുക്തി കഥാകാരൻ വിശദമാക്കുന്നു. കരടി കരടിയെയും മനുഷ്യൻ മനുഷ്യനെയും പ്രണയിക്കുക എന്നതാണ് നടപ്പിലുള്ള ജനിതക രസതന്ത്രം. 'കരടിക്ക് മനുഷ്യനോടോ മനുഷ്യന് കരടിയോടോ അനുരാഗമുണ്ടായാൽ രസതന്ത്രത്തിന് ബോറടിച്ചുവെന്നും നടപ്പിലുള്ള ശൈലിയെ ചവറുകൊട്ടയിലെറിയാൻ അത് തീരുമാനിച്ചുവെന്നും വേണം കരുതാൻ.' തകിടം മറിഞ്ഞത് കാടിന്റെ രീതിയാണോ നാടിന്റെ ജീവിതമാണോയെന്ന് ചിന്തിച്ച് തലപുകയ്ക്കേണ്ട. എത്രയോ ഉന്നതമായ ജീവിത നിലവാരത്തിൽ കഴിയുന്നവനാണ് കരടിയെന്ന് താമസിയാതെ മനസ്സിലാകും. അതിലേക്ക് പുരുഷന്റെ ജീവിതത്തെ വലിച്ചിഴച്ച് കരടിയെ അപമാനിക്കാൻ ശ്രമിക്കേണ്ടതില്ല.

മനുഷ്യപ്പെണ്ണിന് മോഹിപ്പിക്കുന്ന സൗന്ദര്യമാണെന്ന് കരടി കണ്ടെത്തുന്നുണ്ട്. തേൻ പോലെ മധുരിപ്പിക്കുന്നതും ഹൃദയത്തെ മത്തുപിടിപ്പിക്കുന്നതുമായ സൗന്ദര്യം. മുലയുടെ അസാധാരണമായ ചന്തമാണ് കരടിയെ പ്രലോഭിപ്പിച്ചത്. തന്റെ ഇണയെ തെരഞ്ഞെടുക്കാനും അവളോട് സംസാരിക്കാനും കഴിയുക എന്നതാണ് പ്രണയത്തിന് തടസ്സമായി നിന്ന ഒരേയൊരു കാര്യം. എന്നാൽ പ്രണയം ദൈവികമാണെന്ന് തിരിച്ചറിയാനുള്ള വിവേകം കരടിക്കുണ്ടായിരുന്നു. തന്നെ സഹായിക്കാൻ ദൈവത്തിനേ കഴിയൂ എന്നു ചിന്തിച്ചപ്പോഴാണ് തേൻപാളിയുമായി ദൈവത്തെ കാണാൻ പുറപ്പെട്ടത്. ഇക്കാലത്തെ ദൈവം മറ്റുള്ള ജീവിതത്തിന് അനുഗ്രഹം നല്കാനായി മാത്രം ഇരിക്കുന്ന ആളല്ല. തന്റെ സുഖങ്ങളെയും പരിഗണിക്കുന്നവനാണ്. അതാണ് ക്രിക്കറ്റ് കളി കണ്ടുകൊണ്ടിരിക്കുന്ന ദൈവത്തെ തടാകത്തിലൊഴുകി നടന്ന വഞ്ചിവീടിനുള്ളിൽ കണ്ടെത്തിയത്. അദ്ദേഹത്തിന്റടുത്തു ചെല്ലാനുള്ള വഞ്ചിയുടെ കയറ് ഉപയോഗിക്കാത്ത കാരണം പഴകിദ്രവിച്ചിരിക്കുന്നു. ദൈവത്തെ ഏതിനും എന്തിനും ഉപയോഗിക്കുന്നത് മനുഷ്യരാണ്. എന്നാൽ മനുഷ്യരിൽത്തന്നെ ദൈവങ്ങളുണ്ടായപ്പോൾ സാക്ഷാൽ ദൈവത്തിന് പണി കുറവായി. ബോറടിമാറ്റാൻ ചില വിനോദങ്ങളിലഭയം തേടി എന്നു കരുതിയാൽ മാത്രം മതിയാകും. നാമമാത്രമായെങ്കിലും ദൈവത്തെ ആശ്രയിക്കുന്നത് മൃഗങ്ങളാണെന്ന സൂചന ഇവിടെയുണ്ട്. ദൈവം ദൈവം തന്നെയാണ്. കൊടുത്ത കൈക്കൂലിയിൽ വലിയ ഭാഗം തിരിച്ചു കൊടുത്തിട്ട് കരടിയെ അനുഗ്രഹിച്ചു വിടുകയാണ്.

'ഹന്തൊന്ത്' എന്ന പ്രതീകഭാഷയിൽപ്പറഞ്ഞ കാര്യം കരടിക്ക് വേഗത്തിൽ മനസ്സിലായി. അല്ലെങ്കിലും മധുരിപ്പിക്കുന്ന പെരുമാറ്റം കൊണ്ടേ ഇണയെ സ്വന്തമാക്കാൻ കഴിയൂ. തേൻ കൊതിച്ചിയെ തേൻ കൊണ്ടുതന്നെ മധുരിപ്പിക്കണം. അവിടെ ഭാഷ തനിയെ വരും. പ്രണയം തന്നെയാണ് ഭാഷ. പാരസ്പര്യത്തിൽ തിരിച്ചറിയാൻ കഴിയുന്ന മാനസികവികാരമാണ് ഭാഷ. തേൻ കൊതിച്ചിയെ പ്രണയിനിയായി കണ്ടെത്തിയപ്പോഴാണ് അവളുടെ കലത്തിന്റെ പരിമിതികൾ കരടിയെ നടുക്കിക്കളഞ്ഞത്. പൊതുവിടങ്ങളിൽ മാത്രമല്ല ഒളിവിടങ്ങളിലും പെണ്ണിന്റെ കൈകോർക്കാൻ കഴിയാത്തവിധം അരസികന്മാരാണ് ചുറ്റിലുള്ളതെന്ന് വേഗത്തിൽ കരടിയെ ബോദ്ധ്യപ്പെടുത്തുന്നു. കരടിയുടെ കൈ വിടുവിച്ചുകൊണ്ടവൾ പറഞ്ഞതിങ്ങനെയാണ് 'ഇത് കേരളമാണ്. നീ പുരുഷനും- ആണെന്ന് ഞാൻ സങ്കല്പിക്കുന്നു- ഞാൻ സ്ത്രീയുമാണ്. ചാനൽ സദാചാരികളും യുവജനസംഘടനകളും പുരോഗമന വനിതാ പ്രസ്ഥാനങ്ങളും എപ്പോൾ നമ്മളെ പിടികൂടിയെന്ന് നോക്കിയാൽ മതി. വെറുതെ രണ്ടാളും അറസ്റ്റിലാകേണ്ട. ഒരു ദൈവവും നമ്മളെ രക്ഷിക്കില്ല.' ഭൂമിയിലെ ജീവിതം നരകമെന്നോർത്ത് വിഷാദിക്കാനേ കഴിയൂ. സ്പർശിക്കാനാകാത്ത വിധം സ്ത്രീപുരുഷരെ അന്യരാക്കിയിരി

ക്കുന്ന എല്ലാ അധികാര സ്ഥാപനങ്ങളും കഥാകാരന്റെ വാക്കുകളിൽ പൊടിയുന്നുണ്ട്.

സ്നേഹത്തിന്റെയും സമഭാവനയുടെയും ഭാഷയുപയോഗിക്കണമെന്നു അവൾ നിർദ്ദേശിക്കുന്നുണ്ട്. 'നീ' എന്നും 'പോടാ' എന്നും 'കരടീ' എന്നും ഞാൻ വിളിക്കുമ്പോൾ നീ എന്നെ 'തങ്കമേ'യെന്നും 'ചക്കരേ'യെന്നും 'കുട്ടാ'യെന്നും വിളിക്കണമെന്നും നിർദ്ദേശിക്കുന്നു. ആലങ്കാരിക പ്രയോഗങ്ങളിലും നാട്യങ്ങളിലുമുള്ള വേഷം കെട്ടലുകളെ ആദ്യമേ തിരസ്കരിച്ചു. പിന്നീട് കാട്ടിലിരുന്നു വർത്തമാനം പറഞ്ഞപ്പോഴാണ് കരടിയുടെ സ്വഭാവഗുണം മനസ്സിലാക്കിയത്. പ്രണയത്തിൽ തനിമാതൃഭാഷതന്നെ പ്രയോഗത്തിലാവുകയും ചെയ്തു. എന്നാൽ വീട്ടിലേക്കു പോകുമ്പോൾ മറ്റാരോടും സംസാരിക്കരുതെന്നു പറഞ്ഞുകൊണ്ട് നാട്ടുകാരുടെ തനിഗുണം വെളിപ്പെടുത്തുന്നു. കരടി മലയാളം പറയുന്നതു കേട്ടാൽ മലയാളത്താന്മാർ ചാരനെന്നോ മാവോയിസ്റ്റെന്നോ പറഞ്ഞു പിടികൂടി മർദ്ദിച്ച് അവശനാക്കി ചാനലുകളെ ഏല്പിക്കുമെന്ന് നിസ്സംശയം പറയുന്നു. അത് മലയാളിയുടെ ഗുണമായി മാറിയിട്ടുണ്ട്. ഒന്ന് മാതൃഭാഷയോടുള്ള പുച്ഛം, രണ്ട് അതു സംസാരിക്കുന്നവരോടുള്ള പുച്ഛം. പിന്നെ ധാർമ്മിക രോഷം. തരത്തിനൊരാളെ ഒത്തുകിട്ടിയാൽ കരടിയാണെങ്കിലും മനുഷ്യനാണെങ്കിലും, അവനിൽ കുറ്റാരോപം നടത്തി, വിചാരണ ചെയ്ത്, കഴിയുന്നവിധം ഭേദ്യം ചെയ്ത്, അത് മാദ്ധ്യമത്തിൽ ചിത്രീകരിച്ചുകൊടുത്ത് കൈയടി നേടാനുള്ള മലയാളിയുടെ മ്ലേച്ഛമായ ആഗ്രഹം അനാവൃതമാകുന്നു. ആരോടെന്നില്ലാത്ത പക, ആരുടെയും ശരീരത്തിൽ ചാർത്തി ആത്മ നിർവൃതിയനുഭവിക്കുന്നവർ നിസ്സഹായരായ മൃഗത്തെപ്പോലും വെറുതെ വിടില്ലെന്ന താക്കീതിൽ ഇന്നത്തെ മനുഷ്യഭാവം എല്ലാമടങ്ങിയിട്ടുണ്ട്.

ഈശ്വരവിശ്വാസിയും കഠിനാദ്ധ്വാനിയുമായ കരടിയുടെ വിനീതമായ പെരുമാറ്റവും ആർത്തിയില്ലാത്ത സ്വഭാവഗുണങ്ങളും കണ്ടിഷ്ടപ്പെട്ട മാതാപിതാക്കൾ മകളെ ആനന്ദത്തോടെ അവനെ ഏല്പിക്കുകയാണ്. ഒരു വർഷത്തെ കാട്ടിലെ ദാമ്പത്യം കഴിഞ്ഞ് കുഞ്ഞുമായി തിരിച്ചെത്തിയ മകളുടെ സംതൃപ്തി കണ്ട് അമ്മപോലും അസൂയപ്പെടുകയാണ്. കരടിയുടെ മഹത്തരമായ ജീവിതത്തെ പ്രശംസിക്കുന്നത് നോക്കുക: 'കള്ളു കുടിയില്ല, പുകവലിയില്ല, വായ്നാറ്റമില്ല, രാഷ്ട്രീയമില്ല, മറ്റു പെണ്ണിന്റെ പിന്നാലെ പോക്കില്ല. വയ്പിന്റെ സ്വാദ് പറയാനില്ല, വെള്ളം കോരും, വിറകു വെട്ടും, പൂക്കൾ പറിച്ചു കൊണ്ടുവരും. തുണിയലക്ക് പ്രശ്നമില്ല. കാരണം തുണിയുടുക്കലില്ല. തേനിന്റെ പ്രളയമാണ് വീട്ടിൽ........ സംശയരോഗമശേഷമില്ല. കുളിച്ചു കുറിയിട്ട് അവന്റെ വരവ് കാത്തുനില്ക്കണ്ട. കിടപ്പറയിലോ? എന്റമ്മേ! മാന്ത്രികൻ! ഒരു ദിവസം മുടക്കില്ല.' ഭർത്താവുദ്യോഗമുള്ള പുരുഷന്റെ വിപരീതഗുണങ്ങളാണ് കരടിക്കുള്ളത്. എന്നാൽ ആദിമനുഷ്യന്റെ ഗുണങ്ങളാണിതൊക്കെയും. പരിഷ്കാരം മനുഷ്യഗുണങ്ങളെല്ലാം പുരുഷനിൽനിന്ന് ചോർത്തിക്കളഞ്ഞെന്ന് ആധികൊള്ളുകയാണിവിടെ. എന്നാലതൊക്കെ പെണ്ണിന്റെ ലഹരിയാണെന്ന സന്ദേശം പെണ്ണിന്റെ മുഴക്കമുള്ള ശബ്ദത്തിലും ആവേശത്തിലും തെളിഞ്ഞു വിളങ്ങുന്നു.

പുരുഷൻ ഭാരമായിമാറിയ എല്ലാ സ്ത്രീകൾക്കും ഇത് ബാധകമാണെന്ന് അമ്മയുടെ ആവശ്യത്തിൽനിന്നും മനസ്സിലാക്കാം. ഇതെല്ലാം കേട്ടുകഴിയുമ്പോൾ ഇരുപ്പുമുറിയിലെ ചാരുകസേരയിൽ മയങ്ങുന്ന ഭർത്താവിനെ തീയാളുന്ന കണ്ണുകൾ കൊണ്ട് നോക്കിയിട്ട് മകളോടു പറഞ്ഞു 'എടീ, എവിടെയെങ്കിലും കരടി തേൻപാളിയുമായി ഇരിക്കുന്നതുകണ്ടാൽ ഉടനെ എന്നോട് പറയണം മറക്കണ്ട.' മനുഷ്യ ദാമ്പത്യം എത്രമാത്രം പരാജയമാണെന്ന് തനിക്കു മുമ്പുള്ള തലമുറയെക്കൊണ്ടും പറയിച്ചിട്ട് പ്രണയത്തിലും

ദാമ്പത്യത്തിലും വന്നുചേർന്ന വലിയ വിള്ളലുകളെ ചൂണ്ടിക്കാട്ടുകയാണ്. എല്ലാതരത്തിലുള്ള വിഭജനങ്ങളും അതിരുകളും പുലരുന്ന നാട്ടുജീവിതത്തിന്റെ പരുഷവും ഹിംസാത്മകവുമായ ജീവിതത്തിന്റെ ഉള്ളറകളെ കണ്ടുഗ്രഹിക്കാനാണ് ഈ കഥ പറഞ്ഞത്. ഇതൊരു സംഭവകഥയാണ് - അല്ലെന്നു തോന്നിയേക്കാമെങ്കിലും എന്നു പറഞ്ഞുകൊണ്ട് തുടങ്ങിയ ഈ സ്നേഹകഥ മനുഷ്യജീവിതത്തിലെ അസംഭവ്യതകളെയാണ് അടയാളപ്പെടുത്തിയത്. ഒരിക്കൽ ഇവിടെ പുലർത്തിയിരുന്ന സംഭവങ്ങൾ എത്രവേഗത്തിൽ നമുക്ക് അസംഭവ്യമായ കാര്യങ്ങളായി മാറി എന്നാണ് ഇവിടെ വിചിന്തനം ചെയ്യുന്നത്.

കാടും നാടും ഇന്ന് പൂർണ്ണാർത്ഥത്തിൽ തന്നെ വേറിട്ടിരിക്കുന്നു. പരിഷ്കൃതി മനുഷ്യനിൽ ഇല്ലാതാക്കിയത് അവനിൽ പുലർന്ന സംസ്കൃതിയാണ്. അവനവനിലേക്ക് മാത്രം മുഴുകിയിരിക്കുന്നവൻ മുന്നിലെത്തുന്ന ആരെയും തുറിച്ചുനോക്കുന്ന ഒരവസ്ഥയിലെത്തിയിരിക്കുന്നു. മാനുഷികമായ സകല ആർദ്രതകളെയും വറ്റിച്ചുകളഞ്ഞ് യന്ത്രത്തിന്റെ കാർക്കശ്യം കൈക്കൊണ്ടിരിക്കുന്നു. പകയും വിദ്വേഷവും അടച്ചിട്ട മനസ്സിൽ ഉണ്ടാക്കുന്ന ചിന്തകളെല്ലാം ഹിംസാത്മകമായി മാറിയിരിക്കുന്നു. ഇണകളെ തമ്മിൽ ഘടിപ്പിക്കുന്ന പ്രണയം കൈമോശം വന്നിരിക്കുന്നു. കാമം പ്രണയമല്ല, വിശപ്പായി മാറിയിരിക്കുന്നു. രതി ശാരീരിക ബന്ധമായി ഇടുങ്ങിപ്പോയിരിക്കുന്നു. ഒരാളിലേക്ക് ഫോക്കസ് ചെയ്യാൻ കഴിയാത്ത ഒരവസ്ഥയിലേക്ക് വന്നപ്പോൾ ഫാസ്റ്റ്ഫുഡ് പോലെ രതിയും ശരീരത്തിന്റെ വിശപ്പിനുള്ള പ്രതിവിധിയായി അധഃപതിച്ചു. അങ്ങനെയൊരു സാഹചര്യത്തിലാണ് പെണ്ണിനെ ഭോഗിക്കേണ്ട ശരീരമായി മാത്രം കാണുകയും കൈയിൽ കിട്ടുന്നിടത്തെല്ലാം വെച്ച് കടിച്ചു കീറി തിന്നാൻ തുനിഞ്ഞിറങ്ങിയതും. പൂവിന്റെ സുഗന്ധം മുകരാനറിയാത്ത കുട്ടി അതിനെ കശക്കിയെറിയുന്നപോലെ സകല ആയുധങ്ങളും പെണ്ണിന്റെ ശരീരത്തിൽ തറച്ചു കയറ്റി മുറിപ്പെടുത്തി തന്റെ ദൗർബല്യത്തെ പുരുഷൻ മറച്ചുവെച്ചു. പിഞ്ചു ശരീരങ്ങളെപ്പോലും ഛിന്നഭിന്നമാക്കി നശിപ്പിച്ചു.

കാടും മൃഗങ്ങളും പുലർത്തുന്ന ജീവിതത്തിന്റെ ആന്തരിക വിശുദ്ധിയെക്കുറിച്ച് ചിന്തിക്കാൻ എഴുത്തുകാർ സന്നദ്ധരായത് ഈ സാഹചര്യത്തിലാണ്. അവിടെ പുലരുന്ന സ്നേഹത്തിനും പാരസ്പര്യത്തിനും ഒരു കുറവുമുണ്ടായിട്ടില്ല. ആർട്ടിഫിഷ്യൽ ഇന്റലിജൻസ് കൊണ്ട് നേടിയെടുത്ത കൃത്രിമലോകമോ ഇന്റർനെറ്റ് സൃഷ്ടിച്ച സൈബർലോകമോ കാട്ടിലില്ല. അത് നാട്ടിലാണ്. രതിയുടെ ആനന്ദാനുഭവം പകരാൻ പാകത്തിൽ സുന്ദരികളായ റോബോട്ടുകൾ സന്നദ്ധമാകുന്ന കാലത്ത് സ്ത്രീയുടെ നിലനില്പുതന്നെ ചോദ്യം ചെയ്യുന്ന അവസ്ഥ വരുമെന്ന മുന്നറിയിപ്പുണ്ട്. മാനുഷികമായ അലിവുകളും ഇനിപ്പുകളും അവശേഷിക്കാത്ത പുരുഷന്റെ സ്ഥാനം എത്രയോ താഴെയും നരകതുല്യവുമാണെന്ന് ഈ മധുരിപ്പിക്കുന്ന കഥ ധ്വനിപ്പിക്കുന്നുണ്ട്. പുരുഷനെ കണ്ടാൽ ഭയക്കുന്ന സ്ത്രീകൾ ആഗ്രഹിക്കുന്ന ലോകം കാടും മൃഗങ്ങളുമാണെന്ന് തേനൊലിക്കുന്ന പദങ്ങൾകൊണ്ട് അനാവരണം ചെയ്യുന്നു. ജീവിതത്തെ സാദ്ധ്യമാക്കുന്ന അത്ഭുതങ്ങൾ കാണിച്ചുതരാൻ മൃഗങ്ങൾക്കേ കഴിയൂവെന്നും മനുഷ്യലോകത്തിനു വെളിയിലുള്ള, വ്യവസ്ഥിതിയുടെ അതിരുകൾക്കപ്പുറത്തുള്ള കാടാണ് ജീവിതമെന്ന അത്ഭുതത്തെ വിളയിച്ചെടുക്കുന്നതെന്നും 'തേനി'ലെ വിസ്മയപ്പെടുത്തുന്ന വാങ്മയങ്ങൾ ഓർമ്മിപ്പിക്കുന്നു.

കരടി മനുഷ്യപ്പെണ്ണിനെ കല്യാണം കഴിക്കുന്നത് അമേരിന്ത്യൻ ഗോത്രജീവിത

ത്തിൽ സംഗതമായിരുന്നുവെന്ന കുറിപ്പും സക്കറിയ നല്കുന്നുണ്ട്. പരിസ്ഥിതിയുടെ പ്രത്യയശാസ്ത്രമായി കാണുന്ന അമേരിന്ത്യൻ ഗോത്രനേതാവായ സിയാറ്റിൽ മൂപ്പന്റെ പ്രസംഗം മലയാളത്തിലേക്ക് പരിഭാഷപ്പെടുത്തിയ സക്കറിയയ്ക്ക് ഇങ്ങനെയൊരു കഥയെഴുതാതിരിക്കാൻ കഴിയില്ല. മനുഷ്യന്റെ അമ്മയാണ് ഭൂമിയെന്നും സുഗന്ധികളായ പുഷ്പങ്ങൾ ഞങ്ങളുടെ സഹോദരിമാരാണെന്നും കലമാനും കുതിരയും വൻകഴുകനും ഞങ്ങളുടെ സഹോദരങ്ങളാണെന്നും പുഴകളിലെ ജലം പൂർവ്വികരുടെ രക്തമാണെന്നും മൃഗവും മരവും മനുഷ്യനും പങ്കുവെക്കുന്നത് ഒരേ ശ്വാസമാണെന്നും ഭൂമി മനുഷ്യന്റെയല്ല മനുഷ്യൻ ഭൂമിയുടേതാണെന്നും വിശ്വസിച്ച ഗോത്രജീവിതത്തിന് വേർതിരിവുകളില്ലായിരുന്നു. മനുഷ്യനെ പൊള്ളിയടർത്തിക്കൊണ്ട് പിൻവാങ്ങുന്ന പ്രകൃതിയെപ്പോലെ മനുഷ്യന്റെ സ്വാർത്ഥമായ ചൂഷണത്തിൽ സ്നേഹവും വറ്റിവരണ്ടുപോകുകയാണ്. അതിനുള്ള ഉത്തരമാണ് സക്കറിയയുടെ 'തേൻ' എന്ന കഥ. പരിസ്ഥിതിയുടെ സന്തുലനം തിരിച്ചുപിടിക്കേണ്ടതുപോലെ മനുഷ്യന്റെ പ്രേമവും തിരിച്ചുപിടിക്കും. ജീവിതത്തിൽ പ്രണയത്തിന്റെ തേനൊലിക്കണമെങ്കിൽ എല്ലാ പരിഷ്കൃതികൾക്കുമപ്പുറമുള്ള സംസ്കൃതിയിൽ മനുഷ്യനെത്തിച്ചേരണം. ക്ഷമയിലും പാരസ്പര്യത്തിലും സഹവർത്തിത്ത്വത്തിലും പ്രണയം തിരിച്ചു വരുമെന്നും അതൊരു തേൻപാളിപോലെ മനുഷ്യജീവിതത്തെ മധുരിപ്പിക്കുമെന്ന ചിന്ത പരോക്ഷമായെങ്കിലും ഈ കഥ പങ്കുവെക്കുന്നുണ്ട്.

ആയിരത്തി രണ്ടാമത്തെ രാവ്

കാറ്റത്തെ കരിയിലകൾ

പ്രണയം ശ്രേഷ്ഠമായ അനുഭവമാണ്. അത് സ്വന്തമാകുന്ന നിമിഷമാകട്ടെ ഉദാത്തവും. അതുപോലെ പ്രണയനഷ്ടത്തിന്റെ നിമിഷം ഭയാനകവുമാണ്. എല്ലാ ദിക്കുകളിൽനിന്നും വെളിച്ചത്തിന്റെ പ്രവാഹമയച്ച് പ്രണയത്തെ നിറനിലാവാക്കുന്നതുപോലെ രാത്രികളുടെ കൂരിരുട്ടുകൊണ്ട് പ്രണയനഷ്ടത്തെ അന്ധമാക്കുകയും ചെയ്യുന്നു. പൗർണ്ണമിക്ക് അമാവാസി പോലെ പ്രണയത്തിനും രണ്ടു മുഖങ്ങളുണ്ട്. ഒന്ന് സ്വന്തമാകുന്നതിന്റെയും മറ്റൊന്ന് നഷ്ടപ്പെടുന്നതിന്റെയും. ഭൂമിയിലെ പ്രണയങ്ങൾ മിക്കപ്പോഴും ഭഗ്നപ്രണയങ്ങളായി ഒലിച്ചുപോകുന്നു. കുളിർമഴപോലെ സർവ്വകോശങ്ങളെയും കതിരണിയിച്ച് ആനന്ദത്തിന്റെ രസാനുഭവമായി നിറയുന്ന പ്രണയം വ്യഥയുടെ പേമാരിയുമായി ആർത്തലച്ചെത്തി സങ്കടത്തിന്റെ കരിങ്കടലാക്കി മനസ്സിനെ മഥിച്ചുകളയുന്നു. പ്രണയത്തിന്റെ കൃഷ്ണപക്ഷമാണ് സാഹിത്യത്തിൽ അധികവും കടന്നുവന്നിട്ടുള്ളത്. ക്ഷണികമായതുകൊണ്ടുതന്നെ അനുരാഗത്തിന്റെ മറുവശം ശോകമാണ്. അതിലേക്കാണ് കവിഭാവന നീളുന്നത്.

പ്രണയം മഴവില്ലുപോലെ രമണീയമാണ്. ഹൃദയത്തെ കോരിത്തരിപ്പിക്കുന്നു. മഴവില്ല് കണ്ണുകൾക്കു മുന്നിലെ ക്ഷണികസത്യമാണ്. അതൊരു ഭൗതികയാഥാർത്ഥ്യമായി ആകാശത്തിലവശേഷിക്കുന്നില്ല. അന്തരീക്ഷത്തിലെ നീരാവിയും സൂര്യപ്രകാശവുമായി ചേർന്ന് ഹൃദ്യമായ കണിയൊരുക്കുന്നു. സപ്തവർണ്ണങ്ങൾ നിറച്ച കലച്ചവില്ലുപോലെ അഴകിന്റെ തേനറകൾ വാരിവിതറി കാഴ്ചയുടെ മുന്നിൽ വിരിഞ്ഞുനില്ക്കുന്നു. അതുപോലൊരു മായികത പ്രണയത്തിനുമുണ്ട്. അനുഭവത്തിൽ മഴവില്ലുപോലെ പറയാനരുതാത്ത അനുഭൂതിയായി അത് മനസ്സിൽ പെയ്തിറങ്ങുന്നു. ക്ഷണി

കമെങ്കിലും അനശ്വരമായ സുഖാനുഭവങ്ങൾ പങ്കുവെച്ച് വേഗത്തിൽ മാഞ്ഞുമാഞ്ഞുപോകുന്നു. മാദകപ്പൂമണവുമായി കടന്നുപോയ തെക്കൻകാറ്റുപോലെ മോഹിപ്പിച്ചുകൊണ്ടങ്ങു മാഞ്ഞുപോകുന്നു. എന്നാലതിന്റെ സുഗന്ധം ഓർമ്മകളിലെപ്പോഴും തങ്ങിനിന്ന് ആർദ്രമായി ആനന്ദിപ്പിക്കുന്നു.

പ്രണയത്തെ നിർവ്വചിക്കുന്നത് ആ അനുഭവത്തിൽ കടന്നുപോകുന്ന നിമിഷങ്ങളാണ്. ഇണയെ കണ്ടെത്തുകയും മനസ്സ് നിറയുകയും ചെയ്യുന്ന നിമിഷം. പിന്നീട് പിറക്കുന്ന ഓരോ വാക്കും ഓരോ നോക്കും ഓർമ്മയും ചിരിയും സ്പർശവുമെല്ലാം പ്രണയികളുടെ ആത്മാവിനെ സുഗന്ധപൂരിതമാക്കുന്നു. ഇണക്കങ്ങളും പിണക്കങ്ങളും കാത്തിരിപ്പും യാത്രയും കിനാവുമെല്ലാം ചേതോഹരമാക്കുന്നു. ഇരുവരുമല്ലാതെ മറ്റൊരു പ്രപഞ്ചമുണ്ടെന്നുകൂടി കരുതുന്നില്ല. മറ്റുള്ളതൊന്നിനെക്കുറിച്ചും നിനയ്ക്കുന്നില്ല. സ്പർശം പ്രണയത്തിന്റെ ആത്യന്തികമായ അറിവാണ്. അജ്ഞാതഭ്രഭംഗികൾ കണ്ടെത്തി ആസ്വദിക്കുന്നപോലെ ശരീരം പിഴിഞ്ഞെടുത്ത ചാറു കുടിച്ച് മനസ്സിനെ ലഹരിയാക്കുന്നു. ലഹരിയിൽ നുരയുന്ന മനസ്സുകളുടെ സുഖദശാന്തിയെ എളുപ്പം തളർത്തുകവയ്യ. എല്ലാം കണ്ടെത്തിക്കഴിയുമ്പോഴുണ്ടാകുന്ന വിരസത പ്രണയത്തിനുമുണ്ട്. ദുരന്തം തുടങ്ങുന്നത് അവിടെവെച്ചാണ്. ഓരോ യാത്രയും അജ്ഞാതദേശത്തേക്കാകണം. അറിയാത്ത പുഴയിലേക്കു തോണിയിറക്കണം. അറിയാസുഗന്ധങ്ങൾ അനുഭവിക്കണം. കടന്നുപോകുന്ന കാറ്റുകളിൽ പുതുമ നിറയ്ക്കണം. ശരീരത്തിലെ ഓരോ കോശങ്ങളെയും വാടാമല്ലിയാക്കണം. പൂമരത്തെ പുണർന്നുകൊണ്ടാവണം മനസ്സ് ആനന്ദത്തിൽ അഭിരമിക്കേണ്ടത്. അതിന് പാരസ്പര്യവും അഴിവില്ലാത്ത സ്നേഹവുമല്ലാതെ മറ്റൊരു പോംവഴിയില്ല. ചുംബനത്തിന്റെ മുദ്രകളോരോന്നും ആത്മാവിൽ ജീവൻ നിറയ്ക്കണം. ചുണ്ടുകളഴിയുമ്പോൾ ജീവൻ പിടയണം. അങ്ങനെയൊരു മുറുക്കമുണ്ടെങ്കിലേ പ്രണയം മധുരവും അനശ്വരവുമായിരിക്കുകയുള്ളൂ.

പ്രണയത്തിന്റെ ഇത്തരം ഉദാത്തമായ അനുഭവങ്ങളെയാണ് 'ആയിരത്തിരണ്ടാമത്തെ രാവി'ൽ എൻ എസ് മാധവൻ നിറച്ചുവെച്ചത്. അത് തേൻപോലെ മധുരിക്കുന്നതും പൂവിന്റെ പരിമളമായി നിറയുന്നതുമാണ്. കാറ്റത്തെ കരിയിലപോലെ പാറിയെത്തുന്നവരാണ് പ്രണയികൾ. യാദൃച്ഛികതയാണ് പ്രണയം കൊണ്ടുവരുന്നത്. കണ്ടുമുട്ടലിന്റെ പാരസ്പര്യത്തിൽ പ്രണയികൾ ആത്മാവിൽ ജീവൻ നിറയ്ക്കുന്നു. ഒരു വാക്കുമതി. അടുത്ത കാറ്റിൽ ഒന്നായലിഞ്ഞുകൊണ്ടാകും യാത്ര. ജീവൻ മിടിക്കുന്ന കാഴ്ചകളിലേക്കും ഇഷ്ടവിനോദങ്ങളിലേക്കും മന്മഥഗന്ധങ്ങളിലേക്കും ഇണകളായി സഞ്ചരിക്കുകതന്നെ, അടുത്ത കാറ്റിൽ വേർപെടുന്നതുവരെ. അതുകൊണ്ടാണ് പ്രണയം അദൃശ്യശക്തിയുടെ സമ്മാനമാണെന്നു കരുതുന്നത്. രാഘവനും നന്ദിനിയും കരിയിലകളായി കണ്ടുമുട്ടിയവരാണ്. ഏതോ കാറ്റത്ത് പാറിയെത്തിയവർ. ശലഭങ്ങളുടെ പ്രായമായിരുന്നില്ല. പ്രണയത്തിന്റെ വേരോട്ടുവാൻ പ്രായം തടസ്സവുമായിരുന്നില്ല. ഒരാളുടെ മനസ്സിനെ തൊടുമ്പോഴാണ് സ്നേഹത്തിന്റെ സ്പർശിനികൾ സഞ്ചരിച്ചു തിരിച്ചെത്തുന്നത്. വാക്കുകൾ ചിലപ്പോൾ സ്നേഹത്തിന്റെ പ്രവാഹമാകും. ചിലപ്പോൾ ഇത്തിൾക്കണ്ണിയായി ഹൃദയത്തിൽ കൊരുത്തുകിടക്കും. എന്നാൽ പ്രണയം ചിലപ്പോൾ മൗനത്തിന്റെ ഭാഷയായിരിക്കും. അപ്പോഴത് ഉന്മത്തമാകും. പരിത്യാഗം ചിലപ്പോൾ ഉന്മാദത്തിലേക്കു കൊണ്ടുപോകുന്നതും അതുകൊണ്ടുതന്നെ.

കൂട്ടുകാരന്റെ കുട്ടിയുടെ പിറന്നാളാഘോഷത്തിനിടെ ഒരു മൂലയിൽ തനിച്ചുനിന്ന രാഘവന്റെ സമീപത്താണ് ചെറിയൊരു സന്ദേഹവുമായി നന്ദിനി നടന്നെത്തിയത്.

പിറന്നാൾ പണ്ടും ബലൂണും കേക്കും ആഘോഷവുമായിരുന്നോ എന്നു ചോദിക്കു മ്പോൾ തനിക്കത് പേടിയായിരുന്നുവെന്നാണ് രാഘവനോർമ്മിച്ചത്. മുത്തച്ഛൻ സമ്മാനമായിക്കൊടുത്ത നേരിയ പിറന്നാൾ മുണ്ടുമായി അമ്പലത്തിൽ തൊഴാൻ പോകുമ്പോൾ തന്റെ ചുവന്ന കോണകം കൂട്ടുകാർ കാണുമെന്നോർത്തുള്ള നാണക്കേ ടിന്റെ പേടിയായിരുന്നു. അഞ്ജലി ഇളാമേനോന്റെ ശങ്കരൻകുട്ടിയുടെ പിറന്നാൾ എന്ന ചിത്രത്തിലെ നായകനെപ്പോലെ ഇളിഭ്യനായിനിന്ന രാഘവനെ നന്ദിനിക്കു ബോ ദ്ധ്യമായി. വാക്കുകൾ കാന്തങ്ങളായി ഹൃദയത്തെ പിടിച്ചെടുത്തു. പിന്നീട് പ്രായമന്വേ ഷിക്കുമ്പോഴുള്ള ശ്രീനിവാസൻ ഡയലോഗ്. ഇരുപത്തിരണ്ട് വയസ്സുള്ള നന്ദിനി പോയിട്ടും വഴിതെറ്റാതെ തന്റെ ഭ്രമണപഥത്തിലവൾ ഉടൻ തിരിച്ചെത്തുമെന്ന് അൻപതു വയസ്സിന്റെ മൂപ്പിൽ രാഘവൻ ചിന്തിച്ചു. പിന്നീടവൾ അവിവാഹിതന്റെ കൂടെ സ്കൂട്ടറിൽ ലിഫ്റ്റ് ചോദിച്ചുവാങ്ങി ഒരു യാത്ര. യാത്രയിൽ കന്യകയുടെ കൈകൊണ്ടു ള്ള സ്പർശം. അത് വയറിന്റെ ഇടതുവശത്താണെങ്കിലും യാത്രയിൽ ഹൃദയം അങ്ങോ ട്ടുമാറിയിരുന്നു മിടിച്ചു.

ചൈത്രമാസപൗർണ്ണമിയിലെ ആകാശം കാണാൻ ജവഹർലാൽ നെഹ്റു സ്റ്റേ ഡിയത്തിലെ പുൽത്തകിടിയിലെ ഒത്ത നടുക്ക് അവർ ഇരുന്നു. അവിടെവെച്ചാണ് കോളേജിൽവെച്ച് താൻ പ്രേമിച്ച പെണ്ണിന്റെ മുഖം ഓർത്തെടുക്കാനുള്ള പാട് രാഘവൻ പറഞ്ഞറിയിച്ചത്. ഓർക്കുന്നത് കെ വി രാമകൃഷ്ണന്റെ 'കോളേജിൽ വീണ്ടും' എന്ന കവിതയാണ്. അഞ്ജലി ഇളാമേനോന്റെ പെയിന്റിങ്, കാലം ചുരുക്കി കവിത യാക്കിയ പ്രേമം, ഗബ്രിയേൽ ഗാർസ്യ മാർക്വേസ് എന്ന വി കെ എൻ രാഘവന്റെ വാക്കുകളുടെ താളത്തിലും സ്പന്ദത്തിലും നന്ദിനി അകലം കുറച്ചു. അറിയായ്മയുടെ തി രശ്ശീലകൾ വകഞ്ഞുമാറ്റി. അതിന്റെ ഇണക്കത്തിൽ രാഘവന്റെ മടിയിൽ തലവെച്ച് പുല്ലിൽ നന്ദിനി നിവർന്നുകിടന്നു. ചൈത്രപൗർണ്ണമി രാഘവനു കാണിച്ചുകൊടുത്തു. അതിന്റെ നിറവിലാണ് രാഘവൻ തലകുനിച്ച് മടിയിൽക്കിടന്ന നന്ദിനിയെ ഉമ്മവെ ച്ചത്. ദൈവസ്പർശത്തിന്റെ മുദ്രയായി അവൾ അതു സ്വീകരിച്ചു. പിന്നീടവർ കണ്ണടച്ചു ചുംബിച്ചുകൊണ്ടിരുന്നു. കണ്ണുതുറന്നപ്പോൾ സ്റ്റേഡിയത്തിലെ ഫ്ളഡ്ലൈറ്റുകൾ മുഴുവനും തെളിഞ്ഞിരുന്നു. പ്രണയം പൊട്ടിവീണ രാത്രിയെ മാധവൻ വെളിച്ചത്തിന്റെ രാത്രിയാക്കി. ചൈത്രപൗർണ്ണമിയുടെ നിലാഭംഗിയും ഫ്ളഡ്ലൈറ്റുകളുടെ അഭൗമ കാന്തിയും എഴുപത്തയ്യായിരം കാണികളുടെ കൈയടിയും. ശബ്ദവും വെളിച്ചവുമയച്ചു കാമദേവൻ പ്രണയത്തെ സാന്ദ്രമാക്കി. എല്ലാം യാദൃച്ഛികമായിരുന്നു. നന്ദിനിയെ കണ്ടുമുട്ടിയത്. സ്റ്റേഡിയത്തിലെ പുൽമൈതാനിയിലെ ചൈത്രപൗർണ്ണമി. മനസ്സിൽ നിറഞ്ഞു പെയ്ത ചാന്ദ്രനിലാവ്. അവിടേക്കാണ് ചുംബനമുദ്രയായി വെളിച്ചത്തിന്റെ കാന്തികപ്രസരമുണ്ടായത്. എന്നാലത് കാണിയായ ഒരേയൊരു സഹൃദയന്റെ മാജി ക്കായിരുന്നു. പ്രണയത്തിന്റെ കാവല്ക്കാരനായി നിന്ന വയസ്സൻ കാമദേവനാണ് സ്റ്റേ ഡിയത്തിലെ സ്വിച്ച്റൂമിൽ നിന്ന് വെളിച്ചമയച്ചു കൊടുത്ത് കൈയടിയോടെ അവരുടെ പ്രണയത്തെ വരവേറ്റത്. സ്പർശത്തിൽ മുഴുകുമ്പോൾ പ്രണയത്തിന് കണ്ണും കാതുമില്ല. പ്രായം തീരെയില്ല. പ്രണയിച്ചുകൊണ്ടിരിക്കുന്ന നിമിഷത്തിൽ ഇണകൾക്ക് ഹൃദയ മിടിപ്പു പോലുമില്ല. ഏതോ വൈദ്യുത പ്രസരംപോലെ സ്നേഹത്തിന്റെ കാന്തികശ ക്തി പ്രവഹിച്ചുകൊണ്ടിരിക്കും. അത് പുതിയ ഊർജ്ജമാണ് ഇണകളിൽ നിറയ്ക്കുക. അതവരെ സാഹസികളാക്കുന്നു. സഹൃദയരുമാക്കുന്നു. ആയിരം സൂര്യപ്രഭയിൽ വെ ട്ടിത്തിളങ്ങിയ സ്റ്റേഡിയത്തിന്റെ നാലു ഭാഗത്തേക്കും നോക്കി താണുതൊഴുത്

രാഘവൻ രംഗാഭിവാദ്യം ചെയ്തു. വെളിച്ചമിട്ട് സഹായിച്ച മനുഷ്യന്റെ നേരമ്പോക്കിന്റെ പോസ്റ്റുമോർട്ടമായിരുന്നു പിന്നീടവരുടെ പ്രണയത്തിന്റെ പയ്യാരങ്ങളിൽ കൂടുതൽ നടന്നത്. പ്രണയത്തിൽ വാക്കുകളുടെ അർത്ഥം നശിക്കുന്നു. വെറുതെ ചിലയ്ക്കുന്ന കിളികളായി ഇണകൾ മാറുന്നു. പ്രണയവർത്തമാനം കിളിപ്പേച്ചുകളാണ്. നോക്കിയും നോക്കാതിരുന്നും മൊഴിയുന്ന കന്മഷമില്ലാത്ത കിളിച്ചൊല്ലുകൾ, കിളികളെപ്പോലെ കാണുന്നവർക്കൊരു കൗതുകക്കാഴ്ചയും.

പ്രണയത്തിൽനിന്ന് ഒരിക്കലും ഒഴിവാക്കാൻ കഴിയാത്ത ഒന്നാണ് രതി. പ്രണയത്തെ ദൃഢപ്പെടുത്തുന്നത് ഒരുപക്ഷേ, രതിയാവണം. മനസ്സിന്റെ ഉള്ളടരുകളെ ഖനനം ചെയ്യുന്ന യാത്രയാണ് പ്രണയം. അപ്പോൾ ശരീരത്തിന്റെ സ്ഥലരാശികളെക്കുറിച്ച് സുതാര്യമായി അറിഞ്ഞിരിക്കുന്നത് നന്നായിരിക്കും. അല്ലെങ്കിലും മനസ്സിലേക്കു കയറാനുള്ള വഴിയാണ് ശരീരം. അറിയുക എന്നതാണ് പ്രധാനം. രാഘവന്റെ യാത്രകൾ അതു പകർന്നുതരുന്നു. നന്ദിനിയെ കണ്ടുമുട്ടിയ രാത്രി അത്ഭുതങ്ങളുടെ രാത്രിയായിരുന്നു. സ്നേഹത്തിന്റെ ഒരുപാട് ഭൂഖണ്ഡങ്ങൾ രാഘവനായി കാത്തിരുന്നു. സ്റ്റേഡിയത്തിൽനിന്ന് നേരേ അവർ വന്നത് നന്ദിനിയുടെ ഫ്ളാറ്റിലേക്കായിരുന്നു. അവിടെ ജീവിതത്തിന്റെ ചലനമുണ്ടായിരുന്നു. കട്ടിലിന്റെ താഴെക്കിടന്ന അവളുടെ നൈറ്റി. ജനൽപ്പടിമീതെ പാതിതുറന്നുവെച്ച പുസ്തകം. ഇങ്ങനെ ചടുലമായ ജീവിതതാളം രാഘവൻ കണ്ടെത്തി. അന്നത്തെ രാത്രിയുടെ മൗനത്തിൽ രാഘവൻ നന്ദിനിയുമായി ഉറങ്ങാൻ കിടന്നു. നന്ദിനിയുടെ കന്യകാത്വത്തെ രാഘവനറിഞ്ഞു. അവർ കെട്ടിപ്പിടിച്ച് കുറെനേരം ചിരിച്ചു. ചിരി അവസാനിച്ചതുമുതൽ രാഘവൻ നന്ദിനിയുടെ ശരീരം അറിയുവാൻ തുടങ്ങി. ദേശാന്തരികൾ പുതിയ സ്ഥലങ്ങൾ കണ്ടെത്തുന്നതുപോലെ അയാൾ അവളുടെ ശരീരത്തിലൂടെ സഞ്ചരിച്ചു. ആരും കടന്നുചെല്ലാത്ത അവളുടെ ചെവിയുടെ പുറകിലെ മെഴുക്കിന്റെ ത്രികോണങ്ങൾ. അവളെ തിരിച്ച് കിടത്തി, പുറകുവശത്ത് താഴെ നട്ടെല്ലിന്റെ അപ്പുറത്തും ഇപ്പുറത്തുമായി സ്ഥിതിചെയ്യുന്ന രണ്ടു രാശിക്കാക്കുഴികൾ പരിശോധിച്ചു കൊണ്ടിരിക്കുമ്പോൾ നന്ദിനി പറഞ്ഞു: 'നിങ്ങൾ എന്നെ പോസ്റ്റുമോർട്ടം ചെയ്യുകയാണ്.'

ശരീരത്തിന്റെ ഏണും കോണും അറിയാനുള്ള തിടുക്കമാണ് രാഘവന്. ഒപ്പം അതിന്റെയുള്ളിലെ ഹൃദയത്തിന്റെ ആഴവും മിടിപ്പുംകൂടി അറിയണമായിരുന്നു. ഉപരിബോധമാണ് പിന്നീട് ഇണക്കുത്തുകളായി മാറുന്നത്. ഒന്നുമൊന്നും അറിയാതെയിരിക്കുക. ഭാവനയിൽ ജീവിക്കുക. അതൊക്കെ എളുപ്പത്തിൽ ജീവിതത്തെ വിരസമാക്കും. എന്നാൽ രതിപോലും അറിയാനുള്ള ആകാംക്ഷയാകുമ്പോഴാണ് ഏറ്റം സുഖകരമാകുന്നത്. എങ്കിൽ മാത്രമേ ഇണയുടെ ഹൃദയം വഴങ്ങിക്കിട്ടുകയുള്ളൂ. അത് നന്ദിനി പറയുന്നുണ്ട്. 'കുറച്ചുകഴിഞ്ഞാൽ ഞാൻ പറയാൻപോകുന്ന കാര്യങ്ങളും എന്റെ മുഖത്ത് ഉണ്ടാകാൻ പോകുന്ന ചുളിവുകളും എല്ലാം നിങ്ങൾക്ക് മുൻകൂട്ടി ഊഹിക്കുവാൻ സാധിക്കും. അപ്പോഴാണ് നിങ്ങൾ പൂർണ്ണമായും എന്റേതാകുന്നത്.' പരസ്പരമൊന്നാകുന്ന ലയത്തിന്റെ മുന്നൊരുക്കമാണ് രതി. പാരസ്പര്യവും ജാഗ്രതയും കരുതലുമാണ് ആഴത്തിലുള്ള രതിയുടെ ഘടന നിശ്ചയിക്കുന്നത്. കന്യകയായ നന്ദിനിയെ അനുഭവിക്കുമ്പോൾ ആ ബോദ്ധ്യം രാഘവനുണ്ടായിരുന്നു. എന്നിട്ടും ആദ്യമായി സ്ത്രീയുടെ സ്വത്ത് ധൂർത്തടിച്ചതിന്റെ കുറ്റബോധത്തിൽ അവൾ കരയുന്നുണ്ട്. ആ കണ്ണുനീരാണ് പ്രണയത്തിന്റെ പശ. അത് പ്രണയത്തെ ബലപ്പെടുത്തുന്നു. അതാണല്ലോ പിരിയാൻ നേരം ഇരുവരും സഹിക്കാൻ കഴിയാതെ സങ്കടപ്പെട്ടത്.

വിശ്വാസ്യത പ്രണയത്തിന്റെ മറ്റൊരു ബലതന്ത്രമാണ്. ഇണകളിലൊരാൾ വേറൊരാളെ അറിയുന്നതും ഓർമ്മിക്കുന്നതും സഹിക്കാൻ കഴിയില്ല. ആ അറിവ് ഉറക്കം കെടുത്തുക തന്നെ ചെയ്യും. ചിലപ്പോളത് പകയായി മാറുകയും ചെയ്യും. ഈ കഥയിൽ രസകരമായി മാധവൻ അതവതരിപ്പിക്കുന്നുണ്ട്. രതി കഴിഞ്ഞ് പാതി ഉറങ്ങിയ രാഘവനെ നന്ദിനി വിളിച്ചുണർത്തിയിട്ട്, 'നിങ്ങൾക്ക് പല പെൺകുട്ടികളെയും അറിയാം അല്ലേ? എത്ര ആധികാരികമായാണ് നിങ്ങൾ പെൺകുട്ടികളെപ്പറ്റി പറയുന്നത്.' അതിനെ രാഘവൻ നേരിട്ടത് ഇങ്ങനെയാണ്: 'നിനക്ക് പല ആണുങ്ങളെയും അറിയാമല്ലോ. ദില്ലി ചുറ്റിക്കാണിക്കുവാൻ ഒശ്ശാരം നിന്ന പല പല ആൺതുണകൾ.' ഉറക്കം കെടുത്തുന്ന, കൊല്ലാൻ തോന്നിക്കുന്ന അസൂയയാണ് ഇരുവരും അനുഭവിച്ചത്. അതിൽ പരസ്പരം നന്ദിയുള്ളവരാകുന്നു. കാരണം ഉറക്കം കെടുത്തുന്ന, ഇത്തരം അസൂയകളാണ് പ്രണയത്തെ ദൃഢപ്പെടുത്തുന്നതെന്ന അറിവ് അവർക്കുണ്ടായിരുന്നു. നന്ദിനിയും രാഘവനും ആദ്യമായാണ് ഇണയെ അറിയുന്നതെന്ന നിഷ്കളങ്കതയെ തൊട്ടുകൊണ്ടാണ് മാധവൻ ആ സന്ദർഭം ചിത്രീകരിച്ചത്.

'ശേഷം' എന്ന കഥയിൽ അത് പകയായി മാറുന്നത് അടയാളപ്പെടുത്തുന്നുണ്ട്. ഭാര്യയറിയാതെ തന്റെ സ്വകാര്യതയിൽ പ്രണയിനിയെ സൂക്ഷിച്ച മുകുന്ദൻ. ഒടുവിൽ അയാളുടെ അപകടമരണത്തിനുശേഷം കാമുകിയെ ഭാര്യ തിരിച്ചറിയുമ്പോൾ, തനിക്കു നല്കിയ സ്നേഹത്തേക്കാൾ കഴഞ്ചെങ്കിലും അധികമായി കാമുകിക്കു കൊടുത്തുവെന്നറിയുമ്പോൾ അനുഭവിക്കുന്നൊരു പുകച്ചിലുണ്ട്. തനിക്ക് ചിക്കൻപോക്സ് വന്നപ്പോൾ കൂട്ടിരുന്നു ശുശ്രൂഷിക്കുകയും ആര്യവേപ്പിന്റെ ഇലകൾ തേടിക്കൊണ്ടുവന്നു കുളിപ്പിക്കുകയും ചെയ്തു. പനി മാറി കുളിച്ചപ്പോൾ ക്യാമറയും തൂക്കി ഒരാഴ്ച കഴിഞ്ഞ് വരാമെന്നു പറഞ്ഞു തനിച്ചു കാറോടിച്ചുപോയ മുകുന്ദൻ ഭാര്യയുടെ മനസ്സിലുണ്ട്. അതേ അനുഭവം കാമുകി പങ്കുവെച്ചപ്പോൾ ഭാര്യ തിട്ടുക്കപ്പെട്ട് കടന്നുകയറി പനിമാറിയപ്പോൾ നിന്നെ ഉപേക്ഷിച്ച് ഒറ്റയ്ക്ക് കാറോടിച്ച് ആഴ്ചകളോളം മറഞ്ഞ മുകുന്ദൻ എന്ന് പറഞ്ഞവസാനിപ്പിക്കുന്നുണ്ട്. 'അല്ല. പനി മാറിയപ്പോൾ, എനിക്ക് വിശ്രമിക്കാൻ ധരംശാലയിലെ മക്‌ലോയിഡ് ഗഞ്ചിലേക്ക് കാറിൽ എന്നെ കൂട്ടിക്കൊണ്ടുപോയ മുകുന്ദൻ' എന്നു കാമുകി അതിനെ തിരുത്തിയപ്പോൾ ഭാര്യ മുകുന്ദനെയോർത്ത് ദേഷ്യംകൊണ്ട് ഭ്രാന്തുപിടിച്ചുപോകുന്ന കാഴ്ച കരുത്തോടെ ആവിഷ്കരിച്ചിട്ടുണ്ട്. പ്രണയത്തിന്റെ വഞ്ചനയാണത്. ഒരാളുമായി ഹൃദയം പങ്കിട്ടുകൊണ്ട് അവിടെ മറ്റൊരാളെ ഒളിപ്പിക്കുന്നത് ആർക്കും സഹിക്കുകയില്ല. താനറിയാതെ മറ്റൊരാൾ ഇണയുടെ ഹൃദയത്തിലുണ്ടോ എന്ന സന്ദേഹം പ്രണയത്തിലുടനീളമുണ്ട്. ഇല്ല എന്നുറപ്പുവരുമ്പോഴാണ് ശരിക്ക് ഉറങ്ങാൻ കഴിയുന്നത്. അതറിയാനാണ് നട്ടപ്പാതിരയിൽ രാഘവനെ ഉറക്കത്തിൽനിന്നും നന്ദിനി വിളിച്ചുണർത്തിയത്.

വിരഹം പ്രണയത്തിന്റെ കനത്ത വ്യഥയാണ്. അതൊരു നിസ്സഹായത കൂടിയാണ്. കാണുകയും അറിയുകയും ചെയ്തൊരാളെ ഒരു നിമിഷം പിരിഞ്ഞിരിക്കുക ദുസ്സഹമാണ്. കാണാൻ ഹൃദയം മുന്നോട്ടു കുതിക്കും. ഒന്നു തൊടാൻ കണ്ണുകൾ അകലങ്ങളിലേക്കു പായും. ഒരറിവുമില്ലാത്ത അവസ്ഥ മനസ്സിനെ ഞെക്കിപ്പിഴിയും. ജോലിസംബന്ധമായി ഒരാഴ്ച ബോംബെയ്ക്കുപോയ രാഘവൻ വിളിക്കാമെന്നു പറഞ്ഞിട്ട് വിളിച്ചിരുന്നില്ല. നന്ദിനി ഒരാഴ്ച ലീവെടുത്തു ടെലിഫോണിന്റെ ചുവട്ടിൽ കാത്തിരുന്നു. ഉറങ്ങിയതുപോലും അതിനടുത്ത്. ഒരാഴ്ച കഴിഞ്ഞുള്ള രാഘവന്റെ ടെലിഫോൺമണിയാണ് കനത്ത ഏകാന്തതയെ മുറിച്ചത്. ഹൃദയം നിറഞ്ഞ സ്നേഹത്തെ ഭാഷയില്ല

ടെപോലുമല്ല മാധവൻ വെളിപ്പെടുത്തിയത്. വാക്കുകൾ ചിന്തിക്കാൻ പ്രേരിപ്പിക്കു മ്പോൾ സ്നേഹം അഴിഞ്ഞുപോയല്ലോ എന്ന ഭയന്ന് രാഘവൻ ശബ്ദം മാത്രം പുറത്തുവിട്ടു. അവളോടുള്ള പ്രണയം അർത്ഥമില്ലാതെ വെളിപ്പെടുത്തുന്ന ശബ്ദങ്ങൾ. ചിന്തയ്ക്ക് പിടികൊടുക്കാത്ത നിഷ്കളങ്കമായ ശബ്ദങ്ങൾ. നന്ദിനിയെ കെട്ടിപ്പിടിച്ചുകൊ ണ്ട് രാഘവൻ ഒടുവിലറിയിച്ചതിങ്ങനെയാണ്: 'എന്റെ മനസ്സ് നിറച്ച നീയാണ്. ആ വിചാരത്തിൽ വ്യാകരണം പാടില്ല. എന്റെ മനസ്സ് അതിന്റെ പാട്ടുനോക്കി ചിലയ്ക്കട്ടെ.' പ്രണയത്തിന്റെ വ്യാകരണം ഭാഷയ്ക്ക് പിടി നല്കുന്നതല്ല എന്ന സൂചിപ്പിച്ചുകൊണ്ട് അതിന്റെ അവ്യാഖ്യേയഭംഗിയെ വെളിപ്പെടുത്തുകയാണിവിടെ. ഇത് പ്രേമത്തെക്കുറി ച്ചുള്ള ഗാഢമായ ചിന്തയാണ്. ഹൃദയംനിറഞ്ഞ സ്നേഹത്തെ വെളിപ്പെടുത്താൻ ഭാഷ എത്ര പരിമിതമായ മാദ്ധ്യമമാണെന്ന തിരിച്ചറിവിനെ സമർത്ഥിച്ചുകൊണ്ട് കാളിദാസനെ ഒരുവട്ടംകൂടി പ്രണമിക്കുകയാണ്.

പ്രണയത്തിന്റെ തിളങ്ങുന്ന ഓർമ്മകളാണ് പ്രണയികൾ കൈമാറുന്ന സ്നേഹ സമ്മാനങ്ങൾ. പ്രണയം നഷ്ടപ്പെടുന്ന നിമിഷങ്ങളിലാണ് അതിന് മാറ്റുകൂടുക. അതു കാണുമ്പോൾ പ്രണയകാലം കുതിച്ചെത്തും. അതിനുവേണ്ടി ഫ്ളാറ്റിൽ അരിച്ചുപെറു ക്കുന്നുണ്ട്. നന്ദിനിയുടെ ഓർമ്മയെ തിരിച്ചുകൊണ്ടു വരുന്നതെന്തെങ്കിലും അടയാള ങ്ങൾ അവശേഷിച്ചിട്ടുണ്ടോ എന്നറിയാൻ. അവസാനം അടുക്കളയുടെ ചുമരിൽ ചാ രിനിർത്തിയിരുന്ന ശിവപാർവ്വതിമാരുടെ ചില്ലിട്ട ചിത്രം രാഘവൻ കണ്ടുപിടിച്ചു. നന്ദിനിയുടെ ഓർമ്മയും അനുഭവവുമായി അതു മാത്രമാണിവിടെ അവശേഷിച്ചത്. അതിൽ ഒരു പ്രണയകാലം ഭംഗിയിൽ തെളിഞ്ഞുവരുന്നുമുണ്ട്. ദൈവങ്ങളിൽ ഏറ്റ വുമിഷ്ടം ഈ പ്രണയികളാണെന്നു പറഞ്ഞുകൊണ്ടാണ് നന്ദിനി ചിത്രം കൊണ്ടുവന്ന ത്. അതിനു കാരണവും അവൾ നിരത്തി. ഏറ്റവുമധികം സംസാരിക്കുന്നവർ, സ്നേ ഹത്തിന്റെ വലിപ്പം കൂട്ടുവാൻ ജന്തുരൂപങ്ങൾ ധരിച്ചവർ. കാലസ്വത്വങ്ങൾ മറികടന്ന് പ്രണയമറിഞ്ഞ കാലഭൈരവൻ. ആ ഓർമ്മ തരളിതമാക്കിയപ്പോൾ നന്ദിനിയെ രാഘവൻ കൈപിടിച്ച് ചരിത്രത്തിലേക്കു നടന്നു. പ്രണയിനിക്ക് നല്കാവുന്ന വലിയ സമ്മാനം അവളുടെ ആഗ്രഹങ്ങൾ സഫലമാക്കുന്നതാണ്. ഇണയുടെ വാക്കുകൾക്ക് കാതുകൊടുക്കുന്ന ഒരാൾക്കേ അതിനു കഴിയൂ. ജർമ്മനിയിലെ നാസി ഭരണകാലത്ത് ഹെർമ്മൻ എന്നും ഇർമ്മ എന്നും പേരു സ്വീകരിച്ച് ചരിത്രത്തിന്റെ വാതിൽ തുറന്ന് അവർ പറന്നുപോയി. അവിടെ ബെർലിനിലെ പാർക്കുകളിൽ, ഗ്രൂനെവാൾഡ് പാർ ക്കിൽ, ടിയർഗാർറ്റനിൽ ഓക്കുമരത്തിന്റെ കീഴിൽ ഇർമ്മ ഹെർമ്മന്റെ മടിയിൽ തല വെച്ചു കിടന്നു. ചിലപ്പോൾ സ്പ്രീ നദിയുടെ തീരത്ത് നദിയിലേക്കു നോക്കിയിരുന്നു. പ്രണയികളുടെ മനസ്സ് കാറ്റത്തെ കരിയിലപോലെയാണ്. എവിടെയും ഭാരമില്ലാതെ പറന്നെത്തും. അപരിചിത ഭൂഭാഗങ്ങൾ ഭാവനകൊണ്ട് അളന്നുതീർക്കും. സംഗീതത്തി ന്റെ ചിറകിലേറി സഞ്ചരിക്കും. ഒരു ഭൂഖണ്ഡവും അവർക്കന്യമല്ല. ചരിത്രവും രാഷ്ട്രീയവും അവർക്കറിയാത്തതല്ല. പ്രണയികൾ ശിവപാർവ്വതിമാരെപ്പോലെ വാഗർത്ഥങ്ങളായി ഇണചേർന്നിരിക്കും. വൈലോപ്പിള്ളിയുടെ 'ഊഞ്ഞാലിൽ' എന്ന കാവ്യത്തിലെ പ്ര ണയികൾ ശാകുന്തളത്തിലെ പ്രണയസാക്ഷാൽക്കാരങ്ങളിലേക്ക് ഫ്ളാഷ്ബാക്കി ലെന്ന പോലെ തിരിച്ചുപോകുന്നുണ്ട്. ഈ കഥയുടെ രചനയിൽ മാധവൻ മഹാകവി യുടെ മനസ്സുകൊണ്ട് പ്രണയത്തിന്റെ അഗ്നിതുല്യമായ ചൈതന്യത്തെ കടഞ്ഞെടുക്കുന്നു.

'ആയിരത്തിരണ്ടാമത്തെ രാവ്' എന്ന പ്രണയകഥ മാധവൻ പറഞ്ഞു തുടങ്ങിയത്

ഷഹറസാദിന്റെ കഥ പറഞ്ഞുകൊണ്ടാണ്. ആയിരം മാസങ്ങളേക്കാൾ ഉദാത്തമായ ഒരു രാത്രിയുള്ളതുപോലെ ഏറ്റവും ഭയാനകമായ ഒരു രാത്രിയും ഉണ്ടാകും. അത് ഷഹറസാദിന്റെ ആയിരത്തിരണ്ടാമത്തെ രാവായിരിക്കും. അന്നവൾക്ക് കഥ പറയേണ്ടതില്ല. കഥയില്ലെങ്കിൽ തന്റെ കഥ കഴിയുമെന്ന ഭീതിവേണ്ട. കലയും കാമവും അതിജീവനവും സാന്ദ്രമാക്കിയ ആയിരത്തൊന്നു രാത്രികൾക്കു ശേഷമുള്ള രാത്രി മടുപ്പിന്റെയും ഏകാന്തതയുടെയും രാത്രിയാണ്. അതവളെ വല്ലാതെ അലോസരപ്പെടുത്തിയിട്ടുണ്ടാവും. അത്ര ഭീതിദമായ രാത്രിയിലാണ് രാഘവൻ നന്ദിനിയെ വേർപിരിഞ്ഞത്. പ്രേമം ഘനീഭവിച്ച് മൗനം കനത്തപ്പോൾ വേർപിരിയാൻ അവർ തീരുമാനിച്ചു. ദില്ലിയിലെ സഫ്ദർജങ്ങിന്റെ ശവകുടീരത്തിനടുത്തു വേർപിരിയുന്ന വഴിക്കവലയിൽവെച്ച് നിശ്ശബ്ദമായി അവർ പിരിഞ്ഞുപോയി. പ്രണയത്തിന്റെ പരിത്യാഗത്തിൽ മൗനമായി പിണച്ച വിരലുകൾ വേർപെടുത്തി പിരിഞ്ഞുപോയി. അവരെ സംബന്ധിച്ച് അത് കനത്ത ഏകാന്തതയുടെ രാവായിരുന്നു. ഷഹറസാദിന് ആയിരത്തിരണ്ടാമത്തെ രാവുപോലെ. അവിടേക്കാണ് പിന്നിട്ട പ്രണയനിമിഷങ്ങൾ തിരനോട്ടം നടത്തിയത്. പ്രണയത്തിന്റെ സത്യവും ആഴവും തിരിച്ചറിഞ്ഞത് ഉറക്കമില്ലാത്ത ആ കനത്ത രാത്രിയിലാണ്.

ഷഹറസാദിന് ഭയപ്പെടാതെ, കഥ മെനയാതെ ഉറങ്ങാൻ കഴിയുന്ന രാത്രി ഭീതിദമായതെന്തുകൊണ്ടാണെന്ന് നിദ്രാവിഹീനമായ രാത്രിയിൽ രാഘവൻ ചിന്തിച്ചുപോകുന്നു. തന്റെ ജീവനുമേൽ തൂങ്ങിക്കിടന്ന വാളിൽ നിന്ന് മോചനം നേടിയ രാത്രിയിലാണ് ഭാവനകൊണ്ടു മെനയാത്തൊരു കഥ അവളിൽ വിങ്ങിയത്. തന്റെ ജീവനിൽ സത്യം നിറച്ചുവെച്ച കഥ കേൾക്കാൻ ആരും തയ്യാറാകുന്നതേയില്ല. ആ കഥയുടെ നേരേ എല്ലാവരും കണ്ണടയ്ക്കുകയാണ്. ഭാവനയുടെ സൗന്ദര്യമില്ലാത്ത കഥ കഥയാണോ എന്ന ചോദ്യവും ഇവിടെ അവശേഷിക്കുന്നുണ്ട്. എല്ലാ വികാരങ്ങളുമൊഴിഞ്ഞു ശൂന്യമായ രാത്രിയിൽ കഥ പറയാനാകാത്തതിന്റെ കഠിനവ്യഥയാണ് ഷഹ്റസാദിന്റെ രാത്രിയെ ഭീതിദമാക്കിയത്. രാഘവൻ പ്രണയത്തിന്റെ സത്യവും തിരിച്ചറിഞ്ഞത് അതിലൂടെയാണ്. ജീവിതത്തെ പ്രിയതരമാക്കിയ പ്രണയം അതിന്റെ മൗനത്തിലാണ് അർത്ഥപൂർണ്ണമാകുന്നത്. പ്രണയം ജീവിതത്തിന്റെ സത്യമായിത്തീർന്നപ്പോഴാണ് നന്ദിനിയുമായി വേർപിരിയാൻ തോന്നിയത്. പരിത്യാഗത്തിന്റെ നിശ്ശബ്ദമായ ഏകാന്തത കഠിനമാക്കിയ രാത്രി പിന്നിടുമ്പോഴാണ് പുറത്തു വാതിലിന്മേൽ മുട്ടുകേട്ടത്. അത് പ്രണയമില്ലാതെ ഒറ്റരാത്രിപോലും കഴിയാനാകാതെ തിരികെ ഓടിവന്ന നന്ദിനിയായിരുന്നു. വാതിൽ തുറന്ന് അവളെ അടക്കം പിടിച്ച് മൂർദ്ധാവിൽ ഉമ്മവെച്ചപ്പോൾ പ്രേമത്തിന് അർത്ഥവും ശക്തിയും നല്കിയ ജീവിതത്തിന്റെ ആഴമാണ് രാഘവൻ മനസ്സിലാക്കിയത്. ആ അറിവിന്റെ ഗഹനതയിലും ശുദ്ധിയിലുമാണ് ഉടലുമുയിരുംകൊണ്ട് ഇരുവരും വീണ്ടും ഒന്നാകുന്നത്. കഥയ്ക്ക് സൗന്ദര്യം നല്കുന്ന ഭാവനപോലെ രതി പ്രണയത്തെ സുന്ദരമാക്കുന്നു. ഉപാധികളൊന്നുമില്ലാതെ സിരകളിൽ നീറിപ്പിടിക്കുന്ന തേജോമയമായ പ്രണയത്തിന്റെ തീക്ഷ്ണാനുഭവത്തെ ജീവനരികിൽ ചേർത്തുവെക്കുന്ന ഇതുപോലെ മറ്റൊരു പ്രണയകഥ മലയാളത്തിലുണ്ടോയെന്ന് വിനീതമായി സന്ദേഹിച്ചുപോകുന്നു.

പ്രണയം

പകയുടെ ചതുരംഗം

മനുഷ്യനെ ആത്മാവില്ലാത്ത ജീവികളാക്കി പരിവർത്തിപ്പിച്ചതിൽ മുഖ്യപങ്ക് ഉപഭോഗ സംസ്കാരത്തിനുണ്ട്. അതുവരെ മൂല്യത്തിന്റെ ഒരംശം ജീവിതബന്ധങ്ങളിൽ നിലനില്ക്കുന്നുണ്ട്. ആഗ്രഹിക്കുന്നതെന്തും സ്വന്തമാക്കി അനുഭവിക്കാവുന്ന അവസ്ഥ മനുഷ്യരെ ഒറ്റയാനാക്കി. പുതിയ സാങ്കേതികമാനങ്ങൾ ജൈവികഭാവങ്ങളെ അസംബന്ധമാക്കുകയുണ്ടായി. സമൂഹത്തിൽ തന്നെ ഒളിഞ്ഞിരിക്കാനും സഹജീവികളെ ചതിച്ചുകൊണ്ട് ചൂഷണം ചെയ്യാനുമുള്ള പ്ലാറ്റ്ഫോമായി ജീവിതസംസ്കാരം പരിണമിച്ചു. എല്ലാത്തരത്തിലുമുള്ള ബന്ധങ്ങളും സാങ്കേതികമായി മാത്രം നിലനിന്നു. മനുഷ്യന്റെ ഒറ്റപ്പെടൽ പൂർണ്ണമായി. പുതിയ ഏകാകിത സ്വാഭാവികമായിത്തന്നെ മനുഷ്യനിൽ പകയും പ്രതികാരവും വളർന്നു പന്തലിക്കാൻ കാരണമാകുന്നുണ്ട്. പൊതുവെ സമത്വത്തെയും സ്വാതന്ത്ര്യത്തെയും കുറിച്ചുള്ള കാഴ്ചപ്പാടുകൾ വിശാലമായി അവതരിപ്പിക്കുമെങ്കിലും ഉള്ളിൽ ആരോടെന്നില്ലാതെ ക്രോധം കെടാതെ സൂക്ഷിച്ചു. അവസരം കിട്ടിയാൽ ആരോടെന്നില്ലാതെ അതു പ്രയോഗിച്ചു. അടുക്കുന്നതിനെയെല്ലാം അഴിക്കണമെന്ന ചിന്ത വളരുകയും ചെയ്തു. മനസ്സിൽ പകയുടെ കെടാത്ത അഗ്നിയുമായാണ് ചെറുപ്പക്കാരായവർ സഞ്ചരിച്ചത്. അത്തരക്കാരുടെ മനസ്സും വാക്കും കർമ്മവും ഭാവനയിൽ പിടിച്ചെടുക്കാൻ ശ്രമിച്ച എഴുത്തുകാരിയാണ് സാറാജോസഫ്.

നവസംസ്കാരം പെണ്ണിനു നല്കിയ ചതിയുടെ പാഠങ്ങളെ സാഹിത്യത്തിൽ വേണ്ടവിധത്തിൽ വീണ്ടെടുക്കുന്നതിൽ സാറാജോസഫിനു ചെറുതല്ലാത്ത പങ്കുണ്ട്. ചൂഷണത്തിന്റെ ഇരകളായി വേഗത്തിൽ മാറുന്ന പെണ്ണിന്റെ ജീവിതസ്പന്ദങ്ങൾ നേരിട്ടു പകർന്നുതന്നു. പ്രായഭേദങ്ങളില്ലാതെ പെൺശരീരങ്ങളെ പലതരത്തിൽ വേട്ടയാടുന്ന

പുരുഷന്റെ വിരുതു നിറഞ്ഞ മുഖം അനായാസേന കഥകളിൽ വരഞ്ഞുവെച്ചു. തക്കം കിട്ടുമ്പോഴൊക്കെ മനുഷ്യരും മൃഗങ്ങളും കയറിയിറങ്ങുന്ന വഴിയമ്പലമാണ് പെണ്ണുട ലെന്ന ചിന്തയെ ശക്തമായി അവതരിപ്പിച്ചു. എല്ലാ അതിക്രമങ്ങൾക്കും കടന്നു കയ റാനായി തുറന്നുവെച്ച വെറും ശരീരമായി പുതിയ സംസ്കാരത്തിൽ പെണ്ണ് തിരിച്ച റിയപ്പെട്ടു. അതിന്റെ ആധിയും വിങ്ങലും അവർ പല കഥകളിലും ഇഴപാകി നെയ്തെടുത്തിട്ടുണ്ട്. 'ഈ ഉടലെന്നെ ചൂഴുമ്പോൾ' എന്ന കഥയിലെ രാധാമണി തന്റെ ശരീരത്തെ ഒരു കുരുക്കായും കെണിയായും തിരിച്ചറിയുന്നുണ്ട്. പതിയിരുന്നു തന്നെ പുരുഷന്റെ ബലാല്ക്കാരങ്ങൾക്ക് വിധേയമാകുന്ന കുരുക്ക്. ആ കുരുക്കിൽനിന്നും നിയമേന രക്ഷപ്പെടാൻ കഴിയാത്ത അവസ്ഥ പെണ്ണിനുണ്ടെന്ന സന്ദർഭത്തെയാണി വിടെ കഥാകാരി ചർച്ച ചെയ്യുന്നത്. പ്രായത്തിന്റെ ഓരോ മാറ്റങ്ങളിലും പുരുഷന് പെ രുമാറാനുള്ള, ബന്ധങ്ങളുടെ ഒരു വിലക്കുകളെയും മാനിക്കാതെ മർദ്ദിക്കാനും ലാളി ക്കാനുമുള്ള വെറും ശരീരമായി തിരിച്ചറിയുന്ന പെണ്ണിന്റെ മാനസികമായ മരവിപ്പ് ശക്തമായി ആ കഥയിൽ ആവിഷ്കരിക്കുന്നുണ്ട്. ജീവിതത്തിന്റെ ഭാഗധേയങ്ങൾ വിസ്തരിച്ച് കാട്ടി, ദുഃഖത്തിന്റെയും സ്നേഹരാഹിത്യത്തിന്റെയും അനുഭവങ്ങളെ പെ രുപ്പിച്ചു കാട്ടി, പ്രണയമെന്ന കനി നിവേദിച്ച് അശിക്ഷിതമായ പ്രായത്തെ കലവറ യില്ലാതെ അനുഭവിക്കുന്ന പുരുഷന്റെ വേട്ട 'അവസാനത്തെ പെണ്ണ്' എന്ന കഥയിലും മുഖ്യ പ്രമേയമാകുന്നുണ്ട്. പുതിയ സംസ്കാരത്തിൽ പെണ്ണ് പ്രണയത്തിനായി ഏറ്റു വാങ്ങുന്ന ബലിമുഖങ്ങൾ സാറാജോസഫ് പല പ്രകാരത്തിൽ ആവിഷ്കരിച്ചിട്ടുണ്ട്.

പകയുടെ ചതുരംഗമായിട്ടാണ് 'പ്രണയം' എന്ന കഥ ചുരുൾ നിവർത്തിയത്. ഇവിടെ വാക്കുകൾ കുതിക്കാനിരിക്കുന്ന കരുക്കളായി അനുഭവപ്പെടാം. പ്രണയത്തി ലേർപ്പെടുന്നവർ പെട്ടെന്ന് ഒരു യുദ്ധമുഖം തുറക്കുകയാണ്. ചതുരംഗത്തിന്റെ ഇരുക ളങ്ങളിലും അഭിമുഖമായി നിന്നുകൊണ്ട് കരുക്കൾ നീക്കുകയാണ്. പെണ്ണിനെ വെട്ടി വീഴ്ത്താൻ തന്റെ ആയുധങ്ങൾക്ക് പുരുഷൻ മൂർച്ച കൂട്ടിക്കൊണ്ടിരിക്കുന്നു. പ്രണയം ഒരേ സമയം സ്നേഹത്തിന്റെ അങ്ങേയറ്റവും പകയുടെ അങ്ങേയറ്റവുമാണ്. ഏതിനാണ് മുൻതൂക്കം കിട്ടുന്നത് ആ സന്ദർഭം ഒന്നുകിൽ പ്രണയത്തിന്റെ രക്തം ചിന്താം. അതു മല്ലെങ്കിൽ സാന്ത്വനത്തിന്റെ താരാട്ടാകാം. ഈ സംഘർഷമാണ് കഥയിൽ വിശക ലനം ചെയ്യുന്നത്. പ്രണയത്തിന്റെ നിഗൂഢതകളുടെ ഓരോ ഇഴകളും അരിച്ചെടുത്ത് പരിശോധിക്കുന്നു. എല്ലാ തണലുകളും സാന്ത്വനങ്ങളും നഷ്ടപ്പെട്ടൊരു കാലത്ത് പ്ര ണയത്തിനുമാത്രം സ്ഥിരമായൊരു നിലനില്പില്ല. അതിന്റെ മൂല്യവും ഏറെ വ്യതിചലി ച്ചിട്ടുണ്ടാകാം. എന്നാൽ അതിന്റെ വൈരുദ്ധ്യങ്ങളോടൊപ്പം തന്നെ പ്രണയികളുടെ മനസ്സുകൾ എല്ലാ നീരസങ്ങളും മാറ്റിവെച്ച് ഒന്നായാൽ സംഭവിക്കാവുന്ന മാധുര്യത്തി ന്റെ തേനുറവയെന്താണെന്നും പരിശോധിക്കുന്നുണ്ട്. എന്താണെങ്കിലും പ്രണയത്തിൽ വ്യാപരിക്കുന്ന ഇണകളുടെ മനസ്സിന്റെ വൈരുദ്ധ്യങ്ങളിലേക്കും ദുരൂഹതകളിലേക്കും കരുതലോടെ പ്രവേശിച്ച് അതിന്റെ അടരുകളെ അനാവരണം ചെയ്യുകയാണിവി ടെ.

പ്രണയത്തിനൊടുവിൽ ഇണയെ കൊല്ലാനുള്ള തീരുമാനവുമായാണ് മൂർച്ചയുള്ള കത്തിയുമായി അവൻ സന്ദർശകമുറിയിലിരുന്നത്. ഭയപ്പെടുത്താനായി കത്തി ഉറയിൽ നിന്നൂരി മേശപ്പുറത്തേക്കിട്ടു. 'എന്തിനാണെന്നെ കൊല്ലുന്നതെന്ന് അവൻ വിശദീകരിച്ചില്ല. അതിന്റെ ആവശ്യമുണ്ടെന്ന് എനിക്കും തോന്നിയില്ല. കൊല്ലാൻ, കറകളഞ്ഞെടുത്ത, യുക്തിഭദ്രമായ ഒരു കാരണം വേണമെന്നില്ല. പ്രണയം തന്നെ

മതിയായ കാരണമാണ്. അസഹ്യമായ പ്രണയബോധത്തിൽ പരസ്പരം കൊല്ലാവു ന്നതാണ്. അതല്ലെങ്കിൽ ഇണയുടെ വിട്ടുമാറാത്ത അസൂയയാലും അസഹിഷ്ണുതയാലും പുകഞ്ഞുനീറുമ്പോൾ. അതുമല്ലെങ്കിൽ പ്രണയഭദ്രമായ ഒരു നിമിഷത്തിനുശേഷം വെറുപ്പിന്റെ ഒരു ചുഴലി പൊങ്ങുമ്പോൾ.' പഴകിക്കഴിയുമ്പോൾ പ്രണയം അസഹ്യമാകുമെന്നാണ് ഇവിടെ പറയുന്നത്. അസൂയയും അസഹിഷ്ണുതയും വെറുപ്പുമെല്ലാം പ്രണയത്തിന്റെ മറുവശങ്ങളാണ്. പ്രണയത്തിലെത്തിച്ചേർന്നു കഴിഞ്ഞ് പിന്നീടതു നല്കുന്നത് വിരസതയാണെന്നാണ് പറഞ്ഞു വെച്ചത്. അതിൽ നിന്ന് രക്ഷനേടാനാണ് പരസ്പരം കൊല്ലാനൊരുങ്ങുന്നത്. അതിന് ചൂണ്ടിക്കാണിക്കാൻ കഴിയുന്ന ഒരു നീതീകരണം പോലും ആവശ്യമില്ലെന്നാണ് കഥാകാരി വ്യക്തമാക്കിയത്. ഇഷ്ടവും പാരസ്പര്യവും നിലനില്ക്കുമ്പോൾ തന്നെ അക്രാമകമായ ഹിംസയും പ്രണയത്തിൽ ഒളിഞ്ഞിരിക്കുന്നുണ്ട്. ഒരിക്കൽ സ്നേഹിച്ചതുകൊണ്ടുമാത്രം ഇണയെ ശരീരത്തോടു ചേർത്തുമുറുക്കി പെട്രോളൊഴിച്ച് കത്തിച്ചത് നമ്മൾ കണ്ടതാണ്. മൂർച്ചയുള്ള ആയുധമൊളിപ്പിച്ച് വെച്ച് കാമുകിയെ വിളിച്ച് വരുത്തി വെട്ടിനുറുക്കിക്കൊന്നത് ഈ കാലത്തിന്റെ നേരാണ്. ഇതൊക്കെ പ്രണയത്തിന്റെ ഭാഗമായതുകൊണ്ടാണ് പ്രണയം ദുരൂഹമാണെന്ന് കഥാകാരി നിരീക്ഷിച്ചത്.

ഇവിടെ പ്രണയത്തിൽ നിലതെറ്റിയ നായകനെയാണ് അവതരിപ്പിച്ചത്. പുരുഷസൗന്ദര്യത്തിന്റെ മൂർത്തരൂപമായി കാമുകിയുടെ മുന്നിൽ അഹന്തയുമായി നീണ്ടുനിവർന്നു നിന്നവന്റെ ഇപ്പോഴത്തെ അവസ്ഥ പരമദയനീയമാണ്. മുഷിഞ്ഞുലഞ്ഞ വസ്ത്രങ്ങളും വെയിലേറ്റ് വാടിക്കരിഞ്ഞ ചുണ്ടും വിയർത്തൊഴുകുന്ന നെറ്റിയും കഴുത്തുമായാണ് അവനിരുന്നത്. അവന്റെ കണ്ണുകൾ ചുവന്നു കലങ്ങിയിരുന്നു. വിയർപ്പും പുകയും മദ്യവും കൂടിക്കുഴഞ്ഞ അതിരൂക്ഷഗന്ധമുണ്ടായിരുന്നു. ഒരു മൃഗത്തിന്റെ വന്യതയുമായാണ് തന്റെ കൂർത്ത കത്തിയുടെ മുനകൊണ്ട് നെഞ്ചുതുരന്നു പ്രണയിനിയുടെ ഹൃദയം കോർത്തുവലിച്ച് പുറത്തെടുക്കാൻ തുനിഞ്ഞിരുന്നത്. നമ്മൾ ഏറെ പണിപ്പെട്ട് സുഗന്ധപൂരിതമാക്കാൻ ശ്രമിക്കുമ്പോഴും പ്രണയം വിഷം വമിപ്പിക്കാറുണ്ടെന്ന് തിരിച്ചറിയേണ്ടതുണ്ട്. കാരണം സ്വാർത്ഥത ഏറ്റവും കൃത്യമായി അടക്കിവെച്ചിരിക്കുന്ന വികാരം കൂടിയാണ് പ്രണയം. പ്രണയത്തിലായിരിക്കുന്ന ഇണകൾ ഏറ്റവും സ്വാർത്ഥതയോടുകൂടി മാത്രമേ ഉള്ളിൽ പെരുമാറുകയുള്ളൂ. എപ്പോഴും തന്റെ ചിന്തകൾക്ക് മുന്തിയ സ്ഥാനം കൊടുത്തുകൊണ്ടാണ് ഇണയെ കാണുകയും ഉപയോഗിക്കുകയും സമ്മാനിക്കുകയും ചെയ്യുന്നത്.

പ്രണയികൾ പരസ്പരം സ്വകാര്യസ്വത്താണ്. മറ്റൊരാൾ അവളുടെ ജീവിതത്തിൽ ഒരു തരത്തിലും ഇടപെടാൻ പാടില്ലെന്നു ശഠിക്കുന്നു. കഥയിലെ പ്രണയിനിയുടെ ചിന്ത നോക്കുക: 'ഞാനവന് എത്രയും പ്രിയപ്പെട്ട കാമുകി മാത്രമായിരുന്നില്ല. അവനുമാത്രം വിനിമയാവകാശമുള്ള ഒരു സ്വർണ്ണനാണയം കൂടിയായിരുന്നു. അവനിഷ്ടമുള്ളിടത്തോളം കീശയിലിട്ടു നടക്കാനും ആരും കാണാതെ കലവറയിൽ വെച്ച് പൂട്ടാനും അവനുമാത്രം ചില്ലറയാക്കി മാറ്റി ചെലവിടാനും കഴിയുന്ന ഒരു പൊൻനാണയം!' സ്വാതന്ത്ര്യത്തിന്റെ എല്ലാ അതിരുകളെയും അരിഞ്ഞുവീഴ്ത്തി ഒരാളിലേക്ക് മറ്റൊരാളെ പരിമിതപ്പെടുത്തുക പ്രണയത്തിന്റെ മറ്റൊരവസ്ഥയാണ്. മറ്റൊരാളുമായുള്ള ഇടപെടലും സ്വാതന്ത്ര്യവുമൊക്കെ വലിയ നടുക്കങ്ങളാണ് ഇണകളിലുണ്ടാക്കുക. അത് കോപത്തിലും പകയിലും സംശയങ്ങളിലുമായിരിക്കും വഴുതി മാറുക. അതിനെ കേന്ദ്രീകരിച്ച് ചിന്തകൾ തെറ്റായ വഴിയിലേക്ക് മാത്രം സഞ്ചരിക്കുന്നു. പിന്നെ ചിന്തിക്കാൻ

മറ്റൊന്നുമില്ലാത്തവിധം ക്രോധാവിഷ്ടനായി ജീവൻ കെടുത്തിക്കളയാനായിരിക്കും മുതിരുക. കാമുകനെ മറ്റൊരു കണ്ണിലും പെടാത്തവിധം തന്റെ നെഞ്ചിലും ശരീരത്തിന്റെ ഓരോ കോശങ്ങളിലും ഒളിപ്പിച്ചുവെക്കാനാണ് കാമുകിയും ശ്രമിക്കുക. സന്ദേഹങ്ങളുടെ വേദനയിൽ പരസ്പരം വേട്ടയാടുന്നവരാണ് പ്രണയികൾ. ഓരോരുത്തരും അതിരുകെട്ടി ഉഴുതുമറിച്ച് വിളവെടുക്കുന്ന സ്വകാര്യ ഭൂമിയാണ് പ്രണയികൾ. വിളവെടുപ്പിലെ നഷ്ടവും അതിരുവഴക്കുകളും വേഗത്തിൽ തന്നെ ആയുധമെടുപ്പിക്കാൻ പ്രേരിപ്പിക്കുന്നു. അത്തരം ഈറകളാണ് കൊല്ലാനായുധമെടുപ്പിക്കുന്നത്. ഇവിടെയും അതാണ് സംഭവിച്ചിരിക്കുന്നതെന്നാണ് ഇരയാകാൻ കാത്തിരിക്കുന്ന കാമുകി ചിന്തിച്ചത്.

എല്ലാം വറ്റിവരണ്ട ഈ ലോകത്ത് തീവ്രമായ പ്രണയാനുഭവം അവാസ്തവമാണെന്ന് ചിന്തിക്കുന്നുണ്ട്. ജീവിതത്തിന്റെ എല്ലാ പച്ചപ്പുകളും നമുക്കു കൈമോശം വന്ന സമയമാണിത്. എല്ലാ തണലുകളും എല്ലാ സാന്ത്വനങ്ങളും നമുക്ക് നഷ്ടപ്പെട്ടിരിക്കുന്നു. ബന്ധങ്ങളുടെ കുളിർമ്മ ഇന്ന് ആരെയും വ്യാമോഹിപ്പിക്കുന്നില്ല. അത് അപ്രസക്തമാകുംവിധം മനുഷ്യരിന്ന് ഏകാകികളായി മാറിയിരിക്കുന്നു. ഇണയെ കൊല്ലാനുള്ള മനസ്സുണ്ടായിട്ടും സമുദ്രതീരത്തെ ഏകാന്തതയിൽ ഇണയോടൊപ്പം ചേർന്നിരിക്കുമ്പോൾ സ്വൈരത തിരിച്ചെത്തുന്നുണ്ട്. കൊല്ലാനുള്ള ദേഷ്യത്തിന്റെ പിരിമുറുക്കം അയഞ്ഞുപോകുകയും കാരണങ്ങളുടെ യുക്തി അഴിഞ്ഞുപോകുകയും ചെയ്തിരുന്നുവെന്ന് അവന് തോന്നുന്നുണ്ട്. എന്നാൽ കടൽ അന്യാധീനപ്പെട്ടു കഴിഞ്ഞപ്പോൾ, അവിടെ നഗരത്തിന്റെ തിരക്കുകൾ തിരികെയെത്തിയപ്പോൾ മനസ്സിന്റെ സ്വൈരത നഷ്ടപ്പെടുകയും പഴയ മനസ്സ് തിരിച്ചെത്തുകയും ചെയ്തു. മനസ്സിന്റെ ആഴത്തിലെവിടെയോ അമർത്തിവെച്ചിരുന്നതെല്ലാം കടൽക്ഷോഭമായി അവന്റെ ഉള്ളിൽ ആർത്തലച്ചുയർന്നു. കൊല്ലാനുള്ള തീരുമാനത്തെ ദൃഢമാക്കിയിട്ട് കത്തിവാങ്ങിക്കഴിഞ്ഞപ്പോഴാണ് വിഹ്വലമായിരുന്ന മനസ്സ് പൊടുന്നനെ ശാന്തമായിത്തീർന്നത്. എന്നാൽ പ്രണയിനിയാകട്ടെ സ്നേഹസാന്ത്വനത്തിന്റെ തൊട്ടിലിൽ ആടിയാടിയാണ് തിരികെപ്പോയത്. പ്രണയാനുഭവം രണ്ടുപേർക്കും രണ്ടുവിധത്തിലാണ് അനുഭവവേദ്യമായത്. പ്രണയത്തിൽ നിലീനമായിരിക്കുന്ന ഈ ദുരൂഹതയാണ് അതിന്റെ എല്ലാ തകർച്ചകൾക്കും കാരണം എന്ന് മനസ്സിലാക്കാവുന്നതാണ്.

പ്രണയത്തിൽ മരണം പോലെതന്നെ കടുത്ത മറ്റൊരു പ്രയോഗമാണ് തിരസ്കരണം. കൊല്ലുക ദുഷ്കരവും ഭീകരവും അത് നല്കുന്ന മനസ്സംഘർഷം കഠിനവുമാണ്. എന്നാൽ ഇണയെ ബോധപൂർവ്വം നിരാകരിക്കുന്നത് മരണത്തിനു തുല്യമാണെന്ന് തീർച്ചയാക്കുന്നുണ്ട്. മാത്രമല്ല പുരുഷന്റെ അഹന്തകളെ വെളിപ്പെടുത്തുന്ന അടയാളചിഹ്നങ്ങൾ എടുത്തണിഞ്ഞ് പ്രദർശിപ്പിച്ചുകൊണ്ട് പെണ്ണിനെ അവഹേളിക്കുക എന്ന തന്ത്രം സ്വീകാര്യമായിരുന്നു. ഇണയോടുള്ള വെല്ലുവിളിയുടെ ചിഹ്നങ്ങളായി റേസറും ബ്ലേഡും അവൻ ഉയർത്തിപ്പിടിച്ചു. അരയിൽനിന്നു ബെൽറ്റ് വലിച്ചൂരി വായുവിൽ ചുഴറ്റി. പുരുഷഗന്ധമാർന്ന സുഗന്ധലേപനങ്ങൾ വാരിക്കോരി പൂശിയും തുടരെത്തുടരെ പുകകൊണ്ട് തന്റെ മുറിക്കകം നിറച്ചും അവൻ സന്തോഷിച്ചു. ആൾക്കണ്ണാടിയിൽ പുല്ലിംഗത്തിന്റെ പത്തിയുയർത്തിക്കാട്ടി അഹന്തയിൽ ആറാടി. പെണ്ണിന്റെ ലോകത്തെ അപ്രസക്തമാക്കിക്കൊണ്ടു നില്ക്കുന്ന പുരുഷാധികാര വ്യവസ്ഥയിൽ പുല്ലിംഗ ചിഹ്നങ്ങൾ ആണടയാളത്തിന്റെ അഹന്തയും അഭിമാനവുമായി തിരിച്ചറിയുകയും അതിനെ എടുത്തുയർത്തിക്കൊണ്ട് പെണ്ണിനെ നിഷേധിക്കുകയും ചെയ്യുക പ്രണയത്തിന്റെ

മറ്റൊരു തന്ത്രമാണ്. ഉപയോഗിച്ചശേഷം വലിച്ചെറിയാനുള്ള വാശി പുരുഷനു നല്കുന്നത് ഈ ആണധികാര സംസ്കാരമാണ്. എന്നാൽ ചുറ്റിലുമുള്ള ഇണകളുടെ തീവ്രമായ പ്രണയരംഗങ്ങൾ വീണ്ടും കോപിഷ്ടനാക്കുകയും മറന്നിരുന്ന ആയുധത്തിലേക്ക് അവന്റെ കൈ നീട്ടുകയും ചെയ്യു.

പ്രണയവും മരണവും ഒന്നാണെന്ന സങ്കല്പം തീവ്രതയറിഞ്ഞ പ്രണയികൾക്കുണ്ട്. എന്നാൽ അതൊരു കാല്പനിക സങ്കല്പമാണെന്നു പറയേണ്ടതില്ല. കൊലക്കത്തിയുമായിരിക്കുന്ന കാമുകന്റെ മുന്നിലേക്ക് ഏതോ വന്യമായ ലഹരിയിൽ കഴുത്തു നീട്ടിക്കാണിച്ചിരിക്കുന്ന പ്രണയിനി പ്രണയത്തിന്റെ ഉജ്ജ്വലമാതൃകയാണ്. തന്റെ കണ്ഠനാളത്തിൽ നിന്നും പൂക്കുലപോലെ ചിതറിത്തെറിക്കുന്ന രക്തം കാമുകനു നുണയേണ്ടിവരുമ്പോൾ തീർച്ചയായും അതിൽ ഇണയുടെ ജീവൻ തുടിക്കേണ്ടി വന്നേക്കും. എന്നാൽ ആ കാല്പനികസ്വപ്നത്തെ താലോലിക്കാൻ ജീവിക്കാനാഗ്രഹിക്കുന്ന ആർക്കും കഴിയാറില്ല. അതുകൊണ്ടാണ് തന്നെ കൊല്ലാനുള്ള കത്തി തട്ടിയെറിഞ്ഞ് ജീവിതത്തെ അവൾ രക്ഷിച്ചെടുത്തത്. എന്നാൽ സർവ്വശക്തിയും ക്ഷയിച്ച് മുഖം കടലാസുപോലെ വിളറി തളർന്നു നിന്നത് കാമുകനാണ്. 'ഞാനവനെ തൊട്ടപ്പോൾ അവൻ തളർന്ന് എന്റെ ദേഹത്തേക്ക് ചാഞ്ഞു. ഞാനവനെ താങ്ങിക്കൊണ്ടുപോയി കാറ്റിനെതിരെ കിടത്തി. കാറ്റ് അവന്റെ മുഷിഞ്ഞ മുടിയിഴകളെ ഇളക്കിമറിച്ചു. ഞാനവന്റെ വിയർത്തൊഴുകുന്ന നെറ്റിത്തടം തലോടുകയും ആശ്വാസത്തിനുവേണ്ടി അവന്റെ നെഞ്ചിൽ പതുക്കെ തടവുകയും ചെയ്യു. അവനുവേണ്ടി ഒരു താരാട്ടും സാന്ത്വനത്തിന്റെ ഒരു പുതപ്പും എന്നും എന്റെ നെഞ്ചിലുണ്ടായിരുന്നു."

കാമുകന്റെ തളർന്ന ശരീരത്തിലേക്ക് ഉയിരൂതി നിറച്ചുകൊടുത്തുകൊണ്ട് ചാരെ കിടക്കുന്ന കാമുകി മറ്റൊരു വിസ്മയമാണ്. എന്നാൽ പ്രണയത്തിന്റെ നിഗൂഢത ഒടുവിലാണ് തെളിഞ്ഞുവന്നത്. തന്റെ കുപ്പായക്കീശയിൽനിന്നും വിരലോളം പോന്ന ഒരു പാവക്കുട്ടി എടുത്തു നല്കിക്കൊണ്ട് 'നിന്നെ കൊല്ലുന്നില്ലെങ്കിൽ നിനക്കു തരാൻവേണ്ടി ഇങ്ങോട്ടു വരുമ്പോൾ വാങ്ങിയതാണ്" എന്നു പറഞ്ഞുകൊണ്ട് പ്രണയത്തിന്റെ അർത്ഥവും അനർത്ഥവും വെളിച്ചപ്പെടുത്തുകയാണ്. പ്രണയം ഒരേസമയം ഇരുതലമൂർച്ചയുള്ള വാളാണെന്നു ഓർമ്മിപ്പിക്കുന്നുണ്ട്. ഒരു പോറലുമേല്ക്കാതെ അതിനെ വിഴുങ്ങാനുള്ള മനസ്സും മെയ്ക്കരുത്തുമാണുണ്ടാകേണ്ടത്. എങ്കിൽ മാത്രമേ ജീവിതത്തിലേക്ക് പ്രണയത്തെ രക്ഷിച്ചെടുക്കാനാകൂ എന്നു ഈ കഥ തീർപ്പാക്കുന്നു. അതിന്റെ കരുത്ത് പെണ്ണിനു മാത്രമേ ഉണ്ടാകൂ എന്ന ധാരണയെയും ഇതിൽ ഉറപ്പിക്കുന്നു. പ്രണയത്തിൽ എപ്പോഴും ദുർബ്ബലനും വിവേകമില്ലാത്തവനും അക്രമാസക്തനും പുരുഷനാണെന്നും അതിന്റെ എതിർവക്കത്തു നിന്നുകൊണ്ട് പ്രണയത്തെ സായൂജ്യത്തിലെത്തിക്കുന്ന ശക്തി പെണ്ണിനേ ഉള്ളൂ എന്നും പറഞ്ഞുകൊണ്ട് എഴുത്തുകാരിയുടെ ശക്തമായ നിരീക്ഷണത്തെ കഥയിൽ ദൃഢമാക്കുന്നുണ്ട്. എന്നാൽ ഇപ്പോൾ ഈ കഥയെ നോക്കുമ്പോൾ മറ്റു ചില അർത്ഥാനുഭവങ്ങളിലേക്ക് നമ്മുടെ ചിന്തയെ നയിക്കുമെന്നുതന്നെ കരുതേണ്ടിയിരിക്കുന്നു.

പ്രണയം പുരുഷനെ ക്ഷീണിതനാക്കുമെന്നും ജീവിതത്തെ അന്യാധീനപ്പെടുത്തുമെന്നുമുള്ള ചിന്തയെ നമുക്ക് തല്ക്കാലം മാറ്റിനിർത്താം. കാരണം ഈ കാലത്തിൽ അത്തരമാശയങ്ങൾക്ക് അതിന്റെ പ്രസക്തി നഷ്ടപ്പെട്ടിരിക്കുന്നു. ഇന്നു പുരുഷൻ കരുത്തനാകാൻ വേണ്ടി പ്രണയത്തിന്റെ വൈവിദ്ധ്യങ്ങളെ അനുഭവിക്കുകയാണ്. എന്നാൽ എല്ലാ പുരുഷന്റെ ഉള്ളിലും ഒരു പ്രതികാരദാഹി ഒളിഞ്ഞിരിക്കുന്നുണ്ട് എന്ന

ചിന്തയ്ക്ക് പുതുമയുണ്ട്. മനുഷ്യനിന്ന് ഏകാകിയും അക്രമാസക്തനുമായിരിക്കുന്നു. എന്തിനെന്നറിയാതെ ആരോടെന്നില്ലാതെ പക മനസ്സിൽ നിറച്ചുകൊണ്ടാണ് ചിലരെങ്കിലും നടക്കുന്നത്. അനുയോജ്യമായ സന്ദർഭത്തിൽ അത് പുറത്തുചാടുന്നു. അത് സദാചാരത്തിന്റെ പേരിലാകാം ധാർമ്മികതയുടെ പേരിലാകാം. പക്ഷേ, സ്വീകരിക്കുന്നത് ഹിംസയുടെ മാർഗ്ഗമാണ്. പ്രണയം നേടാനും കെടുത്താനുമെല്ലാം പ്രയോഗിക്കുന്നത് കത്തിയും അഗ്നിയും ആസിഡുമൊക്കെയാണ്. എവിടെയാണതിൽ തിരുത്തൽ വേണ്ടതെന്ന് ഈ കഥ പറയുന്നുണ്ട്. ഏതക്രമത്തെയും ഹിംസയെയും ശമിപ്പിക്കുന്ന മായികമായൊരു രസതന്ത്രം പ്രണയത്തിനുണ്ട്. അത് ഇണകളിൽ ഒരാൾക്കു കഴിയുമെന്നതാണ് ഓർക്കേണ്ട സത്യം. അത് പെണ്ണിന് ജന്മനാ തന്നെയുണ്ട്. ആ ശാന്തതയിലും സാന്ത്വനത്തിലും നെഞ്ചോടു ചേർക്കാനും ജീവശ്വാസം കൊടുക്കാനും കഴിയുമെന്നതിലൂടെ പ്രണയസായൂജ്യത്തിലെത്തി എന്ന ബോധത്തെ പങ്കുവെക്കുന്നുണ്ട്.

പ്രണയം ത്യജിക്കൽ കൂടിയാണെന്ന സംസ്കാരത്തെ പുതിയ കാലം കൈവിട്ടിരിക്കുന്നു. നമ്മൾ സ്നേഹിക്കുമ്പോൾ, ഏതെങ്കിലും കാരണത്താൽ കൈവിട്ടുപോകുമ്പോൾ മനസ്സിനെ അടക്കി സംയമത്തിലേക്കും സാന്ത്വനത്തിലേക്കും പോകുന്ന പതിവുണ്ടായിരുന്നു. അത് സ്വാർത്ഥതയില്ലാത്ത പ്രണയമാണ്. എന്നാൽ സ്വാർത്ഥത എപ്പോൾ മനസ്സിലേക്ക് കടന്നുവന്നോ ആ നിമിഷം മുതൽ ഹിംസയും കൂടെ വന്നിട്ടുണ്ട്. പകയും പ്രതികാരവും കൂട്ടുകെട്ടുന്നത് അത്തരം മനസ്സുകളിലാണ്. വീണ്ടുവിചാരമില്ലാതെ ലോകത്തെ മുഴുവൻ ദുഃഖത്തിലേക്ക് വലിച്ചിഴയ്ക്കാൻ അവർക്ക് കഴിയും. മറ്റൊന്ന് എന്തും മതിവരാതെ അനുഭവിക്കാനുള്ള ആഗ്രഹമാണ്. അത് പുതിയ കാലം നല്കിയ അനുഭവമാണ്. ചതിയും വഞ്ചനയും ഒളിപ്പിച്ചുവെച്ച് സ്ത്രീയെ ശരീരമായിക്കണ്ട് അനുഭവിക്കാനുള്ള അരങ്ങൊരുക്കുകയാണ്. ആ അരങ്ങിലും ആയുധവും ഹിംസയും ചതിയും തങ്ങളുടെ ഭാഗം ഭംഗിയാക്കുന്നുമുണ്ട്. എന്നാൽ പ്രണയം ഇപ്പോഴും എല്ലാ നിഗൂഢതകളെയും ഉള്ളിൽ വഹിച്ചുകൊണ്ട് വശ്യമായും ഹൃദ്യമായും കടന്നുവരുന്നുണ്ട്. അത് തിരിച്ചറിയാനുള്ള മനസ്സാണ് ഉണ്ടാവേണ്ടത്. അങ്ങനെ അറിഞ്ഞ് പെരുമാറുമ്പോൾ ആയുധത്തിനുപകരം പാവക്കുട്ടി അരങ്ങ് കൈയടക്കുന്നു. പ്രണയം അങ്ങനെയൊരു പാവകളിയുടെ സംസ്കാരത്തെക്കൂടി കൈമാറുന്നുണ്ടെന്ന് 'പ്രണയ'മെന്ന കഥ അഭിവ്യഞ്ജിപ്പിക്കുന്നു.

പന്ത്

പെണ്ണുടലിന്റെ വഴികൾ

ഉടൽ പെണ്ണിന്റെ ജാഗ്രതയും നിഗൂഢതയുമാണെന്ന് തിരിച്ചറിഞ്ഞ് ശക്തമായ കഥകളെഴുതിയ കഥാകാരിയാണ് ഗ്രേസി. ഹ്രസ്വമെങ്കിലും ധ്വന്യാത്മകമായ എഴുത്തും കർക്കശമായ നിലപാടുകളും ഗ്രേസിയെ വ്യത്യസ്തയാക്കി. സ്ത്രീപക്ഷ നിലപാടുകളെയും ആശയങ്ങളെയും മറയില്ലാതെ അനാവരണം ചെയ്യാനുള്ള മാധ്യമമായി കഥയെ പരിവർത്തിപ്പിച്ചു. ചെറിയ കഥകൾ പറഞ്ഞ് ആശയങ്ങളുടെ ഗഹനതയെ വിസ്തൃതമാക്കി. സ്വന്തം ഉടലിനെക്കുറിച്ച് ബോധവതിയാകാത്ത ഒരു കഥാപാത്രവും ഗ്രേസിയുടെ കഥാലോകത്തിലില്ല. പലപ്പോഴും ഉടലെഴുത്തായി കഥ മാറിയിട്ടുണ്ട്. ഉത്സവം കാണാനായി അനുജനുമായി ചൂട്ടുകത്തിച്ച് കാവിലേക്ക് പോയ പെൺകുട്ടിയുടെ വലതുമുലയിൽ ഇരുട്ടിന്റെ മറപറ്റി നിന്നവൻ കയറിപ്പിടിക്കുകയാണ്. വായിൽ വന്നതെല്ലാം വിളിച്ചുപറഞ്ഞ് അവനെ അരിശത്താൽ പായിച്ചെങ്കിലും തന്റെ വലതുമുലയെ അവൾ അവഗണിക്കാൻ തുടങ്ങി. സോപ്പുതേക്കാതെ, ഇഞ്ചയുരയ്ക്കാതെ അനാഥമാക്കി. വിവാഹിതയായപ്പോൾ ഭർത്താവിനും സ്പർശിക്കരുതാത്തിടമായിരുന്നു അവിടം. കുഞ്ഞിന് വലതുമുല കൊടുത്തതുമില്ല. ഒടുവിൽ ഡോക്ടറാണ് അതു മുറിച്ചുകളഞ്ഞ് അവൾക്ക് രക്ഷയായത്. 'ശുഭം' എന്ന ഈ കഥ ഒരാശയത്തെക്കൂടിയാണ് നിർമ്മിച്ചത്. അർദ്ധനാരീശ്വരസങ്കല്പം സ്ത്രീപുരുഷ ബന്ധത്തിന്റെ മിത്താണ്. അതിലെ വലംപാതിയായ പുരുഷസ്വരൂപത്തെ മുറിച്ചുനീക്കി സ്വതന്ത്രയാകുന്ന സ്ത്രീയുടെ മനസ്സ് അതിൽ തെളിഞ്ഞുവരുന്നു. സ്വതന്ത്രയായ ഈയൊരു ഉടൽബോധം ഗ്രേസിയുടെ കഥ പങ്കുവെക്കുന്നുണ്ട്.

പുരുഷൻ മാത്രമല്ല വിധിയും പെണ്ണിന്റെ ഉടൽബോധത്തെ പിടിച്ചുലയ്ക്കുന്നുണ്ട്.

'ദേവാംഗന' എന്ന കഥയിലെ വസുന്ധര തന്റെ ശരീരത്തിന്റെ ചെമ്പകപ്പൂമണത്തെക്കുറിച്ചും രൂപവടിവിനെക്കുറിച്ചും കൂട്ടുകാരിയോട് പറയുന്നതിങ്ങനെയാണ്. 'പതിമൂന്നാമത്തെ വയസ്സിലാ ഞാൻ തീണ്ടാരിയായത്. ഒറ്റയ്ക്ക് ഒരു മുറീല് നാല് ദെവസം തനിച്ച് കെടന്നപ്പോ പേടിക്കണ്ടാന്നും പറഞ്ഞ് എനിക്ക് കൂട്ടിനു വന്നതാ ഗന്ധർവ്വൻ. പിന്നെപ്പിന്നെ എന്റെ കാലിന്റെ വിരൽത്തുമ്പത്തുന്ന് നെറുകന്തല വരെ ഉമ്മവച്ചുമ്മവച്ച്........ ഹൗ! അങ്ങനെ ഉമ്മവച്ചുമ്മവച്ചാ ന്റെ മൊല ഇത്രേം വലുതായത്!' (ദേവാംഗന). ആരെയും ആകർഷിച്ച ഉടലിന്റെ ഭംഗി പഴുത്തളിഞ്ഞപ്പോൾ ഡോക്ടർ അത് രണ്ടും മുറിച്ചുകളഞ്ഞ് രോഗശാന്തി വരുത്തി. ഒരേസമയം പുരുഷനും വിധിയുടെ വിളയാട്ടം ആക്രമിക്കുന്ന പെണ്ണുടലിന്റെ ചുഴ്നിലകളെ ഗ്രേസി നിവർത്തിക്കാണിച്ചുകൊണ്ട് സ്ത്രീ ജീവിതത്തിന്റെ ഭാഗധേയം സ്വന്തമുടലാണെന്ന തിരിച്ചറിവിനെ ശക്തമായി ആവിഷ്കരിച്ചു.

പ്രണയത്തെക്കുറിച്ച് പറയുമ്പോഴും പെണ്ണിന്റെ ജീവിതവിധിയിലാണ് ഗ്രേസി എത്തിച്ചേരുക. നൃത്തച്ചുവടുകൾ വെച്ച് ചൊടിപ്പിച്ചും പിന്തിരിഞ്ഞും കൂക്കിവിളിച്ചും ഒടുവിൽ പല്ലിയുടെ വായിൽ ബലിയായിത്തീരുന്ന ശലഭത്തിന്റെ രൂപമായാണ് പെൺജീവിതം തിരിച്ചറിയുക. ചിറകടിച്ച് തലതല്ലി ഇരയാക്കപ്പെടുന്ന ബോധം മരവിപ്പോടെ തിരിച്ചറിയുന്നതും പെണ്ണ് തന്നെയാണെന്ന തീർപ്പുമുണ്ട്. അതൊരു നിയോഗമാണെന്ന് തിരിച്ചറിയുകയും ചെയ്യുന്നു. എന്നാൽ പെണ്ണുടലിന്റെ ആത്യന്തികമായ കടച്ചിലിനെ മാറ്റാൻ പുരുഷന് കഴിയില്ലെന്ന സത്യത്തിലും എത്തിച്ചേരുന്നുണ്ട്. 'ഭ്രാന്തൻപൂക്കൾ' അതേക്കുറിച്ചുള്ള അന്വേഷണമാണ്. പെണ്ണിന് ഏകാന്തതയിലുണ്ടാകുന്ന കടച്ചിൽ പുരുഷനുമാറ്റാനാവില്ലെന്നും ആയതിനാൽ പെണ്ണ് തനിച്ചാണെന്നുമുള്ള അവസ്ഥ മനസ്സിലാക്കുന്നുമുണ്ട്. ആണുങ്ങളുടെ ഉപകരണമാവുന്നതിലുപരി പെണ്ണിന്റെ ജീവിതത്തിന് ഒരർത്ഥവുമില്ലേ എന്ന ചിന്തയിലാണ് അവളുരുകിപ്പോയത്. മദ്യവും രതിയും ജോലിയും നല്കുന്ന ലഹരിക്കും ആത്മാവിന്റെ കടച്ചിൽ മാറ്റാനാവില്ല. അതിന്റെ പരിമിതിയിലാണ് ശലഭത്തിന്റെ മാർഗ്ഗം അവൾ പിന്തുടരുന്നതും നിത്യമായ ഉറക്കത്തിലേക്ക് വഴുതിപ്പോകുന്നതും. സ്ത്രീയുടെ സ്വത്വത്തെക്കുറിച്ചുള്ള വന്യമായ അന്വേഷണമാണ് 'ഭ്രാന്തൻപൂക്കളി'ൽ നടത്തുന്നതെങ്കിലും പെണ്ണിന്റെ ഒറ്റപ്പെടലിൽ ഏകാന്തതയ്ക്കും പുരുഷസാമീപ്യം കൊണ്ട് മാത്രം ശമിപ്പിക്കാൻ കഴിയാത്ത ഒരാത്മീയതയുണ്ടെന്നാണ് കഥ പറഞ്ഞുതരുന്നത്.

വിവാഹം വിധേയത്വത്തിനുള്ള സമ്മതപത്രമാണെന്ന് ഗ്രേസിയുടെ കഥാപാത്രങ്ങൾ കരുതുന്നുണ്ട്. 'ഉടൽവഴികൾ' എന്ന കഥയിലെ പെണ്ണ് ഭർത്താവിന്റെ ആഗ്രഹങ്ങൾക്കനുസരിച്ച് മാത്രം വഴങ്ങിക്കൊടുക്കാനുള്ള ഒരുപകരണം മാത്രമാണ്. അവളുടെ ഇഷ്ടാനിഷ്ടങ്ങൾക്ക് ഒരു വിലയുമില്ല. തനിക്കാവശ്യമുള്ളപ്പോൾ മേൽകഴുകേണ്ടിവരുന്ന, പൊക്കിൾക്കുഴി പ്രത്യേകം വൃത്തിയാക്കേണ്ടുന്ന അനുസരണക്കേടും വൃത്തിയില്ലായ്മയും പൊറുക്കാത്ത സുഗുണന്റെ സ്വകാര്യസ്വത്ത് മാത്രമാണ് സുകന്യയെന്ന ബോധം അവളെ നിരാശപ്പെടുത്തി. അയാളുടെ ലൈംഗികപരീക്ഷണങ്ങൾക്കു സഹകരിക്കാതെ വരുമ്പോൾ ഒന്ന് പെറാനും കൂടി കൊള്ളാത്ത ശവം എന്നരിശപ്പെടുന്നത് കേട്ട്, ആദ്യമായി അവളും 'ഇയാൾക്ക് തോന്നുമ്പോ ജമുക്കാളം വിരിച്ചാല് ഒരു പെണ്ണും പെറൂല' എന്നു പൊട്ടിത്തെറിക്കുന്നുണ്ട്. എന്നാലവളുടെ കവിളത്താഞ്ഞടിച്ചുകൊണ്ട് തർക്കുത്തരവും സുഗുണൻ പൊറുക്കില്ലായെന്ന് ഓർമ്മിപ്പിക്കുന്നുണ്ട്. വയൽപ്പാതയിലൂടെ ക്ഷോഭം പൊറാഞ്ഞ് നടന്ന സുകന്യയെ വിജനമായ തെങ്ങിൻ തോ

പ്പിൽവെച്ചാണ് കരുത്തനായ പുരുഷന്റെ കരം ചുറ്റിവരിഞ്ഞത്. അതിനവൾ വഴങ്ങിക്കൊടുത്തപ്പോൾ 'കരിവീട്ടിപോലുള്ള ഒരു പുരുഷന് കീഴെ സുകന്യയുടെ ഉടൽ വെട്ടിവിറച്ചു. ഇളകിമറിയുന്ന കടലിനു മീതെ പൊങ്ങിക്കിടക്കുന്നതുപോലെ അയാൾക്കു തോന്നി. പതുക്കെ അവളിലെ തിരയടങ്ങുന്നതും മുഖം കണ്ണീരിൽ കുതിരുന്നതും അയാളറിഞ്ഞു' (ഉടൽ വഴികൾ). പെണ്ണുടൽ ഒരു സമുദ്രമാണെന്നും തീരത്തെ കളിയല്ല ആഴക്കടലിനെയറിഞ്ഞുള്ള യാത്രയാണ് രതിയെന്നും ഇവിടെ തിരിച്ചറിയുന്നുണ്ട്. കടലിൽ നീന്താനറിയാത്തവൻ നടത്തുന്ന പേക്കൂത്താണ് അധികാരസ്ഥാപനവും ഉപദ്രവവുമെന്ന് ഭംഗ്യന്തരേണ ചൂണ്ടിക്കാട്ടുന്നു. ആണധികാരത്തിന്റെ ദൗർബല്യങ്ങളെയാണ് ഗ്രേസി കഥകളിലൂടെ കടപുഴക്കുന്നത്.

'പന്ത്' പ്രണയകഥയാണ്. അതിനുശേഷമുള്ള സ്ത്രീപുരുഷ ജീവിതവും കഥയിൽ കടന്നുവരുന്നുണ്ട്. സ്ത്രീയുടെ ഉടലിൽനിന്നും ഉയിരുവരെ നീളുന്ന ആന്തരികദാഹത്തെ ശമിപ്പിക്കാൻ ഏതായുധമാണ് പുരുഷനു കൈവശമുള്ളതെന്ന ചിന്തയും അന്വേഷണവും ഈ കഥയിലും പിന്തുടരുന്നുണ്ട്. 'പന്ത്' പെണ്ണിന്റെ പ്രണയത്തിന്റെയും കാമനയുടെയും ഉള്ളുണർവുകളിലേക്ക് പടർന്നു കയറുന്ന കഥയാണ്. കഥയുടെ കേന്ദ്രസ്ഥാനത്തു നില്ക്കുന്നത് സ്ത്രീയാണെങ്കിലും മറ്റു ചില കഥകളിലെപ്പോലെ അവൾക്കു പേരില്ല. സ്ത്രീമാത്രമാണ്. ആത്മീയാന്വേഷണങ്ങളിലേക്കും ഉടലിന്റെ ദാഹകമായ അഭിനിവേശങ്ങളിലേക്കും കടന്നു നില്ക്കുന്ന കഥാപാത്രങ്ങൾക്ക് പൊതുവിൽ സ്ത്രീസ്വത്വം മാത്രമാണുള്ളത്. പ്രണയിക്കുന്ന പെണ്ണുങ്ങളിൽ പലരും അത് വേണ്ടിയിരുന്നില്ലെന്ന് പില്ക്കാലം മനസ്സിടിഞ്ഞ് ആലോചിക്കാറുണ്ട്. പ്രണയകാലങ്ങളിൽ ആഗ്രഹിക്കുന്ന ജീവിതവും തുന്നിക്കൂട്ടിയ മോഹങ്ങളും വിചാരിച്ച പ്രകാരം ഫലപ്രാപ്തിയിലെത്താതെ വരുമ്പോഴാണ് അത്തരം ചിന്തകളിലേക്ക് കടക്കുക. കുറഞ്ഞത് സാധാരണജീവിതത്തെയെങ്കിലും തൃപ്തമാക്കാനുള്ള മനസ്സും വാക്കുകളും ഇരുവർക്കും വേണമെന്നുള്ളതാണ്. അതിന്റെ നഷ്ടത്തിലാണ് പ്രണയത്തെ പഴിക്കുവാൻ തയ്യാറാകുന്നത്. ഇവിടെയും സംഭവിച്ചത് അതുതന്നെയാണ്.

'എന്റെ ഈശോയേ! ഇനി അമ്മച്ചിയോട് എന്നാ പറയും? ഇപ്പോ തോന്നുകാ, ഒന്നും വേണ്ടാരുന്നൂന്ന്. അല്ല, ഓരോരുത്തർ ഓരോന്ന് ചെയ്യുമ്പോ അതെങ്ങനെ കലാശിക്കുന്നൂന്ന് മുൻകൂട്ടി കാണാമ്പറ്റുവോ? സ്വന്തം ഇഷ്ടത്തിനാ ചെയ്തേന്നൊള്ളത് സത്യമാ. എന്നാലും അമ്മച്ചിക്കും സമ്മതമാരുന്നു.' പ്രണയിച്ചത് തെറ്റാണെന്ന് സ്വയം ബോദ്ധ്യപ്പെടുക മാത്രമല്ല അമ്മച്ചിയും തന്നെ കുറ്റപ്പെടുത്തുമെന്ന പെണ്ണിന്റെ സങ്കടത്തിൽ നിന്നാണ് കഥ തുടങ്ങിയത്. കഥയിലെ നായികയ്ക്ക് മൂന്നു വയസ്സുള്ളപ്പോഴാണ് അമ്മച്ചിയുടെ ജീവിതം അനാഥമായത്. വിധിയുടെ കപ്പൽച്ചേതത്തിൽ തനിച്ചായിപ്പോയ അമ്മച്ചിയുമായി ജീവിതത്തിന്റെ ഓരോ രഹസ്യങ്ങളും അവൾ പങ്കുവെക്കുമായിരുന്നു. പ്രണയം സ്വകാര്യവും രഹസ്യവുമാണെങ്കിലും തന്റെ ഹൃദയം അമ്മയ്ക്ക് വായിക്കാനറിയാവുന്നതുകൊണ്ട് അവൾ അത് മലർക്കെ തുറന്നുവെക്കുകയാണ്. അമ്മയ്ക്കും കൂടി സമ്മതമായിരുന്നതുകൊണ്ടാണ് ജോയിച്ചൻ എന്ന തന്റെ കാമുകനെ കിറുകൃത്യമായി പരിചയപ്പെടുത്തിക്കൊടുത്തത്. ഫുട്ബാൾ സ്ട്രൈക്കറായിരുന്ന ജോയിച്ചൻ പന്തിന്റെ പിന്നാലെ കുതിക്കുന്ന രേഖാചിത്രം കണ്ട് അമ്മച്ചി കണ്ണുനിറയുവോളം ചിരിച്ചിരുന്നു.

പെൺകുട്ടികളുടെ പ്രണയം സിക്സ്പാക്കുകളിൽ അഭിരമിച്ചിരുന്ന ഒരു കാലമുണ്ടായിരുന്നു. കാരിരുമ്പുപോലെ ശരീരത്തിൽ വിജൃംഭിച്ചു നില്ക്കുന്ന മസിലുകൾ പുരുഷന്റെ

കരുത്തായി കണ്ടറിഞ്ഞുള്ള അഭിനിവേശമായിരുന്നു. അതല്ലെങ്കിൽ സ്ത്രീയുടെ നിഗൂഢമായ സ്നേഹത്തിന്റെ ഉള്ളറകളിലേക്ക് കടന്നുചെന്ന് ആത്മദാഹങ്ങളെ ശമിപ്പിക്കാൻ പുരുഷ നിർമ്മിതമസിലുകൾക്ക് കഴിയുമെന്നും ചുമ്മാതങ്ങു വിശ്വസിച്ചു. എന്നാൽ സ്ത്രീയുടെ ഉടലിലേക്കുള്ള പാലമാകേണ്ടത് മസിലുകൊണ്ടല്ല മനസ്സുകൊണ്ടാണെന്ന് തിരിഞ്ഞുകിട്ടിയപ്പോൾ കാലം പലതു കടന്നുപോയിക്കഴിഞ്ഞിരുന്നു. 'പന്തി'ലെ പെണ്ണിന്റെ മനസ്സു നിറച്ചത് ജോയിച്ചന്റെ മസിലുകൾ തന്നെയാണ്. 'സത്യത്തിൽ കണ്ണുകൾ കുരുങ്ങിപ്പോയത് ജോയിച്ചന്റെ വെളുത്ത തുടയിൽ കൊമ്പുകുത്തി കളിക്കുന്ന മസിലുകളാണ്. കണ്ണു കടഞ്ഞപ്പോൾ കേറിയങ്ങു പരിചയപ്പെട്ടു. ജോയിച്ചന്റെ സ്മാർട്ട്നസ് മുഴ്വോനും തൊടേലാട്ടോ! എന്നു പറഞ്ഞതും പടക്കുതിര വെറുമൊരു മുയൽക്കുഞ്ഞായതുകണ്ട് പൊട്ടിച്ചിരിച്ചു.'

കഥയുടെ കാതൽ കുരുങ്ങിപ്പറിഞ്ഞു നിലവിളിച്ചത് കല്യാണം കഴിഞ്ഞുള്ള അനുഭവങ്ങളുടെ നിരർത്ഥകതയിലാണ്. അത് നെടുവീർപ്പും ശ്വാസംമുട്ടലുമായി പെണ്ണിനെ കുഴക്കിയിട്ടും ഫുട്ബാൾ കളിക്കാരൻ ഒന്നുമറിഞ്ഞില്ല. സന്തോഷ് ട്രോഫി കളിക്കാൻ വന്ന ജോയിച്ചനെ അമ്മച്ചി നേരിൽ വന്നുകണ്ട് കല്യാണമാലോചിച്ച് വേഗത്തിൽ തന്നെ അതങ്ങു നടത്തി. എന്നാൽ കിടക്കയിൽ അതുവരെ കണ്ട ജോയിച്ചനല്ലായിരുന്നു. പെണ്ണിനു ജന്മസിദ്ധമായി കിട്ടിയ പതിനെട്ടടവുകളും പൂഴിക്കടകനുമെട്ടുത്തു പയറ്റിയിട്ടും വെട്ടിയിട്ട വാഴത്തടപോലെ ചോര തണുത്തുറഞ്ഞു കിടന്നു ഒറ്റ ഉറക്കമാണ്. എന്നാലതിന് പരിസമാപ്തിയായത് ഒരൊളിഞ്ഞുനോട്ടക്കാരന്റെ ഇടപെടലാണ്. പെണ്ണിന്റെ വീർപ്പുമുട്ടുന്ന ശരീരത്തിന്റെ കാമനകളെ കാണാതെ ഉറക്കത്തിലേക്കിറങ്ങുന്ന വഴി കണ്ടുപിടിക്കാനുണർന്നിരുന്ന രാത്രിയിലാണ് ജനാലയുടെ അരപ്പാവാടയ്ക്കു മുകളിലെ ചില്ലിൽ ഒരുത്തന്റെ മുഖം പന്തുപോലെ ചുളുങ്ങിതെളിയുന്നത് അവൾ കണ്ടത്. പെട്ടെന്ന് തോണ്ടി വിളിച്ചുണർത്തി, ജോയിച്ചാ ആരാണ്ടെത്തി നോക്കുന്നു വെന്നു പറഞ്ഞപ്പോൾ അവൾ പ്രതീക്ഷിച്ചത് പിടഞ്ഞെണീറ്റു തെറിപറഞ്ഞ് ഓടിച്ചിട്ട് പിടിച്ച് അയാളെ രണ്ടു പൂശുമെന്നാണ്. എന്നാൽ സംഭവിച്ചത് മറ്റൊന്നാണ്.

'ജോയിച്ചൻ പകിരി തിരിഞ്ഞ് പാവാട ചീന്തിയൊരേറ്! പിന്നെ കളിക്കളത്തിൽ പന്ത് കാൽവിരൽത്തുമ്പത്ത് കിട്ടുമ്പോൾ കൊടുങ്കാറ്റു വിതയ്ക്കുന്ന ജോയിച്ചൻ തന്നെ! എന്റെ ഈശോയേ! തവിടുപൊടിയായി കിടക്കുമ്പോ എന്താ സംഭവിച്ചേന്ന് ഓർമ്മ പോലും കെട്ടുപോയി.' കളിയുടെ ഊറ്റത്തിലുറങ്ങിപ്പോയ പെണ്ണിന്റെ ഓർമ്മ തെളിഞ്ഞപ്പോൾ കിട്ടിയ വെളിപാടിൽ അവൾ ആകെ തകർന്നുപോകുകയാണ്. മൈതാനത്തായാലും കിടക്കേല് കെട്ടിയ പെണ്ണിന്റെ കൂടെയായാലും ജോയിച്ചന് ഉശിരുണ്ടാവണമെങ്കിൽ കാണികൾ വേണം എന്ന സത്യം അവളെ ഉലച്ചുകളഞ്ഞു. മണിയറയിൽ വിസിലുമായി റഫറിയെ നിർത്താനോ പുറത്തു കാഴ്ചക്കാരെ നിർത്താനോ ഉള്ള വകുപ്പില്ലാത്തതിലുണ്ടായ ആധി നിമിത്തം പെണ്ണ് അമ്മച്ചിയുടെ നെഞ്ചിലേക്ക് കുഴഞ്ഞു വീണു. ജോയിച്ചന്റെ വിചിത്രമായ അഭിരുചിയറിഞ്ഞ് അമ്മച്ചിയും മരവിച്ചിരുന്നുപോയി. എന്നാലും പുരുഷനെ ചൊൽപ്പടിക്കു നിർത്താനുള്ള മന്ത്രശക്തി സ്ത്രീയുടെ പാരമ്പര്യത്തിലലിഞ്ഞു ചേർന്നിരുന്നതോർത്ത് ധൈര്യപ്പെട്ട അമ്മച്ചി അവളെ സമാധാനിപ്പിച്ചു യാത്രയാക്കി. രണ്ടുദിവസം കഴിഞ്ഞ് അമ്മ വരാമെന്ന ഉറപ്പും നല്കി.

മകളുടെ പ്രണയജീവിതം തകരാതിരിക്കാനായി കരുതലോടെയാണ് അമ്മച്ചിയെത്തിയത്. പന്തുമായി കുതിച്ചു പായുന്ന കരുത്തന്റെ പ്രതിമ കൊണ്ടുവന്നു കിടക്കയിലിരുന്നു നേരെ നോക്കുമ്പക്കാണുംവിധം പ്രതിഷ്ഠിച്ചു. ആർപ്പുവിളിക്കുന്ന ആൾക്കൂ

ട്ടത്തിന്റെ ചിത്രങ്ങൾ നാലു ചുവരുകളിലും ഒട്ടിച്ച് തൃപ്തയായി അമ്മച്ചിപോയി. ജോയിച്ചൻ വന്ന് പാന്റരി ലുങ്കിയുടുത്തപ്പോഴാണ് അമ്മച്ചിയുടെ കരവിരുത് കണ്ണിൽ പ്പെട്ടത്. ശ്വാസമടക്കി അതിലയാൾ നോക്കി നിന്നപ്പോൾ അടരടരായി മസിലുകൾ തുടയിലുയർന്നു വരുന്നത് അവൾ കണ്ടു. മുട്ടിയുരുമ്മിയപ്പോൾ കരുത്തിന്റെ വേലിയേ റ്റത്തിൽ അവളെ കോരിയെടുത്തു കട്ടിലിലേക്കെറിഞ്ഞു. ആകാശത്തിലേക്ക് തെറിച്ച തും ഭൂമിയിലേക്ക് വീണതും മാത്രമേ അവൾക്കോർക്കാനായുള്ളൂ. പന്തുകളിയുടെ ആർ പ്പുവിളി മാത്രം മുഴങ്ങിക്കേട്ടു. മാസമൊന്നു കഴിഞ്ഞപ്പം സംഗതി മനസ്സിലായി, ഉള്ളിലൊരു കുരുന്നു ജീവൻ തുടിക്കുന്നത്. എന്നാൽ കുതിരപ്പാച്ചിലിൽ എല്ലാം തകർ ന്നു തരിപ്പണമാകുമെന്ന് ഭയന്ന് അമ്മച്ചിയുടെയടുത്തേക്ക് അവൾ വീണ്ടുമോടി. നിർ ദ്ദേശമനുസരിച്ച് അവൾ തിരിച്ചെത്തി. കരുത്തന്റെ പ്രതിമയെ പുറത്താക്കി. ആൾക്കൂ ട്ടത്തെ പിരിച്ചുംവിട്ടു. ജോയിച്ചനെത്തുമ്പോൾ ഉറക്കം രണ്ടുകൈയും നീട്ടി ഇപ്പോഴുമെപ്പോഴും കാത്തുകിടന്നു. ഇതിങ്ങനെയായാൽ ഇനി ഞാനെന്നാ ചെയ്യാനാ എന്റെ ഈശോയേ എന്ന് സന്താപപ്പെട്ടുകൊണ്ടാണ് കഥയവസാനിച്ചത്.

പ്രണയങ്ങളിൽ നിറഞ്ഞുപെയ്ത ജീവിതത്തെ തകർക്കാൻ പല പ്രതിസന്ധികളും വിഘ്നങ്ങളും കടന്നുവരാറുള്ളത് നമ്മൾ കണ്ടിട്ടുണ്ട്. എന്നാലിത്രയും വിചിത്രമായ കാരണം കണ്ട് വായനക്കാർ അന്തംവിട്ടുപോകുകയേയുള്ളൂ. ഫുട്ബോൾ സ്ട്രൈക്ക റുടെ മസിലുകളെ ഉശിരു കൊടുത്ത് ഉണർത്തിയെടുക്കാനുള്ള ഒരു ആയുധവും പെ ണ്ണിന്റെ പ്രണയത്തിനോ സ്ത്രൈണവൈവശ്യങ്ങൾക്കോ ഇല്ലെന്നു പറഞ്ഞുകൊണ്ട് ഹാസ്യം നിർമ്മിക്കുകയാണെന്നേ ഒറ്റനോട്ടത്തിൽ ചിന്തിക്കുകയുള്ളൂ. കാരണം പ്ര ണയപദ്ധതിയിൽ ഇണകളിരുവരും തുല്യപങ്കാളികളാണ്. പ്രണയത്തിലും ഭോഗത്തി ലും പരസ്പരം ഇഴകിച്ചേരുന്നതിൽ ലജ്ജിക്കേണ്ടതുമില്ല. കൊച്ചുവർത്തമാനങ്ങളും പയ്യാരങ്ങളും വിലാസങ്ങളുമായി അന്തരീക്ഷത്തെ സജ്ജമാക്കാം. അതുമല്ലെങ്കിൽ പ്രശ്നത്തെ പരസ്പരമറിഞ്ഞ് ചർച്ച ചെയ്ത് പരിഹരിക്കാനുള്ള ശ്രമങ്ങൾ നടത്താം. ഇതെല്ലാം പരാജയപ്പെടുകയും ഒരു ഒളിഞ്ഞുനോട്ടക്കാരന്റെ സാന്നിദ്ധ്യത്തിലോ ആൾക്കൂട്ടച്ചിത്രങ്ങളിലോ ഉണരുന്നതാണ് പുരുഷത്തമെന്നു പറയുമ്പോൾ അതിനെ സൂക്ഷ്മമായി വിലയിരുത്തേണ്ടതുണ്ട്.

സ്ത്രീയെയും പുരുഷനെയും തമ്മിൽ ബന്ധിപ്പിക്കുന്ന വൈദ്യുതലൈൻ എന്താണ് എന്ന് ഇവിടെ ചിന്തിക്കേണ്ടിയിരിക്കുന്നു. ആദ്യം കണ്ടതുപോലെ ആണധികാരത്തി ന്റെ വിലകുറഞ്ഞ ശാസനകൾ ഒരിക്കലും ഫലവത്താകുകയില്ല. സമുദ്രം പോലെ ചു ഴികളെയും മലരികളെയും ഉള്ളിലടക്കി ക്ഷോഭങ്ങളൊളിപ്പിച്ച് തിരതല്ലിക്കിടക്കുന്ന പെണ്ണുടലിലേക്ക് വാക്കുകൾ കൊണ്ടോ മെയ്വഴക്കം കൊണ്ടോ മനസ്സിന്റെ ഭാവന കൊണ്ടോ ഏതു ശക്തികൊണ്ടാണ് ഇറങ്ങിച്ചെല്ലേണ്ടതെന്ന ചിന്ത ഗ്രേസിയുടെ കഥകൾ പ്രസരിപ്പിക്കുന്നുണ്ട്. അതിന്റെ ഉത്തരം തേടാൻ വായനക്കാരെ പ്രേരിപ്പി ക്കുന്നുമുണ്ട്. സ്ത്രീയും പുരുഷനും രണ്ടു സ്വതന്ത്ര വ്യക്തികളായതുകൊണ്ടുതന്നെ തുല്യ ഉത്തരവാദിത്വം പ്രണയകാര്യങ്ങളിലുണ്ട് എന്നു വാദിക്കുകയുമാകാം. മനസ്സിനെയും ശരീരത്തെയും ഉണർത്തി വലുതാക്കുന്നതിന്റെ ഭ്രമകല്പന 'ദേവാംഗന'യിലുണ്ട്. ചെ മ്പകപ്പൂ മണക്കുന്ന ഗന്ധർവ്വനെപ്പോലെ കാലിന്റെ വിരൽത്തുമ്പു മുതൽ നെറുകന്തല വരെ ഉമ്മവെച്ചുമ്മവെച്ചുണർത്തിയ ആനന്ദത്തെ ആദ്യം തീണ്ടാരിയായ പെൺകുട്ടി പറയുന്നുണ്ട്. ആഗ്രഹിക്കുന്നനേരം പെണ്ണിന്റെ നിഗൂഢമായ ഉടൽവഴികളിലൂടെ ഒരു ഴിച്ചിൽക്കാരന്റെ വൈദഗ്ദ്ധ്യത്തോടെ പുരുഷന്റെ പരുക്കൻ വിരലുകൾക്ക് സഞ്ചരി

ക്കുവാനും തടിച്ച ചുണ്ടുകൾ കൊണ്ട് ശരീരത്തെ തീനാളം പോലെ ജ്വലിപ്പിച്ചെടുക്കാനും കഴിയുമെങ്കിൽ പെണ്ണുടലിന്റെ തിരയടക്കാൻ കഴിയുമെന്ന് 'ഉടൽവഴികൾ' ഉറപ്പുനല്കുന്നുണ്ട്.

'പന്ത്' മന്ദനായ പുരുഷന്റെ വേണ്ടസമയത്ത് പ്രയോജനപ്പെടാത്ത മസിലിനെ മാന്തിക്കീറുകയാണ്. ശാരീരികമായ കരുത്തിൽ അഭിരമിക്കുന്ന പുരുഷന്റെ ദൗർബല്യത്തെയാണ് പരോക്ഷമായി അടയാളപ്പെടുത്തിയത്. ഒറ്റയ്ക്കെടുത്താൽ ഓരോ പുരുഷനും എത്ര കരുത്തനായാലും പെണ്ണിന്റെ മുമ്പിൽ ദുർബ്ബലനാണെന്നും രണ്ടും കെട്ടവനാണെന്നും പെണ്ണിനെ നേരിടാനുള്ള ഭയത്തിൽ ഒളിച്ചോടുന്നവനാണെന്നും ഭംഗ്യന്തരേണ വെളിപ്പെടുത്തുന്നുണ്ട്. പെണ്ണിനെ പ്രണയത്താൽ കീഴടക്കാനും പെണ്ണുടലിന്റെ മുന്നിൽ ശക്തനാകാനും പുരുഷന് തനിച്ച് കഴിയില്ലെന്നും അവന്റെ ശരീരത്തിനുണർച്ച ആൾക്കൂട്ടത്തിന്റെ മുമ്പിലേ കഴിയൂ എന്നും പരിഹസിക്കുന്നുണ്ട്. ഓരോ പുരുഷനും മറ്റൊരു പുരുഷൻ കൂടെയുള്ളപ്പോഴോ അവന്റെ സാന്നിദ്ധ്യം തിരിച്ചറിയുമ്പോഴോ മാത്രമാണ് ഉശിരനാകുന്നതെന്ന കാഴ്ചപ്പാട് വാദപ്രതിവാദങ്ങൾക്ക് വഴി തെളിക്കാവുന്നതാണ്. എങ്കിലും പെണ്ണിനെ തിരിച്ചറിയുവാനും വാക്കുകൊണ്ടും സ്പർശം കൊണ്ടും സ്നേഹത്തിലലിഞ്ഞു ചേരാനും ക്ഷമയോടെ കാമനകളെ ഉണർത്തിയെടുക്കാനുമുള്ള പാരസ്പര്യം ഈ കഥയുടെ പ്രതീക്ഷയാണ്. ജീവിതത്തെ, പ്രണയത്തെ ഒരു മത്സരക്കളിയായി കാണേണ്ടതില്ലായെന്ന താക്കീതുണ്ട്. ഒന്നിച്ചുചേരാനുള്ള പാലം ഇരുവരും ചേർന്നാണ് പൂർത്തിയാക്കേണ്ടതെന്ന പാഠമുണ്ട്. അതുകൊണ്ട് പ്രണയകഥയെന്നനിലയിൽ 'പന്ത്' ചെറുകഥയുടെ കളിക്കളത്തിൽ നിറഞ്ഞുനില്ക്കുന്നു.

ഒരു കഷണം
ജീവിതം

അതിജീവനത്തിന്റെ ദലിത്പാഠം

സി അയ്യപ്പന്റെ 'ഒരു കഷണം ജീവിതം' അരികുമനുഷ്യരുടെ പ്രണയ ജീവിതമാണ് അനാവരണം ചെയ്യുന്നത്. നിലനില്പിന്റെ പ്രശ്നങ്ങളെ വിശകലനം ചെയ്യുന്ന അസാധാരണമായ പ്രണയകഥയാണത്. നുണകളിൽ കെട്ടിപ്പൊക്കുന്ന സുന്ദരമാളികയാണ് പ്രണയം. പെണ്ണിന്റെ ഇഷ്ടം നേടാനായി കള്ളം പറഞ്ഞുതുടങ്ങുന്നു. പിന്നീട് നിലനില്പിനായി കള്ളങ്ങളുടെ ചില്ലു കൊട്ടാരങ്ങളുണ്ടാക്കുന്നു. സ്വന്തമാക്കലിന്റെ ആഹ്ലാദത്തിലും സൗന്ദര്യത്തിലും നിറഞ്ഞുതുളുമ്പുന്ന നേരത്ത് സത്യത്തിന്റെ ഒരു പിൻവിളിയുണ്ട്. സത്യത്തെ അധികകാലം നിഗൂഢമാക്കാൻ കഴിയില്ല. അത് പുറത്തു വന്നു മുന്നിൽ നിന്ന് പ്രണയികളെ വെല്ലുവിളിക്കും. അപ്പോഴാണ് പ്രണയത്തിന്റെ മനോജ്ഞമായ ചില്ലുകൊട്ടാരം ചീട്ടുകൊട്ടാരമായി തകർന്നടിയുക. 'ഒരു കഷണം ജീവിത' ത്തിലെ നായകനെ ചതിക്കുന്നത് കൂട്ടുകാരനാണ്. പൂക്കളിൽ തുപ്പുന്ന, സൂര്യനുനേരെ കോട്ടുവായിടുന്ന, തണുത്ത ഹൃദയവും ചത്ത മനസ്സുമുള്ള ഘാതകനായാണ് പിന്നീട് തന്റെ ഏകസുഹൃത്തിനെ തിരിച്ചറിയുന്നത്. തന്റെ പ്രണയത്തെ ഒറ്റുകൊടുത്ത, പ്രതീകാത്മകമായി ജീവിതത്തെ തകർത്തുകളഞ്ഞ നീ ആത്മഹത്യ ചെയ്യുകയാണ് നല്ലതെന്ന് ഒടുവിൽ സുഹൃത്തിന് കത്തെഴുതുന്നുണ്ട്. എന്നാൽ നായകനെ രക്ഷിക്ക

കയോ പുതുജന്മം നല്കുകയോ ആണ് താൻ ചെയ്യതെന്ന് ഓർമ്മിപ്പിച്ചുകൊണ്ട് സത്യമെന്താണെന്ന് ബോദ്ധ്യപ്പെടുത്താൻ പഴയ ജീവിത പ്രതിസന്ധിയെ ഒന്നുകൂടി അഭിമുഖം നിർത്തി കാണിച്ചുകൊടുക്കുന്നു. അതിലാണ് കഥാനായകന്റെ പ്രണയവും ജീവിതവും മിന്നിമറയുന്നത്. എങ്കിലും ആ തെളിച്ചത്തിന് മിന്നൽപ്പിണരിന്റെ വജ്രകാന്തിയുണ്ടായിരുന്നു. എക്കാലവും പ്രണയം പുലർത്തുന്ന നാട്യത്തിന്റെ അവമതിയുണ്ട്. യഥാർത്ഥ പ്രണയത്തിന്റെ കരുത്തും സൗന്ദര്യവുമുണ്ട്. അതിലേറെ നിലനില്പിന്റെ തത്ത്വശാസ്ത്രവുമുണ്ട്.

പ്രണയിച്ച് വിവാഹിതരായ ദമ്പതികളുടെ ജീവിതത്തിനു നടുവിൽ നിന്ന് സത്യം വിളിച്ചുപറഞ്ഞ് തന്നെ കൊന്നുകളഞ്ഞെന്നാണ് കഥാനായകന്റെ പരാതി. അതിനായി താനെടുത്ത കർമ്മത്തിന്റെ അല്ലെങ്കിൽ ഒറ്റിന്റെ ചിത്രത്തെ ഫ്ളാഷ്‌ലൈറ്റിൽ തെളിച്ചുകാട്ടുന്നു. പ്രണയികളുടെ വർത്തമാനത്തെ അക്ഷരംപ്രതി ഓർമ്മപ്പെടുത്തുന്നു. അതിലാണ് പ്രണയവും ജീവിതവും അതുല്യകാന്തികളോടെ തെളിഞ്ഞുകത്തുന്നത്. പ്രണയത്തിന്റെ നിമിഷത്തിൽ കഴിഞ്ഞ കാലത്തിന്റെ സത്യമെന്തെന്ന് തന്റെ സുഹൃത്ത് പറഞ്ഞതിനാൽ പ്രണയി സ്വയം തന്നെ വെളിപ്പെടുത്തുകയാണ്. മുപ്പത്തിയാറു വയസ്സെത്തിയിട്ടും തൊഴിലില്ലാത്ത ബിരുദധാരിയുടെ സങ്കടമതിലുണ്ട്. ഏറ്റവും സാധാരണമായ ജീവിതമായതുകൊണ്ടുതന്നെ ഒരു ജോലി നേടാൻ അയാൾ വല്ലാതെ പ്രയത്നിക്കുന്നുണ്ട്. ശ്രമങ്ങളെല്ലാം എങ്ങനെയോ പാളിപ്പോകുന്നുമുണ്ട്. അതിന്റെ നിരാശയിൽ ജാഥയിലും പിക്കറ്റിങ്ങിലും സാന്നിദ്ധ്യമറിയിക്കുന്നുണ്ട്. ഒരിക്കൽമാത്രം ഇന്റർവ്യൂവിനുപോകാനായി അച്ഛൻ കൊടുത്ത പണം കൊണ്ട് കൂട്ടുകാരനുമായി മദ്യപിക്കുന്നുണ്ട്. അത് ശീലമാക്കാനുള്ള അടുത്ത ശ്രമത്തിൽ അമ്മയുടെ കൈയിൽ തുമ്പയാണ് അച്ഛൻ കൊടുത്തയച്ചത്. പണം കായ്ക്കുന്ന തന്റെ മരം ഉണങ്ങിപ്പോയെന്നും വേണമെങ്കിൽ മറ്റൊന്നു വെച്ചുപിടിപ്പിക്കാമെന്നുമുള്ള അച്ഛന്റെ ഉപദേശം കൂടിപ്പറഞ്ഞിട്ട് അമ്മ അവനെ നോക്കി ഒന്നു ചിരിക്കുന്നുണ്ട്. അതുപോലൊരു ചിരി അമ്മ ഒരിക്കലും ചിരിച്ചിട്ടില്ലായിരുന്നു. സർവ്വ മാനാഭിമാനങ്ങളും ഉരുകിപ്പോയതിന്റെ സുഖം കോടിപ്പോയ ചിരിയിൽ പ്രതിഫലിക്കുന്നുണ്ട്.

അത് ജീവിക്കാനുള്ള വാശി നല്കി എങ്ങനെയെങ്കിലും, കുറച്ചു ദിവസത്തേക്കാണെങ്കിലും അന്തസ്സായി ജീവിക്കണമെന്നുള്ള വ്യാമോഹം മനസ്സിൽ കരുപ്പിടിച്ച നേരത്താണ് പെണ്ണിനെ കണ്ടെത്തിയത്. ഒറ്റനോട്ടത്തിൽ തന്നെ അവളെ ബോധിച്ചു. പലതവണ ക്രാവിക്രാവി നടന്നു. ചാഞ്ഞും ചരിഞ്ഞുമുള്ള കാക്കനോട്ടത്തിലൂടെ പ്രണയത്തിന്റെ അരികും വളവുമെല്ലാം തിരിച്ചറിഞ്ഞു. വളയ്ക്കാനുള്ള തത്രപ്പാടിൽ വിവരശേഖരണം നടത്തി ഉറപ്പിച്ചു.

അനുരാഗത്തെ മധുരിപ്പിക്കാൻ ഒരുപാട് കള്ളങ്ങൾ കണ്ടുപിടിച്ചു. തലസ്ഥാനനഗരിയിലെ വലിയ പ്രസിദ്ധീകരണ സ്ഥാപനത്തിന്റെ ഈ നഗരത്തിലെ ബ്രാഞ്ചിൽ ഉദ്യോഗസ്ഥനാണെന്ന് കള്ളം പറഞ്ഞുകൊണ്ട് ഗണപതിക്ക് കുറിച്ചു. കള്ളന്റെ മെയ്‌വഴക്കത്തിൽ വഴുതി നടന്നു. ബ്രാഞ്ച് അടച്ചുപൂട്ടിയപ്പോൾ സെൻട്രൽ ഓഫീസിലേക്ക് മാറ്റപ്പെട്ടുവെന്നും ഇന്നും കൂടി ജോലി ചെയ്തിട്ടാണ് വന്നിരിക്കുന്നതെന്നും പറഞ്ഞ് അതിശയിപ്പിച്ചു. പെണ്ണു വീണെന്നു കണ്ടപ്പോൾ പെരുത്ത നുണകളുടെ കുമ്പാരത്തിന് തീകൊളുത്തി. അതിന്റെ മാസ്മരികപ്രഭയിൽ പെണ്ണിനും അച്ഛനും കണ്ണഞ്ചിപ്പോയി. ഒരു ദിവസം കണ്ടില്ലെങ്കിൽ കണ്ണുകടഞ്ഞു കാത്തിരിക്കുമായിരുന്നുവെന്നു കണ്ടെത്തി. ആരെങ്കിലും തന്നെ തട്ടിയെടുക്കുമോ എന്നുള്ള ഭയമാണെന്ന് തിരിച്ചറിഞ്ഞു. അതു

കൊണ്ടാണ് കല്യാണക്കാര്യം പോലും സ്വന്തക്കാരോട് പറയാതെ പൂഴ്ത്തിവെച്ചത്. എന്താണെങ്കിലും എന്റെ ചതിയനായ സുഹൃത്ത് പറഞ്ഞറിയുന്നതിനു മുമ്പ് ഈ സത്യമെല്ലാം നിന്നെ അറിയിക്കണമെന്നും അറിയുമ്പോൾ അത് താങ്ങാൻ കഴിയാതെ തളർന്നുപോകുമെന്നും കരുതിയാണ് പറയാതിരുന്നതെന്ന് പരിതപിക്കുകയും ചെയ്യുന്നു. പ്രണയത്തിന്റെ സാന്ദ്രശിലയിൽ പൊക്കിക്കെട്ടിയ സ്വപ്നസുന്ദരമായ കൊട്ടാരം സത്യത്തിന്റെ കൊടുങ്കാറ്റിൽ ആടിയുലഞ്ഞു തരിപ്പണമായാൽ ഇണയുടെ ജീവിതത്തെ തകർത്തുകളയും. നുണകൾ കൊണ്ടു കൊരുത്തെടുത്തെങ്കിലും വഴിയേ അവൾ മനസ്സിലേക്ക് കയറിയ കാര്യം തിരിച്ചറിയുന്നുണ്ട്. ചെയ്തുപോയ നെറികേടിന് മാപ്പു ചോദിക്കേണ്ട കാര്യമില്ലെന്നു മനസ്സിലാക്കുകയും ചെയ്യുന്നുണ്ട്. കൊലച്ചോറാണ് ഉണ്ണുന്നതെന്നറിഞ്ഞിട്ടും സത്യമറിഞ്ഞാൽ വിചാരണ നേരിടുമെന്നറിഞ്ഞിട്ടും ഞാനതിന് തയ്യാറാകാഞ്ഞത് നീ വേദനിക്കേണ്ടി വരുമെന്നുള്ളതിന്റെ സങ്കടം കൊണ്ടാണെന്നും നിന്നെ അത്രമേൽ സ്നേഹിക്കുന്നതുകൊണ്ടാണെന്നുമുള്ള മനസ്സിന്റെ ആധിയെ തുറന്നുകാട്ടുന്നുണ്ട്.

അതിനു മറുപടിയായി പെണ്ണിന്റെ പ്രതികരണവും വൈകാരികമായി തന്നെ അവൾ വെളിപ്പെടുത്തുന്നുണ്ട്. അതിൽ ജീവിക്കാനാഗ്രഹിക്കുന്ന, അതിനായി തന്ത്രങ്ങൾ പരിശീലിക്കേണ്ടത് അനിവാര്യമാണെന്ന് തിരിച്ചറിയുന്ന, പെണ്ണിന്റെ കരുത്തും ക്ഷമയും പ്രകടമാകുന്നുണ്ട്. നിങ്ങളുടെ സുഹൃത്ത് പറഞ്ഞ സത്യങ്ങളെല്ലാം ജനാലയുടെ പിന്നിലൊളിച്ച് നിന്ന് നിങ്ങൾ കേട്ടതാണെന്നും നിങ്ങൾ ഒളിച്ച് നില്ക്കുന്നുണ്ടെന്ന് അറിഞ്ഞു തന്നെയാണ് അയാൾ അതെല്ലാം വികാരാധീനനായി പറഞ്ഞതെന്നും അവൾ അറിയിച്ചു. അതയാളെ ലഹരി പിടിപ്പിച്ചു. മാത്രമല്ല ഇതെല്ലാമറിയുമ്പോൾ തലതല്ലിക്കരയുമെന്ന കൂട്ടുകാരന്റെ വിചാരം അസ്ഥാനത്താവുകയാണുണ്ടായത്. കാരണം പൊട്ടിക്കരയാനുള്ള തന്റെ ശ്രമം പൊട്ടിച്ചിരിയായി മാറുകയാണുണ്ടായത്. അതുകണ്ട് ഞെട്ടിത്തരിച്ചാണ് അയാൾ പുറത്തേക്കു പോയത്. അതൊന്നും സത്യമല്ലെന്നു വിചാരിച്ചിട്ടല്ല അതിലൊരു പുതുമയും തോന്നാത്തതുകൊണ്ടാണ് അങ്ങനെ സംഭവിച്ചതെന്ന് അവൾ സമ്മതിക്കുന്നു. കഴുത്തിൽ താലികെട്ടുന്നതിനു മുമ്പുതന്നെ എല്ലാ സത്യങ്ങളും അവളും അച്ഛനുമായി ചുഴിഞ്ഞു കണ്ടുപിടിക്കുന്നുണ്ട്. ആണിന്റെ ഉശിര് കണ്ട് വീണുപോയി എന്ന വിശ്വാസത്തെ പിടിച്ചുലച്ചുകൊണ്ട് പെണ്ണിന്റെ കാര്യമാത്രപ്രസക്തമായ വീണ്ടുവിചാരത്തെ ഇവിടെ തിളക്കുകയാണ് കഥാകാരൻ.

തന്റെ പുറകേ കൂടിയത് സൗന്ദര്യം കണ്ടുകൊണ്ടല്ല ജോലിയുടെ മാറ്ററിഞ്ഞിട്ടാണെന്ന് ആദ്യമേ തിരിച്ചറിഞ്ഞിരുന്നു. പിന്നെ എന്തുകൊണ്ടാണ് ഒരു കള്ളന്റെ കെണിയിൽ വീണതെന്നുള്ള സംശയത്തെ ദൂരീകരിക്കുകയാണവൾ. അതിൽ അവളുടെ സത്യം നിലാവുപോലെ പെയ്തിറങ്ങുന്നു. മാത്രമല്ല അതിനു മുമ്പ് തന്റെ ആത്മബോധത്തെ തിരിച്ചറിയുകയും പുരുഷന്റെ വികലധാരണയെ തിരുത്തുകയും ചെയ്യുന്നുണ്ട്. സുന്ദരിയല്ലാത്തതുകൊണ്ടാണ് താൻ വീണുപോയതെന്ന വിശ്വാസത്തെ അവൾ ആദ്യം തിരുത്തുന്നു. താൻ വിരൂപയൊന്നുമല്ലെന്നും അത് സമ്മതിച്ചു തരാൻ ഏതൊരു പെണ്ണും തയ്യാറാകില്ലെന്നുമുള്ള സത്യത്തെ വെളിപ്പെടുത്തുന്നു. ആണിന്റെ സൗന്ദര്യം ആണത്തമാണെന്ന് അവൾ ഉൾക്കൊള്ളുകയും ചെയ്യുന്നു. സ്വന്തമായി ജീവിതം സൃഷ്ടിച്ചെടുക്കാനുള്ള കരുത്തിനാണ് ആണത്തമെന്നു വിശ്വസിക്കുന്നതെന്നും നിങ്ങൾക്കതിന്റെ തരിമ്പെങ്കിലുമുണ്ടെന്ന് തമാശയ്ക്കുപോലും വിശ്വസിക്കില്ലെന്നു പറയുമ്പോൾ പുരുഷൻ സ്വയമേ ഉണ്ടെന്നു കരുതുന്ന പൗരുഷത്തിന്റെ തലമണ്ടയ്ക്ക് കൂടം കൊണ്ടു

തല്ലുകയാണ്. നിങ്ങൾ എനിക്കുവേണ്ടി സൃഷ്ടിക്കപ്പെട്ടവനായിരുന്നു. നിങ്ങൾ തന്നെ ഭർത്താവായി വേണമെന്നുള്ള ആഗ്രഹത്തിന്റെ നിഗൂഢതയാണ് പിന്നീടവൾ വെളിപ്പെടുത്തിയത്. അതിൽ അവളുടെ യഥാർത്ഥ സ്വത്വം രൂപപ്പെടുന്നത് കാണാം.

നിങ്ങളറിയുന്ന ഗായത്രിയല്ല യഥാർത്ഥ ഞാൻ. ഞാൻ സാവിത്രിയാണ്. ഗായത്രി ഇരട്ടയായ എന്റെ അനിയത്തിയാണ്. അവൾ പഠിക്കാൻ മിടുക്കി. ഞാൻ എപ്പോഴും മൂന്നാം സ്ഥാനക്കാരി. പത്താംക്ലാസിലും പ്രീഡിഗ്രിക്കും അവൾക്ക് ഒന്നാം റാങ്ക്. ഞാൻ കഷ്ടിച്ച് കടന്നുകൂടി. എന്നാൽ ഡിഗ്രിയുടെ ഫലം വരുന്നതിനു മുമ്പ് അവൾ കാമുകനുമായി ബൈക്കിൽ കറങ്ങി അപകടത്തിൽപ്പെട്ടു മരിച്ചു. മരണവാർത്തയറിഞ്ഞ അച്ഛൻ, മരിച്ചത് സാവിത്രിയാണെന്ന് ഭ്രാന്തനെപ്പോലെ പുലമ്പി. അച്ഛന്റെ ഭീഷണിയിൽ തനിക്കും വഴങ്ങേണ്ടിവന്നു. തന്റെ സർട്ടിഫിക്കറ്റെല്ലാം അച്ഛൻ കത്തിച്ചുകളഞ്ഞു. ഗായത്രിയുടെ രണ്ടാം റാങ്ക് സർട്ടിഫിക്കറ്റുകൊണ്ട് ജോലി സമ്പാദിച്ചു. നിങ്ങളുടെ വിലയേറിയ ഭാര്യയുമായി. ഈ സത്യം വെളിപ്പെടുത്തുമ്പോൾ സ്വയം കൊലക്കയറു മുറുക്കുകയാണെന്നറിയാമായിട്ടും സത്യം അയാൾ തിരിച്ചറിയണമെന്ന് അവളും കരുതുന്നുണ്ട്.

താൻ ജീവിച്ചിരിക്കുന്നുവെന്നും തന്റെ ജീവിതം തന്റേതു മാത്രമാണെന്നും അവൾ വിശ്വസിക്കുന്നു. കാരണം ജീവിതത്തിന് താനും അർഹയാണെന്നവൾ ചിന്തിക്കുന്നു. മറ്റാരുടേതും ഒന്നും തന്നെ തട്ടിയെടുത്തതായി താൻ കരുതുന്നില്ല. ഇതെല്ലാം ജീവിക്കുന്നതിനുവേണ്ടി മാത്രമായിട്ട് താൻ ചെയ്തതാണ്. മാത്രമല്ല തന്നോടു ക്ഷമ ചോദിക്കാത്തതിന്റെ കൃതജ്ഞതയും അവൾ പറയുന്നുണ്ട്. സ്വന്തം ജീവൻ രക്ഷിക്കാൻ വേണ്ടി ചെയ്യുന്ന ഏതു കാര്യത്തെയും ന്യായീകരിക്കാമെന്നുള്ളതാണ് ജീവിതത്തിന്റെ തത്ത്വശാസ്ത്രം. അതവൾ തിരിച്ചറിയുകയും ചെയ്തതുകൊണ്ടാണ് അവനറിയാത്ത അവളുടെ സത്യവും വെളിപ്പെടുത്തിയത്.

പ്രണയം മാത്രമല്ല ജീവിതവും ഒരു കലയാണ്. എത്ര കടുത്ത കയ്പ് ചവച്ചിറക്കിയാണ് ജീവിതത്തെ മധുരിപ്പിക്കാൻ ശ്രമിക്കുന്നത്. മാത്രമല്ല ഓരോ മനുഷ്യനും ഓരോ നിഗൂഢതയാണെന്നും ആരും ഇതുവരെ വായിക്കാത്ത പുസ്തകമാണെന്നും കഥാകാരൻ വെളിപ്പെടുത്തുന്നുണ്ട്. പ്രത്യേകിച്ചും ജീവിച്ചു സ്വന്തമാക്കാൻ ആഗ്രഹിക്കുന്ന സാധാരണക്കാരുടെ ജീവിതം ഒരുപാട് ക്ഷോഭം നിറഞ്ഞ നാടകം ഒളിപ്പിച്ചുവെച്ച പുസ്തകമാണെന്ന് വ്യക്തമാക്കുന്നു. അതു തുറക്കണമെങ്കിൽ പ്രേമമെന്ന വികാരത്തിന്റെ താക്കോലുണ്ടെങ്കിൽ മാത്രമേ കഴിയൂ. പ്രണയമില്ലാത്തിടത്ത് മനുഷ്യൻ തുറക്കാത്ത പുസ്തകം മാത്രമായിരിക്കും. പരസ്പരം വായിക്കാൻ കഴിയണമെങ്കിൽ പ്രണയത്തിന്റെ സ്വാഭാവികമായ വ്യാപാരമുണ്ടാകണം. അതല്ലെങ്കിൽ വിദ്വേഷത്തിന്റെയും സന്ദേഹങ്ങളുടെയും കരിമ്പാറകളിലടിച്ച് തകർന്നിരിക്കും.

പ്രണയത്തെക്കുറിച്ചുള്ള അസാധാരണമായ ദർശനമുണ്ടിവിടെ. സ്വന്തം ഇഷ്ടത്തിനും ഭാവനയ്ക്കുമനുസരിച്ചുവേണം ഇണയെ തെരഞ്ഞെടുക്കേണ്ടത്. അതിന് വേണമെങ്കിൽ സ്വന്തം വ്യക്തിത്വത്തെ തന്നെ മറച്ചുവെച്ചതുകൊണ്ടും കുഴപ്പമൊന്നുമില്ല. സാധാരണപ്പെട്ട മനുഷ്യന് കൈവിടാൻ ജീവിതമല്ലാതെ മറ്റൊന്നുമില്ലതാനും. അങ്ങനെ നേടുന്ന ജീവിതത്തെ ഉരുക്കിമുറുക്കിയെടുക്കാൻ അതിൽ ഇന്ധനം നിറയ്ക്കേണ്ടതുണ്ട്. അത് സത്യസന്ധമായ സ്നേഹത്തിന്റെ ഊർജ്ജം തന്നെയാണ്. അതിന്റെ മാധുര്യത്തിലലിഞ്ഞ് ഉറയണം. അങ്ങനെ ഉറഞ്ഞുപോകുന്ന ജീവിതത്തെ ശിഥിലമാക്കുവാൻ ജീവിതത്തിൽ ഒളിപ്പിച്ചുവെച്ച ഒരു സത്യത്തിനും കഴിയില്ല. അറിയാത്ത സത്യങ്ങളറി

യുമ്പോൾ ഒന്നു ഞെട്ടുമെങ്കിലും അതിനെ ഒരു നേരമ്പോക്കായി കരുതാനും തുടർന്നുള്ള ജീവിതത്തിന്റെ വെളിച്ചത്തെ പൊലിപ്പിക്കാനുള്ള അഗ്നിയാക്കാനും കഴിയുമ്പോഴാണ് ഇഷ്ടം കൂടുതൽ രസാവഹമാകുന്നത്. കണ്ടെടുത്ത ജീവിതത്തിനപ്പുറം മനുഷ്യന് ഒരു സത്യവുമില്ല. പിന്നിട്ട ജീവിതത്തെ നിരർത്ഥകമായി പിന്തള്ളിയിട്ട് വരാനിരിക്കുന്ന ജീവിതത്തെ മധുരിപ്പിക്കുകയേ മനുഷ്യന് നിർവ്വാഹമുള്ളൂ.

സാധാരണക്കാർക്ക് പ്രണയം പ്രത്യാശയാണ്. ഇവിടെ രതിയുടെ പരമാനന്ദത്തിലെത്തി തൻകാര്യം നോക്കി പിൻവാങ്ങുന്ന പ്രണയികളല്ല. ഇണകളിരുവരും കഷ്ടപ്പെട്ട് നുണകളുണ്ടാക്കി നേടിയെടുക്കുന്ന പ്രണയം നിലനില്പിനുവേണ്ടിയുള്ളതാണ്. അതുകൊണ്ട് ജീവിതവുമായി അത്രമേൽ ലയിച്ചിരിക്കുന്നു. പ്രായോഗികമതികളാണ് പ്രണയികൾ. മുപ്പത്തഞ്ചെത്തിയിട്ടും ജോലി കിട്ടാതെ വിയർക്കുന്നവന്റെ മുമ്പിൽ തൊഴിലുള്ള പെൺകുട്ടി വന്നുപെട്ടപ്പോൾ രണ്ടാമതൊന്നാലോചിക്കേണ്ടി വന്നില്ല. വടവിവടവിയരികത്താക്കി. അതിനായി തനിക്കൊരു പരിവേഷം ചമച്ചെടുത്തു. എന്നാൽ സഞ്ചാരങ്ങളിലെപ്പോഴോ പ്രണയിനി ഉള്ളിലേക്ക് മാഞ്ഞു പോകാത്തവിധം അടയാളപ്പെട്ടുകയാണ്. തന്റെ സൗന്ദര്യം കണ്ട് മതിമറന്നവളാണെന്നും തന്നെ കൂടാതെയവൾക്ക് ജീവിതമില്ലെന്നുമൊക്കെ ഏതൊരാളെയും പോലെ കാമുകൻ കരുതുന്നുവെങ്കിലും ചതിക്കാനൊരുമ്പെടുന്നില്ല. തന്റെ പരിവേഷം കപടമാണെങ്കിലും പ്രണയം സത്യമായിരുന്നു. അതുകൊണ്ടുതന്നെ പ്രണയതീവ്രതയിൽ അവൾ നഷ്ടപ്പെട്ടുമെന്ന ചിന്ത അയാളെ വല്ലാതെ അലോസരപ്പെടുത്തുന്നുണ്ട്. എങ്കിലും സത്യം തുറന്നുപറയാനുള്ള വെമ്പൽ അയാളെ പിന്നോട്ടടിക്കുന്നില്ല. എല്ലാം പറഞ്ഞുകഴിയുമ്പോൾ തന്നോട് പൊറുക്കണേയെന്ന് അപേക്ഷിക്കുന്നുമില്ല. അതാണ് അയാളെ ആണൊരുത്തനാക്കുന്നത്. പ്രണയസ്ഥൈര്യം തന്നെയാണ് അവളെയും ആകർഷിച്ചത്.

മാപ്പപേക്ഷിച്ചിരുന്നെങ്കിൽ താൻ ലജ്ജിച്ച് തലതല്ലിച്ചത്തേനെയെന്ന് പരിതപിക്കുന്ന കാമിനിക്കും പ്രണയം സത്യമായിരുന്നു. എന്നാൽ ആണിനേക്കാൾ എത്ര സമർത്ഥയും തന്ത്രശാലിയുമാണ് പെണ്ണ് എന്ന് തീക്ഷ്ണമായി അനുഭവപ്പെടുത്തുന്നുണ്ട്. ജീവിതത്തെ പ്രായോഗികമായി കാണുന്നതിനെ വിലമതിക്കുകയും ചെയ്യുന്നു. പെണ്ണിന്റെ നിരീക്ഷണശക്തിയെ വെല്ലാൻ ആർക്കുമാകില്ല. സൗന്ദര്യത്തെക്കുറിച്ച് എത്ര ബോധവതിയാണവൾ. രൂപഭംഗിയല്ല സൗന്ദര്യം. സ്വന്തമായി പണിയെടുത്ത് ജീവിക്കുന്നവർക്ക് സൗന്ദര്യം പ്രയത്നത്തിലും ആത്മവിശ്വാസത്തിലുമാണ്. അതുതന്നെയാണ് ആണിലും ദർശിക്കുന്നത്. സ്വയം ജീവിതമുണ്ടാക്കുവാനും അത് സംരക്ഷിക്കുവാനുമുള്ള കരുത്താണ് ആണത്തമെന്ന് പറയുമ്പോൾ അവളുടെ വീണ്ടുവിചാരത്തെക്കുറിച്ച് സംശയിക്കേണ്ടതില്ല. എന്നാൽ അയാൾ തനിക്കിണങ്ങുന്നവനാണെന്ന് മനസ്സിലാക്കുമ്പോൾ ഏഴു തലമുറ മുമ്പുവരെയുള്ള ജാതകം പഠിക്കുകയാണ്. ചുരുക്കത്തിൽ തൊഴിൽരഹിതനായ അനാഥനാണെന്ന് തിരിച്ചറിയുമ്പോൾ ഇയാൾ തനിക്കുവേണ്ടി സൃഷ്ടിച്ചവനാണെന്ന് തീരുമാനിക്കുന്നു. അവിടെയും ജോലിയുടെ പകിട്ടിൽ സമ്പന്നതയിലേക്ക് ചവിട്ടിക്കയറണമെന്ന അതിമോഹമല്ല. കൈവന്ന ജീവിതത്തെ സമാധാനത്തോടെ നേരിടാനുള്ള സന്മനസ്സാണ് പെണ്ണ് പുലർത്തുന്നത്. അത് പ്രണയത്തിന്റെ മൂല്യമാണ്.

ഭർത്താവായിത്തീരുന്നയാളുടെ നുണകൾകൊണ്ട് പണിതീർത്ത ഭൂതകാലത്തെ തനിക്കറിയാമെങ്കിലും അയാളത് കുമ്പസരിക്കുമ്പോൾ അത് ചെവിക്കൊണ്ട് തന്റെ

ചൊൽപ്പടിക്കാക്കി നിർത്തി മുന്നോട്ടുപോകാമായിരുന്നു. പ്രണയിനിയുടെ രഹസ്യ ത്തെ ഓതിക്കൊടുക്കാൻ ആർക്കുമാകുമായിരുന്നില്ല. എന്നാൽ താനറിയുന്ന സത്യം പറഞ്ഞുകൊണ്ട് അതിത്രയും കാലം ഒളിപ്പിച്ചത് പെണ്ണിന് സങ്കടമാകുമെന്ന് കരുതി യാണെന്നും ഇപ്പോഴും പണ്ടേക്കാൾ സ്നേഹിക്കുന്നുവെന്നും പറയുമ്പോൾ അത് കണ്ടില്ലെന്നു നടിക്കാൻ മാത്രം മേന്മയില്ലാത്തവളല്ല. അതുകൊണ്ടാണ് ഒരിക്കലും അറിയാൻപോകില്ലെങ്കിലും തന്റെ സത്യമെന്താണെന്നും വെളിപ്പെടുത്തിയത്. അതി ലവൾക്ക് പശ്ചാത്താപമൊന്നുമില്ല. അനിയത്തിയുടെ ജീവിതവും ജോലിയും തട്ടിയെ ടുത്തെന്ന വിശ്വാസവുമില്ല. തന്റെ ജീവിതത്തിന്റെ അവകാശം തനിക്കാണെന്ന് തിരി ച്ചറിഞ്ഞുകൊണ്ട് തന്റെ യഥാർത്ഥസ്വത്വം മനസ്സിലാക്കിക്കൊടുക്കുവാനുള്ള യത്നമാണവൾ നടത്തുന്നത്. അതിൽ അവളെ ചൂഴ്ന്നുനിൽക്കുന്ന പ്രതിഭയുടെ ആല ഭാര ങ്ങളൊക്കെ നീങ്ങിക്കിട്ടുകയാണ്. അവൾ വെറും സാധാരണ പെണ്ണാകുകയാണ്. അങ്ങനെയൊരാൾക്കു മാത്രമേ പ്രത്യാശയുടെ കണ്ണുകളുമായി തലയുയർത്തി നിൽക്കാൻ കഴിയൂ. എല്ലാം ജീവിക്കാൻ വേണ്ടി ചെയ്തുവെച്ച പൊല്ലാപ്പുകളാണെന്ന് തിരിച്ചറിയു ന്നിടത്ത് പ്രണയത്തിന്റെ അസാധാരണമായ തിളക്കം ജ്വലിക്കുന്നതു കാണാം. ഈ കഥയെ അസാധാരണമായൊരു പ്രണയകഥയാക്കുന്നതും മറ്റൊന്നല്ല.

നാഗചിത്രക്കൂടത്തിന്റെ ചുറ്റുഗോവണി പോലെയുള്ള ആഖ്യാനമാണ് കഥയിൽ കൈകാര്യം ചെയ്യുന്നത്. കാമുകന്റെ യഥാർത്ഥ ജീവിതം മറയില്ലാതെ പറയുന്നതു കേൾക്കുമ്പോൾ ഞെട്ടുന്നത് ഭർത്താവു മാത്രമാണ്. കാരണം അത് കൂട്ടുകാരന് നേര ത്തെയറിയാമായിരുന്നു. അതെങ്ങനെയാണെന്ന് പറയുമ്പോഴാണ് വായനക്കാർ ഞെട്ടിത്തെറിക്കുന്നത്. അത് മരണപ്പെട്ട ഗായത്രിയാണ് തന്നോട് പറഞ്ഞത്. അതവളെ അറിയിക്കാനെത്തിയത് ആരാണെന്ന് പറയാതെ പറഞ്ഞിരിക്കുന്നു. ഒടുവിൽ വ്യക്തമാക്കുന്നുവെങ്കിലും തന്നെ ഒറ്റിക്കൊടുത്ത സുഹൃത്ത് പോയി ചാകുന്ന താണുത്തമമെന്ന് പറയുമ്പോൾ ഒരാൾക്ക് രണ്ടുപ്രാവശ്യം ആത്മഹത്യ ചെയ്യാനെങ്ങ നെ കഴിയുമെന്നു പറഞ്ഞ് അവസാനിപ്പിക്കുകയാണ്. തുടക്കം മുതൽ ഒടുക്കംവരെ ഒരു പ്രേതഭാഷണമാണ് നാം അറിഞ്ഞതെന്നോർത്ത് നടുങ്ങുന്നു. ചില സത്യങ്ങൾ പൊതുവായി അറിയണമെങ്കിൽ മരിച്ചവർ തന്നെ തിരിച്ചുവരേണ്ടിവരും. പ്രണയത്തി ന്റെ കാര്യത്തിലെങ്കിലും അത് ശരിയാണെന്നു വരുന്നു. നുണകളിൽ തീർത്തെടുക്കുന്ന പ്രണയങ്ങൾ ശാശ്വതമാകില്ലെന്നൊരു താക്കീതുമുണ്ട്. ഉയിരുമുടലുമറിഞ്ഞ് പ്രണയം കത്തി നിൽക്കണമെങ്കിൽ എല്ലാ സത്യങ്ങളും മനസ്സറിഞ്ഞ് പങ്കുവെച്ച് കന്മഷങ്ങളെ മനസ്സിൽനിന്ന് കലക്കിക്കളയേണ്ടിവരും. അങ്ങനെ തെളിഞ്ഞു വിളങ്ങുന്ന ഹൃദയങ്ങ ളിലാണ് പ്രണയത്തിന്റെ ചാന്ദ്രനിലാവ് കുളിർമ്മയോടെ പെയ്തു നിറയുന്നത്. അത് കൈവിട്ട ജീവിതം തിരികെ പിടിച്ചെടുക്കുന്നവർക്ക് മാത്രം സ്വന്തമാണ്.

പ്രണയോപനിഷത്ത്

പ്രിയനേ, ഹൃദയത്തിലെന്നെയൊരു മുദ്രയാക്കുക!

നിത്യസാധാരണമായ ജീവിതത്തിന്റെ സൂക്ഷ്മതകളെ വിശദാംശങ്ങളോടെ അടയാളപ്പെടുത്തുക വി ജെ ജെയിംസിന്റെ കഥാരചനയുടെ സവിശേഷതകളിലൊന്നാണ്. ഓരോരുത്തരും നിരന്തരമനുഭവിക്കുകയോ കാണുകയോ ചെയ്തുപോരുന്ന പ്രശ്നങ്ങളെ സവിശേഷ ജാഗ്രതയോടെ ചിത്രീകരിച്ചെന്നിരിക്കും. അതിന്റെ സൗന്ദര്യാംശങ്ങളിലേക്ക് ചേർത്തു നിർത്തി ആനന്ദത്തിന്റെ ഒരു കണികയെങ്കിലും സ്പർശിക്കാൻ കഴിയുംവിധം ആഖ്യാനം നിർവ്വഹിക്കുക എഴുത്തുകാരന്റെ താല്പര്യമാണ്. അതിലുപരി ജീവിതത്തിന്റെ യുക്തിബോധത്തെയും തത്ത്വചിന്തയെയും ഓർമ്മപ്പെടുത്താനായി കഥപറച്ചിലിനിടയിൽ എഴുത്തുകാരൻ പലവട്ടം കയറി വന്നെന്നിരിക്കും. കഥയുടെ ശില്പത്തികവിന് അരോചകമാകാതെ വായനക്കാരെ പത്തരമാറ്റ് ജീവിതത്തോട് മതിപ്പുള്ളവരാക്കി മാറ്റി കഥപറഞ്ഞവസാനിപ്പിക്കാനും ഇദ്ദേഹത്തിനു പ്രത്യേക ചാതുര്യമുണ്ട്. എഴുത്ത് ജീവിതത്തിന്റെ മഹത്ത്വത്തെ സാക്ഷ്യപ്പെടുത്തണമെന്ന മൂല്യബോധമുള്ള എഴുത്തുകാരനാണ് വി ജെ ജെയിംസ്. എന്നാൽ സോദ്ദേശ്യകഥകളെഴുതുന്ന ഭാവനയിൽ വിഹരിക്കുന്ന എഴുത്തുകാരനാണെന്നർത്ഥമാക്കേണ്ടതില്ല. സമീപകാല മലയാളകഥകൾ ഹിംസയുടെ കടൽച്ചൊരുക്ക് ആഖ്യാനംചെയ്ത് അശാ

ന്തമായ അന്തരീക്ഷ നിർമ്മിതി നടത്തുകയും അതിനെ ആഘോഷിക്കുകയും ചെയ്യുന്ന പ്രവണത നിലനില്ക്കുന്നുണ്ട്. അവിടെയാണ് മേല്പറഞ്ഞ വസ്തുത പ്രസക്തമാകുന്നത്. ലോകത്തെ ജീവിതവ്യമാക്കുന്ന മാനുഷികവും സാംസ്കാരികവും രാഷ്ട്രീയവുമായ ധാർമ്മികതയെ നിലനിർത്തുന്ന സംസ്കൃതിയെ വീണ്ടെടുക്കാനുള്ള ചുമതലകൂടി എഴുത്തുകാർക്കുണ്ടെന്ന ബോധത്തെ ദീപ്തമാക്കുവാൻ വി ജെ ജെയിംസിന്റെ കഥകൾക്ക് കഴിയുന്നുണ്ട്.

തികവുറ്റ പ്രണയത്തെക്കുറിച്ചുള്ള അന്വേഷണമാണ് വി ജെ ജെയിംസിന്റെ 'പ്രണയോപനിഷത്ത്.' പൂർണ്ണമായ അവസ്ഥയിൽ ദീർഘകാലം നിലനില്ക്കുന്ന സ്വഭാവം പലപ്പോഴും പ്രണയത്തിനില്ല എന്നത് ചിന്തിപ്പിക്കേണ്ട കാര്യമാണ്. പ്രണയത്തിലേർപ്പെടുന്ന വ്യക്തികൾ പൂർണ്ണമായും സ്വതന്ത്രരായതിനാൽ എല്ലാ നിലയിലും തൃപ്തരായെങ്കിൽ മാത്രമേ ജീവിതത്തിലേക്കതിനെ സ്വീകരിക്കുകയുള്ളൂ. എന്നാൽ ശരീരാധിഷ്ഠിതമായ പരസ്പരാകർഷണം എന്ന ഉപരിപ്ലവമായ കാഴ്ചപ്പാടിന്റെ തലത്തിൽ മാത്രം പ്രണയത്തിലകപ്പെടുന്നവർ അതിന്റെ മാധുര്യം ചെടിച്ചുതുടങ്ങുമ്പോൾ ഇണയെ കൈവിട്ടുകളയുക ഒരു തന്ത്രമായി സ്വീകരിച്ചിട്ടുണ്ട്. അത് അപരിചിതമായ മറ്റുരൂപങ്ങളെത്തേടി കാന്തംപോലെ സഞ്ചരിക്കുന്നത് സാധാരണമാണ്. ലാഭേച്ഛ മാത്രമായി പ്രണയം ചുരുങ്ങുമ്പോഴാണ് അതിന് ദുരന്തത്തിന്റെ പരിവേഷം കൈവരുന്നത്. നവമാദ്ധ്യമലോകക്രമങ്ങളിൽ ജീവിക്കുന്നവരെ സംബന്ധിച്ച് രതിയെ സാദ്ധ്യമാക്കുന്ന ഉപാധിയായിട്ട് മാത്രമേ പ്രണയത്തെ കാണുന്നുള്ളൂ. അവിടെ പ്രണയത്തിന്റെ കാലദൈർഘ്യം വളരെ കുറവാണ്. സ്ത്രീപുരുഷ ഭേദമില്ലാതെ ഏതു പ്രണയത്തിലും അവസ്ഥയിലും രതിയിലെത്തിച്ചേരാനുള്ള അനുഭവമായാണ് അത് സ്വീകരിച്ചിട്ടുള്ളത്. അധാർമ്മികവും മൂല്യബോധമില്ലാത്തതുമായ കാര്യമായാണ് ചിലർ പ്രണയത്തെ നോക്കുന്നത്. ദമ്പതികളും യൗവനത്തിന്റെ വേഷഭൂഷകളണിഞ്ഞ് സൈബർലോകത്തിൽ ഇരപിടിക്കാനിറങ്ങി പ്രണയത്തിലും അനന്തരാനുഭവങ്ങളിലും മുഴുകുന്നവരാണ്. അതിലേറെപ്പേരും അബദ്ധങ്ങളിലും ചതികളിലുംപെട്ട് ദുരന്തത്തിലെത്തുന്നതും ഇന്ന് പതിവു കാഴ്ചകളായി മാറിയിട്ടുണ്ട്.

'അനാമിക' അത്തരമൊരനുഭവത്തിന്റെ ആഘാതം പങ്കുവെക്കുന്നുണ്ട്. പ്രണയം കൂടാതെ ദാമ്പത്യത്തിലേർപ്പെട്ട് പ്രണയമില്ലാതെ കഴിയുന്ന ഇണകൾ പരസ്പരം ഭാരമാകുക സ്വാഭാവികമാണ്. അവിടെയാണ് മറ്റൊരിണയെ തേടിപ്പിടിക്കാനുള്ള ആഗ്രഹത്തിൽ മദം പൊട്ടിയൊലിക്കുന്നത്. പരിചിതത്വമാണ് അങ്ങനെയൊരു കെണിയിലകപ്പെടുത്തുന്നത്. പുതുമകളൊന്നുമില്ലാതെ ദാമ്പത്യം വിരസമാകുമ്പോഴാണ് ഇന്റർനെറ്റുമായി സ്വർണ്ണമത്സ്യ വേട്ടയ്ക്കിറങ്ങുന്നത്. ദാമ്പത്യത്തിൽ രണ്ടു പതിറ്റാണ്ടു കഴിയുമ്പോൾ പരസ്പര വിശ്വാസത്തിന്റെ വേരറുത്തുകൊണ്ട്, ഭാര്യയുടെ ശരീരം അറപ്പാണുണ്ടാക്കുന്നതെന്ന് പറഞ്ഞ്, ഉറക്കം രണ്ടറകളിലാക്കി സ്വാതന്ത്ര്യം നേടി, ശീതീകരിച്ച മുറിയിലിരുന്നു ഭർത്താവ് വലയെറിഞ്ഞ് രതിയുടെ താൻപോരിമ അനുഭവിക്കുന്ന കഥ പറയുകയാണ് 'അനാമിക'യിൽ. അവിടേക്ക് ശരീരവടിവ് കാട്ടി മുഖം മറച്ചുകൊണ്ട് ഭാര്യ ചെന്നെത്തുമ്പോൾ ആ കെണിയിലും അയാൾ അകപ്പെട്ടുപോകുന്നു. 'അനാമിക' എന്ന പേരിൽ ദമയന്തി സ്കൈപ്പിൽ പ്രത്യക്ഷപ്പെട്ട് വലവിരിക്കുമ്പോൾ മാനാഭിമാനങ്ങളുടെ ചിന്തകളൊന്നുമില്ലാതെ കൊഞ്ചിക്കുഴഞ്ഞാടുന്ന ഭർത്താവിന്റെ മൗഢ്യവും നിസ്സഹായതയും സഹതാപാർഹമാണ്. എന്നാൽ ശരീരത്തിന്റെ വടിവുകളൊന്നൊന്നായി അനാവൃതമാക്കി പ്രലോഭിപ്പിച്ചുകൊണ്ട് അവൾ

മുന്നേറുമ്പോൾ ഭർത്താവ് സഹിക്കവയ്യാതെ ഏകോന്മുഖമായ രതിയുടെ അനുഭൂതിയിലേക്ക് പടർന്നു കയറുന്നുണ്ട്. ആ വൈകൃതം നോക്കിനിന്നുകൊണ്ട് അതുവരെ മറച്ചുവെച്ച മുഖാവരണം നീക്കാനുറച്ച ദമയന്തി വാക്കുകൾ കൊണ്ട് തൊഴിക്കുന്നത് നോക്കുക: 'ഈ ശരീരമല്ലേ നിങ്ങൾക്ക് മട്ടപ്പാണെന്നു പറഞ്ഞത്. അതേ ശരീരം കണ്ട് വികാരപ്പെട്ടല്ലേ നാണംകെട്ടത് പ്രവർത്തിച്ചതും.' അതിന്റെ ഭാരം താങ്ങാനാവാതെ ഉടഞ്ഞുചിതറുന്ന ഭർതൃസ്വത്വത്തിന്റെ ദൈന്യത്തിൽ ലഹരിപൂണ്ട് ശിരോകവചത്തിന്റെ കുടുക്കിനുനേരെ ഇരുകൈകളും അടുക്കുന്നിടത്താണ് അനാമികയവസാനിച്ചത്. അങ്ങനെയുള്ളവർ തീർച്ചയായും വായിച്ചിരിക്കേണ്ട കഥയാണ് 'പ്രണയോപനിഷത്ത്.'

മാതൃകാദമ്പതികളായി നമ്മൾ ആദരിക്കുന്നത് വാക്കും അർത്ഥവുംപോലെ ചേർന്നിരിക്കുന്ന ശിവപാർവ്വതിമാരെയാണ്. അസ്വാരസ്യത്തിന്റെ തരിമ്പുമില്ലാതെ സാർത്ഥകമായ പ്രണയത്താൽ വിളക്കിച്ചേർത്തു വെച്ചിരിക്കുന്നവരാണവർ. പാതിമെയ് കലർന്നു ഒരൊറ്റ ശരീരമായി അവർ ഒന്നുചേർന്നിരിക്കുന്നു. ദാമ്പത്യത്തിന്റെ സ്വാഭാവികമായ രസക്കേടുകളെ ഭംഗിയായി അവർ അതിജീവിക്കുന്നുണ്ട്. സ്നേഹത്തിന്റെ വലുപ്പം കൂട്ടാനായി പല ജീവികളുടെയും സ്വത്വങ്ങളിലേക്ക് പരിണമിച്ചവരാണ്. ആനയായും വാനരനായും രതിയുടെയും പ്രണയത്തിന്റെയും പറുദീസകളിലേക്ക് യാത്രചെയ്തവർ. പുത്രമകൾ ദൈവങ്ങൾക്കുപോലും പഥ്യമായിരുന്നുവെന്നാണ് പുരാണം പറയുന്നത്. എന്നാൽ അത്ഭുതത്തിന്റെ മായക്കാഴ്ചകളൊന്നുമില്ലാത്ത മനുഷ്യൻ എങ്ങനെയാണ് അവന്റെ വൈരസ്യങ്ങളെ അതിജീവിക്കേണ്ടത്. അവിടെയാണ് ഭാവനയില്ലാത്ത മനുഷ്യൻ വരുംവരായ്കകളുടെ ദുഃഖഭാരമില്ലാതെ അന്യന്റെ സ്വത്ത് മോഹിച്ച് പതുങ്ങി നാണംകെട്ട് ചെല്ലുന്നത്. അത് വലിയ ദുരന്തങ്ങൾക്ക് വഴിവെച്ചെന്നിരിക്കും. നമ്മളെടുത്തണിയുന്ന വേഷം എക്കാലവും നമ്മെ തുറിച്ചുനോക്കി കൊഞ്ഞനംകുത്തിക്കൊണ്ടിരിക്കും. അങ്ങനെയുള്ളവർക്കുവേണ്ടിയുള്ള മറുമരുന്നാണ് 'പ്രണയോപനിഷത്ത്' ഒരുക്കിവെച്ചിരിക്കുന്നത്.

ഉലഹന്നാൻ, ആനിമ്മയെ വിവാഹം ചെയ്തു പത്തൊൻപതു വർഷങ്ങൾക്കുശേഷമാണ് പ്രണയത്തെക്കുറിച്ച് ദാർശനികമായി ആലോചിച്ചത്. പ്രണയവികാരത്തിന്റെ പൂർണ്ണതയിലെത്തിച്ചേർന്ന് അതിൽനിന്നു കിനിയുന്ന തേൻനുകരാതെ യാത്രയാകുന്ന മനുഷ്യരുടെ ദൈന്യത്തെക്കുറിച്ച് ചിന്തിച്ചത്. നാല്പത്തിയഞ്ചു വയസ്സിലെത്തിയ ഉലഹന്നാൻ ഒന്നരപെഗ്ഗിന്റെ ലഹരിയിൽ ബാറിലെ സാന്ത്വനത്തിലിരുന്നപ്പോളാണ് പ്രണയത്തെ സംബന്ധിച്ച ദാർശനികവിചാരം ബാധയായി ആവേശിച്ചത്. പ്രണയത്തിൽ ഒരാൾക്കു സ്വാഭാവികമായി സംഭവിക്കുന്ന പാളിച്ചകളെല്ലാം തിരുത്തി പൂർണ്ണമായ അർത്ഥത്തിൽ എല്ലാം മറന്നൊന്നു പ്രേമിക്കാനുള്ള വീണ്ടുവിചാരം ഉലഹന്നാനെ തളർത്തി. പത്താം തരത്തിൽ പഠിക്കുന്ന മകളും ഏഴാം തരത്തിലെത്തിയ മകനും തന്റെ പ്രണയമാർഗ്ഗത്തിന് തടസ്സമാകുമെന്നു ഉലഹന്നാൻ ഒരിക്കൽപ്പോലും കരുതിയില്ല. മാത്രമല്ല പ്രണയത്തിൽ കാലിടറിവീണ പഴയകാലങ്ങൾ ആനന്ദനിർവൃതിയായി മുന്നിൽ വരികയും ചെയ്തു. ആമക്കുളത്തിൽ നിന്നും പറിച്ചെടുത്ത നെയ്യാമ്പൽ കൊടുത്തു വീഴ്ത്തിയ വെളുത്തു തുടുത്ത ജൂലിയറ്റ് എന്ന മൂന്നാം ക്ലാസുകാരിയും പത്താം തരത്തിൽ വെച്ചു മടിയേതുമില്ലാതെ മനസ്സിലേക്കെത്തിയ സുധാമണിയും പ്രണയത്തിന്റെ ഇടംപാതികളായി ചിന്തയിൽ നിറഞ്ഞുനിന്നു. എങ്കിലും പ്രണയത്തിന്റെ പൂർണ്ണസായൂജ്യം അനുഭവിക്കാൻ യോഗമില്ലാത്തവന്റെ കഠിനവ്യഥ ഉലഹന്നാ

നെ തരിപ്പിച്ചു. പ്രണയകാര്യത്തിൽ തനിക്കുവന്നിട്ടുള്ള എല്ലാ പിഴകളും തിരുത്തി അക്ഷരത്തെറ്റുകളൊന്നുമില്ലാതെ ആദ്യാനുരാഗത്തിന്റെ മധുര നൊമ്പരങ്ങളേറ്റു വാങ്ങാനുള്ള തീവ്രാഭിലാഷം ഉലഹന്നാന്റെ ജീവിതത്തെ ചിന്താവിഷ്ടമാക്കുന്നതാണ് കഥയിൽ നമ്മൾ ആദ്യം കാണുന്നത്.

പ്രണയിനി ആരാകണമെന്ന ചിന്ത പാറിപ്പറന്നെത്തിയത് തന്നേക്കാൾ മൂന്നുകൊല്ലം ഇളപ്പമുള്ള ഭാര്യയായ ആനിമ്മയിലാണ്. അതിന്റെ സൂചന കൊടുത്തപ്പോൾ തന്നെ മദ്ധ്യവയസ്കന്റെ പ്രണയാതുരമായ മനസ്സവഗണിച്ച് 'വയസ്സുകാലത്തെ പൂതി'യെന്നു പറഞ്ഞു ഉലഹന്നാന്റെ ഉള്ളിലെ തീ കെടുത്താനാണ് ഭാര്യ കിണഞ്ഞു ശ്രമിച്ചത്. മലയാളികളെ സംബന്ധിച്ചെങ്കിലും ഇരുപതുവർഷത്തെ ദാമ്പത്യം കഴിഞ്ഞുള്ള ജീവിതം നിറയെ ഏമ്പക്കങ്ങളും വേദനാസംഹാരി തൈലങ്ങളുടെ സുഗന്ധവും മരണഭയത്താലുള്ള ഈശ്വരചിന്തയും കൊണ്ട് നിവൃത്തികെട്ടതാണെന്ന് ആർക്കും മനസ്സിലാകും. അപ്പോൾ പ്രണയത്തിനു ചെന്നുചേരാനുള്ള ഒരുപാട് ചുമരുകൾ ലോകം വെച്ചുനീട്ടിക്കൊണ്ടു നിന്നിട്ടും ദൃഷ്ടിദോഷമായി മാത്രം കാണുന്ന ഭാര്യയെ വീണ്ടും പ്രണയിക്കാനുള്ള ഭാവം കാണുമ്പോഴാണ് അനുവാചകൻ ഉണർന്നു ഉഷാറാകുന്നത്. പ്രണയമെപ്പോഴും അപരിചിതരൂപങ്ങളിൽ അഭിരമിച്ച് കഷ്ടപ്പെടുത്തുന്നതും നിഗൂഢതകൾ നിരന്തരം സമ്മാനിക്കുന്നതുമാണെന്നാണല്ലോ പൊതുവായ കാഴ്ചപ്പാട്. എന്നാൽ ഉത്തരമെഴുതിയ കടലാസുപോലെ ഏറെ പരിചിതവും ഉപയോഗിച്ച് പിഞ്ഞിപ്പോയ ശരീരത്തിന്റെ അനാകർഷകമായ വേവലാതികളും മനംമടുപ്പിക്കുന്ന മ്ഴാഞ്ചൻ വർത്തമാനങ്ങളുമല്ലാതെ സ്വന്തമായൊരു ഭാവനയുടെ തരിമ്പുപോലുമില്ലാത്ത ഭാര്യയെ വീണ്ടും കാമുകിയാക്കാനുള്ള തീരുമാനമാണ് നമ്മുടെ ഉദ്വേഗത്തെ ചാർജ് ചെയ്യുന്നത്. പ്രണയചിന്തകൾ കടൽത്തിരപോലെയായതിനാൽ അതിന്റെ തീരംവിട്ട് പോകുമെന്ന ചിന്തയും നമുക്കുണ്ടാകേണ്ടതില്ല.

ഉലഹന്നാന്റെ ചിന്തകളെ ജീവിതവിശുദ്ധിയെന്നൊക്കെ വിളിച്ച് കാല്പനികമാക്കേണ്ടതില്ല. ദൈവത്തിനുപോലും മടുത്തു കഴിഞ്ഞ ദാമ്പത്യത്തെ സുഖകരമായി പുനർനിർമ്മിക്കാനുള്ള ആഗ്രഹചിന്തയായി മാത്രം കണ്ടാൽമതി. ദാമ്പത്യമേറെ മധുരിച്ചുകൊണ്ടിരിക്കണമെങ്കിൽ അതിൽ പ്രണയത്തിന്റെ ഇടിമിന്നലുകളും ഇളകിയാർക്കുന്ന പെരുമഴയും നിറഞ്ഞുതുളുവണമെന്നുണ്ട്. അതിനു ഭാര്യ തന്നെ മതിയെന്ന ചിന്തയാണ് ഉലഹന്നാന്റെ ബോധത്തിലേക്ക് മിന്നൽ വീഴ്ത്തിയെത്തിയത്. 'എന്തുകൊണ്ട് സ്വന്തം ഭാര്യയായ ആനിമ്മയെത്തന്നെ പ്രണയിച്ചുകൂടാ. പ്രേമത്തിന് കണ്ണും മൂക്കും പ്രായവും മാത്രമല്ല ആൺ-പെൺ ഭേദം പോലുമില്ലെന്ന് ആ മേഖലയിൽ ഗവേഷണം നടത്തിയവർ സിദ്ധാന്തിച്ചിട്ടുമുണ്ടല്ലോ. സ്വന്തം ഭാര്യയെ ജീവിതത്തിന്റെ മദ്ധ്യാഹ്നത്തിൽ തെറ്റുതിരുത്തി പ്രണയിക്കാൻ തുടങ്ങുന്നതിലുമില്ലേ ഒരു നവഭാവുകത്വം.' പലവട്ടമാലോചിച്ചെടുത്ത തീരുമാനം പ്രണയത്തിന്റെ ഇതുവരെയാരും കാണാതെപോയ ലാവണ്യത്തെയും ആനന്ദാഭിലാഷത്തെയും ചെന്നുതൊടുകയാണ്. അങ്ങനെ വരുമ്പോൾ പ്രണയത്തിന് ചാർത്തിയ നിർവ്വചനങ്ങളിൽ ഒരു പൊളിച്ചെഴുത്ത് നടത്തിയില്ലെങ്കിലും ചില കൂട്ടിച്ചേർക്കലുകൾക്കിടയുണ്ടെന്ന് തീർച്ചയായും കരുതാവുന്നതാണ്.

പ്രണയാമ്പേഷണ പരീക്ഷണങ്ങൾക്കു സ്വയമൊരുമ്പെട്ട ഉലഹന്നാൻ ദാമ്പത്യപ്രണയത്തെ അസ്വാരസ്യപ്പെടുത്തിയ കാരണങ്ങളെന്തെല്ലാമെന്ന് ആദ്യം പരിശോധിക്കുകയാണ്. പത്തൊമ്പതു വർഷത്തെ ജീവിതത്തെ റീവൈൻഡ് ചെയ്തു നോക്കിയപ്പോൾ തന്റെ പ്രണയവല്ലരിയിലെ പുഴക്കുത്തുകൾ പെട്ടെന്നു ബോദ്ധ്യമായി.

സാമ്പത്തികപ്രതിസന്ധിയാണ് ദാമ്പത്യത്തിൽനിന്നും പ്രണയത്തെ പിൻവലിക്കുന്നത്. പുതിയ പ്രണയത്തിനൊരുമ്പെട്ടുമ്പോൾ അത്തരം പ്രതിസന്ധികളെ അതിജീവിക്കുകയാണ് വേണ്ടത്. ഭാര്യക്ക് സന്തോഷം പകരുന്ന കാഴ്ചകളിൽ മാത്രം കണ്ണുതെളിച്ചുവെച്ചു. ആദ്യമായി പുതിയ ടെലിവിഷൻ വാങ്ങിക്കൊടുത്തു ഭാര്യയെ സീരിയലിന്റെ വിനീതവിധേയയാക്കിയിരുന്നു. പ്രണയത്തിന്റെ പൂക്കാലം മനസ്സിലൊരുക്കി കൊടുക്കാൻ ആനിമ്മ കുറേക്കാലമായി മോഹിച്ചുനടന്ന കാഞ്ചീപുരം സാരിയും മദ്ധ്യത്തിൽ പൂ പതിച്ച ഫോറിൻ ഷഡ്ഡിയും വാങ്ങിക്കൊടുത്തപ്പോൾ അവൾ പൂത്തുലയുക തന്നെ ചെയ്തു. നീല നിറത്തിലുള്ള കാഞ്ചീപുരംസാരി ശരീരത്തോടു ചേർത്തുവെച്ച് നീല ഷഡ്ഡിയിലെ ചുവന്ന റോസാപ്പൂവിലേക്കു നോക്കിനിന്ന ആനിമ്മ അക്ഷരാർത്ഥത്തിൽ തന്നെ പുതിയ പ്രണയക്കുരുക്കിൽ കഴുത്ത് ചേർത്തുവെച്ചത് സ്വാഭാവികമായിട്ടുണ്ട്. ഇത്തരം മോഹങ്ങളെ വിലമതിക്കുന്ന ഭർത്താവിനെ എത്ര സ്നേഹിച്ചാലാണ് മതിവരുക.

പ്രണയമൊരിക്കലും ലുബ്ധന്റെ പണപ്പെട്ടിപോലെയാകരുതെന്ന പാഠം കഥാകൃത്ത് നല്കുന്നുണ്ട്. ദാമ്പത്യജീവിതം വിരസമായി നീങ്ങുമ്പോൾ നാവിൽ നൃത്തം വെച്ച പൈമ്പാലുപോലുള്ള വാക്കുകളുടെ സംബോധനകൾ ചിലർ പൂട്ടിവെക്കാറുണ്ട്. പൊന്നേ, ചക്കരേ, മുത്തേ എന്നുള്ള വിളികൾക്കു പകരം എടീ, പോടീ, മന്ദബുദ്ധീ എന്ന അഭിസംബോധന ചെമ്പടതാളത്തിൽ മുറുകുമ്പോൾ പെണ്ണിന്റെ മനസ്സിൽ പാകമാകാതെ വിരിയുന്ന തെറിവാക്കുകൾ നമ്മൾ കേൾക്കുന്നില്ലെന്നേയുള്ളൂ. ആനിമ്മയെ വിളിച്ചിരുന്ന 'മോളൂട്ടാ' എന്ന ഓമനപ്പേര് ഓർമ്മയുടെ അറയിൽ നിന്ന് തപ്പിയെടുത്തു പൊടിതട്ടിവെച്ചു. ഭർത്താവെന്ന നിലയ്ക്കുള്ള എല്ലാ അഹന്തകളെയും ഉരിഞ്ഞുകളഞ്ഞ് 'മോളൂട്ടാ'എന്നു ഉലഹന്നാൻ വിളിച്ചപ്പോൾ ആനിമ്മയുടെ കണ്ണുകളിൽ നനവുപടർന്നു. സ്വർഗ്ഗം താഴെവന്നു ചുംബിക്കുന്നതും ആനിമ്മയറിഞ്ഞു. പുന്നാരവാക്കുകളെല്ലാം തിളക്കിയെടുത്ത് പ്രയോഗിച്ചപ്പോൾ കാമുകീകാമുകഭാവത്തിൽ പ്രണയം പൂത്തു തളിരിടുന്നത് വായനക്കാരുമറിയുന്നു. മദ്ധ്യവസ്സിന്റെ എല്ലാ ലജ്ജാദിഭാവങ്ങളും കനപ്പിച്ചുവെച്ച ശ്വാസവും ഒന്നയച്ചു വിട്ടാൽ ആർക്കും ആദ്യപ്രണയത്തിന്റെ കളിമ്പങ്ങളിലെല്ലാം തിരിച്ചെത്താമെന്ന മനോഭാവത്തെ കഥാകാരൻ ദൃഢമാക്കുന്നുണ്ട്.

പരസ്പരവിശ്വാസവും കരുതലുമാണ് പ്രണയത്തെ ബലിഷ്ഠമാക്കുന്നതെന്ന് നമുക്കറിയാം. ജോലിയുടെ നിവൃത്തികേടുകളും ജീവിതത്തിന്റെ പരുക്കൻ പാഠങ്ങളും മാറ്റമില്ലാതെ തുടരുന്ന ജീവിതവുമെല്ലാം ഒരളവുവരെ ഭാര്യയോടു കാണിക്കേണ്ട അന്തസ്സറ്റ മര്യാദകളെ കടപുഴക്കിയെന്നുവരാം. അപ്പോഴാണ് വൈരസ്യത്തിന്റെ പായൽ ദാമ്പത്യത്തെ മൂടിപ്പൊതിയുന്നത്. എന്നാൽ ബോധപൂർവ്വമായ കരുതൽ പ്രണയനദിയൊഴുകാൻ മുന്നിൽ പടർന്നുപന്തലിച്ച തടസ്സങ്ങളെ നീക്കുമെന്നു ചിന്തിക്കുന്നുണ്ട്. ആനിമ്മയ്ക്ക് പനിക്കുമ്പോൾ തുളസിയും കുരുമുളകും ചുക്കുമിട്ട് മരുന്നു കാപ്പിയുണ്ടാക്കിക്കൊടുക്കുകയും പൊടിയരിക്കഞ്ഞിയുണ്ടാക്കി കുടിപ്പിക്കുകയും ചെയ്ത് കാമുകഭാവത്തിലേക്കു കടക്കുന്നു. പനിക്കാലത്തു കുമിഞ്ഞുകൂടിയ മുഷിഞ്ഞ വസ്ത്രങ്ങൾ അലക്കിത്തേച്ചുകൊടുത്തു. അതൊക്കെ വീണ്ടും തെളിഞ്ഞുമിനുങ്ങിയ പ്രണയത്തിന്റെ വെളിച്ചം കൊണ്ടു ചെയ്തുപോയതാണ്. മോളൂട്ടാ എന്നുവിളിച്ച് പ്രേമപൂർവ്വം കെട്ടിപ്പിടിക്കാനും കൗമാരക്കാരിയുടെ കള്ളനോട്ടത്തെ അവഗണിച്ച് ചാനലിലെ നൃത്തച്ചുവടുകൾക്കൊപ്പം കൈയ്മെയ്മറന്നു നൃത്തം ചവിട്ടാനുമുള്ള പ്രണയപാകത്തിൽ ഇരുവരുമെത്തുന്നുണ്ട്.

വാക്കുകൾ വാചാലമായും കർമ്മങ്ങൾ സ്വാഭാവികമായും മാറിയപ്പോൾ കുട്ടികൾ

പ്രണയവിഘ്നങ്ങളാണെന്ന് പതുക്കെ മനസ്സിലായി. അങ്ങനെയാണ് വേനൽക്കാലാവധി പൂർണ്ണമായി പ്രയോജനപ്പെടുത്താൻ കുട്ടികളെ നാട്ടിലുള്ള കുടുംബവീട്ടിലാക്കിയത്. പഴയ പ്രണയകാലത്തിലേക്ക് ഉപാധികളൊന്നുമില്ലാതെ തിരിച്ചുപോകാൻ ഹൃദയം കൊണ്ടവർ തയ്യാറായി. ഉലഹന്നാനും ആനിമ്മയും ആദവും ഹവ്വയുമായി പ്രണയത്തിന്റെ ഏദൻതോട്ടത്തിലെത്തുകയും ചെയ്തു. 'ഇന്നു മുതൽ കുട്ടികൾ മടങ്ങിവരും വരെ നമ്മുടെ വീടിന്റെ പേര് ഏദൻ എന്നാണ്. ഞാൻ ആദം, നീ ഹവ്വായും. അത്തിയിലയുടെ മറ പോലുമില്ലാത്ത സ്വകാര്യതകളാണ് ഇനി നമ്മുടേത്. നാണം പ്രണയത്തിനുമേൽ പുതയ്ക്കുന്ന വൃത്തികെട്ട വസ്ത്രം മാത്രമാണ് പെണ്ണേ. പ്രണയം അതിന്റെ സാധാരണതയിൽ നിന്ന് വിശ്വപ്രേമത്തിലേക്ക് മോചിക്കപ്പെടുന്നത് അതിനെ തുണിചുറ്റി മറയ്ക്കാതിരിക്കുമ്പോൾ മാത്രമാണ് എന്നുള്ള ഉലഹന്നാന്റെ പയ്യാരങ്ങളിൽ പ്രണയം അതിന്റെ എല്ലാ മാധുര്യങ്ങളോടും കൂടി കടന്നു വരുന്നുണ്ട്. ശരീരത്തിന്റെ നഗ്നതയിലും ഹൃദയത്തിലൊളിപ്പിച്ച രഹസ്യങ്ങളുടെ ഏറ്റുപറച്ചിലിലുമെല്ലാം ഉലഹന്നാൻ- ആനിമ്മ ദമ്പതിമാരുടെ പ്രണയം പൂത്തുവിടരുന്നത് മനസ്സിലാക്കാം. ബാറിന്റെ സൗമ്യതയിലെ ഇത്തിരി ലഹരിയിൽ മനസ്സിൽ തോന്നിയ പ്രണയവിചാരം മറകളേതുമില്ലാതെ അനുഭവിച്ചപ്പോൾ അർത്ഥവും തനിമയും നഷ്ടപ്പെടാതെ ദാമ്പത്യത്തിന്റെ രണ്ടാം കാലത്തിലും പ്രേമത്തിന്റെ പൂർണ്ണമായ മധുരം നുകരാമെന്ന് കഥാകാരൻ സാക്ഷ്യപ്പെടുത്തുന്നു.

പ്രണയോപനിഷത്ത് ഗുണാത്മക കഥയാണെന്ന ചിന്തയെ ദൃഢമാക്കുമാറ് കഥാകൃത്ത് നേരിട്ടെത്തി സന്ദേശവും കൈമാറുന്നുണ്ട്. 'ഭൂമിയിൽ വസിക്കുന്ന സകലമാന ദമ്പതികളായവരേ, നിങ്ങളോടെനിക്കിപ്പോൾ നെഞ്ചിൽത്തൊട്ടു പറയാനുള്ളതെന്തെന്നാൽ, പ്രണയത്തിലെ കൈക്കുറ്റപ്പാടുകൾ തിരുത്തി നിങ്ങൾ സത്യപ്രണയത്തെ വീണ്ടെടുക്കുക എന്നാണ്. വീടിനുപുറത്തല്ല അകത്തുതന്നെയാകുന്നു പ്രണയം അതിന്റെ നിധിയറ സ്ഥാപിച്ചിരിക്കുന്നത്. അതുവെടിഞ്ഞ് മറ്റിടങ്ങൾ തേടിപ്പോകുന്നവർ സ്വന്തം പ്രശ്നങ്ങളെ മാത്രമാണ് കൂടെ കൊണ്ടുപോവുന്നത്. എല്ലാ സുഭഗതയോടെയും പ്രണയം മടങ്ങിവരുന്നതിന് അനുഭവസ്ഥനാണെന്നതിനാൽ എനിക്കിത് പറയാൻ അവകാശമുണ്ടെന്നുതന്നെ ഞാൻ കരുതുന്നു. യൗവനകാലത്ത് പങ്കിട്ടതിനേക്കാൾ അഴകേറിയ പ്രണയസംഗമങ്ങളിലൂടെ കോശങ്ങളെ കൂട്ടിയിണക്കുന്ന അദൃശ്യബലമാണ് പ്രണയമെന്നും ഞാൻ കണ്ടെത്തിയിരിക്കുന്നു.' ഉലഹന്നാന്റെ വാക്കുകൾ പ്രണയത്തെയും അതിന്റെ അർത്ഥാനുഭവങ്ങളെയും അപഥസഞ്ചാരങ്ങൾ കൊണ്ടുണ്ടാകുന്ന അനർത്ഥങ്ങളെയും ധ്വനിപ്പിച്ചുകൊണ്ട് ദാമ്പത്യപ്രണയത്തിന്റെ ശക്തിസൗന്ദര്യങ്ങളെ അസന്ദിഗ്ദ്ധമായി അടയാളപ്പെടുത്തുകയാണ്. അതുകൊണ്ടാണ് കൃത്യമായ സന്ദേശം ഉണ്ടെന്ന് ആദ്യമേതന്നെ വ്യക്തമാക്കിയത്. കഥയെ സംബന്ധിച്ച് അതു നിസ്സാരവുമല്ല.

കേരളീയ ജീവിതത്തിലെ കുടുംബബന്ധങ്ങൾ പല കാരണങ്ങൾ കൊണ്ടും ശൈഥില്യങ്ങളിലേക്ക് ആണ്ടുപോയിരിക്കുന്നത് വാസ്തവമാണ്. ഉപഭോഗസംസ്കാരവും അതുനല്കിയ ആർത്തിയും ആസക്തിയും സ്വാർത്ഥതയുമെല്ലാം എല്ലാത്തരത്തിലുള്ള ബന്ധങ്ങളെയും ശിഥിലമാക്കുകയുണ്ടായി. ഇന്റർനെറ്റിനെ ആധാരമാക്കിയുള്ള നവമാദ്ധ്യമലോകക്രമം വ്യക്തിയെ ആഗോളമനുഷ്യനാക്കുക മാത്രമല്ല എന്തും അവന്റെ വിരൽത്തുമ്പിൽ കിട്ടുന്ന അവസ്ഥയും സംജാതമാക്കുകയുണ്ടായി. ലൈംഗികതയെ സംബന്ധിച്ച സ്വതന്ത്രമായ കാഴ്ചപ്പാടും ദാമ്പത്യത്തിലൂന്നിയ മൂല്യബോധത്തെ നിരാ

കരിക്കുകയാണ് ചെയ്യുന്നത്. ഇതിന്റെ ഫലാനുഭവങ്ങൾ സമൂഹത്തിലെമ്പാടും വലിയ അതിക്രമങ്ങളുടെയും ഹിംസയുടെയും രൂപത്തിൽ അനുഭവപ്പെട്ടു തുടങ്ങുകയും ചെയ്തു. അങ്ങനെയൊരു സാമൂഹ്യ സാഹചര്യത്തിൽ 'പ്രണയോപനിഷ'ത്തിലെ ചിന്തകൾക്ക് വലിയ പ്രാധാന്യമുണ്ട്. സമൂഹത്തെ കുടുംബമെന്ന സാക്ഷാൽക്കാരമാണ് നിലനിർത്തുന്നത്. അതിന് ദാമ്പത്യം ഏറ്റവും സത്യസന്ധമായി നിലനില്ക്കേണ്ടത് ഒരനിവാര്യത കൂടിയാണ്. നിരന്തരം ആവർത്തിക്കുന്ന ജീവിതം മടുപ്പുളവാക്കും എന്നതിന് സംശയമില്ല. അഹിതചിന്തകൾ കടന്നുവരുന്നതും അപ്പോഴാണ്. അതിൽ നിന്നൊക്കെയുള്ള മുക്തിമാർഗ്ഗമാണിവിടെ പങ്കുവെച്ചത്.

അസാധാരണമായ പ്രണയദർശനം ഈ കഥയിലുണ്ട്. ദമ്പതിമാരുടെ ബന്ധത്തെ ഒരിക്കലും പ്രണയമായി വ്യവഹരിക്കപ്പെടാറില്ല. അത് അപരിചിതരായ സ്ത്രീപുരുഷന്മാരിൽ പൊടുന്നനെ ഉണ്ടാകുന്ന വികാരമാണ് അടയാളപ്പെടുത്തുക. എന്നാൽ തീവ്രമായ പ്രണയം നിലനില്ക്കേണ്ട ഇടമാണ് ദാമ്പത്യം. ഏറ്റവും ഊഷ്മളമായ സ്നേഹം കരുപ്പിടിപ്പിക്കാവുന്ന ഇടം കൂടിയാണത്. കാലക്രമേണ അതിന്റെ ഊർജ്ജം നഷ്ടപ്പെടുമ്പോൾ അത് പുതുക്കപ്പെടേണ്ടതുമുണ്ട്. പാരസ്പര്യവും കരുതലും കാത്തുസൂക്ഷിച്ച് എല്ലാ സ്വാർത്ഥതകളും വെടിഞ്ഞ് അത്ഭുതങ്ങൾ കാത്തുവയ്ക്കുമ്പോഴാണ് പ്രണയം വ്യത്യസ്തമാകുന്നത്. മനസ്സുകൊണ്ടതിനെ അംഗീകരിച്ച് പല രൂപങ്ങളിലും ഭാവങ്ങളിലും കാലങ്ങളെ മാറ്റിമറിച്ചുകൊണ്ട് ജീവിക്കുമ്പോഴാണ് ദീപ്തമാകുന്നത്. പ്രണയത്തിന് പ്രായമില്ലായെന്നത് അനുഭവസിദ്ധമാണ്. ദാമ്പത്യം പഴകുവാൻ അനുവദിച്ചുകൂടാ. വാക്കും സ്പർശവും കൊണ്ട് അതിനെ നവീകരിച്ചുകൊണ്ടിരിക്കണം. എങ്കിൽ മാത്രമേ സ്നേഹത്തിന്റെ വലിപ്പം കൂടുകയുള്ളൂ. വിവാഹം പ്രണയത്തെ വറ്റിച്ചുകളയുമെന്ന വിശ്വാസത്തെ തകർത്തുകൊണ്ട് പ്രണയത്തിന്റെ എല്ലാ വശ്യമനോഹര രൂപങ്ങളെയും ആവാഹിച്ചുവരുത്തി മദ്ധ്യവയസ്സിൽ അത് അനുഭവയോഗ്യമായി മാറ്റിയതാണ് ഉലഹന്നാൻ- ആനിമ്മ ദമ്പതിമാരുടെ ഭാഗ്യം. മനസ്സിലവശേഷിക്കുന്ന എല്ലാ ഈഗോയും അഹംഭാവങ്ങളും ഊതിക്കളഞ്ഞ്, തനിക്ക് താൻപോരിമയെ പറത്തിച്ചുവിട്ട്, മറ്റുള്ളവർക്കെന്തുതോന്നുമെന്ന വിചാരത്തെ ഉരിഞ്ഞുകളഞ്ഞ്, പാതിമെയ് ഉരുക്കിച്ചേർത്ത് ഒന്നാകുമ്പോഴാണ് മാധുര്യത്തിന്റെ നിറവിൽ പ്രണയം ആസ്വദിക്കാൻ കഴിയുന്നത്. അങ്ങനെയുള്ള പ്രണയചിന്ത അസാധാരണമാണെന്നു പറയേണ്ടതില്ല.

ഏകാന്തതയുടെ
നൂറ് വർഷങ്ങൾ

മാണിക്യം നഷ്ടപ്പെട്ട മണിനാഗം

എഴുത്ത് മനുഷ്യനെ ഗാഢമായി സ്പർശിക്കണമെങ്കിൽ വാക്കുകൾ മൂർച്ചയുള്ള ആയുധമായി പ്രയോഗിക്കണം. ഓരോ കോശങ്ങളിലും അത് ആഴത്തിൽ തറയ്ക്കണം. കെ ആർ മീരയുടെ കഥകൾ ഒരർത്ഥത്തിൽ ആയുധമെഴുത്താണ്. വായനക്കാരന്റെ മർമ്മം ഭേദിക്കുന്ന ശസ്ത്രം. പലപ്പോഴും ചകിതനായിപ്പോകും. പകയുടെയും പ്രതികാരത്തിന്റെയും ചോരവീണ പടർന്ന പ്രമേയം അക്ഷരാർത്ഥത്തിൽ ഉലച്ചുകളയും. ഹിംസയുടെ കിരാതമായ നടനത്തിൽ നടുങ്ങിപ്പോകും. പ്രണയാനുഭവങ്ങൾ അതിന്റെ വേറിട്ട വ്യക്തിത്വത്താൽ പ്രകമ്പനം കൊള്ളിക്കുന്നവയാണ്. കാളിയന്റെ വിഷമുരുക്കി എഴുതിയ അക്ഷരങ്ങൾ സർപ്പദംശനമായി നമ്മെ തീണ്ടുകതന്നെ ചെയ്യും. അതു താങ്ങാൻ ഇരട്ടച്ചങ്കുള്ള ആൾക്കാർ മാത്രമേ കഥ കൊത്തിവെച്ച വാക്കുകളിലേക്കിറങ്ങിച്ചെല്ലാവൂ. 'കരിനീല' എന്ന കഥയുടെ ആമുഖമായി പറയുന്നുണ്ട് കുട്ടികൾ, ഗർഭിണികൾ, ഹൃദ്രോഗികൾ തുടങ്ങിയവർക്ക് മുന്നോട്ടുള്ള വായന തീരെ അഭിലഷണീയമല്ല. ആയതിനാൽ ആത്മബലമുള്ളവർ മാത്രം തുടർന്നു വായിക്കുക എന്നു പറഞ്ഞുകൊണ്ടാണ് പ്രണയത്തിന്റെ നിഗൂഢമായ ചിത്രകൂടത്തിലേക്ക് നാഗമാണിക്യമന്വേഷിച്ച് എഴുത്തുകാരി യാത്ര പുറപ്പെടുന്നത്. കഥയെ യുക്തിബോധത്തിന്റെയും

സദാചാരത്തിന്റെയും അളവുകോൽവെച്ച് ഗണിക്കേണ്ടതില്ല. ഹിംസകൊണ്ട് കാലുഷ്യമായ ജീവിതവുമായി തട്ടിച്ചുനോക്കേണ്ടതുമില്ല. പ്രണയികളുടെ മനസ്സ് ചിലപ്പോഴെങ്കിലും പകയുടെയും വിദ്വേഷത്തിന്റെയും വിഷം ചീറ്റുന്ന ഫണമുയർത്തി നില്ക്കാറുണ്ട്. പ്രണയം അത്ര നിഗൂഢവും വന്യവുമായ വികാരം കൂടിയാണെന്ന് നാമോർക്കേണ്ടതുണ്ട്.

പ്രണയപരിസ്സൂർത്തിയും പ്രണയനഷ്ടവും ഒരുപോലെ ഭ്രാന്തമാണ്. പ്രണയത്തിൽ ചതിക്കുന്ന പുരുഷനോട് കാരുണ്യം കാണിക്കുന്ന സതിസാവിത്രിമാരെ അവിടെ കാണാൻ കഴിയില്ല. തന്നെ ചതിച്ചിട്ട് തന്നിഷ്ടക്കാരികളെ വശീകരിച്ച് രമിക്കുന്ന പുരുഷനെ സ്വയമെരിഞ്ഞുകൊണ്ടാണ് വിചാരണ ചെയ്യുന്നത്. അയാൾക്ക് ജനിച്ച സ്വന്തം കുഞ്ഞുങ്ങളെ പാലിൽ വിഷം കലർത്തിക്കൊടുത്തുകൊന്ന് അയാളെ വിളിച്ചുവരുത്തി ഭോഗത്തിന്റെ ഉന്മാദത്തിലുറക്കി പുലർച്ചെ വിളിച്ചുണർത്തി ശവംതീനി ഉറുമ്പുകളരിക്കുന്ന കുട്ടികളുടെ ശരീരം കാട്ടിക്കൊടുത്തു ആർത്തുചിരിക്കുന്ന കാമുകിയെ 'മീരാസാധു'വിൽ സന്ധിക്കാനാകും. മറവിയുടെ ഇരുട്ടിലാണ്ടുപോയ കാമുകനെ അന്വേഷിച്ച് ഭർത്താവിനെയും കുട്ടികളെയും ദൂരെയാക്കി സന്ന്യാസിനിയായി കാമുകന്റെ താവളത്തിലെത്തി അസ്ഥിയും മാംസവുമുരുക്കി, സർപ്പങ്ങളെപ്പോലെ തലയും വാലും മുറുക്കി, രതിയിലാറാടി മയങ്ങി തിരികെയെത്തുന്ന സർപ്പസുന്ദരിയായ കാമുകിയെ 'കരിനീല'യിൽ കണ്ടെ ത്തുന്നു. പ്രണയത്തിന്റെ ഭ്രാന്തിൽ കാമുകനോടൊപ്പം ഇറങ്ങിപ്പുറപ്പെ ടുകയും ഒടുവിൽ കൂട്ടുകാരന് കൂട്ടിക്കൊടുക്കാൻ തുനിഞ്ഞപ്പോൾ അവിടം വിട്ടിറങ്ങി പലപല കാമുകരെ കണ്ടെത്തി ആദ്യകാമുകന്റെ കത്തിമുനയിൽ പിടഞ്ഞുവീണ പെണ്ണിനെ 'മാലാഖയുടെ മറുക'കളിൽ മാലാഖയായി തിരിച്ചറിയുന്നു. മരുന്നുകൾ മണക്കുന്ന ആശുപത്രി വരാന്തകളിൽ ഒരൊറ്റനോട്ടം കൊണ്ട് കാമുകിയാക്കിയവനോടൊപ്പം രമിച്ച് മഞ്ഞക്കാമല പകർന്നു കൊടുത്തും അറിയാതെയെങ്കിലും മരണത്തിന്റെ വാതിൽ കടത്തിവിട്ട കാമുകനെ ആർദ്രയായി ഓർമ്മിക്കുന്ന 'മോഹമഞ്ഞ' എന്ന കഥവരെ പ്രണയത്തിന്റെ ആത്മാവിൽ ഒളിപ്പിച്ചുവെച്ച വിഷപ്പല്ലിന്റെ കാഠിന്യത്തെയാണ് കെ ആർ മീര വെളിപ്പെടുത്തിയത്. ആനന്ദത്തിൽ തെളിഞ്ഞുകത്തുന്ന ദീപ്തിയല്ല പ്രേമത്തിനുള്ളതെന്നും സഹജമായി മറഞ്ഞിരിക്കുന്ന വിഷപ്പല്ലുകളും ഫണങ്ങളുമാണ് അതിന്റെ സൗന്ദര്യ മെന്നും ഓർമ്മിപ്പിക്കുന്നു.

'ഏകാന്തതയുടെ നൂർ വർഷങ്ങൾ' എന്ന കഥ പ്രണയത്തിന്റെ ആർദ്രമായ മറ്റൊരു ഭാവാന്തരത്തെ അടയാളപ്പെടുത്തുന്നു. മുന്തിരിവള്ളികൾ തളിർത്തു കിടക്കുന്ന, മാതളനാരകം പഴുത്തുകിടക്കുന്ന, പ്രേമകുടീരങ്ങളിലല്ല പ്രണയികൾ തിരിച്ചറിഞ്ഞത്. മതവൈരം പുകഞ്ഞുകത്തിയ യുദ്ധഭൂവിലാണ് പ്രേമം തളിരിട്ടത്. പകരത്തിനുപകരം കൊല്ലാനും കവർച്ച ചെയ്യാനും ബലാൽക്കാരം നടത്താനും ക്വട്ടേഷൻ സ്വീകരിച്ചെത്തിയ ഗുണ്ടയാണിതിലെ നായകൻ. പ്രണയത്തിനു കണ്ണില്ലായെന്ന പഴമൊഴിയെ തള്ളാനിവിടെ കഴിയില്ല. ആയുധമുനയിൽ വിവസ്ത്രയാക്കി ഭോഗിക്കാൻ തുനിഞ്ഞ പെണ്ണ് ഹൃദയത്തിന്റെ വാതിൽ ചവിട്ടിത്തുറന്ന് നായകനെ മോഹവലയത്തിലാക്കിയത് കഥയിൽ കരുതിവെച്ച മറ്റൊരു രഹസ്യം. കൊലപാതകത്തിലും ജയിലിലും കൈവിട്ടുപോകാതെ മനസ്സിൽ കൊണ്ടുനടന്ന് പരോളിലിറങ്ങി പ്രണയത്തിന്റെ മധുരം നുകർന്ന് ജയിലുചാടി ഒന്നാകാനാഗ്രഹിച്ച നിമിഷത്തിൽ വിധിവശാൽ കാമുകിയെ കഴുത്തുഞെരിച്ചു കൊന്നു ദുഃഖവിമുക്തി നല്കിയ അസാധാരണമായ പ്രണയവൈചിത്ര്യമാണ് ഈ കഥ പറഞ്ഞുനല്കിയത്.

കഥാനായകനായ സത്യനെ ഗുണ്ടയാക്കിയത് അവന്റെ കയ്പു നിറഞ്ഞ ജീവിതസാഹചര്യമാണ്. കടലോരജീവിതത്തിന്റെ ഉപ്പുനിറഞ്ഞ ലോകത്തിലേക്കാണവൻ കൺമിഴിച്ചത്. അച്ഛൻ ഒന്നാന്തരം കൂട്ടിക്കൊടുപ്പുകാരൻ. അമ്മ മികച്ച അഭിസാരിക. ഓറഞ്ച് നിറമുള്ള കനകാംബരപ്പൂവ് ചൂടി ഇളയ കുഞ്ഞിന് മുലകൊടുത്ത് തിണ്ണയിലെ തൊട്ടിലിലുറക്കി ഭർത്താവിനെ കാവലിരുത്തി സത്യനെ കഞ്ഞികുടിപ്പിച്ച് മുറിക്കകത്താക്കി പുറത്തുനിന്ന് ഓടമ്പലിട്ട് അമ്മ ആവശ്യക്കാർക്ക് മണിയറയൊരുക്കി കാത്തിരുന്നു. സത്യന്റെ ഏകാന്തത കനത്തുതുടങ്ങുന്നത് ചെറുപ്പത്തിൽത്തന്നെയാണ്. തന്റെ പ്രണയിനിയായി നൂർജഹാനെ കാണുന്നതുവരെ സ്ത്രീയെന്നു പറഞ്ഞാൽ മലർന്നു കിടക്കാൻ കഴിവുള്ള മാംസക്കഷണമായിട്ടാണ് സത്യൻ മനസ്സിലാക്കിയത്. എപ്പോഴും അവന്റെ കൂട്ട് ആയുധങ്ങളുമായിട്ടായിരുന്നു. അവനെ ആവശ്യമുള്ളവർ തേടിയെത്തി. ലോകത്താരോടും ഒരു കനിവും പുലർത്തേണ്ടതില്ലാത്തതിനാൽ ചെയ്യുന്ന ജോലി കൃത്യമായും ഭംഗിയായും ചെയ്തുതീർത്തു. പച്ചയ്ക്ക് വെട്ടിക്കൊല്ലുന്നതിനും പെണ്ണിന്റെ ശരീരം മുഖം നോക്കാതെ ഭേദിക്കുന്നതിനും അറപ്പില്ലാതായി. കൊല്ലും കൊലയും ജയിൽ ജീവിതവും സത്യന്റെ മനസ്സിനെ കല്ലാക്കി മാറ്റി. എന്നാൽ ഏതു പാറയുടെയും മുല ചുരത്താൻ പ്രേമത്തിനു കഴിയുമെന്നതാണ് വാസ്തവം. ഏതു കൊലപാതകിയുടെയും മനസ്സ് പ്രണയപാരിജാതം തളിർക്കാൻ വളക്കൂറുള്ളതാണെന്നാണ് കഥാകാരി കണ്ടെത്തിയ മറ്റൊരു നിഗൂഢത.

നാദാപുരത്തു വെച്ചാണ് നൂർജഹാനെ ആദ്യമായി സത്യൻ കണ്ടത്. ഹിന്ദുക്കളെ കൊന്നതിനു പ്രതികാരമായാണ് അവിടെ മുസ്ലീം വീടുകൾ ആക്രമിക്കപ്പെട്ടത്. ഇരയെ കൊന്ന് സ്ത്രീകളെ ബലാൽക്കാരം ചെയ്ത് വീട് തീവെക്കാൻ ആയുധവുമായെത്തിയ എട്ടുപേരിൽ ഒരാൾ സത്യനായിരുന്നു. ഓരോ മുറിയും തല്ലിത്തകർത്ത് മുന്നേറിയ സത്യൻ തനിച്ചായപ്പോൾ കട്ടിലിൽ കിടന്ന പെണ്ണ് ഏറെ ആഹ്ലാദിപ്പിച്ചു. തനിച്ചു കിട്ടിയ കനി തിന്നാൻ തിടുക്കപ്പെട്ട് അവളണിഞ്ഞ നൈറ്റി നെടുകെ കീറി വെളിച്ചമിട്ടു നോക്കിയപ്പോൾ കൺനിറഞ്ഞു കണ്ടു. 'പഴുത്ത ഓറഞ്ചു പോലെ ഒരുവൾ. സത്യന്റെ കൈ തരിച്ചു. അയാൾ രക്തദാഹത്തോടെ നോക്കി. കണ്ണുകൾ, മൂക്ക്, കവിൾ, കഴുത്ത്, മുലകൾ, പൊക്കിൾ, അടിവയർ- എല്ലാം കിറുകൃത്യം. പക്ഷേ, അതിനു താഴേക്ക്- അപ്പോഴത്തെ ആസുരമായ അവസ്ഥയിലും സത്യൻ സ്തംഭിച്ചു. താഴെ തുടകളില്ല, കാൽവണ്ണകളും തുടുത്ത കാൽപ്പാദങ്ങളുമില്ല. പകരം വാടിപ്പോയ താമരവള്ളികൾ പോലെ രണ്ടു ശോഷിച്ച മാംസശകലങ്ങൾ. അവൾ യഥാർത്ഥമായും ഒരു മാംസക്കഷണമായിരുന്നു...' ഏതു കൊലപാതകിയെയും ചില കാഴ്ചകൾ ഭയപ്പെടുത്തിയേക്കും. മനുഷ്യന്റെ ചില നിസ്സഹായതകൾ വല്ലാതെ പരിഭ്രാന്തരാക്കിയേക്കും. താൻ കണ്ട കാഴ്ചയിൽനിന്നും എങ്ങോട്ടെങ്കിലും ഓടിയൊളിക്കാനാണ് സത്യൻ ആദ്യം തുനിഞ്ഞത്. പിന്നീടയാൾ തിരികെയെത്തി ബെഡ്പാനിൽ മൂത്രമുണ്ടായിരുന്നത് ബാത്റൂമിൽ കൊണ്ടുപോയി കളഞ്ഞു പാത്രം തിരികെ കൊണ്ടുവച്ചു. മറ്റൊരു നൈറ്റി കണ്ടെത്തി അതവളെ ധരിപ്പിച്ചു. അവൾ നെഞ്ചിലടക്കി വായിച്ചിരുന്ന പുസ്തകം തറയിൽ കിടന്നതു കണ്ടെത്തി തന്റെ ഇടുപ്പിൽ തിരുകി. വടിവാളുമായി രഹസ്യതാവളത്തിൽ തിരിച്ചെത്തി പുസ്തകമെടുത്തു ഏകാന്തതയുടെ നൂറു വർഷങ്ങൾ എന്ന പേരു വായിച്ചു. അന്നുമുതൽ അവൾ ഒരു സ്വപ്നമായി അവനിൽ നിറഞ്ഞു. ഉറക്കത്തിലുമുണർവ്വിലുമെല്ലാം അവളുടെ നഗ്നത കെടാതെ തെളിഞ്ഞുകൊണ്ടിരുന്നു. എല്ലാ സ്വപ്നങ്ങളിലും അവൾ നഗ്നയായിരുന്നു. എല്ലാ സ്വപ്നങ്ങളിലും അവൾ മലർന്നു കിടന്നു പുസ്തകം

വായിക്കുകയായിരുന്നു. എല്ലാ സ്വപ്നങ്ങളിലും പുസ്തകം ഒന്നുതന്നെയായിരുന്നു. ഏകാന്തതയുടെ നൂറു വർഷങ്ങൾ. സഹതാപമോ സഹാനുഭൂതിയോ എന്നു തിരിച്ചറിയാനാവാതെ നൂർജഹാൻ സത്യന്റെ ഹൃദയത്തിൽ കൂടുകെട്ടി പാർപ്പുറപ്പിച്ചു. അത് പ്രേമത്തിന്റെ തളിർവല്ലിയായി പടർന്നുപന്തലിക്കുന്നത് ഒട്ടൊരു നടുക്കത്തോടെ സത്യൻ തിരിച്ചറിയുന്നുണ്ട്.

നൂർജഹാൻ തളർവാതത്തിനു ചികിത്സയ്ക്കായിട്ടാണ് നാദാപുരത്തെ മൊല്ലാക്കയുടെ വീട്ടിലെത്തിയത്. അതവളെ മരണത്തിൽനിന്നു രക്ഷിക്കുക മാത്രമല്ല ഹ്രസ്വമെങ്കിലും പ്രണയത്തിന്റെ സുഗന്ധവാഹിയായ അനുഭവത്തെ നുകരുവാനും ഭാഗ്യം നല്കുകയുണ്ടായി. പ്രണയം എല്ലാ വേദനകളിൽനിന്നും മുക്തി നല്കുമെന്ന പാഠവും നൂർജഹാൻ പഠിച്ചു. പ്രണയത്തിന്റെ വേവലാതികളും സന്ത്രാസങ്ങളും സൂക്ഷ്മതയോടെയാണ് ഇവിടെ സംവിധാനം ചെയ്തിരിക്കുന്നത്. നൂർജഹാനുമായുള്ള രണ്ടാമത്തെ കാഴ്ചയിലാണ് തന്റെയുള്ളിലെ മോഹത്തിന്റെ ബീജം സത്യൻ തിരിച്ചറിഞ്ഞത്. ഏകാന്തതയുടെ നൂറു വർഷങ്ങൾ എന്ന പുസ്തകം ഒരായുധംപോലെ അയാൾ കൂടെക്കൂട്ടി. വിയർപ്പിൽക്കുതിർന്നു ചീത്തയാവാതിരിക്കാൻ പ്ലാസ്റ്റിക് ചട്ടയിട്ടു കൊണ്ടുനടന്നു. മറ്റൊരു കൊലപാതകത്തിനുശേഷം തിരുവനന്തപുരത്തെ ചെഷയർ ഹോമിൽ മന്ത്രിയുടെ ശുപാർശക്കത്തുമായി ജോലിക്കെന്ന വ്യാജേന ഒളിച്ചുതാമസത്തിനെത്തിയപ്പോഴാണ് നൂറിനെ വീണ്ടും കണ്ടത്. ഒറ്റനോട്ടത്തിൽ തിരിച്ചറിഞ്ഞ സത്യനോട് തന്റെ പുസ്തകമാണാവശ്യപ്പെട്ടത്. പുസ്തകം തുറന്ന് മണത്ത് ഇതിന് ഇപ്പോൾ നിന്റെ മണമാണല്ലോയെന്നു കുറ്റപ്പെടുത്തി അല്പനിമിഷം തന്റെ നെഞ്ചിൽവെച്ചിട്ട് ഇപ്പോളിതിന് എന്റെ മണമാണ് നീയിതു നിന്റെ ദേഹത്തുതന്നെ വെച്ചോളൂ എന്നു പറഞ്ഞ് അവൾ പരിഹസിച്ചു.

പൊലീസ് പിടിയിലായ സത്യനെ കാത്തിരുന്നത് നൂർജഹാന്റെ പ്രണയസന്ദേശമായിരുന്നു. അത് ആ പുസ്തകത്തിൽ ഭദ്രമാക്കിവെച്ച് അവനു നല്കാൻ വാർഡനെ ഏല്പിച്ചിരുന്നു. 'ചെഷയർഹോമിൽ നിന്നുപോകുന്നു. പകുതി വായിച്ച പുസ്തകം നെഞ്ചിൽ കമിഴ്ത്തിവെച്ച് ഞാൻ രാത്രികളിൽ കിടക്കും. വാതിലുകൾ ചവിട്ടിപ്പൊളിച്ച് വടിവാളുമായി നീ വരണം- സ്വന്തം നൂർ.' കുറ്റവാളിയെ പ്രണയം കൊണ്ടു തിരുത്താനുള്ള യാതൊരു ശ്രമങ്ങളുമില്ല. യാദൃച്ഛികമായി തിരിച്ചറിഞ്ഞ പുരുഷനെ വീണ്ടും തേടുകയാണ്. അശാന്തനായിപ്പോകുന്ന സത്യൻ ചെന്നെത്തിയത് കടലിന്റെ തീരത്താണ്. കാലുകളില്ലാത്ത പാവം കടലിന്റെ തീരത്തെ മണലിൽ കിടന്നുകരഞ്ഞു. പ്രണയം കടലാണെന്നു തിരിച്ചറിഞ്ഞു. എന്നാൽ ചോരപ്പശയുള്ള തന്റെ കൈകൾ കൊണ്ട് ആ വെൺമയെ തൊടാനറച്ചു. ആരിലും തടസ്സങ്ങൾക്കുമീതെ വേലിയേറ്റമായി നിറയാൻ പ്രണയത്തിനു കഴിയും. കുറ്റവാളിയെന്ന ജാള്യതയില്ലാതെ അംഗപരിമിതിയെന്ന നൈരാശ്യമില്ലാതെ പ്രണയവികാരം എല്ലാ കുറ്റബോധങ്ങളിൽ നിന്നുമുള്ള വിടുതിയാണ് നല്കിയത്. ശരീരത്തേക്കാൾ രണ്ടാത്മാക്കൾ ഒന്നിച്ചുചേരുന്ന സ്വപ്നമാണത്. അത് അഭയവും സാന്ത്വനവുമാണെന്നു തിരിച്ചറിയുന്നു. ജീവിതത്തിന് അർത്ഥമുണ്ടാകുന്നുവെന്നു തെളിയുന്ന അനുഭൂതികൂടിയാണത്.

ചെഷയർഹോമിലെ ജീവനക്കാരനെന്ന മേൽവിലാസത്തിൽ സത്യൻ കാഞ്ഞിരപ്പള്ളിയിൽ നൂർമഹലിലെത്തി. മറന്നിട്ട പുസ്തകം കൊടുക്കാൻ, ആയുർവേദമരുന്നുകൾ നല്കാൻ, വാർഡന്റെ വ്യാജക്കത്തുകളേല്പിക്കാൻ. രാഗസഞ്ചാരങ്ങളിൽ ഇരുവരും പ്രണയത്തിന്റെ ഊഷ്മളമായ അവസ്ഥയെ തിരിച്ചറിയുകയാണ്. ആദ്യകാഴ്ചയിൽ

അവൾക്കു നീട്ടിയ പുസ്തകം വാങ്ങാതെ സത്യന്റെ കൈകൾ പിടിച്ചെടുത്ത് അവൾ ഉമ്മവെച്ചു. ഞാനിതുവരെയും ഒരാളെയും തൊട്ടിട്ടില്ല ഉമ്മവെച്ചിട്ടില്ല എന്ന യാഥാർത്ഥ്യം പറയുമ്പോൾ സത്യൻ പാപബോധത്തിൽ നീറുമ്പോൾ പ്രണയത്തിന്റെ നിഗൂഢസത്യമെന്താണെന്ന് നൂർജഹാൻ വ്യക്തമാക്കുന്നു. 'നിനക്കെന്താ കുറവ്, നീയല്ലേ എന്റെ വാതിൽ ആദ്യം തട്ടിത്തുറന്നുവന്ന ആണ്, നീയല്ലേ എന്റെ ശരീരം ആദ്യം കണ്ട ആണ്, നീയല്ലേ എന്റെ പുസ്തകം നെഞ്ചിൽ ചേർത്തുകൊണ്ടു നടന്ന ആണ്?' ആഗ്രഹിക്കാനൊന്നുമില്ലാത്ത അവസ്ഥയിൽ ജീവിതം മുരടിച്ചുനില്ക്കുമ്പോൾ ഏകാന്തതയെ തകർത്തുകൊണ്ട് കടന്നെത്തിയ ചണ്ഡമാരുതനെ ദുരന്തമായി കാണാൻ നൂർജഹാനു കഴിഞ്ഞില്ല. ജീവിതത്തിലാകെ ഹിംസയുടെ രക്തം പുരണ്ട പാപിയുടെ മനസ്സിൽ ഘനീഭവിച്ച ഇരുണ്ട ഏകാന്തതയെ തച്ചുടച്ചുകൊണ്ട് ഓടിക്കയറാൻ കാലുകളില്ലാത്ത പെണ്ണിന് കഴിഞ്ഞു. രണ്ടു നിസ്സഹായതകൾക്കിടയിൽ പ്രണയം പൂവിട്ടു നിറയുകയാണ്. ആ കാഴ്ച ക്ഷണികമെന്നോർക്കാതെ ഇരുവരും അതിന്റെ സൗന്ദര്യത്തിൽ മുഗ്ധരായി നില്ക്കുന്നു. വരുംവരായ്കകളെയോ അനിശ്ചിതത്വങ്ങളെയോ ഓർമ്മിക്കാത്ത മായികത പ്രണയത്തിനുണ്ടെന്നു ധ്വനിപ്പിക്കുകയാണിവിടെ.

പ്രണയത്തെ മുദ്രപോലെ ഹൃദയത്തിൽ സ്വീകരിക്കുന്ന തിടുക്കം പിന്നീട് പകരുന്ന സ്വപ്നങ്ങളിലുണ്ട്. കാതോടു കാതോരം മന്ത്രിക്കുന്ന കിനാവുകൾ അനുഭവത്തെ തീക്ഷ്ണമാക്കുന്നു. ജയിലിൽ കിടന്നുകൊണ്ട് എഴുതുന്ന കത്തുകളിലും വായിക്കുന്ന പ്രേമലേഖനങ്ങളിലും കുറ്റവാളിയുടെ മനസ്സിന്റെ തടവറകളെ ഭേദിച്ച് പ്രേമത്തിന്റെ പാൽക്കടൽ കടഞ്ഞെടുക്കുന്ന വിശ്വാസങ്ങളും തീർപ്പുകളുമുണ്ട്. സ്വപ്നങ്ങളിലും കിനാക്കളിലും പ്രണയസായൂജ്യത്തിന്റെ പ്രാർത്ഥനകളുണ്ട്. ബഷീറിന്റെ കഥാപാത്രത്തെപ്പോലെ തടവറയിലോടിയെത്തുമെന്നും മതിലിനപ്പുറവുമിപ്പുറവുമിരുന്നു പ്രേമിക്കാമെന്നും പറയുമ്പോൾ മറ്റൊരസാധാരണതയെ വഴക്കിയെടുക്കുകയാണ്. തീരത്തെ നനഞ്ഞ മണൽ കൊണ്ട് നീ മെനഞ്ഞെടുത്ത പുതിയ രൂപമാണ് താനെന്നു പറയുമ്പോൾ അകപ്പെട്ട തടവ് സത്യൻ സമ്മതിക്കുകയാണ്. നീയെന്റെ സ്വർണ്ണമത്സ്യമാണ്. ഞാൻ നിന്നെ രണ്ടു കൈകളിലും കോരിയെടുത്ത് എന്റെ സ്നേഹത്തിന്റെ കടലിലേക്ക് തുറന്നുവിടും എന്നു പറയുമ്പോൾ സ്വാതന്ത്ര്യത്തിന്റെ ചിറകു നല്കി എല്ലാ വേദനകളിൽനിന്നും അവളെ മോചിപ്പിക്കാനുള്ള അഭിനിവേശം പതയുകയാണ്. അതിന്റെ പാരമ്യതയിലാണ് നൂർ പറഞ്ഞത് 'സത്യാ, നീ വേഗം വരണം കടലിലെ തിരകൾ പോലെ, ആകാശത്തെ മേഘങ്ങൾപോലെ നമുക്ക് ഇടകലരണം, നീയെന്നെ തൊടുമ്പോൾ എന്റെ കാലുകൾ ജീവൻ വയ്ക്കുമായിരിക്കും. എന്റെ തുടകൾ ചലിക്കുമായിരിക്കും. എന്റെ ശരീരം നിനക്കായി തളർച്ച മറക്കുമായിരിക്കും.'

പ്രണയം ഒരർത്ഥത്തിൽ എല്ലാറ്റിൽനിന്നുമുള്ള മോചനം കൂടിയാണ്. ദുഃഖങ്ങളിൽ നിന്നും ഏകാന്തതയിൽനിന്നും സ്വതന്ത്രമാവാനുള്ള യോഗങ്ങൾ കൂടി അതിൽ അലിഞ്ഞുചേർന്നിട്ടുണ്ടാകണം. അതുമല്ലെങ്കിൽ ഉണർന്നിരിക്കുമ്പോൾ കാണുന്ന സ്വപ്നമായിരിക്കണം പ്രണയം. ഉണർച്ചയിൽ മാത്രമേ യഥാർത്ഥത്തിൽ വേദനകളുള്ളൂ. സ്വപ്നങ്ങളിൽ ആനന്ദവും ആസ്വാദ്യതയും മാത്രമേയുള്ളൂ. പ്രണയത്തിന്റെ അഭിനിവേശവും അതാണല്ലോ. എന്നാൽ സത്യനെ തടവിലാക്കിയമാതിരി പിന്നീടവളുടെ കത്തുകളൊന്നും അയാളെ തേടിയെത്തിയില്ല. അതുകൊണ്ടാണ് അവസാനകത്തുവന്നു രണ്ടുമാസം തികഞ്ഞ ദിവസം പുലർച്ചെ സത്യൻ ജയിൽ ചാടിയത്. ജീവിതത്തിലൊന്നാകാനുള്ള എല്ലാ അഭിനിവേശങ്ങളുമായി കാത്തിരുന്നെത്തിയ സത്യനെ പിടിച്ചു

ലച്ചകൊണ്ട് നൂർജഹാൻ കിടന്നു. ചത്ത നീർക്കോലിപോലെ എല്ലാ ചൈതന്യങ്ങളു മസ്തമിച്ച ശരീരം. 'സത്യൻ അവളുടെ നെറ്റിയിൽ ചുണ്ടുചേർത്തു. രണ്ട് ഏകാന്തതകൾക്കിടയിലെ വിശുദ്ധി, പ്രേമം. സത്യൻ അവളെ നെഞ്ചോടമർത്തി. രണ്ടു ജന്മങ്ങൾക്കിടയിലെ ആനന്ദം, മരണം. സത്യൻ അവളെ ശരീരത്തിൽനിന്നും മോചിപ്പിച്ചു.' തിരികെ ജയിലിലേക്ക് തിരിച്ചപ്പോൾ സത്യന് മനസ്സിലായി നൂർജഹാൻ തകർത്തുകളഞ്ഞ തന്നിലെ അഹന്ത എന്താണെന്ന്. ഇതുവരെ താൻ കൊണ്ടുനടക്കുകയും തന്നെ രൂപപ്പെടുത്തുകയും ചെയ്ത ഏകാന്തതയെയാണ് അവൾ തച്ചുതകർത്തത്. ഇന്നുമുതൽ അത് വീണ്ടും തന്നിൽ കുടിയേറി. ഏകാന്തതയുടെ നൂർ വർഷങ്ങളായി അത് കടന്നുപോകാമെന്നിടത്ത് സത്യന്റെ ചിന്തകൾ നിലയ്ക്കുകയാണ്.

കെ ആർ മീരയുടെ പ്രണയകഥകളിൽ നിന്നെല്ലാം വ്യത്യസ്തവും അസാധാരണവുമാണ് 'ഏകാന്തതയുടെ നൂർ വർഷങ്ങൾ.' അത് നൂർജഹാൻ നെഞ്ചോടടക്കിപ്പിടിച്ച പുസ്തകത്തിന്റെ മഹത്ത്വം പോലെ, അതിന്റെ മാന്ത്രിക സൗന്ദര്യംപോലെ കഥയും നമ്മെ വശീകരിക്കുന്നു. രണ്ടു തികവുറ്റ ശരീരങ്ങളിൽ സാന്ദ്രമാകുന്ന പരിരംഭണങ്ങളും ചുംബനങ്ങളും നിറഞ്ഞ ഏകാകികളുടെ സ്വപ്നസുന്ദരമായ സഞ്ചാരമാണ് പ്രണയമെന്ന പരിചിതയാഥാർത്ഥ്യത്തെ ഈ കഥ അപ്രസക്തമാക്കി. കൊള്ളക്കാരനും കൊലപാതകിയുമായ ഗുണ്ടയെ പ്രണയനായകനാക്കി പാതിമെയ് മാത്രമുള്ള പെൺകുട്ടിയെ പ്രണയിനിയാക്കി പ്രേമജീവിതത്തിലെ എല്ലാ നാടകീയതയും അനുഭൂതികളും വികാരങ്ങളുമെല്ലാം തീക്ഷ്ണമായി അനുഭവപ്പെടുത്തുന്നു. ഇണകളുടെ ആർദ്രമായ ചുംബനങ്ങളും പരിരംഭണങ്ങളും തപ്തനിശ്വാസങ്ങളും മോഹിതമായ സ്വപ്നങ്ങളുമെല്ലാം ഇതിൽ കടന്നുവരുന്നുണ്ട്. ഏതു പരിമിതിയിലും ജീവിതം നമ്മെ മോഹിപ്പിച്ചുകൊണ്ടേയിരിക്കും. പരിമിതികളെയും കുറ്റബോധങ്ങളെയും അതിജീവിക്കാനുള്ള മനുഷ്യവികാരമാണ് പ്രണയമെന്ന് ഓർമ്മിപ്പിക്കുന്നുമുണ്ട്. തന്റെ ഇല്ലാത്ത പാതിശരീരം കിളിർത്തുവരുമെന്ന് അവസാനം വരെ പ്രതീക്ഷിക്കുന്ന നൂർജഹാൻ പ്രണയത്തിൽ എന്താത്മാർത്ഥതയാണ് പുലർത്തിയത്. ഒരു നിമിഷമെങ്കിലും തന്നോടു കരുണ കാട്ടുകയും കരുതൽ കാണിക്കുകയും ചെയ്തവന് ജീവിതത്തിലുടനീളം അത് നല്കാൻ കഴിയുമെന്നും വിശ്വസിച്ചതിൽ ഒരസാധാരണത്വവുമില്ല. പ്രണയം കൊണ്ട് അവൾ തകർത്തത് ഏകാന്തതയെ മാത്രമല്ല സത്യനെ ഒരു മനുഷ്യനല്ലാതാക്കി മാറ്റിയ ഏകാന്തതയുടെ ശിലാശിഖരങ്ങളെ കൂടിയാണ്. സ്വപ്നത്തിലും യാഥാർത്ഥ്യത്തിലും പരിപൂർണ്ണ തൃപ്തരായ ഇണകളായി അവർ കഥയിൽ നിറഞ്ഞുനില്ക്കുന്നു.

മാറിയ കാലത്തിന്റെ കലക്കങ്ങൾ ആസുരമായി കഥയിൽ നിറഞ്ഞിട്ടുണ്ട്. കൊല്ലും കൊലയും വ്യഭിചാരവും രാഷ്ട്രീയവൈരവും മതവിദ്വേഷവും ഭ്രാന്തുമെല്ലാം അലിവില്ലാതെ കഥയിൽ സജീവമാകുന്നുണ്ട്. അതിനനുയോജ്യമായ ഹിംസയുടെ പദാവലികളാണ് ആഖ്യാനത്തിനായി തെരഞ്ഞെടുത്തിട്ടുള്ളത്. കൊട്ടേഷനെടുത്തു നടത്തിയ കൊലകളുടെ ശിക്ഷ സത്യന് ഏകാന്തത നല്കുന്നില്ല. തടവറയിലാണെങ്കിലും നിർബ്ബാധം അവൻ പുറത്തേക്കൊഴുകി നടക്കുന്നുണ്ട്. അവൻ ഏകാകിയും നിസ്സഹായനുമാകുന്നത് ഒരൊറ്റ കൊലപാതകത്തിലാണ്. പ്രണയം സഫലമാക്കാനാകാതെ അർത്ഥരഹിതമായി മരണത്തിലേക്ക് ഇഞ്ചിഞ്ചായി മാഞ്ഞുപോകുന്ന പ്രണയിനിയെ നെഞ്ചോടടക്കിപ്പിടിച്ച ജീവിതത്തിൽനിന്നു മോചനം കൊടുക്കുമ്പോൾ പ്രണയത്തിന്റെ പൂർണ്ണതയിൽ സത്യൻ എത്തിച്ചേരുകയാണ്. അക്ഷരാർത്ഥത്തിൽ സത്യന്റെ ജീവിതം തടവറയിലാകുന്നതും ഏകാന്തത സ്വയം വരിക്കുകയും ചെയ്യുന്നത് നൂർജ

ഹാനെ മോചിപ്പിച്ചുകൊണ്ടാണ്. പ്രണയത്തിന്റെ അർത്ഥപൂർണ്ണമായ പരിസമാപ്തി ജീവിതം മാത്രമല്ല മരണമാണെന്നുകൂടി ഈ കഥ പറഞ്ഞുതരുന്നു. ചതിയും വഞ്ചനയും പകയും പ്രതികാരവുമൊക്കെയാണ് ഏതു പ്രണയത്തെയും ദുരന്തമാക്കുന്നത്. എന്നാൽ ഇവിടെ പ്രണയപൂർണ്ണതയാണ് കഥയെ ദുരന്തമാക്കിയത്. കുറ്റവാളിയെ നല്ലവനാക്കുന്ന മന്ത്രവാദം ഇതിലെ പ്രണയത്തിനില്ല. രോഗത്തെ നിർമുക്തമാക്കുന്ന അത്ഭുത പ്രവൃത്തികളുമില്ല. സാധാരണ ജീവിതത്തിന്റെ പ്രണയാനുഭവങ്ങളെ ആഖ്യാനം ചെയ്തുകൊണ്ട് പ്രണയിനിയുടെ വേദനയെ നീട്ടിവെക്കാൻ തയ്യാറല്ലാത്ത കാമുകന്റെ നിസ്വാർത്ഥതയാണ് അസാധാരണമായ പ്രേമകഥയാക്കുന്നത്. ഒരു ക്ലാസിക് കൃതിയുടെ സാന്നിദ്ധ്യവും പ്രണയത്തിന്റെ ആഴങ്ങളെയും ജീവിതത്തിന്റെ നിരർത്ഥകതയെയും അഭിവ്യഞ്ജിപ്പിക്കാൻ സഹായകമാകുമെന്നുവേണം മനസ്സിലാക്കാൻ.

സുജാത

ഏകാന്തവ്യസനിതർ

മരുഭൂമിയിലെ മരങ്ങൾ പോലെ മനുഷ്യർ ഇപ്പോൾ വല്ലാതെ ഒറ്റപ്പെട്ടിരിക്കുന്നു. ഹൃദയത്തിലിടമൊഴിച്ചിടാതെ ഏകാന്തത കനപ്പെട്ടു നിറഞ്ഞിരിക്കുന്നു. ഉറ്റവരെപ്പോലുമുൾക്കൊള്ളാനാകാതെ മനുഷ്യൻ തനിച്ചു കഴിയാനാഗ്രഹിക്കുന്നു. ജീവിതത്തിലുണ്ടാകുന്ന ലളിതമായ പ്രശ്നങ്ങൾക്കുപോലും പരിഹാരം കാണാനാകാതെ, അതിനെ മനസ്സിലിട്ടു വളർത്തി പൊരുത്തപ്പെടാനാകാത്ത വിധത്തിൽ അകന്നുപോകുന്നു. ബന്ധങ്ങൾ ഊഷ്മളമായി നിലനിർത്താൻ ഇവർ ആഗ്രഹിക്കാറില്ല. ഉള്ളിലെ ശൂന്യതയിൽ പിന്നീട് നിറയുന്നത് പകയാണ്. ദാമ്പത്യത്തിലിത് കൂടുതലായി പിടിമുറുക്കുന്നതു കാണാം. ഇണകൾ നിസ്സാരസൗന്ദര്യപ്പിണക്കങ്ങളെ പ്രശ്നവല്ക്കരിച്ച് അപരിഹാര്യമായ വിധിയിലേക്ക് കൊണ്ടെത്തിക്കുന്നു. പിന്നീട് പരസ്പരം പൊരുതി തോല്പിക്കാനുള്ള തന്ത്രങ്ങൾ മെനയുകയാണ്. യുദ്ധസജ്ജമായ വിധത്തിൽ പക വളരുകയും അത് പല അപകടങ്ങളിൽ അവരെ കൊണ്ടെത്തിക്കുകയും ചെയ്യുന്നുമുണ്ട്. പലപ്പോഴും അകലങ്ങളിൽ തനിച്ച് ജീവിക്കേണ്ടി വരുന്ന ഇണകൾക്ക് പരിഹാരം വിദൂരമായ സങ്കല്പമാണ്. പിണക്കങ്ങളുടെ വിടവുകളിൽ പക മുളച്ചു പാകമാകുമ്പോൾ ഒറ്റപ്പെട്ട വഴികളന്വേഷിക്കുകയല്ലാതെ ഒരുമിച്ചു മുന്നോട്ടുപോകാനുള്ള വിവേകം അവരിൽ പാകമാകാതെ പോകും. ഇവിടെ അനാഥരാക്കപ്പെടുക കുട്ടികളാണ്. അവരുടെ ഹൃദയത്തിനേല്ക്കുന്ന മുറിവുകൾ ഉണങ്ങാറുമില്ല. അത് കഠിനമായ ഏകാന്ത

തയിലേക്ക് അവരെ നയിക്കുകയും ചെയ്യും.

ഏകാന്തവ്യസനിതരായ ആളുകൾക്കുവേണ്ടിയാണ് സുസജ്ജമായ ആശ്രമങ്ങളും സൂത്രശാലികളായ സന്ന്യാസിമാരും കൂണുകൾ പോലെ ഇവിടെ മുളച്ചുപൊന്തുന്നത്. ഒന്നിനും ഒരിടിവുമില്ലാതെ അതെല്ലാം തഴച്ചു വളരുന്നുമുണ്ട്. പ്രശ്നപരിഹാരങ്ങളും ആഗ്രഹിക്കുന്ന വിധത്തിലുള്ള പരിചരണങ്ങളും ജീവിതവും അവിടെനിന്ന് ലഭിക്കുന്നുമുണ്ട്. ഏകാകികളെ കെണിയിൽപ്പെടുത്തി കൊഴുത്തു മുന്നേറുന്ന ആശ്രമങ്ങളും അന്തേവാസികളും ആചാര്യന്മാരുമൊക്കെ ലോകത്തിനു ഭീഷണിയായി മാറിയ സാഹചര്യം നിലവിലുണ്ടെന്ന വസ്തുത ഏറെ പരിചിതവുമാണ്. എങ്കിലും സന്ന്യാസധർമ്മം പുലർത്തുന്ന ചിലരെങ്കിലും ഏകാകിതയെ വേരോടെ പിഴുതുമാറ്റാനുള്ള വിദ്യ പകരുന്നുണ്ടാകാം. അതൊന്നും മാന്ത്രികവിദ്യകൊണ്ട് നടത്തുന്ന അത്ഭുതപ്രകടനങ്ങളല്ല. നമ്മുടെ മനസ്സിൽ തന്നെയുള്ള ചില പരിഹാരമാർഗ്ഗങ്ങളെ ചൂണ്ടിക്കാട്ടുക മാത്രമാണ്. അതിനായി ഏകാഗ്രതയിലേക്കും അചഞ്ചലതയിലേക്കും നയിക്കുന്ന ധ്യാനമാർഗ്ഗങ്ങളും പ്രാർത്ഥനകളുമുണ്ടാകാം. അനിയന്ത്രിതമായി കുഴഞ്ഞുമറിഞ്ഞുപോയ മനസ്സിനെ ഏകാഗ്രമാക്കി പ്രശ്നപരിഹാരങ്ങളെ സ്വയം കണ്ടെത്താൻ പരിശ്രമിക്കുന്നു. അത്രമേൽ മനുഷ്യബന്ധങ്ങൾ വികലവും സങ്കീർണ്ണവുമായി മാറിയിരിക്കുന്നു. ഒരാളെ ഉൾക്കൊള്ളാനാകാത്തവിധം സ്വാർത്ഥതയും അഹംബോധവും കുമിഞ്ഞുകൂടിയവർ ജീവിതക്രമങ്ങളെ മാറ്റിമറിച്ചിരിക്കുന്ന സത്യത്തെ വിസ്മരിക്കാൻ കഴിയില്ല.

ഇ സന്തോഷ് കുമാറിന്റെ 'സുജാത' എന്ന കഥ പ്രണയത്തിന്റെ ഏകാകിതമായ ഭാവാന്തരത്തെ ചെന്നുതൊടുന്നു. കഥയുടെ പരിസര പശ്ചാത്തലമാണ് മേൽസൂചിപ്പിച്ചത്. പ്രശ്നങ്ങളെ നേരിടാനുള്ള ഭയം, ബന്ധങ്ങളിലെ അസ്വാരസ്യം, പ്രണയത്തിന്റെ മാർദ്ദവമില്ലായ്മ, എന്തിനെന്നില്ലാതെ പക വെച്ചുപുലർത്തുന്ന മാനസികാവസ്ഥ ഇതെല്ലാം സൂക്ഷ്മമായി ഇതൾ വിരിയുന്നുണ്ട്. പ്രശ്നഭരിതമായ അത്തരം ചിന്തകളിലേക്ക് ആസ്വാദകരെ നയിക്കുന്നുണ്ട്. തൂവെള്ള വസ്ത്രങ്ങളണിഞ്ഞ് ആകാശത്തിലേക്ക് ഇരുകൈകളുമുയർത്തിപ്പിടിച്ച് ഗുരുജി തന്റെ വിരലും ശരീരവും ശബ്ദവും കൊണ്ട് പകർന്നുകൊടുക്കുന്ന വാക്കുകളുരുവിട്ട് ശീതീകരിച്ച മുറിയിൽ പ്രശ്നങ്ങളെ വേട്ടയാടിപ്പിടിക്കാൻ ശ്രമിക്കുന്ന ആൾക്കൂട്ടത്തിന്റെ നടുവിലേക്കാണ് അവളെത്തിയത്. സ്വദേശത്തും വിദേശങ്ങളിലുമടക്കം നിരവധി ആശ്രമങ്ങളുയർത്തി ഹ്രസ്വകാല- ദീർഘകാലാടിസ്ഥാനത്തിൽ പരിശീലനങ്ങൾ നടത്തുന്ന ഗുരുജിയെക്കണ്ടാൽ എല്ലാ പ്രശ്നങ്ങൾക്കും പരിഹാരമാകുമെന്ന വിശ്വാസമാണ് അവളെ അവിടെയെത്തിച്ചത്. അത്ഭുതങ്ങൾ കാണിക്കുന്നവനാണെന്ന സുഹൃത്തിന്റെ ഉപദേശത്തിലും ശുപാർശയിലുമാണ് ആകെത്തകർന്ന് അവിടെയെത്തിയത്. കരച്ചിലടക്കാൻ കഴിയാതെ ഗുരുജിയുടെ മുമ്പിൽ നിന്ന് തനിക്ക് മകനെ നഷ്ടപ്പെട്ട വിവരം പറയുകയും എവിടെയുണ്ടെന്നും എന്താണെന്നും എളുപ്പത്തിൽ പറഞ്ഞുതരണമെന്നും അവൾ അപേക്ഷിക്കുന്നുമുണ്ട്. ഗുരുജിയുമായി തനിച്ച് മുറിയിലിരുന്നു സംസാരിക്കുമ്പോഴാണ് അവരുടെ ജീവിതത്തിന്റെ വിശദാംശങ്ങൾ മിഴിവോടെ തെളിഞ്ഞുവന്നു പ്രശ്നത്തിന്റെ ആഴം വെളിപ്പെടുത്തിയത്.

അവൾ തികച്ചും ഏകാകിയായിരുന്നു. ഭർത്താവ് പസഫിക്കിലെ ഒരു ഓയിൽ റിഗ്ഗിൽ ജോലി നോക്കുന്നു. നാലു വയസ്സുള്ള മകൻ. വിവാഹബന്ധം വേർപെടുത്തുന്നതിനായി നോട്ടീസ് കൊടുത്തിരിക്കുന്നു. അവർ തമ്മിൽ യാതൊരു സംസാരവുമില്ല. വല്ലപ്പോഴും മകനുമായി സംസാരിച്ചെന്നിരിക്കും. കല്ക്കത്തയിലേക്കുള്ള യാത്രാമദ്ധ്യേ

ട്രെയിനിൽ വെച്ച് മകനെ കാണാതായി. തന്റെ മകനെവിടെയുണ്ടെന്നറിയാനാണ് ഗുരുജിയുടെ അടുക്കൽ അവളെത്തിയത്. യാത്രപോയത് കാമുകനുമായാണ്. യൂണിവേഴ്സിറ്റി മൈക്രോബയോളജി വിഭാഗത്തിൽ ഒരു മെഡിക്കൽ പ്രോജക്ടിൽ ഇരുവരും ജോലി നോക്കുന്നു. കാമുകന്റെ ഗവേഷണം പൂർത്തിയാക്കാൻ ഒരു സ്പെസിമൻ ശേഖരിക്കുവാനാണ് കല്ക്കത്തയ്ക്ക് പുറപ്പെട്ടത്. അതിനിടയിലാണ് തന്റെ മകൻ നഷ്ടപ്പെട്ടത്. അഞ്ചു ദിവസമായിട്ടും ഒരു വിവരവുമില്ല. ഭർത്താവിനെ ഇതുവരെ വിവരം അറിയിച്ചിട്ടുമില്ല. വിവാഹബന്ധത്തിലുണ്ടായ കയ്പാണ് അവളെ പ്രണയത്തിലെത്തിച്ചത്. ഒരേ ലാബിൽ ജോലി നോക്കുന്ന റിച്ചി എന്ന കാപ്പിരി അവൾക്ക് കാമുകനാവുകയാണ്. ഭർത്താവിനോടുള്ള പകയിൽ നീറിപ്പുകഞ്ഞ് പ്രതികാരനിർവ്വഹണം പോലെയാണ് റിച്ചിയുമായി പ്രണയം തുടങ്ങിയത്.

നൈജീരിയക്കാരനായ റിച്ചിയും ഏകാകിയായിരുന്നു. നൈജീരിയയിലെ ദരിദ്രർ താമസിക്കുന്ന ചേരിയിലാണ് അവൻ പിറന്നത്. അച്ഛനാരാണെന്നു പോലുമറിയില്ല. അമ്മ എയ്ഡ്സ് രോഗിയായി മരണപ്പെട്ടു. തന്റെ നരകതുല്യമായ ബാല്യം അവനെ ഏകാകിയാക്കി. കുട്ടികളെ ഒരിക്കലുമവൻ ഇഷ്ടപ്പെട്ടില്ല. റിച്ചിയും ഇഷ്ടപ്പെടാൻ കഴിയുന്ന വ്യക്തിത്വത്തിനുടമയായിരുന്നില്ല. 'ഭീമാകാരനായ ഒരു മനുഷ്യനായിരുന്നു റിച്ചി. തടിച്ച പൊക്കത്തിൽ, ചുണ്ടുകൾ വല്ലാതെ വീർത്തിട്ട്, ഏതുനേരവും സിഗററ്റ് വലിച്ചു കൊണ്ടിരിക്കും. മുപ്പതു തികഞ്ഞിട്ടില്ല. മുടിയെല്ലാം കൊഴിഞ്ഞു തുടങ്ങിയിരിക്കുന്നു. കൈയിറക്കമില്ലാത്ത ടീ ഷർട്ട് ധരിക്കുന്നതുകൊണ്ട് ഭുജങ്ങളിൽ വ്യാളിയെ പച്ചകുത്തിയിരിക്കുന്നതു കാണാമായിരുന്നു. എങ്ങനെയാണ് പറയുക? ഈ മാൻഡ്രേക്ക് കഥകളിലെല്ലാമുള്ള ലോതറിനെപ്പോലെ. എനിക്കുതന്നെ അവനോട് മിണ്ടാൻ ഭയമായിരുന്നു, തുടക്കത്തിൽ.'

ഭർത്താവുമായുള്ള ബന്ധം അറ്റുപോകുന്നതിന്റെ ചരിത്രം റിച്ചിയുമായി പങ്കിട്ടു. ലാബിൽ ഇരുവരും ഒറ്റയ്ക്കാവുന്ന അവസരങ്ങളുണ്ടായിരുന്നു. സങ്കടമൊതുക്കാനാകാതെ അവൾ കരയുമ്പോൾ വട്ടം ചുറ്റിപ്പിടിച്ച് റിച്ചി ആശ്വസിപ്പിച്ചിരുന്നു. കൊടുംവെയിലിൽ കാർമേഘത്തിനു താഴെ തണൽതേടി നില്ക്കുന്ന ആശ്വാസം അപ്പോൾ അവളുമനുഭവിച്ചു. അത് പ്രണയമായി വളരുകയായിരുന്നു. പകലും രാത്രികളിലും അവൾ താമസിക്കുന്ന ഫ്ളാറ്റിൽ അവനെത്തിയിരുന്നു. 'അവന്റെ കൂറ്റൻ ശരീരത്തിനു താഴെ ഒരു തളർന്ന ഇരയെപ്പോലെ ഞാൻ കിടന്നു. പുകയിലയുടെ മണമായിരുന്നു ആ കറുത്ത ശരീരത്തിന്. അതിനു കീഴിൽ സ്വയം തകർന്നു പോകുന്നതിലും ഞാനാഹ്ലാദിച്ചിരുന്നു. സ്വാഭാവികമായും ആളുകൾ പലതും പറയാൻ തുടങ്ങി. വിശേഷിച്ചും ഒരു കാപ്പിരി അപ്പാർട്ട്മെന്റിൽ വന്നുപോകുന്നത് എല്ലാവരും എളുപ്പം ശ്രദ്ധിച്ചിരുന്നു. പരിചയക്കാരുടെ ഫോൺകാളുകൾ വന്നു. ഉപദേശങ്ങൾ, പക്ഷേ, അതൊക്കെ ഞാൻ അവഗണിച്ചു. എന്തുകൊണ്ടോ, അപ്പോഴെല്ലാം എനിക്ക് വല്ലാത്ത സാഹസികത അനുഭവപ്പെട്ടിരുന്നു. ഞാൻ എന്റെ ഭർത്താവിനോട് പ്രതികാരം ചെയ്യുകയാണെന്നു കരുതി സന്തോഷിച്ചു.'

പ്രണയം ചിലപ്പോഴെങ്കിലും മറ്റാരോടെങ്കിലുമുള്ള പകയിലും പ്രതികാരത്തിലും ജ്വലിക്കുമെന്നാണ് ഈ കഥ പറഞ്ഞു നല്കിയത്. പ്രത്യേകിച്ചും ബന്ധങ്ങൾ ശിഥിലമായ സാഹചര്യത്തിൽ, അനുകൂലമായ സന്ദർഭം ഒത്തുവന്നപ്പോൾ രൂപപ്പെട്ട പ്രണയമാണിത്. അതിന് ലക്ഷ്യമുണ്ടായിരുന്നെങ്കിൽ അത് ഭർത്താവിനോടുള്ള പക മാത്രമാണ്. കൂടാതെ ഏകാകിയും അനാഥനുമായ ഒരാളോടുള്ള സഹതാപവും. എങ്കിലും കുട്ടികളെ

ഒട്ടുമിഷ്ടപ്പെടാത്ത, അവരുടെ വികൃതികളും കരച്ചിലും കൊഞ്ചലുകളും സഹിക്കവയ്യാത്ത, ലാബിൽ പാതി ജീവനുള്ള അരണകളെയും എലികളെയും നോവിപ്പിച്ച രസിക്കുന്ന ഒരാളെയാണ് അവൾ പ്രണയിച്ചത്. അവനനുഭവിച്ച ഒറ്റപ്പെടലാണ് അവളെ ആകർഷിച്ചത്. എയിഡ്സ് ബാധിച്ചിട്ടുണ്ടെന്ന ഭീതി ബാല്യത്തിൽ കളിക്കൂട്ടുകാരെ അവനു നഷ്ടപ്പെടുത്തി. ശരീരംകൊണ്ടു വളർന്നുവെങ്കിലും മനസ്സ് ഇരുണ്ട ചേരിയിലെ അഴുക്കിൽ ഇപ്പോഴും പുതഞ്ഞു കിടക്കുകയാണെന്ന് റിച്ചി സൂചിപ്പിക്കുന്നുണ്ട്. രണ്ടുപേരും തുല്യദുഃഖിതരാണെന്ന് അവർ തിരിച്ചറിയുന്നുണ്ട്. കഠിനമായ ഒറ്റപ്പെടലുകളിൽ പിടയുന്നവർക്ക് കൂട്ടുകൂടാനെളുപ്പമാണ്. ശരീരം കൊണ്ട് പരസ്പരം സാന്ത്വനിപ്പിക്കുന്ന എന്നതിനപ്പുറം മനസ്സുകൾ ഇണചേരുന്നതിന്റെ സൂചനകളൊന്നും കഥയിൽ നിന്നു കിട്ടുന്നില്ല. അല്ലെങ്കിൽ ആഖ്യാതാവിന്റെ വാക്കുകളിൽ ഒരിടത്തും റിച്ചിയോടുള്ള അഗാധബന്ധം സൂചിതമാകുന്നില്ല. ഭർത്താവിനോടുള്ള പക തീർക്കുന്നതിനുവേണ്ടി കണ്ടെത്തിയ പുരുഷൻ എന്നതിനപ്പുറമുള്ള വിശ്വാസ്യത തെളിയുന്നില്ല. അതുമല്ലെങ്കിൽ പുതുകാലപ്രണയങ്ങൾക്ക് പാരസ്പര്യത്തിന്റെയോ വിശ്വാസത്തിന്റെയോ ആധികൾ പിന്തുടരേണ്ടതില്ല എന്ന് ഓർമ്മപ്പെടുത്തുന്നു. അതുകൊണ്ടാണ് മകൻ നഷ്ടപ്പെട്ട സമയം മുതൽ റിച്ചിയെ അതിനിശിതമായി വെറുക്കുകയും വാക്കുകൾ കൊണ്ട് മുറിപ്പെടുത്തുകയും ചെയ്യുന്നത്. എന്നാലതിനുള്ളിലെവിടെയോ പ്രണയത്തിന്റെ മൗനങ്ങളും നിറയുന്നുണ്ട്.

പ്രണയത്തിന്റെ സത്യാവസ്ഥ ഭർത്താവറിയുമെന്നു കരുതിയാവണം ഭർത്താവിനെ മകൻ നഷ്ടപ്പെട്ട വിവരം അറിയിക്കാതിരുന്നത്. പൊലീസിനെയും അറിയിക്കുന്നില്ല. അതിനു കാരണം റിച്ചിയുടെ വിസയിൽ എന്തോ പ്രശ്നമുള്ളതുകൊണ്ട് പൊലീസിനെ അറിയിക്കണ്ട എന്ന അയാളുടെ നിർദ്ദേശം കൊണ്ടാണ്. കണ്ടെത്തിക്കൊടുക്കാമെന്ന അവന്റെ ഉറപ്പിലാണ്. എന്നാൽ അടുത്ത സ്റ്റേഷനിലിറങ്ങുകയും പിറ്റേന്നു ഹോട്ടലിൽ നിന്ന് റിച്ചിയെ കാണാതാവുകയുമാണ്. 'വീട്ടിലേക്കു തിരിച്ചു പോകുക. കുട്ടിയെ ഞാനന്വേഷിക്കുന്നുണ്ട് എന്നുള്ള കുറിപ്പെഴുതിവെച്ചിട്ട് അവൻ പോകുകയാണ്. ട്രെയിനിൽ കയറിയതു മുതൽ കുട്ടി റിച്ചിയുമായി വലിയ സൗഹൃദം പ്രകടിപ്പിക്കുന്നുണ്ട്. അവന് ഐസ്ക്രീം വാങ്ങിക്കൊടുക്കാൻ ഇറങ്ങിയ സ്റ്റേഷനിൽ നിന്നാണ് അവനെ നഷ്ടപ്പെട്ടത്. എന്നാൽ അവൻ വണ്ടിയിൽ കയറിയത് താൻ കണ്ടതാണെന്ന് റിച്ചി പറയുന്നുമുണ്ട്. മാത്രമല്ല റിച്ചിയെ കാണാതാകുമ്പോൾ സ്പെസിമെൻ അന്വേഷിച്ച് അവൻ പോയതാണെന്ന് വിശ്വസിച്ച് കുറ്റപ്പെടുത്തുകയാണവൾ. വലിയ ദുഃഖങ്ങളും പ്രശ്നങ്ങളും മുന്നിലെത്തുമ്പോൾ മനസ്സിന്റെ സംയമനങ്ങളെല്ലാം കൈവിട്ടുപോകും. അത് മനുഷ്യസഹജമാണ്. അവിടെ എല്ലാവിധ ഭയവും കുതിച്ചെത്തും. അതിൽ നിന്ന് രക്ഷനേടാനാണ് മറ്റുള്ളവരെ കുറ്റപ്പെടുത്തുന്നതും ചിലരിൽനിന്ന് അത്ഭുതങ്ങൾ പ്രതീക്ഷിച്ച് കാത്തുനില്ക്കുന്നതും.

ഗുരുജി ഒരത്ഭുതവും കാണിക്കുന്നില്ല. നിങ്ങളുടെ ഉള്ളിലുള്ള പരിഹാരത്തെ ചൂണ്ടിക്കാണിക്കുക മാത്രമേ തന്നെക്കൊണ്ടാകൂ എന്നദ്ദേഹം പറയുന്നുണ്ട്. 'എന്റെ കൈവശം കുറച്ച് ഉപകരണങ്ങൾ മാത്രമേയുള്ളൂ. യോഗ ഉപയോഗിച്ചുള്ള ചില വ്യായാമങ്ങൾ, ശ്വസനക്രിയകൾ, റിലാക്സേഷൻ ടെക്നിക്കുകൾ. എന്നാലും അതുകൊണ്ടുതന്നെ പല കാര്യങ്ങളിലും പരിഹാരങ്ങൾ നിർദ്ദേശിക്കാൻ എനിക്കാവുമായിരുന്നു. ഒരുപക്ഷേ, എല്ലാവർക്കും അറിയാവുന്ന സ്വന്തം ജീവിതത്തിൽനിന്നു തന്നെ കണ്ടെത്തേണ്ടുന്ന പരിഹാരങ്ങൾ.' ഇവിടെ ഒരുകാര്യം പ്രത്യേകം ശ്രദ്ധിക്കേണ്ടതുണ്ട്. ദുഃഖം

കൊണ്ട് കലങ്ങിമറിഞ്ഞ മനസ്സിൽ ഒരിക്കലും പരിഹാരമാർഗ്ഗങ്ങൾ തെളിയില്ല. ദുഃഖത്തെ അടക്കി ഒരുനിമിഷം ആലോചിച്ചാൽ അതു കണ്ടെത്താവുന്നതേയുള്ളൂ. പക്ഷേ നമ്മൾ അത്ഭുതങ്ങൾ പ്രതീക്ഷിക്കുന്നു. ഭർത്താവിനെ അറിയിക്കണം, പൊലീസിൽ പരാതി കൊടുക്കണം എന്നു നിർബ്ബന്ധിക്കുന്നതേയുള്ളൂ ഗുരുജി. മാത്രമല്ല ചില ദുഃഖങ്ങളിൽ പങ്കുചേരാൻ മറ്റാർക്കുമാകില്ല എന്ന ചിന്ത പങ്കുവെക്കുന്നുമുണ്ട്. ചുവരിൽ തൂങ്ങിക്കിടന്ന ബുദ്ധന്റെ ചിത്രത്തിലേക്ക് നോക്കിക്കൊണ്ടാണ് ഒടുവിൽ ആ സൂചിതകഥ ഗുരുജി ഓർമ്മപ്പെടുത്തിയത്. 'പുത്രദുഃഖമാണല്ലോ നിന്റേത്. അങ്ങനെ എത്രയോ അമ്മമാർ! സ്വന്തം കുഞ്ഞിനെ മടക്കിക്കിട്ടുന്നതിനായി ബുദ്ധഭഗവാനെ തേടിച്ചെന്ന യുവതിയുടെ കഥ കേട്ടിട്ടില്ലേ? കുറച്ചു കടുകുമണികൾ കൊണ്ടുവരാൻ ബുദ്ധൻ അവളോടാവശ്യപ്പെട്ടു.' എന്നാൽ പൊട്ടിക്കരഞ്ഞുകൊണ്ട് അവൾ കഥ വിലക്കുകയാണ്. പിന്നീട് തന്റെ കൈയിൽ യാന്ത്രികമായി ഒരു പരിഹാരവുമില്ലെന്ന് പറഞ്ഞു അവളെ യാത്രയാക്കുന്നു. എന്നാൽ തിരിച്ച് കാറോടിച്ചു വരുമ്പോൾ അതുവരെ സ്വിച്ചോഫായിരുന്ന റിച്ചിയുടെ ഫോണിൽ നിന്ന് മകന്റെ 'അമ്മേ' എന്നുള്ള വിളി അവൾ കേൾക്കുകയാണ്. പെട്ടെന്ന് ബുദ്ധകഥയിലെ അമ്മയുടെ പേര് 'സുജാത' എന്ന് ഓർമ്മിച്ചെടുക്കുന്നിടത്ത് കഥ അവസാനിക്കുന്നു.

'സുജാത' മരണത്തെയും പ്രണയത്തെയും സൂക്ഷ്മമായി വിശകലനം ചെയ്യുന്നു. പുത്രദുഃഖം അമ്മയെ സംബന്ധിച്ച് മരണതുല്യമാണ്. മരണം സനാതനസത്യമെന്ന് ധരിച്ച് അതിനെ നേരിടാനുള്ള ആത്മധൈര്യമുണ്ടാക്കണമെന്ന ചിന്ത സുജാതയുടെ കഥയിൽ ഉള്ളടക്കിയിരിക്കുന്നു. മരണപ്പെട്ട മകനെ തിരിച്ചുനല്കണമെന്ന അപേക്ഷയുമായാണ് ബുദ്ധന്റെ അടുക്കൽ സുജാതയെത്തിയത്. അത് മനസ്സിലാക്കിക്കൊണ്ട് ബുദ്ധൻ പറഞ്ഞത് ഇതുവരെയാരും മരണപ്പെട്ടിട്ടില്ലാത്ത വീട്ടിൽ നിന്ന് കുറേ കടുകുമണികൾ ശേഖരിച്ചുകൊണ്ടുവരാനാണ്. സുജാതയ്ക്ക് അതു കണ്ടെത്താനാകുന്നില്ല. മരണത്തെ നേരിടാത്ത ഒരു വീടുമില്ല. മരണം സത്യമായതിനാൽ അത് അനുഭവിച്ചേ മതിയാകൂ എന്ന ചിന്ത അതിലുണ്ട്. അത് ഒരു ഉപദേശങ്ങൾകൊണ്ടും പരിഹരിക്കാവുന്നതല്ല. അതുകൊണ്ടാണ് ബുദ്ധൻ സുജാതയ്ക്ക് ആ അനുഭവം സ്വയം തിരിച്ചറിയാനുള്ള യാത്ര നിർദ്ദേശിച്ചത്. കഥയിലെ ഗുരുജിയും എല്ലാ നീതിബോധങ്ങളും ചൂണ്ടിക്കാട്ടിയതിനുശേഷം ബുദ്ധകഥ കൂടി സൂചിതമാക്കുന്നു. മരണത്തെയും നേരിട്ടേ മതിയാകുകയുള്ളൂവെന്നാണ് സൂചിതം. മാത്രമല്ല പ്രണയം കൊണ്ടു വന്നുഭവിച്ച ദുരന്തങ്ങൾ എന്തുതന്നെയാണെങ്കിലും യാഥാർത്ഥ്യബോധത്തോടെ അതിനെ സമീപിക്കണമെന്ന നിർദ്ദേശവുമുണ്ട്. മാത്രമല്ല മനുഷ്യരായിട്ടുള്ളവർ ആരും തന്നെ ജീവിതത്തിൽ ഒരത്ഭുതവും കാണിക്കാൻ കഴിയാത്തവരാണെന്നും പ്രമുഖരായ ആളുകളുടെ കൈവശം ചില പരിഹാരങ്ങളുണ്ടെന്നും ബുദ്ധികെട്ട അവസ്ഥയിൽ ചിലരെ രക്ഷിക്കാൻ അതിനു കഴിയുമെന്നും ധ്വനിപ്പിക്കുന്നുമുണ്ട്.

പ്രണയമെന്ന സൂക്ഷ്മ മാനസിക വികാരത്തെയും തുറന്നു ചർച്ച ചെയ്യുന്നുണ്ട്. അനുരാഗത്തിൽ അത്യാവശ്യം പുലരേണ്ടത് പരസ്പരസ്നേഹവും വിശ്വാസവുമാണ്. മാനസികമായ അറിവ് സുപ്രധാനമാണ്. എന്നാൽ ചില ലക്ഷ്യങ്ങൾ നിവൃത്തിയാക്കുന്നതിന് തെരഞ്ഞെടുക്കുന്ന പ്രണയം പൂർണ്ണാർത്ഥത്തിൽ സഫലമാകണമെന്നില്ല. നിർവ്യാജമായ പരസ്പരസമർപ്പണമായതുകൊണ്ടുതന്നെ രഹസ്യങ്ങൾ ഒളിപ്പിക്കാൻ കഴിയില്ല. ഇവിടെ കഥാനായികയും കാമുകനും കടുത്ത ഏകാന്തതയിലൂടെ കടന്നുപോകുന്നവരാണ്. അങ്ങനെ കൂട്ടുകൂടുമ്പോൾ സ്നേഹം ബലിഷ്ഠമാകേണ്ടതാണ്.

എന്നാൽ തന്റെ ശരീരം പരപുരുഷനു കാഴ്ചവെക്കുമ്പോൾ ഉണ്ടാകുന്ന മാനസിക സംതൃപ്തി പിരിഞ്ഞുകഴിയുന്ന ഭർത്താവിനോട് പ്രതികാരം വീട്ടിയതിന്റെ അനുഭവമായി മാറുകയാണ്. റിച്ചി ഒരുപക്ഷേ താൻ കടന്നുവന്ന ഇരുണ്ട വഴികളിൽ നിന്നുനേടിയ അപകർഷബോധവും പരപീഡനരതിയും ഏകാകിതയുമൊക്കെ പതുക്കെ കുടഞ്ഞു കളയാനുള്ള പ്രതീക്ഷയായി പ്രണയത്തെ മാറ്റുന്നുമുണ്ട്. കുട്ടികളെ ഇഷ്ടമില്ലാത്ത അയാൾ അവളുടെ കുട്ടിയുമായി വലിയ ചങ്ങാത്തം സ്ഥാപിക്കുന്നുണ്ട്. തനിച്ചുപോയി കുട്ടിയെ കണ്ടെത്തി ഒടുവിൽ അതവളെ അറിയിക്കുന്നുണ്ട്. അതിനെ ചതിയായി കാണേണ്ടതില്ല. ജോലിയും ഗവേഷണവും പ്രണയവുമൊക്കെ ഉപേക്ഷിച്ച് കുട്ടിയെ വില പേശാനുള്ള ആയുധമാക്കുമെന്ന ചിന്തയ്ക്ക് ഇവിടെ പ്രസക്തിയില്ല. ഒരുമുറിയെടുക്കാമെന്ന് നിർദ്ദേശിക്കുന്നതും കുറിപ്പെഴുതി വെച്ചിട്ട് അന്വേഷിച്ചു പോകുന്നതും ഒടുവിൽ തന്റെ ഫോണിൽ നിന്നുതന്നെ മകന്റെ ശബ്ദം കേൾപ്പിച്ചുകൊടുക്കുന്നതും പ്രണയത്തിന്റെ ആഴത്തെയാണ് അനുഭവപ്പെടുത്തുന്നത്.

ഇന്നത്തെ മനുഷ്യരുടെ അപരിഹാര്യമായ വിധിയെക്കുറിച്ചും 'സുജാത' പരിചിന്തിക്കുന്നുണ്ട്. ഏതു പ്രശ്നത്തെയും പരിഹരിക്കാൻ കഴിയാത്ത വിധത്തിൽ മനുഷ്യൻ ശിഥിലചിത്തരായി മാറിയിരിക്കുന്നു. എല്ലാ ധാർമ്മികതയും നഷ്ടപ്പെട്ട് ബന്ധങ്ങൾ വിഘടിച്ചിരിക്കുന്നു. സാമൂഹിക സാക്ഷാൽക്കാരങ്ങൾ സനാതനമായി നിലനില്ക്കണമെന്ന ആഗ്രഹം മനുഷ്യന് കൈമോശം വന്നിരിക്കുന്നു. സ്വന്തം ജീവിതം സ്വയം കണ്ടെത്തുന്നവർ ഏകാകികളായി കഴിയാൻ ആഗ്രഹിക്കുന്നു. ആത്മരതിയാലെന്നവണ്ണം മറ്റാരെയും പ്രവേശിപ്പിക്കാതെ ഹൃദയം താഴിട്ടുപൂട്ടിയിരിക്കുന്നു. പ്രണയം ശാരീരിക നിർവൃതിയായി ചുരുക്കപ്പെട്ടിരിക്കുന്നു. പരസ്പരമഭയമാകുവാനാഗ്രഹിക്കാത്തവരുടെ ലോകമാണ് പ്രശ്നപരിഹാരാർത്ഥം ഇവിടെ ആശ്രമങ്ങൾ തഴച്ചുവളരാനുള്ള സാഹചര്യമൊരുക്കിയത്. നിസ്സാരവും അപരിഹാര്യവുമായ പ്രശ്നങ്ങൾക്കും മരുന്നുകൾ നല്കുന്ന സാമൂഹ്യഭിഷഗ്വരന്മാരായി ഇപ്പോൾ ആശ്രമാധിപനെ അംഗീകരിച്ചിരിക്കുന്നു. അപകടം പതിയിരിക്കുന്ന കൂടാരങ്ങളായി അതിൽ പലതും മാറിയിരിക്കുന്ന കാഴ്ച കാലം തെളിയിച്ചുകൊണ്ടുമിരിക്കുന്നു. ഇതെല്ലാം സൂക്ഷ്മമായി ധ്വനിപ്പിക്കുന്നതോടൊപ്പം ആത്മശൈഥില്യം ബാധിച്ച മനുഷ്യരുടെ പ്രണയവും മനസ്സും ചിന്തകളും 'സുജാത' എന്ന കഥയിൽ അനാവരണം ചെയ്തിട്ടുണ്ട്. അതുകൊണ്ട് പ്രണയത്തിന്റെ പുതിയ കാല പരിഭാഷയായി 'സുജാത'യെ കാണുന്നതിൽ അപാകമില്ല.

വിചിത്രം

വിളക്കുമരം

വെളിച്ചം കെട്ടുതുടങ്ങിയ കാലത്തെ പ്രതിസന്ധി മലയാളികൾ ഇന്നു ചർച്ച ചെയ്യുന്നുണ്ട്. വലിയ അവമതികൾ നേരിടുന്നൊരു കാലമാണിത്. മനുഷ്യൻ പാലിക്കേണ്ട ചില നിയമങ്ങൾ, ആദരിക്കേണ്ട മൂല്യങ്ങൾ ഇവ ഒന്നൊന്നായി ഇടിഞ്ഞ് ജീവിതമാകെ ഇരുട്ടുപടരുന്നത് നമ്മളറിയുന്നുണ്ട്. ജീവിതബന്ധങ്ങൾ കാലഹരണപ്പെടുന്നതിന്റെ ദൈന്യങ്ങൾ എവിടെയും കാണുന്നുണ്ട്. അനുകമ്പയും സഹാനുഭൂതിയും ആർദ്രതയുമൊന്നും ആരോടും വച്ചുപുലർത്തേണ്ടതില്ല എന്നൊരു തോന്നലിന്റെ നിഴൽ എല്ലായിടവും പടർന്നിരിക്കുന്നു. ഒന്നും മാനിക്കപ്പെടേണ്ടതില്ല എന്ന ബോധത്തിന്റെ ഇരുട്ടിൽ ജീവിക്കാനാഗ്രഹിക്കുന്ന മനുഷ്യരെക്കൊണ്ട് ലോകം നിറഞ്ഞിരിക്കുന്നു. ചരിത്രത്തോട് നീതി പുലർത്തേണ്ടതില്ല എന്ന വിശ്വാസം വേരുറച്ചിരിക്കുന്നു. നീതിബോധം നഷ്ടപ്പെടുമ്പോഴാണ് മനുഷ്യരുടെ പാരസ്പരിക ബന്ധങ്ങൾ ശിഥിലമാകുന്നത്. ഈ വിവേകശൂന്യത നിന്ദ്യകർമ്മങ്ങൾ ഒട്ടും കൂസാതെ ചെയ്യുന്നതിൽ ചിലരെ ഉന്മുഖമാക്കുന്നു. ജീവിതാനുഭവങ്ങളുടെ വെളിച്ചം കെട്ടുപോകുന്നത് ഇത്തരം സന്ദർഭങ്ങളിലാണ്. ഇപ്പോൾ അത് അനുഭവവേദ്യവുമാണ്. എഴുത്തുകാർ ഇരുട്ടിനുനേരെ വെളിച്ചമിറ്റിക്കുന്നവരാണ്. അതെത്രമാത്രം ഫലപ്രദമാകുമെന്നത് കാലം അടയാളപ്പെടുത്തിയിട്ടുമുണ്ട്. മിന്നാമിനുങ്ങിനും ക്ഷണികപ്രകാശം കൊണ്ട് ഇരുട്ടിന്റെ കണി

കയെങ്കിലും ശിഥിലമാക്കാൻ കഴിയുന്നുണ്ടല്ലോ.

എല്ലാ കെട്ടുപാടുകളിൽനിന്നും മനുഷ്യരെ വിമുഖരാക്കുന്നത് സുഖാസക്തിയാണ്. അതിലേറ്റവും പ്രധാനം കാമത്തിന്റെ അതിപ്രസരമാണ്. സ്ത്രീകൾ പ്രായഭേദമെന്യേ ആക്രമണത്തിന് വിധേയരാകുന്നത് ഈയൊരു പശ്ചാത്തലത്തിലാണ്. പെണ്ണുടലായി മാത്രം സ്ത്രീയെ കാണുന്ന സമീപനം ഇപ്പോൾ തീവ്രമായിരിക്കുകയാണ്. അവരുടെ സ്വത്വവിചാരങ്ങളെ മാനിക്കാതെ കാമപൂർത്തിക്കുള്ള ഉപകരണമായി കാണുന്ന ചിന്ത പ്രബലമായിരിക്കുന്നു. അതിനു പ്രധാന കാരണം പ്രണയനഷ്ടമാണ്. രതിയെ മുന്നിൽക്കണ്ടുകൊണ്ടുള്ള ലൈംഗികാഭിലാഷമായി പ്രണയം പരിണമിച്ചിരിക്കുന്നു. കാരുണ്യം, അനുകമ്പ, ബഹുമാനം തുടങ്ങി സൗഹൃദത്തിലന്തർഭവിച്ചിരിക്കുന്ന വികാരങ്ങളെ പ്രണയത്തിൽനിന്ന് നീക്കം ചെയ്തിരിക്കുന്നു. ഒളിക്യാമറകളോ വിലക്കുകളോ കൂടാതെ സ്വതന്ത്രമായി രതിപൂർത്തി വരുത്തുന്നതിനനുയോജ്യമായ അന്തരീക്ഷം പുതുകാലജീവിതം സംജാതമാക്കിയിട്ടുണ്ട്. സമ്പത്തിനുമാത്രം പ്രാധാന്യം നല്കുന്ന നവസാങ്കേതിക ലോകക്രമം ഇത്തരത്തിൽ പുതിയൊരു ജീവിതപദ്ധതി രൂപപ്പെടുത്തിയിരിക്കുന്നു. അവിടെയാണ് നമ്മൾ പിന്തുടർന്ന ജീവിതമൂല്യവ്യവസ്ഥ തകർന്നടിഞ്ഞത്. ഒരുപക്ഷേ, അതാകണം ജീവിതത്തെ ഇരുട്ടിലേക്ക് നീക്കിനിർത്തിയ സവിശേഷതകളിലൊന്ന്. എഴുത്തുകാർക്ക് അത്തരം സാഹചര്യങ്ങളെ രചനകളിൽ നിന്നൊഴിവാക്കുക പ്രയാസമാണ്. മനുഷ്യരെ ഗ്രസിച്ചിട്ടുള്ള അന്ധകാരത്തിനു നേർക്ക് വെളിച്ചമയയ്ക്കുന്ന ഏർപ്പാട് പഴഞ്ചനാണെന്ന് കുറ്റപ്പെടുത്താമെങ്കിലും അത്തരമൊരു നീതിബോധം എഴുത്തുകാർ വെച്ചു പുലർത്തുന്നുണ്ട് എന്നതാണ് വാസ്തവം.

മഹത്ത്വത്തിനെതിരെ നടപ്പാക്കിയ അദൃശ്യവും നിശ്ശബ്ദവുമായ നിരോധനാജ്ഞ ചർച്ച ചെയ്തുകൊണ്ടാണ് സുഭാഷ് ചന്ദ്രൻ 'വിഹിതം' എന്ന കഥ പറയാൻ തുടങ്ങിയത്. മനുഷ്യൻ പുലർത്തുന്ന മഹത്ത്വബോധമാണ് ജീവിതത്തിന്റെ ഈടുവെയ്പ്. അത് പ്രസരിപ്പിക്കുന്നവരാണ് എഴുത്തുകാർ. 'അക്ഷരങ്ങൾ ഉപയോഗിക്കുന്നവരാണ് ഏതൊരു സമൂഹത്തിനും എക്കാലത്തും വെളിച്ചമായിട്ടുള്ളത്. ആ വെളിച്ചത്തിലിരുന്നാണ് പൊതുജനം ഈ സംസ്കാരം എന്നു പറയുന്ന സാധനം തുന്നിയെടുക്കേണ്ടത്' എന്ന കഥാകാരന്റെ ശബ്ദത്തെ അത് പഴഞ്ചൻ പ്രമാണമാണെന്ന് പറഞ്ഞു പുച്ഛിക്കുന്നതും തുടക്കത്തിൽ നമ്മൾ കേൾക്കുന്നുണ്ട്. കഥാകാരനും ആഖ്യാതാവായ മാധവനും കടലിലേക്ക് ചൂണ്ടുന്ന മട്ടുപ്പാവുള്ള മദ്യശാലയിലിരുന്നു പതിവായി വാരാന്ത്യത്തിൽ നടത്തുന്ന സംവാദത്തിലേക്ക് കഥ പടർന്നുകയറുമ്പോൾ മഹത്ത്വമില്ലാത്ത ജീവിതത്തെയോർത്തുള്ള ആധി തിരിച്ചറിയുന്നു. മാധ്യമപ്രവർത്തകനായ മാധവന്റെ ഓരോ അനുഭവകഥകളിലും ആത്മാർത്ഥമായ പ്രാർത്ഥന ഉള്ളടങ്ങിയിരിക്കുന്നത് കഥാകാരൻ ശ്രദ്ധിക്കുന്നുമുണ്ട്. കാമത്തിന്റെ കള്ളയൊപ്പിട്ട ഈ കഥയിലും അത്തരമൊരു പ്രാർത്ഥന നിറഞ്ഞുനില്ക്കുന്നുണ്ട്. കെട്ടകാലത്തിനു നേരുന്ന സ്വസ്തിയാണത്.

വിലക്കപ്പെട്ട കനി സ്വന്തമാക്കി ഭുജിക്കുന്നതിനാവശ്യമായ സമയം ഒന്നരമിനിറ്റോ ഒന്നര ദിവസമോ ആയി ഇപ്പോൾ ചുരുക്കി ക്രമീകരിച്ചിരിക്കുന്നു. ചിലപ്പോൾ ഒറ്റനോട്ടത്തിൽ തന്നെ വശപ്പെട്ടെന്നിരിക്കും. അല്ലെങ്കിൽ ഒന്നര ദിവസം കൊണ്ട് കെട്ടിപ്പൊക്കുന്ന ഭാവനാസൗധത്തിൽ ആഗ്രഹിച്ച പെണ്ണിനെ ഭോഗിക്കുവാനുള്ള സാഹചര്യത്തിലേക്ക് രതി ചെന്നെത്തിയിരിക്കുന്നു. ഫാൽഗുനി പട്ടേൽ എന്ന നാല്പതു വയസ്സുകാരിയായ ഗുജറാത്തി പെണ്ണിനെ വളച്ചെടുത്ത് അനുഭവിക്കാൻ മാധവന്

വേണ്ടിവന്ന സമയം ഒന്നരദിവസമാണ്. എ ടി എമ്മിൽ കുടുങ്ങിപ്പോയ അവളുടെ കാർഡ് പുറത്തെടുത്തുകൊടുക്കാൻ സഹായിച്ചപ്പോഴാണ് നമിതയെപ്പോലെയെന്ന് പറഞ്ഞ് രസിപ്പിച്ചത്. തിരിഞ്ഞുപോകാനെടുത്ത മുക്കാൽ മിനിറ്റിൽ അവൾ തന്റെ മൊബൈൽ നമ്പർ മാധവനു കൈമാറി. ഒന്നരദിവസത്തെ നിശ്ശബ്ദമായ സന്ദേശ കാവ്യത്തിലൂടെ തന്റെ അപ്പാർട്ട്മെന്റിലേക്ക് വരാനുള്ള വഴി പറഞ്ഞുകൊടുത്തു. രണ്ടു ശരീരങ്ങളുടെ സംയോഗത്തിനുള്ള ഉടമ്പടിയിൽ അവരുടെ കാമം കയ്യൊപ്പിട്ടു. ഭർത്താവും മകളും ഇല്ലാത്ത ദീപാവലി ദിവസം രാത്രിയിൽ ഫാൽഗുനി മാധവനെ ക്ഷണിച്ചതും ഭാര്യയെയും മകളെയും ക്ഷണികമായെങ്കിലും മറന്ന് അയാൾ അവളുടെ കിടക്കയിലെത്തിയതും ശരീരത്തിന്റെ പൈദാഹം കൊണ്ടാണ്. ശരീരത്തിന്റെ ദാഹം മനുഷ്യരെ ആർത്തിപിടിപ്പിച്ചിരിക്കുന്നു. ആർത്തിയുടെ കാഠിന്യമാണ് സ്വന്തമാക്കലിന്റെ സമയദൈർഘ്യം കുറച്ചുകളഞ്ഞത്.

രതിബോധം പരാക്രമമായി മനുഷ്യരെ ബാധിച്ചിരിക്കുന്നു. പ്രണയം നഷ്ടപ്പെടുമ്പോഴാണ് രതി അക്രമാസക്തമാകുന്നത്. ഫാൽഗുനിയുടെ അതിഥി പൂജയേറ്റുവാങ്ങി തിടുക്കത്തിൽ കിടക്കമുറിയന്വേഷിക്കുകയാണ് മാധവൻ. അതു കാണിക്കാൻ കൊതിയോടെ തിരിഞ്ഞുനടക്കുന്ന ഫാൽഗുനിയുടെ പൃഷ്ഠദർശനം അയാളെ ഇളക്കിമറിക്കുന്നു. 'മദ്ധ്യവയസ്സോളം സംഭരിക്കപ്പെട്ട പിൻമേദസ്സ് നീലപ്പട്ടിന്റെ നിശാവസ്ത്രത്തിനുള്ളിൽ ഇടംമേലും വലംകീഴും തുളുമ്പുന്നത്" കണ്ട് മാധവൻ തിടുക്കപ്പെട്ടു. ഫോണിലൂടെയുള്ള ഒന്നരദിവസത്തെ പരാക്രമങ്ങൾ കണ്ട ഫാൽഗുനി മാധവനുമായുള്ള കൂടിക്കാഴ്ചയിലെ തുടക്കം യുദ്ധസമാനമായാണ് ഭാവന ചെയ്തത്. വാതിൽ തുറന്ന് സ്വീകരണമുറിയിലേക്ക് പ്രവേശിക്കുമ്പോൾ തന്നെ ഫാൽഗുനിയെ കെട്ടിപ്പിടിച്ച് ശ്വാസം മുട്ടിക്കുമെന്നും ഇട്ടിരിക്കുന്നതെന്തായാലും വലിച്ചു കീറുമെന്നും അവൾ ചിന്തിച്ചു വിവശയാകുന്നു. ഭാഗ്യം കൊണ്ടു കൈവന്ന നിധി അനുഭവിക്കാനുള്ള ആർത്തിയാണിവിടെ പരാമർശം. രത്യാസക്തി ഭ്രാന്തമാണ്. അത് കാട്ടുതീപോലെ ആളിപ്പടർന്നു കൊണ്ടിരിക്കും. ശമനമില്ലാത്ത രതിയാണ് പലരെയും അന്വേഷിച്ച്, വല വിരിച്ച്, വശപ്പെടുത്തി അനുഭവിക്കുന്നതിലേക്ക് നയിക്കുന്നത്. അത് പലപ്പോഴും അക്രമത്തിലേക്കും ഹിംസയിലേക്കും കടന്നുചെല്ലുകയും ചെയ്യും.

അത്യാർത്തനായ മാധവനെ പൊടുന്നനെ ലൈംഗികമരവിപ്പിലേക്ക് നയിച്ചത് ഫാൽഗുനിയുടെ കിടപ്പുമുറിയുടെ ചുമരിൽ തൂക്കിയിട്ട കുടുംബചിത്രമാണ്. കീഴ്ത്താടി കനത്ത മദ്ധ്യവയസ്കന്റെ പുഞ്ചിരി അടിവയറ്റിലൊരുതരി വേദനയുളവാക്കി. ഫാൽഗുനിക്കും പട്ടേലിനുമിടയിൽ കുലീനത എന്ന വാക്കിനെ വിഗ്രഹമാക്കിയതുപോലെ പ്രസരിച്ചുനിന്ന പെൺകുട്ടിക്ക് തന്റെ മകളുടെ അതേ പ്രായമാണെന്ന് തിരിച്ചറിഞ്ഞ മാധവൻ അസ്വസ്ഥനായി. വന്നകാര്യം മറന്നു തറഞ്ഞു നിന്ന മാധവനിൽ നീരസമുണ്ടായപ്പോൾ അയാൾ നീലച്ചിത്രത്തിന്റെ കാസറ്റന്വേഷിക്കുകയാണ്. സണ്ണി ലിയോണി എന്ന അന്താരാഷ്ട്ര വേശ്യയുടെ സീ ഡി തന്നെ എടുത്ത് ലാപ്ടോപ്പുമായി കൊടുത്തു. എന്നാൽ പരിഭ്രമത്തോടെ പട്ടേലിന്റെ കട്ടിലിലിരുന്ന മാധവൻ വിയർക്കാൻ തുടങ്ങി. മറ്റൊരാളുടെ കിടപ്പുമുറിയിലെ കുടുംബചിത്രത്തിനു മുന്നിൽ ഒറ്റയ്ക്കു തുടരാൻ ഭയപ്പെട്ടു. ലാപ്ടോപ്പിനുള്ളിൽ കുന്തിച്ചിരുന്നു മൂളുകയും മുരളുകയും ചെയ്യുന്ന സണ്ണി ലിയോണിയെ മറികടന്നു മാധവൻ കുളിമുറിയിൽ കയറി ഒളിക്കുകയാണ്. ഒന്നരമണിക്കൂറിനുശേഷം കുളിമുറിയിൽനിന്നു പുറത്തിറങ്ങിയ മാധവൻ ആങ്ങളയെപ്പോലെ വിശപ്പിനു ഭക്ഷണം ആവശ്യപ്പെടുന്നു.

ചപ്പാത്തി കൊട്ടത്ത് വിശപ്പ മാറ്റിയിട്ട് മനസ്സിന്റെ ആസക്തിയെക്കുറിച്ചാണ് ഫാൽഗുനി ചോദിച്ചത്. 'നന്മ നിറഞ്ഞ ഒരു ഭാര്യയുണ്ടായിട്ടും അവൾ സുന്ദരിയായിട്ടും എന്തിനായിരുന്ന ഈ ആർത്തി? ഒരു പേരിൽ അല്ലെങ്കിൽ ഒരു മുഖച്ഛായയിൽ ഭ്രമിച്ച് ജീവിതം തന്നെ തകർന്നുപോയേക്കാവുന്ന സാഹസങ്ങൾക്ക് മുതിരാൻ നിങ്ങൾ ആണങ്ങളെ പ്രേരിപ്പിക്കുന്നതെന്താണ്?' 'വിഹിതം' എന്ന കഥയുടെ മൂല്യവിചാരത്തിലേക്കാണ് ഈ ചോദ്യം കടന്ന ചെല്ലന്നത്. ഇവിടെ രണ്ടുപേർക്കും ന്യായീകരണങ്ങളുണ്ട്. പൂർണ്ണമായ നന്മയ്ക്ക് നാടകീയത കുറവാണെന്നാണല്ലോ പറയാറ്. അതുപോലെ എല്ലാ നന്മകളും തികഞ്ഞ ഭാര്യയും പുരുഷനെ മടുപ്പിക്കാറുണ്ടെന്നാണ് മാധവൻ പറഞ്ഞത്. എന്റെ തന്നെ ഇരട്ടിപ്പാണ് ഭാര്യയും. ഭാര്യ തന്റെ ശരീരത്തിന്റെ തുടർച്ചയായതിനാൽ ഭോഗവും സ്വയംഭോഗം പോലെ മടുപ്പിക്കുന്നുണ്ട്. അവിടേക്കാണ് പെണ്ണുങ്ങൾ കൊതിയുമായി കയറി വരുന്നത്. അവരെ പ്രാപിക്കാനുള്ള കൊതി മുഴുത്ത് ഭ്രാന്തമാകുന്നതുകൊണ്ടാണ് ഇതുപോലെ കയറിവരേണ്ടി വന്നത്.

ഫാൽഗുനിയും തന്റെ ആർത്തി അയവിറക്കുന്നുണ്ട്. അതിൽ അതുവരെ ഒളിപ്പിച്ചു വച്ച രഹസ്യവും തിരനീക്കുന്നു. ഗുജറാത്തി സ്ത്രീകൾക്ക് ഭർത്താവ് ജീവൻ പോലെയല്ല, ജീവൻ തന്നെയാണ്. അവിഹിത ബന്ധങ്ങൾ ആണത്തത്തിന്റെ ലക്ഷണമായി കരുതിയ ആളായിരുന്നു അവളുടെ ഭർത്താവ്. അത് ഭാര്യയെ മനസ്സിലാക്കിക്കാനും അയാൾ ശ്രമിച്ചു. മറ്റു പെണ്ണുങ്ങളുമായുള്ള ഫോൺ സെക്സിന്റെ സമയത്ത് ഒരു കൈ സഹായിക്കാൻ ഭാര്യയോട് ആജ്ഞാപിക്കുന്ന തരത്തിൽ അത് മുന്നേറിയപ്പോഴാണ് അവൾ ഡൈവോഴ്സ് നോട്ടീസ് കൊടുത്തത്. വേർപിരിഞ്ഞിട്ട് രണ്ടു വർഷമായിട്ടും തന്റെ കിടപ്പുമുറിയിൽ മറ്റൊരാൾ പ്രവേശിച്ചിട്ടില്ല എന്നവൾ തുറന്നു പറയുന്നുണ്ട്. ഭർത്താവിന്റെ കൂടെ മാത്രമേ ഈ നിമിഷം വരെയും താൻ കിടന്നിട്ടുള്ളൂവെന്ന് അവൾ ആണയിടുന്നു. ആദ്യത്തെ അഞ്ചു വാചകത്തിൽ ഭാര്യയെ പ്രശംസിക്കുന്നവനാണെന്ന് മനസ്സിലാക്കിയതുകൊണ്ടാണ് ആദ്യമായി അന്യപുരുഷനെ തന്റെ കിടക്കറയിലേക്ക് ക്ഷണിച്ചത്. ആറുമാസം വീതം അച്ഛനമ്മമാർക്കടുത്ത് താമസിച്ച് ഒരു പെൻഡുലം പോലെ ആടുന്ന മകളുടെ വിളി വന്നത് അന്യപുരുഷന്റെ സ്പർശനത്തിന് കാത്തുനിന്ന സമയമാണ്. അതേസമയം തന്നെ മാധവനും ഒരു വിളി വന്നിരുന്നു. അതയാളുടെ മകളാകുമെന്ന കാര്യവും ഫാൽഗുനിയെ അത്ഭുതപ്പെടുത്തുന്നുണ്ട്. എന്നാൽ അവളുടെ നന്മ അതൊന്നുമല്ല. ഭർത്താവ് ഇപ്പോഴും അവളുടെ കൂടെയുണ്ട് എന്നുള്ള ബോധമാണ്. അത് മാധവനെയും അത്ഭുതപ്പെടുത്തുന്നുണ്ട്. രണ്ടുവർഷമായി പിരിഞ്ഞിട്ടും ഇപ്പോഴും തന്റെ കൂടെ അയാളുണ്ടെന്ന തോന്നലിൽ കഴിയുകയും കിടപ്പുമുറിയിൽ കുടുംബചിത്രം തൂക്കിയിട്ടിരിക്കുകയും ചെയ്യുന്ന ഫാൽഗുനി മാധവന് അത്ഭുതമായതിൽ അതിശയിക്കേണ്ടതില്ല.

അപഥസഞ്ചാരത്തിന്റെ ഉടമ്പടിയിൽ കൈയൊപ്പിട്ട് അടുത്തു കൂടിയ രണ്ടുപേർ ഒടുവിൽ പരസ്പരം മഹത്വത്തിന്റെ വിഹിതം പറ്റി പിരിയുന്ന കാഴ്ച അസാധാരണമാണ്. അവിഹിത ബന്ധങ്ങൾക്ക് കാത്തിരിക്കുകയും വാക്ചാതുര്യവും അപാരമായ നാട്യവും പെരുങ്കള്ളങ്ങളും കൊണ്ട് വശീകരിച്ചെടുക്കുകയും ശരീര സംയോഗത്തിനായി സമയംകുറിച്ച്, എത്തിച്ചേരുകയും ചെയ്തിട്ട് കിടപ്പുമുറിയിൽവെച്ച് എല്ലാ ആവേശങ്ങളും തണുത്തുറഞ്ഞ് തത്ത്വവിചാരം ചെയ്ത് മടങ്ങിപ്പോകുന്നവരെക്കുറിച്ച് മനഃശാസ്ത്രബോധത്താൽ വിചിന്തനം ചെയ്താൽ ചുറ്റിപ്പോകുകയേയുള്ളൂ. കാരുണ്യവും കരുതലും ഉള്ള

വരായതുകൊണ്ടാവണം പൂർണ്ണമായി ദൗർബല്യത്തിലേക്ക് വഴുതിപ്പോകാതെ ജീവിതത്തെക്കുറിച്ച് ചിന്തിച്ച് പിന്തിരിയുന്നത്. ചില്ലുകൂട്ടിൽ പ്രദർശിപ്പിച്ച ഹൽവപോലെ കൊതിപ്പിച്ച ഫാൽഗുനി സ്ത്രീകുലത്തിന്റെ വെളിച്ചമായി മാധവന് അനുഭവപ്പെടുകയാണ്. മനുഷ്യബന്ധങ്ങൾക്ക് യാതൊരു വിലയും കല്പിക്കാത്ത ലോകത്ത് അതിന്റെ മൂല്യം തിരിച്ചറിഞ്ഞ് അതു കൈവിടാതെ സംരക്ഷിക്കുന്ന മനസ്സ് വിലപ്പെട്ടതാണ്. ഫാൽഗുനിയുടെ കൈത്തലം ഉയർത്തിയെടുത്ത് അതിൽ ചുംബിച്ചിട്ട് ഇത് ലോകത്ത് അവശേഷിക്കുന്ന അന്തസ്സുള്ള സ്ത്രീകൾക്കുവേണ്ടിയാണെന്നു മാധവൻ പറയുമ്പോൾ സ്ത്രീകുലത്തിന്റെ മുഴുവൻ വെളിച്ചമായി അവൾ മാറുകയാണ്.

'വിഹിത'ത്തിലെ ഫാൽഗുനി സാധാരണ സ്ത്രീയാണ്. എങ്കിലും സാമൂഹികജീവിതത്തെ സൂക്ഷ്മമായി ശ്രദ്ധിക്കുന്നുണ്ട്. സണ്ണി ലിയോണിയെക്കുറിച്ച്, മഹേഷ് ഭട്ടിന്റെ സിനിമകളെക്കുറിച്ച് അമർഷം പുകയുന്ന മനസ്സ് അവൾക്കുണ്ട്. പുരുഷനെക്കുറിച്ച് ധരിച്ചുവെച്ച ചിന്തകളെ തിരുത്താനും ഫാൽഗുനി തയ്യാറാകുന്നു. 'അവസരം കിട്ടിയാൽ അവിഹിതം കാട്ടുന്നവരാണ് എല്ലാ ആണുങ്ങളും എന്ന് പഠിപ്പിക്കാൻ എന്റെ ഭർത്താവ് എന്തൊക്കെ പാടുപെട്ടു... അവിഹിതത്തിൽ പരസ്പരം കുടുക്കുകയാണെന്ന് ഉള്ളിൽ നമ്മൾ രണ്ടാളും ആഹ്ലാദിച്ചിട്ടുണ്ടാകും. എന്നാലിപ്പോൾ അന്തസ്സുള്ള ഒരു പുരുഷനെ കണ്ടെത്തിയപ്പോൾ മനുഷ്യാന്തസ്സിൽ നിന്ന് എനിക്കുള്ള വിഹിതം കിട്ടിയതുപോലുള്ള ഒരാശ്വാസമാണ് എനിക്ക്.' മനുഷ്യമഹത്വം ഇരുവരും മനസ്സിലാക്കുകയും അത് പങ്കിടുകയും ചെയ്യുന്നുണ്ട്. സമൂഹത്തിന് അതൊരു പാഠമായി മാറേണ്ടതുണ്ട് എന്ന് കഥാകൃത്ത് ആഗ്രഹിക്കുകയും ചെയ്യുന്നതായി മനസ്സിലാക്കാം. ദീപാവലിക്ക് ഇരുവശവും കത്തിച്ചുവെച്ച വിളക്കുകൾക്ക് നടുവിലൂടെ മാധവൻ തിരിച്ചിറങ്ങുമ്പോൾ അയാളുടെ വ്യക്തിത്വം അന്തസ്സുകൊണ്ട് പ്രകാശിക്കുന്നുമുണ്ട്.

കഥ പറഞ്ഞതിനുശേഷം മാധവൻ ചിന്തിച്ചത് ഇങ്ങനെയാണ്. 'സ്ത്രീകളിൽ നിന്നുള്ള പ്രകാശം, അതാണിപ്പോൾ ലോകത്തിനു വേണ്ടത്. അന്തസ്സുള്ള അമ്മമാർ പെറ്റ കുഞ്ഞുങ്ങൾ! അവരാണ് പിന്നീട് നല്ല ആണും നല്ല പെണ്ണുമായി തീരുന്നത്.' അയാളിങ്ങനെയേ ചിന്തിക്കൂ എന്നു നമുക്കറിയാം. ഉള്ളിന്റെയുള്ളിൽ അങ്ങനെയൊരന്തസ്സ് അയാൾ നാട്ടിയുറപ്പിച്ചിട്ടുണ്ട്. ശരീരംകൊണ്ട് കൊതിപ്പിക്കുകയും മോഹിപ്പിക്കുകയും ചെയ്ത പെണ്ണിന്റെ ക്ഷണമനുസരിച്ച് സഹശയനത്തിനെത്തിയ മാധവൻ എത്ര പെട്ടെന്നാണ് നിർവ്വികാരനായി മാറിയത്. അച്ഛനും അമ്മയും മകളുമടങ്ങിയ കുടുംബത്തിന്റെ ചിത്രം കണ്ടപ്പോൾ തന്റെ മകളെക്കുറിച്ചും കുടുംബത്തെക്കുറിച്ചുമാണ് അയാൾ ആലോചിച്ചത്. സ്വന്തം പുരുഷനെ എപ്പോഴും കൂടെക്കൊണ്ടു നടക്കുന്ന സ്ത്രീയുടെ മുന്നിൽ ഷണ്ഡനായി മാറുകയാണ് മാധവൻ. ആ ലൈംഗിക മരവിപ്പ് അയാളുടെ ആത്മനിയന്ത്രണമാണ്. ചിലപ്പോൾ നമ്മുടെ മനസ്സ് അനിയന്ത്രിതമായി അപഥസഞ്ചാരം നടത്തുമെങ്കിലും ചില സാക്ഷാൽക്കാരങ്ങൾ കാണുമ്പോൾ മനസ്സിനെ അടക്കാനും നിയന്ത്രണം പാലിക്കാനും പരിശ്രമിക്കുന്നു. ആ സമീപനത്തിനാണ് നമ്മൾ അന്തസ്സ് എന്നു പറയുന്നത്. ആ അന്തസ്സാണ് ഇന്നത്തെ ഇരുട്ടിനെ ഭേദിക്കാൻ മനുഷ്യർക്ക് ഉണ്ടാവേണ്ടത്. അത് സൃഷ്ടിക്കാൻ സ്ത്രീകൾക്ക് കഴിയും എന്ന ധാരണയ്ക്ക് പുതുമയുണ്ട്.

അമ്മ നന്നായാൽ ലോകം നന്നാകും എന്ന ഈട്ടറ്റ ചിന്തയാണ് ഈ കഥ പ്രസരിപ്പിക്കുന്നത്. ആസുരമായി മുന്നേറുന്ന കാമാസക്തിക്ക് കടിഞ്ഞാണിടാൻ മനുഷ്യാന്തസ്സിനു കഴിയുമെന്നും അത് പാലിക്കാൻ മനുഷ്യൻ പ്രതിജ്ഞാബദ്ധമാണെന്നുമുള്ള

ചിന്ത മൂല്യത്തെ നാട്ടിയുറപ്പിക്കുന്നതിനുള്ള ശ്രമമാണ്. എഴുത്തു പ്രസരിപ്പിക്കുന്ന വെളിച്ചമതാണ്. സ്ത്രീയും പുരുഷനും തനിച്ചൊരു മുറിയിലിരുന്നാൽ ആലോചനകളില്ലാതെ സംഭോഗത്തിലേർപ്പെടുമെന്ന വിശ്വാസം നിരാകരിച്ചേ മതിയാകൂ. ഇങ്ങനെയൊരു നിരാകരണത്തിനേ വെളിച്ചമുള്ള ദർശനത്തെ പ്രസരിപ്പിക്കാനാവുകയുള്ളൂ. അവസരമുണ്ടാക്കാൻ ഇരുവരും കള്ളം പറയുന്നുണ്ട്. ഭർത്താവ് ബിസിനസ് ടൂറിലായതിനാൽ ദീപാവലി കഴിഞ്ഞ് അടുത്ത ദിവസമേ എത്തുകയുള്ളൂവെന്ന് ഫാൽഗുനി പറയുമ്പോൾ മാധവൻ എന്ന പേരും സ്വത്വവും അയാൾ മറച്ചുവെച്ചിട്ട് കുത്തബുദ്ദീൻ എന്ന് പരിചയപ്പെടുത്തുന്നു. സൗഹൃദത്തിന്റെ സത്യസന്ധത പിന്നീടതൊക്കെ വെളിച്ചപ്പെടുത്തുന്നുമുണ്ട്.

മഹാത്മാഗാന്ധി പിറന്ന മണ്ണിൽനിന്നു പുറപ്പെട്ടുവന്ന ഫാൽഗുനി പട്ടേൽ എന്ന പെണ്ണും അവളുടെ ജാരനായി കടന്നുവന്ന കുത്തബുദ്ദീൻ എന്ന പുരുഷനും ഒരു രാഷ്ട്രീയപകയുടെ സൂക്ഷ്മധ്വനി അഭിവ്യക്തമാക്കുന്നുണ്ട്. വാഹനത്തിനിടയിൽപ്പെട്ടുപോയ പട്ടിയുടെ മരണത്തിൽ ദുഃഖിക്കുന്ന രാഷ്ട്രീയ നേതാവിന്റെ വികലമനസ്സിൽ തെളിയുന്ന മതതീവ്രവാദം ഈ കഥയുടെ ബോധഘടനയാണ്. അത്തരം രാഷ്ട്രീയവും ജാരസംസർഗ്ഗംപോലെ അപഥസഞ്ചാരമാണെന്ന് ധ്വനിപ്പിച്ചുകൊണ്ട് അതിന്റെ അധാർമ്മികതയെ പരിഹസിക്കുന്നു. എന്നാൽ സമൂഹത്തിന്റെ ഇരുട്ടിലേക്കുള്ള പ്രയാണത്തിൽ തെളിഞ്ഞു കത്തേണ്ടത് മനുഷ്യജീവിതത്തിന്റെ മഹനീയത പ്രകാശിപ്പിക്കുന്ന മൺചെരാതുകളാണ്. ജാരസംയോഗത്തിന് സങ്കേതം കുറിച്ച ദിവസം ദീപാവലിയായത് യാദൃച്ഛികമായാണ്. ആർത്തികളും ആസക്തികളുംകൊണ്ട് കെട്ടുപോയൊരു കാലത്തിന് ദീപ്തി പകരാൻ ദീപാവലി വിളക്കുകൾക്കു കഴിയുമായിരിക്കും. മാധവൻ ഒടുവിൽ കഥാകാരനോട് മലയാളിയുടെ മനസ്സിനെ ആളിക്കത്തിച്ച് മനുഷ്യാന്തസ്സ് എന്ന വെളിച്ചം അസന്ദിഗ്ദ്ധമായി അനുഭവപ്പെടുത്താൻ കഴിയുന്ന ഒരു കഥ നിനക്കെഴുതാമോ എന്നു ചോദിക്കുന്നുണ്ട്. കഥയുടെ ആഖ്യാനത്തിൽ തെളിയുന്ന ദീപ്തമായ ചോദ്യം വാസ്തവത്തിൽ വിഹിതം എന്ന കഥയുടെ ആന്തരിക സത്തയാണ്. അവിഹിത ബന്ധങ്ങൾക്കൊരടിക്കുറിപ്പായി എഴുതിയ കഥ സ്നേഹകാരുണ്യങ്ങൾ പ്രദീപ്തമാക്കുന്ന വിളക്കുമരമായി മാറുന്നുണ്ട്. സൂര്യനെ അടയാളപ്പെടുത്തിയ മൂല്യത്തിന്റെ പതാക നാട്ടിയുറപ്പിക്കാനുള്ള പരിശ്രമം ഇക്കാലത്തെ എഴുത്തുകാരുടെ ധാർമ്മികതയായി വിലയിരുത്തേണ്ടിവരുന്നു.

രാഗനിബദ്ധമല്ല മാംസം

മാംസപ്പോര്

സ്ത്രീപുരുഷ ബന്ധങ്ങളിലന്തർഭവിച്ചിട്ടുള്ള വൈരുദ്ധ്യങ്ങളും സംഘർഷങ്ങളും അഭിനിവേശങ്ങളുമൊക്കെ വ്യത്യസ്ത കാഴ്ചപ്പാടിലൂടെ നോക്കിക്കാണാൻ ശ്രമിച്ച കഥാകൃത്താണ് ബി മുരളി. പ്രണയത്തെ പ്രമേയമാക്കുമ്പോൾ അതാതു കാലത്തിന്റെ സാംസ്കാരികാന്തരീക്ഷത്തിൽ നിന്നുകൊണ്ട് യഥാതഥമായ ലോകത്തെ അവതരിപ്പിക്കാനാണ് മുരളി താല്പര്യം കാട്ടുന്നത്. പ്രണയത്തിന് മുൻതലമുറകൾ ചാർത്തി നല്കിയ വിശുദ്ധിയുടെ പരിവേഷങ്ങൾ ഒന്നൊന്നായി അവിടെ അഴിഞ്ഞുവീഴുന്നു. ശരീരങ്ങളുടെ താല്ക്കാലിക ശമനത്തിനായി പോരാടുന്ന മനുഷ്യരുടെ പകയും അസൂയയും പ്രതികാരവും സാന്ത്വനവുമെല്ലാം ചേരുവകളൊഴിവാക്കിക്കൊണ്ട് അവതരിപ്പിക്കുന്നു. പ്രണയം രതിക്കപ്പുറമുള്ള വ്യാമോഹമല്ല എന്നു തിരിച്ചറിയുന്നു. ഒളിപ്പോരിന്റെ ശീലങ്ങളും തന്ത്രങ്ങളും പയറ്റിക്കൊണ്ട് പെണ്ണുടലിന്റെ അഗ്നിശോഭയിലേക്ക് വേച്ചുവീണു പോകാനാണ് ഓരോ പുരുഷനും ശ്രമിക്കാറ്. സ്വന്തം ഹൃദയത്തിന്റെ മിടിപ്പുകളും രക്തയോട്ടത്തിന്റെ ചൂടും അയഞ്ഞുകിട്ടുമ്പോൾ സാമർത്ഥ്യംകൊണ്ട് പിന്നാക്കം പായുന്നവരാണ് ഇണകളിൽ മിക്കവരും. സഹശയനത്തിന്റെ കൊടിയേറ്റങ്ങളും ശമനങ്ങളും തകൃതിയായി നടത്തിക്കൊണ്ടിരിക്കുന്ന ഇണകളിൽ ആർക്കും പ്രണയത്തിന്റെ ധാർമ്മികഭീതി അലട്ടുന്നതേയില്ല. അങ്ങനെയൊരു ധാർമ്മികത പ്രണയത്തിനുണ്ടെന്നുതന്നെ വിചാരിക്കുന്നില്ല. മാംസദാഹമെന്നതിനപ്പുറമുള്ള സാന്ത്വനങ്ങളിലേക്ക്

കടന്നുപോകാനാഗ്രഹിക്കുന്നുമില്ല.

പ്രണയത്തിന്റെ പുന്നാരങ്ങളെയും കാല്പനികാഭിലാഷങ്ങളെയും തറയിലിട്ടു ചവുട്ടിയരച്ചുകൊണ്ടാണ് ചെറുകഥയുടെ ചാരുകസാരയിലേക്ക് മുരളി കടന്നിരുന്നത്. കാലത്തെ ചന്തങ്ങളഴിച്ചെറിഞ്ഞ് യാഥാർത്ഥ്യഭീതിയിൽ അവതരിപ്പിച്ച ചങ്കൂറ്റം അംഗീകരിക്കപ്പെട്ടതുമാണ്. 'ഉമ്പർട്ടോ എക്കോ' എന്ന കഥ കാല്പനിക പ്രണയഭാവനയ്ക്കെതിരെയുള്ള 'ടോർപ്പിഡോ' ആയിരുന്നു. ആർദ്ര മധുരപ്രണയഗാഥയാലപിച്ച ഭാഗവതരന്മാരുടെ ആസനം പൊള്ളിച്ച കഥയായിരുന്നു അത്. എന്നിട്ടും ചില ഗാനഭൂഷണവിദ്വാന്മാർ പ്രണയത്തിന്റെ വിഷാദശീലുകൾ അയവിറക്കി അപമാനിതരായിട്ടുമുണ്ട്. അനുരാഗത്തിനും മിനിമം ബൗദ്ധികത ആവശ്യമാണെന്ന കാലബോദ്ധ്യം ചെണ്ടയടിച്ച് വിളംബരം ചെയ്യുകയായിരുന്നു 'ഉമ്പർട്ടോ എക്കോ.' പാരലൽ കോളേജിന്റെ തണലുകളിൽ പൂത്തുലഞ്ഞ അനുരാഗത്തെ ചിന്തയുടെയും പ്രജ്ഞയുടെയും തിളയ്ക്കുന്ന ഉച്ചയിലേക്ക് എടുത്തിട്ട് കശക്കുകയാണ്. അതിൽ പൊള്ളലേറ്റു പിടഞ്ഞത് ലോകത്തിന്റെ തുറസ്സുകളെ കാണാത്ത, ഇണയുടെ ബൗദ്ധിക വേഗങ്ങളെ വിലമതിക്കാത്ത പ്രണയികളാണ്. പ്രണയത്തിന് പരിമിത വിഭവങ്ങൾ പോരാതെ വരുമെന്ന് അസന്ദിഗ്ദ്ധമായി പ്രഖ്യാപിക്കുകയായിരുന്നു.

'സാഹിത്യാസ്വാദകയായ കാമുകിയെത്തന്നെ കല്യാണം കഴിച്ച്, ജോലി കഴിഞ്ഞ് വീട്ടിലെത്തി, കുളിച്ച്, ചായ കുടിച്ച്, രാവിലെ വായിച്ചു തീർക്കാൻ വിട്ട പത്രഭാഗങ്ങൾ തീർത്ത് അങ്ങനെയിരിക്കുമ്പോൾ.... ഭാര്യയായിത്തീർന്ന കാമുകി വീട്ടുപണിയെല്ലാം കഴിഞ്ഞ് കുളിച്ചു വൃത്തിയായി പൂമുഖത്തെത്തുന്നു. അവളോട് ഒരു സമസ്യാപൂരണത്തിൽ ഏർപ്പെട്ട് വൃത്തഭംഗങ്ങൾ വന്ന ഭാഗങ്ങൾ ഒത്തൊരുമിച്ച് ഒരു സമവായത്തിലൂടെ പരിഹരിച്ച്, പരസ്പരം മാത്രാബോധത്തെ അംഗീകരിച്ച് സന്ധ്യ കഴിക്കുക. അല്ലെങ്കിൽ എഴുത്തച്ഛന്റെ ഒരു ഖണ്ഡമെടുത്ത് അതിലെ ഭക്തിഭാവം ചർച്ച ചെയ്യുക (ഉമ്പർട്ടോ എക്കോ). ഇങ്ങനെപോകുന്നു രാമകൃഷ്ണൻ എന്ന കാമുകന്റെ മനോവിചാരങ്ങൾ. എന്നാൽ തന്റെ പരിമിത സാഹിത്യവിഭവങ്ങളെയും ചിന്തകളെയും ചവിട്ടിക്കടന്ന് സുജാത കുതിച്ചുപോകുമ്പോൾ നിരായുധനാവുകയാണ് രാമകൃഷ്ണൻ. തന്റെ ഗൃഹപാഠങ്ങൾക്കു മീതെ ഹനുമാൻ ചാട്ടംചാടി സുജാത മാർക്വേസിന്റെ മാജിക്കൽ റിയലിസത്തിലേക്കും ബാർത്തിലേക്കും ജൂലിയൻ മിച്ചലിലേക്കും ഒടുവിൽ ഉമ്പർട്ടോ എക്കോയിലേക്കും കടന്നുപോകുമ്പോൾ ചമ്പുവിൽനിന്നു മോചനമില്ലാത്ത രാമകൃഷ്ണന് ഭ്രാന്തുപിടിക്കുകയാണ്. ബുദ്ധികൊണ്ടും ചിന്തകൊണ്ടും നവസാങ്കേതിക സൗന്ദര്യം കൊണ്ടും ലോകം വല്ലാതെ വിശാലമായിരിക്കുന്നു. അവിടെ പ്രണയത്തിനുമാത്രമായി കാല്പനിക മോഹത്തിൽ ചുരുങ്ങിനില്ക്കുക അസാദ്ധ്യമാണ്. അനുരാഗത്തിന്റെ മാറിയ അഭിരുചിയും കാഴ്ചപ്പാടുകളും പല നിലകളിൽ മുരളി അടയാളപ്പെടുത്തുന്നു.

'രാഗനിബദ്ധമല്ല മാംസം' എന്ന പുതിയ പ്രണയകഥ അനുരാഗത്തിന്റെ മൂല്യം തൂക്കിയെടുത്ത് വിലവിവരപ്പട്ടികയിൽ എഴുതിവെച്ചിരിക്കുന്നത് കൗതുകകരമായ കാഴ്ചയാണ്. കാല്പനിക പ്രണയത്തിന്റെ അനശ്വരമായ മാന്ത്രികശില്പങ്ങൾ അക്ഷരത്തിൽ കൊത്തിവെച്ച സാക്ഷാൽ കുമാരനാശാന്റെ ആശയത്തെ അതേ വാക്കുകളാൽ തിരിച്ചിടുകയാണ് ബി മുരളി. ലീലയെ നഷ്ടപ്പെട്ട് ഉന്മാദത്തിന്റെ മനവേഗത്തിൽ വിന്ധ്യാടവിയിലഭയം തേടിയ മദനനെ അന്വേഷിച്ച് ഒടുവിൽ പ്രണയിനിയെത്തുന്നുണ്ട്. ഭർത്താവിനെ മരണം കൊണ്ടുപോയ ഭാഗ്യത്തിൽ അഭിരമിച്ച്, ചെമ്പകപ്പൂവിന്റെ മണം പിടിച്ച് കാട്ടിലെത്തിയ ലീല, കാടിന്റെ ഓർക്കസ്ട്രയിൽ പ്രണയഗാനമാലപിച്ച്

മദനനെ ആവാഹിച്ച വരുത്തുകയും വന്യമായ രതിരംഗങ്ങൾ കാണിച്ചുകൊടുത്ത് അവനെ ഉന്മത്തനാക്കുകയും അതിവിരൂപനും അസ്ഥിമാത്രശേഷനുമായ മദനനെ ശരീരത്തിൽ തലോടിയുമ്മവെക്കുകയും ചെയ്യുമ്പോൾ കുമാരനാശാൻ മാംസനിബദ്ധമല്ല രാഗമെന്നു തീർച്ചപ്പെടുത്തുകയാണ്. ശരീരത്തിൽ മാത്രം ബന്ധിച്ചു നില്ക്കുന്ന ഒന്നല്ല അനുരാഗമെന്ന ആശയത്തെ 'രാഗനിബദ്ധമല്ല മാംസം' എന്നു പുതിയ കാലത്തിൽ വെച്ചു തിരുത്തുകയാണ് കഥാകാരൻ.

ശരീരത്തിന്റെ ഭ്രാന്തമായ കാമനകളെ പുരുഷശരീരങ്ങളിലൂടെ പങ്കിട്ട് ശമിപ്പിക്കാനുള്ള അമിതമായ ആഗ്രഹത്താൽ അതിനു വിഘ്നാതമായി നിന്ന മകളെയും മാതാപിതാക്കളെയും ഉഗ്രവിഷം കൊണ്ട് കൊന്നുതള്ളി യാതൊരു മനസ്താപവുമില്ലാതെ പെണ്ണു നില്ക്കുന്ന സാംസ്കാരികാന്തരീക്ഷത്തിൽ ബി മുരളി അവതരിപ്പിച്ച ആശയം എത്ര സത്യസന്ധമാണെന്നാണ് തിരിച്ചറിയേണ്ടത്. ആദർശാത്മകവും ധാർമ്മികവുമായ പ്രണയബന്ധങ്ങളിൽ നിന്ന് ഇന്നത്തെ തലമുറ മോചിതരായിരിക്കുന്നു. നീതിബോധമെല്ലാം നഷ്ടപ്പെട്ട ലോകജീവിതത്തിൽ പ്രണയത്തിനു മാത്രമായി ധാർമ്മികത നിലനില്ക്കേണ്ട കാര്യമില്ലല്ലോ. അത്തരം ആഗ്രഹങ്ങൾ അസംബന്ധവുമാണ്. അമ്പലപ്പറമ്പിലെ അരങ്ങുത്സവങ്ങൾക്കു തിരശ്ശീല വീണതുപോലെ അനശ്വരപ്രണയങ്ങൾക്കും കർട്ടനിട്ടു കഴിഞ്ഞു. നവസാങ്കേതികലോകത്തിന്റെ തിരശ്ശീലയിൽ സുലഭമായി കിട്ടുന്ന ചരക്കായി ശരീരം മാറിയിരിക്കുന്നു. ലാഭനഷ്ടങ്ങളേതുമില്ലാതെ ശരീരത്തിന്റെ മഹോത്സവം ആഘോഷിക്കുവാനും അതു തുടരാനും എതിർത്താൽ കൊന്നുതള്ളാനുമുള്ള ആത്മബലത്തിലേക്ക് മലയാളിയും വളരെവേഗത്തിൽ നിഷ്ക്രമിച്ചിരിക്കുന്നു. അത്തരമൊരു അനുഭവത്തെയാണ് 'രാഗനിബദ്ധമല്ല മാംസം' എന്ന കഥയിൽ ബി മുരളി അരങ്ങേറ്റുന്നത്.

'ഒറ്റത്തള്ളിന് ഞാൻ അവളുടെ വാതിൽ തുറന്നു. അകത്തുനിന്ന് അവൾ ശക്തിയായിപ്പിടിച്ചുകൊണ്ടിരിക്കുകയായിരുന്നു. പകയും പ്രതികാരവും അസൂയയും എല്ലാംകൂടി എനിക്ക് വല്ലാത്ത കരുത്തു കൂട്ടിയിരുന്നു. അല്ലെങ്കിൽ എന്നേക്കാൾ ശക്തമായ അവളുടെ പ്രതിരോധത്തെ എനിക്കു തകർക്കാനാകുമായിരുന്നില്ല. എന്റെ തള്ളലിൽ അവൾ പിന്നിലേക്കു മലച്ചുപോയി. ഭിത്തിയിലേക്കു ചാഞ്ഞ അവളുടെ മുഖം ഞാൻ കോട്ടിപ്പിടിച്ചു. എന്നിട്ടു പക മൊത്തം ചീറ്റി ഒരു തെറി പറഞ്ഞു.' ഇങ്ങനെയാണ് മുരളി കഥ തുടങ്ങിയത്. പ്രണയികളുടെ തനതു ഭാവങ്ങളെ തന്മയത്വത്തോടെ അനാവരണം ചെയ്തു. പകയടക്കി ശാന്തനായി തിരിച്ചുപോയ കാമുകനെ ഫോണിൽ വിളിച്ച് അവൻ പറഞ്ഞതിനേക്കാൾ കഠിനമായി തെറികൊണ്ട് അവളും പൊങ്കാലയർപ്പിച്ചു. മറ്റൊന്നും കൊണ്ടല്ല അറ്റത്തു കട്ടിലിൽ മറ്റവൻ മദ്യപിച്ചു ബോധം കെട്ടു കിടക്കുന്ന കാര്യം കാമുകനറിയാമായിരുന്നു. അതുകൊണ്ടാണവൾ വിളിച്ചിട്ട് ഫോണെടുക്കാഞ്ഞത്. ചാരപ്പണി നടത്തിയപ്പോൾ തന്റെ കൂട്ടുകാരന്റെ വാഹനം രാവിലെ മുതൽ അവളുടെ വീടിനുമുന്നിൽ കിടക്കുന്നുണ്ടായിരുന്നു. അതിന്റെ പകയാണവൻ തീർത്തത്.

ഇത്രയും ആഘോഷമായി ഒന്നിച്ച രണ്ടുപേർ ഉണ്ടായില്ല എന്ന് പരസ്പരം സമ്മതിച്ച ഒരു സമയം അവർക്കുണ്ടായിരുന്നു. അത്രയ്ക്ക് അപകടകരവും അതിനാൽത്തന്നെ ഉത്സാഹവുമായ പ്രണയമായിരുന്നു അവരുടേത്. പ്രണയത്തിനുശേഷം അവൾ ഒറ്റയ്ക്കു താമസിക്കുന്ന വീട്ടിലെ സ്ഥിരം അതിഥിയായിരുന്നു കാമുകൻ. കൂട്ടുകാർ ഒരുപാടുപേർ അവിടെയെത്തി മദ്യപിക്കുകയും പാട്ടുപാടുകയും പ്രേമിക്കുകയും ചെയ്തു. ചിലപ്പോൾ അവൾ ദിവസങ്ങളോളം ഫോണെടുക്കില്ലായിരുന്നു. തുടർച്ചയായി അവൾ കള്ളം

പറഞ്ഞുകൊണ്ടേയിരുന്നു. അവളോടൊപ്പം കണ്ട പുരുഷന്മാർ അപ്രത്യക്ഷരാകുന്നുമുണ്ടായിരുന്നു. എന്നാൽ എല്ലാറ്റിനും വിചിത്രവും വിശ്വസനീയവുമായ വിശദീകരണങ്ങൾ അവൾ കൊടുക്കുന്നുമുണ്ടായിരുന്നു. മെല്ലെ മെല്ലെ എല്ലാ പ്രണയങ്ങളും ദുർബ്ബലമാകുന്നതുപോലെ അവളോടുള്ള ആഗ്രഹവും കുറഞ്ഞുതുടങ്ങി. എങ്കിലും കാമത്തിന്റെയും ലഹരിയുടെയും തളർച്ചകൾ ചില ഇടവേളകളിൽ കണ്ടെത്തുകയും ചെയ്തു. പകരം വെക്കാനാവാത്ത കനി നല്കി അവൾ അവനിൽനിന്ന് ഒരുപാട് പണവും മോഷ്ടിച്ചിരുന്നു. അങ്ങനെയാണ് കാമുകൻ ഒഴിഞ്ഞുപോകാൻ തീരുമാനിക്കുന്നതും ആ വിടവിൽ അവൻ കടന്നുകൂടിയതും. അവരുടെ വിചിത്രബന്ധത്തിന്റെ വഴികളിലേക്ക് തന്റെ അടുത്ത സുഹൃത്തിനെ ക്ഷണിച്ചതും കാമുകൻ തന്നെയായിരുന്നു.

അവളുമായുള്ള ലഹരി പിടിച്ച ഉന്മാദനിമിഷങ്ങളിലേക്ക് ഇടയ്ക്കെങ്കിലും കാമുകനെത്തിയിരുന്നു. എങ്കിലും മടുപ്പിച്ചത് അവളുടെ രോഗാഭിനയമായിരുന്നു. മുടിയൊക്കെ വലിച്ചു മുറുക്കിക്കെട്ടി ആകർഷകമല്ലാത്ത ചേഷ്ടയിൽ ചിലപ്പോൾ അവൾ കിടക്കുമായിരുന്നു. ഒരിക്കൽ തന്റെ മുന്നിലൂടെ മുഖം കഴുകാനായിപ്പോയ അവൾ പൊടുന്നനെ മലച്ചുവീണു. അപ്പോഴാണ് തന്റെ പ്രിയസുഹൃത്തിനെ അവിടേക്ക് വിളിച്ചുവരുത്തി കാവലിരുത്തിയത്. പിന്നീടവർ അടുക്കാൻ തുടങ്ങിയത് കാമുകനാശ്വാസമായി. എങ്കിലും ഇടയ്ക്കെത്തി ആസക്തിയുടെ അഗ്നിയിൽ പുതുക്കിയെടുത്തുകൊണ്ടുമിരുന്നു. ഒരിക്കൽ തന്റെ ഫോട്ടോയെടുക്കാൻ തുനിഞ്ഞത് ഗൂഢാലോചനയായി തോന്നി. അപ്പോൾത്തന്നെ അത് നിർബ്ബന്ധിച്ച് മായ്ച്ചുകളഞ്ഞു. എന്നിൽ അസ്സഹനീയമായ വിദ്വേഷവും ക്രോധവും ആണ്ടുമുങ്ങിയത് രണ്ടു സംഭവങ്ങൾക്കുശേഷമാണ്. ഒരിക്കൽ അപൂർവ്വമായി വന്ന കൂടിച്ചേരലുകൾക്കിടയിൽ അവന്റെ ഫോൺ അവൾക്കു വരികയും ഫോണിലവന്റെ ചിത്രം തെളിയുകയും ചെയ്തത്. മറ്റൊരിക്കൽ രതി കഴിഞ്ഞുള്ള ലഹരിയിൽ മയങ്ങിയുറങ്ങിയപ്പോൾ മൃദുവായി അവൾ തന്നെ വിളിച്ചത് അവന്റെ പേരു കൊണ്ടാണെന്നുള്ളത്. അതോടെ കാമുകൻ എല്ലാറ്റിനും അന്ത്യംകുറിക്കുകയായിരുന്നു. മുറി തള്ളിത്തുറന്ന ഭിത്തിയിൽ ചേർത്തുവെച്ചു തെറിവിളിച്ചത് അങ്ങനെയാണ്.

അടുത്ത ചങ്ങാതിയുമായുള്ള ബന്ധം അറ്റുപോയില്ല. ലഹരിസംഗമങ്ങൾ ആവർത്തിച്ചുകൊണ്ടിരുന്നു. അപ്പോഴും കൂട്ടുകാരൻ ഭ്രാന്തമായി അവളെ തേടിനടന്നു. അവളെക്കുറിച്ചുള്ള അന്വേഷണമവസാനിപ്പിച്ചതുകൊണ്ട് അവൾ നഗരത്തിൽ നിന്നുപോയ വിവരം ആദ്യകാമുകനറിഞ്ഞുമില്ല. ഒരിക്കൽ മദ്യശാലയിൽവെച്ചാണ് അവൾ ആറുമാസം മുമ്പു മരിച്ചുപോയെന്ന വാർത്ത സുഹൃത്ത് പറഞ്ഞത്. വേറൊരു നഗരത്തിൽ ഒരാളുമായി അവൾ അടുക്കുകയും വിവാഹം കഴിക്കുകയും വിദേശത്തേക്ക് പോകുകയും ചെയ്തു. ഒടുവിൽ അവൾ പനിപിടിച്ചു മരിച്ചു എന്നു പത്രത്തിൽ കണ്ടു. എന്നാൽ ഒരൊളിവു സംഘത്തിന്റെ ഏജന്റ് അവളെ തട്ടിക്കൊണ്ടുപോകുകയും കൊല്ലുകയും ചെയ്തതാണെന്ന് സുഹൃത്ത് സത്യാവസ്ഥ ബോദ്ധ്യപ്പെടുത്തി. അപ്പോൾ 'എന്നിലേക്കു ചരിഞ്ഞിരിക്കുന്ന അവളുടെ മുഖം ഓർത്തെടുക്കാൻ നോക്കുകയായിരുന്നു ഞാൻ. അവളുടെ ഭാവങ്ങൾ ഓർമ്മ വരുന്നില്ല.' എന്നു ആദ്യകാമുകൻ ചിന്തിക്കുന്നിടത്ത് കഥ ചുരുക്കുകയും ചെയ്തു.

പുതുകാല പ്രണയികളുടെ അഭിരുചികളാണ് കഥാകാരൻ പരിചയപ്പെടുത്തിയത്. വലിയ ആഘോഷങ്ങളിലും വാഗ്ദ്ധാരികളിലും കൊരുത്തുവെച്ച പ്രണയം എത്രവേഗമാണ് മടുപ്പിക്കുന്ന വികാരമായി മാറുന്നത്. പറഞ്ഞ പുന്നാരങ്ങളും കൊടുത്ത വാഗ്ദാനങ്ങളും നിറംമങ്ങി കെട്ടുപോകുന്നു. ഹൃദയത്തിനു ലഹരി പകർന്ന അനുരാഗം ആസ

ക്തിയിലേക്കും മട്ടപ്പിലേക്കും അസൂയയിലേക്കും ഒടുവിൽ പകയിലേക്കും വളരുന്നു. അതിരുകളോ നിയന്ത്രണങ്ങളോ മൂല്യബോധമോ ഇല്ലാത്ത പുതുതലമുറയ്ക്ക് പ്രണയം വഴിവാണിഭച്ചരക്കാണ്. സാഹചര്യങ്ങൾക്കനുസരിച്ച് ഇണയെ തെരഞ്ഞെടുക്കാം. സുഖാസക്തമായ ജീവിതത്തിലേക്ക് കൂട്ടിക്കൊണ്ടുവരാനുള്ള സാമ്പത്തികഭദ്രത നാഗരികനു സുലഭമാണെന്നതാണ് വസ്തുത. പിന്നീടുള്ള പ്രണയത്തിൽ ഹൃദയങ്ങളൊന്നു ചേരുന്ന ബന്ധങ്ങളിലേക്ക് വളരുകയല്ല. ശരീരങ്ങളുടെ ആഘോഷമാണ്. അതിനനുബന്ധമായി മദ്യവും മയക്കുമരുന്നുകളും യഥേഷ്ടം കടന്നുവരുന്നു. അതിന്റെ ഭ്രാന്തിൽ മാംസത്തിന്റെ തരിപ്പ തീർക്കുകയാണ്.

വിവാഹമെന്ന സങ്കല്പത്തെക്കുറിച്ചുള്ള മതിപ്പ് നഷ്ടപ്പെട്ടിരിക്കുന്നു. അത് സ്വാതന്ത്ര്യത്തെ തടയുന്ന അഹിതകരമായ ഏർപ്പാടായാണ് പലരും കാണുന്നത്. ഒരാളിലേക്കു മാത്രം ഫോക്കസ് ചെയ്തുകൊണ്ടുള്ള ജീവിതം മട്ടപ്പാണെന്ന് ആവർത്തിക്കുന്നു. ശരീരസംഭോഗത്തെ പാപമായി ഗണിച്ചിരുന്ന തലമുറ നിഷ്ക്രമിച്ചിരിക്കുന്നു. രതി ശരീരത്തിന്റെ വിശപ്പായിട്ടാണ് പുതുതലമുറ കാണുന്നത്. അതിനായി വിവാഹം കഴിക്കണമെന്ന വിശ്വാസത്തോടും അവർക്ക് പൊരുത്തപ്പെടാനാവില്ല. വിവാഹത്തിനു മുമ്പും ശേഷവുമുള്ള അന്യരതിസംഗമങ്ങളിലും തെറ്റുകാണേണ്ടതില്ല. പൊതുവിൽ രതിയിൽ നിന്നും പ്രണയം ഇല്ലാതായതാണെന്നു വേണം മനസ്സിലാക്കാൻ. അതുകൊണ്ടുതന്നെ കിട്ടാക്കനി തടസ്സങ്ങളില്ലാതെ മുമ്പിൽ വന്നുപെട്ടപ്പോഴുള്ള ആക്രാന്തമാണ് എവിടെയും കാണുന്നത്. ജീവിതത്തിന്റെ ശരിതെറ്റുകളുടെ കണക്കുപുസ്തകം ആരെയും കാണിക്കേണ്ടാത്ത അവസ്ഥ കൂടിയായപ്പോൾ അതുതന്നെയാണ് യഥാർത്ഥ സ്വാതന്ത്ര്യം എന്നു ഘോഷിച്ചുതുടങ്ങി. അതിനെതിരെയുള്ള കാഴ്ചപ്പാടുകളെയും ശബ്ദങ്ങളെയും സ്വാതന്ത്ര്യത്തിനെതിരെയുള്ള കൈയേറ്റമായി കണ്ടുതുടങ്ങി.

അല്പവിഭവനായ രാമകൃഷ്ണനെ നിഷ്കരുണം പിന്തള്ളി സാഹിത്യവിമർശനത്തിന്റെ പുതു ശബ്ദമായ യു ജി സി സ്കീമിലുള്ള കോളേജദ്ധ്യാപകനുമായി കോഫീഹൗസിലിരുന്നു കുലങ്കഷമായി സാഹിത്യചർച്ച നടത്തിയ 'ഉമ്പർട്ടോ എക്കോ'യിലെ സുജാതയ്ക്കു ഒരു പേരുണ്ടായിരുന്നു. സ്വാതന്ത്ര്യത്തിന്റെ അനന്തവിഹായസ്സിലേക്ക് പ്രതിഭകൊണ്ട് കയറിപ്പോയ പെണ്ണിനെ പേരുകൊണ്ടുതന്നെ തിരിച്ചറിഞ്ഞിരുന്നു. പേര് ഒരാളുടെ വ്യക്തിത്വമാണ്, എന്നാൽ 'രാഗനിബദ്ധമല്ല മാംസം' എന്ന കഥയിലെ കഥാപാത്രങ്ങൾക്ക് ആർക്കുംതന്നെ പേരുകളില്ല. പേരുകളിൽ തിരിച്ചറിയേണ്ട കാര്യവുമില്ല. പേരുകൾകൊണ്ട് സ്വയം അടയാളപ്പെടുത്തിയ ലോകക്രമം ഇന്ന് ആവശ്യമുണ്ടെന്നു കരുതുന്നില്ല. ആണും പെണ്ണുമായി ശരീരം കൊണ്ട് തിരിച്ചറിയാനാഗ്രഹിക്കുന്നവരാണ്. അല്ലെങ്കിൽ പല പല പേരുകളിൽ സ്വത്വം അടയാളപ്പെടുത്തി ഭാവന ചെയ്യുന്ന മോഹവലയത്തിൽ ജീവിക്കാനാഗ്രഹിക്കുന്ന തലമുറയ്ക്ക് പേര് ഭാരവുമാണ്.

നിരർത്ഥകമായ ലോകത്തെയാണ് ബി മുരളി തെളിച്ചപ്പെടുത്തിയത്. പ്രണയത്തിനും സൗഹൃദത്തിനും വില കല്പിക്കാത്തൊരു കാലം. ഉള്ളിൽ ചതിയും വഞ്ചനയും പകയും മാത്രം വളർത്തി സുഖാസക്തികൾക്കു പിന്നാലെ പാഞ്ഞുനടക്കുന്നവർ. ഉള്ളിലെ പകവെച്ചുകൊണ്ട് കാമുകിയുമായി ശരീരം പങ്കിടുകയും സുഹൃത്തുമായി മദ്യം പങ്കിടുകയും ചെയ്യുന്നവർ. മദ്യത്തിന്റെയും മയക്കുമരുന്നുകളുടെയും ലഹരി നിത്യജീവിതസ്വഭാവമായി മാറിയിരിക്കുന്നു. മാംസത്തിനുവേണ്ടിയുള്ള ദാഹത്തെ പ്രണയമായി വിശ്വസിച്ചുപോരുകയാണിവർ. ഇതിൽ ആൺപെൺ വ്യത്യാസമില്ലതന്നെ. അനുഭവിച്ചതിനുശേഷം വഴിയിൽ തടസ്സമാണെന്നു കണ്ടാൽ കൊല്ലാൻ മടികാണിക്കാത്ത

വരുടെ സംസ്കാരമാണിവിടെ വാഴുന്നത്. ലഹരിയുടെ നീലക്കണ്ണിൽ എല്ലാവർക്കും മാംസം മാത്രമേയുള്ളൂ. പിന്നീട് മാംസപ്പോരിനുവേണ്ടിയുള്ള തിട്ടുക്കങ്ങളാണ്. യാതൊരു നീതിബോധവും അവിടെ പ്രസരിക്കേണ്ടതില്ല. ആസുരമായ കാലത്തിന്റെ മാംസപ്പോരാണ് ബി മുരളി വരച്ചുവെച്ചത്. പേരില്ലാത്ത ഈ മനുഷ്യരുടെ മനസ്സുകൾ ടെഫ്ലോൺ കൊണ്ടുണ്ടാക്കിയതാണ്. അതിൽ ഒന്നും പറ്റിപ്പിടിക്കില്ല. ഓർമ്മകളു ടെയോ അനുഭവങ്ങളുടെയോ ഭാരമില്ലാതെ ജീവിക്കുന്നവർ. ആ ജീവിത സംസ്കാര ത്തിൽ ചവിട്ടി നിന്നുകൊണ്ട് പ്രണയം അന്തർവഹിച്ചിരുന്ന കൊല്ലും കൊലയും വ്യ ഭിചാരവുമൊക്കെ കാല്പനിക സങ്കേതങ്ങളുടെ തൊങ്ങലുകൾ ചാർത്തി അവതരിപ്പിച്ച തന്റെ മുൻഗാമിയായ കുമാരനാശാന്റെ വന്യമായ പ്രതിഭയ്ക്കു നല്കുന്ന ശ്രദ്ധാഞ്ജലി കൂടിയാണ് 'രാഗനിബദ്ധമല്ല മാംസം'എന്ന കഥ.

തോൽ

അപരസ്വത്വങ്ങൾ

ആത്മസത്തയുമായി പിണങ്ങിയിറങ്ങുന്ന അപരസ്വത്വങ്ങളുണ്ട്. സ്വയംസത്തയുമായി മാത്രം ഇണങ്ങി ജീവിച്ചുപോകുന്ന ജന്മങ്ങൾ ഇല്ലെന്നു തന്നെപറയാം. ഒരു ജന്മം പലവേഷങ്ങളാടുന്നത് അതുപ്രകാരമാകാം. ഒറ്റ ജന്മത്തിൽ ഒതുക്കാൻ ഒരു വേഷത്തിനുമാകില്ലതന്നെ. അനുരാഗത്തിന്റെ കാര്യത്തിലെങ്കിലും അതു ശരിയാണെന്നു വരുന്നു. ഓരോ ഇണയുമായി കോർത്തെടുക്കുന്ന പ്രണയത്തിനവകാശി ആത്മസത്തയുടെ ഒരടരാണ്. അതേ പ്രണയത്തിൽ നിന്നഴിഞ്ഞുപോകുമ്പോൾ അസ്തമിക്കുന്നത് ആ സത്തക്കൂടിയാണ്. അതേ സ്വത്വവുമായി മറ്റൊരിണയെ തേടുകവയ്യ. ഇണയെ കണ്ടെത്തുമ്പോൾ സ്പന്ദിച്ചു തുടങ്ങുന്നത് ആത്മസ്വത്വത്തിന്റെ അപരമുഖമാണ്. ഒരു ജന്മം കൊണ്ടു വ്യത്യസ്തവേഷങ്ങളാടുന്നവരാണ് മനുഷ്യർ. അനുഭവതലത്തിലില്ലെങ്കിലും ആഗ്രഹിക്കുമ്പോൾ അപരസ്വത്വമാണ് പ്രവർത്തിച്ചു തുടങ്ങുക. കുറിയേടത്തു താത്രിയുടെ ജന്മം ഒരു സത്തയിലൊതുങ്ങുക അസാദ്ധ്യമാണ്. വേളി കഴിച്ചയാളെ സ്വീകരിക്കുമ്പോൾ, കാമുകനായ മാധവനെ സ്വീകരിക്കുമ്പോൾ, വേഷമഴിക്കാതെ മായങ്ങളുമായെത്തിയ കാവുങ്കൽ ശങ്കരപ്പണിക്കരെ സ്വീകരിക്കുമ്പോൾ താത്രി പല സത്തകളിൽ നിറയുകയാണ്. ഒരേയൊരാത്മസത്തയുമായി തുടരുക അസാദ്ധ്യമാണ്. അറുപത്തിനാലു പേരുമായി നടത്തിയ വേഴ്ചകൾ അറുപത്തിനാലു സത്തകൾ കൊണ്ടാണ് അനുഭവിച്ചതെന്നു വേണം കരുതാൻ. ആത്മസത്തയുടെ അടരുകളായി അറുപത്തിനാല് അപരസ്വത്വങ്ങൾ സജീവമാകുകയാണ്. പല വേഷങ്ങളിലും സത്ത

കളിലും നിറഞ്ഞാടിക്കൊണ്ടു അനുഭവിച്ചു തീർക്കേണ്ട ബാദ്ധ്യതയാണ് മനുഷ്യജന്മ മെന്നു വരുന്നു.

സുസ്മേഷ് ചന്ത്രോത്തിന്റെ 'തേൾ' എന്ന കഥയുടെ വായനാനുഭവമാണ് മേൽ വിവരിച്ച ചിന്തകളിലെത്തിച്ചത്. ഓരോ കഥയുടെ നിർമ്മിതിയിൽ കഥാകാരനും പുതിയൊരു സത്ത സ്വീകരിക്കുകയോ ആത്മസത്തയുടെ ഭാവാന്തരത്തെ സ്പർശിക്കു കയോ ചെയ്യുന്നുണ്ടല്ലോ. സന്ധ്യാനായർ എന്ന കലാകാരിയുടെ അപരസ്വത്വങ്ങളെ ക്കുറിച്ചുള്ള ആഖ്യാനമായാണ് കഥ വിടരുന്നത്. ഒരു പ്രണയത്തിൽ അനുഭവിച്ച ആത്മസത്തയും അനുഭവങ്ങളും വേഷഭൂഷാദികളും അഴിച്ചുവെച്ച് മുക്തി നേടിയാണ് അടുത്ത പ്രണയാനുഭവത്തിലേക്ക് കടക്കുന്നത്. സന്ധ്യാനായർ സാർത്ഥകമായി തന്റെ പടംപൊഴിച്ചു കളഞ്ഞു പുതിയ ജന്മം സ്വീകരിക്കുന്നു. ചിലപ്പോൾ ഉള്ളിൽ ക്ഷോ ഭാകുലമായി അലതല്ലുന്ന ഭാവനയുടെ കടൽ കൂടി ഉപേക്ഷിച്ചെന്നിരിക്കും. ഒരു വേഷം അഴിച്ചുമാറ്റി മറ്റൊന്നു സ്വികരിക്കുമ്പോൾ മനുഷ്യ വികാരങ്ങളെപ്പോലും അതിലംഘി ക്കുവാൻ കഴിയുന്ന ആത്മധൈര്യം ആ കലാകാരിക്കുണ്ടായിരുന്നുവെന്നാണ് കഥയിൽ തെളിയുന്നത്. അമ്മുവിന്റെ ആത്മഗതങ്ങളിലൂടെയും ഓർമ്മകളിലൂടെയും വെളിപ്പെടുന്ന ആത്മസൗഹൃദത്തിന്റെ അനന്യമായ അനുഭവങ്ങളിൽ പല വേഷങ്ങളാടി ജന്മം പൂർ ത്തിയാക്കിയ കലാകാരിയായ ഒരു സ്ത്രീയുടെ അപരസത്തകളെയാണ് കഥാകാരൻ പകർന്നുനല്കിയത്. ഒരുപക്ഷേ, അമ്മുവും പ്രായോഗികമായല്ലെങ്കിലും മാനസികമായി അപരസത്തകളിലേക്ക് പ്രവേശിക്കാനുള്ള പ്രചോദനമായി മാറിയത് സന്ധ്യാനായ രുമായുള്ള സൗഹൃദമാകണം.

'തേൾ' പ്രണയത്തിന്റെ ആത്മസത്തയെ ഉള്ളടക്കുന്ന സൂചകമായി ഇവിടെ സ്വീ കരിച്ചിരിക്കുന്നു. തേളിന്റെ നിറം, രൂപത്തിന്റെ ശില്പഭംഗി, അകം നിറഞ്ഞിരിക്കുന്ന വിഷം ഇതെല്ലാം പ്രണയത്തിനും ബാധകമാണല്ലോ. വിഷം തീണ്ടാതെ കടന്നുപോ കുക പ്രയാസമാണ് എന്നത് പ്രണയത്തിന്റെ ഭൗതിക നീതിയാണ്. എന്നാൽ അത് കൈക്കുടന്നയിലൊളിപ്പിച്ച് അതിന്റെ വീര്യം അനുഭവിക്കുന്നിടത്താണ് വിജയവും നില്ക്കുന്നത്. വിഷം തീണ്ടാതെ കടന്നുപോകുമ്പോഴാണ് പ്രണയത്തിന്റെ അപരഭാവ ങ്ങളെ ആഴത്തിൽ അനുഭവിക്കാൻ കഴിയുന്നതും. ലോകയുക്തിക്ക് നിരക്കുകയില്ലെ ങ്കിലും ആ വഴി സഞ്ചരിക്കുന്നവരെ അസാധാരണമായി കാണുക എന്നത് സ്വാഭാവി കവുമാണ്. കഥയിൽ സന്ധ്യാനായർ അസാധാരണ വ്യക്തിയായി അമ്മുവിന് അനുഭവപ്പെടുന്നുണ്ട്. തന്റെ ഓരോ ഭാവങ്ങളിൽ നിറഞ്ഞ് അനുഭവിച്ച അനുരാഗങ്ങ ളിൽ തങ്ങിനില്ക്കാതെ അനന്തര ഭാവങ്ങളെ അന്വേഷിച്ച് ജീവിതത്തെ സാഹസിക സഞ്ചാരമാക്കിയ സന്ധ്യാനായരുടെ തേജോമയമായ പ്രണയസത്തയുടെ നേർക്ക് ഭക്ത്യാദരങ്ങളോടെയാണ് അമ്മു നോക്കിനിന്നത്. തനിക്ക് കൈവരാത്ത സ്വാതന്ത്ര്യ ത്തിന്റെ ലാവണ്യനിഷ്ഠമായ അനുഭവലോകങ്ങളെ അവർ കൊതിക്കുന്നുപോലുമുണ്ടെ ന്ന് വായനക്കാരൻ സംശയിക്കേണ്ടി വരുന്നു.

ചിലന്തിയും പഴുതാരയും കരിന്തേളും കടന്നലുമെല്ലാം കൈവെള്ളയിലെടുത്ത് വീട്ടിനു പുറത്തെ പറമ്പിൽ കൊണ്ടുപോയി വിടാൻ കുട്ടിക്കാലം മുതല്ക്കേ ഭയമോ അറപ്പോ ഇല്ലാത്ത അമ്മുവിന്റെ ഓർമ്മകളിലാണ് സന്ധ്യാനായരും അവരുടെ അനു രാഗാർദ്രമായ അനേകഭാവങ്ങളും നിറഞ്ഞുതെളിയുന്നത്. അവരുടെ നാവിൽനിന്നും പ്രണയത്തിന്റെ നൃത്തസാധകമായ ശീലുകൾ തുളുമ്പിത്തെറിക്കുന്നു. 'വീട്ടിയിൽ പണിത വലിയ കസേരമേൽ ലോകമാരാധിക്കുന്ന സംഗീതജ്ഞയും എഴുത്തുകാരി

യുമായ സ്ത്രീയിരിക്കുന്നു. അഴിച്ചിട്ട ചുരുളൻമുടി. വലിയ കുങ്കുമപ്പൊട്ട്. കരുവാളിപ്പ് വീണ കൺതടങ്ങൾ. ദക്ഷിണേന്ത്യയിൽനിന്നും ഉത്തരേന്ത്യയിൽനിന്നും വാങ്ങുന്ന വിലകൂടിയ പട്ടുസാരിയുടെ ചുരുളുകളിൽ മുടിയിൽനിന്നും വീണു കിടക്കുന്ന മുല്ലമൊട്ടുകൾ.' രവിവർമ്മ ചിത്രം പോലിരുന്നുകൊണ്ടാണ് ചന്തമുള്ള വാക്കുകളിൽ പ്രണയത്തിന്റെ കൃഷ്ണകാന്തികൾ പറഞ്ഞത്. ശില്പം കൊത്തിവച്ചിരിക്കുന്ന ദൃഢതയിൽ നിശ്ചലമായിരിക്കുന്ന തേളായിട്ടാണ് കാമുകരെ കണ്ടത്. ഘനശ്യാമവർണ്ണനെ പാടേയുപേക്ഷിച്ചു മറ്റൊന്നിലേക്ക് ചേക്കാറാനുള്ള മനസ്സും തുറക്കുന്നുണ്ട്. കുട്ടിക്കാലങ്ങളെ അനുരാഗസാന്ദ്രമാക്കിയവനാണ് ശ്യാം. വലിയ വീടിന്റെ എല്ലാ മൂലയിലും ശ്യാമുമായി കളിച്ചിരിക്കുന്നു. കൊളപ്പൊരേലും മുടിക്കെട്ടിലും ഒളിപ്പിച്ചുവെച്ചു. പതിനൊന്നു വയസ്സിൽ ആദ്യരാത്രി ആഘോഷിച്ചത് ശ്യാമിന്റെ കൂടെ. ഒളിപ്പിച്ചുവെച്ച സ്വകാര്യഭാഗങ്ങൾ അവന് മാത്രം കാണിച്ചുകൊടുത്തു. അവനെയോർത്ത് തനിയെ രസിപ്പിച്ചു. വയസ്സാവാത്ത ശ്യാമുമായി ഈ പ്രായത്തിൽ ചങ്ങാത്തം കൂടാനാകാത്തതുകൊണ്ട് താൻ മറ്റൊരു പുരുഷനെ സ്നേഹിക്കുന്നുവെന്നാണ് പിന്നീട് അവർ പറഞ്ഞത്. ഭർത്താവിനു മുമ്പും പിമ്പുമുണ്ടായ എല്ലാ കാമുകരെക്കുറിച്ചും അമ്മുവിനോട് സ്വകാര്യമായി പറഞ്ഞിരുന്നു. എഴുതുന്ന അനേകം നൊണക്കഥകളുടെ പരിവേഷം അതിനും ചാർത്തിക്കൊടുത്തു.

പ്രീഡിഗ്രി പഠനം കഴിഞ്ഞുനിന്ന സമയത്താണ് ആശുപത്രിയിലായ സന്ധ്യാനായരെ കാണാൻ അമ്മു തനിച്ചു തൃശ്ശൂർക്കു പോയത്. അന്ന് ആഴ്ചപ്പതിപ്പിൽ സന്ധ്യേച്ചിയെഴുതിയ കഥകൾ അമ്മാവന്റെ അലമാരയിലുണ്ടായിരുന്നെങ്കിലും അത് പെൺകുട്ടികൾ വായിക്കുന്നതിന് വിലക്കുണ്ടായിരുന്നു. വഴിതെറ്റിക്കുന്ന കഥകളെന്ന ഖ്യാതി വലിയ വായനക്കാരെ നേടിക്കൊടുത്തത് സ്വാഭാവികം. മൺകുടുക്ക പൊട്ടിച്ചെടുത്ത പത്തു റുപ്പികയുമായാണ് സന്ധ്യാനായരെ കാണാൻ കേളേജിലേക്കെന്ന വ്യാജേന തൃശ്ശിവപേരൂർക്ക് വണ്ടികയറിയത്. പുരാതന ഡൽഹിയിലെ കുട്ടിക്കാലജീവിതം അവരുടെ കഥകളിൽ നിന്നാണ് വായിച്ചെടുത്തത്. ഉത്തർപ്രദേശിലെ ഇടയച്ചെറുക്കനായ ശ്യാം ധനിക ബാലികയുടെ ഹൃദയം കവർന്നതെങ്ങനെയെന്ന ആകാംക്ഷയുണ്ടായിരുന്നു. ചീട്ടിത്തുണിയുടെ കുടയും വിയർപ്പിൽ കുതിർന്ന ചെറിയ തുണിസഞ്ചിയും കൂട്ടിപ്പിടിച്ചുകൊണ്ടാണ് പുരാതനമായ നാലുകെട്ടിന്റെ ഉമ്മറത്തു തൂങ്ങിക്കിടന്ന ഓട്ടുമണിയുടെ ചരടിൽ പിടിച്ച് വലിച്ചിട്ട് വിറയടക്കി കാണാൻ കാത്തുനിന്നത്. ഹൃദയമിടിപ്പോടെയുള്ള കാത്തുനില്പിലാണ് ആദ്യദർശനം കൈവന്നത്. 'അഴിച്ചിട്ട മുടി, വലിയ കുങ്കുമപ്പൊട്ട്. കറുത്തുനേർത്ത കരയുള്ള സെറ്റുമുണ്ട്. ഞരമ്പുകൾ തിണർത്ത കൈപ്പടത്തിനു താഴെ മെല്ലിച്ച കണങ്കൈയിൽ കിടക്കുന്ന ഓട്ടുവളകളും തടിച്ച സ്വർണ്ണക്കാപ്പുകളും. അല്പം നനഞ്ഞുചുവന്ന അധരങ്ങൾ. കാണുന്നവർക്കുകൂടി മൃദുത്വം തോന്നുന്ന മൂക്കിനോരത്ത് തിളങ്ങിക്കിടക്കുന്ന വൈരമൂക്കുത്തി.'

വെള്ളിയിൽ പൊതിഞ്ഞ ഏലസ്സ് കോർത്ത കറുത്ത ചരട് കഴുത്തിൽ മുറുക്കിക്കെട്ടി കതകിന്റെ പാളി തുറന്നു സുഗന്ധം പ്രസരിപ്പിച്ചു പുറത്തേക്കുവന്ന സന്ധ്യാനായരെ ആദ്യമായി കണ്ടപ്പോൾ ഏതോ ഒരു ശക്തി മുന്നിൽ പ്രത്യക്ഷമായ പോലെ അമ്മുവിനെ നിശ്ചലമാക്കി. അടുത്തുപിടിച്ച് ആലിംഗനം ചെയ്ത് ആശീർവദിച്ചു വിട്ട ലോകപ്രശസ്ത കഥാകൃത്തും ഹിന്ദുസ്ഥാനി ഗായികയുമായ സന്ധ്യാനായരുമായുള്ള ബന്ധം ഒരു കൂടപ്പിറപ്പിനോടെന്നപോലെയായിരുന്നു. അവരുടെ ആലങ്ങാട്ട് തറവാടിന്റെ വിശാലത മുഴുവനും അമ്മുവറിഞ്ഞിട്ടുണ്ട്. അവസാനകാലം തറവാടിന്റെ പടിഞ്ഞാറ്റി

യുടെ വരാന്തയിലാണ് കഴിഞ്ഞത്. അതിനപ്പുറത്ത് അത്തിമരമുണ്ട്. ഇലഞ്ഞിയും പൂവാങ്കുരുന്നുമുണ്ട്. കുറച്ചുമാറി സർപ്പക്കാവ്. അവിടെ പാലമരങ്ങളുടെ പാരാവാരം. തെക്കിനിയുടെ മൂലയിലേക്ക് ചാഞ്ഞുനില്ക്കുന്ന മൂവാണ്ടൻമാവ്. അണ്ണാറക്കണ്ണന്മാർ ഓടിയിറങ്ങി രണ്ടാം നിലയുടെ വരാന്തയിലെത്തുന്ന ചില്ലകളുള്ള മാവ്. ഒടുവിലത് പൊളിക്കുവാൻ സന്ധ്യേച്ചി തീരുമാനിച്ചിരുന്നു. 'ഇതിനി നിർത്തീട്ട് കാര്യമില്ലമ്മൂ. പൊളിക്യാ. ന്റെ മക്കളൊന്നും ഇബടെ വന്ന് താമസിക്കാൻ പോണില്യ. വെറുതെ വിറ്റിട്ടുപോയാമതി. പക്ഷേ, നിക്കിത് പൊളിക്കുന്നത് കാണണം. സങ്കടാണ്. പക്ഷേ, ഞാനാലോചിച്ചപ്പോ അതാണ് അതിന്റെ ശരി. ഇനിയൊരു സന്ധ്യനായർ ഈ താവഴിയിലൊന്നുമുണ്ടാവില്ല. അത്രയ്ക്ക് ജീവിച്ചു. അത്രയ്ക്ക് മടുക്കുകയും ചെയ്തു. വിരസതയല്ലാതെ മറ്റൊന്നുമില്ല ഇപ്പോ ജീവിതത്തിൽ. അപ്പോ പിന്നെ പൊളിക്ക്യന്നെ...' പണിക്കാരുടെയും പത്രക്കാരുടെയും ആരാധകരുടെയും നടുവിൽ സെറ്റും മുണ്ടും കറുത്ത കണ്ണടയും വെച്ച് കൂസാതെ നിന്നുകൊണ്ടു വർത്തമാനം പറഞ്ഞ സന്ധ്യാനായരുടെ മനക്കരുത്ത് ഒരിക്കലും തനിക്കുണ്ടായിട്ടില്ലെന്നു അമ്മു ഓർക്കുന്നുണ്ട്. അതുകൊണ്ടാണ് ഗൃഹാതുരമായ ഭൂതകാലങ്ങളിലേക്ക് വീണ്ടുമോടിയെത്തുന്നത്. എന്നാൽ പടം പൊഴിച്ചിട്ട സർപ്പത്തെപ്പോലെ തലയിലെ മാണിക്യക്കല്ല് കൈമോശം വരാതെ സന്ധ്യാനായർ പല ജന്മങ്ങളിലേക്ക് കുടിയേറി, ഭൂതകാലത്തിന്റെ ആലഭാരങ്ങളില്ലാതെ.

സന്ധ്യാനായരുടെ അവസാനത്തെ വേഷമാറ്റം വാർദ്ധക്യത്തിലായിരുന്നു. പർദ്ദയിട്ടുകൊണ്ട് മതംമാറിയതും കാമുകനുവേണ്ടിയായിരുന്നു. വേഷപ്പകർച്ചയും ഫിലോസഫിയും അമ്മുവിനോട് പറയുന്നുണ്ട്. 'എല്ലാക്കാലത്തും നമുക്ക് ഭീരുക്കളായി ജീവിക്കാൻ കഴിയുമോ? അങ്ങനെ സത്യസന്ധമായി ആരെങ്കിലും ജീവിച്ച ചരിത്രമുണ്ടോ? എത്രയെത്ര ഹിന്ദുക്കൾ ദർഗ്ഗകളിൽ പോകുന്നു. ചന്ദനത്തിരി കത്തിക്കുന്നു. മയിൽപ്പീലിക്കെട്ടുകൊണ്ട് ശിരസ്സിലുഴിയുന്നു. എത്രയോ മുസ്ലീമുകൾ അകലെയുള്ള അമ്പലങ്ങളിൽ പോകുന്നു. പൂജകള് കഴിപ്പിക്കുന്നു. ഒന്നും ആരും അറിയാതിരിക്കുകയാണ് അഭികാമ്യമെന്ന് നമുക്കറിയാം.' ജീവിതത്തെ നേരും നെറിയുമുള്ളതായി കാണാനാണ് സന്ധ്യാനായർ ആഗ്രഹിച്ചത്. സത്യസന്ധമായി ജീവിക്കാനാണ് ശ്രമിച്ചത്. അതുകൊണ്ടുതന്നെ തന്റെ മനസ്സിനഭിമതമായി നടത്തുന്ന വേഷപ്പകർച്ചകളെ മറയ്ക്കാനോ ഒളിപ്പിക്കാനോ ശ്രമിച്ചില്ല. ഒറ്റ സ്വത്വത്തിലൊതുങ്ങില്ല ഒരു ജന്മവും എന്ന ആത്യന്തിക സത്യത്തെയാണ് അവർ വെളിപ്പെടുത്തിയത്. പ്രണയത്തെയും അങ്ങനെതന്നെ കണ്ടു. അതിന്റെ വൈവിദ്ധ്യങ്ങളിലൂടെ സഞ്ചരിച്ചു. തന്റെ വഴികൾ ശരിയാണെന്നു ധരിക്കാനുള്ള വിവേകം അവർ സൂക്ഷിച്ചു. ആരെയും ബോദ്ധ്യമാക്കാനല്ല. പ്രണയത്തിന്റെ സത്യവും സ്വാതന്ത്ര്യവും മനസ്സിലാക്കി അനുഭവിക്കാനാണ് ആഗ്രഹിച്ചത്. അതിൽ ആരെയും കൂസേണ്ടതില്ലെന്നു മനസ്സിലാക്കി.

പ്രണയത്തിന്റെ വിഷവും മധുരവും തിരിച്ചറിയാനുള്ള സംസ്കാരവും അവർക്കുണ്ടായിരുന്നു. 'പേടിക്കേണ്ട. നമ്മുടെയുള്ളിൽ സ്നേഹമുണ്ടായാൽ മതി. എത്ര വിഷമുള്ള പുരുഷനെയും കൈയിലെടുക്കാം. ഒരിക്കലും കൈമുറുക്കി അടയ്ക്കരുത്. അതിന് ഇരുട്ടും ച്ചൂടും തടവും അനുവദിക്കരുത്. നമ്മുടെ കൈയിൽ അത് സ്വതന്ത്രമാണെന്ന് ധരിച്ച് ഒതുങ്ങിയിരിക്കും. അതിനറിയില്ലല്ലോ കൈപ്പത്തിയുടെ അതിരിനപ്പുറത്ത് അതിന്റെ ലോകം തീരുകയാണെന്ന്.' പ്രണയത്തിലൊരിക്കലും സ്വാർത്ഥതയും വിലക്കുകളുമുണ്ടാവരുത് എന്നത് അതിന്റെ എക്കാലത്തെയും സത്യമാണ്. അതിരുകളില്ലാത്തതും

സ്വതന്ത്രവുമാകണം പ്രണയം. എങ്കിൽ മാത്രമേ വിഷം തീണ്ടാതിരിക്കുകയുള്ളൂ. അപരകാമനകളിലേക്ക് കടക്കാൻ കഴിയുന്നതും ഹൃദയവിശുദ്ധിയും സത്യസന്ധതയുമുള്ളതുകൊണ്ടാണ്. എല്ലാ തരത്തിലുള്ള അതിരുകളെയും വിലക്കുകളെയും അതിലംഘിച്ച് പ്രണയത്തെ ഋജുവായി അനുഭവിക്കാൻ സന്ധ്യാനായർക്ക് കഴിയുന്നുമുണ്ട്.

സംഗീതത്തിൽ അഗാധജ്ഞാനമുള്ള സൂഫി ഗായകനെയാണ് വാർദ്ധക്യത്തിൽ തന്റെയിണയാക്കിയത്. പുരാതനദില്ലിയിലെ പഴയ വീട്ടിൽ ഹാർമ്മോണിയം മീട്ടി ജീവിക്കുന്ന അദ്ദേഹത്തെ പരിചരിച്ച് ശിഷ്ടകാലം ജീവിക്കാനാണ് താനാഗ്രഹിക്കുന്നതെന്ന് അമ്മുവിനോട് പറയുന്നുണ്ട്. പറഞ്ഞപ്രകാരം മതംമാറി ഇസ്ലാമായി സൂഫി ഗായകനെ വരിച്ച് ഇരുവരും സംഗീതക്കച്ചേരി നടത്തി സുഖമായി ജീവിച്ചു. ഒന്നര വർഷങ്ങൾക്കുശേഷം മുൻകൂട്ടി അനുവാദം വാങ്ങി അമ്മു അവരെ ചെന്നുകണ്ടു. ഭർത്താവിന്റെ പുരാതനഗൃഹത്തിൽ തവിട്ടു നിറമുള്ള പർദ്ദയിൽ കുറേക്കൂടി സുന്ദരിയായും ചെറുപ്പക്കാരിയായും അവർ കാത്തുനിന്നു. അനേകമാരാധകരെ സ്വയം നിർമ്മിച്ച എഴുത്ത് നിർത്തിയതെന്താണെന്ന് ചോദിച്ചപ്പോൾ അവർ പറഞ്ഞു. 'അണിഞ്ഞ അനേകം വേഷങ്ങളിൽ ഒന്നു മാത്രമായിരുന്നു കുട്ടീ അത്. ഇപ്പോ ഞാനൊരു ഗായികയാണ്. പാട്ടുകൾ പാടുന്നതാണ് ന്റെ ഇപ്പോഴത്തെ സന്തോഷം.' ഓടിക്കളിച്ച തറവാട്ടും നെഞ്ചോടു ചേർത്തുവെച്ച ശ്യാമും ആരാധകരെയുണ്ടാക്കിയ എഴുത്തുമെല്ലാമുപേക്ഷിച്ചാണ് അവർ പുതിയ ജന്മത്തിലേക്ക് കടന്നത്. അതുകൊണ്ടുതന്നെ ഓർമ്മയിൽ നിലനില്ക്കുന്ന ഒരു ഭൂതകാലമില്ല. ദില്ലിയിലെ പഴയൊരു മുസ്ലീം ദേവാലയത്തിൽ അനേകം ഖബറുകൾക്കിടയിൽ മതവും പേരും മാറി മണ്ണിലലിഞ്ഞു കിടക്കുന്ന സന്ധ്യാനായർ അവസാനം പറഞ്ഞ കാര്യവും ഓർമ്മിക്കുന്നുണ്ട്. സൂഫിഗായകനെ ആകർഷിച്ച പ്രധാന ഘടകം ആ മുസ്ലീം പുരുഷന് ഹിന്ദുവിന്റെ ഛായയുള്ളതുകൊണ്ടാണെന്ന് തീർത്തുപറയുന്നു. താൻ പരിചയിച്ച പുരുഷന്മാർക്കെല്ലാം ഒരേ മുഖമാണെന്ന കാഴ്ചപ്പാടാണ് വെളിപ്പെട്ടത്. അത് കേട്ടുനിന്ന അമ്മുവിനെ അത് തളർത്തിയെങ്കിലും തേളിന്റെ വിഷം തീണ്ടിയ വേദന അമ്മു അനുഭവിച്ചതിനു കാരണം ഒരു ജന്മത്തിൽ തളച്ചിട്ട ശിക്ഷണം തന്നെയാണ്. സ്വാതന്ത്ര്യം ആഗ്രഹിക്കുന്നുവെങ്കിലും അതിലേക്ക് പറക്കാനാകാത്ത ധൈര്യമാണ് ആ വിഷം തീണ്ടലിൽ ധ്വനിച്ചത്.

സന്ധ്യാനായരെക്കുറിച്ചുള്ള തിളക്കമുള്ള ഓർമ്മകളുമായാണ് അമ്മു എന്ന ആത്മസുഹൃത്ത് ബോംബെയിൽനിന്ന് സ്വന്തം തറവാട്ടു വീട്ടിലെത്തുന്നത്. സന്ധ്യാനായരുടെ ചരമദിനത്തിന് അവരുടെ തറവാട്ടു നിന്ന സ്ഥലത്ത് പോകാനാണെത്തിയത്. ഓർമ്മകൾ തിളച്ചുമറിഞ്ഞ അനുഭവങ്ങളിലൂടെ പോകുന്ന അമ്മു ആ യാത്ര വേണ്ടെന്നു വെക്കുകയാണ്. എപ്പോഴും തന്റെ മനസ്സിൽ സന്ധ്യാനായരുണ്ടല്ലോ എന്നോർത്ത് സമാധാനപ്പെടുകയാണ്. കഥാകൃത്ത് ഇരുവരെയും സമാന്തരമായി നിർത്തിക്കൊണ്ടു ചർച്ച ചെയ്യുന്നത് സ്ത്രീകളുടെ പ്രണയത്തെയും സ്വാതന്ത്ര്യബോധത്തെയുമാണ്. അസാധാരണധൈര്യവും പ്രതിഭയുമുള്ള സന്ധ്യാനായർ താനാഗ്രഹിച്ച പ്രകാരം സ്വാതന്ത്ര്യത്തിന്റെ വഴികളിലൂടെ സഞ്ചരിക്കുകയാണ്. പ്രണയത്തെ വിശാലമായ മനസ്സുകൊണ്ടും സ്വതന്ത്രമായ കാഴ്ചപ്പാടുകൊണ്ടും സ്വീകരിക്കുകയും ആസ്വദിക്കുകയും ചെയ്യുന്നു. ഭർത്താവിനു മുമ്പും പിമ്പുമൊക്കെ ഉദാരമായി കാമുകരെ സ്വീകരിക്കുകയും പ്രണയത്തെ തനിമയിലും നിറവിലും അനുഭവിക്കുകയും ചെയ്യുമ്പോൾ അതിൽ അസാധാരണമായി ഒന്നും കാണുന്നില്ല. എഴുത്തുകാരിയായതുകൊണ്ടു തന്നെ അതൊക്കെ താനെഴുതിയ നുണക്കഥകളല്ലേയെന്നു പറഞ്ഞ് സംവാദത്തിന്റെ വാതിൽ

അടയ്ക്കുകയാണ്. ഓർമ്മകളൊന്നും അവശേഷിപ്പിക്കാതെ ഓരോ വേഷങ്ങളും ഭംഗിയാക്കി അടുത്ത വേഷപ്പകർച്ചയിലേക്ക് കടക്കുമ്പോൾ തെളിഞ്ഞ മനസ്സാണ്. ഓരോ പ്രണയത്തിന്റെ ഒടുവിലും ഇനിയൊരു പുരുഷനെ ഈ ജന്മം സ്നേഹിക്കില്ല്യ കുട്ട്യേ എന്ന് കനത്തിൽ പറയുമ്പോഴും അതിന്റെ വശ്യതയിൽ കുടുങ്ങി അടുത്ത ജന്മത്തിനൊരുങ്ങുകയാണ്. ഒരു ജന്മത്തിനുള്ളിൽ പല ജന്മങ്ങൾ ജീവിച്ചുതീർത്ത് ഒടുവിൽ വാർദ്ധക്യത്തിലും താനാഗ്രഹിച്ച പ്രണയം സ്വന്തമാക്കി ഹൃദയ വിശ്രാന്തിയോടെ കടന്നുപോയ സന്ധ്യാനായർ സ്ത്രീയുടെ സ്വതന്ത്ര ജീവിതത്തിന്റെ പൂർണ്ണതയാണ്.

അമ്മു എന്ന ആത്മസുഹൃത്തിന് സ്വാതന്ത്ര്യദാഹമുണ്ടെങ്കിലും പരമ്പരാഗതമായ സ്ത്രീജീവിതത്തിന്റെ അതിരുകളെ ലംഘിക്കാനാകാതെ ഉള്ളിൽ നിറഞ്ഞുനിന്ന കലാകാരിയെ ആരാധിച്ച ജീവിക്കേണ്ടിവന്നു. ഒരർത്ഥത്തിൽ സന്ധ്യാനായരായി ജീവിക്കാനുള്ള ആഗ്രഹം പോലും ധ്വനിക്കുന്നുണ്ട്. ആ വേറിട്ട വഴികളിലൂടെ സഞ്ചരിക്കുമ്പോൾ അതനുഭവിക്കുന്നുണ്ട്. ആലങ്ങാട്ട് തറവാട് പൊളിഞ്ഞുവീഴുന്നത് കാണാൻ അവസാനം വരെ നില്ക്കാതെ തിരിക്കുമ്പോൾ മകൻ ചോദിക്കുന്നുണ്ട് 'അമ്മ, വേറൊരു സന്ധ്യാനായർ ആണല്ലേ? എഴുത്തില്ലാന്നല്ലേയുള്ളൂ?' എന്നാലൊരിക്കലും സന്ധ്യാനായരാകാനുള്ള മനക്കരുത്ത് തനിക്കില്ലായെന്ന് അവരുടെ ജീവിതം വെളിപ്പെടുത്തുന്നു. ഭർത്താവായ നരേന്ദ്രനെ വൈദ്യുതശ്മശാനത്തിലേക്കെടുത്തനേരം താലിയഴിച്ച് തീയിലേക്കെറിയണമെന്ന് ആരോ പറഞ്ഞപ്പോൾ നിഗൂഢമായി അനുഭവിച്ചത് സ്വാതന്ത്ര്യമായിരുന്നു. എന്നാൽ തന്റെ സ്വത്വത്തെ എറിഞ്ഞുടച്ച് അടുത്ത ഭാവാന്തരത്തിലേക്ക് കടക്കാൻ അമ്മുവിന് കഴിഞ്ഞില്ല. പാരമ്പര്യങ്ങളെല്ലാം അവരെ കെട്ടിമുറുക്കിക്കൊണ്ടിരുന്നു. അമ്മമ്മയുടെ ചുടലയിൽ നന്ത്യാർവട്ടവും മുല്ലയുമൊരുക്കി വല്യമ്മാവന് അശോകമരങ്ങൾ നല്കി അമ്മയ്ക്ക് മുളങ്കാട് സമ്മാനിച്ച് ഇരുപത്തൊന്നു പേരെ ദഹിപ്പിച്ച, ഒരു പരമ്പരയുടെ ശവപ്പറമ്പായ പഴയ തറവാടു വിട്ടുപോകാൻ അമ്മുവിനൊരിക്കലും കഴിയുന്നില്ല. ഭൂതകാലത്തിന്റെ ചുടലക്കാട്ടിൽ സ്വയം തളച്ചിട്ടു. മുന്നൂറാണ്ട് പഴക്കമുള്ള തറവാടും തന്റെ ശരീരത്തിലേക്ക് വേരുകൾ പോലെ പടർന്നുകയറിയ ബന്ധങ്ങളുപേക്ഷിച്ച് സ്വതന്ത്രമാകാൻ അമ്മുവിനു കഴിയുന്നില്ല. നരേന്ദ്രന്റെ മരണം സ്വാതന്ത്ര്യം നല്കിയെന്നു വിചാരിച്ചെങ്കിലും പകരം വരുന്ന ഒറ്റൊരാൾക്കും ഭർത്താവ് നല്കിയ സ്വാതന്ത്ര്യത്തിന്റെ സത്യം നല്കാൻ കഴിയില്ലെന്ന് അവൾ ആലോചിക്കുന്നുണ്ട്. കവളപ്പാറ തറവാടിന്റെ പാരമ്പര്യത്തിലും പരേതാത്മക്കളുടെ അനുഗ്രഹങ്ങളിലും ജീവിതബന്ധങ്ങളിലും തറഞ്ഞുനിന്നുകൊണ്ട് ജീവിക്കാൻ വിധിക്കപ്പെട്ടവളാണ് അമ്മു.

പ്രണയത്തിന്റെ ശവപ്പറമ്പിൽനിന്നും ഒരു പൂപ്പയായി പൊട്ടിമുളച്ച പുതിയ വേഷമണിഞ്ഞ് അടുത്ത ജന്മത്തിലേക്ക് കടക്കാൻ സന്ധ്യാനായർക്ക് കഴിയുന്നുണ്ട്. ജീവിതത്തിന്റെ ഓരോ കാലങ്ങളെയും ആഗ്രഹിച്ച വിധത്തിൽ ചിറകടിച്ചാർത്തുകൊണ്ട് ജീവിക്കാനും പ്രണയത്തിന്റെ വഴികളിലൂടെ സഞ്ചരിക്കുവാനും കഴിഞ്ഞു. പാരമ്പര്യവും ജീവിതബന്ധങ്ങളും മനസ്സിൽ പൊറ്റപിടിച്ച വളർന്നില്ല. പ്രണയത്തെക്കുറിച്ചുള്ള പരമ്പരാഗത സങ്കല്പങ്ങളെ കീറിപ്പറിച്ചെറിഞ്ഞിട്ട് സ്വാതന്ത്ര്യത്തിന്റെ ചിറകു നല്കി അനുഭവയോഗ്യമാക്കി. മനുഷ്യനിർമ്മിതമായ അതിരുകളെ അതിലംഘിച്ച് അവസാനംവരെ പ്രതിഭയിലും ആത്മധൈര്യത്തിലും വിശ്വസിച്ച് രാഗസഞ്ചാരങ്ങൾക്കുശേഷം വേഷമഴിച്ച് സ്വസ്ഥയാവുകയാണ്. വിഷം തീണ്ടാതെ ജീവിക്കാനുള്ള വഴക്കം സ്വയം കണ്ടെത്തി. പ്രണയത്തിന്റെയും രതിയുടെയും മധുരം നുകരാനായി തന്റെ സ്വത്വത്തി

ന്മേൽ പടർന്നുകയറിയ വേരുകളെ പടം പൊഴിക്കുന്നതുപോലെ ഉരിഞ്ഞിട്ട് സ്വത ന്ത്രമായി.

മലയാളികളെ ഒന്നടങ്കം പ്രതിഭകൊണ്ടും അസാധാരണമായ മനക്കരുത്തുകൊണ്ടും മധുരമിറ്റുന്ന ഭാഷയും ഭാഷണവും മോഹിപ്പിക്കുന്ന ആലഭാരങ്ങളും അംഗരാഗങ്ങളുംകൊണ്ട് കീഴടക്കിക്കളഞ്ഞ സാഹിത്യത്തിലെ ധീരയായ മാധവിക്കുട്ടിയുടെ ഓർമ്മകളെ ഈ കഥ വിളിച്ചുണർത്തിയെന്നിരിക്കും. സാഹിത്യവും ചിത്രകലയും സംഗീതവും കവിതയുമായി കൊട്ടാരസദൃശമായ നർത്തനശാലയിൽ കൊഞ്ചുന്ന വാക്കുകളെ പറത്തിവിട്ട് മുഖത്തു തേച്ച ചന്ദനക്കുഴമ്പിലും മൂക്കുത്തിയിലണിഞ്ഞ വൈരക്കല്ലിന്റെ പ്രഭയിലും മലയാളിയുടെ സാഹിത്യബോധത്തെ തളച്ചിട്ട എഴുത്തുകാരി വേഷപ്പകർച്ചകൾ കൊണ്ട് അപരസ്വത്വങ്ങളിലേക്ക് കടന്നുപോയ ചരിത്രം ബോധമനസ്സിൽനിന്നു വിട്ടൊഴിയില്ല. എന്നാൽ അതിന്റെ ബാഹ്യസൂചകങ്ങളൊന്നും തന്നെ 'തേൾ' എന്ന കഥയിൽ ഉപയോഗിക്കാത്തത് ബോധപൂർവ്വമാകണം. പ്രണയത്തിന്റെ വിഷത്തെ മെരുക്കിക്കൊണ്ട് അവസാനംവരെ ജീവിച്ചുവെങ്കിലും സ്വത്വമാറ്റത്തിന്റെ അവസാനനാളിൽ നിത്യകാമുകനെ ഹൃദയത്തിൽ നിന്നൊഴിപ്പിക്കുക വയ്യെന്നു പറഞ്ഞപ്പോൾ വിഷം തീണ്ടിയ സങ്കടം നമ്മൾ തിരിച്ചറിഞ്ഞതാണ്. കഥയിൽ സന്ധ്യാ നായരുടെ അപരസ്വത്വമായ അമ്മുവിനെ തീണ്ടുന്ന വിഷത്തിലൂടെ മതംമാറ്റമെന്ന മാറ്റക്കളിയുടെ ദുരന്തം ഹൃദയസ്പർശിയായി ആവിഷ്കരിക്കാൻ കഥാകൃത്തിന് കഴിയുന്നുണ്ട്. മഹാപ്രതിഭയുടെ വടിവിലും വശ്യതയിലും പിടഞ്ഞുവീഴാത്ത എഴുത്തുകാരില്ല. ഇനിയും സ്വതന്ത്രമായ പുനർനിർമ്മിതികൾക്ക് വിഭവമായി അവർ ദീപ്തമായി നില്ക്കും. മാധവിക്കുട്ടിയുടെ മാറ്റങ്ങൾ ചാരമാവുകയല്ല കാട്ടുതീപോലെ ആളിപ്പടരുകയാണുണ്ടായതെന്ന് ആർക്കാണറിയാത്തത്.

ഭേദാംശ ജീവിതം

സ്വവർഗ്ഗാനുരാഗികൾ

രതി സൃഷ്ട്യുന്മുഖമായിരിക്കണം എന്നത് സാമ്പ്രദായിക സദാചാരധാരണ മാത്രമാണ്. പ്രണയവും രതിയുമെല്ലാം മനുഷ്യരുടെ ജീവിതാസ്വാദന പ്രക്രിയ കൂടിയാണ്. ജീവജാലങ്ങളുടെ പ്രത്യേകിച്ചും മനുഷ്യരുടെ ഏറ്റവും വശ്യമായ അനുഭവവും ലഹരിദായകമായ ആനന്ദവും രതിയാണ്. വർഗ്ഗത്തിന്റെ നിലനില്പിനും സമൂഹത്തിന്റെ സുരക്ഷിതമായ പുരോഗതിക്കും മറ്റുമായാണ് രതിയിൽ ചില നിയന്ത്രണങ്ങളും നിയമങ്ങളും കൊണ്ടുവന്നത്. എന്നാൽ പ്രണയത്തെ മുൻനിർത്തിയ രതിബന്ധങ്ങൾ എക്കാലവും ഈ നിയമങ്ങളെ നിർബ്ബാധം അതിലംഘിച്ചു പോരുന്നു. കുട്ടിക്കാലകൗതുകങ്ങളിൽ പ്രധാനം ഇണചേരലിനെക്കുറിച്ചുള്ള ആകാംക്ഷകളാണ്. ആണും പെണ്ണുമായുള്ള ശരീര സംഗമങ്ങളുടെ സാദ്ധ്യതകളന്വേഷിക്കുന്ന കുട്ടികൾ ഒരിക്കലും നിലനില്ക്കുന്ന നിയമങ്ങളോ ബന്ധങ്ങളോ തിരിച്ചറിയുന്നില്ല. അവർ ഭിന്നശരീരങ്ങളായി നിന്നുകൊണ്ട് ശരീരത്തിന്റെ മഹോത്സവം ആസ്വദിക്കുകയാണ്. മുതിർന്നു കഴിയുമ്പോഴും മനസ്സും ശരീരവുമായുള്ള ആകർഷണത്തിൽ അഭിരമിച്ച് രതിയിലേർപ്പെടുന്നവർ ഒരിക്കലും നിലനില്ക്കുന്ന സദാചാര നിയമങ്ങളെക്കുറിച്ച് ആധികൊള്ളാറില്ല. ചില സാഹചര്യങ്ങളും സൗഹൃദങ്ങളും ശരീരത്തെ തമ്മിലടുപ്പിക്കുമ്പോൾ ബന്ധങ്ങളോ ആൺപെൺ ഭേദമോ തടസ്സമാകാറില്ല. വിലക്കുകളില്ലാത്ത ലോകമാണ് പ്രണയികൾ തങ്ങളുടെ പറുദീസയാക്കുന്നത്. പ്രണയികളുടെ സ്വർഗ്ഗത്തിൽ ആണും ആണും തമ്മിലും പെണ്ണും പെണ്ണും തമ്മിലും ശരീരനിഷ്ഠമായ രതി

ആസ്വദിക്കുന്നതിൽ വിലക്കുകളൊന്നും പ്രതീക്ഷിക്കുന്നില്ല.

സ്വവർഗ്ഗാനുരാഗികളെ സമൂഹം അംഗീകരിച്ചു തുടങ്ങിയിട്ട് അധികകാലമായില്ല. അതുവരെ നിലനിന്ന നിയമങ്ങളുടെ കാരാഗൃഹത്തിൽ ആത്മബലി നല്കിയവരാണവർ. ജീവിത പരിചരണങ്ങളും സാഹചര്യങ്ങളുമാണ് നമ്മൾ 'അരുതാത്തതെ'ന്ന് കരുതുന്ന ബന്ധങ്ങളിൽ ചിലരെ കൊണ്ടെത്തിക്കുന്നത്. ജീവശാസ്ത്രപരമായി ഓരോ വ്യക്തിയുടെ സ്വത്വത്തിലും ഭിന്നസ്വത്വത്തിന്റെ പ്രത്യേകതകൾ നിലനില്ക്കുന്നുണ്ട്. ആണിൽ തന്നെ പെൺസ്വത്വത്തിന്റെ ഘടകങ്ങളും പെണ്ണിൽ ആൺസ്വത്വത്തിന്റെ പ്രത്യേകതകളും സംലയിച്ചിട്ടുണ്ടാകും. അനുകൂല സാഹചര്യങ്ങളിലും പ്രത്യേക പരിചരണങ്ങളിലും ചിലപ്പോൾ ഭിന്നസ്വത്വങ്ങൾ മേൽക്കൈ നേടിയെന്നിരിക്കും. ആണിന്റെ ശരീരഭാഷയും പെരുമാറ്റങ്ങളും പെൺസ്വത്വത്തെ വല്ലാതെ പ്രകടിപ്പിച്ചെന്നിരിക്കും. തിരിച്ചുമതു സംഭവിക്കാം. എന്നാൽ അത്തരം അപരസ്വത്വ വ്യക്തിത്വങ്ങളെ അംഗീകരിക്കാൻ സമൂഹവും കുടുംബവും തയ്യാറല്ല. ഒരാണിലെ പെൺമയെയും പെണ്ണിലെ ആണത്തത്തെയും പരിപോഷിപ്പിച്ച് സ്വതന്ത്ര വ്യക്തികളായി പരിണമിക്കാനുള്ള അവസരമിന്നുണ്ടെങ്കിലും അതിനെ അംഗീകരിക്കാനുള്ള ഹൃദയവിശാലത ഉറ്റവർ കൈക്കൊണ്ടിട്ടില്ല. അതേച്ചൊല്ലിയുള്ള മാനസിക സംഘർഷത്തിൽ തകർന്ന് ജീവിതമുപേക്ഷിച്ച് കടന്നു കളയുന്നവരെ ഇപ്പോഴും നമ്മൾ കാണുന്നു.

സ്വവർഗ്ഗാനുരാഗികളുടെയും ട്രാൻസ്ജെന്റേഴ്സിന്റെയും ജീവിതം അംഗീകരിക്കാൻ മലയാളികൾക്ക് പ്രയാസമാണെന്നിരിക്കിലും സാഹിത്യത്തിൽ ഇത്തരം പ്രമേയങ്ങൾ സജീവമായി കടന്നുവരുന്നുണ്ട്. മലയാള ചെറുകഥയിൽ പ്രമോദ് രാമൻ ഈ വിഷയത്തിൽ കഥകളെഴുതി ശക്തമായ അടിത്തറയിട്ടു കഴിഞ്ഞു. 'നപുംസകരുടെ പത്തു പടവുകൾ', 'ഛേദാംശജീവിതം', 'രതിമാതാവിന്റെ പുത്രൻ', '(ഒരു) ബ്രാക്കറ്റിൽ എത്ര പേർക്കു ജീവിക്കാം' തുടങ്ങിയ കഥകളെല്ലാം വ്യത്യസ്ത കാഴ്ചപ്പാടുകളിലൂടെ ഈ വിഷയത്തെ സമീപിക്കുവാനുള്ള ശ്രമങ്ങളാണ്. കഥ പറയുന്ന ആളുടെയും താരാനാഥന്റെയും സ്വാഭാവികമായ പ്രണയമാണ് 'നപുംസകരുടെ പത്തു പടവുകളിൽ' ആവിഷ്കരിച്ചിട്ടുള്ളത്. ആണും ആണും തമ്മിലുള്ള പ്രണയമായിരുന്നിട്ടും അത് സ്വാഭാവികമാണ്. ആരുതങ്ങളിലാണെങ്കിലും പ്രണയത്തിനു സ്വാഭാവികമാകാതിരിക്കുവാനാകില്ല എന്നതാണ് അതിന്റെ സത്യം.

അടുത്ത ബന്ധുക്കളായ രണ്ടാൺകുട്ടികൾ ആണും പെണ്ണും തമ്മിലുള്ള പരിപാടിയുടെ പൊരുളന്വേഷിച്ചാണ് പ്രണയത്തിന്റെ വാതിൽ തള്ളിത്തുറന്നത്. ദാമുവിന്റെ നിർദ്ദേശപ്രകാരം വീട്ടിലാളൊതുങ്ങുന്ന സമയം മച്ചിനുമുകളിൽ കയറിയിട്ട് ഒരാളാണും മറ്റയാൾ പെണ്ണുമായിട്ട് ചെയ്തുനോക്ക്, കല്യാണം കഴിക്കുന്നതിനുമുമ്പ് ഇതൊന്നുമാരും പഠിപ്പിച്ചുതരില്ലയെന്നു നിശ്ശബ്ദമായി പറഞ്ഞുവെച്ചു. ആരു പെണ്ണാകുമെന്ന തർക്കത്തിനൊടുവിൽ കഥ പറയുന്നയാൾക്ക് പെണ്ണാകേണ്ടിവരികയാണ്. താരാനാഥന്റെ കരുത്തുറ്റ ശരീരത്തിനും കൊതിപ്പിക്കുന്ന വാക്കുകൾക്കും സ്നേഹത്തിനും കരുതലിനും വഴങ്ങി എന്നും അയാൾക്ക് പെണ്ണായി തുടരേണ്ടിവരുന്നു. എന്നിട്ടും രതിയുടെ ആഹ്ലാദം ഇരുവരും ആസ്വദിക്കുന്നു. 'പകരുന്നവന്റെ ആഹ്ലാദം ഏറ്റെടുത്തേ പങ്കുവെക്കാനാകൂ. വാങ്ങുന്നവനു വഴങ്ങാനേ കഴിയൂ. വഴങ്ങുന്നവൻ കീഴെയാകാനേ കഴിയൂ. എന്റെ ലിംഗകോശങ്ങളുടെ പങ്കാളിക്കോശങ്ങളുടെ ആൺനില്പ് എന്നെ പെൺനില്പിൽ ആനന്ദംകൊള്ളിച്ചു. നാഥന്റെ എഴുന്നുനിന്ന ആൺലിംഗം, ഞാൻ എന്റെ ആൺലിംഗം തുടകൾക്കുള്ളിലേക്ക് മടക്കിയൊളിപ്പിച്ചുണ്ടാക്കിയ പെൺലിംഗത്തി

ലേക്ക് സ്വീകരിച്ചു.' (നപുംസകരുടെ പത്തു പടവുകൾ). ഇവിടെ പുരുഷശരീരവും ശബ്ദവും സാഹചര്യങ്ങളുമെല്ലാം ഒരാളുടെ സ്വത്വത്തെ അടിച്ചമർത്തുകയാണ്. അതിനു വഴങ്ങിക്കഴിയുമ്പോൾ തന്റെ യഥാർത്ഥ ആൺസ്വത്വത്തിനുമേൽ പെൺമ മേൽക്കോയ്മ നേടുകയാണ്. ശരീരഭാഷയും പെരുമാറ്റവും എല്ലാം തന്നെ പെണ്ണത്തത്തിലേക്ക് പരിണമിക്കുന്നു. മുതിർന്നു കഴിയുമ്പോഴും താരാനാഥന്റെ പെണ്ണായി രത്യാനന്ദം പകരുന്നിടത്താണ് കഥയവസാനിപ്പിച്ചത്. 'രതിമാതാവിന്റെ പുത്രൻ', '(ഒരു) ബ്രാക്കറ്റിൽ എത്രപേർക്കു ജീവിക്കാം' തുടങ്ങിയ കഥകളും ഭിന്നലൈംഗികതയുടെ സൂക്ഷ്മസ്പർശിനികളെ അന്വേഷിക്കുന്ന സമീപനമാണ് പുലർത്തുന്നത്.

'ഷോഡാംശജീവിതം' സ്വവർഗ്ഗാനുരാഗത്തിന്റെ പൂർണ്ണത തീവ്രമായി അനുഭവപ്പെടുത്തുന്നു. ഒരു ട്രാൻസ്ജെന്ററിന്റെ പരിണാമം കൂടി സൂക്ഷ്മതയോടെ ചിത്രീകരിക്കുന്നു. വാസ്തവത്തിൽ ആണും ആണും തമ്മിലുള്ള പ്രണയത്തേക്കാൾ ആണിൽ പെൺമ തിരിച്ചറിഞ്ഞ് പെൺസ്വത്വത്തിലേക്ക് പരിവർത്തിപ്പിച്ച് പ്രണയം സ്വന്തമാക്കുന്നതിന്റെ വിശദാംശങ്ങളാണ് അത് പകരുന്നത്. മാത്രമല്ല പ്രണയത്തിന്റെ സങ്കീർണ്ണതയും അവ്യാഖ്യേയതയും തീവ്രമായി ചർച്ച ചെയ്യുന്നു. നേഹാനരെയ്ൻ എന്ന ഡൽഹിക്കാരി, രുസ്തം ബാനർജി എന്ന കല്ക്കത്തക്കാരൻ, മഞ്ജിത് മേനോൻ എന്ന പട്ടാമ്പിക്കാരൻ, ചന്ദ്രകാന്ത് ഗോപിനാഥ് എന്ന ചെന്നൈക്കാരൻ, ഇവർ നാലുപേരും ആത്മസുഹൃത്തുക്കളും ചന്ദ്രന്റെ സംരക്ഷണയിലും കരുതലിലും അവനുവേണ്ടി പണിയെടുക്കുന്നവരുമാണ്. എല്ലാ സ്വാതന്ത്ര്യവും സൗഹൃദവും നല്കി ജീവിതത്തിന് വലിയ സ്ഥാനം നല്കി ചന്ദ്രൻ അവരെ കൂടെനിർത്തി. പെൺസ്വത്വം ശരീരഭാഷയിലും പെരുമാറ്റത്തിലും മറയില്ലാതെ പ്രകടമാക്കിയ ഭാഷയില്ലാത്ത മഞ്ജിത് മേനോൻ എന്ന പട്ടാമ്പിക്കാരനോട് ചന്ദ്രൻ തന്റെ പ്രണയം തുറന്നു പറയുന്നു. എന്നാൽ താനൊരു സ്വവർഗ്ഗാനുരാഗിയല്ലെന്നും തനിക്കുവേണ്ടി മഞ്ജിത് മേനോൻ ലിംഗമാറ്റ ശസ്ത്രക്രിയയിലൂടെ പൂർണ്ണമായും പെണ്ണായി മാറണമെന്നും അസ്വസ്ഥനായി ചന്ദ്രൻ ചങ്ങാതിക്കൂട്ടത്തിൽ അവതരിപ്പിച്ചു. അത്ര തീവ്രമായിരുന്നു മഞ്ജിത്തിനോടുള്ള അവന്റെ പ്രണയം.

ബാറിൽ കൂടിയ ചങ്ങാതിക്കൂട്ടത്തിൽ വെച്ചാണ് ചന്ദ്രൻ തന്റെ മാംസപേശികൾ വലിഞ്ഞുപൊട്ടുമാറുച്ചത്തിൽ അതു വിളിച്ചുപറഞ്ഞത്. 'ഇവൻ എന്റെ പെണ്ണാണ്. ഈ മഞ്ജു. ഇവനെ തന്നാൽ ഞാൻ ജീവിക്കാം. ഇല്ലെങ്കിൽ, നേഹാ ചന്ദ്രനെ കഴിച്ചിട്ടേക്കു.' മഞ്ജുവിനെ വിവാഹം കഴിക്കണമെന്ന ആഗ്രഹം കേട്ടപ്പോഴാണ് ചന്ദ്രൻ സ്വവർഗ്ഗാനുരാഗിയാണെന്നു വിളിച്ചുകൂവി നേഹ നൃത്തം ചവിട്ടിയത്. ആഹ്ലാദം ബാറിൽ നടനത്തിന്റെ അലകളുണ്ടാക്കി. സ്വവർഗ്ഗാനുരാഗത്തെ പ്രകീർത്തിച്ചുകൊണ്ട് നേഹയും രുസ്തവും മഞ്ജിത് മേനോനെ അഭിനന്ദിക്കുന്നുണ്ട്. എന്നാൽ അന്നു രാത്രി മഞ്ജുവിനെ തന്റെ വീടായ ചന്ദ്രകാന്തത്തിൽ കൊണ്ടുവന്നു അവന്റെ തോളിൽ ബലമായി പിടിച്ചുകൊണ്ട് ചന്ദ്രൻ താനൊരു ഗേയല്ലെന്ന് തുറന്നുപറഞ്ഞു. ഗേ ആണെന്നു പറയുന്നതിൽ അപമാനമൊന്നുമുണ്ടായിട്ടല്ല; അല്ല എന്നതാണ് ശരിയെന്നു ബോദ്ധ്യപ്പെടുത്തി. അതിനുശേഷമാണ് ശരീരം കോർത്തുപിടിച്ചുകൊണ്ടു തനിക്കുവേണ്ടി ശരീരം മാറാൻ മഞ്ജുവിനോടപേക്ഷിച്ചത്. 'മാറാമോ, മഞ്ജു, ഈ ശരീരം മാത്രം? ഈ കായകവചം? ഉടുപ്പൊന്നു മാറുംപോലെ മാത്രം?'

ചന്ദ്രൻ മൂന്നുപേർക്കും പ്രാണനായിരുന്നു. നിനക്ക് നേഹയെ പ്രേമിച്ചാലെന്തെന്ന് രുസ്തം ചോദിച്ചപ്പോഴാണ് ചന്ദ്രന്റെ മനസ്സ് പുറത്തുവന്നത്. അതിനേക്കാൾ നല്ലത്

കാഴ്ചയിലെങ്കിലും അല്പം പെണ്ണായ മഞ്ജുവിനെ പ്രേമിക്കുന്നതല്ലേ. അതുകേട്ട ഊമയായവൻ ചിരിച്ചപ്പോഴാണ് പ്രണയിനിയാക്കി നെഞ്ചോടു ചേർത്തുവെച്ചത്. പിന്നീട് തന്റെ കരവലയത്തിൽ സൂക്ഷിക്കുന്നതിനായി വലിയ കരുതലാണെടുത്തത്. പ്രണയം ഹൃദയത്തിന്റെ നൂപുരധ്വനിയായി പുറത്തേക്കൊഴുകി: 'ഡാഡിയുടെയോ മരിച്ചുപോയ മമ്മിയുടെയോ ഒരു ഛായാചിത്രവുമില്ലാത്ത എന്റെ മുറിയിൽ, ഒരിക്കൽ നമ്മൾ ഗോവയിൽ പോയപ്പോൾ എടുത്ത നിന്റെ അതിമനോഹരമായ ചിത്രം ഞാൻ സ്ഥാപിച്ചു. ഓഫീസിലിരിക്കെ, നിന്നെ ഓരോ തവണയും കാണാനായി ക്യാബിനു പുറത്തിറങ്ങാൻ, നേഹയോടോ രുസ്തത്തോടോ സംസാരിക്കാൻ ഞാൻ കാരണങ്ങളുണ്ടാക്കി. നേഹയ്ക്കുവേണ്ടി ഷോപ്പിങ്ങിനുപോയപ്പോൾ അവൾ വാങ്ങിയതെല്ലാം ഞാൻ അവൾ കാണാതെ ഒരിക്കൽക്കൂടി വാങ്ങി. അതെല്ലാം ഇട്ടൊരുങ്ങിയ നീ, ചന്ദ്രൻ ബംഗ്ലാവിനകത്തേക്കു ചൂണ്ടി, ദാ, ആ മുറിയിൽ എന്നെ കാത്തിരിപ്പുണ്ട്.' ചന്ദ്രന്റെ പ്രണയത്തിന്റെ സത്യസന്ധതയിലാണ് മഞ്ജുവാകാൻ യഥാർത്ഥത്തിൽ അയാൾ തയ്യാറായത്. ലിംഗമാറ്റം നടത്തുന്നതിനു മുമ്പായി പന്ത്രണ്ടുദിവസം ആലോചനയുമായി കഴിഞ്ഞതിനുശേഷമാണ് അതിനു തയ്യാറാകുന്നത്.

ചന്ദ്രന്റെ ഹൃദയത്തിൽ നിന്നുകേട്ട ട്രാൻസ്സെക്ഷ്വലിന്റെ ശബ്ദം ഡോക്ടറോട് മഞ്ജു ആവർത്തിച്ചുകൊണ്ടിരുന്നു. അതിനുശേഷമാണ് മഞ്ജിത് മേനോനെ മഞ്ജുവാക്കാനുള്ള ഹോർമോൺ ചികിത്സ ആരംഭിച്ചത്. 'രക്തത്തിലെ ജീവുക്കൾ സുഷുപ്തി വിട്ട് എന്റെ ധമനികളിലൂടെ പദയാത്ര തുടങ്ങി. നേഹ ഏർപ്പാടാക്കിയ ബ്യൂട്ടീഷ്യൻ എന്റെ ദേഹം മുഴുവൻ വാക്സ് ചെയ്തു. ആരോഗ്യശാസ്ത്രം അവിടെ ആൺവിള മൂർന്ന് പെൺവിള നട്ടു. നെറ്റിത്തടത്തിന്റെ വീതി കുറയ്ക്കാനായി മുന്നിലെ മുടി മാറ്റിയൊതുക്കി. വിരലുകളുടെ നീളം കൂട്ടാൻ നഖങ്ങൾ കൂർപ്പിച്ചുനീട്ടി നെയിൽ പോളിഷ് ഇട്ടു. പുരികങ്ങൾ നീട്ടിച്ചെത്തി, കൺപീലികളിൽ മസ്കാരയിട്ടു. ചുണ്ടുകൾ തുടുത്തിരിക്കുംവിധം ലിപ്സ്റ്റിക്കിടാൻ പഠിപ്പിച്ചു.' ഒരു മാസം കഴിഞ്ഞ് പെണ്ണ് മുട്ടിവിളിച്ചപ്പോഴാണ് ശസ്ത്രക്രിയയ്ക്ക് തീയതി കുറിച്ചു വിധേയനായത്. അതിനുമുമ്പ് പ്രണയിക്കുന്നവനും പ്രണയിനിയാകുന്നവനും വല്ലാത്ത മനഃസംഘർഷമനുഭവിക്കുന്നുണ്ട്.

തന്റെ ശരീരത്തിലെ ആൺജന്മത്തെ വേർപെടുത്തുന്നതിനുമുമ്പ് സംസാരിക്കാത്തവൻ അനുഭവിക്കുന്ന ആന്തരികക്ഷോഭത്തെ തീവ്രമായി അനുഭവപ്പെടുത്തുന്നുണ്ട് കഥാകാരൻ. ലിംഗമാറ്റം ചെയ്തു കഴിയുമ്പോൾ മുറിച്ചെടുക്കുന്ന സാധനം എവിടെ കളയുമെന്നും പല്ലിയുടെ മുറിഞ്ഞവാല് മുളച്ചു വരുന്നപോലെ ഇതും വളർന്നുവരുമോയെന്നുമുള്ള സംശയങ്ങൾ. രുസ്തം കൈമാറുമ്പോൾ കണ്ണുപൊത്തി അലറണമെന്ന് മഞ്ജു ആഗ്രഹിക്കുന്നുണ്ട്. രൂപാന്തരീകരണം അത്രമേൽ അവനെ ഇളക്കിമറിക്കുന്നുണ്ട്. അതിന്റെ അവസാന പിടച്ചിലാണ് ശസ്ത്രക്രിയയുടെ തലേരാത്രി കാണുന്നത്. 'ചെയ്യാതിരുന്നാൽ നഷ്ടബോധമായി ശല്യപ്പെടുത്തുമെന്നുറപ്പുള്ള ഒരു കാര്യം എനിക്ക് ചെയ്യണം. ബാത്റൂമിൽ കയറി ഞാൻ, ജനിച്ച ലിംഗത്തിലെ അവസാന കൈക്രിയയ്ക്കായി കീഴ്വസ്ത്രങ്ങൾ താഴ്ത്തി. അവിടേക്കു നോക്കിയപ്പോൾ അവനോട് അതുവരെയില്ലാത്ത സ്നേഹം തോന്നി. എന്റെ കരലാളനങ്ങളിൽ എന്നും ആത്മനിർവൃതിയടഞ്ഞവൻ. അവർ എവിടെക്കൊണ്ട് തള്ളും എന്റെയീ അരുമയെ? പിറവികൊള്ളാനിരിക്കുന്ന പെൺ ഞാനുമായി നടത്തിയ ആത്മഭോഗത്തിന്റെ മൂർച്ഛയിൽ എനിക്ക് കണ്ണീർ തെറിച്ചുവീണു.' ആത്മാവ് പൊള്ളിയടരുന്ന വേദന ഇവിടെ അയാൾ അനുഭവിക്കുന്നുണ്ട്. എങ്കിലും പ്രണയജീവിതത്തിൽ കൈവരാനിരിക്കുന്ന

പ്രശാന്തി അയാളെ മോഹിപ്പിക്കുന്നു.

പൂർണ്ണമായി പെണ്ണായി മാറിയ മഞ്ജുവിനെ നേഹയുടെ മുറിയിലേക്കാണ് കൊണ്ടുവന്നത്. മഞ്ജിത് മേനോന്റെ മുറിയിൽനിന്ന് ഒന്നുമെടുക്കാനില്ലാത്തതിനാൽ പടം പൊഴിച്ച പാമ്പിന്റെ പിൻനോട്ടം നോക്കി ശരീരമുൾപ്പെടെ എല്ലാറ്റിനോടും വിടപറഞ്ഞു. ചന്ദ്രൻ മൂന്നുമാസങ്ങൾ കഴിഞ്ഞിട്ട് മാത്രമേ തന്നെ പെണ്ണായിട്ട് ഇനികാണുകയുള്ളൂവെന്നു തീരുമാനിച്ചിരുന്നു. ഓരോ നിമിഷവും നേഹയുടെ പരിചരണത്താൽ പെണ്ണിന്റെ പൂർണ്ണതയിലേക്ക് മഞ്ജു മാറിക്കൊണ്ടിരുന്നു. പെണ്ണിന്റെ ശ്വാസവും ഗന്ധവുമായെത്തിയയാളെ സ്നേഹപരിചരണവും കരുതലും കൊണ്ട് നേഹ പ്രണയിനിയാക്കി. നെഞ്ചിൽ ഫലം കായ്ച്ചു തുടങ്ങിയപ്പോൾ നേഹ തന്റെ കൂട് തുറന്നു തലകീഴായി ഞാത്തിയ രണ്ടു കുഞ്ഞരയന്നങ്ങളെ കാണിച്ച് വടിവു വരുത്തേണ്ട വഴികൾ പറഞ്ഞുകൊടുത്തു. രാത്രിയിൽ കെട്ടിപ്പിടിച്ചുറക്കി. പകൽ പെണ്ണിന്റെ രഹസ്യവഴികളിലേക്കു നടത്തി. പൂക്കാലം നീട്ടിയ ആമ്പിള്ളേരെ നേഹ വിരട്ടിവിട്ടു. കണ്ണും ചുണ്ടുമൊക്കെ ബ്യൂട്ടീഷ്യന്. ഫ്രോക്കിട്ട പെൺകുട്ടിയുടെ ചിഹ്നമുള്ള ടോയ്‌ലറ്റിൽ ആദ്യമായി കയറിയപ്പോൾ അപരിചിതത്വം നീക്കാൻ എന്റെ കൈയിൽ പിടിച്ചുകൊണ്ടു നേഹ പറഞ്ഞു. 'കാമുകനു വേണ്ടത് വിശുദ്ധിയാണ്. യൂറിൻ പാസ് ചെയ്താൽ കഴുകിയേ ഇറങ്ങാവൂ. എപ്പോഴും പെഡിക്യൂറും മാനിക്യൂറും ചെയ്യണം. ഇന്നർവേർ നല്ല പെർഫ്യൂമ്ഡ് ഡിറ്റർജന്റ് കൊണ്ട് കഴുകിവേണം ഉപയോഗിക്കാൻ. മുടിയിൽ എപ്പോഴും ഡോവ് ഇട്ട് വിരലുകൾ ഉള്ളിലേക്കു കയറ്റി സ്കാൾപ്പിൽനിന്ന് ഡാൻഡ്രഫ് ചുരണ്ടിക്കളയുംവിധം തേക്കണം. ഓയിൽ ബാത്ത് നിനക്കു ഞാൻ നിരോധിച്ചിരിക്കുന്നു.' ചുരുക്കത്തിൽ മഞ്ജുവിനെ പെണ്ണാക്കിയത് നേഹയാണ്. അതവൾ തിരിച്ചറിയുന്നുമുണ്ട്.

കഥയുടെ ക്ലൈമാക്സ് അസാധാരണവും അപ്രതീക്ഷിതവുമാണ്. മൂന്നുമാസം തികഞ്ഞ് സ്ത്രൈണതയുടെ ലാവണ്യത്തിൽ മഞ്ജുവിനെ സ്വീകരിക്കാൻ ചന്ദ്രൻ ചന്ദ്രകാന്തത്തിൽ ഒരുങ്ങിയിരിക്കുമ്പോൾ അവളെ കൊണ്ടുപോകാൻ നേഹ തയ്യാറെടുത്ത് കണ്ണാടിയിൽ നോക്കി തന്റെ ശരീരത്തിന്റെ നിമ്നോന്നതങ്ങളിൽ കണ്ണോടിച്ച് സുന്ദരിയായോയെന്നന്വേഷിക്കുന്ന മഞ്ജുവിനെ പൂണ്ടടക്കം വരിഞ്ഞുമുറുക്കി നേഹ തന്റെ സന്തോഷം വെളിപ്പെടുത്തി. അവൾക്കണിയാനുള്ള വസ്ത്രങ്ങളുടെ നിറവും ചേർച്ചയും ഓർമ്മപ്പെടുത്തി. ആഭരണങ്ങളണിയേണ്ട ഭംഗി ചൂണ്ടിക്കാട്ടി. പെണ്ണിന്റെ സഹജമായ ശീലങ്ങളും പെരുമാറ്റവും ശരീരഭാഷയുമെല്ലാം മുറപോലെ അവളെ അഭ്യസിപ്പിച്ചു കഴിഞ്ഞ് സ്വയം ബോദ്ധ്യപ്പെട്ടിട്ടാണ് ചന്ദ്രൻ നിന്നെക്കണ്ടാൽ തന്നെ അഭിനന്ദിക്കുമെന്ന് പറഞ്ഞത്. എന്നാൽ അത് ആളിക്കത്തിച്ചത് മഞ്ജുവിന്റെ മനസ്സിനെയാണ്. ചന്ദ്രനെ കാണാൻ പോകണ്ട എന്നു പറഞ്ഞുകൊണ്ട് നേഹയെ കോർത്തുപിടിച്ചു പറഞ്ഞു: 'മാറാമോ നേഹാ, ഈ ശരീരം മാത്രം? ഈ കായകവചം? ഉടുപ്പുമാറ്റംപോലെ മാത്രം? നേഹാ, നിനക്കെന്റെ ആണാകാമോ?' മഞ്ജുവിന്റെ ആംഗ്യഭാഷ തിരിച്ചറിയുന്നതിനുമുമ്പുതന്നെ നേഹയിൽ നിന്നു കുതറിമാറി ജനാലയിലൂടെ അവൾ താഴേക്കു കുതിച്ചുപാഞ്ഞു.

പ്രണയത്തിന്റെ ആണധികാരത്തെ ചോദ്യം ചെയ്യുകയും നിലംപരിശാക്കുകയും ചെയ്യുന്ന കഥയാണിത്. പ്രണയത്തിലെല്ലായ്പ്പോഴും ഇണയെ കീഴ്പ്പെടുത്താനാഗ്രഹിച്ചു നില്ക്കുന്ന പുരുഷാധികാരമുണ്ട്. ഇവിടെ മഞ്ജിത് മേനോൻ എന്ന സ്ത്രൈണതയുള്ള പുരുഷനെ ആഗ്രഹിക്കുന്നത് രക്ഷാധികാരിയായി നില്ക്കുന്ന ചന്ദ്രനാണ്. ചന്ദ്രനെ

കല്യാണം കഴിക്കാതെയും തനിക്ക് ജീവിക്കാനാകുമെന്ന് മഞ്ജിത് ചിന്തിക്കുന്നുണ്ട്. എന്നാൽ താനില്ലാതെ ചന്ദ്രൻ ജീവിക്കില്ല. എന്നാൽ സ്വവർഗ്ഗാനുരാഗമല്ല അയാൾ ആഗ്രഹിച്ചത്. അതിനായി തന്റെ സുഹൃത്ത് പെണ്ണായി മാറണം. എന്നാൽ മഞ്ജിത്തിന്റെ നിസ്സഹായതയോ വേദനയോ കാണുന്നുമില്ല. നിർബ്ബന്ധിച്ചില്ലെങ്കിൽ പോലും ലിംഗമാറ്റത്തിലൂടെ തേടുന്ന സ്വത്വത്തെ തിരിച്ചറിയുന്നതിനുമുമ്പേ അയാൾ അനുഭവിക്കുന്ന ആന്തരികക്ഷോഭം അതു വെളിപ്പെടുത്തുന്നുണ്ട്. ചന്ദ്രന്റെ സുരക്ഷയും കരുതലും സ്നേഹവുമൊക്കെ മഞ്ജിത്തിൽ സൃഷ്ടിക്കുന്നത് അടിമ മനോഭാവമാണ്. പ്രണയം കൊണ്ടാണെങ്കിലും ഒരാളെ സ്വത്വമാറ്റത്തിന് വിധേയനാക്കി സ്വന്തമാക്കാനാഗ്രഹിക്കുന്ന മനസ്സ് അത്ര ശുദ്ധമല്ല എന്നു തിരിച്ചറിയാനാകും. മാത്രമല്ല ചന്ദ്രന്റെ പ്രണയ ഭാവത്തെ അനുഭവിക്കാനോ ഉൾക്കൊള്ളാനോ ഉള്ള അവസരം മഞ്ജിതിനുമുണ്ടായില്ല. ഇരുവരുടെയും പ്രണയാനുഭവം നേടിയെടുക്കുന്ന സ്വത്വമാറ്റമല്ല ഇവിടെ സംഭവിച്ചത്. ആണിന്റെ അധികാരമുപയോഗിച്ച് നടത്തുന്ന ലിംഗമാറ്റവും സ്വന്തമാക്കലുമാണ്. ചന്ദ്രന് പെണ്ണായാലെന്താ എന്ന രുസ്തത്തിന്റെ ചോദ്യത്തെ അവഗണിച്ച് ഇവനെന്റെ പെണ്ണാണെന്നു പറയുമ്പോൾ അതിൽ കീഴ്പ്പെടുത്തലിന്റെ ധ്വനിയുണ്ട്. പ്രണയിനിയെക്കാൾ അധികാരത്തിന്റെ ആൺരൂപമായാണ് ചന്ദ്രൻ മഞ്ജിതിന് അനുഭവപ്പെടുന്നത്.

മഞ്ജിത് മേനോൻ മഞ്ജുമേനോനായി പരിണമിച്ചു കഴിയുമ്പോഴാണ് യഥാർത്ഥ പ്രണയം അനുഭവിക്കാനായത്. അത് നേഹ ഹൃദ്യമായ പരിചരണം കൊണ്ടു നല്കിയ പ്രണയമാണ്. തൊട്ടും തലോടിയും മധുരിപ്പിക്കുന്ന വാക്കുകൾകൊണ്ട് പുളകം കൊള്ളിച്ചും തന്റെ വഴികളിലും രഹസ്യങ്ങളിലും നടത്തി മധു പകർന്നും പെൺമയുടെ സ്വത്വബോധത്തെ ഉറപ്പിക്കുമ്പോൾ പ്രണയം ഉപാധികളില്ലാതെ പുലരുകയാണ്. ഒരു വ്യക്തിയെ തനിമയോടെ തിരിച്ചറിയുകയും കരുതലോടെ ശ്രദ്ധിക്കുകയും ചെയ്യുമ്പോഴാണ് പ്രണയം തളിരിടുന്നത്. സ്വത്വമാറ്റം വരുത്തിയ മഞ്ജുവിനു മുന്നിൽ ചന്ദ്രൻ അപരിചിതനും നേഹ അനുരാഗിയുമാണ്. അവൾ പകർന്ന മാധുര്യത്തിലാണ് അവളോടൊപ്പം ജീവിക്കാനുള്ള ആഗ്രഹം മഞ്ജു വെളിപ്പെടുത്തിയത്. തനിക്കും വേണ്ടത് നേഹയുടെ അപര സ്വത്വത്തെയാണ്. അത് ഒരിക്കലും സാദ്ധ്യമാകില്ല എന്നറിഞ്ഞുകൊണ്ടാണ് പ്രണയംകൊണ്ടു തുടുത്ത ഹൃദയവുമായി മരണത്തിലേക്കു എടുത്തുചാടിയത്. അല്ലെങ്കിൽ തന്റെ പെൺമയ്ക്ക് മറ്റൊരാളെ വരുതിയിൽ നിർത്താനുള്ള ശക്തിയില്ലായെന്നു മനസ്സിലാക്കിയിട്ടാവണം. പ്രണയത്തിന്റെ വഴികൾ കഠിനവും സങ്കീർണ്ണവുമാണെന്ന് ഈ സന്ദർഭം തീവ്രമായി ധ്വനിപ്പിക്കുന്നുണ്ട്.

പ്രണയത്തിനും രതിക്കും അധികാരത്തിന്റെ അടഞ്ഞ രൂപമല്ല ഇന്നുള്ളത്. രതിയിൽ സൃഷ്ടിപരമായ ഉണർവ്വിന്റെ അടിസ്ഥാനത്തിലാണ് ആൺ-പെൺ വേർതിരിവ്. എന്നാൽ ലൈംഗികതയിൽ മനുഷ്യർ ആഗ്രഹിക്കുന്നത് ആസ്വാദനത്തിന്റെ രീതിഭേദങ്ങളാണ്. ആൺപെൺ സ്വത്വമാറ്റങ്ങളിലൂടെയും നിർബ്ബാധമായി ലൈംഗികാനുഭൂതി അനുഭവിക്കുന്നുണ്ട്. ട്രാൻസ്ജെന്റേഴ്സിന്റെ ജീവിതം അത്രമേൽ പ്രാധാന്യം നേടിക്കഴിഞ്ഞിരിക്കുന്നു. വ്യവസ്ഥാപിതമായ പ്രണയവും ലൈംഗികതയും കാലഹരണപ്പെട്ടു കഴിഞ്ഞിരിക്കുന്നു. മനോനിലയ്ക്കനുസരിച്ചുള്ള അഭിരുചികൾ രൂപപ്പെടുന്നതിൽ വ്യക്തിയെ പ്രകൃതിയോടൊപ്പം തന്നെ ജീവിതസാഹചര്യങ്ങളും അനുഭവങ്ങളുമെല്ലാം നിർണ്ണയിക്കുന്നുണ്ട്. അതിന്റെ അടിസ്ഥാനത്തിൽ രൂപപ്പെടുന്ന അപരസ്വത്വത്തിലേക്ക് പരിണമിച്ച് ജീവിക്കാനുള്ള അഭിലാഷം അത്തരം വ്യക്തി

കൾക്കുണ്ട്. ആണും പെണ്ണും എന്ന സ്വാഭാവികതയിൽനിന്നും മനുഷ്യസംസ്കാരം മാറിയിരിക്കുന്നു. ആർട്ടിഫിഷ്യൽ ഇന്റലിജൻസിലൂടെ രൂപപ്പെടുത്തിയ യന്ത്രങ്ങളുമായും മൃഗങ്ങളുമായുമെല്ലാം പ്രണയം പങ്കുവെക്കുന്ന സംസ്കാരത്തിലേക്കു മനുഷ്യൻ മാറിയിരിക്കുന്നു.

എൽ ജി ബി ടി (ലെസ്ബിയൻ, ഗേ, ബൈസെക്ഷ്വൽ, ട്രാൻസ്ജെന്റർ) എന്ന ചുരുക്കെഴുത്തിൽ അറിയപ്പെടുന്നവരെ സമൂഹം ഇപ്പോൾ അഭിസംബോധന ചെയ്തു തുടങ്ങിയിട്ടുണ്ട്. വേറിട്ട വഴികളിലൂടെ സഞ്ചരിക്കുന്ന അവരുടെ പ്രണയവും അതിന്റെ വൈവിദ്ധ്യങ്ങളും സാഹിത്യവും സിനിമയും ഖനിച്ചെടുത്ത് പുതിയ നിർമ്മിതികൾ സാദ്ധ്യമാക്കിക്കൊണ്ടിരിക്കുന്നു. മലയാള സാഹിത്യത്തിലും അതിന്റെ ദീപ്തമായ മുഖം അനാവരണം ചെയ്യാനുള്ള ശ്രമങ്ങൾ നടക്കുന്നുണ്ട്. മലയാള കഥയിൽ പ്രമോദ് രാമൻ തെളിച്ചെടുത്ത വഴിയെ അഭിനന്ദിക്കാതെ വയ്യ. ആണും പെണ്ണുമല്ലാത്ത ലിംഗത്തെ അഭിസംബോധന ചെയ്യാൻ ഭാഷയിൽ ഒരു വാക്കില്ലാതിരുന്ന സമയത്തു തന്നെ അവരുടെ പ്രണയത്തിന്റെ വൈവിദ്ധ്യങ്ങളെയും രതിബോധത്തെയും അനാവൃതമാക്കിക്കൊണ്ട് മനുഷ്യസ്വഭാവത്തിന്റെ ആഴങ്ങളിലേക്ക് വഴിതെളിച്ചെടുക്കാൻ പ്രമോദ് രാമന് കഴിഞ്ഞിരിക്കുന്നു. പ്രണയത്തിന്റെ നവനിർമ്മിതി സാദ്ധ്യമാക്കിയ കഥയെന്ന നിലയിൽ 'ഛേദാംശജീവിതം' പുതിയ സൗന്ദര്യശാസ്ത്രത്തിന്റെ നാഴികക്കല്ലായി നിലനില്ക്കുമെന്നു കരുതാം.

അഗ്രഹസ്തം

ആത്മാനുരാഗിയുടെ വിധിയെഴുത്ത്

നവമാധ്യമങ്ങൾ ഏറ്റവും തെളിച്ചപ്പെടുത്തിയത് ദൃശ്യതയാണ്. കേൾവിയോ വായനയോ ഇന്ന് ദുസ്സഹമായിരിക്കുന്നു. അധികദൃശ്യത ആത്മബലമായി മാറിയിരിക്കുന്നു. സെൽഫികൊണ്ട് വലുപ്പം കൂട്ടാനുള്ള ശ്രമത്തിൽ അപകടങ്ങളെ അവഗണിക്കുന്നു. മരണങ്ങളെ നിസ്സാരവല്ക്കരിക്കുന്നു. തന്റെ പശ്ചാത്തലത്തിന്റെ ഔന്നത്യമാണ് ഓരോ സെൽഫിയെയും മഹത്ത്വപ്പെടുത്തുന്നത്. നടനോടൊപ്പമുള്ള സെൽഫിയിലെ 'ഞാൻ" മഹാനടനാകുന്നു. പാറയുടെ ഉച്ചിയിൽ നിന്നെടുത്ത സെൽഫിയിൽ ഞാൻ പർവ്വതമാകുന്നു. കൂട്ടിൽക്കിടന്നലറുന്ന കടുവയുടെ മുന്നിൽ നിന്നെടുത്ത സെൽഫിയിൽ 'ഞാൻ"സിംഹമാകുന്നു. ഇങ്ങനെ സെൽഫി അധികദൃശ്യത നല്കി സ്വയം മഹത്ത്വപ്പെടുത്തുന്നുവെന്ന് വിശ്വസിക്കുന്നു. തുടരെയുള്ള ഒരാളുടെ സെൽഫികൾ അയാളെ വലിയൊരാളാക്കിമാറ്റുന്നു.

'ആളുകൾ കണ്ടുകണ്ടാണ് സർ
കടലുകൾ ഇത്ര വലുതായത്
പുഴകൾ ഇതിഹാസങ്ങളായത്" (പല പോസിലുള്ള ഫോട്ടോകൾ കെ ജി ശങ്കരപ്പിള്ള). കവിയുടെ ജാഗ്രത ഇവിടെ വലിയൊരു പൊട്ടിച്ചിരിയാണ്. ഇങ്ങനെ സെൽഫിയിൽ ജീവിച്ച് അതുകൊണ്ട് ധൂർത്തടിച്ച്, അത്ഭുതപ്പെടുത്തി, ഉച്ചതയിലെത്തി വിജൃംഭിച്ച നില്ക്കുന്ന തലമുറയാണ് കുടിയേറ്റത്തിന്റെ പുതിയ ലോകമായ വിർച്വൽ

സ്പേസിൽ നിറഞ്ഞിരിക്കുന്നത്. ഉള്ളുപൊള്ളയായ പുറംമോടിയാണിന്ന് യൗവനത്തിന്റെ ഉള്ളിലിരിപ്പ്. ദൃശ്യമാകാത്തതിനെയോർത്ത് ആധികൊള്ളേണ്ടതില്ല. ഉള്ളിലില്ലാത്തതിനെയോർത്ത് സന്തോഷിക്കേണ്ടതുമില്ല. അനുഭവലോകം പുറംമേനി മാത്രമായിത്തീർന്നു. ഉള്ളുപൊള്ളയായ, ഉള്ളിൽ ചതിയൊളിപ്പിച്ച അനുഭവലോകമായി ഇന്ന് പ്രണയം പോലും ചുരുങ്ങി.

ഓരോ ക്ലിക്കിലൂടെയും സ്മാർട്ട് ഫോണിനു മുകളിൽ നിരന്തരമായി അഗ്രഹസ്തം പ്രയോഗിച്ചുകൊണ്ടേയിരിക്കുന്നു. വിരലിന്റെ അഗ്രഭാഗമാണ് ഇന്ന് ഒരാൾക്കുവേണ്ടി സംസാരിച്ചുകൊണ്ടിരിക്കുന്നത്. സൂക്ഷ്മമായ ആത്മപ്രകാശനത്തിലുപരി സാമൂഹിക-രാഷ്ട്രീയ-സാംസ്കാരിക സന്ദർഭങ്ങൾക്കുനേരെയുള്ള പ്രതികരണം, പ്രതിഷേധം ഇവയൊക്കെ ഒരേസമയം നടത്തിക്കൊണ്ടിരിക്കുന്നു. ഇപ്പോൾ സെൽഫികൾ സംസാരിച്ചുകൊണ്ടിരിക്കുന്നു. ഭാഷയ്ക്കതീതമായ കാഴ്ചകളിലൂടെ തന്റെ ആന്തരികതയും ലക്ഷ്യവും ഉദ്ദേശ്യവും ആവിഷ്കരിച്ചുകൊണ്ടിരിക്കുന്നു. ആത്മപ്രകാശനത്തെ ദൃശ്യമാക്കാൻ കഴിയാത്ത സെൽഫി ചില അസാധാരണമായ നിമിഷങ്ങളിൽ തന്റെ അകമനസ്സിനെക്കൂടി തെളിച്ചപ്പെടുത്തുന്നു. ചില സെൽഫികൾ അങ്ങനെ പ്രതീകാത്മകമാകുന്നു. ഞാനെടുത്തു തൊടുക്കുന്ന സെൽഫികൾ എന്നെ വിളംബരപ്പെടുത്തുന്നു. സെൽഫിയാണ് ഒരാളുടെ ഐഡന്റിറ്റി എന്ന് വെളിപ്പെടുത്തിക്കൊണ്ടിരിക്കുന്നു. അനശ്വരമായ നിമിഷങ്ങൾക്ക് നല്കുന്ന സമ്മാനവും സെൽഫിയാണ്. അത്യുജ്ജ്വലമായ സെൽഫിയിലൂടെ കാമുകിയുടെ മനസ്സിനെ പരിഭ്രമിപ്പിക്കുകയും കൊതിപ്പിക്കുകയും അത്ഭുതപ്പെടുത്തുകയും ചെയ്തുകൊണ്ട് താനൊരു സാഹസികനാണെന്ന് അടയാളപ്പെടുത്തുന്നു. മനുഷ്യന്റെ ആന്തരികതയെ വെളിപ്പെടുത്തുന്ന പ്രതീകാത്മക സെൽഫികളെ ചിലപ്പോഴെങ്കിലും കാലം തന്റെ ഫ്രെയിമിലേക്ക് സ്വീകരിക്കാറുണ്ട്. തന്റെ ക്യാമറക്കണ്ണുകൊണ്ട് കാലം അതിൽ ധർമ്മാധർമ്മവിവേകം അളക്കുന്നു. ഒരുപക്ഷേ, സെൽഫി അപകടങ്ങളുടെ യുക്തിയും അതാകാം. 'അഗ്രഹസ്തം'' എന്ന ദേവദാസ് വി എം ന്റെ കഥ സെൽഫിയുടെ യുക്തിയെ അപഗ്രഥിക്കുന്നുണ്ട്. സെൽഫി ഭക്തിയിലൂടെ ജീവിതത്തിന്റെ നൈതികതയെ പരിശോധിക്കുകയാണ് കഥ. കാഴ്ചകളുടെ ലോകത്ത് അഭിരമിക്കുന്നവരുടെ ജീവിതത്തിന്റെ നേർക്കുള്ള കാഴ്ചപ്പാടെന്തെന്ന് വിലയിരുത്തുന്നു. അതിൽ സമീപകാല ജീവിതനിയമം സ്പന്ദിക്കുന്നു.

സ്വർണ്ണക്കടയിലെ സെയിൽസ്മാനായ സൈമൺ ചാക്കോയുടെയും നഗരത്തിലെ ജ്ഞാനോദയം എന്ന പ്രശസ്തമായ പാരലൽ കോളേജിലെ അദ്ധ്യാപികയായ പത്മിനിയുടെയും തീവ്രമായ പ്രണയത്തിന്റെയും ഒടുവിൽ സൈമൺ ചാക്കോയുടെ ദാരുണമായ മരണത്തിന്റെയും അനുഭവങ്ങളാണ് 'അഗ്രഹസ്ത'മെന്ന കഥയിൽ ദേവദാസ് ചിത്രപ്പെടുത്തിയത്. സമകാലീനത ഈ കഥ ഭംഗിയായി അടയാളപ്പെടുത്തുന്നു. ഒപ്പം കാലനീതിയുടെ പൊരുളും ധ്വനിപ്പിക്കുന്നു. കടകവളയെടുക്കാൻ സ്വർണ്ണക്കടയിലെത്തിയ പത്മിനിക്കുനേരേ നാഗപടമാലയാണ് സൈമൺ അബദ്ധത്തിൽ നീട്ടിയത്. എങ്കിലും അതൊന്ന് തന്റെ നെഞ്ചോടു ചേർത്തുവെച്ച് കണ്ണാടിനോക്കിയപ്പോൾ ഗംഭീരമെന്ന് ആംഗ്യം കാട്ടിയ സെയിൽസ്മാന്റെ മുന്നിൽ പത്മിനി നാണിച്ചുപോവുകയാണ്. ബില്ലിൽ എഴുതിയ അവളുടെ മൊബൈൽ നമ്പർ വേഗത്തിൽ ഹൃദിസ്ഥമാക്കി താലിയൊഴിഞ്ഞ കഴുത്തിന്റെ രഹസ്യമറിയാൻ വിളിച്ചുതുടങ്ങി. കാലമായിട്ടും വിവാഹമാകാത്ത കന്യകയുടെ സ്വകാര്യസങ്കടങ്ങൾ രാത്രിയുടെ നിശ്ശബ്ദതയിൽ കണ്ണീരോടൊപ്പം ചിതറിവീണു. സൈമൺ മിടുക്കനായിരുന്നു. തന്നേക്കാൾ മുഴുത്ത പെണ്ണിനെ

മൊബൈൽ പ്രണയത്തിൽ വളച്ചൊടിച്ച് ആറുമാസംകൊണ്ട് തന്റെ കിടക്കയിലെത്തിക്കാൻ അവനു കഴിഞ്ഞു. കൂട്ടുകാരനില്ലാത്തപ്പോൾ അവന്റെ വാടകമുറിയിലെത്തി രാവിലെ മുതൽ ഉച്ചവരെ കുത്തിമറിഞ്ഞ് ക്ഷീണിച്ചുറങ്ങി തിരികെപ്പുറപ്പെടാൻ അവർക്ക് ഒട്ടും മടിയില്ലാതായി.

തന്റെ സങ്കടത്തിൽ അനുതപിക്കുന്ന സൈമണെ അവിശ്വസിക്കാൻ പത്മിനിക്ക് കഴിഞ്ഞില്ല. കോളേജിൽ പഠിക്കാൻ പോയ പെണ്ണിന് കവലയിൽ കാണേണ്ടിവന്ന കൊലപാതകം ആയുസ്സിൽനിന്ന് രണ്ടു വർഷമാണ് നീക്കം ചെയ്തത്. കൂടെ തലയ്ക്കു സുഖമില്ലാത്ത കുട്ടി എന്ന വിശേഷണവും സ്വന്തമായി. അതുകൊണ്ടാണ് മുപ്പതു കഴിഞ്ഞിട്ടും കല്യാണമാകാതെ നിന്നു പോകേണ്ടിവന്നത്. അത് മുതലെടുക്കാൻ സൈമൺ ചാക്കോക്ക് ഏറെ പണിപ്പെടേണ്ടിവന്നില്ല. അക്രാമകമായ സാമൂഹിക സാഹചര്യങ്ങളിൽ സ്വാർത്ഥതയ്ക്കായി ഏതു ചതിയും സ്വീകരിക്കാൻ തയ്യാറായവരാണ് നമുക്ക് ചുറ്റിനുമുള്ളത്. പ്രണയത്തിന്റെ ഒന്നരക്കൊല്ലം പത്മിനിയെ ആവോളം അനുഭവിച്ചുകൊണ്ട് വിവാഹം നീട്ടിവെച്ചു. വിവാഹത്തെക്കുറിച്ച് പറയുമ്പോഴെല്ലാം സമർത്ഥമായി സൈമൺ ഒഴിഞ്ഞുമാറി.

തന്റെ പിറന്നാൾ ദിവസവും സൈമൺ കൂട്ടുകാരന്റെ മുറിയിൽ പത്മിനിയുമായെത്തി കുത്തിമറിയുന്നുണ്ട്. ഒരു ദിവസം ലീവെടുത്തതിന്റെ പ്രത്യുപകാരമായി തന്റെ ശരീരവും ഒപ്പം പുതിയൊരു സ്മാർട്ട്ഫോണുമാണ് സൈമണ് സമ്മാനമായി അവൾ കൊടുത്തത്. മെസ്സേജ് പോലും ശരിക്കു വായിക്കാൻ കഴിയാത്ത പഴയ ഫോൺമാറ്റി പുതിയതുപയോഗിക്കാൻ പറഞ്ഞ പത്മിനി ഒരുപാധി കൂടി മുന്നോട്ടുവച്ചു. വീട്ടിലെത്തിയിട്ട് സിംമാറ്റി ഈ ഫോണിൽനിന്ന് ആദ്യം വിളിക്കേണ്ടത് എന്നെയാണ്. എന്നിട്ട് തുപ്പം തുടപ്പുമില്ലാത്ത മുറിയിൽ ഇളിച്ചുകാട്ടി നില്ക്കുന്നൊരു സെൽഫിയെടുത്ത് പോസ്റ്റ് ചെയ്യാനും അവൾ പറഞ്ഞു. അതു സമ്മതിച്ചാണ് സൈമൺ പോയതും. വീട്ടിലെത്തി തന്റെ ഭാഗധേയമറിയുമ്പോൾ ബോധപൂർവ്വം അതെല്ലാം മറക്കുന്നു.

സ്വർണ്ണക്കടക്കാരൻ അക്കരയിൽ ഡേവിസിന്റെ ഗുണ്ടയാണ് ആന്റണി ചാക്കോ. തന്റെ അനുജനായ സൈമണുവേണ്ടി നന്നായി ശുപാർശ ചെയ്തതുകൊണ്ടാണ് ഗൾഫിൽ തുടങ്ങുന്ന ഷോറൂമിലേക്ക് സൈമണെ വിടാൻ തയ്യാറായി ടിക്കറ്റും പേപ്പറും കൊടുത്തത്. മറ്റന്നാൾ പോകുന്നതിനുമുമ്പ് കൂടെ വിളിച്ചാൽ എവിടെയും ഇറങ്ങിവരുന്ന പെണ്ണിനെക്കൂടി അറിയിക്കാൻ ആന്റണി ഉപദേശിക്കുന്നു. 'പോയാല് പിന്നെ ഒന്നോരണ്ടോ വർഷം കഴിഞ്ഞിട്ടല്ലേ ഇനി മടക്കമുണ്ടാവൂ. കളിയായാലും, കാര്യായിട്ടായാലും നീ വിളിക്കുന്നേടത്തൊക്കെ വിശ്വാസത്തോടെ വരണ ഒരുത്തി അല്ലേടാ. പോവാണെന്ന കാര്യേങ്കിലും ഒന്ന് അറിയിക്കാർന്നില്ലേ പ്രാക്കേ?' കാര്യം ഗുണ്ടയാണെങ്കിലും സ്നേഹത്തെക്കുറിച്ചുള്ള അയാളുടെ നീതിബോധം സൈമൺ ഉൾക്കൊള്ളുന്നില്ല. 'അതിന്റെ ആവശ്യമൊന്നുമില്ല. പിന്നെ അവരെന്നെ തിരക്കി ഇവിടെ വരാനോ, ചേട്ടായീനെ ബുദ്ധിമുട്ടിക്കാനോ പോണില്ല, പോരേ?''ആന്റണി സ്നേഹവും അതിന്റെ ധാർമ്മികതയും പഠിച്ചത് സ്വന്തം അപ്പനുമമ്മയിൽ നിന്നുമാണ്. സ്വയം പ്രണയിച്ചിട്ടല്ല, അവരുടെ പരസ്പര സ്നേഹം കണ്ടിട്ടാണ്.

സൈമൺ ടിക്കറ്റും കടലാസുമൊക്കെ പരിശോധിച്ചിട്ട് ആന്റണി കുളിമുറിയിൽക്കയറിയ തക്കം നോക്കി പ്രണയസമ്മാനമായി കിട്ടിയ ഫോണിലേക്ക് സിം മാറ്റിയിട്ട് ഡേവിസ് മുതലാളിയെ വിളിച്ചു. താൻ ഉച്ചയ്ക്ക് ചില തിരക്കിൽ പെട്ടുപോയതിനാലാണ് ഫോൺ എടുക്കാതിരുന്നതെന്ന് പറഞ്ഞ് ക്ഷമ ചോദിച്ചു. മറ്റന്നാൾ

വിമാനം കയറാൻ ഒരുക്കമാണെന്ന് സമ്മതമറിയിച്ചു. ഞെട്ടിക്കുന്നൊരു സെൽഫി യെടുത്ത് പത്മിനിക്കയയ്ക്കാൻ ആന്റണി മേശവലിപ്പിൽ സൂക്ഷിച്ച നിറതോക്ക് കൈ യിലെടുത്തു. 'സൈമൺ വലംകൈയിൽ തോക്കെടുത്ത് നെറ്റിയോട് ചേർത്തുപിടിച്ചു. പുത്തൻ മൊബൈൽ ഇടതു കൈയിൽ നീട്ടിപ്പിടിച്ച് സാഹസികമായൊരു സെൽഫി എടുക്കാനൊരുങ്ങി. തോക്ക് ഫുൾലോഡാണ് വേണ്ടാത്ത കളിക്ക് നിക്കല്ലേന്ന് ആന്റണി പറഞ്ഞെങ്കിലും സൈമണ് ജന്മനാകിട്ടിയ മനസ്സിന്റെ ക്രമംതെറ്റലിനെക്കുറിച്ച് പെട്ടെന്ന് ആന്റണി ഓർത്തുപോയി. രണ്ടുകാര്യങ്ങൾ ചെയ്യേണ്ടിടത്ത് വിചാരിക്കുന്ന തിന് വിപരീതമായ കാര്യമേ ആദ്യം ചെയ്യാൻ അവന് കഴിയൂവെന്ന കാര്യം ആന്റണി യെ പരിഭ്രമിപ്പിച്ചു.

സൈമന്റെ ഈ അബദ്ധങ്ങൾ കഥയിലെമ്പാടും നിറയുന്നുണ്ട്. കടകവള ചോദിച്ച പ്പോൾ വലം കൈയിലെടുത്ത വളയ്ക്കുപകരം ഇടം കൈയിലിരുന്ന നാഗപടമാലയാണ് പത്മിനിക്ക് കൊടുക്കുന്നത്. സിം എടുക്കാൻ വേണ്ടി രണ്ടുഫോണും കൈയിലെടുത്ത് പഴയതിനുപകരം പുതിയ ഫോണാണ് ആദ്യം തുറക്കുന്നത്. ഫോണും തോക്കും ഒരുപോലെ കൈയിലെടുത്തപ്പോൾ ആന്റണി ഓർമ്മിച്ചതും സൈമന്റെ അബദ്ധങ്ങ ളാണ്. 'ഹോട്ടലിൽ കയറി ഭക്ഷണം കഴിച്ചശേഷം കൈകഴുകുന്നതിനിടെ അടുത്തു വെച്ചിരുന്ന ബക്കറ്റിലെ വെള്ളത്തിലേക്ക് വായ കഴുകി തുപ്പിയശേഷം കപ്പെടുത്ത് വാഷ് ബേസിനിലേക്കിട്ടവൻ. പള്ളിപ്പെരുന്നാളിന്റെ വെടിക്കെട്ടിലെ പൊട്ടാത്ത ഓലപ്പടക്കങ്ങൾ ശേഖരിച്ച് പിറ്റേന്നത് പൊട്ടിക്കുന്നേരത്ത് ഒരു കൈയിലെ മണ്ണെണ്ണ വിളക്കിൽനിന്ന് മറുകൈയിലെ ഓലപ്പടക്കവും കത്തിച്ച്, എറിയേണ്ടതേതെന്ന് അന്തി ച്ച് നിന്നശേഷമുള്ള വെപ്രാളത്തിൽ വിളക്ക് എറിഞ്ഞുകളഞ്ഞ് കൈയിൽ സൂക്ഷിച്ച പടക്കം പൊട്ടിയ പൊള്ളിയ കൈ വെള്ളയിലേക്ക് നോക്കി കരയുന്നവൻ.' ഓർമ്മ യിൽ അപകടം മണത്ത ആന്റണി ഓടിയെത്തുമ്പോഴേക്കും ദുരന്തം നടന്നുകഴിഞ്ഞി രുന്നു.

സൈമന്റെ തലയോട്ടി തുളച്ചുകയറി വെടിയുണ്ട പുറത്തേക്ക് പാഞ്ഞുപോയിരുന്നു. അതെവിടെ തറഞ്ഞു കയറിയതെന്ന് ഒരുനിമിഷം ആന്റണി നോക്കുന്നുണ്ട്. വലതുവ ശത്തെ ചുമരിലുള്ളത് ക്രൂശിതനായ യേശുവിനെ ഏറ്റുവാങ്ങി മടിത്തട്ടിൽ കിടത്തിയ മാതാവിന്റെ പടമായിരുന്നു. സ്നേഹത്തെ മഹത്വപ്പെടുത്തിയ ദൈവപുത്രന്റെ ആത്മ ബലിയാണ് മൈക്കൽ ആഞ്ചലോയുടെ 'പിയാത്ത'. സെൽഫിക്കു വേണ്ടിയുള്ള ആത്മ ബലിക്ക് നിദാനമായ വെടിയുണ്ട തുളച്ചുകയറിയത് മറ്റൊരു ഫോട്ടോയിലാണ്. 'വെ ടിയുതിർക്കാനല്ലെങ്കിൽ പിന്നെയാരും നാടകവേദിയിൽ നിറത്തോക്ക് കൊണ്ടുവന്നു വെക്കരുത്. സ്വയം പാലിക്കുമെന്നുറപ്പില്ലാത്ത വാഗ്ദാനങ്ങൾ നല്കുന്നത് അന്യായമാ ണ്" എന്ന ആന്റൺ ചെഖോവിന്റെ ഉദ്ധരണിയാണ് ചില്ലും ഫ്രെയിമും തകർന്ന് തൂങ്ങി യാടിയത്. ചിന്തിച്ചാൽ ആ രണ്ടു വാക്യങ്ങളും കഥയുടെ അന്തഃസത്തയെ ദീപ്തമാക്കു ന്നുണ്ട്. നാടകവേദി സ്വാഭാവികമായും ജീവിതത്തിന്റെ പരിച്ഛേദമാണ്. അവിടെ നിറതോക്കിന്റെ പ്രസക്തിയെന്തെന്ന് ഓർമ്മിപ്പിക്കുന്നുണ്ട്. നിറച്ചുവെച്ച ആയുധം എപ്പോഴും ജീവിതത്തെ ഹിംസാത്മകമാക്കുമെന്നതിൽ തർക്കമില്ല. നിറഞ്ഞ ആയു ധത്തിന്റെ ലക്ഷ്യം പ്രയോഗമാണ്. എന്നാലതിന്റെ സാന്നിദ്ധ്യവും ജീവിതത്തെ ദുരി തത്തിലാക്കുമെന്ന് തെളിച്ചപ്പെടുത്തുന്നു.

ആയുധവും ക്വട്ടേഷൻ സംഘങ്ങളും നിറഞ്ഞു കലുഷിതമായ സമകാലിക ജീവിത ത്തിന്റെ പൊള്ളുന്ന മുഖം കഥയിൽ സജീവമാകുന്നുണ്ട്. പത്മിനിയുടെ ആയുസ്സിൽനി

ന്നും ഓർമ്മകളെ അസാധുവാക്കിയ രണ്ടുവർഷം കടന്നുപോയത് അത്തരത്തിലൊരു കാഴ്ചയിലാണ്. ഒരാളെ വഴിവക്കിലിട്ട് നാലഞ്ചുപേർ ചേർന്ന് വെട്ടിക്കീറിക്കൊല്ലുന്ന കാഴ്ചകണ്ട് ഭയന്ന് വെളിച്ചത്തെ നേരിടാനാകാതെ ഇരുട്ടിൽ അഭയം തേടിയ കോളേജ് വിദ്യാർത്ഥിനിയെ മാനസികരോഗിയാക്കിയ സംഭവം പത്മിനിയുടെ ഭൂത കാലമാണ്. സ്വർണ്ണക്കടത്തുകാരും വ്യവസായികളും അധികാരികളുമൊക്കെച്ചേർന്ന് ജീവിതത്തെ നടുക്കുന്നൊരു യുദ്ധക്കളമാക്കിയ സമകാലിക ലോകത്തെ നിശിതമായി ഓർമ്മപ്പെടുത്തുന്നു. ഹിംസ ലോകത്തെ ആയുധപ്പുരയാക്കി മാറ്റിയിരിക്കുന്നു. അല്ലെങ്കിൽ എന്തിനാണ് നിറച്ചുവെച്ച ആയുധം സൂക്ഷിക്കുന്നത്. അത് വെറുതെയിരുന്നാൽപ്പോലും അപകടങ്ങൾ വഴിതുറന്നെത്തുമെന്ന പ്രവചനമാണ് സൈമന്റെ സെൽഫി മരണത്തിൽ വെളിപ്പെട്ടത്.

സൈമന്റെ മരണത്തിന്റെ പ്രസക്തിയും ചർച്ച ചെയ്യേണ്ടതുണ്ട്. പ്രത്യാശകളെ നിലനിർത്തിക്കൊണ്ട് ഒരു പെൺകുട്ടിയുടെ ജീവിതത്തെ നിരുപാധികം ഉപയോഗിക്കുന്നതിന്റെ പൊരുളിലേക്കാണ് അത് നമ്മുടെ ചിന്തയെ നയിക്കുന്നത്. വിവാഹം, കുടുംബം, കുഞ്ഞുങ്ങൾ തുടങ്ങിയ സ്വപ്നം നെയ്തുകൊണ്ടാണ് അന്യമതസ്ഥനെന്നറിഞ്ഞിട്ടും പ്രണയം നല്കിയതും തന്നെ സമർപ്പിച്ചതും. അവളുടെ വാക്കുകളിൽ മുപ്പതുവയസ്സുകഴിഞ്ഞ പെൺകുട്ടിയുടെ, അതും അച്ഛനില്ലാത്തതിന്റെ നീറ്റലിൽക്കഴിയുന്ന അമ്മയെ സമാധാനിപ്പിക്കാനുള്ള ഉത്തരവാദിത്വം കൂടിയുള്ള ഒരു പെണ്ണിന്റെ സന്ത്രാസങ്ങൾ മുഴങ്ങുന്നുണ്ട്. അമ്മയുടെ അർദ്ധസമ്മതത്തോടെയെങ്കിലും പേറിന്റെ കാലം കഴിയാതെ ജീവിതം കരുപ്പിടിപ്പിക്കാനുള്ള ആഗ്രഹവും ഉൽക്കണ്ഠയുമെല്ലാം സൈമണെ നിർബ്ബന്ധിക്കുന്നിടത്ത് തെളിഞ്ഞുവരുന്നുണ്ട്.

എന്നാൽ പത്മിനിയെ ഞെട്ടിക്കാനായി സൈമൺ എടുക്കുന്ന സെൽഫി അവന്റെ ആന്തരികതയെ വെളിവാക്കാനുദ്ദേശിക്കുന്ന പ്രതീകാത്മക സെൽഫിയാണ്. നെറ്റിയിൽ നിറതോക്ക് ചേർത്തുവെച്ച് ട്രിഗർ ചെയ്യാനോങ്ങുന്ന സെൽഫി ഒരു പാഠമാണ്. സൈമൺ എന്ന പത്മിനിയുടെ പ്രിയപ്പെട്ടവൻ അവൾക്ക് എന്നേക്കുമായി നഷ്ടപ്പെട്ടുകഴിഞ്ഞുവെന്ന പാഠത്തെ അഭിവ്യഞ്ജിപ്പിക്കാനുള്ള അബോധ കാമന അതിലുണ്ട്. സാഹസികതയോർത്തല്ല പത്മിനി ഞെട്ടുന്നതെന്ന് അവനറിയാം. കാരണം അവനെ കാണാതിരിക്കുമ്പോൾ താനയച്ച സെൽഫി അർത്ഥവത്തായതെന്നോർത്ത് പത്മിനി തീർച്ചയായും ഞെട്ടുകതന്നെ ചെയ്യും. പത്മിനിയുടെ ജീവിതത്തിൽനിന്നുള്ള ഒളിച്ചോട്ടത്തെ കൃത്യമായി അടയാളപ്പെടുത്തുന്ന സെൽഫിയെടുക്കാനാണ് സൈമൺ ആഗ്രഹിച്ചത്. എന്നാൽ കാലം ആ ഉദ്യമത്തെ മറ്റൊരു വിധിയാക്കി മാറ്റക്കച്ചവടം നടത്തുന്നു.

സൈമൺ പത്മിനിയെ സമർത്ഥമായി ചതിക്കുന്നു. പിറന്നാൾ ദിവസം അവളെ കൂട്ടിക്കൊണ്ടുവന്നു ആർത്തിയോടെ രമിക്കുന്നു. അവൾ പിറന്നാൾ സമ്മാനമായി നല്കിയ ഫോണിൽനിന്ന് ആദ്യമായിട്ടവളെ വിളിക്കാമെന്നും ഞെട്ടിക്കുന്നൊരു സെൽഫിയെടുത്തയക്കാമെന്നും വിശ്വസിപ്പിക്കുന്നുണ്ട്. ചെയ്യുന്നതാകട്ടെ ഡേവിസ് മുതലാളിയെ വിളിച്ച് ഫോണെടുക്കാത്തതിൽ ക്ഷമചോദിച്ചുകൊണ്ട് ഗൾഫിലേക്ക് പോകാമെന്ന സമ്മതം ഉറപ്പിക്കുകയാണ്. മൂന്നുകൊല്ലമെങ്കിലും കഴിഞ്ഞേ മടങ്ങിവരുവെന്നറിഞ്ഞിട്ടും അവളെ അറിയിക്കാതെ മുങ്ങുന്നതിന്റെ അനൗചിത്യത്തെ ആന്റണി ഓർമ്മിപ്പിക്കുന്നു. അതും അയാൾ അവഗണിക്കുകയാണ്. മൂന്നുകൊല്ലം കഴിയുമ്പോൾ അവൾ താനേ ഒഴിഞ്ഞു പോകുമെന്ന ചിന്തയായിരിക്കണം അയാളെ

സമാധാനിപ്പിച്ചത്. 'നിന്റെ കൈയിലിരിപ്പും സ്വഭാവോം വെച്ച് ഒന്നും മുണ്ടാണ്ട് മുങ്ങാനാവും പ്ലാനെന്ന് ഞാനൂഹിച്ചു.' എന്ന ആന്റണിയുടെ വാക്കുകളിൽ ധ്വനിക്കുന്നത് സൈമന്റെ മറ്റൊരു മുഖമാണ്. ഇത് അവന്റെ ആദ്യത്തെ ഇടപാടല്ല എന്നൊരു ധ്വനി അതിലുണ്ട്. അങ്ങനെയുള്ളവർക്കുള്ള കാലത്തിന്റെ മുന്നറിയിപ്പും വിധിയുമാണ് ചെഖോവിന്റെ രണ്ടാമത്തെ വാക്യം. 'സ്വയം പാലിക്കുമെന്നുറപ്പില്ലാത്ത വാഗ്ദാനങ്ങൾ നല്കുന്നത് അന്യായമാണ്.' അതിനുള്ള ശിക്ഷ കാലം കരുതിവെക്കും എന്നതിന്റെ ദൃഷ്ടാന്തംകൂടിയാണ് സൈമന്റെ അകാലമരണം. തനിക്ക് ഹിതകരമായ മനോരാജ്യം കാണുന്നവൻ ഒരിക്കലും ദൈവത്തിന്റെ മനസ്സ് അറിയുന്നില്ല.

പത്മിനിയുടെ തലയിൽ ആകസ്മികമായി കണ്ടെത്തിയ നര, കളയേണ്ട അത് ഭാഗ്യനരയാണെന്നു പറയുന്ന സൈമന്റെ ചെവിയിൽ അതിധൃതി വൃത്തത്തിന്റെ ഉദാഹരണ ശ്ലോകം അവൾ ചൊല്ലിക്കൊടുക്കുന്നിടത്ത് വിധിയുടെ തീർപ്പ് മനോരഥങ്ങൾക്കകലെയാണെന്ന് ദൃഢപ്പെടുത്തുന്നു. രാവ് ക്ഷണമൊടുങ്ങി പ്രഭാതമെത്തുമ്പോൾ സൂര്യദേവനെത്തുമെന്നും അപ്പോൾ താമര താനേ വിടരുമെന്നും മൊട്ടിനകത്തിരുന്ന് വണ്ട് മനോരാജ്യം തുടരുമ്പോൾ നീണ്ടുവന്ന തുമ്പിക്കൈ ആ പത്മിനിയെ പിഴുതെടുത്ത് ദൈവത്തിന്റെ മനമാരുകണ്ടു എന്നത്ഭുതപ്പെടുന്ന വാങ്മയം സൈമന്റെ ചെവിയിൽ ഉരുവിട്ടാണ് അവൾ തന്റെ ഭാഗ്യനര പിഴുത് ദൂരെയെറിഞ്ഞത്. അതുനിന്നാൽ ആറേഴുവയസ്സിന്റെ മൂപ്പു പറഞ്ഞ് തനിക്കിതിൽ നിന്ന് താനേ ഒഴിഞ്ഞ് രക്ഷപ്പെടാമെന്ന സൈമന്റെ സ്വപ്നത്തെ തകർത്ത് ദൈവത്തിന്റെ കരമെന്നവണ്ണം പത്മിനി പിഴുതെറിയുകയാണ്. അത്ര പ്രത്യാശയോടെ അവനുമായൊരു ജീവിതം പങ്കിടാനിരുന്ന പെണ്ണിനെ ക്രൂരമായി ചതിച്ച സൈമന് അത്തരമൊരു ശിക്ഷ അനിവാര്യമാണെന്ന് ഭംഗ്യന്തരേണ ധ്വനിക്കുന്നു. അതിനായി ഉയർന്ന ദൈവത്തിന്റെ കരമാണ് ക്രമഭംഗം വന്ന സൈമന്റെ മനോനില. ചെയ്യേണ്ടുന്ന പ്രവൃത്തിക്കുപകരം മറ്റൊന്നു ചെയ്യുന്ന അബദ്ധചിന്ത ജന്മനാ ദൈവമിട്ട കൈയൊപ്പുപോലെ അവനെ പിന്തുടരുന്നു. അങ്ങനെയാണ് സ്വന്തം വിധിയെന്നോണം ഇടതുകൈയിലിരുന്ന ഫോണിൽ ക്ലിക്ക് ചെയ്യുന്നതിനു പകരമായി വലതുകൈയിലിരിക്കുന്ന തോക്കിന്റെ ട്രിഗർ ക്ലിക്കു ചെയ്ത് ജീവിതമടക്കിയത്.

അതൊരു സ്വാഭാവിക നീതിയായി തിരിച്ചറിയുന്നത് അപ്പനുമമ്മയുമില്ലാത്ത സൈമനെ ജീവനുതുല്യം സ്നേഹിക്കുന്ന ആന്റണിയുടെ മനോനിലയിലാണ്. തനിക്കൊരു പെണ്ണിന്റെ കൂട്ട് ഉണ്ടായിട്ടില്ലെങ്കിലും കൂടെക്കൊണ്ടു നടക്കുന്നൊരു പെണ്ണിനോട് ഒരുത്തൻ ഇങ്ങനെയൊക്കെ പെരുമാറുമോയെന്ന് ആന്റണി ആത്മാർത്ഥമായി സന്ദേഹിക്കുന്നു. ഭൂതകാലം പഠിപ്പിച്ചത് അങ്ങനെയൊക്കെയാണ്. അപ്പനുമമ്മയുടെയും സ്നേഹം നല്കിയ പാഠമതാണ്. പെണ്ണ് നഷ്ടപ്പെട്ടപ്പോൾ പുരുഷന്റെ ജീവിതം കൂടി കൈവിട്ടുപോകത്തക്കതരത്തിൽ ദൃഢമായിരുന്നു അവരുടെ പ്രണയം. രാപകൽ ഭേദമില്ലാതെ സെമിത്തേരിയുടെ മതിൽ ചാടിക്കടന്ന് അമ്മച്ചിയുടെ കുഴിമാടത്തിൽ മുട്ടുകുത്തി കുമ്പസരിക്കുന്ന അപ്പനെയും അവിടെ വിലക്കിയപ്പോൾ വീട്ടിലിരുന്ന അമ്മച്ചിയുടെ ചില്ലിട്ട ഫോട്ടോയിൽ നോക്കിക്കൊണ്ട് 'ശവക്കോട്ടേല് ചെന്നിട്ട് 'അസ്ഥിക്കുഴി മണത്താമാത്രം നിന്നെ ഓർമ്മ വരണ കൊടിച്ചിപ്പട്ടിയല്ല ഞാനെന്ന് ആ നായിന്റെ മക്കൾക്കറിയില്ലാ'യെന്ന് പതം പറഞ്ഞ് കരഞ്ഞ ചാക്കോയെ ആന്റണിക്കറിയാം. പുതിയ തലമുറ കൈവെടിഞ്ഞ പാഠമതാണെന്ന് കഥാകൃത്ത് പരോക്ഷമായി സൂചിപ്പിക്കുന്നു. അതിന്റെ ശിക്ഷ കാലം കരുതി

വെച്ചിട്ടുണ്ടെന്നും കഥാവസാനം കൊണ്ട് ദൃഢപ്പെടുത്തുന്നു. അതിനാണ് സൈമന്റെ തലയോട്ടി തുളച്ചിറങ്ങിയ വെടിയുണ്ട ചെഖോവിന്റെ ഉദ്ധരണിയെ കുലുക്കിയുണർത്തിയത്.

സ്നേഹത്തിന്റെ മൂല്യം നഷ്ടപ്പെട്ടതെന്തുകൊണ്ടെന്ന ചിന്തയുടെ കാതലായിട്ടാണ് കഥയുടെ പേര് തിളങ്ങിനില്ക്കുന്നത്. പുതിയ തലമുറയുടെ ചിന്തകളോ ഓർമ്മകളോ പ്രതിസ്പന്ദിക്കാത്ത വിധത്തിൽ പ്രവർത്തിച്ചുകൊണ്ടിരിക്കുന്ന ഒരേയൊരവയവമായി അഗ്രഹസ്തം മാറിയിരിക്കുന്നു. വിരൽത്തുമ്പുകളെല്ലാം നിരന്തരമായി പ്രവർത്തിച്ചുകൊണ്ടേയിരിക്കുന്നു. കണ്ണുകൾ ഒരേ പ്രതലത്തിലേക്ക് കേന്ദ്രീകരിച്ചിരിക്കുന്നു. അധികദൃശ്യതയ്ക്കുവേണ്ടി ഓരോരുത്തരും നെട്ടോട്ടമോടുന്നു. ഓട്ടത്തിൽ കൂട്ടിമുട്ടുന്ന മനുഷ്യരെക്കൂടി അറിയുന്നില്ല. ഇവർ ജീവിക്കുന്നത് മറ്റൊരു പ്രതീതിലോകത്താണ്. അവിടെ ഞാനെന്നത് എന്റേതല്ലാത്ത ഒരുപാട് മുഖങ്ങളുള്ള ഒരു വ്യക്തിയാണ്. ഈ മാറ്റക്കളിയിൽ പിടിച്ചു നില്ക്കാൻ ചതിയും വഞ്ചനയുമൊക്കെ പ്രയോഗിക്കുന്നു. ജീവിതം ആഘോഷമാക്കി മാറ്റുന്നു. അനുഭവിക്കുക എന്നതിനപ്പുറം മറ്റു ബദൽ പാഠങ്ങളൊന്നുമില്ല. അതിന്റെ ദൈന്യത്തിൽ പിടഞ്ഞു വീഴുന്ന ഇരകൾക്കുവേണ്ടി ചിലനേരങ്ങളിൽ ദൈവവും അസാധാരണമായ സെൽഫിയെടുക്കുന്നു. 'അഗ്രഹസ്തം' എന്ന കഥ നല്കുന്ന നേരനുഭവം അതാണ്.

പാലം കടക്കുമ്പോൾ പെണ്ണുങ്ങൾ മാത്രം കാണുന്നത്

കാർണിവൽ

പുതിയ തൊഴിൽ സംസ്കാരം മലയാളിയുടെ ജീവിതത്തെ പാടേ മാറ്റിമറിച്ചിരിക്കുന്നു. ഐ ടി പാർക്കുകളിലും മാനേജ്മെന്റ് കമ്പനികളിലും വലിയ മാസശമ്പളം വാങ്ങിക്കൊണ്ട് ജോലിചെയ്യുന്ന ചെറുപ്പക്കാരുടെ ജീവിതം അതിസമ്മർദ്ദം നിറഞ്ഞതാണെന്ന് ഇന്ന് തിരിച്ചറിയുന്നുണ്ട്. കമ്പനിയുടെ ടാർജറ്റുകൾ സമയബന്ധിതമായി പൂർത്തിയാക്കുക ആരെ സംബന്ധിച്ചും ശ്രമകരമാണ്. വാരാന്ത്യത്തിലെ ഒഴിവുദിവസത്തെ ആഘോഷമാക്കിയാണ് ഇതിൽ നിന്ന് അല്പമെങ്കിലും അയവുനേടുന്നത്. സൗഹൃദങ്ങളിലും ലഹരിയിലും നവമാദ്ധ്യമ സ്വാതന്ത്ര്യത്തെ കൊണ്ടാടിയും ഒരാഴ്ച പിന്നിട്ട മാനസിക പിരിമുറുക്കത്തിന്റെ ആയാസങ്ങളെ അഴിച്ചുവിടും. വീണ്ടും പതിവു വ്യായാമങ്ങൾക്ക് ഒരുങ്ങിപ്പുറപ്പെടാൻ മനസ്സിനെ പാകമാക്കും. മെട്രോനഗര ജീവിതവും ജോലിസംബന്ധമായ അതിസമ്മർദ്ദവും അരക്ഷിതാവസ്ഥയുമെല്ലാം അതിരില്ലാത്ത ആഘോഷമാക്കി ജീവിതത്തെ മാറ്റണമെന്ന ആഗ്രഹത്തെ പ്രബലമാക്കുന്നു. ഇത്തരത്തിൽ നവനാഗരികത പ്രദർശിപ്പിക്കുന്ന കാർണിവൽ ഇക്കാലത്തെ കഥകളുടെ സജീവ പ്രമേയവുമാണ്. 'പാലം കടക്കുമ്പോൾ പെണ്ണുങ്ങൾ മാത്രം കാണുന്നത്' എന്ന യമയുടെ കഥ ജീവിതത്തെ കാർണിവലാക്കിയ ചെറുപ്പക്കാരുടെ യാത്രകളെ കുറിച്ചുള്ള അന്വേഷണമായി മാറുന്നു.

നവസാമ്പത്തിക ഘടനയിലുറച്ച ജീവിതം വ്യക്തമായ വ്യത്യാസമുള്ള രണ്ടുവിഭാ

ഗങ്ങളെ സൃഷ്ടിച്ചിട്ടുണ്ട്. ഒന്ന് അരിഷ്ടിച്ച് ജീവിക്കാൻ പ്രയാസപ്പെടുന്ന സമൂഹത്തിലെ അടിസ്ഥാനവർഗ്ഗം. അവരുടെ ജീവിതം ഏറെയൊന്നും മാറിയിട്ടില്ല. ആ ജീവിതത്തിന്റെ ഞരക്കങ്ങളും നിലവിളിയും ശാപവുമെല്ലാം സൂക്ഷ്മമായി അനാവരണം ചെയ്ത കഥയാണ് 'ചുടലത്തെങ്ങ്.' മുറുകി സാന്ദ്രമായ പദസംവിധാനത്തിൽ പറഞ്ഞുവെച്ച ശിഥിലമായ കുടുംബത്തിന്റെ കഥ അസ്ഥിയിൽ നീറിപ്പിടിക്കുന്ന അനുഭവമായിരുന്നു. ദാരിദ്ര്യത്തിന്റെ കൊടുംചൂടിൽ തിളച്ചുമറിയുന്ന അമ്മയും മകളും മകനുമടങ്ങിയ കുടുംബം നിത്യനിവൃത്തിക്ക് വഴിയില്ലാതെ പരസ്പരം പഴിപറഞ്ഞ് നരകിക്കുന്ന ദൈന്യം ഉള്ളു പിടിച്ചുലയ്ക്കുന്ന അനുഭവമായിരുന്നു. കെടുതികളും വറുതികളും നിറഞ്ഞു തരിപ്പണമായ അന്തരീക്ഷത്തിന്റെ ദുരന്തത്തിലും തെളിഞ്ഞുവരുന്ന പ്രണയത്തിന്റെ ദീപ്തപ്രകാശം അത്ഭുതപ്പെടുത്തുന്നതായിരുന്നു. അമ്മയുടെ ചുടലത്തെങ്ങിന്റെ അനുഗ്രഹവർഷത്തിൽ ഏകാന്തതയ്ക്കും നിരാലംബതയ്ക്കും തണലായി മാറാൻ കരുത്തുള്ള പ്രണയത്തിന്റെ നീലവെളിച്ചം 'ചുടലത്തെങ്ങി'നെ ഭദ്രശില്പമാക്കുന്നു.

മെട്രോനഗരത്തിന്റെ നിയോൺവെളിച്ചത്തിൽനിന്നും കൈവന്ന സ്വാതന്ത്ര്യം ആഘോഷിക്കാൻ പാറിപ്പറന്നെത്തിയ ചെറുപ്പക്കാരുടെ ജീവിതത്തിന്റെ കാർണിവലാണ് 'പാലം കടക്കുമ്പോൾ പെണ്ണുങ്ങൾ മാത്രം കാണുന്നത്' എന്ന കഥയിൽ ചിത്രീകരിച്ചത്. ക്രിസ്മസ് അവധി നാട്ടിലാഘോഷിക്കാനായിട്ടാണ് ലിസാചെറിയാന്റെ ക്ഷണം സ്വീകരിച്ച് അമുദയടക്കമുള്ള കൂട്ടുകാർ ഒന്നടങ്കമെത്തിയത്. കാടിന് ചേർന്നു കിടക്കുന്ന ഏക്കറു കണക്കിനു കൃഷിഭൂമിയുടെ നടുവിലെ എസ്റ്റേറ്റു ബംഗ്ലാവിലാണ് അവരെത്തിച്ചേർന്നത്. നാലുതലമുറ മുന്നേ കാടുവെട്ടിപ്പിടിച്ച ദരിദ്ര ക്രിസ്ത്യാനിയുടെ സമ്പന്നരായ പുതുതലമുറയാണ് ലിസയുടെ പപ്പ. വർഷത്തിൽ ഏറിയകൂറും അടഞ്ഞു കിടക്കുന്ന തോട്ടത്തിലെ ബംഗ്ലാവ് പപ്പയുടെ നിർദ്ദേശമനുസരിച്ച് വൃത്തിയാക്കിയിട്ടു. അവരുടെ വരവുപ്രമാണിച്ച് എല്ലാ സൗകര്യങ്ങളുമവിടെ ഒരുക്കി. നഗരത്തിലെ തുണ്ടു ഭൂമികളിൽ നിർമ്മിച്ച കൊച്ചുവീടുകളിൽ കഴിഞ്ഞിരുന്ന അമുദയെപ്പോലുള്ളവർക്ക് ഏതാനും ദിവസത്തേക്ക് പതിച്ചുകിട്ടിയ സ്വർഗ്ഗരാജ്യമായിരുന്നു അത്. വലിയ നഗരങ്ങളിൽ ഇണകളായി കഴിഞ്ഞുകൂടിയ കൂട്ടുകാർ കാടിന്റെ വിസ്തൃതിയിൽ വേഗമലിഞ്ഞു ചേർന്ന് ചിറകുവെച്ചു പറന്നു. അക്ഷരാർത്ഥത്തിൽ തന്നെ അവിടം സ്വർഗ്ഗമാക്കാൻ അവർ കിണഞ്ഞു പരിശ്രമിച്ചു.

കാട് മനുഷ്യന്റെ കൈവിട്ടുപോയ സ്വർഗ്ഗമാണ്. ഒരിക്കൽക്കൂടി അവിടെയെത്തുന്ന മനുഷ്യരെ പ്രശ്നസങ്കീർണ്ണമായ ജീവിതം എത്ര നിസ്സാരമാണെന്ന് ബോദ്ധ്യപ്പെടുത്തിക്കൊണ്ടിരിക്കും. ശരീരത്തെയും മനസ്സിനെയും ബാധിച്ചിട്ടുള്ള എല്ലാ കാലുഷ്യങ്ങളെയും മാത്സര്യങ്ങളെയും കുടഞ്ഞെറിഞ്ഞ് സമാധാനത്തിന്റെ അന്തരീക്ഷത്തിലേക്കു വരാൻ കാട് പ്രലോഭിപ്പിക്കുന്നു. അമുദയും കൂട്ടുകാരും ഭാവിയോ ഭൂതമോ ഇല്ലാത്തവിധം മനസ്സും ശരീരവും വിസ്തൃതമായ വനഭൂമിയിൽ സമർപ്പിക്കുകയാണ്. ഒരാഴ്ച വാസത്തിന് അത്യാവശ്യ സാധനങ്ങളുമായെത്തിയ അവർ നിന്നനില്പിൽ പ്രകൃതിയുടെ വിളികേട്ട് പായൽപിടിച്ച് വഴുക്കുന്ന വഴികൾ അളന്നു തീർക്കുകയാണ്. മനുഷ്യന്റെ വേഗങ്ങളും ആർത്തികളും അതിനുവേണ്ടി നടത്തുന്ന മത്സരങ്ങളും എത്ര നിസ്സാരമാണെന്നു പഠിപ്പിക്കാൻ പ്രകൃതിക്കു കഴിയുന്നുണ്ട്. അവിടെ വീശിയടിക്കുന്ന ചെറുകാറ്റിൽ അപ്രത്യക്ഷമാകാനുള്ള വിഷമമല്ലേ മനുഷ്യരാശിയെ ബാധിച്ചിട്ടുള്ളൂവെന്ന് സമർത്ഥിക്കാൻ സാന്നിദ്ധ്യം കൊണ്ടുമാത്രം പ്രകൃതിക്കു കഴിയുന്നുണ്ട്. വന്നവർക്ക് അസ്സലായി അത് മനസ്സിലാവുകയും ചെയ്തു.

എസ്റ്റേറ്റ് ബംഗ്ലാവിന് ഒരു മായികപരിവേഷമുണ്ടായിരുന്നു. വർഷങ്ങളോളം മനുഷ്യവാസമില്ലാതെ കിടക്കുന്ന ഒരുപാട് മുറികളുണ്ടായിരുന്നു. ആരെയും ആകർഷിക്കുന്ന സൗന്ദര്യവുമുണ്ടായിരുന്നു. കൃത്യസമയത്തിന് വെള്ളവും വളവുമിട്ട് വളർത്തിയ കടുംനിറമുള്ള പൂച്ചെടികൾക്കുള്ളിൽ കരിങ്കല്ലും മരത്തടികളുംകൊണ്ട് തീർത്ത മനോഹരമായ ബംഗ്ലാവ് അതിഥികളുടെ മനം കവർന്നതിൽ അതിശയമില്ല. അവരാഗ്രഹിച്ചിരുന്നതെല്ലാം അവിടെ ഒരുക്കിയിട്ടുമുണ്ടായിരുന്നു. വിരുന്നുകാർക്കുള്ള ഭക്ഷണവും മദ്യവുമെല്ലാം സമയാസമയങ്ങളിൽ ലഭ്യമാക്കാനുള്ള ഏർപ്പാട് ലിസയുടെ പപ്പ നേരത്തെതന്നെ ഏർപ്പാടു ചെയ്തിരുന്നു. ചെറുപ്പക്കാരുടെ അഭിരുചി അറിയാമായിരുന്നതുകൊണ്ടുതന്നെ ലഹരി സുലഭമായിരുന്നു. എന്നുമാത്രമല്ല അത് സ്ത്രീകൾക്കുമാകാം എന്ന അറിവ് ചിലരെയെങ്കിലും അത്ഭുതപ്പെടുത്തുകയും ചെയ്തു. മദ്യപാനം പുരുഷന്റെ കുത്തകയായിരുന്ന കാലം പൊയ്പ്പോയിരിക്കുന്നു. പെണ്ണിനും തുല്യപങ്കാളിത്തം കിട്ടിയതോടെ വ്യക്തിഗതമായ പ്രശ്നങ്ങളുടെ കുരുക്ക് അസാധാരണമായി മുറുകുകയും ചെയ്തതായി കാണാം.

ചിന്തയിൽ ഉറവെടുക്കുന്ന ആശയങ്ങളുടെയും നിലപാടുകളുടെയും കാഴ്ചപ്പാടുകൾ ഇന്നത്തെ സൗഹൃദങ്ങൾക്കന്യമാണ്. നിലവിലുള്ള അനുഭവങ്ങളെ ആസ്വദിക്കുക എന്നതിനപ്പുറമുള്ള ചിന്തകൾ അവരെ അലട്ടുന്നില്ല. സൗഹൃദവും കൂട്ടായ്മകളുമൊക്കെ ഒരുത്സവത്തിമിർപ്പാണ്. ഉത്സവങ്ങളിൽ കുട്ടികളെ ആകർഷിക്കാനെത്തുന്ന റൈഡുകളിൽ സന്തോഷം കണ്ടെത്തുന്നപോലെ ലഹരിയിലും രതിയിലും ആനന്ദമനുഭവിക്കുന്നവരാണ് പുതിയ ചെറുപ്പക്കാർ. സാമൂഹിക ചുറ്റുപാടുകൾക്കു വിലകല്പിക്കാതെ വ്യക്തിഗതമായ സുഖങ്ങൾക്കു പിന്നാലെ പരക്കം പായുന്ന കാഴ്ചകൾ എവിടെയുമുണ്ട്. അമൃദയും സംഘവും ബംഗ്ലാവിലെത്തി ആദ്യം ചെയ്യുന്നതും അതാണ്. 'യാത്രാക്ഷീണം ഒഴിവാക്കാൻ മദ്യപിക്കുന്നവരെല്ലാം ആദ്യദിവസം തന്നെ ഒന്നുരണ്ട് പെഗ്ഗ് കഴിച്ച്, ആഘോഷത്തിന് തുടക്കമിട്ടു പുഴയ്ക്കരികിലെത്തി. മദ്യപിക്കാത്തവർ കൂടി ലഹരിയിലാണെന്നു തോന്നിയിരുന്നു. പുഴയ്ക്കുവശത്തെ തണുത്തുരുണ്ട കല്ലുകളുടെ ഈറനിലിരുന്നു അവർ ഉച്ചത്തിൽ സംസാരിക്കുകയും ഹരം കയറുമ്പോൾ പാടുകയും ചെയ്തു.' യൗവനത്തെ ആനന്ദത്തിന്റെ ഒരു പുഴയാക്കി ഒഴുക്കുകയാണ്. ഒച്ചയും ബഹളവും ആർപ്പുവിളികളും സംഗീതവും കൂടിക്കുഴഞ്ഞ പുഴ. അവിടെ നിയമങ്ങളും നിയന്ത്രണങ്ങളും ബോധപൂർവ്വമായ അനുസരണ പോലും ഉപേക്ഷിക്കപ്പെട്ട നിലയിലാണ്. വർത്തമാനത്തിന്റെ കാലപ്രവാഹത്തിൽ പൊങ്ങുതടിയായിക്കിടന്ന് ജീവിതം കോരിക്കുടിക്കുന്നവർ. അവരുടെ സ്വപ്നങ്ങളില്ലാത്ത ആഘോഷങ്ങളുടെ ഒച്ചയാണ് കഥയുടെ അനുഭവതലം.

മദ്യലഹരി ചെറുപ്പക്കാരുടെ ജീവിതത്തിലുണ്ടാക്കുന്ന ദുരന്തവും പരിണതിയുമാണ് അസാധാരണാനുഭവമായി കഥയിൽ ചിത്രീകരിച്ചത്. ഒപ്പംതന്നെ വിലക്കുകളില്ലാത്ത രതിയും ചർച്ചയാവുന്നുണ്ട്. നഗരങ്ങളുടെ സംസ്കാരത്തിൽ ജീവിച്ചവരെ സംബന്ധിച്ച് പ്രണയവും രതിയും നിത്യസാധാരണമായ ഒന്നാണ്. ജീവിതസമ്മർദ്ദങ്ങളുടെ അതിജീവനത്തിനായി അവരെത്തിച്ചേരുന്നതും ഇത്തരം സൗഹൃദങ്ങളിലാണ്. എസ്റ്റേറ്റ് ബംഗ്ലാവിലെ ആഘോഷങ്ങളിൽ അമൃദയുടെ ജീവിത ദുരന്തത്തിനു കാരണമായത് ലഹരിയുടെ പെരുക്കങ്ങൾ തന്നെ. 'തുടർന്നുള്ള ദിവസങ്ങളിൽ എസ്റ്റേറ്റിനു ചുറ്റുമുള്ള കാടുകളിൽ താമസിക്കുന്ന ആദിവാസികളുടെ തളർന്ന ഉറക്കത്തിന് ഭംഗം വരുത്തും വിധം കൂകിയാർത്തുകൊണ്ട് അവർ ക്രിസ്മസ് ആഘോഷിച്ചു. പകൽ- രാത്രി ഭേദമില്ലാതെ

മദ്യത്തിന്റെ ലഹരിയിൽ പറമ്പ് മുഴുവൻ ചുറ്റിയടിച്ചു നടന്നു. ലഹരിയിൽ ശരീരങ്ങളു ടെയും മനസ്സിന്റെയും അതിർത്തികൾ മുങ്ങിപ്പോകുന്നത് എത്ര സ്വാഭാവികമായാണ്.' അവിടെയെത്തിയ കൂട്ടുകാരിൽ ഇണകളുണ്ടായിരുന്നുവെന്നത് സൗഹൃദത്തിന്റെ സ്വാ ഭാവികതയാണ്. എന്നാൽ ഇണകളെ പരസ്പരം തിരിച്ചറിയാൻ കഴിയാത്ത വിധ ത്തിൽ ലഹരി അവരുടെ താളം തകർത്തിരുന്നു.

ലഹരിയുടെ നിറവിൽ നട്ടുച്ചനേരത്ത് കവുങ്ങിൻതോട്ടത്തിലൂടെ സംസാരിച്ചുനടന്ന അമുദയുടെയും നെബിന്റെയും കൈകൾ ഒട്ടോരകലത്തിൽ നിന്ന ആയത്തിൽ വന്നു തൊട്ടു തിരിച്ചുപോരുന്നുണ്ടായിരുന്നു. പലതവണ ശരീരസ്പർശത്തിന്റെ സ്വാതന്ത്ര്യം അനായാസേന അനുഭവിച്ചു. അപ്പോഴൊന്നും നെബിന്റെ കാമുകി തന്റെ ഉറ്റസുഹൃ ത്തായ നീനയാണെന്നും അവളുടെ സാന്നിദ്ധ്യം സമീപത്തെവിടെയോ ഉണ്ടെന്നുമുള്ള അറിവ് അമുദയെ പിന്തിരിപ്പിച്ചുമില്ല. ലഹരി വരുംവരായ്കകളെക്കുറിച്ചുള്ള ചിന്തയെ അപ്രസക്തമാക്കുന്നു. ആസ്വാദനത്തിന്റെ ആവർത്തനങ്ങളെ അർത്ഥവത്താക്കി ക്കൊണ്ടിരിക്കും. തിരിച്ചറിവുകളുടെ ലോകത്തെ ലഹരി മറയ്ക്കുന്നതോടൊപ്പം ജീവിത ത്തിന്റെ അർത്ഥത്തെയോ ഭാവിയേയോക്കുറിച്ച് ഉൽക്കണ്ഠപ്പെടാതെ മുന്നോട്ടുപോകാനും ജീവിക്കാനും ധൈര്യം കൊടുക്കുന്ന വിലക്കപ്പെട്ട കനിയായി പരിണമിക്കും. എല്ലാ യാഥാർത്ഥ്യങ്ങളും തിരസ്കരിച്ചുകൊണ്ട് ഭാവനയുടെ സ്വപ്നലോ കത്തെ നിർമ്മിക്കാനും കഴിയും. അങ്ങനെയാണ് അമുദയും നെബിനും ലഹരിയിൽ കുടുങ്ങിയത്. 'നെബിന്റെ പുരികങ്ങൾ തീരുന്നയിടത്തുനിന്ന് തുടങ്ങുന്ന നനുത്ത കൊ ച്ചുരോമങ്ങളിൽ എത്രനേരം നോക്കിനിന്നു എന്നവൾക്കു ഓർമ്മയില്ല. അവളെ അവൻ വലിച്ചടുപ്പിച്ച് ശരീരത്തോട് ചേർക്കാൻ അതാണോ കാരണമായത് എന്നും അവൾ ക്കുറപ്പില്ല.'

നെബിൻ അമുദയുടെ സുഹൃത്തായിരുന്നെങ്കിലും ഒരിക്കലും ഓഫീസിൽവെച്ച് അവർ സ്വകാര്യസംഭാഷണങ്ങളിൽ ഏർപ്പെട്ടിരുന്നില്ല. അവർ രണ്ടുപേരും അവര വർക്കാവശ്യമായ ഇണകളെ നേരത്തെതന്നെ കണ്ടെത്തിയിരുന്നു. അതുകൊണ്ടുത ന്നെ ആകർഷണങ്ങളെ അതിജീവിക്കാനുള്ള മനുഷ്യസഹജമായ വിരുത് അവർക്കു ണ്ടായിരുന്നുതാനും. എന്നാൽ അത്തരം ചിന്തകളെ ഉള്ളിൽനിന്ന് പുകച്ചു പുറത്തുചാടിക്കാനുള്ള അസാമാന്യമായ വൈഭവം മദ്യം നല്കുന്ന ലഹരിക്കുണ്ട് എന്ന താണ് വാസ്തവം. മാത്രമല്ല രതിയുടെ വേലിയേറ്റങ്ങളെ തടുക്കാനുള്ള തന്റേടങ്ങളെ തണുപ്പിക്കാനും മദ്യലഹരിക്ക് കഴിയുമെന്നത് അനുഭവസിദ്ധമാണ്. അത് പലതരം ദുരന്തങ്ങളെ ക്ഷണിച്ചുവരുത്തുന്നത് അറിയാനുള്ള പാകത അതിനുശേഷമായിരിക്കും തെളിഞ്ഞുകത്തുകയും ചെയ്യുക. ഇവിടെ അതായിരുന്നു സംഭവിച്ചത്. 'തൊലിപ്പുറത്തു പൊടിയുന്ന വേർപ്പുകണങ്ങളെ നക്കിയെടുത്ത് തണുത്തുതുള്ളിയ കാറ്റിൽ അർദ്ധന ഗ്നരായി വെയിലത്തു കുഴഞ്ഞിരിക്കുമ്പോൾ, മുന്നിൽ കണ്ടത് സത്യമോ മിഥ്യയോ എന്നറിയാത്ത മുഖവുമായി അകലങ്ങളിൽ നീന വിളറി നില്ക്കുന്നത് അവർ അറിഞ്ഞു. പാദങ്ങളിലേക്ക് ഊർന്നു കിടന്നിരുന്ന ഹാഫ്പാന്റ്സ് വലിച്ചുകയറ്റി അമുദയുടെ സാ ന്നിദ്ധ്യംപോലും മറന്ന് നെബിൻ നീനയ്ക്കു പിന്നാലെ ഓടി. അയാളവിടെ നിന്നിരുന്നെ ങ്കിൽ ഒരുപക്ഷേ, അമുദ തന്നെ എണീറ്റ് ദൂരെ പൊയ്ക്കളയുമായിരുന്നു.'

ലഹരിയും ആഘോഷങ്ങളുമൊടുങ്ങുമ്പോഴാണ് ചെയ്തുകൂട്ടിയ പ്രവൃത്തികളെല്ലാം അരോചകമായി അനുഭവപ്പെടുന്നത്. ഇവിടെ നടക്കാൻ പാടില്ലാത്തതെല്ലാം പിന്നീട് ഒന്നൊന്നായി അരങ്ങേറുന്നത് കാണുന്നു. അന്നു രാത്രി നീന നെബിന്റെ സാധനങ്ങൾ

മുറിയിൽനിന്നും പുറത്തേക്കെറിഞ്ഞു കളഞ്ഞു. രാത്രി ഒരുപാട് വൈകിയിട്ടും പ്രകാശ് അമുദയുടെ മുറിയിൽ എത്തിയുമില്ല. കരഞ്ഞുറങ്ങിപ്പോയ അവൾ രാവിലെ നീനയുടെ മുറിയിൽ പ്രകാശിന്റെ സാന്നിദ്ധ്യമറിഞ്ഞു. പകരത്തിനു പകരം എന്നോണം ഇണമാറി സംഗമിച്ചവർ യാഥാർത്ഥ്യത്തെ നേരിടാൻ ഭയന്ന് തലച്ചോറിലെ ഭയന്ന കോശങ്ങളെ മദ്യം കൊടുത്ത് മയക്കിയിട്ടു. സ്വന്തം ഇണകൾ മറ്റുള്ളവരുമായി പ്രതികാരദീപ്തമായി കുഴഞ്ഞാടുന്നത് തൽക്കാലം കണ്ടില്ലെന്നു നടിച്ചു. 'രേതസ്സും യോനീദ്രവവും ഉണങ്ങിപ്പിടിച്ച വസ്ത്രങ്ങൾ മാറാതെ അവർ നടന്നു.' സുഖദമായ അന്തരീക്ഷം ആകെ കലുഷിതമാകുന്നത് നിസ്സംഗമായി പറഞ്ഞുവെക്കുന്നു. നിലവിലുണ്ടായിരുന്ന ബന്ധങ്ങളുടെ ജൈവികത മുഴുവൻ കാലഹരണപ്പെട്ടിരിക്കുന്നു. ഭൗതികമായ ചുറ്റുപാടുകൾക്ക് പല ഇടർച്ചകളും സംഭവിച്ചെന്നിരിക്കും. സ്വാഭാവികമായി ജോലി നഷ്ടപ്പെടുകയോ ചിലർ രാജിവെച്ച് പോകുകയോ ചെയ്തേക്കാം. കണക്കുകൂട്ടിയ ബന്ധങ്ങൾ ചിലത് യോജിക്കാനാകാത്തവിധം ശിഥിലമായേക്കാം. എന്നാൽ ഇതിനപ്പുറമുള്ള ആത്മീയതത്തകർച്ചകളിലേക്ക് ആരും എത്തിച്ചേരാത്തതിന് പ്രധാന കാരണം ആത്മവിശുദ്ധിയുടെ വില അത്രയ്ക്കേയുള്ളൂ എന്നവർ തിരിച്ചറിഞ്ഞതുകൊണ്ടാവണം. രതി പലരൂപങ്ങളിലും ഭാവങ്ങളിലും ആസ്വദിക്കാൻ കഴിയുന്ന മാനസിക വികാരം മാത്രമാണെന്ന് അവർ ചിന്തിച്ചിട്ടുണ്ടാകണം. പതിവു ജീവിതത്തിലേക്കുവരെ നിശ്ശബ്ദമായി അത് തിരിച്ചുവിടുന്നു.

അമുദ ആത്മീയ സങ്കടങ്ങളിലെത്തിച്ചേരുകയല്ല. സാഹചര്യങ്ങളെ നേരിടാനാവാത്ത ജാള്യതയിൽ മുഴുകിപ്പോവുക മാത്രമാണ്. വളരെ വേഗത്തിൽ മറ്റുള്ളവരെ കാണേണ്ട എന്ന തീരുമാനത്തിൽ ഒളിച്ചു പാർക്കുകയാണ് പിന്നീടുള്ള ദിവസങ്ങളിൽ. കൂടെവന്ന പന്ത്രണ്ടുപേരും കഴിഞ്ഞ ദിവസം പോയ്ക്കഴിഞ്ഞിട്ടും ബാധയൊഴിയാതെ അവൾ എസ്റ്റേറ്റിൽ അലഞ്ഞുനടക്കുകയാണ്. ഇനിയെത്ര ദിവസം ബംഗ്ലാവിൽ തങ്ങണമെന്നും നിശ്ചയമുണ്ടായിരുന്നില്ല. അനിശ്ചിതമായ ജോലിയെക്കുറിച്ചും ജീവിതത്തെക്കുറിച്ചുമോർത്ത് വിരസപ്പെട്ടു. മകളെക്കുറിച്ച് ആധിപ്പെടുന്ന വീടിന്റെ അന്തരീക്ഷവും അവൾക്ക് അഭയമാകുന്നില്ല. അവിടേക്കാണ് പ്രണയത്തിന്റെ പഴയ പല്ലവികൾ ഇരമ്പിയെത്തുന്നത്. കാമുകനായ പ്രകാശ് അവളോട് യാത്രപോലും പറയാതെ മടങ്ങിയിരിക്കുന്നു. ബംഗ്ളൂരുവിലെ മാനേജ്മെന്റ് കമ്പനിയിൽ ജോയിൻ ചെയ്തതിന്റെ അടുത്താഴ്ച ഒരു വൈകുന്നേരം അയാൾ ഭക്ഷണം കഴിക്കാൻ ക്ഷണിച്ചതിൽ തുടങ്ങിയ ബന്ധമാണ് ഇപ്പോൾ ഉലഞ്ഞുപോയിരിക്കുന്നത്.

പ്രണയം കനക്കുന്നത് ഏകാന്തതയിലാണല്ലോ. രണ്ടുപേരും മഹാനഗരത്തിൽ ഒറ്റപ്പെട്ടവരാണ്. തീർത്തും തനിച്ചാക്കപ്പെടുമ്പോൾ ഒരു കൂട്ട് അത്യാവശ്യവുമാണ്. പുതുതായി വന്നവരെ കമ്പനി അഭിസംബോധന ചെയ്ത സമയത്ത് അടിവയറിലെ പേശികൾ കോച്ചിവലിച്ച് ഗർഭാശയ ഭിത്തികൾ പൊട്ടിയൊലിച്ചപ്പോൾ കണ്ണടച്ച് ദീർഘശ്വാസമെടുത്ത് നിശ്വസിച്ച അമുദ അറിയാതെ അടുത്തിരുന്ന പ്രകാശിന്റെ കൈകളിൽ ഒരഭയമെന്നോണം മുറുക്കിപ്പിടിക്കുകയായിരുന്നു. നഗരത്തിന്റെ ഏകാന്തതയിലും സ്വാതന്ത്ര്യത്തിലും തുല്യദുഃഖമനുഭവിക്കുന്നവരാണെന്ന് മനസ്സിലാക്കിയപ്പോഴാണ് ഇവരെ പ്രണയം ഗ്രസിച്ചത്. 'ഓരോ സംഗമത്തിലും കൈമാറിയ, മറന്നുവെച്ച വസ്തുക്കളുടെ കാഴ്ചയാണ് അവർക്ക് പ്രണയത്തിന്റെ ഓർത്തെടുക്കലുകൾ. ഓരോ വേഴ്ചയും മരണംപോലെ അവർ ആസ്വദിച്ചു. ഈ ലോകത്തേക്കു വരാൻ ഇഷ്ടമില്ലാത്തതുപോലെ അവർ മുറുകെ അടച്ച കണ്ണുകൾ എപ്പോഴും വീണ്ടും തുറക്കപ്പെട്ടു.

സദാചലിക്കുന്ന ഒരു നഗരത്തിനുള്ളിൽ ഞെരുങ്ങിക്കിടന്ന, പ്രവചനാതീതമായി ഒന്നുമില്ലാത്ത ഒരു മുറിയിലേക്ക് അവർ എപ്പോഴും ഉണർന്നു.' പ്രണയം കുറേക്കഴിയുമ്പോൾ വിരസതയിൽ വിഫലമാവുകയേയുള്ളൂ. നിത്യസാധാരണമായ ദിവസങ്ങൾ ആവർത്തിച്ചുകൊണ്ട് മടുപ്പു കൂട്ടുകയേയുള്ളൂ. സമൂഹത്തിൽനിന്നും സാമൂഹ്യപ്രതിബദ്ധതയിൽനിന്നും എത്രമാത്രമകലേയെന്ന് ചിന്തിച്ച് കലങ്ങിമറിഞ്ഞ് നീങ്ങുമ്പോൾ ഞായറാഴ്ചയെന്ന സ്വസ്ഥതയിലേക്ക് നീർക്കുഴിയിടുകയല്ലാതെ നിവൃത്തിയില്ലെന്നു വരുന്നു. ആരുമാരെയുമറിയാത്ത നഗരത്തിന്റെ ചിതയിൽ ശരീരം ദഹിപ്പിച്ചുകൊണ്ടുള്ള യാത്ര. പ്രണയത്തെക്കുറിച്ചുള്ള അമൃദയുടെ ചിന്തകൾ ഇങ്ങനെയാണ് പാകമായത്.

അമൃദ ഒടുവിലെത്തിയത് കൃഷിയിടത്തിന്റെ അതിരിൽനിന്നും കാട്ടിലേക്ക് പോകുന്ന ഒരു പാലത്തിന്റെ ചോട്ടിലാണ്. ദൂരമളക്കുന്ന കാലും അതു പിടിപ്പിച്ചിരിക്കുന്ന മനസ്സുമായി ഒരാദിവാസി സ്ത്രീ തലയിൽ പുല്ലുകെട്ടുമായി പാലം കടന്നുപോകുന്നത് കാണുന്നുണ്ട്. മുളപ്പാലത്തിൽ പതിയിരിക്കുന്ന അപകടങ്ങളെയോ തനിക്ക് വന്നു ചേരാവുന്ന ദുരന്തത്തെയോക്കുറിച്ച് അധികം ചിന്തിച്ച് ശ്രമപ്പെടാതെ അനായാസം പുഴ കടന്നുപോകുന്ന ആദിവാസി സ്ത്രീ അമൃദയ്ക്ക് അത്ഭുതമായിരുന്നു. അവൾ ആ പാലത്തെ ഒരു രൂപകമായാണ് തിരിച്ചറിയുന്നത്. ഇരു മനസ്സുകളെ ബന്ധിപ്പിച്ചു നിർത്തുന്ന സ്നേഹം പോലെ പാലം ഇരുകരകളെ ബന്ധിപ്പിച്ചു നിർത്തുന്നു. അതിനു താഴെക്കൂടി ഒഴുകുന്ന പുഴ ജീവിതം തന്നെയാണ്. ഓരോ നിമിഷവും മാറിക്കൊണ്ടിരിക്കുകയും നിശ്ചലമാകുകയും ചെയ്യുന്ന ജീവിതം. ഓരോരുത്തർക്കും കണ്ടെത്താവുന്ന ജീവിതം. അങ്ങനെ തോന്നിയപ്പോഴാണ് ആ പുഴ കടക്കണമെന്ന ചിന്ത അവളെ ആവേശിച്ചത്. മാത്രമല്ല പാലമൊരു ദുരന്തമാണെന്നുകൂടി അവൾ മനസ്സിലാക്കുന്നുണ്ട്. വിഭജിച്ച് കിടക്കുന്ന രണ്ട് ഭൂമിയെ ബന്ധിപ്പിക്കുന്ന പാലം ദുരന്തമായാണ് അവൾ കാണുന്നത്. അങ്ങനെയെങ്കിൽ തികച്ചും വ്യത്യസ്തമായ രണ്ടു മനസ്സുകളെ ബന്ധിപ്പിക്കുന്ന പ്രണയം മറ്റൊരു ദുരന്തമല്ലേയെന്ന് അവൾ ആലോചിക്കുന്നു. വൈരുദ്ധ്യങ്ങളെ ഒന്നാക്കാൻ പ്രകൃതിക്കുകൂടി കഴിയുന്നില്ലെന്ന ചിന്ത അവളെ സമാധാനിപ്പിക്കുകയാവണം. തന്റെ പ്രണയദുരന്തത്തിന്റെ വിളുമ്പിൽ നിന്നുകൊണ്ടുള്ള ആലോചനകൾ തീക്ഷ്ണമാകാതെ തരമില്ലല്ലോ.

അമൃദയടക്കം ആർക്കും നീന്താൻ വശമില്ലാത്തവരായതുകൊണ്ട് കൂട്ടത്തിലുള്ളവരാരും തന്നെ പാലത്തിൽ കയറിയില്ല. എല്ലാവരും പുഴമുറിച്ചുപോകുന്ന ആദിവാസികളെക്കണ്ട് അത്ഭുതപ്പെട്ടു നില്ക്കുകമാത്രം ചെയ്തു. പുറത്തുനിന്ന് പുഴയുടെ ഭംഗി ആസ്വദിക്കാമെന്നല്ലാതെ അതിനെ അതിജീവിക്കാൻ അവർക്കാർക്കും തന്നെ കഴിയില്ല. ആ ചിന്തയുടെ ധ്വനി ആർക്കും മനസ്സിലാക്കാവുന്നതേയുള്ളൂ. പാലം കടക്കുന്ന ആദിവാസിയെ സംബന്ധിച്ച് അതെത്ര നിസ്സാരമാണ്. ജീവിതത്തെ കഠിനയാതനകളിലൂടെ താണ്ടിയെത്തുന്ന അവരുടെ ദൈന്യം പാലത്തെ കഠിനമാക്കുന്നില്ല. എത്ര ദൈന്യങ്ങളിലൂന്നിയാണ് പുഴ കടക്കുന്നത്. അതവരെ അത്രമേൽ ദുഃഖാർത്തരാക്കുന്നു. എന്നാൽ പുഴയറിയാത്ത കുട്ടികൾക്ക് പാലം ആശ്ചര്യമായതിൽ തെറ്റൊന്നുമില്ല. ജീവിതത്തിന്റെ ആഴമറിയാത്തവർക്ക് പാലത്തിന്റെ ശക്തിയുമറിയില്ല. അവിടെ വേച്ചു വീഴുകയേയുള്ളൂ. ജീവിതത്തെ ഉപരിപ്ലവമായി മാത്രം പരിശീലിച്ചവർക്ക് പ്രണയത്തെ ഭയപ്പെടാതെ അനുഭവിക്കാൻ കഴിയില്ലെന്ന ചിന്തയ്ക്ക് പുതുമയുണ്ട്.

ഇവിടെ പിന്നിട്ട ദിവസങ്ങളിൽ തനിക്കുവന്നുപെട്ട ദുരന്തത്തെക്കുറിച്ച് അവൾ ഓർ

ക്കുന്നുണ്ട്. ആഡംബരവസ്തുക്കൾ നിറഞ്ഞ ഫ്ളാറ്റിൽ നിന്ന് തന്റെ സാധനങ്ങൾ പ്രകാശ് പുറത്തെറിഞ്ഞിട്ടുണ്ടാകും. അതല്ലെങ്കിൽ നീനയെ കൂടെക്കൂട്ടി താമസിച്ചിട്ടുണ്ടാകും. എന്താണെങ്കിലും സങ്കടം പേറേണ്ടത് താനാണെന്ന് അവൾ ആലോചിക്കുന്നു. അങ്ങനെയാണ് പുഴയുടെ ആഴങ്ങളിലേക്ക് നോക്കാതെ പാലത്തിലേക്കു കാഴ്ച യൂന്നി അക്കരെ കടന്നത്. താൻ കടന്നത് പുഴയാണോ പാലമാണോയെന്ന് അവൾ സംശയിക്കുന്നുമുണ്ട്. അക്കരെയെത്തുമ്പോൾ വളരെ അപ്രതീക്ഷിതമായി പെറ്റനായയുടെ കടിയേല്ക്കുന്നുണ്ട്. ആദിവാസി സ്ത്രീയുടെ ഉചിതമായ പെരുമാറ്റത്തിൽ അവൾ രക്ഷപ്പെടുന്നു. എങ്കിലും അതിരുകൾ ഇല്ലാത്തിടത്തെ അതിജീവനനിയമങ്ങൾ ഏതു ഭാഷയിലാണ് എഴുതപ്പെട്ടിരിക്കുന്നതെന്നോർത്ത് അത്ഭുതപ്പെട്ടു. പട്ടി കടിച്ച് വിങ്ങുന്ന കാലും വലിച്ച് പാലത്തിനു നേരേ നടന്നു. മറുകര നോക്കിയപ്പോൾ ഉറയൂരിയ ഒരു സർപ്പമാണ് താനെന്നു തോന്നി. പൊളിഞ്ഞ പാലവും വന്നയിടവും ഉപേക്ഷിച്ച് അവൾ തിരിഞ്ഞ് കാട്ടിനുള്ളിലേക്കു നടന്നു. ഭൂതകാലമില്ലാത്ത ഒരു വഴി മുന്നിൽക്കണ്ടേക്കുമെന്ന പ്രതീക്ഷയിൽ അവൾ നടന്നു തുടങ്ങി.

ജീവിതത്തിന്റെ അതിരുകൾ വേർതിരിച്ച, എന്നാൽ അതിരില്ലാത്ത സ്വാതന്ത്ര്യത്തിൽ അഭിരമിക്കുന്ന ചെറുപ്പക്കാരുടെ ഈ കാർണിവൽ എന്താണ് വായനക്കാരെ ജാഗരൂകമാക്കുന്നത്. ജീവിതത്തിന്റെ ആഴങ്ങളെ അറിയാനാവാത്തവിധം സുഖാസക്തിയിൽ മുഴുകിയവരാണ് യൗവനയുക്തരായ ആൾക്കാർ. ജീവിതത്തിന്റെ ദുരന്തപാഠങ്ങളിലേക്ക് വേച്ചുവീഴുന്നവർ. അതിൽനിന്ന് എങ്ങനെ പുറത്തുവരണമെന്ന് അറിയാത്തവർ. സങ്കീർണ്ണമായ അതിജീവനപാഠങ്ങൾ അറിഞ്ഞ് യാത്രചെയ്യുന്ന അതിരുകളില്ലാത്ത ജീവിതം നയിക്കുന്ന മറ്റൊരുകൂട്ടമാളുകളിലേക്ക് ചേർത്തുവെച്ചുകൊണ്ടാണ് കഥാകാരി പറഞ്ഞുനിർത്തിയത്. അമൃദ തന്റെ ഭൂതകാല ജീവിതത്തിന്റെ അർത്ഥരാഹിത്യം തിരിച്ചറിഞ്ഞ് അതുപേക്ഷിച്ച് മറ്റൊരു ജീവിതപാതയിലേക്ക് നടന്നു മുന്നേറുമ്പോൾ താൻ പിന്നിട്ട ദുരന്തങ്ങളെ അതിജീവിച്ചതായി മനസ്സിലാക്കുകയാണ്. കാടും കാട്ടുവാസികളും അതിരുകളെ അതിലംഘിച്ച് ജീവിതം വെളിപ്പെടുത്തുന്നത് നാം കാണുന്നുണ്ട്. ജീവിതത്തിന് ശുദ്ധപാഠങ്ങളേയുള്ളൂ. അവിടെ മനുഷ്യൻ അഹന്തയിൽ വേർതിരിച്ച നിയമങ്ങൾ ഫലപ്രാപ്തിയിലെത്തില്ല. ദുരന്തങ്ങളെ അതിജീവിക്കാനുള്ള പാഠങ്ങളും ജീവിതത്തകർച്ചകളെ കുറിച്ചുള്ള തിരിച്ചറിവുകളും പ്രണയത്തിന്റെ അക്ഷീണയാത്രയും അമൃദയെ നയിച്ചത് മറ്റൊരു വഴിയിലേക്കാണ്. മനുഷ്യൻ തിരിച്ചറിയേണ്ട സ്വതന്ത്രവഴിയാണ് കഥയുടെ ജീവിതപാഠം തെളിച്ചെടുക്കുന്നത്. അത് തെളിച്ചത്തിന്റെ വഴികൂടിയാണെന്ന് നമുക്ക് മനസ്സിലാകും.

രാമച്ചി

ഓടപ്പൂവ്

സമകാലീന കഥകൾ ആഖ്യാനങ്ങളുടെ അത്ഭുതങ്ങൾ സൃഷ്ടിക്കുന്ന തീർപ്പിലെത്തുന്നില്ല. ജീവിതാനുഭവങ്ങളുടെ അത്ഭുതങ്ങളെ ഭാഷയുടെ തെളിമധുരത്തിൽ അടയാളപ്പെടുത്തുകയാണ്. പ്രമേയത്തിന്റെ സാന്ദ്രത ഘനതാളമായി മാറ്റുന്ന ഭാഷാനിർമ്മിതി അസാധാരണമാണ്. കഥ പറയലിന്റെ സങ്കീർണ്ണതകളെയെല്ലാം ഒഴിവാക്കി കഥ അനുഭവപ്പെടുത്താൻ ശ്രമിക്കുമ്പോൾ വാക്കുകൾ അർത്ഥതീവ്രതയെ മുറുക്കിനിർത്തുന്നു എന്നത് നിസ്സാരമല്ല. മനുഷ്യ വികാരങ്ങളെ പ്രകൃതിയിലും സംസ്കൃതിയിലും ചേർത്തുനിർത്തിക്കൊണ്ട് അനുഭവതലങ്ങളെ കഥയിലേക്കടർത്തിയെടുക്കുമ്പോഴുണ്ടാകുന്ന സത്യസന്ധത കഥയെ ഗൗരവപ്പെടുത്തുന്നു. യാതൊരു നീക്കുപോക്കുകളുമില്ലാതെ മനുഷ്യൻ ഊറ്റിയെടുക്കുന്ന പ്രാണന്റെ താളത്തെ രേഖപ്പെടുത്തുമ്പോൾ ഒരു വിശ്വാസത്തെ മുദ്ര ചെയ്യുകയാണ്. അത് പുതിയൊരു ആഖ്യാനവും സൗന്ദര്യവും പുതുമയും കഥയ്ക്ക് ചാർത്തിക്കൊടുക്കുന്നു. മനുഷ്യൻ കടന്നുപോകുന്ന ചതിയുടെയും വഞ്ചനയുടെയും താൻപോരിമയുടെയും ദൈന്യത്തിന്റെയും കിരാതഭാവങ്ങളെ മിഴിവോടെ പകർത്തുമ്പോൾ രൂപഭാവങ്ങൾ തകിടംമറിയുകയും വീണ്ടും രൂപപ്പെടുകയും ചെയ്യുന്ന മായികത നവീന കഥകളിൽ പ്രകടമാണ്. വിനോയ് തോമസിന്റെ കഥകൾ ഭാഷയുടെ ആദിമ ചോദനകളിലേക്ക് നയിക്കുമ്പോൾ കന്മഷമില്ലാത്ത വികാരങ്ങളെ തിരയുന്നുമുണ്ട്. നാട്യങ്ങളുടെ സംസ്കൃതിയെ ഇഴകീറിയെടുക്കുമ്പോൾ കിനിഞ്ഞുവരുന്നത് സ്നേഹത്തിന്റെ ആദിമപ്രമാണങ്ങൾ തന്നെ.

'രാമച്ചി' പ്രണയത്തിന്റെയും ആത്മബന്ധങ്ങളുടെയും പച്ചക്കാടാണ്. കഥയിൽ എവിടെനിന്നും ഒലിച്ചിറങ്ങുന്ന ഉറവകൾക്ക് ഘനസാന്ദ്രമായ ഇമ്പവും ഇനിപ്പും അതിന്റെ ഈടുവെയ്പുകളാണ്. കാട് വലിയ വിശാലതയും സ്വാതന്ത്ര്യവും നല്കുന്നതോടൊപ്പം ആർത്തിയുടെ കോശങ്ങളെ മെരുക്കുന്നുമുണ്ട്. അവനവനു വേണ്ടത് മാത്രം കൈപ്പറ്റുന്ന ഉടമ്പടി നിലനിർത്തിയിട്ടുണ്ട്. അതിന്റെ പ്രയത്നം വലുതും അനുഭവം അസാധാരണവുമാണ്. മനുഷ്യന്റെ ആദിമചോദനകൾക്ക് ഉയിരു കൊടുക്കുന്ന രാമച്ചി പരിഷ്കൃതിയുടെ ഭ്രാന്തമായ സംസ്കൃതിക്കുള്ള മറുപടി കൂടിയാണ്. ജീവിതത്തിന്റെ വന്യത ഉപാധികളില്ലാത്ത സ്നേഹമാണ്. വിലക്കുകളോ അതിരുകളോ ഇല്ലാത്ത പ്രണയബോധമാണ്. ഓടപ്പൂവിന്റെ വിടർച്ചയിലുള്ള കലയും കലാപവുമാണ് രതി. കൈവിട്ട പ്രണയത്തിന്റെ രതിബോധത്തിലുറച്ച തട്ടകത്തിൽ നില്ക്കുമ്പോൾ രാമച്ചി വലിയ പ്രലോഭനങ്ങളുമായി മോഹിപ്പിക്കുന്നു.

കാടിന്റെ മക്കൾക്ക് കടമ്പകളില്ല. മഴയും പുഴയും മധുരം കിനിയുന്ന ഉറവയും വന്യതയും വിശപ്പുമെല്ലാം അതിന്റെ തനിമ ഉൾക്കൊള്ളുന്നു. എന്ത് എപ്പോൾ സ്വീകരിക്കണമെന്നും എത്രമാത്രം കൈക്കൊള്ളാമെന്നുമുള്ള പൊരുളാണ് അവരുടെ പ്രമാണം. ആവശ്യത്തിന് മിതമായി എടുക്കുകയും സമൃദ്ധിയിൽ വിളയുവാനുള്ള അവസരം കൊടുക്കുകയും ചെയ്യും. അവരുടെ നിയമങ്ങൾ ജീവജാലങ്ങളുടെ എന്നേക്കുമുള്ള നിലനില്പിനായി നിർമ്മിച്ചവയാണ്. ആചാരങ്ങളുമനുഷ്ഠാനങ്ങളും സഹജീവികളുടെ അതിജീവനത്തിനുള്ളതാണ്. അവരുടെ ഇടം വിശാലമായ തുറസ്സുകളാണ്. ഉത്തരകേരളത്തിലെ ആദിവാസികളെ ആറളം ഫാമിലേക്ക് കുടിവെച്ചപ്പോൾ അവരുടെ വികാരങ്ങൾക്കുമേൽ നിയന്ത്രണം കൊണ്ടുവരികയായിരുന്നു. അതിരുകൾ വരച്ചുവെച്ച് മാറ്റമുണ്ടാകാത്തിടത്ത് ഉറച്ചപ്പോൾ പരിഷ്കൃതിയുടെ വിഷം അവരെ തീണ്ടുകയായിരുന്നു. അതിന്റെ വൈഷമ്യങ്ങൾ പല പ്രകാരത്തിൽ 'രാമച്ചി'യിൽ നിറഞ്ഞിരിക്കുന്നു. കാട്ടിലെ കരിമ്പാറകളുടെ നാട്ടിലേക്കുള്ള വരവു തടയാൻ 'പ്രമുഖൻ' എന്ന കുങ്കിയാനയെ കൊണ്ടുവന്നതുപോലുള്ള മൗഢ്യമാണ് ആദിമ സംസ്കൃതിയോട് ചെയ്തത്. എത്ര മെരുക്കിയാലും മെരുങ്ങാത്ത വന്യമായ മനസ്സാണ് കാടിന്റെ സംസ്കാരം. അതുതന്നെയാണല്ലോ പ്രണയത്തിന്റെ സംസ്കാരവും.

എല്ലാം ഉപരിപ്ലവമായി അറിയുകയും സ്വന്തമാക്കുകയും വേലികെട്ടി സംരക്ഷിക്കുകയും ചെയ്യുക പരിഷ്കൃത മനുഷ്യന്റെ വാശിയും വൈകാരികതയുമാണ്. ആഴങ്ങളിലേക്കുള്ള വാതിലുകൾ കൊട്ടിയടച്ചിരിക്കുകയും ചെയ്യും. നാട്ടുനിയമങ്ങൾ പഠിച്ച പ്രമുഖനെ എത്രവേഗമാണ് കാടുമയക്കിയത്. ഉൾക്കാട്ടിലേക്ക് ആനക്കൂട്ടങ്ങളെ പറപ്പിക്കുവാൻ പാഞ്ഞുവന്ന പ്രമുഖനെ ഞെട്ടിപ്പനകളിൽ തഴുകിവന്ന കാറ്റുകൊണ്ടു തടയിടുന്നു. പനങ്കൂട്ടങ്ങളിൽ പൂത്തുനിന്ന പിടിയാനകൾ തുമ്പിയുയർത്തി അവനെ സ്വീകരിച്ചു. അരികിലെത്തിയപ്പോൾ ഇന്നലെ വിരിഞ്ഞ ഒരു പനങ്കുമ്പ് ചായ്ച്ച് പിടിച്ച് പ്രണയത്തിൽ തളയ്ക്കാൻ പിടിയാനയുടെ അലസചലനങ്ങൾക്കു കഴിഞ്ഞു. കാടിന് ഒരു നിഗൂഢതയുമില്ല. ചതിയെ മെരുക്കാൻപോലും അതിന്റെ സാരള്യങ്ങൾക്കു കഴിയുന്നുണ്ട്. പ്രമുഖൻ പനങ്കുമ്പ് വാങ്ങി ചവയ്ക്കുക മാത്രമല്ല അരികിൽ നിന്ന പിടിയുടെ തുമ്പിക്കൈ കോരിയെടുത്ത് ചുറ്റിപ്പിടിച്ച് ചുണ്ടുകൾ തമ്മിൽ ചേർത്ത് ഉമ്മവെക്കുകയാണ്. നാടിന്റെ കന്മഷങ്ങളെ എത്രവേഗമാണ് അലിയിച്ചുകളയുന്നത്; പ്രണയത്തിന്റെ മധുകോരി നിറച്ച് ശുദ്ധമാക്കുന്നത്.

കാട്ടിലെ ഓടപ്പൂവാണ് മല്ലിക. നിറയെ സ്നേഹവും സംഗീതവുമുള്ളവൾ. ആരെയും

ആകർഷിക്കുന്ന വെൺമയും വിശുദ്ധിയുമുള്ളവൾ. ഇനിപ്പമാർന്ന ഒരു കൊച്ചുകാട്. ഉള്ള് ഉറവയാക്കിയവൾ. അതിലേക്കാണ് കാട്ടുപ്രദീപനെ അടക്കിവെച്ചത്. അനന്ത കാലത്തിലേക്ക് പ്രണയത്തെ പരിഭാഷപ്പെടുത്തിയ ആനകൾ അവളെ ഉശിരു പിടിപ്പിച്ചു. സ്നേഹിച്ച് സ്നേഹിച്ച് നടന്നും നിന്നും കയറിയും ദിവസങ്ങളോളം സ്നേഹത്തിന്റെ വലിപ്പം കൂട്ടുന്ന ആനയുടെ രതി അവൾ കണ്ടിട്ടുണ്ട്, കോളിമരത്തിന്റെ കൈപ്പത്തിക്കൊമ്പിൽ പ്രദീപനോടൊപ്പം ചേർന്നിരുന്ന് മല്ലിക ആനരതി കൺനിറയെ കണ്ടു. കാട്ടിനുള്ളിലെ ഇരുട്ടിൽ തുണിയുടുക്കാതെയെത്തിയ വെണ്ണിലവിനോട് ചേർന്ന് ഒരു കൊമ്പനും പിടിയും. ഒതുങ്ങിയൊതുങ്ങിയ പിടിയുടെ മുകളിലേക്ക് അടുത്തു നിന്ന വെട്ടിത്താളിയിലകൾ പോലുമറിയാതെ കൊമ്പൻ അമർന്നു പതുക്കെ പതുക്കെ രതിയുടെ താളത്തിലേക്കു കടന്നു. നാണിച്ചിരുന്ന പ്രദീപൻ മല്ലികയുടെ വായിലേക്കിട്ടു കൊടുത്ത കായ കടിച്ചുപൊട്ടിച്ച് പുളി അവൾ നാവിലൂടെ പകർന്നുകൊടുത്തപ്പോൾ പിടി പതുക്കെ ചിന്നംവിളിച്ചു തുടങ്ങി. കൊട്ടിയൂരമ്പലത്തിലെ ഉത്സവത്തിന് ഓടപ്പൂവുണ്ടാക്കാൻ പ്രദീപനെ സഹായിച്ച രാത്രിയിൽ അതാവർത്തിക്കുന്നുണ്ട്. ഓട തല്ലിച്ചതച്ച് ചീകി നാരുകളാക്കി ഓടപ്പൂ തീർത്തു തളർന്ന പ്രദീപന്റെ കടഞ്ഞ കൈ പിടിച്ച് ഞൊട്ടയൊടിച്ചപ്പോൾ വിറച്ചുകൊണ്ടവൻ അവളെ ചേർത്തു പിടിച്ചു. 'ഞാന് പറ്ന്ന പോലെ- പത്ക്കെ മതി.' 'ഉം' അവൻ ഇഴയിഴയായ് പതുക്കെ വിരിയിച്ചെടുക്കുകയാണ്. ഓടത്തണ്ട് പൂവായി വിരിയുന്നതിന് എത്ര സമയമെടുക്കണമെന്ന് അവന് മനസ്സിലായി. പൂവുകൾ വിരിഞ്ഞു കുമ്പി തളർന്നപ്പോൾ 'കാട്ടുപ്രദീപാ, നീ മതി എന്ക്ക്.' അവൻ ചിരിച്ചു. സ്നേഹത്തിന്റെ സ്പർശനികളിൽ പിടിച്ച് ആഴങ്ങളിലേക്കിറങ്ങുന്ന രതിബോധം മല്ലികയുടെ നീതിയായിരുന്നു.

പെണ്ണിന്റെ നീതിയാണ് കാട്ടിൽ പുലർന്നത്. അവിടെ ആണ് അടക്കമുള്ളവനാണ്. അടക്കമുള്ളവനെയേ പെണ്ണ് കാമിച്ചുള്ളൂ. പ്രാച്ചിപ്പിടച്ചിലുമായി വേല കാണിച്ചെത്തിയ കുട്ടൻ രവിയെ ഒഴിവാക്കുന്ന മല്ലികയുടെ തന്റേടം ആദ്യം നമ്മളറിയുന്നുണ്ട്. വള്ളിയൂർക്കാവ് ഉത്സവം കഴിഞ്ഞ് ആൾക്കൂട്ടത്തെ നയിച്ചുകൊണ്ടു പോയത് പ്രായമേറിയ മഞ്ഞമുത്തിയാണ്. മുത്തിയുടെ പുറകിൽ പെണ്ണുങ്ങളും കുട്ടികളും. ഏറ്റവുമൊടുവിൽ കുട്ടികളെ തോളത്തേറ്റിയ ആണുങ്ങളും. വഴി തെരഞ്ഞെടുപ്പും യാത്രയും മഞ്ഞമുത്തി തീരുമാനിച്ചു. വേനലായതിനാൽ ഒരു രാത്രി അവർ പുഴക്കരയിൽ തങ്ങി. പൂക്കുണ്ടിലുള്ള കുട്ടൻ രവിയും അവരോടൊപ്പം കൂടി. രണ്ടുമൂന്നു ദിവസമവിടെ തങ്ങി. പുഴയിൽ കല്ലു കൊണ്ടു തടയണ കെട്ടി ചെറുതോടാക്കി. അതിൽ മീനെ ഓടിച്ചു കയറ്റി പിടിച്ചു. കറുത്ത ചിരിയില്ലാത്ത കല്ലേമുട്ടിയും ചത്താലും കുത്തുന്ന ചില്ലോൻ കൂരിയും ഓലക്കീറുപോലെ പുളയുന്ന പുള്ളിയാരലും പരലും കുറവയും മനഞ്ഞിലും കൂരാലും കോലാനും സമൃദ്ധമായി ചുട്ടുതിന്നു. രാത്രിയാണ് രവി വന്ന് പ്രാച്ചിമീൻ വെള്ളത്തിൽ വെട്ടിമാറുന്ന പോലെ ഓരോന്നു ചെയ്തത്. എന്തിനാണിത്ര വേഗമെന്നു ചോദിച്ചപ്പോൾ അവനിഷ്ടമതാണെന്നു പറഞ്ഞു. ആണിന്റെ ഇഷ്ടം നടപ്പാക്കാൻ കാട്ടിൽ പെണ്ണിനെ കിട്ടില്ല. ഇഷ്ടം തെരഞ്ഞെടുക്കാനുള്ള സ്വാതന്ത്ര്യം അവിടെ പെണ്ണിനാണ്. പെണ്ണിനെ കെട്ടാൻ മഞ്ഞമുത്തിയുടെ നിർദ്ദേശമനുസരിച്ച് ബന്ധുക്കളെയും കൂട്ടി ഒരുചാക്ക് ചോമാല നെല്ലുമായി പുഴക്കര വന്നു അവൻ ചേക്കേറി. നെല്ലിന്റെ ചാക്കെടുത്താൽ കല്യാണമാണ്. നെല്ലിൻ ചാക്കെടുക്കാൻ ഇവിടെ നിന്നാരും പോകണ്ടയെന്നു മല്ലിക പറഞ്ഞു. ഒടുവിൽ ഉച്ചവരെ കാത്തിരുന്ന പെണ്ണിനെ കിട്ടാതെ നാണം കെട്ട് കുട്ടൻ രവിക്കും സംഘത്തിനും തെറിപറഞ്ഞ് തിരികെ പോകേണ്ടിവന്നു.

കാടിന്റെയും നാടിന്റെയും സംസ്കൃതിയെ വിനോയ് തോമസ് രാമച്ചിയിൽ ചേർത്തുവെച്ചിട്ടുണ്ട്. കാട്ടിലലയുന്ന കൊമ്പന്റെ നിറവിൽ കൂട്ടത്തെ നയിക്കുന്നത് തൊലി ചുരുങ്ങിക്കൂടിയ ആനമുത്തിയാണ്. കൈകൾക്കിടയിലെ മുലചുരത്തിക്കൊണ്ട് അനേകം പിടിയാനകളും പാൽ നുകർന്നുകൊണ്ട് കുഞ്ഞുങ്ങളും പിന്തുടരുന്നത് തലച്ചിയാനയെയാണ്. അതുപോലെ കാട്ടുസംഘത്തെ ഉത്സവത്തിനും വിഭവശേഖരണത്തിനും നയിക്കുന്നത് മഞ്ഞമുത്തിയാണ്. തീരുമാനങ്ങളെടുക്കുന്നത് മഞ്ഞമുത്തിയാണ്. വനനിയമങ്ങൾക്കെതിരെ തിരിയുന്നവരെ തെറിപറഞ്ഞ് ശാസിക്കുന്നത് മഞ്ഞമുത്തിയാണ്. ഉത്സവം കണ്ട് അമ്മയെ തെറിപറഞ്ഞു വരുന്ന അപ്പനെ കാട്ടുവഴിയിലേക്ക് കയറുമ്പോൾ മഞ്ഞമുത്തി പാഞ്ഞുവന്ന് തലയ്ക്കിട്ട് രണ്ടെണ്ണം കൊടുക്കുകയാണ്. പിന്നെ അപ്പന് മിണ്ടാട്ടമില്ല. കാട്ടിലെ പുരുഷന് ഭാഷയില്ല. എന്നാൽ നാട്ടിലെത്തുമ്പോൾ അവനത് വീണ്ടെടുക്കുന്നു. ശബ്ദം അവന്റെ അധികാരമാണ്. ആറളം ഫാമിൽ പ്ലോട്ട് നമ്പറിട്ട് തിരിച്ചുകൊടുത്ത ഭൂമിയിൽ നില്ക്കുമ്പോൾ പുരുഷൻ ശബ്ദം വീണ്ടെടുത്തു. മല്ലികയുടെ അയലത്തെ ചപ്പിലി സോമൻ നാട്ടിലെത്തി ഭാര്യയെ തെറിവിളിച്ചു തുടങ്ങി. 'എന്റെ പറമ്പ്, കടലാസിൽ എന്റെ പേര്. നിന്ക്ക് പൂമിയില്ല. നീ കളിക്ക്ണ്ട പോത്തമ്മ ചൂളച്ചി.' ഫാമിൽ വന്നതിൽ പിന്നെയാണ് ചപ്പിലി സോമന് ഒച്ച പൊങ്ങുന്നതെന്ന് കഥാകാരൻ പറഞ്ഞുവെക്കുന്നു. നാട്ടിലെത്തിയ പുരുഷൻ ഭാഷ വീണ്ടെടുത്തു. അത് മറ്റൊരു സംസ്കൃതിയിലെത്തിയ മനുഷ്യന്റെ മാറ്റമാണ്. കാടിന്റെ വിശാലതയറിഞ്ഞ് പെണ്ണിന്റെ തണലിൽ പുലർന്ന മനുഷ്യർ നാടിന്റെ അതിരിലേക്ക് ചുരുങ്ങുമ്പോൾ അവർ ആത്മീയമായി അനുഭവിക്കുന്ന ശൈഥില്യവും ഇടർച്ചകളും ഈ കഥയുടെ നെരിപ്പോടായി നില്ക്കുന്നുണ്ട്.

കാട്ടിലെ മനുഷ്യപ്രയത്നത്തിന്റെ വിലവിവരം കാട്ടുപ്രദീപൻ മല്ലികയോട് പറയുന്നുണ്ട്. കഷ്ടപ്പെടുന്ന കാടന്റെ പ്രയത്നം മല്ലികയറിയുന്നുമുണ്ട്. കാട്ടിലെ ഏറ്റവുമുയരമുള്ള തൊണ്ടുപൊളിയൻ പൊങ്ങിന്റെ ചുവട്ടിൽ എല്ലാക്കൊല്ലവും പെരുംകൂൺ മുളയ്ക്കും. മറ്റാരുമെത്തുന്നതിനുമുമ്പെ കൂൺ പൊട്ടിക്കാനെത്തിയ മല്ലിക മുകളിലേക്കു നോക്കിയപ്പോൾ പൊങ്ങുമരത്തിന്റെ ഏറ്റവും മുകളിലത്തെ കൊമ്പിൽ പ്രദീപനിരിക്കുന്നു. ഇത്രയുമുയരത്തിൽ വിഷമിച്ച് കയറി മുരുടൻ തടിയിൽ പൊത്തിപ്പിടിച്ച് നെഞ്ചുരഞ്ഞിറങ്ങിയ അവന്റെ തുണിക്കുള്ളിൽ മരപ്രാവിന്റെ ചിറകുപോലെ മിന്നുന്ന നീലപ്പൂവുള്ള ചെടിയാണ് ഉണ്ടായിരുന്നത്. വിനയരാജ സാറിന് ഫോട്ടോയെടുക്കാൻ ഇളക്കിക്കൊണ്ടുവന്ന ആരും കാണാത്ത മരവാഴ. അത് കഴിഞ്ഞ് തിരികെ കേറ്റി വെക്കണമെന്നും അവൻ പറയുന്നുണ്ട്. ഇത്ര പാടുപെടുന്നതെന്താണെന്നന്വേഷിച്ചപ്പോഴാണ് അവളോട് പ്രദീപൻ വെളിപ്പെടുത്തിയത്. 'കാട്ടില് പാട്പെടല് തന്നാണ്. എത്ര പാട്പെട്ടാലും കാട് കുറച്ചെ തരു. എളുപ്പ കിട്ട്ണ്ത് ബേഗ തീരു. കൂണ് പോലെ.' ആ കുറച്ചുമാത്രം കിട്ടുന്ന വിഭവങ്ങൾ പറ്റിച്ചെടുക്കാൻ തയ്യാറായിരിക്കുന്ന നാട്ടുവാസിയോട് വിലപേശാൻ മല്ലിക ഒടുവിൽ തയ്യാറാകുന്നത് പ്രദീപൻ പറഞ്ഞ കാടിന്റെ തത്ത്വശാസ്ത്രം ശരിയായി മനസ്സിലാക്കിയത് കൊണ്ടുതന്നെയാണ്. രണ്ടുകൂട്ടം മനുഷ്യരുടെ സ്വഭാവത്തിന്റെ തൂക്കമെടുക്കുമ്പോൾ ഭാരമെവിടെയെന്നു തിരിച്ചറിഞ്ഞ് പ്രയത്നത്തിന്റെ വിലയറിയാൻ കഥാകാരൻ ഇവിടെ കൂട്ടുനില്ക്കുന്നു.

ഓരോ പെണ്ണിനും കാട് അടയാളമിടുന്നു. പെണ്ണിന് മണ്ണും പുരയും കാടാണ്. ആറളം ഫാമിൽ ഭൂമിയില്ലാത്തവർക്ക് ഒരേക്കറുവെച്ച് കൊടുക്കുന്നു നിങ്ങൾ പോകുകയാണല്ലോയെന്ന് കുറിച്യൻ കുഞ്ഞാമൻ മഞ്ഞമുത്തിയോട് ചോദിച്ചപ്പോഴാണ് മഞ്ഞമുത്തി

തനിക്കു ഭൂമിയില്ലേയെന്ന് അത്ഭുതപ്പെട്ടുപോയത്. ആ സന്ദിഗ്ദ്ധതയിൽ നിന്നുകൊണ്ടാണ് തന്റെ പിറവിയും പുരയുമെല്ലാം സങ്കടത്തോടെ മഞ്ഞമുത്തി ഓർത്തുപോയത്. 'മഞ്ഞന്ന് ന്നെ ആദ്യ ബിളിച്ച്ത് അമ്മയാണ്. അമ്മെ അപ്പനു കാട്ടിലാര്ന്ന്. കരിക്കനു മായീം. കാടാര്ന്ന് അബ്ര്ടെ പൊര. രാമച്ചില് അബ്ര് താമസിക്കുമ്പോ ന്നെ പെറ്റ്. അമ്മ പറേ ഞാന് രാമച്ചീല് കെട്ക്കുമ്പോ ഒരു കാറ്റ് ബന്ന് ഏതോ മഞ്ഞപ്പൂവ് ന്റെ നെഞ്ചിലിട്ടെന്ന്. ങ്ങനെ ഞാന് മഞ്ഞയായി.' കഥ പറഞ്ഞ് കരഞ്ഞുപോയ മുത്തിയുടെ മടിയിലേക്ക് മല്ലിക കയറിക്കിടന്നു. മഞ്ഞമുത്തിയുടെ പുരയായി മാറിയ രാമച്ചി അവൾ നന്നായറിഞ്ഞു. ഒടുവിൽ മരണം തിരിച്ചറിഞ്ഞ മുത്തി നാട്ടിലേക്ക് പോകാനിരുന്നവരെ ഇന്നാരും പോകണ്ടയെന്നു തടഞ്ഞുകൊണ്ട് തന്റെ മരണം ഉറപ്പാക്കി. മുത്തിക്കു ശവക്കുഴി കുത്തി താഴ്ത്തി അതിലേക്ക് കരിലാഞ്ചി മുള്ള് വളച്ചുവെച്ച് ചടങ്ങു തീർത്താണ് അവർ ഫാമിലേക്ക് പോയത്. കാടിലെ മരണവും സത്യമുള്ളതായിരുന്നു.

മല്ലികയ്ക്കു പെറാൻ രണ്ടരമാസമുള്ളപ്പോഴാണ് രാമച്ചിയിൽ താമസിക്കാമെന്ന ആഗ്രഹം പ്രദീപനോടു പറഞ്ഞത്. അതുവിലക്കുമ്പോൾ മഞ്ഞമുത്തിയുടെ സ്വരത്തിൽ 'ഞാനെബടെ പെറണ്ന്ന് പറേണ്ട് ഞാനാണ്. നമ്മള് നാളെ രാമച്ചീ പോണ്" എന്നു കട്ടായം പറഞ്ഞുവെച്ചു. കാടിന്റെ മാധുര്യത്തിലലിഞ്ഞുള്ള യാത്ര. 'കാടു കയറുന്നതിനു മുമ്പ് അവളുടെ കൈയിലേക്ക് ഒരു നടതാങ്ങി അവൻ വെട്ടിക്കൊടുത്തു. മൂന്നു ഇലകൾ നീണ്ടു നില്ക്കുന്ന ആ വടി കുത്തി അവൾ മുകളിലേക്കു കയറിത്തുടങ്ങി. ഈർപ്പമുള്ളിടത്ത് അട്ടകൾ കുത്തി നൂർന്ന് കാലുകളിൽ പിടിച്ചു. കാട്ടുപുകയിലയുടെ നീരുപിഴിഞ്ഞ് അവൻ അട്ടകളെ ഉതിർത്തു കളഞ്ഞു. കരിയിലകൾക്കിടയിൽ നിന്ന് പഴതാര പുളഞ്ഞ് മടമ്പിൽ കുത്തി. നൂൽക്കമ്പു പൊട്ടിച്ച ചെവിപ്പീ തോണ്ടി കടിപ്പാടിൽ തേച്ചപ്പോൾ പഴതാരക്കടിറങ്ങി.' കാടുതന്നെ മുറിവും ഔഷധവും. ആരെയും ഭയക്കേണ്ടതില്ലാത്ത, വാത്സല്യത്തിന്റെ കനിവും കരുണയുമായി നില്ക്കുന്ന അമ്മ. മഞ്ഞമുത്തിക്ക് രാമച്ചി അമ്മയും വീടുമായതെങ്ങനെയെന്നു മല്ലികയ്ക്കു തെളിഞ്ഞുകിട്ടി.

ആറ്റുചാമ്പയുടെ ഇലകൾ വീണുകിടക്കുന്ന അരുവിയിൽനിന്നും വെള്ളമെടുത്ത് മുഖം കഴുകി യാത്ര തുടർന്നു. അവിടെ മണ്ണും പുല്ലും പടർന്ന മറ്റൊരു പാറയായി പ്രമുഖനെന്ന കുങ്കിയാനയെ കാണുന്നുണ്ട്- രണ്ടു ദിവസത്തെ വനയാത്രയ്ക്കുശേഷമാണ് രാമച്ചിയിലെത്തിയത്. അത്ഭുതത്തോടെയാണ് മല്ലിക രാമച്ചിയെ നോക്കിയത്. 'ആകാശത്തുനിന്നും മരങ്ങൾക്കിടയിലൂടെ ഒരു വെള്ളച്ചാട്ടം വരുന്നു. തലതല്ലി വരുന്ന വെള്ളത്തിനിടയ്ക്കു പാറക്കുറിഞ്ഞിയുടെ നീലപ്പൂവുകൾ നിലകിട്ടാതെ വിയർക്കുന്നു. വെള്ളച്ചാട്ടത്തിന്റെ കരയ്ക്കു പൂത്തുനില്ക്കുന്ന കൊള്ളിവല മരങ്ങളിൽനിന്ന് നീറ്റിലേക്ക് വീണ് ഒഴുകിവരുന്ന കടുംമഞ്ഞപ്പൂവുകൾ കണ്ടപ്പോൾ അകത്തുള്ളയാൾ എന്തിനോ പിടഞ്ഞു.' പൂതംകൊല്ലിയുടെ ചുവട്ടിൽ ഒന്നിനുമേലൊന്നായി ചാരി ഇടയ്ക്കപ്പെട്ട പാറകൾക്കിടയിലെ സ്ഥലം പുരയാക്കി. കാടിനെയറിഞ്ഞ്, അനുഭവിച്ച്, വനവിഭവങ്ങളിൽ ആശ തീർത്തു ജീവിതത്തെ സ്വർഗ്ഗമാക്കി. മാതൃത്വത്തിന്റെ മുല ചുരത്തി അമ്മയാകാൻ പോകുന്നവളെ പരിചരിക്കുന്ന കാഴ്ച അസാധാരണമാണ്. അമ്മവീട്ടിലെത്തി ഗർഭശുശ്രൂഷ പൂർത്തിയാക്കുന്നതിന്റെ ഭംഗിയാണ് രാമച്ചി പറഞ്ഞുവെച്ചത്.

രാമച്ചി മല്ലികയുടെ പേറ്റിച്ചിയായി ജാഗ്രതയോടെ നില്ക്കുന്നുണ്ട്. മല്ലികയ്ക്കു കഴുത്തുയർത്തി നോക്കാൻ പറ്റാത്തത്ര ഉയരത്തിലുള്ള തേൻമരത്തിന്റെ ചോട്ടിലെ പാറയാണ് പേറ്റുസ്ഥലം. പായിത്തേനെടുക്കാൻ മുത്തറി വള്ളി മുറിച്ചുചതച്ച് ഉണക്കാനിട്ടു. ഈച്ചയെ പുകയ്ക്കുന്നതിന് പായിക്കെട്ടിന്റെ ചപ്പിൽ ഉണങ്ങിയ പനയോല

ചേർത്തു ചൂട്ടുണ്ടാക്കി. രാത്രിയിൽ തേനെടുക്കുന്നതിനു മുമ്പ് സാമഗ്രികൾ മുകളിലെത്തിക്കാൻ പ്രദീപൻ കയറിയ സമയത്ത് നോവു തുടങ്ങി. തേൻകൊമ്പിന്റെ അരികിലെത്തിയപ്പോൾ വേദനകൊണ്ട് മല്ലിക പുളഞ്ഞുനിലവിളിച്ചു. പൊട്ടിവീണ മഴയിൽ നിലവിളി മറഞ്ഞപ്പോൾ പ്രദീപൻ താഴേക്കിറങ്ങി. എന്നാൽ മുളങ്കൂട്ടങ്ങൾക്കിടയിൽ പതുങ്ങി നിന്ന ആന പുല്ലു വളർന്ന ശരീരവുമായി മല്ലികയുടെ നേർക്കു കുതിക്കുകയാണ്. അവസാനമെന്നോണം മല്ലികയെ ഒന്നുകൂടി നോക്കുമ്പോൾ നിലവിളിപോലെ വിടർന്ന കാലുകൾക്കിടയിൽ കുഞ്ഞിത്തല മൊട്ടിട്ടുവരുന്നത് പ്രദീപൻ കണ്ടു. താഴേക്കിറങ്ങാൻ കഴിയാതെ അവൻ കണ്ണടച്ചിരിക്കുന്നേരം കുങ്കിയാനയുടെ പാച്ചിലിനു കുറുകെ മുല ചുരത്തിക്കൊണ്ട് പിടിയാനകളും പാൽ നുകർന്നുകൊണ്ട് കുഞ്ഞുങ്ങളും ചിന്നംവിളികളോടെയെത്തി. ആ നിമിഷം മല്ലികയുടെ മുലയും ചുരന്നു. പിടികളെ നുണഞ്ഞുകൊണ്ട് പ്രമുഖനും കൂട്ടരും മുളങ്കൂട്ടങ്ങൾക്കുള്ളിലേക്ക് മറഞ്ഞപ്പോൾ വെള്ളച്ചാലുകളിലൂർന്നിറങ്ങി മണ്ണിലേക്ക് വീണ കുഞ്ഞിനെ കൈയിലെടുത്ത് പുല്ലാനിയിലകൾ പറിച്ച് ചോരയും മണ്ണും തുടച്ച് പ്രദീപൻ ഉള്ള് നിറഞ്ഞുനിന്നുകൊണ്ട് പെണ്ണെന്നു പറഞ്ഞ് അമ്മയോടു ചേർത്തുവെച്ചു.

'മഴത്തുള്ളികൾക്കിടയിലൂടെ ഉയരങ്ങളിൽ നിന്ന് അസാധാരണമായ ഒരു മഞ്ഞപ്പൂവ് ആ കുഞ്ഞു ശരീരത്തിലേക്കു കുതിർന്നുവീണു. ചരിഞ്ഞുകിടന്ന മല്ലിക അവളെ ചേർത്തുപിടിച്ച് നനഞ്ഞ മുല വായിലേക്കു കൊടുക്കുമ്പോൾ ചെവിയിൽ ഒരു പേരു വിളിച്ചു.' ആധുനിക മനുഷ്യന്റെ വൈദ്യശാസ്ത്രനിർമ്മിതികൾക്കു ഭാവന ചെയ്യാൻ ഒരിക്കലുമാകാത്ത സുഖാനുഭൂതിയിലാണ് മല്ലികയുടെ പേറെടുക്കുന്നത്. അത് മറ്റാരുമല്ല. രാമച്ചിയാണ്. മല്ലികയുടെ പേറ്റുനോവിന്റെ ഹതാശമായ നിലവിളിയെ തന്റെ ശരീരത്തിലെ സംഗീതോപകരണങ്ങളുടെ സ്വരതാനത്തിൽ ഏറ്റെടുക്കുകയാണ്. തേനടകളെ പൊതിഞ്ഞിരുന്ന പെൺതേനീച്ചകളുടെ മുരളൽ. മഴത്തുള്ളികളുടെ ജലതരംഗം. മഴക്കാറ്റിൽ ഇളകിയാടുന്ന മുളങ്കൂട്ടങ്ങളുടെ പുല്ലാങ്കുഴൽ. മുലചുരത്തിയെത്തിയ പിടിയാനകൾ ചിന്നംവിളിയിലുയർത്തിയ തായമ്പക. ഒഴുകിയിറങ്ങിയ വെള്ളച്ചാലുകളുടെ വിപഞ്ചിക. രാമച്ചിയിലേക്കു ജലയാത്ര നടത്താനിറങ്ങിയ പുള്ളിവാളയുടെ കുറുങ്കുഴൽ. പലകാലങ്ങളിൽ നിറഞ്ഞുപെയ്ത മഴയുടെ സംഗീതത്തിലലിയുന്ന കുഞ്ഞിന്റെ നിലവിളി. പേറെടുത്തിട്ട് സമ്മാനമെന്നവണ്ണം കുഞ്ഞുശരീരത്തിലേക്കിട്ട അസാധാരണമായ മഞ്ഞപ്പൂവ്. എല്ലാ വന്യതയും ഹിംസയും അടക്കിവെക്കുമ്പോഴും മാതൃത്വത്തിന്റെ വാത്സല്യദുഗ്ധം ചുരത്തി സ്നേഹസംഗീതത്തിന്റെ പെരുമല ചുരത്തി നിറഞ്ഞുനില്ക്കുന്ന അമ്മയെ മനസ്സിൽ തൊട്ടുകൊണ്ടാണ് മല്ലിക കുഞ്ഞിന് മുലകൊടുത്തു പേരുചൊല്ലിവിളിച്ചത്. അത് രാമച്ചിയെന്നു പറയേണ്ടതില്ല. പ്രണയവും വാത്സല്യവും ഒരേ സംഗീതകാലത്തിൽ നിറഞ്ഞുപെയ്യുന്ന അനുഭവമാണ് കഥയുടെ മാധുര്യം.

പ്രകൃതിയുടെ ഉടലിൽ ചേർത്തുവെച്ച് പെണ്ണുയിരിന്റെ മുറുകിയ താളം തരിവളയിട്ട വാക്കുകൾ കൊണ്ട് വിനോയ് തോമസ് കൊട്ടിപ്പാടുകയാണ്. കാട്ടിലെ ഓടവെട്ടി മുട്ടുകളായി മുറിച്ച് വെള്ളത്തിലിട്ട് തല്ലിച്ചതച്ച് ചീപ്പുകൊണ്ടു ചീകിച്ചീകി ദക്ഷന്റെ നരച്ച താടിപോലെ നാരുകളുള്ള ഓടപ്പൂവാക്കി വിരിയിച്ചെടുത്ത് കൊട്ടിയൂരപ്പന് സമർപ്പിക്കുന്നപോലെ വാക്കുകളെ സംഗീതത്തിൽ നനച്ചിട്ട് പിടഞ്ഞുവീഴുന്ന പെൺജീവിതങ്ങളുടെ ഉയിരു മുറുക്കിക്കെട്ടി പായിത്തേനിന്റെ മുട്ടയടകളുടെ ശില്പഭംഗിയിൽ 'രാമച്ചി' കൊത്തിയെടുത്തപ്പോൾ പുതിയ തച്ചന്റെ പണിത്തികവ് അത്ഭുതാവഹമാണെന്ന് ആരും സമ്മതിക്കും. നയിക്കേണ്ടത് പെണ്ണുതന്നെയാണ്. അത് കാടിന്റെ നിയമം.

ആണ് നയിക്കുന്നിടത്ത് പെണ്ണിന്റെ നിലവിളിയാണ് അരങ്ങേറുന്നത്. പെണ്ണിനോടുള്ള പുരുഷന്റെ വികർമ്മങ്ങൾ മണ്ണിലെ ജീവിതത്തെ ദൈന്യമാക്കി. പെണ്ണിന്റെ പൊരുൾ വീണ്ടെടുക്കാനുള്ള ശബ്ദമാണ് രാമച്ചി.

സക്കറിയയുടെ 'തേൻ' എന്ന കഥയും രാമച്ചിയോട് ചേർത്തുവെച്ച് വായിക്കാനാകും. ഭാവനയുടെ ആകാശങ്ങളെ രണ്ടു കഥകളും പ്രതിഭകൊണ്ട് കീഴടക്കുന്നുണ്ട്. പെണ്ണിന്റെ ഉടലിനുമുയിരിനും രക്ഷയുടെ കവചമൊരുക്കി ജാഗ്രതയോടെ ഉണർന്നിരിക്കുന്ന കഥാകാരന്മാരെ ഇരു കഥകളിലും കണ്ടുമുട്ടാം. മൃഗപക്ഷി ജീവജാലങ്ങളുടെയും തരുസസ്യലതാജാലങ്ങളുടെയും രാജകീയ സദസ്സൊരുക്കി കാടിന്റെ വന്യതയും സമൃദ്ധിയും കൊണ്ടുവന്നിട്ടാണ് സക്കറിയ പെണ്ണിന്റെ പ്രണയം ദൈവസമ്മതിയോടെ മൃഗത്തിൽ നിക്ഷിപ്തമാക്കുന്നത്. പ്രണയവും രതിയും തേനട പോലെ നുകരുന്ന ജീവിതം ഭാവന ചെയ്തു. വിനോയ് തോമസ് കാടിന്റെ സമൃദ്ധിയും മുക്തിയും ആഖ്യാനത്തിന്റെ ചടുലതയിൽ കോറിയിട്ടുകൊണ്ട് മനുഷ്യാനുഭവത്തിന്റെ ആദിമചോദനയുടെ അർത്ഥം വെളിപ്പെടുത്തുകയായിരുന്നു. കാട് പ്രണയത്തിന്റെ പാലാഴിയായി കടയുകയാണ് കഥാകാരൻ. മൃഗങ്ങളിലും മനുഷ്യരിലും ഘനീഭവിച്ച സ്നേഹത്തിന്റെ തേനടകൾ നീർച്ചോലയായി ഒഴുകി നിറയുകയാണ്. ആധുനിക മനുഷ്യന്റെ പതിരായ പരിഷ്കൃതിയിൽ തറഞ്ഞുനിന്നുകൊണ്ട് പ്രണയത്തിലുറവയെടുക്കുന്ന ജീവിതത്തിന്റെ അർത്ഥവും മുഴപ്പും ഹർഷവും ഓടപ്പുവായി വിടർത്തിയെടുക്കുകയാണ്. രാമച്ചി ദൈവത്തിന്റെ കൈയൊപ്പിട്ട പ്രണയത്തിന്റെ സിംഫണിയാണ്.

www.ingramcontent.com/pod-product-compliance
Lightning Source LLC
LaVergne TN
LVHW060310051026
849517LV00004B/1046
* 9 7 8 9 3 9 3 4 6 8 4 7 5 *